పరాభవ సంవత్సరం

[illegible]

1966

వెల

అంకితము.

ఎతనిచేత భాగవతము రచితమ్మును తెల్గు [illegible]
కేతము లాంధ్రజాతికి [illegible] జేసి, [illegible] యీవా
పోతన సచ్చరిత్రమిది పుణ్య ప్రబంధముగా నొప్పె భక్తిమైఁ
జేతు [illegible] ప్రతి [illegible] ప్రతి చేయుము శ్రీరఘురాత్మ [illegible].

గ్రంథకర్త జననీజనకులు.

శ్రీమాన్ పన్నయ్య శాస్త్రిగారు   శ్రీమతి సీతాంబగారు

"[illegible]
[illegible]
[illegible]
[illegible]
[illegible]"

"మాతన్ 'సీత' బ్రహ్మజ్ఞ జనకజాంత
లమద్రిత్రిత. జ్ఞానాగ్నిశాంత"

శ్రీ వరదాచార్యులు　　శ్రీమతి వైదేహి.

కృతజ్ఞతలు

[illegible] 10,000 సం॥

[illegible] ఆంధ్రప్రదేశ్

ప్రభుత్వమునకు, ముఖ్యమంత్రివర్యులు.

గౌ॥ శ్రీ కాసు బ్రహ్మానందరెడ్డిగారికి

ఆర్థిక [illegible] శాఖామాత్యులు

గౌ॥ శ్రీ మఱ్ఱి చెన్నారెడ్డిగారికి

విద్యాశాఖామాత్యులు

గౌ॥ శ్రీ ఏ. [illegible] రామరెడ్డిగారికి

నా [illegible] కృతజ్ఞతలు అర్పించుకొను చున్నాను.

ఈ గ్రంథ ముద్రణమునకై అన్నివిధాల సహాయ
సహకారము లొసగిన

[illegible] "ఆం. ప్ర. ప్రధానన్యాయమూర్తులు"

గౌ॥ శ్రీ పింగళి జగన్మోహనరెడ్డిగారికిని

నా హార్దిక కృతజ్ఞతలు అర్పించుకొను చున్నాను.

ఇట్లు
గ్రంథ రచయిత.

తొలిపలుకు

ఆధునికాంధ్ర కవిత్వ మనఁగనే భావకవిత్వము, గేయకవిత్వము, అభ్యుదయ కవిత్వము, వచన కవిత్వము అను ప్రముఖ నూత్న కవితారీతులు మానసమున స్ఫురించును. దీనికిఁ గారణము బహుసంఖ్యాకులైన యువకు లా రీతుల నాదరించి యందుఁ జక్కని కవిత్వము వెలయించుటయే ఈ రీతిగా నూత్న కవితా మార్గములలో సంచరించువారితో పాటు ప్రాఁత సంప్రదాయములను యథా తథముగా ననుసరించియుఁ బ్రాఁత మార్గముతో నూతన రీతుల మేళవించియుఁ గవిత్వము వ్రాయువారుకూడ నిప్పుడు కొందఱున్నారు. వీరి రచనలలోఁ బురాణములు, మహాకావ్యములు, ప్రబంధములు, లఘుకావ్యములుకూడఁ గానిపించును. శివభారతము, రాణాప్రతాపసింహ చరిత్రము, శ్రీమద్రామాయణ కల్పవృక్షము, ఆంధ్ర పురాణము, సౌందర నందము మున్నగు కావ్యములు 'నూతనమం బ్రాగ్గుణ శోభితమ్ము'నగు రచనా విశేషముతోఁ గూడిన యుత్తమ కృతులు. వీనిలోఁ గొన్నింట వస్తువునందుఁ గొన్నింట శైలీభావవ్యక్తీకరణములందు నవ్యత గోచరించును. మరల నీ నవ్యతా ప్రాచీనతల పాళ్ళ నిష్పత్తిలో హెచ్చుతగ్గు లుండుటయుఁ గలదు. నవ్యతా శోభితమయ్యుఁ బ్రాచీనతా పరిమళముల గుబాళింపులఁ జిక్కిలించిన యాధునికాంధ్ర మహాకావ్య రత్నములలో శ్రీ వానమామలై వరదాచార్యులవారి పోతనచరిత్ర మొకటి.

పూర్వాంధ్ర మహాకవుల జీవిత చరిత్రలఁ దెలిసికొని యానందించు భాగ్యమునకు మనమంతగా నోచుకొని యుండలేదు. వారి రచనలందలి సౌందర్యమువలె వారి జీవితములందలి సౌష్ఠవము నాస్వాదించి యలరుట కాధారము లత్యల్పములు. కొందఱు కవుల జీవిత విశేషములు కొన్ని తెలిసినను అవి చరిత్రనికషోపల పరీక్ష కెంతవఱకు నిల్చునో చెప్పఁజాలము. అందుఁ గొన్ని పుక్కిటి పురాణము లనుటకును అవకాశమున్నది. కాని యా పురాణముల నుండియే శ్రమపడి చారిత్రిక సత్యములను సేకరించుకొనవలయును. ఆంధ్ర వాఙ్మయమునందలి పురాణ ప్రబంధసంధి యుగమునకు సూర్య చంద్రులని చెప్పఁదగినవారు శ్రీనాథ పోతన మహాకవులు. వీరి జీవితములనుగూర్చి, సంబంధ బాంధవ్యములనుగూర్చి చెప్పు కథలు పెక్కు మన దేశమునఁ బ్రచారమున నున్నవి. ఆ మహాకవు లందలి యాదరాభిమానములచే నాంధ్రులు వానినే మరల మరలఁ జదివి యానందించు చుందురు. శ్రీ మదాచార్యులవారు వాని నన్నిటిని జదివి, చారిత్రికాంశములతో మేళవించి, యెడనెడఁ గావ్యోచితములైన వర్ణనలను గథాంశములను గల్పించి యీ మహాకావ్యమును సర్వాంగ సౌష్ఠవముగాఁ దీర్చిదిద్దినారు. ఒక మహాకవి జీవిత చరిత్రామృతమును మఱొక మహాకవి కమ్ర కవితారసాయనమును గలిపి యాంధ్రుల కందిచ్చి యానంద పారవశ్యమును గల్పించు నవ్య సువర్ణపాత్ర మీ పోతనచరిత్ర మహాకావ్యము.

పోతనగారి జీవిత మెంత విచిత్రమైనదో యంత విశిష్టమైనది. అది యందఱెఱింగినదే. ఆవరించిన దారిద్ర్య కాళరాత్రిలో నల్పలౌకిక భోగభాగ్యకాంతి ప్రలోభనములకు

వకు డై తనయందక భాగవత తేజఃపుంజమును సృష్టించి దివ్యదర్శనము పొందఁజాలిన మహానుభావుఁడు బమ్మెరపోతన. అతఁడు గురుశిక్షణము నొందకయు సహజ ప్రతిభా భాసురుఁడగుటచే నఖిలశాస్త్ర నిపుణుఁడును సహజ పాండిత్య విభ్రాజితుఁడునై తేనెలొలుకు తెలుఁగు భాషలో మహాభాగవతమును రచించి యెన్ని యిక్కట్లు కలిగినను లెక్కసేయక దానిని దైవమున కంకితముచేసి తాను దరించుటయేకాక తెలుఁగువారి కందఱికిని దరణోపాయమును జూపించెను. అతని భక్తిభావమున కలరియే చిదానందయోగి యతనికి రామతారక శారదా మంత్రముల నుపదేశించెను. ఆ యుపదేశమే తెలుఁగువాణి కొక యపూర్వాలంకారమును దెలుఁగు వారికి సుగమమైన యొక తారకమార్గమును బ్రసాదించెను. పోతన యన్నమాట కెదురాడలేక దానిని గర్నాట ప్రభువున కంకితము సేయ నంగీకరించినను భగవంతుని యభిప్రాయము భిన్నమగుటచే నది యట్లు జరుగుట కవకాశము లేకపోయెను. 'కూర్చుట నూత్నరత్నమునకుం గనకంబునకుం దగు'నన్న ట్లా మహాకావ్య రత్నమునకుఁ గృతిపతిత్వము వహించు నర్హత పురుషోత్తముఁడైన శ్రీరామచంద్రుని కొక్కనికే కలదు. అతఁడు వెదకి వెదకి పోతరాజు నరసి యాతని నభ్యర్థించి యా కావ్యము వ్రాయించుకొనెను. అది యమ్మల పాలగుట కాతఁ డంగీకరించునా ?

శ్రీమద్భాగవతము తెలుఁగున వెలసిన పరిస్థితులను వివరించు నుదంతముతో నీ కావ్యమారంభించు చున్నది. తత్త్వమును దెల్పి మోక్ష మొసఁగు భాగవతము వేదపురాణాదుల యావిష్కారమున కాలంబమైన దేవభాషలోఁగాక యన్యభాషలో వెలయుట దేవతలకెల్ల నవజ్ఞయౌనని భావించి యింద్రుఁడు "ఇది వేఱొకభాష రచింప నా దృతిందనరిన నట్టి బాసలకు దాసుఁడనయ్యెద మూఁడు జన్మముల్ '' అని ప్రతిన గావించెను. ఈ విషయము నారదుఁడు వ్యాసుని కెఱిఁగించెను. వ్యాసుఁడు కాశికేగి భాగవతము వెలయుటకై సంస్కృతమ్ము వలె సారవంతమ్మగు బాస నొసంగుమని పరమేశ్వరుని ప్రార్థించెను పరమేశ్వరుఁడు త్రిలింగ భాషలో పోతన యనుకవి దానిని రచించునని పల్కెను. వాయు వీ వార్త మోసికొనిపోయి యింద్రుని చెవిలో నూదెను. ఇంద్రాదులు విష్ణుని దర్శించి దేవవాణికిఁ దెలుఁగుతోఁగల్గు పోటిని వారింపుమని వేఁడుకొనిరి. విష్ణువు మొదట తప్పుకొనఁ జూచెనుగాని పిమ్మట దేవతల నిర్బంధముచేఁ గవులు తపస్సమాధివినా కావ్యరచన చేయుట కవకాశముండదు కావునఁ బోతన తపము చెఱచుట కుపాయము లాలోచింపుఁడని సూచించెను. ఇంద్రాదులు సింగభూపాదులై జనించి ఆంధ్ర భాగవతమును నరాంకితమగున ట్లొనర్చి దాని మోక్షప్రదత్వమునకు భంగము కలిగింప యత్నించిరి. విష్ణువున కింద్రుఁడు సోదరుఁడౌట నిజమైనను భక్తుఁ డాత్మతుల్యుఁడైన పుత్త్రుఁడగుటచే నా మహానుభావుఁడు భక్తునిఁ గాపాడి ధర్మసంపద నుద్ధరించెను. ఈ కథ పోతన జీవితమున జరిగిన కొన్ని యంశముల కతిలోకమైన ప్రాశస్త్యసంగతము నిర్మించుటతోపాటు తెలుఁగుభాష మాహాత్మ్యమును గీర్వాణ భాషాతుల్యత్వమునుగూడఁ జాటుచున్నది.

వఱకునై తడఁబడక భాగవత తేజఃపుంజమును సృష్టించి దివ్యదర్శనము పొందఁజాలిన మహానుభావుఁడు బమ్మెరపోతన. అతఁడు గురుశిక్షణము నొందకయు సహజ ప్రతిభా భాసురుఁడగుటచే సకలశాస్త్ర నిపుణుఁడును సహజ పాండిత్య విభ్రాజితుఁడునై తేనెలొలుకు తెలుఁగు భాషలో మహాభాగవతమును రచించి యెన్ని యిక్కట్లు కలిగినను లెక్కసేయక దానిని దైవమున కంకితముచేసి తాను తరించుటయేకాక తెలుఁగువారి కందఱికిని తరణోపాయమును జూపించెను. అతని భక్తిభావమున కలరియే చిదానందయోగి యతనికి రామతారక శారదా మంత్రముల నుపదేశించెను. ఆ యుపదేశమే తెలుఁగువాణి కొక యపూర్వాలంకారమును తెలుఁగు వారికి సుగమమైన యొక తారకమార్గమును బ్రసాదించెను. పోతన యన్నమాట కెదురాడలేక దానిని సర్వజ్ఞ ప్రభువున కంకితముసేయ నంగీకరించినను భగవంతుని యభిప్రాయము భిన్నమగుటచే నది యట్లు జరుగుట కవకాశము లేకపోయెను. 'కూర్చుట మాత్మరత్నమునకుం గనకంబునకుం దగు'నన్నట్లా మహాకావ్య రత్నమునకుఁ గృతిపతిత్వము వహించు నర్హత పురుషోత్తముఁడైన శ్రీరామచంద్రుని కొక్కనికే కలదు. అతఁడు వెదకి వెదకి పోతరాజు నరసి యాతని నభ్యర్థించి యా కావ్యము వ్రాయించుకొనెను. అది యమ్మల పాలగుట కాతఁ డంగీకరించునా?

శ్రీమద్భాగవతము తెలుఁగున వెలసిన పరిస్థితులను వివరించు నుదంతముతో నీ కావ్య మారంభించుచున్నది. తత్త్వమును దెల్పి మోక్ష మొసంగు భాగవతము వేదపురాణాదుల యావిష్కారమున కాలంబమైన దేవభాషలోఁగాక యన్యభాషలో వెలయుట దేవతలకెల్ల నవజ్ఞయౌనని భావించి యింద్రుఁడు "ఇది వేఱొకభాష రచింప నాదృతిందనరిన నట్టివాసలకు దాసుఁడనయ్యెద మూఁడు జన్మముల్" అని ప్రతిన గావించెను. ఈ విషయము నారదుఁడు వ్యాసుని కెఱిఁగించెను. వ్యాసుఁడు కాశికేగి భాగవతము వెలయుటకై సంస్కృతమ్మువలె సారవంతమ్మగు భాష నొసంగుమని పరమేశ్వరుని బ్రార్థించెను. పరమేశ్వరుఁడు త్రిలింగ భాషలో పోతన యనుకవి దానిని రచించునని పల్కెను. వాయు వీ వార్త మోసి కొనిపోయి యింద్రుని చెవిలో నూఁదెను. ఇంద్రాదులు విష్ణుని దర్శించి దేవవాణికిఁ దెలుఁగుతోఁగల్గు పోటిని వారింపుమని వేఁడుకొనిరి. విష్ణువు మొదట తప్పుకొనఁ జూచెనుగాని పిమ్మట దేవతల నిర్బంధముచేఁ గవులు తపస్సమాధిని కావ్యరచన చేయుట కవకాశ ముండదు కావునఁ బోతన తపము చెఱుచుట కుపాయము లాలోచింపుఁడని సూచించెను. ఇంద్రాదులు సింగభూపాదులై జనించి ఆంధ్ర భాగవతమును నరాంకితమగునట్లొనర్చి దాని మోక్షప్రదత్వమునకు భంగము కలిగింప యత్నించిరి. విష్ణువున కింద్రుఁడు సోదరుఁడౌట నిజమైనను భక్తుఁ డాత్మతుల్యుఁడైన పుత్రుఁడగుటచే నా మహానుభావుఁడు భక్తునిఁ గాపాడి ధర్మసంపద నుద్ధరించెను. ఈ కథ పోతన జీవితమున జరిగిన కొన్ని యంశముల కతిలోకమైన పూర్వరంగమును నిర్మించుటతోపాటు తెలుఁగుభాష మాహాత్మ్యమును గీర్వాణ భాషా తుల్యత్వమును జాటుచున్నది.

IV

"శ్రీరామాకృతి సీతాభామిని సొమ్ముగట్ట నిట్టి భాగవత కృతిన్
మామక కృష్ణాకృతిగొని సోమ్ముగ్గిరివిశివిభొందు సూర్యార్చివలెన్"

అని పలికి యాతని కూరట కలిగించెను. అందుచేఁ బోతన గ్రంథాదిని శ్రీకృష్ణునే స్తుతించి యాశ్వాసాద్యంతములందు శ్రీరాముని సంబోధించెను. ఈ సమన్వయము చాల రమ్యమై శ్రీరామకృష్ణుల యద్వైత భావముతోపాటు జగత్ప్రసిద్ధమైన శ్రీరాముని యేకపత్నీ వ్రతమునుగూడ చెప్పఁగా బ్రకటము చేయుచున్నది. ఆంధ్ర భాగవతమునకుఁ గృతిపతి గోపాలుఁడే శ్రోతమాత్రము శ్రీరామచంద్రుఁడు.

శ్రీరాముఁడు స్వప్నమున సాక్షాత్కరించి తన్ను శాసించిన పిమ్మట సింగనృపాలుఁడు భాగవతమును దెప్పించి పరిశీలింప సందలి కొన్ని భాగములు క్రిమిదష్టములై యుండెను. అతఁడు విచారించి యా శిథిలిత భాగములను బూరించునట్లు చేయుటకై భాగవతమును శ్రీనాథునిద్వారా బమ్మెరకుఁ బంపెను. బమ్మెరలోఁ బోతన లేకుండెను. శ్రీనాథుఁడు భాగవతమునఁ గొంత భాగము శిథిలమైపోయిన విషయము మల్లనకుఁ జెప్పి దాని నతఁడు పూరింపవలెనని కోరెను. మల్లన "మజ్జనకుఁడులేని యీ వేళ నీ స్వాంతమునం గలఁచు, గ్రంథలేఖన మొనరింప నోపిక గంగన సింగన నారయాది పక్కణ లిఖియించి పంచి త్వరగాఁ బిలిపించెదనంచు వాకొనెన్." తరువాత శ్రీనాథుఁ డొంటిమిట్ట కరిగి పోతనను దర్శించి యతనినే శిథిలభాగ పూరణ మొనరింపుమని కోరెను. పోతన శ్రీరాము నాజ్ఞలేనిదే కృతిరచించుట తనవలనఁ గాదని పల్కె. తానొకప్పుడు భాగవతము రచించు భాగ్యము పట్టెనని సంతసించు తఱి శిష్యులు తన్ను పొగడుచు 'ఓ గురువరేణ్య! యీ యదృష్టము మా కొంతల కబ్బునే యనఁ" దాను దైవకృపా విశేషమునఁ దప్పక వారికిఁగూడ నట్టి భాగ్యము పట్టునని పల్కి యుండెననియు, నది యట్లే యయ్యెననియుఁ జెప్పి యానందించెను. అందుచే శిథిల భాగములను నారయాదులే పూరించుట తటస్థించెను. 'శిథిల భాగములను మరల నెవ్వరో పూరింప నేల? ఏకసంథాగ్రాహియైన పోతనయే యా భాగములను స్మృతి ననుసరించి మరల వ్రాయలేక పోయెనా' యన్న దాని కారణమువనే కవిగారొక కారణమును సూచించి యున్నారు. చిదానందయోగి పోతనకు శ్రీరామ మంత్రముతోపాటు శారదా మంత్రమునుగూడ నుపదేశించి దానిని బ్రహ్మచర్య వ్రతముతోఁ బండ్రెండేండ్లు జపింపవలెననియు నట్లు చేసినచో నతఁడు కావ్యాదులను రచించునప్పుడు వాణి వీణాపాణియై యాతనియందు వసించుననియు, నెట్టి గ్రంథమైన నొకసారి చూచినంతనే నోటికి వచ్చుననియు, బ్రహ్మచర్య వ్రతదీక్షకు విఘ్నము వాటిల్లినచోఁ "గావ్యకల్పనాధార యొక్కటియె దక్కి ధారణాశక్తి తరలిపోవు"ననియు నెఱింగించెను. పోతన వివాహమాడిన పిమ్మటఁగూడఁ బదకొండేండ్లు బ్రహ్మచర్య వ్రతదీక్ష నిర్విఘ్నముగా సాగించెను. కాని పండ్రెండవయేటఁ దల్లిదండ్రులు తీర్థాటనమున కరిగిన సందర్భమున దానికి భంగము వాటిల్లెను. అది కారణముగా చిదానందయోగి చెప్పినట్లాతనికిఁ గావ్యకల్పనాధార యొక్కటియే మిగులుటయు ధారణాశక్తి తరలిపోవుటయు సంభ

వించెను. పోతన శిథిలిత భాగములను జ్ఞాపకము చేసికొని మరల వ్రాయలేమి కిదియే హేతువు. మఱియు శిష్యులకుఁగూడ భాగవత రచనాభాగ్య మబ్బునని యతఁ డాశీర్వదించి యుండెను. సిద్ధవాక్సంపన్నుఁడైన యూతని యాశీస్సునకు వైఫల్యము చేకూరునా ?

శ్రీనాథ పోతన లిరువురు నొకే యుగమునకుఁ జెందినవారనుట యెల్లరకు సమ్మతమే కాని వా రిరువురును సమకాలమునందే జీవించిరని చెప్పుటకుఁ జారిత్రి కాధారములులేవు. మఱియు శ్రీనాథుఁడు తన కవితా పాండితీ సౌందర్యములచే సర్వజ్ఞసింగమనీనిఁగూడ మెప్పించెననుట కాధారము లున్నవికాని యాతని కొల్వునందే యాస్థానకవిగా నుండెననుటకు సాక్ష్యములేదు. బహుశః శ్రీనాథుని వార్ధకమున పోతన యువకుఁడై యుండవచ్చును. వా రిరువురికిని బాంధవ్యముండెనను విషయముకూడ సందేహాస్పదమే. కాని లోకమున నట్టి కథలు ప్రచారములో నున్నవి. శ్రీ మదాచార్యుల వారి కావ్యమున వారి సమకాలికత్వమును బాంధవ్యమునుగూడఁ బ్రకటించి యుండిరి. శ్రీనాథుని చెల్లెలు పోతన భార్య. శ్రీనాథుని కూఁతురు శారద పోతన కుమారుఁడైన మల్లన భార్య. ఈ రెండు తెఱఁగుల బాంధవ్యము కావ్యమున యథోచితముగా వర్ణింపఁబడినది.

పోతన భాగవతము రచించిన పిమ్మట నాతని శిష్యులు శారదలేఖను శ్రీనాథునికిచ్చుట కరిగి సింగభూపాలుని కొల్వులో గురువుగారి భాగవతము నందలికొన్ని పద్యములు విన్పించిరి. శ్రీనాథ సింగభూపాలు రిరువురును వానిని విని యపారానందము చెందిరి. సింగభూపాలుని కా కావ్యము నంకితముగాఁ గొనవలెనను కోరిక పుట్టెను. సేనా సహితుఁడై యరిగిన సేనాపతి వరాహ విఘ్నిత ప్రయత్నుఁడై తిరిగి వచ్చెను. తరువాత శ్రీనాథుఁడే స్వయముగాఁ బోతనకడ కరుదెంచి పలువిధముల బోధించెను. కాని పోతన మనస్సున మార్పు కలుగలేదు వా రిరువురును తిప్పన్నను దర్శించుటకై మోరుగంటి కరుదెంచిరి. కర్ణాటభూపతి భాగవతకృతి తనకీయ వేఁడుచు నుత్తరము పంపించెను. శ్రీనాథుఁడు తిప్పనకుఁ దాను వచ్చినపని తెల్పి యది నెఱవేరినఁగాని భోజనము చేయనని పట్టుపట్టెను తిప్పన చేయునదిలేక కృతిని కర్ణాట భూపాలుని కిమ్మని పోతనతోఁ జెప్పెను. పోతన్న యన్న యానతి మీఱఁజాలక యందు కంగీకరించెను. ప్రయత్నములు జరుగుచుండెను. పోతనకు మెట్టకుధరమున సరస్వతి విలపించుచు దర్శన మిచ్చెను. పోతన "కర్ణాట కిరాట కీచకుల కమ్మఁ ద్రిశుద్ధిగ నమ్మ భారతీ !" యని వాగ్దాన మొనరించి యామె నోదార్చెను లోకమున సింగభూపాలుని వృత్తాంతమున కున్నంత ప్రచార మీ కర్ణాట రాజవృత్తాంతమునకు లేదు.

పోతన పరోపకార తత్పరతను భగవంతుని భక్తపరాధీనతను బ్రదర్శించుటకై కవిగారీ కావ్యమునఁ గొన్ని రమణీయములైన సన్నివేశములను గల్పించి యున్నారు. పోతన కవితా లేఖన మొనర్చి యున్నను విడిచి గృహోన్ముఖుండగుచు మార్గమధ్యమున నిరుపేద యగు నొక జవరాలిని ఆమె భర్తనుగాంచి వారి కష్టములు విచారించి వారికి బత్తెమిచ్చి పంపుట, పోచయ్యయను కాపు పోతనను జంపఁదలంచి చెఱువుకడ కరిగి సర్పదష్టుఁడై

నేలఁగూల పోతన పరోధియని శాపింపక పసరుపెంచి యతనిఁ జీవింపఁ జేయుట, ధాన్యము ఒములకొని పచ్చుటకై పోతన గ్రామములోని కేగుచుఁ గోమటి యొక భిక్షకునిఁ గొట్టఁబోవ సిద్ధముగా వరిగి క్షతగాత్రుఁడయ్యు విస్మృతిఁగొన్న యా భిక్షుకునికిఁ బరిచర్య లొనర్చుట, పున్నఁగునవి పోతన త్యాగశీలమునకును బరోపకార పరాయణతకును దార్కాణములు. ఆ భిక్షుకుఁడు కృతజ్ఞతా పూర్వకముగా పోతనకొక గంటమునిచ్చి తరువాతఁ జీఁకటిలో బయటి కరుగెంచి యదృశ్యుఁడయ్యెను పిమ్మట శ్రీరాముఁడే యట్లువచ్చి యా గంటమును దన కిచ్చెంచెనని పోతన యెఱిఁగెను. ఆ గంటముతోనే పోతన శ్రీమద్భాగవతమును లిఖించెను పోతన అల వైకుంఠపురంబులో" అను పద్యమును ముగింపకయే యట్లుంచి పల్లెకేగ శ్రీరాముఁడు రామశర్మయను బ్రాహ్మణుని వేషముతోఁ బోతనయింటి కతిథిగావచ్చి యా పద్యమును బూరించి యేగెను. సింగభూపాలుని సేనాని భాగవత గ్రంథము నపహరించికొని పోవుచుండ రాముఁడే వరాహరూపమున రాజభటులతోఁ బోరి గ్రంథము మరలఁ బోతనకు దక్కునట్లొనరించెను. గోదావరీ తీరమున పోతన రామధ్యాన నిష్ఠాగరిష్ఠుఁడై యుండ శ్రీరాముఁ డాతనికి సాక్షాత్కరించి యాంధ్ర భాగవతమును దన కంకితము చేయుమని యడిగి యుండెను ఇంకను పెక్కు క్లిష్ట పరిస్థితులలో రాముఁడాతనికిఁ దోడ్పడి క్లేశమును బాపియుండెను. ఇవన్నియు శ్రీరామచంద్రుని భక్త రక్షణ పరాధీనతకుఁ దార్కాణములు.

పోతన శ్రీనాథాదులనుగూర్చి లోకమునఁ బ్రచారముననున్న కొన్ని యతిలోక విషయములనుగూడఁ గవిగారిందుఁ జొప్పించి యున్నారు. బోయీలు లేకుండనే శ్రీనాథుని పల్లకి నడచుటయు, ఎద్దు లేకుండనే మల్లన హలము సాగిపోవుటయు నిట్టివాని కుదాహరణములు, రుక్మిణీ కల్యాణ సందర్భమున 'బాలకమరె'నని పోతన వ్రాయఁగనే అతని కూఁతురు కుంపటిలోఁ బడి కమరుటయు "వెలఁత యౌవనంబు విండివెల్గె"నను వాక్యము వ్రాయఁగనే యామె తెలివిగొని పల్కుటయు పోతన ఋషితుల్యతను సిద్ధవాక్సంపన్నతను జెప్పక చెప్పచున్నవి. శ్రీనాథుఁడు పోతనతో వరవిక్రయమునకు బహు సహస్ర పరిమితులైన రాజ పరివార జనులతో వచ్చినట్లు తెల్ప పోతన వారికిఁ దగినట్లు విందుచేయుట యెట్లని కుందుచుండ జ్యోతిపుర రాణివచ్చి సహస్ర భోజనమునకై భోజ్య పదార్థముల సమకూర్చుటకూడ దైవ ప్రేరిత కార్యమే. శ్రీనాథుఁడు భాగవత కృతిని సింగభూపాలుని కిప్పింపనెంచి బమ్మెర కరుదెంచుచు మధ్యావసమున విడిసినప్పు డొక యువతి యాతని కడ కరుదెంచి పోతన పరకృతి యొసంగఁదని నిర్ధారణ మొనరించి చెప్పి యాతని వ్రేలికి రత్నాంగుళీయకము వర్పించిన వృత్తాంతమున్నది. ఈ యువతి శ్రీనాథునితోఁ జెప్పినట్లు జంగమ మఠపతి కూఁతురు కాదు. ఆమె సాక్షాద్భారతియే. ఈ వృత్తాంతము ముందు జరుగఁబోవు కథాంశమునకు సూచనగా నీ కావ్యమునఁ జేర్పఁబడినది.

భాగవతమునందలి గజేంద్రమోక్షములోని 'సిరికింజెప్పఁడ'ను పద్యమునువిని శ్రీనాథుఁ డాక్షేపించుటయు, పోతన శ్రీనాథుఁడు భోజనము చేయుచుండఁగా తాయి నూతవిసరి యాతని బిడ్డ నూతఁబడెనని కేకవేయ శ్రీనాథుఁడు చేయికడుగుకొనకుండఁగనే నూతి దగ్గఱకుఁ

బయటెత్తుకొని వచ్చుటయు, పోతన యప్పుడు సత్యము తెల్పి తన పద్యమును సమర్థించు కొనుటయు లోకమునఁ బ్రచారమందున్న కథలోని విశేషములు. శ్రీ వరదాచార్యుల వారష్ట మాశ్వాసమున నీ వృత్తాంతము నింపుగ మార్పుతో రమ్యముగా వర్ణించినారు. శారద పూల మొక్కలకు నీరు తోడుచుండగాఁ ద్రాడుతెగి చేద నూతిలోఁబడెననియు, శారదయే పడి పోయెనని శ్రీనాథుఁ డన్నము తినుచున్న చేతితోనే నూతికడకుఁ బరువెత్తుకొని వచ్చెననియు వారు కల్పించినారు. తన పద్యమునందలి యౌచిత్యమును సమర్థించుకొనుటకై యిందు పోతన కృత్రిమముగా నేమియుఁ జేయవలసిన యక్కఱ లేకపోయినది. సహజముగ సంఘటిల్లిన సన్నివేశమే యాతని కట్టి యవకాశ మొసంగినది. లోకమునఁ బ్రచారమందున్న కథకంటెఁ గావ్యమునందలి కథ యెక్కువ నిసర్గసుందరముగా నున్నది.

శ్రీ వరదాచార్యులవారు పోతనగూర్చి లభ్యమైన కథాంశముల నన్నిటిని సేకరించు కొని వానిని పూర్వాపర సందర్భము చెడకుండునట్లుగను, కావ్యోచితములైన వర్ణనల కాను కూల్యము కల్గునట్లుగను, సమకూర్చుకొని కథను విస్తరింపఁ జేసినారు. సుందర వర్ణన శోభితమై కావ్యమునం దాదినుండి తుదివఱకుఁ బ్రధాన కథ సాగిపోయినది. కథా కథనము నందును వస్తు విస్తరణము నందును వారు ప్రదర్శించిన కౌశలమున కిది తార్కాణము. నిజ మునకు పోతన కావ్యము దశమాశ్వాసముతోనే ముగిసిపోయినది. అయ్యును వారు మఱి రెం డాశ్వాసములను జేర్చి పోతనచే నాశువుగా నొంటిమిట్ట రఘునాథునకు మోహినీ నృసింహ వరాహావతార గాథలను గజేంద్రమోక్షణ కృష్ణావతార రుక్మిణీ కల్యాణ వృత్తాంతములను జెప్పించినారు. ప్రతి కథ యారంభమునను "స్వామీ! ప్రహ్లాద బాధలఁ జూచి హిరణ్యకశిపు నంతమొందింప స్తంభోద్భవుండవై వెలసితి వీవకాదె. నేఁడును మత్కృతి ప్రహ్లాదుం గాపాడుమని నిన్ వేడుదు" నను విధముగాఁ దన కథకును దానికి నొక సంబంధము సమ కూర్చినారు. శ్రీమద్భాగవతమునఁ బండ్రెండు స్కంధములున్నవి. ఈ తుది రెండాశ్వాసము లతో పోతన చరిత్రయుఁ బండ్రెండాశ్వాసముల కావ్యమై భాగవత తుల్యమైనది. ఈ కథలను జెప్పుటలో శ్రీ వరదాచార్యులవారు భాగవత కథా విధానమునే యనుసరించినను కథన శిల్ప మున నప్రతిమానమైన కౌశలము ప్రదర్శించినారు. కథలో, తత్త్వములో, పద్యముల నడ కలో, భావసంపదలో నవి భాగవతమునందలి కథల కెందును దీసిపోవు. కావ్యైక దృష్టితోఁ జూచినచో నవి యనావశ్యకము లనిపించినను కథా కథన దృష్టితోఁ జూచినచో నద్భుతా వహములై యలరారును.

కథాకథనమున శ్రీ వరదాచార్యులవారు ప్రదర్శించిన నైపుణమును వివరించుటకై కావ్యమునందలి యొక్క సన్నివేశమును మాత్ర ముదాహరింతును. ఇది తృతీయాశ్వాసము నందున్నది. చిదానందయోగి యుపదేశము ననుసరించి వివాహితుఁడయ్యును పోతన నిగ్రహ చిత్తుఁడై కాలము పుచ్చుచుండెను. అతని తల్లిదండ్రులా తరుణ దంపతుల నింటనుంచి తీర్థయాత్రల కరిగిరి. చేలు కోయవలసిన యదనరుదెంచెను. పోతన భార్యతోఁగూడ వన భోజనమునకై వెడలి చేలకోఁత యారంభింపఁజేసెను. ఆకసము మేఘావృతమయ్యెను.

పోతన భార్య పంటకుముందుగ దుర్గకు నివేదింపఁజని దుర్గాస్తవ మొనర్చెను. వర్షము కురిసెను. ఆమె విడిచిన వస్త్రములతో భర్తను సమీపించి స్నానార్థమై తటాకమున కరిగెను. అప్పుడు పోతన యపూర్వమైన విరహ వేదన ననుభవించెను భార్యవచ్చి యతనికి భోజనము పెట్టెను. పాలేరు తాను గాపలా కాయుటకై వచ్చి పోతన నింటికిఁ బంపెను శరదృతు వరుదెంచెను. పోతనకుఁ దపోభంగ మాయెను. ఈ సన్నివేశమునందలి కథా సంగ్రహమిది. విరక్త చిత్తుఁడు తపోనిష్ఠుఁడునైన పోతన రక్తచిత్తుఁడు భార్యా సౌందర్య ముగ్ధుఁడునైన వృత్తాంతమెంత యత్యంత రసబంధురముగా వర్ణింపఁబడినది ఒక్కొక్క సౌందర్య భంగిమ, ఒక్కొక్క మనోహర విన్యాసము - ఎంతటి దృఢచిత్తులనైనఁ బరవశుల నొనరించును గాఁబోలును ఇట్టి కథాకథనము, సన్నివేశాది వర్ణనము పింగళి సూరనార్యుని సుగాత్రీ శాలీనుల కథా విధానమందలి సౌందర్య సంపదను బుడికి పుచ్చుకొన్నది. విస్తరభీతిచే నింత కంటె. కవిగారి కథా కథన శిల్పమునుగూర్చి యెక్కువగాఁ జెప్పలేక పోవుచున్నాము

ఈ కావ్యమున, సముద్రము, ద్యూతము మున్నగు నేరెండు మూఁడో తప్ప మిగిలిన యష్టాదశ వర్ణనములను బ్రసక్తానుప్రసక్తముగాఁ బ్రవేశపెట్టఁ బడినవి. ఈ వర్ణనలన్నియు శ్రీ మదాచార్యులవారి ప్రకృతి పరిశీలనమును, భావనాశక్తిని, పూర్వ మహాకవి కావ్య పరిచయమును వ్యక్తము చేయుచున్నవి కావ్యారంభముననే బమ్మెర గ్రామ వర్ణనమున్నది. అచ్చట పెంకుటిండ్లతోపాటు పూరిగుడిసెలుకూడ నున్నవి. పెంకుటిండ్లు పెంకుటాళ్ళోదల ధరించి యుండుటచే సంపన్నుల భారమెంచి బాధఁదనరు పెన్గుటుంబుల వలెను, పూరియిండ్లెద వాళవీడిపటో పి బడుపే తృణతుల్య మౌనని చెప్పునట్లుగను గోచరించు చున్నవట. శ్రీనాథ పోతనలను బ్రధానముగా వర్ణించు నీ కావ్యమునఁ దై భావమెంతో సుందరముగా నున్నది. కుటీరములపైనున్న గుమ్మడిపాదులు, గుడిసెలవెనుకనున్న పిడుకగూండ్లు, కుటీర శిఖరమునెక్కి కూయు కుక్కుటములు, కర్షక శ్రీమలిందు ఘనతఁదెల్పు జొన్నచేలు కవిగారి విశాల పరిశీలనమును జాటుచున్నవి. ఇవన్నియు గ్రామ వాతావరణమును బాఠకు నెదుట నిల్పునట్టివి ఇట్లే చతుర్థ సప్తమాశ్వాసము లందలి రాచకొండ నగర వర్ణనమును దిలకించిన వైభవోపేతమైన పట్టణ సౌందర్యము కన్నులపండు వొనరించును. నవమాశ్వాసమందలి సంక్రాంతి వర్ణనము సహజమై భారతీయ సంప్రదాయముల యందచందముల నత్యంత విశదముగా వ్యక్తము చేయుచున్నది.

"పండుగయనదని భాగ్యము పండుఁగదా పంచభక్ష్య పరమాన్నాప్తిన్
పండుగ యెవరిక్తువిసవి పండుఁగదా వాఁడు వస్తు పండుట నవియెన్"

ఆమె ధర్మము కవిగారికి బీదలయెడఁగల సానుభూతిని దెల్పుచున్నది. ద్వాదశాశ్వాసమున గజము విష్ణువును బ్రార్థించి ప్రార్థించి, యింక వాఁతఁడు వచ్చి రక్షించుట కల్లయని బాధించి

IX

"పిలిచినఁ బలుకరు, కాంచన్ వలనుపడరు, చనఁగరాదు వద్దకు లక్ష్మీ
లలనాధీశులభాగ్యులఁ దిలకించెదరొక్కొ వారి తీరిచి వేఁడే"

యని గుండె రాయిచేసికొనెను. ఇందు 'లక్ష్మీ లలనాధీశు' లైన ధనికు లభాగ్యుల యెడ వర్తించువిధము లెస్సగా సూచింపఁ బడినది. పంచమాశ్వాసమునఁ గవిగారు తెలుఁగు నాఁటి జాహ్నవియైన గోదావరిని వర్ణించిరి. పోతన సింగభూపాలుని కొల్వున భోగినిని వర్ణించుచు దండకము రచించెను, అందుచే నాతఁడు తన రచన కళంకాంకితమై పోయెనని భావించి మరల నది పూతమగుటకై గోదావరీ వర్ణనము గావించెను.

శ్రీశుపద సరోజమ్మంటి చిఱుకుతేనె నీశుమ్మంపు శిరోజములైన యెఱుపు తేంట్లు
తెచ్చి తెట్టెగానిడికొనఁ దెరువరియయి కాచిపోసె భగీరథ ఘనతపోగ్ని

అను పద్యము గోదావరి పవిత్రతను, మధుమధురవారి పరిపూర్ణతను, భాగీరథీత్వమును మనోహరముగాఁ బ్రకటించు చున్నది. "కలశ పాథోరాశి క్రాగు పొంగును దోసి యుఱికి వచ్చిన పాల నురువపేమొ" అను పద్యమునఁ గవిగారు కురియించిన యుత్ప్రేక్షలు వారి కా నదీమతల్లిపైఁగల భక్తి భావమును లెస్సగా వ్యక్తము చేయుచున్నవి. పంచమాశ్వాసము నందలి "తెగమాసి పిట్టగూడగు తలంగల చింపి గొంగడిలో శవిగూడుచుండ" నను సీస పద్యము కట్ట గుడ్డలేక తిన తిండిలేక దైన్యము మూర్తీభవించినట్లున్న యా ముసలి భిక్షువును చరితల యెదుట సాక్షాత్కరింపఁ జేయుచున్నది. ఇట్లే వేసవి, వసంతము, శరత్తు, సంధ్యా కాలము, చంద్రుడు, ప్రాతఃకాలము, గుడులందలి శిల్పములు, సస్యసంపద, మున్నగు వానిని వర్ణించుటలోఁ గవిగారు ప్రదర్శించిన నేర్పు శ్లాఘాపాత్రముగా నున్నది. గ్రామీణ సౌందర్య సంపదను వర్ణించుటలో వారికిఁగల యభిమాన మీ కావ్యమునఁ బెక్కుచోట్లఁ గానవచ్చును. పోతరాజు విరక్తుఁడై తీర్థయాత్రలకేగిన సందర్భమున వారు వైష్ణవ క్షేత్రములను, అందలి దైవములను దనివితీర వర్ణించినారు. అట్లని వారు శివునిమాట పూర్తిగా విస్మరించిన వీరవైష్ణవులుకారు. సందర్భము కలిగినప్పుడు వారు విష్ణువును వలెనే శివుని గూడ భక్తి భావ సంభరితముగా వర్ణించి యున్నారు.

ఈ కావ్యమునందలి వర్ణనలలోనివెల్ల ముఖ్యముగాఁ బేర్కొనఁదగినది భోగిని నాట్య వర్ణనము. ఈ వర్ణన సందర్భమునఁ గవిగారు తమకాకళయందుఁగల యభిమానమును బాండిత్యమును సర్వతోముఖముగా వ్యక్తము చేసినారు. ఆ భాగము చదువుచున్నప్పుడు చరితలకు సంగీత నాట్య విశారదయైన యొక నాట్యకత్తె మనోహరముగా నెదుట నాట్యము చేయుచున్నట్లు స్ఫురించును. భోగిని ప్రదర్శించిన వివిధముద్రలను, వివిధ భావస్ఫోరకము లైన నాట్య విన్యాసములను, ఒయ్యారములను గవిగారు విశదముగా వర్ణించి యున్నారు. "పవన డోలికల జంపాల లూగుచు సరస్తటినాడు కెరటాల సొరుదోఁచ" అను సీసమున నా రామె నాట్యము చేయుచు నెన్ని యెన్ని యందముల నెట్టి యెట్టి యొడుపులఁ బ్రదర్శించెనో సూచించియున్నారు. వారు చెప్పిన ట్లామె నాట్యము చేయుచుండఁగా,

"అందము చిందుల ద్రాక్షైన పిండగు జవ్వనము భువన విజయ మొనర్చెన్
కుందనమున జీవము వడె. జెందామర లుఱుకులాడె చెలి నృత్యములన్"

భోగిని సరసుఁడైన సింగభూపాలుని హృదయమునఁ బ్రేమించెను. ఆ విరహతాప మామె చిత్తమున నిండారి యున్నది. అందుచే నామె రాధా విరహమును ప్రదర్శించునప్పు డెక్కువ ప్రయత్నము చేయవలసిన యక్కఱ లేకపోయెను. అప్పుడా భావవిన్యాసాము లన్నియు నామెకు సహజ సిద్ధములై యుండెను అందుచేఁ గవిగారు

నటన నిజమొనర్చి నాటికృష్ణుని విరహంపు రాధపాత్ర నభినయించె
నాటవెలఁది యొక్క యనుపమాన ప్రతిభకు మురిసిపోయి రాజు ముగ్ధుఁడయ్యె

నని వ్రాసియుండిరి పైని రాధా విరహ నాట్యాభినయమంతయుఁ బదియాట వెలఁది పద్యములలో వర్ణింపఁబడినది. ఇచ్చట 'నాటవెలఁది' శబ్ద ప్రయోగము చమత్కార శోభితమై యున్నది. రాజు యాటవెలఁది ప్రతిభ కెంత మురిసి ముగ్ధుఁడయ్యెనో చదువరులు కవిగారిచ్చట రమ్యాతి రమ్యముగా రచించిన యాటవెలఁది పద్యముల ప్రతిభ కంతగా మురిసి ముగ్ధులై పోవుదురు. పోతన భోగినీ నాట్యమును జూచి

భోగమిండ్లలోపల నీమె పుట్టవలసినదియెకాదు శ్రీహరిభక్తి నటనయందు
దాఁ గరఁగి యేడ్చి యేడ్పించెఁ దక్కినవారల, నాట్యదండకమగు నీమె వర్తనమని

యనుకొనెను. ఇచ్చట దండకముగుననఁగా విస్తృతమగునని సాధారణార్థము. ఇది "యా విషయము చెప్పవలెనో భారతమగు" ననిలోకమున నుడువంటిది. కాని తరువాత పోతన దాని నాట్య సౌందర్యమును వర్ణించుచు నిజముగా నొక దండకమే రచించెను. అది విని సభలోని వారందఱును ముగ్ధులై తలలూపిరి. పై పద్యమునందలి దండకశబ్ద ప్రయోగము కూడ పూర్వపు ఆటవెలది శబ్ద ప్రయోగమువలెఁ జమత్కార శోభితమై యున్నది.

రసపోషణమున శ్రీ వరదాచార్యులవా రారితేరినవారు. ఈ కావ్యమున పలు ఘట్టము లందు భక్తిరసము చక్కగాఁ బోషింపఁబడినది. పోతనకువలె శ్రీ వరదాచార్యుల వారికిని భక్తి యాజన్మ సిద్ధమైనది. షష్ఠాశ్వాసమున వారు భక్తిని వివిధ రీతుల నిర్వచించి యున్నారు. "శౌరి రూపశీలములవిచ్ఛిన్న తైలధారవంటి తలఁపు భక్తి – ముక్తికాంత భోగమునకు సర్వస్వము త్యాగమొనఁగు ప్రేమధనము భక్తి" యనునవి వారొసంగిన రెండు నిర్వచనములు. రామశర్మ వచ్చి పద్యమును బూరించి యేగెనని విన్నపిమ్మట పోతన్న యాతఁడు శ్రీరాముఁడే యని యెఱింగి వెల్వరించిన భావములు భక్తిరస బంధురములై యున్నవి. దివ్యక్షేత్రములను దర్శించు సందర్భమునను ఒంటిమిట్టలో శ్రీ రఘునాథుని దర్శించునప్పుడును పోతన భక్తిరస ప్రవాహమున నోలలాడి యున్నాఁడు. తృతీయాశ్వాసమున పోతన తపోభంగమైన సన్నివేశము శృంగార రసమునకు రంగము. కవిగా

రచ్చట పోతన దంపతుల సౌఖ్యవసంత కేళీ విహారమును లలిత మధురముగా వర్ణించి యున్నారు. అప్పుడువారు దేశ కాలస్థితు లెఱుంగక తనువు లుండియు లేనటులైన యపూర్వ సమాధి యోగము ననుభవించిరి. శ్రీనాథుఁడు భార్య మరణించిన పిమ్మటఁ దన కూఁతురు శారదను బమ్మెరకుఁ గొనివచ్చి చెప్పడిన లజ్జఁదనమునఁ దప్పుకొనన్ లేక కంట తడివిడి పలికిన పలుకు లందును (III–310–321) రాచకొండలోనున్న తన తల్లి మరణవార్త విన్న సందర్భ మందును, సప్తమాశ్వాసమునఁ దండ్రి తన్నుఁ జూచుటకు రాలేదని శారద యేడ్చు సందర్భమునందును గరుణరసము వెల్లివిరియు చున్నది అందును పోతన తల్లిమరణమునకై విలపించిన సన్నివేశము రాతిగుండెలనుగూడఁ గరఁగింపనట్టిది "ఆ విశస్ విధిలేక యాఁగె నొక్కెడఁగాని తల్లికై మనమందుఁ దల్లడిల్లు" అను పద్యము పోతన తల్లిమరణమునకు సూచనగా నున్నది. శ్రీనాథుఁడు పోతన కళ్యాణము సమాకూర్చవలెనని సింగభూపాలునితోఁ జెప్పఁగా నాతఁడన్న యధిక్షేప వాక్యములు పరమ శాంతుఁడైన పోతన్ననుగూడ రౌద్ర మూర్తిని గావించినవి. సింగనరపతి సేనలకును ఒంటరి వీరునకును, వరాహమునకును జరిగిన పోరాటము సందర్భమునను, కన్నడ రాయలసేనలకును, సింగభూపాలుని సేనలకును మెట్టుగిరివద్ద జరిగిన సంఘర్షణము సందర్భమునను వీర రౌద్ర భయానక రసములు స్ఫురించుచున్నవి. శ్రీ మధాచార్యులవారేరసమును వర్ణింపఁ దలఁచినను దానికిఁ దగిన విభావానుభావాదుల వర్ణించి పఠితలకు రసానందానుభూతి చూఱయిచ్చు చుందురు.

ఈ కావ్యమునందలి పాత్రలను సుస్పష్ట రేఖలతోఁ దీర్చిదిద్దుటలో శ్రీ మధాచార్యుల వారు చూపిన నేర్పు ప్రశంసా పాత్రమైనది. పోతన భక్తివినయములను, పితృ మాతృ భ్రాతృ భక్తిని, పరోపకార పరాయణతను, వైరాగ్యమును వారు చక్కఁగా వర్ణించి యున్నారు. "నా తల్లి మేనవ్వనంపుఁ గ్రొంజిగిచాయ చిగిరించె నా కాఱసేతులందు...... నా కెడేన్ రోగపున్నీడ సోకనాపె నగుమొగము చంద్రునకుఁ గ్రహణమ్ముపట్టు" నను పద్య మాతని మాతృభక్తికతకరమూర్తి. పోతనభార్య యతనికిఁ దగిన యిల్లాలు. ఆమె పాతివ్రత్యము, అతిథి సేవాతత్పరత అప్రతిమానములైనవి. ఆమె పూర్వజన్మమున రతియే యైనను కావ్యమున మాత్రము సతిగానే గోచరించును. లక్ష్మి, మల్లన ఆ పవిత్ర దంపతుల గుణగణము లన్నియుఁ బుడికి పుచ్చుకొన్నవారు. శ్రీనాథుఁడు రక్తచిత్తుఁడు; భోగ తత్పరుఁడు, రాజసేవ వలన గల్గు కీర్తి సౌఖ్యములనే కాని నైచ్యావమానముల నాతఁడు పాటింపఁడు. అతఁడు శారదను జాలకాలమువఱకుఁ జూడరామికి హృదయలోపము కారణము కాదు. శారదను బమ్మెరలో నుంచుటకై వచ్చినప్పు డాతఁడు పల్కిన పల్కులు వాత్సల్య విధానములు. శారదకు పోతన యింటివారి సాహచర్యముచే వారి గుణములన్నియు వచ్చినవి. కాని యామె సహజమైన రజస్తత్త్వమునడంచుకొనలేక తండ్రికి తీవ్ర భావములతోఁ గూడిన యుత్తరము వ్రాసినది. తిప్పన సోదరప్రేమ యపారము. సింగభూపాలుఁడు సర్వజ్ఞ చక్రవర్తియే రసజ్ఞ చక్రవర్తి కూడను. భోగినివంటి కళా సౌందర్య సేవధి తనంతఁ దానతని వలచుటయే యతని సరసత్వమునకుఁ దార్కాణ. కవిత్వమన్నను

గర్వలక్షణము ఇతనికిఁగల యధికమైన సమర్థి యెఱుంగనిది. పోతనను దన యాస్థానము నందలి కవుల కధ్యక్షుఁడుగా నుండుమని యితఁడు వేఁడినప్పు డతఁడు

"ఈ కపీంద్రుఁ జగ్గ మీశ్వరుడిచ్చె తక్క నొరుల కెప్డు చేతులొగ్గి యడుగ
బాఁడుకిడ్డ నేహ మమ్ముకతినునట్టి కృతుల నమ్ముకొనుట బ్రతుకు తెరువు"

అని నిరసించుట యితనికిఁ గోపకారణ మయ్యెను అందుచేతనే అతఁడు బమ్మెర వెళ్ళుట చేత, దిక్కులేనివాని పోతన నిరాదరించెను పరుల భాగవతమునందలి పద్యములు విని సంప్రీతుడై మనసు మెత్తఁబడెను భాగవతకృతి నందుటకై యాతఁడు పెక్కువిధములఁ బ్రయత్నించెను కాని లాభము లేకపోయెను. రామదాసు మూలమున తానీషాకువలెఁ బోతన మూలమున సితనికిఁ గలలోనైన శ్రీరామ దర్శనభాగ్య మబ్బెను. ఇతఁడు పశ్చాత్తప్తుఁడై భాగవత శిథిల భాగపూరణమునకుఁ దగిన యత్నము లొనరించుటయేకాక ధనముకూడ వెచ్చించెను. ఇతఁడు కావ్యమునఁ జూపిన యించుక కాఠిన్యము తాత్కాలిక కోపజన్యమైనదే కాని స్థిరమైనదికాదు. నరాంకితమగునట్లు చేసి భాగవతము మోక్ష ప్రదత్వమునకు భంగము కలిగించుటకై జవించిన యింద్రుని కుండవలసినంత తీవ్రత యితనియందుఁ గానరాదు.

కవిగారు ప్రధానపాత్రలఁ బోషించుటలోవలెనే యప్రధాన పాత్రలఁ బోషించుటలోఁ గూడ సమితమైన శక్తిని ప్రదర్శించినవారు. ఇందుకుఁ బోతన సాయమును బొందిన పేద పవిత్రయు, ఒంటరి వీరుఁడును, కోమటిసెట్టియునిదర్శనములు. వీరి కావ్యమునఁ జూపిన కృతజ్ఞత సాటిలేనిది. ఆ పేదపైదలి తోలుకొని వచ్చిన పందులలోనిదే సింగనృపతి సేనల నెదిరించిన వరాహము పాముకాటునకు గుఱియై చచ్చి పోతనచే, బ్రదుకఁజేయఁబడిన కాపు కుమారుఁడే యీ యసహాయ వీరుఁడు భిక్షుకుని దయయించుకయు లేక కొట్టిన కోమటి సెట్టి పోతన సంపర్కముచే బరమ భక్తాగ్రేసరుఁడుగా మాఱినాఁడు. ఇక పోతన శిష్యులైన గంగయ సింగయ నారయలు గురుభక్తి నేదఘులు. ఆ భక్తిచే గురువును మెప్పించి వారు భాగవత కావ్యకర్తృత్వమున భాగము పంచుకొన్నారు. కేవల భక్తియే కాక కవితా పటుత్వముగల దిట్టలుకూడ నగుటచే వారు సభలో శ్రీనాథ సింగభూపాలుర మెప్పించుటయు, భాగవతము నుచితరీతి పూరించి లోకమును మెప్పించుటయు, జరిగినది.

ఇప్పటికే చాల అధిక ప్రసంగము కావించితినని కొందును. ఇంక శ్రీ మదాచార్యుల వారి కవితా కౌశలమునుగూర్చి రెండుమాటలు చెప్పి విరమింతును. ఇంత మహాకావ్యమును వచింపవలెనని పూని దానిని నిర్విఘ్నముగాఁ బూర్తిచేయుటయే వారి 'మహాకవిత్వ'మునకు సాక్ష్యము. కావ్యమాద్యంతము ధారాశుద్ధి శోభితమై లలిత మధుర పదప్రయోగ ప్రచురమై, ప్రసాదగుణ భూయిష్ఠమై, రసభావ బంధురమై చదివినకొలంది చదువవలెనను నుత్కంఠను రేకెత్తించుచున్నది. కవిగారికిఁ బూర్వాంధ్ర మహాకవులలో శ్రీనాథుఁడు, పోతన, భట్టు,

మూర్తి. చేమకూర వేంకటకవి మున్నగువారి కవిత్వమునెడ నభిమాన మధికమని తోఁచును ఈ కావ్యమున శ్రీనాథుని పద్యములందలి ప్రౌఢగంభీర గమనము, పోతన రచనయందలి మాధుర్య సౌష్ఠవములు, భట్టుమూర్తి కావ్యమందలి ధ్వన్యలంకార సౌందర్యము. చేమకూర వేంకటకవి కవిత్వమందలి శబ్దాలంకార చమత్కారము పుష్కలముగా గోచరించును. "ఎవ్వాని యానతినే ప్రొద్దు రవిబుధుల్ సరివేళఁ దప్పక సంచరింతురు" వంటి సీసములు తిక్కనగారి "ఎవ్వానివాకిట నిభమద పంకంబు రాజభూషణ రజోరాజి నడఁగు"నను సీసమును దలంపునకుఁ దెచ్చుచున్నవి. చివరి రెండాశ్వాసములలోని భాగవత కథాసంగ్రహములలోఁ బోతనగారి కవితా ఛాయలు పెక్కుచోట్లఁ గనవచ్చుచున్నవి "వైకుంఠుఁ డొగడిని వస్త్రమ్ము పక్క నానది దేవళమ్ములో పడిమెునర్చు (II–324) ఇమ్మాకి దర్శనభాగ్య హీనములైన కన్నులంధవరాటకములగావె (V–75) పరమదయాళువై మకరిఁబట్టి వధింపఁగఁ బంపె వేగ శ్రీహరి.. చక్రమున్ .. వక్రమున్ (12–80)" మున్నగు పద్యము లందుకు నిదర్శనములు. పోతనవలెనే కవిగారును ఎడనెడ ననుప్రాసములను అంత్యానుప్రాసములను గూర్చుచుందురు. "మానిత సూన సౌరభరమాకృత –(IV–123) విగతాడంబరవేషి (VII–98)"

బెడిదపు బడిదములగుదము పిడిపడి కడుఁబోరుమండ పెకలగుదము తా
నడిదపుఁ బికిరిటి మడిపైఁ గడుపడిఁ దాఁకుటయు నొచ్చి కిత్తిని జార్చెన్

అను పద్యము దకార వృత్త్యనుప్రాసముఁగూడి పోతనగారి రచనయా యనిపించుచున్నది గజేంద్ర మోక్షము చెప్పుచు కవిగారు "అల వైకుంఠ పురంబులో" 'సిరికిం జెప్పఁడు' అను పోతనగారి పద్యములనే యా సందర్భమునఁ జొప్పించి యుండిరి. అచ్చటనవి పూర్వాపర పద్యములతో నతికి కవిగారి రచనలోఁ గలసిపోవుటయే వారు పోతనగారి కవితారీతి నెంత చక్కగా నలవఱచుకొని యుండిరో సూచించుచున్నది. గోపికలు శ్రీకృష్ణుని దుడుకుఁ జేఁతల యశోదకుఁ దెలుపు సందర్భ మీ విషయమును బలపఱచుచున్నది. అష్టమాశ్వాసమున పోతన శ్రీనాథులకు జరిగిన సంభాషణ, సప్తమాశ్వాసమున పోతన శిష్యులకును ద్వారపాలకునికిని జరిగిన సంభాషణ కవిగారి సంభాషణ రచనా చాతుర్యమును దెలుపుచున్నవి. చతుర్థాశ్వాసమున శ్రీనాథుఁడు పుష్పలావికలతోఁ జేసిన సంభాషణ ఆముక్తమాల్యద యందలి "వెలది యీ పీ దండ వెలయెంత" యను పద్యభాగమును బోలి యున్నది. "కాళ్ళులేక చరింపఁ గల్గువాఁడననెప్పు డాందోళికాగామి యగుచునేగు" VIII–193 అను సీసమున ధనిక రాజన్య ఫణులకుఁగల పోలిక చక్కగా వ్యక్తము చేయఁబడినది.

నూత్న యౌవనపు మనోజ్ఞ వాసనలేవొ కుంజపుష్పితయగు కొమ్మకెఱుక
తానె వలచి కలయు దాంపత్యరుచి మ్రాఁకుగడియ విడని తీవగరిత తెలియు

అను పద్యము పోతన దంపతుల శృంగార విహార సందర్భము (III–241) లోనిది. ఇందలి సమాసోక్తి రామణీయక మనిర్వచనీయమై యున్నది. ఇట్టి వీ కావ్యమున ననేకము

లున్నవి. (IX–112) వసుచరిత్ర విజయ విలాసములందలి పద్యములవంటి పద్యములను కవిగారీ కావ్యమునఁ బెక్కుచోట్ల రచించియున్నారు "వెలగుండియలఁబండి వెలయేటి యెలబోటి యుఱక్షీర వారాశి నొలుకఁబోయ" యను సీసము వసుచరిత్రను, (III–192) "మీనంబు వేలసుల మేన్వడి స్నిగ్ధతంగాంచ దానీ లేమ కనులఁబడియె (XI–133) యను పద్యము విజయ విలాసమును స్ఫురింపఁజేయు చున్నవి.

కలవాఁడైనం జాలునె చెలువుఁడు రసికుండుగామి జీవిత మేలా
చెలువలు కలువలు పరసుల చలువ వలన నిలువ గలుగు జలజ దళాక్షీ!

అను పద్యమునందలి 'సరసుల' యందుఁగల చమత్కారమును,

శ్రీమదాఢిల వరసుగంధి యమితోత్సాహమ్ము మెఱయ హసియించుచు వా
గమృతము వర్షించుట లోకశ్రీమహే సుమనస్సులకును సౌజన్య విధీ!

అను పద్యమందలి 'సుమనస్సుల' యందలి చమత్కారమును మిక్కిలి ప్రశంసా పాత్రములుగా నున్నవి. "గొంతులోఁ గోకిలలుకూసెఁ గొసరి కొసరి నడల రాజహంసలు కాళ్ళఁబడుచు దాఁపె (II–246) అంబికా సతియట్టు లాత్మేశ్వరున కెప్పు డర్ధాంగియై ప్రేమ వలపించుండి (II–281) కనుగీటుటకు నైనఁగాని చక్కగ రానియ నిమిషాంగనలంట యప్పరసలు (IV–72) కమ్మ విలుకాని యమ్మ లజ్జమ్ము లెందు (IV–265) వీ పేర్విన శివార్థి వీఘ్న ద్రిమ్మఁగునదేల జలధి బంధన ఘట్టముల వినియెనో (V–100) మున్నగు పద్యములు విజయ విలాసమందలి పద్యములతోఁ బోటీ చేయుచున్నవి.

ఇవ్వవియొ జవ్వవింబోలి యెలమి మీఱఁ బుష్పవతి యాటచే శృంగ భోగ్యయయ్యెఁ
వేళ దారాను మారాను నృపతివోలె వలరిద్విజ వాంఛితమ్ము సఫల మొనర్చె

(IV–110)

ఇందలి శ్లేష మనోహరముగా నున్నది "అమృత మొల్కించు దేవావతారంబన్న అలవికాచరవృత్తిఁ జెలఁగుచుండు." (IV–194) అను సీసము రాజు చంచలత్వమును, అవిశ్వాస్యతను వర్ణించుచుఁ జంద్రునిఁగూడ స్మృతికిఁ దార్చుచున్నది "బ్రాహ్మణుం డాపీఠ ఇపేశ విజ్ఞానియై ప్రథిత విద్యానాథ పదవిఁ బడసె" (I–80) అను సీసపద్య మోరుగంటి వర్ణనము నందలిది. ఇందలి విద్యానాథ, రుద్రావతార, తిప్పయ, కావయ్య పదము లందలి యర్థద్వయ స్ఫూర్తి విద్యానాథ ప్రతాప రుద్రాదులఁ దలఁపించుచుఁ బద్యమున కెనలేని సౌందర్యమును సమకూర్చుచున్నది. "వదయాడవ్ శశదీయ కాయమయి సౌందర్యార్ణవం బీకటిన్ (III–131)" అను పద్యము రూపకాలంకార విరాజితమై దుర్గాదేవి సౌందర్య సర్వస్వమును వ్యంగ్యముగాఁ బ్రదర్శించుచున్నది.

అనుట నా యెమ్మెలాడి తానతనిఁ గాంచి మధుర దరహాసములు మొల్లమాల లల్ల
దాడిమఫలాలఁగిల్ల నేత్రములు చలువ కలువ పూరేకులం జల్లఁ బలికె నిటులు
(IV–37)

అను పద్యము ధ్వని సౌందర్యమునకు నిధానము ఇది యామె హాస వికాసముఖియై దాడిమీబీజములవంటి దంతములు గోచరింపఁ గలువరేకులవంటి వీక్షణములు ప్రసరింపఁ జేయుచు నెట్లు పల్కెనో విశదము చేయుచున్నది నవమాశ్వాసమున పోతన భక్తి తత్పరుఁడై రామునుపాలంభించిన పద్యములు (38–43) తీవ్రములయ్యు నత్యంత మనోహరములై యలరారుచున్నవి. కవిగారి యనన్య సామాన్యమైన యుపమాలంకార ఘటనమున కీ క్రింది కొన్ని యుదాహరణములు

తాళపత్రమందుఁ దనరు నక్షరమును క్షరమొనర్చు చెదలపురువు భంగి (III–303.
తాను బోతనయువచ్చెఁ గర్మ వెనుకనె జ్ఞానమ్ము గ్రాలుకరణి (IV–63)
క్ష్మాపతి పల్లెరుకాయ చాడ్పునన్ (IV–394)
తమములోనఁ దోఁచు తత్త్వోప దేశమ్ము తనువుగొన్న యట్లు దనియె సుకవి
(V–160)

కవిగా రీ కావ్యమున సందర్భోచితముగా నెన్నో సామెతలను లోకోక్తులను గూర్చినారు "ముక్కు ముడిబెట్టక పదానముల్లు నాటకుంత వచ్చిరి హరి రక్షకుండుగాఁగ
(III–255)

లక్ష్మిరాఁ బిడక నడ్డము పెట్టుకొనంగఁ జెల్లునే (VIII–183)
పాము పగయుఁ దోఁక బంధువు నా కనువాఁడు జగతి వెఱ్ఱివాఁడు (X–102)
తలయె పోవునవఁ జెవుల పోగులకు నేడ్చువాని నేఁటి యనఁగ వలయుఁ బుడమి
(X–103)

మున్నగునవి నిదర్శనములు. "విచ్చెడి తమ్మి మొగ్గ తొలివిందునకే యళిపెట్టి పుట్టునా'' (IV–313) అను పాదము "నజానే భోక్తారం కమిహసముపస్థాస్యతి విధిః" అను కవి కులగురువు శ్లోక పాదమును స్మరింపఁ జేయుచున్నది.

కవిగారి పద ప్రయోగము సలక్షణమై మృదుమధురమై యింపు నింపుచున్నది. సంస్కృత సమాసముల వాడినను తెలుఁగు పదముల వాడినను వారి రచన ప్రౌఢమయ్యు సర్వ సుబోధమై వీనులవిందు చేకూర్చుచుండును తెలంగాణమున వాడుకయందున్న పదములను జాతీయములను వారు పెక్కుచోట్ల వాడియున్నారు. "మీ బంటుకు బానిసను గింత బారెయ్యవ్వా – కుంటోణ్ణి పున్నెముంటది" యనునది తెలంగాణము నందలి పల్లె ప్రజల పలుకుబడి. ప్రహ్లాదుని తొక్కు పల్కులను గవిగారు యథాతథముగాఁ బ్రయోగించి

యున్నారు. వారెడనెడ వ్రాసిన శ్లోకములు, తెలుఁగు పద్యములలోఁ గీలించిన సంస్కృత వాక్యములు లోకోక్తులు వారి కా భాషయందలి నిశిత పాండిత్యమును జాటుచున్నవి.

హరిరాక కల్ల యిక నీ కరి జీవితమిల్ల యామకరి యాకటికై
యెరయైన కొల్ల ధర నెవ్వరికిం గాపరె ననాథ బాధల వెల్లన్ (XII–51)

అను పద్యమున సంత్యప్రాసను గుణముగ కల్ల, ఇల్ల, కొల్ల, ఎల్లన్ అను పదములు ప్రయోగింపఁబడినవి. ఇందలి 'యిల్ల' తమిళ పదము

ప్రాలోవేణివి మెఱుఁగుల వాలో చూపుల ప్రసూన చయ వర్షాలో
జాలి నెవ్వల రాజ్యల్యాలో మోదాబ్ధి శీకరాంబు శ్రీలో (II–254)

ఇందు 'లో'తో ముగియు పదములకూర్పు హృద్యమై పద్యమున కెనలేని సొంపు కూర్చుచున్నది.

ఈ కావ్యమున నచ్చటచ్చటఁ జక్కని గద్యభాగములున్నవి. ఇవన్నియు నను ప్రాసాలంకార పూరితములును భావబంధురములును ప్రౌఢములునై పూర్వ ప్రబంధము లందలి గద్యభాగములను బోలియున్నవి. సప్తమాశ్వాసమునందలి దశావతార వర్ణన గద్యయు, నేకాదశాశ్వాసమునందు బ్రహ్మ తన తండ్రికిఁ జెప్పిన తాత్త్విక గద్యయు, ద్వాదశాశ్వాసమునందలి సరోవర వర్ణన గద్యయు గమనింపఁ దగినవి. ఈ గద్యభాగములు శ్రీ మదాచార్యుల వారి పాండితీ విజ్ఞాన గరిమలను చాటుచున్నవి. ఛందో విషయమున నీ కావ్యమునఁ జెప్పఁదగిన విశేషము లేవియునులేవు. ఆశ్వాసాంతములందు మాత్రము మాలిని మున్నగు వింత వృత్తములు వాడఁబడినవి. భోగిని నాట్యమును వర్ణించు సందర్భమున కళికోత్కళికలు, తోహరలు, ఆదితాళపుట తాళములు, ముక్తాయాలు, మంగళ మహా శ్రీవృత్తము కలవు. చివరి యాశ్వాసములోఁగూడ వర్ణన సందర్భమున నచ్చటచ్చట రగడ భేదములైన కళికోత్కళికలు వ్రాయఁబడినవి. సప్తమాశ్వాసమున 313 వ సీసమున నొక్కొక్క సీస పాదము నొక్కొక్క గీతపాదము వెనువెంటనే యనుసరించు చున్నది.

వనిత కుమార సంప్రార్ష్య మ్మదెట్టిదో యరసవ్వి మరియు నీ విరిపడంతి

అమట నామె కన్నుల సిగ్గు పెనఁగులాడె.

శ్రీ వరదాచార్యులవారి వాత్సల్య కౌశలమును గూర్చి యిదివఱకే కొంత సూచించితిని. వారికి జ్యోతిర్వేదాంత శాస్త్రములతోఁగూడఁ జక్కని పరిచయము గలదు. "అరయ రాశిద్వయమ్ము నేఁడధిపత్య గతిఁ దెలంగును" (II–236) అను పద్యమును, "శ్రీరాశవం [illegible]" మున్నగుగల వాక్యములును వారి జ్యోతిర్విశారదత్వమునకుఁ దార్కాణములు. "[illegible] తెలుఁగు [illegible]" (III–335) "గోపిక లెల్లరున్

నయన గోచరులైన మునీంద్రులైరి" (XII-165) మొదలైన పద్యములు వారి వేదాంత శాస్త్ర పాండిత్యమును సూచించుచున్నవి. కావ్యమున పోతన కావించిన తాత్త్విక ప్రసంగములును, భక్తి బంధురోపన్యాసములను వారి కా విషయము లనుభవసిద్ధములని వెల్లడి చేయుచున్నవి.

కావ్యారంభమున నాచార్యులవారు పూర్వాధునిక కవులనెల్లరను భక్తి స్నేహ పూర్వకముగా స్మరించి యుండిరి. కావ్యము నడుమ భాగవత రచనారంభ సందర్భమునఁగూడఁ బూర్వకవిస్తుతి యున్నది. పూర్వకవిస్తుతి యెల్ల కావ్యములందుఁ గానిపించును. కాని యాధునిక కవిపండిత విమర్శకుల నింతగాఁ బేరు పేరుపెట్టి సంభావించిన వా రెవ్వరును గానిపింపరు. ఇది శ్రీ మదాచార్యులవారి నిరహంకారతను సర్వ కవిపండిత సామరస్యమును జాటుచున్నది.

ఎక్కడనున్న సద్గుణము లేనియు నొందలఁ దాల్చుటందు పే
ఱొక్కరిఁగాంచి ముందర సహో యని వెన్కల వెక్కిరింప కే
మక్కువ భ్రాతృవత్సలత మత్సర మున్విడనాడి యుంటలో
నిక్కపు టొజ్జ బంతులయి నిల్చెద రీ తెలగాణ సత్కవుల్

సరళ హృదయు లాత్మస్తుతి పరాఙ్ముఖులు గర్వరహిత ప్రతిభాఢ్యులు దం
భరహితు లీ తెలగాణన్ వెలయు కవుల్ తొనకనట్టి విందు ఘంటమ్ముల్

అని పోతన తెలంగాణమునందలి కవుల గుణగణములు విశదీకరించెను. ఇతరుల మాట యేమోకాని యీ గుణములన్నియుఁ బోతనయందును వరదాచార్యులవారి యందును మాత్రము సమగ్రముగాఁ గానిపించును. స్వభావముచే సదాచార సంపదచే వా రిరువురును ఋషితుల్యులు. శ్రీమద్భాగవతాంధ్రీకరణము పోతన చేతఁబడుట యెట్టిదో పోతనచరిత్ర ప్రబంధీకరణ మాచార్యులవారి చేతఁబడుట యట్టిది. వారి చరిత్ర పోతన చరిత్రకుఁ బ్రతిబింబము అందుచేతనే వారీ చరిత్రము ననుభవ సిద్ధము నట్లింత మధుర సుందరముగా వెలయింపఁ జాలినారు. సప్తమాశ్వాసమున శ్రీనాధుఁడు పోతన కవిత్వమునుగూర్చి

అచ్చపు సంస్కృతాంధ్ర మహదబ్ధుల మందరముల్ మథింపఁగా
వచ్చు సుధారసమ్ములకు వన్నెలు దిద్దెడి కావ్యధార క
మ్మచ్చునఁ దీయు తీవియల మచ్చులనిచ్చు మనోజ్ఞశైలి పూ
ల్విచ్చిన నందనోప వనవీధులఁ గాదను పద్య గద్యముల్ (VII-118)

అని కావించిన ప్రశంస శ్రీ వరదాచార్యులవారి కవిత్వమునకును అన్వయించును. ఈ పోతనకావ్యము వారి చిరతపఃఫలము. వా రెంత శ్రమపడి దానిని రచించిరో యంత శ్రమపడి దానిని బ్రచురించిరి. శ్రమయంతయు వారిది; ఫలము మాత్రము రసాస్వాదన పరాయణులైన యాంధ్రులది.

XVIII

మహిన స్తమింపని మార్తాండ బింబమ్ము క్షయమెఱుంగని పూర్ణచంద్రము
దేవమానవస్థావర తిర్యగాళిసమత నిజకావ్యకృత పర్ణశాలనుంచి
యక్షరామర పదవుల నందజేయు వరదుఁడె కవీంద్రుఁడన వేయివాక్కు

ఇందలి 'వరదుఁడె' యను పదమునకు 'వరము లొసంగువాఁడె' 'శ్రీ వరదాచార్యుఁడే'యని చెప్పుట యుక్తముగా నుండునని నా యభిప్రాయము వ్యాసమృత రసము నాస్వాదించిన పిమ్మట సహృదయులు నా యభిప్రాయముతో పోరని విశ్వసించుచు నింతటితో విరమించుచున్నాను.

ఆచార్య, డా॥ దివాకర్ల వేంకట
ఆంధ్రశాఖాధ్యక్షులు
ఉస్మానియా విశ్వవిద్యాలయము

14-6-1966
హైదరాబాద్

కవి - కావ్య పరిచయము

పోతనచరిత్ర మొక మహాకావ్యము. చరిత్రములను పేర్లతో ఆధునిక కాలమున సాంఘిక, సాహిత్య దేశచరిత్రలు మాత్రమే తఱచు రచింపబడుచున్నవి. కాని యిట్టి నామములతో ప్రాచీనకవులు కావ్యములను రచించుచుండిరనుట ఆంధ్ర సాహిత్యముతో పరిచయము గలవారికి సువిదితమే. పండితారాధ్య చరిత్రము, ఉద్భటారాధ్య చరిత్రము, విప్రనారాయణ చరిత్రము, మల్హణ చరిత్రము, మనుచరిత్రము, వసుచరిత్రము, రాజశేఖర చరిత్రము, యయాతి చరిత్రము మఱియు వాల్మీకి చరిత్రమువంటివి యిట్టివానిలో సుప్రసిద్ధములు. పండితారాధ్య ఉద్భటారాధ్యులు మతగురువులు, మల్హణ విప్రనారాయణులు, భక్త శిఖామణులు, మన్వాదులు రాజశేఖరులు; వాల్మీకి సంస్కృత మహాకవి. శివతత్త్వ సారమను మొట్టమొదటి శతకమును తెలుఁగులో వ్రాసిన పండితుఁడుకూడ కవిప్రసిద్ధిని గన్నవాడయినను, కవిత్వముకంటె గురుత్వముచేతనే వారు మన కారాధ్యులయినారు. రాజ నాయక ప్రబంధములు తఱచు నిబంధింపబడు కాలమున, కవిజీవితమును ఇతివృత్తముగా గ్రహించి తెలుఁగులో కావ్యము రచించినవారిలో తంజావూరు రఘునాథభూపాలుఁడే ఆద్యుఁడనవలె.

ఈ శతాబ్ద్యారంభమున జగన్నాథ పండితరాయల జీవితమును తిరుపతి వేంకట కవీశ్వరులు నాటకముగా వ్రాసిరి పండితరాయ లాంధ్రుఁడేకాని సంస్కృతకవిగా, లాక్షణికుఁడుగా సుప్రసిద్ధుఁడు ఇట్లే యిటీవల శ్రీ చెలమచర్ల రంగాచార్యులుకూడ పోతన చరిత్రమును దృశ్యకావ్యముగా రచించిరి. సుప్రసిద్ధ నవలాకారులు శ్రీ నోరి నరసింహశాస్త్రిగారు నారాయణభట్టు, రుద్రమదేవి, మల్లారెడ్డియను పేర్లతో కవిత్రయ చరిత్రమును మఱియు శ్రీనాథ కవిసార్వభౌముని చరిత్రమును నవలలుగా రచించుట సువిదితము. ఇట్లాధునిక కవులదృష్టి ప్రాచీన మహాకవులపై బ్రసరించుచుంట ఈ యుగలక్షణములలో నొకటిగా గోచరించును. కవి కవిని ద్వేషించు నవలక్షణమును త్యజించి నేటి కవులు ప్రాచీన మహాకవులనయిన భూషించి వారి కీర్తినజరామర మొనరింప సంకల్పించుచుండుట యొక నవ లక్షణము. ఇట్టి పవిత్రోద్దేశ ఫలితమే ఈ పోతన చరిత్రము. ఒక యాంధ్ర మహాకవి జీవితగాథను ఆంధ్రభాషలో తొలుదొల్త ప్రబంధీకరించిన కీర్తి శ్రీ వరదాచార్యులవారికే దక్కినది.

ప్రాచీనాంధ్రకవులలో నూటికి తొంబదిమంది దైవభక్తి సంపన్నులే. భక్తశిఖామణి పోతనామాత్యుఁడు, రామదాసు, త్యాగరాజు మున్నగు రామభక్తాగ్రేసరుల కోవకు జెందిన వాఁడు. రామదాసాదులును కవులేకాక కీర్తనకారులు. రామదాసు కీర్తనలు సకలాంధ్రము నందలి పండిత పామరజనమును భక్తిభావమునందు ముంచెత్తుచున్నవి. త్యాగరాజు కీర్తనలు తమిళదేశమునందును విశేష ప్రచారము గాంచినవి. కర్ణాటక సంగీతమునకు త్యాగరాజ

కీర్తనలే జీవగఱ్ఱ ఇవి ఇంతటి ప్రాచుర్యము నందుటకు వీనియందలి సంగీతశాస్త్రపు పది కట్టులతోపాటు, భావభాషామాధుర్యములును భక్తిభావమును ప్రధాన హేతువులు. ఈ మహాభక్తుడు తన రామభక్తిచే తాను తరించుటేకాక తన కీర్తనలచే నితరులకును తరణోపాయమును గల్పించిరి. పోతన మహాకవియును ఆంధ్రుల పాలికి నిట్టివాఁడే తన యపార రామభక్తిచే తాను తరించుటేకాక అష్టాదశ మహా పురాణములం దుత్తమోత్తమమై, విష్ణుభక్తి ప్రబోధకమై, సులభ మోక్షప్రదమై, వ్యాసప్రోక్తమయిన శ్రీమద్భాగవత పురాణమును భక్తిరస ఘుటికగా, భవ్య సాహితీరీతిని మధురాతి మధురఫణితి నాంధ్రీకరించి ముముక్షు లోకమునకు మోక్షభిక్షను ప్రసాదించినాఁడు. పోతన భాగవతమువలె తెలుఁగు దేశమునందలి అఖిల గోపాలమునకు నత్యంతాదర పాత్రమయిన యుద్గ్రంధము మఱిలేదు. ఆంధ్రుల కాయన మెడాటమునగల ప్రేమాదరములే, పోతన భాగవత జీవితమునకు సంబంధించిన వివిధగాధలను గాలక్రమమున దేశమున వెలయించి విస్తరింప జేసినవి. ఇట్టి గాధలను కొందఱు పుక్కిటి పురాణములనియు, మఱికొందఱు యధార్థము లనియు విశ్వసించుచున్నారు. భక్తపోతననుగూర్చి చేయబడిన నాటకమునకు, వ్రాయబడిన హరికథకును, తీయబడిన సినిమాచిత్రమునకువలెనే ఈ పోతనచరిత్ర రచనకును, పై గాధలనే ప్రధానాధారముగా శ్రీ వరదాచార్యులు గ్రహించిరి. ఇట్టిగాధ లొకవేళ చరిత్రాత్మకమయిన విమర్శనా దృష్టికిని, ఆధునికుల లోకానుభవ జ్ఞానమునకును గొంత యెబ్బెట్టుగా దోపవచ్చును. కాని వానిని వదలినచో పోతన చరిత్రమే హుళక్కి. పోతన భాగవతము నాంధ్రీకరించెనను చారిత్రిక సత్యము నొకదానిని మాత్రము గ్రహించి కావ్యకల్పన కుపక్రమింప యత్నించుట నేలవిడిచిన సాముపలె యసంభవ మగునను సత్యము కావున ఆచార్యులవారిట్టి ప్రాచీన గాధలను త్రోపుచేసి, వానిని గొన్నిచోట్ల గొంత సంస్కరించి, కొన్ని నూత్న కల్పనలను జేసియు నీ కావ్యమును రసౌచితీ బంధురముగ సృష్టించుట కడుంగడు శ్లాఘ్యము. 'ప్రబంధ కల్పనాం స్తోకసత్యాం ప్రాజ్ఞాః కథాం విదుః' అనుటచే కావ్యమునం దయథార్థ విషయములు నుండవచ్చును అవి యథార్థములవలె భాసించు రీతిని వర్ణింపబడెనేని గుణములయి కావ్యమునకు శోభగూర్చును. పోతన కావ్యమున నతనికి సంబంధించిన గాధలను ప్రశంస నీయముగా వర్ణించి శ్రీ వరదాచార్యులవారీ కావ్యమునకు వన్నెపెట్టిరి

వానమామలై వరదాచార్యులది వంశీత వంశము. 'వానమామలై' యను వీరి గృహనామము పింగళి సూరనగారు చెప్పినట్లు గ్రామ నామమునుబట్టి కలిగినదికాదు. కొండొక కారణమున 'వానమామలై' యను శ్రీరామానుజ గురు పీఠనామమే వీరికి గృహనామమయి యొప్పెనందురు. వీరి తాతగారు వెంకయశాస్త్రి తర్క వ్యాకరణములందు గొప్ప పండితులు. సరస్వతీదేవి వీరియింట చిరనివాసము ననుగ్రహించెనందురు. వీరి పుత్రులు శ్రీ బక్కయ శాస్త్రిగారు కవిజనకులు. సంస్కృత ద్రావిడాంధ్రభాషా సాహిత్యములందు నిష్ణాతులగుటయే కాక వేదాంత జ్యోతిర్విద్యా కోవిదులు; గొప్ప పౌరాణికులు. వాల్మీకి రామాయణార్థమును పురాణ పద్ధతిలో వ్యాఖ్యానించుట వీరిసొత్తు. ఉచ్చైస్స్వరమున వీరు రామాయణ శ్లోకములను

పాడుచుండగా వినుటయే యొక యానందము. వీరి పురాణము వినుభాగ్యము చిన్నతనమున నాకును గలిగినది. ఒక్కొక శ్లోకము నొక గంటకాలము వివిధ విషయములతో వ్యాఖ్యానించి చెప్పెడివాడు "బ్రతికి బక్కయశాస్త్రి పురాణము వినవలె"నని వీరినిగూర్చి పుట్టిన నా నుడి సార్థకము. వీరి పుత్రులలో జ్యేష్ఠుఁడు శ్రీ వేంకటాచార్యులు. వీరు నానాశాస్త్ర కోవిదులు, బహు భాషావేత్తలు. ఉర్దూ ఆంగ్లభాషలను ఆధునిక గణితశాస్త్రమును వీరు స్వయం కృషిచేత సాధించిరి వీరి జన్మస్థలమగు మడికొండ గ్రామమునందలి వీరి నివాసమే ఒక గురుకులముగా నుండెడిది ఇది నా చిన్ననాటిమాట. కొందఱకు సంస్కృతము, కొందఱకు తెనుఁగు, కొందఱకు ఉర్దూ, కొందఱకు ఆంగ్లము మఱి కొందఱకు గణితమును వీరు విసువులేక బోధించువారు. వీరియొద్ద ప్రైవేటు చదివి నాటి 'ఉస్మానియా మెట్రిక్' పరీక్షయందుత్తీర్ణులయినవారును గలరు. కవికి మాత్రమే వీరు పెద్దన్నగారుకారు. అప్పటివా రనేకులు వీరిని 'పెద్దన్న' అనియే పిలిచెడివారు. వీరు పరమ సాత్త్వికులు, నిరహంకారులు. అప్పటికిని ఇప్పటికిని ఒక ఖద్దరుధోవతి, ఒక కండువా మాత్రమే వీరు ధరించు దుస్తులు. ఇక్కడ వీరినిగూర్చి యొక విషయము చెప్పుట అసమంజసము కాదనుకొందును ఇప్పటికి. సుమారు ముప్పది సంవత్సరములు గడచినవి. వరంగల్ కళాశాలలో 'ఇంటర్మీడియేట్' తరగతులకు సంస్కృతాంధ్రములు బోధించు పండితుఁడు కావలసియుండెను. అట్టి పదవికి శ్రీ వేంకటాచార్యులవారు సర్వవిధముల యోగ్యులని భావించిన వారి మిత్రులును శిష్యులును ఇంటర్వ్యూకు వెళ్ళవలసినదని వెంకటాచార్యులవారిని నిర్బంధించిరి మొదట వా రిందుకు నిరాకరించినను చివరకు అంగీకరింపక తప్పలేదు. కోటు. చెప్పులు బలవంతముమీద తొడిగించి అప్పటి కవసరమగు వేషము శిష్యులే వారికి వేయించి ప్రయాణము చేయించిరి. మిత్ర. శిష్యవర్గము వెంబడింపగా వా రిల్లుబయలుదేరివచ్చి. గ్రామములో నొకచోట గూర్చుండి యాలోచింప దొడగిరి. ఇంతలో మిత్రులు వారిని తలకు 'పాగా' చుట్టుకొనుటకై ప్రార్థించిరి. ఒకరు పాగా చుట్టుచుండిరి. వారి కేమనిపించినదోకాని వెంటనే తలపాగా, కోటు, చెప్పులు తీసి యచ్చటనుంచి. మిత్రుల కొక నమస్కారముచేసి యింటిదారి పట్టిరి. అంతే, తిరిగి వా రా యుద్యోగమునుగూర్చి తలపెట్టినదిలేదు. ఇట్టిది వారి స్వభావము. వీరు Bhandarker Sanskrit Grammar యొక్క రెండు భాగములను గూడ తెనుఁగించిరి. కాని వాని వ్రాతప్రతులుకూడ యిప్పుడు లభించుటలేదు. కొంతకాలము నుండి వీరు గట్లనరసింగాపురమునందు సకుటుంబముగా నివసించుచున్నారు. ఇప్పుడు వీరి వయస్సు డెబ్బదియేండ్లపై చిల్లర. వీరినే కవి ఈ కావ్యపీఠికలో దమ గురువుగా బ్రశంసించిరి వీరి ద్వితీయ సోదరులు శ్రీ లక్ష్మణాచార్యులు. ఈయన తర్కశాస్త్రమునం దుద్దండ పండితుఁడు. వాగ్మి. వాదప్రియుఁడు. వీరును బహుభాషా కోవిదుఁ లగుటయేకాక, ఆ యా భాషలయం దనేక రచనలు కావించిరి. అట్టివానిలో భక్తి, తత్త్వము, స్తుతిత్రయీ, విరహప్రేమ, ఆత్మసౌఖ్యము, ప్రకృతి రాగము, ప్రణయాభిజ్ఞానమను ఖండకావ్యములును మఱియు సతీ అనసూయ, తిక్కన చరిత్రమను మహాకావ్యములును వీరి తెనుఁగు రచనలు. పతి సంజీవిని, రామాశ్వమేధము, ఆముక్తమాల్యద, యను నాటకములు. సంస్కృతిః

అను నవల, లౌకికశిక్ష యను సూత్రగ్రంథమును మఱియు ననేక స్తోత్రగ్రంథములును వీరి సంస్కృత భాషాకృతులు. 'రామాయణకే భక్త్' అను ఖండకావ్యము వీరి హిందీ రచన. వీరి కవితలు కొన్ని అరవభాషా గ్రథితములయి యున్నవి. తెనుఁగు ఖండకావ్యములు దక్క వీరి తక్కిన గ్రంథము లముద్రితములు. వీరు మత వేదాంత విషయములపై గంటల కొలది మపన్యసించు సామర్థ్యము కలవారు. ఆహిరీ రాజావారి సంస్థాన విద్వాంసులుగా చిరకాలముండిరి ఈ కాలమున వీరు 'కోయ' భాషకు లిపి, సారస్వతములను సృష్టించి యుండిరి. ఈ భాషకు ఆచార్యులవా రొనరించిన సేవ శ్రీరామమూర్తి పంతులుగారు శబర భాషకు చేసిన సేవవంటిదని చెప్పుట యతిశయోక్తి కాదు. ప్రచారాభావముచేత ఈ విషయము పలువురకు తెలియదు. వీరు పరమపదించి రెండేండ్లయినది. ఈ సోదరవర్గమున తృతీయుఁడు శ్రీ జగన్నాథాచార్యులు తక్కిన సోదరులవలెనే వీరును సంస్కృతాంధ్ర ద్రావిడభాషలయందు పండితులు. పెద్దన్నగారియొద్ద చదివి మెట్రిక్యులేషను పరీక్షయం దుత్తీర్ణులయిరి. తమ నివాసమును పోచారెడ్డిపేటకు మార్చుకొని యచ్చట కొన్ని సంవత్సరములపాటు వ్యవసాయవృత్తి నవలంబించిరి. ఈ కాలమున వీరు రైతులకు కడు సన్నిహితులుగా మెలగి, ఆ వృత్తికి సంబంధించిన పదములను వందలకొలది సేకరించుటేకాక, అట్టి పదజాలమును తాము వ్రాసిన 'రైతు రామాయణ' మను పద్యకావ్యమునందు ప్రయోగించిరి. రైతు కుటుంబ కథలో రామాయణగాథ ధ్వనించునట్లు కల్పించి వందలకొలది పద్యములలో వ్రాయబడిన నవ్యకావ్యము రైతు రామాయణము. ఈ కావ్యమనిదంపూర్వమన్న నతిశయోక్తి కాదు. ఇట్టి చక్కని కావ్యము ద్రవ్యాభావమువలన మూలబడి యుండుట దేశ దౌర్భాగ్యమనవలెను. వీరు 'కార్పాసలక్ష్మి' యను పేరుతో నొక వైష్ణవ భక్తునిగాథను నాటకముగా రచించి మిత్రుల కనేక పర్యాయములు వినిపించిరి. కాని ముద్రణాభాగ్యమునందక కొంతకాలమునకు వ్రాతప్రతికూడ లుప్తమయిపోవుట శోచనీయము. ఈ నాటకమునందలి యొక పద్యము 1934 సం॥లో ప్రకటితమైన గోలకొండ కవుల సంచికలో చూడవచ్చును. వీరు హాయిగా పాడగలరు. హరికథలు చెప్పగలరు. ప్రస్తుతము వీరు కరీంనగరమునందలి యున్నత పాఠశాలలో ఆంధ్రభాషా పండితులుగా నున్నారు.

పోతనచరిత్రకర్త శ్రీ వరదాచార్యులిట్టి సోదరత్రయమునకు అవరజుఁడయి పుట్టి మాతృస్తన్యముతోపాటు అన్నల గుణములనుగూడ నంది పుచ్చుకొనిరి. మడికొండగ్రామ పాఠశాలలో నాల్గవ తరగతివఱకు విద్య నభ్యసించిరి. పిమ్మట నింటిలోనే అన్నలయొద్ద చదివి యప్పటి మిడిల్ పరీక్షయం దుత్తీర్ణులయిరి. అది మొదలు సంస్కృతాంధ్రభాషా సాహిత్యములయందు కృషిచేయుచు క్రమముగా నీ రెంటియందును పాండిత్యము సంపాదించిరి. ఈ కాలమున వీరు సంస్కృత పంచకావ్యములను శాకుంతలాది నాటకములను, ఆంధ్రభారత భాగవత రామాయణములను మను వసుచరిత్రాది ప్రబంధములను శ్రద్ధాభక్తులతో పఠించి వారివారి కవితా మార్గముల నవగాహనము చేసికొనిరి. మొదటినుండియు నాచార్యులవారికి కవిత్వము, సంగీతము, చిత్రలేఖనము మున్నగు లలిత కళలయం దాసక్తి యెక్కువ. వీరి యన్న జగన్నాథాచార్యులకును వీరికిని మధుర కిన్నర కంఠస్వరము

‘ప్రశస్తి’గా సంక్రమించినది. అప్పటి కింకను మన దేశములో ‘సినిమాలు’ పుట్టలేదు. మైలవరం కంపెనీవంటి ప్రసిద్ధ నాటక సమాజములు కొన్ని దేశమం దంతటను నాటకములను ప్రదర్శించుచుండెను. వరంగల్లు నగరమునందును ఏటేట ఈ కంపెనీలు కొన్ని నాటకములను ప్రదర్శించు చుండెను కపిలవాయి రామనాథశాస్త్రి. విడిముక్కల సుబ్బరావు మున్నగువారి పాటల ‘గ్రామోఫోను రికార్డులు’ క్రొత్తగా రూపొందగిన కాలమది. భగవద్దత్తమగు గాత్రముండుటచే శ్రీ వరదాచార్యులవారు, వీరి యన్నగారు ఈ రికార్డులు పదేపదే విని సంగీతము నభివృద్ధి చేసికొనిరి ఊహచేతనే కవిగారు హార్మోనియము, తబలా, మృదంగ వాద్యములు నేర్చిరి. అటుపిమ్మట వీరు తమ గ్రామయువకులు ప్రదర్శించిన నరకాసురవధ. గయోపాఖ్యానము మొదలగు నాటకములలో ముఖ్యపాత్రలు ధరించి పలుమారు ప్రేక్షకుల ప్రశంసల నందుకొనిరి నాకు జ్ఞాపకమున్నంతవఱకు ఆచార్యులవారు ‘మంగళహారతులు వ్రాయుటతో కవిత్వరచన కుపక్రమించిరి. పిమ్మట పద్యరచన ప్రారంభించి దాగురింతలు అను ఖండకావ్యమును రచించిరి. రవీంద్ర కవీంద్రుని గీతాంజలి యనువాదమును, ఆంగ్లకవి వర్డ్స్వర్త్ పద్యములను వీ రాసక్తితో చదువువారు. కావున వారి కవితాపద్ధతినిగూడ వీరు కొన్ని పద్య ఖండికలను రచించిరి. వేదాంతము, ప్రకృతి, పేదల కష్టములు మున్నగు విషయ వర్ణన భాగములలో పోతన చరిత్రలోగూడ పై కవుల భావచ్ఛాయలు కొన్ని గోచరించకపోవు. తాము వ్రాసిన పద్య ఖండికలను సుమారు 20 సంవత్సరముల క్రిందట ‘మణిమాల’ యను పేరుతో ప్రచురించిరి ఈ మణిమాల వీరికి కవికీర్తి నార్జించి పెట్టినది. ఇందలి కవిత్వమును మెచ్చి కీ. శే. శ్రీ చెళ్ళపిళ్ళ వేంకట కవీశ్వరులు, కళా ప్రపూర్ణ శ్రీ విశ్వనాథ కవిసామ్రాట్టు, శ్రీ మదజ్జాడ ఆదిభట్ల నారాయణ దాసుగారు మున్నగు ప్రముఖులెందఱో వీరిని ప్రశంసించిరి. తర్వాత కొంతకాలమునకు ‘ఆహ్వాన’మను పేరుతో నొక ‘గేయ’ సంపుటిని ప్రకటించిరి ఈ గేయసంపుటిని వరదాచార్యులవారు మడికొండ గ్రామవాసులేయగు శ్రీకాళోజీ రంగారావుగారికి కృతియిచ్చిరి. శ్రీ రంగారావు పంతులుగారు తెలంగాణ ప్రజాకవి శ్రీ నారాయణరావు. రామేశ్వరరావుగారల పితృపాదులు. అసాధారణ ప్రజ్ఞావిధులు, బహుభాషా విజ్ఞాతులు, రామభక్తాగ్రేసరులు, సత్యసంధులు, సాధుశీలురు. మడికొండగ్రామ యువకులు పలువు రానాడు వీరియొద్ద జదివినవారే. గ్రామమునందు విద్యాభివృద్ధికి వీరు కావించిన నిష్కామసేవ అమూల్యము. వరదాచార్యులవారుకూడ వీరి శిష్యవర్గములోనివారే. ఆహ్వానమును వారి కంకితమొనర్చి తమ గురుభక్తిని ప్రకటించి కృతార్థులయిరి. పద్యములవలెనే గేయములుకూడ బిగిబిగితో రచించుటయందు వీరు కడు సమర్థులనుటకు ఈ ‘ఆహ్వాన’మే నిదర్శనము. ఇంతకు పూర్వమే వీరు ‘వైశాలిని’ యను పేరుతో ప్రాచీనపద్ధతి నొక్క యుత్తమ నాటకమునుగూడ విరచించిరి. దీనిని వినుచున్నప్పుడడుగడుగునకు మన కభిజ్ఞాన శాకుంతలము స్మరణకు వచ్చుచుండును. ఇందలి భావములు, ఉపమాద్యలంకారములు నట్టివి. కాని యీ నాటక మిప్పటికిని ముద్రితము కాకుండుట శోచనీయము. పై కృతులు మాత్రమే కాక ఆచార్యులవారు ఉద్యోగరీత్యా దోమకొండ బేసిక్ పాఠశాలలోనున్న కాలమున సమకాలిక సాంఘిక, రాజకీయ, వ్యావసాయి కేతివృత్తములతో

వవేర నాటకములు, యేకాంకికలు, బుఱ్ఱకథలు వ్రాసి వానిని తమ శిష్యబృందముచేత నాడించి పాడించిరి. ఇవి ప్రచారదృష్టితో వ్రాయబడినప్పటికిని ఉత్తమ సాహిత్యపు విలువలతో నలరారు చున్నవి. ప్రస్తుతము వీరు చెన్నూరునందలి ప్రభుత్వపు పాఠశాలలో నాంధ్ర భాషా పండితులుగా నున్నారు.

పోతనచరిత్రము వీరి ప్రస్తుత కావ్యము ప్రాచీనాంధ్ర మహాకవులు పలువురుండగా వీరు ప్రత్యేకముగా బమ్మెరపోతన జీవితగాథనే తమ కావ్యవస్తువుగా గ్రహించుటకు గొన్ని కారణము లూహింపవచ్చును. సారస్వత జీవితమువలెనే పోతన సాంసారిక జీవితముకూడ విశిష్టమయి పవిత్రతమముగా భాసించుట మొదటిది. ఆచార్యులవారి జీవితమును నిరాడంబరమును నిర్మలమునయి యొప్పుచుండుట రెండవది. ఆంధ్రభాగవతము వీరి కత్యంత ప్రీతిపాత్రమయి యభిమాన గ్రంథముగా నుండుట మూడవది. పోతనవలెనే వీరుకూడ తెలంగాణమువా రగుటయేకాక, ఏకశిలా నగరమునకును బమ్మెరకును మధ్యలోనున్న మడికొండ (మణిగిరి) గ్రామమునందు పుట్టి పెరిగి పెద్దవారగుట నాల్గవది. ఈ కొన్ని హేతువులే వీరి నీ కావ్యరచనకు ప్రోత్సహించియుండు ననవచ్చును. ఇచట మడికొండ గ్రామమును గూర్చి కొన్నిమాటలు వ్రాయుట యసమంజసముకాదు. మడికొండకు బ్రాచీనచరిత్ర కలదని కీ. శే. శ్రీ దూపాటి వేంకటరమణాచార్యులు తఱచు చెప్పుచుండువారు కాకతీయుల కాలమున నిదియొక ప్రసిద్ధ దుర్గముగా నుండినట్లు తెలియుచున్నది పశ్చిమ చాళుక్యుల సామంతుఁడును వేములవాడ, కొలనుపాకలకు మహా మండలాధిపతియునగు జగద్దేవునకు రెండవ కాకతి ప్రోలరాజునకును ఇప్పటికి 800 సం॥ పూర్వ మీ మడికొండ సమీపమునందే ఘోర యుద్ధము జరిగినట్లు చరిత్ర వాకొనుచున్నది సుమారు 30 సం॥ పూర్వ మీ గ్రామమునందు ప్రాచీనకాలపు బంగారు నాణెములు కొన్ని లభించినవి. ఈ విషయ మప్పటి వార్తా పత్రికలలో ప్రచురింపబడినది. ఈ గ్రామపు ప్రాచీన చరిత్రనుగూర్చి తగు పరిశోధన మింకను జరుగవలసియున్నది. కాకతీయుల కాలమున నిది కడు ప్రసిద్ధమయి విద్వాంసులకును కవులకును నాలవాలముగ నుండెననుట మాత్రము నిస్సందేహము. మడికొండకు ముదికొండ నామాంతర ముండును. వరంగల్లు నగరమునందు పూర్వమునుండియు మదిగొండయను గృహనామముగల ఆరాధ్యపండిత కుటుంబములుకలవు. వీరు మొదట మడికొండ వాస్తవ్యులుగా నుండిరేమో? మడికొండ గ్రామమున పూర్వమునుండియు 'పింగళి'యను గృహనామముగల నియోగి బ్రాహ్మణ ప్రభువు లిప్పటికిని గలరు. ఇప్పుడీ వంశమునకు భూషణమై యొప్పు వేంకటేశ్వరరావుగారు చక్కని సరస సౌజన్యములు గలవారు. ఈ గ్రామమునకు వీరు దేశముఖులు. నిజాంప్రభుత్వకాలమున వీరు 'రుసుముదార్లు'. ఇక్కడకూడ పింగళివారి 'పేకి'కథ నేటికిని బ్రచారమున గలదు. 'పింగళి పీకమ్మ' యతిమానుష చర్యలను గొన్నింటిని వింతకథలుగా జెప్పుకొందురు. హనుమకొండయందును వీరి దాయాదులు కలరు. వీరు పింగళి సూరనకవికి పూర్వులో లేక యతని యనంతర మీ ప్రాంతమున వచ్చి స్థిరనివాసమును కల్పించుకొనిరో విచారింపవలసియున్నది. ఈ గ్రామమునందలి

రెడ్డిప్రభువు కీ. శే. తాటిరెడ్డి గోపాలరెడ్డిగారు గొప్ప సంస్కృత విద్వాంసుడు. వాల్మీకి రామాయణమును బహువారములు పఠించి యందలి రహస్యము లనేకము నవగాహన మొన రించుకొనిరి. సంస్కృతభాషలో ధారాళముగా సంభాషించువారు. ఇరువది ముప్పది సంవత్స రములకు పూర్వమువరకు ఆంధ్ర, తెలంగాణ ప్రాంతములందు పేరెన్నికగన్న కవిపండితు లలో వీరిని దర్శించి బహూకరింపబడనివారరుదు. తిరుపతి వేంకటేశ్వరకవులు. కొప్పరపు కవులు మున్నగు పలువురు వీరి సన్మానముల నందికొనిరి. ఆంధ్రప్రదేశ ప్రభుత్వపు ఆస్థాన కవీశ్వరులలో నొక్కరగు కీ. శే. శ్రీపాద కృష్ణమూర్తి కవిసార్వభౌములు 'కుముద్వతీ కల్యాణ' (?) కావ్యమును రచించి రెడ్డిగారికి కృతి యొసంగి వారి సత్కృతికి పాత్రులయిరి. ఇరువది సం॥ క్రిందటి వరకును వీరు జీవించియుండిరి. వీరి పుత్రులొకరు 'అమెరికా'లో 13 సంవత్సరము లుండివచ్చిరి. సుమారు 140 సం॥ పూర్వ మీ మడికొండ వాస్తవ్యుడగు నియోగి బ్రాహ్మణుడు మోతుకూరి పండరినాథకవి 'ఆధ్యాత్మ రామాయణ' కావ్యమును దాదాపు పదివేల పద్యములలో రచించెను. ఇది అముద్రితము. కవి స్వహస్త లిఖితప్రతి యిప్పటికిని వారి వంశీయులయొద్ద కలదు. (ఇంతకు గ్రంథపూర్వము కాణాదము పెద్దనసోమయాజి రచించిన ఆధ్యాత్మ రామాయణము ముద్రితము). ఈ కావ్యము నెవరు ముద్రింపదలచినను వా రిచ్చుటకు సిద్ధముగా నున్నారు. ఈ కవియే 'రామకథా కల్పలత' యను పేరుతో గీర్వాణభాషలో రామాయణ కథను 2400 శ్లోకములలో రచించెను. కొంత కాలముక్రిందటి వఱకును నిది జీర్ణదశలోనుండి యిపుడు లుప్తమయినది. ఇటీవలి కాలమున అవధానములు పెక్కుచేసి 'నిజాం రాష్ట్రప్రథమ శతావధాని' బిరుదాంచితులయిన కీ. శే. వీరవల్లి నృసింహాచార్యు లిక్కడివారే. ఈ గ్రామమున బుట్టుటనో, పెరుగుటనో కవి ప్రసిద్ధిగన్న కాకోజీ ప్రభృతులు కొంద ఱిపుడు కారణాంతరములచే వరదాచార్యులవలెనే గ్రామాంతరములందు నివసించుచున్నారు. వేదశాస్త్ర పురాణ జ్యోతిషాది విద్యా సంపన్నులగు బ్రాహ్మణోత్తములు మొన్న మొన్నటి వఱకును నీ గ్రామమందుండిరి. వారి తరము గడచి పోయినది. వేదశాస్త్రములకును నాదరము తగ్గి కాలము మారుటచే పాశ్చాత్య విద్యలకు ప్రాభవము కలుగుటచే నీ తరమువారు వీని యభ్యాసమునకు దొరకొనిరి. ఇప్పుడీ గ్రామము వారిలో పి. హెచ్. డి, ఎం. బి. బి. యస్; వెటర్నరీ, ఆయుర్వేద డాక్టర్లు; ఇంజనీయర్లు, లాయర్లు, లీడర్లు, న్యాయాధిపతులు, తహసీల్దార్లు, కళాశాలాధ్యాపకులు, ఉన్నత పాఠశా లాధ్యక్షులు, ఉపాధ్యాయులు పలువురు కలరు. ఎం. ఏ., బి. ఏ. లును ఎందరో కలరు. కళాశాలా విద్యార్థులసంఖ్య ఈ గ్రామమునందు నానాటికి హెచ్చు పెరుగుచున్నది. ఇట్టిది యీ కవిజన్మస్థలము. ఇట్టి గ్రామమునందే పోతన కావ్యరచన కుపక్రమించి యించుమించుగా ముగించిరి. జన్మస్థలాభిమానాధిక్యముచేతనే మడికొండ గ్రామమును వీరు పోతన కథలో జేర్చి, యచ్చటి పండితులను పోతనదర్శించి ప్రశంసించినట్లును, వారు పోతన భాగవతమును విని యగ్గించినట్లును కావ్యములో కల్పించిరి. పై విషయమును బట్టిచూడ పోతన కాలమున మడికొండలో నంతటి పండితు లుండియుందురనుట యథార్థమునకు సన్నిహితముగా గోచ రించును. కావున నీ కథాంశ కల్పనము సముచితమయి కథలో చక్కగా నతుకుచున్నది.

మడికొండకు సమీపమున 'మెట్టుగుట్ట'యను నొక కొండకలదు. కొండమీద ఈశ్వరాలయము రామాలయమును ప్రక్కప్రక్కన గలవు. ఇక్కడి ఈశ్వరునకు మెట్టరామప్ప యనియు మెట్టు రామలింగేశ్వరస్వామి యనియు ప్రసిద్ధి. పాలగుండము, రామగుండము, జీడిగుండములను మూడు ముఖ్యగుండములిట గలవు. వీనిలో పాలగుండము మిగుల పెద్దది, లోతైనది. ఇందలి నీరు చూచుటకు పచ్చగా నుండునుకాని పాలవలె రుచ్యముగా నుండును. ఇది సర్వకాలములందును ఎండక నీటితో నిండుకొనియుండును. ఈ కొండ కొక చివరనొక చిన్న గుడియున్నది. దీనిని 'దొంతులమ్మగుడి' యందురు. ఈ గుడి నానుకొని వెనుకవైపు రెండు పెద్ద రాతిగుండ్ల పేర్పులు చాల యెత్తుగా నొకదాని ప్రక్క నొకటి కలవు. వీనికి 'దొంతులమ్మగుండ్లు' అని ప్రసిద్ధి. ఈ గుండ్ల దొంతులు పూర్వము దొంతులమ్మయను దేవత కచ్చకాయ (అచ్చనగండ్లాట) లాడి పెట్టినదని కొందఱును భీమునిభార్య హిడింబి పెట్టినదని మఱికొందఱు చెప్పుదురు. మెట్టుగుట్టకు 'హిడింబాశ్రమ' మను ప్రసిద్ధి కలదు. కాకతి రుద్రదేవుని మంత్రి వెల్లకి గంగాధరుఁడు తాను స్వయముగా వ్రాసిన కరీంనగర శాసన పద్యములలో నీ క్షేత్రమును 'హిడింబతీర్థ'మని పేర్కొనుటచే దీనికీ పేరు కడు ప్రాచీనమని తెలియుచున్నది. ఈ కొండమీద శివరాత్రికిని, శ్రీరామనవమికిని ఏఁటేట తీర్థము (జాతర) సాగుచుండును. 'మగడు గొట్టగా మెట్టుతీర్థ'మను సామెత ఈ తీర్థ ప్రసిద్ధి వెల్లడించును. ఈ మెట్టుగుట్టకుగూడ శ్రీ వరదాచార్యులవారు కావ్యకథలో స్థానమును గల్పించి 8, 9 ఆశ్వాసములలో దీని మహిమ నుత్సాహముతో వర్ణించుటేకాక, పోతన యీ కొండకువచ్చి కొన్ని వాసరము లుండినట్లును మఱికొంత కథను గల్పించిరి. ఓరుగంటికిని బమ్మెరకును మధ్య దారిలోనిది యుండుట, పోతన కొండపై కేగి శ్రీరాముని సందర్శించెననుట కడు సహజముగను విశ్వసనీయముగను నున్నది. కావ్యములో నీ మెట్టుగుట్టను ప్రశంసించుటకు గారణాంతరమును లేకపోలేదు. ఆచార్యుల వారీ పోతన కావ్యమును ప్రారంభింపక పూర్వము, వారి షోడశ వర్షప్రాయమున నీ గుట్టమీది గుడిలో, గుండములో, గుహలలో నొక సంవత్సరముపాటు దీక్షతో గురూపదిష్ట మార్గమున వాగీశ్వరీ మంత్రము నుపాసించుట ప్రత్యక్షముగా నే నెఱుఁగుదును. ఇట్టి మెట్టుక్షేత్ర మహాత్మ్యము చేతను, తీవ్ర ప్రయత్నముచేతను ఆచార్యులవారు మంత్ర సిద్ధితోపాటు దేవీ కటాక్షమునకును శీఘ్రకాలముననే పాత్రులయిరి. పోతన కథతో మెట్టుక్షేత్రమునకుగూడ నొక విధమగు సంబంధము కల్పించి కవి వర్ణించుటకు ఇదియునొక కారణమని యూహింపవచ్చును. వీరిట్లు వాగ్దేవీ కటాక్ష పాత్రులయిన యనంతరము కొంతకాలము పద్యఖండికలు, నాటక రచనాభ్యాసంగముచేతను స్వీయ పాండిత్యము నభివృద్ధి కావించుకొను ప్రయత్నమునందును గడపి పిమ్మట నీ 'పోతన చరిత్ర' రచన కుపక్రమించిరి. కావుననే యిందలి ఆశ్వాసాంత గద్యలో వీరు 'వాగీశ్వరీ సమాపాదిత (వైదేహీ వరవివేదిత) సరస కవితా విలాస, సహజ పాండిత్యభాస'యని తమ్ముగూర్చి వ్రాసికొనిరి. చిరకాలదీక్షతో వీరీ కావ్య నిర్మాణము సాగించు కాలముననే ఈ కావ్య ప్రసిద్ధి తెలంగాణమం దంతటను వ్యాపించెను. గ్రంథ పరిసమాప్తికి బూర్వమును దర్వాతను ఇందలి యనేక రసవద్ఘట్టములను పలు సభా

వేదికలనుండి గానముచేసి పండిత పామరశ్రోతల ప్రశంసలకు పాత్రులయిరి. ద్రవ్యరూప సన్మానములచేతనే కాక 'అభినవ పోతన' బిరుదము చేతను వీరు బహూకృతులయిరి. కాని పీఠికలోగాని ఆశ్వాసాంతగద్యలోగాని యిట్టి బిరుద నామమును వ్రాసికొనకుండుట ఆచార్యులవారి నిరాడంబర స్వభావమునకు నిదర్శనము. పోతన భాగవత కావ్యరచనకు గొంత నిరోధము కలిగి శ్రీరామ కటాక్షముచేత తన్నివారణము కలిగినట్లే, శ్రీ వరదాచార్యులవారి 'పోతనచరిత్ర' కావ్యరచనకును గొంత నిరోధము కలిగి తన్నివారణము కలిగినది. ఈ విషయమును కవిగారు కావ్యపీఠికలో 'కావ్యనిరోధ'మను పేరుతో స్వయముగా దెలిపిరి. కావ్య సంపూర్తికి పూర్వమే వారిని గబళింప యత్నించిన క్షయవ్యాధిరూప మృత్యువును వారెట్లు ప్రతిఘటించి "యముని 'ప్రోగ్రాము'ను మార్చి"రో తెలుపును ఈ క్లిష్టసమయమున దిమకు వాగ్రూప. ధనరూపముగ సాయమొసర్చిన కవిమిత్రులు శ్రీకాళోజీ, దాశరథి, నారాయణరెడ్డిగార్లకును, పెద్దలు శ్రీ బూర్గుల రామకృష్ణామాత్యులకును హార్దిక కృతజ్ఞతలను వెల్లడించి కొంత ఋణవిముక్తులయిరి. హైదరాబాదు నిజాంరాష్ట్రమున 'పోలీసుచర్య' జరుగుచుండిన కాలమున మైసూరులో చికిత్స పొందుచున్న వరదాచార్యులు మృత్యువుకు గురియయిరను వార్తవిని వారి మిత్రులు పలువురు దుఃఖితులయిరి. పోలీసు చర్యజరిగిన యనంతరము కవిగారు జీవించియే యున్నట్లువిని పునర్జన్మించిరని హర్షించిరి. ఈ విషయమును పీఠికలో సూచించుచు కవి "వరదన! నాకు మోదకర వార్తలు జీవితమందు రెండె, నిన్ బొరసినవ్యాధి దూరమయిపోవుట, పోలీసుచర్య యిద్దరన్" అను దాశరథి మహాకవి వాక్యములను (ప 123) పునరుద్ధరించి యున్నారు. పిమ్మట అయిదారు సంవత్సరములకు అనగా 4954 నాటికి వీరీ కావ్యరచన నొక విధముగా దేవీ కటాక్షముచే ముగించిరి. ధనాభావముచే నిది ముద్రణభాగ్యము పొందుటకు సరిగా నొక 'తపము' పట్టినది. ఇట్లీ కావ్య రచనకు పూర్వము, రచనా కాలమున (వాఙ్మయం తపఉచ్యతే) తదనంతరమునకు ఆచార్యులవారికి 'తపము' తప్పకుండుట చిత్రము. అనేక వ్యయప్రయాసల యనంతర మిప్పటికైన నేదో యొక విధమున నిది వెలుగులోనికి రాగలుగుటచేత కవిగారి తపము మాత్రమే కాక సాహిత్య రసపిపాసువుల తపముసుగూడ ఫలించినట్లయినది. ఆచార్యులవారి రచనలో 'పోతన చరిత్ర' సర్వోత్తమ మయినది వీరి యీ ప్రయత్నము కాలమున కెదురీతవంటిది. కాలము మార్పువలన నేడు పాఠకుల సాహిత్యాభిరుచులలోగూడ పెద్ద మార్పువచ్చినది. ప్రబంధకాలమునాటి పాఠకులవలె, ఓపికగాని తీరికగాని కల పాఠకుల సంఖ్య నేడతి స్వల్పము. ఇది గుణమయినను దోషమయినను కాలమదే. ఇంతయేల: "ఊహ తెలియంకల లేఖక పాఠకోత్తముల్ దొరికినగాక యూరక కృతుల్ రచియింపుమటన్న శక్యమే"యని పెద్దనగా రానాదే వాపోయినాడు. నాలుగువందల యేండ్ల తరువాత నేడు మన మా మాటనే పునరుచ్చరించుట నిష్ప్రయోజనము. జటిలమయిన తత్సమాచ్ఛిక భాషలలో రచింపబడిన బృహద్గ్రంథ మెంత యుత్తమమయిన దయినను జదువువారి సంఖ్య యేకాలము నందును స్వల్పమే యనుట స్పష్టము. ఈ రహస్యమును మొట్టమొదట కనుగొన్న మేధాశాలి పాల్కురికి సోమనాథుడే. కాబట్టియే బసవపురాణము నతడు జాను తెలుగులో ద్విపదలుగా

గూర్చెను. ఈనాడు ఓగుల వ్యాప్తిలోనున్న గేయకవితకు ద్విపదకవిత దగ్గఱి చుట్టము. నేటి వ్యావహారి కాంధ్రమునకు జానుతెనుఁగును నట్టిదే యనవచ్చును. కాని సోముని తరువాతి కవులు తిరిగి నన్నయ కావ్యమార్గమునే ప్రచారమునకు దెచ్చిరి ప్రబంధకవు లా మార్గమును జటిలతర మొనరించి సామాన్యులకు దుర్గమము కావించిరి. అట్లయ్యు నధికారులగు సహృదయుల కీ మార్గముకూడ రమ్యమును రసవత్తరము నయ్యెండుట నీ మార్గము ననుసరించి వచ్చిన, వచ్చుచున్న మహాకావ్యము లీనాడును లేకపోలేదు కాని వీని సంఖ్య వ్రేళ్ళపై లెక్కింపదగిన మాత్రమే. సౌందరనందము, రాణాప్రతాప చరిత్ర, శివభారతము, రామాయణ కల్పవృక్షములు కొన్ని యిట్టివి కావ్యగుణముచేతను వైపుల్యమునుబట్టియు నయి మహాకావ్యముల పంక్తిని నిలువదగిన దీ పోతనచరిత్ర మహా ప్రబంధము

ఎట్టి కావ్యరచనకేని మొట్టమొదట కావలసినది కథ. కళా పూర్ణోదయమువంటి కల్పిత కావ్యమునకు దక్క తక్కిన ప్రాచీన కావ్యములకు మూలగ్రంథములు గోచరించును. సోమనాథుని బసవపురాణ పండితారాధ్య చరిత్రము లిందుల కపవాదములు. ఈ కావ్యనాయకులు పురాణ పురుషులు కాకుండుటే యిందులకు ముఖ్యకారణము ఇందు బసవేశ్వరుడు మతప్రవర్త వంటివాడు. పండితారాధ్యుఁడు, మతప్రచారకుఁడు వీరి చరిత్రమును సోమనాథుఁడు చాలవఱకు లోకమునుండి వారి మహాత్మ్యములను దెలుపు గాథల రూపమున సేకరించవలసిన వాఁడయ్యెను. పోతన చరిత్రమును దెలుపు ప్రాచీన గ్రంథములులేవు. కావున వరదాచార్యులు భాగవత పీఠికలో స్వయముగా పోతనయే చెప్పిన స్వవిషయమును మఱియు నతనిగూర్చి దేశమున వ్యాప్తిలోనున్న గాథలను. వీనినిగూర్చిన విమర్శకుల యభిప్రాయములను తమ కావ్యవస్తువున కాధారముగా గ్రహింపవలసిన వారయిరి. యథాతథముగ గాక నిట్టి వానిని గొన్నిటిని దమ బుద్ధికి దోచిన విధమున నౌచిత్యదృష్టితో సంస్కరించి వీరు గ్రహించిరి. ఈ విషయమును వారు కావ్యమున నిట్లు తెలిపిరి.

[1]విన్న దొకింత, భాగవత విశ్రుత పీఠికలోనఁ దాను పో
తన్న వచించి నంతయు, యథార్థ మిదేయను మా చరిత్ర తి
క్కన్నలవాద దోరణిరవంత, మనమ్మునఁ దోచినంత, వీ
నన్నిటిలోన నే మనవి సల్పెద నల్పమతిన్ మహాకృతిన్ (ఆ. 1. ప. 3)

---

[1]ఎఱ్ఱన, పోతనయు నిట్లే చెప్పిరి. ఇది ప్రాచీన సంప్రదాయ మార్గమమట స్పష్టము.

'ఏనును పెద్దలచేయును, వీనులలర దరతరంబు విన్న విధంబున్
మానసమున నున్నతెఱఁగు, గానుపునం గన్నక్రమము గథన మొనర్తున్'
(నృసింహపురాణము ఆ. 1. ప. 24)

'భాగవతము దెలిసి పలుకుట చిత్రంబు, శూలికైనఁ దమ్మిచూలికైన
విబుధజనులవలన విన్నంత కన్నంత, తెలియవచ్చినంత తేటపఱుతు.'
(భాగవతము, స్కం. 1 ప. 17)

పైవానిలో భాగవత పీఠికలో పోతన చెప్పినది స్వల్పమే యైనను యథార్థము. శ్రీమన్నారాయణుని కథను ప్రపంచించి రచింప కుతూహలుడై యొకనాటి చంద్రగ్రహణ కాలమునకు గంగకేగి స్నానమాడి ముకుళిత నయనుడై మహేశ్వరుని ధ్యానించుచుండగా శ్రీరామచంద్రుడు సాక్షాత్కరించి తన్నెఱింగించి, తన కంకితముగా భాగవతము నాంధ్రీకరించి భవబంధముల బాయుమని యానతిచ్చి తిరోహితుడు కాగా పోతన యట్లే చేయుటకు నిశ్చయించి పిమ్మట ఏకశిలా నగరంబునకరిగి యచటి పెద్దల యనుమతి పడసి భాగవత రచన కుపక్రమించినట్లుమాత్రమే కాక తన కులగోత్రాదులను, పూర్వులయు జననీ జనక సోదరులయు నామము లెఱిగించెను గద్యలో సహజ పాండిత్య విశేషమును చేసికొనెను. ఇంతకుమించి పోతన తెలిపిన ముఖ్యవిషయములు లేవు ఇంటిపేరు 'బమ్మెర' వారనియు దన కృతిని సొమ్ముల గాసించి రాజుల కంకితము చేయక భాగవతమును శ్రీహరికిచ్చి చెప్పెననియు నింకొక (11) పద్యమువలన దెలియుచున్నది. కాని ఈ విషయ మొక మహాకావ్య రచనకు జాలదు. తక్కిన గాథలన్నియు వివాద గ్రస్తములు. పోతన దేశకాలమును గూర్చియు నితర గాథలను గూర్చియు నభిప్రాయ భేదములు కలవు.

పోతన కడప మండలములోని 'ఒంటిమిట్ట'వాడని యొక వాదము తెలంగాణము నందలి ఏకశిలానగర సమీపమునగల బమ్మెరవాడని రెండవ వాదము ఈ రెండవదే సరియైనదని చారిత్రకు లంగీకరించిరి. కావున కవి దీనినే గ్రహించియు నీ యుభయ వాదములను సమన్వయపఱచు నుద్దేశముతో పోతన తన చరమ జీవితము నొంటిమిట్టలో గడపెననియు భాగవతకృతి శ్రీరామచంద్రున కచ్చటనే సమర్పించెననియు కల్పించెను. ఈ కల్పన సముచితమైనది.

పోతన శ్రీనాథుని సమకాలికుడనియు బావమఱదియనియు గాథలు. ఇది సత్యము కాదనియు విమర్శకులు సుదూర బంధుత్వ మా కాలమున నసాధ్యమని వీరి యభిప్రాయము. కాని యీ వాదము నంగీకరించినచో వీ రిరువురకు సంబంధించిన కథయంతయు పోవును. కావున ఆచార్యులవారు వీరి బంధుత్వ గాథను గ్రహించి దూరబంధుత్వము వీరికి సుసాధ్యమయ్యెననుటకు శ్రీనాథుని తీర్థయాత్రా గమనమును కల్పించుటయేకాక ఈ సంబంధమును తన తల్లి యంగీకరించిన యెడల బమ్మెరకు తఱచు వచ్చు సౌకర్యముకొఱకు శ్రీనాథుడు తాను సింగభూపాలుని యాస్థానకవిగా నుండదలచినట్లు వీరు సూచించిరి. (ఆ. 2 ప. 208)

భోగినీదండకము పోతనరచన కాదనియు, అది యతని యౌవనరచనయనియు, సింగభూపాలుని ప్రేరణచే నతని యుంపుడు గత్తెయగు వేశ్యపై పోతన రచించెననియు పెక్కువిధముల చెప్పబడుచున్నది. కవిగారు దీనిని పోతన కృతముగనే గ్రహించిరి. కాని యిట్టి రచనవలన పోతనకు న్యూనత కలుగకుండునట్లు, పూర్వజన్మమున భోగిని రంభయైనట్లును, పూర్వజన్మమున ఇంద్రుడయిన సింగభూపుని వలచివచ్చినట్లును మఱియు నామె నాట్యకళా

కౌశలమునకు మెచ్చి, సింగభూపాలుని ప్రేరణచేగాక స్వయముగనే పోతన దండకమును రచించినట్లును కల్పించుట యుక్తియుక్తము.

భాగవత శైథిల్య వృత్తాంత విషయమునను భిన్నమతములుకలవు. వారిలో తన కంకితమీయ నిరాకరించుటచే సింగభూపాలుఁడు దానిని పాతిపెట్టించుటచే భాగవత ముత్సన్న మయ్యెననుట ముఖ్యమయినది. కాని యీ గాథవలన సర్వజ్ఞ బిరుదాంకితుఁడగు సింగభూపాలునకు లోకమున నపఖ్యాతి శాశ్వతమయినది. కవి దీనినే గ్రహించినను గొంత సంస్కరించెను. ఆంధ్రభాగవత మోక్షప్రదత్వమును భంగముచేయు పంతముతో నింద్రుఁడు సింగభూపుఁడుగా జన్మించినట్లును, భాగవతము నపహరించినది యతని దళపతియైనట్లును, ఆ విషయ మయినను గ్రంథశైథిల్యానంతరము స్వప్నమున శ్రీరాముఁడు శిక్షించి చెప్పు వఱకును సర్వజ్ఞునకు దెలియనట్లును, తెలిసినపిమ్మట నతఁడు పశ్చాత్తప్తుఁడై తదుద్ధరణకు ధన సహాయముతో దానిని బమ్మెరకు బంపించినట్లు మార్పుచేసి కవి సింగభూపాలుని శీలమును మెఱుగు పఱచెను. శ్రీరామచంద్రుని చపేటముతో సింగభూలుఁడైన దేవేంద్రుని పంతము సడలి 'కావ్యోపక్రమము'లో తెలుపబడిన విధమున ఆంధ్రభాషకు 'దాసోహ' మ్మని యనంతర జన్మల యందును శ్రీకృష్ణదేవరాయలుగా, రఘునాథరాయలుగా నీ భాషకు సేవ జేసినట్లును ఇందు సంకల్పింప బడినది.

చిదానందయోగి పోతనకు రామమంత్రోపదేశ మొనరించుట, మల్లన పోతన కుమారుఁడనుటయు కల్పిత కథలని కొందఱు. కాని యీ రెంటినిగూడ కవిగారు తమ కావ్యములో గ్రహించిరి. తారక మంత్రమునే కాక శారదా మంత్రమునుగూడ నుపదేశింపజేసి పోతనకు ద్వాదశ వార్షిక బ్రహ్మచర్య నియమపాలనమునుగూడ చిదానందులచేత నాదేశింపజేసి, తద్భంగము ధారణాశక్తికి భంగము కల్గించునని దీనిని కథతో గట్టిగా ముడిపెట్టిరి. భాగవత శిథిల భాగమును పోతనయే తిరిగి స్వయముగా బూరింపకుండుటకు దీని నొక ప్రబల కారణముగా నీ కవి కల్పించెను. పితృవిరహముచే మల్లనయు దానిని బూరింప నొల్లకుండెననియు, శిష్యుల కొకప్పుడు భాగవతము రచించు భాగ్యము పట్టవచ్చుననునట్టి పోతన వాగ్బలముచే గంగనాదులే దానిని పూరించినట్లును కవి యిందు సమర్థించుచు కథా కల్పనా చాతుర్యమును బ్రదర్శించెను.

ఇవిగాక పోతనామాత్యుని రామభక్తి మహత్త్వాదులకు సంబంధించిన కథలు పదివఱకు వ్యాప్తిలో గలవు. వీని నన్నింటిని కవి యీ కావ్యములో సరసముగా వర్ణించి పాఠకుల హృదయములో నెనకటినుండియు బాదుకొనియున్న గౌరవాదరములను జెదరనీక పోషించిరి. ఈ గాథలలో పోతన హాలికజీవితమును శ్రీనాథుఁ డెత్తిపొడువగా 'బాలరసాలసాల' యను పద్యముచే పోతన (మల్లన) సమాధానము చెప్పుట, – శ్రీనాథుఁడు తన మహిమ ప్రదర్శించుటకై బోయీలు లేకయే పల్లకి వెళ్లె నడిపింపజేయుట చూచి మల్లన ఎద్దులు లేకయే నాగలిచే దున్నించుట, – గజేంద్రమోక్షకథ వ్రాయునప్పుడు పోతన 'అలవైకుంఠ పురంబులో

నగరిలో నామూల' యను పద్యమును ప్రారంభించి యవ్వల దోచక చింతిల్లుచు వెలుపలి కేగి నప్పుడు రాముఁడేవచ్చి 'సౌధంబు దాపల...' యని పూరించి పోవుట. — భాగవతమును రచించునప్పుడు పోతన చెప్పినదెల్లను ప్రత్యక్షముగా జరుగుచుండెననుటకు నిదర్శనముగా రుక్మిణీ కళ్యాణములోని "దేవకీసుతు కోర్కె తీగలు పీడఁగ"నను పద్యములో 'బాలకమురె' నని చెప్పగా పోతన కుమార్తె కుంపటిలోబడి కమరిపోయెననియు, 'పద్మనయనమువలన బ్రమదంబు నిందారె' నని చెప్పగానే ఆ బిడ్డ మరల జీవించి సుఖముగా నుండెననుట. — భాగవతమును కర్ణాటనృపాలున కంకిత మిచ్చుటకు బోవుచుండగా సరస్వతీదేవి దర్శనమిచ్చి విలపించుచుండగా పోతన 'కాటుక కంటినీరు చనుకట్టుపయిం బడనేల యేడ్చెదో హాటక గర్భురాణి' యని యోదార్చి భాగవతమును నరాంకితముగా జేయనని వాగ్దానము చేయుట. — అను గాథల నీ కవి యథాతథముగా గ్రహించెను. తక్కిన రెండు మూఁడు కథలలో కొద్ది మార్పు చేయబడినది. శ్రీనాథుఁడు సపరివారముగా పోతన యింటికి వచ్చినప్పుడు విందు చేయుటకు దగిన భోజన పదార్థములను పోతన రూపమున విష్ణుమూర్తి వచ్చి యిచ్చిపోయెనను దానిని 'జ్యోతిపుర మహారాజ్ఞి' తెచ్చి సమర్పించినట్లు వ్రాయబడినది. ఈమెను సరస్వతీదేవికి సంకేతముగా కల్పించినట్లు జ్యోతిపురరాజ్ఞియను పేరునుబట్టి యూహింపవచ్చును. ఇట్లే భాగవతమును తన కింకితమీయ నంగీకరింపని పోతనను బాధించి కట్టితెచ్చుటకై పంపిన కర్ణాటాధీశ్వరుని భటులను విష్ణుమూర్తి శ్వేతవరాహ రూపమునవచ్చి పాఱదోలెనను కథ యొకటి కలదు. భాగవతము నపహరించి కొనిపోవుచున్న సింగభూపాలుని సేనలతో బోరాడి యొక పేటి వరాహము భాగవతమును విడిపించినట్లు పై కథను వీరు కొంత మార్చి వ్రాసిరి. ఈ సమయమున గ్రామయువకుఁ డొకడును సేనలతో బోరినట్లును వర్ణింపబడినది. మఱియు భాగవతమున కపచారము కావించిన సింగభూపాలుని భార్యకు స్వప్నమున శ్రీరామచంద్రుఁడు కనుపించి, భర్తతో జెప్పి భాగవతమును వ్యాప్తిలోనికి దెప్పింపుమని చెప్పెనను గాథను గ్రహించి, సింగభూపాలునికే స్వప్నదర్శనమిచ్చి శ్రీరాము డతని శిక్షించి యట్లు చెప్పి తిరోహితుఁడయినట్లు వీరు కొంత మార్చిరి. పై మార్పు లన్నింటికంటెను గజేంద్రమోక్షములోని 'సిరికింజెప్పడు శంఖచక్ర యుగముం జేదోయి సంధింప'డను పద్యమును శ్రీనాథుఁ డాక్షేపింపగా, పిమ్మట నొకనాడు పోతన యతని కొడుకును దాచియుంచి వచ్చి, శ్రీనాథుఁడు భోజనముచేయు సమయమున నూతిలో నొక పెద్ద ఱాయివైచి కేకవేయగా శ్రీనాథుఁడట్లే లేచి పరుగెత్తి వచ్చెనను కథలో; శ్రీనాథుని కూతురు శారద యొకనాడు పూల మొక్కలకు బావినుండి త్వరత్వరగా నీరు తోడుచుండగా బొక్కెన బావిలో బడినట్లు, శారద బావి సమీపమున బడినట్లును, అప్పుడు పోతన పుత్రిక లక్ష్మి 'వదినెచచ్చె' నని కేకవేయగా శ్రీనాథుఁడు తినుచున్నవాఁ డట్లే పరువెత్తి వచ్చినట్లు వీరు చేసిన కల్పన ఔచితీ శోభితము.

శ్రీ వరదాచార్యులవారు పోతన జీవితము నొక మహా ప్రబంధముగా వర్ణింపదలచిన వారగుటచే మీఁద దెలుపబడిన పూర్వగాథలతోపాటు మఱికొన్ని నూత్న కథాంశములను

సన్నివేశముల నిందు స్వబుద్ధిచేత కల్పించు కొనవలసిన వాఁడయ్యెను. ఇట్టివానిలో, ద్వితీయాశ్వాసమునందలి నిరుపేద జవరాలి మానహరణ వృత్తాంతము, పంచమాశ్వాసమునందలి పోచయ్యయను కాపు పోతనను జంపబూనిన వృత్తాంతమును, భిక్షుకునికిని లోభిసెట్టికిని సంబంధించిన కథాంశమును, సప్తమాశ్వాసములోని బమ్మెర మార్గమధ్యమున విడిసిన శ్రీనాథునిగాంచి పోతన భాగవతమును నరాంకితము చేయఁడని నిర్ధారణముచేసి చెప్పిన జంగమకన్య వృత్తాంతము మఱియు సపరివారముగా శ్రీనాథుఁడు పోతన యింటనున్న సమయమున భాగవత శ్రవణము నర్థించి పోతన గృహమున కేతెంచిన జ్యోతిపురరాజ్ఞి వృత్తాంతములు ముఖ్యములు. వీనిలో ననేకములకు బైపైదృష్టితో జూచిన నేరుగా వీనికి ప్రధాన కథతో సంబంధ మున్నట్లు వెంటనే గోచరింపదు. కాని వీనిలో నే యొక్కటియును నిష్ప్రయోజనము కాదని పరిశీలనము వలనఁ దెలియును.

తన శీలమును బలవంతముగా హరింప యత్నించు యువక భూస్వామినుండి యెట్లో తప్పించుకొని వీధివెంట 'పొంగు యౌవనమును గొంగుచాటొనరించు మాత్రి ముదుపులేక శోకమెసఁగ దిరుగ లోలోన గ్రుంగెడి శీలవతియగు నిరుపేద కాపు జవరాలిని గాంచి పోతన జాలినొంది మానరక్షణమునకై తనమీఁది యుత్తరీయమును దీసి యామెపై వైచి 'నీవు నా చెల్లెలివంటిదాన'వని పలికి యామె దుఃఖకారణమును విచారించును. ఆమె యా యంగవస్త్రమును గొన సందేహించుచుండ నామె భర్తవచ్చి 'అయ్య దేవునివంటివాఁడు, వస్త్రమును గైకొనుమని చెప్పగా నామె దానిని గ్రహించును. పిమ్మట నామె విషాదగాథను విని పోతన వారిని తన యింటికి దోడ్కొనిపోయి గ్రాసమిచ్చి పంపివేయును. ఈ వృత్తాంతమువలన గ్రామీణస్త్రీల పౌశీల్యమును దెలుపుటయేగాక, కథానాయకుఁడును భావి భాగవత కర్త కానున్న పోతనయొక్క శీల సంపదను, దయార్ద్ర హృదయతను దెల్లము చేసెను. తరువాత నీ యువతి కూలిపనిమాని స్వతంత్రముగా పందులను బెంచుచు జీవింప దొడగెను. పోతన భాగవతమును సింగనృపతి సైనికులు బలవంతముగా హరించిన సమయమున నీమె మందనుండియే యొక పోటేటి వరాహము విజృంభించి వచ్చి సైనికులతో బోరాడి భాగవతమును రక్షించినట్లును కల్పించి కవి యీ వృత్తాంతమునకు ప్రధాన కథతో సంబంధము కలిగించెను. ఇంతేకాక యీ కాపుజవ్వని శీలమును హరింప యత్నించిన యువకుఁడు పోతరాజు బాల్యమిత్రుఁ డగుటచే నీ యిరువురి మిత్రుల శీల తారతమ్యమును జూపి కవి పోతనపాత్ర కుత్కర్షను పాదించెను. మఱియు పోతన పద్యరూపమున వ్యంగ్యముగా జేసిన హితబోధవిని యతఁడిల వెంటనే హృదయ పరివర్తన గలిగి పశ్చాత్తప్తుఁ డయినట్లు కవి వర్ణించి పోతన కవిత్వము శక్తివంతమనియు ఆంధ్రభాగవత రచనకు సమర్థమైనదనియు సూచించెను. పోతన పద్యములను విన్నపిదప "నైషధకావ్యర మాగండూషన్ మధుపాన మత్తదోలాయిత దృగ్గోష్ఠుఁడిట్. నాకౌక ప్రత్యూషా కృతియయ్యెఁ దావకోక్త కృతిరుచుల్" (ఆ. 2. 123) అన్న మిత్రుని వాక్యములే యిందుకు నిరూపణములు.

ఆ సంవత్సరము కరువు విజృంభించెను. తొలకరి వానలు గురిసినను చెరువులో నున్న చేరెడు నీరుకొఱకు బమ్మెర కాపులు జగడము లాడికొన జొచ్చిరి. అట్టియెడ పోచయ్యయను నొక త్రాగుబోతురైతు తన పొలమునకు గ్రామకరణము పోతనయే నీరు రానిచ్చుట లేదని పగబూని యా రాత్రి యతనిని జంపదలంచెను. ఈ సంగతి నీరటి పోతన కెఱిగించి రాత్రికి పొలము పొంతకు పోవలదని వారించెను గాని మేరు నగధైర్యుండగు పోతన 'తమస్సు సత్వమ్మునకన్న నధిక సత్వయుతంబే' యని పలికి రామునిపై భార ముంచి యొంటరిగా చీకటిరాత్రి పొలముపొంత కేగెను. చీకటిలో సర్పదష్టుడై పడియున్న తన్ను జంపదలంచిన పోచయ్యకు మందువేసి బ్రతికించెను. తనను రక్షించినవాడు తాను ద్వేషించిన పోతనయే యని తెలిసికొని తన్ను మన్నింపుమని వేడుకొనును. ఈ వృత్తాంతము వలన కవి పోతన ధీరశాంత గుణమును నిరూపించుటయేకాక తన సత్వగుణ మహిమచే తాపసులకుగూడ హృదయ పరివర్తన గలిగించు శక్తిని వ్యక్తపఱచి నాయకునకు దీప్తి నాపాదించెను. అనంతర కథలో నితని పుత్రుండే యసాహాయ వీరుడై సింగభూపతి సేనలతో పోరాడినట్లు కల్పించి కవి పోచయ్య వృత్తాంతమును ప్రధానకథతో ముడిపెట్టెను.

పోతన భాగవతము నరాంకితము చేయడని నిర్ధారణచేసి చెప్పిపోయిన జంగమకన్యకయే శారదాదేవి యైనట్లు తర్వాత కల్పించి శ్రీనాథుని ప్రయత్న విఫలము కాగలదను భావి కథాంశము నీ వృత్తాంతముచే ధ్వనింపజేయుట మాత్రమే కాక పోతన యుపాస్య దేవత యగు వాణి యతని నెప్పుడు నొకకంట గనిపెట్టుచుండుటను సూచించెను. మఱియు రామార్పితమయిన పవిత్ర భాగవతమును రాజు మెప్పునుగోరి నరాంకితము చేయింపబోవు నసత్ప్రయత్నమున శ్రీనాథునకు నిరుత్సాహము కలిగించుటకు నీ కల్పన ముద్దేశింప బడినట్లును గ్రహింపవచ్చును. జ్యోతిపురరాణి కల్పనమును నిట్టిదే. జ్యోతియనగా జ్ఞానజ్యోతి. అట్టి జ్ఞానపురికి రాణియనగా జ్ఞానసామ్రాజ్య పట్టమహిషియగు వాణియే. సరస్వతియే యా రూపమున నేతెంచి శ్రీనాథుని పరివారమునకు వలయు భోజ్య పదార్థముల నొసగి యాపదనుండి పోతనను గాపాడిపోయినట్లు కల్పించి యతనిపైగల సరస్వతీ కటాక్షమును మఱొకమారు కవి ఋజువుచేసెను.

పోతన భాగవత సప్తాహముచేసి పిమ్మట నాంధ్రభాగవత లేఖనమున కుపక్రమింప నిశ్చయించెను. కాని సప్తాహమున కవసరమగు ధన మాతనియొద్దలేదు. ఇంట పిల్లలు కస్తుండుటచే నాటికి వలయు బియ్యమును నెటనేని తేదలంచి పోతన యూరిలోని కేగెను. ఆ సమయమున నొక బిచ్చగాడికి పిడికెడు ముష్టిపెట్ట మనసొప్పని లోభిసెట్టి వానిపై గఱ్ఱ విసరెను. అప్పుడతని గాపాడ నడ్డముబోయిన పోతనకది దాకి గాయపఱచి రక్తము స్రవింప దొడగెను. రక్తము జూడలేక భిక్షుకుడు మూర్ఛితుడాయెను. తన గాయమును లెక్కసేయక పోతన భిక్షుకుని దన గృహమునకు గొనిపోయి యుపచారము చేయగా గొంతసేపున కతడు సేదదీరి కృతజ్ఞతా సూచకముగా తనకు దారిలో లభించినదని యొక గంటము నొసగి విడవ

సందడిలో బయటకేగి యదృశ్యుఁడయి యెంతవెదకిన నగుపించఁడు. లోభిసెట్టియు తానటుల కారణముగా పోతనను గాయపఱచినందుకు పశ్చాత్తాపమునంది పోతనయింటికేగి తన పాప పరిహారార్థము భాగవత సప్తాహమునకు వలయు ధనము నొసగుదునని వాగ్దానముచేసి క్షమా పణ మర్థించి, యక్షే యొసగును. ఈ కథాంశ కల్పనచే భాగవత సప్తాహమునకు గావలసిన ధనమును, భాగవత లేఖనమున కవసరమగు గంటమును పోతనకు అయాచిత సంపన్నమ్ము లయ్యెను భిక్షుకుఁ డదృశ్యుఁడయిన పిమ్మట సతఁడు శ్రీరామచంద్రుఁడేయయి యుండునని పోతనయు తిప్పనయు నూహింతురు కాని కవి యిట్లెచ్చటను వాచ్యము చేయలేదు కావున శ్రీరామచంద్రుఁడే యట్లు భిక్షుక రూపమునవచ్చి భాగవత సప్తాహమునకగు వ్యయమును భరింపగల లోభిసెట్టివిషేరి తాను నిమిత్తమాత్రుఁడుగానుండి యట్లొక నాటకమాడి లోభికి హృదయ పరివర్తనము కలిగించి సప్తాహమునకువలయు ధనమును, వ్రాయుటకు గంటము నొసంగి పోయెనను రామకటాక్షగాథను కవి యిందు ధ్వనింపజేసెను మఱియు నీ వృత్తాంతము కవాపాయకుని క్షమా గుణమునకును, దయార్ద్ర హృదయమునకును వన్నెపెట్టినది. ఇట్టి కవి కల్పిత యవాంతర వృత్తాంతము లన్నియు ప్రధాన కథను రసవంతముగా విస్తృతి పఱచుచు నౌచితీ శోభితములయి కథా కల్పనమున నీ కవికిగల నేర్పును దెల్పుచున్నవి ఇవిగాక ఈ కావ్యమునం దంతటను కవిచేసిన పెద్ద కల్పన లన్నియు. కథాకథన శిల్పము నకో, నాయకుని పాత్ర పోషణమునకో, కావ్య రసవ్యంజకత్వమునకో ఉపస్కారములుగా నున్నవి. అట్టివి క్రిందఁ బేర్కొనబడుచున్నవి. (1) తల్లిదండ్రులతో బాల్యమున పోతన పాలకుర్కి జాతరకేగుట, (2) రామ తారకముతోబాటు చిదానందయోగి పోతనకు శారదా మంత్రమునుగూడ నొసగి ద్వాదశ వర్షపర్యంత బ్రహ్మచర్య వ్రతదీక్ష నాదేశించుట, (3) శ్రీనాథునకు భార్యావియోగ కథనము, (4) తృతీయాశ్వాసమునందలి పోతన దంపతుల సమాగమమునకు సంబంధించిన సకల వృత్తాంతము; (5) తిప్పనతో లక్కమ కేసనల తీర్థయాత్రా గమనము, (6) పోతనకు పితరుల మరణకల్పనము, (7) శ్రీనాథుని కూతురు శారదకు దుస్స్వప్న కథనము వంటివి.

సాధారణ దృష్టికి పైపై సామాన్య విషయములు కథకు నవసరములుగ దోపవు. కాని కథలో చాల భాగము కవి స్వయముగా జెప్పక పాత్రల ముఖముననే కథను నడిపింప దలచిన వాఁడగుటచే శిల్పదృష్టితో పై విషయములను కల్పించిన ట్లూహింపదగును. వీనిలో పాల్కురికి జాతరలో తల్లిదండ్రులు పోతనకు జూపించిన వినోదములు ముఖ్యములుగావు. చివరలో కేవల యుచట ప్రదర్శింపఁబడిన వీథి భాగవతమునకు గావించిన వేదాంతవ్యాఖ్య, ప్రకృతి పురుషులకును జీవులకునుగల జననీ జనక సంబంధ వివరణము, చావుపుట్టుకల స్వరూప నిరూపణమును మఱియు కవితా స్వరూపమును. పోతన జ్ఞానవికాసమును కొఱకు చేయుట ముఖ్యము. ఈ విషయ మన్యత్ర కొంత వివరింపఁబడినది. ఈ యవాంతర కథ లన్నియును ప్రధాన కథతో సమన్వయించి కావ్యమున వస్త్వైక్యము నాపాదించుచున్నవి.

చిదానందయోగి యుపదేశించిన తారకమంత్రమువలన పోతనకు మోక్షసిద్ధి సుగమమగుననుటలో సందేహములేదు. కాని దీనివలన కవిత్వసిద్ధికూడ లభించుననుట నియమితము కాదు. కావున మోక్షసిద్ధికి తారకమును, కవిత్వసిద్ధికి శారదమంత్రము నుపదేశించినట్లు కల్పింపబడినది. ఇక ద్వాదశవర్ష బ్రహ్మచర్య నియమ పాలనమువలన ధారణాసిద్ధియు, తద్భంగమున ధారణాశక్తి భంగమునను ఫలము నుజెప్పి, దీనిచే కవి భవిష్యత్ కథాచితిని పోషించెను విధిప్రేరణమున బ్రహ్మచర్యవ్రతము పండ్రెండవయేట భంగమయి పోతనకు ధారణాశక్తి భాగవత రచనకు పూర్వమే లుప్తమయ్యెను. కావుననే పోతన జీవిత కాలముననే శైథిల్యము నందిన భాగవత భాగములను తిరిగి స్వీయముగా పూరింపకుండుటకు శక్తుడు కాకుండెననుట సుబలముగా కవి ఈ ప్రతినియమ భంగమును ముందుగనే కల్పించి పోతనయే భాగవతమును తిరిగి యేల పూరింప కుండెనను ప్రశ్నకు కెదము లేకుండ జేసెను భాగవత రచనముకే కాని తత్పూరణకు రామాజ్ఞ లేకుండుటయు రెండవ కారణముగా కూడ నిట చెప్పబడుటయు సమంజసమే.

శ్రీనాథునకు భార్యావియోగము కలుగుటచేత నతడు తన కూతురు శారదను పోతన యింట చెల్లెలికడ నుంచవలసిన వాడయ్యెను. దీనిచే నామె మల్లనభార్య కాగలదనుట సూచితము. ఇదిగాక 'సిరికింజెప్పడే'యను పద్యమును శ్రీనాథు డాక్షేపించినపుడు శారద నూతి చెంత బడినట్లు చెప్పబడుటకు నిది వీలొనగెను ఆమె కిప్పటికి మల్లనతో వివాహము కాలేదు. తల్లియే యుండిన నామె యిచ్చట నుండవలసిన యగత్యములేదు.

ఇట్లు శారద దుస్స్వప్నమును గనుట నామె తండ్రికొఱకు బెంగగొనెను. శ్రీనాథుని పిలుచుకొని వచ్చుటకై యామె లేఖతో పోతన శిష్యులు రాచకొండకేగు నవసర మేర్పడెను. శ్రీనాథునకు లేఖయిచ్చి సభలోవారు భాగవతాంధ్రీకరణమునుగూర్చి తెలుపుటేకాక యందుండి కొన్ని ఘట్టములను గానముచేసి వినిపించిరి ఆ కవిత్వమునకు మురిసిన సింగభూపతికి భాగవతము నంకితముగొను నిచ్ఛజనించెను రాచకొండకు బత్రికను జాడిబో నువ్విథులారు శ్రీనాథుని వారించి రాజు పోతనను భాగవతముతో శారదతోగూడ వచ్చుటకే రప్పింతునని సేనా పరివారమును బంపెను కాని యత్నము ఫలించలేదు. అప్పుడు శ్రీనాథుడే బమ్మెరకేగుటకు రాజాజ్ఞతోబాటు పుత్రికనుజూచు కోరికయు బలవత్తర మగుటచే నతడు వెంటనే బమ్మెరకు బయలుదేరెను. ఇట్లు శారద దుస్స్వప్న వృత్తాంతము కావ్యమున వింత కథను నడపించినది.

కొద్ది వ్యవధిలో పోతన తలిదండ్రుల మరణమును కవి యిందు కల్పించెను. పోతన భాగవత (శ్రీమన్నారాయణకథ) రచనా కుతూహలుడై గోదావరీ గంగా స్నానమునకు గ్రహణ కాలమున నేగినట్లు భాగవత పీఠికయందు పోతన తెలిపెను. కాని గ్రంథరచనార్థము గంగా స్నానము విడిగాచేయ నక్కరలేదు. కావున తలిదండ్రుల యస్థులను

పవిత్రగంగా జలముల నిమజ్జనముచేసి శ్రాద్ధవిధి నాచరించుట కేగినట్లొక కారణాంతరమును [illegible] యిట కల్పించుట మిగుల విశ్వసనీయమై సమంజసముగ నున్నది.

తృతీయాశ్వాసము రచనాదులకు తీర్థయాత్రాకల్పనమునకు ప్రయోజనము బ్రహ్మచర్య వ్రతభంగ భయమున భార్యను బరిగ్రహింపని పోతనను భార్యతోమాత్ర మింట వదలి పోవుట వారి యేకాంతవాసముతోబాటు సాన్నిహిత్యమును పెంపొందించుటయే. పోతన దుర్దైవమునచే వ్రతభంగము వాటిల్లి పితరుల యతనము ఫలించినది

ఈ తృతీయాశ్వాస ప్రారంభమునుండి పోతన వ్రతభంగ పర్యంత సమస్త కథా కల్పన మీ కావ్యమునందు శృంగార రసపోషకమై మకుటాయమానముగ నున్నది. పోతన యేకాంతమున భార్యతోనేమియు బల్కకుండుట, ఆమెను స్నేహితురాం డ్రారడించుట, పోతన పని పొలముపై వానరానని భర్తకగుపించుటయును కొన్ని సన్నివేశముల వలన నీ ఘట్టమునకు కళా పూర్ణోదయమునందలి సుగాత్రీ శాలీనుల కథతో గొంత కల్పనా సాదృశ్యము గోచరించును. కాని సామ్య మేతావన్మాత్రమే. తక్కు విషయములు రెంటియందును ప్రత్యేకములై భిన్నమార్గముల ననుసరించినవి. భార్యావిముఖత రెండింటను సమానమే యైనను, ఇట్టి వైముఖ్యమునకు కృత్రిమాలంకారములు కళా పూర్ణోదయమునందును, బ్రహ్మచర్య వ్రతభంగ భయము పోతన చరిత్రమునందును గారణములు. ఒకనాటి వర్ష సమయమున భర్తక్షేమము నరయదలచి తోటపనులను సలుపుచున్న పతికడకు వానలో దడియుచు వేగి తన యాభరణముల దొలగించి తనతోబాటు తోటపనులకు దొరకొనిన సుగాత్రి సహజ సౌందర్యముచేత నాకృష్టుడై శాలీనుడు సతి ననుగ్రహించును. కాని తిరిగి యింట నానాభరణాలంకృతయై వచ్చిన సతికి శాలీనుడు మరల విముఖుడగును. కాని పోతనకావ్యమున నీ సన్నివేశ మన్యథా కల్పితము. పోతనచేలు పండి కోతలకు వచ్చెను. మేఘములు వర్షాగమమును సూచించుచుండెను. వర్షములు పంటలను పాడుచేయునను భయమున పోతన మఱుసటి దినమే దుర్గాపూజ చేయించి పోలేరమ్మకు బోనమర్పించి చేలు కోతపట్టింప నిశ్చయించెను. వంటవారుకూడ తలిదండ్రులతో యాత్రలకేగియుండ భార్యతోగూడ పోతన పొలము చెంతకు బోవలసివచ్చెను. పోతన పొలముపని చేయించుటలో నిమగ్నుడయియుండెను భార్య వంటకములతో పతికొఱకు నిరీక్షించుచుండెను. అప్పటికే మూడు జాములు కడచెను. వంటలు దుర్గకు స్తుతిపూర్వకముగా నివేదించి, దారిలో వానలో దడిసి పడియున్నచోటుచేరును. కాని బురదకు కాలుజారి పడిపోగా పోతన వెంటనేపోయి వానలో వచ్చినా పసుపు జాలితో లేవనెత్తును. ఇట్లు అప్రయత్నముగా వారికి మాటలు కలియును. పిమ్మట నామె తటాకమునకేగి స్నానముచేసి వస్త్రధారణము చేసికొను నప్పటి సొగసు కంటబడి యతనిని ముగ్ధుని జేయును పిదప భార్య వడ్డింప భుజియించి యా రాత్రి కింటి కేగుదురు. ఈ పరిచయ మనురాగముగ బరిణమించి పోతన వ్రతభంగ హేతువయ్యెను—ఇట్లీ రెండు కావ్యములయందలి పై కల్పనకు సామ్యముకంటె భేదమే యెక్కువనుట నిక్కము. ఈ ఘట్టమునందు శ్రీ వరదాచార్యులు శృంగార రసమును గడు విస్తృతముగ బోషించిరి.

గ్రహణస్నానమునకు గంగకేగి స్నానానంతర ధ్యానమున సాక్షాత్కరించి వ్యాస భాగవతమును తెనుఁగించి తనకు కృతి యిమ్మనిన శ్రీరామచంద్రుని యాజ్ఞను దలదాల్చి పోతన భాగవతము నాంధ్రీకరించి రామున కంకితముచేసెను సామాన్య విషయమునకు పరంపరాగత గాథలను వింతక సంస్కరించి జోడించి. యిందు పైనజూపిన యనేక నూత్న కల్పనల నతి సహజముగ నతుకునట్లు చేర్చి పోతన జీవితమున నొక మహా ప్రబంధ నిర్మాణమునకు సరిపోవునట్లు కవి విస్తరించెను. వీరి యీ కథా కల్పనా శిల్ప మనల్పమనుట కల్పనగాదు.

ఈ కథ నొక ప్రబంధముగ నిబంధించుటకు ముందు ప్రథమాశ్వాసమున దీని కంతకును 'కావ్యోపక్రమ'మను పేర బాహ్యరంగము నొకదాని నపూర్వముగ గల్పించిరి. ఈ విషయము ప్రథమాశ్వాసమునందు 6-77 వఱకుగల 72 పద్యములలో విస్తృతమయి యున్నది. దీని సారాంశ మిట్లుండును.

నైమిశారణ్యమునందలి శౌనకాదిమునులు సూతునిగాంచి నమస్కరించి, కలికాలమున మనుజులకు నర్థకామములు రెండే పురుషార్థములుగనుండి విష్ణుభక్తి శూన్యమయి ధర్మదేవత యొంటిపాదముతో నడువలేక మూలబడు నందున, ఆ యుగమున సకలధర్మ మూలమగు విష్ణుభక్తిని వ్యాపింపజేయు మహాత్ములు పుట్టరా? యని జిజ్ఞాసువులయి ప్రశ్నించిరి. అపుడు సూతుఁడు భాగవతకర్తయగు నొక భాగవతోత్తమునికథ వినిపించును. మున్ను నారదుఁడు శ్రీ మహావిష్ణువును కలిప్రజలకు విష్ణువును ప్రాపించు సులభోపాయమును బోధింపుమని యడుగగా నాతఁడు నారదునకు 'కలిలో భాగవతమ్మె మోక్షప్రద సౌఖ్య ప్రాపకమంచు' దెలిపి తద్రహస్యమును బోధించి దీనిని వ్యాపింపజేయుమనెను. నారదుఁడు దానిని వ్యాసునకు బోధించి లోకమున వ్యాపింపజేయుమనెను. ఆయన భాగవతమును దేవభాషలో రచించెను. దానిని సేవించి పరీక్షితుఁడు విష్ణు పదప్రాప్తుఁ డయ్యెను. వ్యాసునకు 'వ్యాసో నారాయణో హరి'యను బిరుదు ప్రసిద్ధమయ్యెను. కలహ భోజనుఁడు నారదుఁడు దేవేంద్రున కీ విషయము దెలిపెను ఇంద్రుఁడు మత్సరించి 'హరి' యను బిరుద మింద్రోపేంద్రులకు దక్క నరులకు జెల్లదనియు, వ్యాసప్రోక్తమగుటచేతగాక నది దేవభాషయం దుంటవలన భాగవతము మోక్షప్రదమయ్యె ననియు, నితరభాషలలో వ్రాయబడియు నట్టిదగునేని తా నట్టి దానకు మూడు జన్మలలో దాసుఁడగా నుందుననెను నారదుఁ డింద్రుని ప్రతిజ్ఞను వ్యాసున కెఱిగించును. వ్యాసుఁడు కాశికేగి ఈశుని స్త్రీ. పురుష. చేతనములను 'త్రిలింగ' రూపునిగా స్తుతించి 'సంస్కృతమ్మువోలె సారవంతమ్మగు బావ యీవె భాగవతము వెలయ' నని ప్రార్థించును. అతని త్రిలింగరూప స్తుతికి మెచ్చి ఈశ్వరుఁడు త్రిలింగ ప్రాంతమునందలి భాష తెలుంగన దనరును. అందు పోతనయను కవి భాగవతము రచించుననియు, అతఁడు వివాహితుఁడయ్యు బ్రహ్మచర్యమూని సిద్ధిపడసి భాగవతమును రచించును. అట్టి తెనుఁగు కృతి గీర్వాణ భాగవతముతో సరిదూగునని తెలిపెను. అట్టి తెనుఁగుభాషా గంగా ప్రవాహమును సపరివారుఁడై తానే యొలికింతుననియు వ్యాసున కీశ్వరుఁడు వచించెను. ఈ సందర్భ

మున తెనుఁగులకై పుట్టుకనుగూర్చి చేసిన కల్పన (ఆ. 1.51) చదువ దగినది. దేవతలే తెనుగు కవులయి పుట్టినట్లు తర్వాతి పద్యమున కవి వర్ణించెను. ఈ విషయము సమస్తము వినిన వాయుదేవుఁడు దానిని దేవేంద్రున కెఱిగించెను అది దేవభాష కవమానముగ భావించి ఇంద్రుఁడు దేవగణములలో నుపేంద్రుని దర్శించి విషయము విన్నవించి 'తల్లిబాసల తల్లి మందారవల్లి దేవవాణి, దాని కడేటి తెల్గుబోటి' యను మొఱబెట్టి యట్టి భాషా జననిని రక్షింప వేడును. అదివిని కుత్సితబుద్ధి కూడదనియు, 'శౌరి పదభక్తులానురీ శక్తినణఁచి విశ్వ కల్యాణమును గూర్పు విబుధు' లనియు, నట్టి విబుధులకును దనకు వేఱు లేదని తెలిపియు, 'ఇంద్రుని తృప్తి పఱపుటకు ఏదేని వక్రితచర్య నాచరింపఁబూనుఁ డాత్మబుద్ధి' నని నర్మ గర్భముగా బలికి తప్పుకొనును కాని యింద్రుని ప్రార్థనమున నిట్టిపాయమును బోధించును. కవి తపస్సమాధిజెందిన భాగవతమును రచింప గావున పోతన తపస్సును 'ధన దార సుత' రూపములగు ఈషణత్రయములచేత భంగము చేయవలెననియు,

'స్వర్గాధిపత్య భావ్యద్భవ్యశక్రాంశ మవని సింగనృపాలుఁడై జనించు
భావజాత మనోజ్ఞ లావణ్యరూప రత్యంశమ్ము సుకవిభార్య న్వసించు
వేదశాస్త్ర పురాణ విజ్ఞానదీప్త విఘ్నేశ్వరాంశ సుతాత్మ వెసఁగుచుండు
ఇందిరా హృదయాబ్జ మందిరమ్మగు మామకాంశమ్ము శ్రీనాథునందు నుండు
నాగభూషణాంశము చిదానందుఁడగును, రంభ భోగినిగా భువి న్వంభవించు
దాశరథివయి వేమన దత్కవీంద్రుగాంచి యాచింతు నాంధ్ర భాగవతకృతిని
(ఆ 1-69)

'సురపతి తద్భాగవతము, నరాంకిత మొనంగు నటు లొనర్పగవలె, నీ
పరివారముఁగొవి. యపుడది ధరమోక్ష ప్రదముగాక తనుతను బొందున్'. (ఆ 1-70)

అని యొక కార్యక్రమము నేర్పఱచెను. ఆ సమయమునకే నారదుఁడువచ్చి హరిని గాంచి 'నీ లీలలు వాఙ్మనములకు నతీత'మని నమస్కరించును. హరి నారదుని గని నవ్వును. నారదుఁడు హరి మొగము చూచి హసించును. వీరి హాసములోని రహస్యమును దెలియలేక ఇంద్రాదు లొకరి మొగ మొకరు ఆశ్చర్యముగ గనుగొందురు. విష్ణువు దేవేంద్రున కొక కార్యక్రమము నెఱిగించెనే కాని దానిని సమగ్రముగా జెప్పలేదు. ఈ విషయమునే 'స్వరితక్రతతివేద శక్తియుమ్మరె సానరాత్మగా నరసి. సురాళిగాంచి యిటులాడెను శ్రీహరి వాహీరంబుగన్' (ఆ 1-88) అని కవి తెలిపెను. ఈ సంగతిని సురలు గ్రహింప నేరకుండిరి. ఇదియే నారద నలినాక్షుల నవ్వుల మర్మభావములు. కావుననే ఇంద్రుఁడైన సింగ భూపతి (విష్ణు సంకల్పమునకు విరుద్ధముగా నుండుటచే) పోతన భాగవతమును నరాంకితము కావింప విశ్వయత్నము [illegible] వ్రయత్నుఁడు కాజాలకుండెను. ఇంద్రుని కోటమియు విష్ణు భక్తుఁడగు పోతనకు విజయము లభ్యమయ్యెను. ఈ ఫలితాంశమునుగూడ కవి యిచటనే క్రింది పద్యమున ధ్వనింపఁ జేసెను.

"స్వీయ గౌరవమ్ము చెన్నాడటకుగాను, ప్రక్కవారి గింజరఖము జడుచు
ఒదుల దీపమార్చి యొప్పారఁ గలనము, శరభరాజు కేవటి జయ, మహనఘ."

(ఆ 1_73)

ఇచట (౧, ౨)ల కథేన మార్గమున శలభరాజనగా శరభ రాజనియు, శరభ శబ్దము చేత సింహశబ్ద స్ఫురణమువలని సింగరాజనగా సింగభూపతి జయము పొందె నని శబ్దము వలనను దెలియవచ్చును. కావ్యాంతమున పశ్చాత్తప్తుఁడగు సింగభూపతి "జ్యోతిని గాంచి క్రిమింగఁ జనుచో శలభమ్ము ఫలమ్ము నొందునే?" (ఆ. ౬_217) యనుట పై యూహ కాధారము.

ఈ పూర్వకథా కల్పనము ననుసరించియే కావ్యకథ యంతయు నడచినది. ఈ కల్పన మునకు సంస్కృత భాగవతమువలెనే యాంధ్రభాగవతము భక్తిజ్ఞాన వైరాగ్య మోక్షప్రద మనియు, సంస్కృతమువలెనే ఈశ్వర నిర్మితమైన తెలుఁగుభాష తత్తుల్య మనియు, ఇంద్రుఁడేయైన సింగభూపతి యపకీర్తి భాజనుఁడు కాడనియు, రంభయే భోగినిపై దండక రచనముచేయుట పోతనకు దోషావహము కాదను మొదలగునవి ప్రయోజనములు. కావ్యము నందలి ప్రధాన పాత్రలయందు దైవాంశ మారోపితమగుట కావ్యవస్తుగౌరవమున కాధి క్యము కలుగును. ఇంతేకాక దీనికి మఱియొక ప్రయోజనము గలదు. ఆంధ్ర భాగవత రచ నము నైమిశారణ్యమునందలి శౌనకాది ఋషులు సూతునిగాంచి ఈ కలికాలమున పురుషులు సుకర్మలు చేయజాలరు. కావున అట్టివారి కెయ్యది సర్వసౌఖ్యమై యలవడు? ఏమిటి ఆత్మ శాంతి బొడము? నని ప్రశ్నించి, వసుదేవ దేవకుల కుదయించిన కృష్ణు కథలు వినిపింపు మని కోరుదురు. ఈ విధముననే 'కావ్యోపక్రమ' ప్రారంభమున శ్రీ వరదాచార్యులును 'మును నైమిశవని సూతునిఁగని శౌనకముని వరాది గణముత్కంఠతన్' (ఆ 1_5) అని యుపక్రమించి కలియుగజనుల దుస్థితిని వివరించి 'శ్రీ దనుజహరు భక్తి వ్యాప్తిం బొనరింప మహాత్ము లెందుఁ బుట్టరో కలిలో?' యని ప్రశ్నింపఁగా నత్తరి పరాశర సూనసమాను లద్భు వింతురను సూతునిమాట లాలించి 'కలిజనముల సద్గుణ వర్తనులు బుట్టుదురు దరనన్నన్' మా మనములు విన గుతూహలం పడునందురు. వారికి సూతుఁడు భాగవత కర్తయగు నొక భాగవతోత్తముని చరిత్ర బ్రవచింతు'నని పోతన చరితము నెఱిఁగించినట్లు కవి కల్పించి, భాగవత కర్తయగు 'పోతన చరిత్ర' మను మహాకావ్యమునందు భాగవత వాతావరణమును పౌరాణిక గౌరమును పావిత్ర్యమును సృష్టించిన వాఁడయ్యెను. కావ్యోపక్రమమువలెనే గ్రంథాంతమున కావ్యోప సంహారమునుకూడ వ్రాయబడినది. కావ్యోప సంహార రచనా సంప్రదాయము శృంగార నైషధాదులందు గలదుగాని కావ్యోపక్రమ రచనము ప్రాచీనాంధ్ర కావ్యములందైన నున్నట్లు స్ఫురింపదు.

ఈ పోతన చరితను ఆచార్యులవారు భాగవత తుల్యమగు నొక 'దివ్య ప్రబంధము'గా నిర్మింప దలపెట్టినట్లు దీని నాద్యంతము బఠించిన వారికి వెంటనే స్ఫురింపకపోదు. రామభక్తా

శ్రీనరుడగు పోతనయందు బలరామాంశను, దక్షిణ పాత్రలగు సింగభూపాలాదులందు ఇంద్రాది దేవతాంశలను ఈ కవి నిరూపించుట వెనుక గమనించితిమి. వీరితోపాటు శ్రీరామ శారదలను స్వప్నాఖ్యానములందు పరోక్షముగను, బ్రాహ్మణ, శూద్రభిక్షుక, జంగమకన్యక జ్యోతిష్కర రాజర్షి రూపముల ప్రత్యక్షముగను నీ కావ్యపాత్రలుగా వ్యవహరింతురు 'పోతన చరిత్ర' కావ్యము దశమాశ్వాసముతో సమాప్తియగుచున్నను కవి మఱి రెండాశ్వాసములను అనుబంధముగా రచించి వానియందు శ్రీరామ, మోహినీ, వరాహ, నరసింహ, శ్రీకృష్ణావతారములను మఱియు గజేంద్రమోక్షణ, రుక్మిణీ కల్యాణములను నేడు భాగవత ప్రసిద్ధ గాథలను గూర్చి మెచ్చుతప్పగా నేడు వందల పద్యగద్యములలో పోతన శైలిని రచించి యిందు చేర్చిరి ఈ యనుబంధ భాగములే విస్తృతియందు మను వసు చరిత్రములకంటె పెద్దవి కావున వివిధ ప్రమాణములను కొన వీలులేదు. ఈ భాగములందలి పైగాథలలోనే శ్రీరామ జననాది పట్టాభిషేక పర్యంత కథను వంద పద్యము (ఆ. 11; 6-109) లలో సంగ్రహ రామాయణమునుగా చేర్చిరి. ఈ కావ్యమునందలి దశమాశ్వాసమునందలి ఫలశ్రుతిలోని 60 పద్యములలో పరీక్షిత్తు భాగవత శ్రవణమున ముక్తినందిన వృత్తాంతము మొదట పాండవుల చరిత్ర కొంత తెలుపబడినది. దీనిని భారతసంగ్రహమన వీలులేకున్నను భారత వాతావరణముకూడ ఈ కావ్యమున గల్పింపబడె ననవచ్చును కవి యిట్లీ కావ్యమును రామాయణ, భారత, భాగవత పుణ్యకథలకును నాలవాల మొనరించెను. ఇంతమాత్రమేకాదు. ఈ కావ్యమునందలి ప్రధాన కథా కావ్య క్షేత్రములు బమ్మెర, రాచకొండ, ఒంటిమిట్ట మున్నగు ఆంధ్ర తెలంగాణ ప్రాంత ప్రదేశములేయైనను, సమస్త భారతదేశ పుణ్య క్షేత్రముల నిందలి పాత్రలకు విహార రంగముగా జేయనెంచికాబోలు ! కవి యిందలి పాత్రలో ముఖ్యులగు పోతనకు, నతని జననీజనక సోదరులకును మఱియు శ్రీనాథునకును గథలో నటునటులు తీర్థయాత్రాగమనమును గల్పించి, యా యవకాశమును బురస్కరించుకొని క్రమముగా నవమ, తృతీయ ద్వితీయాశ్వాసములందు ఉత్తర దక్షిణ భారతమునందలి ప్రసిద్ధ పుణ్యక్షేత్రములను నచ్చటి తీర్థదైవతములను హృద్యముగ వర్ణించెను. ఇట్టివానిలో తెలంగాణమునందలి పాల్కురికి, మందెనలను, ఆంధ్ర ప్రాంతమునందలి శ్రీశైలము, తిరుపతి, ఒంటిమిట్టలును మరియు దక్షిణదేశమునందలి కంచి, శ్రీరంగము, పెరుంబుదూరు, విల్లిబుత్తూరులును; ఉత్తరదేశ స్థలములైన కాశి, గయ, ప్రయాగాది పుణ్యక్షేత్రములు. ప్రాచీన మహాప్రబంధముల యందొక్క కళాపూర్ణోదయమునందు మాత్రము మణికంధరుని తీర్థయాత్రా సందర్భమున విశ్వ పుణ్యతీర్థ వర్ణనము కలదు. కాశీఖండ, పాండురంగ మాహాత్మ్యములవంటి క్షేత్ర మాహాత్మ్యకావ్యముల నిట్లుండుట సహజమే. ఈ సందర్భమున నీ కవి రచించిన దేవతా స్తోత్రములు భక్తి భావపూరితములై ప్రతివార పఠన యోగ్యములు ఈ పలు ప్రమాణములవలన పోతనకావ్య మొక దివ్యప్రబంధమనుట స్పష్టము. ఆచార్యులవారు దీనికి 'పోతన భాగవత'మని పేరిడినను దగియుండెడిదేమో ! కాని దానిచే పోతన వ్రాసిన భాగవతమను అర్థమే ముఖ్యముగా స్ఫురించు నవకాశముండుట చేత దీనికి వారు పోతనచరితమని పేరిడియుండుట సమంజసమే.

ఈ కావ్య గౌరవము హెచ్చించుటకై కవి మఱియొక సూక్ష్మపద్ధతినిగూడ నవలంబించెను. ఇందలి ప్రతి యాశ్వాసము మొదట నా యాశ్వాసమునందలి ప్రధాన కథాంశమును పోతన జననము – బాల్యము అను విధమున. ఈ గ్రంథము పెద్దదగుటచేతఁ గాబోలు తాము చదువబోవు విషయమును పాఠకులకు ముందే సులభముగా గ్రహించుటకిట్లు చేసియుందురు. ఇందు విశేషములేదు కాని యీ తెలుఁగు శీర్షికలతోఁబాటు ఒక్క చతుర్థాశ్వాసాదిలో దక్క తక్కిన తొమ్మిది యాశ్వాసముల మొదట తెలుఁగు శీర్షికలక్రింద వీరు శ్రీమద్భగవద్గీత నుంచికూడ నా యా కథాంశములను సూచించు శ్లోకభాగముల నెత్తివ్రాయుట చూడదగును. వారుద్ధరించిన యీ గీతావాక్యములు తెలుఁగు సూచనలకన్న నర్థవత్తరములయి పోతన జీవితమునే వివరింపజాలి యుండుట విశేషము. ప్రథమాశ్వాసాదినిగల 'పోతన జననము – బాల్యము' అను వానివలనఁ దెలియరాని యర్థవిశేషము "శుచీనాం శ్రీమతాంగేహే యోగభ్రష్టోఽభి జాయతే." యను వాక్యమువలన పోతన తలిదండ్రులు పరిశుద్ధాత్ములనియు భగవద్భక్త్యైశ్వర సంపన్నులనియు, ఇట్టి పవిత్ర దంపతుల కుదయింపనున్న శిశువు (పోతన) సామాన్య మానవుఁడు కాఁడనియు, నతఁడు యోగభ్రష్టుఁడయిన జ్ఞానియనియు భాగవతాంధ్రీకరణార్థ మీ లోకమున జనింపనున్న 'కారణజన్ముఁ'డనియు వెంటనే స్ఫురింపక మానదు ఇట్లే తక్కినవి యూహింపనగు కాని నాల్గవ యాశ్వాసము మొదట 'రాజ సందర్శనము – భోగినీ దండక రచనము' అని తెలుఁగున మాత్రము సూచించి మిన్నకుండిరి దీనివలన నీ విషయమునదప్ప తక్కిన పోతన జీవితమంతయు గీతయందు ప్రవచింపబడిన కర్మ, భక్తి, జ్ఞాన, వైరాగ్యముల నడచినదను పరమార్థమును సూచించుట కవి యభిప్రాయము. ఆంధ్ర కావ్యములలో నీ పద్ధతి నవ్యము. ఈ గీతా వాక్యములును దీని దివ్య ప్రబంధ గుణమునకే పోషకములు.

ఇదియొక దివ్య ప్రబంధమని చెప్పుటవలన వృద్ధులకు, భక్తులకు ముముక్షువులకు మాత్రమే పఠన యోగ్యమని భావింపగాదు. రుచిభేదము, దృష్టిభేదము, వయో భేదమును గల పాఠక సహృదయులకు హృదయ తర్పణము చేయువిధమున నీ కథను మలచుకొని, యిందు సందర్భానుసారముగను సరసముగను వాస్తవిక ప్రపంచమునందలి వైవిధ్యము వ్యక్తమగు భంగిని వివిధ విషయ వర్ణనలతో కావ్యవస్తువును కవి విస్తరించెను. ఈ కావ్యమును జదువుకొలదిని, బ్రాహ్మణులు, వైశ్యులు, శూద్రులు రాజులు పేదలు, కాపులు కరణములు, ధనికులు భిక్షుకులు, వివాహితులు అవివాహితులు, త్యాగులు లుబ్ధులు యోగులు భోగులు, బాలురు వృద్ధులు; కవులు గాయకులు, వల్లువలు జెట్టిలును, ఆటలు పాటలు, సభలు సత్కారములు, సప్తాహములు సంతర్పణములు, పస్తులు పండుగలు, సుఖములు దుఃఖములు, పెండ్లిండ్లు పేరంటములు, విందులు వియ్యములు, కఱవులు కాటకములు, నెయ్యములు కయ్యములు, శోభనములు సుతోదయములు మఱియు పల్లెలు పట్టణములు, పూరిండ్లు పెంకుటిండ్లు, మిద్దెలు మేడలు, పేటలు కోటలు, తోటలు మోటలు, మడులు మాన్యములు, పొలములు హలములు, ఎడ్లు బండ్లు, బోయీలు పల్లకీలు, వారువములు వరా

హిమములు, సేతులు కోనలు, రాజులు కాసారములు, వాగులు వంకలు, దొరువులు చెఱువులు, కాసారములు అకూపారములు, అటవులు ఆఖేటములు, చెట్లు చేమలు, తీవలు తీవ బోదెలు, గిరులు ఝరులు మున్నగు వివిధవ్యక్తులు, ప్రాణులు, విషయములు ప్రకృతి దృశ్యములును వాని వర్ణనములును ఎరిగల నడుగడుగున కాకర్షించి పంచేంద్రియ పరితోషణము నాపాదించును. పోతన చరిత్రమును జదువుచున్నంతకాలము మనము కావ్య ప్రపంచమున గాక వాస్తవిక ప్రపంచమున సజీవ వ్యక్తులమధ్య సంచరించుచుండుట ట్లీ కావ్యవస్తువు శిల్పించబడి ప్రదర్శింపబడె నని చెప్పుటకింతకు మించిన కవివరుని కథా కథన శిల్పచాతురి యిట్టిదని వేఱుగా జెప్పనేల? ఇంతటి వస్తు వైవిధ్య వైపుల్యమును గలిగి వస్త్వైక్య శోభితములయిన కావ్యములు తెలుగున నెన్నియో లేవు

ఈ పెద్ద కథను శ్రీ వరదాచార్యులు ప్రాచీన మార్గము ననుసరించి యొక మహా ప్రబంధముగా వ్రాయదలచిరి. ఈ విషయమును వారు '...శ్రీ బమ్మెర పోతరాజుని భవ్య చరిత్రమునే మహా ప్రబంధమ్ము నొనర్చి నిన్ను కృతినాథునిగా నొనరించి చెప్పెదన్' అని శ్రీరామచంద్రుని సంబోధించి ప్రతినచేసిరి. (ఆ. 1 ప. 2) కావ్యపీఠిక యందలి 'ప్రబంధ స్తుతి' యను శీర్షిక క్రింద

"వర్ణనాదులం గృతికెంతొ వన్నెగూర్చఁ
గల్గినవి ప్రబంధాఖ్య సత్కావ్యభేద
గతిని దీర్చిరి నిజకళా ప్రతిభ మెఱయ
మను, వసుచరిత్రముల్ వ్రాసి మను సుకవులు" (పీఠిక. 51)

పెద్దనాదులు వర్ణనా ప్రధానములుగా వ్రాసిన కావ్యములే ప్రబంధములని తెలుపుచు, దానిని 'అవ్విధి సత్ప్రబంధ రచనాశయ మొప్పఁ గృతిన్ రచింతు' నని మఱియు

ప్రాకృతి కాంతరంగ బహిరంగ ప్రవృత్తుల వాస్తవ స్థితిన్
లోకము ముందు దర్పణములోపలెఁ జూపుటలే కవిత్వ, మా
ప్రాకృతి కాంతరంగ పరివర్తనమే రసరూప మొందు, బా
హ్యాకృతిలోవి మార్పులె రసాంగ ప్రకాశక వర్ణనాదులౌ.' (ఆ. 2-125)

అని కావ్య, రస, వర్ణనల పరస్పర సంబంధమును వాని స్వరూపమును చతురముగ నిర్వచించి, తర్వాతి పద్యములలో నట్టి కవిత (కావ్యము) సత్యమయి, సుందరమై శివంబునై యొప్పుచే యిది 'కావ్యకళా విలాసోన్నతివెల్గి బ్రహ్మానంద సోదరమై తిరమై రహించు' ననియు, 'ధ్వన్యంతర్గర్భిత భావపూర్ణ రమణీయార్థ ప్రపంచమై, విశ్వ శ్రేయమునై యుండవలెననిరి. మఱియు 'అకలంకంబయి, యత్యుదాత్తమయి, లోకాదర్శ విజ్ఞాన దాయకమై, విశ్వకథా ప్రపూరితమయి, పాత్రౌచిత్య సల్లాపదీపకమై, ప్రాజ్ఞమనోను రంజక రసప్రస్ఫో

టనో కావ్యమున్ సుకవీంద్రుండు రచింపననుట వీరి యభిప్రాయము. కవి, కవిత్వము, కావ్యమునుగూర్చిన తమ యభిప్రాయముల వీరు తమ కావ్యమం దడనడ కథలో హృద్యముగ బ్రకటించియున్నారు. దీనివలన శ్రీ వరదాచార్యులు 'పోతన చరిత్ర'ము నుపర్యుక్త లక్షణ లక్షితముగా రచింపబూనిరనుట స్పష్టము. వీరు తమ ప్రయత్నమునందు కృతకృత్యులయిరనుటకు సహృదయ పాఠక మహాశయులే ప్రమాణము.

ప్రబంధమని వ్యవహరింపబడుచున్న కావ్యభేదమునుగూర్చి ఆంధ్ర విమర్శకుల యభిప్రాయము లొక్కవిధముగా లేవు. ఆంధ్ర సాహిత్యమున 'ప్రబంధము' మౌలిక రచనమని విశ్వసించువారును తద్వ్యతిరేకాభిప్రాయులును గలరు. ఐనను అష్టదిగ్గజములను ఖ్యాతిగన్న పెద్దనాదుల ప్రబంధము లుత్తమోత్తములను విషయమున మాత్రము రెండభిప్రాయములు లేవు. నాయకరాజుల కాలపు ప్రబంధములలో చేమకూర వేంకట కవివంటి కొందఱ కృతులను దక్క, తక్కిన వానిలో శృంగార మతివేలమనియు, ప్రాచీనుల యనుకరణము లధికమనియు గొందఱు వానిని మెచ్చరు. వీనియందలి శైలీ రామణీయకతను భాషా మార్దవమును బ్రశంసించుచు నైతిక దృష్టితో మాత్రము వీనిని నిరసించు వారును గలరు. ఇట్టివి పోషకులగు ప్రభువుల ప్రీత్యర్థము వారి భోగలాలసత్వమున కనుగుణముగా నాటి కవులు రచించి రందురు. ఇట్టివానిని శ్రీ వరదాచార్యులును 'ధరణీపాలుర రాజ్య వైభవముల్ దత్ప్రేయసీ నాయికా విరహోన్మాదకృతు'లని యొకచో బేర్కొనిరి. కావ్యము విజ్ఞానదాయకమై యుదాత్తమయి దివ్యకథా పరిపూతమయి యుండవలెనను వీరి మతము వెనుక దెలుపబడెను.

మన ప్రాచీన సాహిత్య విమర్శకులును చరిత్రకారులును మను చరిత్రాదులకే ప్రబంధములని నామకరణము చేసిరి. శ్రీనాథయుగ కావ్యము లనేకములును, శ్రీనాథుని శృంగార నైషధాదులును వస్తునాయక రస రచనాదుల ననుసరించి ప్రబంధము లనదగియున్నను అవి యాంధ్రీకృతుల స్వతంత్ర కావ్యములుకాక చాలవఱకు ననువాదములగుటయే వాని బహిష్కరణములకు ప్రధాన హేతువన నొప్పును. ఇవి కావ్యములనియే వ్యవహరింపబడుచున్నవి. వీనిని 'అనువాద ప్రబంధము' లనినచో నుదారహృదయులకు నెట్టి యాక్షేపణము నుండదు. దీనినిబట్టి ఇతిహాస పురాణాదులనుండి గ్రహింపబడిన కథావస్తువును స్వకపోల కల్పిత వర్ణనాదులచే నలంకరించుచు రసవంతముగా రచించిన అనువాదముకాని స్వతంత్ర కావ్యమే ప్రబంధమనుట స్పష్టము. అనగా వాల్మీకివ్యాసుల రామాయణ భాగవతాదులయందలి కథలతో కాళిదాసాది మహాకవులు సంస్కృత భాషలో రచించిన పంచకావ్యముల బోలినవే మార్కండేయ పురాణాదులలోని కథలతో నాంధ్రమున స్వతంత్రముగా వెలసిన పెద్దనాదుల ప్రబంధములన జెల్లును. కాని యివి సంస్కృత కుమార సంభవాదులవలె కేవల పద్యకావ్య పద్ధతిని గాక చంపూపద్ధతిని నడచినవి. ఆంధ్ర ప్రబంధములను వస్తువునుబట్టి ప్రసిద్ధములనియు, కల్పితములనియు, మిశ్రములనియు ప్రాచీనులు మూడుతెఱగుల వచించిరి. రసదృష్టితో నివి శృంగార ప్రబంధములనియు భక్తి ప్రబంధములనియు విరుతెఱగులు. వీర రసకావ్యము

లోక కొన్ని కలవేమో। ధీరలలిత ధీరశాంతు లిద్దఱే ప్రబంధముల గనవచ్చు ప్రధాన నాయకులు. రచనా విషయమున నాంధ్ర ప్రబంధములు ప్రాయికముగా ప్రౌఢములు. భక్తి ప్రబంధములకే పుణ్యప్రబంధములని యు దివ్యప్రబంధములనియు దెలుగున నామాంతరము. ప్రస్తుత పోతనకావ్య మీ కోవకు జెందినదే ఇందలి సమస్త కథయును కవి కల్పితము కాకుండుట విది కేవల కల్పిత ప్రబంధముకాదు. ఇందలి కథ పురాణేతి హాసాంతర్గతము కాకుంటచే దీనిని ప్రసిద్ధ మనవచ్చునేమో చింత్యము పోతన జీవితగాథ లోకమున మిగుల బ్రసిద్ధము కావునను, కొంతకథ కవికల్పితము కావునను దీనిని మిశ్ర ప్రబంధమనుటయే సమంజసము. ఇంక యిందలి రచన ప్రౌఢమని ప్రత్యేకముగా జెప్పనవసరములేదు

పోతన సామాన్యకవిగా గాక వ్యాసభాగవతము నాంధ్రభాషలో వెలయించి సంసార బద్ధుల బద్ధుల భక్తిభావమును జాపకొల్పి యుద్ధరింపవచ్చిన కారణజన్మునిగా నీ కవి యిందు చిత్రించెను. 'తెన్గు భాగవతకన్య నొసంగు మటంచు వేడె తానెవనినిగాంచి శ్రీరమణుం, డిట్టిడు మానవమాత్రుడా నాకోః' (పీఠిక. 69). 'ఉదయించె నాంధ్ర శారద యదృష్టమున నొక్క పాపండల వ్యాసాంశన్' (ఆ. 1–112). 'ఈతండే పరమోత్కృష్ట మహాపురాణకృతి నిర్మాణార్థమై పుట్టెనో। (ఆ. 2–170) 'యివ్వటుని జన్మము కారణ గర్భితంబిలన్ (ఆ. 2–27)

"సూత శుకులను గరంగి యచ్చునను బోయు పోంతనా వెలుగొందె నీ పోతనకవి
భయద భవవార్ధి తారణోపాయమైన పోతరూపమై పోతన పుట్టె ననిరి"
(ఆ. 9–67)

'పోతనార్యుం డొక కారణ జన్ముండు పూజ్యుండు...' (ఆ. 9–317), అను మొదలగు వాక్యముల వలన నీ కవి గ్రంథాదినుండియు నంతము వఱకును బోతనను కారణ జన్మునిగా జిత్రించెననుట స్పష్టము. పోతననుగూర్చి చేసిన యితర వర్ణనలు కవి పై భాగమున కనుగుణముగనే చేయుచు వచ్చెను. పోతన బాల్యమునుండియే శ్రీరామ భక్తుండయి 'రామతత్వ సంశోధియై వ్రాయుమంచు భాగవతమున శ్రీరామభజన సేయు'నంట ; (ఆ 1–121). ఇతండు కుశాగ్రబుద్ధియై 'తిప్పన జదిపెడు పద్యముం జప్పున నొకసారి వినినసరి' పోతన యద్దాని నొప్పం జెప్పునట ; ఇట్లు పోతన చిన్నతనమునుండియు సాధు సజ్జన దర్శనోత్సాహమతితో. హరికథా పురాణ శ్రవణాభిరతితో మఱియు శంభు పదసరోజార్చనాసక్తమతితో బెరుగసాగెను. ఇంతలో నీ బాలుని దలిదండ్రులతో సమీపముననున్న పాల్కురికి జాతరకు బంపును. పాల్కురికి సోమనాథకవి జన్మక్షేత్రమనుట. సువిదితము. సోమేశ్వరస్వామి యాలయము విఖ్యాతమగుటచే నిది నాడు ప్రసిద్ధ యాత్రాస్థలముగ నుండెను పై రెండు కారణములచేత కవి యీ కావ్యమున పాల్కురికికి గొంత ప్రాధాన్యము నొసంగెను. చిదానంద యోగి యీ పాల్కురికి కేగు సమయముననే. బాలుడుగనున్న పోతనకు దర్శనమొసగి తారకమంత్ర శారదామంత్రముల నుపదేశించెను. శ్రీనాథ మహాకవియు నుత్తరదేశయాత్ర

లోనరించి దక్షిణమున శ్రీశైలాదుల దర్శించి పాల్కురికి ప్రయాణ సందర్భముననే పొలమువొంతనున్న పోతనను గలసికొని యతని యింటికేగి బాంధవ్యము నందుట తటస్థ పడెను. జ్యోతిపుర రాజ్ఞియు నిట్లే పాల్కురికిలో పోతన భాగవత ప్రశంసవిని తదాకర్ణ నాసక్తయై బమ్మెరకువచ్చి పోతన పదుపు ప్రతిష్ఠలను భద్రమొనరించినట్లు కవి కల్పించెను. ఈ కల్పనలు మిగుల సమంజసములు. లేనిచో జైవా రెల్లరును పోతనను గలసికొని చెప్పుట సహేతుకముగా దోపదు. కాదంబరియందు దచ్ఛోద సరోవరమునకును కళా పూర్ణోదయమున మృగేంద్ర వాహనాలయమునకుగల ప్రాధాన్యము నించు కొంతవరకు పాల్కురికి కాపాదింప బడినట్లు తోచును. అట్లే పాల్కురికి జాతరకు బోయిన పోతన బాలుడగుట తండ్రి కొని పెట్టిన చిరుదిండ్లు నములుచు నచటి వినోదముల జూచుచుండెను. అంతలో మృదంగతాళ ములతోడి 'వీధి భాగవత' ప్రదర్శన మతని కంటబడెను జిజ్ఞాసువై భాగవత నాటకమును గూర్చిన బాలపోతన ప్రశ్నలకు లక్కమాంబా కేసనలు జగన్నాటకముతో సామ్యకల్పనముచేసి వేదాంత పరముగా సమాధానము లొసగుదురు. ఆ ప్రదర్శనమునకు భాగవతమనునామ మేల కలిగెనను బాలునకా కథలు భాగవతమను సంస్కృత గ్రంథములోని వగుటచేతనని తల్లి తెలుపును తనకా గ్రంథమిమ్మని బాలు డడుగగా నది సంస్కృతభాష నుండుటచేత తెలియ దనియు, దెలుగు పలుకుల వెలసిన దెలియుననగా తెలుగున వ్రాసియిమ్మనును. తల్లి వ్రాయరాదనును భాగవతమును నేను దెలుగున వ్రాతునని పోతన పలికెను। తల్లి యా మాట కేసన కెఱిగించెను. 'వీని జూచి నేడుదయమె యోగియొక్కఁ డితడుర్వి మహాకవి సార్వభౌముఁ' డౌనని తెలిపెనని కేసన చెప్పి యానందించెను. పోతన యిట్లు తాను భాగ వతము తెలుగున వ్రాతుననుటకు దగు హంగుల నీ కవి పోతన జననమునకు కొంతముందే సిద్ధము చేసియుండెను. పోతన లక్కమాంబ గర్భమున నుండగా పొద్దుల సమయమునకు బమ్మెరకొక పౌరాణికుడువచ్చి భాగవత పురాణము చెప్పుచుండెను. (వర్ణనమునట్టి చూడ నీయన శ్రీరాముడేయనితోచును. పూర్ణగర్భవతి లక్కమ సప్తాహములు భక్తితో బురాణశ్రవణ మొన రించి; భాగవతమును నెవరు రచించిరని ప్రశ్నింపగా నా పౌరాణికుఁడు నీ పొట్టనే యట్టివాఁడు నేఁడోరేపో యుదయించునని పలికి 'సుతన యా వా స్థిర' స్తని పోయిన మూఁడవనాఁడే పోతన పుట్టెనఁట। కావుననే యిట పోతన భాగవతము దెలుఁగున వ్రాతునని పలుక గలిగెనని యూహింపదగును. అతఁడు మహాకవి యగుటను యోగి వాక్కులను బురస్కరించుకొని యతనిలోని కవితాత్మ నుద్బోధింపదలచి కేసన దారిలో మామిడితోటను మనోహరముగా బాలునకు వర్ణించి చూపును. పోతనయు కవులుచేయు వర్ణన విధానమును గ్రహించి తాను నొక పద్యమును నుడివి మామిడిపండును చూచి వృక్ష సమీపమున కురుగగా 'శుకముఁ దొసంగు భాగవత ఫల రసాయనం బోయన' శుకము రాల్చగా నది బాలుని పదములందు బడెనట. (ఆ. 1-177). భవిష్యద్భాగవత రచనము నిట కవి వ్యంగ్యముగా సూచించెను అనంతరము కేసన సుతునకు 'ప్రకృతి మన కెల్లరకు మాత, పరమ పురుషుఁడగు మహేశ్వరుఁడే పిత యనుచుఁ దెలియుమని' ప్రకృతి పురుషులకును జీవులకును గల సంబంధ బాంధవ్యమును బోధించి, 'భూతగణ వృత్తమేక కమ్మ బొమ్మలాట, భరఁ జావు పుట్టకల్ దాఁగురింత'

(ఆ. 1-189) యని చెప్పి మానవ జీవితమునకును బొమ్మలాటకును, దాగురింత లాటకును జాముపట్టుకలకును గల సామ్యమును పలుతెఱగుల వివరించి తెలిపెను. ఇట్లు కవి కల్పించిన ఈ పాలకుర్కి యాత్రవలన పోతనకు తండ్రి బోధలచే వేదాంత విషయ విజ్ఞానమును కవిత్వ స్వరూప జ్ఞానమును కొంత సమకూడి యది భావిభాగవత రచనకు దోహదకారి యయ్యెననవచ్చు. పోతన పాత్ర నిట్లే కవి బాల్యమునుండియే కడు జాగ్రత్తతో దిద్ది తీర్చుచు వచ్చెను.

పోతన పరమ భాగవతోత్తముఁడగు ధీరశాంతుఁడు. ప్రథమాంధ్ర ప్రబంధ నాయకుఁ డనఁదగు ప్రవరుఁడును, విష్ణుచిత్తీయ నాయకుఁ డనఁదగు విష్ణుచిత్తుఁడును మఱియు పాండురంగ మహాత్మ్యమునందలి పుండరీకుఁడను భక్తుఁడును గొంతవఱకు ప్రబంధ నాయకుఁడగు పోతనతో సరితూగుదు రనవచ్చును. ఐనను పోతనవలె ననేక క్లిష్ట పరిస్థితులను మనస్థైర్యముతో నెదుర్కొని యచంచల రామభక్తిచే నిగ్గుదీరినది పోతన భాగవత జీవితము. తలవని తలంపుగా తనంత తావలచి పైబడిన దేవ వనితను కాదని పోయిన ఆ కాముకుఁడు ప్రవరుఁడు. ఇది సామాన్య విషయముకాదు. ఈషణత్రయములతో ధనేషణ గొప్పదందురు. అగర్భశ్రీమంతుఁడై మాన్యక్షేత్రములు పెక్కు చందముల బండుచుండ పాఁడిపంటలింట నొకప్పుడుం దఱుగకుండు ప్రవరాఖ్యుఁడు పరదత్తములగు సాలగ్రామ దానాదులనేని గొనకుండుట వేఱు. సామాన్య గ్రామకరణపు కుటుంబమునజనించి సంసార భారమున సతమతమగు పోతన యడుగడుగున కర్థావసర మధికముగ నున్నను, శ్రీనాథకవి సార్వభౌమునివంటి యుదాత్తబంధు వొక వైపున, సింగభూపాలునివంటి సర్వజ్ఞుఁడయిన ప్రభువొక ప్రక్కను, కవిసార్వభౌముని కనకాభిషేక మాడించిన కర్ణాటకాధీశుఁడు వేఱొక దిక్కునను లెక్కలేని ధనాశ గొల్పుచుండినను ధైర్య స్థైర్యములతో దారిద్ర్యము నాదరించి, ధనాశను ధిక్కరించి, రాజాజ్ఞకన్న రామాజ్ఞ మిన్నయని నమ్మి సిరికి మోఁకాలొడ్డి సిలుగులను జిఱునవ్వుతో స్వీకరించిన ధీరస్వభావుఁడు పోతన మనీషి. ఇంతేకాదు, రత్యంశ సంభవయు, ముగ్ధయు, స్వీయయునగు ధర్మపత్నితో నేకాంత శయనమందిరమున ముమ్మాపులు "నాతి గల బ్రహ్మచర్యము" నెడపిన మనోనిగ్రహము కత్తిమీఁది సాముకంటెను కష్టతరముగదా! ఇతర గుణములగు మాతృ, పితృ, భ్రాతృభక్తి, గురుభక్తి, దైవభక్తి, పెద్దలయెడ వినయ విధేయతలు, బంధుస్నేహము, పుత్ర, శిష్యవాత్సల్యము, ఆపన్నులగు దీనులయెడ దయాదాక్షిణ్యములు, సత్య సంధత, శమదమ వైరాగ్యాదులు కథలో సందర్భానుసారముగా నాయకునకు వర్ణింపబడినవి. పరంపరగా నాంధ్రుల హృదయములందు మూర్తీభవించియున్న పోతన యాకార గుణగణాదుల కిషణ్మాత్రము లోపమురాకుండ యీ కవి యతని పాత్ర ముదాత్తముగా పోషించెను.

పోతనామాత్యుఁడు కర్మవశమున గొంతకాలము సంసార సుఖముల ననుభవించినను పుత్రోదయానంతర మతని చిత్తము పూర్ణ వైరాగ్య యుక్తమయ్యెను. అతఁడు తిరిగి

తపముజేయ బూనుకొనెనుగాని 'విఘ్నేశ్వరాంశ'తో జనించి తన తపమునకు విఘ్న మూర్తియై కొమరుగాంచి ముద్దు గావించినంతనే మనసు తిప్పి పోతన మరల కంగి తపము మాటయే మఱచెను. అతఁడు 'గజయాతగాని' విధమున సంసార సాగరమున మునిగియు దేలియాడుచు 'భవపంకము నంటక' తామరాకుమీఁది జలబిందువు బోలి సంసారి ధర్మమును నెఱపుచుండెను ఆయన తన జీవితమును సేద్యము, పద్యములను రెంటికే యంకితము చేసినట్లు కవి యీ క్రింది పద్యమున హృద్యముగ వర్ణించెను.

"వెలువు మానస సరోవరముతోఁ గవగూడి సవరస పూర్ణిమ నాక్యపాద
క్షేత్రమ్ములున్ దాళ పత్రమ్ములంగూడి శ్రీ సంపదలతోడఁ జెంగలింప
నాఁగేటికఱ్ఱు గంటపు మొనన్ జతగూడి క్షోణిపేలిమి వర్ణశోభసిన
సస్యముల్ స్వకవితోద్దేశ్యమ్ములంగూడి బహుఫల ప్రదములై పరిఁ జెలంగ
గోగణము వృత్తగణములంగూడి కృషిని నార్గు పాడముర్ ధర్మము న్నడుపుమంద
సేద్యమునఁ బద్యమున జడచేతనములఁ బెంచసాగెను బోతన్న ప్రియసుయముల.
(అ. 3 ప. 287)

పోతన కవిత్వ పాండిత్యములను, వేదాంత వైరాగ్యములను కవి గ్రంథము దంతటను సందర్భాను సారముగ వివరించెను. సింగభూపాలుని యాస్థానమును శ్రీనాథునితోగూడ పోతన ప్రవేశించు సమయమున 'కర్మవెనుకనె జ్ఞానమ్ము గ్రాలుకరణి నను వాక్యమువలన పోతన మూర్తీభవించిన జ్ఞానమువలె నుండెనని తెలుపుటమాత్రమేకాక రెండు సీసపద్యముల (అ. 4 62-83) లో నిరువుర గుణరూప తారతమ్యములను కవి చతురముగ బ్రత్యక్షీకరింప జేసెను.

ఆంధ్రభాగవత పీఠికలో 'మానిను లీడుగాదు బహుమాన వివారిత దీన మానసగ్లాపితి ...బమ్మెర కేసయ లక్కసానికిన్' (ఆ. భా. పీ. 26)

'లలితమూర్తి బహు కళానిధి కేసన, దాన మాన నీతి ధనుఁడు ఘనుఁడు
దనకు లక్కమాంబ ధర్మగేహినిగాఁగ; మనియె శైవశాస్త్ర మతముఁ గనియె'
(ఆ భా. పీ 24)

అవి ఆంధ్ర భాగవత పీఠికలోని పోతన వర్ణనము ననుసరించి శ్రీ వరదాచార్యులు నీ కావ్యమున దజ్జననీ జనకుల గుణశీలములను నోదంతముగా వర్ణించెను. ఇట్లే 'అనఘ గుణులు సోదరుల్ రామలక్ష్మణులు మణులు' (అ. 1-125) తిప్పన పోతనల సరప సౌభ్రాత్రము స్పష్టీకరింపబడినది రాముఁడు లక్ష్మణునివలె తిప్పన పోతనను ప్రేమించెను. పోతన యెడబాటును తిప్పన యించుకయు నహించువాఁడుకాఁడు. ఇట్లయ్యును కాలాంతరమున దిప్పన కీ కవి యేకశిలా నగరవాసమును కల్పించెను. ఈ వేఱు పంపాదములకుఁ గారణము

తిప్పన భార్యచేసిన ప్రబోధమయినట్లు కవి మొదట చెప్పెను అట్లామె భర్త నుద్బోధించుటకు హేతువు కఱవుకాలమునందును పోతన అతి దాతృత్వ గుణమేయని తెలియును. (ఆ. 5-197). ఆమె బోధలో గొంతి స్త్రీ సహజమైన చాపల్యము గోచరించినను నిజమున కామె

"ఇరువురము మనమయ్యెడ కేగుఁనెడలఁ, దమ్మునకు గృహభారము తలపయిఁబడి
తెలిసివచ్చు నే యెడుపున మెలఁగవలెనొ, యటులుగామి ముందతనికె యగు
శ్రమమ్ము" (ఆ. 5-206)

పోతన మేలుకోరియే యట్లు చెప్పినట్లు కల్పించి యామె శీలమున కుదాత్తత చేకూర్చెను. తిప్పనయు భార్యమాటలనువిని మందస్మితముచేసి,

'వేఱు పడుమన నాకెట్లు నోరువచ్చు?' (ఆ. 5-209)
'లలన! యేకోదరుల పీడుటెటులో చెపుమ' (ఆ. 5-212)
'మనకేటికి వేఱు తలంపు మానినీ!' (ఆ. 5-216)

అని పలువిధముల సతికిఁ బ్రతిబోధ కావించుటే కాక,

"కఱవులో విడు దాన మొకఁడు ఫలించుఁ దగిన కాలాన నాఁటు విత్తనము వోలె
నవసరము లేనియెడ విడునట్టి యీవి, యది యకాలపు వర్షతుల్యమయి చనును.
అతిథి సత్కారమనిన మాయన్న వాయమున ధరణిఁ బెట్టినది పేరు మొదటినుండి
యట్టి యాచారమున నన్నెఁబెట్టు తమ్ముఁడౌర! నాసొత్తు తానేమి యపహరించె?"
(ఆ. 5-219, 20).

అని భార్యమాటలను ఖండించి, పోతన దానగుణము నెంతయు సమర్థించి వేఱుపడుట కంగీకరింపఁ డయ్యెను. కాని యది కఱవుకాల మగుటచేతను, నతిథి సత్కారములు తప్పకుండుటచేతను నింట పిల్లలు (వీరు పోతన పిల్లలే) పస్తుండవలసి వచ్చుచుండెను. కావున తాను దన భార్యయు నింటినుండి పోయిన పిల్లలకయిన భుక్తి లభింపగలదని భావించి,

"ఏ విధినో కఱవు కాలముఁ దావెడలం ద్రోయు నింట తమ్ముఁడు, మనమున్
నీ వనినటు లీ దినముల జీవన మోర్గంటఁ గడపఁ జేయుద మబలా!"
(ఆ. 5-222)

భార్యతో నోరుగంటి కేగుట కెట్టకేల కంగీకరించెను ఈ పై పద్యమునందు 'నీ వనినటు' అను మాటకు

'మీకు నొక రాజకీయాప్తోద్యోగ మ్మిదంగ నుగుణాకరుఁ డా
యేకశిలా నగరేశుం డేకరిఁ గుబురంపెనంట నేగంగదే!' (ఆ. 5-205)

ఉద్యోగరీత్యా నోరుగంటికేగి జీవయాత్ర గడపుటయని కవి భావము. ఐమ్మెరలోని పొలముపంట పోతనకును పిల్లలకు నెట్లో సరిపడునను సద్భావముతో తిప్పన పోతనను విడిచి పోయెనను కారణాంతర కథనముచే కవి, తిప్పన సౌభ్రాత్రమున కపకర్షమును వారించెను. అనంతరకథయందును శ్రీనాథుఁడు పోతనతో నోరుగంటి కేగినపుడు రామార్పణము చేయనెంచిన భాగవతమును సింగభూపతికి గృతియిమ్మని తిప్పన పోతనకు జెప్పినట్లును పోతన యందుల కంగీకరించినట్లును కవి వ్రాసెను. తమ్మునకు తిప్పన యట్లు చెప్పుట కొంత విచిత్రముగ దోపవచ్చును. కాని యీ కల్పనము తిప్పన పోతనల పాత్రలకు మెఱుగు పెట్టుటకే చేయబడినది. శ్రీనాథుడు భాగవతమును సింగభూపాలున కంకితము చేయుమని పోతననుగోరి విఫలుఁడయ్యెను. తన సోదరిభర్తయగు పోతనకు ధనలాభమును దనకు రాజు మెప్పును తప్పిపోయెను. తిప్పనతో జెప్పించియైన దానిని శ్రీనాథుడు రాజున కిప్పింపదలచి పోతనతో నోరుగంటి కేగెను. తిప్పనకూడ దాని కంగీకరింపదని శ్రీనాథుఁ డెఱుంగును. కావున నతఁడొక యుక్తిఁ బన్నెను. పోతన చెంతలేని సమయముఁజూచి మల్లన పెండ్లి ప్రసంగమునుదెచ్చి ధనావసరమును బ్రకటించెను. ధనాభావమువలన మేనరికము తప్పిపోవు ప్రమాదమును సూచించి తన కోరికయేమో తెలుపకయే.

'సీదువాంఛ యనుజునితో నెఱపఁజేతుననుచు మీరలు నేఁడు నా కభయమిడిన
నమృత మస్తనియందు మీ యాలయమున, నటులఁగామి సీరానక యడుగువాఁడ'
(ఆ. 8_275)

అని తిప్పనను బెదిరించెను. ప్రసంగము ననుసరించి యది శారద మల్లనల వివాహ విషయమే కానోపునని తలంచి తిప్పన మాటయిచ్చెను. అప్పుడు శ్రీనాథుఁడు తన యభీష్టమును 'అతనికెకాదు నాకును మహాశయ! మీరలె యన్నలంచు' తిప్పనకు దయపుట్టునట్లు యుక్తియుక్తముగ జెప్పెను. తిప్పన మనసు ద్రవించెను. చేయునదిలేక యతఁడును తమ్మునితో నేకాంతమున

'రామున కొసంగు కృతిని భూరమణునకిడ, నురల కిడనెంచు హావినెందు శునకమునకు
నొసఁగుట లటంచుఁ దెలియుదు, విసపువేళ వచ్చిపడె, నేమి చేయంగవలయు ననఘ!

బ్రహ్మ మా రాఘవుఁడు, కవి బ్రహ్మయితఁడొ, యెఱుఁగకయె మాటయిచ్చితి నితనికేను
నా యొసఁగుమాట పూర్తి యొనర్చువాఁడ వీవెయని నమ్మినాఁడ నీ యిష్టమింక.'
(ఆ. 8_281, 90)

అని హృదయ భారముతో నెమ్మదిగా బలికెను. ఇది యంతయును దన కవత్య దోషము రాకుండుటకు తిప్పనచేసిన యత్నము. భాగవతమును రాజునకు గృతియిచ్చుట యతని యభిమతమునుగాదు. పోతన మనోబాధ నతఁడెఱుగును. కావుననే దేవేంద్రునకు

పోతన తపోభంగ విధము బోధించుటకు పూర్వము శ్రీ విష్ణువు తన మనమున భావించిన విధమునకే (ఆ. 1-66 వ) తుదకు తిప్పనయు

"ఘనుల జీవితములు కష్టపడయమ్మాట, వారి శీలములకు వన్నె యిడును
జాలి మనుజులెల్ల సానలయొరపిడుల్. నృపుని శిరము రెక్క నెపముతోనె
కాపుసన్ నీవు చింతింపగా వలవదు మాన్యుఁడగు రాముఁడుండ, సమర్థుఁడతఁడు,
ఏది యెల్ల కావలయునో యెఱుఁగు భక్తరక్షకుఁ డనారతము సత్య పక్షపాతి."
(ఆ 8 292-93)

పోతన పెట్టె సంకటమును, నసత్య దోషమును రాకుండ రాముఁడే తప్పక రక్షింప గలడని ధైర్యము గొలిపెను. ఇది క్లిష్టపరిస్థితిలో తిప్పన తన తమ్మున కొసగిన యాశీర్వచనముగాగూడ గ్రహింపవగి యున్నది. పోతన యెదురాడ నోడెను. తిప్పన సత్యసంధతకును పోతన భ్రాతృభక్తికిని యీ ఘట్టము వ్యాఖ్యానమగుచు కవికిగల పాత్రపోషణ నైపుణ్యమును నిరూపించు చున్నది.

పోతని పుత్రుఁడగు మల్లన తండ్రికి దగిన పుత్రుఁడు. ఇతఁడు బాలుఁడయ్యును. తనకు గాలోపు మామయగు శ్రీనాథుఁడు 'హాలికుఁ'డని తన తండ్రినిగూర్చి చేసిన యెత్తి పొడుపును సహింపలేక వెంటనే 'బాలరసాలసాల...'యను పద్యమును జదివి కవిసార్వభౌమునకు వాకట్టు కలిగించెను. శ్రీనాథుఁడు తన మహిమ గనబఱచినపు డతఁడు నప్లే రావించి యతని నాశ్చర్య పఱచెను. అతని పితృప్రేమ యత్యంతము. తండ్రి యిలు వీడి పోయిన దుఃఖ భారమున నతఁడు సమర్థుఁడయ్యు భాగవతమును పూరింప నిచ్చగింపక కవి కీర్తిని వదలుకొనెను. గంగనాదులచే భాగవత శిథిల భాగములను పూరింపజేసి పితౄణ విముక్తుఁడయ్యెను. సింగనాదుల గురుభక్తిని గవితాశక్తిని కవి సముచితముగా నిందు చిత్రించెను.

సింగభూపాల ప్రౌఢదేవరాయల శీలపోషణమును సముచితముగా జేయబడినది. పోతన భాగవతాపహరణ దోషమునకు బాల్పడినది వారి దళపతులేకాని వారుకారు. భాగవత శైథిల్యమునకు బశ్చాత్తప్తుఁడయి తదుద్ధరణ కవసరమగు ధనముగూడ దానిని సింగభూపాలుఁడు బమ్మెరకు బంపించెను. కాల మీతనిపై నారోపించిన కలుష వర్తనమును కవి యిట్లింత కొంత సంస్కరించెను. కర్ణాటకాధీశుఁడును నొంటిమిట్టకేగి శ్రీరామ చంద్రునకు భాగవతకృతి సమర్పణోత్సవమును వైభవముగా నిర్వహింపజేసి భాగవత వ్యభిచార పాప పరిష్కృతిని బడసెను.

ఈ కావ్యమునందు శ్రీనాథ కవిసార్వభౌమునకు ఈషదూనముగా పోతనార్యునితో సమాన ప్రతిపత్తి సమకూర్పబడినది. ద్వితీయాశ్వాసమునుండి దశమాశ్వాసాంతము వఱకును నతఁ డందందు దర్శన మిచ్చుచుండును. అతని చరమ జీవితావస్థ యిం దెందును

స్పృశింప బడకుండుట ముదావహము. భాగవతమును నరాంకితము చేయింపవచ్చిన విష్ణుం శగా నిందు కవి యతని సూచించెను. ఈ విషయమున శ్రీనాథుని ప్రయత్నలోప మెందును గనిపింపదు. కాని రామానుగ్రహము పోతనయందే బలవత్తరముగ నుండుటచే, కృతి సమర్పణోత్సవ సమయమున నతఁడు పోతనతో పొందుచేసికొనక తప్పినదికాదు 'శ్రీలీను కొండవీటి నృపాలుర సంస్థానకవి' యీతని కవి యిందు చక్కఁగా పోషించెను.

'శరదాస్థ పూర్ణిమా తిథి వెలుఁగొందు చందురుని తీరుబు నేరుకళా పరిపూర్ణుఁ'డగా శ్రీనాథుఁడు బమ్మెర పరిసరమున పోతనకు బ్రథమ దర్శనము గజ్జెల కచ్చులమునం దాసీనుఁడయి ప్రసాదించెను వాచ్యముగ గాక ఆతని కవిత నుడివి తాను కవియగుట పోతనకు సూచించెను. పిమ్మట 'శ్రీలీను కొండవీటి నృపాలుర సంస్థానకవిని...శ్రీనాథ కవిని' చేసిన నాశ్చర్య చకితుని జేసెను. పోతన పద్యముల కొన్ని చదివి యతఁడే మహా పురాణ కృతి నిర్మాణార్థమై పుట్టిన విద్వద్వంద్యుఁడుగాని సామాన్యుఁడు కాఁడని గ్రహించి తన సోదరి సతిని కొసగి వివాహముచేయ నిశ్చయించుకొని తన తల్లి యామోదమును గైకొనెను. ఈ బాంధవ్యముకొఱకే పిమ్మట నతఁడు బమ్మెరకు వచ్చిపోవుట కనువుగా నుండు నట్లు సింగభూపాలుని యాస్థానకవిగా నుంట నిశ్చయించుకొనెను (ఆ 7–208). కావుననే కవి యతఁడు రాచకొండయం దున్నట్లే కావ్యమున వర్ణించెను పోతన శ్రీనాథులను సమకాలికులుగా గ్రహించినను వీ రిరువుర వయోభేదమును పోతన బాల్యముననే శృంగార నైషధ ప్రసిద్ధిని వర్ణించి సూచించెను ఇతర సందర్భములందును శ్రీనాథుని ఐహిక భోగ వాంఛాదులు సమయోచితముగా నిం దభివర్ణితములు. శ్రీనాథ పోతనల వేషగుణశీల తారతమ్యములను పలు సందర్భములందు కవి నిపుణముగ నిందు వ్యక్తీకరించెను. సింగభూపాలుని యాస్థాన ప్రవేశ సమయపు శ్రీనాథుని యాకార విశేషమును గమనించితిమేని ఈ కవి యతని పాత్రను పోషించిన విధము నూహింపవచ్చును. ఆ పద్యముక్రింద నుదహరింపబడు చున్నది.

'శ్రీశైల శిఖర సంస్పృష్ట సాంధ్యారాగ గతిని కాశ్మీర రాంకవము మేన
నైరావణ కరాప్త హరిశరాసనలీల మణిమయ స్వర్ణకంకణముకేల

శశధరోభయ పార్శ్వ సందీప్త గురుశుక్రులయి రత్నకుండల ద్వయముచెవుల
మేరు గోత్రాధృత క్షీరవారాన్నిధి ప్రక్రియన్ గౌశేయపటము కటిని

పంచ శీర్షోరగ ఫణాగ్ర భాసమాన మణులనగ నంగుళీయకమైత్రి వ్రేళ్ళ
వరల, లక్ష్మి సమర్పితవాణి యగుచు వచ్చె శ్రీనాథుఁ డచటి వారచ్చెరు వడ.

(ఆ. 4–62)

ఈ కావ్యమునందలి స్త్రీ పాత్రలలో లక్కమాంబనుగూర్చి వెనుక సూచింపబడినది. పోతనభార్య వర్పమాంబ, తత్పుత్రి లక్ష్మి, శ్రీనాథుని పుత్రికయగు శారద మఱియు భోగి

వీరు యిందలి యితర స్త్రీ పాత్రలు. వివాహము మొదలు పోతన వ్రతభంగ పర్యంతమే యీ కథలో నర్సమాంబకు ప్రాముఖ్యము. అధీరయగు ముగ్ధ నాయికగా కవి యీమె శృంగారమును వర్ణించిన విధ మద్భుతము. సర్వవిధముల పోతనకును గుణయునకు కూల పతియగు గృహిణిగా కవి యీమెను చిత్రించెను. లక్ష్మి శారద లిద్దఱును సమవయస్కులు గను, ఉదయ ద్యౌవనలుగను నిందు గోచరింతురు. ఆటపాటలలో నింటి తోటపనులలో నీ కొండుకుల తోడునీడలుగ గోచరింతురు. విగత మాతృకయైన శారద దుఃఖభారమును దన చెలికారముతో లక్ష్మి కొంత తగ్గించినది భోగిని నాట్యకత్తెయయినను 'ఉమ్మెత్తవనములోని తులసిమొక్క' గా కవి యీమెను జిత్రించెను. యీమె యీ శీలమే యీమెపై పోతనను దండక రచనకు పురికొల్పినదికాని సింగభూపాలుని ప్రేరణ ధనకాంక్షగాని యిందుకు గారణములుకావు. రంభాంశ సంభవ యగుట నామె ఇంద్రాంశ సంభూతుఁడేయయిన సింగభూపాలుని వలచెననుట సహేతుకముగా గన్పట్టును. ఆంధ్రకావ్యములలో నిందలి భోగిని పాత్ర విశిష్టము. ఇట్లిందు ప్రధానా ప్రధాన స్త్రీ పురుష పాత్రములు చిత్రముగ పోషింప బడినవి

శాంత రసాంతర్భూతమయిన భక్తి ప్రధాన రసముగను, శృంగారాదు లంగరసములుగను నిందు పోషింపబడినవి. భక్తిజ్ఞాన వేదాంత వైరాగ్యములును, భగవద్వైభవమును గావ్యమం దంతటను బ్రబోధితము లయియున్నవి. దేవతా గురుస్తుతులును, పుణ్యక్షేత్ర తీర్థ ప్రశంసలును ప్రకరణానుసారముగ నిందు బ్రవేశపెట్ట బడినవి. పోతన దంపతుల ప్రథమ సమాగమ ఘట్టమున విప్రలంభ సంభోగ శృంగారములు సముచితముగా పోషింప బడినవి. ఇట్లే భోగినీ (ఆ. 4), మోహినీ (ఆ. 11) వృత్తాంతములును శృంగార భరితములే. ఇందు మొదటిదగు పోతన దంపతుల సమాగమ ఘట్టమును కవి విభావాను భావాదులచే బెంచి కడు దీర్ఘముగా (ఆ. 4-254) వర్ణించెను. తపోభంగ భయమున నింద్రియములను దృఢ ప్రయత్నమున నిరోధించిన పోతనకు మనశ్చాంచల్యము గలిగింపవలెనన్న ఇది యిట్లే వర్ణింపబడవలె నుగదా! ఇది యీ కవికిగల శృంగార రసపోషణ సామర్థ్యమునకు గీటురాయి. ఆంధ్ర కర్ణాటక సైన్యముల యుద్ధవర్ణనము వీరరౌద్ర భీభత్స భయానకాద్భుత రసముల కాటపట్టు. వరాహాదుల పోరాటముల తీరములును కలవు. బోయీలులేక పల్లకి, ఎద్దులులేక నాగలియు నడచుట, వరాహము రాజభటులతో పోరి భాగవతమును విడిపించుట మున్నగు సన్నివేశములును అద్భుతావహములు. రాచకొండలో పుష్పలావికతోడి శ్రీనాథుని వక్రోక్తులు, కూతురు నూతబడెనని తలంచి శ్రీనాథుఁడు నూతికడకు పరువెత్తుట మున్నగునవి హాస్యరస విలసితములు. నిరుపేద కాపుజవరాలి విషాదగాథ, శ్రీనాథకవి భార్యావియోగ దుఃఖాదులు కరుణరసమున కాలవాలములు. ఇట్లీ కావ్యము నవరస నిర్భరమగు కవితారస కుండముగ దీర్పబడినది.

మహాకావ్యమునకు విధింపబడిన అష్టాదశ వర్ణనలలో నీ పోతన చరిత్ర మహాప్రబంధమునందు నగరార్ణవ శైలర్తు చంద్రార్కోదయోద్యాన విహారములును, విప్రలంభ

సంభోగ వివాహ కుమారోదయములును, ప్రియాజాజి నాయకాభ్యుదయము లనునవి సందర్భానుసారముగ వర్ణింపబడియున్నవి. వర్ణనా బాహుళ్యమునకు వాసికెక్కిన ప్రాచీన ప్రబంధములందైన నిందలి వర్ణన ప్రాచుర్యము గోచరింప దనవచ్చును. ఇందలి కావ్య వర్ణనలకు సంబంధించిన వివరములు కొన్ని ఈ దిగువ క్రోడీకరించి చూపబడుచున్నవి.

నగర వర్ణనలు .— రాచకొండ పురవర్ణనలు. (ఆ. 4. 7–18)
మంత్రిపురి (మంథెన) వర్ణనలు. (ఆ. 5. 4–10)
ఓరుగల్లుపుర వర్ణనలు. (ఆ. 9. 74–79)
ఓరుగంటిలోని శిల్ప సౌందర్య వర్ణనలు. (ఆ. 7. 240–252)
ద్వారకాపుర వర్ణనలు. (ఆ. 12. 255–56)

గ్రామ వర్ణనలు — బమ్మెరగ్రామ వర్ణనలు. (ఆ. 1. 79–87)

ఇవిగాక పాల్కురికి, మడికొండ, ఒంటిమిట్ట గ్రామముల ప్రసక్తియు, పల్లెబాళ్ళ వర్ణనలను కవి యిందు కావించెను. తన జన్మస్థానమగు తెలంగాణమును కవి యిందు భక్తితో బ్రశంసించియున్నాడు.

సముద్ర వర్ణనము :— శ్రీరామ చరితమున సముద్ర వర్ణనము (ఆ. 11–70) కూర్పబడి
నది. కాసార (ఆ. 12. 9–10), ప్రవాహ (ఆ. 7–50)

వర్ణనము లితరములు. మఱియు తెనుఁగునాటి జాహ్నవియన నొప్పు గోదావరిస్తుతి (ఆ. 5. 37–62) నీ కవి దీర్ఘముగను హృద్యముగను రచించెను. ఈ వర్ణనమునందలి సీసములును వృత్తములును భావములో నడకలో గోదావరీ ఝరీ గాంభీర్యముతో నడచినవి.

శైల వర్ణనలు :— మెట్టుకుధర వర్ణనము. (ఆ. 9. 3–12) మెట్టుగుట్టయని దీనికి వ్యవహార నామము. హిడింబాశ్రమమను ప్రసిద్ధి దీనికి నేడును గలదు. ఈ పర్వతమును వర్ణించుచు "బానలపైన బానలను బాగుగఁ జేర్చిన జంటదొంతులై కానఁగనౌ మహా శిలలుగట్టిన యీ శిఖరాలరెంటఁ" జివరలఁ దేనెపెరలు వ్రేలు ననునది కడు యథార్థము. కాని పద్యము 10 లోని 'కరవీర తరువు' రామకుండమున గాక పాల గుండమునందు కలదు.

ఋతు వర్ణనలు :— వసంత వర్ణనలు. (ఆ. 6. 2–12)
గ్రీష్మ వర్ణనలు. (ఆ. 7. 39–43)
శరద్వర్ణనలు. (ఆ. 3. 191–203)
వర్ష వర్ణనలు. (ఆ. 3. 187–189)
హేమంత వర్ణనలు. ఆశ్వా 49–(340–349)

చంద్రార్కోదయకాల వర్ణనలు :— చంద్రి వర్ణనలు (ఆ. 5. 24-31)
ప్రాతఃకాల వర్ణనలు (ఆ. 2 3-8)
,, ,, (ఆ. 4 218-19)
,, ,, (ఆ. 7. 3-7)
మధ్యాహ్న వర్ణనలు (ఆ. 7. 39-43)
సాయం వర్ణనలు (ఆ 2. 148-53)
,, ,, (ఆ. 5. 17-22)
,, ,, (ఆ. 8 37-39)

ఉద్యాన వర్ణనలు — రాచకొండ పురోద్యాన వర్ణనలు (ఆ 4. 14-10)
శ్రీనాథకృత రాజోద్యాన వర్ణనలు (ఆ. 4 110-119)
పోతనకృత రాజోద్యాన వర్ణనలు (ఆ 4 122-133)
మాలితోఁట వర్ణనలు (ఆ. 1 167-70)

సింగభూపాలునితోగూడ రాజోద్యానమున కేగిన శ్రీనాథ పోతనలు రాజాభ్యర్థితులయి తద్వినోదమునకు నుద్యానమును వర్ణించినట్లు కవి యీ వర్ణనలను గూర్చెను. ఈ వర్ణనలాప చమత్కార గర్భితము, రమణీయము. ఈ పద్యములు జదివినవారికివి శ్రీనాథ పోతనల రుచి స్వభావ తారతమ్యమును స్పష్టీకరించుటకును, తమ వర్ణనా చాతుర్యమును ప్రకటించుటకును రచింపబడెనవి తోపకపోదు. వీరి పద్యములనుండి ఆద్యంత పద్యములు మచ్చుకు జూపబడుచున్నవి.

శ్రీనాథుడు :—

ఒప్పెనిదె జవ్వనింబోలి యెలమిమీఱఁ బుష్పవతి యౌటచేభృంగ భోగ్యమయ్యె
నే లదారామ మారాము నృపతివోలె నలరి ద్విజవాంఛితమ్ము సఫల మొనర్చె (110)

తొలిమబ్బు తెరనుండి తిలకింపు చుక్కల దొరఁగాంచి కనుగీటు తొవపడంతి
... ...
ప్రియువసంత సమాగమ వేళయగుట వనవిలాసిని నూత్న యౌవన మనోజ్ఞ
శోభ పెంపొందఁ దీరైన సొమ్ముఁబెట్టి వలపొలయ రాగమాధురుల్ చిలుక
నవ్వు (119)

పోతన :—

దళపుష్ప ఫలజలమ్ముల నలఘుమతిన్ విశ్వరూపి నర్చించుచు ని
శ్చలవృత్తిఁ బొల్చుజన్మ సఫలతన్ గనునంచు ననుభవముఁ దెల్పెఁ దరుల్ (122)

అనుచున్ భూరుహవివహమ్మనుదిత జీవితరహస్య మామూలాగ్ర
మ్మమబాలి బొంది సకలము కమలకుఁ బ్రీత్యత పటుచుఁగాదె నృపాలా! (133)

శ్రీనాథుని శృంగార దృష్టిని, పోతన భక్తి వేదాంతదృష్టి నీ పద్యములు చెప్పక చెప్పుచున్నవి. ఇట్లే పుష్పలావికతోడి వీరి సంభాషణలు (ఆ. 4) వలనను వీరి దృష్టి భేదమును కవి స్పష్టపఱచెను ఈ సంవత్సరమున చేసిన పోతన యింటి పెరటితోట వర్ణనము (ఆ. 8. 210-22) పేర్కొనదగియున్నది. ఇందు పొట్ల, గుమ్మడి, చిక్కుడు, బీర పాదులను, బంతి, కట్ల, నీలాంబరములు మున్నగు పూలమొక్కలను పెండ్లికి వచ్చిన లక్ష్మి శారదల సరోక్తి రూపమున చమత్కారముగ వర్ణించినాఁడు. పొట్లకన్నె సమర్తాడుట, పిచ్చుకలు ముచ్చటాడుట, సీతాకోక చిలుకలు పేరంటమునకు వచ్చుట, దాసగుమ్మడి పూబాల పసిఁడిగిన్నెలఁ బారాణి పసుపుదెచ్చుట, గునుగు పూసారసాక్షి రవలజోతి హారతు లొసఁగుట, కట్ల పూలేప కుంకుమబొట్లు దిద్దుట, చిక్కుడుతీవ పందిళ్ల మేడపై నీలాంబరాల పూలపాన్పు వేయుట, అలికులపతి గర్భాదాన మాచరించుట మఱియు బీర ఒడలెత్తి చన్ను గుడుపుట మున్నగు స్త్రీల సాంసారిక విషయము లీవర్ణనాంశములు. వీనిని లక్ష్మి శారదల చేత ముచ్చటింపజేసి వారి భావిజీవితా కాంక్షలను కవి సూచించెను. శారద మల్లనల వివాహ మీ యాశ్వాసాంతముననే జరుపబడుట గమనింపదగును మహాకావ్యములం దిట్టి పెరటి తోటల వర్ణనము మృగ్యము.

వివాహ వర్ణనలు :— పోతన వివాహ వర్ణనలు (ఆ 2. 241-72)
ఈ వివాహము సంప్రదాయ సిద్ధముగా సరసముగ వర్ణింపబడినది.

విప్రలంభ సమాగమ వర్ణనలు :— పోతన విరహ వర్ణనలు (ఆ 3. 161-176; 205-210)
పోతన దంపతుల సమాగమ వర్ణనలు (ఆ. 3. 212-16)

పుత్రోదయ వర్ణనలు :— పోతన జనన వర్ణనలు (ఆ. 1. 88-110)

ప్రయాణ వర్ణనలు :— సింగభూపాలుని సేనలు కర్ణాటక సేనలపై దండెత్తివచ్చుట (ఆ. 7. 158-64)

నారయాదుల రాచకొండ ప్రయాణము, బమ్మెరకు శ్రీనాథుని సపరివార ప్రయాణము వంటి సామాన్య ప్రయాణ వర్ణనలిం దింకను గలవు.

యుద్ధ వర్ణనలు .— కన్నడ తెలుఁగువీరుల యుద్ధవర్ణనము (ఆ. 9. 165-81)
రామరావణ యుద్ధము (ఆ. 11. 85-90)
యజ్ఞవరాహ హిరణ్యాక్షుల యుద్ధము (ఆ. 11. 19[illegible]-99)

ఇవికాక వరాహము, యువక వీరుడు సింగభూపాలుని సేనలతో పోరుట మఱియు కరిమకరముల పోరాటము (ఆ. 12. 25-35) లితరములు.

ఈ యువక వీరుఁడు రాజసైన్యములతో 'కఱ్ఱసాము' సేయుచు పోరాడినట్లు (ఆ 7. 201-24) శ్రీ ఆచార్యులవారు అద్భుతముగ వర్ణించిరి. ఈ యొంటరి వీరుఁడు లగుడమాత్రి

సహాయుఁడై మహా సైన్యముతో బోరాడుట మన కాశ్చర్యమును గలిగింపకపోదు. కాని యొడి పోతనకుగల రామానుగ్రహ ప్రభావమని యూహింపదగును. అతని కఱ్ఱసాము చేయుటను దెలుపు (211-17) పద్యములు చదువదగినవి. మహాకావ్యములలో 'కఱ్ఱసాము' వర్ణన పపూర్వము.

నాయకాభ్యుదయము — భాగవతకృతి సమర్పణోత్సవము. (ఆ. 10. 51-65)

"భావుకా! సకలరాజన్య లోకంబునకు నీ యకళంక చరిత్రంబు కనువిప్పు గల్గించెను. తమ బలంబుకన్న దైవబలం బెక్కువయని గ్రహింప గలిగిరి. దైవభక్తుని దేవేంద్రుఁడేని పీడింపలేఁడను నిజము నెఱింగిరి." అను శ్రీనాథకవి వాక్యములే కావ్యనాయకుఁడగు పోతన విజయమునకును దత్ప్రత్యర్థులగు సింగభూపాల (దేవేంద్ర) పరాజయమునకును దార్కాణములు.

"పోతనార్యుఁ డానందాశ్రు పూరమొల్క వరదు పాదసన్నిధినుంచె భాగవతము
రామ గళసూనహార మా గ్రంథమపయి నూడివడెఁ గృతికాంతఁ బెండ్లాడెననఁగ"

అని వర్ణించి కవి యీ కావ్యమును మంగళాంతముగ దీర్చెను.

ఈ కావ్యమునందు పైన దెలుపబడిన ప్రాబంధిక వర్ణనలకు అంగోపాంగములుగా వివిధ సందర్భమున సారముగ వెలసిన మనోజ్ఞ వర్ణన లెన్నేనియు గోచరించును అట్టివి కొన్ని యిచట తెలుపబడును

పోతన శిష్యులు రాచకొండకేఁగుచు మార్గమధ్యమున గావించిన అరణ్య, వృక్ష మధ్యాహ్నాది వర్ణనము (ఆ. 7. 36-52) నందలి పద్యము లనేకములు హృద్యములు.

'గగన మంటప వాహక స్తంభ గణమన నూటినభమ్మునే చూపు తరులు (36) అను వన వర్ణనమును,

'బడినోళ్ళఁ దెఱచెడి వడదాకి శోషిల్లి వృక్షశాఖల నహో! పక్షిచయము (43) అను మధ్యాహ్న వర్ణనమును,

'బచ్చర పర్వతమ్మొ ధరబట్టిన చల్లని యాతపత్రమో' యను మొదలగు మఱ్ఱిచెట్టు వర్ణనలును (47-49) మఱియు

'నెఱియలన్ దొంకలన్నెఱి విభిన్నాకృతి విరువంక లంటుచు దరులెసంగ

....

భుజంగంబు భంగి మెఱుకు, విద్యుల్లతాంగి భాతి పరువులిడు, శ్వేతపటము రీతిఁ జను ప్రవాహ వర్ణనములు చదువదగినవి.

ఇతర కావ్యములందు తఱచు గనరాని సుందర ప్రకృతి దృశ్యములు పలుభంగుల వర్ణింపఁ బడియున్నవి. వీనిలో ననేకములు స్వభావ రమణీయములు, సహజములు. బమ్మెర వర్ణనమునందలి యీ పల్లె ప్రకృతి సౌభాగ్యమును తిలకింపుడు.

"ముత్యాల చెంగ్లెత్తి మురిపించు జొన్నచేల్ కర్షకశ్రీమలిందు ఘనతఁదెల్ప
బంగారు గొలుసుల బరువుల తలవంచు 'వరిలక్ష్మి' పాలేఱు వడనవిప్ప
వెండికొండలు చెట్లఁ బండించు ప్రత్తిచేల్ పటుసతిత్వము రైతుసర మొనర్పఁ
జంకబిడ్డలఁగొంచు సాకెడు మొక్కచేల్ ప్రజకాఁపు చంకపాపలవి చూపు
పేలిపంట పొలాల నాఁగేలు బాలు శ్రీ మహాలక్ష్మియైన యా సీత నేలు
నేల నవధాన్యరత్న భూషాళిదాల్చి, పాడిపంటలమల్లె యీ పల్లె యనఁగ."
(ఆ 1-87)

కేసన చేసిన 'వియత్తలమునఁ బైఁడి పండించెడు రసాల బాలలీల' (ఆ. 1-170) మనోహరము. మఱియు

'మోటఁదోలు చొకింత మ్రొగ్గి దండెదతంత్రి శ్రుతిచేసి పాఁడెడి చోటకాఁపు
మిరెపతోఁటల నలింబెఱుకు గాజులచేతఁ జిటుకు తాళముగొట్టు చిన్న పడుచు
పచ్చికన్ లేఁగల భరతనాట్యముప్రక్కఁ బిల్లఁ గ్రోవిని నూఁదు గొల్లబుడుత
రాత్రింబవళ్ళు విశ్రాంతిగానక తోఁట గాపాడుచుండెడి గడ్డిబొమ్మ.
పసరు చాయలనీను మేల్వరి పొలాలు, పచ్చ 'మఖమలు'పట్టు తివాచి గాఁగఁ
తెల్లవస్త్రాలమను దొరపిల్లలట్లు కొంగగుంపు లాయెడ్ల మధ్యం గనఁబడు.' (ఆ 2-10)

'కట్టఁపిఱుందాని కంబళి ముసుగుతో నీరెండ గ్రాఁగుచు నిలుచు గొల్ల
... ... (11)

అను వర్ణనల పల్లె పట్టులు నిజముగనే మన కన్నులఁ గట్టుచున్నవికదా : అంతే కాక యీ గ్రామ పరిసరములందు 'గొఱ్ఱెమందగోల, గొల్లని యీలయుఁ, బసుల కాలిధూళి విసరణంబు, మంచెవారికేక మంద కుక్కఁలధాక' ప్రత్యక్ష మగుచుండుననుట కదు సహజము. ఇట్లే యీ కావ్యమునందు, కర్షకులయు, తమ మూపుల పల్లకీపయి శశిరేఖవంటి కొడవళ్ళ నెక్కించుకొని పొలము గోయబోవు పల్లెపడుచుల వర్ణన లందందు సందడించును. మఱియు

'హరుని పేరురమునా నలరారు ముఖసీమఁ బవత్రాళ్ళు ఫణులయి పెనఁగులాడ
... ...

నురువుల వెలార్చు క్షీరాబ్ధి తరఁగలనఁగ (అ. 2-157) బరువిడు శ్రీనాథుని బండి యెద్దుల వర్ణనము ముద్దు లొలికించును.

ఇట్టి నిసర్గ ప్రకృతి వర్ణనములేకాక కవి యిందలి ప్రధానాప్రధాన పాత్రల రూప రేఖాదులను కన్నుల గట్టునట్లు వర్ణించెను చిదానందయోగి (ఆ. 2. 16-17): శ్రీనాథుఁడు (ఆ. 4-62; 7. 289), పోతన (ఆ. 4-63), భిక్షుకుఁడు (ఆ. 5. 233-34), భూసురుఁడు (ఆ. 6-123) మున్నగునవి యిట్టివి. శ్రీనాథుని రూపవర్ణనము వెనుక తెలుపబడినది. ఇఁక నీ భిక్షుకుని వీక్షింపుడు. ఎంత దయనీయముగా నున్నాఁడో!

"తెగమాసి పిట్టగూడగు తలంగల చింపి గొంగడిలో శని గూరుచుండఁ
బెరిగి పెన్పూచిగాఁ బరఁగు మీసముల గడ్డముల నంటుకొని వంటకము మెఱయ
గడుసుపంటకుఁ దాపు గంజిచుక్కలురాలి పొట్టపైఁ జారికల్ కట్టి మెఱయఁ
జీర పేల్పుట్టి మాసి చిల్లులు పడుగోఁచి వేనోళ్ళ దైన్యమున్ విశద పఱుప
వెంటఁబడి పిల్లబనుగాళ్ళు విసరుచుండఁ గొసరి మొత్తుక్కుచు, నెగఁబడు కుక్కదాడిఁ
దద్దఁ దప్పించుకొనుచు, జేత నొకచిప్ప, పేలికలు వ్రేల్మొలను వచ్చె భిక్షువొకఁడు"

ఇట్టి పద్యములందలి వాక్చిత్రము లనేకములు. వీనిని ప్రసిద్ధ చిత్రకారుడు కొండపల్లి శేషగిరిరావుగారు త్రివర్ణ చిత్రములలో వ్రాసినారు. కాని ద్రవ్యాభావముచే చిత్రింపబడలేదు. పోతన యీతని నిరుపేదతనములో గాంచిన బ్రహ్మత్వమును (ఆ. 5-264) గాంచుడు.

"కనవశమ్ము గాదీతని గతిదలంపఁ
జెప్పవశము గాదీతని స్థితినిగాంచ
నితని లక్ష్యమ్మునిడువార లెవరు గలరు
మానినీ! తా నితఁడు నొక్కమానవుండె"

కనవశముగాని గతి చెప్పతరముగానిస్థితి, నెవరు లక్ష్యమున నిడగలరు. ఇట్టిఁడు మానవుఁ డెట్లగును ఇందు పరబ్రహ్మత్వము ధ్వనింపజేయు వైఖరి ప్రశంసాపాత్రము.

"క్రతు ధూమములమాఁగి కడు చెమర్చెడి మేన వెలిబూది పూఁతలు మఱగు సూప
... ...

తే. కుశలు సమిధలు కట్టగాఁ గూర్చికట్టి చంక నిఱికించి బ్రహ్మ తేజంపుఁగళలు
దాఁగక మొగమ్ముపై వట్టె తాండవింప దరియవచ్చెను భూసురవరుఁ డొకండు."

ఈ భూసుర వర్ణనమున బ్రహ్మవర్చస్సు తొణికిస లాడుచున్నది. అట్లే అష్టమాశ్వాసములో శారద వీడుదోడునప్పటి రూపచిత్రము (ఆ. 8-222) పద్యము తిలకింపుడు.

"కంకణ కింకిణీ క్వాణఝుణంకృతుల్ గిరక గానములకు స్వరము లల్ల
మంజుల మంజీర శింజాన నాదముల్ జలఘటమ్ముల దాఁకి జగడమాడ

కాంచీగుణాంచిత సంచలత్తనుమధ్య మసియాడు చేఁతాడు ననుకరింప
స్రంసదుత్తుంగకుచాంచోత్తరీయంబు ప్రవదంబు పాలచిత్రము రచింప
శ్లిష్టఘర్మంబు మౌక్తికవృష్టిఁ గురియఁ గ్రాఁచ యంకలమైఁ జిఱుత నోలియూన
కరయుగము జంట నాగులై సరసమాడ జలము జేడె నుల్లాసాతిశయము మెఱయ"

ఆంధ్రకావ్యములయం దిదియు నొక యపూర్వ వర్ణనము.

ఈ విధముగానే కవి యిందు అంగదికత్తె (ఆ. 4-24), కళావతి (ఆ 7-308), మోహిని (ఆ. 11. 122-24 మఱియు 133); మున్నగు స్త్రీల వర్ణనములనుగూడ చతురముగ గావించియున్నాడు. ఈ క్రింది మోహిని వర్ణనము గమనింపుఁడు

"మీనంబు పొలసుల మేస్వేది స్నిగ్ధతంగాంచ(దాఁ)లేమ కనులఁ బడియె
కమఠంబు మృదుతను గఠియింపనెంచి యీ వనిత శ్రీపాదాలు పట్టుకొనియె
కిటి యీమె మైకాంతి ఘటియింప స్వర్ణనిష్కవరాహగా మారుజన్మమెత్తె
హరి సర్వభూత దయాభ్యాసమునకు నీ పడఁతి లోనికివచ్చి నడుముగట్టె
వామనుఁడు మెడంబడి ధనస్వామియయ్యె. రహిని రామత్రియమ్మ నీ రామ రూపు
బూని సుప్త పంచశరుఁ బ్రబుద్ధుఁ జేసె, ఘన జగన్మోహనాకృతిఁ గల్కి యిదన."

ఇందు కవి చతురముగ దశావతారములనుగూడ స్ఫురింపజేసెను. వ్యక్తుల రూప వర్ణనమువలెనే బాల్య, యౌవన వార్ధక్యాది వివిధ వయోదశలను నిందు వర్ణితములు. పోతన (ఆ. 1) శ్రీకృష్ణుల (ఆ. 12) బాల్యవర్ణనము, కంచుకి (ఆ. 1), వార్ధక్య వర్ణనమును మఱియు శారద (ఆ. 8. 202-206), రుక్మిణీ (ఆ. 12) మున్నగు యౌవన వర్ణనలు పేర్కొనదగినవి.

'అతిబాల్యమున భూమి నడుగిడలేకుంటి వార్ధక్యమున నట్టె వడలుచుంటి' (ఆ 7-79)

అను పద్యమున బాల్య వార్ధక్యములకు సామ్య మరయబడినది. ఇట్టి వర్ణన లింతకు బూర్వము లేవనరాదు. ఇఁక శారద నూత్న యౌవన వర్ణనమును బరామర్శింపుఁడు.

"నివ్వాళు లిడఁగ లజ్జకు నవ్వనిత విలోల మోహనాక్షులు, మేసన్
జవ్వనము నిండుకొన, నెదఁ బువ్విల్తుని కేడె కొఱఁత పూర్ణంబయ్యెన్" (202)

ఇందు శారద యౌవనోద్గమము చక్కని ధ్వనిరూపమున బ్రస్ఫుటము చేయబడినది. ఈ వర్ణన మెంతయు నౌచిత్యవంతము. దీని తర్వాతి పద్యమును విశ్లేషించి యంగాంగ వర్ణనా రహితమయ్యును, శారదయొక్క సకలాంగ సౌష్ఠవమును వయోనుసార భావపరిణతిని, ఇంగితజ్ఞతను వాచ్యాతిరిక్త చమత్కార మార్గమున ధ్వనింప జేయుచున్నది చూడుఁడు.

తే. "చిన్నతన మల్ల జాఱుటన్ సిగ్గుమీఱెఁ, బరికిణీ చీరగా మాఱి పయఁటఁగోరె
ఆడమగ భేదమేర్పడె, నంతకంతకేమొ తెలిసినట్టుల భావ మేర్పడియెను," (203)

ఇట్టి ధ్వని ప్రధాన రచనలతోగూడిన పట్టులిం దింకను ననేకములు కలవు. ఈ కావ్యమునందు వీరు సచేతన వ్యక్తుల యనురాగమునేకాక, తిర్యగ్జడములగు కపోత మిథునములయు (ఆ. 3-165). వృక్షలతాదులయు ననురాగమును (ఆ 3. 207-14) కూడ నిపుణముగ వర్ణించిరి

ఈ క్రింది పద్యములను బరిశీలింపుఁడు.

'అంతికమందుఁ బుష్పవతియైనను కమ్మని కొమ్మయైన చే
మంతి పడంతి వక్షమున మైకపు బంగరు బొంగరాల గి
ల్గింతలువెట్టి, చెక్కుటుల గిల్లినఁ బొల్గురిపించు జొన్న బా
లెంతలఁ గౌఁగిటన్ బరిమళించుచు పీచెను గమ్మ తెమ్మెరల్.' (207)
'చిన్న తనమింక విడకయొ సిగ్గుమెయినొ వచ్చుటకుఁ జిక్కులిడు లతా వనితఁగాంచి
సూటినదయె తెలియు వృక్షసుందరుండు మునువెనుక దోఁచక నిలిచి ముగ్ధుఁ
డగును.' (212)

ఇవికాక యిందింకను తెపు (ఆ. 5. 137-44), సంక్రాంతి (ఆ 9. 340-47), వేట (ఆ. 10. 82-84), శ్రీలవేణి (ఆ. 7-311), వరాహ (ఆ 7-226), యజ్ఞవరాహ (ఆ 11. 185-06), అశ్వగమనము (ఆ 9. 159-62) మఱియు కీరరాయభారము (ఆ 12, 231-44), రుక్మిణీ సందేశహరణము (ఆ. 12. 251-275) వంటి వర్ణన లెన్నియేని గలవు. ఇవన్నియు పేనికవే మనోజ్ఞములు. తజ్ఞులగు రసజ్ఞులే వీని రసవత్తతకు బ్రామాణికులు :

ఇట్టి లౌకిక వర్ణనములనేకాక శ్రీ ఆచార్యులవా రిందు కథా సందర్భము ననుసరించి, అలౌకిక వర్ణనము లనేకములు స్తోత్ర, వర్ణన, ఉపదేశాదుల రూపమున సంధానించి తమకు గల వేదాంత విజ్ఞానమునుగూడ ప్రకటించి యున్నారు. మృత్యు స్వరూపము (ఆ 3. 325-35). మానవజీవిత స్వరూపము (ఆ. 5. 67-75), జీవితమునందలి సుఖదుఃఖములు (ఆ. 9. 227-32), దుర్గాదేవి ప్రార్థన (ఆ. 3. 126-33), తిరుపతి వేంకటేశ్వరస్తుతి (ఆ. 9. 234-42) రంగనాయక స్తోత్రము (ఆ. 9. 254-63), భాష్యకారస్తుతి (ఆ. 9. 266-77) గోదాస్తుతి (ఆ. 279-86): చిదానంద గురుస్తుతి (ఆ. 6. 29-43), శ్రీరాముని విశ్వరూపము (ఆ. 5-88), ఈశ్వరశక్తి (ఆ 8. 169-72); దశావతారములు (ఆ. 7. 256 వచనము ఆ. 4. 289, గేయము) మఱియు భాగవత తత్త్వోపదేశము (ఆ. 6 51-70). భక్తి స్వరూపకథనము (ఆ. 6. 186-190), శ్రీ శుకుడు పరీక్షిత్తునకు జేసిన జ్ఞానబోధ (ఆ. 10 95-118), మున్నగు వానికి సంబంధించిన వర్ణనలన్నియు భక్తి, జ్ఞాన, వైరాగ్య

ప్రబోధకములయి యొప్పారుచున్నవి. అతిగహనములయిన వేదాంత విషయముల నీ భాగములం దాచార్యులవారు సరళ పద్ధతిని వర్ణించియున్నారు. వీనిలో గొన్నింటి రచనా విధానమునుగూర్చి మాత్రము రెండు మాటలు.

శ్రీ చిదానంద గురుస్తుతి నీ కవివరుఁడు సంస్కృతశ్లోకములలో రచించెను. ఈ శ్లోకములయందు గురువునకు త్రిమూర్తుల సామ్యము శ్లేషరూపమున గల్పింపఁబడినది. ఇవి యీయన యుభయభాషా కవిత్వ దక్షతను నిరూపింప జాలియున్నవి. ఇట్లే భోగినీ నాట్యమున దశావతార, రాధ పాత్రాభినయము నద్భుతముగ వర్ణించుటేకాక యీ సంకల్పమున వీరు అష్టపదుల ఫక్కికిజెందిన లయతాళ యుక్తములగు 'పదము'లనుగూడ రచించిరి. ఈ పద్ధతి యాంధ్ర కావ్యములయందు నవ్యము. కళికలు, ఉత్కళికలు, రగడలు, మఱికొన్ని విశేష వృత్తములను వ్రాసిరి. వీనిలో 'తౌహర' అనునది పూర్వ కావ్యములందు గనరాదు. వీరు 'మంగళ మహాశ్రీ' వృత్తమాలిక నొకదానిని గూర్చిరి. ఇందు వీరు స్వతంత్రించి 'ప్రాసయతి'ని విశేషముగా పాటించిరి. కావ్య మంతయును ప్రాచీన కవుల ఒరవడిలో ప్రౌఢముగా రచింపబడినను, శ్రీ శుకుఁడు పరీక్షిత్తునకు జ్ఞానబోధయందును, నారద హిరణ్యకశిపుల సంభాషణమునందును, వీరు చక్కని సరళశైలిలో 'ఆటవెలదు' లనేకములు వేమన బాణిలో హృద్యముగగూర్చిరి. మచ్చునకు కొన్ని పద్యములు,

'నాల్గు నాళ్ళుండి నాశమౌ మేనికై సకల సుఖవసతులు సంతరించు
నద్దికొంపనెంత దిద్దితీర్చిననేమి వెడలునవినదినము విడువ వలెను.' (ఆ. 10-97)

'తనకుఁ దెలియవంత దైవంబెలేఁడని వచ్చినట్టులెల్ల వాగుచుండుఁ
బురుటిబిడ్డ యయ్య నెఱుఁగని మాత్రాన జనకునునికి యెం దపత్యమగునె?
(ఆ 10-107)

'తాను ముందు పిదపఁ దత్త్వమ్మనెడి సూక్తు లాత్మసౌఖ్యకరము లవవిసెందు
శాంత సత్యశౌచ శమదమా చరణలు, దుర్బలత్వమునకుఁ దోడు సఖులు.'
(ఆ. 1-219)

'ముల్లు పెఱికివేయ ముల్లు కావలెనని యగ్నితోడ నగ్ని నార్పవశమె?
ఒక్కమాత్ర మెప్పు డుపయోగపడదెందు. సాధనమ్ము గొందురి సమయమెఱిఁగి.'
(ఆ. 11-226)

ఈ విధముననే యీ కవి యిందలి యనేక కథలలో ఆటవెలదులు, గీతములు, కందములు అధిక సంఖ్యలో సరళశైలిలో రచించిరి. ఈ కావ్యమునందు 7, 9, 11, 12 ఆశ్వాసములలో వీరు సుమారొక పది వచనములను రచించిరి. ఇందు కొన్ని చిన్నవి, కొన్ని పెద్దవి. కొన్ని ప్రౌఢ సంస్కృత సమాస ఘటితములు. మఱికొన్ని అల్ప సమాస యుక్తములు. ఈ వచనములను కథాకథనమునకంటె వర్ణనలకే వీ రధికముగ నుపయోగించిరి. ఇందలి ప్రతి

వచనము నొక ప్రత్యేక శైలిలో నడచినది. నన్నయమండి చిన్నయ వఱకుగల భిన్నవచన శైలుల నిందలి వచనములు తలపించును. వీనిలో భాగవత రచనాహేతు వివరణము (ఆ. 7-11) గల వచనము మఱియు శ్రీకృష్ణాంతః పురవర్ణనము (ఆ. 12-258) గల వచనములు 20 పంక్తులకు మించు ఏకైక వాక్యములు. అలతియలతి వాక్యములతోడి వచన రచనయు గొన్నింటగలదు. మొత్తముమీద నివి యీ కవి వచన రచనా సామర్థ్యమును దెలుపజాలియున్నవి.

ఈ కావ్యమునందు కొంత కథను ఆచార్యులవారు చక్కని సంభాషణలతో నడిపించిరి. దండనాథ పోతనల సంభాషణము (ఆ 7. 167-97), శ్రీనాథ పోతనల సంభాషణలు (ఆ. 8. 110-46), నారద హిరణ్య కశిపుల సంభాషణము (ఆ. 11 210-28); మున్నగునవి కొన్ని యుదాహరణములు. ఇట్టి సంభాషణలు సరసములగుటేకాక ఈ కావ్యమున రీతులనుగూడ వెలయించిన వనవచ్చును. భోగినీ నాట్యవర్ణన మంతయును ముఖ్యముగా నాటకీయత కుదాహరణము. ఆంధ్రకావ్యములలో నాట్యవర్ణనమిట్లు హృద్యముగను దీర్ఘముగా వర్ణింపబడిన ఘట్టము లరుదు. ప్రాచీన కావ్యములలో గొన్నింట రంభాదుల నాట్యము సూచింపబడెనేకాని వర్ణింపబడినట్లు లేదు. సింహాసన ద్వాత్రింశికయందు మాత్రము కొఱవి గోపరాజు రంభాదుల నాట్యమును కొలది పద్యములలో మనోహరముగా వర్ణించెను. ఆధునికులలో శ్రీ పుట్టపర్తి నారాయణాచార్యులు 'శివతాండవ'మను గేయకావ్యమును రచించిరి. కాని యిది ప్రత్యేకముగా శివతాండవ వర్ణనమునకే యుద్దేశింపబడినది. కవిసామ్రాట్టుగారి 'కిన్నెరసానిపాట'లో నదీకుమారి నాట్యము వర్ణితము. కర్పూర వసంతరాయ'లను గేయ కావ్యమునందు శ్రీ సి. నారాయణరెడ్డిగారును 'లకుమాదేవి' నాట్యమును కావ్యమున వరిసముగ గూర్చిరి భోగినీ నాట్యమును శ్రీ ఆచార్యులవారు మహాకావ్యములోజేర్చి కడు దీర్ఘముగను శాస్త్రీయముగను వర్ణించియున్నారు మహాకావ్యములలోని నాట్యవర్ణనకిది మకుటాయమానము ఇది ప్రత్యేకముగా నెంతేని వివరింపదగినది. ఇందు కవి యనన్య సాధారణ ప్రతిభ విదితమగుచున్నది.

ఈ పోతన చరిత్రమునందలి వర్ణనలు శబ్దార్థాలంకార విలసితములు. శబ్దాలంకారముల వృత్త్యనుప్రాస, అంత్యాను ప్రాసములు, యమక శబ్దశ్లేషలును, అర్థాలంకారములలో ఉపమ, రూపకము, ఉత్ప్రేక్ష, స్వభావోక్తి, అర్థశ్లేష, అర్థాంతరన్యాసాదులు కావ్యమునకు విశేష శోభను సమకూర్చినవి. శబ్దచమత్కారమో, అర్థచమత్కారమో, భావచమత్కారమో సర్వత్ర వెల్లివిరియుచు నీ మహాకావ్యము 'ప్రతిపద్య చమత్కృతి'తో నొప్పారుచున్నదనిన నతిశయోక్తి కాజాలదు. కవితాధార నిరర్గళమై, మృదుమధుర పదసమాస బంధమై, లోకోత్తరము, ఉక్తి వైచిత్రికి, ధ్వన్యర్థ విశేషముల కాలవాలమైన యొక రసబంధుర నిర్మితి యీ కృతి.

దాపునకు :— 'దాపి దాపి దాప దాపమ్ముగా గాంచి' (ఆ. 12-21)
'నాకభవనమునందు నాకవనమ్మున' (పీఠిక. 36)

'తోరణమ్ములు లేమి తోరణమ్ములు సల్పి' (ఆ. 6-3)

'వాలమ్ము వాలమ్మువలెఁ దిప్పియాడుచు' (ఆ. 7-226)

శ్లేష :— 'తమమును జేరు చోరుఁగని తద్దయు సత్వసముద్ధతిన్ పదోద్గత రజమ్ము నంటక ప్రధావితులై చనుదెంచి ముక్తసంగమునఁ జరించి పూర్ణ పద కంజములన్ స్పృశియించి ముక్తులౌ సుమహిత సిద్ధులెందరొకో, చోరవశం గత బుద్ధు లెందఱో.' (ఆ. 1-19)

ఇందే తమ + మును జేరుచో అని విడదీసినపు డిచ్చట అర్థశ్లేషకూడ.

'దీప్తిమత్ కావ్య పత్రాలఁ దిసుచెదలన' (ఆ. 2-70)

దీప్తిమత్ + కావ్య...అనియు, దీప్తి + మత్కావ్య పత్రాలని విభుపులు, కావున శబ్దార్థ ద్వివిధశ్లేషలు.

'తెలి గగనంపుఁ బయ్యెద నవృష్ట పయోధరయై.......' (ఆ. 72-194)

'గురువునకేని ద్రోహమొనగూర్చుటకై మనమం జొకింతయున్
వెఱవడురాజు.........' (ఆ 4-195)

'అలఘుదోషాతిరేకమ్ము కలననెప్పు డంతరించును రాజత్వమవనియందు(ఆ. 9-117)

ఉపమ.—'తనువంటు చాయపోలిక వెనువెంటం బయలుదేరె విబుధగణమ్మున్'(ఆ. 1-74)

'కురిసిన మేఘమై యరసికుంబలెఁ దెల్లమొగమ్ము పైచె మేల్బారులవి'(ఆ. 6-57)

'వెనువెంటఁ దాను పోతనయువచ్చెఁ గర్మవెనుకవె జ్ఞానమ్ము గ్రాలుకరణి' (ఆ. 3-63)

'వేఁకటి నాదిగిన శిశుపటు చీఁకటిలోఁ బడుచు విదురఁ జెంచెను జగముల్.' (ఆ. 5-162)

'బ్రహ్మణ్యులట్లు హసింతురపుడె' (ఆ 3-148)

'పయసొక కోడె త్రాఁచువలె వచ్చి' (ఆ. 7-70)

రూపకము:— 'ధాత్రియై సస్యసంతానమ్ము నోడిఁగట్టి జీవన స్తన్యమ్ముఁ జేపికుడిపి.' (ఆ. 2-162)

'వింతసింగిణిరంగుల పెట్టెవిప్పి, యాకసపుఁ బక్కెరంబున వరుగఁదీపి (ఆ. 2-65)

"యామినితీవ, దాని కొనలందునఁ జుక్కలురేఁపురాత్రికిన్ మోములువిచ్చుచున్న పసిమొగ్గలు......" (ఆ. 3-197)

'మబ్బుకన్నియలు చెల్వంబొప్పఁగా తారకా తిలకంబుల్ ధరియింప'(ఆ.4-112)

"రథము మందరముగ రాజన్యజలనిధి మథనపరచి జయము మధుర సుధగ
సైన్యమునకుఁ బంచి సరసిజాలయగాగ హరి విదర్భతనయ నపహరించె"

ఉత్ప్రేక్ష — మధురసాభోగ హేమకుంభములపైన నీలమణి పాలికల మూఁతగ్రాలు నగఁ దమ్మిమొగ్గలపై వ్రాలు తుమ్మెదలను బద్మినీకుచ చూచుక ప్రభలు జిమ్మ. (ఆ. 4-114)

'ముకుళముద్రల భుజలతల్ మొగ్గదొడుగు
బూర్ణ వికసితముద్రలఁ బూలుపూయు
వంపులగు వ్రేళ్ళఁ బూరేకు సొంపులీను
క్షితిఁ గదలియాడులత యీ నెలఁత యనంగ' (ఆ 4-248)

స్వభావోక్తి — 'తలల గొంగడి ముసుఁగులు వెలుఁగ
ముడుత గట్టుకొనిన చేతులఁ దమ కట్టులూని
గద్దువలకాని యట్టిటుఁ గదలకుండ
ఆలగొని నిల్చిరచటి గోపార్భకులును.' (ఆ 3-143)

మెఱపుటీకల నిండుమెడ ముందువెన్కకుఁ గునిసియాడగఁ దోడఁగూడి నడచు'
(ఆ 3-166)

'సిగ్గు వెనుకకీడ్వఁ జెలినెందు ప్రేమంపుఁ గాంక్షముందునెట్టఁ గలఁతఁజెందు (ఆ 3-23)
'జాడించిరి మడిపంచెల జోడించిరి కేల్విభావసున కదుకులకున్'
'దోడుంచి గుడమునిఁక నోరాడించిరి రుచికి శిరము లాడించిరొగిన్.' (ఆ. 7-53)

అర్థాంతరన్యాసము .—

'సంకుసఁబోయఁ దీర్థమయి సత్కృతిఁ గాంచదె కూపనీరమున్ (ఆ. 1-35)
'ఏమి సేయంగలుగు నాఁడ డింతకన్న ?' (ఆ. 3-50)
'వింధ ముదిఁగినఁ జలి యింకనుండ గలదె ! (ఆ. 4-105)
'భువి బాలవిభూతికి శ్రేయమబ్బునే ? (ఆ. 7-70)
'భాగవత పాణితోఁగాని పనియుఁ గలదె ? (ఆ. 8-49)
'ఏనుఁగు లెక్కనైనఁ బుణ మేకుల రాటముతోడఁ దీఱునే ? (ఆ. 8-122)

అంత్యానుప్రాసము :—

వేదనినాద పారముల వీనుల విందిడు తేనెతేటలో
శ్రీదయితా మనోహరుని చిత్త మెలర్చెడి పూలతోఁటలో
మోదతఁ జేతనోద్ధరణముం బొనరించెడి పైఁడి కోటలో
గోద రచించినట్టి యదు గోపకుమారునిఁ బాడు పాటలో. (ఆ. 9-283)

'పాయక సేయు తెల్గుల తపమ్ముల పంట మహాంధ్రభారతీ
ప్రీయ పదోల్లసద్వలయసింహాస దజ్జయ ఘంట సాహితీ
పేర్మియసి కావ్యలక్ష్మి కనువేసిన చక్కనిదంట, పోతరా
డ్జాయకుఁడంట యెల్ల కవినాథుల సత్కృతిఁగొంట గోప్యమే.' (ఆ 9-93)

లోకోక్త్యాదులు :— 'యద్భావం తద్భవతిహి' (ఆ-5-136), 'అన్నదాతా సుఖీభవ' (ఆ-2-203), 'వమ్మునట్టిపని వాకిటఁడిచె' (ఆ-4-379)

అస్త్రశస్త్రముల్ గుప్పింగెఁ జోటన్న కిపుడు' (ఆ-1-371), 'నిన్ననే పోయినది (మరణించినది) యనె. జిన్నదోయి' (ఆ-4-398), చెంపఁగొట్టి దాగఁగవచ్చు చీఁకటి (ఆ-5-16) 'ఓ యనిన నా యనరాని' (ఆ-5-103) రెండంచులకత్తికోత' (ఆ-2-239), 'కన్నుం బోగల్గినంత కాటుక తగునే (ఆ-5-20), తెప్పహాములు ప్రాకినగతి (ఆ-5-227) కఱవున వాంతి (ఆ-5-267), తల మ్రొగ్గు గుల్లయయ్యె (ఆ-7-71), 'బ్రాహ్మణస్యక్షణం కోప'మ్మని (ఆ-7-268), 'బెండ్లు దేఱను వాహినిన్ గుండ్లు మునుఁగు' (ఆ-7-262), మణినా వలయం వలయేనమణి' (ఆ-267), త్యాగవర్తనల నవ్వోఁ జూరుకుంజెక్క (ఆ 7-325), 'ఎదగాలము గుర్తివ్వినట్లు' (ఆ-8-15), 'ఈ సంసారము పండ్లులేని పులి' (ఆ-8-121), 'విత్తొక టిడిక. జెట్టొకటి మొల్చు నెటుల్' (ఆ-8-115), మొదలే మొగరము లావనఁడుచు దూలమ్మనిన విజము దోచునె' (ఆ-8-145), 'పొలపుఁగట్టె తా గొడ్డలి పొట్టఁజొచ్చి, కులపుఁ గట్టెల నన్నింటిఁ గూల్చినట్లు' (ఆ-8-254), 'పంగువు పైకి గంగ యరుదెంచినది' (ఆ-2-110) గాంజ దుర్వనిన్ ఘనతులసీ వ్రరోహము (ఆ-1-159) ఇట్టివింకెన్నియుఁ గలవు ఈ క్రింది పద్యమున సామాన్య నుడికారములేకాక తెలంగాణపు నుడికారముకూడ కనవచ్చును ఇది లోభి, భిక్షుకునితో పలికినది

"కుక్కను బిల్వనా ! యనుచుఁ గోమటి యొక్కఁడు వచ్చి, తాత సొ
మ్మెక్కడ దాఁచఁ బెట్టినటు లేమొ పదేపది 'బుక్కెడేయి కా
ల్మొక్కెద నవ్వ' యంచు విలుముఁగిటఁ బాతినయట్లు లుంటి, పొ
మ్మెక్కడికే నటంచు బిగియించుకొనెన్ దలుపుల్ ధడాలనన్." (ఆ-5-388)

ఇట్లే యీ కవి ఇల్లెడు రాజులు, చాకోసులు, పెక్కాను, పలుగాండ్లు మాగ్రినుకాయ, పిడుకగూండ్లు, ముండ్లదడులు, పలుకాడి (= మాటలాడి), సావడదిబ్బ, అన్నముంచు (= అన్నము వడ్డించు) మున్నగు పదములను మఱియు చివ్వతిండి బావవాలు, విడుపు విడిది, నిరాబారి, తీవంచ మోములదిట్ట చేపట్టిన జాణ, ఇవము సూడును నెలయుచ్ జత కనులఁ జేయువేలువు, కడుపు బంగారు బొక్కసముంజేసిన మేటిపవిత, కరువలి చిఱుతగటు చెఱుప విరియు వెఱితుతుల, సిగవుల నొక్కులుదేలు చెక్కుల వ్రాలివేల, వంటి అచ్చ తెనుఁగు పద సమాసముల నందందు జక్కగ బ్రయోగించెను.

ఉక్తి చమత్కృతి — 'నన్నయ్యని తెలియుమనెడి నన్నయ నెంతున్ (పీఠిక 20)

'అరయుగం కంటిపాపఁడే యనఁబడుచును
సరసగతి రామచరిత కుత్తరము వ్రాసె' (పీఠిక 24)

ఆరయ కంటటి పాపఁడనియు, అరయగం, కంటిపాపఁడనియు చమత్కారము. ఉత్తర రామచరితము వ్రాసెననుటకు రామచరిత కుత్తరము వ్రాసెననుట చమత్కారము.

"ఎవఁడు రామాయణ కల్పవృక్ష వినుత కాండాలి
దివికి నిచ్చెనలవైచె యమరకవిపతిన్ దెఱచి రాజని వెలింగె" (పీఠిక 30)

స్వర్గానికి నిచ్చెనలు, తెఱచిరాజు అను రెండు పదములిందు చేర్కొనబడినవి.

"విపంచిఁ గరశాఖల మీటుచు దూరమేఁగు నమ్మవిఁగని శారదాభ్రమని, పూర్ణవిధుండని, శారయుంచెదో ధ్వనియని, శూన్యమంచు నొగిఁ బల్కిరి విష్ణుపదాలయస్థితుల్"

వీణ వాయించుచు గ్రమక్రమముగా శారదుఁ డాకాశమున నదృశ్యుం డగుట యిందు చమత్కారముగా వర్ణింపబడినది.

'పూరిగుడిసెలెక్కి పొయిరాజెనని యగ్నిపాకిఁ బల్క
ధూమ సంఘమొకట'......(ఆ-1-86)
'కాసులయాస మానమును గంపల గానను జేసికొందువే ? (ఆ-2-99)
పాదరసమ్ములు సొమ్ము లిమ్మహిన్ (ఆ-2-222)
మబ్బు పచ్చికడపై తోచెన్. (ఆ-3-137)
"ఒకటితో నొక్కటింగూర్ప నొక్కటియగు, లేక మూఁడేని యగునని
లోకమెఱుఁగ గాలుపేతుల వ్రేళ్ళ లెక్కనిడమడచి, యరక సరిదిద్దు
గణితశాస్త్రోక్త విధికి." (ఆ-3-286)

మల్లన శిశువు గణిత శాస్త్రమును సరిదిద్దు చున్నట్లు కవి చమత్కరించెను. సామాన్య గణితము ననుసరించి 'ఒకటితో నొక్కటింగూర్ప' రెండగును. కాని మల్లన గణితశాస్త్ర ప్రకారము ఇవి ఒక్కటి యగునట, లేదేని మూఁడగునట ! భార్యా భర్తలను గూర్చుటకు "ఒక్కటి చేయుట'యని వ్యవహారము కావున సంతాన ప్రాప్తికి పూర్వము ఈ యిద్దఱు 'ఒక్కటి'గానుండి తదనంతరము శిశువుతో ముగ్గురగుదురని చమత్కారము.

సీ. [illegible] చూపులలోన శృంగార రసవల్లి పూలుపూయుచుఁ దోరణాలు గట్టు
... ...

గీ. నాతి కలకంఠ రుతము నన్నాయిఁబాడ, లజ్జ తెరపటమగుచు విలాస ఘన:
ప్రణయ సితదృక్ప్రభలు తలఁబ్రాలుఁబోయ నారి నృపతి మనమ్ము లగ్నమ్మొనర్చె.
(ఆ-4-306)

ఇందు భోగిని సింగభూపాలుని మనస్సును లగ్నమొనర్చిన విధము వైవాహిక సంప్రదాయముతో జమత్కారముగ వర్ణింపబడినది.

'వనిత యర్ధాంగియయ్యె నా మనసు సేచుఁ
గుడియెడమ పార్శ్వముల కింత యెడమదేల? (ఆ-3-224)

ఇందలి శబ్దార్థ చమత్కారము స్పష్టము

'కమల కోమల సతీ హస్త పాశ
బద్ధుఁడై ముక్తిగనె మారు జారినుండి.' (ఆ-1-243)

బద్ధుఁడగుట, ముక్తుఁడగుట అన రెండును పరస్పర విరుద్ధ భావములు. వీనిని కవి 'బద్ధుఁడై ముక్తిగనె'నని యేకత్రగూర్చి చమత్కారము కలిగించెను

"అన్నపూర్ణా మనోహరుఁడని పేర్వడ్డ కాశివిన్సయయింట గంగద్రావి. (ఆ-3-251)

... ...

అను సీసపద్యపు తక్కిన పాదములలోని కూడుగుడిచి, పదముపాడి మఱియు వేంకట రెడ్డి రొక్కమునకు వడ్డిగట్టి, యనునవి కడు చమత్కారముగను విశేషార్థ వంతముగను గూర్పబడినవి. 'కాశి విన్సయయింట గంగద్రావి' అనుదానికి కాశికేఁగినవారు గంగ ద్రావుటయను నాచారమును మఱియు నీశ్వరుఁడు అన్నపూర్ణా మనోహరుఁడేకాని వ్యయముగా నతఁడాదిభిక్షువు గావున నతనియింట గంగకంటె మిక్కిలి యుండదనుట విశేషము. జగ్గన్న అన్నసత్రమున కులభేద మెంచబడదు కావున నచటి యన్నము కేవసకు కూడుగుడిచి నట్లయ్యెనని చమత్కారము. వేంకటరెడ్డి యిచట తిరుపతి వేంకటేశ్వరస్వామి ఈయన భక్తులనుండి రొక్కము మిక్కుటముగ గడించి రెడ్డి దొరయై కొండెక్కి కూర్చుండెనని చమత్కృతి.

"రామభక్తుఁడై హనుమఁడు రాఁడదేల, మార భక్తుఁడై తలక్రిందు మాఱిపోఁడె
రామయను శబ్దమున కెందు రమణియంచు, నర్థము వచింపఁడే కుకునంతవాఁడు"
(ఆ-4-165)

ఇందు రామ శబ్దములోని అక్షరములను వ్యత్యస్తముచేసి చమత్కారము కల్పింపబడినది. ఈ క్రిందివికూడ నిట్టివే.

'లవుని గనాయి కిత్తుసం చాడితప్పు ముఖము క్రిందైన మీఁదైన ముఖము ముఖము'
(ఆ-8-115)

'ధరణిపతి ప్రజాకంబు కిత్తుసము పహింప పురియె తలక్రిందులై రిపు సరణివలు.'
(ఆ-3-117)

ఈ క్రింది పద్యములలో నారికేళఫలము బహు చమత్కారముగను సాలంకారముగను వర్ణింపబడినది.

"స్వచ్ఛ మందాకినీవారి సంగ్రహించి, రవి ధరింపఁగ నెండవానల సహించి
మూఁడు కనుల మూఁడు మీసములను గడ్డ ... లెంద నారికేళ సత్ఫలము..."

"ఫాలంబు కైలాసగిరివాసు గంగాధరు, కాషాయవస్త్ర పాంసుగడల తీరు
మూఁడు కనుల మూసి, ముక్కంటి ముద్రవేసి, తీర్థము ప్రసాదమని యిందు డింపిరెవరో?
(ఆ-4-015-17)

సుష్పలావిక వర్ణోక్తులు చమత్కార బంధురములని చెప్ప నవసరములేదు.

ఒక్క పద్యము

'దంపతుల్పద్ది యెవరి దండఁ జెల్వారునో యటివారి ఘనతఁబట్టి దీని
విలువ యెదుగు, పట్టి చిలిపి చూసించిన దంపతాసనమ్మె దండవిలువ.'

ఇట్టి శబ్దార్థ చమత్కార సంతతములగు పద్యములింకెను గలవు. ఇప్పుడు చతురోక్తులవంటివి కొన్ని పరికింపుదము.

'స్వర్గమ్మును గాలఁదన్నుదును కావ్య జగత్తునఁబట్టి దున్నుదున్.' (ఆ-2-72)

ఇవి పోతన వాక్యములు

'ఈనిన పులియై, పిగమున్ బూనిన కాళియయి, యగ్గి బొగమంటలు కన్గొనల
గ్రక్కుచు" (ఆ-2-90)

కూడె నా వాయసగండు పశ్చిమ దిశాపతి, నాయపయిల్లు పైఁడియైపోయెను.
(ఆ-2-150)

'కొడిపళ్ళు తాము పల్లెపడుచుల మూఁపుల పల్లకీల నెక్కివచ్చెను' (ఆ-3-103)

'మస్నథుని హత్యయొనర్చిన కొండపీటి సన్యాసిపిటాల పహ్నిశిఖలార్చి' (ఆ-3-142)

'పిడికెడుసులేని సముమువఁ గడుపేర్పైతె' (ఆ-3-257)

'ప్రక్కలు విందెను జను మక్కలు వలపెక్కె......
దంపతుల గుట్టు లీవలఁ బడియెన్.' (ఆ-3-28?)

'భూవిభుని మోవి చిఱునవ్వు పూఁగురిసె. (ఆ-4-218)

'పింటెంటికిఁ దొలినంజ చిచ్చుపెట్టె' (ఆ-4-216)

'అంటతాంగి యొకొక యపరరమ్మై యొయ్యారముల నిధి శివనజలధి శిల్పకళల కపధి' (ఆ-4-2?4)

'కదము ద్రొక్కెడి మారుగజ్జెల గుట్టమై యాటలాడెదు (ఆ-4-258)

దినమ్ముపై నిశలు నిప్పులు గ్రొక్కెడు దారకాక్షలెన్' (ఆ-8-38)

మావు పాలకుల బోయలకై బడిపాట గొప్పకమే' (ఆ-8-14)

ఇది మల్లన శ్రీనాథునిగూర్చి హేళనగా బలికినది. ఇందు పాలకుల బోయిలనఁగా పాలకులు మోసెడు బోయీలనియు, ప్రభువులకు చెందిన బోయిలనియుఁ జమత్కారము; బోయిలకై బడిపాట యనఁగా బోయీల కొటకనియు, బోయీల చేతులకు బడుపాటయనియు జమత్కారము స్ఫురించును. దీనివలన శ్రీనాథుడు పాటుల పాలకులయందు సుఖముగా నూరేఁగుచుండునని వెక్కిరింపు.

'శఖము కొనివచ్చు నవ్వును జొంపియ్యెద కొనలఁ గఱచి పోనడచి' (ఆ-4-88)

'వ్రజ మీయకళంక కీర్తి సామమునకు ఘనజట లల్లుమంచె' (ఆ-9-101)

"శ్రీకారము చీకాలము, టాకునోకా, రాకులాలు, వాకున్దా వ
రైకాదేశపు బాల వ్యాకరణము మెచ్చుకొనని పండితులున్నే? (ఆ-11-288)

ఇందు బాలుఁడయిన ప్రహ్లాదుఁడు తండ్రితో మాటలాడుచు శ్రీహరి యనుటకు బాలుఁడగుటచే 'చీయరి' యనును. దానిని శ్రీహరియని అర్థము చేసికొని తండ్రి కోపించి బెదిరించును తల్లి 'చీహరి' యనం బోలునని సవరించును. ఈ సందర్భమున కవి పై పద్యమును వ్రాసి 'బాలవ్యాకరణ' సూత్రమును చమత్కారముగా వివరించెను. అనఁగా చిన్నయసూరిగారి 'బాలవ్యాకరణము'ను ఆక్షేపించు పండితులుండిన నుండుదురుగాని బాలుని వ్యాకరణమును మెచ్చుకొననివా రుండరని చమత్కరించెను. ఇట్టి చటువాక్యములిం దింకను ననేకములు కలవు (అ ౧ పద్యం ౫..) తెలుగులిపి ఉత్పత్తినిగూర్చిన బద్యముగూడ నిట్టి కల్పనా చాతుర్యము చమత్కృతి గలిగినదే.

కొన్ని సూక్తులు .—

'ఇసుకను ఇక్కారం గనఁగ నేకవిధమ్ముగఁ గానిపించు నా
యిసుక జలమ్ములన్ గరఁగ దేండ్లకొలందిగ నాని పొత్తు తాఁ
బొనఁగిన యంత సిరమయి పోపను ఇక్కెర, మానవాళి రూ
పనమత నుండనేమి? రసభావవిలీనుఁడె సజ్జనుం డిలన్' (ఆ-2-88)

ఇది 'ఉప్పుకప్పురం'బను వేమన పద్యమునకు ప్రతిధ్వని. భంగ్యంతరమున గూర్చ బడినది.

'ధరనుపాధ్యాయుఁ డెదొయొక్క తరుణమందు
కొంత పరిమిత జనులకుఁ బాఠమిడును
గాని సత్కవివాణి శిక్షణ మొసంగు
సకల కాలమ్ములందు విశ్వ ప్రజలకు.' (ఆ-2-131)

'ఒక్క విత్తునాఁటఁ బెక్కు గింజలు వెన్నునంటియున్న ఫలిత మబ్బునట్లు
నొక్క పాపకర్మ పెక్కింతల ఫలమ్ము వెన్నునంటి కుడుపు నిన్నరునకు' (ఆ-2-195)

'పిల్ల ప్రియమును గోరును పితరులెందు హితము గోరుదురు. (ఆ-2-210)
కన్యా వరయతే రూపమ్ వంటిది యిది.

'పొటమరిలనె ప్రాయము తీవబోఁడు లాది సంతరంగము విప్పి మాటాడరెందుఁ
బూఁతఁబట్టనెమును లతా ముఖములందు, మూతివిప్పవి మొగ్గలే మొలచునట్లు.'
(ఆ-3-82)

'చెప్పకున్నను నరుడెంచుఁ జెడుగుణములు, పట్టి బోధింప సుగుణముల్ పట్టువడవు
మట్టియంటును గుమ్మరి మనికిఁజేర, పసిడియంటునె కమసాలి వసతి కేఁగ.'
(ఆ-4-209)

'విలువగల రత్నమునుదానె వెదకికొంచు మానవుఁడెవచ్చు, రత్నమ్ము మనుజుకొరకు
వెదకు చుంబోవదీ విశ్వవీథి. నదియుఁదా సువర్ణమైత్రినె శిరోధార్యమగును'
(ఆ-8-109)

ఇది 'నరత్న మన్విష్యతి మృగ్యతేహితత్' అను కాళిదాసు వాక్యమున కనుసరణము.

'అధికవిషయ సంసేవనమ్మగు వినోద మవసరాకృతింగొని వ్యసనాఖ్యనలరి
తనను సేవింపకున్న ఖేదమొసగూర్చు. నతి వినోద సేవనము దుఃఖాకరమ్ము'
(ఆ-8-127)

ఇట్టి సూక్తులీ కావ్యమున శతాధికములు. వీనిలో గొన్ని ప్రాచీనుల ననుసరించియుఁ గొన్ని స్వతంత్రించియుఁ జెప్పబడెనని పై యుదాహరణములవలన స్పష్టము. ఇట్టి సూక్తులు సార్వకాలిక సత్యములు. లౌకిక జ్ఞానప్రదములయి వేమన, సుమతి పద్యములవలె కంఠస్థము చేయదగియున్నవి. వీనితోపాటు కవి యిందు భక్తి, జ్ఞాన, వైరాగ్య వేదాంతాదులకు సంబంధించిన ఉపదేశములను సందర్భానుసారముగాఁ గావించియున్నారు. మఱియు కవిత్వము, కావ్యము, నాట్యము మున్నగువానిని గూర్చిన తమ యభిప్రాయముల నందందు

పొందుపరచుటేకాక, స్త్రీల ఆటలు, ఆభరణములు, వివాహాది సంప్రదాయములను, యోగ శాస్త్ర, జ్యోతిశ్శాస్త్రాలకు సంబంధించిన కొన్ని విషయములనుగూడ నెరనెర వివరించి యున్నారు. మచ్చునకు పూర్వకాలపు స్త్రీల ఆభరణముల వర్ణన పద్యమొకటి యుదహ రింపబడుచున్నది.

'రాకిడి, పింపిడి, రావిరేకయుఁగుప్పె, కోరకొప్పుల తలం దాఁటిన
సరిగ పట్టెడ, గుండ్లపతకము. పూసలపేర్లు, పాలిండ్లఁ దూగుటుయ్యేలలాగ
బిగువు వడ్డాణముల్, బిళ్ళల మొలనూళ్ళు, జవ్వాది నడుములో పరవమాత
మట్టెలు, పిల్లాండ్లు, మణి వీరమద్దియల్, లావణ్య గరులకు లక్షణ వేయ
జిలుగు దద్దాలకట్టు పోఁతలు వెలుంగు, పూలయందెల కుత్తుంత్ర హారములను
నీలి నింబోళి కెంపువన్నియల సలరు సరిగ పట్టంచుకోకల సవదరించి. (ఆ-12-48)

పై ఆభరణాదులలో గొన్ని యిపుడు నామావశేషములు మాత్రమే. లక్కన వయి నను బల్లెలలో గ్వాచిత్కముగా గానవచ్చును

ఈ 'పోతనచరిత్ర'మున కనుబంధముగా రచించి చేర్పబడిన ఏకాదశ ద్వాదశాశ్వాస ములలోని భాగవత గాథలలో పోతన శైలినే కవి చాలవఱకు అనుసరింపదలంచి కృత కృత్యుఁడయ్యెను. ప్రహ్లాద చరిత్రమునుండి యొక పద్యమును తిలకింపుఁడు.

'వైకుంఠుఁ బొగడని వక్త్రమ్ము ఢక్కానినది దేహళమ్ములో నద మొనర్చు
హరిపూజనములేని హస్తంబు దర్వినా నది యన్నపూర్ణ హస్తాయుధమ్ము
విష్ణుభక్తి యెలేని విబుధుండు పశువన్న నది మహాదేవు వాహనము సతము
కంజాక్షునకుఁగాని కాయంబు భస్త్రినా నది రాగిఁగరఁగి దేవాకృతినిడు
చక్రిచింతలేని జన్మబుద్బుదమన విష్ణుపాదవారి వెలయు నదియు
శ్రీపుఁగనవికనులు శిఖిపింఛ నేత్రమ్ములనిన దేవసన్నిధినవి యలరు.' (ఆ-11-32!)

పై పద్యమున కవి 'వైకుంఠుఁ బొగడని వక్త్రమ్ము వక్త్రమే ఢమఢమ ధ్వనులతో ఢక్కాగాక' యను పోతన పద్యము ననుసరించుచునే తన వ్యక్తిత్వమునుగూడ బ్రకటించెను. గజేంద్రమోక్షణ కథనుండి యొకటిరెం డుదాహరణములు.

'మూలం బెవ్వఁడు విశ్వభూత గణమున్ బుట్టింపఁ బోషింపఁ ను
న్మూలింపన్ సకలాంత రాత్ముఁడయి యే ముఖ్యుండు మిన్నట్టు ది
క్కాలాబాధితుఁడై వెలుంగు భువనాకారైక వ్యష్టికృతిన్
మూలంబై కవరాఁదెవండు శరణంబున్ వేఁడు దా యీశ్వరున్.' (ఆ-12-41)

'ప్రాణవశించె, నా వశముదప్పెను దేహము, తాపుదప్పెనా
ప్రాణము, లాత్మధైర్య మెడఁబాసెను, గన్నుల మూర్ఛగ్రమ్మె. నీ

ప్రాణికి నీ వినామఱి యుపాయము పాయములేదు, రావె గీ
ర్వాణపతీ! క్షమించి నను రక్షణ సేయఁగదే కృపామతీ! (ఆ-12-47)

'కలఁడట చరాచరంబులఁ గలఁడఁట దశదిశల భక్తకల్ప ద్రుమమై
కలఁడు కలఁడనెడు మాటలు కలలో? లేకున్న విజప గలవో తెలియన్ (63)

'హరి వెనువెంట భార్గవి, రమాంగన వెంబడి వాణివాస, మా
పరిజనమంటి తార్క్ష్యుఁడు, సుపర్ణుని వెంబడి శంఖచక్రముల్
వరుసగ దండనాథుఁడును వాడను వీరవసేల సింత కా
వరిమ పదంబె తాఁగవలివచ్చెను జెచ్చెర నంతకంతయున్'

'పరమ దయాళువై మకరిబట్టి వధింపఁగఁ బంపె వేగ శ్రీ
హరి, కరభీషణోరగ ఫణాగ్రమణి ప్రభలీను చక్రమున్
వరసురవైరి నాశ పరిపాలిత శక్రమునైక కోటి భా
స్కర కిరణచ్ఛటాచ్ఛవి ధగద్ధగి తాంబరచుంబి చక్రమున్. (80)

'కరవిభ్రాజిత పాంచజన్య ఘన శంఖధ్వాన గర్జాకృతిన్
వరశోభావిల సత్సువర్ణ తటిద్వ్రాప్తి నక్షీణ స
త్వరుజా మేఘ కళేబరుండగుచు నక్రధ్వంసియై చక్రి స
త్వర మార్పెన్ బవబాధనొందు కరిహృత్తాపానల జ్వాలలన్.' (82)

తక్కిన భాగవత కథలను కవి చాలవఱకు భాగవతశైలినే నడపెననవచ్చును. పోతన కథయందును నెడనెడ కవి యిట్లే పోతనశైలిని చాటించెను. మచ్చుకు గొన్ని పద్యములు.

'ఇంతింతై వటు గింతయైనగతి మప్పొక్షించు చున్నంతలో
నంతై, యాకసమంతయై విరిపి నీలాకార మేపారినా
కాంతమ్ముల్ గ్రసియించి ఓంచి ఘన గర్జార్భాటధాటిన్ బ్రిజా
ప్వాంతమ్ముల్ పెకలించె సద్భతి నిరాశా కంధిలో ముంచఁగన్' (ఆ-8-113)

'పద్మాక్ష దర్శనభాగ్య హీనములైన కన్నులం ధవరాటకములు గావె
జగదీశ సత్కథా శ్రవణ దూరంబైన శ్రుతులు కోటర బిలాకృతులుగావె
యచ్యుతగుణ కీర్తనామృతంబానని నాలుక ప్రేలాగ్ని కీలగాదె
వనమాలి నిర్మాల్యవరగంధ మెఱుఁగని నాప యుమ్మెత కసుప్రాసగాదె
విష్ణు పదసేవనా విరహితమగు శిరము ధరమొల్చు సప్పలి కరముగాదె
పద్మ పదనాథు విషయ సద్భక్తి లేనిమేన బడిసెంపుచెరిఁ ద్రిమింగు మీనుగాదె!'
(ఆ-5-75)

'హిమకర స్పర్శచేఁ జెమరించు చందురుకాంతోపలముఁగాంచి కరఁగఁగలదె
ఓషధీపతిఁగాంచి యుప్పొంగు క్రొందీవ యంచపుగని పులకించఁగలదె
కుముద బాంధవ దర్శనమున నవ్వెడి కల్వ చంచలంగాంచి హసించఁగలదె
వరసుధాకరరుచుల్ మరగు చకోరమ్ము కరదీపికా కాంతిఁ గరఁగఁగలదె
చంద్రికాంతానయు లతాచారుగాత్రి కువలయదళాక్షి మృదుల చకోరి హృదయ
రాజదర్శనస్పర్శన శక్తిలేక కరఁగి పులకించి తులకించి కాంచిసగునె' (ఆ-1-188)

'మండిత కరధృత దండకమండలు హాసదాసనేందు మండయుని జటా
మండల ఖేలత్కుండల గండస్థల లంబితాక్ష ఘనకుండలునిన్' (ఆ-2-16)
కాషాయాంబర కవచిత వేషున్ జ్ఞానాగ్నిదగ్ధ నిజకృతదోషున్ (ఆ-2-17)

మహాకవి పోతన జీవితకావ్యమునందు పోతన భాగవత కవితా వాతావరణమును గల్పించు నుద్దేశముతో నీ కవి పలుతావుల నిట్టి శైలి నవలంబించెను. ఇతర ప్రాచీన కవులలో శ్రీనాథ, పెద్దన, రామరాజభూషణ చేమకూర వేంకటకవులును సంస్కృత మహాకవి కాళిదాసును ఈ కవి కల్పిత పాత్రలుగా గోచరింతురు. ఈ మహాకవుల కవిత్వశైలి శయ్యలభాయ లందందు భాసించి యీ కవిశైలికి ప్రౌఢిమ నాపాదించినవి. ప్రాచీనకవుల భావ గాంభీర్యమును రచనా శిల్పమును వీరు పుణికి పుచ్చుకొనిరేకాని, భావానుకరణమునకు పాల్పడలేదు. వీరి భావములు స్వతంత్రములు

ఈ క్రింది పద్యముల గమనింపుఁడు.

'వప్రాట్టాలక శృంగమూర్ధ విలసద్వాల్లభ్య చిహ్నధ్వజా
ధిప్రేంఖన్మసృణారుణాంశుక సముద్దీప్త స్వరూపమ్ము లా
విప్ర ప్రాజ్ఞకవీంద్ర గాయకనటీ విశ్వమ్ము కై స్వాగ తా
భిప్రాయ ప్రకటత్కరాగ్రములు పంపెన్ యుష్మదాహ్వానముల్ (ఆ-4-68)

ఈ పై పద్యము కథలో శ్రీనాథ మహాకవి సింగభూపాలుని దర్శించినపుడు చెప్పినది. ఇది శ్రీనాథుని ప్రౌఢశైలిని అక్షరాక్షరము తెలుపుచున్నది. ఈ క్రింది పద్యములలో రామరాజ భూషణుని కంఠధ్వని వినవచ్చును.

'నెలగుండియలఁ బిండి వెలయేటి యెలదోటి యలక్షీరవారాశి నొలుకబోయ
వెలగల్గు చలివెల్గు తెలిమించు తులకించి మలినాంబరసుపంతఁ జలువ పేయఁ
గళలీను వెలజేని చలువవెన్నెలలతల్ భూరుహచ్ఛాయలం బూలుపూయఁ
దెలికొముదులు యామినులు బాల్పు చేరుచుక్కల ముత్తెముల షలుంగడిగి వేయ
గొలకులన్ విల్వులద్దాల తళుకుమీఱ నలుగడల్ పచ్చిపాల్గాఱఁ జలువరాల
మలకరఁగి వచ్చికలయుళ్ళవిలిచి పాఱెనవ శుచిస్మితయై శరద్వనితచేరె' (ఆ-3-182)

'సౌందర్యామృత సింధువున్ ద్రుహిణశీర్షశ్రేణి మంథానమౌ
కందంబై నవనీతముప్పతిల వీఁకన్ దచ్చెఁగా నద్ది క
న్విందో యీ తరుణీలలామమను రాణించెన్ జళీ! దీనివా
క్కందమ్ముల్ రమణీయతాగగన రాకాచంద్ర బాలార్కులో' (ఆ-11-132)

'ధార్తనాగారూఢ దుందుభిస్వనభీతి మార్తాండ బింబమ్ము మఱుఁగుసొచ్చె
గగన సంగరపటద్ధన తటిత్కరవాల సమితి కన్నులలోన సాముసేసె
నీలాద్రి శిఖర సంధిత వారిశతఘ్నులమరు దెబ్బలు గుండెలందు వైచె
శక్రచాపవిముక్త శరపరంపరలచే దశదిశా ఖాండమ్ము వశమొనర్చెఁ
గలుష విషయుక్త గర్వాంధకారసార వపువులొలయఁ గాదంబినీ వాహినులను
భీత దీనమానస వినిర్భిన్న ఖిన్నచిత్తముల నొంప పరకింపఁ జేరవచ్చె' (ఆ-3-114)

'వాసవ యొంతయున్న నిజవర్ణము లెట్టివియైనఁ గ్రిందు న
గ్రాసనమందుఁ గ్రాలియు ముదాకృతి నవ్వుచునుండి రెందునా
శ్రీ సుమజాతిజన్మ దరియత్రి సమర్చల నేలవ్రాలు నౌ
రా! సురరాజ పీఠి శిరమ్మునఁ దాల్చుట పూజ్యతన్ గనన్' (ఆ-4-128)

ఇట్టి శైలికివి కొన్ని దిఙ్మాత్రోదాహరణములు.

ఇఁక ఈ కావ్యమునందలి ధ్వని విశేషములకు గొన్ని యుదాహరణములు చూపబడు చున్నవి.

'సురపతి సోదరుండు, పరిశుద్ధమనస్కుఁడు భక్తుఁ డాత్మయై
వరలెడి పుత్రుఁ డిందు నొక వైపున వీపు, మరొక్క వైపునం
బరఁగెను పొట్ట, రెండిటను బాధయె చేకురె, ధర్మసంప దు
ద్ధరణ మొనర్చు కంకణము దాల్చిన నీకు వచించు వాఁడనే! (పీఠిక-76)

ఇది కావ్యోపక్రమ భాగములోనిది. భక్తునకు హానికలిగించుట కిష్టములేకున్నను సోదరుఁడగు ఇంద్రునకు పోతన తపోభంగ మార్గము నెఱింగింపఁగా నతఁడు సంతృప్తితో వెడలిపోయెను. అప్పు డొంటరిగానున్న విష్ణువుతో నారదుఁడు పై వాక్యములు పలికెను. సోదరుఁడగు ఇంద్రుఁడు వీపువంటి వాఁడనియు, భక్తుఁడు పొట్టవంటివాఁడనియు, నిందెవరికి బాధకలిగినను కష్టమేయని మనవి. 'ధర్మ సంపదుద్ధరణ మొనర్చు కంకణముదాల్చిన నీకు వచింపవాఁడనే' యని మిన్నకుండెనేకాని తన మనోగతాభిప్రాయమును దెలుపఁదయ్యెను. కాని యతఁడు మాటలతో జెప్పకున్నను, ఇందలి 'వీపు, పొట్ట మఱియు ధర్మసంపదుద్ధరణము' అనునవి నారదుని యభిప్రాయమును ధ్వనించుచున్నవి. లోకమున సామాన్యముగా వీపుమీద గొట్టవచ్చునుగాని పొట్టమీద గొట్టరాదను న్యాయము ప్రసిద్ధము. పైగా భక్తుఁడు

(పుత్రుఁడు) తపస్సొనరించి భాగవత రచనచే లోకమున ధర్మవ్యాప్తి చేయనున్నాఁడు. ఇతనిది ధర్మమార్గము. ఇంద్రుఁ డన్యాయముఁగ ఇతని తపమును భంగము కలిగించి ధర్మ విఘ్నమునకు దలపెట్టి యున్నాఁడు. విష్ణువు ధర్మరక్షణకే కంకణము కట్టినవాఁ డనుటచే వీనివలన సాముదాయికముగా పీపువంటివాఁడును అధర్మ వర్తనుఁడునగు తమ్ముఁడగు ఇంద్రునకు అపజయము కలిగించి, పొట్టివంటివాఁడును ధర్మవర్తనుఁడునగు భక్తుఁడగు పుత్రుని (పోతనను) రక్షింపుమని నారదుఁడు చమత్కారముగా తన యభిప్రాయమును శ్రీమన్నారాయణునకు ధ్వనిమార్గమున దెలిపినట్లయ్యెను. ఇట్లు చెప్పుట ఉత్తమ కవిత్వ లక్షణమని యాలంకారికుల మతము.

"బిడలగు ప్రాణుల బ్రదుకులు గడచుట లెట్లనుచుఁ బ్రకృతి కలకాలములన్
వడఁకున్, మదినుడుకున్, వెతఁదడుపున్ భాష్పాంబుధార ధారుణి నెల్లన్."
(ఆ-1-185)

ఈ పద్యమునకు గొంతపైన (188) 'ఈ యఖిలభూత సంతతిని రొమ్మునఁ గట్టి సాకుఁ బ్రకృతి' యని చెప్పబడినది. తన పిల్లలగు ప్రాణులను ఎంతటి అనురాగముతో సాకునో దీనికిముందు (184) పద్యమున దెలుపబడినది. ఇఁక ఈ పద్యమునందు ఏ విధమున తన బిడ్డలగు ప్రాణుల సాకునో కవి తెలిపియున్నాఁడు పద్యమునందలి మాటలనుబట్టి చూచిన బిడ్డలెట్లు బ్రదుకగలరోయని ప్రకృతి కలకాలమును వడఁకును. ఉడుకును. కన్నీటఁతో ధారుణిని దడుపునని మాత్రము తెలియుచున్నది. కాని వడఁకుట మున్నగువానిచే బిడ్డలెట్లు బ్రదుకగలరు ? కావున ఇట వడఁకు మున్నగు పదములు శీత, గ్రీష్మ వర్షఋతు ధర్మములను ధ్వనింపజేయుచు వర్షాదులవలన భూమిని సస్యవంత మొనర్చి ప్రకృతి తన బిడ్డలయిన ప్రాణులను పోషించుననుట ధ్వనివిశేషము.

"సూర్యభగవాను వదనమ్ముఁ జూచినవ్వి, యాత్మనర్పించుకొనిన యీ యంబుజమును
ఖలుఁడు గజరాజు సింగమ్ము కరణివచ్చి త్రుంచి తలమోదు కొనునఁట తుచ్ఛబుద్ధి."
(ఆ-2-69)

సూర్యుఁడు కమలబాంధవుఁడు. ఆతని రాకచే కమలము వికసించును. మదగజము లట్టి పద్మములను త్రుంచి తలమోదుకొనుట (గజ) స్వభావముఁ కాని ఇది తుచ్ఛము. సామాన్యార్థము. కాని యిందింతకంటె విశేషముగా ఇనవంశమునఁ దవతరించిన భగవానుఁడగు రాముని దర్శించి, యతనికి మనసా అర్పితముచేసిన భాగవతమును ఖలుఁడగు సింగభూపాలుఁడు శిథిలావస్థకుదెచ్చి పాడుచేయ గలడను భవిష్యద్వాణి పై పోతన వాక్యమువలన ధ్వనించుచున్నది. దీని తర్వాతిదగు 70 వ పద్యమును నిట్టిదే. ఈ ఆశ్వాసమునందె పల్లె పడుచు మానభంగమునకు బ్రయత్నించిన యువక భూపాలునికి హితోపదేశముగా చెప్పిన (112-18) పద్యములును నిట్టివే

'పద్దుగ మేడలెక్కి కనుసైగ లొనర్చెడి మేఘ సంగతిన్
పద్దని సఖ్యకాంతలం బాఱిలిచె గప్పుఛరాల సొంగియై
వద్దననేవి త్రాగి వయివచ్చిన డెన్ బ్రిజనష్టమౌట తా
నద్దియెఱుంగఁ డెంతటి ఘనాహ్వయుఁడైనను దాగుబోతనన్. (ఆ-3-138)

ఇందు ఈనుటకు సిద్ధముగానున్న వరియందు పూర్ణగర్భిణీ స్త్రీత్వమును, సముద్రజలముల త్రాగివచ్చిన మేఘములయందు త్రాగుబోతు గుణమును ఆరోపించి, ప్రజయను శ్లేషపదముచే అర్థద్వయ కల్పనమున అలంకార ధ్వనిరూపమున చమత్కారముగా కావించెను.

'మీలతో, నాఁచుపెనగు పద్మాళితోఁ దడబ జడసల్లి సుడిగొని బుడగలెగయ
స్వర్ణ సౌందర్య దివ్యశోభాస్రవంతి పాఱునేఱులై సొంపారు నడతిమేన.'
(ఆ-3-177)

ఇందు పోతనకు అప్పుడే తటాకమున స్నానముచేసి ఆర్ద్ర వస్త్రములు దేహమునకు హత్తుకొన నిలచిన తన భార్యమేని స్వర్ణ సౌందర్యదివ్య శోభాస్రవంతి ఏఱులయి పాఱినట్లు గోచరించినట్లు కవి యిందు వ్యంజించెను. దీనివలన నామె శరీర లావణ్యము బంగారు చాయ గలదనియు, ఆమె కన్నులు మీలఁబోలుననియు, శిరోజములు శైవాల సదృశములనియు, ఆ పొంతనున్న మోము నాచుతో పెనగు పద్మము వంటిదనియు, త్రివళులు జడలల్లు తరలవంటి వనియు, నాభి యా తరలవలన గలిగిన సుడివంటిదనియు, వక్షోజములు ఆ సుడినుండి పైకెగసిన బుడగలవంటి వనియు నిందు చమత్కారము. ఇది వస్తురూప ధ్వని కల్పనము.

శ్రీకర శశికళా పెఖిప భాసురమౌ ఋతుకాల మందునన్
బకపక నవ్వనేగను విభావరి తారకలీను మల్లికా
వికర వికీర్ణరమ్య శయనీయ సితాంబరసీమ వాయఁదో
లికల, విశాపతిన్ గలిసి కేలఁ జెలంగి సుఖాశఁదేలుచున్. (ఆ-3-193)

ఇందు ఋతుకాలమునందు శశికళచేత పెంపొందుచున్న (కళాశాస్త్రమునందు స్త్రీలకు చెప్పబడు కళలు) చక్కగా నలంకరింపబడిన పూసెజ్జయందు పేచి తన్నుద్దేశించి వచ్చిన ప్రాణనాథునితో సుఖముల దేలియాడు వాసక సజ్జికయను శృంగార నాయిక శృంగార క్రీడ యిందు ధ్వనితము.

'ఆ వనజాక్షి నూత్న ఎర్రియాంకురముల్ చరరాగ వృష్టిలోఁ
దీవలుసాచి, యల్లుకొని, తీరగు పూవులుపూచి, కమ్మ నె
త్తావులు చిమ్మఁజేఁటులు సుధామధుమత్తత వ్రాలఁగా ఫల
శ్రీ విలసిల్లు కమ్మయి చరించెను సౌఖ్యవనంత వీధులన్.' (ఆ-3-248)

దీని పై పద్యమునందును పోతన దంపతుల ప్రథమ సమాగమము వర్ణింపబడినది. ఈ పద్యమునందు ఆమె ప్రియమెట్లు క్రమముగా ఫలోన్ముఖమయినది వర్ణింపబడినది. ఆమె యొక్క సాత్త్విక ప్రణయము వరుని యొక్క అనురాగముచేత అభివృద్ధినొంది, ఆలింగనాదుల పడసి, వివిధ శృంగార భావములను ప్రకటించి, [illegible] సుఖపారవశ్యమున [illegible] సంతాన ఫల విభవోన్ముఖమై దాంపత్య సౌఖ్యము ననుభవించెనని ధ్వని. ఈ పద్యమును చదివినంతనే ఈ క్రింది వసుచరిత్ర పద్యము జ్ఞప్తికి వచ్చును.

'అనుపమ కాంతివైభవ సమన్వితు నవ్వసురాజుఁ గాంచి ప
ద్మిని పరిపాండురంగమున మించె వినూత్నపరాగ సంపదం
బొనరె వికుంఠవాసనలు ముక్కులిరాక పలిపిల్లె సల్లప
ల్లన నిగిడెం బ్రమోద తరళస్థితులై తమలోని తుమ్మెదల్' ([illegible])

కాని యిక్కడ చక్షుః ప్రీతిచే మొదలయిన గిరిజానురాగమును, సాత్త్వికాది భావములును ఇంకను పక్వస్థాయి నందుకొనలేదు. పోతన దాంపత్య సుఖవర్ణనమున ఫలోన్ముఖతయు వెంటనే చెప్పబడుటవలన వారు 'ప్రకాశయై గృహ మేధినాం' అను కోవకుచెందిన వారని తెలియును.

ఈ పోతనచరిత్ర యిట్లు ఉదాత్త కథా కల్పనతో, ఉత్తమ పాత్రపోషణౌచితితో, అపూర్వ వర్ణనా వైచిత్ర్యముతో, అలంకార చాతుర్యముతో, అనేక పూర్వకావ్య సంప్రదాయ విశేషములతో, నాటకీయ రీతులతో, ప్రాచీనాధునాతన కవితా శిల్పముతో, ధ్వని వైభవముతో, శబ్దపుష్టి, అర్థపుష్టి, రసపుష్టి కెంతయు గొఱంత లేని యకుంఠిత ధారతో ప్రబంధీకరింపబడినది.

ఆంధ్ర భాగవత కర్తయగు పోతన చరిత్రమగుటచే కాబోలు వీరు దీనిచరిత్రమును గూడ పండ్రెండాశ్వాసముల మహా ప్రబంధముగా నిబంధించిరి. ప్రాచీనాంధ్ర ప్రబంధములలో నన్నెచోడుని కుమార సంభవమొక్కటి దక్క ద్వాదశాశ్వాస విస్తృతిగలది వేఱొకటి యున్నట్లు తోపదు. కుమార సంభవమునందలి పద్య గద్యసంఖ్య మొత్తము 2006. ఇతరములగు శ్రీనాథకృతులేమి, అష్టదిగ్గజాదుల ప్రబంధములేమి? విస్తృతిలో కుమారసంభవము కంటెను చిన్నవి. పోతన చరిత్రమునందలి పద్య గద్యసంఖ్య 3338. ప్రాచీన కావ్యములే పెద్దవని సాధారణముగ తలంచు కాలమున శ్రీ వరదాచార్య కవివరు లింత పెద్ద కావ్యమును వ్రాయ తలపెట్టి, భాగవత రచనమున పోతనకువలెనే సంభవించిన యిక్కట్టుల నెట్టులో దైవ, మిత్రాది సహాయమున దట్టుకొని, పట్టువిడక తుదతుదివఱకు నేకధారతో రచించి ముగించుటయు, దానిని పోతనవలెనే శ్రీరామార్పణము మొనరించుటయు మిగుల ప్రశంసనీయము. ఈ కావ్యరచనమును వీరు దాదాపు పదేండ్లకిందనే పూర్తిచేసినను, ఇది యిప్ప

టికి ముద్రణకు నోచుకొనుటయును భాగ్యమే. కీర్తికాంతగల శ్రీనాథకవి సార్వభౌమునో మఱెవరినో కథానాయకునిగా గ్రహింపక ఈ కవి అకీర్తికాముఁడయి రాజులనే తెలచి రాజ నిన కీర్తికాయుఁడయిన భక్తపోతనను బమ్మెరనుండి బలవంతముగలాగి రానన రచ్చ కెక్కింపదలచుటయు నీ కాల విలంబమున నొక కారణముగా నోపును! కావి యిది రాజాహ్వానముగాక కవికలపు స్వాగతము గాపున కాదనలేక నెమ్మదిగ కదలివచ్చి కావ్యమునకు ప్రాణప్రతిష్ఠ కావింపక తప్పినదికాదు. ఎట్లయిననేమి? పోతనకు ఒక్క శ్రీరాముని కటాక్షమందయ్యె కాపాడినది శ్రీ ఆచార్యులవారికిని శ్రీ దాశరథి, రామకృష్ణ నారాయణరెడ్డి రావుల అండదండ యన్నటికి లభించుటచే నిది గండమును గడచి యిప్పటికిట్లు కన్నుల పండువుగా వెన్నాడెడి భాగ్యమునకు నోచినది ఇదియే పదివేలు! సవతితల్లి బానచేతులలో పుట్టి పెరిగియు స్వకీయ భాషామతల్లికి ఒక మహా కవికుమారుఁడు భక్తితో సమర్పించు బంగారు మొల్లలహార మీ కావ్యరాజము. ఆంధ్ర సరస్వతికిది మంగళ నీరాజనము! కవితా లోకమున కొక వన్నెల వల్లకి. భాగవత కర్తకొక పచ్చల పల్లకి.

ఈ కవి నిరాడంబరుడు, నిరహంకారి, నిష్కపటి, విశేష వినయశీలి, వాగీశ్వరీ వరప్రసాదితుఁడు.

'చదివినవానివోలె గురుసాహసినొందు మహా ప్రబంధ మిం
పొదవఁగ వ్రాయఁబూనితిని 'ఓ'యన 'నా'యన 'రాదు' గాని త్వ
త్పద కమలాశ్రితుండ, రసభావ పదార్థ మహా కవిత్వ సం
పదల నొసంగి యేలవె కృపామతి, జ్ఞానరతీ సరస్వతీ!. (పీఠిక. 7)

అను పద్యమే పై గుణములకు తార్కాణ.

కృత్యాదిలోని పూర్వకవిస్తుతిలో నీ కవి వ్యాస వాల్మీక కాళిదాసాదులను, ప్రాచీనాంధ్ర కవులలో నన్నయాదుల పలువురను మరియు నాధునిక కవులలో వీరేశలింగ తిరుపతి వేంకటేశ్వర విశ్వనాథ సత్యనారాయణ కవిరాట్టులను, నవ్య కవులలో రాయప్రోలు శివశంకరాదులను, అభ్యుదయ కవులలో గురజాడ, శ్రీశ్రీ, ఆరుద్ర, దాశరథి, నారాయణ కాళోజీలను మఱియు తెలంగాణ కవులలో దనకు దెలిసినవారిని, కన్న, విన్నవారి నందఱను సమ్రీతతో పేరు పేరున స్తుతించియున్నాడు

ఇంతేగాదు. '...ఇతర పూర్వకవి సంభావనంబు గావించి, వర్తమాన కవులకుం బ్రియంబుసలికి భావికవుల బహూకరించి' యను పోతన మార్గము ననుసరించి,

పరచినట్టి సత్కవులకు మదికొకింత గుఱుతులేని సత్కవులకు కొంచెమింక
చిఱుతలైన సత్కవులకు ధరణిబుట్టు బొందవోవు సత్కవులకు వందనములు.

పుట్టని కవులకును వందన మొనరించినాఁడు.

పోతన కుకవి నిందచేయలేదు. కాని యీ విషయమున ఈ కవి పోతనకంటె నొక యడుగు ముందు కేగి

'అర్హతయెలేక యిటుల మహాప్రబంధ నిర్మితినొనర్ప చపలునినే జెలంగ
నొకరి ననసేల యాతఁడు కుకవియనుచు అకట నాదు సాహసకృతికొక నమస్సు.'

ఆ బిరుదమును తనకే తగిలించుకున్నాఁడు. కుకవినింద నిట్లు చేసినకవి నభూతో నభవిష్యతి' వినయ సంపదకిది తుదిమెట్టు.

రెండు ప్రయోజనముల నుద్దేశించి యీ కావ్యమును రచించినట్లు కవి వాక్యమువలన స్పష్టమగుచున్నది.

'అక్షరపద సంపదకై యక్షరపదముల వెలుంగు నవ్యయ కవితా
లక్షణ లక్ష్యీకృతుల ముముక్షువు గళిఁగొల్చి వ్రాయఁబూనెద సుకృతిన్'
(పీఠిక. 14)

ఇది 'శ్రీ కైవల్య పదంబుఁ జేరుటకునై జింతించెదన్', 'పలికిన భవహర మగునట పలికెద...' అను పోతనగారి ఉద్దేశమువంటిది. ఈ మోక్షాపేక్ష అను ప్రయోజనము కవికి మాత్రము చెందినది.

"చిన్ననటంచు నెంచకయె సిగ్గొక యించుకలేక భక్త పో
తన్ననుగూడి భాగవత తత్త్వముఁబాడ గళమ్ము విప్పితిన్
నన్నికఁ దిట్టిపొందు కరుణంగని దీవెనలిందు, నాల్గు కో
ట్లన్నల మంగళార్థమయి యాంధ్ర పదాల వివాళి పట్టితిన్." (పీఠిక 10)

ఇది రెండవ ప్రయోజనము. ఇది నాల్గుకోట్ల ఆంధ్ర జనానీకమునకు సంబంధించినది. సకలాంధ్ర సోదరుల మంగళార్థమయి భాగవత తత్త్వమును మేళవించి పాడిన కవ్య ప్రబంధ మీ పోతనచరిత్రము. కావున నిది సకలాంధ్ర రసికలోకపు మన్ననల నంది పుచ్చుకొనగలదనుట నిస్సందేహము. 'పోతనార్యుఁ డాంధ్ర భాగవతమును రచించి శ్రీరామ పాద సన్నిధి నుంచినట్లే వీరును 'పోతనచరిత్రము'ను రచించి శ్రీరామ పాదసన్నిధినే సమర్పించిరి. 'వరద హస్తమ్ములోఁబుట్టి పెరిగి తిరిగి లేచి'వచ్చిన కర్మయోగియగు కర్షక సత్కవి వృత్తమను 'రవ్వల హారమందుఁ గృతిరమ్యత చాలమివిల్వ' తగ్గదనియు. రంధ్ర సమన్వితమగు తేనెపెరను వీరసమవి ప్రాజ్ఞులు త్రోసిపుచ్చనటులే 'రసమయ కావ్య దివ్య సుమరాజమునం దొనగుల్ ప్రమాదతన్ మసలినఁ దత్ప్రబంధమును మాన్యులు మెచ్చక' యుందరనియు నీ కవివరుని విశ్వాసము. తథాస్తు ।।

శ్రీ వరదాచార్యులును నేనును బాల్యమున నొకకంచమున దిని యొకమంచమున బరుంటిమి. ఒక గ్రంథమును జదివితిమి. ఒక్కయాట ఆడితిమి. ఒక్కచోట పాడితిమి. ఒకే

నాటకమున వేసములను వేసితిమి, గుబ్బ లెక్కితిమి, చెట్లుదిగితిమి. అవి చిన్ననాటి దినములు. అట్టివి తిరిగిరావు! ఉద్యోగవశమున నెవరికి వారయితిమి. ఐనను మా మడికొండ వారల యన్నదమ్ముల సరాగము రెప్పటికిని వరదన్న, దుర్గన్న, కాళన్న (కాళోజి), రామన్న యనియే. ఈ చిరస్నేహ సంబంధము శాశ్వతబంధ మొనరించుటకే తమ 'ఆహ్వాన'మను గేయకావ్యమునకువలెనే, ఈ 'పోతనచరిత్ర' మహాకావ్యమునకును పరిచయ వాక్యములు వ్రాయుమని వారు కోరుటయు శక్యాశక్యములు విచారింపక నేను 'ఊఁ'యనుటయు జరిగినది. నిజమున కీ మహాకావ్యమునుగూర్చి ముచ్చటించుటకు నావంటివాఁడు చాలఁడు. ఐన నీ వాక్చాపల్యమునకు మా స్నేహదోషమేకాక యీ కావ్య గుణసంపదయు నొక హేతువేఁ యనవచ్చును ఇది యెట్టిదయినను మఱల నొకసారి మే మిరువురమును జిన్ననాటివలె దేహరూపమున గాకున్నను నామరూపమునన్నైనను, వాస్తవ జగత్తున గాకున్న కావ్యజగత్తునందైనను విడిపోని విధమున గలిసియుండుట కేర్పడిన ఈ యవకాశమును అదృష్టముగ నేను భావించుచున్నాను.

డా. పల్లా దుర్గయ్య (రీడర్)
తెలుఁగు శాఖ
ఉస్మానియా విశ్వవిద్యాలయము

నారాయణగూడ
హైదరాబాద్

(6)

చిత్రమయకావ్యము

శ్రీమాన్ వరదాచార్యులవారి పోతన కావ్యము చిత్రమయము. కావ్యము చిత్రమయము గానిచోఁ గన్నులగట్టినట్లుండదు. మహాకావ్యము లన్నియు చిత్రమయములే. చిత్రమయము లనగా శబ్దదృశ్యమయములు, దృశ్యములు ద్వైమానములైనచో (Two Dimen-viona') చిత్రము లనబడును.

చిత్రములు ప్రత్యక్షములు. కావ్యచిత్రములు శ్రవణేంద్రియముద్వారా హృద్భాసితములు. భావగోచరములు. "కన్గవకును సద్దిమెట్లుటలు గ్రంథ చమత్కృతినేర్పు పెంపునన్ బ్రవిమల వస్తుతత్వమును భాసిలఁజేయుదె"యని నల్లు కావ్యము కమలగట్టినట్లు కనుల గట్టిన చిత్రములు పలుకుచున్నట్లు సృష్టించినచో, వాని ప్రతిభ, ఔన్నత్యము ఇనుమడించి ఆబాల గోపాలమునకు నందుబాటులోనుండి యానంద పారవశ్యమును గల్గించగలవు. పోతన కావ్యములో నీ లక్షణములన్నియుగలవు.

రామాయణ మహాభారత భాగవతములోని కథలన్నియు, తత్వబోధనార్థమై, వాస్తవిక, అతివాస్తవిక, పాత్రలు, దృశ్యములు, గల్పింపబడి ఆబాల గోపాలమునకు నందుబాటులో నుండునట్లు సృష్టింపబడిన చిత్రసంపుటాలని భావించుచున్నాను. కాళిదాసుచే రచింపబడిన శాకుంతలములో ననేక దృశ్యములు సవివరముగా కన్నుల గట్టునట్లున్నవి. ప్రకృతి దృశ్యములోని వివరములు (Details) ఎక్కడ యేమే వెట్లున్నవి; ఏ యే పుష్పము లొప్పుచున్నవి; పృష్ఠభూమి (Back ground) మృగశాబకము లెచ్చట నేమిచేయుచున్నవి; భయకంపిత స్వరూపముతో పరుపిడు కృష్ణసారంగము (Buck) పరువులు భంగిమలు, దాని నోటినుండి గాలిలో నెగురుచున్న నవతృణాలు, దారిలో సగము కొఱుక మిగిలిన దర్భల పతనము, చెట్ల తొఱటలనుండి శిలా ఫలకములపై పక్షుల ముక్కులనుండి పడుచున్న ధాన్యపుపొట్టు మొదలగునవి చిత్రింపబడినవంటే కాళిదాసు ప్రకృతిని పరిసరాలను ఎంత సూక్ష్మముగా పరిశీలించి, ఆనందానుభూతినిపొంది వ్రాసిన చిత్రకారుడోయను నూహ పొడమును.

శ్రీ వరదాచార్యులవారి ప్రస్తుత పోతనకావ్యములో నిట్టి దృశ్యములు కొల్లలుగా గోచరించును. కాని ఇవి ఆశ్రమ పరిసరాలుకావు. కథానాయకుడగు పోతన కాశ్రమములైన పల్లెపట్టులు. అందలి పెంకుటిండ్లు, పూరిగుడిసెలు, గుడిసె కొప్పులపై గుమ్మళ్ళు ముంగిళ్ళ ముగ్గులు, ముంగాళ్ళపైకెత్తి దళ్ళపై బ్రాకు తీగలలాగు మేకలు, కుటీ శిఖాగ్రములనెక్కి కుంపటివలెమన్న కూయుచున్న కుక్కుట రాజములు ఈ చిత్రములు చైనా జాపానులోని చెయితిరిగిన చిత్రకారులు బ్రహ్మాండముగా తీర్చిదిద్దిన బ్రష్ డ్రాయింగ్‌లవలె కనుపండు వొనర్చుననుట యతిశయోక్తికాదు. (ద్వితీయాశ్వాసము పద్యము 12)

"క్రిక్కిరిసియున్న పొదుగున నొక్కుమ్మడి తలనుగ్రుమ్మి యొగి కర్ణములం
జక్కని వాలము నిక్కిడి గ్రుక్కన మేన్సాచి చన్నుగుడిచెడి లేగల్"

(ద్వితీయాశ్వాసము 11 వ పద్యం)

"కప్పి యుండాని కంబళిముసుగుతో సీ రెండగాగ్రుచు విల్చుగొల్ల
.... దూరదవోదాగ్రిటి మార్గుల నొరయుగేదె"

మొదలగు ననేక దృశ్యాలు శ్రీ నందలాల్ బోసుగారి కార్డుస్కెచ్ (Card Sketches) లను జ్ఞాపకం చేయుచున్నవి. ఇక (Land Scapes) దృశ్యాలు. ఇవి కావ్యమంతటా నిండియున్నవనిన నేమాత్రము అతిశయోక్తి కాజాలదు. వీనిలో గోదావరీ వర్ణన టర్నర్ (Turner) చేమ్సునదీ చిత్రాలను మరపింపజేయుచున్నది. 5 వ ఆశ్వాసము పద్య (20-21-25 సంఖ్యల లోనివి

"పారెన్ బక్షుల తోరణమ్మది నభోభాగాన గోదావరీ నీరాంతః ప్రతిబింబితమ్మయి
......సువర్ణ శోభిల ....ఎండపొడ నర్తించున్ ద్రుమాగ్రమ్ములన్"

ఇందులో నెండపొడ నర్తించు చెట్లకొమ్మలపై బడిన నారింజకిరణ వర్ణము వెంటనే దృగ్గోచర మగునట్లు చిత్రించినాడు. ఈతనిని కవి యనవలెనో లేక గొప్ప చిత్రకారుడనవలెనో తోచదు. వరదాచార్యులవారి హృదయమే గోదావరి. దానిలో నీ గోదావరి యామూలాగ్రముగా ప్రతిబింబితమ్మయినది. (ఆ. 5ప. 17 నుండి 21 వరకు)గల పద్యముల జదివిన నీ మహాకవి హృదయ ప్రపంచములో ఇంకను బహిర్గతములుగాని మహానదు లెన్ని ప్రవహించుచున్నవో వే నూహింపజాలకున్నాను.

పోతన కావ్యములో ప్రతిబింబ దృశ్యాల వర్ణన చాలా అమోఘముగా గోచరించుచున్నది. మచ్చునకు తృతీయాశ్వాసమునందలి (145-148) పద్యముల తిలకింపుడు కురిసి కురిసి యాగిన వర్షముచే నాకాశమంతయు మైలగడిగిన ముకురముమాడ్కి గనుపించునట, వర్షము కురియుటచే మడుగులందలి జలము పగిలిన యద్దపు ముక్కలభాతి భాసిల్లి, యట్టి శుభ్రాకాశమును ప్రతిబింబింప జేయుచున్నదట. అట్లే (3 ఆ 154 ప)లో పోతన భార్య వర్షములో తడిసినది. ఆమె చీర యా సుందరగాత్రి వల్లిపై నద్దిన యట్లొప్పినది. లోనున్న అంగసౌష్ఠవము అద్దముచాటుననున్న చిత్రపటములాగున్నది. సన్నని చీరమాటున్న ఆమె యొదలు అర్ధనగ్న చిత్రము (Seminude) ఒకానొక సుప్రసిద్ధ యూరోపియన్ మాస్టర్ పీస్ నగ్నచిత్రము (Nude paint Ding)ను గుర్తుకు దెచ్చుచున్నది. శ్రీ ఆచార్యులవారిచ్చుట చీరచాటునవే యర్ధనగ్న మొనర్చుట, భారతీయ నైతిక సంప్రదాయమును, (Aesthetic sense) సౌందర్యదృష్టిని జాటుచున్నది. (A bathing lady) యను చిత్రము శిన్నమ విడి సహజ సన్నివేశములో సర్వనగ్నమైనది. అర్ధనగ్నత్వము, మన చిత్ర శిల్ప

సంప్రదాయములో విరివిగా గలదు. ఎల్లోరా అజంతాలోని మానవుల దేవతల శిల్ప చిత్రములన్ని యీ విధముగానే యున్నవి.

ఈ కావ్యములో శృంగార ఘట్టము లనేకములు గలవు. వానిలో నొకటగు కపోత మిథున వర్ణనము (3 వ ఆశ్వాసము 166 ప)లో నిది సహజ సుందరమై సజీవమైయున్నది. (4 వ. ఆ. 21. 25 పద్యములు) పుష్పలావికా వర్ణనమొక మధురమైన శృంగార ఘట్టము. దీనిని చిత్రించినచో నిది యొక రమ్యాకృతి విన్యాసమైన (Composition) చిత్రమై రూపొందగలదు. ప్రౌఢమైన ఆ పుష్పలావిక వర్ణనములో, "నిండగు యౌవనమ్ము" అనగానే ఎత్తైన నారంగ ఫలములవంటి వక్షోజములు, "సిగయందు నమర్చిన పూసరము" అనినంత తలకు రెండింతలు మెత్తుగల నల్లని నిగనిగలాడు సిగ దాపిలో చంద్రవంకవలె నమర్చబడిన పూమాల పుల్లగల్లపుట భూషణమై వెలువారుచు స్మితపుష్ప సుగంధితమైన విడెమ్ముతో నిగ్గగు బుగ్గల కెంపు వర్ణములు, మొల్లమాలలనల్లు దాడిమ ఫలాలగిల్లు చిరునగవులు చలువ కలువ పూరేకులల్లు వీక్షణములు గాంచిన, లేపాక్షికుడ్య చిత్రములోని మీనాక్షుల చపలవీక్షణములు పంకము త్రెమల సరములవంటి పలువరుసయు చిత్రముదాల్చి దృష్టిగోచరమై యొప్పును. చిత్రికలో భావ్యకలనమునకును, ఊహలకు స్వప్న సాక్షాత్కారమగు దృశ్యాలకు అనుకూలమైనది అతివాస్తవికత (Sur Realism) అత్యంత ఉపకారకముగా నుండును. శ్రీ వరదాచార్యులవారి ప్రస్తుత కావ్యములో ఈ అతివాస్తవికత అనేక భంగిములలో గోచరించును. ఉదాహరణమునకు (1 ఆ. 167-168 ప) మామిడిచెట్టు వర్ణనము తిలకింపుడు. రసాలమును మనోజ్ఞమగు నొక యొంటి స్తంభపు మేడజేసి, ఆ మేడపై కులుకాడు రామచిలుకలను రమ్యమగు నాట్యమొనర్చు రంభలుగా నొనర్చి కుహూయని కలధ్వనులొనర్చు కోయిలలను దేవగాయకులుగా దిద్దితీర్చి, భ్రమర ఝంకృతులకు కిన్నెరస్వరముల రూపమిచ్చి, ఒక దివ్యగాన సభాకృతిగా సృష్టించినాడీ కవి. ఈ పద్యచిత్రములో వాస్తవతకు ఊహల జోడించి, రూపసామ్యతలు, వర్ణసామ్యతలు జతగూర్చి సాదృశ్యమును సాధించి ఒక సౌందర్య రాశియైన స్వర్లోక సౌధరాజమును భూలోకమునకు దించి భూలోక వస్తువులను ప్రాణులను దేవతలుగా కైలాస వాసులుగా రూపొందించి రసాలయమునకు ప్రాణప్రతిష్ఠ గావించి గొప్ప స్వప్నాకృతిగా గానుపించుచున్నారీ చిత్రనిర్మాణ కౌశలమున శ్రీ వరదాచార్యులవారు. (2 ఆ. 156. నుండి 158) పద్యములలో కచ్చడమునకు గట్టిన గిత్తలను వర్ణించినారు. ఆనందీశ్వరుల ఆస్యములే హరుని పేరురముగా సంచలి పసత్రిశ్లే ఫణులుగా పెనగులాడుచున్నవి. వెండితొడవులుగల శృంగము లందాలశశి మౌళి నచ్చుబోయుచున్నవి. మూపున గునిసియాడు కకుదమ్ము లింగాకృతివెల్గ హరవాహనత్వ మన్వర్థపడుచున్నది. మెడలో వ్రేలాడు గంగడోలు శివచీర కుచ్చెళ్ళ ననుకరించుచున్నది. గమనమొనరించు హిమవన్నగమ్ములనగ నా బసవయ్యలను నవర్చి శివుని, శివునిలో నందీశ్వరుని, నందీశ్వరునిలో హిమవంతుని కైలాసమును అతివాస్తవిక రూపములో ప్రత్యక్ష పరచినారు. దీనిలోనే 158 వ పద్యమును తిలకింపుడు.

"చకచక గిత్తల కదపుకు తత్రికిట, ధికిట, ధకిట, ధా, మృదంగధ్వని టక్,
టికు, మమకేదారాహతి, వికల తటిని శకట మొకటి నిల్చిన యంతన్"

ఈ పద్యములోని లయగతి చక్కని శబ్ద చిత్రమును స్ఫురింపజేయును ఇది ప్రధానముగా శబ్దచిత్రమేయైనను, ఈ లయ, గిత్తల కదముల వేగము పదభంగిమములు, తకిట, ధాం...యనుచోట బాటనున్న పలుగుబాయి బండి చక్రముక్రిందపడి నలిగి ధడాలుమనిన శబ్ద దృశ్యము కనుల గట్టినట్లుండి ఆ యొరపిడికి గిత్తల బొత్తలు అటునిటు కదలుచున్న ట్లొకసారి గానిపించును. ఈ కదలికలను (Movement) తీసికొని దానికి తగిన లయగతి రేఖలతో నొక యుత్తమ రేఖా చిత్రాన్ని సృష్టింప వచ్చును.

వరదాచార్యులవారి మేఘవర్ణనలు, శరచ్చంద్రికా వర్ణనలు బహు ముఖప్రజ్ఞా ప్రాభవాలతో సాగినవి పీవిలో మచ్చునకు, చిత్రి పరిమితమైన శరచ్చంద్రికా వర్ణనమును చిత్తగింపుడు. (111 ఆ 192 ప)లోని శరచ్చంద్రికలు సునిశిత హృదయ ఫలకాలపై పూల వర్షము గురిపించి యుల్లము జల్లుమనున ట్లొనర్చును. ఈ వెన్నెల చిత్రములో నిమ్నోన్నతము (Contrasts) లుండవు. ఈదృశ్యములో వర్ణవైవిధ్యముగాని, గురుతర చ్ఛాయాభేదములు గాని యుండవు కావున నివి యందరికి నానందయోగ్యములుకావు. ప్రపంచములోని యుత్తమ చిత్రాలలో మనకీ విషయము తరచుగా నగుపడదు. కాని ఒకానొక జాపాను చిత్రకారుడు Moon light ను, నలుపు తెలుపులో నత్యంత మనోహరముగా చిత్రించినాడు. ఇది ప్రపంచములోని యుత్తమ చిత్రాలలో నెన్నికైనది. దీనిలోని సౌందర్యమంతయు నలుపు తెలుపు ఛాయలలోని సూక్ష్మ వ్యత్యాసముల జోడింపు(Combination) మాత్రమే. అవి యే చిత్రకారుడు సరియైన పాళములలో (Proportions) సృష్టించగలడో వాని చిత్ర ముత్తమమైనదిగా నగును. ప్రపంచ ప్రఖ్యాతకవులు, వాగ్గేయకారులు, చిత్రకారులు చంద్రికా వర్ణనము సేయుటకు పాటుపడినారు. వీరిలో నే కొందరో సాఫల్యము చెందినారు వరదాచార్యులవారు వర్ణించిన వెన్నెల వర్ణనములోని ఈ భావము మహోన్నత పథములనడచి మకుటాయమానమై ప్రపంచము మెప్పుగాంచిన చంద్రికా వర్ణనమునకు నొక నూలుపోగును సమర్పించినది. దాని నీ క్రింది పద్యమున తిలకింపుడు. (111 ఆ. 192 ప)

"నెలగుండియలబిండి పెలయేటి యెలబోటి...............
కళలీను నెలతేని చలువ వెన్నెల లతల్ భూరుహచ్ఛాయల పూలుబాయు

ఈ పద్యభాగంలో ఆకాశవీధుల్లో నలముకొను వెన్నెల తీగెలతో, భూమాత పాదపచ్ఛాయా పదముల పూలపూజ నొనర్పగై సేసినారు. భూరుహచ్ఛాయలలోని పుష్పాల పోల్కి చంద్రికలు ప్రిదులుచున్న చిత్రము ఒకానొక (All over pattern) అక్రమ పరివ్యాప్తాలంకరణమును జ్ఞప్తికి దెచ్చును. ఈ అలంకరణము ఆధునిక తివాచీల డిజైన్లపై

ముఖ్యముగా అమెరికా, ఫ్రాన్సు, మొదలగు యూరోపియన్ దేశాలలో జాపాన్ దేశములో విరివిగా నగుపించును.

ఈ కావ్యరాజములో రూప, వర్ణ, సాదృశ్యము లనేకములు గలవు. 1 ఆ. 167 వ పద్యములో రసాల వృక్షశాఖల నర్తించు చిలుకల తలలను శలాటువులతో, (కాయలు) వీకల నాకులతో ముక్కుల చిగురురిక్కలతో బోల్చి రూప, వర్ణసామ్యతను ప్రశంసనీయముగా సిద్ధింప జేసినారు. అందులో చిలుకలు రసాలములోనభిన్నమై సాయుజ్యసిద్ధి నందెను.

మరొక పద్యములో "మోటదోలు చొకింత మ్రొగ్గి దండెడతంత్రి శ్రుతిజేసి పాడెడి చోరకాపు" అన్నారు, దండెడతంత్రి తంబుర తీగెలను మోటబొక్కెన తుంబీఫలమునుబోలి గిరకిచప్పుడు శ్రుతిగా చక్కని సాదృశ్యమును గల్గియున్నది. (2 ఆ. 6 ప)లో "పాత్రిం నుష్పాంగు పాలధారలతోడఁ దాశ్రిగ్దిశన్ వెలుతురుల్ప్రాకి కొనియె" దీనిలో నంధకార బంధురమైనపాత్రి గర్భములో నిండుచున్నపాలు బ్రహ్మాండ భాండములోని ప్రాగ్దిశన ప్రాకు చున్న వెల్తురుల ధవళిమలకు మద్దొసంగు వర్ణసామ్యతను చేకూర్చి స్థూలసూక్ష్మ విభేదాల విడదీసియు సమైక్యతను సాధించినది. (1 ఆ. 55 ప)లో అక్షర పదములోని ప్రథమాక్షర మైన 'అ' శేషశాయి చిత్రపటమును, 'క్ష' కారములో బ్రహ్మరూపమును, 'ర' కారములో రుద్రరూప, చిత్రాలను దర్శించి వర్ణించిన వర్ణన కడుంగడు వినూత్నమై వినలేని సామ్య మును రూపించుచున్నది 'అ' కారములోని అడ్డగీత శయనించిన విష్ణువునకు సంకేతముగా మరియు 'అ'లోని మొదటి వక్రము విష్ణువునకు పీడనొసంగ వంగిన శేషుని శిరాలను అ లోని చివరి వక్రమును విష్ణువు పాదములఁగొల్చు లక్ష్మిరూపముగను కన్నులకు గట్టునట్టు స్ఫురింపజేసినారు. 'క్ష' కారములోని 'క' బ్రహ్మరూపముగాను, '౿' 'క' క్రింది ష కారము కమలముగాను ష కారములోనిగీత కాడగను, స్ఫురింపజేయుచు వర్ణించుట కడు సహజమైన దిగా గనుపించును. 'ర' కారములోని సున్న (ం) లింగాకారముగను తలకట్టు '✓' తలపై నున్న నెలవంకగను రుద్రుని యాకృతిని బోలియున్నది ఇట్లు, ఈ అక్షర శబ్దములోని మూడక్షరములలో అక్షరాల ముమ్మూర్తులు సాక్షాత్కరించుచున్నారు. అందును. అ, కారము విష్ణుపరముగ, క, కారము బ్రహ్మపరముగను, ర, కారము రుద్రపరముగను అర్థము నిచ్చుటజూడ, శ్రీ వరదాచార్యులవారి నిశితమైన సూక్ష్మదృష్టికి త్రిమూర్తులు తెలుగక్షరము లలోనే దర్శన మిచ్చినారు. "కవిః క్రాంత దర్శీ" యనినట్లు దివ్యదృష్టికి కనబడని లోబడని దేవతలు లేరుగదా। తెలుగులిపి చిత్రలిపియని నిరూపించుటకు ఇది చక్కని యుదాహరణమై యొప్పుచున్నది.

పోతన కావ్యములో బమ్మెరగ్రామ వర్ణనము రాచకొండ నగరవర్ణనము కండ్ల గట్టు నట్లు చిత్రించినారు. (1 ఆ. 82-86 వ)లోని గ్రామవర్ణనమును ప్రత్యక్షముగా ననుభూతి నొంది వ్రాసినట్లే పద్యములే నిదర్శనములు. ఇది ఒక చక్కని కాంపోజిషన్‌గా వేయ నగు దృశ్యచిత్రము. బరువుచే క్రుంగిన పెంకుటిళ్ళు, వాని దాపున మౌనులవోలె గడ్డి

యిండ్లు వెలయుచున్నవట. మౌని యనగానే తెల్లని జటాజూటములు జ్ఞప్తికివచ్చి గడ్డి కప్పులు జటాజూటములను బోలినట్లుండును. యింటికిముందు మట్టిగోడలకు రెండు గవాక్షములు నేత్రములవలె కనుపించును ఇట్టి పెంకుటిండ్లను గుడిసెలను రాగ, విరాగముల దెలుపుటకు యుక్తమైన చిహ్నములుగా చిత్రించి కావ్యకథా స్వరూపమును సూక్ష్మీకరించి భవిష్యత్ కథాకల్పనా ఫలితపుజోస్యమును జెప్పుచున్నారు. 83 వ పద్యములో సున్నముతో చిత్రింపబడిన, అలంకారచిత్రములు ముగ్గులు, చిలుకలు, పొన్నలు, చంద్రవంకలు, లతా చిత్రములు, పల్లెపట్టులపరిశుద్ధినందిన చక్కని జానపదకళను స్ఫురింపజేయును. తిన్నెలు ఓదికలతో వాకిళ్ళు పచ్చని బంతిపూలతో, గుమ్మడులు ఇండ్ల కొప్పులపై ప్రాకి పూచి బంగారు కొప్పుబిళ్ళలవలె శోభించుచున్నవట ఇది తెలుగు దేశములోని పల్లెలందు బీదకుటుంబములు వసించు ఇంటి రూపచిత్రణము (Portraiture) ఇదే ఆశ్వాసంలో 83 నుండి 87 పద్యములలో గ్రామ చిత్రణానంతరము గ్రామ పరిసరాలు వర్ణింపబడినవి. బంగారు గొలుసుల బరువుల మెడ వంచు వరిచేలు, ముత్యాల వెండ్లెత్తి మురిపించు జొన్నచేలు, వెండికొండల పండించు ప్రత్తి చేలు, శివల పిల్లలను చంకనెత్తుకొనినట్లున్న మొక్కచేలు, ఈ విధముగా పల్లెటూరు సౌభాగ్యమునకు, పెరళ్ళలో, చేలలో, రూపురేఖలు దిద్దినారు. 86వ పద్యములో కుంపటివంటి కోడిపుంజు కుటీరభాగ్రముపైనెక్కి కూయుచున్నటులు, పిల్లలకోడి ఎరువుకుప్పల పురువుల దోడుచున్నట్లు, ముంగాళ్ళపైలేచి ప్రాకు తీవలలాగు మేకలున్నట్లు, కుంచితగతి కుంచెతో చిత్రాలు దీసినట్లు, చీనా, జపాన్ చిత్రకళా వేత్తలు బ్రష్ డ్రాయింగులను స్మరణకు దెచ్చినారు.

కుదితి గోలెముచక్కి గోష్ఠములలో పడుకొని నెమరువేయుచున్న పాడియావు, విశ్రాంతతో విశ్రాంతిగొను శాంతిసుఖ జీవనమునకు మహోన్నత రూపకల్పన. ప్రపంచ శాంతిధ్వజముపై పరమోత్కృష్ట చిహ్నముగా నెన్నుకొనదగిన రూపకల్పనమీ పాడియావు. స్వర్గీయ నందలాల్ బోస్‌గారు, ఇట్టి రసవత్తరమైనకార్డు చిత్రాలు అనేకము వేసినారు అట్లే శ్రీ వరదాచార్యులవారి కావ్యములో నీ కార్డు చిత్రాలు వందలాదిగ గలవు

వాలిలో పచ్చ ముఖమల పట్టు తివాచీవలెనున్న వరిపొలాల యొడ్లలో దొరపిల్లల తీవితో మల్లెపూవులవంటి తెల్లవస్త్రములదాల్చి ఒయ్యారమొలుక నడకల నొప్పుచున్న కొంగల రూపకల్పన మాధుర్యతావహము. తెల్లని కొంగలు తెల్లరంగు మచ్చలవెనుక పచ్చని పచ్చిక వర్ణలేపనము చిత్రకళలో ఛాయావాదము (Impressionism)ను జ్ఞప్తికి దెచ్చుచున్నది. పంచమాశ్వాసములోని 18 పద్యములో నీటిపక్షుల విలాసమును. ఇసుక తిన్నెల లోని తుంగ గుంపులలో (4 ఆ 127 వ పద్యము)లోని కాసారములోని తరంగ మాలికల మెత్తలలాగుచువచ్చి గర్భిణీస్త్రీలవలె నడయాడు బాతుల చిత్రాలు మిక్కిలి రమణీయముగా చిత్రించినారు. ఇట్టి చిత్రరాజములు మనకు ప్రసిద్ధ చీనా, జపాన్ చిత్రాలలో విరివిగా గానిపించును.

అలాగే (9 ఆ 158 పద్యము)లో పరువులుడీయు తురంగవర్ణన గనబడును. ఆది పరువిడెడి భంగిమలు దాని జూలు, వాలము, కర్ణములు మొదలగువాని విలాసములు, గుఱ్ఱముల చిత్రములు వేయుటలో ప్రపంచ ప్రఖ్యాతి వహించిన సుప్రసిద్ధ చైనా చిత్రకారుడగు జూపియాన్ చిత్రములలో గాంచనగును. మృగపక్షి పశుగణ స్వభావ భంగిమల కనుల గట్టునట్లు చిత్రించుటలో గీతలలో సుప్రసిద్ధ చైనా జాపాన్ చిత్రకారులవలె కైతలలో కాళిదాస, భవభూతులు చిత్రించుట గనబడును. తిరిగి అట్టి సిద్ధహస్తత భావింప శ్రీ వరదాచార్యుల వారి కవిత్వ చిత్రాలలో గానవచ్చుననుట ఏమాత్రము సత్యదూరము గాజాలదు. శ్రీ వరదాచార్యులవారు చెన్నూరు సిరివంచ ప్రాంతములలోనున్న గోదావరీ, ప్రాణహితానదీ పరిసరాలలో నైసర్గిక ప్రకృతి విలాస మనోజ్ఞ వాతావరణములో బహుకాలము విహరించి ఆనందించి బహుభంగుల దర్శించి యా విలాసముల హృదయపేటికలో భద్రపరచి యుంచినారు. పోతన కావ్యరచనకు పూనుకొనగానే యా సువర్ణపేటిక విప్పుకొని గోదావరీమతల్లి రసవాహినియై యుప్పొంగి విప్పారి వెల్లువలై ప్రవహించినది. ఆ రసప్రవాహములో జలవిహంగములు, బాతులు, కొంగలు, మీనములు, పీనాక్షులు, సంఘ్యారాగములు, పడవలు, తెప్పలు, సమస్త వస్తువులు కొట్టుకొని వచ్చినవి. మనోజ్ఞమగు ప్రకృతి సహజ సౌందర్యమును, కవి, చిత్రకారుడు, శిల్పి, సన్నిహితత్వముగల్గి ధ్యానమగ్న దృష్టితో ఎంత పరిశీలించునో యంతటి మహానందమును పొందగల్గును అట్టి యానందమే ఛందమై వచబంధమై కవితాకృతి దాల్చును. రంగు రూపుల సవరించుకొని చిత్రకళయగును. కవికి చిత్రకారునికి మూలద్రవ్య మొకటేయైనను, ప్రకటనా సామగ్రివేరు. (Medium of Expression) పోతన కావ్యములో ప్రకృతి వర్ణనలేగాక, (Portraiture) రూపపటములు అనేకము గానవచ్చును. (2 ఆ. 15 నుండి 17) పద్యములలో దండకమండలుధారియై జటావల్కలముల దాల్చి రుద్రాక్షలుదాల్చిన యొక యోగిపుంగవుని చక్కని రూప చిత్రణము 77 ప. నుండి 80 పద్యమువరకు ఒక పేద జవరాలి వర్ణనము ముద్దులొలికించును. 5 వ ఆ. 233 వ పద్యములో ఒక బిచ్చగాని రూపవర్ణన మొక మహోన్నత చిత్రరాజముగా గనిపించును. తెగమాసి పిట్టగూడగు తలంగల చింపిగొంగడి. ఆకలితో లావెక్కిన పొట్టపెగల గంజిచారలు మీసములలో జిక్కుకొనిన మెతుకు. చేతిలో చిప్ప, పేలికల గోచి కుక్కబెదరింపు, బడిపిల్లలు రాళ్ళు విసరుచుండుట మనము ప్రత్యక్షముగా గాంతుము. ఈ భిక్షుకు దర్ధోన్మత్తుడు, పిచ్చివానివలె నగపడు నీ భిక్షులు దయనీయులుగను, నిత్యయాచనతో విసిగించువారుగను, పిల్లలకు వినోదవస్తువులుగను నుందురు. నేనిట్టివారిని నా కనులార దర్శించితిని. వీరిలో దారిద్ర్యము మూర్తీభవించినట్లుండుట పై చిత్రములో మనము గనవచ్చును.

కావ్యమునకు నాయకులైన శ్రీనాథ పోతనల వర్ణనములందు వారివారి (Characters) గుణములకు సరిపోవునట్లు చక్కని రూపకల్పన మొనర్చినారు. (4 వ ఆ62-63) పద్యములు తిలకింపుడు వీరి ఆహార్యము వీరివీరి ప్రత్యేక వ్యక్తిత్వమును మూర్తీభవింప జేయుచున్నవి. శ్రీనాథుడు గిరిశిఖరమువంటి ఒడ్డుపొడవు గల్గిన దేహముగలవాడు. కాశ్మీరశాలువ, మణిమయాభరణములు, కంకణములు, రత్నకుండలములు, నవరత్నములు దాపిన అంగుళీయక

ములు తెల్లని జరీఅంచు పట్టుదోవతి గల్గియున్నట్లు వర్ణింపబడి శృంగారము రంగరించి చేసిన మూర్తిగా భాసించుచున్నాడు. పోతన విభూతిపుండ్రములుదాల్చి రుద్రాక్షమాలికలు మాత్రమే ధరించి. ఏ అలంకారములేక తెల్లని ఉత్తరీయపు దోవతిమాత్రము ధరించి సత్వగుణము సర్వము పోతపోసిన మూర్తిగా భాసించుచున్నాడు. శ్రీనాథుడు రజోగుణమునకు రూపకల్పనగా గానబడుచున్నాడు. వరదాచార్యులవారు నిజముగా చిత్రకారులేయైనచో, పోతన వివిధావయవములను ఏ ప్రమాణములో చిత్రించెడివారో? ఏవిధముగా రూపకల్పన చేసెడివారో? తెలియదుకాని పై వర్ణనలుమాత్రము ఏ చిత్రకారునికినైనను రూపచిత్రణ మొనర్చుటలో నత్యంత సహాయకారులుగా నున్నవనుటలో సందేహింప బనిలేదు. శ్రీమాన్ వరదాచార్యుల వారు సంగీత సాహిత్యములందు సాధన చేసినవారు. చక్కగా కావ్యగానము చేయగలరు. పురాణ కాలక్షేపము వీ రొనర్చినట్లు మనోరంజకముగా చేయువారి నే నిదివరలో దర్శించలేదు. వారికి చిత్రకళపై యాసక్తిమెండు నాకు కవిత్వమన పిచ్చి ప్రేమ. ఈ రెండు పరస్పరాసక్తులు మమ్ములను చందూరిలో జరిగిన మహాసభలో సన్నిహితుల నొనర్చి మిత్రులుగా నొనర్చినవి అవి నిజాము నిరంకుశపు రోజులు ప్రజాకవి కాళోజీని ప్రభుత్వము వరంగల మండలమున నుండ వీలులేదని నిషేధించినది శ్రీ అంబటిపూడివారు నాటిన సాహిత్యోద్యానము చందూరిలో పులిజాల, ధవళా, సిరిప్రగడల రూపములో తనపరిమళములు వెదజల్లుచున్నది. ఈసాహిత్యోద్యానలక్ష్మి ప్రజాకవి కాళోజీని ఘనముగా సన్మానించుకొనినది. సుమారు 4000 ప్రజానభలో క్రిక్కిరిసియున్నది కాళోజీ మొదలుగాగల కవులు తమ కావ్యగానములతో 2 గంటలు సభను ఆనందపరవశులను జేసినారు. తరువాత అధ్యక్షపీఠము నలంకరించియున్న శ్రీ వరదాచార్యులవారు తమ కావ్యామృతము జిలికినారు. సుమారు 5 గంటలు సభికులను మంత్రముగ్ధుల నొనర్చినారు. వారు కావ్యగాన కోకిలమై నిర్వహించిన ఆ కార్యక్రమ మపూర్వమై మరువరానిదిగా నుండెనట మడపాటి, దేవులపల్లి మొదలగు పెద్దలెరిగినదే. అప్పటి నేను వారికవితచే నాకర్షితుడనై చెన్నూరికివెడలి వారింటిలో 6 మాసములుండి కావ్యమునెల్లెడల వారి నోటనేవిని చిత్రముల వేయుటకు ప్రారంభించి వారి పోతన కావ్యములోని దాదాపు 14 ఘట్టములను చిత్రములుగా వేసితిని. మా మిత్రులెల్లనవి వారి పద్యములకు చక్కని యనువాదములని శ్లాఘించిరి. పోతన కావ్యములో ముద్రింపజేసిన బంగారమునకు పరిమళ మబ్బినట్లుండునని తమ ప్రగాఢవాంఛను వెలిబుచ్చిరి. కాని కారణాంతరములచే వానిని ప్రచురించు భాగ్యము కలుగలేదు ఈ కావ్యమును చిత్రింప బూనుకొనినచో కొన్ని వందల చిత్రాలు వేయ వీలున్నదని గ్రహించితిని. భోగినీ నాట్యఘట్టములోని వివిధ సన్నివేశము లొక మనోజ్ఞ చిత్రపమీ కరణము. అవి ఈ కావ్యములో మకుటాయ మానములై యొప్పుచున్నవి ఆచార్యులవారి కవిత నా చిత్రములు వియ్యము నందినవి. కాని ఏక రూపముతో ప్రచురణావకాశము నొందలేకుంట మా దురదృష్టమేకాదు, ముక్కోటి యాంధ్రుల దురదృష్టమని నొక్కి వక్కాణింపగలనని ఇంతటితో విరమించుచున్నాను.

కొండపల్లి శేషగిరిరావు

ఉపన్యాసకులు, ఫైనార్ట్సుకాలేజి - హైదరాబాద్

విజ్ఞప్తి

తేనెయగు తెనుంగు మాతృభాషగా గల్గియుండుట మహాతపఃఫలము. అందు నా భాషయందు కవియై పుట్టుటలన నెన్నిజన్మముల పుణ్యము లేకమైనకోరాక యీ యదృష్ట మబ్బదు. ఆంధ్రదేశ మాదినుండి యనర్ఘ కవిరత్నముల కాలవాలమై యలరారుచున్నది.

సంస్కృత కవితా సౌందర్య సంపదలనెల్ల సాంగోపాంగముగా తనలో జీర్ణించుకొని ద్రావిడభాషా సంప్రదాయముల తనవి యొర్చుకొని, వివిధ దేశీయులకు విస్మయముగొల్పు వెల్గుల వెదజల్లు తెల్గు ఆర్య ద్రావిడ సంస్కృతు లైక్యమై ప్రవహించు ఘనతర గంగా యమునా సంగమువలె విశిష్ట వైలక్షణ్యము గల్గియున్నదనుట సముచితమైనది.

తెన్గు కవితలోని ప్రతి పద్యము తత్సమాచ్ఛిక శబ్దముల మేలి కలయికతో ముత్యాలు పవడాలు గలిసి ముద్దొసంగు తావడమువలె మురువుసూపుచు ఆంధ్ర భారతీకంఠహారమై భాసిలుచుండును. తెలుగు కవు లుభయభాషలయందును కూలంకషమగు పాండిత్యముగల్గి వివిధ శాస్త్రీయ విజ్ఞాన విలసితులైన ప్రతిభా సంపన్నులగుటకు వారి సత్కావ్య నిర్మాణములే తార్కాణములు. నన్నయ మొదలు చిన్నయ పర్యంతముగల మహాకవు లెల్లరును ముక్కు ముత్యములే. ఒకరిని తీసి మరియొకరిని పెట్టవలను పడదు. ఎవరికివారే ప్రత్యేక వ్యక్తిత్వమునుగల్గి నేను ముందన నేను ముందని గణనకు వత్తురు. నన్నయ, తిక్కన, పోతన, శ్రీనాథాదులవంటి కవులును అన్నమయ్య, త్యాగయ్య, క్షేత్రయ్యలవంటి వాగ్గేయ కారులును జన్మించి సంగీత సాహిత్యకళా కల్పవృక్షములనాటి సంరక్షణ వాటినిగా తెలుగు గడ్డను దీర్చిదిద్దినారు. పలురీతుల వికాశించు సాహిత్య శాఖలలో నారితేరినవారని యద్వితీయులని యసమానయశము గాంచినారు. నాడేకాక నేడును, బహుముఖప్రజ్ఞా ప్రాభవము గల కవిపండిత ప్రకాండులు వివిధ రీతులలో రసవత్కృతుల వెలయింపజేసి తెలుగుజాతికి గర్వకారణులైనారు.

సత్కవితకు స్వర్ణమునకువలెనే ప్రాత క్రొత్తలులేవు. ఆ క్రొత్త ప్రాతలు రుచి భేదముల నొప్పారెడి యాభరణ విశేషములే తప్ప మూలద్రవ్యమగు ప్రతిభ తాను స్వర్ణమే యనుట శంకింపరానిది. కవితాకాంతకు ఛందోరీతులు భావప్రకటనలోని తీరుతెన్నులు నేటివి రేపటికి ప్రాతబడిపోవచ్చును. వస్త్రరూప వైవిధ్యములవలె అంతమాత్ర కవితా కన్యకకు క్రొత్తప్రాత లంటవు.

కాళిదా సెన్నియుగములు మారినను కవికుల తిలకుడే. ఇప్పుడును నానాటికి క్రొత్త పుంతలుద్రొక్కు క్రొత్తబలము పుంజుకొని సహృదయుల చిత్తముల రసానంద పరాయత్తముల నొనర్చు నవయువకవి సింహకిశోరముల ప్రతిభయనాదరణీయమనుట మాత్సర్య ద్వేషములమారురూప మనవలదా! నవరత్నము లెన్నాళ్ళు గడచినను నవరత్నములే

యనుట మరువరాని సత్యము అవి తా మెన్నడును శిరోధార్యములై దేశకాలాబాధ్యములునై, సజీవములనై సౌభాగ్య ప్రదములునగు నక్షర ధనములు.

కృతి మానవజాతి పరమార్థమును పట్టియిచ్చి రసబ్రహ్మానందానుభూతిలో సద్యఃపర నిర్వృతిని సమకూర్చు సమస్త లోకకల్యాణ ప్రదమైన రమణీయ ప్రయోజనము. కాంతా సమ్మితోపదేశములతో, వింతగతుల ప్రియములగు హితసత్యముల గఱపును

ఖండకావ్యము లేకైక ప్రయోజన ప్రదములు. మహాకావ్యములు సకలపురుషార్థ సాధకములు. బహుళ ప్రయోజన ప్రదములు. పృథగవయవము లేకైక ప్రయోజన ప్రదములే యయ్యును, సకలేంద్రియ కేంద్రమనబడు శరీరముతో సారూప్యము నొందినపుడు పరస్పర సహకార సహజీవన భావబంధముగల్గి సమష్టి స్వరూపముతో సకలార్థ సాధకములై భాసించును. ఇట్టి అంగాంగిభావమే ఖండకావ్య మహాకావ్యములకు అవినాభావ సంబంధమును గూర్చి నవరసానుభూతియను పరమ ప్రయోజన సాధకమగుచున్నది. మహాకావ్యము మానసత్వపు టానందపు టంచులనుదట్టి పూర్ణరసానుభూతి నొసంగి పొంగిపొరలు మహానది.

మానవుని విజ్ఞానానుభవము పరిణతినందనిదే మహాకావ్య నిర్మాణము సాధ్యపడదేమో ? ఈ మహాకావ్యకర్తయే మహాకవి యనబడునేమో ? ఈ మహాకవి కీర్తినందుటకు కాళిదాసంతటి ప్రతిభాశాలి పొట్టివాడు పొడువగు చెట్టుపండ్ల నాసించుటవలె నుపహాస్య భాజకుని యాత్మలో జంకినాడు. ఈ 20 వ శతాబ్దిలో మహాకావ్యము లాంధ్రభాషలో పలువురు మహాకవులు వ్రాసిరి. బుద్ధచరిత్రము, సౌందరనందము, దేవీ భాగవతము, రామాయణ కల్పవృక్షము, శివభారతము, రాణాప్రతాపసింహ చరిత్రము, ఆంధ్రపురాణము మొదలగు కృతులు తామీ కోవకు జెందినవే వీనిలో కొన్ని సర్కారు జిల్లాలకు మరికొన్ని రాయలసీమకుజెందిన కవివరులు వ్రాసినవి. కాని ఈ శతాబ్దిలో తెలంగాణమునుండి మహాకావ్య నిర్మాణము జరుగలేదేమోయని నాహృదయము శంకించినది. ఇట్లని నేను విశాలాంధ్రనుండి తెలంగాణమును వేరుజేయుటలను కొనరాదు. ఆంధ్రదేశపు ప్రతివిడి భాగము విద్యా వివేకముల కాలవాలమై కళాఖండ నిర్మాణమునకు సమర్థమైనదిగా నుండవలెననియే. అంగములలో ఏ అంగము బలహీనము కారాదని ఈ వెలితిని పూరింప నుద్యమించినది. కాని సముచితమైన ఇతివృత్త ముపలభ్యమగుటకై చాలకాల మన్వేషించవలసి వచ్చినది

నేను ఒకమారు ఫిరదౌసీ చరిత్రమును బఠించి రాజులు చేయు దుర్ణయముల కెంతయు ఖేదించితిని ఆ సమయము నిజాము తెలంగాణముపై తన నిరంకుశప్రభుత్వము నెరపుచున్న దినములు. నా కప్పుడు రాజులను ధిక్కరించి వారి నిరంకుశ చర్యల నసహ్యించుకొని కవితా కన్యకు కర్షకవృత్తితో నుపజీవికను గల్పించి యాత్మాభిమానము రక్షించుకొనిన మహా కవి శేఖరుడు. పోతనార్యుడు కండ్లగట్టెను. ఆశకు లొంగనివానికి, ఈశిత్వము లొంగునని చూపించిన పోతరాజే నిజమైన రాజని తలంచితిని.

మనశ్శాంతి ప్రదమగు హరిభక్తి భావమరంద పానమత్త చిత్తుఁడగువాఁడు క్షణికము లగు విషయసుఖములఁ ద్యజింపగలఁ డనుటకు తార్కాణము కానచ్చె మొల్లర మహా భాగవతోత్తముఁడు పోతన పారలౌకిక సుఖముల నొసఁగు భాగవత సంబంధము నతి భావుక గతి రచించి పునర్జన్మ రహితమగు వైకుంఠవాసమునకుఁ బాత్రత నొంది ధన్యత్వమునందిన ధన్యజీవి పోతన. అనర్హులస్తుతిలో దుర్వినియోగపడువాణి కన్నుల నీరుగాంచి కరిగిన నవనీత హృదయుఁడు పోతన. అంబా! ఆకలికైనను మలిసుల మాటిపట్టుగాని నిన్నా కర్నాట కిరాట కీచకుల కమ్మనని శపథమొనర్చి భారతి కాటుక కంటి కన్నీరు తుడిచి భవబంధము నడచిన త్యాగశీలి పోతన. ప్రబంధ ముఖముల రాజుల నభివర్ణించి యష్టైశ్వర్యముల ననుభవింపజేయు నగ్రహారములకై యాత్మ స్వాతంత్ర్యము నమ్ముకొని జీవించు కవుల దైన్యమునుగాంచి కష్టపడినవాడు పోతన. "నిరంకుశాః కవయః" అను సూక్తిని నిల్పుటకై నిరంతర కృషిసల్పి సఫలీకృత మనోరథుండై యాత్మాభిమానముతో నలరారు మహా కవి వీరుఁడు పోతన.

క్షోణీకోణ శతాంశ పాలకులగు నృపులనవధికమగు కాలజలధిలో నరవిమేషము స్ఫురించి యంతరించు బుద్బుదప్రాయులను వాస్తవికతను గుర్తెరింగినవాఁడు పోతన నిత్యానపాయినియగు శ్రీదేవి సేవింప నిఖిలహేయ గుణరహితుఁడును. సకల కల్యాణ గుణసహితుడునునై యెప్పుడును రెప్పపాటులేక నిత్య సూరివర్గము సేవింపనొప్పు సౌందర్య మహోదధియునై యైహికాముష్మిక సుఖప్రదుఁడునై యలరారు శ్రీహరిని సేవించి తదూప్రగుణాభివర్ణనము నొనర్చి యజహరామ రాదులకందరాని సుఖసంపదల కధికారియైన ముక్తాత్మ పోతన. పండిత పామరులనక, ఆంధ్రుల కందరికి నభిమాన పాత్రుఁడై కవిజాతికి మార్గదర్శకుడైనాడు పోతన. ఆంధ్రులచేగాక ఆంధ్రేతరులతోగూడ స్తుతింపబడిన భక్త కవిలోక శిరోమణి పోతన. తన వాక్కులు ధరణి జనములు తలదాల్చ భక్తిపథములలో నడపించి యాంధ్ర హృదయ పీఠముల నధివసించి శాసించు మకుటములేని మహా కవిసార్వభౌముడు పోతరాజామాత్యుఁడు. వాల్మీకి తర్వాత రామాయణకథ తన దేశభాషలోవ్రాసి ప్రజల మెప్పు బొందినవాఁ డొక తులసీదాసుడే వ్యాసుని తరువాత భాగవతమును తన దేశభాషలో వ్రాసి మెప్పుబొందినవాఁ డొక పోతనయే.

ఈ పోతనకవిరాజుతోపాటు తెలుఁగునాట నింకను నిరువురు రాజులుగలరు. అందులో నొకరు త్యాగరాజు. రెండవవారు గోపరాజు. ఈ ముగ్గురి రాజుల నభివర్ణించి భక్తిమత్తుల నాస్వాదింపగోరిన నాకు "మద్వంద నాచ్యుతగుణం మద్ధా పవ్యచవందనం" అను భగవద్వాక్యము స్మృతికివచ్చి నా సంకల్పమునకు బలము చేకూర్చినది. వెంటనే శ్రీ పోతనకవిరాజు జీవితేతి వృత్తమును మహా ప్రబంధరూపముగా నారంభించి యత్యంత భక్తిశ్రద్ధలతో ముగించితిని.

ఆంధ్ర కవితాకన్య పురాణేతిహాస కావ్యమార్గముల విహరించుచు వచ్చి పెద్దనాదుల కాలమందు రమణీయార్థ ప్రతిపాద్యములగు సుందరపదరీతులతో వినూత్న ప్రబంధ ప్రపంచోద్యానముల నెమకటి కన్నమిన్నలగు వింతవిలసనమ్ముల, విహరించి సహృదయుల సమ్మానముల నందుకొని జయధ్వజ మెత్తినది. రసవత్కావ్య కళావిశ్వ వీధులలో సీమాభూమిగ౯ వెలుగొందినది. ఈ ప్రబంధపద్ధతి నన్ను చిక్కలిగా నాకర్షించినది. అటులని నేను నూతన కవితా మార్గములకును దూరుఁడగా నెంచలేదు. నా కవితలో నేను రెంటిలోని సౌందర్యముల శక్తివంచనలేక యారాధించి నాడనని సహృదయులు తెలిసికొనకపోరు. నాకు కావలసినది నవీన ప్రాచీన పాక్షికత్వములుగావు. నేను కోరునదెల్లను, యేకాలమునకు జెందిన మార్గమైనను "సత్యం, శివం, సుందరం" అను కళా సౌందర్యోపాసనమును మాత్రమే. సంకుచిత స్వభావము వీడి చూచు హృదయమునకది సర్వకాలముల నుపలభ్యమగును. సహజ సౌందర్యముగల స్త్రీ పురాత నాధునాతన వేషభాషలలో వెలసినను. సరస హృదయుల సమాకర్షించును. సహజ సుందరిగాని స్త్రీ నవీనాలంకారముల నెంతగా నాలంబన మొనర్చికొనినను నవమన్మథుని రతీదేవిగా మనజాలదుగదా! కావున సరసకావ్యత్వమునకు పరిణత దశను సమకూర్చిన యలనాటి ప్రబంధ ఫక్కిలో నేనీ కావ్యరచనకు దొరకొంటిని. ఈ మార్గమున నే నెంతవరకు కృతకృత్యుడ నైతినో సహృద యైకవేద్యము.

ఇంచుమించు నేనీ ప్రబంధ రచన మొనర్చుచు ముగించి ప్రకటించుటకు 20 సంవత్సరములు పట్టినవి. నేనీ కావ్యరచనా కాలమున నేమి ప్రకటనోద్యమములో నేమి హిమవత్పర్వతమంతటి విఘ్నముల నెదుర్కొనవలసి వచ్చినది ఐనను దీనిని ముగించి ముద్రించుట ఈశ్వరానుగ్రహమేకాని నా సామర్థ్యముకాదని మనవిజేసికొందును. "పలికెడిది భాగవతమట పలికించెడివాఁడు రామభద్రుండట" యను పోతన సూక్తి నాకును నన్వయించినవి. "తేన వినాతృణాగ్ర మపినచలతి" అనుట విబుధు లెరిగినదే। ఏతత్ప్రబంధ రచనమునందు నే నతుకులబొంతల నసమగ్రములగు చారిత్రక సిద్ధాంతముల కొన్ని రూఢిలోనున్న ప్రసిద్ధేతివృత్తములతో జతపరచితినని సవినయముగ మనవిఁజేసికొను చున్నాను.

పోతన యోరుగల్లువాడన నొంటిమిట్టవాడను వివాదగ్రస్త విషయములలో విమర్శకుల విజిగీష విపరీత ధోరణికి దిగినది సకలాంధ్ర లోకమునకు సుపరిచితమే. కొఱవి గోపరాజు, విద్యానాథుడు మున్నగు కవు లేకశిలా నగరము నోరుగంటికే ప్రసిద్ధముగాను వ్యవహరించుట జేసియు 'ఓరుకల్లు - ఏకశిల' అను పదముల యందలి సరియైన పోలికనరసి, పోతన బమ్మెరదగ్గరి యోరుగల్లువాడేయను చారిత్రక సిద్ధాంతమును విశ్వసించి నేను నటులే వ్రాసితిని. కాని యాంధ్ర భాగవతకృతినిగూర్చి యావదాంధ్రుల కభిమాన పాత్రుడగు పోతన మహాకవి తా నాంధ్రభూమిలోని యే ప్రాంతమునకు జెందినవాఁడైనను నాకు సమ్మతమే.

దానిలోని సత్యాసత్యముల చారిత్రకులకే వదలిపెట్టి, ప్రజా సామాన్యముచే ప్రస్తుతింపబడు ప్రసిద్ధేతివృత్తమునే గ్రహించి గ్రంథరచనమున కుద్యమించితిని. నేను వ్రాయునది శుష్కచరిత్రముకాదు. నాకు పోతన చరిత్రమును వ్రాయుటకన్న నతని యుదాత్తాశయముల ప్రజా హృదయముల బ్రతిబింబింపజేయుట ముఖ్య కర్తవ్యము.

సందర్భానుగుణ్యముగ నాకు నచ్చినరీతి కొంతకథను కల్పించుకొనుటయు జరిగినది. పోతన తానాంధ్రులందరివాడని యెంచి యీ కృతి కుద్యమించితిని. నేటికిని, చారిత్రకులెందరెంత పరిశోధించినను తానీతని చరిత్రములోని యాథార్థ్యమంధులు తడవుకొనుచు నభివర్ణించు హస్తిరూపమువలె నసమగ్రమనియే యెంచబడవలసినది. ఇందు కావ్యానుబంధమని రెండాశ్వాసములు చివరని వ్రాసితిని. ఇవన్నియు భాగవతకథలే. ఇవి కథకు సంబంధించనివనే అనుబంధకావ్యముగా గూర్చితిని. దీనికి ప్రబలమైనకారణ మొక్కటే. అది పోతరాజు తావ్రాసిన భాగవతములోని హరిఆర్తరక్షణము ఆశ్రితపక్షపాతమును బుజువుపరచుకొనుటలే. భాగవత భక్తరక్షణమును స్మృతికి దార్చుచు నీ భక్తుడనగు నా భాగవత రక్షణమేల సేయలేవని ఆర్తిజెందుటే ఈ గాథల ముఖ్యలక్ష్యము. కాని యతనిపై పోటీకి వ్రాసినాననుట దుస్సాహసము, అపచారము.

ఈ నా రచనమును శుద్ధప్రతి వ్రాసి యెంతేని తోడ్పడిన యుత్తమకవిసత్తముడగు అంబడి వేంకటరాజముగారికి నేనెంతయు ఋణపడి యున్నాను. వారికి కృతిపతి రామచంద్రుడాయురారోగ్య భాగ్య సమృద్ధిని ప్రసాదించుగాతయని ప్రార్థించుచున్నాను. కోరినదే తడవుగా దీనికిగా నుత్తమచిత్రముల వ్రాసియిచ్చిన రసమూర్తి మిత్రులు బలరామాచార్యులగారికి నా కృతజ్ఞతా పూర్వక మంగళాశాసనము లర్పింతును. వానిని బ్లాకులు జేయుటలో నాకు విశేషముగా తోడ్పడిన శ్రీరామమూర్తిగారికిని హృదయపూర్వక కృతజ్ఞతలు. దీనిలోని నాట్య ఘట్టమునుగూర్చి తమ అమూల్యాభిప్రాయము దెల్పిన శ్రీ నటరాజుగారికి నా కృతజ్ఞతలు.

ఇంకొక ముఖ్యమైన మనవి. నేను దీనికి తొలిపలుకు మలిపలుకు వ్రాసియిచ్చుటకు శ్రీయుతులు పూజ్యులు దివాకర్ల వేంకటావధానిగారిని, నాకు ఆబాల్య ప్రాణమిత్రులు శ్రీయుత పల్లా దుర్గయ్యగారిని యాచించితిని. వారు బహు కార్యమగ్నులై యుండెడివారు. వారికి వ్యవధి బహు స్వల్పమయ్యును, నా మనవిని త్రోసిపుచ్చలేక నెలలకొలది నా యీ బృహత్కావ్యమును సవిమర్శగా పఠించి చక్కని చిక్కని పీఠికలు వ్రాసియిచ్చిరి. వీరిరువురికిని నా కృతజ్ఞతా పూర్వక ప్రణామము లాచరించుటదక్క మరేమి ప్రతి యొసంగగలను? నా యీ కావ్యముపై తమ యమూల్యాభిప్రాయము లొసంగిన పెద్దలకు ప్రియమిత్రులకు వినమ్రుడనై ప్రణామము లర్పింతును. నా యీ కావ్యములోని వాక్చిత్రములగూర్చి సవిమర్శగా వివరించిన ప్రియమిత్రుడు శేషగిరికి నా కృతజ్ఞతలు.

నా యీ కావ్యరచనకు గల్గినంతశ్రమ ముద్రణకును గల్గినదని తెల్పుటకు విచారించుచున్నాను. మిత్రులు సహృదయాంధ్ర ప్రజానీకము నా కృషి నభినందించి సహస్ర ముఖాల సభా సన్మానముల జరిపి దీని ముద్రణకై సహాయ సంపత్తి నందజేసి తమ యుదారతను ప్రకటించికొనినారు. ఇందుకై భువనగిరి రూ. 2000, కోరుట్ల రూ. 2000, చెన్నూరు రూ. 2000, బోమకొండ రూ. 500 లొసంగిరి. ఇందుల కా గ్రామాలలోని పురప్రముఖులు ప్రజలు నెంతేని యభివందనీయులు. 100 రూపాయ లొసంగిన యనేకమంది మిత్రులకు నా కృతజ్ఞతలు. మంచిరాలలో శ్రీ గంగారెడ్డిగారి కుమారశేఖరులు శ్రీ నారసింహారెడ్డిగారు నా కావ్యగానము విన్నంతనే సంతసించి ఒక వేయినూట పదారు లర్పించి తమ సరసత్వము నౌదార్యమును ప్రకటించుకొని నాకే కాక సాహిత్యాభిమాను లందరికిని నభిమాన పాత్రులైనారు. కవిపండిత పోషకులగు శ్రీ యాదగిరి దేవస్థానమువారును 500 లు సన్మానమొసంగి కృతజ్ఞతకు పాత్రులైరి. ఈ ద్రవ్య సహాయములతో గ్రంధములోని కొంత భాగము మాత్రమే ముద్రణమైనది. శేష భాగ ముద్రణమునకై ప్రభుత్వమునకు వినతి చేయుటసంభవించినది. గౌరవనీయులు ఆర్థిక పారిశ్రామిక శాఖామాత్యులు శ్రీ యం. చెన్నారెడ్డిగారు ప్రభుత్వ పక్షమున రూ. 10,000 విరాళ మిప్పించి తమ యపార భాషా పోషకత్వాభిమానమును ప్రకటించికొనినారు. వారికి నా యనంతకోటి కృతజ్ఞతాభి నందనలు. నా శుభాకాంక్షలు. ఈ విరాళము చేజిక్కుటకై శ్రీయుత కే. వీ. కేశవులుగారెంతో తోడ్పడిరి. వారి ఋణము నే నెన్నటికి దీర్చుకొనలేనని వారికి నా మంగళా శాసనము లర్పింతును. శ్రీ బిర్లా కంపెనీవారు 28 రీములు కాగితమును విరాళమిచ్చిరి. వారికి నా ధన్యవాదములు.

ఎన్ని పనులున్నను నా గ్రంథ ముద్రణకార్యమునకే ప్రాధాన్యమిచ్చి, కావ్యమును ముద్దుగా ముద్రించి యిచ్చినందులకు శ్రీ శ్రీరామా పవర్ ప్రెస్ యజమానులగు పబ్బా శంకరయ్యగారి కీశ్వరుడు సంపూర్ణాయురారోగ్య భాగ్యములు ప్రసాదించుగాక.

"లోకా స్సమస్తా స్సుఖినో భవంతు"

వా॥ వరదాచార్యులు

పండితాభిప్రాయములు

నాకు చిరమిత్రులును విఖ్యాత యశోవిరాజితులును సుప్రసిద్ధులునునగు శ్రీమాన్ వానమామలై వరదాచార్యులుగారు పండ్రెండు సంవత్సరముల కృషితో రచించి ఆంధ్రప్రదేశ విద్యాశాఖవారి పోషణమున ప్రకటించిన పోతనచరిత్రము ఆంధ్ర సారస్వత ప్రపంచమున వెలువడుట నాకత్యంత సంతోషావహమైన విషయము. ముఖ్యముగా ఇట్టి ఉద్గ్రంథమును నాకు నేననుగ్రహించి దీనిపైన కించిద్జ్ఞుండనగు నా యభిప్రాయమును కోరుట నాకు నిజముగా అత్యంత ధన్యత నాపాదించినది. దీనిపైన ఉపోద్ఘాతము వ్రాసినవారు శ్రీ దివాకర్ల వేంకటావధానిగారును మరియు మలిపలుకు వ్రాసిన మహాశయులు శ్రీ పల్లా దుర్గయ్యగారును ఐ యున్నారు. వీరిద్దరును ఆంధ్రసారస్వత ప్రపంచమున నిరుపమాన ప్రశస్తి వహించినవారగుటయేకాక ఉస్మానియా విశ్వవిద్యాలయమునకు భూషణప్రాయులై యున్నారు. ఇట్టి పండిత ప్రకాండులయెడుట కొఱగాని నావంటివానిని అభిప్రాయముకోరుట నన్ను ధన్యునిగా జేయుటకు, నా పురాతన మిత్రులగు గ్రంథకర్త మహాశయులు సంకల్పించుటయేకాక మరేమియు కాదనియు ఇట్టి అనుగ్రహమును నాపై ప్రసరింపజేసిన శ్రీమాన్ ఆచార్యుల వారికి మఱల మఱల నా వందన సహస్ర మర్పించుచున్నాను. ఇట్టి పుస్తకము బయటబడిన సంగతి నేను నేడే తెలిసికొంటిని. శ్రీ ఆచార్యులవారు ఎంత గొప్ప కవిశేఖరులో అంత నిరాడంబర జీవులని నేను మొదటి నుండియు ఎఱిగియున్నాను. అట్టివారి ఈ కావ్యము అజరామరకీర్తిని గాంచుననుట నా మనో నిశ్చయము. నేటి కాలమున స్వతంత్ర భారతదేశమున మనకవుల యొక్కయును, పండితుల యొక్కయు యోగ్యత భారత ప్రభుత్వాధినేతల వలన ఉదారముగా సన్మానింపబడుచున్నది. అట్టి కవివతంసులలో శ్రీ వరదాచార్యులవారు చేరదగినవారై యున్నారు. కొందఱు ప్రసిద్ధ కవిశేఖరులకు, పండితులకు తెలుగువారిలోగూడ మహోదారమగు విధమున సన్మానము జరుగుట నే నెఱిగియున్నాను.

ఆచార్యులవారు ఇప్పుడు చాల పరిమితమగు మాస వేతనముపైన ఒక పాఠశాలలో ఉద్యోగము చేయుచు జీవయాత్ర సాగించుచున్నారు. ఆంధ్రప్రదేశ ప్రభుత్వ విద్యాశాఖామాత్యులును, పండితాభిమానులునునగు శ్రీ కాసు బ్రహ్మానందరెడ్డిగారు వీరి విషయమున తగిన విధమున సిఫారసుచేసి వీరికి శాశ్వతమగు వర్షాశనమును కేంద్ర ప్రభుత్వము నుంచి అంగీకరింప బడునట్లుచేయ మనఃపూర్వకముగా సవినయముగా నేను ప్రార్థించుచున్నాను. ఆర్థిక శాఖామాత్యులగు మంత్రులు శ్రీ చెన్నారెడ్డిగారు ఇంతకు ముందే వీరి విషయమున ఆదరభావము వహించిరని నేను తెలిసికొని యున్నాను. కనుక నా సూచన ఆంధ్రప్రదేశ ప్రభుత్వమువారివలన అంగీకరింపబడునదియు తెలంగాణ వాసులగు నేటి కవులలో అత్యంత గౌరవార్హులగు శ్రీ ఆచార్యుల వారికి తగు సన్మానము లభింపగలదనియు నేను విశ్వసించుచు విరమించుచున్నాను.

ఆంధ్ర సారస్వత సేవకుడు

ఆంధ్ర పితామహ, పద్మభూషణ

20-11-1966 మాడపాటి హనుమంతరావు

శ్రీమాన్ వానమామలై వరదాచార్యులవారు అల్పజ్ఞుడనగు నన్నుగూడఁ గొన్ని పరిచయవాక్యములు వ్రాయుట కాజ్ఞాపించినారు. వారి గౌరవమును నా కొసంగుట వారికి నా యందుగల యాదర భావమును వెల్లడించుచున్నదే కాని నా యర్హత కారణముకాదని వేరుగా చెప్పనవసరములేదు. ఆచార్య, డాక్టరు దివాకర్ల వెంకటావధానిగారి "తొలిపలుకు", డాక్టరు పల్లా దుర్గయ్యగారి "కవి - కావ్యపరిచయము" అను రెండు విపులములైన పీఠికలు ఈ మహా కావ్యముయొక్క యుత్కృష్టతను సోపపత్తికముగా ప్రకటించుటయేగాక కావ్య రసాస్వాదన మునకు పాఠకుల కనేకవిధముల తోడ్పడుచున్నవనుట యతిశయోక్తి కానేరదు. అట్టి తఱి గ్రంథముపై విహంగమదృష్టినిగూడ ప్రసరించు నవకాశమును, భాగ్యమును లభింపని నేను ఈ మహాకావ్యమునుగురించికాక, మహాకవినిగురించియే మనవిచేయుట పర్యాప్తమగునని భావించుచున్నాను.

ఆచార్యులవారు తెలంగాణాప్రాంతపు వరంగల్లు జిల్లావాసులు. డాక్టరు పల్లా దుర్గయ్య గారి చిన్నతనపు సహాధ్యాయులు. వీరి జీవిత విశేషములు నా కెక్కువ తెలియవు. ఆచార్యుల వారు పూర్వకవుల పద్ధతి ననుసరించి ఆశ్వాసాంతగద్యములో భరద్వాజగోత్ర, ఆపస్తంబ సూత్ర బక్కయ్యశాస్త్రి పుత్రయని మాత్రమే తెలిపిరి. కాని వీరి రచనలను దాదాపు మూడు దశాబ్దములనుండి నేను తెలంగాణాప్రాంతపు పత్రికలలో తరచు చదువుట సంభవించినది. వీరితో ప్రత్యక్ష పరిచయము కీ॥ శే॥ సురవరం ప్రతాపరెడ్డి మఱియు మిత్రులు కాళోజీ నారాయణరావు గార్లద్వారా 15 సం॥ల క్రితము కలిగినది. ఆచార్యులవారప్పు డత్యంత రోగ గ్రస్తులై యుండిరి. కొన్ని సంవత్సరముల చికిత్సానంతరము బాగుపడి ఒక యూపిరితిత్తి తోనే, ఆరోగ్యవంతులై ఈ మహాప్రబంధరచన పూర్తిగావించి, ఆంధ్ర సరస్వతి కుపాయన ముగా నొసంగి ధన్యులైరి.

ఆచార్యులవారు భక్తశిఖామణులగు నొక శ్రీవైష్ణవ కుటుంబమునకు చెందినవారు. ఆనువంశికమైన ఈ సంస్కారము వారి పురాకృత పుణ్య విశేషఫలముగా లభించి మహాభక్త శిఖామణియగు పోతనామాత్యుని పవిత్ర జీవితచరిత్రమును ప్రబంధించుటకు పురికొల్పిన దనుట యసమంజసము కానేరదు. భక్తపోతనయొక్క జీవిత చరిత్రమునకు సంబంధించిన కొన్ని యైతిహ్యములు దంతకథలున్నను, వానినొక మహాప్రబంధ సామాగ్రిగామార్చి విస్తరించి కల్పించి ద్వాదశ స్కంధ బంధురమగు మహా భాగవత పురాణమునకు తులదూగు ద్వాదశాశ్వాస విస్తృతమగు మహాప్రబంధమును రచించు శిల్ప మాచార్యులవారి యపూర్వ మైన ప్రతిభను చాటుచున్నది. కథాకథన విధానమునగాని, ప్రకృతి వర్ణనా సౌందర్యమున గాని, రసవదలంకార బంధురత్వమునగాని మహాకావ్య లక్షణములచే సంపూర్ణముగా నలరారు చున్నదనుటకు సాహిత్య సముద్రమథన మొనరించిన దక్షులగు ఉభయపీఠికా రచయితల ప్రశంసా వాక్యములేచాలు.

ఆధునిక కాలములో భావకవిత్వము, గేయకవిత్వము, అభ్యుదయ కవిత్వము ప్రచారములో నున్నవి. వచన కావ్యముల కత్యధిక ప్రాముఖ్యమున్నది. ప్రాచీన సంప్రదాయముల ననుసరించి రచింపబడిన మహాకావ్యములు, ప్రబంధములు మిక్కిలి యరుదు. శివభారతము, రామాయణ కల్పవృక్షము మున్నగు కొన్నిమాత్రమే ప్రశస్తినొందినవి. వరదాచార్యులవారి పోతనచరిత్ర క్రొత్తపాతల మేలుకలయికలతో శోభిల్లుచున్నను ప్రాచీన మార్గము ననుసరించిన యాధునికాంధ్ర మహాకావ్యములలో రత్నమువంటిది. పోతనను గురించిన వివిధకథలయందు సామంజస్యమును కల్పించుటయందలి చమత్కృతి మిగుల ప్రశంసనీయము. ఆ మహాభాగవతోత్తముని వినయ, సౌజన్య, సౌశీల్యాది గుణగణముల వర్ణనయందలి భక్తిశ్రద్ధలు స్వయము ఆచార్యులవారి వినయ, సౌశీల్యాది సద్గుణములయొక్క స్ఫోరకములు. పోతన మహాభాగవతమునందువలె ఆ మహాకవి చరిత్రమగు నీ మహాకావ్యమునందు భక్తిరస ముప్పతిల్లుచున్నది. వేయేల, డాక్టరు అవధానిగారు వ్రాసినట్లు శ్రీనాథుడు పోతనకవిత్వమునుగూర్చి గావించిన ప్రస్తుతి ఆచార్యులవారి కవిత్వమునకు కూడ సంపూర్ణముగ నన్వయించును. పోతనకు, శ్రీ ఆచార్యులవారికి ననేకవిధముల భావసమైక్యతగలదని ఈ మహాకావ్యమేకాక, వారి జీవిత విశేషములుకూడ నిరూపించుచున్నవి. ఆధునిక తెలంగాణా మహాకవి శ్రీమాన్ వరదాచార్యులవారికి నా యభినందనముల నర్పించుచున్నాను

డా॥ బూర్గుల రామకృష్ణరావు M. P.

పోతన పేరుతలచడమే తడవుగా ఆంధ్రుల హృదయం పులకరిస్తుంది. పండితులు, కవితా పిపాసువులు మాత్రమేకాక మధ్యతరగతి కుటుంబాల్లో విద్యావతులుకాని స్త్రీలకుకూడ గజేంద్రమోక్షం, ప్రహ్లాదచరితం, భ్రమరగీతలు మొదలగు కొన్ని ఘట్టాలైనా తప్పక కంఠస్థమై యుండడం గమనించదగింది. ఈనాటిమాట చెప్పలేముకాని మొన్నమొన్నటివరకు తెలంగాణంలో అక్షరాభ్యాసంతోపాటు "తల్లీ నిన్నుదలంచి పుస్తకము చేతంబూనితిన్" అనే పద్యం నేర్పేవారు. పండిత పామరులకు ఉభయులకూ అభిమానకవి ఎవ్వరని ప్రశ్నిస్తే ఏదృష్టితో చూచినా 'పోతన' అనే చెప్పవలసివస్తుంది.

ఆంధ్రులు పోతన నంతగా ప్రేమించడానికి ఆయన కావ్యమేకాక ఆయన జీవితం కూడ ప్రబల కారణమనక తప్పదు. చేసిన రచనకూ, గడపిన జీవితానికీ, ఇంతటి అవినాభావసంబంధం, ఇంతటి అపూర్వ సారూప్యం. అన్యత్ర దుర్లభమనే చెప్పాలి. చరిత్రకారులు, పరిశోధకులు, ముక్కలు విరిచినాసరే, ఆంధ్రులుమాత్రం పోతన జీవితాన్ని ఇప్పుడు నమ్ముతున్నట్టే ఎల్లప్పుడు నమ్ముతూ ఉండడం కావ్యోత్కర్షదృష్ట్యా శ్రేయస్కరమని నేను భావిస్తున్నాను. పోతన వ్యక్తిత్వాన్నిగురించిన ప్రతిబింబం (Image) లోని అనన్యమైన ఉదాత్తతను చిరస్థాయిగా ఉంచడం మన కర్తవ్యం.

ఈ పవిత్ర కర్తవ్యాన్ని శ్రీ వానమామలై వరదాచార్యులు మా వరదన్న అమోఘంగా నిర్వహించి పోతనచరిత్ర మహాకావ్యం రచించారు. భగవత్సంబంధమైనది భాగవతమైతే భాగవత సంబంధమైన ఈ మహాకావ్యాన్ని "భాగవతీయం" అనవచ్చు.

పోతనగారి జాతకమే ఆయన చరిత్రకారునికికూడ వారసత్వంలో సంక్రమించింది కాబోలు ! పోతన్న జీవితానికీ వరదన్న జీవితానికీమధ్య ఎంతో సామ్యంఉంది. నిర్ధనత్వంలో సామ్యంఉంది. అమృతహృదయంలో సామ్యంఉంది. కవితా వైభవంలో సామ్యంఉంది. ఉదాత్త కల్పనల్లో సామ్యంఉంది. పదలాలిత్యంలో సామ్యంఉంది. వేయేల ? ఒక్క కృషీవలత్వంలోతప్ప అన్నివిషయాల్లోనూ సామ్యం ఉందంటే అతిశయోక్తికాదు ?

వరదన్న ఈ మహాకావ్యాన్ని ఏ ముహూర్తంలో ప్రారంభించాడోకాని అడుగడుగునా ఆయన మార్గంలో విఘ్నపరంపరలే ఎదురయ్యాయి ఆర్థిక దుస్థితితోపాటు అస్వాస్థ్యంకూడ సంభవించింది. రాజులకు రావలసిన రాజయక్ష్మ ఈ కవిరాజును వరించింది. వ్యాధి తుదకు కుదిరినా అలనాటి బక్కపలుచని వరదన్న, సుశ్రావ్యకంఠంతో పద్యాలాలపించి పండిత పామరులందరినీ తన్మయత్వంలో ఓలలాడించిన ఆ చురుకైన వరదన్న, శాశ్వతంగా అదృశ్యుడైపోయాడు. వరదన్న స్వరూపం, స్వరం, సంగీతం – అంతా మారిపోయింది. ఐతే ప్రాణాలు దక్కడమే పదివేలనుకున్నాము.

ప్రాణాలను దక్కించుకోవడంకన్న, తనుపరిరక్షించుకోవడమే మరొక వికట సమస్యగా పరిణమించింది దోమకొండ జనతా కళాశాలలో హార్మోనియం, తబలా, తంబురా మొదలగు సకల వాద్యాలను తానొక్కడే వాయించుతూ గ్రామీణ యువకులకు బుర్రకథలు, భజనలు వగైరా (తానేవ్రాసి) నేర్పే ఉద్యోగం స్వీకరించాడీ మహాకవి ! పోతన చరిత్రం వ్రాస్తాడా ? బుర్రకథలు వ్రాస్తాడా ? రెంటినీ వ్రాయడం సాగించాలంటే ఎంతటి వాడికైనా బుర్ర తిరిగిపోదా ?... కాని వరదన్న కలం ఉభయదిశల్లోనూ నడిచింది. తన "సాంస్కృతిక" భృత్యోద్యోగాన్ని వచ్చి చూడుమని నన్నెన్నోమార్లు పిలిచాడు. కాని ఆయన దుస్థితిని ప్రత్యక్షంగా చూస్తే భరించజాలనేమోనని నేను వెళ్ళలేదు. భృతికొరకే బాధపడుతున్న వరదన్నకు ఐరావతంలాంటి ఈ మహాకావ్యం మరొక సమస్యగా తయారైంది. ప్రచురణలో జాప్యం జరిగినకొద్దీ వరదన్న కావ్యానికి మెరుగులుదిద్దుతూపోయాడు. అదేదో ఆయన తహతహ, ఎంత బాగున్నా మరింత బాగుండాలని ! ఇలాంటి నిర్దుష్టతా పిపాసువులకు నిద్ర పట్టదనుకుంటాను. వరదన్నకేమో కావ్యానికెన్ని మెరుగులుపెట్టినా తృప్తిలేదు. రసజ్ఞులకేమో ఎన్నిమార్లు వినినా తనివితీరదు. ఇదొక ఎడతెగని పోటీగా తయారైంది.

రమారమి పావు శతాబ్దం తరువాత ఈ మహాకావ్యం వెలుగులోకి రావడం మన కవితా భవిష్యత్తుకు శుభసూచకం. ఇందలి పద్యాల ఉద్ధరణలిచ్చి నా అభిప్రాయాలను పాఠకులపై రుద్దడం నా అభిమతంకాదు. రసజ్ఞుని పాత్రతను, వ్యక్తిత్వాన్నిబట్టి రసోత్కర్ష కలుగుతుందంటారు. ఆ భాగాన్ని ఎవరికి వారికే వదిలేస్తాను.

వరదన్న నా సన్నిహిత మిత్రమండలిలోనివాడు. ఆయన కలంనుండి చిందిన ఈ సర్వాంగ సుందర రచనను నాతోపాటు ఆంధ్ర పాఠకలోకం చదివి ఆనందిస్తుందన్న ఉత్సాహమే నన్నీ నాలుగుమాటలు వ్రాయడానికి పురికొల్పింది. పోతన జీవితాన్ని వరదన్న వ్రాస్తే వరదన్న జీవితాన్నెవరైనా వ్రాయబూనితే ఎంత బాగుండేది.

ఇట్లు
పి. వి. నరసింహారావు
న్యాయ, దేవాదాయ శాఖామాత్యులు
ఆంధ్రప్రదేశ్ — హైద్రాబాద్

ఇప్పటి కవితకు స్థిరతలేదు. దానికి కారణమేమో తెలిసికొనవలెనను ప్రయత్నము గూడలేదు. ఆత్మకుగల్గిన ఏయల్పానుభూతినో ప్రకటించుటే యొక ఘనకార్యముగా భావింపబడుచున్నది. కాని మన పూర్వపు కవిపోషక సామ్రాట్ కృష్ణదేవరాయలు పర రాజ జయముచే కీర్తిగాంచినట్లు ప్రబంధ కవితాభివృద్ధిసల్పి యసమాన యశము గాంచినది మన మెరిగినవిషయము. ఇప్పటి కవులు అట్టి ప్రబంధ కవితయెడ ఆసక్తి చూపకపోవుటకు ఆత్మ స్థిరత్వములేకుండుటే హేతువోయేమో తోచకున్నది. కాని ఇప్పటికవి ఆ ప్రబంధ కవితను పునరుజ్జీవింప సాహసించిన ఇట్టి మన కవిని ప్రజలును ప్రభుత్వమును సహకార సన్మానములనిచ్చి ఇట్టిపనికై ఇంకకొందరు కవులకు ప్రోత్సాహ మొసగవలసియున్నది. ఈ కవి ప్రతిభ అతిసహజమై రచనావైఖరి నవీనశైలి సమ్మిశ్రితమును మధురమును ఔచితీ యుక్తమునై యున్నది. ప్రబంధ కవిత్వ నియమములన్నియు పరిపాలింపబడియే యున్నవి. ఇతివృత్తమో ఉత్తమోత్తమమైనదియు భాగవత రచనావిష్ణాతుడగు బమ్మెరపోతనకు సంబంధించినదియు నగుట ఈ కవి భాగ్యవిశేషము. కొన్నిచోట్ల అతని కవితారీతులును అనుసరింప బడినవి. జ్ఞానభక్తివైరాగ్యసంపూర్ణుడగు పోతన జీవితచరిత్ర మన కాదర్శప్రాయమై యుండునుగదా. భగవంతునిచరిత్ర పఠించి ఆశ్చర్య చకితులమై పోవలయునేగాని దానిని మన మాచరణయందు నిలుపుకోలేము. మొదటినుండియు పెక్కు కవిత్వ మార్గములలో రచనలవలె స్వేచ్ఛగా గాక నియమనిష్ఠ కల్గియుండుట చాల గొప్పపని. ఇట్టి ప్రబంధ కవితకై ఇప్పటి ఇతరకవులు కొంద రెవరైనా ప్రయత్నించ సాహసింతురోలేదో చూడవలసి యున్నది. కనీసము ఇప్పటి కవులందరును ఈ ప్రబంధమును పఠించి రసానుభూతినైనా పొందుదురుగాక. ఈ కవి ఇట్లే తిక్కనచరితముగూడ రచించి మనకు గొప్ప యుపకారము చేయుటకు భగవంతు డీ కవికి దీర్ఘాయురారోగ్యైశ్వర్యముల నొసంగి కృపాదృష్టి గాంచుగాక.

ఇట్లు
వానమామలై వేంకటాచార్యులు

ఉత్తమకావ్య రచయితయగు ఆంధ్ర కవిసత్తమునిగురించి కావ్యము వ్రాయుట మన యాంధ్రలోకమునకున్న ఒక్క జాషువ కవిమాత్రము ఫిర్దోసిని గురించి వ్రాయుటతప్ప ఈ క్రాంతపోతనను గుత్తగొని మహాకావ్యములోని ప్రత్యణువు రసవత్తర ఘట్టముగా గూర్చు యీ మహాకవి ధన్యజీవి. ఈయనకిది యుగ్గుపాలతో నలవడినదేమో యనిపించును. భావ విలసనము, పదగుంఫన లాలిత్యము, కల్పనౌచిత్యము, ఉత్ప్రేక్షాపటిమ, కొన్ని భాగముల సహజ సౌందర్య స్వభావోక్తి, విచిత్ర చిత్రరచన, లాస్యకళాభిజ్ఞాన వైదగ్ధ్యము, లౌకిక విజ్ఞాన విశేషము, విశిష్ట సంప్రదాయానుసరణ సరణి, పండిత పామరులను స్నిగ్ధముగ్ధులుగా జేయు మృదుల మధుర సరళ పదవిన్యాస మొక్కొక్కచో, ఘనగంభీర గర్జనము సమస్త భాగ్య భోగ్యమై యలరారుచు నవం నవతాపటక నిత్య శ్రావ్యమగు కైతవల్లటకే ఈ కవిని ఆ ఆదిమ నిత్యకవి సృష్టించెనో యను భావము పొడమును. ఈ కవివర్ణనమున విషయ విమర్శనము ఎంతో గహన పరామర్శ గల్గియుండుట శోభాయమానమై నిర్వికారస్థితి విరాజిల్లును. భోగినీ శారదా ఘట్టములు శ్రీనాథకవి రాజవైభవశ్రీ భక్తపోతనవైరాగ్యభక్తి విజ్ఞాన త్యాగాది సద్ధర్మనిష్ఠానుష్ఠానసామ్రాజ్యము కవితాసమాధిని సమకాలికకవి స్వప్రత్యక్ష విషయమట్లు వ్రాయు సిద్ధహస్తత భావించునప్పుడు మనమేకావ్య స్వర్గసీమల నేభావవీధులలో విహరించుచుందుమో నేను వాక్యరచనలో వివరింపగలనా ? ఊరక యీ స్తుతి పారము వర్ణించుట నా సమ్మతి గాకున్నను, ఈయన కావ్యపాఠము వారంవారము నా వాగ్లేఖినుల ప్రేరేపణ కపటుడనైతిని. ఈ కవి యొక్కొక్క పద్యరత్నమునకు తన పవిత్ర రక్తబిందువుల నెన్నటిని వ్యయపఱచెనో ?

కవిత తన యిష్టమగు సిద్ధాంతానుసార ముండవలయునను విమర్శకులు కవి కవితా మార్గములోని యానందము ననుభవింపజాలరు. ఈ కవి యింతకుపూర్వము వ్రాసిన "మణిమాల" మొదలైనవి సర్వ విదితమే. ఈ కవినిగూర్చి విశ్వనాథ సత్యనారాయణకవి సామ్రాట్టుగారి, చెళ్ళపిళ్ళ వెంకటశాస్త్రిగారి సదభిప్రాయములతో నేనేకీభవించుచు నితనికి ఆయురారోగ్యాభివృద్ధిగా ఆశీర్వదించుచున్నాను.

4-12-1964 }
కుందనపల్లి }

వానమామలై లక్ష్మణాచార్యులు

క॥ పావన పోతనచరితము
శ్రీ వరదుడె వరదుడయి రచించెననంగా
భావౌన్నత్య ప్రతిభా
శ్రీ విభవాన్వితముగా విశిష్టత నొందెన్॥

ఈతడు నా యనుజుడయ్యు గవితారచనయందు అగ్రజుడు, అగ్రేసరుడు. కవితా దృక్పథముతో గాంచిచూచిన ఈ కావ్యము మహాకావ్యముల పోకడలో నెందును తీసిపోనిది.

భక్తి దృష్టితో తిలకించితిమేని ఇది భాగవతమునకు సరస నిలుచుననుటలో నత్యుక్తి లేదు. కథాకల్పనా కౌశలమునను, భావౌన్నత్య, రసౌచిత్య, శైలీరామణీయకతలలోను ఈ కృతి ఆంధ్ర భారతీ స్వీకృతికి సర్వవిధాలా సముచితమైనది. ఆధునిక విశాలాంధ్ర సాహితీ సామ్రాజ్యపీఠిపై దీనికిని ఒక పూజ్యస్థానము లభించుననుటలో ఎట్టి సంశయముండదు. నా తమ్ముడగుటచే ఇంతటనే విరమింతును. ఈ వరదుని అఖండాయురారోగ్యసంపద లొసంగి వరదుడు రక్షించుగాత.

వానమామలై జగన్నాథాచార్యులు

శ్రీమదభినవపోతన, మహా కవిశిరోమణి, శ్రీమాన్ వానమామలై వరదాచార్యుల వారు ఈ కావ్యమును ఇరువది సంవత్సరములకు పూర్వము వ్రాయుట కారంభించినప్పటి నుండియు, పలుతావుల, పలు సత్కవిగోష్ఠులలోను ననేక పర్యాయములు విని యానందించు భాగ్యము నాకు గలిగినది. తెలంగాణ ప్రాంతమునకే కాక నిఖిలాంధ్రమునకును నలంకార భూతు డీ కవిరత్నమనుట లతిశయోక్తి కాదు.

నైసర్గికముగా విద్వత్కవిత వీరిలోనేకాక వీరి సోదరులలోను వెలయుటకు వీరు సుప్రసిద్ధ విద్వత్కుటుంబములోని వారగుటయే కారణము. మంద్రగంభీరస్వనముతో వీరు పద్యపఠనము చేయుచున్నప్పుడు, అందలి కవితా రసామృతము వినువారి సర్వేంద్రియము లకు సంతృప్తిని, అపరిమితానందమును గల్గించుటయేకాక, వీరి రచనా పాటవము విద్వాంసుల సుజ్జాతలూగించి యిక్కాలమునం దింతటి విద్వత్కవిశేఖరు డితరత్ర మున్నాడాయను నాశ్చర్యమును, ఆనందమును, తన్మయత్వమును గలిగించి, యప్రయత్నముగా ప్రశంసా వాక్యముల గురిపించునటు లొనర్చును. ఈ యానందానుభూతి మున్నగువానిచే శ్రోతల హృదయమునకు భావశబలత యేర్పడుచుండును.

వీరి కావ్యకవితలలోని వస్తుస్థితిని వర్ణించుట నా కలమున కలవిగాదు. భావుకులైన రసికపాఠకజనము ఇందలి రసాస్వాదనము నొనర్చి సహృదయ సదస్సీమల పుక్కిలింతురుగాత.

క॥ విద్వత్కవి తల్లజుడును విద్వత్కవివరుల కల్పవృక్షము బ్రాహ్మీ
చిద్విద్యా విలసదమల సద్వృత్తుడు వరదుడితని సమ్మతిజేతున్

ఇట్లు

18-11-1966 శిరోమణి, ఆంధ్రబిల్హణ, బ్రాహ్మీభూషణ

హైద్రాబాదు **కప్పగంతుల లక్ష్మణశాస్త్రి**

సుస్వాగతము

శ్రీమాన్ వానమామలై వరదాచార్యులవారి పోతనకావ్యము యీనాటికి సర్వాంగ సుందరముగా ముద్రితమై ఆంధ్రపాఠకుల హస్తకమలముల నలంకరించుట అత్యంత ఆనంద కరమైన సంఘటన. ఈ సంఘటనను ఒక సాహిత్య పర్వమని చెప్పినచో అతిశయోక్తి కాజాలదు. ఆచార్యులవారి తొలిరచన మణిమాల రమారమి రెండు దశాబ్దాలక్రింద ప్రకటిత మైనది. ఈ మధ్య వారు ఒకటిరెండు చిన్న కబ్బములను రచించినప్పటికిని, ఆంధ్ర వాఙ్మయములో వారికి శాశ్వతమైన స్థానము కల్పించిన గ్రంథము పోతనకావ్యమే. పోతన మహాకవికి విహారస్థలమైన ఓరుగల్లులో యిరువది సంవత్సరాలక్రిందట ఆచార్యులవారి తొలి కావ్యము మణిమాల ఒక మహాసభలో ఆవిష్కృతమైనది; ఈ కావ్యమును రచించవలెనను అభిలాషకూడ ఆనాడే వారి హృదయక్షేత్రమున మొలకెత్తి ఉండవచ్చును. తరువాత చాల స్వల్పకాలములోనే యీ గ్రంథరచనను వారు చాలమట్టుకు పూర్తిచేసి యుండిరి. ఈనాడు యీ మహాకావ్యము ముద్రణఅయి, పాఠక లోకానికి అందుబాటులోనికి వచ్చినప్పటికిని. యింతకుముందు అనేక మహాసభలలో వేలకొలది రసికుల సమక్షమున ఒక్కొక్క పర్యాయము గంటలతరబడి ఆచార్యులవారు మధురముగా గానముచేసి. సభాసదులను మంత్రముగ్ధులను గావించిన సంఘటనలు నాకు కొన్ని తెలిసియున్నవి.

పోతన జన్మస్థానమునకు, ఆచార్యులవారి జన్మస్థానమునకు మిక్కిలి దగ్గర. మణిగిరిలో ఉద్భవించిన దివ్యమణి శ్రీమాన్ వరదాచార్యులవారు; వారిది విద్వత్కుటుంబము. గొప్ప పండితులుగా, మహా భక్తులుగా వారి తండ్రిగారు ప్రఖ్యాతి గాంచియుండిరి. సంగీత సాహిత్యములు రెండును తండ్రిగారివద్దనుండి వరదాచార్య సోదర బృందమునకు వారసత్వముగా సంక్రమించిన మహాసంపద. తండ్రిగారికీర్తి జిల్లామట్టుకే పరిమితముకాగ, ఆచార్యులవారి యశశ్చంద్రికలు సకలాంధ్రముమీద ప్రసరించినవి. వరదాచార్యులవారు జనక సమక్షములోనే, అన్నగారి అదుపాజ్ఞలలో సంస్కృతాంధ్రములందు కూలంకషమైన పాండిత్యము సంపాదించిరి. దానితోపాటు ఆధునిక సాహిత్యమునుగూడ వారు వరవముగా అవగాహన గావించుకొనినారు. కావుననే యీనాడు తెలుగుకవులలో వారిది విశిష్టమైన వ్యక్తిత్వము. ప్రాచీన ఆధునాతన సాహితీపరులకు సర్వవిధాల మధ్యవర్తిగా మండదగిన కవిశిరోమణులు శ్రీ ఆచార్యులవారు.

ఆచార్యులవారి ఆదర్శము పోతనజీవితము. ఆ మహానుభావుని జీవితమువలెనే, ఆచార్యులవారి జీవితము చాల పవిత్రముగా, సంసార పక్షముగా జరుగుచున్నది. శృంగార భక్తి రసములు ఆచార్యులవారికి మిక్కిలి అభిమానాస్పదమని, యీ కావ్యము మరొకమారు ఋజువు చేయుచున్నది.

"యతివిటుడు గాకపోవునే అస్మదీయ
కావ్య శృంగార వర్ణనా కర్ణనమున

విటుడు యతిగాకపోవునే వెనమదీయ
కావ్య వైరాగ్య వర్ణనా కర్ణనమున”

అను కవిసూక్తికి ఆచార్యులవారి కావ్యము ఉత్తమ ఉదాహరణమై యున్నది. కరుణ రసమునుగూడ ఆచార్యులవారు చాల చక్కగా పోషించియున్నారు. పోతనకు శబ్దచిత్రము వలె, ఆచార్యులవారికి శ్లేష మిక్కిలి ప్రీతిపాత్రము. ఈ శ్లేష చాల సహజముగా, సుందరముగా ఆచార్యులవారి కవిత్వమున ప్రత్యక్షమగుచున్నది. ఈనాటికిని నిఘంటువులకెక్కక, తెలంగాణ ప్రజల నాలుకలమీద నాట్యమాడు నుడికారము ఆచార్యులవారి కవిత్వమున పుష్కలముగా కనిపించుచున్నది. ఈ నుడికారమును వారు చాలనేర్పుగా, మనోహరముగా తమ పద్యాలలో అల్లుకొనినారు.

“పలికెడిది భాగవతమట, పలికించెడివాడు రామభద్రుండట” అను భవ్యమైన ఆవేశముతో పోతన ఆంధ్ర మహా భాగవతమును పురాణించినాడు. ఇంచుమించుగా, అంతటి ఆవేశముతోనే ఆచార్యులవారు పోతనచరిత్ర కావ్యరూపముగా రచించినారు. పోతనామాత్యుడు భగవంతునిచరిత్ర యితివృత్తముగా తీసికొనగా, ఆచార్యులవారు పరమభాగవతోత్తముని కథను కావ్యవస్తువుగా స్వీకరించినారు. తెలుగు సాహిత్యములో సర్వవిధాల పోతనచెంత నిలువదగిన కవీశ్వరులు ఆచార్యులవారు. స్వయముగా వారు యీ కావ్యమును వినిపించగా వినిన పాఠకుల జన్మము నిస్సందేహముగా చరితార్థమనుసంగతి శ్రోతలకు తెలిసిన సత్యమే. ఈ కావ్యమునకు సుస్వాగతము. ఆచార్యులవారు యింకను యిటువంటి మహాకావ్యము లనేకములను వ్రాయగలరని ఆంధ్ర ప్రభుత్వము, ఆంధ్రప్రజలు వారిని సముచితముగా ఆదరించగలరని, పరమేశ్వరుడు ఆచార్యులవారికి దీర్ఘాయురారోగ్యైశ్వర్యములను ప్రసాదించగలడని నా ప్రార్థన.

దేవులపల్లి రామానుజరావు

7-12-1966 కార్యదర్శి - ఆంధ్రప్రదేశ్, సాహిత్య ఎకాడమీ

సూక్ష్మంలో మోక్షం

1946 కు ముందే పోతనచరిత్ర అచ్చవుతుందని ఆశించి మరిచిపోయినవాణ్ణి. 1966 లోనైనా పోతనచరిత్ర అచ్చుకావడం చూచినవాణ్ణి. అదృష్టవంతుణ్ణి. వరదన్నకు అతి బాల్యపు సంగడికాణ్ణి. పోతనచరిత్ర పుట్టుక ఎఱిగినవాణ్ణి. ‘బాల రసాల సాల’ ధారపాల నిండారగించినవాణ్ణి. వరదన్నను, పోతన చరిత్రను, అంగడిగాళ్ళు, (అధినేతలు, మంత్రులు, సామంతులు, రాజనీతి గారడీగాళ్ళు) ఆడించిన తైతక్కల భాగోతంచూచి అలమటించినవాణ్ణి. అప్తుల, అమాయకుల ఆదరణతో వరదన్న. పోతన్న చరిత్ర ప్రతికి బయటపడటం చూచ

నోచుకున్నవాణ్ణి, నిజంగా అదృష్టవంతుణ్ణి. వరదన్నకూ పోతన్నకూగల పోలికే 'పోతన్న చరిత్ర'కూ తెలుగు భాగవతానికీ గలదు. ఎన్ని ఆటంకాలు ఇబ్బందులూ ఉన్నా కవులు వారి కృతులు బ్రతుకుతాయి. కృతులు అమరకావ్యాలై నిలుస్తాయి. కవులనుకూడా అమరులను చేస్తాయి. పోతన్నవలెనే వరదన్న ఆ మాట ఋజువుచేసినాడు. భాగవతంవలెనే పోతన చరిత్రమూ ఆ మాట నిలబెట్టుకుంటుంది. కవుల జీవితము ధన్యము. కృతులు ధన్యములు.

వరదన్నకు పోతన్న సంగతి. వరదన్న సంగతి కాళన్నకు......ఇది కవికుల మైత్రి. కన్నీటిలో మున్నీటి బస-పస - రెంటిలోనూ ఉంది ఉప్పన. రెండూ తెస్తాయి ఉప్పెన. ఇసుకదిబ్బల చేస్తాయి ఊళన. ఇయ్యది పోతన చరిత్రమున నా గొడవన - మీరందరువిన - కనుపించిన సూక్ష్మంలో మోక్షం.

ప్రజాకవి, అభినవవేమన

కాళోజీ

3-7-1966

కవితా కల్పకం

రచనలోనేగాక గుణగణములందును పోతనను బోలినవారు శ్రీ వానమామలై వరదాచార్యులుగారు. కర్కోటకులుగూడ కవులుగా చలామణీ అవుతున్న ఈ రోజుల్లో కమ్మని హృదయంగల వరదన్నవంటి కవి ఉన్నాడని సంతృప్తి చెందుతాను

నా జీవితంలో అసంభవం అనుకున్న రెండుపనులు జరిగాయి ఒకటి హైదరాబాదు సంస్థానంలో నైజాం రాచరికం అంతమొందుట; రెండవది వరదన్న మృత్యుముఖంనుండి బయటపడుట; నాకు అపరిమితానందాన్ని కలిగించిన ఈ రెండు ఘటనలను ఏనాడూ మరువజాలను.

వరదన్న రచనలోని విశేషం ఏమిటంటే ఆయన నేలవిడిచి సాముచేయడు. మండు వెండల్లో ఘనంగా వర్షం కురిసినపుడు బయల్వెడలిన ఘ్రాణయోగ్యమైన మృత్సుగంధం మీద వరదన్నకున్న మక్కువ కృత్రిమమైన అత్తరులయందులేదు. కనుకనే పోతన చరిత్ర వ్రాయగలిగాడు. మట్టిలోనుండి వెలువడినమణి వరదన్న.

వేల పద్యాలుగల ఇంత బృహత్కావ్యం వరదన్న 20వ శతాబ్దం రెండవభాగంలో రాశాడంటే ఆయన సంయమం, ఏకాగ్రత అమోఘమని చెప్పాలి. ఆరు పద్యాలురాసి ఏదో పద్యానికి విషయంలేక అంతటితో ఒక కావ్యం పూర్తిచేసినంతగా అలసటపడే ఈనాడు బృహత్కావ్యం వెలయించటం సాధారణ విషయమా!

వరదన్న ఇంతటికావ్యం వ్రాయడం ఒకయెత్తు, ఇది అచ్చుకావడానికి ఈయన పడ్డ పాట్లు ఒకయెత్తు. ఈ శ్రమ లేకుంటే మరో ఇంతకావ్యం రాసేవాడు. కవి, ప్రచురణకోసం కూడా పాట్లు పడవలసిరావడం మన దేశ దౌర్భాగ్యం.

ఏమైనప్పటికీ "పోతన చరిత్రము" అచ్చుకావడంలో వరదన్నకు తోడ్పడ్డ ప్రతివ్యక్తి అభినందనీయుడు.

కవిత్వంపేరిట లొల్లాయపదాలు వెలువడుతున్న ఈ రోజున "కవిత్వం అంటే ఇది" అని ప్రత్యక్షంగా చూపగల మహాకావ్యం "పోతన చరిత్రము" నేడు వరదన్న అఖిలాంధ్ర కవి. వరదన్ననుండి నేను చాలా నేర్చుకోవాలి. పోతన చరిత్రము కవితా కల్పవృక్షము.

"యువకవి చక్రవర్తి" దాశరథి

కాశన్న, దుర్గన్న, వరదన్న మాకంటె పెద్దతరానికి చెందినవారు. అనుముల కృష్ణమూర్తి నేను చిన్నవాండ్లం. మా అందరిదీ ఒకేఊరు. అంతపెద్ద గ్రామంలో కుమ్మరివాని బావి - ఒకే మంచినీళ్ళబావి. ఆ నీళ్ళే మేమందరం త్రాగినవి. ఊరిలో వేణుగోపాలస్వామి, ఊరిబయట గుట్టమీద మెట్టురామప్ప; వేణుగోపాలస్వామి ప్రసాదం అందరూ తిన్నవారే. మెట్టు రామప్పగుండంలో అందరూ ఈతలు గొట్టినవాండ్లే. అక్కడి కంచెల్లో సీతాఫలాలు పగటి ఫలాహారాలు. మా మడికొండలో ఊరికి పడమట కోటంత రాతిభవనం తోటిరెడ్డి గోపాలరెడ్డిగారిది. అందులో వరదన్న తండ్రిగారైన బక్కయ్య శాస్త్రులుగారి పురాణ కాలక్షేపం. "వింటే బక్కయ్యశాస్త్రులుగారి పురాణం వినాలె, తింటే గారెలుతినాలె" అనేది మా ప్రాంతీయం. ఇంకొకచోట సందుల కిష్టయ్యగారింట్లో నిత్యమూ సాహిత్యగోష్ఠులు, భాగవత కాలక్షేపాలు, శ్రోతలు మా పెదనాయనగారైన రాఘవరాజుగారు, తోటిరెడ్డి నరసింగారెడ్డిగారు, ఆకుల కిష్టయ్యగారు, ఆవాల కృష్ణారెడ్డిగారు, పింగలి వెంకటేశ్వరరావుగారు మరికొందరు.

వీటి ప్రతిధ్వనులు వేణుగోపాలస్వామిగుడిలో మెట్టురామప్పగుండంలో. ఈనాడా ధ్వనులేవీలేవు. మేమంతా చెట్టుకొకరు పుట్టకొకరు విడిపోయి ఎవరి బ్రతుకులు వాళ్ళు బ్రతుకుతున్నాము. ఈ ధ్వనులన్నీ గుండెల్లో రంగరించుకున్నది వరదన్న. వరదన్నచేసిన అనంత తపఃఫలమీ పోతనచరిత్ర. పోతన్నకూ వరదన్నకూ ఏదో సంబంధం ఉన్నది. ఎన్నో గండాలుగడచి బ్రతికినవాడు వరదన్న; ఎన్నో చీకట్లుచూచి వెలుతురులోనికివచ్చింది పోతనచరిత్ర. తెలుగుభాష ఉన్నంతకాలం భాగవతం నిలుస్తుంది; పోతనచరిత్ర నిలుస్తుంది. అది త్రిలింగ ధాత్రికి రత్నదీపం. ఇది తెలంగుబాసకు నిజస్వరూపం.

డా. బి. రామరాజు "రీడర్"

ఉస్మానియా యునివర్సిటీ

వరదన్నా!

1

గుండెలోన రసవదర్థ భాండమ్ములు కలవాడా
గొంతులోన పుంస్కోకిల కూజితములు కలవాడా
విన్నేమని వినుతింతును అన్నా! వరదన్నా! నీ
మనసువెన్న, తనువువెన్న, మాటతీరువెన్న.

2

ప్రాణమున్న భావాలకు నీ నుదియే వాణికిగుడి
ఆకుపచ్చ ఊహలకే నీ కావ్యం ఆరవిమది
చిక్కని కవితకు విన్నే చెప్పుకొందునో యన్నా!
విన్నుమించు కవియేడీ? ఉన్నాడొక పోతన్న.

3

ఎంతటి పుణ్యమ్మును పండించుకొన్న దోరుగల్లు
పోతన్నకై కాదభినవ పోతన్నకు పురుడుపోసె
'రత్నగర్భ'నామము సార్థక మీ తెలగాణమునకు
పూత భాగవతముతోడ పోతనచరితము జనించె.

4

ఒక ఊపిరి తిత్తిని మిత్తికి కబళముగా నొసంగి
విలవిలలాడెడు శబ్దమ్ముల కూపిరి పోసినావు
బువ్వకు సరిపోవునన్ని గవ్వలు లేకున్నగాని
మవ్వపు కైతలు రచించి రవ్వలు రాల్చితివినీవు.

5

కృతులలోన బ్రతుకులోన 'యతి'స్థితిని నిల్పుకొన్న
వరదా! నీ కందింతును తరుణగేయ కల్హారం
మనుషులకే కాదుసుమా! అనిమిషులకు పైత మలం
కృతియై వెలుగొందుత నీ మృదులాక్షర మణిహారం

గేయకవిసామ్రాట్
డా॥ సి. నారాయణరెడ్డి "రీడర్"
ఉస్మానియా యూనివర్సిటీ

న మో వా క ము

1

వరదాచార్య మహాకవీ! మధురభావస్ఫూర్తి దీపించు కా
వ్యరమా కీర్తిని వేయినోళ్ళవిని తద్బావ్యద్రి పైకాత్మ సుం
దరతా సాంద్రిత జూడగోరి మిగులన్ దవ్వైన గోదావరీ
ఝరిణిన్ దాటి భవన్నివాసపురి కుత్సాహంబునన్ వచ్చితిన్.

2

వరదాచార్యుల యింటికేగితినవన్ బ్రహ్మాండమైనంత సం
బరముంబొందితి నాంధ్రదేశ కవితా వారాన్నిధిన్ బోతరా
ట్చరితంబే సుధయై జనించెనన నాశ్చర్యంబె? యత్యుక్తియే
దరిదాపుల్ కనుగొంటివయ్యా కవితోద్యత్క్షీర పాథోనిధిన్.

3

నీ కావ్యంబును మొన్న మొట్టమొదటన్నేనే సమగ్రంబుగా
నా కర్ణంబులవింటి నప్రతిహతా నందంబునుంగంటి నెం
తో కష్టించి స్వకీయ రక్తమును సంతోషాన జిందించి కా
దే! కాలున్ బెదరించి వ్రాసితివి తద్దివ్యత్ప్రబంధంబహో.

4

ఎన్నియుగాలనుండి తపియించుచు వచ్చుచు నుంటివయ్య
యత్యున్నత లక్ష్యమున్మధు మయోక్తుల కావ్యమునందు జూప నీ
హృన్నవనీత మే కరగి యీకృతి యాకృతియై వినిర్గమిం
చె న్నిఖిలాంధ్రలోక కవిశేఖర! శ్రీ వరదా! రసాస్పదా!

5

నీవు రచించినట్టి రమణీయ మహాకృతివంటి సత్కృతుల్
లేవని చెప్పుటబ్బురములే మనసుబ్బ వచించునట్టి నా
యీ వచనంబులం దనృతమింతయు లేదని యా రసజ్ఞతా
దేవత గొల్చువారలకు తెల్లము మొల్లము నీదు కీర్తియున్.

6

క్షయ నిర్మూలనమయ్యె కావ్యరచనా కాలంబు పొంతంబుగా
జయలక్ష్మి లలన న్వరించితివి భాషాయోషకున్భూషల
క్షయ విఖ్యాతి నివాసభూములగు సద్గ్రంథంబుల వ్రాయుచున్
నయనద్వంద్వము ముందునిల్చె వరదన్నా వేయిసంవత్సరాల్.

7

వరదాచార్యులు పోతనం దలపు నన్వర్తింపజేయు స్వ్వభ
క్తి రసావేశమునం దటంచు జనముల్ కీర్తించు టాశ్చర్యమే
బిరుదుల్ వొందిన పండితుల్ కవులు సంప్రీతిన్ విమం బిల్చుచో
"వరదన్నా!" యన మా హృదిన్ వరదలై పారున్ భవద్భక్తియున్,

8

నా హృదయస్థలిన్ దృఢతనాటు కొవెన్నవదీయ ముగ్ధస
మ్మోహనమూర్తి ఫాలమున ముద్దులుగుల్కెడు నూర్ధ్వ పుండ్రముల్
దేహరతాంతరాత్మరుచి తెల్లముగా మొగమందు వెల్గ నా
మూహకు దట్టు సత్కవికు లోత్తమ! దివ్య రసంపు పొత్తమా!

9

బాలకృష్ణాధరన్యస్తవంశ నాళ
రంధ్ర నిర్గత మధురస్వరాల లీల
తావకీన హస్తాబ్జసం సేవితమగు
గంటపు మొగాన జాల్వారు కావ్యసుధలు.

10

నవరత్నంబుల బంపుచుంటి కొనుమన్నా నీదు పోతన్న మా
నవ కల్యాణముగూర్చ లోకమున సంచారమ్ము గావించుచున్
రవిసోముల్ భువివెల్గు నంతవరకున్ రాజిల్లుతన్ జెల్లుతన్
భవదీయోత్తమ కావ్యవాణికి కవిబ్రహ్మ! నమో వాకముల్.

భవద్విధేయుడు

"కవిశేఖర" చెప్యాల రామకృష్ణారావు

మేడిపల్లి

అభిప్రాయము

సీ॥ వాగనుశాసను వాచావిలాసంబు శంభుదాసుని కళా చతురిమంబు
సోమయాజుల రసస్ఫురణ వాక్యచయంబు పోతన్న ధారాప్రపూర్ణరీతి
శ్రీనాథ కవివర్యు సీసవిన్యాసంబు అల్లసానికవీంద్రు నల్లికజిగి
కూచిమంచి కవీశు గుంఫనాగరిమంబు చేమకూరసుకవి చేవతనము.

గీ॥ పదపదంబునఁ బద్యంబు పద్యమందు రసరసంబున దింబింపనెసగు నీదు
కైత సర్వజ్ఞశిరము లూగంగఁ జేయు వానమామల వరదార్య! వాగ్మిధుర్య!

కం॥ పొందమ్మి పూలయందము కుందమ్ముల సోయగంబు గొనకొవ వాణీ
మందస్మిత రసములతోఁ గందాదుల వదిపితీవు కవిమూర్ధన్యా.

శా॥ సర్వజ్ఞుండు వహింప నబ్బురము, భాషాస్వామి వాచాలతా
గర్వంబున్ దిగనాడఁగా గురుఁడు ప్రజ్ఞాఢ్యతన్ గోలుపో
నర్వాచీన కవిత్వభావ విలసద్వ్యాఖ్య హాసముల్ గూర్చు నీ
కుర్వీన్ పాటియొకండుఁ గల్గునె? ప్రబంధోద్యోగమందున్ సఖా!

మ॥ తలలూపన్ సుకవీంద్రులాప్తతతి మోదంబందఁ బాండిత్యభో
జులు చిత్తంబుల సంతసింప మిగులన్ శోభిల్లు నీ కైతయున్
లలనారత్నము వాగ్వధూరచిత లీలాభూషయై. నీదు పూ
జలు పండించి యశంబుఁగూర్చుఁ గవిరాజా! యెంత ధన్యుండవో!

శా॥ పూవుల్వెట్టి దిశావధూ శిరములన్ ముద్దాడి జాబిల్లి ప
ద్భావా మోదముఁగూర్చి శేషవికదన్ బాంధవ్యముల్ చెప్పి వా
గ్దేవీ సన్నిధి ముద్దు ముచ్చటలచే దివ్యావగన్ దేల్చి ప
ప్రావీణ్యంబు వెలార్చుఁ గాత వరదార్య ప్రౌఢ వాఙ్మల్లికల్.

కం॥ నోచిన నోములుపండుట పూచిన పువులన్ని పిందెఁబొందుట పరిగా
నీ చతుర కావ్యరత్నం బాచంద్రార్కంబు వెలయ నాకాంక్షింతున్.

విద్వాన్ శిరోమణి
శ్రీ కేశవపంతులు నరసింహశాస్త్రి
ఆకాశవాణి కార్యక్రమ నిర్వాహణాధికారి
(ప్రోగ్రాం ఎక్జిక్యూటివ్)

హైదరాబాద్
26-11-66

పోతనచరిత్రము

శ్రీ వానమామలై వరదాచార్యులుగారు రచించిన 'పోతనామాత్యచరిత్ర'ను సభల యందు వారప్పుడప్పుడు చదువగా వినియుంటిని. ఇప్పుడు కొన్ని భాగములను చదివి యానందించితిని. ఈ యుద్గ్రంథము వర్తమాన సాహిత్యరీతులకు ఎదురీతయని చెప్పిన తప్పులేదు. ఈనాడు కవిత్వపు సెలయేళ్ళు, పిల్లకాలువలు, బోదెలుమాత్రము చెల్లుచున్నవి కవిత్వపు గంగా గౌతములు అపురూపము కవితావాహినియొక్క పరీవాహ ప్రదేశము అల్పాల్ప పరిధులలో ఇమిడిపోవుచున్న ఈ కాలమున సువిస్తృతమైన ఇతివృత్తమును గైకొని, స్వతంత్రమైన కల్పనలతో ప్రతిభావంతముగ మహాకావ్య ధోరణిలో కవిత్వము నడుపుచున్నవారు ఇద్దఱు నా దృష్టికి వచ్చుచున్నారు. ఆంధ్ర పురాణకర్త శ్రీ మధునాపంతుల సత్యనారాయణశాస్త్రిగారు, పోతన చరిత్రకారులు శ్రీ వరదాచార్యులవారు.

ఆంధ్ర పురాణమునకు పూర్వరంగముగా ఐతిహాసిక కథానకము కొంతయైనకలదు. పోతనచరిత్రకు ఆ సాయముకూడ కనబడదు. ఇట్టి స్థితిలో విస్తృత ప్రబంధమును నిర్మింప గల వరదాచార్యులవారి భావనాశక్తిని ప్రశంసించకతీరదు. మన భాషలో కవివతంసుల జీవితములు కావ్యవస్తువగుట అరుదు. తంజావూరు రఘునాథ రాయలవారి ధర్మముగా వాల్మీకి మహర్షికి అట్టి ధన్యత తెలుగునందు చేకూరినది. మధురవాణి వాల్మీకిచరిత్రను సంస్కృతీకరించిన జాగుండి యుండును. కృష్ణరాయ విజయమున్నదికాని అచ్చట కృష్ణ రాయలు సమరాంగణ సార్వభౌముడుగానే ప్రకాశించుచున్నాడు. నన్నయ తిక్కనలు అట్టి యదృష్టమునకు నోచుకొననేలేదు. కాగా వానమామలై వారికి పోతనామాత్యునియందుగల అపారమైన భక్తిచే పోతనకావ్య మీనాటికి యవతరించినది.

వరదాచార్యులవారి కవిత్వము సలక్షణమై ద్రాక్షా పాకముగానే యున్నది పూర్వపు తెలంగాణ కవులకుండిన శ్లేషకవితాప్రీతియు, ఉత్ప్రేక్షారీతియు ఆచార్యులవారి రచనలో కొంచెము కొంచెము తొంగిచూచుచున్నవి వరదాచార్యులుగారు ప్రకృత్యారాధకులు. తెలంగాణము గ్రామీణ జీవితమును నిపుణముగా ఆకళించుకొని వీరీ గ్రంథమునందు చక్కగా ప్రతిబింబింప చేసినారు. ఇచ్చటి సాంఘిక దృశ్యములు పాల్కురికి జాతర వర్ణనలో ప్రత్యక్షమగుచున్నవి. కాలయవనికాభ్యంతరమునకు నిష్క్రమించుచున్న సాహిత్య సాంఘిక మానవతా ధర్మములకు ఉజ్జ్వల ప్రతీక పోతనచరిత్రము. హరిహరాభేద సందేశమును ఈ కావ్యమునందు విశేషించి మన కవిగారు బమ్మెర పోతరాజుగారికి వరణీయులైనారు. శ్రీశైల తిరుమలక్షేత్రములందు వేంచేసియున్న భగవంతుడు శ్రీమాన్ వానమామలై వరదాచార్యులవారికి పెక్కు సంవత్సరములు 'కావ్యరసముం గొనియాడు' శక్తిని ప్రసాదించుగాక!

ఆచార్య, ఖండవల్లి లక్ష్మీరంజనం

6-12-1966 (రిటైర్డు) తెలుగుశాఖాధ్యక్షులు

విద్యానగరం ఉస్మానియా విశ్వవిద్యాలయము

స్వానుభవము

మ॥ పరమేష్ఠి ప్రియకామినీ విమల దృగ్ద్వంద్వాంచల ప్రస్రవ
త్కరుణాపూర్ణ విశాల శీతల కటాక్ష స్నిగ్ధ పీయూష సు
స్థిరధారా పరిషేచనా విశదవివర్ధీ భూత పాండిత్య ని
ర్భర నిర్మోఘ బలసత్ప్రభావకృత గీర్వాణాంధ్ర భాషా ప్రకాం
డ రసప్రాంచిత నవ్య భవ్యకృతి షండ ప్రాభవోద్భాసి కే
సరి. రామానుజ దర్శనాదృత సదాచార ప్రపూత ద్విజో
త్కర మహామణి వానమామల సదాఖ్యా దీప్త సద్వంశ
సాగర సంభూత శరత్స్ఫురత్సమయ రాకాచంద్ర బింబంబు
శ్రీ వరదాచార్య సమాహ్వయాంచిత కవిబ్రహ్మంబు స్వర్గాపగాం
తర రారాజిత జాతరూపమయ పద్మవ్రాత నిష్యంద బం
ధుర సుస్వాదు మరంద పాన పరిసంతుష్టామరీ భ్రామరీ
పరిషత్కల్పిత మేదుర స్వర వరప్రఖ్య స్వరంబొప్ప ని
ర్భర కారుణ్య రసప్రసారముమ నాపైఁ బంపి విన్పించె ని
ర్జర దైతేయ సమూహచాలిత పయో రత్నాకరాంత స్థమం
దర భూమీధ్ర పృథుత్వరా పరిలసత్ప్రవ్యా పవ్యాప్తి దు
ర్భర దుశ్శక్య నిరంతర భ్రమణ కార్య ప్రోత్థ గంభీర భీ
కర చిత్తాపహార త్రిధాస్ఫుటిత నిక్వాణానురూప ధ్వ
ని స్ఫురసంరబ్ధము చంద్రశేఖర జటాభిత్యక్త గంగా పగా
శరవేగాత్త శరప్రవాహతులిత స్వచ్ఛంద భావాభి యు
గ్వర ధారా పరిశుద్ధి దీప్తము, మరుత్వన్నందనోద్యాన సుం
దర మృద్వీకఫల ప్రసిద్ధ మధురత్వ ప్రస్ఫురత్కల్పనా
దరణ ప్రోద్ధృత శంసనీయ నవనీత ప్రాయ పాకైక వి
స్ఫురితంబుంబ్రితపద్య సంకలిత వైశద్య ప్రమేయ ప్రభా
కరమున్ తత్క్షణ మోదకృత్తటి దపీక ప్రాభవోపేత భూ
రి రసాంచద్గురు భావ భావిత చతుర్వింశచ్ఛ్రుతో ద్యన్మనో
హర పద్యాగ్ర్యమణీ గణాంచితము భావాతీత వైశద్య

ధూర్ధరమౌ పోతన కావ్యమున్; మదిని మోదంబబ్బె తొల్కొత్తగా
శిరమాడించుచు, నుబ్బుచుం బళిబళీ పేబాపటంచున్ మహ
త్తర పాపంబులు దుల్లెనంచును కవిత్వంబన్న మీదే సుమీ!
వరదాచార్య! యటంచు వింటిని కథాభాగంబును శ్రద్ధతోన్.

ఇనుగుర్తి
29-10-1954

డా॥ ఒద్దిరాజు సీతారామచంద్రరావు

శ్రీ పోతనామాత్యుల చరిత్రమును శ్రీ వానమామల వరదాచార్యులవారు రచించిరి. దీనిని ప్రత్యేకముగను సమాజ గతముగను రెండుమూడు పర్యాయములు నేను విని తన్మయుడనైతిని. గ్రంథమంతయు సుధా లహరివంటి ధారతో నుండినది శ్రీ పోతరాజుగారి కవన మువమానమా? లేక యుపమేయమా? అనునంతటి తీరుతోనున్నది. అందరును విన్నవారు జేజేల నెత్తినారు. "విజ్ఞాతారస్తు దుర్లభాః" అను నానుడి ఇట పనికిరాలేదు. అందరును రసపరీవాహము ననుభవించినవారే. అందును నృత్యఘట్టము శబ్దశక్తిచేతనే అందరిని లోగొన్నది. దీనిని సమగ్రముగా వర్ణించుటకు నాకు శక్తి చాలదు. కేవలముగా నా మాటలు కొంత పరిచయమును గల్గించునవే. ఈ విషయమును పాఠకులందరును వెంటనే గుర్తింపగలరు. సరసములగు శబ్దములలో లాలిత్యమునొదిగి బంగారుతీవెకు పరిమళము మార్దవమును గల్గించినారు శ్రీ ఆచార్యులవారు. ఈ గ్రంథ మన్నివిధముల నుత్తమోత్తమమనుట కన్న నేనిక నేమియు వివరింపలేను. ఇట్టి యుద్గ్రంథముల నింకను శ్రీ యాచార్యులవారి లేఖినినుండి నే నభిలషించుచున్నాను.

శిరోమణి

6-12-1966

శ్రీ వేదాల తిరువేంగళాచార్యులు

అమృత భాగవతానుభూతి తన్మయత జీవితమై
పోతన సత్కృతి అవతరింపగా
అమృత భాగవత పోతన జీవిత భాగవతానుభూతి తన్మయత జీవితమై
వరదన సత్కృతి అవతరించింది.

ఆంధ్రవాఙ్మయ మహాధ్యక్ష

శ్రీ వడ్లమూడి గోపాలకృష్ణయ్య

శ్రీమాన్ వానమామలై వరదాచార్యులవారి పోతనచరిత్రంలో కొన్ని పద్యాలు కొన్నేళ్ళక్రితం మొదట విన్నాను. కట్టాని మహాకవితో రచించి కావ్యం అంతా వినగలిగితేనా!" అనిపించిందిమాకు

ఈమధ్య ఆ గ్రంథం దాదాపు పూర్తిగా చదివాను; చదివి ఎంత ఆనందించానో!

"శారద రసాయనము" స్వామి కరుణిస్తే, "కమ్మని కైత" పోతన్నను వలచిందట; ఈ వరదన్నకు ఏ రసాయనం నిజంగా దొరికిందోగాని!

ఈయనది గాఢమైన శక్తి — మహాగట్టిదీక. సంపన్నమైన కల్పన. అది లేకపోతే ఈ రోజులలో ఇట్టి కావ్యాన్ని రచించగలగడం ఎలాగ? అసామాన్యమైన ఆవేశం ఈయనను ఆవహించి ఉండాలి!

వీరికావ్యం 'ప్రజా హృదయపీఠుల నిర్మల ధర్మదేవతా లోకములన్' సృజింపగలదు

దేవులపల్లి కృష్ణశాస్త్రి

ప. స్వా. హా. రా. యి

శ్రీమాన్ వానమామలై వరదాచార్యులవారు రచించిన "పోతన జీవితము"లో కొన్ని పద్యాలు వినగల భాగ్యము నాకు లభించింది. వీరి ఆనందించానసదము ఒక విశేషపరాష. పూర్వ కవీశ్వరుల పంథాలో సంప్రదాయానుసారంగా సాగిన యీలాంటి కవనము విని గలుగుట ఈ దినాలలో చాల అరుదు; కాబట్టే ఆనందము ఇనుమడించింది.

ఆచార్యులవారు సుప్రసిద్ధమయిన విద్వత్కుటుంబములో జన్మించారు. ఆ కుటుంబములో దాదాపు అందరు బహుభాషా కోవిదులు, శాస్త్ర పారంగతులు, కవి పండితులయి తమ రచనలతో ఆంధ్రసరస్వతి నలంకరించినవారని విన్నాను. అందుచేత ఆయా వెలకు ఎలా. సంప్రదాయాలూ వరదాచార్యులవారికి సాక్షాత్తు వెన్నతోబెట్టిన విషయాలు. ఆ విషయ పరిజ్ఞానానికి వారు తమ కుశాగ్రబుద్ధినీ, విమర్శనా పాటవాన్ని జోడించి రచనను సాగించినారు. చక్కని ఊహాచాతుర్యముతో గ్రంథములో ఆయా సన్నివేశాలకు మనోహరమయిన రూపకల్పనలు చేయగలిగారు. గ్రామజీవనమును బాగా ఎరిగినవారు, పేదసాదల్ని సానుభూతితో గుర్తించినవారు, కవీశ్వరులకు సహజమయిన స్వాతంత్ర్యాభిలాష తెలిసినవారు, మానవ స్వభావముల పరిణామ వికాసముల పరిశీలనకలవారు కాబట్టి ఆచార్యులవారు పోతన జీవితం రచించడం అన్నివిధాలా సమంజసమే.

పరిశక్య విషయము: పోతన తన భాగవతములో చాలినంత సంస్కృత భాషాపద సముదాయాన్ని ఉపయోగించినా, ఆంధ్రపాఠకుడు దాని బరువుగాని కష్టాన్నిగాని గమనిం

చకు; తన భాషా గ్రంథాన్నే చదువుతున్న ననుకుంటాడు. మరికొందరు కవులుపయోగించే సంస్కృత పదాలలాగా పోతన సంస్కృతం తెలుగుపాఠకులను చీకాకుపెట్టదు కారణ మేమంటే తెలుగుమాటలతో కలిసిపోయి, తెలుగులో లీనమయిపోగల మెత్తని సంస్కృత మనే పోతన ఉపయోగిస్తాడు అది పోతన సంస్కృత పదప్రయోగ రహస్యము ఈ రహస్యము మన ఆచార్యులవారు ఉద్దేశపూర్వకంగా అవలంబించారో లేదోగాని, వారి కవిత్వములో అది ప్రత్యక్షంగా కనబడుతూఉంది

తరువాత ఆచార్యులవారు పోతనవలెనే కవితాధారకోసం అర్థగౌరవాన్ని పాటించకుండ పోయే స్వభావముకలవారుకారు ధార నెక్కడా కుంటుపడనీయకుండానే వారు పదముల విలువలను వాడిస్తూ రసపుష్టిని సాధించగలిగినారు వసుచరిత్ర విజయవిలాసాలవంటి ఉత్తమ ప్రబంధాలలోని మనో హృదయాల నాకర్షించగల పదప్రయోగ సారళ్యమూ, తెలుగు నుడికారమూ లోకోక్తుల అమరికా మొదలైన గుణాలతో "ప్రసన్న గంభీరగతి" నున్న ఈ పోతన జీవితము ఆంధ్ర భాషామతల్లికొక అమూల్యాభరణము కాకమానదు. ఇట్టి గ్రంథాన్ని సమర్పించగల 'అభినవపోతన్న' ఆచార్యులవారు ధన్యజీవులని వేరే చెప్పనక్కర ఉండదు.

మన ఆచార్యులవారికి ఉభయభాషల కవిత్వమూ, పాండిత్యమూ మాత్రమేకాక అమోఘమైన కల్పనాచాతుర్యము, సంగీత శాస్త్రవిజ్ఞానము, నృత్యాది విషయాల పరిచయము కూడ ఉండడం ఒక విశేషము. "భోగినీదండకి" సన్నివేశములో వారు చూపించిన బహుముఖప్రజ్ఞ అసాధారణము ఈ విషయాలనుబట్టి చూచినట్టయితే ఆది పోతన్నకన్న అభినవ పోతన్నే పైచేయి అవుతుందేమో!

ఇటువంటి ఉద్గ్రంథాన్ని రచించి తన కుటుంబకీర్తితోపాటు ఆంధ్రసాహిత్య కీర్తినిగూడా పోషించిన శ్రీ వరదాచార్యులవారికి నా హృదయపూర్వక ధన్యవాదాలు. త్వరలోనే సంపూర్ణ గ్రంథాన్ని చదువగలుగుతానని ఆశిస్తున్నాను

హైదరాబాద్
20-12-66

ఆంధ్రవిశారద
తాపీ ధర్మారావు

భోగినీ సర్గ సశోభ

………అలరింప మనవెల్ల నాడించి, పాడించి, మురిపించి, మరపించి, కరగించి, కదలించి. ముదమునిచ్చుచు నచ్చెరువు విరుగబడ్చుచు మించినదీ వట్టువరాలి కళావిన్యాస వర్ణనము. నిజానికి భాగము రససిద్ధి నందినది మరి సింగన్నపాలనంతటివాడు భోగినీపక్షమై యుండ ఓహో……భోగినీ దండకమే వెల్వడియుండదు.

ఎంతి నాట్యకళా [illegible] యుంతి విశదముగా, కండ్లకు గట్టినట్లుగా దృశ్యములు వర్ణింప గలిగినారు [illegible]. నాట్యము నూహించియో, చూచియో కవితాబద్ధము చేయు సామర్థ్యమే సాహసము. అందునూ యిట్టి వసంతమైన భోగిని నూహించి వాని మనకళ్ళకు సాక్షాత్కరింపజేసినరీతిని. మృదుమధుర పద బంధురోపేతమై - అనర్గళధారా పరిపుష్టమైయున్న రచనము సాగించి సన్నివేశములలో కవిశ్రేష్ఠులైనారు [illegible], సింగభూపాలుని కొలువున వివిధ నృత్యభంగిమ లలో నాట్యమాడుచున్న భోగినినే కండ్లగట్టును

నట్టువరాలికెట్టి యంగాంగ సౌష్ఠవము కలదనో భోగినీ వర్ణనములో తెలియవచ్చును. రాజసభకి సభాప్రవేశము - ఆమె భంగిమ ఎట్లుండవలెనో [illegible]. ఆమె ధనిమ్మ సత్కారమొకటే; గీర్వాణాభ్యాసము చేసినది, [illegible] గడించినది; అంతే కాదు - [illegible] ఆంధ్రభాషయందును పాండిత్యము సాధించినది. మరియును జయదేవగేయ సుమవాటీచారు [illegible] మనోహరాభినయమును నేర్చినది.

[illegible] భోగిని [illegible] విజయముగా [illegible] లైనవే! అందులకే తల్లి [illegible] తెలుపునప్పుడు [illegible] తన ప్రతిజ్ఞాపరిపూర్ణముకై [illegible] సింగభూపాలుడు మాత్రము సరియైన రసికుడు గాకున్నగదా. అంతటి బిడ్డల ప్రోవుకు నేనే [illegible] కానెనేమో; వీరు విస్మయత్వము గలిగించు నృత్యమే వేయుమనెను అనవలసిన విధముగ - ఆ పల్లవాధరయు నతని సరసనచో విలాసమున కానందించి అంజలించినదట.

చక్కని సన్నివేశము - అంతకన్న ముఖ్యమైన [illegible] వేషము - రెండు చిత్రాలలోను వారికిగల పాండిత్య ప్రవేశము కలిసి బహు రమ్యతర [illegible] పాఠకుల కనాయాసముగా భోగినీ నాట్యవిలాసము దృశ్యమానమైనది. బమ్మెర [illegible] నాట్యాంజలి సమర్పించిన [illegible] సింగభూపాలుని ప్రస్తుతించుటలోని పై తనకుగల భక్తి [illegible] ప్రకటిత మైనర్చినది. ఇచట [illegible] లో గూర్చిన [illegible] కవిప్రతిభకు గీటురాయి. లక్షణలక్షితమై భోగినీ నూపురనిక్వణముల నొక్కసారి జ్ఞప్తికి తెచ్చినట్లున్నది. తదుపరి సృష్టికారకుడును జగత్పరిపోషకుడునైన హరిని మతించిన దా పన్నుతాంగి.

ఇచ్చటనే యాచార్యులవారి కలము ప్రదర్శించిన భోగినీ వైశిష్ట్యము విస్పష్టమగును. పోతన యంతటివాని హృదయమునుగదల్చి, రసావంత తరంగముల నూగించిన యీ [illegible] నేర్పు కడుంగడు ప్రశంసనీయము. కొలువుకూటమున - అందును రసికజన సమక్షమున - ఆడవలసిన నృత్యమా అది? [illegible] సుందరి నాట్య మాడినంతసేపు, శృంగార గంగాప్రవాహంబుల దెలియాడ నరుదెంచిన రసికావతంసముల మనస్సులు చిత్తుక్క మనవా? ఎంతసాహసము తనకు తాదాత్మ్యమును గల్గించునృత్య మదియే

యని చెప్పినట్లు లైనదాపె చెయిదము. కింటిరెప్పైనను గదల్చకుండగా జూచుచున్న ప్రేక్షకులు సైతము మనిసిమలై యా మోహినీరూపమున విష్ణువు నవతారముల గాంచుచు పరితుష్టాంతరంగులైనారు. నాట్యము కిముతూలమైన నరణిని, పలువురు పండిత ప్రకాండులు బలే. శేఖానము తెరగున — దశావతార వర్ణనము సాగినదిచట

అలసట నెఱుగని లలితాంగి యంతనె మునిమునిసవ్వులు పువ్వులు బూయగా మరల శృంగారి శింగము లుబ్బొంగ సఖాసదుల హృదయసదనముల జొరబడినది భక్తియెక్కడ ? శృంగారమెక్కడ ? అయ్యాను తన శిష్టాతృత్వమును నిరూపించుకొనజాలు సత్తరుణము నామె వ్యదబోసీయులేదు. వివిధ ముద్రలను, బహులింగిమలను ప్రదర్శించి సింగన్నపాలుని మనసును రంజింపజేసినది. ప్రేక్షకుల నెల్లరిని చిత్రపటముల సౌనర్పురీతిగా సాగినదా భోగినీ నర్తనము అది జూడనోచని మనబోంట్లకే పాత్రమే నృత్తమైనది అఖిలనాట్య విషయ విలాసముల నాత్మసాక్షాత్కారి మొనర్చికొని, అభిరాకృతులలో నది మనకు జూపెట్ట సమకట్టిన ఆచార్యులవారి యనన్య సామాన్యప్రతిభ యేంతేని యభినందనీయము పురాకృత సుకృత విశేషమునగాక యిట్టి భావుటిపు యలపడజాలదు. ఆశ్చర్యకరమైన విషయ మేమనగా రాజుల — రాజనర్తకీమణులు మచ్చుకైనా కానరాని నేటికాలమున ఆచార్యుల వారికి నృత్యరీతులన్నియు నెట్లువగతమైనవి ; యేమో ! — పోనీ ఇందులో ఏవైనా అతిశయోక్తులు — అసంవస్థానములు — ఊహాజనిత నృత్యములు — ఉన్నావా ? ఊహూ ! ఇందభివర్ణితములైన ప్రతిగతియు నాడదగినదే అశాస్త్రీయమైనదను మాట మచ్చునకైనా గానరాదు

ఇట నింతటి తన్మయత్వమునందినది భోగినియా ? కవియా ? ఇద్దరూకారు — నిజముగా తన్మయత్వమునందినది పాఠకులు.

"తకధిమిత తకఝణుత తకఝం తఝంతరిత
తకిటజతి ప్రకటగతి నొకటొకటి జతపరచి"

నాట్యమాడిన ఆ సుందరీ విలాస లాస్యామృతమును గ్రోలనివా రుండజాలరు. ఆహా ! భోగినీ పాత్రయే యీ కవిశేఖరుని కవితలోబడి ధన్యమైనదిగదా ! పరిణతినందిన యీ మేహావ భావాభినయ ప్రకటనములు అనన్య సామాన్యములు, అప్రతిమానములు, అవశ్య శ్లాఘనీయములు.

ఆచార్యులవారు హరిహర భేదములు పాటింపకపోవుటకు శివలాస్యములనైత మా నర్తకిచే చేయించుట యిందులకు నిదర్శనము. అంతశ్శుద్ధి — ఆత్మైక సాక్షాత్కారము కల్గిన వారికీ భేదములమాత్ర మెందులకని నిరూపించుకొనినారు. నటరాజు నాట్యాధిదేవత — శివ తాండవమునకు నాట్యములో నొక విశిష్టస్థానమున్నది. నర్తకులకిది యొక యమృతభాండము. ప్రేక్షకులకిది యొక కమ్మనపంటువు.

కి॥ అందము చిందులు ద్రొక్కెడి సుందరి నాట్యమ్మగపిన చూపరు లెల్లన్
పొందక యుందురె యమితానందము ననిమిషుల భాతినవ చేతనులై ॥

వాద్యవాదన పద్ధతులు సైతము చక్కగా తెలిపి, వితర్కించి విన్నను వొప్ప విరచించుట యిందొక ప్రత్యేకత. తత్తద్భావాను గుణములైన – ఛందములు – జతులుగతులు – గదియించి, శ్రుతిపక్వములైన రాగతాళముల చేకూర్చి రసానుభూతిని కల్గించు తెరంగున సాగిన భోగిని నాట్యము – మునుముందున కేగినది. నాతి నవరసభరిత సౌందర్య ఫణితి కంటిచూపుల తోనే కావ్యలేఖనమొనర్చి జయదేవగేయవాణి సుదీపములలో, కలావి, దీనయు విరహ భరోన్మీలిత నేత్రియునైన రాధగా రూపొందినది. రాధావిరహ వర్ణనమున ఆచార్యులవారందించిన హావభావములు నాట్యమునకే వన్నెలుబెట్టినట్లున్నవి. నాయిక మదనచంద్రదూషణములు జేయుచుండుట, చెలికత్తె యుపశమన వాక్యములచే కొంచెమూరటగొల్పుట మొదలగు వర్ణనములు చదివి యానందించ దగినవి. ఒడలు పులకరింపజేయునట్లున్నదీ సన్నివేశము.

నాట్యమంతయు ఒకయెత్తు, రాధా విరహవర్ణన మొకయెత్తు. ఒకవంక వాతావరణము రగిలించు విరహంపు వేడికి భరింపజాలని రాధ వెదకివెదకి, మాధవుని గానాలక చిమ్మని పిలుచుచు – భ్రమగొనుచు – ఉస్సురముచు యమునా సైకతస్థలిలో దిరుగాడుచు కన్నుల గట్టుచున్నది. నిజముగా నీ భాగమున రచించిన ఉత్కలిక, మాత్రమొక దీపకళిక—

ఎట్టెటో యావలియొడ్డునదోచిన గోపీమానస చోరునిగాంచిన రాధయొక్క ఆ యభినయములు మెరుగులు పెట్టినట్లున్నవి

రావలె, రావలె ! నముకొవినంత సేపైనా కినుక యాగలేమి. చూచుటతోడనే యతని యెరుపెక్కిన కనులు గంట్లుపడిన పెదవి, చెదరిన శిఖిపింఛము ముక్కుపై కాటుక మరకలు కంటబడినవి మరి – ఈర్ష్యాకలితమతియై ఇది యంతయు నేమిటి యనగానే ఏవో సాకులు, బొంకులు, పేర్చి కూర్చి అమాయకయైన రాధికను మాయజేసి మైకమున ముంచి మాధవుని చిలిపితనమును ప్రకటింపజేయుచో చేసిన యభినయము శృంగార సంగాతరంగములలో దేలియాడినవారి కెరుక. ఆమె నటసాభినయచేష్టలా స్వపాలతనువు మరపించి నిశ్చేష్టితుని జేయుటలో నాశ్చర్యమేమి? అనిమిషుడై వరాజు భోగినీమాత మేల్కొల్పువరకీ లోకము లోనికి రాలేదట నిజమే చదువరులే రాలేరు ఇంక రాజాగతి యేమి !

ఇంత విపులముగా – సులభశైలిని సశాస్త్రీయముగా నాట్య సన్నివేశ వర్ణనము లింత వరకును వెలువడలేదనుట నిస్సందేహము. కోటికొక్కరికి ప్రజ్ఞోపపత్తులున్నను కావ్యములో – నుదాత్త సన్నివేశములో రసపరిపుష్టి నిచ్చునటుల రచించుట దుష్కరము. నేటి కాలాన నేవోకొన్ని గొప్పలు రంగరించికొనుచు తమ ప్రతిభోత్పత్తుల చాటించుకొనువారే మిగిలిరికాని – ఆచార్యులవారు సుగ్రాహ్యపద్ధతులలో – సహజ సుందరశైలిలో నిరాడంబరముగా భోగినీ విలాసమును వర్ణించి తాము తాదాత్మ్యమునొంది చదువరుల దృష్టిలో

భోగిని కొక విశిష్టతను గల్పించి అందంపె యంతర్లీన మందినారు. సంస్కృతాంధ్ర సాహిత్యములయందు కావ్యాంతర్గతములైన నృత్య సన్నివేశములలో సూచనామాత్రముగా నృత్య దృశ్యము నభివర్ణించుటేగాని. నాటికిని నేటికిని నాట్యమున కింతటి ప్రాధాన్యమును తమ కావ్యములలో గల్పించి కృతకృత్యులైన కవిపుంగవులు లేనేలేరు. మాళవికాగ్నిమిత్రములో సైతము కాళిదాసు ఇంతటి విపులముగా నృత్యమును జూపింపలేదు. మొదట నుదహరించిన విధముగా కవితా నాట్యములలో - వాద్యవాదన పద్ధతులలో ప్రవేశము పరిశోధన యొనర్చిన గాక యిట్టి రచనము సాగదు ఈ భాగమున నాయిక రాజనర్తకి - ఆకర్షణకు సాధనము అవ్యకావ్యములలోవలె రూపలావణ్యములేకాక - నాట్యము. సమావేశమో రాజదర్బారునందు (ఏకాంతమునగాదు) అందువల్లనే ఇది నర్తకలోకమునకు గర్వకారణము

ఆచార్యులవారి నభినందించవలసిన దొక్క రాజనర్తకియేకాదు నర్తకరాజియెల్లను - ఈ కావ్యము ఆచంద్రతారార్కము - అనన్య సాధారణమై - ఆబాలగోపాల ప్రకీర్తితమై వర్ధిల్లగలదని యాకాంక్షించు,

బుధజనవిధేయుడు

"నటరాజ" రామకృష్ణ

శ్రీమాన్ వానమామలై వరదాచార్యులవారు 'పోతనచరిత్రము" అను పోతనజీవితము మహాకావ్యముగా రచించుటలు మిక్కిలి ప్రశంసనీయమైన విషయము పోతన జీవితములోని యనేకులకు, సంశయాస్పదములైన విషయములను వీరు చక్కగా పరిశోధించి పరిశీలనాత్మకముగా సమన్వయపరచి యథార్థము లనునట్లు చిత్రించినారు వీరి కవిత్వము, శ్రీనాథ పోతనల కవిత్వమువలె సింగభూపాలుడు ప్రశంసించినటుల :—

'జలజల పూలు రాలినట్లును, చల్లని మెల్లని పిల్లతెమ్మెరలు తెలతెల
వారి వీచినట్లును తియ్యని కమ్మని పాలమీగడలు తొలితొలి తోడువిచ్చినట్లుగను,
తొరపు నిగ్గున ముగ్ధనువ్వల్ పలపుల చిమ్మినట్లును

వెలువ మ్మొలికించునదిగానే యున్నదనుట లెంతయు సత్యము. వీరి రచనలోని చమత్కృతి, రసపోషణము, అధ్యాత్మిక తత్త్వజ్ఞాన ప్రకటనమునందలి పాండిత్య ప్రతిభా విన్యాసము సహజ సౌందర్యము ఎంతో ఆశ్చర్యానందములను గలిగించును.

పోతనభక్తి వేదాంత వైరాగ్య రసములవలెనే శృంగార రసమహోదధిని మథించి యమృతమును చేర్చిన మహా రసికచక్రవర్తియనియు చాలామంది నమ్మలేరు పోతన యెంతటి రసిక శేఖరుడో శ్రీ వరదాచార్యులవారి కావ్యము విశదపరచినది.

చతుర్థాశ్వాసములో శ్రీవారు భోగినీ నాట్యమును వర్ణించిన మనోజ్ఞశైలి ఆంధ్ర సాహిత్యమునకే యలంకారప్రాయముగా నున్నదనుట అతిశయోక్తిగాదు. "చెక్కిచేసిన మోహినీ శిల్పమనియు, దిద్దితీర్చిన నవచిత్ర దీపమనియు, పోతపోసిన యపరంజి బొమ్మ యనియు" భోగినిని అందాల పుట్టిగను, కళలకు పెట్టినది పేరుగను, నిర్వచించుట నర్తకికి కావలసిన సమస్తములగు యోగ్యతలను చెప్పినట్లైనది. మహాభక్త కవిపోతన ఒక నర్తకియగు వేశ్యనుగూర్చి వర్ణించి దండకము రచించినాడను సంశయము మటుమాయ మగునట్లు, భోగినిని గుణవతిగను, శీలవతిగను, గంజాయితోటలో సంజనితమైన తులసి వృక్షముగను వర్ణించి ఉత్తమ నాయికగా చిత్రించుట ఎంతో యుదాత్తముగా నున్నది.

"వరసుందరు సింగభూమిజానినే వలచినదాని విస్మితయై వర్ధన దేహమునేని పిదెదన్" అని చెప్పుటలోనే దాని సతీత్వము తేటపడుచున్నది. ఇక మనము భోగినీ దండక రచనమువలన పోతన గౌరవమునకు భంగమేర్పడ గలుగునో యను సంశయము వచ్చుటకు తావు లేకుండునట్లొనర్చినారు 'శ్రీరత్నం దుష్కులాదపి" యని పెద్దల సూక్తిని సార్థకపరచినారు. వినసిద్ధి కలిగి అనంతపారవశ్యముల నొసంగునట్టి యే కళయైనను, "ఆనందో బ్రహ్మ" యనిన ప్రాజ్ఞుల ననుసరించి బ్రహ్మానంద దాయకమనిన సత్యదూరము గాదుగదా!

అందులకే కవిగారు భోగినీ నాట్యసమయమునందలి రాధామాధవ విప్రలంభ సంభోగ శృంగార వర్ణనావసరమున జూపిన తాదాత్మ్యములో జీవబ్రహ్మైక్య భావనా స్వరూప నిరూపణము సరిచతురముగా వివరించినారు. భక్తి, శృంగార రసముల సమ్మేళన మొకే విధమైనది. అది తమ [illegible] పరమానందప్రాప్తికి హేతుభూతమైన ప్రియుల తమువలో సాయుజ్యమును జెందుటయే తద్విరహ సహనమే. అందులకే జయదేవపోతనాదులైన కవులు, సిద్ధేంద్ర నారాయణతీర్థాది వాగ్గేయకారులు 'సాకస్మైచిత్ పరమప్రేమరూపా" అను ప్రేమ తత్త్వోపాసనమును, "యథా వ్రజాంగనానామ్" అను నారదసూత్ర ప్రకారముగా రాధామాధవుల మధ్య నొప్పియుండెడి ప్రేమసుందరబంధంబులో నారోపించుకొని శృంగార భక్తుల రంగరించి యొకటిజేసి తద్వారా పరమానందానుభూతిని బొందుచున్నారు. పాఠకుల నానందమున దేలించుచు చరితార్థుల నొనర్చుచున్నారు. శ్రీ మదాచార్యులవారి రచనలోని భోగినీ నాట్య వర్ణనాంతర్గతమైన రాధామాధవ విరహ వర్ణనములుగూడ తామాకోవకు చెందినవే యనుట సహృదయ శేఖరులకు గోచరించకపోదు. పవిత్ర భారత సంస్కృతిలో, ఉత్తమ కళోపాసనాధ్యేయ మిదియేకదా! వీరి కవిత యీ ఘట్టములో సాహిత్యరూపములో శబ్దపాటవమును శబ్దరూపములో సాహిత్య పాటవమును జొప్పించి పూర్తి లయబద్ధమొనర్చి ప్రదర్శనానుకూలముగా సాగినది.

శ్రీ మదాచార్యులవారి ఘట్టములలో అతి రమణీయములగు హస్తపాదహావ భావ విన్యాసములలో నమభూతులకరగి యమృతీకరించి యందరు నాస్వాదించి యానంద సముద్రపులంచుల స్పృశించునట్లు శృంగార విలాసముల కుప్పబోసినారు. వీరి యీ నాట్య

శబ్దసౌ మాధుర్య పాండిత్య ప్రతిభా పాండిత్యముల గ్రుమ్మరించుచు సనితరసాధ్యమై యుపూర్వ పద్ధతులలో నిదిపనిచుట లతీ యౌక్తికాము సాత్వీక, వాచిక ఆంగిక, ఆహార్య రూపము లతో సమగ్రముగు నాట్యమును, ఒక వాచిక మాత్రమగు కవితలోనే రససిద్ధిగల్గునట్లు వర్ణించుట సాహసమైన పనియనియే చెప్పవలెను.

భోగినీపాత్ర ఆచార్యులవారి రచనలోనిది అంధ్రులకు మరపురానిదై చరితార్థత నొందినది. సుందర నాట్యములు కనుల గట్టునట్లు వర్ణింపబడినతీరు అపురూపము

రాధామాధవ తత్వమెరిగిన శ్రీ సిద్ధేంద్ర క్షేత్రజ్ఞ, జయదేవ, లీలాశుకుల రచనలు లోకకల్యాణమున కెట్టుపయుక్తములైనవో భరతనాట్య శైలిలో వీరి శబ్దయుత రచనలగు సలామ్ శబ్దములు దశావతార వర్ణనాగతులు కేళికలలో రగడలకు చెందిన యుత్కళికలు తాహారలు మండూకాది శబ్దములను పొందినతీరు ముగ్ధ, ప్రౌఢ, భావరూపమువనలరు అష్ట విధ నాయికాదులు నభిసారికాది భావప్రకటన లెంతేవియు కూచిపూడి నాట్యప్రవర్తనాలికి ఉపయుక్తములుగా నుండుట అత్యంతాభినందనీయములు; నాకెంతేని గర్వకారణములు ఆచార్యులవారిందు కూచిపూడి నాట్యకళా రీతులను గూర్చియు వివరించి యున్నారు ఇవి యన్నియు నశాస్త్రీయములు శ్రీ కవిసామ్రాట్ విశ్వనాధ సత్యనారాయణగారు వేయి పడ గలలో విశ్లేకొన్ని కూచిపూడి రీతులను వర్ణించియున్నారు కాని మధుర కవితాస్వర్ధుమల ప్రవహింపజేయు ఆచార్యులవారి గంటములో మా కూచిపూడి నృత్యమెల్లను యొదిగి యొప్పారి రససిద్ధినందినందులకు కూచిపూడి వాస్తవ్యుడనగు నేనెంతో గర్వించుచున్నాను. అభినందించుచున్నాను.

సంస్కృతాంధ్రకావ్య సాహిత్యములలో నాట్య మెంత విపులముగా రససిద్ధినొందిన కళాఖండము గాంచలేమేమో! భక్తకవిరాజుగా వెలసిన శ్రీ పోతనామాత్యునిచరిత్ర వ్రాయుట తేలికైన పనికాదు. దానిని మహాకావ్యముగా సంతరించుట మరింత కష్టసాధ్యమని వేరుగా చెప్పనక్కరలేదు. ఈ ఘనకార్యము నమోఘముగా నిర్వహించి యాచార్యులవారు ధన్యులై యాంధ్ర సారస్వత లోకమునకే వంవవీయులగ నైనారు.

శ్రీ పోతన ప్రణీతంబైన భాగవత మెంత చిరస్థాయిగా నిలిచినదో యటులే శ్రీమాన్ వరదాచార్య ప్రణీతంబైన పోతన చరిత్రమను ఈ కావ్యరాజముగూడ చిరకాలము నిలిచి నిఖిల రసికజన హృదయాహ్లాదకరమై వెలంగుట తథ్యము

చిక్కడపల్లి
హైద్రాబాద్
17-12-1968

ఆంధ్రప్రదేశ్ సంగీత నాటక ఏకాడమీ నృత్యగురుకుల
కులపతి
నాట్యాచార్యభాగవతుల రామకోటయ్య

పీఠిక

శ్రీరామ స్తుతి

ఉ. శ్రీరామప్రభు రాక్కపోల మెవరీ సిందూర చిహ్నమ్ముతో
నారాధింతురటన్న మారుతికి మారాడంగ లజ్జించు సీ
తారామం గనుచు న్ప్రహస్థితవి స్వాంతంబందు నూహించి స
స్మేరాం చన్మృదుగల్ల మున్దడవు శ్రీ సీతాపతిన్ గొల్చెదన్. 1

త్రిమూర్తి స్తుతి

ఉ. శ్రీని సువర్ణరూపను స్వచిత్తసరోరుహ మందునుంచి శ్రీ
వాణి సువర్ణరూపను స్వవక్త్రసరోజమునన్ సృజించి శ
ర్వాణి సువర్ణగోత్రజను స్వాంగమునందు లయింపఁ జేయుచున్
దానయి బ్రహ్మ విష్ణు శివతల్ గను తత్త్వమునెంచి మ్రొక్కెదన్. 2

ఆ. మదిని శ్రీని సర్వమంగళన్ నెమ్మేన వాక్కునందు వేదవాణిఁ దాల్చి
సకల లోకములకుఁ ద్రికరణ సంశుద్ధి మంగళమ్ముగూర్చు మహితుఁ దలఁతు. 3

బ్రహ్మ స్తుతి

ఉ. నాలుగు నోళ్ళలోఁ బడుచు నా బ్రదు కిట్టుల రచ్చకెక్కె నీ
వేల నఁటన్న వాణిఁగని యెవ్వఁడు గర్హణముం బొనర్చె నిన్
బేల యఁటంచుఁ బల్కు విధి నెవ్వగనారసి ఛాందసుండ ః నీ
నాలుగు నోళ్ళయంచు సతి నవ్వ హసించు విరించి నెంచెదన్. 4

శంకర స్తుతి

ఉ. పార్వతి వెంటనంట హిమవంతు గృహమ్మును వీడి వచ్చుచో
గర్వముమీఱ నవ్వు లొకకంటను నింకొకకంట నశ్రువుల్
దర్వఁగ మోదఖేద రసభాజన ముర్వి యఁటంచుఁ జూపు శ్రీ
శర్వుని నర్ధనారియగు స్వామిని విశ్వపతిన్ భజించెదన్. 5

సరస్వతీ స్తుతి

ఉ. వాణి, మదేభ కుంభకుచ భాగవిభాసిత వల్లకీ నటత్
పాణి, గళాప్రభాత శతపద్మవిలాస కృపావలోకన

శ్రీని. నవేందు సుందర శుచిస్మిత విస్మిత కుందకుట్మల
శ్రేణీ, సరాగకుంతల విశిష్ట ఘనాఘన వేణిఁ గొల్చెదన్. 6

చ. చదివిన వానివోలె గురుసాహసి నౌచు మహాప్రబంధ మిం
పొదవఁగ వ్రాయఁబూనితివి, యన నా, యన రాముగాని త్వ
త్పద కమలాశ్రితుండ రసభావపదార్థ మహత్కవిత్వ సం
పదల నొసంగి యేలవె? కృపామతి! జ్ఞానరతీ! సరస్వతీ! 7

ఉ. సుందరి నీకు మ్రొక్కి కలముం గయిబూనితి దాని జిహ్వపై
నందము చిందగాఁ బదములందు సువర్ణపు టందెలూని త
ద్ధిం ధిమి తై తతో మ్మనుచు దివ్య రసధ్వనులూర నాట్య మిం
పొందఁగఁ జేయవే సహృదయుల్ విబుధుల్ వినుతింప భారతీ! 8

గణపతి స్తుతి

తే. తలఁచి వేఁడెద మదిని సత్కావ్య విఘ్నవార వారణ వారణ వదనమదను
దాన మానసమౌఢ్య సంతమసపటల హరణ తరుణేందు రేఖాయితైక రదను. 9

ఆంధ్రజనతా స్తుతి

ఉ. చిన్న నఁటంచు వెంచరయె సిగ్గొక యించుకలేక భక్తపో
తన్ననుఁగూడి భాగవత తత్త్వముపాడ గళమ్ము విప్పితిన్
సన్నిఁకఁ దిట్టిపొందు కరుణం గని దీవెనలిందు నాల్గు కో
ట్లన్నల మంగళార్థమయి యాంధ్రపదాల నివాళి బట్టితిన్. 10

ఆంధ్రభారతీ స్తుతి

సీ. దివ్యఁడౌ శ్రీకృష్ణదేవరాయలు తాను దేశభాషల తెన్గు తెనుఁగనంగ,
అప్పయ దీక్షితు లాంధ్రత్వ మాంధ్రభాష లభించుటలు తపఃఫలమనంగ,
బ్రౌన్ దొర యాంధ్రమ్ము ప్రాచ్యభాషలకెల్ల మధురమౌ 'ఇటలీ' సమానమనఁగ,
మల్కిభరాముండు మహితాంధ్ర కృతికన్య కృతి గోపికల రాధికే యనంగ
తే. ద్రవిడ కర్ణాట కోవిద విద్వాంసు లలర నాంగ్ల పారశీ బుధులు వహ్వాయనంగ,
పాటిపలుకుల మేటి భాషావధూటి యనఁగ మతికెక్కు నాంధ్ర వాగ్జనని గొల్తు. 11

కవి స్తుతి

సీ. పులుఁగు జంటను బాపు బోయను శపియించు కరుణాబ్ధి వాల్మీకి కవిని నేను,
చను కుమారునివెంట వని ప్రతిధ్వను లీన నడుచుచు మొఱకు వ్యాసాత్మ నేను
మగువపైఁ గల కూర్మి మబ్బుతోఁ జెప్పింపఁ దపియించు కవి కాళిదాసు నేను,
ఎద చీరునాఁగ శారదయేడ్చు కాటుక కన్నీరుదుడుచు పోతన్న నేను

తే. నాల్గుమోముల విశ్వమ్ము నాకుఁ దెల్పు ఖేదమోదానుభూతి వీక్షించియెంచి
పలుక నోరుగలట్టి దేవతను నేను రమ్యభారతీ వంశవర్ధనుఁడ నేను. 12

కవితా స్తుతి

సీ. ప్రతిభ యే పితర, వ్యుత్పత్తి యే జనయిత్రి, సుకవియెడంద ప్రసూతిగృహము,
కథరూప, మౌచిత్యగతియె సౌందర్యమ్ము రసము ప్రాణము, ధ్వని రమణవయసు,
బహుళార్థదాయక భాసురాలంక్రియా సందానత వివాహసంస్కరణము,
నరసాత్మపతి, విమర్శకుఁ దత్త, వ్యాకృతి తా నాఁడుపడుచు, ఛందస్సు నడత
తే. రమ్యశయ్యల సరసుని రతులఁ దేల్చి రూఢి మధుర ద్రాక్షా పాకరుచులఁ దన్పి
భవ్యగుణరీతి సాహిత్యబంధు వితతి తలల నూఁపించు కృతికన్య ధన్య భువిని. 13

క. అక్షరపద సంపదకై యక్షరపదముల వెలుఁగు నవ్యయ కవితా
లక్షణ లక్ష్యకృతుల ముముక్షువు గతిఁ గొల్చి వ్రాయఁబూనెద సుకృతిన్. 14

చ. భవభయ పాపతాప వినివారకమై తలఁదాల్ప నొప్పుచున్
నవరసముల్ స్రవించు చరణ ప్రసవ ప్రభవమ్మునందు గా
దె విబుధలోకమెల్ల వినుతింపఁగ సత్కవితా స్రవంతి గం
గవలె నిరర్గళామృత వికాస విలక్షణధారఁ బాఱుచున్. 15

వ్యాస వాల్మీక స్తుతి

చ. ధరపయిఁ దొల్త నెవ్వని పదమ్మునఁ బుట్టెను కావ్యగంగ యా
దరగతి దాని సౌదలమదాల్చి యెవండిదె భారతార్థ మా
హరి హర రూపులౌ మునుల నాది కవీంద్రుని బుట్ట పుట్టువుఁగ,
గురువగు బాదరాయణిని గూర్చి నతిన్ విమతిఁగా బొనర్చెదన్. 16

కాళిదాస స్తుతి

సీ. జీవనాంచిత నీల జీమూతమూర్తిని సందేశహరునిగా నల్పు ప్రతిభ
రఘువంశవృక్ష విరచిత శాఖావళిన్ బ్రాణవాయువునింపి పల్కు తెలివి
మహనీయచారు కుమారసంభవమున్ రసానందడోలఁ దేలార్చుగరిమ
శశ్వదభిజ్ఞానశాకుంతలా కృతిన్ విశ్వభారత పీఠివెట్టు ప్రజ్ఞ
తే. యెవని సొమ్ము లా సరసవాగవనిపతిని హిమ నగోత్తుంగ శృంగసాహిత్యమతిని
విబుధవుం భారతిని సుకవి కులగిరిని గృతిని గాళిదాసుని నమస్కృతిని గొల్తు. 17

భవభూతి స్తుతి

క. ఉత్తరరామ కథాకృతి విత్తమ్మునఁ గీర్తిరమను విశ్వ ధళదిశా
భిత్తికల మేడనిడు కవి సత్తము భవభూతిఁ దలఁచి సన్నుతి సేతున్. 18

సంస్కృత కవిజన స్తుతి

సీ. వందనీయ ప్రతిభారవి భారవిన్ మేధా వినిర్మిత మేఘమాఘు
విబుధ కవీంద్ర ధీ ధిక్కారిని మురారి లలితనాటక వాగ్విలాసుభాసు
కవిజన చిత్తాపకర్షు శ్రీ హర్షు నపూర్వ శృంగారభావు జయదేవు
మహిత కవిత్వ ధీమంతు ననంతుని రసకావ్యధారుణీ రాజు భోజు
తే. నెడఁదలో నెంచి తలవంచి యెఱిఁగి మరగి విశ్వకవి రవీంద్రుండాది వివిధ భాష
లందు నతికెక్కు కవులకు నంజలించి యాంధ్రకవి దేవతల నింక నభినుతింతు. 19

తెలుగు కవుల స్తుతి

క. కన్నవ్వ తెలుఁగుపడి, మమ గన్నయ్య యెవండొ యెందుగలఁడన నోహో ।
మిన్నగ వాగనుశాసను నన్నయ్యని తెలియుపనెడి నన్నయ నెంతున్. 20

ఆ. నీతివర్తనంబు నిర్మలాత్మజ్ఞాన మాటవెలఁది నడల నలరఁజేసి
యాది చేఁదుగాఁగ నగుపించు వేమనఁ నిరతమమృతరూపునిఁ దలంతు. 21

ఉ. భాగవతాఖ్యతో నమృతభాండము తెన్గుల కిచ్చు నమ్మహా
భాగుని బోతనన్ బరమ భాగవతోత్తము నాంధ్ర వాగ్వధూ
టీ గురుశోకవారణ పటిష్ఠుఁ దలంతుఁ గలిం దళింప జ
న్మాగతుఁడైన ముక్తితనయా జనకున్ సనకున్ శుకార్భకున్. 22

సీ. అక్కిరీటి శరమ్మొ తిక్కన గంటమో సంగరోద్యోగాల జయముఁ గాంచె
నాంధ్రవాగ్వనితా సుమాధరం బెఱ్ఱనో భారతారణ్యాల సౌరు జిమ్మె
శ్రీనాథుఁడే కళాశ్రీనాథుఁడో యేమొ పదపంటి రసగంగ బయలుదేఱె
శ్రీకృష్ణరాయలే శ్రీకృష్ణుడగునేమొ యాముక్తమాల్యద యతని వలచె
తే. నలఘు మను సంభవమొసర్చ నవని పైకి నరుగుదెంచిన యపర ప్రవరుఁడు గురుఁడు
విప్రవరుఁ డల్లసాని కవిప్రవరుఁడు నాదిగా నాదికవుల దివ్యాంఘ్రిఁ గొలుతు 23

సీ. నంది తిమ్మన కృతి నవ పారిజాతమో శ్రీకృష్ణుఁ డద్దాని స్వీకరించె
రామరాడ్భూషణ రత్నమౌటనో యేమొ వసుచరిత్రకు విల్వవచ్చె నెంతొ
రామకృష్ణావతారమ్ము లేకమ్మౌట వ్రాయఁగల్గెనొ పాండురంగ మహిమ
ఆంధ్ర కావ్యప్రపంచార్కుఁడో సూరన్న యల కళాపూర్ణోదయము నొసంగె
తే. సరయుఁగం కంటిపాపఁడే యవఁబడుచును సరసగతి రామచరిత కుత్తరము వ్రాసె
మొల్ల పూఁదావి రాముల యిల్లు నిండెఁ జేమకూరదొ రుచివిల్వ చెప్పలేను.

ఆధునిక కవి స్తుతి

తే. ఆశరార్థి ప్రదాతలౌ యాదికవుల యార్షఋణ మీఁగ నివ్విధి నంజలించి
పాటికవులలో నెంతయు మేటులైన ప్రస్తుత కవీంద్రచంద్రులఁ బ్రస్తుతింతు. 25

క. తెనుఁగుం భారతి నిద్దుర కనుదమ్ములు విప్పనే సుకవి కర మది తా
దినకర కళ లీనెనొ యా ఘనమతి వీరేశలింగ కవిని నుతింతున్. 26

క. అసమాన పాండితీధను నసదృశ హరిపాదశశ్వ దరవింద మకరం
దసమాస్వాదనచణు రామసుధామరు వాసుదాసు మాన్యు నుతింతున్. 27

చ. తిరుపతి వేంకటేశ్వరుల తీరునఁ గూరిమి పందవీయులై
తిరుపతి వేంకటేశ కవిధీరుల నవ్యకవిత్వమార్గ స
ద్గురువుల భారతీ కమల కోమల పాదయుగావతారులన్
మరి మరి మ్రొక్కి వేడెదను మానసవీథిఁ దలంచి భక్తిమై. 28

ఉ. ధీనిధి యాంధ్రభారత కృతి ప్రతికర్త మహాంధ్రరాజ్య సం
స్థాన కవీశుఁ డుజ్జ్వల యశస్కుఁడు భారతఖండ పూజ్యవి
ద్యానిధులం దొకండును శతద్వితయాధిక గ్రంధకర్త యా
జ్ఞానసముద్రు వ్యాసముని సన్నిభు శ్రీపదకృష్ణుఁ గొల్చెదన్. 20

సీ. విశ్వనాథ కులాబ్ధి విధురూపుఁ డితఁడని చెలియలికట్టయే చెప్పు నెవని
సత్యనారాయణస్వామి యితఁడె యని ఫణి వేయిపడగలఁ బల్కు నెవని
వరకవి సామ్రాజ్య ధరణీశుఁ డితఁడన నేక వీరాకృతి యెసఁగె నెవని
నభినవ శ్రీనాథుఁ డన నీతఁడే యని కిన్నరసాని కన్గొనె నెవనిఁ

తే. గాంచి, యెవఁడు రామాయణ కల్పవృక్ష వినుత కాండాలి దివికి నిచ్చెనలు వైచి
యమరకవి మతిన్ దెలచి రాజని వెలింగె నట్టి కవికుల గురువున కంజలింతు 30

చ. సరస కవిత్వ సంపదల సౌందరనంద మహా ప్రబంధమున్
విరచితముం బొనర్చిరి కవిప్రకరమ్ము తలం ధరింప సు
స్థిరమతి లక్ష్మికాంత కవిసింహుఁడు కాటూరి వేంకటేశుఁడున్
శరధి గభీరుఁ డున్నత విచారుఁడు వారిఁ దలంచి మ్రొక్కెదన్. 31

క. కవిసార్వభౌము దుర్భాకవరాన్వయహరిదిశాప్త ఖద్యోతను స
త్కవిరాజ శేఖరాఖ్యు శతవధానిని వీర వాక్ప్రతాపుని దలతున్. 32

చ. నవరసపూర్ణ రమ్య రచనా ధరణీ గురుభారవాహ వై
భవ జితశేష భవ్య శివభారత కావ్యకళాపనీషు స
త్కవికులభూష పండిత జగద్వినుత ప్రతిభావిశేషు నెం
దవిరళ కీర్తిపోషు గడియారము శేషకవీశుఁ గొల్చెదన్. 33

మ. బుధులెల్లన్ నుతియింప నాంధ్ర చరితల్ పూర్వోక్త మార్గమ్మునన్
సుధలన్ బంచ రచించె భవ్యకవితా శోభాయమానంబు శ్రీ

మధునాపంతుల వంశమండనుఁడు శ్రీమత్సత్యనారాయణుం
డు ధరన్ గీర్తివహింప నాదు కయిమోడ్పుల్ తత్కవిస్వామికిన్. 34

ఉ. వేంకట పార్వతీశ్వరుల వేలురి కావ్యకళా పరిపూర్ణ శో
భాంకితు, తుమ్మలాన్వయ సుధార్ణవ పూర్ణశశాంకు. నేటుకూర్
వేంకటనారసింహ సుకవి ద్రుహిణున్ వర సన్నిధాన సం
శాంకుర పారిజాతమును నమ్మల సుబ్బకవి న్నుతించెదన్. 35

నవ్యకవి స్తుతి

సీ. భారతి కనుగుట్ట బంగారు తల గొట్టి తృణ కంకణమ్ము చేత నిడె నెవఁడు
నాక వనము మించు నా కవనమ్మునఁ "దెలుఁగుతోఁటన్" దీర్చిదిద్దె నెవఁడు
మదవతి యగు వాణి పదములం బడి రాఁగఁ బిలిచె "రమ్యాలోకముల" నెవండు
భారతి తలఁదాల్ప భాషలో నాయువుపట్టుతో "జడకుచ్చు" గట్టె నెవఁడు
తే. అట్టి మా యాంధ్ర జయదేవు నార్ద్రభావు నవ్య దివ్య కవిత్వ గాంధర్వజీవు
రవి కవీశ్వర శిష్య శ్రీరాయప్రోలు సుబ్బరాయని నోరార స్తుతియొనర్తు 36

ఉ. శ్రీయుతు బాపిరాజును విశిష్ట కవీశ్వరు నప్పరాణ్మణి
న్నాయని సుబ్బరాట్కవిని నండూరి సుబ్బకవీశు జాషువన్
దీయఁగఁ బల్కు వేదుల సుధీమణిఁ బాపయశాస్త్రి నవ్యవా
క్ప్రాయల సొంపు వింపు శివశంకరు నోరి నృసింహు నెంచెదన్. 37

క. "శివ తాండవ" కర్తను సత్కవికులశేఖరుని శారదా వరపుత్రున్
వివిధకళాస్పదు నెంతు న్సవినయమతి పుట్టపర్తి నారాయణునిన్. 38

తే. రామచంద్రుని పిళ్ల "వే" రత్నకవిని, బోయి భీమన నంబటి పూడి సుకవి
నోలి వింద్రగంటిని శ్రీ కొవ్వాలి కవిని ఘనుని యేలేశ్వరాఖ్య సత్కవి నుతింతు. 39

అభ్యుదయకవి స్తుతి

సీ. అభ్యుదయ పథాల కాదికవీంద్రుడౌ గురుజాడ యప్పరాడ్గురు నుతింతు
తన్మార్గముల వ్యాపత న్నిర్వహించిన గిడుగు దంభోళిని కీర్తిజేతు
కవితాభ్యుదయమార్గ కాళిదాసన వెల్గు శ్రీశ్రీ పదాల జేజేల నిడుదు
నవకావ్య విశ్వసంభవభూతి యన నొప్పు కృష్ణశాస్త్రికి భక్తి కేలుమోడ్తు
తే. ఆంధ్రవాణిత్వమే వాహమన వెలుంగు నతులమతికి నారుద్రకు నతులొనర్తు
కావ్య సురనదీ జలపాతగతుల శీతిని నందనమొనర్చు నారాయణుం దలంతు. 40

తే. రుద్రవీణాశ్రుతి స్వరారోహణములఁ దమి మహోంద్రోదయ పరిభాతముల బాడి
యగ్నిధారా శరాహతి వధమ గర్వ శరథి నింకించు శరధి దాశరథి నెంతు. 41

క. వేమన హృదయుని నభినవ వేమనను బ్రజాకవీంద్రుని వినుత చరిత్రున్
ధీమహితునిఁ గాకోజీ నామాంకితు వినుతిఁజేతు నారాయణునిన్. 42

క. శశ్వత్కాకోజీ రామేశ్వరు శ్రీ పొట్లపలి కవీంద్రుని విద్వాన్
విశ్వమ్మును విజ్ఞానపు విశ్వమ్మగు నార్ల కవిని వినుతింతు నొగిన్. 43

తెలంగాణ పండితకవి స్తుతి

సీ. కవిలోక మిత్రుని శ్రీకాకుమార్యాన్వయు నాంధ్రఛందోనంద నప్పకవిని
సరసాచలాత్మజా పరిణయ సత్కావ్య కర్తన్ కిరీటి వేంకట కవీంద్రు
వర బాలభారతీ బిరుద విభ్రాజితు శ్రీ మక్ఖపట్టణ శ్రీనివాసు
స్తవనీయు శ్రీశారదాప్రశ్న వివరణు శ్రీమన్మరింగంటి సింగనార్యు
తే. కాళిదాస కావ్యోద్యాన గంధవహుని కోలచల మల్లినాథ సద్గురువరేణ్యు
ఘనుల శ్రీమరింగంటి వేంకట నృసింహ సత్కవిద్వయామల భక్తి సన్నుతింతు. 44

సీ. *పాండురంగఁడె పడికొండలో శ్రీరాము కథ వ్రాసి పండరి కవిగ నలరె
తానాంధ్రకవితా పితామహుండిచ్చోట నాంధ్ర పితామహుండుగను బుట్టె
కృష్ణరాయలె రామకృష్ణ రాయలుగాఁగ బూస్గులవంశ పంథాతుఁడయ్యె
రుద్రాంకుఁడు ప్రతాపరుద్రుండె నుదవరమ్మున బ్రతాపుఁడుగాగ మూర్తిఁజెందెఁ
గీ. సరసగతుల నింద్రద్యుమ్న ధరణిపాల చరితమును సత్ప్రబంధ విస్ఫురణ మెరయ
రచన మొనరించు కేశవరాయ డాది చతుర పండితకవుల సంస్తుతి నొనర్తు 45

సీ. ఉద్దండ పండితు లొద్ది రాజాన్వయ సోదరకవుల సంస్తుతి నొనర్తు
ఆంధ్రబిల్హణు సువిఖ్యాత పండితకవిన్ చతురాస్య లక్ష్మణశాస్త్రి వెంతు
ప్రకటిత శ్లేషయ మకచక్రవర్తియౌ కుకునూరి రామాఖ్య సుకవి దలఁతు
రమణీయకావ్య నిర్మాణ శిరోమణి కేశవపంతులం గీర్తిసేతు
తే. గార్లపాటి రాఘవ మహాకవి నుతింతు ప్రాజ్ఞ ముసిపట్ల పట్టాభిరాము వలెనె
అపర నన్నయ నుదయ రాజాన్వయాబ్ధి విధుని శేషగిరీంద్ర కవి న్నుతింతు. 46

సీ. అభినవ పెద్దన యననొప్పు పద్దుగు న్వానాద్రి వేంకటవర్యు గొల్తు
సంస్కృతాంధ్ర కవిత్వ చతురాననుని వానమామల లక్ష్మణ సుధి భజింతు
రైతు రామాయణ రచనన్మహాకావ్యకర్త నగ్రజాని జగ్గన నుతింతు
సత్కావ్య కల్పనా చతుర పాండిత్య విహారిఁ గోరుట్ల కృష్ణార్యుఁ దలఁతు

---

* పండరినాథుడనే కవి మడికొండలో జన్మించిన నియోగి బ్రాహ్మణుడు. ఇతడు "రామకథా కల్పలతా" యను పేర ౧౧౦౦౦ శ్లోకాలతో సంస్కృతము రామాయణము వ్రాసినాడు. ఆంధ్రమున పండరి రామాయణ మను పేర అనేక వేల పద్యములలో నొక రామాయణమును వ్రాసినాడు. ఇది అముద్రితముగా నున్నది.

తే. చిలుక పలుకుల నమృతమ్ము నొలుకవోయు చిలుకమఱ్ఱి రామానుజు నలఘుమతిని
ముక్కు తిమ్మనార్యుని రీతి ముద్దుపలుకు లల్లు పల్లె దుర్గనకవి నభినుతింతు. 47

క. ఎన్నుదు రామన్నను సంపన్నుని శ్రీ సుప్రసన్ను మాయన్నల కృ
ష్ణన్నను తంయ్యాలాన్వయుఁ గ్రొన్నన బలరాము వేముగంటి నృసింహున్. 48

సకల సుకవి స్తుతి

తే. మరచినట్టి సత్కవులకు మది కొకింత గుఱుతులేని సత్కవులకు కొంచిమింక
చిఱుతలైన సత్కవులకు ధరణిఁ బుట్టువొందవోవు సత్కవులకు వందనములు 49

కుకవి స్తుతి

తే. అర్హతయె లేక యిటులు మహా ప్రబంధ నిర్మితి నొనర్చు చపలునినేఁ జెలంగ
నౌకరి నవనేల యూతఁడు కుకవి యనుచు అకట నాడు సాహసకృతి కొంక నమస్సు. 50

ప్రబంధ స్తుతి

సీ. రూపిత ప్రాసాద గోపురసీమల రమణీయ శిల్ప చిత్రణము భంగి
సహజ సౌందర్య భాస్వత్కోమలాంగికి సురుచిర భూషణాంబరములటుల
వరతప్త కాంచనాభరణ సంతతులందు నవరత్న సత్కళా నివహగతుల
ఆపాత మధుర మంజులగానవాణికి వీణామృదంగ నిక్వాణ సరణి

తే. వర్ణనాదులం గృతి కెంతొ వన్నె గూర్చగల్గునని బ్రబంధాఖ్య సత్కావ్య భేద
గతిని దీర్చిరి నిజ కళాప్రతిభ మెరయ మను వసు చరిత్రముల్వ్రాసి మనును కవులు 51

ఉ. అప్పిది సత్ప్రబంధ రచనాశయమొప్పఁ గృతిన్రచింతుఁ దా
నెవ్వడు శారదా సరసిజేక్షణ కజ్జల బాష్పపంక్తులన్
నెవ్వ గఁగోట మీటి పెను నెంజెలిఁ బాపెనొ వాని వృత్తముల్
రవ్వలహారమందుఁ గృతి రమ్యత చాలమి నిల్వ తగ్గునే ? 52

చ. రసమయ కావ్య దివ్య సుమరాజమునం దొనగుల్ ప్రమాదతన్
మసలినఁ దత్ప్రబంధమును మాన్యులు మెచ్చకయుందురే సుధా
రస నిధియైన తేనె పెరరంధ్ర సమన్వితమంచు నిద్ది నీ
రసమని త్రోసిపుచ్చుటలు ప్రాజ్ఞ జనోచిత కృత్యమౌనొకో ! 53

విమర్శకులకు వినతి

తే. మీ యనుగ్రహపాత్రుని దోయధి గని రత్నముల నేరి ఘనుఁడని వ్రాయగలరు
మీదు విగ్రహపాత్రు మహోదధి గని నత్తలనె యేరి యల్పుఁడనంగలారు. 54

తే. మేటి కాళిదాసుఁడె "మీరు మెచ్చు గనని విజ్ఞత యదెట్టిదైనను విఫలమనియె"
ఇపుడె కవి కీర్తికాంక్ష కేను తపమొనర్తుఁ బ్రోత్సహింప బిడ్డకు పాలు బోయుటగును. 55

అసద్విమర్శక స్తుతి

తే. మొదలు తుద గ్రంథ మెల్లయుఁ జదువకుండ యూర కితడు తానొక కవియా యటంచు
నెంచు ఘనులకు నది విశ్వసింప ప్రజకు మాసిమున మంచి యొక నమస్కార మిడుదు.

సద్విమర్శక స్తుతి

సీ. క్షీరాబ్ధిగత సుధాసార సర్వస్వమ్ముఁ ద్రచ్చి చూపించు మందరనగమ్ము
స్వర్ణార్థమూల్య నిర్ణయమ్మొనరింప నొరవడీయగల నికషోపలమ్ము
తోయసమ్మిశ్రిత దుగ్ధభాగమ్మును రీల నేర్పరచు మరాళరాజు
సురుచిర వల్లరీ సుమనస్సు వాసనల్ కడలంట విరజిమ్ము గంధవహుడు

తే. నమిత ధీశాలి చిత్త సంయమనశీలి సరస సద్గుణ వ్యాఖ్యాత సాధ్వసాధు
విషయ నిర్ణేత సహృదయ విశ్వజేత యగు విమర్శకోత్తమునకు నంజలింతు. 57

అభ్యర్థన

సీ. ధర నెల్లోరా యజంతా గుహాగర్భాల వరశిల్ప వాలకుఁ బురుడువోసె.
క్షోణిపై నొక చిన్నసూర్యుఁడై ప్రభవిల్లు కోహినూర్మణి నెత్తుకొనుచు మురిసె.
శ్రీమదేక శిలాపురీస్తనాగ్రమ్ముల భాగవతము దుగ్గు బాలువోసె.
కాకతిసామ్రాజ్య కాంతామతల్లికి రాతికోటల నంగరక్షజేసె.

తే. లలితలావణ్య సకల కళాప్రవీణ ప్రథిత విజయవిలాస సంపత్కృపాణ
ధర్మ సందీప్త రాజ్యతంత్రముల జాణ మా తెలంగాణ ముక్కోటి మణులపీణ 58

చ. ఎవనికి వాగ్వధూటి వెతనెంతయుఁ దీర్చెకి దిక్కటంచు క
న్గవబడి యశ్రులొల్క తన కష్టసుఖమ్ముల విన్నవించె, నో
కవివర ! తెన్గు భాగవతకన్య నొసంగుమటంచు వేడె తా
నెవనినిగాంచి శ్రీ రమణుఁ డిట్టఁడు మానవమాత్రుఁడా నాకో. 59

ఉ. మా తెలగాణ పోతన సమాన మహాకవిఁగాంచు నంతగాఁ
బూత చరిత్రి యయ్యెనని భూ జనులందఱు సంస్తుతింప వా
క్పాతురి నా మహోన్నత విశాలవియత్తల సీమ గర్జలన్
జేతువొ బ్రొమ్మొల్లిగుర్ప సుధజిమ్మెదొ రాగదవోయి సత్కవీ ! 60

చ. అలిగెదవేల నీ కమల వక్త్రిలు గార్చెదవేలఁ బిల్చినన్
బలుకవదేల మోము నటు ప్రక్కకు ద్రిప్పెదవేల కాటుకల్

మఱుఁగఁగ నేర్చు నీ పలుకు మానినిపైఁ గనుపేయు నట్టి వా
రలయిన మానవాధముల రాజుల కాలముపోయె సత్కవీ! 61

ఉ. పూచి ఫలింప కల్పతరుపుంజము భాగవతమ్ము దాని పెన్
బూచిగఁ బొట్టఁ బెట్టుకొని భూమిపయిన్ దల లెత్తియాడు కీ
దౌ విధ పుష్పాలన్ని హతమాఱఁగ నా యజకాల నేలకున్
రాచెన వాని త్రోవలకు బాటలు గొప్పెన రమ్ము సత్కవీ! 62

ఉ. నిక్కముగాఁ ద్విజాహ్వయ విర్మల ధర్మ సుఖాసనమ్ముపై
నెక్కఁగ నీవుదక్క మఱి యెవ్వరు నర్హులు గారఁటంచు నల్
దిక్కులు మాఱుమ్రోఁగెడి పదే! నిజ కావ్యవిపంచికా శ్రుతిన్
జక్కఁ నవర్చి కర్షకజన స్వరగీతిక లాలపింపవే! 63

సీ. తాళపత్రాల వాగ్బాలపాదాలు మాన్యాలఁ దేలెడి లక్ష్మి నంగి కొలువ,
నుదుగులో నీ యెద్దు టడుగులోఁ బులకించి మంచి ముత్యాల్ తలచుంచువేయ,
కలములో నీ చేతిహలములో జలపుట్టి రసగంగ లుప్పొంగి బుసలుకొట్ట,
కృతిలోని రాముఁడు క్షితి నీమ సీతకు నురుబీజ లవకుశాభ్యుదయ మిడఁగ,

తే. వరద హస్తమ్ములోఁ బుట్టిపెరిగి తిరిగి లేచిరావోయి హాలికా! లేచిరమ్ము
గడుసు శ్రీనాథుల దినాలు గడచిపోయెఁ గర్షకుని దైవము ఫలించు కాలమిదియె. 64

ఉ. కావలె నిన్నుబోలు నొక కర్షకసత్కవి. క్రుంగుచున్న యీ
భూపలయాన నాయువులుపోసి సముద్ధరణం బొనర్ప మేల్
త్రోవలు దప్పి బండి సనెబోపగలుం బడిపోవు లోకమున్
గేవల కర్మయోగివయి చేలహలమ్ము కలమ్ము బూనుమీ! 65

మ. కలలం గాంచెడి ప్రాగ్దిశా తరుణి తాఁగన్విప్పగాఁ దాప్రిటి క
మ్మల గంటమ్ము సుధాంబు వృష్టి గురిపింపన్ గావుమై గుడ్డచిం
పుల మాటుంగొని తొంగిచూచెడి క్షుధాభూతాళి భీతిల్ల నీ
కలిలో విప్లవ పాంచజన్య ప్రధు శంఖంబొత్తి మేల్కొల్పవే! 66

చ. ఇలఁ బ్రజ చిన్నచేఁప గ్రసియించెడి యా పెనుచేఁపలై యెదన్
దలఁప రహో! స్వజాతియను ధర్మమునున్ దయనెప్డుఁ దిర్యగా
దులె వయ పిట్టివారి యెదదూనెడి గుండియ గాలమై మనన్
బొలతరి మబ్బులో మెఱుపుదోఁచు విధమ్మున గంటమెత్తుమా! 67

తే. అదొ త్రివర్ణపతాక తా నభయమిడఁగ జక్రమును దాల్చి వరద హస్తమ్మువోలె
నట్టె రెపరెపలాడు నీ యంబరమున వెలి స్వతంత్ర భానూదయ వియత్తిదెలుప. 68

చ. ఉడుపతినా బలాసురుల నుక్కడగింపఁగ విండ్రిపాప మె
క్కుడిన విధంబునన్ మవియహీన ముపంబధి పోలదారుణన్
దడవడు నీ త్రివర్ణ పరిధాన విశాలకసాల సీమలన్
విడివడె మూఁగవోయిన సువిశ్రుత సత్కవి కోకిలా ధ్వనుల్. 69

ఉ. తా నొక నిప్పుకుంపటికి దాపునఁ గ్రాచెకి లక్క యిల్లుగాఁ
గాన నగున్ బ్రపంచమును కప్పెరె కాళులఁ ద్రిప్పు బాంబులో
జ్ఞాననిధీ! భవత్కవనగాంగ ఝరిన్ సురలోక నందనో
ద్యానము నాటి పోన్ భరతధాత్రికి రాఁగదవే జగత్కవీ! 70

మ. ధరణీపాలుర రాజ్యవైభవములన్ దత్ప్రేయసీ నాయకా
విరహోన్మాద కృతుల్ సమీక విజయోద్వృత్తమ్ములన్ నిత్యమున్
బరహింసాత్మక సార్వభౌమతలు కావ్యంబౌచు రూపొంది యు
ర్వర కీ దుర్దశగూర్చె శౌరి పదసద్భక్తిన్ బ్రసాదింపుమీ! 71

ఉ. నీ విలనున్న వేళ నతి నిష్ఠురబాధలఁ గూర్చినారు మే
ధావులు పండితుల్నృపులు తావక నిర్గతిసెంచి కావ్య వా
గ్దేవుఁ డితండు బుట్టిన ప్రదేశమువారము మేము మేపనున్
గోవు గతించఁబాఁడి నెఱఁకుల్ బయటంబడుగాదె సత్కవీ! 72

ఉ. ఏలిక లగ్రహారముల నిచ్చెడి కాలముగాదుకాని యో
హాలిక సత్కవీ! సభల హారము లిచ్చెడి వారలన్నచో
పేలగలారు చిత్తము లభించును విత్తమునున్న కాన నీ
హాలికవృత్తి నేర్వని మహాకవియే నొక స్కూలు టీచరౌ. 73

ఉ. వేగములేచి స్కూలునకు వేళకుబోయి యనేక పాఠముల్
వాగుచు వేసటం బడుచువత్తుము జీతము జీవితమ్మతోఁ
దూగమిఁ రేయి ట్యూషనులతో సరిపుత్తుము మా కవిత్వపున్
భాగవతమ్ము లవ్వి వడుపాటులు దేవుఁ డెఱుంగు సత్కవీ! 74

ఉ. వెంగలి యట్లు స్కూలనుచు వేరొక భాష వచింబువందు చే
నాంగలమిద్ది నేర్వమి సమర్థతలేదు సమాజమందు మా
సంగతి నీ వెఱుంగవొకొ భ్రష్టయునై నను పారపాత్రు దే
నాంగల విద్యరాదవ రమాంగన దా యదుపీర మీదిలన్. 75

తే. కావున న్నీవు మా పయి గరుణగల్గి కలము బూవియొ లేకున్న హలముగొవియొ
ఆంధ్రశారద యేడ్పు రవ్వంతయేని పారదోలి నీ బిరుదు గాపాడుకొనుము. 76

పండితవంశ పరిచయము

తే. తొల్లి నారాయణప్ప సుతుండు సింగరార్యుఁ డతని సూనుఁడు లక్ష్మణార్యుఁ డతని
నపర వాల్మీకి యనెను రామాయణార్థ ప్రవచనమ్మున కెద మెచ్చి పండితతతి. 77

తే. ఇతని సుతుఁడు వెంకయశాస్త్రి యెంతొ మేటి తర్కమునను వ్యాకరణ శాస్త్రమున నితని
ఛాత్రుఁ డారుట్ల జగ్గయ సంస్కృతమున వ్రాసె జగదీశ చంపూ ప్రబంధ మొండు. 78

ఉ. ఈతఁడు తాను వ్యాకృతి నహీంద్రుఁ డనంబడె వారణాసిలో
ఖ్యాతివహించు పండితులఁ గాదనిపించెను వాగ్వివాద మం
దీతని యన్వవాయమున నేడు తరమ్ములు వీరి యింటనే
చేతు నివాసమంచుఁ దొలి జెప్పె సరస్వతి యందు రెందతో. 79

తే. వరుస వెంకయశాస్త్రికి పట్టి మాదు తండ్రి బక్కయశాస్త్రి యాతనిని గూర్చి
బ్రదికి బక్కయశాస్త్రి పురాణము వినవలెను జచ్చి స్వర్గంబు వోవలెనను బ్రజ. 80

క. ఒక్క మయిలు వినఁబడునటు వక్కాణించు మధుగళరవపుసింహ మహో!
బక్కయ పురాణమన నబ్బక్క! యనం జేయు బుధులు పామరులనకన్. 81

క. నిక్కము వచింతుఁ బాతెడి పక్కియు నిలుచుండుఁ జంటిపాపలు గూడన్
జెక్కిన బొమ్మల వలెనే డిక్కగనక వింద రితని తియ్యని గళమున్. 82

ఆ మత్త మధుకరంబు మొత్తమ్ము లొకమరు ఝుంకరించు తేనె జాలువాఱు
గండు కోకిలములు కలహించు నొకసారి పలుకు హంస లితని గళరవమున. 83

ఆ. ప్రత్తి విచ్చినట్లు పండొల్చి చేతిలోఁ బెట్టినటులు కనులఁ గట్టినటులు
విసుగులేక యింక వినిన బాగుగనుండు ననఁగ నెంతొ రుచులు తనర నుడువు 84

సీ. సిద్ధాంతులకె యెంతొ శిక్ష నేఁజాలు నపార జ్యోతిష్కలాబ్రహ్మ యతఁడు
సంస్కృత ద్రావిడాంధ్ర సాహిత్య జలధిలో నంత మారసిన దిగ్దంతి యతఁడు
బ్రహ్మవిద్యా భాష్య భగవద్విషయసూక్తిఁ బయిచేయి లేదనఁబడె నతనికిఁ
బలి జూదమున వీరి గెలిచెడి మొనగాఁడు పుట్టి రావలెనన్నఁ బొగడుటగునె?

తే. పది తడవలేని వెయినూట పదియు నార్లు రౌప్య బహుమతు లర్ఘ వస్త్రములు శాల్వ
గొన్నవాఁడు మాటపదార్ల కన్న నెపుడు తక్కువగ నాతని కొసంగు దాతఁగనము. 85

ఆ. ఇంత పండితుఁడయి యేమిచ్చినను గొను నాసఁగొనఁడు పేదవేసమునవె
మను నతమ్మ నిట్టి మా తండ్రి గర్భాన నెట్టి తపముజేయఁ బుట్టినామొ! 86

తే. అరయఁ బండిత వంశంబు నందు నిట్టి ఘనుని సుతులమై మూవు రగ్రజులు నేను
బుట్టినందుకు గర్వింప మెట్టులతని జ్ఞానలవమె మా యందు నేమేని యున్న? 87

ఉ. వీరి కుమారు లందఱను వేంకటనాథుఁడు పెద్ద వాఁడు సున్
గూరిమి యొజ్జ, గుండవర గోష్ఠని స్థానిక పండితుండు నా
కారము దాల్చి విద్దెలిటఁ గన్పడు ద్రావిడ సంస్కృతాంధ్రముల్
పారము ముట్టఁజూచెఁ బరభాషలు నేరిచె నద్దు నాంగ్లముల్. 88

తే. ఉభయ వేదాంతశాస్త్రాల మాహ సౌరని గణితశాస్త్రంబునం దెంతొ ఘనుఁడు వాడె
గర్వమును జంపి డంబంబు గట్టిపెట్టి యీ కళాతపస్వి మొగాన విల్లఁ గట్టె. 89

తే. బమ్మకుం బొమ్మ గట్టిన పండితుండు సకల భాషల జననియౌ సంస్కృతమున
మొక్కవోవని పదునైన యుక్కుతునుక విద్య తనవారి వాదర విధము కోఁచు. 90

మ. ఒక విద్యన్ బరిపూర్ణుఁడై మిగతలం దొక్కొక్క యల్పాంశ సా
ధకుఁడై నన్ శశిఁ గూడియుండు నుడు సంతానక్రియన్వెల్గఁ దా
నొకటన్ బూర్ణుఁడుగాక యన్ని కళలం దొక్కింత సాధింపఁగన్
సకలోడుస్థగితాంబరంబున సమాసం గన్న చందం బనున్. 91

ఉ. నిండు ఘటంబు మౌని కడు నిగ్రహజీవి యఖండ శీపిశా
బుండయి పీఱు గప్పికొన లోపల నుండెడి నిప్పు. జోధనన్
బండను దాల్చి రత్నమున భాసిలఁ జేయును వేంకటాఖ్యచే
నుండె మదగ్రసోదరుఁడు యోగ్యుఁడు నా గురుదేవుఁ డాప్తుడై. 92

తే. అద్వితీయుఁడు నల్వురిలో ద్వితీయ సోదరుండు లక్ష్మణనామ శోభితుండు
లౌకికీ శిక్ష నెఱిగించు లక్షణమ్ము నైదువందల సూత్రమ్ములందు వ్రాసె. 93

తే. ఘన ప్రవక్త బహు గ్రంథకర్త నార్గ జానల వనర్గళముగఁ గవన మొనర్చు
ప్రౌఢకవి యాహిరీరాష్ట్ర పరిభువరుఁడగు ధర్మరాజ వంస్థాన విద్వాంసుఁ డితఁడు. 94

ఉ. చక్కని సంస్కృతాంధ్రముల సాగిన యీ కవిరాజు వాణిలో
మిక్కిలి హృద్యమై రసము మీఁగడ గట్టెను వర్ధిపల్ చెవుల్
నిక్కిడి యాలకించెను ధ్వనింప నొయారపు క్రొత్తకైత లిం
దక్కటఁ గొన్ని యచ్చుపడె నాఁగెను గొన్ని ధనాఢ్యభావతన్. 95

క. నేనును జగదీశ పదభిధాన తృతీయాగ్రజుఁడు సదా యనురక్తిన్
మేనులు రెండైనను గవ ప్రాణం బొకటియె యనంగ వర్తించితిమో. 96

క. ఒక కంచమున భుజించితి మొక మంచమువం బరుంటి మొక హృదయముతో
సకల కల లభ్యసించితి మకలుషిత ప్రేమ గర్భి తాంతర్యములన్. 97

చ. సకల కళా విభాసితుఁడు చక్కని గాయకుఁ డెంతొ యందమై
న కవిత సంస్కృతాంధ్రముల నాగరకుల్ గొనియాడ వ్రాయుఁ బా

తదముల(బాపు నా హరికథ కథనమ్మున నాంధ్రభూమిలో
నొక యసమానరత్నమన నొప్పెను నేరిచె నాంగ్ల ముర్దునున్. 98

ఆ. కోకిలలకు మావి కొనల(జూపి యూరించు జుంటితేనె లాళజూపు తేంట్ల
కతని గళరవమున హాయి, సౌఖ్యము మెండు నా తపమ్ము ఫలింప ధాత్రితయయ్యె. 99

ఆ. తనదు కూతునొసగి తండ్రి పెన్మొక తండ్రి యగుటెకాక నాకు సన్నవత్త
మిడి కవిత్వకన్య యెంతొ విశ్రాంతిగ నన్ను గూడ(జేసె నా శ్వశురు(డు. 100

ఆ ఆతని యుపకృతి(గొని యక్షరరూప కీర్తనల(దన కృతజ్ఞతల(దెలుపుట
నస్మదీయవాణి యా చందురునకుగా నొక్క నూలుపో(గు నంచుపెయగు. 101

సీ హరిదాసకేసరి యన జగన్నాథార్యులనగ జెన్నూరిలో దనరు నితఁడు
నితని యశస్సింహ మీ యాంధ్రదేశాన నార్చి పంజాబైచె నన్నిచోట్ల
నీతని గానమోహిని తాను స్వర్ణపుటందెల గెల్చిన యందగత్తె
యీతని వాగ్ధని యెన్ని యోవగరాల(బుష్పవర్షమ్ముల మునిఁగితేలె

తే రాగమున వ్యాప్తి(జేసి హాస్మనినిగాంచ రాగమున దో(చదని వేళ్ళరవ మొనర్చు(
దాళమున పైచియస్లై మృదంగము(గన(దాళ మీ ధాటికని చేయి తప్పివేయు. 102

చ. సువిశద వాగ్ఝరీమహిమ చుక్కలనాడెడి గాత్ర కిన్నరీ
నవతి పికమ్మువోలె సరసంపు బరాబరులాడ మా(వు లూ(
పి విడిచెవేల నూర్లపిజ భేషన(బల్లెల(బట్టబాల(గీ
ర్తిపడసె నెల్ల దేశముల దిగ్గి సదా హరికీర్తనాదులన్. 103

శా గంధర్వ ప్రతిమానగానసులకున్ గండ్లెట్టునై కోకిలల్
రంధిజా గానల మోసుదా(చుకొను ఛార్వజా మోహనాస్త్రోల్ల స
ద్బంధమ్మై స్వరగాత్రమాధురుల శ్రోతజా ముగ్ధునిం జేయ(గా
సింధుప్రావృత భారతావనిని నర్పింప(బడెజా మేటియై. 104

తే. కాగితములోన శిల్పమ్ము కత్తిరించుటందు తన సాటి(గనని మహాంధ్ర శిల్పి
యోర! పీరి హస్తము సోకినంతలోనె కత్తెరకు కన్ను లుదయించు కళలువించు. 105

సీ. తలచు మానసమందు(దలచికొన్నంజాలు మయసభా శిల్పసంపదల(గురియు
కాగితమ్మును మల్చికై బూవిసంజాలు పక్షివిలాసముల్ నాట్యమాడు
కత్తెరకొనలింత కదలియాడినజాలు ఫలపుష్పతరులతల్ కళలు జిమ్ము
లలితాంగుళు లొకింత లాఘ్యమాడినజాలు శుకమయూర మరాళ నికరమొలుగు

తే. అచ్చువలెమందు నా గరి యక్షరముల, ముచ్చటం గొల్పు పీరి సమ్మోనకర
శిల్పినా వల్ప శిల్ప సత్కళలొకింత(గాంచ ముగ్ధు(డై చను విశ్వకర్మయేని. 106

తే. బ్రహ్మవేత్తయై బ్రహ్మానుభవరహస్య మెరుగఁ బల్కెడి రాజయోగీశ్వరుండు
వీరి శిష్యగణమ్ములు వేల సంఖ్యలందు గలరంచునందు మహాంధ్ర భువిని. 107

తే. ఒరుల మనసుల నొప్పించి యెఱుఁగనట్టి ధర్మగుణజాల నిరతాన్నదానశీల
సతత పతిపాదసేవ నాసక్త చిత్తయై సుఖదాత్రిఖ్యాతిఁ దెలుఁగు నా యత్తగారు. 108

సీ. మా తల్లిసీత బ్రహ్మజ్ఞ జనకజాత యఘదైత్యభీతజ్ఞానాగ్నిపూర
లక్ష్మీ కళాదీప్తలావణ్యసముపేత ప్రఖ్యాత సుగుణసంపత్సమేత
సదమలసంతానచయ నందనోద్యాన యతిథి సమ్మోదకృదన్నదాన
సాధ్వీశిరోమణి స్వకులహితైషిణి యనసూయశీల దయాలవాల
తే. స్మయరహిత సుస్వభావ భాస్వత్ప్రభావ సత్యవాక్పూర పరిహిత సద్విచార
అనవరత శ్రీనివాస పాదారవిందమగ్న మధుపాయమానసమ్మాన్యహృదయ 109

తే. కనియె తొమ్మండ్రు నా ప్రియజనని, యందు నుభయ పంక్తిబాలికల నుభయసుతులు
నలుపురం పేరు కీర్తులఁ దెలుఁగునట్టి నలుపురు తనూజ లిప్పుడున్నారు భువిని. 110

తే. అందరం జిన్నవాఁడ విద్యాప్తినమున నన్న లంచతికం బెను జిన్నవాడ
యిహపర సుఖమ్ములం బొంద హేతువిదియె యనుచు వరియించె సుకవితావనిత నెంచు.

క. పేశలగతి మణిమాలాకోశము నాహ్వాన కృతిని గూర్చితి మునునే
ధీశాలురైన విబుధుల యాశీస్సులఁ గొంటి ధైర్యమలవడుచుంటిన్ 112

క. పోతన కావ్యము వ్రాయన్ జేతమ్మున నెంచి కృషినిఁ జేసితి సుకవి
ఖ్యాతిఁ గొన కాళిదాసుఁడు పోతనయుం గూడ శ్రీముఖఁ బొందిరిగాదే. 113

ఆ. వారి ప్రతిభయనెడి వారాన్నిధికి ముందువారి కణమునగుచు వరలునేను
కావ్యమొండు వ్రాసి కవిలోక యశమును గాంచనెంచఁ బ్రజ హసింపనేమొ. 114

ఆ. ఐననేమి మామకాజ్ఞానతిమిర సంగతులఁ దారిఁ దప్పఁగలుల నరసి
యజ్ఞదీక్షఁ దనెడి విజ్ఞవర్యుల పరిహాసరుచులె మార్గభాసకములు. 115

సత్యదేవ స్తుతి

తే. స్వప్నసాక్షాత్కృతి నొసంగి సత్యమూర్తి సకల దుఃఖభంజకమునై స్వాభిలషిత
సౌఖ్య సంధాయకమగు నస్మద్వ్రతమ్ము భక్తిమై నొనర్పుమటంచు బల్కెనొకట. 116

తే. నాటినుండి యా ప్రభుచరణ సరసిజము లాశ్రయించుచు ప్రతిమాన మమితభక్తి
వరల నొనరింతు తద్వ్రతాచరణమేము వెలసె సత్యదేవుం డిలవేల్పుగాగ 117

తే. ఘోర దీర్ఘక్షయవ్యాధి గూరినపుడు భార్యయును బంధుమిత్రు లుపకరణములు
గాగ నిర్హేతుకామోఘ కరుణ మెరయ నాకు ప్రాణప్రదాన మొనర్చె నతఁడె. 118

కావ్యవిరోధ నివారణ

మ. సరిగా కావ్యము పూర్తిగావలెనుపే చంపం బ్రయత్నించు దు
ర్భర దుఃఖాకర రాజయక్ష్మకృత దీర్ఘవ్యాధితో నాల్గవ
త్సరముల్ పోరు నొనర్చి గెల్చితిని శస్త్రవ్రాత ఘాతల్ పొరిం
బొరి కట్టోర్చితి మార్చితిన్ యమునిదౌ "ప్రోగ్రాము" నాసాంతముగా. 119

ఉ. నే నిటు మృత్యువుం గెలిచి నిల్చుట రామకృపాబలమ్ము నా
మానిని కంఠమం దలరు మంగళసూత్రబలమ్ము నా తెలం
గాణపు తల్లి చల్లనగు గర్భ బలమ్మును నత్తమామలం
బూనికనుండు నాత్మబలముల్ కవిమిత్ర తపోబలమ్ములున్. 120

తే. అత్తమామలు, నా భార్య, యాప్తమిత్రవరులు కాళోజి కవియు, దాశరథికవియు,
బూరుగుల రామకృష్ణరా వ్బుధవుండు నాకు ప్రాణప్రదాత లనంగవచ్చు. 121

శా. నా మైసూరు నివాసమందు వరదన్నా! యంచు కాళోజి తా
జీమూతమ్మయి ప్రేమ బాష్ప ఘనవృష్టిం బిట్టు వర్షించుమన్
నా మేనం గల తాపమార్చె నొక వందౌ లేఖలన్ సాంత్వన
శ్రీ మాధుర్య సుధారసమ్ము లిడె నన్ జీవింపగా జేయనై. 122

చ. సరసుఁడు ప్రాణమిత్రుఁడును సత్కవిలోక దివాకరుండు దా
శరథి మహాకవీంద్రుఁడును జాబులు వ్రాయుచు నిట్టులాడె నో
వరదన! నాకు మోదకర వార్తలు జీవితమందు రెండె నీ
కొరసిన వ్యాధి దూరమయిపోవుట, పోలీసుచర్య యిద్ధరన్. 123

ఉ. పాయస దివ్యమాధురుల బంచు సుకావ్యముల న్లిఖించు నా
రాయణరెడ్డి సత్కవియు వ్రాసెడి జాబులలో నిటాడె నేం
డ్లాయెఁ దెలుంగునాట వరదన్న! మహాకవియైన పోతన
స్థాయికి జెందు నీ సుకవితా మధురన్ రుచిజూపవంమమన్. 124

సీ. మా యమ్మ వినుతింప మహిత వర్తనముల నత్తమెచ్చిన కోడలనగ నొప్పె
ఘన విపత్తుల సరక్షణము వప్వీడక వైదేహి పేరు నన్వర్థపరచె
మైసూరు రాణిచే మహిళా సువాణిచే నభినవ సావిత్రి యనగ దనరె
మా పతి సేవకై మైవంకిత మొనర్చి నా బహిఃప్రాణమనం దెలంగె

తే. ఘోర యక్ష్మమ్ము నను నీకికొనుచుఁ దినగ నిదు దినమ్ము లుపవాస మాచరించి
దేవు నడిగి నా బ్రదుకు సాధించికొనిన మహిత గుణగణ పేటి యస్మద్వధూటి. 125

౧౨

సీ. పలుమార్లు కత్తికోతల చికిత్స లొనర్ప పదివేల రూప్యముల్ వ్యయమొనర్ప
స్వాస్థ్యమ్ము గల్గమి సతత చింతామగ్న మానసులగుచును దీనులగుచు
నత్తమామలును, భార్యయు, ధనాభావత ముమ్మాపు లుపవాసముల నొనర్చి
కావేరిలో బడ కాయముల్ డాయగా నిశ్చితమతులయి నెగడు వేళ

తే. సుకవి పడు పాటు లెంతయుఁ జూడనగునె యనుచు నొక వేయి రూప్యములంపి సః
రక్షణమ్మొనరించిన రాష్ట్రి నేతయైన రామకృష్ణామాత్యు నభినుతింతు,

క. నా యింటి దీప రక్షకుఁ డాయెను బూర్గుల సదస్వయాబ్ధివిధుండై
స్వీయ దయామృతముల నిడి యాయువులను బోసె సుమహితాత్ముం డగుచున్.

గీ. ఆంధ్రలోకపు పూర్వపుణ్యముల పంట మంత్రి మాణిక్య చాణక్య మహిమ దంట
యైన బూర్గుల రామకృష్ణాహ్వయునకు ఆయురారోగ్యభాగ్యమ్ము లలరుగాత ।

విషయ సూచిక

తృ తీ యా శ్వా స ము

పంచమాశ్వాసము

షష్ఠాశ్వాసము

సప్తమాశ్వాసము

అ ష్ట మా శ్వా స ము

నవమాశ్వాసము

దశమాశ్వాసము

XII

కావ్యానుబంధము

ఏకాదశాశ్వాసము

ద్వాదశాశ్వాసము

శ్రీరస్తు.

శ్రీ వాగీశ్వర్యై నమః

జననము — బాల్యము.

శుచీనాం శ్రీమతాంగేహే యోగభ్రష్టోఽభిజాయతే

శ్రీరఘువంశ సుధార్ణవ
శారదరాకాశశాంక ! జననీ కౌస
ల్యారోజ పూర్వశైలత
టారూఢశరీర ! దశరథాగ్రకుమారా ! 1

ఉ. సొమ్ముల యాసలోఁ బడక క్షుద్రనృపాలుర నీసడించి చొ
క్కమ్మగు భక్తి భాగవత కావ్యరమన్ గృతినిచ్చె నీకు శ్రీ
బమ్మెరపోతరా జతని భవ్యచరిత్రము నే మహాప్రబం
ధమ్ము నొనర్చి నిన్ను కృతినాథునిగా నొనరించి చెప్పెదన్. 2

ఉ. విన్న దొకింత భాగవత విశ్రుతపీఠికలోనఁ దాను పో
తన్న వచించినంతను యథార్థ మిదే యను మా చరిత్ర తి
క్కన్నల వాదధోరణి రవంత మనమ్మునఁ దోఁచినంత నీ
సన్నిధిలోన నే మనవి సల్పెద నల్పమతిన్ మహాద్యుతిన్. 3

తే. సుతుని గొప్పఁ గీర్తింప నతి ముదమున వినుచుఁ దను దాన మఱచెడి జనకుఁడివలె
నాలకింపవె దేవ ! మహానుభావ ! జనవినుతకీర్తి ! శ్రీరామచక్రవర్తి !

కావ్యోపక్రమము.

మును నైమిశవని సూతునిఁ గని శౌనకముఖవరాది గణ ముత్కంఠన్
వినయనతశీర్షులై కడు వినుతించుచు నిట్టు లొక్క వినతి యొనర్చెన్. ౫

ఉ. దేశికరాణ్మణీ! త్వదుపదిష్ట విశిష్టకథాసుధా సరి
త్పేశల మాధురుల్ శ్రవణపేయములై భవదావభీషణా
వేశవినాశకమ్ములయి వేదపరార్థ విచార సార సం
కాశములై ప్రచండ కలికల్మషపుంజ విభంజకమ్ములౌ. 6

సీ. కలికాలమున నర్థకామమ్ము లివి రెండె పూరుషార్థము లయి పొల్చు నెందు
నవని జీవులకెల్ల నాహారనిద్రలే కర్తవ్యవిధులయి క్రాలుచుండు
భవబంధసంగతి పరమార్థసుఖమట్లు జనసేవనార్హమై తనరుచుండు
ప్రాకృత జడవాద పరిమితజ్ఞానమ్మె వేదశాస్త్రాదుల విలువగాంచు

తే. కలియుగమ్మందు నెందును గానరారు విష్ణుపదభక్తు లనువారు వెదకిచూడ
ధర్మదేవత యొంటి పాదమ్ముపైన నడువఁజాలక మూలకుఁ బడు నటండ్రు. 7

క. మాయోపాసకులకె కలి శ్రేయ మ్మొనఁగూడు దైవచింతనగల స్వా
ధ్యాయులకు నమాయికులకు న్యాయమునకు స్థాన మవని 'నహి' యండ్రు బుధుల్. 8

తే. భక్తియనిన నింద్రియసుఖప్రాప్తియందె త్యాగమనినను మృత్యుసంయోగమందె
భూతదయ యన్నచో దారపుత్రు లందె సత్యభాషణవిధులు సాహిత్యమందె. 9

క. మనఁగలవఁట మనుజుల నో మునివందిత సకలధర్మమూలమ్మగు శ్రీ
దనుజహరు భక్తి వ్యాప్తిం బొనరించు మహాత్ము లెందుఁబుట్టరొ కలిలో. 10

చ. అనుటయు రౌమహర్షణి సమాదరబుద్ధి నిటు ల్వచించె నో
మునివరులార! మీ వచనముల్ యుగధర్మ యథార్థరూప చి
త్రణము నొనర్చె నైనను బురాణ విరాజిత భక్తి శక్తి వ
ర్ధన చణు లుద్భవింతురు పరాశరసూనసమాను లత్తఱిన్. 11

తే. వ్రీహిరాశిలో నాడాడ వెలయు శిలలవలె ఖలుల్ కృతయుగమున వరలుచుండ
విసములో వచ్చటచ్చట మసలునట్టి తండులము లనఁ గలి బుధుల్ దనరుచుండ్రు. 12

క. అన విని మునిగణములు సూతునిగని యిట్లనియె వినఁ గుతూహలపడు మా
మనములు కలి జనముల సద్గుణగణవర్తనులు బుట్టుదురు ధర నన్నన్. 13

క. పారతరాగమ శాస్త్ర విశారదులగు మౌనులెందు జనియింతురు వా
రే రీతి మెలఁగ జనములు పారాశర్యోక్త శాస్త్రపథవర్తనులై. 14

క. వేగి సన విదుపు విడిదిన్ బోఁగలరన వారిఁగాంచి ముని యను గలిలో
భాగవతకర్తయగు నొక భాగవతోత్తముని చరితఁ బ్రవచింతు నిటన్. 15

క. లోక మిహ మొకఁడె యనుచున్ మౌకలివలె నేకదృష్టి మనలు కలిజనా
నీకమని వారదుఁడు మున్ వైకుంఠునిగాంచి ప్రశ్నవైచె నొకతఱిన్. 16

శా. ఓ వాత్సల్య పయోనిధీ! భవపిశా చోద్విగ్నులౌ చేతముల్
భావాతీతుని నిన్నుఁ బొందు సులభోపాయమ్ము మా కిమ్ము. రా
నే వచ్చెన్ గలి యంచు దేవముని సందీప్తార్కకోటిద్యుతిన్
శ్రీ వైకుంఠనికేతనున్ మధురిపున్ సేవించి ప్రార్థించుటల్. 17

మ. జలజాతేక్షణుఁ డా వచస్సు విని వాత్సల్యామృతం బొల్క మై
పులకింపన్ దరహాససంతతులఁ బూవుల్ ప్రోవులై విప్ప వీ
కలిలో భాగవతమ్మె మోక్షపద సౌఖ్యప్రాపకం బంచు వే
దెలిపెన్ మౌనికిఁ దద్రహస్యమును నాదేశించెఁ దద్వ్యాప్తికై. 18

క. ధన్యోస్మి నాదు భాగ్య మనన్య మసామాన్య మనుచు నమ్మునియును సౌ
జన్యమ్ము వెలయ భువి సమ్మాన్యచరిత్రుఁడగు వ్యాసమౌనివరుఁ జనెన్. 19

క. చని శ్రీ భాగవతము న మ్మునికి నుపదేశించె శ్లోకముల నాల్గిట దీ
నిని వ్యాప్తిసేయు మిది శ్రీ వనజాక్షుని యాజ్ఞయని దివమ్మున కేఁగెన్. 20

ఉ. నారదుఁ డిట్టు లేఁగి భువనమ్ములఁ ద్రిమ్మరుచుండు నంతలో
ధారుణి నాక్రమించెఁ గలిధర్మము. మర్మమెఱింగి మౌని తో
భారతభారతావనిని భావభవాంతకుఁ డుండు కాశికిన్
జేరువవెల్గు వ్యాసమునిశేఖరు నాశ్రమసీమ నేఁగుచున్. 21

సీ. అనవరతాధ్యయ నావ ర్తనోన్మత్త శుకతతుల్ శుకమహర్షులయి పరలెఁ
గరిపాదకంటకాకర్షన్న ఖరదీప్త హరితంద మపరశ్రీహరులె యయ్యె
షడ్జగాన విముగ్ధసర్పసంగత నీలకంఠముల్ ప్రతినీలకంఠు లయ్యె
నధిపుండరీకత నధిగతాగమములై యజసమూహమ్ములెం దజులె యయ్యెఁ

తే. దానె సర్వజ్ఞుఁడును జతురాననుండుఁ బ్రబల వరకాంతకుండయి పరఁగుకతన
నతని సారూప్యమందె నీ యాశ్రమంబు మాయురే! యాతపోధనమహిమ యనుచు. 22

తే. హరిహరబ్రహ్మ సంకాశుఁడగు మునీశు, విరచితాష్టాదశపురాణవివిధకోశు
భారతామ్నాయవాగీశు భవవినాశు, బ్రహ్మసూత్రితగురువాగ్విలాసు వ్యాసు. 23

చ. కనుగొనె నీలమేఘనిభగాత్రు జటామకుటాభిరాము స
న్మునిగణసేవితున్ భువన మోహన భాగవత ప్రబంధ బో
ధనపరతంత్రు నై జతనుద త్తలసద్గురుపీఠు శిష్యవే
ష్టనమణిహారమధ్యగమసారమనోహరరత్నదీపువిన్. 24

క. గుప్తగతి వ్యాసుఁగని తా వప్త యగుచు నాఁటు భాగవతబీజము సం
తృప్తికర ఫలవృతమ్మై వ్యాప్తిం జెందుటలు బానవాలుప్పొంగెన్. 25

క. పరికించి యెడఁద కటు విబ్బరికింపఁగఁ బులక లలరఁ బరవశుఁ డగుచున్
'హరినారాయణ' యనుచున్ సౌరిది విరాజారి మొయిలు చౌరి దివి కరిగెన్. 26

ఆ. సురలఁగాంచి వ్యాసుఁ జూచివచ్చినయట్టి హొవ్వు లెల్ల నెంతొ చోద్య మలరఁ
జిహ్వతింది యిట్లు చెప్పె వేలుపుజేని కంట కార మగుచుఁ గలఁతపెట్ట. 27

ఉ. ఓ యమరావనీంద్ర ! ధర నొక్క మునీంద్రుని గాంచినాఁడ స్వా
ధ్యాయతమున్ గురుప్రతిభు నార్షకవీశ్వరు సత్కళానిధిన్
శ్రీయుతునిన్ బుధాగ్రణిని శీలధను న్నిరతాసురీబలా
జేయుని నైకసప్తఋషిసేవితు నస్యతపోవివర్ధనున్. 28

ఆ. వాయు వలభి యంత పశవర్తిమైయుండు నతఁడు రక్షకుఁడు హుతాశనునకు
ననవరతము నతఁడు యమపాలన మొనర్చు వానిఁబోలు మహితుఁ గాన నెందు. 29

ఉ. స్వాంతములోపలన్ నిగమ సంహితల న్మథియించి కర్మ సి
ద్ధాంతము సంగ్రహించి యితిహాసత భారతమున్ బొనర్చె వే
దాంతము బ్రహ్మసూత్రములఁ దాల్చెను భాగవతప్రబంధ వృ
త్తాంతములన్ శ్రియఃపతి పదాప్తికి భక్తిపథమ్ముఁ గూరిచెన్. 30

ఉ. సంచిత పుణ్యకర్మఫలసంపదలన్ బమిలిచ్చి స్వర్గసౌ
ఖ్యాంచితులైరి పాండుతనయాదులు, భాగవతమ్ము భక్తి సే
వించి పరీక్షితుం డతుల విష్ణుపదమ్ము నకుంఠితాకృతిన్
గాంచెను దేవదుర్లభ మఖండ సుఖానుభవానుషంగమున్. 31

క. భారత భాగవతము లిటు పారాశర్యుండొనర్చెఁ బ్రాజ్ఞులు "వ్యాసో
నారాయణోహరి" యనన్ ధారుణి వినుతింప నమరధాత్రీశ ! యనన్. 32

తే. విని బలారాతి మాత్సర్యవివశుఁ డగుచుఁ గినుక దనరఁగ మౌనిపైఁ బనికిరామి
నద్ది నవ్వులఁదేల్చి యిట్లనుచుఁ బల్కె విష్ణుభక్తుల కింద్రుఁడు న్వైఱచుననఁగ. 33

క. హరి పే రిందుఁడినకే తగు హరియనుట కుపేంద్రుఁడే సమర్థుఁడు ధాత్రిన్
నరులకు హరి యను బిరుదము సరిపోలునె నవ్వుగాదె సంయమినాథా ! 34

ఉ. గొంకక వ్యాసమౌనికృతకోశము భాగవతమ్ము మోక్ష వి
ద్యాంకముగా పచించె దిటు లయ్యది కేవలదేవవాణి పా
దాంకిత మౌటఁగాదె భువినంతటి యోగ్యతగాంచె నెందునున్
సంకువఁ బోయఁ దీర్ఘమయి సత్కృతిగాంచదె కూపనీరమున్. 35

చ. అనవిని మౌనిచంద్రుఁ డపహాస వికాసిత మానముద్రితోఁ
గనుగొనె వజ్రికిన్ హృదయకంటకమై వెతగూర్చ వెంటనే

వినుఁడనిపల్కె శక్రుఁడిది వేరొకభాష రచింప నాదృతిం
దనరిన నట్టి బాసలకు దాసుఁడనయ్యెద మూఁడు జన్మముల్. 36

చ. ఇటు శపథం బొనర్ప సురలెల్లరు నుల్లము దల్లడిల్లఁ జ
ప్పటులనువైచి శక్రుని సెబాసని సన్నుతి జేసి పర్త్యుఁ దె
న్నటికి సమర్త్యులం గెలుచునా నగుబాటని రంత పౌని సం
కటపడి వ్యాసమౌని కిది పర్వ మెఱుంగఁగఁ బల్కనెంచుచున్. 37

క. చనె ఋష్యాశ్రమమునకున్ గనె నచ్చట వ్యాసు వేదగానవిలాసున్
గొనె నతని ప్రణతు లాదట వినిచె న్నగభేది గర్వవృత జల్పనముల్. 38

చ. అది విని బాదరాయణి మహావ్యధితాత్ముఁడై వచించె నో
త్రిదశమునీ! మురాంతకుని దివ్యచరిత్రము లెట్టి బాసలోఁ
బొదిగిన నేనియద్ది సురపూజితమై యలరారు విష్ణుప
ద్యుదకము లీ కమండలువు నొందిన నిద్దియె సంకుతుల్యమౌ. 39

ఉ. దేవమునీంద్ర! నేఁడు భవదీయమనోవ్యథ దీర్పఁ గాశికిన్
బోవఁదలంతునంచు ముని పుంగవుఁగాంచి నమస్కరించి యా
తావులకేఁగి ధూర్జటి పదమ్ములపైఁ గనుదమ్ములుంచి హృ
ద్భావము విప్పిచెప్పి నతిఁ బ్రార్థనమున్ బొనరించె నీగతిన్. 40

ఉ. ఉందెద విశ్వరాహ్వయత నొక్కెడఁ బూరుషవేషధారివై
యొండొకచోటఁ బార్వతిగ నొప్పెదు స్త్రీప్రకృతి ప్రవృత్తి నీ
రెండునుగాక నెల్లెడఁ జరింతువు చేతముగాఁగ మేన బ్ర
హ్మాండమునం ద్రిలింగత విహార మొనర్చెడి నీకు మ్రొక్కెదన్. 41

తే. 'వేదవేదాంగములు దేన వెలుఁగుచుండు నట్టి గీర్వాణవాణిలో నలరుకతన
వసుధ నీదు భారతభాగవతము లింత యాదరముఁగాంచె నీ కృతులగుటఁగాదు.' 42

క. అని శ్రీహరిగుణగాథలఁ గొని యవమతి నల్పెనార। గోత్రభిదుఁడు వే
కనులుండి గ్రుడ్డివాఁడై చనుచుండె నపారగర్వ సంహృతమతియై. 43

ఆ అనుచుఁ గాశి వెల్గు నంబికాపతిడాసి నుతులుపల్కి భక్తినతు లొనర్చి
సంస్కృతమ్మువోలె సారవంతమ్మగు బాస నీవె భాగవతము వెలయ. 44

తే. ఈ వరమొసంగవేని విశ్వేశ! విమము జగతిఁ బ్రాయోపవేశమ్ము సల్పి వ్యాస
దనువులంబాయు నీ భక్తు డమరపతికి లోఁకువై పోయెననఁ గొల్లు నీకెకాదె। 45

చ. అని ముని పల్క శూలి దరహాసవిలాస మనోజ్ఞమూర్తియై
యనియెఁ ద్విలింగరూపునిగ నారసి సన్నిమతిం బొనర్తువో

యనఘ ! త్రయీస్వరూపుఁడ వహంకృతిదూరుఁడ వాత్మతత్త్వబో
ధనుఁడవు నీదు సన్నుతి ముదావహ మయ్యె యథార్థరూపమై. 46

క. వినుము త్రిలింగప్రాంత మ్మన నొప్పు ధరిత్రి నందు నలరారు ముదుల్
దనరఁ దెలుంగనఁ బోతన యను కవి భాగవతరచన మం దొనరింపన్. 47

తే. అతఁడపరిణీతుఁ డగుచు మహాతపమ్ము నాచరించి భాగవతకావ్యము నొనర్చె
నొకట వైవాహిక క్రియ లొదవెనేని బ్రహ్మచర్యమూనును సిద్ధి బడ యదనుక. 48

తే. ప్రథిత నిరుపమ ప్రతిభావిభాసి యగుచు నతఁడు గురుశిక్షణములేక నఖిలశాస్త్ర
నిపుణుఁడగుచును సహజ పాండిత్య బిరుద రాజవిభ్రాజితుండగు నీ జగతిని 49

క. రమణీయరచన నత్యనుపమ భక్తిజ్ఞాన భక్తి వైరాగ్యరతిన్
సమగతిని దూఁగు గీర్వాణముతోఁ దెన్గుకృతి నిత్య నవరసఝరియై. 50

సీ. లింగాకృతి న్నేను రంగైన నెలవంక గలిసి యక్షరరూపములుగ నలర
గణపతివర్ణాది గణియింపఁగాఁబడు నోంకారరూపమై యొప్పుమిగులఁ
బార్వతి తలకట్టు పరమేశు నెత్తిపైఁ బడగ నెత్తిన నాగు గుడి నమర్ప
శృంగీశ్వరుఁడు కొమ్ము గంగమ్మపుళ్ళను దిర్యక్ త్రిశూలము దీర్ఘమిడఁగ

తే. నాణిముత్యంపుఁ జేరుల యల్లికలగు నక్షరములకు గుణితంబు లందగింపఁ
దేనియ స్రవింపఁ జక్కని తెన్గు గాంగ పూర మొలికింప నుంటి నీ కారణముగ. 51

సీ. ఆంధ్రవాఙ్మయము నన్నయ్యగాఁ బిల్చిన ట్లానుడి శాసింతు నను విరించి
తెలుఁగు కవిత్వమ్ము వెలిఁగింపఁ జేయఁగ భాస్కరు న్నేనను భానుమూర్తి
తెనుఁగు కబ్బమునకుం దిక్కన న్నేనని తలఁదాల్చి నిలుపుఁ గుండలుల పెద్ద
యీ తెల్గుకైతల కెరయన న్నేనని పరమేశు బిరుదానఁ బరఁగుచుందు

తే. నలరు త్రైలింగభాషలో నమృతరసముఁ జిలుకు సోముఁడ నేనని పలుకుశశియు
నాంధ్ర కావ్యలక్ష్మికి సువర్ణాభిషేక మొనరఁజేసెదు శ్రీనాథు నను మురారి. 52

క. దేవతలె తెన్గుకవులై భూవలయమునం దెనుంగు బోషింపఁగ దీ
క్షావిధిఁ బూనెద రింకన్ నీ వర మది పూర్తిగాక నిల్చెనె మౌనీ ! 53

తే. భాషలోఁ ద్రిలింగమ్ములు బరఁగుచుండు వాని గీర్వాణవాణి శబ్దపరములుగ
నిలిపి రూపభంగమొనర్చె తెలుఁగులందు వస్తుపరముగ సవరింతు వాని నేను. 54

తే. శేషశాయి 'అ' కారమై చెల్వుగులుకఁ బద్మభవుఁడు 'క్ష' కారరూపము ధరింపఁ
నగ్ని బీజ రేఫము రుద్రుఁడై వెలుంగ "నక్షర" పదమ్ము మూర్తిత్రయాత్మకమగు 55

క. ఈ తెలుఁగు హరుఁడు పల్కుట లేతద్వృత్తాంత మాత్మ నెఱిఁగి పవనుఁడున్
జేత మ్మెరియఁగఁ జని పురుహూతున కఖిలమ్ము విదిత మొనరిచె నంతన్. 56

చ. సురపతి మాతృభాష కిటుఁజొప్పడనున్న యవజ్ఞ దేవతా
పరిభవమంచు నెంచి మది బాధపడెన్ బ్రీతిచర్య దీనికిన్
జరుపఁగఁ బూని కిన్నరులు సాధ్యులు సిద్ధులు యక్షరాక్షసుల్
గురుబుధులున్ దిశాపతులు గొల్వ నుపేంద్రుని సన్నిధిన్ జనెన్. 57

చ. చని కమలామనోహరుని సస్మితశాంతముఖారవిందమున్
గని ప్రణమిల్లి దేవతలకందఱు కెంపును దిక్కు నీవె సు
మ్మని పొసఁగించి తద్విషయ మంత యిటు ల్వివరించె విష్ణువున్
విని తనమానసమ్మునను విస్మయ మందగ బాధ జెందఁగన్. 58

సీ. ఔదలం ధరియించి యన్నవస్త్రము లిచ్చి పోషించు వరమాతృభూమి కన్నఁ
బొట్టలోఁగొని మేటిపుట్టువు న్నిర్మించి స్తన్యమ్ము లిడి పెంచు జనని కన్న
బాల్యమ్మునన కాక బ్రతికినన్నాళులున్ బాలిచ్చి పెంచు గోమాతకన్నఁ
దలలోని నాల్కయై తలఁపున కాకార మొసఁగి విజ్ఞానంపుఁ బసదనర్చి

తే. ఘనత విడు తల్లి బాసయే కాదె మిన్న యింతెకాక ప్రాఁబల్కుల కిల్లు నెల్ల
తల్లి బాసలతల్లి మందారవల్లి దేవవాణి దాని కదేటి తెల్గు పోటి ! 59

క. శరణాగతరక్షణ ఘన బిరుదాంకయశోవిశేష ! ప్రేమసుధా సా
గరవరనికేతనా ! నిర్జర భాషాజనని నిపుడు రక్షింపఁ దగున్. 60

సీ. అన విని వనజాక్షుఁ డమరాధిపునిఁగాంచి స్మితపముల్లసిత భాషితము లీమి
సమబుద్ధి నిటు పల్కు సకలభూతస్వాంత సంవాసినగు కర్మసాక్షి వేమ
ఏప్రాణికేని నిర్హేతుకమ్ముగ బాధ లొదవినచోఁ గాంచి యోపలేను
మద్భక్తవరు నవమతి నల్పు కుత్సిత మానసుం డతఁ డెవ్వ డేని తాను

తే. స్వాధిరూఢ శాఖాచ్ఛేదచర్యబూను దేబె యగునని మీరెల్లఁ దెలియనగును
శౌరి పదభక్తు లాసురీశక్తి నణచి విశ్వకల్యాణమును గూర్చు విబుధులెందు. 61

తే. సురపతిగురుండు శుక్రుఁడు సూర్యచంద్రు లలఘుమతులు వీరెల్ల మదంశభవులె
విబుధులకు నాకు నెందైన వేఱుగలదె యమరవరులార ! మీరిట్టు లడలనేల ? 62

ఆ. సురలు మీరు ముందు నరులెవ్వరో మిమ్ము పరిభవింతురనుచు బాధజెంద
నేల యుచితగతుల నేదేని ప్రీతిచర్య నాచరింపఁబూనుఁ డాత్మబుద్ధి. 63

క. కర్మవిహీనత యొప్పదు ధర్మమునకు విజయమెందుఁ దప్పదనుట లా
మర్మజ్ఞుఁడైన శ్రీపతి నర్మమ్ము లెఱుంగలేక నగభేది నగన్. 64

ఆ. మాకు నెల్లవేళ మార్గదర్శకుఁడవు నీవె యంచు నమ్మి నీరజాక్ష !
వచ్చినార మింతవఱకు నీ వీరీతి తప్పుకొనిన నేది దారి యనెను. 65

చ. సురుచిరధర్మసంకలిత సూనృతభాషలు జెప్ప నిట్టి పా
మరు చెవికెక్కనే దురభిమానవిమోహితుఁ డీతఁ డంచు లో
నెఱిఁగి స్వభక్త రత్నతతి నేచుశ్రీమమ్ముల సానరాళ్ళుగా
నరసి సురాళిఁగాంచి యిటులాడెను శ్రీహరి బాహిరంబుగన్. 66

చ. గురుతర సత్తపోనియతిఁ గూడిననే ఋషిభావమొందుచున్
విరతసమాధి మగ్నుఁడయి నిల్వఁగ నోపును దత్సమాధిలో
సరసపుకావ్యసంతతుల సంలిఖియించుచునుగానఁ దత్తప
శ్చరణ విధమ్ము భంగపడు చర్యలొనర్పఁగ నేర్పుగావలెన్. 67

ఆ. తపముఁ జెఱుచుకొఱకు ధనదారసుతరూప కేషణత్రియమ్మె హేతువగును
ఏతదీషణత్రియాతీతుఁడై యుండు భక్తవర్యుఁ డెందు ముక్తినందు. 68

సీ. స్వర్గాధిపత్య భాస్వద్భవ్య శకాంశ మవని సింగనృపాలుఁడై జనించు
భావజాతమనోజ్ఞ లావణ్యరూప రత్యంశమ్ము సుకవిభార్య న్వసించు
వేదశాస్త్రపురాణ విజ్ఞానదీప్త విఘ్నేశ్వరాంశ సుతాత్మ నెసగుచుండు
ఇందిరాహృదయాబ్జమందిరమ్మగు మామకాంశమ్ము శ్రీనాధునందు నుండు

గీ. నాగభూషణాంశము చిదానందుఁడగును, రంభ భోగినిగా ధర న్సంభవించు
దాశరథినయి నేనును దత్కవీంద్రు గాంచి యాచింతు నాంధ్రభాగవతకృతిని 69

క. సురపతి తద్భాగవతము నరాంకిత మొసంగు నటులొనర్పఁగవలె నీ
పరివారముఁ గొని యవ్వ డది ధరమోక్షప్రదము గాక తనుతను బొందున్. 70

క. అనుటయు నారదుఁ డచటికిఁ జనుదెంచి రమాధినాథు సందర్శనముం
బొనరిచి నీ లీలలు వాఙ్మనములకునతీతమని నమస్క్రియ సలుపన్. 71

క. హరి నారదుఁ గని నవ్వెన్ సురమౌనియు హరి మొగమ్ముఁ జూచి హసించెన్
సురలెల్ల రొకరి మొగ మొక్కరు ప్రశ్నార్థకము గాఁగఁ గనుగొని రంతన్. 72

ఆ. స్వీయ గౌరవమ్ము చెన్నారుటకు గాను వ్రిక్కవారిఁ గించపఱుచు జడుఁడు ;
ఒరుల దీపమార్చి యొప్పారఁగల నను శలభరాజు కెచటి జయమటంచు. 73

క. ముని పల్కె నంత వేటికొ పని వినియెదననుచు వజ్రి వయనించుటయున్
దను వంటు చాయ బోలిక వెనువెంటం బయలుదేఱె విబుధగణమ్మున్. 74

వ. అంత నారాయణుం గని నారదుం డిట్లను. 75

చ. సురపతి సోదరుండు పరిశుద్ధ మనస్కృత భక్తుఁ డాత్మయై
వరలెడి పుత్త్రిఁ దిండు నౌకమైత్రున వీపు మరొక్కమైత్రునం

బరఁగెను పొట్ట రెండిటను బాధయె చేకురె ధర్మసంభవు
ద్ధరణమొనర్ప కంకణము దాల్చిన నీకు వచించువాఁడనే. 76

చ. అనుచు నమస్కరించి గగనాధ్వచరుండయి వాసవాలువేఁ
జనఁదొడఁగెన్ విపంచిఁ గరశాఖల మీటుచు దూఁ మేఁగు న
మ్మునిఁ గని శారదాభ్రమని పూర్ణవిధుండని తారయం చెదో
ధ్వని యని శూన్యమందు నొగిఁ బల్కిరి విష్ణుపదాలయ స్థితుల్. 77

వ. అని సూతుండు తత్కథా విధానంబు విన్నవించిన తెలంగెద్దియన. 78

కథాప్రారంభము

క. శ్రీనిధి కాకతి రాజ్య రమా నిర్మిత రాజధాని మహితైకశిలా
ఖ్యా నగర మ్మా దేశము శేవియ మాగాణ మెందుఁ దెలగాణ మనన్. 79

సీ. బ్రాహ్మణుం డా వీట బహుళ విజ్ఞానియై ప్రథిత విద్యానాథ పదవిఁ బడసె
క్షత్రియుం డా కోట సమరప్రతాపుఁడై రుద్రావతారంపు రూపుఁగొనియె
వైశ్యుఁ డా పూఁదోఁట వర్ధితనిధి పైఁడి తిప్పయ యనఁగ సందీప్తినొందె
శూద్రుఁ డాచోట దస్యుల ప్రాణగొడ్డమా కాపయ్య నా నెంతొ గణుతికెక్కె

తే. బ్రహ్మ తను ముఖ బాహూరు పదములగుచు నేకతనుగాంచె జాతు లనేకములయి
విడివిడిగఁ జీలిపడు వర్ణవితతి యెందుఁ గ్రమతఁ గలిసిన నర్థ యుక్తములుగావె? 80

తే. కల్పవృక్ష శోభల సస్యకాండ మలరుఁ గామధేను వైఖరుల గోగణము దనరు
క్ష్మాతలస్వర్గ మవని నోర్గంటిపురము శాంతి సౌఖ్యాకరము తదుపాంతసీమ. 81

తే. భాగవతకర్త యుత్తమభాగవతుఁడు సహజపాండితీ ప్రతిభావిశాలయశుఁడు
బమ్మయనపోతనాఖ్యతోఁ బ్రభవమందెననఁగ 'బమ్మర' యననొప్పు జనపదమ్ము. 82

చ. అది యొక పల్లెటూరు కల దందొక కొన్ని గృహాలు పెంకు చా
ళ్ళఁ దలధరించి మోయు టెటులాయని సంస్కృతిభార మెంచి బా
ధఁ దనరు పెన్గుటుంబివలె దాపున మామలవోలెఁ బూరియిం
డ్లెద నమితాశ వీడువెడ నీ బరువే తృణతుల్యమౌ ననన్. 83

మ. అలుకుంబూఁతల గొప్పకుడ్యములపై నందందు నందమ్ముగాఁ
జిలుకల్ పొన్నలు చంద్రవంకలు లతా చిత్రాలు సున్నమ్ముతో
విలిఖింపంబడెఁ, దిన్నె లోడికలతో వెల్గెన్, గుటీవాటివా
కిటులొప్పెన్, మునుబంతి పూనరులఁ బ్రాఁకెన్ గుమ్మడుల్ కొప్పులన్. 84

ఆ. పూరియిండ్లమట్టుఁ బోదలు మొక్కపెండ్లు మొక్కపెరటిచుట్టు ముండ్లదడులు
దడులలోనికేఁగు ద్వారాల పలుగాండ్లు గుడిసె గుడిసెవెనుక పిడుకగూండ్లు. 85

సీ. కుంపటివలెనుండు కుక్కుటరాయండు కుటిశిఖాగ్రమునెక్కి కూయు నొకట
సరసఁ బిల్లలకోడి మెరుపు కుప్పలఁ దోడి పురువుల ముక్కునన్ బొడుచు నొకట
ముంగాళ్ళపై లేచి మునిపంట దడులాఁచి ప్రాఁకుతీఁగల లాగు మేఁక యొకటఁ
గడుపుబ్బఁ బులు మెక్కి కుడితిగోలెము చక్కి పడుకొని నెమరుచుఁ బాడియావు

ఆ. ముల్లెగట్టు పెల్ల 'మొకమాలస న్మేను ముడిచిపండు లేఁగబుడుత యొకటఁ
బూరిగుడిసెలెక్కి పొయిరాఁజెనని యగ్నిసాక్షిఁ బల్కు ధూమసంఘ మొకట 86

సీ. ముత్యాలచెండ్లెత్తి ముసిపించు జొన్నచేల్ కనకశ్రీమబిందు ఘనతఁ దెల్పు
బంగారు గొలుసుల బరువుల మెదవంచు వరిలక్ష్మి పాలేఱు వరుస విప్పు
వెండికొండలు చెల్లఁ బండించు ప్రత్తిచేల్ పశుపతిత్వము రైతుపర మొనర్పుఁ
జంకబిడ్డలఁ గొంచు సాఁగెడు మొక్కచేల్ ప్రజకాఁపు చంకపాపలని చూపు

తే. మేలిపంట పొలాల నాఁగేలు వాలు శ్రీ మహాలక్ష్మియైన యాసీత నేలు
నేల నవధాన్య రత్నభూషాశిఁ దాల్చి పాఁడిపంటల మల్లె యీ పల్లెయనఁగ. 87

మ. కలఁ డాయూర నియోగి కేసనసమాఖ్యాకుం డశోకుండు పె
ద్దలపై భక్తి సమానమానవులయొద్ద న్మైత్రీశాసక్తి చి
న్నలపైఁ బూర్ణదయానురక్తి వెలఁగొందన్ సంచరించు న్జన
మ్ములు సంప్రీతి నజాతశత్రువని సంబోధింప తా నాతఁడున్. 88

మ. లలితకారుఁ డమాత్యమండల శిరోలంకారు డక్రూరుఁ డు
జ్జ్వలచారిత్రుఁడు దానమానధన విస్తారుండు నానాకళా
నిలయుండు న్నయకోవిదుండును మృడానీదివ్య పాదాబ్జసం
కలితస్వాంతుఁడు దాంతుఁ డాతత జగత్కల్యాణ కార్యార్థియున్. 89

ఉ. తోఁపదు పావురాయికివి దూఁగవి యూఁగవి త్యాగరూప మా
రోపిత కర్ణకుండల విలోపము భూతబలిప్రదాన సం
క్షేపము దావవారి విడి జీవనమెట్లను నాఘనాత్మ సం
తాపము ప్రోవ్వపమ మ్మితవి దానవిధాన మను స్జనమ్ముమన్, 90

సీ. ధర్మమార్గానువర్తనమునన్ భయమీఁగి బుద్ధివికాసమ్ము వృద్ధిసేయు
సకలార్థ సందోహ సముపార్జనమ్మున గాత్రరక్షణము చక్కంబొనర్పు
బహురూప కామనా ఫలసిద్ధి ఘటియింప మనమును గౌతుకమ్మునఁ దెమల్చు
మోక్షకాంతా కరాంబుజ పరిగ్రహణాప్తి నాత్మ బంధన దుఃఖహతి యొనర్పు

తే. ధర్మ సంరక్షణార్థ మర్థమ్ము పెరుగ మహిత మోక్షసంగతికిఁ గామవలు పెనఁగ
నిజ మనీషాంగ హృదయాత్మ వివాహమునకుఁబుష్టి నిడు పురుషార్థ చతుష్టయమున. 91

మ. కలనైనన్ దలవంచి యొల్లఁ గొలువంగాఁబోఁడు వేయేటికిన్
దలపైఁ గత్తులు వచ్చినన్ సరి యసత్యంబాడ వెన్నాఁడు న
వ్వులకైనన్ బరనిందఁ గొల్పు పరుషంబుల్ నోట రావీఁ దమా
త్ములలో లేఁడిపు డింతవాఁడను జనోక్తుల్ బాడు నాగేస్తునిన్. 92

చ. ఎడపక కాలమేని కఱవేని ఫలించెడి క్షేత్రపాత్ర మే
పిడికెడో యన్న మర్థులకుఁ బెట్టి తినందగు భాగ్య యోగ్యతల్
వడయఁగఁజేసె భార్యయును బైఁడికిఁ దావి పొసంగురీతిఁ దో
డ్పడు పదు చెప్పు దే యతిథి వచ్చిన నీశ్వరభావనన్ గనున్. 93

చ. నిరుపమ భర్తృ భక్తిగుణ నిర్జితశైలసుతా భవానినిన్
వర హృదయాంబుజాలయ నివాస పరాజిత శ్రీని సత్య సుం
దరశివవాగ్వినోదపరితర్పిత వాణిని లక్కసానినిన్
బరిణయమాడెఁ గేసన యపార తపఃఫలభాగ్యమో యనన్. 94

చ. సరసగభీరనిర్మల విశాలసుధామధురాంతరంగభా
సురయయి నిర్విరామకృషి శోభితయై మహనీయగోత్రమం
దిరయయి పాపతాపచయ నిర్వృతిసేయు సుశీలయైన యా
గరిత పవిత్రవర్తనల గంగ నటుల్ తలదాల్చు నాథుఁడున్. 95

సీ. సావిత్రి సావిత్రి జన్మమెత్తెనో కలిన్ సత్యవంతుం డౌర ! సాధ్వి భర్త
యనసూయ యనసూయ నవతరించెనో నేఁడు నత్రిగుణాకారుఁ డతివ పతియు
భూజాత భూజాతపుణ్యయయ్యెనో తిర్గి రామావనుం డహో ! రమణి వరుఁడు
సతి సతియై పునర్జన్మ మెత్తెనో యేమొ శంకరాచరణుఁ డీ సకియ మగఁడు

తే. అల సుభద్ర సుభద్రయై యవని దిగెనో వెలఁది యాత్మేశ్వరుం డెందు విజయుఁడనఁగ
లక్కమాంబ కేసనగేహలక్ష్మి యగుచుఁ బూతచరితయై ధరణి విఖ్యాతిఁ జెందె. 96

సీ. పరమనోభావమ్ము నెఱుఁగని చేతమట్లితరపూరుషగుణస్తుతిఁ దెలియదు
చేతనాదేశానఁ జెలఁగు దేహమువోలెఁ బతియాజ్ఞ తలఁదాల్చి వరలుచుండు
దేహావరణ మందె తిరుగు ప్రాణముభంగి నిలు దాఁటి పొరుగింటి కేఁగ దెపుడు
ప్రాణిహితార్థమై భ్రమియించు మన మట్లు స్వామి శ్రేయోభిలాషం జరించు

తే. తన మొగము తానె కనలేని కనుగవగతి నెట్టిదో స్వార్థపరతన నెఱుఁగదౌర !
సన్నసెగ లక్క కరఁగెడి వరణిఁ గరుణఁ బరుల దుఃఖాగ్ని లక్కాంబ కరఁగుఁగాదె.

ఆ. నిండు పరసిలోన నెగడు జీవనముల సఫలతం జెలంగు సస్యసరణి
సామె జీవనమున సనదకూటువయెల్ల వాంఛితార్థములు ఫలించ నలరు. 98

చ. అవనిని స్త్రీలు శీలవతులైననె వంశముపేరు కీర్తులన్
జివురించి శివణాఙుఁగదె శ్రీపతి లక్కమ తాను నాయశ
మ్ము వదసె నింకనుం బడుచు ముచ్చట పాటులు దీఱనట్టి పూ
పవయసులోననే కడుపు పండెను నిండెను. మోదసంతతుల్. 99

క. తొలిచూలున నాత్మజు నత్యలఘుమతిం గనియె తిప్పనాఖ్యుని కో
మలి మలిచూలుందాలిచి వెలయుతజి న్వచ్చె నొక్క విప్రుం డటకున్. 100

సీ. సన్మతింగల వేదశాస్త్ర విజ్ఞానంబు ఘనశిఖాభ్యున్నతిన్ గ్రాలు ననఁగ
విధి లిఖించిన దుష్టవిధియెల్ల భస్మమై ఫాలభాగమ్మునఁ దేలె ననఁగ
వాఙ్మనోతీతమై వరలు తత్త్వమెఱంద విడు బ్రహ్మసూత్రాన ముడి బడెనన
నంతర్బహిర్దీప్తి నలరు శుచిత్వంబు మడుఁగుగా మేన నేర్పడియె ననఁగ

తే. శిరము గోష్పాద పరిమిత శిఖఁజెలంగ నలికతలవిభాసిత భస్మతిలకుఁడగుచు
వెడఁద యురమున యజ్ఞోపవీతమలర నవదరించిన ధౌతవస్త్రమ్ముతోడ. 101

క. గురుసౌధ్యరహిత గురుఁడో విరూపనయనస్వరూపవిరహితహరుఁడో
పరివర్జితచిహ్న సుధాకరుఁడోనా నరుగుదెంచి గ్రామములోనన్. 102

చ. అకలుషభక్తి శ్రీరఘువరాలయమందు వసించి నేర్పుమై
ప్రకటపురాణరత్నమగు భాగవతార్థ మెఱుంగఁ బల్కుఁదా
సకలజనానుమోదగతి సారతరాగమ శాస్త్రవాది బ్ర
హ్మకుల వరప్రసాది పరమార్థవినోది త్రికాలవేదినాన్. 103

ఆ. వినఁగ నూరుకూరు వెడలె దేవాలయమునకు భక్తి యెడఁద మోసులెత్తఁ
బూర్ణగర్భయగుచుఁ బోలఁతి లక్కాంబయు వేడ్క భాగవతము వినఁగఁజనియె. 104

క. చవి శ్రద్ధ గదుర భాగవతవిబోధితభక్తిరససుధామాధురిలోఁ
దమతామ మఱచి భూసురుఁ గని మ్రొక్కుచు నొక్కమనవి గలదని యనుచున్. 105

ఉ. భాగవతమ్ము నే పరమ భాగవతోత్తముఁ డాంధ్రభాషలో
ధీగరిమన్ రచించెను సుధీనిధి దానిఁ బఠింప మాతృశా
రాగవిబద్ధ బుద్ధితిమిరమ్ము నశించును జ్ఞానభానుకాం
త్యాగమమమ్ము గల్గునని సంతసమందె భవాఁడున్. 106

ఆ. హవనవాటిలోని యరణిసాత్త్విక వలె నలరి వృద్ధ పేయు సామెఁ గాంచి
విప్రబ్రహ్మతేజమొందు భామినిగర్భాన దాఁగియుండినట్లు తలఁచి పలికె. 117

ఆ. ఉవిద ! నీదు పొట్టనుదయించు నీ కోర్కి నిజము సేయువాఁడు. నేఁడొ రేపొ
యుదయ మొందకుండనుండునె నిజభక్త వాంఛితములఁదీర్చు వరదుఁ డెందు. 108

వ. అనుట లయ్యువిద తనివినొంది సప్తాహమ్ములు భాగవత మాసాంత మాకర్ణించి.

ఆ. గ్రంథపూజనమ్ము గావించి విప్రుని పాదకంజములకు భక్తి మ్రొక్కి
యామె నడచి 'సుతనయావాప్తిర' స్తని దీవనలనొసంగె ద్విజవరుండు. 110

క. తదనంతర మలనల్లన ముదిత గృహమ్ముఁ జేరఁబోయె మూఁడవనాఁడే
యుదయించె నాంధ్రశారద యదృష్టమన నొక్కపాపఁ డల వ్యాసాంశన్. 111

సీ. శుకభరద్వాజ ద్విజకులమ్ము కుప్పిరిఁదాడె గోవ్రాతములు సుపాల్గురియసాగె
శారద పూర్ణిమాశశిరూప మలరారె, బ్రాహ్మీముహూర్తమ్ము పరిఢవిల్లె
సుకుమార మలయజ సుఖమారుతము వీచె, సుమనస్సువాసనాప్రమద మెదిగె
భాగవతస్తోత్రపాఠాలు చెవిమ్రోఁగె, గోపాలకుల ముదాలాప మెసఁగె

గీ. తారకారామమై యనంతము వెలింగె, క్షోణి పేర్కొల్ప కవియనఁ జొక్కిపోదె
ఆంధ్రకవితావధూటీముఖాబ్జమిత్రు, వినుతచారిత్రు లక్కాంబ గనె సుపుత్రు. 112

సీ. ప్రాచీదిశాంగన ప్రసవించె మేరువున్, బంగారుకొండయై పాపఁడొదవె
తరులతాగుల్మాలిఁ గురిసె నీహారమ్ము, కొమరుపై కలికీళ్ళు గురిసెనంత
మొదవుల పొదువులన్మోముంచె వత్సముల్, తననోట వ్రేలిడికొనె నిసుంగు
మబ్బుల సందున న్మసలియాడె విమండు, పసిపాప పొత్తిక న్వసతిగొనియె

గీ. పక్షితతి కూజిత మొనర్చెఁ బట్టి యేడ్చె చుక్క జారెను కన్నీటి చుక్క జారె
గమలములు విచ్చె బుడుతఁడు కనులువిచ్చె బాలభానుఁ గాంచెను ప్రజ బాలుఁగాంచె. 113

చ. తవులు తమస్సు వీడి చను తత్త్వవిబోధకతేజ మొప్పు ముం
దవనికి నాస్తికత్వమణఁగారి సదాస్తికభావ మేర్పడున్
వివిధ కళాంశ తార లగుపించ వినుం దొక యుండు నన్న క్రొం
బవ లుదయించుచుండె నిట బాలుడు పోతన పుట్టువుం గొనెన్. 114

సీ. జనమనోంబుజమిత్రుఁ డన నొప్పు నీ బిడ్డఁడన జాతలగ్నమున దిముఁడు దనరె
నురు పండితావళిక గురువర్యుఁడగు పట్టి యితండనఁగ ధనుర్గురుఁడు వరలె
బుధజనాంబుధిపూర్ణవిధుఁ డితఁడగునన బుధచంద్రు లనుకూలవిధి నెసఁగిరి
కవి సార్వభౌమ మూర్ధవతంసమితఁ డనఁగ గవి మహోచ్చస్థాన నివసతిగొనె

తే. మందమతిచే శ్రమంబడు మహితుఁడనఁగ మందుఁ డవరోధకస్థానమ్మునందు వెల్గ
జ్యోతితోఁ బోలెడి తమిస్రపోతములయి పరఁగె ఛాయాగ్రహమ్ములు పాపదృష్టి. 115

తే. కవి గురువులందు మౌఢ్యమ్ము గలదుగాని యితని మతిలోన లేదది యింతయేని
శశికి శశమ్మునకైన మచ్చగలదేమొ కాని యీ కళానిధి నద్ది గానఁబోము. 116

క. బాలకుఁ డతుల ప్రతిభాశాలియగున్ వీని నెదురఁ జతురాననుఁడున్
గేలియగున్ ఫణిపతియున్ వేల శిరము లూఁచి మెచ్చు వీని చరిత్రల్. 117

క. అనుచున్ జ్యోతిష్కులు పాపని జాతకరీతి నరసి బహుళాశ్చర్యాం
బుధిన్ మునుఁగుచు నిసువున్ ఘనముగ దీవింప జాతకర్మము జరిగెన్. 118

గీ. షడ్రసోపేత పక్వాన్నసరణి మెరయ నూరునకు విందు నిడిరి పుత్రోత్సవమున
వచ్చిభుజియించిచనె ప్రజయిచ్చమెయిని హెచ్చి యుప్పొంగి తీసిన యేఱువోలె. 119

ఆ. ఎదుగుచుండెఁ గొమరుఁ డేఁ దొక్కనాఁడుగా విదియనాఁటి విధుని విధముదోఁప
ఘనునిఁ బోతనార్యుఁగని పెంచనోఁచిన తల్లిదండ్రు లెంత ధన్యతములో! 120

సీ. మత్స్యావతార సన్మహిమంబుఁ జింతించుననఁ దొట్టియం జేఁప యటు నటించుఁ
గూర్మావతారంపు గుట్టు నాలోచించుననఁ గూర్మమట్లు పాఁకాడుచుండు
వరవరాహావతారరహస్య మరయునాఁ గిటి యట్లు మట్టితోఁ గ్రీడసేయు
నరసింహతత్త్వమ్ము నెఱిఁగె నీతండనన్ బ్రహ్లాదరక్షణపరత నుండు
తే. వామనావతారాంచిత వైభవంబుఁ జదువునన వామన బ్రహ్మచారి యయ్యె
రామ తత్త్వసంశోధియై వ్రాయు ముందు భాగవత మన శ్రీరామభజనసేయు. 121

తే ఆమె పూర్వపుణ్యము మంచిదగుటవలనఁ గలిగి రిరువురు సుతులు జగద్విదితులు
తిప్పనార్యునివంటి యాస్తిక చరితుఁడు పోతనార్యునివంటి విఖ్యాతయశుఁడు. 122

చ. రగపగ మంచు మేల్మి నవరత్నకళల్ దొనఁకాదు శుక్తి గ
ర్భగృహమునందె స్వాతి నిపాతితవాఃకణపంక్తి మౌక్తికా
ప్తిఁ గనును వత్తగుల్లఁ బ్రభవించును గొమ్ములపుర్వు లెందు మా
త గుణగణాఢ్య యైననె సుతప్రకరమ్ము సుశీలతన్ గనున్. 123

క. తిప్పన సౌభ్రాత్రిమ్మన నప్పురిఁ గల చిన్న పెద్ద లందఱికిఁ గడున్
మెప్పనుజునకన్న యనన్ గొప్పగుఁ దమ్ముఁ దన నన్నకున్ బ్రాణంబౌ. 124

సీ. తన కెవ్వ రేదేని తినుబండ మిడిరేని యనుజుని కిడక తిప్పన తినండు
అనుజున్మ నెవ్వ రేమనిన తానడ్డమ్మువచ్చు మై నీఁగను వ్రాలనీఁడు
గడియసేపింటఁ దమ్ముఁడు గానరాకున్న వెదకుఁ గన్పడుదాఁక వెతనుజెందుఁ
తన ప్రాణమున కెంతయును గూర్చు వస్తువే నవరజుం డడిగినయంత నొసఁగు
తే. భోజన మొనర్చు తఱి నిద్రపోవు వేళలందును యవీయుఁడు తనయందె యుండ
వలెను భగవలాటనపేమొ తెలియ రఘుగుణులు సోదరుల్ రాములక్ష్మణులు మణులు.

క. తిప్పన చదివెడు పద్యముఁ జప్పున నొకసారి వినిన పరి పోలిచి తా
విప్పఁడు హొత్తము నొప్పంజెప్పను సిద్ధాని నేమి చెప్పుట తెలిపిన్. 126

ఆ. దూఁకు లెగురు లందుఁ దొంతు మెందుగఁబడి పరకుఁ గొనఁడు పేచి యురుకు నపుడె
యరరె! భూమిపశ్రిక్కలయ్యె నం బాగ్రి యుక్కువాలు పాయుగాంచి పశ్రిక్కవారు. 127

ఉ. ఆటలమేటి విద్దియలయందున పనికి వాఁడె సాటి కొ
ట్లాటను బాలు రంద డొకశైన సెవిశ్చెడి ధావి. తీయ గాఁ
దాటలు పాడుటందుఁ టికపాటిరి వానికిఁ బోటి యెంచు మో
మోటముఁ గొంకుజంకులను టొత్తుగ వీడి చరించు నాతఁడున్. 128

చ. గురినిడి కొట్టనేని యొక గోలియుఁ దప్పదు, కచ్చగట్టి బొం
గరమునువేయ వేశ్రిలు కొకి కాదు పటుక్కను బందెమూవి తా
నుఱికిన లేడిపిల్లవలె నొక్కవి యయ్యకుఁ జిక్క దద్దిరా!
చిఱుతఁ దసాధ్యుఁడంచు నెదఁ జే యిడి విస్మయమంద సంచితున్. 129

ఆ. కోఁతివోలెఁ జెట్ల కొనఁగొమ్మ లెగఁబ్రాకుఁ బక్షివోలెఁ గ్రిందఁబడగఁ దూఁకుఁ
గాలు భూమిపైన గదియైన నాఁగము పాదరసము గలదొ పాదయుగళి! 130

క. గుడికిఁ జను జననిఁ గని వెంబడిఁబడి చను జనుపుకొనెడి బడి విడియైనన్
బడి పడి జేజే లిడు నయ్యెడ నెడమయుఁ గుడియు నవక నెంతయుభక్తిన్. 131

తే. సాధుసజ్జన దర్శనోత్సాహగతియు హరికథాపురాణ శ్రవణాభిరతియు
శంభుపదసరోజార్చనాసక్తమతియుఁ బెరుగసాగె వేలాకపశ్రిక్క బిడ్డయెదఁద. 132

ఉ. అంతటిలోన నొక్కతఱి సంతికపుందు పెలుంగుపట్టి గాశ్రి
మాంతరమైన పాల్కురికియం దొక జాతర శైవవైభవో
దంతముఁ జాటుచున్ దనరె దాని గమంగొనఁ బోతరాజు తా
నెంతయు సంతసమ్ముబిక నేఁగెను దల్లియుఁ దండ్రి వెంటరాన్. 133

ఉ. భూమియె యీనెనో యిసుకవోసిన రాల దుపిళ్ళపట్టలై
చీమలబారులై జనము చేరఁగసాగిరి, యంటుముట్టులన్
నేమము వీడి యాడ మగ విర్ణయమున్ విడనాడి త్రోపులన్
స్వామినిఁజేరి దర్శనము నల్పుచు వెక్కలవార విల్పుచున్. 134

క. ప్రలుఁగులు ఫలతరుశాఖలఁ గలహించెడి వనఁగ జనుల కలకలములు తా
మలలం ఘూర్ణిలి కోలాహలమొనరుచు నొక మహార్ణవాకృతిదాల్చెన్. 135

క. రంగుల గుడారములలో నంగడి వీథుల నమర్చి రా యా వరకుల్
సింగారమొప్ప నకశ్రిమభంగిన్ యాత్రికులు దృష్టిబడి వమదేరన్. 136

సీ. ముత్తె కచోరాలు బుక్కగుండ గులాలు తిరుకుంకుమమ్ము దాసరిబెహారి
గాజులు మెట్టియల్ కఱకైన పిల్లాండ్లు బసవపుండలు నిచ్చు బలిజెగౌర
పవడపేర్లైనలు ప్రసాధనల్ సూదులు పూసలద్దము లమ్ము పూసబేరి
లక్కబొమ్మలు బొంగరములు కోలలు చిట్లు వదెలమ్ము రంగారివర్తకుండు

తే. చెఱకులుఁ మొక్క కండెలు పెసగబేద బొరుగులుఁ కజ్జపుండలు పొంగరాలు
బత్తిసాలు చిల్కలు లడ్లు పలుమిఠాయి లమ్మ తినుబండముల దుకాణమ్ములొకట. 137

సీ. జారలై వ్రేలాడఁబడు పల్ల జడగుంపు భవబంధ మిటువలె భారమనఁగ
విలువెల్లఁ జాఁదిన వెలిబూదిరేకలు నీ దేహమెల్ల విబూది యనఁగ
రగరగన్మెఱయు తాపత్రిపునగల్ మేలిమి భూషాశిరాగవిదూషితమనఁ
గలితత్రిశూల సంగత ఘంటికాధ్వనుల్ చిదచిదీశసమైక్య శివమిదియనఁ.

తే. జడలతో బూది బొట్లతో వ్వకరమంటు ముమ్మొనలవాలుతో రాగిసొమ్ముతోడఁ
గష్యవ్రేలెడి జోలెతోఁ గరముకెత్తి దిశల శివసత్తులై తూలు బసివిరాండ్రు. 138

తే. సింగివాదాలు శంకులఁ జేయుచొదల బూరటిల నింగి 'శరభ శంభో శివ!' యని
యఱచి పందు విప్పుకలతోఁ బఱచినట్టి యగ్గిగుండాల నఱికెడి యయ్యలొకట. 139

సీ గొంగళి ముసుఁగిడి గోవులంగాయగాఁ దరలురా జాంబవంతా యటంచు
మును సూత్రిధారి యా ముకుఁదాడు లాగుచుఁ గఱ్ఱనెత్తుటయు ముంగాళ్ళలేచి
గద భుజమ్మునఁ బూని మెడ ఘంటికలు మ్రోఁగ బొల్లిమోరలనాడు భల్లుకములు
మొగము ముక్కును దాల్చి జగతికి దిగివచ్చి గర్జించుమేఘంపు కరణి నుఱుమఁ

తే బలిమొగపు లక్కబుఱ్ఱను దలఁదగిల్చి యాడుమఁ మ్రొక్కవేడుచు నమ్మవారి
పసుపు బంగారుఁగొనుఁడొక్కపైన యనుచు యాత్రికుల కడ్డమేఁగుఁ బెద్దమలవాఁడు.

తే. నమలివురి యీఁక ప్రేవలి వ్నాట్యమాడ విఱుకు గుబ్బల పూసల సరు లెగయఁగఁ
బడుచు పౌరుట్టిపడు మేనఁ బచ్చబొట్లుఁ జెలఁగ హళ్లీసకమ్మాడుఁ జెంచెతలును. 141

పి చిందమ్ము లుష్ణిషబృందాకృతులఁ బూన మొగిలుపై కంబళుల్ పగలు బేన
మఱములఁ డమరుక మ్మిరుజెంప వాయింపఁ జిఱుగజ్జె లీలలం బరిహసింపఁ
గర్ణమూలమ్ములఁ గయిమంచి శ్రుతి వించి మల్లన్నకథ బాడు గొల్లమూఁక
వ్రిభల మున్ ఖడ్గాలు బల్కుచు జేగంట మ్రోగించి చను వీరముష్టిగణము

తే. కరలంపీక యడ్డమ్ముగా గంటఁబట్టి కలపకోలను గంట యంచులకుఁ ద్రిప్పి
యుందుఁ గట్టిన గవ్వ నాట్యమ్మొనర్చి వాదు సేయఁ దత్త్వముఁ బాడు బూదిగురుఁడు. 142

తే. దేవదాసీజనమ్ములు సేవమందు సరసతౌర్యత్రికక్రియల్ వెలువచుండ
బసవనకిలాతమున నాగుసడగగొడుగు వెలఁగ దివ్వటీల్వెలుఁగ మారేఁగె భవుఁడు. 143

క. సేవించి యీశ్వరార్చన గావించి గురువు సమాధిఁగను గొని భక్తిన్
దేవాలయ ప్రదక్షిణ మావహిలన్ జుట్టి వచ్చె నలఁ గేసనయున్. 144

క. ముద మెదుగఁ గొమరుఁ గని నీ కెదికావలెననుచుఁ గొమరు విడిఁ జిఱుదిండ్లన్
సుదతిఁగని వోదమిఁక వన దధిగిణతోమ్మని మృదంగతాళము లొలసెన్. 145

చ. చెవులకు విందు లీ ధ్వనివిశేషము లేమని పృచ్ఛసేసె మా
ణవకుఁడు వీధిభాగవత నాటకవాటిక మ్రోఁగు మర్దళో
ద్భవ మధురస్వనమ్ములవి పల్కె గురుం డటనుండి వాని వి
ట్లెవరు నడింపఁ జేయుదు రటెందులకంచు వచించెఁ బాలుఁడున్. 146

ఉ. భూషలుదాల్చి రంగులను బూసి మొగమ్ముల రాజు మంత్రినాన్
వేషము లొప్పఁ గైదివియ వెల్గులలోఁ బ్రింసీరముందు సం
భాషణ లాటపాటలను భాసిల భాగవతోక్త సత్కథా
పోషణముం బొనర్తు రెద పొంగ వినోద మెసంగఁగా నటుల్. 147

చ. అని వచియించెఁ గేసనయు నాత్మఁ గుతూహలతాలతావితా
ననికర మంబర మ్మలమి నవ్వులపువ్వులపీనఁ బోతరా
జును దనయయ్యతోనటుల జొప్పను జూడఁగ వేడె నాలిఁ దం
తనె సుతుఁ గొంచు వీధి సవిధస్థితుఁ డయ్యె సతీసమేతుఁడై. 148

ఉ. ఇవ్విధి దివ్వటీ ల్వెలుఁగు నేమని బాలుఁడు పృచ్ఛసేయఁగా
నవ్వుచు లక్కమాంబ నిజ నందనుఁ గన్గొని చంద్రసూర్యు లా
దవ్వుల వెల్గనేల యనె, దాపున నాతెర యేల యన్నచో
నివ్వటిలుం బయి న్మసక నీలపునింగి యదేలరా ? యనెన్. 149

చ. వెలుఁగుల నీను ప్రొద్దుటను వేసము లాడవదేల యన్నచోఁ
దళతళలాడు తారకలు తాము నవ ల్గవ రావదేల యం
చలఁ దెలవాఱు నంతఁ దుదియై చను నాటకమేల యన్న రే
ల్కలఁ గనుసెల్ల మేలుకొనఁగాఁ గనరాదది యేలరా ? యనెన్. 150

ఉ. వచ్చుచుఁ బోవుచుండె నటవర్గములోని కదేల యన్నచోఁ
జచ్చుచుఁ బుట్టుచుండె జన సంఘము భూస్థలి నేల యంచు వా
రెచ్చట కేఁగుచుండిరన నెవ్వడు వారికి వేసమిచ్చుచున్
బుచ్చునొ యట్టి సూత్రధరు పొంతకుఁ బోదు రటంచుఁ బల్కెనన్. 151

ఉ. ఏఁగిన వీరిఁగాంచి యతఁ డేమని పల్కునటన్న వారి వే
షాగతులం బొనర్చి యెటు లాడుఁడు పాడుఁ డటంచుఁ జెప్పునో

యాగతి యాడిపాడిన నహో ! యని వారల మెచ్చు నిచ్చు మే
ల్భోగము లట్లు జేయమిని బొందని దండనఁజేయు వాఁడనన్. 152

క. రంగమున నృహరి యుద్భట భంగిన్ బ్రత్యక్షమయ్యె బాలకు లదరన్,
సంగడి విదురలు జెదర మృదంగస్వన సింహగర్జ నార్భటి గదురన్. 153

క. రావ మిది యేమి యనఁగా నావనితయు సుతునిగాంచి యసుర నదంపన్
సేవకుఁడగు ప్రహ్లాదున్ గావఁగ దేవుఁడు జనించెఁ గంబమున ననెన్. 154

ఆ. దేవళమ్ము నందు దీపించు లింగము దేవుఁ డంటి విప్పు డీ విధముగ
సింహముఖముఁ దాల్చి శ్రీహరి ప్రహ్లాదుఁ గావ దేవుఁ డయ్యెఁ గాంచు మనెదె. 155

ఆ. అనుచు సుతుఁడు వల్క విని తల్లి హరిహరు లేకరూపు లనియె నెట్టులనిన
సిగఁ జెలంగు కుప్పె సింహాస్య వలయమ్ము రూఢి నొక్క పసిఁడి రూపు లగుట. 156

ఉ. ధీనిధిపై సత మ్మఖిల దేవత లొక్కటి యంచు నెంచుచున్
మానసమం దుమారమణు మాటికి మాటికి సంస్మరింపనౌఁ
దా నవలమ్ము వృక్షసముదాయ విభేదము లూడ్చుకై వడిన్
జ్ఞానము రూపభేదము లొకం డొనరించు ససంశయాకృతిన్. 157

చ. అన నతిభక్తి నంబ వచనామృతసారము నాస్వదించి యే
మనియెద రిట్టి యాట నని యర్భకుఁ డాడెను బ్రచ్చుసేయు నం
దను గని యిద్ది భాగవత నామముతో మతికెక్కునంచుఁ దా
జనని వచించె దాని విని సంతసమందుచు బాలుఁ డాదటన్. 158

ఉ. భాగవతాఖ్య దీని నిటు బల్కుదు రేలనె; పీ కథాసుధల్
భాగవతమ్మనం దసరి ప్రస్తుతి కెక్కిన పుస్తకస్థమై
సాగుటచేననెన్ జనని; చక్కని పొత్తమునేఁ బఠించెదన్
వేగమొసంగు నాకనుచు వేడెఁ గుమారుఁడు మాతృదేవతన్. 159

తే. ఆదియె గీర్వాణవాణిలో నలరు పీకుఁ దెలుఁగుపలుకుల వెలసినఁ దెలియువనియె;
తెనుఁగునన్ వ్రాసి యిమ్మనెఁదనయుఁ; డంబ వ్రాయరాదనె; సుతుఁడు నే వ్రాతుననియె.

ఉ. అంత వసంతవత్సలత నాత్మజునింగని కౌఁగిలించి నీ
కెంతటి బుద్ధిరా బిడత ! యేండ్లు మదాయువుఁబోసికొంచు జీ
వింతువుగాకయంచుఁ గయి వ్రేళుల బాలుని మీఁదు ద్రిప్పియా
యింతి కణంత లద్దుకొనియెన్ నెటికల్ ఘటియింపఁ బ్రేముడిన్. 161

తే. భాగవతమును దెన్గులో వ్రాయుమంట చెవి విడెదరొక్క కొమరుని చిల్కపల్కు
లీతునకుమించి మాటల నాడునమచుఁ బల్కెనప్పురంధ్రీమణి పతినిగాంచి. 162

చ. అది విని కేసరాజు ముదితాశ్రుకణావిలలోచనాంబుజా
స్యుఁడయి పత్నిఁ గాంచి యిటు పల్కెను గల్కిరొ! ఓసి జూచి నేఁ
డుదయమె యోగియొక్కఁ డితఁ డుర్వి మహాకవిసార్వభౌముఁడై
విదిత విశాల విశ్వపరివేష్టిత నిత్యయశస్వియౌ ననెన్. 163

ఆ. అదియు నిదియు నొకటియగుట మానసమెల్లఁ బులకరించె ననుమఁ బొలఁతిఁ గూడి
తనయు భావిజీవిత ప్రపంచమ్మును సూక్ష్మదేహుఁ డగుచుఁ జూడ్కివచ్చె. 164

ఉ. అమ్మహితుండు కేసన విజార్యమణిం గొని ధర్మపత్ని ల
క్కమ్మయు వెంటరాఁ బురహరాలయ గోపుర దీపితత్రిశూ
లమ్మునుగాంచి మ్రొక్కి పదిలమ్ముగ గట్టును డిగ్గి బండిపై
బమ్మెరకేఁగసాగె నడిబాట రహించెడి మావితోఁటలో. 165

వ. అలరు రసాలసాలమ్ముల నరసి కేసనకావ్యకళాలోలుఁడై కొమరువిలోని కవితాత్మ బయ
ల్పడు నటు లిట్లభివర్ణింపఁ దొడంగె. 166

క. తలలో శలాటువులో యాకులో యీఁకలో ముక్కులో చిగురురెక్కలో కా
మ్మల చిలుకల చెలువమ్ములో లలితరసాలఫలపత్రి లావణ్యములో. 167

ఉ. రంభలు రామచిల్కలయి రక్తిని నాట్యము లాడుచుండ నీ
కుంభిని దేవగాయకులు కోకిలలై జతపాడఁ గిన్నరుల్
బంభరరూపులై కలవిపంచికి కిన్నెర మీటఁగా నొకే
స్తంభపుమేడ గాన పరిషత్తురచించి రయారె! ఖేచరుల్. 168

సీ. పసిఁడిముద్దకు భోజ్యభాగ్యమ్ము గలిగింప రసము లూరించిన రసికుఁ డెవఁడొ
గరుడపచ్చల కొమ్మకై మెచ్చి విరుల వీవనలిచ్చి విసరించు ప్రభు వెవండొ
వరపత్రవాళములఁ గప్రము తమ్ములమొనర్చి పికభామినికొసంగు ప్రియుఁ డెవండొ
ముత్తెంబులం బూలగుత్తులుగాఁ గూర్చి ధర పేసజల్లు భూధవుఁ డెవండొ

తే. ఫలము సరసతగని పయింబడు శుకమ్ము పువ్వునవ్వుకు భ్రమియించి పోవుఁ దేఁటి;
పల్లవపురాగమును రక్తిఁ బాడుఁ బికము; యీ రసాలముం బ్రేమ నెవ్వారు గనరు? 169

సీ. అధరారుణ ప్రభాస్పదపల్లవమ్ముల నివవు మంటల యగ్గి రవులఁజేసి
లోలనేత్రాభ వినీల పత్రమ్ముల మెత్తని కత్తుల మేలగించి
దరహాస సదృశ సుందర సూనవల్లరిన్ బూవుటమ్ముల పొదుల్ పొందుపఱచి
గాఢోపగూహనాకార శాఖాక్రాంతిఁ గొమ్మవ్యూహమ్ములఁ గూర్చి కట్టి

తే. యతను వీరశృంగార రసాలవాల భాసురవసంత లక్ష్మీవిలాస వేళ
ముత్తెముల మొల్క పలికి వియత్తలమునఁ బైఁడి పండించెను రసాలబాల లీల. 170

సీ. సవితృకరాశికి సందానంగవిరీతి ధరణిఁగట్టిన కోటబురుజు లనఁగ
మదనబలమ్ములో మాధవాదుల పోర రహియించు ఘంటల రథము లనఁగ
జానకీభక్తులౌ వానరాళికి వసుంధర విల్చు నిలయగోపురము లనఁగఁ
బదములేపి యొకింత కదలఁజాలని మోఁత బొట్టకెత్తిన పండ్లబుట్ట లనఁగ

తే. నారిఁగరినదారువు లయి యంతనంతఁ గొమ్మలై నునురెమ్మలై కోమలమగు
పత్త్రిపల్లవసుమములై ఫలతతులయి మధురరసములై కరఁగు నీ మావితరులు. 171

క. పచ్చల నడుమం గెంపులు ముచ్చటగాఁ బొదిగి మంచి ముత్తెపుసరులన్
పొచ్చెమగు పైఁడిగుండ్లవి కుచ్చులు వ్రేల్మావిగొడుగుఁ గూర్చిన దెవరో. 172

తే. ఛత్త్రిపతు లెందఱో యిందు సభనుదీర్చి రేలకో పంక్తులుగఁ బర్ణశాల లమరుఁ
బచ్చపచ్చని యీ పల్లెపట్టు నెవ్వఁ డిచట రచియించెనో తరునిచయములఁగ. 173

వ. అనుచు నొనర్చు వర్ణనమున కత్యంత మలరి పోతన కవులివ్విధి వర్ణింతు రేమని ఫల
తతుల నరసి. 174

క. రెక్కల మాటిడి పక్షులు చక్కఁగఁ బొదిగిన విజాండచయ మనఁ గొమలన్
జెక్కులుగ వ్రేల్పలముల నియక్కొమరుఁడు గాంచి యుఱికె నామ్రవణమునన్. 175

క. ఉఱికెడు సుతుఁగని కేసన చిఱుతని కవితాత్మభావ చింతనములకున్
మురియు చుఁబువు పుట్టఁగనే పరిమళములఁ జిల్కుననుచుఁ బల్కెను సతితోన్. 176

ఆ. పైకిఁగాంచె వటువు పత్త్రిమ్ము లందుండి శుకము ఫలమురాల్చె శుకుఁ డొసంగు
భాగవతరసాల ఫలరసంబోయన బాలుపదములందుఁ బడియె నదియు. 177

క. ఆపక్వఫలము దినుచు ముదాపూరిత లోల లోచనాంబుజములతో
నాపాప బండి వెక్కెను గోపాలుఁడు వెన్నముద్ద గొనివచ్చె ననన్. 178

ఉ. ఈకరణిన్ శుకాదు లవి యేల భుజించెడి నీ ఫలమ్ము నా
నాకలిబాధ తీర్చికొన నంచు వచించెమ దండ్రి ప్రేమమై
పాఁకఁగ భోజనం బిడఁగఁ జన్గుడుపన్ జనయిత్రి లేదె యా
మూఁకల కంచుఁ బల్కు తన ముద్దులపట్టి కతండు నిట్లనెన్. 179

తే. ప్రకృతి మనకెల్లరకు మాత, పరమపురుషుఁ
డగు మహేశ్వరుఁడే పిత యనుచుఁ దెలియు
మనిన జననిఁ జూపించి మాయంబ యీమె
యగును బ్రకృతి గాదనె సుతుఁడంత నయ్య. 180

క. కొమ్మకుఁ గొమ్మకు మూర్ల ఫలమ్ములు గనవచ్చు మొదలు లక్షింప నసు
ప్త మొమ్మక మామునెకద భూతమ్ములు వొక ప్రకృతిసుతులె తామన నతడున్. 181

ఆ. పాల నిచ్చి నాకుఁ బలువర్ణముల యాట బొమ్మ లిచ్చి రుచ్యభోజన మిడి
ప్రేమఁ గాంచి నన్ను పెద్దవానిగఁజేయు మాతవోలె బ్రకృతి మనుప దనిన. 182

సీ. రవిసోము లనెడి నేత్రములొప్ప మన నెప్పు డొకకంటఁ గాంచుచు నుండు నామె
మబ్బుభాండము లెత్తి మధురోదకము వోయుఁ బర్వతోన్నత పీఠపంక్తి వేయు
బహుధాన్యముల తీపి పాలబువ్వ నొసంగు పండ్లజాతుల చిఱుదిండ్ల నిడును
దావులన్ వెదఁజల్లు పూవుగిన్నెలు నింపి కమ్మతేనియ పాసకమ్ము లిడును.

తే. మహి యనెడి స్వీయవక్షోజమండలమున నూరు జీవమ్ములఁ బాలు ధారవోసి
యడిగినవియెల్ల నొసఁగి యీయఖిలభూతసంతతిని రొమ్మునకుఁగట్టి సాకుఁ బ్రకృతి.

సీ. ఆనంద డోలిక నాడింప సింగిణుల్ రంగారు మబ్బుల నింగిఁ గూర్చు
లలి సైకతమ్ముల తలిమమ్ములన్ వైచుఁ బచ్చిక రత్నకంబళము బఱచుఁ
దారాన్విత నభోవితానమ్ము నమరించుఁ దరుశాఖఁ దాళవృంతముల వీచుఁ
జలువ వెన్నెలకొంగు చాటున జోకొట్టు నీలిముసుంగులో నిదురఁబుచ్చు

తే. నుభయసంధ్యల రాగము లుప్పతిల్ల మందమలయానిల స్వరమండలిఁ గొని
హాయియని ప్రాణిసంతతి కనవరతముఁ జోలబాడును లెండని మేలుకొల్పు. 184

క. విడలగు ప్రాణుల బ్రదుకులు గడచుట లెట్లనుచుఁ బ్రకృతి కలకాలమునన్
వడఁకున్ మది నుడుకున్ వెతఁ దదుపున్ బాష్పాంబుధార ధారుణి నెల్లన్. 185

తే. ప్రకృతిపురుషుల దివ్యదాంపత్యమందు నిమ్మనుజసౌధరాజముల్ బొమ్మరిండ్లు
భూతగణవృత్త మొకకమ్మ బొమ్మలాట ధరఁ బ్రజల చావుపుట్టుకల్ దాఁగురింత. 186

ఉ. దాఁగురుమూఁతయాట లని తాము వచించిన యంత మీసుతుం
డో గురువృద్ధు లార్యులు నిటుల్ పసిపిల్లలవోలె నాడు చే
లాగని కాంచుచుండె నను లక్ష్మణ నారసి కేశవార్యుఁడున్
ధీగరిమమ్ము మీఱ నరుదెంచిన శంకలుదీఱ నిట్లనున్. 187

శా. ఖేలామంటప మీజగమ్ము జనముల్ క్రీడావినోదార్థమై
గాలిం దేలు వినీల నీరదములై కాలాబ్ధి నోలాడు క
ల్లోలవ్రాతములై నటించును మరు ల్లోపమ్ముతో వాఱు చీ
మలై మాటుమడంగిపోవు జగదంబాపాణి కమ్మాయటన్. 188

ఉ. సాగు జగంపువీధి నొరుఁ జంపి తనన్ బ్రతికింపఁ జేసికోన్
దాఁగుడుమూఁతలాడను దినమ్ము జవమ్ము ధనమ్ము వమ్ముచున్
మూఁగు నిశాకరాళకరముల్ కనుమూయఁ బ్రభాతసుందరీ
స్వాగతరాగముల్ నయన సారసముల్ వికసింపఁజేయఁగన్. 189

ఉ. ఎచ్చటినుండి వచ్చెదరొ యెచ్చటి కేఁగెదరో యగమ్య మా
వచ్చినవారిలో దొర లెవారలొ దొంగ లెవారొ దేనినిన్
మ్రిచ్చిలినారొ వారిఁ గనుమూసి నటింపఁగఁజేయు కేలనో
యచ్చట నున్న తల్లి జగదంబ యెఱుంగును వీని మర్మముల్. 190

చ. తమమును జేరు చోరుఁ గని తద్దయు సత్వసముద్ధతిన్ పదో
ద్గమిత రజమ్ము నంటక ప్రధావితులై చనుదెంచి ముక్తసం
గమునఁ జరించి మాతృపద కంజములన్ స్పృశియించి ముక్తులౌ
సుమహితసిద్ధు లెందరొకొ చోరవశంగత బద్ధు లెందఱో । 191

శా. క్రీడారంభమునం దొకం డొకఁడు స్వక్రీడాంతమం దొక్కఁ డా
క్రీడామధ్యములోనె కాలనిహతిన్ గ్రీడాభువిన్ వీడు నె
వ్వాఁ డెవ్వానికిఁ దోడురాఁడు విడిపింపన్ లేఁడు తానై తనన్
పీడాముక్తు నొనర్చు కొంటకయి కావించున్ బ్రియత్నమ్ములన్. 192

ఉ. త్రిప్పెడు సూత్రధారి గుఱుతింపక యాడును దోలుబొమ్మ తాఁ
జప్పుడుసేయు వైణికుని జాడ నెఱుంగక పాడు వీణ, యి
ట్లెప్పటిదాఁక నొప్పు నివి యేరి నడుంగుట లాటపాటలున్
జప్పున నాగునో మఱియు సాగునొ తా మవి తెల్యనేర్చునే. 193

చ. అని వచియించు తండ్రి వచనామృతసారము నేమొ గుర్తెఱిం
గిన పెనుప్రోడవోలెఁ బరికించెడి నందనుఁ గాంచి మోము ము
ద్దునుగొని యేమి యర్థ మెదఁదోఁచెనొ తెల్పు మఁటన్న మాతృమూ
ర్తినిఁ గని బాలకుండు వివరించె సుధామధురోక్తి నీగతిన్. 194

ఉ. దొంగతన మ్మొనర్చుటలు దోస మటంచు వచింతు రార్యు లా
దొంగలఁ గూడువాఁ డతఁడు దొడ్డదొరైనను సాటివారిలో
భంగపడున్ గదే । నిరతభక్తిని మాతృపదమ్ము నంటి స
త్సంగతి నున్న బాలకుఁడు చావు దొలంగి చెలంగు ముక్తుఁడై. 195

ఆ. అనిన జనని నగుచు నౌనౌను చౌర్యంబు చిన్నదయ్యుఁ గలఁచు మున్ను వెన్న
దొంగ కృష్ణుఁ డెంతొ దొరబిడ్డఁడై యుండి కట్టుబడియె మాతృకరములందు. 196

ఆ. అనుటఁ గృష్ణుఁ డెవ్వఁ డాతండు తానేల వెన్న దొంగిలించెఁ జిన్ననాఁడు
కట్టుబడియె జనని కరములం దెటులను సుతునిఁ గాంచి పలికె సుదతి యిటుల. 197

మ. మనగాత్రమమ్మును జేరినార మదె యస్మద్గేహ మీ సత్కథన్
[illegible]వినఁగాఁ గోరెదవేని దాని చెప్పెదో విశ్రాంతిగా నున్నవే

కనిదానమ్ముగఁ జెప్పనొప్పు నిటు లేలా తొందరం జెందనీ
వును నా గర్భమునందు నుండి సకలంబు విన్నంటి నా గాథలన్. 198

ఉ. గర్భమునందు నున్న శిశుకాయ మెటుల్ వినునందువేని యో
యర్భక ! మున్ సురారిసుతుఁ డట్టులె పొట్ట వసించి యింక నా
విర్భవ మందకుండఁగనె వేలుపు మౌని వచింపఁగా మహా
నిర్భరుఁడై వినెన్ మహిఁ జనించియు శ్రీహరిభక్తుఁడై మనెన్. 199

ఉ. నేఁ గొను నన్నపానములు నీకును నన్నముగావె యూపిరిన్
నేఁ గొనునట్టి శ్వాసములు నీకును బ్రాణముగావె మందులన్
నేఁ గొనునట్టి యౌషధము నీకును రోగహరంబుగాదె మా
శ్రీగురుసూక్తి పొట్ట నివసించెడి నీకును జెందదే యనన్. 200

క. లీలావతిగర్భంబున బాలుఁడు ప్రహ్లాదుఁ డుండి భగవత్కథ ముం
దేలిల వినియె సురమునిపాలుండు వచింపఁ బరమభక్తాగ్రణియై. 201

క. అను సుతునితోడ శకటమ్మును దిగి జనయిత్రి సదనమునకుఁ జనియెన్
దనయుఁడు పోతనయును నది వినవలెనని యెంచి యెంతో వేడుక మందెన్. 202

ఆశ్వాసాంతము

క. నీరదనీలశరీరా ! స్మేరానన సితమయూఖ చిత్రిత విద్యు
ద్ధారా హీర మసారాకారా ! విశిఖైక తాటకా సంహారా ! 203

ఉ. ఖండితదుష్టదానవనికాయసముద్ధతవేగ ! దివ్యదా
ఖండలకల్పభోగ ! వరకర్ణచలన్మణికుండలప్రభా
మండితగండభాగ ! స్మితమంజులపుల్లముఖాబ్జశోభితా
ఖండదయానురాగ ! త్రిజగన్నుతపాదపరాగ ! రాఘవా ! 204

మాలినీవృత్తము

మనసిజసుకుమారా ! మారభిచ్చిత్తచోరా !
వననిధిసుగభీరా ! వార్ధిగర్వాపహారా !
కనకపటవిదారా ! కర్బురాలోకచీరా !
జనిమరణనివారా ! శస్త్రరామావతారా !

గద్యము

శ్రీమద్భరద్వాజగోత్ర పవిత్రాపస్తంబసూత్ర, ప్రథిత సూరిజనమిత్ర, బక్కయ్యశాస్త్రిపుత్ర
వాగీశ్వరీ సమాసాదిత, వైదేహీవర నివేదిత వరనవకవితావిలాస, సహజ
పాండిత్యభాస, వరకవివిధేయ, వరదార్య నామధేయ ప్రణీతం
బైన పోతన చరిత్రమను మహాప్రబంధమ్ము
నందు ప్రథమాశ్వాసము.

శ్రీ ర స్తు.

శ్రీ వాగీశ్వర్యై నమః

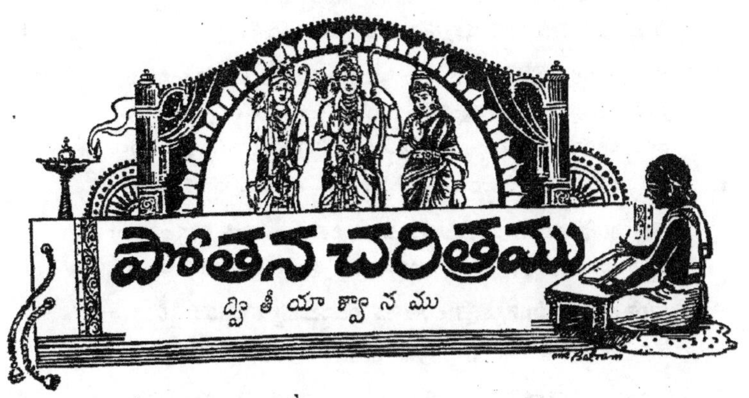

తారకోపదేశము — కల్యాణము

"ఉపదేక్ష్యంతి తే జ్ఞానం జ్ఞానిన స్తత్త్వదర్శినః"

శ్రీ సీతాహృదయాంబుజ
భాసుర మధుపాయమాన భావజరూపా!
కోసలనృప ముఖకువలయ
హాసకరచ్చంద్ర! దనుజహస్తి మృగేంద్రా! 1

తే. తారకానుసంధానకథావివరము, అఖిల మానవలోక కల్యాణకరము,
చిత్తగింపవె యీ యితివృత్త మవల రమ్యగుణభద్ర! శ్రీరఘురామభద్ర! 2

ఉ. అక్కమలాప్త రశ్మిపొడయైనను జూపకపోయె నప్పుడే
చుక్కలు వెన్నపూవలయి చూచుచునుండఁగ మాయమై చనెన్
గొక్కురకోయటంచుఁ దొలికుక్కుట కంఠములెత్తి పిల్చి న
ల్దిక్కుల మాఁపిలేపెను జలించిన చల్లని పిల్లతెమ్మెరల్. 3

ఆ. కనులుగట్టి యెవఁడొ కపటనాటకమాడి తెరమఱుంగుజేసె ధరణి ననుచుఁ
గాల్చివేయ నినుఁడు కటికచీఁకటి తెరలన జనించెఁ దూర్పునం దరుణిమ. 4

ఉ. దీపముఁ గాంచి కాటుకలు దిద్దినకన్నుల బాలయోగి తా
వో పురిటింటఁ దల్లికడ మాహాలకందవి భావగీత మా

లాపనసేయుచుండెను విలాసవిహాసవికాస మొప్ప బ్రా
హ్మపరవేళయౌట నని మేషదృగంచలముల్ విగుడ్చుచున్. 5

సీ. తమ్ములయెద నున్న తుమ్మెదలంగూడి చీఁకటుల్ భువినుండి చెదరిపోయె
వికసించిన సరోజముకుళమ్ముతోఁబాటు కలప్రాణులెల్లను గన్నువిచ్చెఁ
దామ్రచూడపు రాగతానమ్ములను గూడి కడలలో సాంధ్యరాగమ్ము లలమెఁ
బాత్రల నుప్పొంగు పాలధారలతోడఁ బ్రాగ్దిశన్ వెలుతురు బ్రాఁకికొనియెఁ
తే. జుట్టు వెలిఁగించుకొని చేనిపట్టు జేరు హాలికునితోడ జతగూడి యరుణకిరణాఁ
దల్లనల్లనఁ దూడపునల్లమలల శృంగములనెక్కి జగతిని దొంగిచూచె. 6

క. తొలిదెసకుఁ దెలివివచ్చెన్ దొలఁగిచనెన్ నిదురమబ్బు తొంగలిరెప్పల్
నలుముకొనుచుఁ గనువిప్పఁగ దెలసెన్ బాలారుణార్క బింబాకృతియై. 7

తే. ఆదిన మ్మా ప్రభాతశుభోదయమున నాకుపచ్చవన్నియ చెల్వ మలలవోలెఁ
గ్రేళ్ళుఱుకు లేఁతపచ్చికబీళ్ళపైన మేయు గోవులఁ గనఁ బోతదాయఁ దరిగి. 8

ఉ. శ్యామల సస్య సంగతి నెసంగెడి సంగడి మోటబావిపై
భూమికి నూడలంటు వటభూరుహ సుందరశాఖలన్ ఖగ
స్వామి కులాయ మట్లు తృణసంగతిఁ గూర్చిన మంచె యంచుపైఁ
జేరిముడి నెక్కి కాంచు రవిబింబ ప్రసాదిత మోదితాళలన్. 9

సీ. మోటఁదోలు చొకింత మ్రొగ్గి దండెడ తంత్రి శ్రుతిజేసి పాడెడి చోటకాఁపు
మిరెపతోఁటల నలిం దెఱుకు గాజులచేతఁ జిటుకుతాళముగొట్టు చిన్నిపడుచు
పచ్చికన్ లేఁగల భరతనాట్యముప్రక్క బిల్లఁగ్రోవిని నూఁదు గొల్లబుడుత
రాత్రింబవళ్ళు విశ్రాంతిగానక తోఁట గాపాడుచుండెను గడ్డిబొమ్మ
తే. పసరుచాయల నీను మేల్వారిపొలాలు పచ్చ 'మఖమలు' పట్టుతివాచి గాఁగఁ
దెల్లవస్త్రాల మను దొరపిల్ల లట్లు కొంగగుంపు లా యొడ్ల మధ్యంగనఁబడు. 10

సీ. కట్టు పిఱుం దాని కంబళిముసుఁగుతో నీ రెండ గ్రాఁగుచు నిలుచుగొల్ల
పాదాల కసిదీఱఁ బసరిక బయళులఁ జంగున నెగురు వత్సముల గుంపు
పశుగణమ్ముల మూఁపుపై బొరింబొరి వ్రాలి ప్రారిచేసెడి భరద్వాజపక్షి
వనదంశములఁ ద్రోల వాలచామరమెత్తి వీఁపుపై నాడించు వృషభరాజు

తే. దురదవోఁ దాటిమాఁకుల నొరయు గేదె
గడ్డిమేయు గోవుల మెడగంట మ్రోఁత
కనుచు వినుచుఁ బోతన తన తనువుమఱచి
యెడఁద పొంగు భావమ్మున నిటులఁ దలఁచె. 11

క క్రిక్కి జొనిపియున్న పొదుఁగున నొక్కమ్మడిఁ దలనుగ్రుమ్మి యొగి కర్ణములన్
జక్కని వాలము నిక్కిడి గుర్రిక్కన మేన్సాఁచి చన్ను గుడిచెడి లేఁగల్ 12

చ. నడపుచుఁ బచ్చిగడ్డిని దినం దలవంచిన గోవు, వెంబడిన్
బడి వెనుకాళ్ళలో మసలి పల్మఱు చన్గుదువంగ నట్టు సాఁ
చెడి తనలేఁగఁ గాంచు తమిచే మెడ మోడిచి మేను నాకి హె
చ్చెడి మమతాప్తి మూర్కొనుచుఁ జేఁపును పాల్ గరుణారసమ్మనన్. 13

వ. అనితలంచి నిసర్గరమణీయంబులగు ప్రకృతి దృశ్యంబుల మనోహరంబులగు పశు
గణముల విహారవిలసనంబులం బారవశ్యమ్మున నారయుచుండ. 14

క. ఒక దెస నేమో కనినటు చకితుండై చాచు హరిణ చర్మధరువి భ
స్మకలాపకలిత నైజాంగకలాజిత శారదాభ్రగత హిమకరునిన్. 15

క. మండిత కరధృత దండకమండలు హసదాననేందుమండలుని జటా
మండల ఖేలత్సుందర గండస్థలు లంబితాక్ష ఘనకుండలునిన్. 16

క. కాషాయాంబరకవచిత వేషున్ రుద్రాక్షదామ విస్ఫార దురో
భూషున్ హరిపదమార్గాన్వేషున్ జ్ఞానాగ్నిదగ్ధ నిజకృతదోషున్. 17

మ. ఒకయోగిన్ గనె స్నానసంధ్యలను శాస్త్రోక్తక్రియన్ దెల్లవా
ఱకముందే వెలిపేర్చి గోగణముఁ జేరన్ వచ్చి 'యీ మార్గమే
దకుఁ జేర్చున్ దయయుంచి తెల్పెదవె బిడ్డా!' యంచుఁ బ్రశ్నించు చం
ద్రికళాపూర్ణముఖారవిందుని దయార్ద్రస్వాంతునిన్ శాంతునిన్. 18

క. కని మ్రొక్కి యతనిచెంగట వినయవినతశీర్షుఁ డయి ద్రవీభూత సుచే
తముఁడై యమదాగోక్తుల నను 'నిటులే యూరుఁ జేర నరిగెద రార్యా! 19

ఆ. అనఘ పాలకురికి చనుదెంచు మునుముందు శైవమతగురుండు దైవసముఁడు
సుకవితారకలకు సోముండు సోమసమాఖ్యముని సమాధినందె వందె. 20

తే. యాత్రికుల మీరు వసతి గ్రామాంతరమున నెట్టు లుండునో భోజన మెపుడొ యేమొ
కొంచె మీక్షీరముల నారగించిపోదు' రనుచు దొన్నియల్ గోదుగ్ధ మునిచి తేఱ. 21

తే. పొట్టనిండఁ ద్రావి పుష్టుఁడు ప్రేమతో నిట్టి పుణ్యమూర్తి నెందుఁ గాంచ
నేమి ప్రతిఫలమ్ము నిడు చిదానందుండు పీని కనుచు భావవీధి నరసి. 22

తే. "గోరసమ్ములఁ దృప్తిని గొంటి వత్స! పీదు గోతవ మిట్టులె నిఖిల జనము
లవని వాచంద్రతారార్కమనుభవింత్రు గాత!" యనుచు దీవించి యేఁగందలంచె. 23

ఉ. అవ్వనభూమి నొప్పు చెలువొ ఫలభారనతాగ్రమభూజమై
యవ్వఁబుశీర్ష మెక్కఁ పరి యమ్మవి పావనపాదపీఠులన్
జువ్వున వంగె నెన్నుదురు క్షోణితలమ్మున స్రోఁర భక్తిమై
నివ్విధిఁ బూర్వపుణ్యము లనేకము లేకముమై ఫలించెనాఁ. 24

తే. స్వామి! యంచును గద్గదస్వనము గదుర నార్తిగొని పోతన మునీంద్రు నడిగె నిటుల
"వసుధలో దేవుఁ డుండునఁగా వాక్కు విందు వాని గాంచఁగ నావంటివాని కగునె? 25

క. మిమువంటి ముని నడుగ నిక్కము సెప్పెద రనుచు వినుట కాంక్షింతు" వనఁగా
బ్రముదితమానసుఁడై సంయమి డింభకుఁ గాంచి యిట్టు లాశ్చర్యపడుచున్. 26

ఉ. "ఆరయ షోడశాబ్ద తరుణార్భకుఁ డీతఁడు వీవి కిట్టియెడన్
సారసలోచనా ప్రణయసంగత వాంఛల నాటపాటలన్
దోరపుఁ గూర్మి యుండఁదగుఁ దోఁచునె తత్త్వవిమర్శ పూర్వసం
స్కారము లేక యివ్వటుని జన్మము కారణగర్భితం బిలన్." 27

చ. అనుకొని దివ్యదృష్టిని మహాత్ముఁడు యోగివరేణ్యుఁ డట్టె పో
తన భవితవ్యమున్ హృదయదర్పణమం దఖిలమ్ముఁ గాంచి కా
రణభవుఁడం చెఱింగి స్వకరమ్ము శిరమ్మున నుంచి బాదరా
యణికృప నీ రహస్య పరమార్థ మెఱింగెద వంచు నిట్లనెన్. 28

ఆ. భూమియందు విత్తుఁ బుట్టించు శక్తియై విత్తులోన మొలచు విమల శక్తి
యగుచు నొకట రెంటి నైక్యమ్మునొనరించి సృష్టిరచన చేయు స్రష్ట యతఁడు. 29

క. రసరూపుఁడు నారాయణుఁ డసదృశ విజ్ఞానవహ్ని నావిరియై భ
క్తిసరిత్సాగర హిమమై మసలు న్నిర్గుణత సగుణమహితాకృతులన్. 30

తే. ప్రభు నుపాసించు మార్గముల్ బహువిధములు గలవు కర్మ భక్తి జ్ఞాన గతు లటంచు
వీనిలో శ్రియఃపతిని సేవింపఁజేయఁగలుగు సులభసాధన మయి వెలసె భక్తి. 31

తే. మొఱలనిడు గజేంద్రుని గాంచి యుఱికిరాఁడె వేఁడుకొనెడి ప్రహ్లాదుఁ గాపాడిపోఁడె
పరమపదపీఠినుండి యావరదుఁ డెచ్చు పరమమగు యుక్తి యొకఁడె సద్భక్తి యుక్తి. 32

క. అనియెడి మునిబోధలు విని యనఘుం డా పోతనార్యుఁ డార్తుండై 'యో
మునిరాయా! యీశ్వరదర్శనమార్గముఁ డెల్పుఁ' డనుచు సాగిలఁబడుచున్. 33

ఆ. 'జన్మ మిచ్చినట్టి జనకుఁ డీతం డవి జనని నూవుభంగి సద్గురుండు
పరమపదవి నొసఁగు భగవానుఁ డితఁడని తెలుపకున్నఁ దెలియఁగలమె' యనిన. 34

తే. పాత్రుఁ డగు బాలు హృదయసుక్షేత్రమందు
వి త్తె రామతారకమంత్రి బీజ మంత

హరియు మానసగుహఁ జొచ్చి యార్పఁటింపఁ
గడచనెఁ బమత్వ మదోగ్ర కరిగణమ్ము. 35

ఆ. అంత యోగి వటుని యంతరంగపుటార్తి గుర్తెఱింగి యెంతొ కూర్మిమీఱ
మదికి నచ్చునట్లు మంత్రార్థమహిమంబు లెఱుకపరచె వటు కివ్విధముగ. 36

క. భూతముల రమించెడివాఁ డాతం డైయుంట రాముఁ డనఁబడు నను వి
ఖ్యాతి "న ఏకాకీ న రమేత" యనెడి శ్రుతినిరుక్తి మేకొనె ధరణిన్. 37

క. రాముఁ డనంతుఁ డనాది ప్రేమమయాకారుఁ డఖిలవిశ్వాత్ముండా
నామమహత్వ మజ హర స్వాములనున్ వినుతి సేయఁజాలరు వత్సా! 38

శా. శ్రీ నారాయణమంత్ర జీవమగుచున్ జెల్వొందు 'రా'వర్ణ పా
ర్శ్వానన్ శ్రీ శివమంత్రజీవపద విభ్రాజన్'మ'వర్ణంబు సం
ధానంబుం బొనరింప 'రామ' యనుచున్ ధాత్రీజనోత్తారకా
స్థానంబై శివకేశవైక్యతనుఁ బ్రస్థాపించుఁ దా నెట్లనన్. 39

ఆ. ఓం నమ శ్శివాయ నొక 'మ'వర్ణంబు నారాయణాయలోన 'రా' తొలంగి
న 'న శివాయ' మరియు 'నాయణాయఁ'గమాఱి ముక్తినిడ నసర్థములగునవియు

ఆ. హరుని మంత్రమేని హరిమంత్రమేనియు నొక్కటొకటె ముక్తి నొసఁగు ననిన
చతురమంత్రయుగ్మ సంపుటీకరణ మిం దీయలేని కోర్కు లేవి గలవు? 41

ఆ. రామతారకమ్ము రహి నాత్మ జపియించు శంకరుండు భక్తి శౌరిరూప
ధరుఁడు రాఘవుండు తా నంబుధిం గట్టు ముందు త్ర్యంబకునకు మ్రొక్కి వేడె. 42

ఆ. ఒకరి నొకరు పూజ లొనరించుకొన నిట్టు లుభయు లొక్కపేర నొదిగియుండ
వారు తక్కువనుచు వీ రెక్కువనుచును మదిని దలఁచువాఁడు మానవుండె. 43

ఆ. ఎన్నిమతములేని యీశ్వరుం డొక్కండె భాష లెన్నియేని భావ మొకఁడె
పలుతెరంగుపూల బరగు తేనె యొకండె ఆల రంగెదైన పా లొకండె. 44

వ. అని మంత్రార్థ మహిమంబుపదేశించి. 45

ఆ. బాలు మొగముఁ గనిన వేళావిశేష మ్మదేమొ కాని యోగి యుడియె వేఱ
సిద్ధమంత్ర మొకటి 'జిహ్వాగ్రవశవర్తివిగ వసించు వాణి నీ' కఁటంచు. 46

క. ధ్యానమతి మంత్ర మనుసంధాన మ్మొనరించుటలు ప్రధాన మ్మనుచున్
దాని జపవిధానమ్ము విధానమ్ముగ విను మటంచుఁ దా నిటు నుడువున్. 47

ఉ. సాదరబుద్ధి నేమఱక శారదమంత్రము ప్రొద్దుమాపులన్
ద్వాదశహాయనమ్ములు జపమ్మొనరించినఁగాని సిద్ధిగాఁ

బోదిది యీ తపమ్ము పరిపూర్తి నొనర్పఁగ నెల్లవేళలన్
నీదగు బ్రహ్మచర్యవ్రతనిష్ఠయె మూల మటంచు నెంచవా. 48

శా. ఆయా కావ్యములన్ బఠించుతటి నీ వాయా మహాచర్చనా
మ్నాయాభ్యాస మొనర్చువేళలను వీణాపాణియై వాణి తా
నీయందున్ వసియించుచున్ సహజపాండిత్యంబు ప్రాప్తింపఁగన్
జేయున్ నీకు నరుం దొరుండు గురుఁ డౌనే సిద్ధవిద్యావిధీ! 49

తే. ఘనతరానల్పకల్పనా కావ్యపటిమ వరల నిరుపమప్రతిభావిభాసి వగుచు
పెట్టి గ్రంథమే నొకసారి యిట్టె చూడ వల్లెవేయక నోటికి వచ్చు నీకు. 50

తే. మొదలుపెట్టిన తప మది ముగియకుండ బ్రహ్మచర్యదీక్షా వ్రతభంగ మైన
కావ్యకల్పనాధార యొక్కటియె దక్కఁ ధారణాశక్తి నీనుండి తరలిపోవు. 51

క. కృతిని నరాంకిత మొనరుప క్షితి నీదు ప్రబంధమునకు క్షీణత కూడున్
క్షత శేషమ్ములు లక్షణయుతములు గావను సత్కీర్తి నొందుము పుత్రా! 52

తే. అవని గాంగేయ భార్గవ హనుమదాది శంసనీయ శూరశిరోమణు లెల్ల
మనమును జయించి యమునకు మఱలఁబడిరి బ్రహ్మచర్యంబునకు దుర్లభంబుగలదె? 53

సీ. జీవనజ్యోతులు చిరజీవిగా వెల్గ నాత్మ నర్పించు స్నేహస్వరూపి
రమణీయదేహహర్మ్య స్థిరత్వమునకై నమ్మకమైన పునాదిబలము
బహురోగబాధలఁ బ్రతిఘటింపఁగ వైద్యుఁ దక్కఁబలేని దివ్యౌషధంబు
అజరామరత్వలాభాప్తికై శమదమాఖ్యాంబుధిన్ బుట్టు జీవామృతమ్ము
తే. జీవజీవమ్ము చావుకుఁ జావు విశ్వసౌఖ్యసారమ్ము పురుషార్థసాధనమ్ము
ఉత్తమ బ్రహ్మచర్యసంపత్తుముందు దిగదుడుపుకైనఁ గొఱగాదు మిగతధనము. 54

తే. దీనజనులను దయఁజూచు దివ్యకర్మ తపము లన్నిటిలో నుచ్చతమము వారి
మఱువవలదంచు దీవించి దరికిఁదీసి మూర్ధసంస్పర్శమొనరించి మునియుఁ జనియె. 55

క. అరిగెడి మునిపదములఁ బడి యరిగెడి శ్రీపోతరాణ్మహార్త్యమరాగా
దరపూర్వవృష్టితతి వెను మఱలుట లన నెంతయును శ్రమంబయిపోయెన్. 56

క. ఇటు లా పోతన తా నెప్పటివలె నిలుపేరె భావపథములలోనన్
నటియించె నలువ వాణీ కుటిలాలకఁ గూడి వేదగుణగానరతిన్. 57

ఉ. తేపకు యోగిరూపమును దీవనయున్ నవనీతకోమలా
ర్యావహహాసమ్మనోజ్ఞ కరుణాంచితవృత్తియు బ్రహ్మనిష్ఠయున్
జ్ఞాపకరూపతన్ మెఱయ జ్ఞానగురుల్ మది పొంగిపాఱె నా
మాపటినుండియున్ హృదయ మార్గమె వేఱయిపోయె నెంతయున్. 58

చ. ఇసుకను జక్కెరం గనఁగ నేకవిధమ్మునఁ గావించు నా
యిసుక జలమ్ములన్ గరఁగ దేండ్లకొలందిగ నాని పొత్తు తాఁ
బొనఁగినయంత నీరమయి పోవును జక్కెర మానవాళి రూ
పసమత నంతనేమి రసభావవిలీనుఁడె సజ్జనుం డిలన్. 59

క. ఎద నేమియొ పరా కయ్యెడియే హృదయమున నుడక నాదఁగ మఱునాఁ
డుదయమునఁ బోతనయు మది ముదమొదవఁగ నా ప్రదేశమున కరిగి యటన్. 60

తే. పచ్చపచ్చని యా చేల పల్లెసీమ విచ్చుచున్న పద్మమ్ముల వెలయు కొలను
పచ్చికయెడారులన్ గన భావ ముబికివచ్చెఁ జెయిసాగెఁ దా నెదో వ్రాయనెంచె. 61

ఉ. ప్రక్కన నున్న ముల్లుగొని పచ్చలు విచ్చెడి తాటికమ్మపైఁ
జెక్కఁదొడంగె ముత్తియపుఁ జేరులఁ గీరుచు వక్షరాళి పై
కెక్కెడు బొమ్మలన్ నుదుట నేర్పడు రేఖలు భావవాహినిన్
జిక్కని యానకట్టల పసందులు దిద్దఁగ దన్మయాత్తతన్. 62

క. పరిదృశ్యమాన పరిసర చరాచరప్రకృతివస్తుసంగతమతసుం
దరతను గన్గొనుచును సంబర మంబర మంట నిట్లు భావించు నెదన్. 63

తే. లలిని బసరికరంగు నాకులకు రుద్ది రుచిర పరిమళ మధురస రూపవితతి
పూలఁ గీల్కొల్పి వన్నెలఁ బొందుపఱచి విశ్వచిత్రమ్ము విరచించు విబుధుఁ డెవఁడొ,

తే. వింతసింగిణి రంగులపెట్టె విప్పి యాకసపుఁ బల్లెరమ్మున నఱుగఁదీసి
క్రమముగా నన్నివర్ణముల్ కరఁగిపాఱఁ గుంచెలన్ రంగుచిత్రాలఁ గూర్చు నెవఁడు. 65

చ. అనుకొని చూపుమేరలను హాయి నొసంగు విశాలదృశ్యమున్
గను నట నంబరమ్ము భువిఁ గట్టె గుడారము కొండచాళ్ళు భి
త్తి విడెను చుట్టు నందు సభఁదీర్చె మహీరుహపాళి శాద్వలాం
గణములు పచ్చపచ్చని విగారపు టాస్తరణమ్ము లొత్తఁగన్. 66

తే. అరసి కడు లోఁతునన్ జిక్కి యలరుచున్న ప్రకృతిగత కళార్ణవ నవరత్ననిధుల
సంగ్రహణమున్ బొనర్చుచుఁ జతురమతిని బోతనార్యుండు పద్యముల్ పూర్తిచేసె. 67

తే. భావ మొప్పంగ వీరీతిఁ బద్యములను బూర్తిగావించి విబుధుఁ డప్పోతరాజు
మధురమంజులశ్రుతి వాని మఱలమఱలఁ జదివికొని తృప్తిగొను స్వర్గ మొదవినటుల. 68

తే. "సూర్యభగవాను వదనమ్ముఁ జూచి నవ్వి యాత్మ నర్పించుకొనిన యీ యంబుజమును
ఖలుఁడు గజరాజు సింగమ్ముకరణి వచ్చి త్రుంచి తలమోదుకొనువఁట తుచ్ఛబుద్ధి." 69

తే. శ్రుతుల విహరించు మధుపానరతుఁడు తేఁటి భద్రగతి పూల నలరించు క్షుద్రశలభ
మెగసిపడి పూవురేకులె వగము గొఱికె దీప్తిమత్కావ్యపత్రాలఁ దిను చెదలన." 70

క. ఇప్పగిది స్వీయకవితల నుప్పొంగుచుఁ జదువుకొనుచు నొకపరి పీఠిన్
తిప్పన్నకు వినిపింపఁగ ముప్పిరిగొను తమివి సదనమునకున్ జనుచున్. 71

ఉ. ఇమ్మహి యోగిదర్శన మదెంతటి పుణ్యాల కబ్బు నా యదృ
ష్టమ్ము ఫలింపఁ దారకరసాయనమున్ గరుణించి ప్రోత్సహిం
గమ్మని కైత నవ్వలదెఁగావలె నెయ్యది ? యేది లోటు ? స్వ
ర్గమ్మును గాలఁ దన్నుదును కావ్యజగత్తును బట్టి దున్నుదున్. 72

చ. అనుకొను పోతనార్య హృదయాంబరవీధి రసాంబువాహగ
ర్జనలు ప్రతిధ్వనించె సరసన్ మెఱపెన్ బ్రతిభాలతాంగి భా
వనల నలంకరించుకొని వస్తువు లెల్ల నొకొక్క కావ్యమై
కనబడసాగె నాగె నడకల్ జడిమంగొని యూరఁ జేరుచో. 73

గీ. పూట గడవని పేదకాపురపు రాణి బాటవెంటి తా నెచటికో బయలుదేరె
నంతరంగాన నుడుకు దుఃఖాబ్ధి లెవియొ కంటిపైవొల్క శిరమెత్తి కాంచలేదు. 74

ఉ. అంతటిలోన వీధి జనమంతయు విస్మితదృష్టితోడ న
త్యంతముఁ గాంచుచుండె నెటునందని పేలికఁ బుట్టి వచ్చు నా
యింతిని నూత్నయౌవనలతేందిర కౌఁగిటఁ జెంగలించు పూ
బంతిని గంతుదంతి నతిపావనరూప సుధాస్రవంతినిన్. 75

ఆ. లేఁతవయసు వన్నె పూఁతఁబెట్టుట మేను నిండుపాటి పసిమి నిగ్గుదేరి
పొసఁగ నచ్చులోనఁ బోఁతఁబోసిన దేవి మూర్తివోలె రూపు ముద్దొనంగె. 76

ఉ. చక్కని నాగుగున్నల నపోరిడ బాహు లరంటిబోదియన్
జిక్కని వంపుసొంపుల సృజింప మృదూరుయుగమ్ము ముద్దుకీ
ల్వొక్కులుదేలి, వర్తుల మనోజ్ఞ పయోధరభార మక్కునం
దొక్కరవం జలింప హొయలొప్పెడి హంసికవోలె నేఁగుచున్. 77

ఆ. మట్టిబాఱియున్న మణిదర్పణమ్మయి మబ్బుగ్రమ్ము చంద్రమండల మయి
మాసి మడతవిడిన మరుపట్టుపుట్టమై యలరు దిద్దుకొనని యామెరూపు. 78

సీ. నెఱికురుల్ దువ్వదు సరిచేయ దైనను సిగముడి తానెంతో చెలువుగులుకుఁ
దెలికన్నుఁగవఁ గాటుకలు దిద్ద దైనను లోలేక్షణము లెంతొ లోభపెట్టు
జిగిమేనఁ దొడుగదు నగనాణె మైనను గొనరించు చిఱునవ్వు మునరు మోము
కొంగు కందెడి వన్నెకోక లే దైనను పుట్టుచెల్వము పంచిపెట్టు వౌతలు

తే. నుదుట నొక చుక్కబొట్టిడ నదియె చాలు కొట్టవచ్చు లక్షలసొమ్ము బెట్టినట్లు
పికులు గుత్తపు అవికలోఁ జికిలిసేయు మరుకటారియై మెఱసెడి మగువ వయసు. 79

తే. పుట్టుచక్కందనములోని గుట్టు విప్ప నిండు ప్రాయమ్ము మేన దాఁగుండలేక
యుబుకులాడఁ జేతులఁగప్పి యురము కరము దాఁచుకొను చేఁగు నా బీదతరుణి తాను 80

సీ. తనవైపు యువకులేరును గన్ను వేసిన బ్రతుకేటి కనుచల్లు బాధపడును
గాలినిండుఁగఁ జీర గలుగు స్త్రీ లెదురైన దొంగ తానైనట్లు క్రుంగిపోవు
మారిపెద్దలు దారిఁ దారసిల్లినయంతఁ దలపోయినట్లు చిత్తమునఁ దలఁచు
ఈబాధ లేవియు నెఱుఁగని పశుజన్మ వెయిదాళ్ళు తనకన్న నయ మనుకొను

తే. జనము లేనిచోఁ దలయెత్తి కనుచు ధృతిని నేదియో పీఁగదప్పిన ట్లేఁగు తనకు
నేది యెట్లున్నఁ బెనిమిటి యిడుమ లెడకు జ్ఞప్తిరాఁ బొట్టగడచుటే చాలనుకొను 81

ఆ. పొంగుయౌవనమును గొంగుచాటొనరించుమాత్ర ముడుపు లేక రాత్రిపగలు
లోకమెదుటఁ దిరుగ లోలోనఁ గ్రుంగెడి శీలవతిని గాంచి జాలినొంది. 82

ఆ. అనఘుఁడైన కవియు నాయమ దుర్భరస్థితిని దలఁచి గుండె చితికిపోవ
నొడలిపైన నున్న యుత్తరీయముఁ దీసి మీఁద వైచి పలికె సాదరముగ. 83

ఉ. 'పల్లియలక్ష్మివో యనఁగ భాసిలుచున్న భవత్స్వరూప మో
తల్లి ! స్వమానరక్షకిటు తల్లడమందఁగఁ జూడఁజాల నా
చెల్లెలివంటిదాన వని చిత్తమునం దలపోసి నీ కిదే
యొల్లియగాఁగ నా వసన మొక్కటొసంగెద స్వీకరింపుమా.' 84

తే. అనుట లజ్జమై నామె పోతనకు మ్రొక్కి యేను దీనిని గొన నవె నేల యనిన
దీని నేఁ గొన శంకించు మానసమున నా మగం డదె వచ్చుచున్నాఁ డనియెను. 85

తే. ఇంతలో నామెపతి యట కేఁగుదెంచి తనదు భార్యను గాంచి యిట్లనియె 'నోసి'
దేవునంతటివాఁ డయ్య తీసికొనుము వస్త్ర' మని తాను గొని దాని వనిత కిడియె. 86

ఉ. 'ఇల్లను వీడి మీ రుభయులెచ్చటి కేఁగుచునుంటి' రంచుఁ దాఁ
జల్లఁగఁ బల్కరించు కవిచంద్రుని గాంచి నమస్కరించి 'రే
యెల్లను బస్తి గ్రామమిద రిప్పటి కప్పటి కంచు మా దొరల్
పల్లెకుఁ ద్రిప్పుచుండి' రని పల్కె నతండు కవీంద్రుఁ డిట్లనెన్. 87

తే. 'ఏల గ్రామ మీయఁడు మీర లేమి చేసి యప్పుగైకొనియుంటిరా యతనియొద్ద?'
యనిన నేడ్చి పాలేరు పోతనకు మ్రొక్కి తన విషాదగాథను జెప్పుకొనియె నిట్లు. 88

క. 'ఈ నెల గ్రామము దెమ్మని నే నంపితి దీని, నిదియు నేఁగెను, బ్రభువున్
దా నడిగె నా దొరయు నన మానింపఁదలంప నింటిమార్గముఁ బట్టెన్. 89

క. ఈవివపులియై పిగమున్ బూనిన కాళి యయి యగ్గిపొగమంటలు క
న్నోసలఁ గ్రక్కుచు కోపముతో నింటికి వచ్చెఁ దోఁకఁద్రొక్కిన త్రాఁచై. 90

క. ఏల యిటు వచ్చితివి? బత్తెమీయలేదె యతఁ? డసన్ బోనమున గండ్ల సత్తు బరిలఁ
గూడు లేకున్న మానె నే మాడిచత్తు, గాని చని నింక నా పాటికిట కివిమెను. 91

క. తిట్టెనె కొట్టెనె పీడం బెట్టెనె విన్నాతఁ డేల విలపించెదవే?
గట్టిగ చదువుము నాపై నొట్టుసుమీ! యనుచు మిగుల నోదార్చుటయున్. 92

క. చిత్తము కుదుటఁబడఁచుకొని యిత్తెఱఁగున బక్క వాని నేఁడయసును వా
క్రుత్తును దలఁచికొనిని వడకెత్తు నొడలు నోట మాటదే రా డనుచున్. 93

తే. చెప్పలేక చెప్పఁగలేక చిన్నవోయి యా విషయమంత యెటులో యొక్కటులు చెప్పి
నడుగుఁడించుక దానినే నుడుపు నదియె' యనుటఁ బోతసింగని మ్రొక్కియనియెనాపె.

తే. 'గ్రాసమిత్తు రమ్మనుచు నక్కడనె యున్న తనదు గరిపెలయించికి గొనుచుఁబోయి
తలఁపులఁ జూపులందు వర్తనములందు వలపులొల్కఁగా నేమేమొసలుప ఖలుఁడు.

తే. తలఁప మా యిండ్లలోఁ బుట్టఁదగినదాన నీవు తప్పి జన్మించితి వెటులో యచట
సుఖమనఁగ నెట్టిదో కండ్లఁజూడ వీవు కటకటా! బలే పెనిమిటిం గట్టికొంటి 96

శా. పట్టెం డన్నముఁ బెట్టి నిన్సుఖముగాఁ బాలింపలేఁ డౌర! మైఁ
జుట్టంజాలెడి కోకదెచ్చుటకె చచ్చుంగా గాకికిన్ ముక్కునన్
గట్టంబెట్టిరి దొండపండు నిదిగో! కాసు ల్పదాఱింటఁ జేఁ
బట్టెన్ గట్టిగ నాకు ప్రాణములు పైఁబైనేఁగ వింకేమనన్. 97

తే. మనసులో నగ్నివడె నొడ ల్మండిపోయె నెక్కడనన్ లేని ధైర్యమ్ము నెంతొ బలిమి
వచ్చె నొకయూఁపులోఁ జేయి వదలుచుకొని బయటఁబడిలె నచ్చట గంపఁ బాంవైచి.

ఉ. దాపినె? కూడుగుడ్డ లిటు తగ్గిన రెక్కలకష్ట మెద్దియో
చేసి లభించినంత తిని జీవిత మీడ్చెద వింతెకాని సీ!
కాసులయాస మానమును గంపలగాపము జేసికొందువే
నాసరి యాఁడుబిడ్డయును నాసరి సోదరిలేదె పింకునన్. 99

తే. అనుట లింక నాతఁడె 'గాస మడిగికొందు తిందు బో' మ్మని మీసమ్ము దిద్దినాఁడు
అన్ని దెలిసినమారాజు లాచరించు పనులె యిటులున్న మముఁగూర్చి పలుకవలెనె?' 100

తే. అనిన 'సతఁ డిట్లొనర్చెనే యబల! యట్టి ఖలున కే శిక్షవీయఁగావలె' నటన్నఁ
జెక్కిళులమీఁది కన్నీటిచుక్క లురలఁ గవిని గాంచెను సతి కవి గాంచె సతిని. 101

క. కోమలి యూర్పుల నాగుం బాములు బుసకొట్టె, బాష్పపటలి దశదిశా
స్తోమమున నగ్నిగురిసెన్ భామినిమొగమందుఁ బ్రళయభానుఁడు వొడిచెన్. 102

క. 'మీకా సంబళ మిడియెద నాఁకలిఁ బాఁపుకొనుఁ డరుగుఁ డవవీథులలో
శ్రీకి సమోరూపయుత స్త్రీకిన్ గాపురుషవలనఁ జేకురు బాధల్.' 103

వ. అనుచు పోతన తాను. 104

క. వారల నింటికిఁ గొనిచని కూరిమి నా బత్తిమెల్లఁ గొలిపియిడె నప
స్కార మ్మొనరిచి యేఁగిరి వారలు, పోతనయు సఖునివసతిఁ జేరెన్. 105

క. పోతనను గాంచఁగనె తమిఁ జేతులు జోడించి పఱచి చిఱుచాఁప యొకం
డాతఁడు సవినయమతి 'నిటు లేతెం'డని స్వాగతమ్ము నిడె నయ్యెడలన్. 106

తే. అడుగుపెంచిన కవియు నయ్యాసనమున నదివసించి నెయ్యుని కేల నలరుచున్న
గ్రంథమునుగాంచి 'యదియేమికావ్య' మనుట 'లాంధ్రశృంగార నైషధ'మనె నతండు.

క. విని యప్పలుకులఁ బోతన ఘనమోదము నొంది 'రాజకవికృతి కదుఁ జ
క్కనిగ్రంథరాజ మది కాంక్షను బఠియించెదవు నీవు సత్కావ్య'మనన్. 108

క. 'తరుణుఁడ వవివాహితుఁడవు సరసుఁడవున్ జిన్ననాఁటి సఖుఁడవు సుకళా
భిరతుఁడ వనుచును నా కావ్యరమను గొనివచ్చితిని నవధరింపఁదగున్.' 109

క. అన విని 'నా భాగ్యంబేమన పంగువుపైకి గంగ యరుదెంచిన దో
యనఘా! తప్పక దానిని వినఁదలఁచెద' ననుచు నతఁడు వినతి యొనర్పన్. 110

క. ఒక్కరవి నిర్ణయింపక ముక్కుకు సూటిఁ జని హృదయమున నాఁటుకొనన్
జక్కని ధ్వనితోఁ బద్యము లక్కవి పఠియించె మిత్రుఁ డౌనన నిట్టుల్. 111

తే. "సృష్టి సౌందర్య సంపదఁ జేతములకు హాయి నొనఁగూర్పఁగా దిద్దె నాదిశిల్పి
యట్టి చిత్రమ్ముపై స్వార్థహస్తముంచి మైలపఱచుట పాడియె మానవునకు. 112

తే. దృశ్య మెద్ది భోజ్యం బెద్ది తెలియలేక కనిన ప్రతివస్తువును నోటఁ జొనుపుకొనఁగఁ
జూచు శిశు హస్తసంగత సూనమాల చిఱుతఁ దేద్వఁగాఁ గొని రక్షసేయు జనని. 113

తే. పచ్చఁగా విగుర్పవి శుష్కపాదపమ్ము నల్లుకొనె మల్లికాలత చెల్లదనుచుఁ
బోఁకబోదియం దార్పఁగాఁబోకు మచట వాడిచను నది నీకృషి వ్యర్థమగును. 114

తే. కొలని వహవాన మెడఁబాప జలజకాంత చివరి కొక చుక్క మధువేనిఁ జిందఁగలదె
మనసు నొప్పించు త్రోవలఁ జనకు పాంథ: చిక్కు దానందధామ మా సీమలందు. 115

తే. పైర తరుపుష్పబంధమ్ము వేఱుపఱచె మోముమాడ్చె నాక్షణమందె పూపడంతి
దాని కిష్టమ్ముగానట్టి తఱిని ధరణి నేహృదయమేని యానంద మిడఁగలేదు. 116

తే. మధురధలఁ జిల్కు నగుమోము మంటఁగలిపి తేఁటినోటిముంగలి బుక్క వీటిబుచ్చి
సౌరభమునకు నోర్వఁచడు మారుతమ్ము తీవపూవుల నెడపి సాధించె నేమి? 117

తే. ఇలను ప్రేమామృతమ్ముల గెలుచుకొనఁగఁ
బలుబలముఖిన్న స్నేహమే వనికివచ్చు

మ్రాఁకులఁ దొల్చునట్టి బంభరము తాను
మధుపుఁ గోమ జూచు పూవన్నె మాయకుండ. 118

తే. గుండె యసి గాయ మొనరింపఁ గుంది కనుల
బాష్పములె హింసకు శిరమ్ము వగులుచపోకొ
స్వీయగతి నడ్డు పర్వతశిఖరతతుల
వనరు మేఘమ్మె పిడుగయి వ్రాలిపోక్కొ." 119

క. అని యిటు లా పోతనకవి తనకావ్యవిపంచి నత్యుదాత్తశయ గీ
తనిరూఢి నమరగానము వినిచిన వినతుఁడయి సఖుఁడు విమతించె నిటుల్. 120

క. 'నీదు సుకావ్యము కర్ణాహ్లాదం బిదె భారతీకరాంచితవీణా
నాదంబై కృష్ణార్జున వాదంబై సామవేద వరపాదంబై. 121

క. శృంగారనైషధమ్మను బంగారమ్మునుపు శిరముపై నిడితివి యా
బంగారమున సువాసనలం గూర్చె భవత్కవిత్వ లక్ష్మము లనఘా! 122

క. నైషధకావ్యరమాగండూషణ మధుపానమత్త దోలాయిత దృ
గ్దోషుఁడనౌ నాకొక ప్రత్యూషాకృతి యయ్యెఁ బావకోక్త కృతిరుచుల్.' 123

క. అప్పలుకులు విని పోతన యిప్పగిదిం బలికె 'హర! యిది నైషధపుం
గొప్పను మించు ననుట లిది యొప్పునె నాపైనిఁ గూర్మి నొగి నిట్లనుటల్. 124

ఉ. ప్రాకృతికాంతరంగ బహిరంగ ప్రవృత్తుల వాస్తవస్థితిన్
లోకముముందు దర్పణములోవలెఁ జూపుటలే కవిత్వ మా
ప్రాకృతి కాంతరంగ పరివర్తనమే రసరూపమొందు బా
హ్యాకృతిలోని మార్పులె రసాంగప్రకాశక వర్ణనాదులౌ. 125

ఉ. ఉన్నది యున్నయట్లు పరసోత్తులఁ జూపు కళావిలాసమే
యెన్నఁగ సత్యరూప మది యెందును సుందరమై చెలంగు నా
వన్నె యొకండె చాలక శివంబును దానయి సాహితీ విలా
సోన్నతి వెల్గి బ్రహ్మసుఖ సోదరమై తిరమై రహించెడిన్. 126

శా. కాంతాసమ్మిత కర్ణపేయరస వాక్యస్ఫూర్తి నొప్పారి ధ్వ
న్యంతర్గర్భిత భావపూర్ణ రమణీయార్థప్రపం చాతిశా
స్వంతం బౌచును గావ్యరాజ మది విశ్వశ్రేయ మొందన్ బ్రబో
ధంతంబై మను టొప్పు నప్పు డది సత్కావ్యం బవంగాఁ దగున్. 127

మ. అకలంకంబయి యత్యుదాత్త మయి లోకాదర్శ విజ్ఞానదా
యకమై దివ్యకథాప్రపూతమయి పాత్రౌచిత్య సల్లాప దీ

సకమై ప్రాజ్ఞమనోనురంజక రసప్రస్ఫోటమౌ కావ్యముల్
సుకవీంద్రుండు రచించుఁ దా' నన మనశ్శుద్ధి న్సుఖం డిల్లనెన్. 128

ఉ. 'ఓ కవిలోకవంద్య ! భవదుక్త మహాశయ కావ్యలక్ష్య సు
శ్రీ కమనీయ బోధన మశేష జగద్గురుపీఠవర్తియై
వీఁక మెయిన్ బ్రజాహృదయవీధుల నిర్మల ధర్మదేవతా
లోకములన్ సృజించు నన లోఁగల నా హృదయమ్మె సాక్షియా. 129

ఉ. ఎట్టులనన్ భవత్కవన మెంతయు గుండెకుఁ దాఁకి మర్మమున్
ముట్టి మదీయమార్గమును బూర్తిగ మార్చిన దిప్పు డున్న దు
న్నట్టులఁ జెప్పుచుంటి భవదంఘ్రుల సాక్షి మహాపరాధపుం
బుట్ట' నఁటంచు మ్రొక్కిలిడి 'పూజ్యకవీ ! క్షమియింపు మ'న్ననున్. 130

తే. 'ధర నుపాధ్యాయుఁ డెదొ యొక్క తరుణమందుఁ
గొంత పరిమిత జనులకు పాఠమిడును
గాని సత్కవివాణి శిక్షణమొసంగు
సకలకాలమ్ములందు విశ్వప్రజలకు. 131

క. ఈ హితముఁ గలుపు నతఁడె స్నేహితుఁ డగు వానిచెలిమి క్షితిజను లెల్లన్
స్నేహితు లగుదురు చెడు దుర్మోహతమిస్ర' మన సుకవిముఖ్యుఁ డిటాడున్. 132

క జీవజ్యోతులు స్నేహపు భావముననె బ్రదుకువెలుఁగుఁ బడయన్ గలుగున్
దైవజ్యోతియు స్నేహశ్రీవిభవము గలుగువరికె సెమ్మెన్ వెలుఁగున్. 133

తే. ఎడఁద దొనఁగు పశ్చాత్తాపడుటచేతఁ గరఁగి పాఱెడి కన్నీరు కడిగివైచె
నేరములలేవి నరుఁ గననేర మెందుఁ దప్పుకొనలేఁడు మనుజుఁడు తప్పునుండి. 134

ఆ. ఒక్క విత్తునాఁటఁ బెక్కుగింజలు వెన్ను వంటియున్న ఫలిత మబ్బునట్టు
లొక్క పాపకర్మ పెక్కింతల ఫలమ్ము వెన్ను నంటి కుడుపు విన్నరునకు. 135

క. కావునఁ జెడుచేఁతల నెద భావించుచుమండరా దపాయకరము ;యు
ద్భావం తద్భవతి హి' యని ధీవర్యులు సరవి గతిని దెల్పుదు రవనిన్. 136

తే. ప్రసవములు సన్నిహిత సమీరముల సతము నిజ పరీమళమ్ములతోడ నింపునట్లు
శుచినిఁ గోరు స్నేహితున కా సుగుణరాశి ధర్మవర్తనమ్ములను బోధనమొనర్చె. 137

చ. మునికిని జేరి తిప్పన సమక్షమునన్ దలవంచి మ్రొక్కి దీ
నననము గొంచుఁ దొల్దొలుత వ్రాసిన కైత లటంచుఁ బల్కుచున్
దనదగు పద్యముల్ వినయతత్పరతన్ బఠియించె నొనర్గ
మనమున శారదన్ దితిజమర్దను రాఘవు వేడు నీ గతిన్. 138

సీ. పురుషుల వలపించు మోహనరూపమ్ము మన్మథ జనకత్వ మహిమఁ జెప్పు
ఘన వైరిజనుల మన్ననఁ గన్న శౌర్యమ్ము జిష్ణుసోదర పరిస్థితులఁ జెప్పు
మునిపత్నినే పూత నొనరించు పాదమ్ము జాహ్నవీజనకుని జాడఁ దెలుపు
నా మహాదేవున కారాధ్యనామమ్ము తగ పరబ్రహ్మతత్త్వము వచించు.

తే. ఘనుఁడు రత్నాకరుఁడె భక్తిఁ గాళ్ళు గడుగు నరయ లక్ష్మీపతిత్వ భాగ్యమ్ముఁ జాటు
సతిని సీత నగ్నిపరీక్ష సల్పు టద్ది వర సనాతనధర్మరూపతమ నుడువు. 139

క. రామా ! రఘుకులజలనిధిసోమా ! సోమక సురారి సూదన భీమా !
భీమాగ్రజాతనుత పదతామరస ! రసస్వరూప ! దర్శన మీవే ! 140

తే. సరస సంగీత సాహితీ స్తనవిలాస భాస ! భాషామతల్లి ! యో పాలవెల్లి !
గహన శాస్త్రీయ విజ్ఞాన కల్పవల్లి ! దర్శన మొసంగవే శారదమ్మతల్లి ! 141

సీ. సదసద్వివేక సంపదల కాస్పదమైన గ్రంథరాజిన్ ధర్మసింధు నొసఁగి
యిందిరా సుందరీ మందిర మ్మగు పద్మ హస్తమ్ముతో నభీష్టార్థ మొసఁగి
మారకుమార శృంగారార్వ మగు కీరకరముతో వాంఛితకామ మొసఁగి
చపలతా వ్యసనయ జ్ఞపతబోనిరతాక్షదామబాహన్ మోక్షధామ మొసఁగి

తే. పుస్తకాంబుజ శుకదామ హస్తవితతిఁ బురుషార్థమ్ము లొసఁగి యపూర్వ కరుణ
రక్షసేయవె వాక్సుధారసము లొసఁగి పద్మభవ చతుశ్చతురాస్యపద్మనిలయ ! 142

క. అనుచున్ దన యిలవేల్పుల వినకులభూషణుని వాణి నెంతయు నిష్ఠన్
ఘనభక్తియుక్తి నెపు డిటు కొనియాడుచుఁ దపమొనర్చుఁ గొమరుఁడు కూర్మిన్. 143

క. తెలతెలవాఱకముందే చలిపీల్చన్ మునిఁగివచ్చు సంధ్యాజపముల్
సలుపును నిజవర్తనములఁ దలిదండ్రుల నగ్రజమ్ముఁ దలఁపించున్. 144

తే. జనని శాసనమ్మును శిరసావహించి పోతనకవీంద్రుఁ డొకనాఁడు పొలము కేఁగ
వరిని గోఁతపట్టిన కూలివారిఁ గాంచి యిటుల వచియించె నుత్సాహ మెసక మెసఁగ.

ఉ. ఈ పదియైదు మేల్మిపన లింటికిఁ దెమ్మనె నమ్మ, బండిపై
మోపులుగట్టి పెట్టవలె, ముత్తెపుగుత్తుల నేలు వచ్చిపా
ల్గాఁపుచు నగ్నిపై నడుకు లం బడఁగొట్టిన చింతయాకులై
తోఁపఁగ సాగు నాల్కవిడు తోడనె కప్రిమటుల్ కరంగుచున్. 146

ఉ. తీపగు సానికాటుకలె తెమ్మని చెప్పెను గొందుఁబోనిచోఁ
గోపపడున్ గదే యనుచు గోష్ఠములోఁ గల బండి లాగి యా
మోపుల బెట్టి కట్టి యొక మూరెఁడు పొద్దు వెలుంగుచుండఁగా
నే వయనించె మేల్పసిఁడి నిగ్గుల నీను పొలాలఁ గాంచుచున్. 147

చ. బడిబడి గూండ్లకేఁగు ఖగ పంక్తులు సస్యము లూఁగఁ జేలపైఁ
బడియెను మంచెపైఁ గృషిక బాలిక పేరుఁగఁ వైచికొన్న యా
యొడిసెలఁ దీసి యందు శిల నుంచి గిరాగిర త్రిప్పి శక్తిమై
విడిచెఁ బెరిల్లుమంచు నడువీధిఁ బ్రతిధ్వనులీను కేకలన్ 148

ఉ. సారసమిత్రుఁ డారయుచు సంతపియింపఁ దివమ్మునం దిటుల్
నీరజకాంత స్వీయ రమణీయముఖాశ్రిత భృంగసంగతిన్
జారిణియై చరించు నని స్వాంకయుతాస్యత వెక్కిరించు నా
కైరవమిత్రునిం గన మొగమ్ములు మాడిచెఁ బుండరీకముల్. 149

ఉ. తోయజపాణి మ్రొద్దు తన తూర్పు దిశాంగన వీడి కూడె నా
చాయపగండు పశ్చిమదిశాసతి నా యమ యిల్లు పైఁడి యై
పోయె నభమ్ము కుంకుమల పూజ నొనర్చుచుఁ బూలహారముల్
వేయఁగసాగె నోలి నడువీథుల నేఁగు బలాకపంక్తులన్. 150

ఉ. హాయిగ మందమారుత విహారము లొప్పె దిశాంగణమ్ములన్
బోయెడు పిల్లఁగ్రోవి సుతిబోయుచు నాగసొరమ్ము బాడ లేఁ
బ్రాయపు గొఱ్ఱెపిల్ల మెడపట్టెడగంటల వెంటనంట సం
బా! యని లేఁగటాలు స్తనభారముతోఁ బరువెత్తు నిండ్లకున్. 151

ఆ. కొసరి యొడి నింపు కూలిగింజలతోడఁ బరిటమఱుఁగు లేని వయసుతోడ
రిత్త బువ్వదుత్త నెత్తిపై నిడి యింటి కరుగుఁ గాఁపువారి యాఁడుఁబడుచు. 152

ఆ గొఱ్ఱెమంద గోల గొల్లనియాలయుఁ, బసుల కాలిధూళి విసరణంబు
మంచెవారికేక మందకుక్కల థాక ప్రతివదించు గ్రామపరిసరముల. 153

ఉ. ఊ రిఁకఁ గొంతదూరమున మున్నదనన్ జెవి మ్రోఁగసాగె నా
దారవి గంటమ్రోఁత ధ్వనియా దెసకున్ బరికించిచూచె నా
దూరములోపఁ బెల్లెగయు ధూళి గనంబడె బండియేదొ యీ
దారిని వచ్చుచున్న దని దానిఁ గనుంగొన నెంచె నంతలో. 154

క. వీక్షించె సుకవి జితఫణి పక్షీంద్రగతిప్రవాహ పదవేగ విలా
ఘోషము ధూళీవృతాంతరిక్ష ప్రచ్ఛన్నరూపరేఖాక్షమ్మున్. 155

ఉ. ఉరగములట్లు వాలముల నుప్పరవీథిని విల్చి తెచ్చి మూఁ
పురముల నుంచుచున్ హరిణపోతములట్లు చతుష్ఖురంబు లం
బరమున నాడఁ దద్గతికి బండియు మయ్యెల లూఁగ నందికే
శ్వరులయి విక్రమించి యట వచ్చుచునుండెను యుగ్యయుగ్మమున్. 156

సీ. హరునిపేరురము నా నలరారు ముఖసీమ బసతాప్రిషి ఫణిబంధు పెనఁగులాత
పజిలంపుఁదొవపులన్ రాజిల్లి శృంగమ్ము లందాల శశిమౌళి నవ్వుపోయ
లింగాకృతిన్ మూఁపునం గుల్కు కరువమ్ము హరివాహనిత్వ మప్పొడిపఱప
శృంగారగంగాతరంగాయితము సాస్న జిసుచీర కుబ్బెళ్ళ జిలుఁగు లల్లఁ

తే. ప్రిక్క లెగఁపోయ బుసకొట్టు ఫణి అనంగ
గమనమొనరించు హిమవన్నగంబు లనఁగ
సురువుల వెలార్చు క్షీరాబ్ధి తరఁగ లనఁగ
వచ్చెఁ జౌదంతు లన నసత్వాహయుగళి. 157

క. చకచక గిత్తల కదముకు త్కిటిట ధికిట ధకిబ ధా మృదంగధ్వని టక్
టికు పసు కేదారాహతి వికటతటిని శకట మొకటి విర్చినయంతన్. 158

చ. రథివలె గోశతాంగమున రాజిలుచున్ శరదాస్థ పూర్ణిమా
తిథి వెలుఁగొందు చందురుని తీరులు గేరు కళాప్రపూర్ణు 'నీ
పథ మెలు వోవు' నంచు మృదు పండితవాక్కులఁ బల్కరించు త
త్ప్రథులమతిన్ బృహస్పతి కవిప్రతి నారసి చేరి మ్రొక్కుచున్. 159

చ. 'ఎచట భవన్నివాస ? మిటు లెచ్చట కేఁగుట లో మహాత్మ ! తా
మిచటికి నేఁడు వచ్చుట ల వెచ్చటనుండి ? కుటుంబయుక్త కు
ట్లిచటికి వచ్చినంత గమియించెను ప్రొద్దు రచింపనుండె మీ
సుచరిత మామకీన ఋతిలి శుక్తిపుటాల హిమాభిషేకమున్. 160

క. అనుటయు 'విను మిపు డీవే నను దెలిసెద' వనుచు భావనామయవిశ్వ
మ్మునఁ జేరి పోతనను బొలమున గని యాశుగతిఁ బద్యమున గూర్చె నిటుల్ 161

సీ. 'దాత్రియై సస్యనంతానమ్ము నొడిగట్టి జీవన స్తన్యమ్ముఁ జేపి కుడిపి
లలిఁ గాడ్పు తూఁగుటుయ్యెలలోన నిడి యూఁపి పులుఁగుల జోలపాటల నలర్చి
వెలిచట్ల గడ్డిబొమ్మల గోవుపుత్తెలఁ బెనుగూర్మితో నాడుకొనుట కిచ్చి
పుట్టిటాదిగ నెండఁ బోనీక తలఁదాల్చి దినమొక్క చాయగాఁ బెనిచి యింట

తే. నాడు బిడ్డను రైతున కప్పగించె బండిపై నికికొని పోవుచుండె నతఁడు
సాగనంపఁగాఁ గాలాక చదికిలఁబడి యిల నెటియవాయుఁగమువు చెక్కలగు' ననిన.

క. అలఘుమతిఁ బోతనార్యుం డలికతల న్యస్త హస్తుఁడై యుత్సుకతన్
భళిరే ! సత్కవి 'వని యిటు వలికెన్ సుధలొలుకు మధురభాషణ మొప్పన్. 163

సీ. 'మహి న స్తమింపని మార్తాండబింబమ్ము క్షయ మెఱుంగని పూర్ణచంద్రిముండు
విలయమ్ము నందని విశ్వమ్మునకు స్రష్ట యశరలక్ష్మికి నాత్మవిభుఁడు

అంతరాత్మను దానమాడించు స్వర్గంగ కాలవాహినిఁ గెల్చు ఘనవిజేత
కమ్మని రసమిచ్చు కరఁగని కలకండ జనుషాంధు నాత్మదర్శక ముకురము

తే. దేవ మానవ స్థావర తిర్యగాళి సమత నిజకావ్యకృత పర్ణశాల నుంచి
యక్షరామరపదవుల నందఁజేయు వరదుఁడె కవీంద్రుఁ డన వేయి వాక్కు లేల ?' 164

తే. 'ఓ మహాకవీంద్రా ! కొంచె ముందుఁ !' డనుచుఁ
పోతకవి గంటమును గమ్మపొత్త మూని
యప్పుడె తత్కవిప్రోక్త పద్యమును వ్రాసె
సతులి తైకసంధా గ్రాహ్యమతి వెలుంగ. 165

క. అది గని సుకవీంద్రుం డనె 'నెది వ్రాయుచునుంటి విట్టులి మ్మే దర్శిం
చెద' నంచు దానిఁ గన్గొని 'యిది నా పద్యమ్మె' యనుచు నింకొక కమ్మన్. 166

ఆ. తిరుగవైచి దాన వటరెడి సత్పద్య రత్నములను గాంచి 'రచనసల్పి
రెవ' రటంచుఁ బల్క 'నే' నని వినయము మూర్తిగొన్నయట్లు మ్రొక్కి నిలిచె 167

క. నిలిచిన కొమరుని పేరూరులు కులగోత్రములు రంగురూపులు మర్యా
దలు చదువు లాస్తిపాస్తులు తెలిసికొనం దొడఁగె శ్రద్ధ దీపింప నాగిన్. 168

క. ఊరుం బేరు నిటు కులాచారవిచారముల వంశసంబంధము లెం
దారసి నిజసోదరి నొకసారి కనుంగొని సుకవి విచారించు నెదో. 169

మ. వెఱఁగా నీ వినయాతిరేకమును నీ విద్యా వివేకమ్ము లా
వరజీ యాంగజరూప వైభవము నవ్యాజ స్వభావమ్ము లా
దరణీయమ్ములు లోక మంతకును విద్వద్వంద్యుఁడౌ నీతఁ దే
పరమోత్కృష్ట మహాపురాణకృతి నిర్మాణార్థమై పుట్టెనో ' 170

చ. స్మరశరహారసన్నిభసమాసరమాకలితార్థయుక్తితో
సురుచిర సుందరోన్నత విశుద్ధ మహాద్భుత భావశక్తితో
నిరుపమ కావ్యవాణి యతనిన్ వరియించుట నీన మందు రా
హరియు హరుండు వాగ్వరుఁడు నైక్యవిధాకృతి వ్యాసరూపతన్. 171

ఉ. 'మాటలమాటలన్ జనెడిమాటయె విస్మృతిగొంటి నిట్టులే
సూటిగఁ బాలకుర్తి కెది చొప్పగు ? నింకను నప్పురంబు ని
చ్చోటున కెంతదూరమునఁ జొప్పడుఁ జెప్పెదవే' యటన్న నా
మాటల కడ్డువచ్చుచు నమాత్యకుమారుఁ డిటాడె నర్మిలిన్. 172

శా. పొంత మ్మేఁగెను బ్రొద్దు పొల్కురికికై చాకోను లేఁగన్ దగున్
కొంతారాధ్వము సౌరభేయము లతిక్లాంతస్థితిన్ జెందె ముం

దెంతో దూరము లేదు మాపురము తా మేతెంచి యారేయి వి
శ్రాంతిన్ బొంది పునీతమున్ సలుపు దస్మద్గేహమున్ దేశికా ! 173

మ. ఘనుఁ డస్మజ్జనకుండు కేసనసమాఖ్యాకుండు శ్రీవారి ద
ర్శనసౌభాగ్యము లబ్బ నుబ్బెదరు యుష్మత్కావ్యపీయూష పా
వనసారస్యముఁ గ్రోలి వ్రాలెదను భవత్పాదారవిందమ్ములం
దనఘా ! మీదగు రాక మా కిష్టకు కల్యాణప్రదం బెంతయున్. 174

చ. భవశత పుణ్యపుంజ పరిపాకఫలమ్మునఁ గాగ జ్ఞానపై
భవజితధాతయున్ సరసవాఙ్మయకౌరికనేత యైన స
త్కవివరు దర్శన మ్మెటులఁ గల్గు నటంచు వచించు బోతనన్
బ్రవిమలచిత్తుఁడై కనుచుఁ బల్కెను దత్కవిశేఖరుం డిటుల్. 175

ఉ. హాటకనిష్క వస్త్ర మణిహార గజాశ్వరథాగ్రహారముల్
కోటి యొసంగనేని యొనగూడదు ని న్గనినంత తృప్తి నీ
మాటను దాఁటలేను చన మానసమొప్పదు నా నివాస మి
ప్పూఁట భవన్నివేశమునఁ బొల్పెసలారుట నా యదృష్టమే. 176

వ. అని కవినాథుండైన శ్రీనాథుండు పోతన గుణరూపంబులంగాంచి యిట్లెంచఁ దొండగె.

సీ. ఈ కళానిధిఁ గాంచి లోకమ్ము కిడు తల్లి వెలఁదియే ధరఁ బాలవెల్లి గాక
యీ కుమారుని జన్మమిచ్చిన పితరుండు నరుఁ డౌనె చంద్రశేఖరుఁడు గాక
యీ కృతిం గన్నట్టి యే దేశమేని దేశమ్మె విజ్ఞానకోశమ్ము గాక
యీ కావ్యరత్నాల నింపారు మృదుభాష భాషయే వాగ్వధూభూష గాక

తే. యితని సాహచర్యమ్మున నేఁగినట్టి వేళవేళయే యానందడోల గాక
యీ కవీశుండు జా వసియించు నాలయమ్ము నిమ్మొనె పుణ్యతీర్థమ్ముగాక. 178

క. అనుచున్ దనశకటము పోతనబండికి వెంటవెంటఁ దరలించుచు వ
ల్లనఁ జనిచని బమ్మెరపురమునకున్ జనె సుకవి యంత మునిమాపయ్యెన్. 179

ఉ. బండిని డిగ్గి పోతన గభాలునఁ లోనికిఁ బోయి తండ్రికిన్
దండమువెట్టి నిర్భరముదమ్ము నదమ్మయి గుండె నిండుచున్
గండయుగాన హాసగతి గంతులువెట్టఁగఁ 'బండితుండు మ
ద్దండకవీశ్వరుం డొకఁడు తా నరుదెంచె' నటంచు బల్కెనన్. 180

క. తనయుని పల్కులు విని కేసన మనమున సంతసించి 'సరె ! వారిని నేఁ
గానివత్తు లోని' కనుచున్ జనియె నెదుర్కొనఁగ వినయ సంభ్రమ మతియై. 181

క. ఎదురుపని కవిని గని సమ్మద మొదవఁగ నతని పాదముల కెరఁగి యనెన్
'సదయత మీ రరుదెంచుట సదనమ్మె పవిత్రమయ్యె సాహిత్యనిధీ !

క. నేఁడే కృష్ణాష్టమి, యీనాఁడే శ్రీరామనవమి నాభాగ్య మ్మీ
నాఁడే దీపావళి యొనగూడెన్ దమరాకవలనఁ గులము తరించెన్.' 183

క. అని పాదప్రక్షాళనమునకై నీరొసఁగి నమ్రమూర్ధ స్మేరా
ననుఁడై సవినయగతిఁ ద్రోవను జూపుచు నింటిలోని వాకిలి పంచన్. 184

తే. అపరిచిన శిల్పయుత సుందరాగ్రపీఠిపైన వేంచేయఁ దనుచును బల్కి యల్లె
యాఁడువారిని లోనికిఁ దోడుకొనుచునేఁగఁ దనభార్య లక్కమ నెదురువంచె. 185

క. 'తలిదండ్రులు తొలినోఁచిన ఫల మీరూపమునఁ దాను ఫలియించె నహో!
వెలగట్టలేదు లోకము తెలుఁగుంభారతికి మంచిదినములు వచ్చెన్. 186

క. ఏ మీగ్రామము సాలగ్రామమువలెఁ బూజనీయగతి విలసిల్లున్
ఏ మీనామము విన్నఁ బ్రణామమ్మునుజేయు జగ' మనన్ విని యతఁడున్. 187

క. పలుకులఁ దేనియ లొలుకఁగ నలికతలన్యస్త ముకుళహస్తతలుండై
నిలిచిన వృద్ధునిఁ గని దరిఁ బిలుచుచు నిజపార్శ్వనిహితపీఠస్థితుఁగన్. 188

క. 'ఈరీతిఁగ మీర లనాకారితునకు నా కొనర్చు గౌరవ ఘనస
త్కారములు ముగ్ధునొనరిచె నోరే రా దేమి బదులు నుడువఁగవలెనో! 189

క. శ్రీలీను కొండవీటినృపాలుర సంస్థానకవిని, వాసస్థలమో
కాలపటము కావ్యకలా శ్రీలలనారాధకుఁడను శ్రీనాధు' ననన్. 190

తే 'ఏట్టెటూ ఓహ శ్రీనాధులేమి నాదు దేహమును గేహమును బవిత్రితము లయ్యె
జన్మ తరియించె విద్వదౌషధప్రసిద్ధిఁ గాంచు శృంగారనైషధకర్త లౌర! 191

సీ. సంసారకూపార సంచార నౌకాప్రగతి కరిత్రమ్ము పండితమతమ్ము
అజ్ఞానవిపినపథ్యస్థ పాంథజనమ్ము చన రాచబాట దోషజ్ఞమాట
ధనమదాంధీభూత జననేత్ర తిమిరసంహారకాంజనము ప్రాజ్ఞచరణము
మమతాబలాసురోన్మథనక్రియా వజ్రదర్పణ మ్మార్యసందర్శనమ్ము

తే. అఖిల మానవ లోక కల్యాణదాత వివిధ విజ్ఞాన వాఙ్మయ విశ్వనేత
యవని కవితావిపశ్చితుం దపరధాత లోకపూజ్యుం డతం డొక నాక కాక. 192

శా. శ్రీమందాకిని లోకపావని ప్రజాక్షేమార్థమై స్వేచ్ఛగా
హైమాద్రి న్వెస వీడి సాగరవరాహ్వానమ్మునన్ బోవ మ
ధ్యేమార్గస్థవిపత్రివేతస తరూద్దీప్తిన్ బ్రసాదించు వ
ట్లే మీ యాత్రల మా కయత్నముగఁ గూడెన్ వాంఛితార్థ మ్మిటుల్. 193

ఆ. ఎచటినుండి రాక? యెచటి కిట్లేఁగుట? తెలియఁజెప్పఁగలరె దివ్యచరిత!
మీఁదు రాకపోక మీకోసమేగాక మాకు శుభద' మను నమాత్యు వరసి. 194

శా. కాశీనాథు భజించి నిస్తులప్రియాగక్షేత్రరాజంపు వా
రాశిన్ దేహము ముంచి భక్తిని గయాశ్రాద్ధమ్ము గావించి పి
త్రాశీర్వాదముఁ గాంచ హాయిన మొకం దైపోయె నీ యేఁటనో
శ్రీశైలేశునిఁ జూచివచ్చితిమి యా సీమాంచిత క్షేత్రముల్. 195

ఆ. కొలనుపాక నోడుగలు సహస్రస్తంభదివ్యమందిరముల దేవతలను
జూచి పాలకురికి సోమన విభవంబుఁ గాంచ నిట్టు లేఁగుదెంచితి' నన. 196

తే. 'అనఘ ! దీర్ఘప్రయాణమ్ము లాచరించి
యలసితిరి కోష్ణజలముల జలకమాడి
వార్చి భుజియించి బదలికఁ దీర్చుకొనుఁడి'
యనియెఁ గేసనార్యుఁడు 'వల్లె' యనియె సుకవి. 197

శా. తానా లక్కమ వారి నర్హవిధి సత్కారమ్ములం దేల్చి సం
తానం బెంతని పృచ్ఛ సేయుటయు వృద్ధస్త్రీ వగన్ జ్యేష్ఠుఁ డీ
సూనుం డాదటఁ బుట్టిపోయిరి ఋణస్థుల్వారు రంతంపుఁజూల్
దీవిం గంటి నటంచుఁ బల్కె ముదము దీపింపఁగన్ మోమునన్. 198

క. అంతట నిల్లేఁడు రాజులు సొంతపు టొక వదుగొ పెండ్లి సోబనమొయునన్
గంతులిడుచుఁ జిటుకలపై సంతసమున నెల్ల పములు సలిపిరి కడఁకన్. 199

క. నానాన్న రుచిరభోజన పానీయాపూపభక్ష్య పరికల్పిత క
ల్పానోకహమై యొప్పె మహానసగృహసీమ యెల్ల నాసమయమునన్. 200

తే. వెండిపూవుల పీఁటలు వేసె నొక్కఁ డరఁటియాకుల విస్తరుల్ పఱచె నొకఁడు
రజతపాత్రిల నుంచె నీరమ్ము లొకఁడు సూపమును వడ్డన మొనర్చె సూదుఁడొకఁడు.

క. హైయంగవీనమును గడు తీయని పెరుఁ గపుడె తోడుదీసి విడిదిలో
వీయాలవారలకువలె వేయాఱుల వంటకముల విందు నొనర్చెన్. 202

తే. ఆదరణతోనె భుజియించినట్టులయ్యె వదుగఁ బవిలేదు వలయు పదార్థవితతి
యనుచు దధిఘృతక్షీరకుల్యాన్నములను 'అన్నదాతా సుఖీ భవ' యనుచుఁ దివిరి. 203

ఉ. కమ్మని కప్పురంపు మనుగంధములందు దిశాచయమ్ము తా
నమ్ముఁడనాడ మోవి యరుణమ్మయి కొమ్మెమ్మెఱుఁగెక్కఁ జక్కఁగాఁ
దమ్ముల మాస్వదించి సుఖదమ్మగు పాన్పులలోఁ గుటుంబ యు
క్తమ్ము వసుండె వేఱె తమకై సవరించిన మేల్పవంతిలోన్. 204

ఉ. ఎల్లరు గాఢనిద్ర వసియించెడువేళఁ గవీంద్రుఁ డల్లనన్
దల్లిని బిల్చి పోతన విధంబును, జక్కదనాలచుక్కయౌ

చెల్లెలితీరు, వంగడపుఁ జెల్వముఁ, బెద్దల చిత్తవర్తనం
ఒల్లను బట్టు లన్ని యొకయింత విమర్శయొనర్చి యిట్లనున్ 205

సీ. చిన్నవానినిఁ గన్న నన్నమ్మ దినకున్నఁ గడుపు నిండినయట్లు నెడఁద పొంగు
మాటమన్ననఁ జూడ మనుజుఁడా యీ పోఁడి దేవతయా యను భావ మొదవు
కన్నియ కగువాఁడు కలనె పీడుంజోడు జానకీశ్రీరామచంద్రు లనఁగ
ధనధాన్యముల రెచ్చి తాండవించును లచ్చి పాలనుజూడ వ్రేపల్లెవాడ

తే. వంశమర్యాదలకుఁ బల్కుఁ బనియెలేదు చదువులం దేరి బుద్ధియు సాటిరాదు
కనులపండువు సేయు నీ కాఁపురమ్ము సేయుటన నోఁచుకొన్నట్టి చెలువ సొమ్ము. 206

శా. సంబంధమ్మున వంక లేదొకటి యే సందేహ మీయూరర
జ్యంబుల్ కొండలు దర్శివ్విపోసికొని యే యైదాఱునాళ్ళో ప్రియా
ణంబుగా జేసినఁగాని చేరుకొన మన్నా ! యింతద వ్వీయ సా
ధ్యం బెట్లౌనని యైన నాకొక యుపాయం బాత్మలోఁ దోఁచెడిన్. 207

తే. పరసుఁడగు సింగభూపుఁ డీ పరసలోన రాచకొండఁ బాలించు సర్వజ్ఞుఁ డతఁడు
అతని యాస్థానకవి నయి యనవరతము నిటకు వచ్చుచున్ బోదు నీయిష్ట మేమి ? 208

సీ. ముదుకఁడన్ నాకండ్లముందు గావలె నంచుఁ బసిపాప కొనరించు పరిణయమ్ము
దాఁపుననుండు నా తనయ నాకని యెంచి తనయూరి ఖలునకుఁ దార్చు పెండ్లి
నావైపుబంధువుల్ నావారు వీరని యపురుషార్థికి నిచ్చు నుపయమమ్ము
ధనవంతుఁ డని యెంచి మనుమరాలికి తాత కొనఁగూర్చు వైవాహికోత్సవమ్ము

తే. తన యభీష్టపూరణముకై తనయ నలరు లలిత రూపయౌవనసత్త్వములను బలిగఁ
గొనెడి ప్రేమాతిశయ మనుకూలశత్రువిధిఁ బరఁగు సస్యహాతి నతివృష్టిభాతి. 209

తే. పిల్లప్రియమును గోరును బితరు లెందు హితముఁ గోరుదు రివి రెండు జతపడునెడ
సౌరభాన్వితమై యొప్పు స్వర్ణమట్లు ధరఁ బ్రశంసార్హమగును దత్పరిణయమ్ము. 210

తే. రూప యౌవన వంశానురూప వృత్తవిత్త విద్యాదులన్ గ్రాలు నుత్తముండు
వరుఁ డయినఁ బుత్రికాభీష్ట మరయకుండఁ బెండ్లి నొనరింపవచ్చును బితరు లనుచు.

వ. మజ్జనకుండు తలచు వచియించెదువాడవ. 212

చ. తనయువిపల్కు లెల్ల విని తా నిటులాడెను వృద్ధమాత 'నీ
జనకుఁడు గేహభారమును సాంతము నీ పయి నుంచిపోయె నీ
వును గడు బుద్ధిశాలి వెది పోలునొ దాని నొనర్పు మెందు నీ
మనసది కాదుకూడదని యంటినె యిద్దియె నా యభీష్టమున్. 213

చ. తన యనుకూల మెంచి యెడ ధాత్రిని మోసమొనర్పరా దనకా
దనయనుగూర్చి వంచన మెదన్ దలపోయఁగ న్యాయమౌనొకో ?'
యనుచు వచించు మాతృహృదయాభిమతమ్ము నెఱింగి మానస
మ్మునఁ గవిరాజు తృప్తిగొని మోదగతిన్ నిదురించె నా నిశన్. 214

క. పఱువాత మేలుకొని యవసరముల ముగియించి స్నానసంధ్యాజపముల్
పరి దీర్చి సుకవి యల్లన నరిగెను సాకాంక్షఁ గేసనామాత్యుఁ గనఁగా. 215

తే. ఏఁగుదెంచెడి కవిరాజు కెదురు నడచి కేసనామాత్యుఁ డాదృతిన్ గేలుమోడ్చి
పఱచియున్నట్టి రత్నకంబళముఁ జూపి 'యిటుల దయచేయుఁ' డని వచియించి భక్తి.

ఉ. 'శ్రీకరమై మహీజనవశీకరమై రమణీయభావ ర
త్నాకరమై రసోల్బణసుధార్ణవ తుంగతరంగశీకరా
సీకసువృష్టియై కురియు నీ కవనమ్ము కళాధనమ్ము మా
కో కవిరాజరాజ ! భవదుక్తమహాకృతి నైషధావనిన్. 217

క. సుమనశ్శేఖర ! యించుక శ్రమయాయెఁగ నెంచినాఁడ క్షమియింపవలెన్
దమ వాగమృతముఁ గ్రోలఁగఁ దమి గల' దన సుకవి పల్కె దరహాసముతోన్. 218

క. 'భ్రమరాభుల సరసులఁ గని యమితోత్సాహమ్ము మెఱయ హసియించుచు వా
గమృతము నర్పించుట లోక శ్రమమే సుమనస్సులకును సౌజన్యనిధీ ! 218

క. కవులన నింతటి ప్రేమము భువి నెవరికినైనఁ గలదె పూజ్యచరిత్రా !
కవికులతిలకుఁడు పోతన భవదాత్మజుఁ డగుట కిదియె పరమార్థమ్మో !' 220

క. అనుచున్ గవిమాహాత్మ్యమ్మునె యాశుగతిన్ కవీంద్రముఖ్యుఁడు పద్యా
ళిని గూర్చుచు నిజకవితాఘనతలఁ జెప్పకయె చెప్పఁగాఁ దొడఁగె నిటుల్. 221

ఉ. మండిత సత్కలాగగన మందిరుఁడున్ రసమానసాబ్ధిమి
త్రుండును నౌ మహాకవివరుం డగు చెట్టి తపఃఫలమ్మొ చీ !
దండుగ తక్క విద్దెలు వృథా ప్రథితల్ తమరంధ్రయుక్త మృ
ద్భాండజలమ్ము జీవనము పాదరసమ్ములు స్వమ్ము లిమ్మహిన్. 222

చ. ఇలఁ గడు సున్నితంబు కవిహృద్గతి నైజకలావిలాసమం
జులమధురాన్వయౌ ప్రకృతిసుందరి నిందిరఁ జేసి బాదుకో
మలహృదయారవిందసుమమందిరమం దిడి మ్రొక్కు నాయమన్
మలినమొనర్చు చేష్ట లణుమాత్రమునుం సహియింపఁ డాత్మలోఁ గా. 223

సీ. చీఁకటితెరలను జించి ప్రకాశించు నక్షత్ర మా కవినాథు ప్రతిభ
ఝమ్మఖండ మలమి విశ్రాంతిఁ గానక యాడు మదధిపీఠుల కవియాజ్ఞ లెల్ల

నొకసారె జగమునన్ బ్రకటితమ్మై వెల్గు మేఘఘోషణ కవిమిత్రు సూక్తి
యెంతఁగా మగ్గిన వంతుజిక్కఁగనీని రత్నాకరము కవిరాజుగుండె

తే. మూఁడులోకమ్ములన్ జుట్టుముట్టి వచ్చి వెడలు త్రిపథగ సుకవి కవిత్వధార
రేఁబవలు లోకమంతకుఁ బ్రోవఁ జూప సోమసూర్యులు కవివరు చూడ్కు లవని. 224

సీ. బరిగంటమునె కేలఁ బట్టినా గడియలో ముల్లోకములు పదమ్ముల నడంగు
నేకాగ్రితాయోగ మేర్పడఁ గన్నెత్తి చూచెనా ప్రతిసృష్టి లేచి నిల్చు
భావనాబలవిజృంభణ బొమల్ముడిచెనా కాలచక్రమునె వెన్కకు మఱల్చు
ధీమంథమున రసాబ్ధి మథించి యమృతమ్ము చిల్కెనా విశ్వసంజీవి మొలచు

తే. కలమధురగీతి స్వర్ణదుల్ కరఁగిపాఱు
విమ్చ భావాళిసురలతో ముచ్చటాడు
కలుకు గంటంపుమొనఁ గల్పకము చిగుర్చుఁ
గవిహృదయసీమ నెపుడు స్వర్గములు వలమ. 225

క. ఉత్తమకవితాలేఖన చిత్తమ్మెల్లరకు నురక చిక్కునె కూర్పన్
విత్తమ్మా? నేరిచికొన బొత్తమ్మా? పూర్వజన్మపుణ్యము గాకన్.' 226

తే. అనుచు నిజ నిసర్గ నిరర్గళామృతరస భాసురాపూర్వ కవితాప్రవాహధార
భవ్య భారతీ రమణీయ పదసరోజ జీవనమ్మునఁ బ్రవహింపఁజేసె నంత. 227

క. శ్రీనాథుని కవితాధుని తానా కేసనముఖాబ్జ దరహాసకళా
శ్రీని వికసింపఁజేయు మహానందముతోఁ 'గవీ! జోహా' రనె నతఁడున్. 228

క. ముదితాత్ముని గేసనఁ గవి యిదె యదనని మానసమున నెంచి కళాకో
విదుఁ డుచితజ్ఞుఁడు సత్కవి పదపడి యిటు పల్కెఁ జతురభాషణ మొప్పన్. 229

సీ. 'కనకాభిషేకమ్ము గావించె మత్కావ్యభార్గవిం బరికించి ప్రౌఢుఁ డొకఁడు
రత్నాంబరముల నర్పనసేసె మామక వాక్పతిన్ గని వీరవరుఁ డొకండు
హేమపాత్రల విందులిడె నస్మదీయ సత్కవితాంగన కమాత్యఘనుఁ డొకండు
కస్తూరితోఁ జల్లెఁ గలయంపి నాదు భారతి యింటి ముని తెన్గురాయఁ డొకఁడు

తే. ఆ మహారాణి నావాణి యర్థివోలెఁ జేయిచాఁచి నిన్నొకటి యాచింప వచ్చె
నామె కోరికఁ దీర్చు భాగ్యమ్ము వడసి నీదు వంశప్రతిష్ఠలు నిల్పుకొనుము. 230

చ. అన విని కేసనార్యుఁ డిటు లాడెను 'మీ రమణీయ వాణికిన్
జనపతు లెల్ల మాడిగము సల్పిరి నేనన నెంత యా కుచే
లుని గని ప్రేమ తండులవిలోపము గాంచిన శ్రీదుఁ డీ యకిం
చనున కమూల్యభాగ్యము నొసంగఁగ వచ్చెనొకో యనన్ జనున్. 231

తే. తమకిదె తమ మనః ప్రాణ ధనము లన్ని ధారవోతు వీక్షించు నా ధరణిపైన
నాది యనియెడి దంతయు మీదె'యనిన నాత్మ మహొప్పొంగ శ్రీనాథుఁ డపుడు నిట్లు. 232

క. తలపోయుదు నెమ్మనమున లలితవయోరూప సుగుణ లావణ్యపు నా
చెలియలి మీ పోతన కత్యలఘుమతికి నొసఁగి పరిణయం బొనరింపన్.' 233

చ. అనుటయుఁ గేసరాజు హృదయమ్మున నింగికిఁ బొంగి తారలన్
గని స్పృశియించి మేఘపరికల్పిత తల్పములన్ శయించి స్వ
ర్ధునులను నీఁదులాడి పరితుష్టినిఁ గూడి 'శుభస్య శీఘ్ర' మం
చు నడిచెఁ జూచుచుండఁగనె చుక్కల నంటెడి భాగ్యరేఖలన్. 234

ఉ. ఇక్కరణి న్వచించి హసియించెడి కేసనఁ గాంచినంతనే
యక్కవిరాజరాజు వదనాబ్జము పక్కన నవ్వె నవ్వుతోఁ
జెక్కిన బొమ్మలో నొకట జీవనముల్ బడె నొక్కసారెదు
ట్చక్క యఁటంచు నేరొ తలయందలి భారము దింపినట్లుగై. 235

తే. 'అరయ రాశిద్వయమ్ము నేకాధిపత్య గతిఁ జెలంగుచు బహుగుణోన్నతి వెలుంగు
లక్షణాన్వితమ్మగు శుభలగ్న మొకటి యీవధూవరులకు నిశ్చయింతు' ననియె. 236

ఉ. ఇప్పగిదిన్ వచించెను గవీంద్రుఁడు కేసన నంతన మ్మొఁకన్
జెప్పఁదరమ్ముగా దెపుడొ చేవ వశించిన యౌవనమ్ము తాఁ
జప్పున వచ్చి చేర నెద చక్కిలిగింతలు పెట్టె 'బెండ్లి మీ
రెప్పు డొనర్తు మన్న నపు దేనును సిద్ధ' మఁటంచు వాకొనెన్. 237

క. శ్రీనాథున కే పనులును నీ నా యనకుండ జరుగు నిముసములోనన్
శ్రీనాథుండును విద్యా శ్రీనాథుం డితఁడు వేఱె చెప్పఁగవేలా?

క. పెండిలి యనఁగనె పోతన గుండెలలోఁ దపము మాట కోమలి రూ
పోద్దండసుమాయుధు వేఁటయు రెండంచుల కత్తికోఁతరీతిఁ గలంచెన్. 239

తే. తండ్రి కెదురాడ నోడుచుఁ దరుణిరూప పరసపంపదన్ గూడుచు స్వాంతమందు
శ్రీరఘూత్తము వేడుచుఁ జివరికెటులొ సిద్ధపడెఁ బోతనయుఁ బెండ్లి సేసికొనఁగ. 240

సీ. ఆనందరస మంగళాశాస దక్షత పాణియై నవమండపమ్ము లమరె
సంతోషపద్మినీ సార్ద్రకటాక్ష వీక్షణములై పచ్చతోరణము లొప్పె
సమ్మోద లక్ష్మీప్రపన్న హాసప్రభా ధవళమై సున్నంపు తళుకు లొలపె
హర్షేందిరా నూపురాంగద కంకణ క్వాణమై శుభవాద్య గణము మొరపెఁ

తే. కౌతుకశ్రీపదాలక్తకమ్ము లగుచుఁ గూటదేహళిన్ బసుపుకుంకుమలు మెఱపెఁ
బ్రీమద భార్గవీ విశ్వరూపమ్ముగాఁగ నగుమొగమ్ముల బంధుమండలి రహించె. 241

క. తఱి నొక నిశివి ముహూర్త మ్మరుదెంచెను వధువు కొదవె నభ్యంగనముల్
పరిణయవేదికిఁ గొనిరా వరున కెదురునవిరి రాజవైభవములతో. 242

సీ. అభ్యంగనపుఁ బచ్చి యార్పుఁ బెన్నెరులలో శృంగారవార్ధి తరంగ మడరఁ
చెక్కుటలం దగరువు చుక్కలు చిగురాకుతములమ్ముల న్లవంగములుఁ బొదుఁగ
మృగనాభి పెండ్లిబొట్టుఁగ దిద్దు మోమునన్నవవిఁ బూర్ణమృగాంకుఁడవ తరింప
బసుపు పారాణి సొంపెసఁగు పాదాలలో లలితరసాలశాఖలు చిగుర్ప

తే. లేమ తారుణ్య నందనారామసీమఁ గంతుఁ డెద పొంగ బంగారు బంతులాడ
సకియ సౌందర్య దివ్యనిర్ఝరుల యందుఁ బ్రేక్షకాక్షి ద్మజ్మీనముల్ పెనఁగులాడ. 243

తే. తపఃఖని సావపీఁటవ నుంచుఁ దమలపాకు లందు దుర్గామహాదేవి నధివసింపఁ
జేసి యక్షతలను బూలు వేసి ప్రార్థనాంజలి ఘటించి మాంగల్య మడుగుకొనెడి. 244

క. కన్నియ నారసి యన్నులమిన్నలు మన్ననలొనర్చి మించును లగ్నం
బున్నట్లు విన్న కొవిరమ్మన్నాఁడు పురోధ యనిన నలివకు లజ్జన్. 245

తే. కన్నులను వెన్నెలలు గాసెఁ గలికి సొగసు నవ్వుల న్మల్లియలు బూచె నాణ్యమైన
గొంతులోఁ గోకిలలుగూసెఁ గొసరి కొసరి నడల రాజహంసలు కాళ్ళఁబడుచు దాసె.

క. అడుగుల నడుగు లిడుచు విరుగడలం దైదువులు గొల్వఁ గన్యక వచ్చెన్
విడివడి వేదసరస్వతి నడిపండిట గజ్జెగట్టి నాట్యమొనర్చెన్. 447

సీ. మణిభూషణోపేత మహితబంధువ్రాత మమలరత్నాకరం బగుచు నెగడఁ
దెరపటి మ్మల కామధేనువై తలనూపి వాంఛిత మ్మొసఁగి యవ్వలకుఁ దొలఁగఁ
గంజాత సముదిత కమలావధూటియై పాలగంప న్నూత్నవధువు పొదల
నెలవంక నేల రవ్వలముక్కరయు వధూదరహాసములకు సోదరత నెఱపఁ

తే. పాగ పెల్లాలు శేషాహిభావ మూన న్వమధుపర్కమ్ము పీతాంబరముగ నమర
నడరు క్షీరార్ణవ నికేతనుఁ డనఁ బుడమి వరలు నారాయణాంశుఁడౌ వరుని దరిసి. 448

తే. పూజ్యగతి మహాసంకల్పపూర్వకముగ ధారవోసె పాలంకృతన్ దన యనుజను
అఖిల గో భూ హిరణ్య దానాదు లొసఁగి నాదు భాగ్య మటంచు శ్రీనాథ సుకవి. 449

క. సుముహూర్త మరసి విప్రోత్తము లెల్ల 'సులగ్నసావధాన' యటంచున్
దమి మంగళాష్టకవ్రాతముఁ జదువుచుఁ దలల నక్షతలు జల్లిరొగిన్. 450

క. మట్టెలు మంగళసూత్రము ముట్టుఁ దనుచు భూసురులును ముత్తైదువలున్
ముట్టఁగ వాద్యము లలరఁగఁ గట్టించిరి వధువు వరునికై కట్టుపడెన్. 451

చ. నిజముగ నీమె లక్ష్మి యని నిర్ణయముం బొనరించి స్వర్ణమే
బుజబుజ జొట్టి వచ్చి తల పొట్టిసఁ బెట్టుము తాళిరూపమై

విజితవిధానఁ గట్టుపడి వ్రేలఁగఁ జొక్కుల నాడుచున్న యా
రజతము కాళ్ళ వ్రేళ్ళఁ బడి రా డెటు నెట్టన చుట్టు పట్టెలై. 252

తే. ఆల్మగలు ప్రాలు పోసికొం డనిరి వధువు వరుని శిరమందమిఁకా నిల్చె వరుఁడు నిల్చె
బాల లెత్తిపోయగ సిగ్గుపడెను వధువు అవుడు వరునిదె పైచేయి యగుచు నొప్పె. 253

క. ప్రాలో పేరివి మెఁపుల చాలో చూపులఁ బ్రసూనచయవర్షాలో
బాలిక నవ్వుల రా ల్ముత్యాలో మోదాబ్ధి శీకరాంబుశ్రీలో. 254

క. లీలఁగ సేసల దోసిలి పూలకరిము లసఁగ ముంచి పోయుచు వానిన్
దేలుచు మున్గుచు పరిపంథాలను నెఁపిరి స్వబంధుతతి హర్షింపన్. 255

ఉ. నాతిని గూడి పోతనయు నవ్వుమొగమ్ము వివాహవేదికన్
జ్యోతి వెలుంగఁజేయఁ బరిశుద్ధమనస్కుల సన్నిధొక్కి సం
జాతదృఢానురాగమతి సాప్తపదీనము నాచరించుచున్
'నాతి చరామి' యంచుఁ బ్రతినంబొనరించెను వహ్నిసాక్షిగన్. 256

చ. ప్రతినరసూత్ర బద్ధ నిజపాణిపరిగ్రహణ ప్రసన్నుఁడౌ
పతి వెనువెంట బాల మధుపర్కపటాంచల గ్రంథిబంధనో
ద్ధతి నవరించుకొంచుఁ గనుదమ్ములఁ గప్పు లలామకంబు సం
చితగతి నోరఁదోయుచును జేసెఁ గృశాను ప్రదక్షిణక్రియల్. 257

క. సీతారాముల వలె నా నాతియుఁ బోతనయుఁ జిటికెనలు గైకొనుచున్
జేతోముదమున నారంజోతికి జోతలిడి రా పసుపు బట్టలతో. 258

శా. కస్తూరీతిలకాంచితాస్యరుచి రాకాచంద్రబింబాకృతిన్
నిస్తేజమ్మొనరింపఁ గుంతలములన్ దీపించు దివ్యాక్షతల్
ప్రస్తావ్రిప్రసవప్రభావిభవ విస్తారమ్ముతో వ్రాలఁగా
మస్తాగ్రమ్ముల వంచి మ్రొక్కులిడి రమ్మాన్యాళికిన్ దంపతుల్. 259

క. ఇంటి కరుదెంచి యా పేరంటములోఁ బాల్గొనిన చిరంజీవ్రజముల్
మొంటెల వాయనముల్ గొని జంటం గని ముచ్చటగఁ బసపునలిపింపన్. 260

క. అందమగు పళ్ళెముల స్రక్చందన తాంబూల పుష్పసౌరభవారిన్
సుందర రాజతపాత్రిలఁ బొందుపఱచి వదినెవరుస పొనఁగఁగ వధువున్. 261

ఆ. పిలిచి పీఁటపైచి ప్రియుని కట్టెదుటనె కూర్చొనంగఁజేసి కుంకుమ మిడి
చందనమ్ము చేతి కందించి పేర్వెట్టి పిలిచి వరుని కేలఁ జిలుకు మనుచు. 262

ఉ. ఏటికి పల్కవౌను వచియించిన నోటివరాలు రాలు వే
పాటియె మాకుఅందలుకు పాపము! చంటిది యింక చక్కఁగా

మాటలురావు నేర్పవలె మౌనముఁబూనుట లెంతకాల మీ
పూట భుజింపలేదనుచుఁ బవ్వల రువ్విరి నర్మభాషలన్. 263

క పలుకుటకు మొగము లేకయు నలుగురిఁ దలయెత్తి సరిఁ గనంజాలకయున్
వలపించు ముగ్ధచేష్టలఁ దలవంపులు బొంది సిగ్గు తానే గెల్చెన్. 264

ఆ. పజ్జ విలిచి జనని 'భయమేలనే తల్లి! సంగు చేల? పోతనకవిరాజ!
చేయి నొసఁగుఁ గనుచుఁ జెప్పవే పదినెలున్ బేరు చెప్పి నట్టి వారె' యనిన. 265

క. అరుణారుణ బింబోదయ కిరణాయిత నవరసాల కిసలయ శోభా
కరమగు నధరపు మఱుఁగునఁ బరభృతములు కూసె ననఁగ భామిని నుడివెన్. 266

క. 'పోతన కవిరాజా! కుడిచేతి నొసఁగుఁ' డనుచు నొకట శ్రీగంధమ్మున్
జేతఁగొని చర్చ చేయుచు భీతిని దరినున్నవారి వీక్షించు తఱిన్. 267

చ. అధరపుటాంచలమ్ములను నట్టిటు దాఁగుడుమూతలాడు స
మ్మదమయ హాస చంద్రిముఖ మండలశోభఁ దరంగిత త్రపాం
బుధులను నీఁదులాడు స్మర మోహన కేతన నేత్రమీనముల్
సుధలను బంచి పోయ నొగి చూపరవాల్చుమఁ జూపఱం గనున్. 268

క. పసుపున బారాణిం గొని బిసరుహమృదుపాణి నలఁదెఁ బ్రియుపదముల కీ
పసుపుఁ జెయికి నీరనె పతి వసనమునకుఁ దుడువు మనుచు వనితలు నవ్వన్. 269

ఉ. దండకుఁ జేరఁగోరు కయిదండలకున్ దగువేళగామి పూ
దండకుఁ బ్రీతినిధ్యవరదాన మొసంగి నవీనదంపతుల్
దండలు వేసికొందు రఱుత స్మరపాశము లట్టు లొండొరుల్
గుండియ లిచ్చుకొందు రతి గుప్తగతిన్ విరిచెండ్ల రూపతన్. 270

క. వీఁకన్ లగ్నము స్థాలీ పాకమ్ము సదస్సు నాకబలి దీరుట ల
స్తోకామరక్తి వింతఁగ సాకిన సుత నప్పగించు సమయము వచ్చెన్. 271

సీ. తనయను గౌఁగిఁట దార్చుచు జనని యాదల మూర్కొనుచు వీఁపు కలయ నిమిరి
యుప్పొంగివచ్చు దుఃఖోర్మి మత్తడిదూఁక నెన్నఁడు ననువీడి యెఱుఁగ దనుచుఁ
గంటి నేనాఁడొ యత్తింటి సొమ్మిద్ది మా యింటనుండిన దని యెంతు ననుచుఁ
గవ్వంబులన్ బెట్టి కడుపులో నెవ్వరో చల్లచేయుదురు వా యుల్లమనుచు

తే. కుడుమనన్ బందుగను వట్టి గోల యనుచుఁ గాంచి ప్రాణమెత్తుగఁ బెంచి కన్నకడుపు
పీ చెయిం బెట్టితిమి పాలనేని ముంచు నీటనే ముంచు భారమ్మ నీదె యనుచు. 272

తే. ఆత్మబంధవి యత్తింటి యఖిలబంధు
మొందఱికి పోల వాల్కువై మగని కెపుడు

నంగిరోని బొండియవగు చణఁగిమణఁగి
పొసఁగి మనుమమ్మ! శుభముగఁ బోయిరమ్మ! 273

క. అనుచుఁ బోతన కేలఁ దనయఁ దగనుంచి గుండె తఱుగుకొనఁబెఁ
వవటఁ జెందెడి తల్లిని గని కూఁతురు కనుల బాష్పగంగలు దొరలెఁ. 274

క. వంతం జెందెడి సుతఁ గని చెంతంగొని కనులు దుడిచి చెక్కులపై వ్రాల్
కుంతలములు సవరించుచుఁ జింతిల వల దనుచు బిడ్డ చిటకము ముట్టఁ. 275

క. ఎంతటివారికి గుండెల నింతింతనరాని దుఃఖ మేఱులు బాఱెఁ
సంతోషసమయ మయ్యున్ జింతాజడమయ్యె నచటి చేతన మెల్లన్. 276

క. ఆదట శ్రీనాథుం డను సోదరిఁ దరిఁజేసి కడుపు చుమ్మలు చుట్టఁ
'మేదిని సోదరుఁడే చనె నాదు పితయె యుండె ననుకొనఁగదవె యంబా! 277

ఉ. దూర మొసంగినాఁడ నని దూఱకు మమ్మరొ! నీ మగండు బం
గారము నీదు పుణ్యము లగణ్యములై ఫలియించె నీగతిన్
గూరిమి గల్గియున్న మనకుం గల దూరమె చేరువౌను గూ
పారహృదంతరాళ మెడఁబాయునె సోముఁడు వ్యోమవర్తియై. 278

ఉ. ధారుణి స్త్రీజనమ్ము తలఁ దాల్చెడి పూవవితాన మెందునున్
హారమునందుఁ జేరుకొన నాదివి పూదిమొగంపు ముద్దు స్వీ
కార మొనర్పఁగావలెను గష్టము విష్ఫుర మంచు వెంచకే
దారము నందుఁ గట్టుబడి తామెలఁగన్ వలె సుమ్ము సోదరీ! 279

ఉ. శీలవతీసతీ! సుకవి శేఖరు నీ ప్రియుఁగూడి యాడి ము
ప్పూఁటలను నాఱుగాయలయి పొల్చెడిసంపద లింపు నింపఁగన్
బాలలతో ఫలించి చనుబాలను దానములాడి పాదవే
జోలల దోలికారవము సొంపులు వీణియ గోట మీటఁగన్. 280

సీ. అంబికాసతియట్లు లాత్మేశ్వరున కెప్పు డర్ధాంగివై ప్రేమ నలరుచుండి
వాణీసతివిధమ్ము ప్రాణవల్లభునోట నాలుకవై కూర్మిఁ గ్రాలుచుండి
శ్రీకాంతయట్టులు నీకాంతు హృదయమ్ముఁ దమి నాక్రమించి నిత్యము వసించి
పూతగంగాసతి పుణ్యవర్తనమట్లు నాథుండు తలఁదాల్ప నడచుకొనుచుఁ

తే. ప్రియుని దనుమనోవాక్య త్రికరణములను వెలమి ప్రావీణ్యమొనరించి యెంతొ భక్తి
యతిథి గురుబంధుజన పూజ లాచరించి మించి యుభయవంశము లుద్ధరించవమ్మ. 281

ఆశ్వాసాంతము

క. నానాస్త్ర శస్త్రవిద్యా జ్ఞానానుభవ ప్రవీణ ! కౌశికమఖ సం
త్రాణ ! సుబాహు మదేభ ప్రాణాంతక నృహరి నఖర బాణకృపాణా !

శా. శ్రీమన్మన్మథ మన్మథాయిత కలాసించన్ముఖేందీవర
శ్యామా ! భానుకులామృతాంబుధి మన సౌగంధిక ప్రోల్లస
త్సోమా ! దైవకలాభిరామ ! రిపుసంస్తుత్యాద్భుత స్థేమ ! శ్రీ
రామా ! దైత్యవిరామ : సద్గుణగణారామా ! యశఃపూరమా !

భుజంగప్రయాతము

మహీజాముఖాంభోజ మత్తద్విరేఫా !
మహర్ష్యంతరంగాబ్జ మార్తాండదీపా !
అహల్యాఘదావానలాంభస్స్వరూపా !
సహస్రాక్షదుర్దాంత శౌర్యప్రతాపా !

గద్యము

శ్రీమద్భరద్వాజగోత్ర పవిత్రాపస్తంబసూత్ర, ప్రథిత సూరిజనమిత్ర, బక్కయ్యశా
వాగేశ్వరీ సమాసాదిత, వైదేహీవర నివేదిత సరసకవితావిలాస, సహజ
పాండిత్యభాస, వరకవి విధేయ, 'వరదార్య నామధేయ ప్రణీతం
బైన పోతన చరిత్రమను మహాప్రబంధమ్మునందు
ద్వితీయాశ్వాసము.

శ్రీ ర స్తు.

శ్రీ వాగీశ్వర్యై నమః

త పో భం గ ము — పు ల్ల న జ న న ము

"ప్రకృతిం యాంతి భూతాని నిగ్రహః కిం కరిష్యతి"

శ్రీ కర కమలార్చిత నవ
కోకనదారుణ మనోజ్ఞ కోమల చరణా!
సాకేతపుర విహరణా!
కైకేయీ వర నిరుక్త కార్యాచరణా! 1

తే. రససుధాసరోవర మతిరమ్యతరము ఆంధ్రి శృంగారరుచిరము ప్రహ్లాదకరము
అవధరింపుము శ్రీపోతనార్యు చరిత మహితకరుణాలవాల! రఘువరపాల! 2

తే. వేదమూర్తులు జ్యోతిషుల్ విప్రు లెందు శాస్త్రవిధి నిర్ణయించిన సన్మహూర్త
కాలమున స్నుషాసుతుల నొక్కటి యొనర్ప నెంచి తత్ప్రయత్నమ్ము గావించు జనని. 4

మ. పితరుల్ శోభనసన్మహూర్తమునఁ గల్పింపఁగా నవీనాంబర
ప్రతతిన్ బేర మొనర్చుటల్ ముసలి యవ్వల్ జవ్వనుల్ వారలం
జతఁగూర్పన్ వెర వెంచుటల్ గదికి మేల్పెరుల్ మిటారించుటల్
ప్రతికూలించె కవీంద్రు డిద్ది స్వతపోభంగాకృతిఁ దాల్చుటల్. 5

తే. చేయుచున్నట్టి యీ తపస్సిద్ధిగామి నే గృహస్థజీవనమును నెఱప నగుచుఁ
పెద్దవారితో నెటు విన్నవించువాఁడ నంచుఁ బోతనార్యుం డెద నెంచు నిటులు. 6

శా. 'తా నా సంయమి మంత్రరాజ మనుసంధానమ్ము గావింపు మం
చానాఁ డేల యొసంగెనో తపము రెం డాఱేండ్లు నిష్ఠామతిన్
బూనంగావలె నంచుఁ దెల్పె నది సంపూర్ణంబుగాలేదు న
న్నీనాఁ డేగతి రక్షసేసెదవొ బ్రాహ్మీ! జ్ఞానసంధాయినీ! 7

క. పదునొకఁడేఁడులు గడచెను దద కొక వత్సరము గలదు తొరపడ జన ది
య్యది నెటులో త్రోసిపుచ్చెదఁ దదుపరి హరి గలఁ డఁటంచు దలపోయు నిటుల్. 8

తే. పితరుల మనమ్ము నేల నొప్పింపవలయు నరుగుదును నేఁడు శయనమందిరమునకును
నందు వ్రతదీక్ష భంగమునందకుండ సంచరింతును నియమిత స్వాంతవృత్తి. 9

తే. ఇంతిపజ్జ నున్న యేకాంతమున ఋశ్యశృంగునకును శృంగభంగ మగును
మాదృశులనుగూర్చి మాటాడనేటికి శివునిగెల్చు మదను నెవఁ డదల్చు. 10

చ. తరుణి యనంగకేతుముఖ దర్పిత మీన మనోజ్ఞనేత్రి సుం
దర వదనేందు సించిత సుధామధురోజ్జ్వల మందహాస బం
ధుర రుచిరాలకాకులిత ఫాలత్రపాగుణశీల యొంటి నా
దరి వసియింప నీ తప మితఃపర మేగతి నిర్వహింతునో? 11

మ. సతతమ్మున్ లలనావయోవిలసనాస్వాదైక కాంక్షాచర
స్మృతి తాఁ బోరు నొనర్పసాగె నిటు లస్మద్బ్రహ్మచర్యానఘ
వ్రతదీక్షారతితోడ నిట్టి యసిధారామార్గమం దెట్లు నన్
గృతకృత్యుం బొనరింతువో సురనుతాంఘ్రీ! తల్లి! వాగీశ్వరీ!' 12

ఆ. అనుచు భావనమ్ము నొనరించి పోతన నాఁటిరేయి తల్లిమాట దాఁట
భయముఁజెంది యెట్లొ శయనమందిరమున కరిగెఁగాని మనసు కరఁగదయ్యె. 13

క. తారల శశి యన మౌక్తికహారములో నాయకమణి యగునన సతి శృం
గారపు పార మ్మన బంగారపుఁ గీర మ్మనంగ గరితలు గొలువన్. 14

చ. భయ మొకవైపునన్ బ్రణయభావము వేఱొకవైపునన్ మిల
న్నయనవిలోకనద్యుతుల నాట్య మొనర్పఁగ వెన్క నెవ్వరో
చెయినిడి త్రోసినట్లు పతిఁజేరుట లెప్పటి కన్నయట్లు పా
దయుగము సంశయాత్మక పథమ్ములనాఁగుచు నేగ నింతియున్. 15

చ. చెలులను వీడలేక సరిచేడెల మోములు జూడలేకయున్
జెలియలికట్ట దాఁట దరి జేరుటలోఁ గృషిభంగమందు పే
రలుకవిధమ్మునన్ మనసునం దుదయించిన ప్రేమభావపున్
వలపులు క్రీడఁ గూర తలపంపులు పొందఁగ ముందరాన్యయై. 16

ఉ. కాంతునిఁజేరి గుప్తగతి కౌతిక మేఁజబిబాల వృక్షలో
యింతుల బల్మి నెట్లొ హృదయేశు నెదంవను చందనమ్ము నా
క్కింత యలంది పుష్పాదుల నించుక చల్లి త్రిపాతకంగిణీ
కాంతముఖాబ్జయాచుఁ బతికంఠమునన్ సుమహార ముంచుచున్. 17

ఉ. కంతుశర మ్మిదే యనఁగఁ గామిని సుస్మితకాంతి కమ్మపూ
బంతి నురమ్మునన్ విసరి పాణిని గప్పురపు వీడ్య మిచ్చి నా
స్వాంత మొకింత మారదని సాక్ష్యమొసంగు వరాననమ్ము వి
భ్రాంతిని గాంచి యేలనని భావనమున్ బొనరించు నాత్మలో. 18

ఉ. అక్కడి స్త్రీలు వారిఁ గని హాస్యములాడుచు నేహ గోప్యమున్
మక్కువఁ జెప్పికొంచు నడుమన్ నగు నోళుల వ్రేళ్ళఁ గప్పికొం
చొక్కొకరింట నేదొ పని యున్నదటన్న మిషన్ గమించిరే
నొక్కతె నైతినంచు దిగులొందుఁ బ్రమోదమునొందు నామెయున్. 19

క. పొత్తముఁ గొని చదువుచుఁ దన చిత్తము పతి నుండి తొలఁగఁజేయుచు నన్యా
యత్త మ్మొనరుచుఁ బోతన సత్తప నిర్వహణబుద్ధి సందీపింపన్. 20

క. ఉలుకఁడు పలుకఁడు 'రమ్మో లలనా!' యని యాదరించి లాలింపఁడు, గం
టలకొలఁది చిత్తరువుక్రియ నిలిచినది నిలిచినయట్లె నిలిచెన్ సతియున్. 21

క. సతియై చెలువమ్మునకున్ గతియై జవ్వనము పొంగు గంగాప్రతియై
రతియై సాక్షాత్కృతినిదఁ బతియై గనుగొనఁ డిదేమి పాపమొ యతఁడున్. 22

ఆ. చేతమందు లజ్జ భీతి రేకెత్తింప బజ్జకరిగి పదముఁ బట్ట వెఱచు
సిగ్గు వెనుక కీడ్వఁ జెలి నెందు ప్రేమంపుఁ గాంక్ష ముందు నెట్టఁ గలఁతఁజెందు. 23

తే. వంచినట్టి మోమెత్తి స్వవదన మొకఁట గాంచకున్నట్టి పతిచేత వంచితయగు
తన్వి కాభరణములు బంధనము లయ్యె భరముఁగా దోఁచె నూతనాంబరము కరము. 24

తే. పంజరములోనఁ గొత్తఁగాఁ బట్టి తెచ్చినట్టి శుకరంభ నెంతయొ నాదరింప
ముద్దుముచ్చటల్ నెఱపుమ వద్దఁ జేరి యనుచుఁ కవిరాజు తలఁపఁడు మనమునందు. 25

క. పెనిమిటి గ్రంథమును బఠించిన వేళల నిలిచి నిదురఁజెంద పతఁడు బ
జ్జ నలరు నొకచదరం బడుకొని యామెయు వగలఁబొగిలి కుందు నెదందన్. 26

ఆ. ఎన్నఁ డెఱుఁగనట్టి యేకాంతవాసమ్ము దొరికెననుచు వెడఁద మురిపియాడు
నాత్మవిభుఁడు పిల్చి యనురాగ భాషలఁ బల్కరింపఁడనుచు బాధఁజెందు. 27

ఉ. పోతన మేల్కొనన్ నిదురవోయినదానివలెన్ నటించుఁ దా
నాతఁడు నిద్రవోవుతఱి నక్షుల పొంతము నొప్పగించి వృ

ఛ్వేతల వాసమున్ మఱవి వేమరు నాథుని గాంచి కన్నులన్
ప్వాతిపయఃకణమ్ము లొగి జాలుగొనన్ దడుపున్ దలాడలన్. 28

చ. ఫణి మఱచేతి కబ్బినటు భావనసేయుచు నేమి యేమియో
తెలియవి స్వర్గసీమలను దేవతయై విహరించునంతనే
కల లివి యంచు భావపథకత్రిదివమ్ములు నేలఁగూల వి
హ్వలమతి నాప జావని విరాళలఁ గుర్రింగి కృశించు శయ్యపై. 29

ఆ. కనుల ముందు పెజ్జఁ గనఁబడు నాథుండు చనఁగరాని దూరమున వసించెఁ
జేతి దర్పణమునఁ జెలువారు శశిబింబ మందరానిచోట నలరు నటులు. 30

ఆ. ఉండలేదు పడక నుండకపోలేవు కంటకములఁ బొరలు కరణి వరలు
నపరిపూర్ణఘటము నందుండి తొణకాడు జీవనాథమయ్యె జీవనమ్ము. 31

తే. కళ లుడుగునట్టి శశితోడఁ గలువకంటి వెల్లబాఱిన మోముతోఁ దెల్లవాఱె
నిది యొకరెకాక మువ్మాపు లిటులె యేగెఁ బదఁతి యెదఁ జెప్పఁగారాని బాధఁ గ్రాఁగె.

ఆ. ముట్టుకొనకముందె మోముమాడుచుఁ బూలు చందనమ్ము పాత్రిలందె యింకుఁ
బడకటింటి యువతి యెడఁద తానేమొనొ తెల్లవోదు రాండ్రు తెల్లవాఱు. 33

వ. అంత నయ్యూరి రచ్చమాన్రులకడ చవుకులలో. 34

క. ఇన్నాళ్ళటి పోతనగాఁ దన్నడకయె మాఱె బుద్ధి యచ్చపు పదియా
ర్వన్నెపసిండియె మూర్తిం జిన్నయ్యుమ గీర్తి నెన్న క్షితి మిన్న యగున్. 35

ఉ. ఉన్నటుఁదోఁచ దూర నతఁ డొక్కని జోలికిఁ బోఁడు జీదనున్
జిన్నతనమ్ముగాఁ బరిహసింపఁడు లేచి తలంచికొన్న నా
డన్నము పుట్టుఁ బుత్రిఁగవినట్టి సుదంపతు లెన్ని జన్మముల్
పున్నెముజేసిరో సుగుణ భూతనికేతను బోతనార్యునిన్. 36

తే. తండ్రి యెత్తు కుమారుఁడై తండ్రికెదురు నిలిచి మాటాడియెఱుఁగఁడు పిలిచినఁ జను
జనిన గంటఁ గన్గల్పికొంచఁడు శిరమ్ము వంచి యడిగిన వఱకె తా బదు లొసంగు. 37

ఆ. అనుచు చిన్న పెద్దలందరు గుమిగూడి పోతనార్యు సుగుణపుంజములను
జెప్పుకొనగఁ జెరువుచెంత బావులకడ నతివ లతనిచర్య లన్ని యెఱిఁగి. 38

క. అన్నినరోగావి యాతవి కున్న యవగుణ మ్మిదొకటె యొక్వరి భార్యన్
గన్నెత్తియైనఁ గనఁడి శైన్నాళ్ళవి పెండ్లమెదిగి యింట వసించున్. 39

ఆ. ముక్కుమూసికొనుచు మూలఁ గూర్చొనఁగోరు దవసితేఁ దతండు తరుణి యామె
ముందుతాను హృదయమం దేమితలఁచునో దైవ మెఱుఁగు నీవిధమ్మదేమొ? 40

వ. అనుచు నాడిపోసికొనుచుండిరి. 41

క. అంతనొక క్రొత్తచెలి కవికాంతన్ గనవచ్చి సుతులు గల రెండవజన
చెంతంగల లక్కమ మొగఁ మింతై తలవ్రాలి నూర్పు లెసఁగఁగ వగచెన్. 42

తే. 'పట్టుమని పదినాళులు పడుచుఁదనపు ముద్దుముచ్చట లొక యింత ముగియకుండఁ
జంటిపిల్ల వెంటనె యొక దంటపిల్ల కాల జేత వ్రేలాడఁగా వెలయనుచు. 43

ఆ. ఏల వంత యీమె కేమంత యీడేగెఁ గాన్పుగలుగ దినము గలదు ముందు
సంతుగల్గి చంకచాపైన మాకేమి యిత్తు' వనుచు ధైర్యమిచ్చు నామె. 44

క. సంతాన మింటి వెలయన్ గాంతునె నా కట్టి భాగ్యగతి యబ్బునె యో
యింతీ! యని లక్కమ కడుచింతన్ బాష్పముల పరిలవెలఁగున్ దడిపెన్. 45

తే. అంతఁ గొంతకాల మ్మిటు లరుగువెన్క లక్కమాంబయు దనగృహలక్ష్మియైన
కోడలును సఖీజనము నీగోడు వెల్ల మనుట వినుచుండె వేళాకయుజ్ఞమంచి. 46

చ. తనువులు పైకిఁ గాంచుటకుఁ దామిటు వేఁగుఁ దోఁచుచుండియున్
మన మొకటై వెలుంగు ఘనమైత్రిఁ జెలంగెడి స్త్రీల చేల యో
ర్తను నిటు 'నన్నుఁ జంపుకొని నట్లె నిజమ్మును జెప్పవేని నీ
వనఁ బ్రియుఁ డేటికే విముఖుఁ డౌ' నన నింకొక ప్రౌఢ యిట్లనున్. 47

ఉ. 'ఏయదొ కల్లఁ జేసికొని యేగి సపత్న లొనర్తువే కదుం
దీయఁగఁ బల్కరింతువె యెదేని మిషంగొని వశ్యఁ జేయఁగా
వేయి విధానముల్ గలవు వీనిని నే సతి విప్పిచెప్పఁ దా
నాయన యోగియన్నఁ గన నంత కమాయికురాలి వీ' వనన్. 48

క. ఆనాతియు లజ్జాభారానతవదనాబ్జ యగుచు నతిచంచలదృక్
సూనములు హృదయవాసన లీన సఖివిచేష్టలలర నిటులని పలుకున్. 49

సీ. 'వేఁడినీటిని దోఁడి వీఁపురాఁతు నఁటన్న మునిపొద్దె కోనేట మునిఁగివచ్చు
బరకపైచి యొకింతఁ బదముఁబట్టెద నన్నఁ బండఁబోవుమ జేనిపట్ట కెపుడు
మందలించెద నొక్కమా ఱింటిలోననఁ బుస్తకమ్ములతోనె పొద్దుబుచ్చు
భుజియించుపిదపఁ దాంబూలమిత్తు మఁటన్న వ్రతవిష్ఠ యని దాని పదలిపైచు

తే. మన మలర మాటలాడుద మనుకొనినమ నొంటిగా నుండనేయుండ రింటనెపుడు
పత్య హేతుకసత్కృపాబలము లేక యేమి చేయంగలుగు నాఁడదింతకన్న! 50

తే. కిసలయ మనోజ్ఞ రాగ దృగ్వివర ముడిగి కుసుమ సుస్మితవాసనల్ గుప్తమగుటఁ
జెన్ను దఱఁగిన నాలతాశ్రీకుమారి నగును మాధవుఁగూడి యేనాఁటికైన.' 51

క. అని విని చెలు లెద రిటు సీతానరుడు నీ చరిత లింక నుమయే నీపై
నెనరుఁగనవలెనె వా రేమనఁగల రీ విషయమునఁ బ్రియా యని యనుచున్. 52

మ. 'ధృతివిశ్వాసకృషిక్షమావిభులు సాధ్వీ కార్యసంసిద్ధికై
యతిముఖ్యాంగము లాత్మశాంతి కివె మూలాధారముల్ భావి ను
న్నతి జేకూడునఁటన్నయాస బ్రతుకున్ నవ్వించు దానిన్ విడన్
స్మృతియే నెంజిలి రూపమూని వడిఁ బ్రాణిం బట్టి భక్షింపదే. 53

చ. సతతము కాల మొక్కటిలు సాగదు జీవితమం దెవారికిన్
గుతుకము కొన్నినాళ్ళు వెత కొన్నిదినమ్ములు బేల! యేల యీ
గతి విలపించుచుంటి' వనఁగా, విని పల్కుల లక్కమాంబకున్
మతిచెడినంతయై యప్పుడె మందిరమున్ విడఁ గోర్కి యేర్పడెన్. 54

వ. అంతఁ గొన్ని దినంబులకు. 55

ఉ. పూతచరిత్ర లక్కమయుఁ బుణ్యుఁడు కేసనమంత్రి యాత్రలన్
జేతుమఁటంచు నొక్కతఱి సిద్ధపడం దమి వారివెంటఁ గే
లూఁతగఁ దిప్పనార్యుఁడు స్వయోషయుఁ దానుఁ బ్రియాణమై చనన్
గోఁతకువచ్చెఁ జేలనుచుఁ గూరిమితమ్ముని నింటిలో విడెన్. 56

చ. చనిచని చేలఁ గష్టపడి చయ్యన నింటికివచ్చినంత భో
జనమిడ నీదు భార్యయును సద్మమునందె వసించునింక నే
మను' దన యన్న కప్పు డెదురాడఁగ నోడెనుగాని పోతరా
జున కది నచ్చదయ్యె నెటు సొంపక 'మంచిది పోయిరం' డనెన్. 57

తే. పల్లె పొలిమేర వఱకును బండ్ల నల్ల సాగనంపి తల్లికిఁ దన జనకునకును
మ్రొక్కి 'యింక నాఁగెద' నన ముసలితల్లి పోతనను గాంచి వచియించె నీ తెఱంగు.

తే. 'గృహములో నేడఁ జూచిన గింజగిరుజా కనఁబడుచు నున్న దింట నొక్కర్తు పిల్ల
ఊళ్ళపై దొంగ దొర భయమున్నదనుచు వినఁబడెడి నింటనే పండుకొనుము నిశల. 59

ఆ. అనుదినమ్ము నింటఁ బనిపాటులం దోడుపడ గృహానఁ జూఁచిపని నొనర్పఁ
బాలికాఁపుతల్లి బాలాంబకు న్నేను జెప్పినాను వేఱ చింతవలదు.' 60

క. అను జనని వాక్కు విని పోతన వారిని సాగనంపి తన పొలములు చే
లును జూచుకొనుచు వల్లనఁ జని గేహముఁ జేరెఁ బొద్దు జామయ్యె సరిన్. 61

తే. ఇంట నిద్ద ఱాల్మగలె పెత్తెవరు లేరు క్రొత్త యొకరికొక్కరు పిల్చుకొన రెపుడును
ఫలదు నామెకుఁ జెప్పఁగానంత సిగ్గు ముందెటులో యంచు నివలి ప్రీ ల్మచ్చటింతుర్రి 6

ఉ. వచ్చినయట్లు నేఁ డెటులొ వంట నొనర్చితిఁగాని వా రెటుల్
మెచ్చెదరో యొకప్పు డిది నను శ్రమే తినుదాఁకను భోజనార్థమై
వచ్చెదరా యఁటంచు నెటుఁ బల్కఁక యేదొ భయ మ్మెదందలోఁ
జొచ్చను బల్కరింతమనుహో పని మున్నొనుకాదు నామెయున్. 63

ఉ. స్నానముఁ దీర్చి శ్రద్ధమెయి సంధ్యను వార్చి విభూతిఁ దాల్చి యా
శానునిఁ గొల్చి తారకము శారదమంత్రము నిష్ఠతో నను
ష్ఠాన మొనర్చి కూర్చొనిన సత్కృతి నాసపి వెండిపళ్ళెమున్
బూనిచి లేహ్య చోష్య రస భోజ్య పదార్థము లుంచుఁ గూరిమిన్. 64

ఆ. నాతిఘృతము వడ్డనన్ జేయుచున్ బతి చాలు ననఁడటంచు బాలవంచు
స్మేరకోరకిత విచార వీక్షణముల నామెఁ గాంచు నతఁ డిదేమి యనఁగ. 65

క. కాంచిన యంతనె యా సతి సంచిత గతి సిగ్గు మొగ్గలై విరియ హస
చ్చంచలదృష్ట్యంచలములఁ గాంచు నతనిలోనఁ దాఁగు కాంక్ష లిగుర్పన్. 66

క. ఉంచు మిది యనఁ దతం డెది కంచములో లేకొ యామె కని వడ్డించున్
గించిత్తైనను నోర్మెదిలించ రపుడు మూగవారి తీరు నిరువురున్. 67

ఉ. కన్నులఁ గల్పి యామె దెసఁ గాంచ దతండును శాకపాక మె
ట్లున్నది యేమి గావలయు నుంచెద మీకన నోదు నామెయున్
దిన్నపదార్థపుం రుచులు తియ్యన మప్పన యంచుఁ బల్కఁబోఁ
డెన్నఁడు నాతఁ డిప్పగిది యేగెను గొన్నిదినంబు లిర్వురున్. 68

చ. పతి సతితోడ నేదయినఁ బల్కుటకై పని గల్గెనేని యా
పతి పతితోడ భాషణము పల్కఁగ నక్కఱ యుండెనేనిఁ దాఁ
బ్రీతివిధియౌను నిద్దఱకు బాలమ యామెకె చెప్పుచుండు రే
గతియగు నామెయే నడుమ గాత్రిలమి నిర్వురకంచుఁ దోఁపఁగన్. 70

ఆ. సరస వీక్షణముల దరహాసముల మూక వేషములను నర్థభాషణముల
నానఁ గొన్నినాళ్ళు నటవలఁ గొన్నాళ్ళుఁ బ్రికటపఱతు రాత్మభావములను. 71

మ. ఒకనాఁ డింట బరుండు బాలమయు నత్యుత్సాహ మేపారఁగన్
మకవిన్ గాంచి యిటుల్ వచించెను 'ప్రభూ ! చూలాలు నా యేకపు
త్రిక పిల్చాడెను నేఁడు పందుకొన రాత్రి న్నేను రాజాల నిం
కొక యైదుం బదినాళు లింట నొకరై యుండన్ వలెన్ మీరలున్.' 72

క. అవియెడు మాటలు వినిని పోతన మంచిది యట్లే యనుచుఁ దవనంటలఁజే
లను జూడ నరిగి సాయంతనమగుట గృహంబుఁ జేరుతఱి ద్వారమునన్. 73

క. తన నెమరువాయు భావ్యం గాయకొని నామెయును నతనిఁ గనె దృగ్యుగకాఁ
[illegible] మోహయప్రవాహతో మోక్షతిలో. 74

క. ఏకవేళఁ బల్మెడ జాజాల వరల బడి సవరించు సుస్మితమ్ములు లూరఁగా
గనుకంటఁ బ్రియుని గాంచి నల్లని తను నగ నచ్చె గన్నుదమ్ములు వాలిలఁగా. 75

ఉ. కాంతుని మోముఁ గాంచ గని కామిని మోమును సిగ్గువొంతఁ బల్
బొంతబట్టై వణికిన వని రుబ్బక లోపలి తేనె నానఁదుఁగా
ప్పాంతిమతో వహించినటు నాయక నేనని వచ్చి గ్రోంచ మె
క్కించితిఁ బలికి వట్టి తియించిన కద్దు శయించె సంచితగా. 76

క. మెనిమిటి హస్తమును బడిపికొనెదివఁజకు సడిమియుంటఁ గూర్చొని పతియుఁగా
దవనై పంటికొవిన ప్రిబ్బుక బసుకొనెఁ బతికి దప్పగా నాతిన్నెగా. 77

క. క్రోడీకృత జీవములగు నాటితంత్రుల నిగించి నవమధుర శ్రుతుల్
నూతగా మోహపరాగము బాదె మదుఁడు తరుణి హృద్విపంచి సీమగా 78

క. కాదవ కస్తూరి పరిమళ మాధుర శైత్యము విచిత్ర మందిరము సుధా
పూరాకృత కారుణ్యముఁ గూడియు విజయస్థి పొందుఁ గోర దదేమో. 79

క. మానవ దేహమె కాదో మానసమే లేకొ యుండి మానిని మొగముగా
గానం డిటు కన్నెత్తియు మౌనములో నెందు నిట్టి మానిని గలదే. 80

ఉ. ఆందజయాన తాను చెలులందరితో నల 'నాథు' డొంటిగా
మంచినఁ బల్కరింపనె ప్రియోక్తులనంచు వచించె నల్లు బ్రి
హ్మాండముగాఁగ మత్తకుమారుని పిల్లల విట్టివేళ నో
గుండెలె లేవు నో యెవరా కుట్టినయట్టుల మూఁతమే పదెగా. 81

తే. ఘాటమరిలెని ప్రాయము తీవబోఁడు లాది వంతరంగము విప్పి మాటాడ రెండుఁ
బూఁతఁబట్టెని మును లతాముఖములందు మూతిపిప్పని మొగ్గలె మొలచినట్లు. 82

శా. శైలం గన్నుల రెప్పవేయకయె 'రే! రే!' యన్న కేకల్ వళీ
క్యాల మ్మట్టి ప్రతిధ్వనింపఁ బలిబుచ్చగా మంటలగా గ్రాఁగుచుగా
ఓలగా బొబ్బలఁ దాప్రిపుచుగా రయిత మండె వ్విల్చి రక్షింపఁగన్
కేలగా జాచుచుమందఁ గోఁతలకు వచ్చెగా నేఁడా రేపో యనగా. 83

ఉ. అంతటిలోనె యుత్తరదిశాంగణమందుఁ బటిక్కుమారి వి
క్రాంతిని గొల్చు క్రొమ్మెఱుఁగు బంగరు పాదిక దాలవైచుచుగా
బంతముఁ బూని పోతన తపమ్ముల పంటలఁ బాడుసేయఁ గొం
తంత ప్రయత్నముల్ జరుపునంచు బయల్పడె వర్షముల్ దివిగా. 84

ఉ. అంబలిద్రావి కావలికినై వరిఁ జేలకుఁ బోఁదలంచుచున్
సంబరకాఁ డొకండు పెనుసందడి సేసెడి మబ్బుఁగూడు నీ
లాంబరసీమఁ గాంచి దిగులంది కఠిందుర్నిగ్రహమ్ము మున్ గవా
టంబును దట్టి పిల్చెను దటాలున వాకిలి విచ్చె నాతఁడున్. 85

శా. 'గాలిన్ దేలుచు మబ్బు లెక్కటియలన్ తెప్పించునా నెర్లి యే
పోలేరమ్మకు బోనముల్ నడిపి ముందా మిన్ గోఁల వట్టించుచే
మేలా' నంచు వచించెఁ బోతనకు 'సామీ!' యంచు కేల్మోడ్చి య
న్నాలోకించుచుఁ బాలికాఁ డపుడు లాభాకాంక్ష లేపారఁగన్. 86

క. పోతన వానినిఁ గని 'పోరా! తోడ్కొనిరమ్ము కూలిజనముల రేపే
కోఁతలు బొనరింతము చే లా తదుపరి ప్రభుని చిత్త'మని యటులాడెన్. 87

క. చెడఁగొట్టు వానలో యే చెదురోగమొ కృషిని మన్నుజేయు నెటు శ్రీమత్
బడ నోటికందు నొక ఒక్కొడు కూడెయుఁగ రిది బొజ్జగీఁకొను వ్రాప్తల్. 88

ఉ. పోవలె రేపు పొద్దె వనభోజనముం బొనరింప నచ్చటన్
దేవళమందు వెల్గు మన దేవికి దుర్గకుఁ బూజచేసి స
ల్లావుల పాల పాయసము నట్లను బుగ్గములన్ నివేదన
మ్మోవిధి సేయ బొప్పునని యింట వచింపుము యత్న మేర్పడన్. 89

తే. పాలికాఁపు కవిం గాంచి భక్తి మీఱ 'వంటచేయ దాపఁడు లేఁడె స్వామి!' యనుట
'నాడె వారెల్ల నాయనం గూడి తాము యాత్రలను జేయుటకునయి యరిగి' రనుచు. 90

సీ. కట్టకొమ్మకు తూముకాల్వ దాపట నున్న యేపెల పాయకు నెగువ వలరు
మన నూవుజెల్కలో మట్టివృక్షము కింద వంట నొనర్పఁగా వసతిఁజేయ
దాఁపున నీళ్ళుండుఁ దేవతేప చెఱువు కట్టెక్కి దిగడి యిక్కట్టు దొలఁగు
నొక దుర్గదేవళ మొక్కింత దూరమౌఁ గట్ట కాచివరలోఁ గ్రాలుకతన

తే. నదియు నేమంత దూరమా నర్చనకయి పోయివచ్చుటె కాదె యీరేయి నీవు
బండిఁ గొనివచ్చి యిచటనే పండుకొమ్ము చనవలెను పొద్దునకు ముందె మన మటకికి.

తే. కావలికిఁ బంపు నీరటికాని నేటి కొక్కనాటికి నింటిలో నుండి నీవు
బొలికిఁ గూష్మాండ లాంగలీఫలములాది వలయు సరకుల సమకూర్పవలయు ననుచు.

క. మునురుకొనివచ్చు మబ్బులఁ గపిగొని గర్జించు నుఱుము గడగడలపడిన్
కనుబొనులాడెడి మెఱుపుల దిసలం గని యెంతొ గుండె దిగులువ మందెన్. 93

శా. అనాఁ డింట శయించి పోతనయుఁ దా నత్యంత చింతావృత
ప్రాణుండై హరు దుఃఖ దైన్యహరునిన్ బ్రార్థించి 'సామీ! భవా

ధీసంబైన విభూతి తావక కృపాదృష్టిన్ విభాళిప్రదం
బౌ నాదృష్టి తిరోహితంబయిన జేయంజాలిలం బూదిగన్. 94

క. తను వాసె కర్త యని విను గనఁజాలఁడు నీదు దయను గనఁ డజ్ఞుఁడు నీ
ఘనశక్తి లేనిచోఁ దృణమును గదలుపఁజాలమనుచు మును సుర లనరే. 95

సీ. వనిమిలోద్యానమ్ము విరచించి కర్తయౌ మహాదరణ్యస్రష్ట మఱుపుదట్టుఁ
దమ సరోవరకుల్యల నావరించి కర్తయౌ జలధినదీదాత శంకితుఁడగు
నిశ దీపకళికల నిర్మించి కర్తయౌ విధుభాను నిర్మాత విస్మృతుఁడగు
వీజనాహతి గాలి వీచుచుఁ గర్తయౌఁ బ్రాణానిలవిధాత గానరాఁడు

తే. తనదు సృష్టికిఁ దను గన్నతండ్రి కర్త యాదిమానవుఁ గన్నట్టి యయ్య లేఁడు
ధరణి నొక హేతువుగఁ గట్టఁ దాను కర్త ధరణి కర్తయౌ పరమాత్మ తలఁపురాఁడు.

ఆ. విశ్వపటముఁ జిత్రవిధిఁ జేయు విబుధుని ప్రతిభ మెచ్చి పొగడు ప్రతినరుండు
చిత్రవిశ్వ మెల్లఁ జేసెడి సర్వేశు వినుతి సేయకుండు వెఱ్ఱిగాదె. 97

ఆ. తనకు ధృతినొసంగు ధనికునిఁ గని మ్రొక్కు తనకు ధనికునకును ధరణి కంత
సన్నవస్త్రములిడు హరి నెంచి మ్రొక్కఁడు దూరదృష్టిలేని దుర్ముఖుండు. 98

ఉ. బొమ్మను సక్కి యింతకును బొమ్మ నొసంగిన యమ్మ వీడి తా
నెమ్మహి నాడుచుండు శిశు వించుక యాకలి బాధపెట్ట నా
బొమ్మను వీడి 'యమ్మ' యని బోరున నేడ్చెడిరీతి మేటిక
ష్టమ్ములు దాపురించునపు డజ్ఞుఁడు నిన్నని యేడ్చు నార్తుఁడై.' 99

క. అని తలఁచి మ్రొక్కి కూరుకుఁ గొని నిద్దురలేచి 'కృష్ణ ; గోవింద !' యనుం
చును బూర్వదిశ నరుణశోభను గని భగవద్గుణానుభవము నొనర్పన్. 100

క. పరువిడెడి యిరులఁ గన్గొని పరిహాసము సేయు నవఁగఁ బరువము లొప్పన్
సరసిజ ముఖమున నవ్వుచు నరుదెంచఁగ సాగెఁ బ్రత్యుషాంగన భువికిన్. 101

సీ. తరులతాగుల్మ సంతతిని బోల్కాడించి తమి సుమమ్ముల పూజనములు గాంచి
పులుఁగు సంగడికాండ్రఁ బలుకరించి యొకింతఁ దామ్రచూడస్తోత్రతతిని దనిసి
యొగి సంబరము పెల్ల నతికి యాఱఁగవైచి మలయానిలుని వీవనలను గొనుచుఁ
బ్రాగ్దిశారమణికిఁ బసపు కుంకుమ మిచ్చి యామె చూపిన రాగ మనుభవించి,

తే. గారడి యగు చీఁకటి కనుకట్టొనర్చి మాయముం జేయు లోకమ్మున్ మఱలఁ జూపి
నావి తెలిపి తేటలఁ దెల్లవాఱఁజేయ నా యుషస్సతి జగతిఁ బ్రత్యక్షమయ్యె. 102

సీ. కఱవుబాధలఁ బట్టి కడఁదోల నా కంతముల నిత్తునని చేలు తలలు వంచెఁ
దమ పొట్టలోని యన్నము దీసి ప్రజనోటఁ బెట్టునావని కొంతఁ బొట్ట విచ్చె

పశ్యతోహరు లట్లు బారులై చీమలు బారియచుట్టును వక్రగతినిఁ గట్టె
శుకతుండముల వ్రేలు సొంపైన వరివెన్ను ముత్తెపుచుంపుల ముక్కుఁ బిదె

తే. దివిని శశిరేఖ యమృతబిందువుల వడుగ వడ్డి కొనఁగెదమవి కొడవళ్లు తాము
పల్లెపడుచుల మూఁపుల పల్లకీల నెక్కివచ్చెను వరిఁగోయ నెంతొ రీవి. 103

క. కల్లలు కపటము లెఱుఁగని పల్లెమొగపు చూపు చేపబాజీన యొడళుల్
తెల్లనగు వడికిన ముతుక యొల్లెల కాపెల విలాస మొప్పఁగఁ బరుపుల్. 104

ఉ. పయ్యెదచుట్టు కొమనకు బానటయౌ మొలమాలికట్టుతో
వియ్యమునందఁ జెక్కిళుల వ్రేలెడి పోఁగులఁతోడ ముంగురుల్
నెయ్యముగోరి చేఁగలుప నెన్నడు మల్లలనాడఁ గూడి పా
డుయ్యెలపాటకున్ లయగ నొప్పెడి గాజుల చేతి ఘల్లులన్. 105

తే. బంతిపూలు సిగలఁ జైడికాంతు లీనఁ జేల బంతులై కొడవళ్లఁ జేతఁ బూని
మనుము నిడి కోయసాగిరి ముచ్చటగుచునుండఁ బోతరాజీటు లాత్మ నూహ పేయు.

తే. 'ప్రాణి సేపకు బలియైన వరివరకలఁ గాఁపుపడుచుల వికపించు కమ్మదొవలు
రైతు నవ్వులున్ బుష్పవర్షాల గురియు దివినిఁ బక్షులు ధన్యగీతికలు బాడు. 107

తే. నాగరకుఁడు పాషాణఖండములఁ గాంచి సంస్తుతించును నవరత్నచయ మటంచు
ధరణి నవధాన్యరత్నాలు కటవుపడిన నొక్క వజ్రిముఁ దివవేల నొబగు నేల? 108

మ. అనివార్యాతపశీతవర్షగత బాధాహారివై విమ్ను గాం
చనె కృష్ణార్పణమంచు నీ కయిని పస్యశ్యామలన్ భూమి నే
ఘన చిత్తమ్మది ధారవోసినదొ తత్కారుణ్యవారిన్ జవిం
చెను గంగమ్మలు వేయి కర్షక తపస్వీ! లోకమాన్యాగ్రిణీ! 109

ఉ. అఱ్ఱులు వంచి మత్తిలి సుఖావిలడోలిక నూఁగు చేలలోఁ
గఱ్ఱల దోరయెన్నులవి క్ష్మాపతి శీర్షకిరీట పాళిపై
వెఱ్ఱితమిం దురాయిలను వెట్టెడి మంచెనఁ గూరుచున్న పీ
బిఱ్ఱును జూచి రాజ్యరమ పీఠము విర్వె నచంచలాకృతిన్.' 110

ఉ. అని యిటు లూహచేయుచు మహాకవిశేఖరు దంబరార్ధ్వమున్
గనుగొనె నీలనీరద మొకండు చలన్మహితేంద్రనీలవ
న్మణికృత పాకశాసన విమానమనన్ దివి నాడె మేల్ కరా
ననము వధిజ్యమై దివిని సంధిలఁజేసెను రత్నతోరణల్. 111

తే. ఎప్పు డొకయింత యెండక న్నెఱుఁగవట్టి మెఱపు దొరసాని మబ్బుల కురులలోన
సింగిణియును దా నొకవంక రంగులీను పూలదండఁ గీలించె సందాలు గులుక. 112

శా. ఇంతింతై వడి నింతయై నగతి మచ్చీకింపుచున్నంతలో
నంతై యాకసమంతయై వికసి నీలాకార మేపార నా
కాంతమ్ముల్ గ్రసియించి మించి ఘనగర్జారావఘాటిన్ దిశా
ప్రాంతమ్ముల్ వెలిఁగించె సద్ధతి నిరాశాకంధిలో ముంచఁగన్. 113

సీ. ఘూర్ణనాగారూఢ దుందుభిస్వనభీతి మార్తాండబింబమ్ము మఱుఁగుసొచ్చె
గగనసంగరపటు ధ్వనదట్టిత్కారవార నమితి కన్నులలోన సాము వేసె
నీలాద్రిశిఖర సంధిత వారిద శతమ్ము లదురుబెబ్బుల గుండెలందు వైచె
శక్రచాప విముక్త శరపటంపరలచే దశదిశాజాండమ్ము వశమొనర్చె

తే. గలుషవిషయుక్త గర్వాంధకారసార పక్షపు లొలయఁ గావంటివి వాహినులను
భీత దీన మానవ విచిత్రిన్న భిన్న చిత్తముల నొంప వడఁకింపఁ జేరవచ్చె. 114

తే. కటక విషాద విశ్వాస ఖండతండ మేకమై చండపవన సమాకృతిఁ గొని
వీచెనని గాలితో మబ్బు విచ్చిపోవు పరప్రజాహిత దార్ఢ్య ప్రభిత యగుచు. 115

ఉ. వచ్చెను గాలివాన కొదవళ్ళను వేగము సాగనిండటం
చెచ్చెరికమ్మగాఁ బలికి యింతులతోఁ బవిఁగొంచుఁ బోతరా
జచ్చటనే వసింపఁ బవ లన్నము వీరసకుండ నోటికిన్
వచ్చిన యోగిరమ్మ్యొకట వర్షహతిన్ జెడునంచు భీతుఁడై. 116

ఉ. పీడు లవిత్రహస్తులయి శ్రీహసమంచిత సస్యమంజరీ
వార వికృత్తనమ్ము సలుపన్ బవలన్ బలముందుఁ జేర్పఁగన్
బూరుష కార్మికాళి తలమోయుచు వావిఁ గుప్పవేయుచున్
గూడుచొసంగఁ దీక్షకయుఁ గూడ లభింపనటుల్ శ్రమించెడిన్. 117

ఆ. ఇంతలోన సుకవి కాంత వంట నొనర్చి బోనమిడుట లెపుడొ తా నెఱుఁగక
మగని రాక కొఱకు మార్గమ్ములం గాచుచుండె జాము ప్రొద్దై యుండె నింక. 118

ఉ. ఎంతకు రాకపో నటటు వేఁగి కనుంగొనసాగెఁ జెంగటన్
గాంతలు నెత్తిపైన వరి కట్టలతోం గొడవళ్ళఁ జెక్కి తా
మెంతయు శ్రాంతలై పనుల నిట్టుఁ బాపుమ వచ్చుచుండి రా
యింతులఁ బృచ్ఛ చేసె భుజియింపఁగ బోతన రాని హేతువున్. 119

ఉ. అప్పుడు వార లామగువ నారసి పల్కిరి చేసికోఁతలో
నిప్పుడు సద్దమాలువెడ నింటికి పంటయె వచ్చు నెంతయో
తిప్పలటంచు నుత్తరపుదిక్కు మొగు ల్గని భీతుఁడై వరిన్
గుప్పనువేయుచాఁక వడిఁ గూర్చెనె మిమ్మను దంపె స్వామి తాన్. 120

ఉ. ప్రొద్దటినుండి నాల్కకు నొకబొట్టు జల మ్మిడకుండ వాడి మూ
యొద్దనె నిల్చి కాచుకొనియుండిరి యద్దిరి కట్టకొమ్ముకుం
దద్దయు వేగ వేఁగి గుడితల్లికి బోనముఁబెట్టి మిమ్ములం
బ్రొద్దుఁజెలంగ రమ్మనిరి పోతనగారును వత్తు రింతలో. 121

చ అవిన విషాదరేఖలు నిజాననసీమ నటింప పాపరా
ధనువలె మానసమ్ము పరితాపదవాగ్నుల నొంప వంటక
మ్మును నితరాన్నపానముల పొందిక బిళ్ళమునందుఁ బెట్టి యా
కు నొకటి గప్పి వస్త్రమునఁ గూరిచి కట్టి పథానువర్తయై. 122

చ. చనఁ దొడఁగెన్ మహోత్వర నవంస్కృత దుర్గమ మార్గ గుప్తశ
ల్యనికరసంకరిమచ్ఛ్రమములన్ స్ఖలదార్ద్రపదారవిందయై
తనులత సంచలింపఁగ యథాయథయై పవనాహతిన్ శిరో
జనిచయ మాటలాడఁ జెలుచన్ బ్రతిముక్తపటాంచలమ్ముతో. 123

చ. వనిత, మరాళపాళి కలభాషణలన్ బదభూషణాకృతిం
గొని తన వెన్నడం దరిసి కోపమునం గలహింప నల్లనన్
జనిచని ముంగటం గనె విసర్పిత నింబమహీరుహంపు నీ
డను వరమందిరస్థితమృడాని నివారితభక్తహానినిన్. 124

చ. కనుగొని యార్తిమీఱ నిరుగన్నుల బాష్పములూరి పెక్కులం
దునఁ బడి జాఱ నెన్నుదురు దుర్గపదమ్ములఁజేర మ్రొక్కి 'మో
జనని ! మహాపరాధ మెది సల్పితి నన్నిటు శిక్షసేయఁగా'
నని యిటు వేడు నాగిరిజ నంచితభక్తి సమర్చఁ దేర్చుచుం. 125

మ. గతజన్మాఘము లక్షమార్గము లనేకమ్ముల్ పదా దుర్వ్యథా
కృతి వెన్నాడును విన్నటంచును మపేక్షింతే భవత్పాదధూ
ళి తలం దాల్పఁ బ్రణష్ట మందు విధిదుర్లేఖాక్షరశ్రేణి యు
న్నతిఁజేకూరు ముదమ్ములూరు నను ఛందస్ఫూర్తులం గల్గియో ! 126

శా. తల్లీ ! యెల్లపుడుం గళేబరగతార్థంబంటి ముక్కంటిలోఁ
దల్లీనమ్మయి యుండి నీ దుహిత యేతద్రీతి నీముందు శో
భిల్లం జూతువె నాఁడు రుక్మిణికి నీవేకావె ప్రార్థింపఁగా
పుల్లాబ్జాక్షు నొసంగి ప్రోచితివి నా పూజల్ వృథాసేతువే ? 127

శా. ప్రాలేయాచలశృంగ తుంగ రజతప్రాసాద భాగమ్ములం
బాలేందు స్పృహణీయ శీతలకళా పాటీరలేపమ్ములన్

దోర్దండాంతరసంగతీకరములం దోడ్కొంచు నేతెంచు వా
తూలాంకూరము నీవ నీవలెఁ నెందుండో యా మాపూజనల్ ? 128

ఉ. సారసనేత్ర ! నీ ప్రణయ చారుతరేక్షణపంక్తి బాదియౌ
మారుని రేఁపి శూలికి సుమారుని జూపి జగమ్ము వాఁచె భూ
వారిజనేత్రి చెల్లెఁ వివాహమునందు భవత్పదాబ్జముల్
కూరిమిమీఱ పెల్లపుడు గొల్చి శిరమ్ముల వ్రాల్చి మ్రొక్కఁగన్. 129

సీ. త్రయ్యంతసారామృతసరోవర స్వర్ణసరసీరుహమ్ము లే చరణయుగళి
సంభక్తమానస వాంఛాఫలప్రద కల్పకశాఖ లే కరయుగములు
సంభూతపాపౌఘ సంత్రాణచణఘృణా దుగ్ధాబ్ధి యమ్మదే దొడ్డకుక్షి
విగతశయ శశాంకవిరహిత రాకాసుధాంశు సంకేత మే యాననమ్ము

తే. అఖిలవేఖాండవిలయ సృష్ట్యాది చిత్రకేళి లే యక్షి మీలనోన్మీలనములు
లవవి సుఖదుఃఖసంఘ లే హాసరోషకాంతులో యా శివామూర్తిఁ గాంతు విన్న. 130

మ. సదయాశిన్ భవదీయకాయము సౌందర్యార్ణవం బికటిన్
బుడమిన్ దట్టపు పశ్యనీమ గగనమ్మున్ ముట్టుచున్ నాభిలో
పడుచున్ జుట్టు పశిన దరంగగతి లేచున్ గ్రీవలో శంఖమై
యొడుపుల్ ట్టుచుఁ జన్నవన్ రజత హేమోర్వీధ్రముల్ పెట్టుచున్. 131

ఉ. హాసములందు ఫేనము లపాంగవిరీక్షణలందు మీనముల్
భాసురఫాలమందున శపాకరుడిన్ గురులందు శైవలం
బ్యాని మెపర్చి మస్మథుని హత్యయొనర్చిన కొండపిటి న
న్నాశ్రయిసి విటాలవహ్ని శిఖ లార్పి రతిం బతిఁ గూర్చు సంబికా ! 132

మ. గిరిశోన్మత్తమనస్సరోవరలసత్క్రీడామరాళీ మహే
శ్వరి కాళీ జగదాధికారిణి నమస్కారమ్ము లోయమ్మ శ్రీ
హరికిం జెల్లెలి పెద్ది సంపదల నీయంజాల వావిమ్మురా
ద్వరు సృష్టించిన తల్లి వే పసుల దీర్పన్లేవు నిర్వేమ్నతన్ ? 133

చ. అని యిటు పేఁడి దేవికి సమంచితభక్తి నివేదనమ్మునన్
బొనరిచి 'యంబ ! నీదరికి నొంటిగ వచ్చితి బంటగల్గి నీ
యనుపమసత్ కృపాజలధి వాత్మజపై ప్రసరింపనీయరా
దమకొ వైదేమొ తల్లి సుత వారడపెట్టిన దిక్కు చిక్కునే ? 134

మ. మును శ్రీరుక్మిణి నీ పదమ్ములను సంపూజించి తా నేఁగుటన్
వనజాక్షుం డరుదెంచి యెత్తుకొని పోవంజేసినా వట్టి నీ

యనుకంపామతి నేడ దాఁచితివి నేఁ దండన్ విధించెద నీ
కును నల్లొననఁగా ద్విజాలిరుత మాఘోషించె వృషోపరిన్. 135

చ. అది వినఁగా దివమ్మును ముదశ్రువులన్ గురిపింపసాగె నా
నుదకము వర్షరూపమున నొక్కొక చుక్క ధరిత్రి వ్రాలె నా
సుదతియు నుప్పర మ్మొరసి చొప్పడు కారుమొగిళ్ళజాఱు ఓ
ట్టదవద జెంది గుండె దిగులంది కనుంగొని యేఁగు వేగతన్. 136

క. అటువిటు గాంచువఱకె చీఁకటి పడినటు మబ్బు పచ్చి కడపై తోచెన్
జిటిపొటి చిన్కులు పన్నీరటు జిల్కుచు నభము వృష్టి నారంభించెన్. 137

ఉ. సద్దుగ మేదలెక్క కను సైగ లొనర్చెడి మేఘ సంగతిన్
వద్దని సస్యకాంత తల వ్రాలిచె గర్భభరాలసాంగియై
వద్దననేని త్రొగ్గి పయివచ్చిపడెన్ ద్విజ నష్టమౌట తా
నద్ది యెఱుంగఁ డెంతటి ఘనాహ్వయుడైనను దాగుబోతనన్. 138

చ. అవసరమంచు వాఁడెఱచి యాచనసేసెడి యర్థి కిచ్చు నీ
ళ్ళవి నవజీవనమ్మనిరి యట్టులె పొట్టలు నిండఁ బండు భూ
తవితతి కిచ్చునట్టి యమృతమ్ము విషమ్మని రిట్లనౌచితిన్
దివి జవదాన్యుఁడైన ఘనదీపితుఁడున్ బతనస్థితిన్ గనెన్. 139

తే. పైన వాన క్రిందనొ ముండ్లబాధ దెసల హోరుమని యీఁదగాలి కంగారుపఱుపఁ
బతి భుజింపకపోయెనన్ బాధ ముందు నామె కివి చీమకుట్టిన యంతకావు. 140

ఉ. ముద్దుమొగానఁ జెక్కుఖల ముత్తెములట్టుల నిల్చె జాఱు నీ
రొద్దిక దాల్చు చీర యదియో జడివానకు నాని యంతటన్
ముద్దయిపోయి యా మధురమోహన సుందరగాత్రివల్లిపై
నద్దినయట్టు లొప్పె బురదై నడ సాగకపోయె రేగడిన్. 141

తే. దెసలు గుర్తిగాఁగను నెదతెఱపిలేక చలిచికొట్టెను పెనువానజడికిఁ దాళ
జాలమికి బిట్టు వడఁకుచుఁ జాన తాను జెంత నలరెడు నొక మఱ్ఱిచెట్టు డాపె. 142

తే. తలల గొంగడి ముసుఁగులు వెలుఁగ ముడుత గట్టుకొనిన చేతులఁ దమ కఱ్ఱలూని
గద్దువలకాని యట్టిటు గదలకుండ నాలఁ గొని నిల్చి రచటి గోపార్భకులును. 143

క. గతిలేని ప్రాణితతినీ గతి నేఁచఁ దొడంగె వర్షగతి యనుకొనుచున్
వెతనొంది యేడ్చు బాష్పవితతి యనఁ దరువరము గురిసె ధర జలకణముల్. 144

తే. ఉఱికి యుఱికి తాఁ బడిపోవు నరువిఖాతి కురిసి కురిసి వర్షమ్మాగెఁ గొంతతడవు
నంత నాకాశమండలమంతఁ గూడ మైల గడిగిన ముకురమ్ము లీల వెలిఁగె. 145

ఆ. పగిలెఁ జేయి జాఱిపడి యద్దఫలకమ్ము లనఁగ నిలిచె మడువులందు జలము
లద్దములను వాపినట్టి పచ్చనిరేక లాఱఁగట్టె శాద్వలాంగణములు. 146

క. వెలిసెను వర్షాపాతము బలికిన ఫణులగుచు వఱద లుఱుకులుబెట్టెన్
జలకములాడెను తరుగణములు గోపార్భకులు హృష్టముఖ సంగతులై. 147

సీ. హర్షాతిరేకాన వర్షప్రవాహమ్ము కట్టఁగట్టుచుఁ దటాకముఁ బొనర్తు రి
తత్తటాకమ్ములఁ దాళపత్త్రములతో నౌకలు విడుచుచు నవ్వుచుందు
రా కట్టక్రింద నిమ్మారని యిసుకతోఁ బిచ్చుకగూళ్ళఁ గావించుకొందు రి
నాది యీ గూడని నాది యీ చెఱువని కొట్లాడుకొని వానిఁ గూల్చుకొందు రి.

తే. కొంప మునిఁగెను నా నావ కొట్టుకొనుచుఁ బోయె నని యేడి సంసారి పోల్కి నేడ్చి
లోకపుం బోకడల సమాలోకనమ్ము సేయు బ్రహ్మణ్యులట్లు హసింతు రపుడె. 148

క. కీలారి బాలురం గని యా లలనామణియు మందహాసస్ఫుట ప్రే
మాలాపము లలరఁగ నీ చేలఁగ మా చేను లెవ్వొ చెప్పరె యనినన్. 149

తే. 'కూఁతపెట్టున్న యా కట్టకొమ్ము బట్టి బవ్వచేయి పైపునకని పోయి చూడ
మట్టి కనఁబడు నదియె యమ్మా!' యటంచుఁ జెప్పుటయు నామె త్వరగతిఁ జేరఁబోయె.

శా. ఎంతోదూరము లేదు మట్టి యపుడా యేకాకి యీ రూపుతోఁ
జెంత న్వ్రేల్గెడి నాథు చేరుపఁ బ్రవేశింప న్మొగమ్మోడి వి
భ్రాంతాపాంగవిలోకనమ్ముల నిజప్రాణేశునిన్ జూచుచు
న్నంతన్ గాలొక యింత జాఱి తన పాదాంతమ్ము నూఁగాడుచున్. 151

చ. పడఁబడఁ జీఁట నుండి యొక పక్షివలె న్వడి లేచి యొక్కచే
యడుగునఁ జెంతఁజేరి మృదులాంసము లంటుచు వ్రాఁపి సిగ్గుతో
జడిపెడి కల్కి మోమును బ్రసన్నపుఁ జూపుల నయ్యొ! పాపమున్
వడువుఁ గాంచి 'వర్షమున వచ్చితివే' యని పల్కె నాథుఁడున్. 152

ఉ. ఆద్దిర యవ్విఁ దా యువతి యందము చందముఁ గాంచ నచ్చునన్
గుప్పిద్దినయట్టు లంగచయ కోమలసౌష్ఠవ మెంతొ వింతగా
దిద్ది మరందు వేడ్కమెయిఁ దీపిన చిత్రపటమ్ము కిమ్మగా
వట్టము గట్టిపెట్టినటు లయ్యెను సన్నపుచీర మాటునన్. 153

క. అద్దుకొనిపోయెఁ గురు లమ్ముద్దియఫాలమున వింత మురిపెము దోఁపన్
నిద్దపుఁ గాటుక చెదరెన్ దిద్దిన కుంకుమము వద్దదిద్దములయ్యెన్. 154

క. తమదాను మఱచి విశ్వమ్మును మఱచియు నామె రూపమును గనుగొనుచున్
గనియె నొక క్రొత్తలోకపు టనుభవము సమాత్మ్యఁ దెడఁద పతి పరవశుఁడై. 155

తే. అతని హృదయ సర్వస్వ మున్నట్టులాండి యపహరించిన ముగ్ధ పలుకుట నేమొ
యతని ముందు నిలువలేక యతిభీతి నిటకు పర్వెత్తుచుండె నా యింతి సనుల. 156

తే. రాగరసపూర్ణ మానససాగరముల భావనాతరంగము లెన్నొ పతికి సతికి
గంతులిడు గాని యందు నొక్కటియుఁగూడఁ బెదవి వెలియలికట్టి దాఁటదు సవంత.

క. ఫలభారమ్మున సుడివడు సలలితలతికావిధాన స్తనగురుభార
స్థలదవలగ్నమ్మున నత్యలఘు జఘనభర విపీడితాలసగతులన్. 158

క. ఉంచి శివాన్నైవేద్యపుఁ గంచ మ్మచ్చోట, సిక్తశిప్రవు శుచిగా
వించన్ దానమ్మాడఁగ సంచనద సరోవరమున కరుగఁగఁదొడఁగెన్. 159

తే. 'పదిలముగఁ బోవలెనుసుమ్ము పడెదు జారి
యనుచు సదయాంతరంగుఁడై యతఁడు పల్క
జాలిగొల్పెడి స్నేహదృక్ప్రయము బలపి
యామె మౌనయై తలవ్రాల్చి యల్లఁ జనియె. 160

క. చనియెడిసతి వెనువెంటన్ జనగోరెడి వాంఛ నాత్మసంయమనమ్మున్
గొని యణఁచిపుచ్చి కవి నెమ్మనమున నిటులెంచు నామె మధురాకృతులన్. 161

తే. 'దొంగచూపుల నంపి యీ తోయజాక్షి నాదు చైతన్యము హరించి పోఁదొడంగె
నరుగునది యామెయగునె కా దరసిచూడ నేనె నను విడి చనుమంటి నిశ్చయముగ. 162

తే. కృష్ణవేణీ శిరోగత కేశపాశ బంధమునఁ జిక్కి యదె ప్రసవమ్ము కంద
కాంతపైఁగల మోహాంధకారపాశ కూటమునఁ జిక్కి నామెద కుందు నటుల. 163

తే. కందుచును బ్రసూనమ్మది యంద మొసఁగుఁ
గుందుచును నాదు హృదయ మానంద మొందుఁ
గష్టములనేనిఁ బ్రియములుగా నొనర్చు
నిష్టకామ్యమ్ము రీయిల నెవరికేని.' 164

క. అని తలఁచి కొంతవడి తన మనమును విషయాంతరముల మరలించుటకై
కను నచటి ప్రకృతిదృశ్యమ్మును నచటి కపోతమిథునమును గవి యెంచున్. 165

సీ. మెఱపుటేఁకల నిందు మెడ ముందు వెన్కకుఁ గునిసియాడఁగఁ దోడగూడి వడచుఁ
గేరికూయుచుఁ బ్రియం జేరి రాఁజుట్టుచుఁ బుచ్ఛమ్ము విప్పి పొంపుగ నటించుఁ
గనుమోడ్చి ముక్కు ముక్కునఁ జేర్చి విడఁదీసి యట్టిట్టు వేంపై నంటిరాచు
మెడ నోరదిప్పి విచ్చెడి పక్షములమధ్యఁ గొనముక్కునన్ గోఁకుకొనుచుఁ గూర్కు.

తే. చెక్కు లీఁకలు విరియఁగ రెపరెపార్చి సంబరాకృతిఁ బైకేగఁ బాఱు కాంతఁ
బొంది సంతృప్తుఁ డగు నీ కపోతపతియె ధన్యుఁ డన్నివిధమ్ములఁ దలఁచి చూడ. 166

తే. కమలముల గర్భగత మధుకరవితాన మే విరహిణీ ప్రణయ పూర్ణహృదయ సుధయొ
మధు కచబం గోష్ఠి యాడెడి మధుపములుంగ నెవని కామాంధకారము రెగసి చనునొ.

తే. అడుగుడెంచు మిత్రుం డీక యడుగునవినఁ బ్రకృతి రాగరంజితయయి బరఁగు రాక
రాక వచ్చుట తదప్పుంకి పోకద యను సంధికాలమ్మె రాగప్రసారకమ్మొ. 168

అ. కలువతీవె పడఁతి వదఁద మొగ్గలపయిన్ బచ్చనాకుపైఁటఁ బాయ వలలఁ
దానమాడు సరసిఁ దాగి కొంచుచు శశి చిక్కిపోవు విరహచింతనేమొ! 169

సీ. కలకంఠ పరసవాక్యవిలాపముల విన్నఁ గాష్ఠసంతతికి రాగము చిగుర్చు
శశికరమ్ముల వింత చక్కిలిగింతకుఁ బాషాణ కఠినగర్భము ద్రవించు
రాగప్రసన్నమౌ ప్రతిబింబమును గాంచఁ దమ్మిపూఁబోఁడి మొగమ్ము విప్పు
పటిపాంబువాహ సుందరతఁ గన్గొని కేకి పురివిప్పి వెయికనుల్ దెఱచి మురియుఁ

తే. బ్రకృతిసిద్ధ సౌందర్య ప్రభావిలసిత రూప దర్శనస్పర్శ నాలాపములనుఁ
గాంచి కాష్ఠపాషాణాదికములు మాఱు వనఁగఁ జేతనవితతి నేమనుట లింక. 170

మ. మధుపాన మ్మొనరింపకుండఁ గమలన్ మత్తెక్కి వైశ్వానరున్
విధి సేవింపకమున్నె మై సకలమున్ వేఁడిన్ దపించుఁగా సుమా
యుధ పుష్పాస్త్రము లంటకుండఁగనె దివ్యోగ్రాక్షసంకాశుఁడున్
బ్రభవమ్మందు జితోస్మి యన్న వరుఁడౌ ఖామా కరస్పర్శచేన్. 171

క. అని యెంచి పతి తటాక మ్మునఁ జని తడవయ్యె జాజి మొగ్గనొకో దా
వ నఁటంచు సచటికిం జని కనుగొనెఁ దన వామె కవవిగతి యా చెంతన్. ‹72

తే. వెలఁది కాసారతీర పవిత్రవారి నసితభీతేక్షణముల వర్షిలఁ గనుచుఁ
దావ మొనరించి ధౌతవస్త్రమును దాల్చికొనెడి రమణీయ దృశ్యమ్ము కమలఁబడియె.

ఉ. కాంచినవెంటనే మఱలఁ గష్టముతోఁ దన యువిక్కఁజేరి యి
ట్లెంచఁదొడంగె మల్లమది యెప్పటికప్పుడు కాంతరూపుఁగ
ల్పించ సుధారసమ్ముల వ్రవించెడి తోరపుఁగూరిమిన్ బ్రసా
దించఁ బ్రతీక్షణమ్మును బ్రతీక్షణమున్ బొనరించు చుండఁగన్. 174

చ. 'మిసమిసలాడు కొంబడుచు మేలి కళల్ ప్రసవింపఁ జంపక
ప్రసవములన్ శిరీషసుమ భాసుర కేసర సౌకుమార్య మా
నసములఁ జిన్నఁబుచ్చు మసృణప్రభ నొప్పు కరారుణాంగుళీ
విసరముతోడఁ జోలమును బిందెడి రూపమె కండ్లఁగట్టెడిన్. 175

తే. మీలతో వాఁదు పెనఁగు పద్మాలతోడఁ దడలు జడసల్ల సుడిగొని బడగలెగయ
వర్ణసౌందర్య దివ్య శోభాప్రవంతి సాఱుఫేణులై పొంపారు బడతి మేన.' 176

మ. అతఁ డీ భావఝరీ తరంగముల రాయంచన్ బలెన్ రాగసం
గత చైతన్యము నూఁప స్నాతయయి యాకంజాక్షి తానర్ధ సం
స్కృత కూర్పాసకచేలయై తడికురుల్ కెంగేల పైఁబోయుచున్
పతిసేవాభిరతి ప్రచోదిత నిజ ప్రస్థాన సంరబ్ధయై. 177

ఉ. వచ్చెను దక్షిణ మ్మచట వత్తిలు దుగ్గని వేదనాన్నముల్
విచ్చెను బొద్దువోయె నను విన్నదనమ్ము మొగానఁ బైకొనన్
బొచ్చెములేని కూర్మి వినఁ భుక్తికి రారె యఁటంచు స్వాగతం
బిచ్చెడి యా యమాయిక చలేక్షణపంక్తులఁ జూచె నాపతిన్. 178

ఉ. పొద్దటి నుండి యింతవఱి భోజనమున్ బొనరింపదంచు నా
ముద్దియ జాలిఁగొల్పు మొగమున్ గనె వీక్షణ మూకభాషలో
నద్దములోవలెన్ గనియె నాయమ సాపడఁ బిల్వనెంచుటన్
దద్దయుఁ బ్రీతి భోజన మొనర్పఁగఁ గూర్చునె నాతఁ డచ్చటన్. 179

తే. మానినీరూప మధుర భావానుభూతి యాత్మసుఖ వేదనాకృతి నలరుకతన
నరుచి యగుటఁ దదన్యపదార్థవితతి నింపక భుజించి లేవఁదలంచె సుకవి. 180

ఉ. అంతటిలోనె పోతన మహాకవి పాణిగృహీతియున్ దమిన్
గాంతుఁడు భోజన మ్మసదుగా నొనరించు విదేలయంచు నొ
క్కింత సుధాన్న మెత్తి హృదయేశుఁడు వద్దన నుంచపోగ నా
యింతి కరాంబుజమ్ము గ్రహియించె నతం డిఁక చాలు చాలనన్. 181

తే. కరము గ్రహియించి రాగవిస్ఫురణఁ గాంచి తిన వశమునాదు వద్దన మ్మొనరుప కనఁ
బతివిఁ గని మోము ప్రణయసుస్మితము గురియ గరిత వద్దింపనన్నట్లు శిరము నూఁపె.

క. ఊఁపి తలవ్రాల్చి నిలువని చూపులతోఁ దనను గాంచు సుదతి మొగముపై
వ్యాపించెఁ జూపు లతనికి లోపించెను స్మృతియు నిచటి లోకమె మఱచెన్. 183

తే. అపుడు పేరుకె పాణిగ్రహణము జరిగె నాతి కిపుడు పాణిగ్రహణసుఖ మబ్బెఁ
బ్రణయసిత దృక్ప్రభలు తలఁబ్రాలు వోయ లలినుభయుల కియ్యెడ మనోలగ్నమయ్యె.

సీ. మణిదీపరూపేందు మండలప్రభ విశ్వ భువ సౌధమునఁ బాల గచ్చొనర్చె
వరతారకాంచితాంబరవీధి కాచగోళముల శోభిలు వితానములు దీర్చె
పుష్పసౌరభ సముద్భూత మందసమీరణాల సాంబ్రాణి ధూపమ్ము వైచె
శాద్వలాంగణకృతాస్తరణమ్ము భూస్థలి హరిత కౌశేయ శయ్యల నమర్చెఁ

తే. గిర్ణహిమము పన్నీరుఁ జిల్కించుచుండెఁ జేల ఝిల్లికారవములు జోలపాడెఁ
బూర్ణ విశ్వబ్ధశీలయై పోయి రజని ధరణి నంత యేకాంత మందిర మొనర్చె. 185

తే. ఆత్మపతినోమ్మకస్థితి సందు జనని వెనుదిరిగి స్వప్రణష్టత గనుచు పొసఁగఁ
దగు పరీవాహసమంది యువతి యందుఁ బడు జలమ్ముల రొద వినఁబడు నొకింత 186

ఉ. పంతులుగారి వింటి కిఁకఁ బంపవలెన్ శయనింపఁగా నఁటం
చంతట పండితావళికినై తివి త్రిప్పి బిరాన వచ్చెఁ దా
పైంతప్త టింటి బంటు తపి సంగమనాసికకంబళావకుం
టాంతరదేహుఁడై లగుత హస్తసనాశ భుజాగ్రభాగుఁడై. 187

తే. ఎంత ప్రేమదేవత సుహాసింపు వారి కంతరాయమ్ము గలిగించె నతని రాక
యా వియోగము సంగఫలానుభూతి రుచి వివర్ధకమౌ సుధారూపమయ్యె. 188

తే. ప్రియలోకమ్ము బహుసూక్ష్మ వసతి గలది అందు రెండవ వ్యక్తి రా సందులేమి
నతని బతినను భేదమ్ము నశించిపోవ దంపతులె యొక్కటై యందుఁ దనరుచుండ్రు. 189

క. పాలోక్య సౌఖ్యసాగర వేలావధి దాఁటివచ్చి విప్రవరుం డా
పాలేరు గాంచి పదిలము చేంలి సతిఁ గొంచు గృహముఁ జేరఁగఁ జనుచో. 190

తే. మందమారుతావీత సుమధుర సూన సౌరభాపూరదశదిశాచక్రి మేలు
చాడుతర మనోహర శరచ్చంద్రికలను గాంచి యారీతి నెదఁద భావింపసాగె. 191

సీ. నెలగుండియలఁ బిండి పెంపేటి మొలకోటి యిల క్షీరవారాశి నొలుకఁబోయ
వెలుగల్లు చలివెల్లు వెలిపించు తులకించి మలినాంబరము సంతఁ జలువ పేయఁ
గళరీను వెంతేవి చలువ వెన్నెల లతల్ భూరుహచ్ఛాయలం బూలుపూయఁ
దెలిగొమ్మల యామిమల దాల్చు చేదుచుక్కల ముత్తెముల పుబం గడిగివేయఁ

తే. గొలకులఁ విద్యుటద్దాల తళుకు మించె వలుగడల్ పచ్చిపాల్గాతెఁ జలువరాల
పల కరఁగి పచ్చికబయళ్ళ నిలిపి పాజెవన శుచిస్మితమై శరద్వనిత జేసె. 192

చ. ప్రకట శరత్కాలావిభవ భామరమౌ ఋతుకాలమందునన్
ఒకపక వవ్వసాగెను విభావరి తారకరీను మల్లికా
నికర వికీర్ణ రమ్య శయనీయ సితాంబరపీమ వాయుడో
లికల నిశాపతిన్ గలసి లీలఁజెలంగి సుఖాళిఁ దేలుచున్. 193

చ. తెలిగగనంబుఁ బయ్యెద వదృష్ట పయోధరయై నతంబు ప్రి
క్కల మను వొత్త నంటవి యకల్మషజీవనయై నతిక్రియన్
విలసదవంకవృత్తి ధరణిం బరతెంచె శరద్వధూటి కా
వలయు ఫలమ్ములొంచి తలవంచి పదమ్ముల నంట సస్యముల్. 194

చ. ఘనవిరహార్తిఁ దారకల గ్రొక్కారలన్ వదనద్వివేక భా
వనము దొలంగి తీవ్రతర పక్షములన్ గురిపించి కైలబం

ఘన చణ వజ్రిపాత కదనమ్ములతో వెరపించు పాకశా
సను విషవర్తనమ్ములు నసారములయ్యె శరత్కుమారియున్. 195

చ. అలరి హసించుచున్ గువల యాస్యములన్ పరసుల్ శరన్నిశా
లలన హసమ్ముఖమ్ముఁ గన లక్షలు కోట్లు సుహాసిను త్తైసుల్
వెలగొని క్రమ్మరించిరొకొ వేమరు భామిని హాసపంక్తులన్
దొలఁకెనొ వజ్రరాశి యనఁ దోఁచె నభమ్మునఁ దారకావళుల్. 196

ఉ. యామిని తీవ దాని కొనలందునఁ జుక్కలు రేపు రాత్రికిన్
మోములు విచ్చనున్న పసిమొగ్గలు నిగ్గులుదేఱు చంద్రమ
స్వామియె నిండుగా విరియు చల్లని తెల్లని బంతి పూవులన్
గాముని వాహినుల్ విజయఘట్టము ముట్టె శరత్తు పొత్తునన్. 197

క. తారకములు రసకణ విస్ఫారకములు తిమిరగగన శాణోల్లిఖ
శ్రీరాజిత మణిదీపాంగారకములు వెల్గు మోదకారకములుగన్. 198

క. తారాపరివారమ్ముల వారిద విషవారకేందు వాల్లభ్యములన్
మారుత పరివారమ్ముల శారదచంద్రికలు దశదిశాభువి నేలున్. 199

గీ. విరహిలోక సంతాపక స్మరకృశాను గోళ సంధుక్షణోద్ధూత గోవికీర్ణ
విస్ఫులింగ సంతతులన విధునిచుట్టు తారకారాజి వెలుఁగు నపారములుఁగ. 200

క. రేరాజు భువనవిజయ శ్రీరాజిత దీప్తి గగనపీమ వెలుంగన్
శారదరాత్రులు మంగళహారతు లిడుచుండెఁ దారలను దివ్వెలతోన్. 201

సీ. గగనసీమంతినీ గళ విరాజన్మౌక్తికస్రజమ్మొ తారకావ్రజమ్మొ
విమల మందాకినీ వీచీ చలద్రాజ హంసికావ్రతులో సితాభ్రతతులొ
సదమలాంబర సరోజాత పేందిందిర పుండరీకమొ చంద్రమండలమ్మొ
జాయాపతిస్వాంత సంధానకర ప్రేమదూతాకృతియొ శీతవాతిగతియొ

ఆ. శారదాకృతుల్ లసత్కళానిధికి దోషాకరత్వ మంతమందఁజేయ
దిగ్దిగంతకీర్ణ దినకరతేజమ్మె చలువఁగనెనొ జ్యోత్స్న యలమికొనెనొ. 202

తే. తారలంగని ముత్యాలచేరు లనుచు మ్రింగఁ జను హంసవళి భ్రమించు మొయిలు
చాంద్రిఁ గని నిత్య మీ పయస్సరసియనుచు నమ్మి తమ్మిరయి ట్లిందువు నవ్వపెడి. 203

క. అనుచున్ జ్యోత్స్నారుచులన్ గనుచున్ దివి వదలి మదనకర పంజరమం
దునఁ జిక్కిన శుకరూప మ్మన పతిఁ గొని యూరుఁ జేరె నతిమోదమునన్. 204

క. సదనాగతుఁడై పోతన మదనశిలీముఖ విదీర్ణ మానసమునఁ గ్లే
శ దురామయ మణఁచు మహాగద మని విమ్కుటలతానికాయము నాయున్. 205

తే. మధుకరా! వాదు సవకము మాని యెల్లి ధరణి బ్రాలకముందె యీ తరుణహాస
మధురసాస్వాద వోన్మత్త సహితసుఖముఁ గొను మనుచు జాజిపూల వాసనలు వీచె.

ఉ. అంతితమందుఁ బుష్పవతియై మను కమ్మని కొమ్మయైన చే
మంతిపదంతి పక్షమున మైకపు బంగరుబొంగరాల గి
ల్లింతలు పెట్టి చిక్కిలిలు గిల్లినఁ బాగ్గరిపించు జొన్నబా
లెంతలఁ గొంగిటన్ బరిమళించుచు వీచెను గమ్మతెమ్మెరల్. 207

తే. చూచు రాగరంజిత కాచలోచనముల నఖిలజగము లోహితమయి యగపడుగతిఁ
దనవలెనె లతల్ పరుబాధఁ దనరినట్లు దోఁచి యీరీతిఁ దలపోయఁదొడఁగె సుకవి.

తే. 'భర్తృసంశ్లేష మింతక బాయలేక సహగమనముగాఁ బొనర్చిన సాధ్వి యెవరొ
మాఱుజన్మాన వల్లికుమారి యగుచుఁ దరువరాశ్లేష మొనరించి ధన్య యయ్యె. 209

తే. కన్నెలత వా చిలిపి గాడ్పు చిన్నవాఁడు పచ్చచీటిచీర చెఱంగు బట్టిలాగఁ
బ్రణయహృదయవాసన బయల్పడఁగ నామె నవ్వు నతనితోఁ బువ్వుచిన్నారినోట. 210

తే. మోహసమ్మగ్నయౌ జాజిమొగ్గచుట్టు గుసగుసల్ బెట్టు పవనుఁ గన్గొనుచు నామె
నాకుమన్ వీవయినె వాసనల్ గలవస నోరువిప్పియు లజ్జించి యూరకొనియె. 211

తే. చిన్నతన మింక విడకయె సిగ్గుమెయినౌ వచ్చుటకుఁ జిక్కులిడు లతావనితఁ గాంచి
సూటినరయే తెలియు వృక్షమందరుండు మునువెనుక దోఁచక నిలిచి ముగ్ధుఁడగును. 212

సీ. రజనీయువనికాంతరమ్యమై స్వర్ణదీ వారిశీకరముల బోరుకాడి
విమల ప్రభాశాచ్ఛ వేణావసరముల జిలిబిలి ముత్యాలచీరఁ గట్టి
అతిలోక నిజ మనోహర రూపలతలలోఁ గుసుమాభరణశోభఁ గుత్తరించి
మలయానిలోద్ధూత మంజులకింజల్క రమ్యపరాగాంగరాగ మలమి

తే. తివకన్నియ యలరు వాతావరణము పరసి తరురాజ శాఖాకరాళిఁ బిలుచుఁ
దలమువాల్చి సిగ్గుపడు లతాకుమారి తమిగలిగి యొండొరుల వేల దరియ రేరా! 213

శా. నీవు న్నేమమ భావ మేర్పరవి యా నిద్రాదశాభూతముగా
సేవించెన్ గదె బీజమై శవము వచ్చెన్ వర్తమాన మ్మిటన్
బూవుల్ పూచిఫలించు మేల్వాయపె సంభోగాస్పదం బీలతా
శావిన్ జీర్ణవిశీర్ణ పర్ణతమ శోభారేఖలే శేషముల్.' 214

క. అని తలఁచి యచటు విడి భోజన మట్టులె విదురఁగూడ పైఁపమి వెటొ పే
రువకై కయ్యాగృహమునఁ దనకొఱకై పఱచినట్టి తల్పముఁ జేరెన్. 215

ఉ. కోమలి పేరిమర్భగర్భిచి రగుల్కొని నాయెద కంటుకొన్న యీ
కామదవానలమ్ము శతిగాఁ బెనుచుగా మలయానిలార్పుట

మిమ్ము మదనాగ్నిపైన ఘటియించెడి వెన్నెల వెన్నముద్దయై
నా మహనీయదీక్షలను నాశమొనర్పక యుండు టెట్లిఁకన్ ? 216

చ. అవి వ్రతభంగ మెంచి విరహార్తిని గుండెడి పోతనార్యునిన్
గనుగొని యా యొయారి తన కన్గొనలన్ బ్రణయత్రిపాఠముల్
పెనఁగొన సుస్మితాస్య మరవిందములన్ బరుడింపఁ గంకణ
క్వణన మెసంగ సొంపొలయఁ గవ్రిపుపీఠ్యముఁ గూర్చికట్టుచున్. 217

ఉ. కన్నులకాటుకల్ మరునికత్తుల సానలఁబట్ట నవ్వులన్
వెన్నెలవన్నెలన్ జిలుక వేనలి వ్రేలెడి పూలమాలలో
మిన్నునఁ దారకల్ విరియ మించుల యంచుల యంబరమ్ములోఁ
బున్నమ చంద్రబింబ మనఁ బొల్తుక తా వనవిల్తు కొమ్మయై. 218

క. వర నవ్యాంబర దివ్యాభరణాలంకార పుష్పపరిమళ కలిత
స్మరశర విజయరమాయిత సురచిరవేషమున దేవసుందరి యనఁగన్. 219

క. ఏలా లవంగ ఘనరస కాలక్రముకాంశ జాతిఖండ పరిమళ
శ్రీ లాంఛిత రుచికర తాంబూలముఁ గొనివచ్చి యీయఁబోవుచు లజ్జన్. 220

క. కొనివచ్చు విడెము నిడఁ బజ్జన నిలఁబడి సంతసమున సత్రపయై యే
మొనరింపవలెనొ తోఁచక మనమున నవ్యక్తసుఖము మల్లడిగొనఁగన్. 221

సీ. అవనత ముగ్ధాస్య యగుచుఁ గేలంగేలఁ గీల్చి నఖాగ్రముల్ గిల్లుకొనుచు
బరిట నీవలివంక మరలిరాఁ దిగుచుచోఁ గరముప నెటికలు విఱుచుకొనుచు
ఊరుపులన్ బదనాటిన వాతెరం గడనాల్క నట్టిటుఁ దడవుకొనుచు
ఒక పాదమూని యింకొకట వ్రొగ్గుచును బాదాంగుష్ఠముల నేలయంటి రాయు

తే. గాలి తరఁగల తాఁకువన్ వ్రాలివడుచు మోముదమ్మిని ముద్దిడు ముంగురులను
గోరి యొకరవ తలయెత్తి గోళ్ళగొట్టు మిషగఁ బతిఁగాంచుఁ దోనె శిరసును వ్రాల్చు.

క. కవియెడి తన సతి మోమున్ గని పోతన యెదియొ పల్కఁగా దొరకొను వే
మనఁజాలం డనసుండ న్మనఁజాలఁడు మిగత జగతి మఱచి యిటెంచున్. 223

తే. కొమ్మచూపుల నింద్రజాల మ్మదేమొ మాయమైపోయి నేనె నన్ మఱచిపోదు
వనిత యర్ధాంగియయ్యు నా మనసు వేచుఁ గుడియెడమ పార్శ్వముల కింత యెడమదేల ?

క. 'తడియుచు వడఁకుచు వానన్ బడి వచ్చితి చాల కష్టపడితివి నాకై
పడఁతీ! సుమగాత్రివి నిన్నిడుముల నిడిపట్టి కటిక వేమమట' లనన్. 225

తే. 'దాపి గల్గియు సరియైన తరుణమందు భోజన మొనర్ప రైరవి పొక్కుచుండు
జాలిఁగొను మన్మనః ప్రియాసమున కన్న వెక్కువే మీర లనియెడి యిదుమ లనఘ !

తే. ఉంచి బోనమ్మెం జరిగ భుజింపకైతి రేమి హేతు వీ యజ్ఞతో నేవియేని
గురుతరాపరాధమ్ములు జరిగెనేని వాని క్షమియింపు' డనుచు నవ్వనిత యనియె. 227

ఉ. అన్నెలఁతం గనుంగొనుచు నా కవి కూర్మి మెయి న్వచించె 'నో
పున్నెపురాశి ! నా కనుల పున్నమ వెన్నెల ! దూవశీల నం
పన్నిలయంబ ! నా హృదయమర్మము దొంగిలు మారచోరుఁ బ్రి
చ్ఛన్నతఁ గొంగుమాటు నిడి సాకెడి దోషము పైఁబవచ్చునే ? 228

ఉ. అన్నముపైన నాదు హృదయ మ్మెట నున్నది ? నీదు రూపసం
పన్న హసమ్ముఖాంబురుహ పంజరబద్ధ విహంగకాబమై
యున్నది నీ యధీనమయి యో సకియా ! దరిఁ జేర్పుమంచు' నా
యున్నల మిన్న కేలు హృదయమ్మున హత్తుకొనన్ దలంచుచున్. 229

క. ఆనందమ్మున విడెమిడు పాణిన్ గొని నిమురుచున్ విభావోత్కర్షన్
దానై లాగుట నప్పు డమ్మానిని యుఁ దత్రిపాతరంగ మగ్నాననయై. 230

చ. 'విడువుఁ' డఁటంచు హస్తమును వ్రీడమెయిన్ విడిపించుకొంచు న
వ్వడఁతి పలంగపో నతఁడు పయ్యెదయంచు గ్రహింప జాతీ మున్
బడె నది మాఁపునుండి, యద్రువన్ బ్రదులోరము నత్తిలన్ బొమల్
చిటిముడిపాటుతో మరము చేతులఁ గప్పుచుఁ గాంత మప్పుచున్. 231

క. కుంచిత గాత్రిమ్ముల నతి చంచల నేత్రముల దుద్ధ చరణమ్ముల ల
జ్జాంచిత వదనమ్మున గిలికించితవతి యగుచు మగని కేలన్ వ్రాలెన్. 232

ఆ. వలదు విడువుఁడనుచు వచియింపనే కాని మేను మఱచి పత్యధీన యగును
జనుదు నాదు పెజ్జ కనుగాని పతి పరిష్వంగ సుఖము విడిచి యడుగు పనదు. 233

తే. తీవఁబోల్లు నృపప్రియపుల శ్రీవఁ బెనఁగ మొదటఁ గొంకెద రావయి వదలలేరు
పాదపముల మున్ముమ లతల్ హత్తికొనుటఁ దెలియనట్లుం దలమికొన్న దొంగలేవు.

క. వేజవరో ల్లైపట్లిటు భీరుహరిణమగుచుఁ దనను వీక్షించెడి యా
పారనవేత్రను గౌఁగిటఁ జేరిచి పిఁపంటి భీతిఁజెందకు మనుచల్. 235

తే. అలసగతి శ్రోష్ణవిశ్వాసములు జెలంగ గుండె వేగమ్ముగాఁ గొట్టుకొనుచునుండ
వరవరమ్మున సుఖవు స్వర్గములు పొంగ నాథు నమురాగదృష్టి నన్నాతి గాంచె. 236

క. కాంచుచు పథిముభియై కవిదించెడి పతిమోము కూర్మి వీక్షించి స్మితా
శ్వాంచితవదనుండై యిఁక నేంచేయుము నన్ను నీడి వెలఁది ! యనుచున్. 237

ఉ. ఎంతయుఁ గూర్మి మోము వయికెత్తి కపోలములంటి మత్తవి
భ్రాంత విలోకనమ్ములఁ బైకొను ముంగురులన్ నవర్చి త

త్కాంత జపారుణాధర సుధారస మానఁగఁబోయె నాతఁ డా
యింతి త్రపాతరంగ వివర్తితచారు ముఖారవిందమై. 238

క. 'కొమఁడీ తాంబూలము నేఁ జనవరె విడియంత యేమి చర్య' యనుచు దే
వి నెఱుంగని పసిపిల్లలు లనుటయుఁ బ్రియురాలిఁ గాంచి యతఁ డతిప్రేమన్. 239
క. 'ఇన్నాళ్లు విరహవహ్నిన్ నిన్నీగతి తాపపెట్టు నిష్ఠురహృదయున్
గన్నెత్తిచూడఁ బాపము లన్నియు నెప్పుడు క్షమింపు మబ్జాస్య!' యనెన్. 240

ఉ. మన్ననమాట లిట్లు పలిమారెడి నాథుని గాంచి యార్తిమై
కన్నుల నుండి యశ్రుకణ గంగలు పొంగఁగఁ గోపతాపముల్
తెన్నులు వట్టిపోవ 'భవదీయను దాసిని సంత మాట మీ
రెన్నఁడు పల్కరా' దని రసేక్షణ పంక్తులఁ జూచె నామెయున్. 241

ఉ. వెన్నయటుల్ మనస్సులు ద్రవించె ముఖాబ్జము లప్రియత్వతిన్
సన్నిహితంబులై పెనఁగె సప్రణయేక్షణ ఖంజరీటముల్
మిన్నగఁ బ్రాకె జంటఁగొని మేనులు తానములాడె సౌఖ్యసం
పన్నది దేశకాల సముపస్థితి మాలుమడంగె నిర్వ్యరన్. 242

సీ. శిరము నాఘ్రాణింప సేమంతికాసుమ స్నేహసౌరభములు చెంగలించె
మోము మోమునఁ జేర్ప ముగ్ధనిశ్వాసాళిఁ బొగడపూవుల తావి బుగులుకొనియె
నధర మాస్వాదింప నరవింద సౌగంధ్య వీచీ వితానమ్ము వివసుకొనియెఁ
నయ్యెదలో నుండి పటలెంచు నెమ్మేని మదపరీమళ మెంతొ మత్తుగొలిపె

తే. ఇట్లు నెత్తావిమొత్తమ్ము లెనక పెనఁగ మేను మఱచుచు నర్ధనిమీలితాక్షిఁ
డగుచుఁ గమలకోమల నతిహస్తపాశ బద్ధుఁడై ముక్తిఁగనె మారు బారి నుండి. 243

క. డోలత్ప్రణయాంబుధిలోఁ దేలికఁ దేలాడు పూలతెప్పలగుచు వా
రాలోల లోకనమ్ముల సాలోక్యముఁ గనిరి పుష్పపౌరభగతులన్. 244

ఉ. కుత్తుకబంటి నిండి పలి కూరిమి పెల్లవఁ బొర్లఁ లజ్జయన్
భిత్తిక గంచివోఁ బ్రణయబీజపు మొల్కలు పుల్కలెత్తఁగా
మత్తిలి వ్రాలు గన్నులు చెమర్చిన చెక్కులు తెంపులీనఁగా
నత్తను వుండిలేనియటులయ్యె నదెట్టి సమాధి యోగమో! 245

ఉ. ఆ వనజాక్షి సూత్న ప్రణయాంకురముల్ పరరాగవృష్టిలోఁ
దీవలు సాచి యల్లుకొని తీరగు పూవులు పూచి కమ్మనె
త్తావులు జిమ్మఁ దేఁటులు సుధామధుమత్తత వ్రాలఁగా ఫల
శ్రీవిభవోమ్మఖమ్మయి చరించెను సౌఖ్య వసంతవీథులన్. 246

ఆ. పూర్ణిమావస్య మనోజ్ఞ వాసన లేమ కుంజపుష్పిత యగు కొమ్మ కెఱుక
తానె వలచి కలియు దాంపత్యరుచి మాఱుకు గడియ విడని తీవగరిత తెలియు. 247

తే. పొలఁతుకను గూడి సుఖనిద్ర నలరు కవికి స్వప్నగతుఁడయి కనిపించి సాధు వొకఁడు
'నీదు దారదాశక్తి మున్నీటఁ గలిపె' నని నటులఁ దోఁచి మెలఁకువయయ్యె నంత. 248

క. తలఁపన్ దోషాకరుఁడై వెలయుటనో యేమొ రాత్రి వెడలి క్రమముగాఁ
దెలవాఱఁ గళానిధికిన్ వెలవెలవోయెన్ మొగమ్ము విశ్వముఁ గాంచన్. 249

వ. అంత కొంతకాలంబు గడచుటయు. 250

సీ. అన్నపూర్ణా మనోహరమంచు పేర్వడ్డ కాశివిశ్వేశు యింట గంగ ద్రావి
కదలి యల్లఁదగు జగన్నాథు యన్నసత్రాన కులభేదమెంచక కూడు గుడిచి
భక్తలోకపు కొంగుబంగారమైయున్న పాండురంగప్పని పదము బాడి
కొండ కేడిటి నెక్కి కూర్చున్న వేంకటశెట్టి రొక్కమునకు వడ్డి గట్టి

తే. పర్వతము కేగి తలవంచి బరువు దించి భద్రగిరినాథు నింటిలో నిద్రచేసి
యాత్ర ముగియించుకొని లక్కమాంబ కేసనార్యుఁ డిలు సేరి రొక వర్ష మరుగువెనుక.

తే. చిత్త విద్యాకుల పదమ్ము లుత్తరింప గిరి వెలయు పరబ్రహ్మము నరసిమురిసి
పండరిన్ల వాదబ్రహ్మపదము పొగడి పురి వెలుఁగు వన్నెబ్రహ్మమూర్తి గాంచి. 252

తే. వివిధ గంగల మున్గిరి భవసముద్ర పారముఁ జేర పీశ్వర ప్రీతి దివ్య
తిరుపతుల వెన్నియెన్నియో తిరిగి రిలకు తిరిగివచ్చెడి జన్మమ్ము లరుగుకొఱకు. 253

క. యాత్రం జేఁగియుఁ దామువుఁ బాత్రిలఁ గొని యందు గంగ పదిలపఱచి వా
రిత్రిములఁ బొగడి హరిహర చిత్రపటములం బ్రసాదశేషము గొనుచున్. 254

తే. పసుపు కుంకుమల్ నిర్మాల్య పత్ర పుష్పవితతి గ్రహించి భక్తి విరతిని వారు
ముక్కు ముడిపెట్టిక పదాప ముల్లె వాఁటకుండ వచ్చిరి హరి రక్షకుండుగాఁగ. 255

తే. బ్రాహ్మణశతమ్మునకును స్వబంధుతతికి రైతులకును దరిద్రనారాయణులకు
సన్న సంతర్పణమ్మిడి యార్యతతికి దక్షిణల నిడి చేసెఁ బ్రదక్షిణముల. 256

తే. నరవ సౌందర్య సౌరభ్య సౌకుమార్య సంపదన్విత చూతపుష్పమ్ము తాను
ఫలదశను గాంచె మమనోజ్ఞకళలఁ గూడి యథిగత ప్రియోజన సుకావ్యమ్మువోలె. 257

తే. లక్కమాంబ మోము నగవులన్ శశిబింబకళల శుక్లపక్షకాంతు లీన
వాలయమ్ము నిండి యానంద జలధిఘల్ పలుకెలంకులంటి నాట్యమాడె. 258

ఉ. ఎంతయు నిండుచూలి వౌరలిన్నఁడు నాల్గవమాసమం చొక
ర్రింతటి వైచిపైఁపములె యేర్పడు వాకిళ బ్లెప్పె యంచొక

త్రైంతపనిన్ బొసర్చితివె యేమి యెఱుంగనటుండి యుంపొక
ర్తంతికవర్తినుల్ చెలులు హాస్యమొనర్చెద రిట్టు లా సటిన్. 259

ఉ. ఈ విధి గేలిసేయఁ జెలు లేడియు దొంగతన మ్మొనర్చిన
ట్లా విరిబోఁడి వారిఁ గన నాసన మెత్తఁగ సిగ్గుఁజెందుచుఁ
బోవలెనంచు నేడొ నెపముఁ గొని లేచును రేపు పుత్త్రితో
దేవికి మాటలాడఁగను దీఱునొ తీఱదొ యండ్రు వారుమఁ. 260

ఉ. ఆ నెలఁతల్ వచింప నిటు లంతయుమఁ విని లక్కమాంబ క
న్గోవల రేఁతనప్పు లలుఁగుల్వడ విట్లను 'మీదు నోటిపు
ణ్యానన్ మల్లినాథు కరుణా పరిపూర్ణ కటాక్ష వీక్షణా
ధీనతనో యటుల్ జరుగఁ దియ్యనసేయనె మీదు నోళులన్. 261

శా. శ్రీశైలస్థిత మల్లికార్జునునకే చేమోడ్పు లర్పించి మ
ల్లీశా! నా కొమరుండు కోడలును హాయిన్ బ్రేమతో నుండఁగా
నాశింతుఁ దయతోడ వారలకు నీదా పేర దీర్ఘాయువున్
ధీశాలిఁ దగ వ్రేలెఁడంత మొలకఁ దేవా! ప్రసాదింపవే. 262

తే. అనుచు నే మ్రొక్కితిని బిడ్డ కతని పేరె పెట్టుకొని మల్లన యటంచుఁ బిల్చుకొందుఁ
ద్వరగ నా కండ్లముందది జరిగెనేని నపుడు నా ప్రాణి నిశ్చింతనందు ననిమె. 263

తే. బహుళ కీర్తిప్రతిష్ఠలఁ బ్రతికినట్టి దొడ్డ యిల్లాలు మాటవి తొలఁగ దెపుడు
కడుపు నిండఁ గన్నది లక్ష్మికళల వెల్గ పండుముత్తైద యామె కెట్లుండు కొదువ. 264

క. ప్రక్కలు నిండుపడెను జనుముక్కలు నలుపెక్కెఁ జీరములఁ దడిబడియెఁ
జెక్కులు బ్రాల్గమ్నలు తెలుపెక్కెను దంపతుల గుట్టు లీవలఁ బడియెఁ. 265

ఆ. పైఁడియున్న కళలు పట్టియుండిన కళల్ పట్టియిచ్చు దొంగ నెట్టులేవి
నెలఁత మొగముఁ గాంచ నెల దప్పుటే నిజమ్మనుచు స్త్రీలు ముచ్చటాడుకొనిరి. 266

క. పిడికెడునులేని నడుమునఁ గడుపేర్పడె దినదినమ్ము కటి వ్రేఁగయ్యెఁ
నడియింట నిండుకుండఁగ నడయాడెడి నోపలేని నడ నలసతమై. 267

తే. రెండుజీవాలతో నీమె గండ మెట్లు గడుచుకొని చల్లగా బైటఁబడునొ యనుచు
నెదురయిన దేవతలకెల్ల నెంతొ భక్తి గండదీపమ్ము లిడి మ్రొక్కుచుండు నంత. 268

తే. నెలలు నిండెను పున్నమకళలవోలె క్యావురనె బిడ్డయేరుపు కర్ణయుగళిఁ
దోరణముగట్టె రాయింటఁ దొల్లెయూగెఁ దల్లి యానంద మది చెప్పఁదర మెవరికి. 269

తే. బంధుమిత్రు లందఱి శుభపత్రికలను వ్రాసి పిలిపించుకొని యెంతొ వైభవముగ
బారసాల నొనర్చి కుమారునకును మల్లనామాత్యుఁ డంచు నామమ్ము నిడిరి. 270

క. తినిమొనరిచి తిప్పనతి యపూర్వమున వరయదప్యో నాయింటన్ నేఁ
  దపకాప పద్ది యాశ్వరకృప వాడం దెదుగుచుండెఁ గేరుచుఁ దొల్లన్. 271

ఉ. స్త్రీయతసమ్మ ఖంగమయి చిత్రగతి వ్విజధారణాకృతుల్
  మాయమునై చెలంగుటయు మ్లానముఖం దయి పోతరాజు గా
  దేయు విధమ్మునన్ దిని తీవ్రతపోవ్రతనిష్ఠ శ్రద్ధమైఁ
  జేయఁగనెంచి కాననముఁ జేరఁగఁ బోవఁ దలంచు నీగతిన్. 272

ఉ. 'అక్కట! సత్తపమ్ము విటు లల్పసుఖార్థము వమ్ముచేసి నే
  నొక్కెడఁ గల్పభూరుహము నుగ్ర కఠోర కుఠారధారలన్
  జెక్కలొనర్చి పొయ్యివిసి చేద్పడుచుంటిని : మూర్ఖచిత్తుఁడై
  మెక్కినకొమ్మఁ గొట్టుకొను నెవ్వఁడు వాఁడిలఁ గూలకుండునే? 273

శా. సంతానార్థమె సంచరింపఁదగు నీ సంసారమం దెప్పుడున్
  వింత ల్పల్పుచు నాటలాడుకొనుచున్ విధ్యుక్తధర్మమ్ము ర
  క్షింతేవిన్ బరికింపకే విఫలతన్ బ్రాల్మారి కామాగ్నిలో
  భ్రాంతిన్ రెక్కలుమాడి చచ్చు శలభప్రాయుండఁ గాఁజెల్లునే? 274

తే. మసనయిన దీపశిఖ నార్పఁజను పతంగి యాత్మమృత్యువు నొక్కింత యరయలేదు
  కట్టియన్ గాల్చి జీవించునట్టి వహ్ని దానితోఁ దననాశమున్ దలఁపలేదు. 275

తే. మనములోని యీబాధను మాతృమూర్తి చరణసన్నిధి విజ్ఞప్తిసలిపి యామె
  యాజ్ఞఁ గైకొని విపినమ్ము కరుగువాఁడ నను సెలవెంచి సుకవియున్ జననిఁగాంచె.

ఆ.వె. విషయమతిని మ్రొక్కి జననిఁ బీవనఁ గొని కూరుచుండె తల్లి కొమరుఁ జూచి
  చంకనున్న పౌత్రి సస్మితాస్యముఁ జూపి చొట్టవడెకి గల్లసుమము లంటి 277

క. హానకుసుమముల వస్నుల భాసుర కలభాషణాది బాలకుకోవ
  న్యాసమ్ములఁ బండి పొరలు వేసమ్మున వండనవని విచ్చేసె విలన్. 278

ఆ. ఇంటివిందఁ బిల్ల లెపు డాడిపాడుచు వచ్చిపోవు బంధువార మెసఁగఁ
  గాంతిగల్గి యిల్లు కళకళలాడును లేకయున్నఁ బవలె చీఁకటి పడు. 279

ఆ. తపము తపమటంచు దయయు ధర్మము మాలి కన్నబిడ్డ విడిచెఁ గౌశికుండు
  జనకరాజు కన్యమునియుఁ గొంతులఁ దెచ్చి పెంచుచుండ సిద్ధిఁ గాంచలేదె. 280

క. తినినట్లు కడుపు నిండున్ వనిపాటలు జపతపములు పరువిడిపోవున్
  జన్మ మీ జనకునిదరి శవి తన తనయునిపుండు పౌత్రిఁ దగ మంచి చనెన్. 281

క. అ పందము ముద్దిడుకొని యానందాంబుధిని నోలలాడుచుఁ దృప్తిన్
  దానిటు లెంచుచుఁ బోతన మానసమున దాగరసము మల్లడిగొనఁగన్. 282

తే. 'తరుణి ముద్దుల తాంబూలపరిమళమ్ము వ్రాలు పసిపాపనోటి చన్బాల తావి
మూఁడులోకమ్ములకు వశ్యమున్ ఘటింప వశ్యకుం దూఁడమున్న మంత్రములగావె :

తే. నందముఁ దన భార్యాభర్తలందు నెడఁగు శశ్వదాసంపదూవ వృక్షగత ఫలమె
బాలు రూపచర్యలన దాంపత్యకావ్య సరస పేర్చిమ వృత్తముల భాష్యములు గావె : 284

సీ. జాయాపతుల వాక్యసరససామార్థ్యముల్ వాగతిలఁపులను మూఁగనోటఁ
దముదామె మలచెడి దాంపత్యసౌఖ్యాప్తి విశ్వవిస్మృతిలోనె విశదపడఁడు
నిద్రజాల్మగలను నేకమ్మొనర్చు రహస్యచిత్రము చేన సచ్చిగుర్చిద్దు
నానందదోలిక యగు శయ్య దంపతుల్ విదలే దపుడుఁ దొట్లెఁ బడుచు నూఁగు

తే. నొరటితో నొక్కటిం గూర్చ నొక్కటియగు లేక మూఁడేవి యగునవి నోఁపె మెఱుఁగ
గాలు సేతుల వేర్వేళ్ళ లెక్కవిశ మడచి యుదక వరిచిద్దు గణితశాస్త్రక్షవిధికి. 285

చ మహిఁ జతురాశ్రమ ప్రిరితమార్గములందు గృహస్థధర్మమే
యిహపర సౌఖ్యసంపదల నిచ్చును ఒమ్మ ప్రపంచభారధు
ర్వహుఁడు గృహస్థుఁ డా జనకరాజు విదేహుఁడు గాఁడె రాజహం
స హొయలు నెన్నడల్ భువిని సన్నుతిఁజెందుఁగదా : బివికాబలెకా 286

ఆ. అనుచుఁ దన తపమువకును విఘ్నమూర్తి యా కొమరుఁ గాంచి ముద్దుగొనెనొ లేవా
మాయగప్పినట్లు మమతరాఁ బోతన కరఁగిపోయె మనసు తిరిగిపోయె. 287

క. కనులకుఁ గౌముది ముద్దులఁ దనపు సుధానిధి పటీరతనులేపమునై
తన పంచప్రాణమ్ములఁ గనకపుపేటి యగు తనయుఁ గన్గొనుచుండగా. 288

క. దినములు క్షణములుగా హాయనములు దినములుగఁ దెలియనట్టులు సుఖజీ
వన మొక మధురస్వప్న మ్మనఁ జనఁగాఁదొడఁగెఁ బోతనార్యున కంతగా. 289

ఆ. తపముమాట తిరిగి తలయెత్తనేలేక మాటుమడఁగె పెదలుమాట లుడిగెఁ
బాలకునకు మరగి పంజరబంధమ్మె సుఖమటంచు నెంచు శుకము భాతి. 290

ఉ. ఈఁత నెఱుంగువాఁడు మఱి యీఁత నెఱుంగనియాతఁ డిర్వురున్
మాతను దూఁకినంతనె మునుంగుట లెన్న సమానమయ్యు నా
యీఁత నెఱుంగు మానిసి యొకించుకలోనె మునింగి తేలఁడో :
పోతన సంసృతిన్ మెలఁగు పోకడ లట్టివె కావొ యారయన్. 291

చ. హరిపద కంజపంజర విహాయసతన్ విహరించు మత్తచం
చరమనఁ బోతనార్యు వెద బ్రహ్మవిచార కథాసుధా సరో
వర లహరీవితానగతి వర్తిలు రాజమరాళబాల యై
పరహితచింతనొందు భవపంకము నంటకయుండు నిత్యమున్. 292

క. కవియై పుట్టిన పోతన వివిధ విషయగతుల కైత వెదకుచుఁ బోవఁగా
భువిఁ దిరుగులాడు గౌతమి సువిదితగతి జలధిజాడఁ జూచుకొను గతిఁగా. 293

సీ. ఋతుసంగతుల మహోన్నతశోభలం దేలు ప్రకృతి సౌందర్య సంపదలఁ గ్రోలి
శశి సూర్యబింబ ప్రశస్త ప్రభాదీప్త విశ్వాకృతులఁ గాంచి వినుతి సేయుఁ
గమనీయ మృగపక్షి గణ రూపరేఖావిలాస లాస్యములఁ జేరనఁ గాంచు
సుఖదుఃఖ సంగతిఁగా జూపట్టు నరజాతి మానస పరిణామ మార్గమరయ

తే. నవరసప్రకాశక భావనామ రూపకలితమగు నీ జగత్కావ్య కవి యెవండొ
వాని మదిని దలంచి యవ్యాజ భక్తిభావ పారవశ్యమ్మునఁ బ్రస్తుతించు. 294

సీ. పొలము కావలికిని పోవునే గాని యా పొలముపనుల బుద్ధి నిలువ దెందుఁ
బలుమాఱు పనివారు పిలిచినఁగా వినరాదు వినవచ్చినన్ బల్కఁ మనసురాదు
పల్కినఁగా వారలు ప్రశ్నింపనవొకండు తానేదొ పేలె యుత్తరమొసంగు
నిదియేమి యిటులేల బలికెదవటన్న నేమంటినో నేనె యెఱుఁగనను

తే. ఏదొ స్మృతిపథమ్మున స్ఫురియించినట్లు భావమొనర్పఁ గవిలని ప్రతిమభంగి
వెదకుచున్నట్టి ధనము లభించె నిపుడె యనఁగఁ దనలోనఁ దా నవ్వుకొనుచు మఱియు.

ఆ. రేయుబవలు మరక వ్రాయు చింతయె కావి యన్నపాన వేళలైనఁ గనఁడు
భోజన మ్మొనర్పఁ బొత్తులో దినవచ్చు చీమనైన పొమ్మనఁ డనంగ. 296

సీ. చెరువు మానస సరోవరముతోఁ గవగూడి నవరసపూర్ణమై నాట్యమాడ
క్షేత్రమ్ములఁగా దాళపత్రమ్ములం గూడి శ్రీ సంపదలతోడఁ జెంగలింప
వాఁగేటికట్ల గంటపుమొనఁగా జతగూడి క్షోణి మేలిమి వర్ణశోభ నీన
సస్యముల్ స్వకవితోద్రేకమ్ములం గూడి బహు ఫలప్రదములై రహిఁ జెలంగ

తే. గోగణము వృత్తగణములం గూడి కృషిని నాల్గుపాదముల్ ధర్మము న్నడుపుచుండ
సేద్యమునఁ బద్యమున జడచేతనములఁ బెంచసాగెను పోతన్న ప్రియనయముల. 297

క. వర కవితోపాసన మిహపర సాధకమంచు నాత్మ భావించి మహే
శ్వర లీలా విలసనముల వరవ మహోల్లాస మధుర శైలిఁగా గూర్చుఁగా. 298

శా. తానా పోతన కొన్ని వత్సరము లేత్రీతి సత్కావ్య ని
ర్మాణాభ్యాసము శాస్త్రసంగ్రహము గీర్వాణాంధ్ర సాహిత్య వి
జ్ఞానోపార్జనముఁగా బొనర్పఁ గవితా సామ్రాజ్య ధౌరేయుఁడౌ
శ్రీనాథుం డొకనాఁడు వారిఁ గనవచ్చెఁగా దుఃఖ దైన్యాహతిన్. 299

ఉ. వచ్చిన శ్యాలకుం గనుచు వందనముఁగా నొనరించి పోతరా
జెచ్చటి నుండి రాక యనఁ దేమియుఁ బల్కఁడు చిన్నవోవు మో

మచ్చుపడంగ లోవరిగి యాలివిఁ గాంచి విషాదమొప్ప వా
క్రుచ్చెను బావ వచ్చెనని కోమలి పేవెలి కేఁగుదెంచుచున్. 300

చ. తటుకున నన్నుఁ గాంచి కమదమ్ముల గిబ్బున నిండు నశ్రువుల్
జొటజొట గ్రిచ్చకాయలటు చుక్కలు రాల్పఁగ నోష్ఠనాసికా
పుటములు సంచలింపఁ బొరివోవుచు గద్గదకంఠ మెత్తి దు
ప్పటమును మోమువం దిడి గుథాలునఁ బైఁబడి యేడ్చె నెంతయున్. 301

చ. వలవల కంటినీర్వడిపి వందురుచున్న యనీయనిన్ గనన్
గలికలియయ్యె గుండె వెతకంతము మట్టుకు దట్టిపట్టె నా
చెలియలి బాష్పవాహములఁ జేష్టుడి యాతని దుఃఖవారిధుల్
జెలియలికట్ట దాఁటి తరజిమ్మెను జెక్కుల దూఁకు నక్రులై. 302

ఆ. జ్ఞానవంతుఁడైన కవినాథు శ్రీనాథు నాక్రమించి దుఃఖ మజ్ఞుఁజేసెఁ
దాళపత్రమందుఁ దవరు నక్షరమును శరమొసడ్గు చెదలపురుపు భంగి. 303

ఉ. హెచ్చిన దుఃఖవహ్ని దహియించుట నిర్భరి యాత్మ లచ్చటన్
వచ్చిన లోకులెల్లరు నవార్యగతిన్ మనముల్ కరంగి కొ్రి
వ్వెచ్చని బాష్పధారలయి వేగతులన్ బ్రవహింప నీగతిన్
గ్రిచ్చర మాటలాడెవరు గ్రిమ్మడి యక్రులు గోటమీటుచున్. 304

ఉ. ఆలు గతింప దిక్కుఱిన యాత్మజనుం గొనివచ్చి చెల్లె హ
స్తాల నిడెన్ విషాదకర సంఘటనల్ కనలే మదేమియో
జాలి జనించు నీ నిసుఁగు చక్కని మోమును గాంచఁ దల్లి చ
న్నాలను ద్రావనోఁచ దఁట వత్సరమైన నభాగ్య యింతకున్. 305

తే. వదినె చనిపోయెనని వార్త వచ్చినపుడు పురిటిలోని బాలెంత యీ పొలఁతి కాను
అందులకె యప్పు దగ్రిజా మందలించి పిలుచుకొనిరాఁగి వత్తమామలను బనిచె. 306

క. వారేగి మానమయ్యెను జేరిరి నేఁ డింటి కేమి చెప్పఁగవలె నీ
దూరపు బంధుత్వపు వ్యవహారము సంకటపువేళ నవసరపడునే? 307

క. కన విన దుర్భర మింకను మనమున్ మర్మముఁ జెకల్చు మగువవిలాప
మ్మనుచున్ బంధువితతి యా వనితను సాంత్వన ప్రశాంత వాక్కులఁ దేల్చెన్. 308

ఆ. ఉబికివచ్చు దుఃఖ మొకయింతఁ గన్నీరు గార్చి యేర్వ శాంతి గూర్చె కొంతఁ
గలఁగి రొదయొనర్చు కాదంబినులు వాన గురియ వెన్క స్థిరత గూడువట్లు. 309

క. అప్పుడు శ్రీనాథుఁడు కడు దెప్పరమగు వగలఁ బొగిలి తేఁకువ పెడుటన్
జొప్పడి లజ్జితమున్ దప్పుకొనన్ లేక కంటతడి నిడి పలికెన్. 310

క. 'కవనపు ఫలించిన దనుకొని కను వేడుకపడితిఁ గాని కడ కీగతిఁ దా
విడిపోవు పన్నుటంబను నడిరేతిలన్ బుట్టెనుంచు నారవి తెలియఁగా. 311

క. ఇంటిపనులె మాటెడినా చంటివిసుఁగు మూరడించి వనరించెదనా
యొంటరికాఁపుర మిఁదఁగఁ గంట నీ్నీరొదవుఁ గాలకంఠునకైనన్. 312

క. రాముసకుఁ గట్టుకొని యీ యమ్మాయిని పాకినాఁడ నది యెందును మా
యమ్మేది యనినఁ గటుపది యమ్మలివో వెడఁద మంచు శోకాబ్ధియలల్. 313

తే. కోడిపిల్లలు మాయమ్మతోడఁ జెప్పి పప్పు లడుగుకొందు మటంచు బయలుదేఱ
దాను మాయమ్మ నడిగెద నేనఁటంచుఁ జేరి 'నాన్నా! మనమ్మేది చెప్పు?' మనును. 314

క. తాఁ జవిచె మీ దిరోకము జేజెకడకుఁ బూజసేయఁ జటితల్లి! యనన్
నేఁ బనుదు వచటికే యను నేజాదవి పోదు దుఃఖ మెటు లాగు విఁకఁగా. 315

ఉ. చిత్తము నమ్మనుంది యెటొ చేసి మరల్తు మటంచుఁ జేతఁ బం
క్తిత్తు పపేసిరా విన దొరేచటి పూరక వేఁగలే నెటో
చిత్తరు విత్తు పమ్మదివిచెప్పి పదేపది. పిల్చునమ్మ యం
చత్తలి దావి నాకపుడౌ యకుమారలొంటుఁ గుమ్రింటు లోకమున్. 316

తే. 'అమ్మ'! యనుచును పిలిచి కమ్మగాను బిలువ నమృతమ్ము త్రాగిన విధవగాదొ
కీనికిని మించి స్వర్గమ్ములోన నేమి జాల్జుకొన నేఁగినావు నా సుదతి నీవు. 317

క. అనుచుఁ దరుమకొనివచ్చు వెతను నేమాత్రమ్ము నాఁపువమన వశముగా
కను దలవంచి వగతు వస్గని నా తలయెత్తి కాంచు కందువు తానో. 318

ఉ. కన్నులవీరు కన్నులనె కన్పడకుండఁగఁ గుక్కికొందు నే
మన్నను నేను నాతనయ హా! యని బెంగఁగొనుగా విశాంత మీ
చిన్నికుమారితం గనుచు జీవనముల్ మెయినిల్పుకొందు నే
మున్నది నాకు నీ భువి యయోమయమై కనిపించు నెల్లెడన్. 319

తే. ఆనవోత్సవల సుమనోజ్ఞహాసకళల వెలుఁగు నా చంద్రదీపమ్మె మలిగిపోయెఁ
దక్కిన విలాపవంపదల్ చుక్కలన్ని యెన్ని యున్నను విశ్వమ్ము మున్నగాదె? 320

క. మగువల వెతవలెఁ బొంగక మగవారల వ్యథలు లోనె మసలును గాఢా
ధిగతాగ్ని బొగల మంటల నగపడ వగపడునె తప్తమగు లోహములన్. 321

క. ఇది కన్గొని లక్ష్మాంబయు మది మైనమ్మగుచుఁ గరఁగి 'మావ్యవరా! యీ
పొడ యేల? నేఁ గలుగ శారద మాతృవిహీన యన ధరఁగా మృష' యనియెఁగా. 322

తే. అపవి పమ్మాదయుల్ విస్కల్మషాంతరంగు లౌరుల సుఖదుఃఖచూపము లరసినంత
యుద్దములయట్లు ప్రతిరూపమై వటిరత్రు కొంతగుహాలై ప్రతిధ్వనుల్ హూర్పుమంద్రు.

క. పోతన శ్రీనాథుని వలపోఁత నుడువఁగా విరాగభక్తి ప్రపత్ప్రం
ఘాత సుబోధ సమాహిత చేతనునిఁ జేయ నిట వచింతును దాల్మిన్. 324

శా. 'బావా! నీవ సమస్తశాస్త్రచయ సంపన్నుండ వప్రాభ్యశా
త్మావిర్భూత మహోజ్జ్వలన్ దొలఁగఁజేయం జెల్లు నజ్ఞుండలెన్
నీవే యిట్టు లపారశోకజలధిన్ నిర్వేదమున్ జెంద విం
కే వైరాగ్యపరుండు రాఁగలఁడు నీ హృద్వేదనన్ మాన్పఁగన్. 325

తే. అయిన వరిగినకాలఁడి ఆ నవవరతముఁ జనఁదొడఁగెఁ గాలసామీప్యమునకె ప్రాణి
ఇది విషాదాంతనాటక మిందుఁ జివర మంగళముఁ బాడఁగల్గు సమర్థుఁ డెవఁడు? 326

శా. నానా చిత్రవిచిత్ర వర్ణగత సౌందర్యంబు లెల్లన్ లయం
బూనున్ వీడను నేత్రహాసముఖహస్తోరుప్రదేశాల వి
న్నాణంబు ల్గనరావు భూశయనమున్ దా నొంద రూపశ్రితుల్
మేనన్ వీడవలెన్ జనించు నరుతో మృత్యుస్వరూపం బనన్. 327

క. ఇరులడఁచు రవికరాళిఁ జిఱునీడవట మ్మొకింత చెరునె సవిత ముం
దరుదెంచ వెన్నడఁగు వెన్పరతెంచిన నిడక ముందు వచ్చు మెలఁకువన్, 328

తే. బాలవృద్ధార్కులం గని చాల పొడవు పెరుఁగు మధ్యాహ్నరవిఁ గని తఱిఁగి కాళ్ళ
బట్టుకొని మఱుంగగు నీడ బ్రహ్మచర్యయుత యువకుచెంత నడఁగి యిట్లుండు మృతియు.

శా. సాయంకాలము వర్షకాలముగతిన్ సంవర్థకంబై మనన్
ఛాయావాహిని నైజవేగమునఁ బోత్రోత్సాహమ్ము దీపింపగన్
స్వీయావాసముగాఁ జెలంగుతి మిరాబ్ధిం జేరగాబోవు నీ
కాయాజాండప్రదోష సంతమసముల్గావే జరామృత్యువుల్. 330

తే. పాంచభౌతిక సోదరభావగతిని జల్లఁగా దేహరథ మెట్లొ సాఁగుగావి
పాలివగ నవి కచ్చకుఁ గాలుద్రివ్వి కుపితగతి వేఱబడఁ గొంప గూలిపోవు. 331

తే. జలము వహ్నికి నాజన్మశత్రువుగదె! యగ్ని జలము నావిరిసేయ నరయుచుండు
వాయువో యవ్యవస్థితవర్తి ధరణి వీరి స్థిరమైత్రి నెవ్వఁడు విశ్వసించు. 332

సీ. కాడుచీఁకట్లలోఁ గమ్మనమూసిన పెల్లు తెలియునే శాఖొక్క తేజ మనుచుఁ
జిఱుబీజమందు నిద్దురజెందు వృక్షమ్ము నవ్వునే పువ్వు చిన్నారినోట
నావిరియై వాయువం దాడు నీరమ్ము నడచునే శాఖొక్క నది ననుకొని
సూక్ష్మశుక్లకణాల సుప్తిఁజెందెడి మేను తన నిజరూపమున్ గనఁగలుగునె

తే. తను నితరమును గుర్తింపఁ దరముగాని స్థితి దవరుఁ బరిణతుల సృష్టియు లయమ్ము
బిందువుగఁ బ్రవాహముగ నావిరిగ మాఱు జీవనమె సృష్టిలయయుత జీవనమ్ము. 333

తే. కనులు మూసినఁ గదలేని గమన మనుము గనులు తెఱచిన నిచటనే కల ననుకొను
మహిని గానఁగెడు పథగమనమువోలెఁ గాలచక్రయాత్ర కొకప్డు కదయెమెలేమి. 334

ఉ. పూర్ణమునుండి పెక్కు దినఁ బూర్ణము లవ్యవమంది మాయు నా
పూర్ణము తాను లోపమును బొందక యెప్పుడు నిల్చు నెట్లనన్
పూర్ణిమచంద్రబింబములు పూర్ణతటాక ఘటాదులందు సం
కీర్ణత బొంది జీవనము కీడ్పడఁ బూర్ణశశి సమైక్యమౌ. 335

క. పసరించు నీ భగిని రెండవ ప్రాణమ్మట్లు నీదు నందన నేనున్
భవదీయ సృష్టిప్రియగ నవలోకించెద నికేల నడలెదు బావా !' 336

తే. అనుచు భార్యావియోగజ న్యార్తితోడ నదరిపోయిన శ్రీనాథు హృదయమునకు
పరమ శీతసునయవాక్య చందనముల నలఁదె దుఃఖాగ్ని సంతాప మపనయించె. 337

ఆశ్వాసాంతము

క. ఇనవంశాభరణా ! మునివనితా ప్రారబ్ధపంక వారణచణ మృత్
కణ విలసదబ్జచరణా ! పినాకమదహరణ ! విశ్వవినుత వితరణా ! 338

శా. ఆకర్ణాంత జగన్మనోహర విశాలాబ్జాక్ష ! సౌందర్యసా
రాకీర్ణాద్భుతరంగసంగముఖ లావణ్యబ్ధిమ దృగ్వీక్ష ! ల
క్ష్మీకాంతాకృత సింహపీఠ విపుల శ్రీవత్సవక్షా ! సురా
నీకాధ్యక్ష ! దశాననద్విపశిరోవిధ్వానహర్యక్షమా ! 339

తోటక వృత్తము

దశకంఠ విదారణ దాశరథీ దశకాయ విశారద ధర్మసుధీ !
దశరూప ధరాంశజ తత్త్వవిధీ ! అశుభాంతక పూర్ణదయాజలధీ ; 340

గద్యము

శ్రీమద్భరద్వాజగోత్ర పవిత్రాపస్తంబసూత్ర, ప్రథిత సూరిజనమిత్ర, బక్కయ్యశాస్త్రిపుత్ర
వాగీశ్వరీ సమాసాదిత, వైదేహీవర నివేదిత నరసకవితావిలాస, సహజ
పాండిత్యభాస, వరకవి విధేయ, వరదార్య నామధేయ ప్రణీతం
బైన పోతన చరిత్రమను మహాప్రబంధమ్మునందు
తృతీయాశ్వాసము.

శ్రీ రస్తు.

శ్రీ వాగీశ్వర్యై నమః

రాజ సందర్శనము – భోగినీ దండక రచనము

శ్రీవిలసత్పంచవటీ
పావనవన భాసమాన పర్ణకృతకుటీ
రావాస ! ఛద్మహరిణ
ప్రావీణ్య నిరాస దివ్యబాణ విలాసా ! 1

గీ. ఆంధ్రవాణీ మనోజ్ఞ నాట్యాభినయము తేనెలూరు సత్కవితా ప్రసూనచయము
స్వామి యవధారు పోతన సచ్చరితము జానకీజాని ప్రీత్యర్థ చక్రపాణి ! 2

వ. అంత శ్రీనాథకవిసార్వభౌముఁడు. 3

చ. తన వెత డింద బంధ్వవసథమ్మునఁ గొన్ని దినాలు మానస
మ్మును గుదుటన్ బడన్వయిచి పోతనతో జతగూడి సింగభూ
పుని బ్రతిభావిశేష పరిపూర్ణు నుదీర్ణు ననంత పాండితీ
ఘను రసవత్కవిత్వ కృతికర్తను సర్వకళావిశారదున్. 4

క. కనవెంచి రాజగిరి పత్తనమున కరుదెంచె మించు తత్పురవిభవ
మ్మును గని యిది యమరావతి మనమున శల్యమ్ము వాఁటు మణిగోపురతన్. 5

గీ. అనుచు పోతరాజుకు మల నలరునట్టి కోటలను బాటలంటు శృంగాటకముల
అందములకు మందిరములై యంబరమును చుంబన మొనర్చు హర్మ్యాళిఁ జూపి పొగడు. 6

చ. 'నగరము యోజనాయతము నన్గినఁబొంది సరస్సువంటి పే
ర్వొగఁగపుల పీన వాహినులఁ సుందర పద్మలతానుకారులై
యగపడ నంద నంగణచయమ్ములు వారిజపత్రశోభలన్
వెగడుఁగ హర్మ్యపంక్తి నవనీరజశోభల నొప్పు లక్ష్మితో. 7

చ. మల లిడువంత లప్పుర రమారమణీమణిఁ గొల్చి విల్చి నే
స్గులవలె నొప్పు నాదల మనోహర కాంచన గోపురాగ్రి సం
విలసిత రాజసౌధములు విశ్రుత భద్రగజద్వయమ్ము మూఁ
పుల దవ్వులోలు దాలిచిన పొల్పుమ చెల్వు నసల్పశోభలన్. 8

మత్తకోకిల :

మంటపంబు గలధౌతమ్మణిమయమంజుసౌధగణాకృతుల్
కలుఁ జెలంగెడి మల్లెమొగ్గల చందలై విలసిల్లినో
విరిచిపోయిన వీలినీరద వీథమున బొలుపారుచున్
చలనమందక చెల్వుగుల్కెడి చంచలాకృతు లంచలో. 9

క. పీటగా భాసతి కుచగిరికూటము లన నొప్పు నద్రికూటాగ్రములన్
పీటగు ముక్తాహారపు పేట లనఁగ గోమరు మిగులు పేఁటలు గననౌ. 10

చ. మనరెడి నాగుకోమలుల మైఁగల యాపలఁకల్ యొయారముల్
కొనరెడి పావురాల మెడఁ గుమ్మటపుఁ గులుకుల్ విలాసముల్
మునరెడి జాతుపిండు మెరమ్రోద్పులలో మలఁపుల్ మనోజ్ఞతల్
మెనవుమఁ దేర్చి తీసి రచె మేడలమీఁది యనల్పశిల్పముల్. 11

ఉ. చుక్కల పాడు మంచుమల చుంచుల మించెడి కోటకొమ్ములన్
జెక్కిన పట్టుచెక్కడముల విన్నెల పన్నెలతో వఖప్పలిగా
జిక్కని పాలరాతివి రచించిన రాజమహళ్ళ వాళ్లపై
వొక్కెడ పాలవెల్లి తడ లోహరి సాహరి నాటలాడెడిన్. 12

సీ. తూర్యగోచ్చావచ తుర్యార హేషావ్రవమ్ముల మను సాహిణమ్ము లవియొ
గర్జద్వాహన కల్పవారణ బృంహితాళి నొప్పెడి యెకరాలు నవియొ
కీర పారావత శారికా టిట్టిభోత్కార కలవ్యవితగోపురము లివియొ
మార్ద్వీక మృద్వీకా మదిరాసవోద్భూత సౌరభాన్విత పానశాల లవియొ

తే. రమ్యరాజ్యమందిరాంగణారామసీమ చంద్రకాంతాశ్మ నిర్మిత చారువీర
కుండికాంతర స్థంభాగ్రమండిత లయి శ్రీపరితిమ లంబుశీకరాల్ జిమ్ము నదిగొ! 13

ఉ. టక్కరి పిల్లతెమ్మెర హటాత్తు లతాభుజమూల మంటచుఁ
జక్కిలిగింత సేయఁ బెళుచుఁ దొసలాడుచు నవ్వుచుండెఁ బూఁ

జెక్కులి విప్పి సౌరభము చిప్పిల వివ్వనలక్ష్మి హొయలఁగా
గ్రక్కునఁ జేరి వేవ్రి భ్రమరకక్రియ షట్పదపంక్తి వ్రాలెడిన్. 14

తే. పథములకు నిరువంకల బారుదీరి చిత్రిరించిన జొంపముల్ కరి మయూర
మంజు హంసాది లవలీనికుంజ రచిత సుందరాకృతుల్ విస్మయ మందజేయు 15

సీ. సింగిణీగా రంగారు చిత్రిలేఖన వర్ణముల నిగ్గు మొగ్గకుంచెల నలంది
పాతాళలోకపుం బడుచుల నెమ్మేని సోయగ మ్మిగురుల వ్రాయుచుండి
జలదభామినుల శీతల మృదుస్పర్శ నై జాంగకచ్ఛాయల ననువదించి
నాకాంగనాస్మితానన సుధాకరమ్ముల నవ్వు పూఁదేవియల హరించి

తే. నాగకన్యలతో మంతనములు నెఱపి స్వర్గయువతులఁ గూడి ముచ్చటలు సల్పి
యుభయలోక సౌందర్య కళోపపత్తి భువిఁ బ్రతిఫలింపఁ జేసె నీ పూవుఁదోఁట. 16

క. మలయజ మృగమద పరిమళ మిళిత సమీరములఁ జారు మృగనయనలతో
దల లూఁపించుచు నాత్మల బులకింప న్నగర' మనినఁ బోతన కవియున్. 17

తే. 'కొండపలకుఁ బట్టణమ్ముల యందమొప్పుఁ గొండవీటికి పల్లెటూళ్ళ నానందమొదవు
నిజముగా సమాయికతయు నిర్మలతయు సరళత యనఁ బల్లెలవె కాఁపురముసేయు. 18

సీ. కమనీయ రాజమార్గములు లేవట దారిఁ జన పీలుపడని కష్టములు లేవు
భామతోఁ దలఁ గ్రుమ్మ ప్రాసాదములు లేవు స్తంభజాలపు యవస్థలును లేవు
రక్షకభటవర్గ రాయబారము లేదు పశ్యతోహర సమార్చుటియు లేదు
ధన్వంతరులగు వైద్యశ్రేష్ఠులును లేరు సాంక్రామికామయసరణి యనను

తే. తలకుమించి వినోదవార్తలును లేవు కావలయు వస్తువులవి చిక్కనవికాదు
అతి సుపరిమళద్రవ్య సంతతియు లేదు కొంపకాల్చు దుర్గంధంపు మచ్చు లేదు. 19

ఉ. ఐనను రాచకొండపుర హర్మ్యవిధానములున్ మనోహరో
ద్యానములుం సరోవరవితానములుం సువిశాల రమ్య ర
థ్యా నివహమ్ములుం జనసుఖావహముల్ పరిశుద్ధముల్ కళా
శ్రీ నిలయమ్ములి ప్పురి వసించు ప్రజల్ నయకోవిదుల్ బుధుల్. 20

వ. అని నుడివె నంత. 21

ఉ. ఒండొరు లిట్లు పట్టణ మహోన్నత వైభవముల్ మతించి బ్ర
హ్మాండముగా వెలుంగు నగరావరణమ్ములు దాఁటి మేటి యా
ఖండలుఁడో యనంగ దనరి క్ష్మాతలజాతసుధర్మయౌ సభా
మండప సీమలోఁ గొలు వసుర్చిన భూపతిఁ గాంచ వెంచుచుఁగా. 22

క. అరుగుచు నాపణమున నొక చరుఁగుపయిన్ బాలిఁ బండ్లు నాకుల నమ్మన్
మరువాలి యగు యువతి నేనుఁ బాపాలునఁ గాంచి భావమలఁదుల వివరన్. 23

ఉ. విందగు యౌవనమ్ము పలికించెడి చక్కదనమ్ము నేమియో
యందము చిందులాడు సిగయందు సమర్చిన పూసరమ్ము కెం
పుంచుకుల్ చలించు స్మిత పుష్ప సుగంధితమౌ విడెమ్ము బల్
పొందిక పల్లగల్లపుటభూషణమై వెలువారుచుండఁగన్. 24

ఉ. చెంతనె నిల్చియున్న కవి సింహుల నా పగలాఁడి గాంచి య
త్యంత వరోహవిలాస మృదుహాస మనోజ్ఞ విలోకనమ్ములన్
గంపుశరమ్ముల వ్రాసెను కయ్యములోఁ దగు నెయ్య మేను సా
ధింతు నటంచు నెంచి కరు తియ్యని భాషణ మొప్ప విట్లనున్. 25

క. 'పుయిలోడవేల పాల్జిల్లు దయసేయుఁడు కప్పురంపుఁ దాంబూలమ్ముల్
ప్రియపడు శపకీమోక్షద్వయముసకై రాగరసప్రదాన మొనర్పన్. 26

తే సరసగళ సమాశ్లేష వాసనలు పెనఁగఁ గరము విప్పారు మల్లికాంగనల యొక్క
యలరు దండలు తమరి నాహ్వానమను' నమట శ్రీనాథుఁ దరిగి యిట్లనియె నగుచు. 27

సీ. 'చెక్కుటద్దము నేల చిగురు తమ్ములపాకు వరలుచున్నది పలువరుస లొరసి
కొమ్మ కెంజిగురాకు కమ్మవాతెఱ లీల ముద్దిడున్ దాపనమొగ్గ విరిసి
సరసపంపద యనఁగ జను నాగరంగఫలము సంద గోరాను లావు మెఱసి
చెమరించు కాంతావనమనంగ శరములఁ బదునెక్కునదె మహోత్పలము మురిసి

ఆ. పూవుఁబోఁడి భోగిభోగానుకారి యీ యలరుదండ యెంత విలువ సేయు'
ననిన లజ్జతోడ నానక్తి పెనఁగాడ సుదతి నగుచుఁ బల్కె సుకవి నరసి. 28

ఆ. 'దండ యిద్ది యెవరి దండఁ జెల్వారునో యట్టివారి ఘనతఁ బట్టి దీని
విలువ యెదుగు వట్టి చిలిపి యూహించిన దండతాడనమ్మె దండ విలువ.' 29

తే. అనెడి పుష్పలావికమ గన్గొని కవీంద్రుఁ 'డోసి వెలజాణ ! భళిరె ! నర్మోక్తి సొబగు
దంతపీడి దూరమ్ముగా మందు కంటె దండతాడనమ్మే సుఖదాయక' మనె. 30

క. అలవామణి యొయ్యారము లొలుకఁగ ద్విజుఁ గాంచి 'శిష్ట కోపుదురే మున్
బలికింతు నెందటినొ యీ చిలిపిగుణము శిల్పితనము క్షితిఁ గన వెందున్.' 31

క. శృంగార శ్రీనాథుఁ డవం గవితల వల్లా మీదు నర్మోక్తుల కీ
రంగారు దండతాడనమును గోముఁ' దని యొదఁద వినరెఁ బూదండ వడిన్. 32

క. తఱుముకొనివచ్చు నవ్వుల నొరిఁ బయ్యెదకొనలఁ గఱచి పోనడచి తల్లిపా
టల చపల వీక్షణమ్ములు వెలుపెక్కఁగ వేలువిషయ మీఁదో తరవున్. 33

ఉ. అచ్చపలాక్షి చారుతర హాసములన్ రసభాషణాదిక
మ్మచ్చటివారి జిచ్చపడు సల్లొనరింప నొయారమొల్క మీ
వచ్చిన కార్యమెద్దియొ కృపన్ దెలవిత్తురె యంచు సాదర
మ్మచ్చుపదంగఁ బోతన మహాకవిఁ గాంచి వచించె నీగతిన్. 34

ఆ. 'బదలినారు చల్లపానీయముల గొందు విరుల వీవనలను విసరవిందు
రందు లోని' కన నతం డాడు 'పానంబు జోలి మరియు మీమ గాలి వలదు. 35

శా. ఓ నీరేజదళాయతాక్షి ! భవదీయోక్తుల్ చమత్కార ప్రే
జ్ఞా పిక్షేపము లీ ద్విజుంచు రసవత్కావ్యైక నిర్మాణ సు
శ్రీనిర్ద్వంద్వుఁడు వీరిఁ బోల్త వపర శ్రీనాథుగా నెప్పరా
శ్రీనాథుండు ? వసించు నెందు ? నెటు వాసిన్ జెందు వాక్ప్రౌచ్చెదే ?' 36

తే. అనుట లా యెమ్మెలాఁడి తా నతనిఁ గాంచి మధుర దరహాసముల మొల్ల మాల లల్లి
దాడిమ ఫలాల గిల్లి నేత్రముల చలువ కలువహారేకులన్ జల్లిఁ బలికె నిటుల. 37

తే. 'ఓ మహామతీ ! యల్పజ్ఞ నేపనందు నొక మహారాణి శ్రీనాధసుకవివాణి
రాజులే గారవించెడి రామచిలుక యాంధ్రసాహిత్యవనికి ముత్యాల మొలక. 38

చ. జిలిబిలి ముద్దుపల్కులను జేతమునన్ గిలిగింతవెట్టు నా
లలితపుఁ జాటువుల్ హరవిలాసము నైషధమాది సత్కృతుల్
తెలుఁగు సరస్వతీ మకుట దీవ్యదనర్ఘ మణిప్రతానమై
వెలుఁగుల నీనఁగా విబుధ విశ్వము మెచ్చ రచించె నెన్నియో ! 39

క. తెనుఁగుం భారతి పూరుషతను ధారణమున్ బొనర్చి ధర శ్రీనాథుం
డను పేరఁ దిరుగునఁట నేనును నమ్మహనీయుఁ గాంచనోఁచ మహాత్మా ! 40

క. అన విని యా యొయ్యారిని గని పోతన యలరి 'యతని కావ్యముల నిటుల్
వినుతింతు వా కవియె నీమును విచ్చేవఁటన్న నెంత మురిసెదొ' యనుటల్. 41

క. కలనైన నగపడని హరి తలవాకిట నిలిచి పిలిచి దర్శన మిడిన
ట్లెలనాగ బొమ్మయై కవి కల నిజమైనట్లు ముదమునని యిటు లాడెన్. 42

చ. "నరపతి యాదృతిన్ బరిజనమ్ములతో నెదురేగి తత్కవీ
శ్వరునకు స్వాగతం బొనఁగి సత్కృతి సల్పి 'మహామతీ ! భవ
చ్చరణము మామకీన పరిషద్భవనాంతరసీమలో నలం
కరణ మొనర్చరే' యనినఁ గాని యతం డరుదేరఁ డందురే. 43

శా. శ్రీనాథుం డిటు పాదచారి యగుటల్ చిత్రించు లాందోళికా
యానస్థుండయి చామరాళిఁ గొని శిష్యవ్రాతము ల్వెంట 'ని

ద్వానధా : కవిసార్వభౌమ ! యను విఖ్యాతిం జెంది కైవారవి
ష్ఠానంబుల్ మెరిపించి నేర్పరని విశ్వంబెల్ల కీర్తింపనే. 44

సీ. సుమనస్సులంచె పదములుంచు శారద కాలినడంబోవు కత మదేమి
గణపుడు వెంటరా గవని ఫాలము వేయు భారతి కీ యొంటిపాటదేమి
ఘన సువర్ణాభిషేకముల మున్నెడి వాణి యాతపమ్ముల వాడు హేతువేమి
బహుశాఖ వైభవప్రభవమైన భాషకుఁ దాసయి యరుదెంచు దైన్యమేమి

తే. తమరెమనర్చినఁగాని స్పదర్శనమ్ము నీయనట్టి పుంభావ వాగీశ్వరికిని
వప్రియత్నత నగపడు నవసరంబె కలయొ వికృతమొ యిదియేమొ తెలియ" ననుచు. 45

ఉ. ఇవ్విధి కల్కి పల్కి హసియించుచు గాంచి పచించె నాతఁ 'డో
జవ్వని ! నీవు పల్కినది సత్యమె మత్పరివార సంతతిన్
నివ్వటిలావమేమధరణీపతి రాజ్యరమాప్త చిహ్న మి
ప్డవ్వమి భావినేత యభియాతి భవన్నృపహాళి కెంతయున్. 46

చ. అహితుని పక్షమున్ గలుగునట్టి జనమ్ము లెవారలైనఁ దా
మహితులుగాఁ గనంబడుదు రాత్మకు వారి గుణంబు లెంతయున్
విహితములయ్యు ద్వేషునకు విస్తృత దోషములై చనున్ రుజా
సహితున కన్నపన్నము విషమ్ములబై సహియింపనట్టులున్. 47

ఉ. ద్వేషముఁ గొల్పు చిహ్నములఁ దేవలదంచుఁ దలంచి యిప్పుడీ
వేషముఁ దాల్చి వచ్చితిమి విస్మయమందఁగనేల యాంధ్రభా
ష్యోషకు మాతృభాష కిల యోగ్యత లేదని సంస్కృతమ్మె స
ద్భూషయటంచు మీ విబుధవర్గము మీదు పరేంద్రుఁ డెంచుటల్. 48

చ. విని యిటు లేగుదెంచితిమి మీకుల వింటిదు పైఁడిసంది మా
తెనుఁగు నిరాదరంబు గనుత తెవియల సుచి చూపి యాంధ్రభా
గ్యనితమ వక్ష్యపీఠమున నర్తిలఁజేసెద మీ సదస్సునం'
దనెడి గభీమ్మురిఁ గాంచి యిటులాడెను వర్పగలాకి నర్మిలిన్. 49

ఉ. 'ఎంచిన పేర్మి మౌక్తికము నేమి మెఱుంగని జొన్నగోలి గా
వించినయట్లు లక్షణయి విశ్వకవి వ్ముము వోరుజాతి వే
మింపఁగ వాడితిన్ వను క్షమింపఁగ వేనని చంద్రబింబమున్
షఢవ పేయ వెమ్మొగము వంచి పదాబ్జములంటె మ్రొక్కెనన్. 50

క. కనుగొని శ్రీనాథుం డిటులను 'పెగలఁగనేల జేలః యపరాధం బే
మొనరించినావని క్షమాపణ వేడికొనంగవలసినవచ్చెను నన్నున్. 51

ఉ. ఈ విబుధుండు పోతన కవీంద్రుఁడు పీరుసు నేను వింటి మె
భూవిభుఁ గాంచవచ్చితి మపూర్వ ముదంబొదవెన్ విభుఁ గవీ
జావుల రవ్వు నీ పదసప్పం బలుకుల్ కవిచంద్రుఁడన్ గదా
కావిదు లెంతో మెచ్చిరన కోమలి ! యేమనఁ జెల్లు నీ మతిన్. 52

ఆ. త్వరగ నడుగవలయుఁ దరణి మే మీనాఁడు సింగనృపతి ఘన సభాంగణమున
కనుచు నేగఁబూన నాదాన తపకాన ముందు నడచి మార్గమును వచించు. 53

సీ. గుఱ్ఱాల కోనేరు కొండయం దేపిరల్ కంఘాణములు వేలు గలవు సామి!
ఎక్కటికాం డుర్కిక్కుదక్కు వజీరులు తెందేపలుగ సందుఁ దిరుగుచుంద్రు
జెకిదంపు టడివముల్ నడుములందున వ్రేల బారాలు వ్రాలఁ బర గుచుందుర
ఆముకేనుఁగునై వ నవటి మావంతులు మస్తరింతురు వికిమట్టుమంచు

తే. రత్న శస్త్రశాలలు పెక్కు లరు వానిఁ బికివాడు గాంచిపఁ దల తిరిగిపోవు
సాముగరిడీలు గల వుక్కుఖేము నేల పొంతిరాఁడుర్కింది యందు దిగ్గంబులవఁగ. 54

సీ. ఇది కచేరీకొండ యిందుండు మన్నీయ తామరచెలిచూలి త్యాగమందు
నరవనంటి గమింప నాలుగు వాకిళుల్ గడచిన కచ్చేరి కానఁబడును
నెలకలు తిన్నియల్ నలువైన యంగణమ్ములు బావ్వగా నందు సలవుచుండు
నా దివాణము పెన్కు నడుగందరుం దెన్ని తార్కిక్కు వేసినను సంకెళ్ళబావి

తే దానిలోని నీరమృత సమాన మెన్ని కజవు లడదెంచిన నొకింతఁ దటఁగ దిచియె
దారి త్వరపడుఁ దేలినవారు ముందుఁ జనుచు దలపోకకై యుపవనికి వసుద. 55

వ త్వరపడి యరుగు నియ్యిరువుర శ్రీనాథుండు. 56

క. తొలుదొల్త సుకవి పరిష ద్విలసితుఁడును బహుశాస్త్ర విహార ధిషణా
కలితుండగు నృపుఁ గన్గొనఁ దలవాకిట మెలఁగు బెలువ ధ్యానించు విటుల్. 57

మ. 'మను నీ దివ్యకటాక్షవీక్షణ కళా మోఘప్రభావమ్మునన్
మనుజాధీశులు మొక్కు మంటి ఘన సన్మానమ్ములం గొంటి వేఁ
డును సర్వజ్ఞుని సింగనన్ గదియఁ దోడున్నీడ వీ వంటి వో
జననీ ! శారద నీ స్తనంధయుఁడ నాఁ సర్వమ్ము నీ భారమే. 58

ఆ. కన్నబిడ్డ నొరులకై యొసంగెడివేళ ఁజవ్వనంగి రూపు చక్కదిద్ది
యిచ్చు నెంతో వారు మెచ్చి మచ్చికజేసి ముద్దుగొనిన తానె మురియుననుచు. 59

శా. తేజఃపుంజ విరాజమాన ముఖసం దీప్తుల్ కపోలోక వి
భ్రాజద్భ్రమ్మ కళావిలాస విభవ ప్రత్యూష కల్పమ్ముగా

రాజాగారముఁ జేరు సత్కవులు మార్గం బిచ్చి నమ్రాననాం
భోజమ్ముల్ విరచించి మ్రొక్కు జనముల్ మోదమ్మునన్ గాంచుచున్. 60

తే. క్రొత్తదమ్ములతో నొప్పు కోటగవను గుమ్మములు దాఁటి కొల్వుకూటమ్ము జేర
ద్వారపాలుఁడు బిచ్చమై దారి విడిచి యరుగు పిదప వీ రెవరని యడుగుకొనిరి. 61

సీ. శ్రీశైల శిఖర సంస్పృష్ట సాంధ్యారాగ గతిని కాశ్మీర రాంకవము మేన
నైరావణకరాప్త హరిశరావసలీల మణిమయ స్వర్ణకంకణము కేల
శశధరోదయ పార్శ్వ సంక్షిప్త గురుశుక్రులయి రత్నకుండలద్వయము చెవుల
మేరుగోత్రాధృత శీకవారాబ్ధి పరిక్రియన్ గౌశేయపటము కటిని

తే. పంచలోకగపణాగ్రధానమాన మణులనఁగ నంగుళీయక మైత్రి వ్రేళ్ళ
వరల లక్ష్మి సమర్పిత వాణియగుచు వచ్చె శ్రీనాథుఁ డపటివా రచ్చెరువడ. 62

సీ. పతతా వ్యయవిభూతి సంపన్నమతి యన భస్మపుండ్రాన్విత ఫాలతలము
భవవార్ధి తారణోపాయమ్ము విత మమూల్య కర్ణధారుఁడన రిక్తశ్రవములు
విష్వక్సమ మానసనిలయుఁ డీతండన మహిత దుదాత్త సంపదల నెడఁద
బంధముక్తుండయి పరఁగు నీతండనఁ గంకణవిరహిత కరయుగమ్ము

తే. శుద్ధ సత్త్వగుణోపేత బుద్ధిఁ డితఁ డనఁగ ధౌతవస్త్రోత్తరీయములు మేనఁ
దనర వెనువెంటఁ దాను పోతనయు వచ్చెఁ గర్మవెనుకనె జ్ఞానమ్ము గ్రాలుకరణి. 63

సీ. శ్రీనాథుఁడుం బార్వతీనాథుఁడును విట్టి రూపుగొన్నారఁటంచుఁ జూపువారు
సోమ సూర్యులు సదస్యుల ముందు నరులయి యిటు వచ్చిరని వచియించువారు
ఇహపర సౌఖ్యమ్ము లీ యాకృతులఁ దాల్చి యగుపించెనని ముచ్చటాడువారు
భోగీశ్వరత్వమ్ము యోగీశ్వరత్వమ్ము మూర్తిగాంచె నటంచు మురియువారు

తే. ఎవరు వీరవి యొండొరు లెంతొ వింత గుసగుస ల్వెట్టుకొను చడుగుకొనువారు
నడుగవలెనని వారిక కడకు రాఁగ నడుగ శక్తి జాలకయుంట నడుగువారు. 64

క. నిరుపమ విద్యాధర బుధ గురు కవి నివహమ్ముఁగూడి కొలు వమరిన శ్రీ
హరిహయవిగ్రహు సింగన ధరణీపతిఁ గాంచి సుకవి దరియన్ జనియెన్. 65

మ. చవి పేరోలగమున్ దనర్చు మణి భాస్వత్పీఠికాసీనుఁడై
యనఘుల్ మంత్రులు వాహినీపతులు జోహారంచు బద్ధాంజలుల్
గొని కొల్వన్ గవిపండితప్రకర సద్గోష్ఠీవినోదస్మితా
ననుఁడై వెల్గెడి సింగభూపుఁ గవి శ్రీనాథుండు తా నిట్లనెన్. 66

ఉపేంద్ర వజ్రావృత్తము.

శ్లో. చతుర్ముఖ స్తే చతురాననత్వం దదాతు వాణీపతి రబ్జజాతః
చతుర్భి రాజానువిలంబి హస్తై ర్వపూంషి దద్యా ద్వసుదేవసూనుః

శివ శ్శివం యచ్ఛతు శైలజాతాపతి ర్గిరీశో రజతాద్రివాసః
వసంతు దేవా స్తవ మంగళార్థంచిరాయురారోగ్యజయోస్తు రాజన్. 67

శా. వప్రాట్టాలక శృంగమూర్ధ విలసద్ వాల్లభ్యచిహ్నధ్వజా
ది ప్రేంఖన్మసృణారుణాంశుక సముద్దీప్త స్వరూపమ్ము తా
విప్రప్రాజ్ఞ కవీంద్ర గాయక నటీ విశ్వమ్ముకై స్వాగతా
భిప్రాయ ప్రకటత్కరాగ్రమయి పంపెన్ యుష్మదాహ్వానమున్. 68

తే. అవని నరరూపతన్ సింగమైన నీవొ యాచరించు హిరణ్యదానాతిశయముఁ
గాంచి ప్రహ్లాదరక్షణఁ గాఁదొడంగె రాజ్యమెల్లెడ నవ వత్సరమ్మె భూప! 69

క. ధర రాచకొండ గిరికందరముల గర్జించు నీ కొదమసింగం బిం
చరిగజము లహర్నిశములు హరివాసరజాగరముల వంచె న్ముక్తిన్. 70

సీ. వెలయాంధ్రఁ గని పలువిప్ర నీనగుమొగం బతనుత్వమున బరిహాసమాడు
నార్తుల దయఁగాంచు నాయతేక్షణములు పంకజత్వమ్మున పంకజాప్తు
బ్రాజ్ఞ లౌదలఁ దాల్పఁ బల్కు నీయధరమ్ము విద్రుమజాడ్యము విప్పిచెప్పఁ
నరిఁగాంచి బొమముడి నదరు నీ యలికమ్ము దోషాకరత్వమున్ దూఱుచుండు

తే. దానధార నర్థులఁ దన్పు త్వత్కరమ్ము కలభకర మృద్వికీర్ణతన్ గరిగిపోయె
ధర్మపదమును దొలఁగని త్వత్పదమ్ము కలిని యమధర్మపదముల నిలుపు నౌర! 71

సీ. కనుగీటుటకునైనఁ గాని చక్కఁగరాని యనిమిషాంగనలంట యప్సరసలు
అడుగు భక్తుఁడుగామి యొదయఁదై నమనేమి ఫలమొసంగదఁట కల్పతరుగణము
గురుబుధుల్ కవులయ్యు నరజాతి కమలమున్ జిక్కలై చమసఁట సురనికరము
కంట కూరుకులేని కష్టజీవనమున కంతమ్ము గనదఁట యమరజన్మ

తే. రెప్పపాటులో వలపింతు రిప్పఁడతులు ఫలము లడుగుల నర్పించు పాదపములు
గోరినకు బోలుదురు సురల్ వీరిలోన వనుచు నిందుఁడే యిటు భువి నవతరించె. 72

సీ. అక్షిద్వయము గాంచనగు నీ కవుల నర్థి దానవారికి నద్దు దక్షుల రెండు
నిర్మలాక్షర కళానిధియౌట నేప్రొద్దు నీ రాజకళలు క్షయించఁబోవు
మనుధర్మగతి యిందు మహిషస్థమైలేమి నీశ్వరాగ్రహపాత్రి మెపుడు గాదు
అకలంక విబుధశిష్యానీకయుతులౌట గురువు లెందును మౌఢ్యవిరతిగనరు

తే. అల సుధర్మను మించి నీ యంత విచటఁ గవులు బుధులును గురువులు గలరుగాని
పుడమి కవిచంద్రబుధగురు పూర్తిమూర్తిఁ గాంచె సర్వజ్ఞఁడవఁగ నీకరణి భూప! 73

శా. గీర్వాణాంధ్ర వచస్సరోజత లసత్ కీర్తిదామరాశంబనీ
సర్వజ్ఞత్వము నీదు సొమ్మె యవు తా శౌద్ధోదన స్వామికిన్

శర్వాణీవ్యాకులముగా దహించి పోరునిఁకా నవ్యజ్ఞగా నెన్నుచో
నిర్వాణ జ్ఞానము గాంచి సామజముగా మాహించి కొండాడుచున్'. 74

చ. లవ సిరి భూపుఁడిఁకా సమహితసవముఁకా దగ విచ్చి వారలకా
గవి పినయప్రశ్నల్ల మఖ కంజము వాఙ్మధు వొల్కఁబోయ వం
దవ మొనరించి 'మీ మనవిర మ్మెఖుఁగకా ద్వారవుట్టు' నన్నఁ బో
తవ కవిసార్వభౌముని విథ మ్మెటు విస్తుతిసేసె నాద్భుతిన్. 75

చ. 'అడిదెడి సంస్కృతాంధ్ర మహదంబుధులన్ బరిషేచనమ్ముగాఁ
బడిపిట బుద్ధికొప్ప కవిపూజ్యుఁ డగస్త్యుఁడు జానుతెస్గు వం
గడిమనఁ గావ్యశారదను గన్న విధాత మథించు కల్పవ
మ్మడికిదలిం జనించిన మనోజ్ఞ సుధాకరమూర్తి యీతఁడుకా. 76

మ. కిలఘోష మ్మమ డిండిమప్రవరు ఢంకామ్రోఁగ ముక్తాసభా
విలసద్వ్యాప్తి పురాణ కావ్యరచనా విజ్ఞాన సామ్రాజ్య వి
స్ఫులదీరిన్ గనకాభిషిక్తుఁడయి యెంతో కీర్తి దీపింపఁగా
వెలసెకా సత్కవి సార్వభౌముఁడివ పృథ్వీనాథ ! శ్రీనాథకవ్. 77

తే. ఆంధ్ర శృంగార నైషధా ద్యనుపమాన కావ్యఖని శాస్త్ర సాహిత్య గగనరంగ
దుర్నిరీక్ష్య మధ్యందినద్యుమణి విమతవాదిమదగజాటోప విదారక నృణి. 78

క. నానాదేశ నృపాలాస్థానములకా పిదులఁ దోఁగి తానములాడెన్
దా పీతపి శారద' యన శ్రీనాథుం డిట్లు పల్కె స్మితసంగతుఁడై. 79

శా. 'పాండిత్యమ్ము పదమ్ము లంటి కొలువకా భావప్రసూనమ్ములకా
గండూషింప మరంద మంజుల రసాభాతమ్ములకా జాజిపూ
దండల్ గూర్చు తెనుంగువాణి తలపైఁ దాల్పన్ నృపా ! పోతనా
ఖ్యుం డీతండు మదీయభావుకుఁడు ముఖ్యుం డాంధ్రకావ్యావళికా. 80

క. కరమున్ జాచుట హరువకె వెజచుట లఘుములకె కన్ను వేయుట లవ మం
దరకవితాంగనపయినే శిరము వంచుటలు గుణవిశిష్టతకె నృపా ! 81

ఉ. అరయ వీతఁ డెంతయు వయస్సునఁ జిన్నయనంగఁ బోఁడు. బం
గారమువంటి పేల్కవిత గాంచిన మిన్న యనంగనోఁపు ముకా
మీఁతె యెఱుంగువా రితఁ డమేయగుణాఢ్యుఁ డటంచు వింతకున్
గారణమ్మఁ డీతఁ డనఁగావలె వీవతె నగ్రపీఠికన్. 82

ఉ. బమ్మెర యీ కవీంద్రుని నివాసము కొలవటమ్ము నా నివా
సమ్మిది తాపకీన గుణ సాగరభూత యశోరమా నిహా

రమ్మల సొమ్ముగా నదధిరాయవిపట్టి రమాకుమారి తా
నమ్ముడువోవు నంచు విన నక్కజమై కనవచ్చితిన్ నృపా!' 83

చ. అనుటయు సింగభూపతి సమాదృతి నీగతిఁ బల్కె 'సౌర! యీ
యనుపమ ధీవిశేష సముదంచిత భవ్యకలావిలాసినీ
ఘనత నుతింపఁగాఁ దరముగా దికఁ జాఁ లవ నాల్కు రాము తా
వినుఁడు ప్రతీచిఁ జేరఁ జను వేను పురోపవనిన్ జనకావలెన్. 84

క. కావున మీ రచటికి రా సేవించెద నింక నాకు సెలవిం' డనుచున్
భూవిభుఁడు వెడలఁ బూనుట యావత్ప్రజ నిలిచ ముకుళితాంజలి మ్రొక్కెన్. 85

సీ. రాజేంద్రుఁ డా హజారము వీడు ననువంత నగరు భేరీజయనాద మెసఁగె
బట్టపుటేన్గు పంబర మాఁపలేక తొండమునెత్తి వడి బృంహితములు చేసె
మన్నెవారలును సామంతులున్ మంత్రులు దళవాయిగమి సలాములు బొనర్చె
వందిమాగధుల కైవారసంగతజయ ధ్వానముల్ సన్మార్గతలము ముట్టె

తే. నిలువు బంగరేకులు వ్రేల నృపుని మ్రోలఁ బట్టు నెఱ్ఱంపు తలవాలఁ బ్రణతిసల్పి
యడుగులందు సమ్మాళిగ లిడి నృపతికి వీవధముఁ జూపుచున్ జన చేత్రధరులు. 86

శా. తారుణ్యప్రభ తాండవింప ముఖపద్మమ్మును భృంగమ్ములై
బారు ల్దీర్చిన నీలిమీసముల తేవల్ సింహగాంభీర్య సం
భారమ్ముల్ వెదజల్లు వీక్షణములన్ బ్రాంతు పరివేష్టాఢ్యతన్
ధీరోదాత్త మనోహరాకృతి సముద్దీపింప భూపాలుఁడున్. 87

చ. వలిపపు కందువా భుజముపై నొక పక్కన బాముకూసపున్
దళుకుల వ్రేల మేల్మి జరి దాపిన ముచ్చెల కాళ్ళదోతి సిం
జల జలతారు నాట్యమును సల్ప మదేభవిలాసయానమ్ముం
గలుములు కాళ్లబట్టుకొనఁగా నవరోధముఁ జేరఁబోవుచోన్. 88

సీ. చారు విస్ఫుటముఖ ద్వారానఁ జీరాడు తోఁపుతెరం గదఁ ద్రోచె నొకతె
బంగారు భృంగారముం గేలఁగొని తేవి యడుగులం గడిగి వీడద్దె నొకతె
భూపాల రూపరేఖా పాదఫాలమ్ము మించు దివ్వెల నురాళించె నొకతె
రమణీయ సుమగుళుచ్ఛము రాయవి కొసంగి పన్నీరముఁగా జల్కె వడతియొకతె

తే. తోరణల ద్వారముల మారువారువమ్ము లనఁగ వనుపుకత్తియలును సౌధాళినుండి
కోడిగము లావటించెడి కోపుచూపు లలర నలరుసోనలఁ జల్లి రధిపుమీఁద. 89

క. మనసెచ్చట నుండునొ యామనిషియు వచ్చటనె తాను మనియుండుననన్
వనిత లొనర్చు సపర్యలఁ గనఁ డా యెకిమీఁ డెడంద కవివశమగుటల్. 90

చ. తెనుఁగు కవిత్వమన్నఁ దరితీపుగఁ జూచితి నిన్నినాళు లా
తెనుఁగు కవిత్వ ఓజ్జితటి తీపిగఁ దోఁచి శిరమ్ము నూఁచితిన్
ఘనులు కవీశ్వరుల్ దుర్గ్రహిణకల్పు లనల్పు లపూర్వ శిల్పు లే
మనవలె వారికైత నెప యమ్మునుపోయె నటంచు నెంచుచున్. 91

మ. జగజంపౌ మగమానికంబులను దివ్పుల్ కెంపులు పచ్చలముల్
పొగడొ ముత్తియముల్ ప్రవాళములు బజ్జు ల్వ్యాపి మేల్లాళువా
నగతోఁ గూడి వెలుంగునట్లు తెనుఁగుల్ నానారుచుల్ రూపముల్
నిగుడన్ సంస్కృతభాషఁ గూడి మది కెంతే వింతఁ గొల్పున్ భళీ ! 92

శా. ఆ వాగ్వశ్యత యాకళావిభవ మయ్యారే ! జగద్వంద్య మా
భావౌన్నత్యము పాండితీపటిమ దివ్యత్కల్పనాశక్తి భా
షావాల్లభ్యముఁ జూడ దీటుగలదే శాస్త్రజ్ఞతన్ వీరలన్
సేవింపం దగు భాగ్యమబ్బుట ఫలించెం బూర్వపుణ్యౌఘముల్. 93

క. ఈదిన మేమో ఘనవాగ్వాదము సేతు మనకొనిన వాక్కు పెకలదీ
మేదిని పొత్తము మున్నోరాదుగదా దివ్యదిహపరప్రకృతులతో. 94

తే. నవరసంబుల చవులూర వివిధగతులఁ గవిత గీర్వాణమటు లల్లఁగలదు తెలుఁగు
బాస యనిపించినారు పెదాసు ! వీరలని వయాశికి మనమని కరిగె నృపుఁడు. 95

ఉ. అంత నృపాలజీవి యొకఁ డాదరమొప్పఁగ వేగుదెంచి భూ
కాంతుని యానతిన్ గవియుగమ్మును దోడ్కొనిపోయి రాజహ
ర్మ్యాంతిక భాసురోపవనకాంతరసీమ మనోజ్ఞ మల్లికా
క్రాంతనికుంజ బింబిత విలాసవితర్దిఁ బ్రవేశ పెట్టినన్. 96

తే. చారు చంద్రకాంతోపల స్థగితవేది మల్లికాశీతలచ్ఛాయ మంజుపీఠి
కల సుఖాసీనులై యుండి కవినృపులు మోహనోద్యానశోభకు ముగ్ధులైరి. 97

శా. లీలోద్యానవిరాజమాన తరువల్లీ కుంజవైవిధ్య శో
భా లోకన్నయవారవిందములు మోదాంభోనిధి మ్మగ్న భూ
పాలాత్మర్త్విజులై కవీంద్రులు వసీనామా సుధాస్యంది దో
లా లోలాయిత మానసంబయిన కేళాకూళి దాయంజనన్. 98

మ. కులకాంతామణి దర్పణాయిత చతుష్కోణాఢ్య ఫేలాసర
స్థలి సంధ్యారుణిమమ్ము కుంకుమిడె భావ్యచ్చంద్రికాంతామలో
పల రాణ్మంటప గోపురమ్ము వరసేవారిన్ వసీభాసిసీ
తిలకార్ధ స్ఫురదు రౌప్యవృంద భరజి రీతిన్ వెల్గె నవ్యోదికన్. 99

క. వడివంక లేక యొద్దం బొడవున్ బొంరమ్ము గట్టు భాష బొడిం పు
త్తడి నిగ్గు తళతళల్ మ త్తడి దూఁకుచు సంగరేకు మాటిం దాటన్. 100

చ. వడిగొని పట్టుకుచ్చులను వంకలు బెట్టెడి పీలి ఝంగురుల్
విడివడి పింజలై నిజల వీధిని గాలిని దేలియాడఁగాఁ
దడగొను నీలిమబ్బుతెర దాఁగెడి యానెలబాలు మందిం
చెడి మొగ మొప్పవచ్చి కవి సింహాలమున్ దలవంచె వారువున్. 101

ఉ. 'మృగ్యుఁడు త్వాదృశాఖ్య కవిమిత్రి చరిత్రిఁ డితన్ చిరాయురా
రోగ్య జయోస్తు ! భోజనమరూప ! యటంచు వచింప నేఁడు నా
భాగ్యము పండె లక్షలిడి ప్రార్థనచేసిన వచ్చువారె మీ
యోగ్యతలెన్న నెంతయు మహోన్నతముప్ మిసిమ్ము వేఁ డసన్. 102

తే. 'కవులు మీరు నిరంకుశుల్గాన నేను సంశయింతు నా హృదయవాంఛను వచింప
నైన వచియింపరాదని యాగలేమ సిగ్గు విడఁజేయు రసలుబ్ధశీల మెందు. 103

క. రమణీయార్థప్రదమై సుమనోజ్ఞాలంకృతులను శోభిలు వాణిన్
శ్రమ యనక యిందుఁ బ్రత్యక్షము సేయఁగ విన్నవింతు క్షమియింపవలెన్. 104

ఉ. ఆకువు కన్న భావమననాత్మకమైన కవిత్వమే సుధా
పేశల మాధురిన్ శ్రవణపేయసుఖమ్మొనగూర్చు సప్పసం
కాశ నదీప్రవాహ జలగర్భమునన్ లభియించునే గభీ
రాశయ దోలికా లహరి నాడు పరిప్లుతి రత్నసంతతుల్ ? 105

తే. అనుకొనితిగాని యది కల్లయయ్యె నేఁడు దీవ్యదాశుధాటీ స్ఫూర్తిఁ గూడు
గొప్పలగు కావ్యకవితల గుప్పువారు మెప్పుగొనినారు నేనేమి చెప్పఁగలను ? 106

క. క్షితితల ప్రత్యేకతయున్ ఋతుగతి యను దేశకాల నియతస్థితులన్
మితిమించి పూచి కాచెని లతలున్ దరుగుల్మములుఁ జెలఁగు నివ్వనిలో. 107

తే. నేను బ్రత్యహ మివ్వనినే వసించి కావ్యలేఖనా వ్యాసంగ గతి నెఱపుదు
తాము రసయుక్త సత్కావ్య సామఫణితి పల్కఁగోరుదు నుద్యాన భవ్యశోభ.' 108

క. అన విని శ్రీనాథుం డా వనశోభ నొకింతఁ గాంచి భావించెడి భా
వన నాశుగతి మధుర నిస్వనమొప్పఁ గవిత్వరీతిఁ బాడఁదొడంగెన్. 109

తే. 'ఇవ్వనియె జవ్వనిం బోలి యెలమి మీఱఁ పుష్పవతియౌటచే శృంగభోగ్యమయ్యె
వేతదారామ మా రామ నృపతివోలె వలరి ద్విజవాంఛితమ్ము సఫలమొనర్చె. 110

శా. కాషాయాంబర శోభ నర్యముఁడు సాక్షాత్కర్మ సన్న్యాసవున్
వేష స్వీకరణం బొనర్చె నపరాబ్ధిన్ మున్గి తాఁ బద్మినీ

యోషారత్నము కన్నుమూసెఁ బతిహీనోర్వీకా గనంజాలమిన్
మోహింపక మిసిఁ బక్షిసంతతులు దిక్కుల్ మోము మాడ్చెన్ వెసన్. 111

మ. సెలరాజున్ వలపింపఁగా సురనదిన్ సీరాడి వెంగావి మ
బ్బులువల్ దాలిచి మబ్బుకప్పియదు చెల్వం బొప్పఁగాఁ దారకా
వలయంబుల్ ధరియింపఁ జే కటికురుల్ దీపింపఁ గ్రీవాపర
మ్ములకా గ్రాలెడి నిల్వుటద్దములఁ జూచున్ గన్దొవల్ విప్పఁగన్. 112

సీ. పచ్చందనమ్ము చీవ్యచ్ఛత్రములఁ బూని మినుముట్టె వృక్షమ్ము లనెడి మిషగ
మరకతప్రభ మహాంబరముపై ధ్వజమెత్తె ఘనపూగవృక్షమ్ము లను నెపమున
హరితవస్త్రము వృద్ధి నాక్రమించి యరాయి తలఁదాల్చెఁ దృణసస్యధామ మనఁగఁ
బసరికల్ గగనమున్ బంధింపసాగెను జారులతా నికుంజము లనంగ

తే. వివిధ వర్ణముల్ కమలకు విందొసఁగుచుఁ బచ్చపచ్చియపైఁబడి వలచి వచ్చి
విచ్చి విహరించి పూవాన విరియఁజల్లి చెదరిపోవు నేపూఁటను దడలవోలె 113

సీ. కన వ్యూహములఁ బన్ని కంటిపాపల రెంటి బంధించెను గులాబిపడఁతి యొకటఁ
బటువల్ చుక్కలట్టె చూపెను లసన్మహితేంచప్రజాలాల మల్లె యొకట
పసిఁడి మొద్దలలో సువాసనల్ వృష్టించె చేమంతికా సుమస్తోమ మొకట
విచ్చుకత్తుల పొదుల్ విరిలోనఁ జూపించెఁ గేతకీపుష్పసంఘాత మొకట

తే. మధురసాభోగ హేమకుంభములపైన నీలమణి పాలికల మూఁత గ్రాలు ననఁగఁ
దమ్మి మొగ్గలపై వ్రాలు తుమ్మెదలను బద్మినీ కుచచూచుకప్రతిభలు జిమ్మె. 114

సీ. తాంబూల చర్వణ దంతపంక్తులతోడి దరహాస మొనరించు దాడిమమ్ము
ఆకుపచ్చని వన్నె కోక కొమ్మలయొడిన్ బండునా పసినిమ్మపండు బాదుత
శిఖ సిగ్గుపడఁ గండజీల్చి పసిండిమేన శుకముప కిడు త్యాగి చూతఫలము
రంభాధరామృతరసపీత నవనీత మలమెఁ బచ్చని పొట్ల మనఁటిపండు

తే. స్వచ్ఛ మందాకినీవారి సంగ్రహించి తల ధరింపఁగ నెండ వానల సహించి
మూఁడు కనుల మూసియు మినములను గడ్డములఁ బెనుచు నారికేళ సత్ఫల తపస్వి. 115

ఆ. చేయనట్టి ఘటము వేయని సున్నము పోయనట్టి మధుర తోయములగు
నారికేర మనని రాలిపడం బగు క్రొదవనట్లు పీచుఁ బొదిగె వెపఁడా. 116

తే. పొంగి కైలాసగిరిఁ బాఱు గంగనీరు కామధేనువు పాలమీగడల తీరు
మూతుకల మూపి ముక్కంటి ముద్రవేసి తీర్థము ప్రసాదమని యుంచు దింపి రెవరొ.

క. అరవిందమ్ము లశోకము లరవిరి మల్లియలు మావి యలరులు కలువల్
స్మరశర గురుప్రభావము మరిమరి యిటు విప్పిచెప్పు మఱతురె యమచున్. 118

సీ. తొలిమబ్బు తెర నుండి తిలకించు చుక్కలదొరఁ గాంచి కనుఁగీటు తొఁపకదంతి
భ్రమరమ్ము మోవిపై బసి క్రోలఁగను లజుమూసి చొక్కెడి లప్రముద్దరాజ
తీఁగల నుయ్యాల లూఁగు సమీరకుమారుతో నగుపూవు మగువ మిన్న
వికరాగ వివశమ్మై స్వరరాగ్రిమల సైగలను జేయుఁ జాతపల్లవకుమారి

తే. ప్రియవసంత సమాగమవేళ యగుట వనవిలాసిని మాత్సుయౌవన మనోజ్ఞ
శోభ పెనుపొందఁ దీరైన సొమ్ముబెట్టి వల పొలయరాగమాధురుల్ చిలుక వష్ప 119

వ. ఇత్తెఱంగున ఋతుపర్వముగా మతికి నాహ్లాదకరముగా ముఖకమల వివర్గతమగు. 120

క. శ్రీనాథ కావ్యమధురస పానోన్మత్తాత్ముఁ డగుచుఁ బార్థువుఁ డుంటన్
దా నా పోతన విజకావ్యానంద సుధారసమ్ము లతవి కిటు లిడెన్. 121

క. దళపుష్ప ఫలజలమ్ముల నలఘుమతిన్ విశ్వరూపి నర్చించుచు ని
శ్చలవృత్తిఁ బొల్చు జన్మ సఫలతఁగ గనుమంచు ననుభవముఁ దెల్పెఁ దరుల్. 122

ఉ. మానిత సూనసౌరభరమాకృత మారుత యాప్యయాన మ
మ్లాన సుమప్రమోదకర మౌ ఖరిత ద్విజసామగాన మా
పీన లతావితానము నభీష్టఫలప్రద భూజరాజ సం
స్థాన మహీన మివ్వన విధానముఁ గాసము క్షోణి నెందునున్. 123

మ. తలకిందుల్ తపమున్ బొనర్చు విటులీ ధాత్రిన్ దరువ్రాత మే
ఫలసిద్ధిన్ మదిఁగోరియో పవనమున్ బావీయమున్ గ్రోలి ని
శ్చలచిత్తుంబలె నెండ వానల శ్రీమల్ స్వాంతంబునం దోర్చి ప్రా
ణుల కర్పించును దళ్ఫలమ్ము లివియేనో సత్తపోధ్యేయముల్. 124

మ. అలఘూర్మిస్వన భాసమాన మయి హంసాందోళికాయానమై
జలపూర్ణంబయి శీతలావిలసుఖస్పర్శాత్మకంబై కళా
విలయంబై యతి నిర్మలంబయి మిల న్నీరేజగంధాఢ్యమై
కొల నొప్పెన్ బలు మెట్లతో సమచతుష్కోణాకృతిన్ విస్తృతిన్. 125

మ. కలహంసధ్వనితో సుధాస్మిత లసత్కంజాస్య బింబమ్ముతోఁ
జలదుత్తుంగతరంగ హస్తములతో సంఫుల్ల నీలోత్పలా
క్షులతో స్వాగతమిచ్చుచున్ దివి విభిన్ జూపించు దివ్యామృతం
బులతో నర్ఘ్యమొసంగుచున్ విబుధులన్ బూజించు కాసారముల్. 126

సీ. కల్లోల వనమాలికా డోలికలఁ దేలి తూఁగాడుచుండు బాతువుల విందు
గర్భభారాలసగతి నేలు చూలాలు గొనబైన నడ పచ్చి కొలను జొచ్చి

జలమగ్న ముకుళాంబుజాళి సంపూర్ణమై ప్రతిబింబితతి తేటపడఁగ నీట
విపులాంగకము పక్షి విరితెప్పయై తేలి నాగుబామై మెద నాట్యమాడ

తే. చీఁటుమన్ మున్గి తేలుచు నెఱకలందు నొక్క జలకణమ్మేనియు నొత్తనట్లు
వచ్చి దరిఁజేరు సంసారవననిధిలోన నంటియంటక మనెడు బ్రహ్మజ్ఞు నట్లు. 127

ఉ. వాసన యెంతయున్న నిజవర్ణము లెట్టివియైనఁ గ్రిందు న
గ్రాసనమందుఁ గ్రాలియు మదాకృతి నవ్వుచునుండి రెండునా
శ్వాసమజాతి జన్మ ధరియిత్రి నమర్చుల నేల వ్రాలు పొ
రా! సురరాజి పీఠివి శిరమ్మునఁ దాల్చుట పూజ్యతన్ గనున్. 128

మ. పికసంఘమ్ములు వేణునాద విలసత్పీయూషపేయమ్ము లో
పికతోఁ బంచఁ బ్రసూనముల్ ప్రతిఫలాపేక్షన్ వివర్జించి హ్లా
దకరామోద మదుత్తరంగములఁ జేతస్సంహతిన్ ముంచు న
మ్మకవున్ పీఠుల మంచు నేల కవి నిర్మర్యాదతన్ సత్కృతిన్. 129

ఉ. ఇన్నితరాలనుండి రచియించిన యూపనకావ్య గర్భమం
దెన్నివసంతకోకి లిగురెత్తుచు పప్పంల నాట్యమాడెనో
కన్నుల నశ్రుబిందువులు గార్చుచు నాకులపాటతోడ ని
శ్లెన్ని గతించెనో శిశిరవృత్తము లెవ్వఁ డెఱుంగువాఁ డిలన్. 130

వ. అని యవశిమారంబున మినుముట్టువైభవమ్ముల తులదూగు విశాలరసాలమ్ముం గాంచి. 131

సీ. పైకిఁజూడ నొకింతఁ బచ్చపచ్చగనుంట నవిలుండు నయ్యెలల నిడి యూఁపుఁ
బ్రతిదిన మ్మింతింతఁ బైకివచ్చుటఁ గాంచి ఋషి యానీడకున్ జనఁడు రవియు
నొరుల నీడంబడి యుండకుండుటవల్ల నాత్మాభివృద్ధి యే రాఁపలేరు
రక్షింపుమని మహీకుక్షిలోఁ దలనిడన్ దసజీవన మ్మది ధారవోయు

తే. ధనికుఁ డీరీతి లౌకికాదరముఁ బొంచఁ బతివి గవి లోక మిబ్బంగి భయముఁజెందు
దైన్యరహితున కభివృద్ధి తప్ప దెంచు ధాత్రి యొకఁడె పాలించు బీదజను నెందు. 132

క. అమరుఁగ భూరుహ వివహ ప్యమసదిత జీవిత రహస్య మామూలాగ్ర
మ్మనుభూతిఁ బొంది సకలము కనులకుఁ బ్రత్యక్షమయ్యెఁగాదె నృపాలా!' 133

వ. అని యీగతి పోతన నిజకవిత్వ పవిత్ర గాంగఝరుల బ్రవహింపజేయుటయు. 134

ఉ. జ్ఞాన విశేషశేషుల నగాత మపీషులఁ గాంచి వారిదా
వీమలం వింధ్యాంగెగి

చ. జలజల పూలురాలి నటు చల్లని మెల్లని పిల్లతెమ్మెరల్
తెలతెలవారి వీచినటు తియ్యని కమ్మని పాలమీగడల్
తొలితొలి తోడువిచ్చినటు తోరపు సిగ్గున ముగ్ధ కన్యవల్
వలపులఁ జిమ్మునట్లు చెలువ మ్మొలికించు భవత్కవిత్వముల్. 136

ఉ. పూలను మల్లికాలతకు మూలములందు నుషీరజాతికిన్
వాలెము నాకులందు మరువమ్ముకు దారువునన్ బటీర వృ
క్షాళికి సౌరభమ్మొలయుఁ గాని భవత్కవితాలతాంగనన్
గాత్రిలు పరీమళమ్ములు సుఖప్రదమై సకలాంగకమ్ములన్. 137

ఉ. ఈగతి సింగభూపతి కవీశ్వర కావ్య కలావిలాసమున్
దీగరిమమ్ము మీఱ వినుతింప మదాస్థితుఁ డొండుచేని పా
ర్శ్వాగతుఁడై వినమ్ర వదనాంచితుఁడై ప్రభుదర్శనార్థమై
వేగరి యేగుదెంచెనని విన్నపముం బొనరించె నంతనే. 138

ఉ. వాని బ్రవేశపెట్టుమి యవశ్యముగా నని యాజ్ఞయిచ్చె భూ
జానియు ద్వాస్థితుండు నృపశాసన మౌదలఁ దాల్చినట్లు వ
మ్రాననుడయ్యె చిత్తమని యచ్చోటుఁ జెచ్చెరపీడె సత్కవుల్
తోనె యనుజ్ఞవేడిరి ప్రదోషవిధుల్ నెరవేర్ప గోరుచున్. 139

క. కవు లేగుటయుం బ్రణిధియు సవినయగతి నేగుదెంచి జనపతికి "జయీ
భవ" యనుచు మ్రొక్కి జనపద వివిధ రహస్యముల నిందు వివరింతువనన్. 140

వ. అంత నమ్మహీపాలుండు. 141

క. 'హితమతివి రాజనీతి సుచతురుండవు సత్కవిత్వ సాహిత్యకళా
యుతుఁడవు వినయ వివేక నిరతుడవు త్వాదృశుఁడు ప్రణిధిరాజిం గలఁడే? 142

తే. అన్ని విధముల నీవు మా కాంతరంగికుఁడవు విశ్వసనీయచారుఁడవు మాదు
రాజ్యభృత్యులలోనఁ బురాతనుఁడవు వార్త లేమి తెచ్చితి' వన వార్తికుండు. 143

వ. వినయవినత మస్తకుండై. 144

చ. "ప్రభువులు చిత్తగింపవలె పల్లియ పల్లియ యిల్లు నిల్లునున్
సభ సభ జుట్టివత్తు భువి సర్వదిశల్ చరియింతు మేఘవ
న్నిభ సుమగాత్రి యొక్కతె యనిందిత చంద్రవిభాస్య యొర్తుఁ దా
మిభవరయానసంపదల నెందును ముం దరుదెంతు రిప్పుడిన్. 145

సీ. ఆహారమే లేక యమృతమానెడి యుర్వి దివియందె కాని యీ భువిని లేదు
అంబరమ్మనిన శూన్యమ్మై చెలంగుట దివియందె కాని యీ భువిని లేదు

అల కళానిధియు దోషాకరుఁడై యుంట దివియందె కాని యీ భువిని లేదు
అగ్నిమాంద్యమ్మున నౌషధమ్ములు లేమి దివియందె కాని యీ భువిని లేదు

తే. రాజ పక్షపాతమున విరాజిలెనన పొసఁగు దివియందె కాని యిబ్భువినిఁ గాదు
వసరు ఘనజీవనము విరాధారవృత్తి ననిన దివియందె కాని యీ యవనిఁ గాదు. 146

తే. అనుచు వేరిసవారి రాజ్యమ్మునందు సన్నపత్త్రముల్ చదువు సంధ్యలు సమృద్ధి
వరలఁగా ననామయులను బరఁగుచుండు సకలజనమని పల్కెఁ చంద్రాస్య తాను. 147

వ. అంత నో చెలఁడీ ! మీ రెవ్వరని ప్రశ్నింప. 148

ఉ. యాచకపాణిపద్మముల నాదెకి శ్రీని ప్రజానురాగముఁ
దోచి స్తుతిస్వరూపతనుఁ దోఁచెడి వాణిని త్యాగపాణియౌ
రేచమచర్ల సింగమయ దేనికి నే దొరసాని నంపఁ దా
గోచరమయ్యె నా కనులకున్ దమ కీర్తిరాణి భూవరా ! 149

చ. ప్రజలకు తల్లి పండితుల పాలిటి కల్పకవల్లి కర్షక
వ్రజమును శ్రీల సౌఖ్యముల రంజిలఁజేసెడి పాలవెల్లియై
విజయము వ్యాయము న్మనుచు నీవగు కీర్తిరమామతల్లి తా
సుజనులచేతఁ బూజగొని చొక్కెడి విశ్వమునందు నెందునున్. 150

క. గిరికుచతటి ఘననీలాంబర మొనరయును మెఱయు పసిఁడిభాగ్యము గురియన్
వర సస్యశ్యామల సుందరగాత్రి ధరిత్రి వపువు ధరియించె ననఁగ. 151

వ. అద్వితీయ సుందరియగు నా ద్వితీయసుందరి సన్గాంచి దరహసితసుందర వదనార
విందయై. 152

సీ. ఆదిశేషుండు విద్యావేత్తయే కాని ప్రకటించు రెండు నాలుకల తనము
అహిరాజు తలఁదాల్చి యలరించునే కాని యొకప్రక్క గరళమ్ము నాలుక వోయు
హరిపేర పాఁపఁడేఁ దిరవొందునే కావి దిక్కరిపాయ మర్థింపుచుండు
చిలువలతేఁడయి చెలఁగు నీతఁడు గాని ప్రాణిభక్షణవృత్తిఁ బరఁగుచుండు

తే. సతము కౌటిల్యగతిఁ దానె సంచరించుఁ దనరు నెందు రంధ్రాన్వేష తత్పరతను
సందులకె వాని పేడి సింగావనీంద్రు వలచియుంటి భూపతినని పలికె వధిప. 153

ఉ. ఇంకొకవార్త దాని విభు దేలినవారికి విన్నవింపఁగా
బంకొదవు న్వచింపమిని స్వామికి ద్రోహమొనర్చినట్లెదో
సంకటమెఱుండు రెండము ప్రశ్నమతీ ! క్షమియింపవేఁడు నీ
కింకరుఁ డాజ్ఞఁదెల్పఁ దమకింపక వచ్చ నృపాలుఁ డిట్లనున్. 154

ఉ. 'జగతి జనమ్ము లెప్డు తన చాటునకుం దనుఁ గూర్చి గొప్పగాఁ
బొగడెడి వాగ్విలాస మహహో! నిజమైన పొగడ్త యద్దియే
తగినటు లాత్మతృప్తి నిడి తన్ను నెదందను స్వస్వరూపమం
దగపడు మేని నీడవలె నయ్యది నామము నంటియుండు నిలన్. 155

మ. మను శ్రీరాఘవు నంతవాఁడును జనామోదమ్ముతో రాజశా
సన నిర్మాణమొనర్చె నెయ్యెడఁ బ్రజా సంక్షేమమే కోరు రా
జునకై చారుముఖమ్ము నంబు శ్రీవజాక్షున్ చారుకర్ణాక్షులై
ఘనసాహాయ్యమొసర్చెఁ బాలక మహత్కర్తవ్య నిర్వాహతన్. 156

ఆ. ఇనుని కంటె ముందె చనుదెంచి జగతినిఁ గాంచి యతని ముందు నంచునట్టి
వేగుఁజుక్క కరణి వేగులవాఁడునుఁ గనుల విప్పఁజేయు మనుజవిభుని. 157

ఉ. కావున వేగువాఁడు తన కన్నది విన్నది యున్నదున్నటుల్
భూవిభుచెంత నంతయునుఁ బొందికఁ జెప్పఁగ నొప్పు నెప్పుడున్
గేవల నిందయంచు మదికి వ్యథనిడునని దాని మానుచే
త్రావ నసహ్యమంచు నగదమ్ము నొసంగని వెజ్జు లాప్తులే?' 158

చ. అనుట యథార్థవర్ణుఁడు సమాదరబుద్ధి మహీంద్రువాక్యముల్
విని "ప్రభు కీర్తి కౌముదుల వీథిలె నకీర్తితమోంధకార మో
యనఘ! త్వదీయ సేవకున కా భయ మేటికి గాంచ దుర్వినిన్
ఘనతులసీప్రరోహమునుఁ గంటిని యచ్చెరుగొంటి నొక్కటన్. 159

చ. నరవర! నిన్నరేయి రఘునాయక సుందర మందిరాంగణా
వరణ కవాటకంతమున వర్తిలు చారు శిలావితర్దికో
పరి వసియించియుంటి హరిపార్శ్వగృహస్థిత దేవదాసి ముం
దిరువురు స్త్రీలఁ జేరి వచియించుచునుండగ వింటి శ్రద్ధమై. 160

గీ. వాలకముఁ గాంచ వారలు వారకాంత లనుచు నపమాన మొదవె వయస్సు గాంచ
నుభయులుం దల్లిబిడ్డలై యుందురనుచుఁ దోఁచె నిజమయ్యె వారి ధోరణి నది. 161

క. జనపాల! వారి నిరువురఁ జనవియనం దనరు వృద్ధ పాటిగణికతోఁ
దనకూతుమఁ జూపుచు నిట్లనదొడఁగె విచారవిలసితానన యగుచున్. 162

క. ఇది జన్మించుట వాడొక యదృష్ట మహకొంటి మూర వలరెడి వేశ్యా
మదిరేక్షణల కసూయాపదమైన స్థితిఁ గాంచి వారందు రిటుల్. 163

సీ. వగలాఁడి శ్రీగంట వలపులే పూఁచెనా రవ్వలు ఖిలాలు రాశివదును
ఎలవాగ కెమ్మోవి చిలిపిగా నవ్వెనా ముత్యాలు పవడాలు మువదుకొనుము

జాణ యుంచక పైఁట సవరించుకొనియెనా పైఁడి వెండియు నింట బంతులాడు
పూఁబోఁడి పొలయుక్క బొమముడుల్ గూర్చెనా మెట్టి శ్రీమంతముం గట్టువడును

తే. ఔరః యందాలపట్టి నీ యనుఁగుఁబట్టి కళలకుం బెట్టినది పేరు కదమ మేము
దిగదుడుపు కక్కఁడకురాము దీనిముందు దివ్వెటీక్రింద వెలుగాఱు దీపములము 164

గీ. రామభక్తుఁడై హనుమఁడు రాఁ డదేల మాకభక్తుఁడై తలక్రిందు మాఱిపోఁడె
రామ యను శబ్దమున కెంపు రమణి యంచు నర్థము వచింపఁడే కుకునంతవాఁడు ? 165

గీ. అనుచుఁ గులమువా రిట్లు వొరఁబుగ దీవిఁ బొగడ నేను స్వర్ణస్వప్నములు గంటి
ననుకొనిన దెల్లఁ దలక్రిందులయ్యె నిపుడు పదిగ నగువారిమును జాఱిపడుటలయ్యె. 166

ఉ. పేరు ప్రతిష్ఠలుంగల కుబేరుఁ బేరుబ వచ్చి మెచ్చి బం
గారము నిద్యానంబొదుగఁగాఁగల మంచును యావదాస్తి నీ
పేరిటఁ జేయువార పని వేలకువేలను గుప్పుమ్మరించినన్
హారతులిచ్చినన్ బయిస నంటదు ముట్టదు వారిఁ జూడదే ! 167

క. మేళముబోవుదపే యూవేళం గోటీశునింటఁ బెండ్లి యటన్నన్
గాళుల ప్రేళులఁ బడి బతిమాలిసను వసేమి యొక్క మాటయు వినదే ! 168

క. చదువుల సరస్వతివి యా మదనునిరతి పీవు నవ్వి మాటాడిన సం
పదలన్ని వచ్చువద్దనఁ బదములఁ బడి రావె పొదముపదయవియనఁగన్. 169

క. ధనపుం బేరవినవె యింధనమై విలువెల్ల మండుఁ దమ వీఁక వేలా
వినిపించెద వాపాటలు మును విలువకు పొమ్మటంచు మోమటు త్రిప్పన్. 170

క. వెలయాలివ కెప్పేళను గులసతిధర్మములు తదవఁగూడునె యనుచో
ములుకదు పలుకదు కందమ్ముల నకుర్రిలు గార్చు వ్రాల్చు మో మెత్త దిఁకన్. 171

ఉ. కాలుచుఁ దీవచేడియల కావులపోర్రివులు తేనెబోవనై
వాలుగువాకు లందముగ నవ్వుచు రాలెడి పూల యౌవన
శ్రీ లిపి యేరికేనిఁ గయిసేయుము లాగు విరక్తకమ్ముగా
కాలమరుత్తు పీ మాడుపుగట్టిన యౌవనసౌరభమ్మునన్. 172

క. మీ దడిగెడి యర్థాలంకారమ్ములు కురవు లేను కాంక్షించునవో
పారప్వాతాకరాలంకారము లీరెందు గూర్చు ఘమఁ డెవ్వఁ డమన్. 173

క. పిరియుమఁ జతురాననసుందరియును సర్వజ్ఞసింగధరణీపతి నా
క్కడుఁ దక్క వేఱొకని పీరిరువురు వరియింప రధిపుఁ డిది యొప్పఁడనన్. 174

సీ. పంకేరుహమ్మయ్యెఁ బద్మమ్ము కుచియుఁబు ఘామచే వరియింపఁబడుట లేదె
మృగమదంబయ్యెఁ దావిగల మేల్కస్తూరి శ్రీవిష్ణుతిలకమై చెలఁగెఁ గాదె

కేకిలో నొక తోఁకయీకయై పురి విచ్చి వెన్నుని తలకెక్కి వెలుఁగ లేదె
కీటనిర్గత తంతుకూట పీతాంబర మ్మల చక్రివసనమై యలర లేదె

తే. అసురవంశసంజాతుఁడౌ నిసుఁగు నెంచ నాత్మపదభక్తుఁ డంచు హృదంతరమున
నరయు సర్వజ్ఞుఁ డొక సింగమగుచు వచ్చి రక్షసేయఁడె - వాస్వామి రాఁడె ? యనుచు.

గీ. లక్షపతినైన వట్టి విరక్షరాస్యుఁ డీతఁ డని తేనెలో నీఁగరీతిఁ దీసి
వేయు లౌకిక మెఱుఁగదు స్వీయదృష్టి వలదు విద్వాంసు నృపుఁ బెండ్లియాడుమనను. 176

గీ. ఇంత విద్దె వచ్చి యెందు కక్కఱరా దిదొక్కనాఁడు రంగ మెక్కి దనదు
జాతివార లెల్లఁ జాటుకు నేటుకుఁ బరిహసింతుర్రి వట్టి పిఱికి దనుచు. 177

ఉ. అంతనె కూఁతుఁ గాంచి యిటులాడె గృహాంగణ మెంత యెందు నీ
వింతయె కానరాదు కులవృత్తిఁ దొలంగి చెలంగుమాత్రి మో
కాంత కులాంగనాయశముఁ గాంచుదె రోవెలఁదిం జవించి మే
ల్కాంతులవీను రత్నమయి గ్రాలునె పావలదీరుకాచముల్. 178

చ. చలువలఁ బంచి పాల్గురియు చక్కని చిక్కని మోముగోముకున్
శిల కరఁగున్ లత న్వెతల చిక్కుల సుర్కిక్కఁగఁజేయు హొన్న మే
ల్కళ నలినీను మేను తెలికల్వల చెల్వము నేలు మీఱను
న్వలఁ బడిపోవు నీ బెళుకువన్నెల చిన్నెల కన్నుసన్నలన్. 179

ఉ. అందఱు మెచ్చ పక్కళల నందియపేసిననేవి రంభకే
యందని యందమున్నను పయస్సయి పొంగు వయస్సుగల్గినే
నందలమెక్కి యాఁడెడి మహత్తరమైన యదృష్ట మబ్బునే
నందని మాఱ్రివిపండు నృపుఁ డబ్బులు సాచఁగ నేల నర్తకీ ? 180

చ. చెలియ ! నరేంద్రదర్శనము చేకురుటే కడు దుర్లభమ్ము నీ
తలఁచినయప్పు డొక్కెడం దావది చేకుఱెనన్న జీవితో
పలుకఁగ వేళజిక్కి దొకపాటునఁ జిక్కిన పెక్కుకార్య మ
గ్నులు నృపు లౌర చిల్కపలుకుల్ చెవికెక్కునె తూర్యఘోషలన్ ? 181

గీ. ఎందరో సుందరులు వారి కేమి కొదువ అందులో నీవొకతె వెవ్వ రడుగువారు
కడుపువిండిన హరికంటఁ గమ్మమావిఫలము గానబడిన నేమి ఫలము చెలువ ? 182

క. నలతేనీ వలను బడి విన్నలచు నృపుం డనిన నమ్మనలమనడదు కే
వల మతని ప్రేమ మది తీవలఁ జిక్కిన మావిగున్నవలె నిలుచునొకో. 183

శా. నీ కన్న న్నగలాడివిం గనినచో నిర్విణ్ణు వా కన్నియల్
వీఁకం గూడును జేర్మి మేఁగుచెవుత వీక్షింప దివ్యాంగ్ల కొ

క్రొక్కఁకంబుల్ వ్యర్థ లేఖఁ జేయఁగఁ బేన్గు ష్పట్టి పల్లావుదే
వాసుం జూడఁగ నీ కృతుల్ పెదవికన్న న్మించు దంతాకృతుల్. 184

సీ. అడుగుమోపక భూమి నడుగుచుండుదు గాని యడుగక యెచ్చటి కరుగరాదు
నేత్రాసు ల్యాపలు విధుల గాంచెదు గాని నేత్రాల పేవాకనిఁ గనఁజనదు
అవరోధభవనాల నలరారెదవు గాని యవరోధ మొలయక యలరఁజనదు
భోగభాగ్యమ్ములఁ బొరలుచుందువు గాని భోగభాగ్యమ్ములఁ బొరలఁజనదు

గీ. కన్నులున్నను జగముఁ గాంచుటకును నడుగులున్నను భూమిపై నడచుటకును
లీలాసంగవి రాజసౌధాలలోని బ్రదుకుకై చచ్చిపడియుండు బ్రదుకు బ్రదుకె. 185

గీ. కాషన ష్వేకొకని సెల్వ్యాకాని ధనము వలచి వలపించి బులిపించి వలయు సొమ్ము
గడనసేయుమి యెల్లప్రాయ ముడుగు వెన్క కుడిచి కూర్చుండి కాలమ్ముఁ గడపవచ్చు.

చ. అనవుడు దేవదాసిఁ గని యత్తరుణీమణి పల్కె నిట్టులో
వనరుహనేత్రి నాని కలువ ల్విరిఖించెడి కన్నులంచు నా
ననమున చంద్రికాంతకళ నాట్యమొనర్చుననంచు మేను తీఁ
వెను దలపించునంచు నను వేరొక పూరుషుఁ గోరుమందువే. 187

సీ. హిమకరస్పర్శచేఁ జెమరించు చందురా ఖద్యోతమును గాంచి కరఁగఁగలదె
ఓషధీపతిఁ గాంచి యుప్పొంగు క్రొంజీవ యంచన గని పులకించఁగలదె
కుముదబాంధవ దర్శనమున నవ్వెడి కల్వ చంచలం గాంచి హసించఁగలదె
వరసుధాకరరుచు ల్మరగు చకోరమ్ము కరదీపికాకాంతి కరఁగఁగలదె

గీ. చంద్రికాంతానవయ లతాచారుగాత్రి కువలయదళాక్షి మృదుల చకోరహృదయ
రాజదర్శనస్పర్శనరక్తి లేమి కరఁగి పులకించి తులకించి కాంచి నగునె? 188

ఉ. అందని మ్రానిపటంచు నెద యందు నిరాశలఁ గుంది విస్పృహన్
జెంది మహీరుహమ్ము దరిఁజేరుట మానుకొనంగవచ్చునే
పొందుగ తాలపై చినుఁ బూర్ణజలమ్మున గాలి వీచినన్
ముందర వచ్చి రాలినదు మోదగతి మ్మజియింపగాఁ బడున్. 189

క. కలవాఁడై వం జాలవె వెలువుఁడు రసికుండుగామి జీవిత మేలా
చెలువలు కలువలు నరసుల చలువ వలన విలువగలుగు జలజదళాక్షీ! 190

చ. కళలకు శ్రీని మేల్వయసు గల్గినవాని ధనంపుతేని చ
క్కలం జెలికాని సంతత సుఖమ్ముల కిమ్మగు రాజధాని నిం
చుల విలుకానిఁ బోని వరమందరు సింగనభూమిజాని నే
వలచినదాని నన్నతఁడు వద్దన దేహము నేని వీడెదన్. 191

గీ. ఉదరిమానవుతోఁ గూడు సుఖము కన్న రాజుఁ గూడు కష్టమ్మె గౌరవకరమ్ము
సమద జంగా విమిశ్రి దుగ్ధముల కన్న సమల గంగోదకమ్మె సుఖావహమ్ము. 192

ఆ. అనెడి తనయ నుడులు జనయిత్రి విని యోసి పెద్దదాన ప్రేమ గుప్తి జెంది
రాజు కల్మషాంతరంగమ్మునకు నష్టమేల విను మెఱుంగ విను పదింపు. 193

సీ. అమృత మొల్కించు దేవావతారం బన్న అల పిశాచవృత్తిఁ దెలుపుచుండు
చల్లని ప్రభువు దర్శన మొనర్తమటన్న నరి దర్శనము మాసమునుగ నొసఁగు
శీతలకరసమాశ్లేష మ్మొసఁగువన్న కఠినుఁడై వికపాలఁ గష్టపెట్టు
తన వారి విభుల వర్ధనముఁ గోరునటన్నఁ దమ్ములపై సరిత్వమ్ము జూపు

గీ. అందగారాని చుక్కల నాడుమందు నఖిల జగముల కధికారియై చరించు
విశ్వసింపఁడు ఛాయకు న్వెఱచుకొనును చంచలుఁడు రా జతని నమ్మ జడులు గలరె?

చ. గురువునకేని ద్రోహ మొనఁగూర్పుటకై మనమం దొకింతయున్
వెఱవఁడు రాజు రాజ్యపదవీ మదమత్తుఁడు వానిఁ గొల్పుటల్
పరవశవృత్తిగాదె సుఖపంజరబద్ధ శుకస్వరూపమై
యరు పెటుడెప్పు మీవు నటులాడవలె న్మఱి మాఱుపల్కకన్. 195

గీ. సరసభృంగసంగతి నున్న విరిపడంతి దేవతాసేవ కర్హమై తేజరిలదొ
దేవదాసిగాఁ దేరొంది దీప్తిఁజెందఁ బరువుమాలిన దెల్లమ్యోఁ బయిపు గత్తె? 196

సీ. దీనయౌ నొకవి స్వాధీనమై యుండదు సతత సువాసినీస్థితిఁ జెలంగు
కులటయౌ నాత్మీయకులబహిష్కృత కాదు వంశ మర్యాదకు వన్నెఁ గూర్చు
అబలయౌ వరుని దేహబలాప్తి నోడదు చిరిపినవ్వులఁ బరాజితు నొనర్చు
వభయలజ్జాస్యయౌ సభల విందితయౌగా దాటపాటల సమాజాదృతి గొను

గీ. సురలచే స్వర్గమందు నాదరముజెందు భరములకు ముందు భూపాల పథలయందు
హరిహరాదుల కనువిందు యజ్వపొందు సానిదాని మించెడి కొరసాని గలదె. 197

గీ. దర్శనమున మత్తెక్కించు తరుణమదిర స్పర్శలేక వేధించెడి స్మరశరమ్ము
సకల ఋతువుల నలరు వసంతలక్ష్మి వవలురే ల్వెల్గ చంద్రబింబమ్ము వేశ్య. 198

క. కావున నాపలుకులు విని భూవిభునే వలతుననెడి మూఢ మతమ్మున్
బోవిడిచి స్వకులవృత్తిని సేవించి యశమ్ముగాంచి చెలఁగుమి తనయా! 199

మ. అనిపల్క స్తనయిత్రి కిట్టులనుఁ దీవ్రానహ్యభావస్ఫురా
ననయై యాత్మజ కర్ణ శల్యములు నింద్యమ్ముల్ త్రపాహీనముల్
వినగాలేమ త్వదీయభాషణలు దేవీ! చాలు నీ ధర్మమో
ధనముల్ తల్లి విపంబువోయనవఁ బ్రీత్యమ్ము దీజాతినే. 200

మ. మనుజన్మమ్ముల సేయరాని దురితమ్ముల్ జేసి నీర్వోసి పెం
చిన తత్పాపఫలమ్ములం గుడువఁగాఁ జేకూరె నీజన్మ వ్యా
ధిని మం దేఁగి యహింస మానవున కెందు న్శ్రేష్ఠధర్మమ్మనన్
వినునే లోభిమనమ్ము లూసరము లుర్వి న్ధర్మబీజక్షితిన్. 201

మ. ధనమే ధర్మము కామ మయ్యదియె బంధప్రాప్తికి న్మోక్షమా
ధన మాత్మీయులు నాప్తబంధువులు మిత్రవ్రాతముల్ విత్తమే
ధనతృష్ణాంధులకు న్నవేతరపదార్థంబైన పేర్మిమార్ధసా
ధనమైనట్టి మనమ్ము గానఁబడునే తన్మూలమే సర్వమున్. 202

శా. స్నేహప్రేమల దాయమున్ దనుమనశ్శ్రీ లర్పణల్ సేయుచున్
దేహంబై తమఁగూడఁ దా నటువలెన్ దేహమ్మయై మారకన్
లోహంబంచున మోహమందు నెద యాలోచింప లోహంబొకో ?
దేహాకారముఁ దాను లోహమున నెంతే మెత్తనౌ కత్తియా. 203

మ. తగ నీహారతుషారఖండలను ముక్తాహారముక్తేయ నీ
ళగునే ధూమము నంబుదమ్మనుచు వర్షాపాత మేపారునా
నగదే లోకము శుక్తి విన్ రజతమన్నం గొట్టినన్ జిట్లదే
మొగముమ్మాత్రము మార్చిచూపు పలుపు ల్మోహమ్మనన్ మోసమా. 204

చ. ఎద నమరాగ మా విటుపయి న్మమనందుర్తి విడెంపుఁజెల్మితో
పెదవులపై నమాత్ర మగుపించును రాగము గాన మైత్రితో
మదయమునెందు వెందు పరస్త్రోక్తుల నన్నవికూనరాగమా
ఎద నలువూలల వెదక వింతకు రాగమె లేదు పేరుకున్. 205

గీ. అంతరంగ పవిత్రత కంచపట్టి పాత్రిలో మందు మలినజీవనము తాను
దేవతార్చన మొనరించు తీర్థమైనఁ గ్రోలువారికిఁ గీడుఁ జేకూర్చబోక్కా ! 206

సీ. సురపానమూని యమరకృత్యముల రేఁపి సేవించువారిఁ జెరుపుచుండు
చదుచుండ నెవరేని గమచుంటిరో యని చోదనివలె గొంది దూరుచుండు
అతిహీనపాత్రయై యాకర్షణ మొనర్చి సాంకర్యమునకు నాస్థాన మగును
విస్ఫారమగునట్టి నీర్కంఠెఁ బలుచన యగుచును మితిమీరి యెగసియాడు

గీ. స్వాదురూపాన మానసదవ మంటి ప్రమదదోలలఁ దేల్చుచు భ్రమల ముంచి
కలుగు సర్వస్వమును పెరిఁగ్రిక్కఁజేయు మధుఘట మ్మెందునేని నమ్మాన్యమగునె ?

గీ. విలువపీతాంబరము దాల్చ వేశ్యకంటె దినమొలం జరించెడి దొడ్డిపనుల మేలు
యతుల నైతికవృత్త సంహతి నొనర్చు పేరువ్రతనవి పరిఖ్యాతి వేశ్యజాతి. 208

గీ. చెప్పుకున్నను నరుచెంచు జెకుగుణములు పట్టి బోధింప సుగుణము ల్పట్టుపడవు
మట్టియంటును కుమ్మరిమనికిఁ జేర పసిఁడియంటునె కమసాలివసతి కేఁగ ? 209

క. వేసటజనించె త్వదుపన్యాసమ్ముల వినుచు వింత నాతల్లి యనన్
నాసరస గద్దియంగల భూసుడఁ డిడిగాంచి మోదపూర్ణహృదయుఁడై. 210

క. 'వెలవెలఁదుల జన్మించెడి పొలతియె యుమ్మెలల దలపిమొక్క విధమునన్
మొలచెను స్త్రీరత్నం దుష్కులాదపి' యటంచు దాని స్తుతియించె నృపా ! 211

తే. అద్విజుం డిప్డు మీదరి కరుఁగుఁదెంచి చనెడి యిదుపురిలోన బోతనపమాఖ్య
బరఁగువాఁడు శ్రీజానకీపతివి రేయి దప్పపమొవప్ప వచ్చె నాస్థానమునకు." 212

తే. అనుచు వేగరి పల్క నేపనకొవియెనొ భూవిభవిమోవి చిఱునవ్వుపూలు గురిసె
స్మితసుమాల నామోవమారుతము విరిసెఁ జదలఁ దారకాపఙ్క్తియవి శశిపఁ దరిసె. 213

చ. వనభువి వీడి శేఁడు పరివారసమేతము రాజమందిర
మ్మునఁ జనెఁ జొతిచంద్రుఁడు నభోగతి వీడెను నర్తకీమన
మ్మున విరహాంధత ల్పెసఁగె భూస్థలిఁ జీకటు లావరించె బా
ష్పనికర మొద్పె భోగిని యిపమ్ము స్రవించె దిశాముఖమ్ములన్. 214

గీ. తరుణిమం బేగ నెంతయు నరసి విరియు వవితకురు లన్నియునుఁ జెల్లవాటె నపఁగ
ఇరులు దిశలందు హిమగతి కురిసి కురిసి కరగిపోవు మేఘమ్మయి తరలసాగె. 215

గీ. చీఁకటింటికి తొలిసంధ్య చిచ్చుపెట్టె తళ్పుకణమ్ములై కరఁగెను తారకాళి
పూత మెఱుఁగారు ముకురాలఁ బోలి దిశలు వింతవెలుపమ్ము దిద్దెను విశ్వపతికి. 216

తే. అల యుషస్సను తెరపట మవలినుండి కమలబాంధవుఁ డత్యంతకాంతమెయువి
మంచుముత్యాల తలఁబ్రాలు ముంచి పోపె సిగ్గుమై పద్మిని యుదరస్మితము గురియ. 217

సీ. అఱ్ఱు మోడిచి పొదుఁగంది వాకుమ విల్చి యంబావవళి లేఁగటావు లఱచుఁ
దలపె న్మొగిడ్చి రెక్కల దాఁచి కన్మలు ఖగతతుల్ కోమల పెనయుఁచు గూయుఁ
దముపైనఁ గప్పిన తల్లిరెక్కలమధ్యఁ దలలెత్తి పిట్టపిల్లలవి యఱచు
విలయావ నొరగాల విల్చి కూర్కొడి పుంజు కోయవి మెడసాఁచి కూయసాగు.

తే. వట్టె దేవతావేశమైనట్టు దదరి సిగము దూలెడిగతి మాఁగుఁ జెట్లగుంపు
చల్లగాలి దొంతరలు దిగ్జలధు లందు వలలుగొని వ్వేచ్ఛగా పిఁదులాడుచుండె. 218

తే. మహిత దుర్గ సింహద్వార మంటపముల లలితగతిని సన్నాయిమేళమ్ము లొకటఁ
బ్రొద్దిశాకీర్ణ రాగాతఁ బ్రోవఁగలిపి హాయి భూపాలరాగాల నాలపించె. 219

చ. నగరికి వాంకిటన్ ధణధణధ్వని మ్రోంగె నగార మాగధుల్
పొగడిరి 'రావు సింగనృప భూషణ గండరగండ వైరిమ
త్తగజ మృగకేసరీ ! సుకవితారసపూర్ణమహోదధీ ! యుదా
రగుణ సుబుద్ధిపా ! బహుపరా' కని పాడిరి సుప్రభాతముల్. 220

ఉ. అంటిన కాల్యముల్ నెఱపి యంఘ్రుల పాదుక లూని వేఁడు ఖ
డ్గాంచితము పీకి వంది నివహమ్ము సభాస్థలి చేతులెత్తుచున్
బంతులు తీరి 'సింగన నృపా ! విజయీభవ' యంచుఁ బాడ సా
మంతులు మంత్రులున్ వినత మస్తకులై వినుపన్ స్మితాస్యుఁడై. 221

ఉ. వాకిలి వారిఁ జక్కఁ బరివారముఁ గాంచుచు హస్తసంజ్ఞలన్
గూరుచొనంగఁ జంచి కవికోటికి నౌదల వంచి మ్రొక్కి ద
ర్పాటను దీర్చి కూర్చొనియె బంగరుసింగపు గద్దెపైన సిం
గాసిపఁ జామరా లుభయకక్ష్యల నాడఁగ రాజహంసలై. 222

తే. అంత సభలోని కొకవృద్ధ యరుగుదెంచి నృపునిఁ గని మ్రొక్కి సభికులు విస్మయపడ
పసి గులుకు రంభికళలను దించివేయు తనదు బిడ్డను జూపి యిట్లనుచుఁ బలికె. 223

శా. 'నిత్యంబైన ధనమ్ము సత్కళ యొకండే యంచు గీర్వాణ సా
హిత్యాభ్యాసము గానశాస్త్ర పటిమల్ హృద్యాంధ్ర వాగ్వైశ్య పాం
డిత్యంబుల్ జయదేవ గేయ సుమవాటీ చారు పంచారకృ
న్నృత్యోపేత మనోహరాభినయముల్ నేర్పించితిన్ దీనికిన్. 224

క. ప్రాజ్ఞులు గావీ పలుకులు విజ్ఞులకే తెలియు విద్దె విలువ యనిన స
ద్విజ్ఞులు మీ ముందఱ నీ యజ్ఞ యిటులఁ దెల్పుటన మహా సాహసమౌ 225

తే. కాని తెలిపినఁ బ్రభువు కీ కళల యందు నేది మనమ్మున కత్యంత మిష్టమగునొ
యా కళాప్రదర్శనమున కాజ్ఞ యిడెద రనుఁచు దెల్పితి దాసి క్షమార్హ' యనిన. 226

తే తనను గూర్చి చెప్పెడి తన తల్లి పైనఁ జాలిలెమ్మని బొమముడుల్ గ్రాల విసిగి
దృగ్యుగళి కాందిశీకమై దెసలఁ బర్వ సిగ్గున నవరుచును దన చెంగు కొంగు. 227

తే. 'ఇలఁ గళోపాసకుల కెందుఁ గలుగుఁ బ్రతిభ దేవిలోనఁ దన్మయత వా రూనఁగలరొ
యా కళలె దర్శనీయమ్ము' లని నృపాలుఁ డామె మదికి వచ్చినది చేయనగు ననియె. 228

క. అనఁగనె జయదేవాష్టపది గాని యొక కొంత పేష్వ తియ్యని భావా
భినయంబు నృత్యగతితో నొనరింప న్నిల్చెఁ దల్లి యొగి హంగు నిడన్. 229

గీ. చెక్కి చేసిన మోహినీ శిల్పమనగ దిద్దితీర్చిన నవరత్న దీపమనగ
పోతపోసిన యపరంజి బొమ్మయనగ అచ్చ మప్సరయే యన నా లతాంగి. 230

ఉ. నగరికి వాకిటన్ ధణధణధ్వని మ్రోఁగె నగార మాగధుల్
పొగడుచు 'రావు సింగనృప భూషణ గండరగండ వైరిమ
త్తగజ మృగేంద్ర! సకలవిశారదపూర్ణమహోదధీ! యుదా
రగుణ! సుధీమణీ! బహుపరా' కని పాడిరి సుప్రభాతముల్. 220

ఉ. అంతనె కొల్వుకున్ వెడలి యంత్రముల పాదుక లూని తేఁడు శు
ద్ధాంతము వీడి వంది నివహమ్ము సభాస్థలి చేతులెత్తుమన్
జంతులు తీరి 'సింగమ నృపా! విజయీభవ' యంచుఁ బాడ సా
మంతులు మంత్రులున్ వినత మస్తకులై నిజపన్ స్మితాస్యుఁడై. 221

ఉ. వారిని వారిఁ దక్కఁ బరివారముఁ గాంచుచు హస్తసంజ్ఞలన్
గూరుచుఁ బంపఁగఁ బంచి కవికోటికి వారల వంచి మ్రొక్కి ద
ల్పాయను డీర్చి కూర్చునియె బంగరుసింగపు గద్దెపైన సిం
గారిపుఁ జామరా లుభయకక్ష్యల నాడఁగ రాజహంసలై. 222

తే. అంత సభలోని కొకవృష్ఠ యరుగు వెంచి నృపునిఁ గని మ్రొక్కి సభికులు నివ్వెఱపడ
చిని గులుకు కంధికళలను దించివేయు తనదు ఒడ్డను జూపి యిట్లనుచుఁ బలికె. 223

శా. 'నిత్యంబైన ధనమ్ము సత్కళ యొకండే యంచు గీర్వాణ సా
హిత్యాభ్యాసము గావశాస్త్రపటిమల్ హృద్యాంధ్ర వాగ్వశ్య పాం
డిత్యంబుల్ జయదేవ గేయ సుమవాటీ చారు సంచారకృ
న్నృత్యోపేత మనోహరాభినయముల్ నేర్పించితిన్ దీనికిన్. 224

క. ప్రాజ్ఞులు గావి పలుకుల విజ్ఞులకే తెలియు విద్దె విలువ యువిన స
ద్విజ్ఞులు మీ ముందఱ నీ యజ్ఞ యిటులఁ జెప్పుటన మహా సాహసమౌ. 225

తే. కాని తెలిసినఁ బ్రభువు శ్రీ కళల యందు నెది మనమ్మున కత్యంత మిష్టమగునొ
యా కళాప్రదర్శనమున కాజ్ఞ యిడెద రనుచు జెప్పితి దాసి క్షమార్హ' యనిన. 226

తే. తనను గూర్చి చెప్పెడి తన తల్లి పైనఁ జాలులెమ్మని బొమముడుల్ గ్రాల విసిగి
దృగ్యుగళి కాందిశీకమై దెసలఁ బర్వ సిగ్గున సవరుచును దన చెంగు కొంగు. 227

తే. 'ఇలఁ గళోపాసకుం డెందుఁ గలుగుఁ బ్రీతిక దేనిలోనఁ దన్మయత వా రూనఁగలరొ
యా కళలె దర్శనీయమ్ము' లని నృపాలుఁ డామె మదికి వచ్చినది చేయఁదగు ననియె. 228

క. అనఁగనె జయదేవాష్టపది గావి యొక కొంత సేపు తియ్యని భావా
భినయంబు నృత్యగతితో నొనరింప న్నిల్చెఁ దల్లి యొగి హంగు నిడన్. 229

గీ. చెక్కి చేసిన మోహినీ శిల్పమనగ దిద్దితీర్చిన నవరత్న దీపమనగ
పోతపోసిన యపరంజి బొమ్మయనగ అచ్చు మచ్చరయే యన నా లతాంగి. 230

ఉ. వేదము లుద్ధరించి జల వీథిన నడర్చి ధరించి కొండపై
మేదిని నుండి దైత్యుఁ గసిమీరి వధించి బలిం గలంచి భూ
పాలుర ద్రుంచి రావణు లయంబొనరించి హలమ్ము బూన్చి హిం
సాదుల మాన్చి మ్లేచ్ఛుల హత్యఁ జరించు హరి న్నుతించెదన్. 238

త్రిపుటతాళము

తగ్గధింత తాంహత ధీమత తద్ధీమత తాను ధణాంతరి
తఝుంతరిత తఝుంఝుంతరిర తఝుంతరిత ఝుంతక రేకిణ
తకిటకుకికుడికికికు కింకిడు, తక్కిణనగ తకుందరి కిణనగ
తకుంధరికుంధ ధికుంధరి తతుండక
జల ధినిహత వేదావనచణ విలసద్ఘన వౌకాభికిరణ!
జలసోమక దైత్య విజృంభణ జలశోభిత మీనశరీరా!
మందరగిరికృత వరగోపుర సుందరతనుమందిర మహీధర
బృందారక సుధాప్రదాశ్రిత మందారా కూర్మాకారా!
పిశితాశనవధా కథాంచిత దశనాగ్ర విలగ్న మహీకృత
శశిమగ్న కళంక కళాధృత విశదాంగా వరాహరూపా!
కరభుజగ నఖర దంష్ట్రాహృత హిరణ్యకశిపు ప్రాణాశన
వరభక్త ప్రహ్లాదావన వరదా! నరహర్యవతారా!
బలివత్త త్రిపదావని ధనవిలసిత విక్రాంత త్రిభువన!
బలిమస్తక ధృత పదపావనతల! శ్రీమద్వామనరూపా!
క్షత్రియ కులగోత్రవిఖండన మహాస్త్ర! పరశువవిమండన!
శాత్రవ మదగర్వాంధతమసమిత్రా! శ్రీ భార్గవరామా!
దశదిక్పాలామర కామిత దశముఖ వకుబలి దానవిరత
వికట మదగజ కంఠీరవ! దశరథాత్మజా! రఘురామా!
లలితశేషలావణ్యాజిరతులిత మసృణ ధవళ కళేబర!
జలధినదృశ వరకృష్ణాంబర హలముసలధరా! బలరామా!
యాగస్థిత పశుహింసామల వేదాంతక కరుణాంబుధి జల
త్యాగాత్తవిజిత భవశృంఖల శ్రీగౌతమబుద్ధ శరీరా!
ఉరు యవన వనాగ్నిజ్వాలా! కరధృత భీకర కరవాలా!
వరవనుజ జగత్పరిపాలా! తురగస్థిత కల్క్యవతారా! 239

వ. అవి దశావతార కథా విధానంబు నభినయించి. 240

చ. మునిమునిపి వచ్చెలా పెదవి దూలల దాఁగుడుమూఁతలాడఁగాఁ
బ్రివనమునొంచె మధు వెలువంకలు వెంపఁ జేరలా కనుల్

గుసగుసలాడసాగెఁ జెవి కోనలతో వల సింగిణీ ల్బొమల్
గుసుమశరమ్ము లెక్కిడుచుఁ గోమలతన్ లతలై నటింపఁగన్. 241

చ. మసలె వయోరమా మధురమందిరదీప్తి నురోజయుగ్మమా
పసిఁడి పయోజషండములఁ బయ్యెద గాంగతరంగమాలికల్
విసరెఁ దటిల్లతాప్రభలు వీరవిహార మొనర్చెఁ గొమరన్
గొనరెను లోకలోచనచకోరము లా వదనేందుబింబమున్. 242

చ. పసిరిక పట్టుదోలమున బాహువిలాసము లాటలాడఁగా
మసృణ మృణాలనాళ వనమాధురు లుర్విని బర్వెఁ దేఁటులన్
గసరుచు బారలౌ కురులఁ గట్టిన కీల్జడ వల్లనాగమై
కసుబుసులాడె శ్రోణితటి గంతిడెఁ దంబుజకాయ పొంకముల్. 243

ఆ. ఒడుపు నొదుగుఁ గల్గి కడు కోమలత నొప్పి యభినయించునట్టి యా లతాంగి
యొకొక యవయవమ్మె యొయ్యారముల నిధి భవనజలధి శిల్పకళల కపధి. 244

తే. చేయి మెదలుపఁ జాలేమొ చెల్వుగుల్కుఁ గాలుగదలుప నేమొ చక్కదనమొల్కు
గొంతువిప్పినఁ గోకిలల్ కొసరి పల్కుఁ గొమ్మ చూపుల నింద్రజాలమ్ము సేయు. 245

తే. తమ్మిపూఁబొట్టలంబోలెఁ దళుకులీను మట్టిలన్ దమ్మిరేకులై మలఁగు వ్రేళ్ల
నందచందము లెల్లఁ దా మణఁగి మణఁగి వంగిచెప్పిన ట్లాడుచు వఱలుచుండె 246

తే. త్రికరణసమన్వయత్వముఁ దేటపఱచు సాత్వికాంగికవాచిక సహజవృత్తి
భావరాగతాళాంవిత భరతనాట్య భంగిమలఁ జూపె నాహార్యసంగతిఁ గొని, 247

సీ. హంసముఖాకృతి నలరించు నొకముద్ర భ్రమరాకృతుల నొండు భ్రమసు గొల్పు
హరిణముఖాకృతి నమరియుం డొక ముద్ర యెగయు పతాకపై యెసఁగు నొకటి
శంఖచక్రాకృతుల్ పరిపోలు నొక ముద్ర దర్పకబాణసంధాన ముద్ర
శిఖరాకృతుల నధిక్షేపించు నొక ముద్ర యభయప్రదానహస్తాబ్జ మొకట

తే. ముకుళముద్రల భుజలతల్ మొగ్గదొడుగు బూర్ణ వికసిత ముద్రలఁ బూలుబూయు
వంపులగు వ్రేళ్ళఁ బూరేకు సొంపులీను రీతిఁ గదలియాడు లత యా తెఱఁత భుజంగ.

సీ. బేసరికమ్మలు తీసినట్టులె వ్రేళ్ళ నొయ్యారముగఁ జీల లొలిచిపెట్టి
పైటయంచును బంటఁ గఱచి యద్దాని చాటున రైక విడిచినట్టుల నటించు
ముక్కుఁ జెవుల వ్రేళ్ళ మూసి నీటమునింగి స్నానమ్మొనర్చెడి నటనఁ దేల్చు
నవతార దళకమ్ము నఱచేతిలో నాట్యమాడించు శివపూజ నభినయించుఁ

తే. తానమాడుచున్నతఱి చెల్వఁ దరుదెంచి చెట్టునెక్కి కొంచు గుట్టుదెలిపి
నగుచు వత్త వచ్చె దిగుమంచు జిగిమించు కళుకుఁ జూపుతోనె గద్దించెనమ్మ. 249

తే. పూలఁగోయుచు నొడిఁజేర్చి మాల గూర్చి సరి నొనర్ప దారము వంట గఱచికొనుచు
పిగవిడిన మూదిదారమ్ము స్మృతికిరాక కుంచితభ్రూలతలఁ దల గోకికొనును. 250

తే. పూవుఁడీవియపైఁ బ్రాకు భుజగు లనఁగఁ గుడిభుజమునుండి కటి వ్రేలు కురుల నొడిచి
చూపు లోరఁద్రిప్పుచు జడచుంచులల్లి మ్రోడ్పుకన్గవన్ బ్రిణయమ్ము మొగ్గదొడఁగ. 251

క. అద్దమున రాల్చు గుంకుమ ముద్దుగఁ దిలకము సవర్చి మురియును గనులన్
దిద్దిన కాటుక వ్రేల్ తల దద్దును గురులొరయ వీటు రూపొందు కయిన్. 252

తే. ఒదికు శ్రీగంధ మఱచేత మూర్చుకొనుట అందముగ వీనెలను దీసి యాకుమడఁచు
భావముల హస్తవిన్యాస ఫణితిఁ జూపి యచ్చెరువు గూర్చు గతుల నాట్యమ్ము సలిపె.

తే. సంయుతాసంయుతములగు సరస ముద్రలందు సౌందర్యజగతి రూపందుచుండ
హస్తపాద విన్యాసాల హావభావ ప్రకటనలఁ జూచి ప్రజ చిత్రపటములైరి. 254

ఉత్కళిక (ద్విరదగతి రగడ)

జాలెవిడి బొంగఁమ రీల గిజ్జునఁ దిరుగుఁ
బూలబంతిం బోలెఁ దేలాడు నొక పరుగు
లాలించు పూలయూయేల చేరుల లాగు
వోలి ముందును వెనుక కొయ్యారముగ తూఁగు
నటునిటున్ విసరు ముత్యాలవీవనఁ బోలి
యటుపోలి యిటువ్రాలి యందాల నడఁదేలి
యల దోలికలఁ దేలు కలహంసగతి నేలి
మలకలగు నాగుకోమలి సొంపువడ గ్రాలి
చిలిపి యందెలు మ్రోఁగ వలయంపు గతిసాగఁ
బులకించి తమవెల్లఁ బూలబంతిగ రేగ
జోడు గన్గొని కుల్కి యాడు పారావతము
క్రీడాగతికి నడుగుజాడలిడ స్వాగతము
పాడు నాగస్వర ప్రస్తారమున మూఁగి
యాడు నొయ్యారంపు కోడెనాగవ సాగి
పెన విల్చి ఫణమెత్తి విప్పియాడెడి రంగు
కనుబొమ్మలం గనరి కాటువేయు తెఱంగు
పాలేఱు బుప్పొంగి పాయవేసిన లీలఁ
బ్రాకులాడుచు మోగ్రిఁ బరువులెత్తిన హేల
గిరుల దొరలుచు దూఁకి తరుల నొరసిన కరణి
నసుబు వేసుచుఁ బ్రాకి సుడులు దిరిగిన వరణి
మదమరాళము భాతి మత్తేభముల రీతిఁ

గొదమహంసల జాతి కదము ద్రొక్కఁ గపోతి
తకధిమిత తకఝుణుత తకఝుంత ఝుంతరిత
తకిట జతి ప్రకటగతి నొకటొకటి జతపఱచి
కలికి మెయిదండ చెయి కవలికల వంపులవి
నలువైన నాగుగుస్నల పదల సొంపులయి
కేలుదమ్ముల గరుచ్చాలనమ్ము లెసంగ
నేలపై రివ్వుమని వ్రాలు హంపి యనంగ
నాలీఢగతి నేల నాని కూర్చొని వాతి
కేల జువ్వనవంగి వ్రాలు మారుని చేతి
యుండీల చువ్వయై యూగాడ నెన్నడుము
కాండ మిడునట్టు లాకర్ణాంత మిడుకరము
వెనువ్రాలి తనకాలి పెనువ్రేలి స్పృశియించి
మును వ్రాలి రతిపతికి మ్రొక్కి శిరమును వంచి
విడిన పయ్యెద కొసలు పిఱుచుట్టురాఁ జెక్కి
సడలు మువ్వలపేరు లెడనెడను ముడినొక్కి
యడలు చిఱుచెమ్మటల గడెగడెకు తడినద్ది
వడిఁ జిక్కువడు సరము లొడుపుగా సరిదిద్ది
గలుఘల్లుమని కాలి గజ్జియలు రవళింపఁ
దెలిచీరయంచు జలతారు ఝరి ప్రవహింపఁ
గురులు కనుదమ్ములకు జెరపె బంభరములై
కర మొరపె బిగిచనుల్ కంతు బొంగరములై
ఫణులు గగనములోకిఁ బాఱాడెఁ గరములై
మణుల జీవములు బడి పెనఁగె నుంగరములై
చెలినవ్వు నెలవంక చలువవెన్నెల గాయఁ
గలికి తమ్ముల సొగసు కలువపూవులఁ బూయఁ
గులుకు గళరవములోఁ గొసరి కోకిల గూయ
వలరాజు పువ్వు క్రొవ్వాఁడి ములుకుల నేయ
సలలితాంగుళులకు రసాలశిఖి పులకింప
నలరు తరుణాంగకము లామనల తెర దింప
నొదల పుత్తడివిగ్గు తడలు మత్తతి దూఁకఁ
బడఁతి కనుసన్నలను పడచుఁ జెల్వపువాక
యాటపాటలలోన వందచందము నించి
యలరించి సభకు సభ నాడించి పాడించి
మురిపించి మఱపించి కరఁగించి కదలించి

ముకుమ విప్పుచు నట్టె నిమురుచుచ్చుచు మించి
లాని నూఁపెడి శివలాస్యమ్ములను బోల
బాలకృష్ణునిలీల కాళి తాండవహేల
నవ్యమోహినివోలె నాట్యముల వలపించె
భవ్యభారతివోలె భరతమ్ము నొనరించె. 255

క. అందము చిందులు ద్రొక్కెను విందగు జవ్వనము భువనవిజయ మొనర్చెన్
కుందనమున జీవము బడె చెందామర విరుకులాడె చెలి నృత్యములన్. 256

చ. లలిఁ బవడంపు వన్నెల జెలంగు పదమ్ముల రాజహంసికా
చలన విలాస లాస్యములు పొగడ గంగ మునుంగ భిక్షుగాఁ
గులుకు కపోతయానములు గుట్టలు చెట్టులఁ బట్టి పాఱఁగా
నలజడి చేసెనా గిలుకుటందెల చిందులతోఁ బసందుగన్. 257

సీ. పవనడోలికల జంపాల లూఁగుచు సరస్వతి నాడు కెరటాల పొరుదోఁచఁ
గదము ద్రొక్కెడి మాధ గజ్జెల గుజ్జమై యాటలాడెదు బెడంగడర నొక్కట
వద్ద మద్దెముద్రిప్ప నసియాడు బాలార్క కిరణంపుఁ దళుకుల సరణి బెళుకు
దంపతుల్ తమ ప్రణయంపుక్రీడలఁజేత నెగిరించు పూబంతి పొగను లొలయఁ

ఆ. గాఢనాట్యమాడుఁ గదలచు పై మేను యెముకలేనియట్టు లెచటి కచటఁ
గలువకాఁడలట్లు కాళ్ళుచేతుల వ్రేళ్ళు మెడయు నడుము వింతయొడుపు మడఁగు. 258

తే. గొంతు మార్దంగికుని పై బిఱుని కరాల వ్రేళ్ళు విరువఁదింటిని విరుగాళ్ళతోనె
విషమములగుజాతుల మార్చి వివిధతాళ కాలగతి తీవ్రతలఁ ద్రుటిన్ గట్టివైచు. 259

త-తో-హో-ధి-మ్మి-త్త-ధిం-ద-త-తో-హో-ధి-మ్మి-త్త-ధిం-దా
ధిత్తా-ధిమితా-కిటతక-తళంగు-తకధిమి-తకదధిగిణతోం
త త్తద్దిమిత-ద్ధిమితద్దికితక-తై తాకిటతక-తతెహితతోం-
తై తాకిటతకతతెహితతోం-తేక్ ధివకిటతకకధీవ గినధాగినధా కిటతక.

ముక్తాయి - సంకీర్ణ

తకఝుం-తతఝణ-తరికిణకిటతక-తరికిట కిటతకధా-తరికిట కిటతకధా-
తరికిటకిటతకధా.

ముక్తాయి - ఖండగతి

తజ్జ మ్-తకఝుం-తరితఝుం- × -తధిగిణత-తధిగిణత-తధిగిణత-

త్రిశ్రజాతిమోర్వ

ధాగినధిగినతక్రికిట ధాతధా త్రుకతకిట తకధాతధా-తక్రికతకిటతకధాతధా-

రెండవకాలం ముక్తాయి

త్రుకతకిట తకధాతధాకిటతక-గధిగనధా-కిటతకగధిగనధా-కిటతకగధిగనధా-

జమజాడుల ముక్తాయి

తకఝుణ-కిటతక దధిగిణత-తకదధిగిణత-దధిగిణతి-
ధిగిణత-గిణత-త-తో-హో-ధి-మ్మి-త్తధిం-ద-

తోహర

ముక్తాయిలఁగూని మృదంగనాదము ముమ్మాఱుల్ వని మ్రోఁగెఁగా
సత్తాత్మకమై సభాసముద్రము స్మయవీచికలన్ దూఁగెఁగా
కాళ్ళగజ్జియలు ఘలుఘలుఘలుమని కర్ణామృతములఁ జోపెన్
జోళ్ళతాళముల పలపలపలధ్వని చూపఱఁ జకితులఁ జేసెఁగా
చేతికంకణాల్ గినగినగినమని చేతములకు వలవేసెఁగా
వాతి యందియల్ చనచనచనమని గీతములకు శ్రుతిబోసెఁగా
స్వర్ణమేఖలా కింకిణీక్వణిత ఝూణఝుణాంకృతి బాదెఁగా
కర్ణపత్రి మణిమౌక్తికాభ్రమణ కాంతి తళత్తళలాడెఁగా
కనకరత్న వరతారహారముల కాంతు లూయెలల మూఁగెన్
ఘనతర నాసామౌక్తికప్రభల ఖద్యోతమ్ములు రేఁగెఁగా
వ్రేళ్ళ నమరు రత్నాంగుళీయరుచి వీచుల పింఁగళు లూరెన్
గ్రోళ్ళవెల్గు పితకాంతిపుంజముల క్షోణిని వారలు జాఱెఁగా. 260

"మంగళమహాశ్రీ" వృత్తమాలా (అనుకృతి)

ద్యోతలమునం దెగయు శ్వేతాభ్రమై మనను కేతనమ్మై యెగయుఁ గొంగు
పింజలై కెంజాయ సంజలై కెంజిపురు మంజరులఁ జిమ్మెడి చెఱంగు
జంఝారిపై గిరిసి యంబరము దిగివచ్చు రంభఁ దలపించు రూపమ్ము
కరఁగి యుఱుకాడు బంగరు తేటనీటి నిగ్గురి సేలు మేని వర్ణమ్ము
హాసమ్మై చాంద్రీవికాసమై వికచసుమ భాసమై యొప్పు నగుమొగము
వీఁకమై కజ్జలితలోకనమ్ముల నెరతి లేఖ లల్లెడి నయనయుగము
మూటయై వలరాజు తోటయై సోయగపుఁ గోటయై యొప్పు యౌవనము
కమ్మనై మదనమంత్రిమ్మెయై యింద్రజాల మ్మొలయు మధురభాషణము
పొమ్ములై ప్రణయసూత్రమ్ములై మరునాట బొమ్మలై నటియించు బొమలు
ముచ్చులై నలకముల మచ్చులై సుమపట్టు కుచ్చులై చెదరు నలకములు
మూకలై మిన్నేటివాఁకలై రాయంచ రాకలౌ కోకకుచ్చెళ్ళు
మరువులను దరఁగలటు నరములౌ ముత్యాల నొరయుచుండిన యుదరవళులు
వేణువై వినవచ్చు వీణయై వీణగొను వాణియై చిలుకు గానమ్ము
సంగీతసాహిత్యసౌందర్యసౌభాగ్యసకలమ్ము నామెదే సొమ్ము. 261

చ. సులలితరాగరక్తనిజశోభ లనంతము లీమ నేత్రపుం
262 గలువ కవీంద్రనీల[illegible]

గలిగియు నిటింటు బిగ్గి సుమగాత్రుల మున్వేనుకాద నద్దమై
పలుకు స్థామోహసంతమున విస్ఫురహ స్తము లొమఁ బిక్మముల్. 262

చే. నారి మోముస నాత్మమోమ్సనవ్వు కనుల మదనవిజయధ్వజం బెత్తు మర్స్యయుగళి
పమ్మ నవరసభావరంగములిల వెనెపి యాడెడి వజ్రాలు మిడిసిపడఁగ. 163

సీ. అరమోడ్చుకనపన్ బవశక్వమఁ జూపు కలికి క్రేఁగన్నుల కాంతిదెలుపు
వాలోలభీత ముగ్ధాలోకనమ్ముల శృంగారలజ్జలఁ జిల్కరించు
సుపిగొన్న బొమముడిశా జాజాబ చూచుచుఁ బ్రణయకోపభరమ్ము బ్రికటపఱచు
వాలుఁగన్నెలోకించుఁ దేలవైచిన చూపు మనలేని విరహవేదనముఁ జెప్పు

గీ. మూయు గమిడమ్ములశా ధ్యానముద్ర గదుర వగు కనులఁ బ్రియదర్శనానంద మెదుగ
నాతి నవరసశీలికసౌందర్యఫణితిఁ గండిచూపుల కావ్యలేఖన మొనర్చె 264

తే. కమ్మవిలుకాని యమ్ము లజ్జమ్ము లెందు తమ్ములనబడు కల్కి నేత్రమ్ములకును
మగువ వదన సౌందర్య రమా సమార్ద్ర వియతి మానమ్మునకు తూగి నెలయగు శశి. 265

ఉ. ఖారుజేపైఁ బదాబ్జములు తాకుచు నుండెనో లేదో యన్నటుల్
వారి పరిమాసబాణ విలువారిగఁ దారుచు నాట్యమాడెఁ జె
ల్వారెడు పందుటాకు మనుజెక్కులఁ జెమ్మటచుక్కలొదు నొ
ప్పారెడు ఫాలభాగమున నద్దిన కస్తురి చుక్క యట్టిటుల్
గాజెను ముంగురుల్ మొగముఁ గప్పుచు విప్పుచుఁ బోరెఁ జారు శృం
గార రసార్ద్రవమ్మునఁ జకాపిక చంచలనేత్రి మీనముల్
దాజె సురోజయుగ్మములపై మనుపయ్యెద హద్దుపద్దులన్
మీజెను గీల్జడశా దుఱుము మేదుర సౌరభ సూనహారముల్
జాజెను మూఁపునశా బ్రిజకు పమ్మదముల్ నమతూరె మానన
మ్మూజె న్నృపాలరాణ్మణికి మల్లమునం దిఁక నామె రూపమే
చేరె క్షణక్షణ మ్మపుడె చేడియఁ గూరిచి చిత్త మెద్దెటో
మాజెను వెల్గుఁజాలమికి మారుని దూజెను పారెసారెకున్. 266

క. హే కేశవ! తవ విరహే! సాకాంతా! రాధికా! విషాదా! యని తా
నా కామిని విరహ ప్రణయాకారము దాల్చి పెజ్జ నారాటపడుశా. 267

ఆ. మోవి నొక్కికొనుచు మునిపంటి బొమముడి శిరము మూఁపి యెత్తు చిగురుకేల
వడి యొనర్పకంచు వంజ్ఞ చేయుచుఁ బ్రిక్క యింట నత్త వదినె యుంటఁ దెలుపు. 268

ఆ. అజ్జ నేడొ చప్పుడైనట్లు చెవి జెట్టి వటవ పేపి వడి నొవర్పకుండ
వడచిపోయి 'కృష్ణ! నవనీతహార!' యని బుగ్గనులిమి కపివి బుద్ధిగఱవు. 268

ఆ. వెన్న దొంగిలించు చిన్నతనపుఁ జేష్ట మురళిఁ బూవి పాడు ముద్దురూపు
శంఖ చక్ర హస్త సద్వేషు వైఖరుల్ దలఁచి విరహ మగుచుఁ దల్లడిల్లు. 270

ఆ. ఈ ప్రపంచమన్న నేమొ సుంతెఱుఁగక భయముఁజెందు ముగ్ధభావ మొకటఁ
బ్రణయకోపభావప్రకటన మొనరించు చిలిపిపిల్ల చేయు చేష్ట లొకట. 271

ఆ. గోళ్ళు గిల్లు మోవిఁగొఱుకును మువిపంట శిరము వ్రాల్చి సిగ్గుజిఱక విరుచుఁ
బరిట కొనలు వ్రేళ్ళఁ బట్టుచు మెలివేయు హారమెత్తి కేల నటిటు బుడుకు. 272

ఆ. కొంగు బట్టి లాగ గుంజుకొన్గతి 'విడుమబ్బ!' యనుచు విసుగునంది త్రోయుఁ
'గానిలెమ్ము జ్ఞప్తిలో నుంచు' మని శిరమ్మూఁపి చూచు నోరచూపు లొకట 273

ఆ. అన్నిదెసల బెదరినటు జూచి నోటిపైఁ జేయివైచి 'యబ్బ సిగ్గులేదు ;
ఎవ్వరేవి చూడ నేమందు' రని యెంతొ భీతిఁజూపుఁ గొన్నిరీతు లొకట. 274

ఆ. ప్రియుఁడు తొల్లి జేయు ప్రేమవిలాసముల్ తలఁచి తలఁచి నోట జలములూర
మత్తకనుల మొల్కలెత్త స్మితమ్ముమై పులకరింపఁ దీపికలల గాంచు. 275

ఆ. చిన్నవోవ మోము చెక్కిటఁ గేలూని పోలు మేనఁ గండ్లు తేలవైచి
వట్టి పిచ్చిదానివలె నెందుఁ జూచినఁ నందె చూచు మౌనయొచు నరక. 276

ఆ. ఎట్టులిడిన దేహ మట్టులె పడియుండ విల్చిపోవు కమల వీరు వింద
నట్టె వదనమందు మట్టిపడ విరాళ నెడఁద బరువుదీర విడుచు మార్పు. 277

ఆ. నటన నిజమొనర్చి నాతి కృష్ణుని విరహంపు రాధపాత్ర నభినయించె
నాటవెలఁది యొక్క యసమాన ప్రతిభకు మురిసిపోయి రాజు ముగ్ధుఁడయ్యె. 278

క. కురువృద్ధుండగు భీష్ముఁడు శరతల్పగుఁ డగుట బ్రహ్మచర్యత మనుటల్
స్మరశర దుర్భరధాటికి వెఱచియె కదె యనుచుఁ బొరలు విరితల్పమునన్. 279

క. చెలియా! స్మరశరముల కేన్ బలియగుచుండంగఁ జూడఁబాడియె వీకున్
వెలలేని పుణ్యమబ్బును జెలువుని గూడుకొను దారిఁ జెప్పఁగదమ్మా! 280

సీ. మలయానిలుఁడె వీనిఁ జిలువ పొట్టంబెట్టరంయని నదుమంతరమున నాడుఁ
జందురుం డఁట వీఁడు క్షయమొందుగాక యీ మూర్ఖ చర్యలు వాఁడె మొగులుముట్టె
మాధవుండఁట వీని మదమడంగనదేమొ మ్రొక్కినకొలఁది కొమ్మెక్కి తూలుఁ
బూవిల్తుఁడఁట వీఁడు బగ్గియైపోనేమి యెఱుఁగవియటులంది యేడిపించు

తే. తుంటవిల్తుం దండబలము తొంటిదానిఁ బొంచి మోసగాడితనము జూపించుకొనెడి
విభుఁడు రావిమ్ము చెప్పెద వీరియాట లపుడు శలకిల్రిందులగును నా యాత్మ నగుచు.

తే. చలువమాపుల నగవు వెన్నెలలతోనె తగరము కళాయిపూఁతల జగతి రుద్దు
మీలిమబ్బులఁ దేలాడు బాలశశియె పొగపొవలగాగ్రియ మంటల చిగురుబోలు. 282

తే. హరి ! హరీ ! వచ్చి బాడిదయైనఁ గాని మారహతకుని నై జమ్ము మారదాయె
దగ్ధమయ్యెఁ దా వితరుల తాప మెఱుఁగ దేటికే యన నిజసఖి యిట్లు పలుకు. 283

మ. చెలి ! పద్మాసన ! చంచలోత్పలదళాక్షీ ! మల్లికాహాస ! మం
- జుల మాకంద మనోహర స్తబక వక్షోజా ! పవ్రివాళాధరీ !
అలిపీలాలక ! జాజిదా చిఱక ! పుష్పాస్త్రుంఁడు వీతోదనే
బలియయ్యెంగదె వాని కేమ బలినై వ ర్తింతునం చేడ్తువా ? 284

క. చెలి నీ వలపుల చోద్యమ్ములగదె ! యివి మాకు సూత్నములుగా విపుడా
వలమురితాలుపు తానున్ వలరాజును వలను జిక్కి వలచు నవల విశా. 285

తే. ఏవమఁ దన్నను వనయయ్యాపాన్ని తిండి సోముఁడన మామ బడబాగ్ని సోదరుండు
మాధవుఁ డవ వెయ్యఁడు మధుమత్తుఁ డనయు సచ్చరితుఁడెట్టులగుఁ దాను లచ్చికొడుకు.

మ. కలధౌతద్యుతి నేలు కోమల లతాకాలిన్ మనోహారిణీ
తిలకవ్ మాత్న వియున్కఁ గూడి యమునాతీరాన దోలల్లవం
గలతాకుంజకుటీవిషాదియయి యా కంజాక్షుఁ దొప్పారుటల్
తెలెపెన్ వా కొకవార్త యచ్చటికిఁబోఁ కీరున్ భవత్కామనల్.' 287

ఆ. అనెడి చెలియ పలుకు విని రాధ ముదమంది కుసుమవిశిఖ తల్పవసతి వీడి
వకియ వీడు పేల జన్మలో మఱతునె యనుచు యమునఁ జేరనరిగెఁ ద్వరగ. 288
తద్దిణాం ధిమిత హతఝుంతరి – జంత జగధరి – జగందకుకుందరి –
దుదుంద తకురదర్ది తకుందకిణ ధిమితా, తెహిధ త్తతా – కి ట్తకతా వనన్న
వతాజగంతకి–

తిత్కాశిక – వగడ

పొన్నపుపువానవల ప్రోవులు పొగడపూవుల వెగడు తావులు
మల్లియల మొల్లల సుగంధము నల్లగలువల చలువచందము
పిల్లగాడుపు లలలఁ దేలుచు నెల్లదెసలం దెగసియాడఁగమా
చవుతిచందుర్రిం దస్తమించెను వంతమవనంతతుడు మించెను
గడుల వెన్నెల వలవలెల్లను ఘనమపి వంకముప బలిమెను
ఇంతరీటము రెక్కసాఁచెను కజ్జలాద్రులు విక్కిచూచెను
గటికచీఁకటికురులు వీడ దిక్ తటములందువఁ గొండవించెను
గమ్మతిర కొలదికొనఁ గనఁబడకున్న యూప్ర పఘాంతరాళము
[illegible]

ఆనిశీధిని ఘాలతలమున పలకలగు కాదంబినులలో
నీలవార్ధితరంగడోలలఁ దేరి తేపకు మిడిసిపడిమెఱి
మీను బిల్లల పోరె మిలమిల మిలుకు మిలుకు మిలుక్కు మనుచున్
గాలవర్త్మికములా వెలువడి కసిబిసిగ వడి జెనఁగులాడెడి
తాళ్ఁచుపదువులవోలెఁ దళతళ తళుకు తళుకు తళుక్కు మనుచుఁగా
చకచకచ్చకచక్కు మనుచును చంచలల్ నీలాంబరమ్ముల
నంచులై కనిపించి చనుటయు నవని చీఁకటు లావరించెనుగా.

కొండగమిపై దండు వెడలిన సురలకతమున యుద్ధమునో
పత్రియే ధండనమొనర్చునొ వడి గిరుల ఖండన మొనర్చునొ
గిరిశిఖరములె దొరలిపడునో క్షవుల ఘుంకృతిఁ గలియఁబడునో
ధణధణంధణ ధాణ-ధండణ డడడ డడడడ ఢాండ ఢమ్మని
గర్భనిర్భేదముగ నుఱుములు వార్భటింపగ నవని చెవుడువడె.

రివ్వుమని యిటువైపు పాఱుచుఁ జివ్వుమని యటువైపు దూఁగుచు
నుర్విసంతయు నూఁపివైచుచు నుదధి జలముల రోఁచివైచుచు
రయ్యిమని వడి రవము సేయుచు కుయ్యుమని దివి గోలసేయుచు
రివ్వురు రివ్వురు రిరివ్వురురివ్ రివ్రివ్ రిరివ్ రిరిరివ్ రిరివ్మను
వాయుదేవుని ప్రళయతాండవ వైభవములకు శివము దూలుచు
ఛరర రరరర చట్టు మనుచును దరులశాఖలు ధరణిఁ గూలఁగ
లతలు కుంజము లతుకులన్ విడి కుతలమునఁ గూలిపడఁగా
హోరుమను ఝుంఝానిలమ్ముల ఘోరుమను వర్షారవమ్ములు
రింజరింజరిరింజరిరిరింరింజరింజరిఝుంరిఝుం, అవి
తెఱపినీయక చఱచికొట్టుచు కరకపంఘాతి విఘరిపెట్టుచు
మూగి కురియు ఘనాఘనమ్ములు ముంచియెత్తె ధరం జలమ్ములు.

పాఱు యమునాతీరములలోఁ బద్మయుత కాసారములలోఁ
బల్వలాగత నీరములలో వాద్యశాలాగారములలోఁ
జేరువలలో దూరములలో మందిర మధ్యమ తారములలో
రటటరట్రటరరటట్రి దుర్ధుర పటురట ధ్వనిశబ్దములలో
వటువు వేదము వల్లెవేయునొ వరుణపతి జయభేరి మ్రోయునొ
తాకుధెకణకుదేకు పూర్ణతటాకముల మండూకశబ్దములు
కిట్తకనగణనగణగనగణనగణగణనగణగణ్ణగం
కిట్తకజగజజగజగజగజజగజగజజ్జగజజగజ్జగం
కిట్టెకదెగడదెగదెగదెగడదెగదెగ్గదెగడదెగదెగ్గదెగ్గం
తగనగణనగణగనగంతగణగణగణగణగంతగదెగడదెగదెగదెగం

తగనగం, తగఝగం, తగదెగం, నగం, జగం, దెగం - బహుగతి
నేకముఖముగ భేకలోకము వీఁకపై ఘోషింపఁగా.

అందు తానొక యందములగని నందనోద్యానంపు టామని
ఇందుధరు వలపించు మోహిని సుందరులకెల్లను శిరోమణి
కడుగబడియెడి కనకరథమన కదలు మాణిక్యావపథమన
అంబరము మాటైన చందురు బింబమో జలవీచిగత విక
చాంబుజమో ప్రియు వరపెడి చకోరంబో యన నితరమ్ము మఱచుచు
ఏటికో యమునాతటీవని నేగునా నిశ నేమియో పని
మాటిమాటికి మాధవా యని మధురరుతములఁ బిల్చి నేరిని
తడియు వానకు జడియ దిరులకు తరువుతరువున దరియు నేలకొ
పొదపొదను గని వెదకు నేమియొ ఎద విసిగికొను నెవరు లేమియొ
విటపముంగొని ప్రియుని కేలని విడుచు వెంటనె మృదుత లేమిని
మధుపాలికు విరి వధర మనుకొని భ్రమనుగొని చుంబనమొనర్చును
వృంతమెడలి లతాంత మెడగా నెంతపనియయ్యె నని వగచును
మంజుకుంజము మాధవుం డని భ్రాంతి పరిరంభణ మొనర్చును
పొదలు శంపాకాంతిలోఁ గని పొదరు లిని యని వదలి యేడ్చును

పతిని బాసిన రతికుమారియొ భవుని వీడిన గాంగవారియొ
కాఁకబెట్టిన మరుకటారియొ కేకలిడియెడి వనమయూరియొ
హోరుమని ప్రవహించు యమునా చారురవ వీణాశ్రుతిం గొని
ప్రతిదిశం గని పిల్చునేరిని బ్రతివచనముగ వచ్చు నా ధ్వని
ఓ దొరా ! పిల్చునది యిది నీ రాధరా యనరాని ప్రణయపు
బాధరా దయనీయమీ నా గాథరా రారాదురా యనుఁ
బలుకరా ! యీ దాసిపై నీ కలుకరా రాగామృతంబుగా
బలుకరా యెద పంజరపు నా చిలుక రారా చిలిపిమారా !
తరులు విన్నే పిలుచు చూతుమ గిరులు నీకై నిలిచి వేడుమ
ఝరులు విగ్నన మఱుకులాడుమ ధరయె నీ స్వాగతముఁ బాడుమ
తరుల నీ మందరతఁ గంటిని గిరుల నీ సుస్థిరతఁ గంటిని
ఝరులలో నీ కరుణఁ గంటిని ధర క్షమాగుణపరతఁ గంటిని
ఆది మధ్యాంతరహితుడవని యాకసమ్ము ముఖమునవె వింటిని
అన్నియును నీవె యనుకొంటిని యవ్యయుని ని గ్గనకయుంటిని
దొంగ ! నీవే దాగియుండ నెఱుంగ బ్రహ్మతరమ్ము గాదుర

కలికి మాపులఁ గామితము లిడు కల్పవృక్షము పూలు బూయగ
చిలిపినవ్వుల సొగసు మరగని చేష్టలై మధుమధల గురియగ

రారా! నవలావణ్య మదనాకార! సుమసుకుమారసుందర
నీరదాభశరీర! నందకిశోర! శిఖిపింఛావచూడా!
నమ్ము నా దైవమ్మ యీ రూపమ్ము యౌవనమెల్ల నీదే
సొమ్మురా! నిను విడిచి యీ జీవమ్ము నమ్మగు నిది నిజమ్మర
మ్రొక్కెదను నా దిక్కు నీవే యెక్కడికిఁ బోయెదవు వద్దన
చక్కదనముల మూట రతిసుఖసౌరభపుఁ బూదోఁట రారా.

తనువు తనువుం బెనఁగి ప్రణయోద్యానవల్లిక లల్లుకొనఁగాఁ
గనులు కనులం గలిసి మనసానసల నీనెడి మల్లియలుగా
నురము నురమునఁ గదిపి హృదయ మ్మొక్కటే యను మాటఁ జాటఁగ
నధర మధర మ్మొఱసి యద్వైతానుభవ వల్లకుల మీటఁగ
మక్కువల యానందడోలిక లెక్క మైమఱపెక్క మత్తిలి
చొక్కుదమురా సోలుదమురా సుఖజలధిలోఁ దేలుదమురా.

పొరలు తరఁగలఁ గూడియాడెడి పూలపై విహరించుదమురా
పూలతావులఁ దేలు చల్లని గాలియై దివి నేలుదమురా
గాలితాఁకుల కరగి కురిసెడి నీలిమబ్బయి వ్రాలుదము న
న్నేలు నిటురా వేల రాధాలోల! కనక సుచేల మృగమద
ఫాల! స్మితదృగ్జాల! ధృతవనమాల! నా గోపాల కొమమిదె
జోహారో ప్రియ! జోహారో సఖ! జోహారులు వేజోహారుల్
తత్తక్కిట తక్కిట కిడతక ధిద్దిక్కిట ధిక్కిట కిడతక
తొంగిడతక నంగిట కిడతక తతతధిగిణత
తతతధిగిణత
తతతధిగిణత 289

ఉ. చేతులు సాగ వ్రాల్గనులు చేర్పడ మండిత నావులించు నా
కూతముతో నొడల్ విఱుచుకొంచు సరోజభరోత్కటమ్ము నా
త్మేతర వస్తువాహమటు లెయ్యెడనో పడవేయఁ ద్రోయు నాఁ
గోఁతవడు న్వడిం మొదలు గొట్టఁ జలించు లతాంగనాగతిన్. 290

చ. వలవల యేడ్చు నా దెసట వచ్చు సబద్ధము రాఁడటం చెదోఁ
దలఁచుచు నెందొ చూచుఁ గనుదమ్ముల రెప్పలు వేయఁ దూర్చి బి
ట్టులుకుఁ బయోజభార పృథులోరము కంపమునంద దోఁచదే
'చెలియ! యిఁకేమి సేయవలెఁ జెప్పవదేమొ' యనున్ మినున్ గనుం. 291

తే. 'అమ్మ! రేపు వత్తువటంచు నమ్మ బల్కి మొగము ముందుఁ జేర్చినను జూచి మోవపోతి
వెన్నినాళ్ళాయెనే యిఁక దేఁగి' యనుచు మక్కువై ప్రేలి విడి మౌనముద్రఁ బూను.

క. నవ్వు కరాంగుళు లాఁగ నటనవ్యపు తర్జని మడఁచి స్వప్రియ విరహో
ద్భావ్యపడినెంచు మహాకావ్యము లల్లును విషాదకంఠి మునుంగున్. 293

సీ. బటిబటిం బటతెంచు బాష్పస్రవంతిలో దిగజారు మంచి ముత్తెముల పేరు
గాద్గద్య పంక్తి క్షిప్త కంఠస్వనమ్ములో దరిదట్టి పొరలు దుఃఖరవ ఝరులు
రాగార్త బింబాధర స్పందనమ్ములోఁ జిపగాలిఁ గదలు కెంజిగురు గుదులు
రోమాంచ సముపేత కోమలాంగకములఁ బ్రభవించు బరువైన పద్మలతలు

గీ. కనెడి దంతయు నాపయి తనను దామ మఱచియాడుచు నెంతొ యున్మాదదశను
పక్తియును శోత్రిత తానెమై పదరుకొనుట నదరు ప్రేమగీతాంత్యస్వరాలపనము. 294

ఉ. ఎప్పటి మందియో సుమధురేరిత వేణు సుధాతరంగముల్
వచ్చుచు మన్నయట్టు లటువైపు శ్రుతిం బచరించి ప్రాణముల్
వచ్చినయట్లు తోనె స్మితవై థరి లేచి యదేదిశఁ గన్నుల్
విచ్చి కరమ్ము మాటుగొని వేసుడు నట్టిలు గాంచు కాంక్షమై. 295

తే. అదిగో : చెలి యిది యమునా తటాంచలమ్ము నుండి వచ్చెడి నవి చంత నొక ఘటమ్ము
నమరిచికొని నీటఁబవి రాయంచ నడల వెడలి యద్దరిఁ బాదు గోవిందు గాంచి. 296

తే. గాయక శిరోమణీ ! పికాగ్రణీ ! విశాల విమల యమునాతరంగిణీ వీచికలను
బంపు సందేశరూపక ప్రణయగీతి రాగవేగమ్ము నకు గుండె లాఁగలేవు. 297

తే. కొమ్మతావులఁ గోయిల కూయుఁగాని యా యెవారుల రాగమ్ము తీయఁబోదు
కొమ్మకోయిల విరహ దుఃఖమ్ము యమున యేఱులై ప్రవహించు మునుదెటు తరించు.

తే. కొమ్మ రాగము కరపల్లవమ్ము మాఁపెఁ గోయిలం గల రాగమ్ము గొంతు విప్పె
నవ్యతంత్రియా కొమ్మ తా నరుగలేమి సిగ్గువిడి కోయిలయె తాను జేరవచ్చె. 299

తే. యమున నీటికై యాఘట మ్మరుగు వెంబడి నీను రాగామృతమ్ముతో నిండిపోయె
దీని మోయఁగా నేను నాలోన లేను వత్తువే దీని నెత్తనో వన్నెకాఁడ! 300

తే. వాడు మోహాంధకార పూర్ణ హృదయుండు కరఁగి నల్లని యమునయై యువకులాడు
దీవఁబడి కొట్టుకొనిపోవు దీని నేను నీవెకావె యుద్ధరింపజేయ్య వావ మనఘ! 301

తే. ఇది యతడు విని ముదమంది యవలియొడ్డుఁ జేరవచ్చిన ట్లాతని చెంత కరిగి
రంగురావుల గాంచి యారాత్రి తోఁతెతో యెద్దనో పొందియిచ్చిన ట్లూహసేయు. 302

సీ. 'ఎటుపెక్కె గనుట విడురలేక యెవతెను గూడియో' యనఁగాదు 'వేఁడి' యనుచు
'గంట్లౌనర్చెను మీదు కమ్మవాతెఱకు నేచెలి' యనఁ 'గాదిది చలి' కటంచుఁ
[illegible] యనఁ [illegible] గాదు గాలికి కనుచు
[illegible] దిలకు మనుచు

తే. 'యాహి మాధవ' యనుచు నీర్ష్యమెయిఁ బాడి ప్రాణయుతోషాగ్నికీలమై పెనఁగులాడు
'అయి ప్రియే చారుశీలే!' యటంచుఁ గూడి కాంత గంగాప్రవాహమై సాగి పేడు. 303

తే. రమణి! నీయెదఁ బొంగారు సుమమనోజ్ఞ హేమకలశ విచిత్ర పేశల సుధలు
రమ్యమధురస మధుర నారింగరుచులఁ దైవఁ గొసరెడు గోస్తనీ ఫలములవి. 304

క. హరి ముగ్ధవధూ నికరే రమణి విలాసిని విలసతి తత్కేళిపరే
పరిరంభణ చుంబన వర సురతవినోదే యటంచు సుదతి నటించెన్. 305

సీ. చికిలి చూపులలోన శృంగారరసవల్లి పూలుపూయుచుఁ దోరణాలు గట్ట
చిలిపి లేనవ్వులఁ జెలువంపు వాహిని వెలబాలు లేతవెన్నెలల నలుక
కలికి భ్రూనర్తన స్లలితలావణ్యభ్రమలు వింద్రధనువుల ముగ్గువేర్చ
కులుకు గ్రీవాభంగముల సారె కొయ్యారముల వాఁక కంబు మంగళములీన

తే. నాతికలకంఠ రుతము సన్నాయిఁ బాడ లజ్జ తెరపటమగుచు విలాసమెసఁగ
బ్రణయ సితదృక్ప్రభలు తలఁబ్రాలుపోయ నారి నృపతి మనమ్ము లగ్నమ్మునేర్చె. 306

తే. మేల్కడాని క్రొమ్మించు నెమ్మేనితోడ సలకళామహోదధి పీఁడులాడు వట్టి
వెలఁదిఁ గని మెచ్చి ముత్యాలవృష్టి గురిసెఁ జెక్కులం జుక్కలై ధారా చెమటచిమెను.

చ. తిలకము మోమునం జెదరఁ దీవ్రత ముక్కుపుటమ్ము లుబ్బి లో
వెలికి మితాధికమ్ములయి వేగిఁగుగవచ్చుచుఁ బోవు నూర్పుగా
ర్పుల బిగియంతయున్ వదలి పొల్పెడి తమ్ములపాకు తీవయై
సొలసిన మేనితో వటిటు సోలెడి నెన్నడు మొప్ప నిల్చినన్. 308

తే. ఆమె పరసాక్షినయ చేష్ట లాన్నృపాలు తమవు మఱపించి విశ్వేప్సితువిఁ జేసెర్పె
నామె చలదపాంగ వీక్షణాతిశయము నృపతి గని తెప్పవడని యనిమిషుఁ డయ్యె. 309

క. మెఱయుచు నుండెఁ గన్నుల వరవిమ[illegible] పెన్కొఁ జూపి యాడిన యా వి
త్తరి బొమ్మచేష్ట లామెను గుఱించి మనమంతు నెంతో కొనియాడె విభుల్. 310

శా. 'అమ్మో! ఎక్కడి కంఠ్లవంటువగు నీయందాత రూప మ్మహో!
బొమ్మఁ దీర్చినయట్టు లున్నవి కనుల్ ముక్కు న్నొగం బద్దిరా!
సొమ్ముల్ దిద్దఁగ నావయస్సున కిటుల్ జోడయ్యె ఫీఠ్యంగముల్!
సమ్మానార్హవు నీవ యౌవనమ [illegible] స్థానాధివాసశ్రియన్ 311

క. కుదురైన సఖి మనోహర వదనము కుందనము కరఁగి పడి యచ్చునంతే
ర్పాదవం బోఁతం బోసికొ! ముద్రిత [illegible] 312

ఉ. అచ్చెర మచ్చరంబు హితమార్పఁగఁ జూచెడి యామెఁ గాంచి వె
క్కచ్చిగ చీఁకుబూను మొనగాఁడు [illegible]

మెచ్చుమ నెందునన్ వయసువచ్చిన క్రొత్తదినమ్ము లివ్వి యీ
విచ్చెడి తమ్మిమొగ్గ తొలివిందున కే యళి పెట్టిపుట్టెనో ? 313

ఉ. ముద్దియ పోగకన్నెవకు మోహనరాగ కళా విలాసముల్
దిద్దెడి గీరు కాటుకల దిక్కులయి తాళము వేయు రెప్ప లా
విద్దవు క్రింది కందెరల వీలిమ లద్దెడి చిందు కాటుకన్
పెద్దన ముద్దువచ్చెడివి వారిజనేత్రి మొగమ్ము దీవితో. 314

ఉ. జోక వయోవిలాస తమశోభలఁ గాంచి వసింపనెంచి లేఁ
తాకులతో వసంతకళ నందు రసాలకిశోర మంచు పుం
స్కోకిల కొమ్మ మాటుగొని కూసెఁ 'గుహూ' యని గాత్రికిన్నరన్
పీఁక పవర్చికాక చెవి విందిడునే యిటు లన్యగీతికల్. 315

క. లలన విటు తలఁచి మెచ్చుమ 'బలే బలే' యనుచుఁ 'గష్టపడి నేర్చె నహో !
యిలుగట్టెఁ గళ లిచట' నని పలుకు నృపతితోడ వృద్ధభామిని యనియెన్. 316

క. 'దేవ ! నృపగిరి రాజ్యరమావల్లభ ! విశ్వవిజయ మార్తాండ ! కళా
భావజ ! సర్వజ్ఞ ! పుంభావ సరస్వతి ! జోహారు నరసింగనృపా. 317

క. వాకూఁతురు గొప్పలు నే చేరువిడఁగూడ దైన నేమో స్వామీ !
మీకారుణ్యము నాకిటు వాకువిడెడి నా మనవి నవధరింపవలెన్. 318

గీ. ఏకపీంద్రుఁ గాంచినను మాయింటఁ బిలిచి సింగభూపాల సముఖ విశేష మడిగి
యేగవలె నని యొకతెపో విరుచునుండెఁ దను కబద్ధ మీనుడి మాయెదకు విజమ్ము. 319

గీ. తాము చెడి ప్రపంచమ్మునంతయును జెఱచు ఘోరతర జారవృత్తినిఁ బాఱఁద్రోలి
పరిణయములాడి సత్కీర్తిఁ బడయుఁ డనుచు పానిజాతిం బ్రబోధమ్ము సల్పునదులు.

క. పలుకు' నన వెలువ తనమది వలపు త్రిపా జలధి మగ్నభావ్కరతఁ గొనగా
చెలిపెమ చాలిఁక యెక్కువ పలుకకు మని జననిఁ గినిసి పలికి నృపాలున్. 321

క. విజవచన రూపరేఖాంబుజ సుందరనేత్రి కుముదముల రాజకర
వ్రజ మలమక ముఖవికసనము జరుగు వెట్లనెడి భావముల వీక్షించెన్. 322

క. అంతట శ్రీనాథుఁడు తత్కాంతను వీక్షించి యామె కన్నులలోనన్
గంతులిడెడి యాశయముల పొంతవు వాక్యముల నిట్లు సూచించెఁ దమిన్. 323

ఉ. 'వారవెలంతలందు నిటువంటి సుబుద్ధియు సత్యవర్తనల్
పేరున కేరి యొద్దఁ గనిపింప విల వ్వడఁ బోసి చూడ నీ
వారిజనేత్రి పుట్టువు కవశ్యముగా నొక కౌశికుం డెవో
దారినిఁ దప్పి వచ్చి యిటఁ దా వ్రతభంగము నొందఁగావలెన్. 324

తే. ఈ నటన బుద్ధిగఱపెడి మానవులకు సీమె నాట్యాభినయకళ లీ స్వరూప
మేకమై యెంతవానికి నెదఁ జెఱచెడి నొకయుఁ దధికారిమై లిగ వృధుపవలెను". 225

చ. అనుటయుఁ బేఁడు రాగ దరహాస మనోజ్ఞ కటాక్ష పూర్ణ దృ
ష్టి ససిత షట్పదమ్ముల నిచించి పొలంతి ముఖాబ్జసీమ వ్రా
ల్చినఁ గని మోసులెత్తు నునుసిగ్గున చిత్తరి వ్రాయఁ జూపులం
దన తల వంచె నుమ్ములిడెఁ దన్నిప వృష్టశికా శిరోజముల్. 326

క. పదయౌవన ముఖికింపఁగ నదయఁట గంధము తలల సదుమఁగ దొరి ప
య్యెద నదగెడి చనుగవగతి ముదిత త్రిపాదప్రణయహతుల మస్తొసుకాశన. 327

చ. నిజగళసీమ నాయకమణి ప్రథితో సగియాడు మౌక్తిక
స్రజమును గేలఁ గిల్చి తన సన్నిధి కాయమఁ జేరఁ బిల్చె నీ
రజభవుఁ డా సరస్వతి కరగ్రహణమ్మొనరించు పట్లఁ గం
రజలజమందుఁ దాఁ విడుటంబలె నామె గళమ్మునం దిడెన్. 328

తే. జేఁడు భోగినిన్ సతిగాఁ బరిగ్రహించె నచటి సభ రాజు రసికత నాత్మ మెచ్చె
నపుడు శ్రీనాథకవి తన యాశుధార వర్ణనమొనర్చె వారి దాంపత్య ఓట్లు. 329

క. 'వరవర్ణిని యీ సుందరి కర మరయ సుధాకరుండు కాంతుఁడు కళలం
దిరువురి సరసపు గలయికఁ బరఁగెను రాగమన సహజపద్ధతి గాదే.' 330

క. అన విని కవి పోతన యావనిత జనవితోడ రాత్రి వల్కిన నీతుల్
మునువచ్చిమూర్తి గొనెనని యనుకొని జయదేవకృతుల నాత్మఁదలచుచున్. 331

సీ. కర్ణశుక్తి స్నిగ్ధ గర్భాశయాలనే కవిత పండించె ముక్తాఫలాలఁ
బద్మావతీ పాదపద్మలాస్యము కెద్ది రచియించె శృంగార రసపరస్పు
కామేక్షు కోదండ కాండాలఁ దీయని పదవిడె నెద్ది స్వప్రణయ ముదల
సలలిత గోస్తని ఫల గుచ్ఛమ్ములఁ జిలికె నెయ్యది సుధాశీకరములఁ

గీ. జివర తలక్రింది తపముఁ జేసియును వెవవి రమ్యతర వాగ్విభావ రాధ యగుచు
గోపికానాథు ప్రణయమ్ము గుత్తగొనియె వట్టి జయదేవకవివాణి యజావిరాణి. 332

సీ. రసభావ జలధిలోఁ గొసరి మున్కలువేసి దరిముట్టి జాతిరత్నాలు దెచ్చు
భాషార్ణవ క్షీరభాండమ్ము గిలకొట్టి పదనవనీతముల్ పంచిపెట్టు
విహసర ఫలసార మెద చేఁపురాగ స్తన్యము జేసి కుడుపుఁ బ్రియాశి కడుపు
చెవి సోకినంతనె తవిలి చేతము విగ్గు రతపాద మంజీర రవళి వేయు

గీ సత్కవీ ! జయదేవ ! విశ్వమ్ము నీదు మధుర మంజుల కావ్యకుమారి మహిత
పూజ్యపదముల వరనప్రబద్ధ ముగ్ధనముమన పద్మాల విడుకొని నడుపు నెపుడు. 333

తే. చేతములకుఁ జక్కిలిగింతఁ జేయ నీదు వాణి పలికి మాధవు క్వణద్వేణురవము
యుల్లములు కోమల రసాల పల్లవములుగాగఁ బలికించు విశ్వజగద్వితతికి. 334

తే. ఆట్టి శ్రీకృష్ణ ప్రేమామృతాంబునిధిని ననుభవించఁగాఁ దా నోఁచికొనినదేమొ
గీతగోవింద గాన కోకిలము గాగ నవని పద్మావతియె యిట్టు లవతరించు. 335

తే. జోగమంబ్లలోపల నీమె పుట్టవలసినదియెకాదు శ్రీహరిభక్తి నటన యందుఁ
దాఁ గరఁగి మెప్పి మెప్పించె నక్కనరుల వ్రాయ దండకమగు నీమె వర్తనమని. 336

క. ఆమకొని పోతన గంటమ్మును గొని యా నెలఁత సుగుణపుంజమ్ముల నా
యనుపమ సౌందర్యమ్మును ఘనవిద్యాపాటవమ్ము కనులన్ మెఱయన్. 337

ఉ. ముద్దులు మూటగట్టు పదముల్ జతగూర్చి సుధారసమ్ములో
నద్ది కవాని క్రొమ్మెఱుఁగు టద్దములో నవభావ పైఖరుల్
దిద్ది యలంకృతుల్ కొనలు దీరిచి పూచి ఫలించి వచ్చి తా
వద్దననేని పైకొనఁగ వ్రాసెను భోగిని దండకమ్మొగిన్. 338

శా. పాడ న్వ్రాసిన దండకమ్మది సభాభాగమ్మునన్ మంత్రిమై
మేదాగోదము వేయుచు న్దొనఁగులే యాశించి యార్యాళులై
పీఠంబెట్టు నఖర్వగర్వమతులౌ విజ్ఞాఖ్య భూతాళి నా
టాడించెన్ చెవిఁబట్టి చెప్పినటు విందంచు న్విరాలాపగన్. 339

ఉ. భోగిని చేరి పొత్తు కవిపోతన వ్రాసిన కావ్యమా మహా
భాగున కంకితమ్మయి సభాముఖమం దుపహార మిచ్చె నీ
త్యాగధనుల్ కవీశు నవతారము లేఖకకార్యమందుఁ దా
మేగరు రిక్తహస్తముల నీ మరియాదలు జాతినైజముల్. 340

క. అనవుఁడు నృపుఁ డా సత్కవిఁ గనుఁగొని తద్రచిత మధుర కావ్యామృతమున్
గొనకొని వీనులఁ గ్రోలియుఁ దన కంకితమిడుట నిటు కృతజ్ఞతఁ దెలుపున్. 341

సీ. ప్రకృతికాంతా స్వరూపంపు సొంపులఁ దీర్చి దిద్ద నే యెద నిల్వుటద్దమయ్యె
మాటలతోనె బ్రహ్మాండమ్ము సృష్టింపఁగల మొనగాఁడెవని గంట మరయఁ
దామ మాఱక యనంతస్వరూపాల్ జూపఁగల్గునే హస్తలాఘవపు జవము
తన వాక్కు లోకమంతయుఁ దలఁ దాల్పఁగాఁ బలుకుబడిం గల్గి వెలయు నెవఁడు.

గీ. మధుర విజ్ఞానజలధిలో మనెడి రత్నసంతతులె వాని హృదయకోశమ్ము సొమ్ము
శాశ్వతాక్షర సామ్రాజ్యసంస్థ కతఁడు నిర్మకుట సార్వభౌముఁడై నెగడు సుకవి. 342

తే. అట్టి కవిరాజు సత్కృతినంది యిప్పు డమరుడైతి నే నెన్ని పుణ్యాల ఫలమొ
సత్కృతిని గొని సత్కృతి సలుపనెంతు చంద్రికను మాలపోఁగమ చంద మొప్ప. 343

వ. అని వేనూటపదాఱులఁ బసిఁడి పళ్ళెంబునఁ బోయించి పై
వనుఁ గాశ్మీరు పసిండిశాలువును విన్నాణంబుగా నుంచి చం
దన తాంబూల సుమస్రగంచిత సుగంధద్రవ్య సందోహముఁ
గొని యాస్థాన కవీంద్రసంతతికిఁ గస్తుట్టన్ నృపాలుం డనుఁ. 344

చ. 'మఱఁగఁగఁజేసె నో కవికుమారక ! తావక భావపూర్ణవా
గ్విరచిత దండకంబు చెవి విందిడి మందిడిన ట్లిమ త్త్రపై
పరగెను దాన మత్ప్రియయటాగిని బోగిని దాఁగి సత్కవీ
శ్వర రసవాక్ప్రపంచ వివిధానము నాశమెఱుంగ జెయ్యెదఁ. 345

శా. వేయిన్నూటపదాఱులన్న నొక విల్వే నీకు నో పోతనా
ర్యా ! యాస్థానకవీంద్ర సంతతికి నీవధ్యక్షత న్వెల్గఁగా
నీ యుద్యానము లీ గజాశ్వవిభవం బీరాజ హర్మ్యాంచిత
శ్రీ యాత్మీయధనాళి సన్నువలె నిన్ సేవించు నశ్రాంతముఁ.' 346

ఉ. చందన చర్చతో నృప ప్రసన్నమృదూక్తుల చర్చవేసి గె
ల్పొందఁ గవీంద్రు మానసమహోర్మిపయిం బయికీర్తి, పక్షమం
దందము చిందులాడ సుమహాసము లా కవిరాజు మానసా
నందపుఁ గాళ్ళ బందమిడి నర్మిలి నాఁప మహీపుఁ డంతటఁ. 347

ఉ. శాలువ కేలఁ బూని కవిచంద్రుని గప్పి బహూకరింపఁ బో
'నేల యివన్ని నాకు లభియించెను మీ మృదువాణి పెద్దా నేఁ
జాల భవత్కవీంద్రపరిషద్గురుపీఠి నలంకరింపఁ జాల్
చాలు' నటంచుఁ బోతనయె క్ష్మాపతి కేలుప బట్టి యిట్లనుఁ. 348

ఆ. 'ఈ కవీంద్రు జన్మ మీశ్వరునికె దక్క నొరుల కెప్డు చేతులొగ్గి యడుగ
దాఁడుబిడ్డ దేహ మమ్ముకతినునట్లు కృతుల నమ్ముకొనుటె బ్రతుకుతెరువు ? 349

సీ. ఒరుల రాజ్యాన మే ముండువారముగాము ఏలగాఁ బదములు చాలగలవు
ఒకరి ప్రభుత్వాన నొదిఁగియుండము మేము గురు లఘు గణ పాలకులముగాన
అన్నవస్త్రాలకై యాచింప మెందొరుఁ నవరసామృత భోజనమిడఁగలము
అర్థార్జనమ్మకై యర్థింప మొరుల సకల విధార్థాలంకృతు లిడఁగలము
గీ. స్వీయ తాళపత్రకుటీర సీమలందు నఖిల భూతకోటికి సమరాశ్రయమిడి
శాశ్వతము బ్రోచు సత్కవీశ్వరుల మేము దైన్యమునఁ బడియుండ మితర గృహాల. 350

తే. వికచ చంపకోత్పల వనవీథులందు మత్తకోకిలములు బాడు మధురగతుల
నాటవెలఁదులు మా యొద్ద నాడుచుండ్రు సంచరింతుము మత్తేభసమితిపైన.' 351

క. ఇటులనె పోతన కవివరు డటఁగల చంపకముల గుంపె యవియఁగ స్వైర
ప్రటముల(గేలికి 'ఛీ! నీ విటపుకె యొక్కఁడవె'యని స్తుతించెను సఖికుల్. 351

ఉ. వెంటనె పార్థివుండు కవిపీడని ధీరత గాంచి నవ్వి 'మీ
వంటి కవీంద్రు లిమ్మహి నెవారును లేరిక మీరె గుత్తగా
గొంటిరి సత్కవిత్వ రసికుండరిత సత్కుల ధర్మకీర్తుల
న్వింటిని కటికాటిస మిమీ ఘన శేఘన మీరె వాటికిన్.' 353

క. అవి పరిపక్వాతిర్వ్యాప్తి ప్రమమున బాహ్యము పుట్టి పురిటి ముగియించి కపీం
ద్రుని శ్రీనాథునిఁ జోరవ నినిచె నిజారామవసతి కాదరమొప్పన్. 354

క. వారు నృపాలవినిర్మిత సౌరతర సుఖాన్నపాన శయనాదిక స
త్కారముఁ గొని సాయం సంచారమ్మును సలుప వనిని జరియింతుర్తి లటున్. 355

మ. హసదబ్జాంత మనోజ్ఞ పుష్పయుత దివ్యారామ సీమాంతర
స్థ సరోపాంత సితద్యుతి స్ఫటిక భాస్వచ్చంద్రకాంతోపల
ప్రస్ఫుతాహ్లాదవిలాస కుట్టిమ శిలాభాగమ్ములం బోతనా
ఖ్య సనాథుండయి పన్మశోభఁ గనులారం గాంచె శ్రీనాథుఁడున్. 356

చ. లలిత లతాంతపోడుగణలక్షిత సుందరకుంద పుష్ప గం
ధిలకరణాళయై మొనఁగు ధీరసమీర కుమారు స్వాగత
మ్ములఁ గొని కూర్మి నూర్మిచయపోతములన్ నటియించు ప్రపూత శీ
తల పవమానదోలికలఁ దన్పుచుఁ బాదెటి జోలల వ్విసున్. 357

చ. కిలకిల నవ్వుపూలఁ బరికించుచుఁ జే వికసించు మోములన్
గలరవ భావగీతికల గానమొనర్చు శకుంత జాతి గం
తులఁ గని వాట్యమాడు మదితో నలనల్లన గాలిఁమూలఁ దీ
వలఁ దిలకించి యూరు తిమవల్లి కలన్ గవిరాజు లుండఁగన్. 358

ఉ. అందొక పిప్పలీతరు పరాగ్రపుటాయతలమ్మునందు లే
కిందువు లార్ద్రపించుచువు మొలమ్ముల విప్పి కలస్వనంబులన్
సందడి సేయు మాతృ ఖగకారిక మేతను నోట వెట్టు క
న్విందిడు దృశ్యమొందు కవిపీఠుఁడు పోతనఁ గాంచి యిట్లనున్. 359

గీ. 'ఈ పులుంగు పిమంగు లాయెల లోనంగు జనని కేమి ప్రత్యుపకృతి నలుపఁగలవు
ప్రతిఫలముఁ గోరకయె మాతృపతగి పీవి నేల సేవించునో యాత్మ వేమి దెలియు. 360

సీ. చెమట ముత్తెముల రాశిం బోసినవె కాక ప్రభువు సన్నిధులు సేవకున కగును
దన జీవనమ్మంత ధారవోసినఁ గాక భార్యాప్రియుడు వృక్షఫలము లమరు

వింవారగింపుల నెందుఁ జేసినఁ గాక సత్యదేవత ప్రియగన్నులునను
హృదయాబ్జముం దమిన్ బదముల నిడ గాక శ్రీహరి కాలి వ్యాపిస్తిఁ జిక్కు

గీ. కన నహేతుక ప్రేమ గంగాభవాని మాతృమానస స్వర్గధామమ్ము నుండి
త్రైన హిమాలయ శిఖరమూర్ధముల దాఁటి తడిపి నను లోఁతుమూలత్వ ముదముగ. 361

సీ. స్వప్రియార్ధ సర్వస్వమ్ము వెలపిచ్చి నను గొంచు గర్భమున నిడి దాచి
తన పుత్త్రుఁ దనిపించుకొనుట కింతకు నాడుతనువు కై రక్తమ్ము ధారవోసి
యదలు నెక్కడనొ గర్భాంచోకమధ్య నాతని రాయంత నదఁ జరించి
క్రొత్తచుట్టము ననుకొనుచు నల్పాహారములఁ దన్ను దుడుల కోర్కులవి కడిచి

గీ. తివిరి దశమాసముల దశేంద్రియ విశిష్టమైహికాముష్మికాముభవాతియోగ్య
మైన యీమేను తనదు గర్భాంతరమునఁ దీర్చి యిడు తల్లిఋణ మీ గు తెరుపఁగలదె ?

ఉ. బమ్మనుగన్న గర్భమ్మదుపద్మము విష్ణువు గూర్కు పాలసం
ద్రమ్మను దుద్రి నెత్తికొని రంజిల జేయు హిమాద్రి మాతృవ
క్షమ్మను నందనోపవన కల్పిత పుష్పఫలాదికమ్ములై
యమ్మను మించు దైవ మిలయందు ఘటెందును లేదు లేదనున్. 363

ఉ. తొమ్మిదిమాసముల్ మమతతో మత మోసియుఁ గాంచి యీఁగనున్
నమ్మక కంటఁ గన్నిడుచు నశ్మాలకంగొని యంతవింతగా
నెమ్మది పెంపుఁజేసి యల నిద్దురఁగోరిన నేవి నాదు పే
మమ్ముకు నవ్వుచున్ దృణసమమ్ముగఁ బ్రాణములిత్తు వేననున్. 364

చ. కలకలలాడు నానగు మొగమ్మున మొగ్గలు విచ్చు గేకలం
గలరుతి పేయఁ గోయిలదుగల్ మృదులాస్యమొనర్పఁ గాళ్ల పే
ఱులు నగి కాంచి యుగ్గనుచుఁ దొట్టియ చిల్కకు దారమిచ్చు నా
తొలిగురువైన తల్లికిద దోసిట నిండవు మూఁడులోకముల్. 365

సీ. నాతల్లి మేల్జవ్వనంపుఁ గ్రొంజిగిచాయ చిగిరించె నా కాలుపేతులందు
నాయమ్మ హృదయప్రియసూనవాసనల్ ఫలియించె నా ముద్దులొలుకు మేన
నాయంబ సత్ప్రియానయనకోరకములు వికసించు నా నవ్వు మొకముల్లో
నామాత రూపలతామంజుబింబముల్ దాఁగురింతాడు నా తనువులోనఁ

గీ. తల్లి సరసవాఙ్మధురగీతములయందు నాదు కలదుతమ్ముల మోహనస్వరాలు
జనని రాయంచనడల లాస్యముల నాదు తప్పటడుగుల లయలాదివాళగతులు. 366

తే. నాదు జీవనసరసి యున్నంతవఱకు మాతకమృతమ్ములకు నాదు మాటలేదు
నాకెదేని రోగవుప్పిద రోఁత నాపె వసుమొగముచలమ్ముగిదకు గ్రాహియమ్మువట్టు. 467

తే. నేను జేసిన దామె కింతేని లేదు ఆమె చేయని మేలొక్కటైన లేదు
ఆమె రక్తాల పీల్చితి నాఁకలియని యన్నమున్నీళ్ళనదు నన్నుగన్న నాపె.' 368

క. అనుకొనెడి పోతనార్యుని వెనుక నెవరో నడచినట్లు వినఁబడె తోడ్తో
వెనుదిరిగి చూచె నక్కడి మనుజుం డొక డేగుఁదెంచె మది శంకింపన్. 369

క. ఉత్తర మొకటేలం గొని తత్తఱమున వచ్చి యచటి దౌవారికుఁడున్
దత్తావధానులగు కవిసత్తములను గాంచి వినతిసల్పి యిటుపలెన్. 370

మ. ఒక వార్తాహరుఁ డేఁగుదెంచి భవదీయోదంతమున్ బృచ్ఛ సే
సి కడున్ వేగ మొసంగుఁడంచు నిదె యిచ్చెన్ లేఖ నొక్కండు తా
మె కటాక్షించుఁ డటంచుఁ గైనిడి సమున్మూర్ధస్థ బద్ధాంజలి
ప్రకటత్వాజిఫలప్రక్రిక్షిప్తుఁడయి నిల్వంగాంచి శ్రీనాథుఁడున్. 371

తే. అతఁ డొసఁగిన యాజాబు నంది చేలఁ ద్వరగ విప్పి తా నిటు పఠింపందొడంగె
'వనజుఁ జిరజీవిఁ బోతన నగ్రజుండు మంగళాశీస్సులిడి వ్రాయు మాటిది యన. 372

తే. పదిదినము లేఁగినవి జ్వరబాధతోడ నమ్మగారికి నోట నీరైన నఁబోదు
కలవరించును రేయింబగళ్లు నిన్ను కనులఁజూపు చిక్కుట చాల కష్టమెనుమి. 373

తే. కావున జాబుఁగన్న తత్క్షణము నీవు బయలుదేఱు మాలస్య మింతయునలుపక'
యనుచు నీలేఖ విట్లు విన్నంతలోనె యశ్రుశతముల్ గ్రుంగెఁ బోతన్న కపుఁడు. 374

తే. వనముఁ గల దట్టి పోతనతనువుఁ గలదు పూలఁ గనరావు వినరావు పుల్గు రొదలు
సంక్షుభిత జీవనాంచితసరసియందు లోకబింబము లుండియు లుప్తములగు. 375

తే. తనదు నవ్వు వెన్నెలలలో దళదళలనుఁ గళలనీనుచు శోభగాఁ గానుపించుఁ
దనదు కన్నీటిజలధుల దళదళలను మునిఁగి కనరావు పద్మశయమ్ము మూగినట్లు. 376

క. మున్నున్న వంతనము తాఁ గన్నీటంగడుగఁబడుటఁ గళ లుడిగె మొగం
బన్నము నీళ్ళన కాతఁడు విన్నదివిన్నట్లు లేచి వెడలఁదొడంగన్. 377

శా. శ్రీనాథుండుమఁ బోతనార్యుఁ గని యుర్వీనాథు సాన్నిధ్యమం
దే నీవార్త వచించి సత్వరము నీ వేగన్ జవాశ్వోల్లస
ద్యానమ్మొం దనకూల మొందునటులన్ యత్నింతునంచు న్నృపున్
గాసంజోయెను పోతరాజు వల దక్షంబంచు వారించినన్. 378

చ. చనివత్సరమ్ములో మగుడఁ బయ్యనఁ దా నరుదెంచె నాతఁడ
వ్వనికి నృపుం డొసర్చిన యవజ్ఞమఁ జెప్పకచెప్పు చిన్నవో
యిన మొగమొప్పఁ బోతనయు నేమటుగాంచె దహో ఫలించెనే
పని యన వచ్చునట్టివని వాకిటఁదీఱె నటంచుఁ బల్కుచున్. 379

క. సిరినాథుఁడు దుష్కరగతి నెటి పద్యమ్ములఁ జెకల్పి విస్ఫురవాక్పటిన్
వరపాలుఁడు పోతనకవివరుఁ గూర్చి వచించినట్లు వాక్రుచ్చె నిటుల్. 380

మ. అరుగంబోను కవీంద్రచంద్రులకు మాయల్ పెంజ లేపాటి వ
క్షరసర్వార్థవిధాత లాఢ్యకవితా సామ్రాజ్య మత్తేభముల్
కలవే వారికి భుక్తియుక్తినిడు శ్రీ కామారికే దక్క యె
క్కలికై వారు కరంబు సాచుదురె రిక్తక్ష్మాపతి శ్రేణికిన్. 381

చ. అరయఁగ భోజరాజ మదిపై భువి రాల్చు ఫలమ్ము లెంతయున్
సరసములై పసగ్రాసగు స్వాదురుచుల్ జిలికింప సద్దితాఁ
బరుషపు గాలి రాల్చిన యపక్వఫలమ్ము లభక్షణార్హమై
కొఱికి త్యజింపఁగాఁబడుచుఁ గూర్చు నతృప్తి నెడంద నెందునున్. 382

చ. అనుచు వచించి మౌన పరిహాస విభాసితుఁడై నృపుండు న
వ్వనె నని పల్కి శ్యాలకునిఁ గన్గొని పోతన పీతిహోత్రుఁడై
చనుమనినార లెవ్వ రిటు చల్లని వార్తను నాదుపాలికిం
గొని చనుదెంతువంచు ననుకొన్న దెవారని మాఱుపల్కుటల్. 383

చ. అరుణ సరోజరాజిఁ బరిహాస మొనర్చెడి నేత్రసీమలన్
మెఱపెను వీరభార్గవి తృణీకృత విశ్వవిభూతి వైభవ
స్ఫురణఁ దలిర్చు స్వేచ్ఛ మినుఁ జూచెడి గుర్వభిమానకేతువుం
గరమునఁ బూని జేని పృథుగర్వమతిన్ గదలించుకో యనన్. 384

క. అంతటఁ బోతనయును భూకాంతుని యవమతిని శివుఁడు గరళమ్మనటు
ల్వింతగతి మ్రింగి చింతాక్రాంత స్వాంతమున జననిఁ గనఁబోవుతఱిన్. 385

గీ. అపుడు శ్రీనాథుఁడునుఁ బోతనార్యు నమప మూర్వెలికి వచ్చి యింక నేమందునమట
వెదురులం గ్రొత్తకుండలు నెదురువచ్చె నైన నోరాడదయ్యెఁ బోతన్న నాఁడు. 386

క. ఆ వెదురుకట్ల గఱువులతో వెంచెడి నెవని బ్రదుకు తుదిదినముల దా
నే విగతాత్ముఁడు చితిపైఁ బోవఁగ నిచ్చెనల వైవఁ బొరపెడిగెనొకో. 387

క. ఈ మాత్ర రిక్తపుట మే మానవ జీవన పిపాస మవల విన్నతపో
రావనము గలిగి యీగతిఁ దా నెదురయ్యె ననుకొను నెదం బోతనయున్. 388

సీ. ఆ నిశా విధిలేక యాఁగె నొక్కెడఁ గాని తల్లికై మనమందుఁ దల్లడిల్లెఁ
గ్రిందఁ దాఁ బడుకొనుఁ గ్రిందపైచిరాయేమొ నా తల్లి పని యెదం గోఁతవడును
కనుమూసికొను నిల్లి కనుమూసి నా తల్లి మరణించునో యని మదిఁ దలంచుఁ
దెలవారు నెప్పుడని చలిమంటఁ గాగుచుఁ దరి మరలఁబడిన విధమ్ము నెంచు

సీ. పచ్చినప్పుడు కడు పెద్ద వల్లులెన్నొ చెక్కులం గట్టుకొని వ్రాలు చెక్కరణిని
జనుపడుకు బ్రాజుమునుండునో చనునో కిదకుఁ గండ్లఁ జూచు భాగ్యమ్మేని కలదొ యనుచు.

కం. ఒక దెస తన మనమును జనని కలఁత విడి పుండు సేయ నృపతి తనయెడన్
బ్రకటించిన యవమతి హృచ్ఛకలమ్ముల శరములను జల్లుచునుండన్. 390

క. ఛేద మ్మొకయెడఁ గోరికొన్నావ మ్మొకపక్రిక్క రేగి మానసమందున్
బాదుల గుచ్చఁగ నొక్కొక పాదమ్మును బైచు చిట్లు భావించుకొనున్. 391

ఉ. 'పొత్తున కావఁజెంది చని క్షుద్రనృపాలురఁ జేరి వారి యు
న్మత్త ప్రలాప గాన మహిమమ్ముల పందిని నందిఁ జేయగా
నెత్తినఁ బెట్టికొం చిదియె విక్కుమటంచును బ్రక్క తాళముల్
గొత్తయి తక్కుఁదోమ్మనుచుఁ దొత్తువలె న్నయవేయు బొప్పునే? 392

ఉ. చిత్తము స్వామి యంచునొకఁ జేతులు పూర్వ సువాసినిం బలె
న్నొత్తులఁ జేసఁగా విటుని వశ్యునిఁ జేసెడి వేశ్యయట్లు కిం
చిత్తయిన స్మనమ్మునకుఁ జెందని కృత్రిమహాస దీప్తులన్
బత్తెపు పెత్తనమ్ములకు బంగరు మంగళహార తిత్తునే? 393

చ. మనుజన సన్నుతించి చను మఖ్యుఁడవా యను నొక్క యద్దు వె
న్క విడిన పీవు పట్టికొనుఁగాని జముండ వటంచుఁ దిట్టుఁ బ్రి
క్క సవచినంత నాసమముగాఁ జన నడ్డుఁడవాడు వే యనుం
గన నెటువోయిన నృపుడె క్ష్మాపతి పల్లెరుకాయ చాప్పునన్.' 394

వ. అని యీ గతి భావించుకొనుచు. 395

ఉ. ఆమిత కోసగాఁగ నెట వాఁగర గాలియు పేఁగుఁ జెంచి వే
గ్రామము బొచ్చి మార్గమునఁ గాంచినవారినిఁ బల్కరింప నిం
తేమి విసంగపోనా యని యింటికి వేరుగ నేఁగ నెప్పటి
ట్లామెయు వచ్చి కాళులకునైన జలమ్మిడదాయె భర్తకున్. 396

ఉ. ఏమనకుండఁ గాంచి చని రింత మొగమ్మయి లోనికింటివా
రా మహపీయు మాపపమునం బొక గుందువదేల గుభాలునన్
శ్రీ మహితాఢ్యమౌ గృహము చీఁకటివడ్డటు చిన్నవోయి యే
లామలొ దాఁపురించినటు బావురుమం చగుపించె నెల్లెడన్. 397

తే. పచ్చివట్టి పోదరుని దిష్టమ్ము చూచి మారువల్కక కన్నుల నీరు నించె
వాత్రిముని వేట యెట్లుండెనని యడిగిన విన్నవే పోయినది యనె చిన్నవోయి. 398

ఉ. 'అఁ' యనుచుఁ జా వివర్ణవదనాక్షుల నశ్రుల గ్రమ్మఁ 'బోతన
మ్మా!' యని ఖేద గద్గద మహార్తి నెంతయుఁ బాపె, దిష్వరా
జో యసమానధైర్య మెదఁ బొప్పఁగ సోదరు నాఁడె పల్కె న
ద్దీయది విన్న ప్రాణమదె యేఁగును శైవయి నయ్యగారికిన్ 399

క. అనవుఁడు పోతన యలికికి తన చెవిఁ బెడఁ గేసరాజా 'తల్లీ!' యని పి
తనయుఁడు వచ్చెను లక్ష్మీ! తనరమ్మని పెద్దపెట్టుగా నేడ్చె పొరన్. 400

తే. గర్జ విన్నంత గుండె వ్రక్కలయిపోయెఁ గట్టతెగిన యేఁగుచు దుఃఖమ్ము పొరలె
వెంటనే పోతన మహార్తి వెడలి తండ్రిపైనఁ బడి యేడ్చెఁ దిప్పన వశము దప్పె. 401

గీ॥ తల్లి కొడుకా యనుచు తల్లడిల్లిపోయె నాకు భుజమిడవచ్చితే నాయన! యని
తండ్రి తలఁ జాదుకొనియాడ్చెఁ దనయుఁ డేడ్చె తెలివిఁ దప్పెను కేసన విలపె నేడ్పు. 402

గీ॥ అపు డనుజుఁగాంచి యగ్రజుం డాగుమయ్య. యెవ్వెట్లో జేయుచుంటె తా నట్టె కండ్ల
చీకటులుగ్రమ్మె మై జల్లు చెమటవోసె నపుడ పోతన పెగడి కేసనగాంచె 403

ఉ. అంతనె చంటిబిడ్డవలె హా కొడుకాయని కేసనార్యుఁడున్
జింతిలు పోతనార్యు తొడఁజేర్చి తలన్నిమురంటి బాసుకొం
చంత మెరుంగనట్టి సొద నాగినగుండియ నాత్మఁ బాసి. దుః
ఖాంతపు నాటకంబొకటి యాడెను తాన ప్రధానపాత్రయై. 404

గీ॥ ఒక్కపరి ఘొల్లుమనె నిల్లు దిక్కుమొగము తో నిలిచె భార్యయుగళమ్ము దుఃఖజలధి
మంచువలె గడ్డకట్టి స్తంభనముజెందె నింద మునిగినఁ బలియింక మండగలదె. 405

గీ॥ ముందునేనన నేనె ముమ్ముందనుచును పంతమాడుకొన్నట్టులు పయనమైరి
బాపురే యెంత పుణ్యదంపతులు వీర లనుచు గుంపులై ప్రజ కొనియాడె వారి. 406

గీ॥ ఎంతటి యదృష్టవతికి తా నీవిధముగ వచ్చు వైదువమరణమ్ము వసుధలోన
పోయె పసుపు కుంకుమలాల పూర్ణకళల లక్కుమాంబ యవిరి యూరి లలనలెల్ల. 407

క. కాదిది సమయమ్మనుచును ఖేదము నావలకు ద్రోసి కించిత్తయినన్
వైదికవిధి దప్పక దహనాదిక్రియ లాచరించిరా సోదరులున్. 408

గీ॥ వత్సరములోన గ్రహణపర్వంబు వచ్చి పప్పుదేగి గోదావరియందు గల్పి
పితరుల ఋణవిముక్తి గావింపవెంచి వారి యస్థికలన్నదని పరచిరంత. 409

వ. తిప్పనార్యుండు పితరుల వియోగానంతరము కొంత కాలమ్మునకె జనకునకు కన్యాదానఫల ప్రాప్తికినై తన పెంపుడు చెలియలి వైవాహిక క్రియా కలాపంబు లాచరించెనయ్యెడ.

ఆశ్వాసాంతము

కం. పావనముని జీవనముఖ సేవన ప్రజతార్తి హరణ శీలావన సు
గ్రీవాదిని రక్షణచణ పావక సమపత్త్రిభావ భవమృదుగాత్రా.

ఉ. వికచనవాంబుజాక్షవర విస్ఫురితనేత్ర విశాల! విస్ఫుర
న్మకురకపోల! రాజనిభమోహనఫాల! దయాలవాల! సు
ప్రకటిత మందహాసముఖ భాసురమౌక్తికమాల! శ్రీహరీ!
యకలుషశీల! వార్ధిమదహారక మార్గణజాల! రాఘవా!

పాలాశదళవృత్తము

మదనసుమ విశిఖసమ మధురతమనేత్రా! కదనతలదనుజఖల గళవిదళపత్రా!
సదయ! విధుహృదయస్పృభుజలద మృదుగాత్రా! త్రిదశనుత పదముని గదిత నిజచరిత్రా!

గద్యము

శ్రీమద్భరద్వాజగోత్ర పవిత్రాపస్తంబసూత్ర, ప్రథిత సూరిజనమిత్ర, బక్కయ్యశాస్త్రిపుత్ర
వాగేశ్వరీ సమాపాదిత, వైదేహీవర నివేదిత సరసకవితావిలాస, సహజ
పాండిత్యభాస, వరకవి విధేయ, 'వరదార్య' నామధేయ ప్రణీతం
బైన పోతన చరిత్రమను మహాప్రబంధమ్మునందు
చతుర్థాశ్వాసము.

శ్రీ ర స్తు.

శ్రీ వాగీశ్వర్యై నమః

రామ సాక్షాత్కారము - లేఖినీ ప్రదానము

“ రామశ్చంద్ర భృతా మహామ్ ”

శ్రీ రామా ! గుణ రూప ల
తా రామా ! దైత్య హృత మహాసాధ్వీ సీ
తా రామా విరహానల
నారాచవిక్షతమనోమ ! నైగమధామా ! 1

తే. భవదమూల్య సందర్శన భాగ్యయుతము భక్తిభావ సంభరితము ప్రాజ్ఞమతము
కరుణరస కథామృతము సత్కవి చరితము చిత్తగింపవె రామ ప్రసిద్ధనామ. 2

తే. ఆర్యుఁ డగ్రజాతుండు తిప్పన్న వెంట రాఁగఁ బోతన సోమోపరాగవేళ
గంగఁ గ్రుంకి తీర్థ శ్రాద్ధగతుల నెఱపఁ జనుచు ముందొక గ్రామమున్ గనుమఁ బల్కె.

సీ. “సస్వర వేదఘోషలు శ్రుతింబడు విద్ది చతురాస్య వాస్థాన సదనమేమొ
షట్ఛాస్త్ర సంవాద చాతురి యొప్పారు విది శారదాదేవి సదనమేమొ
హవనాగ్నిహోత్ర ధూమావృతం బయ్యెది బలి యజ్ఞవాటికా ప్రాంతమేమొ
షడ్రస పక్వాన్న సౌరభావృత మిద్ది నల భీమ వృష్ఠుల భవనములేమొ

తే. చేతనా చేతనముల వీక్షింప నిచట శ్రౌతమో స్మార్తమో జ్యోతిషమ్మొ సాంగ
మంత్ర పాఠమ్మొ పఠియింప మహితగతిని గూటమైనట్లు దోఁచు నివ్వీట నాము. 4

ఉ. అందు గోష్పదోపరి విహారములొప్పుచు రాజహంసికా
జాలము పుష్పితాగ్రికల సస్వన మాలపనం బొసఁగ్చుటల్
శాలలపై శుకప్రతతి సామము బాడుటయున్ బదాబ్జ పీ
పాలు ద్విజాళి విస్మితుల సార్థకమున్ బొనరించు నవ్వియున్." 5

క. అపుడయుఁ దిప్పవార్యుఁడు పిజావరజుం గని పల్కెఁ "నీ పురం
బును దగ మంత్రికూట మనఁ బొల్పెనలారు ద్విజాగ్రహారమై
ఘనతర వేదశాస్త్ర చయ కల్పక మున్స్వర సాహితీకళా
ధనదుల కాస్పదంబు ప్రథితమ్ముల సాంగపురాణ గాథలన్ 6

తే. వదరపము బాడు శ్లోకముల్ చదువ మీఱు షడ్రిసాన్విత పాఠముల్ చదువుల బట్ట
కటువ వేయుటలో సాటిగారె వారలనుమ నతిరెక్కెఁ రిచట బ్రాహ్మణ కులజులు. 7

సీ. వర పశ్చిమ చళుక్య వసుధాధినేత యా భూలోక మల్లని యేలుబడిని
పొలతి విక్రమ్యూమని పాలించె నిప్పీడు రాజధానిగ గుండరాజు తొల్లి
యా గుండ నృపుని రాజ్యలక్ష్మిఁ గావించెఁ గాకతి ప్రోలరాజ్యుఁడు దొరరి
యప్పట్టి దూవలి మదరగని యా ప్రోలు కాకతివంశ దివాకరుఁడు

తే. శ్రీ ప్రతాపరుద్రుఁ డమోఘ శీలధనుఁడు మజులఁ బొందించి వేదవాఙ్మయ విధాత
శాస్త్రనేత గోపాలకస్వామి యనఁగ పేరుగనిన విప్రున కగ్రహార మిడియె. 8

ఆ. మంత్రకూట వాసి మల్లికార్జున సూరి సకల శాస్త్రవాది సత్యవేది
యాత్మతత్త్వమోది యాచార్యుఁ డయ్యెను వర ప్రతాపరుద్ర ధరణి పతికి. 9

క. నెట్టన నై లేక్షుమునకుఁ గట్టించెను దేవళమ్ము గణపతి దేవుం
డట్టులె తన కీర్తి తోఁబుట్టిన శీలాద్రి యనఁగ బొనరిచె సరసిన్ 10

చ. అని వినుతించుచుఁ బుర వరాలయ శోభల నెంతొ వింతగా
గనుచును విప్రరాజు తమకమ్మునఁ దమ్ముని తోడఁ గూడి పే
ఱని ఘన గాంగవారి ఓట పద్మవిధాపితుఁడైన గౌతమీ
కుని గని మ్రొక్కి కారుకృత సుందర మందిర శోభ లెంచుచున్. 11

చ. తులు వన సేఁగు వెన్నదలఁ దూఁగు హోరంగు తుటంగలింపఁగా
శిలలను పుంచి స్థాణువుల శీర్షమునన్ ధరియించి మించు పే
రలర సృజించి భక్తిభవ హారిణిగాఁ జరియించు గౌతమీ
జలమునుఁ గాంచి మ్రొక్కి తలఁ జల్లకొనెన్ గురుభక్తి యొప్పఁగన్. 12

ఉ. గౌతమిఁ గ్రుంకి మాతృపితృ కాయము లమ్మల గంగఁ గల్పి వే
పైతృకకార్యములన్ ప్రథిత పార్వణ పద్ధతి సల్పి భూసుర

వ్రాతము నిష్టభోజ్యరస భక్ష్యపదార్థ పవిత్రపాత్ర వి
స్ఫీతధనాళిఁ దన్పి పితృ శేషముఁ గన్ భుజియించి భక్తిమై. 13

క. ఆ సోదరులును భర్తాయామములు వీక్షింపఁగా నెంతొ నలువ యందున్
భాసుర వృక్షచ్ఛాయావాస మ్మొనరించి నంపె వరె నిమ్మోదలన్. 14

క. మందానిలతతి శీతల చందన సుస్పర్శమయి పిప హాయం
సంధ్యావందన కాలమ్మని తట మందొక యెడఁ గూడుమంచె ననుజ ప్రదానున్. 15

వ. అంతఁ గపివరుండు గౌతమిం గని, సంధ్యారాగరంజితంబులగు తత్పరిసరంబుల సౌందర్యంబుల నిట్లు వర్ణింపం దొడంగె. 16

సీ. సంధ్యాతపాగ్నిలో జారయూపగిరమ్ము కరగిపోయిన యట్టు లమగు జలము
జలపూరములలోనఁ దలక్రిందుగాఁ దపో విధిఁ బూని దీపించు వృక్షరాజి
వృక్షబింబమ్ములన్ విరిదోల లూఁగెడి యువిలార్భకులతోడ నావు సవిత
సవితృబింబమునకు సరసంపుగతి దాఁగుచుండె నేర్పైడి లహరీ ప్రతతియుఁ

తే. బొదల నుదక నారాయణు పదము లాంతరంగ మన విభవుల నుత్సంగమున
పైనఁ గల మిన్ను నడుగునఁ బడఁగు మన్ను గూడ నొకపారి కిలోవఁ జూపితేను. 17

శా. గంగా భంగ తరంగ సంగత తటత్కాంచమ్ములం దూఁగి ప్రో
త్తుంగానీల కళావిలాసి మహిభృద్ధుర్గమ్ములం దాఁగి రం
గుం గొట్టాల వసంతముల్ జిలుకు నర్కాంచా పటీ యోషమై
సింగారించిన వెల్లకోక మెఱయన్ శ్రీయామినీరాగాంకమై. 18

సీ. ఇసుకదిబ్బల సద్దు లేర్పడ గుసగుస వ్యాదుచు నెడనెడ నదరి దూకి
జలముఁపైఁ దేలి మిలమిల లాడుచు నెగయు మీనుల మొక్కుల గఱచికొని
తేపకు నీటిలో దేహమ్ముల మ్ముంచివచ్చి యాకల వెల్ల విచ్చియార్చి
తుంగగుంపుల మధ్య దూరి నెమ్మదిగాని పొదుగును పిటునటు పొరలి లేచి

తే. బారులుగ నొక్కపెట్టునఁ బైకెగయుచు తెక్కలాడించు చొకమణి పక్కపాటి
అర్ధవలయాకృతిం బంతు లరుగతుల ఖగములు స్తంభ తోరణాల్ గట్టె దివిని. 19

శా. పాటలా బిళుల తోరణమ్మిటు పలో బాగాన గోదావరీ
నీరాంతః ప్రతిబింబితమ్మయి, చల న్నీలాబ్ద శైలోల్లస
ద్వారుణ్యాశ సువర్ణశోభ లపరాంభఃపూర భంగాకృతిన్
కీరం బల్లొరయంగ నెండపొడ వర్తించున్ ద్రుమాగ్రమ్ములన్. 20

తే. తత్ప్రకృతిశోభలకు దృష్టి దగులుకుండ నొక భరద్వాజమును మీఁదినుండి త్రిప్పి
వెంటనే నిశాయువనిక వేసి దాచి జగతి మూరింపఁ జవిరేదా సాంధ్యకళలు. 21

కం. ఏలయూనము వీగి కల మీవలి యొద్దన పదికిబాలి బంధించుమఁ జేఁ
పలుబ్బలు మెలి వేసలన్ వల మూఁషునఁగ్రాల జై స్తవనతుల కేఁగెఁ 22

క. అని సంధ్యాగోళకఁ గవి మనమున నానందవార్ధి మగ్నుండై తూ
ర్పున నపుడే పొడిచిన చక్కని పార్వణ చంద్రుఁగాంచి కవి యిటులెంచున్. 23

తే. పద్మసంభవుడిదివి ప్రాంచ కావ్యపుందముల రాశియయ్యె దోషా ప్తిగనుట
దాని నొక కళానిధి సన్నిధానమందునుంచ సవరించు నవ సోముఁ డొప్పుదివిన్. 24

తే ఓషధీనాథ సంస్పర్శమైయిమి కతన నలరి సాత్త్వికభావోదయమును గాంచఁ
దెమ్మగిలె మోము లనఁగ ది కొమ్మగమియు కాంత హిమబిందు సందోహ కలితమగును.

ఆ. సిందుపడిన చంద్రబింబ గాంచి సంద్రమ్ము పొంగి నింగిసంటి పొరలు నంట
కన్నబిడ్డ పెంచ కన్నారి పెల్లుప్పి సంతసింప నట్టి జనకుఁ డెవఁడు. 28

సీ. కడు మన్నిలంచైన మండలంబు నే ప్రొద్దు నెంత కన్నెఱుఁగనీకుండ సాదు
నెవరి కిందెట్టుంటినవా యంచు నెడనెడఁగావిరి బొట్టు మొగానఁ బెట్టు
పొలారు దూపుల నగలు రాతిరి యేమిపోఁకునో యని మబ్బుకోక గప్పు
నొకడున్న మహారాజనారా చెల యిలఁదని చుక్కబాలికలను జోదానర్చు

తే. జేస లేకొక్క రామున పత్నీకరునకు నందముల కుప్పచందప్పయద్ది యేమొ
నాగ్గి నాగ్గి నాకలకున నవసితెవ్వలఁ గొమను మొనమొన్ననే తేరుకొనె నొకింత. 27

తే. శిలయన గలంగు పిలిని నవ్వులను వలచి వెన్నెల ఫులుంగు పిచ్చిదౌ పిన్ననాఁడె
గుడిసలో పంగమ మొనర్చు జెఱఁగియుంది కూలి తలదాల్చె ధనికుని సూచుఁడనియె 28

తే. అక్కయా కమలాలయ యాదిలక్ష్మి యనుజుఁ డరుగుదెంచెడి నని నంత నామె
తలుపు లిడికొని యింటిలోపలికిఁబోవు నెద కళంక పంకిలమని యెఱిఁగెనేమొ. 29

తే. పిమి పాపమొ యేచేట వితఁడు తాను పరవి ఛాయాగ్రహముఖాలఁ జచ్చిపుట్టు
కంధి 'మా రాజు' చల్లని కడుపుబలమొ బ్రాహ్మణుల గంగయొద్దు తపఃఫలమ్మొ. 30

తే. ఆరయఁబుట్టు కళావిధియైన నేమి యాత్మకృత పాప ఫలితమ్ము లనుభవింప
వలసియే యుండుఁగాదె యెవ్వరికినైన నమచు స్వకృతిసింహావలోకవ మొనర్చె. 31

ఉ. ద్వాదశహాయనంబులు తపంబొనరించియు బ్రహ్మచర్య వి
చ్ఛేద మొనర్పుటల్ తపము సిద్ధిని గాంచదు, రామచంద్రు శ్రీ
పాద సరోజదర్శన విభాగ్యము జిక్కనె భ్రష్ట ధర్మ సం
పాదికి పుత్రియ ప్రియవిమాదికి వస్థిర సౌఖ్యమేదికిన్. 32

ఉ. పండిత జన్మమిచ్చి రసభావ మనోహర కావ్యసత్కళా
పండితుగా నొనర్చు నిను మాధవునిన్ వినుతించి ముక్తినై
యుండక నే సుధర్మ విడిచి యుష్మ మరన్గొని పట్టు భోగిపీ
దండక మల్లి రాజ్యమదదర్పిన కర్షణ పేసితిన్ దృశా । 33

క. బర్హిర్ముఖముఖ్యుల కంతర్హితుఁడవు నీవు నీదు దర్శనభాగ్యం
బర్హులకె లభ్యమఁట నీ వర్హతుక కృపను గంగ నీకుఁ గనితే. 34

ఉ. అట్టులెయైన గంగను మదంబను దాపర పత్క్రపాపురిన్
బిట్టుగ సన్నుతింతు మును పీటఁడి జేఁడుల వాక్కాంతలన్
బట్టువలెన్ నుతించు తటి పంకకళంకిత వాగ్విహార సం
ఘట్టన కాస్పదంబగు నపద్రిన నమ్మదిపూతమౌనటుల్.

తే. కొర్విష్వ యొనరించు మాదగు క్రొవ్విదముఁ గహుపునం దిడి కాయుపు కదలుకొనఁగ
జముని జంకెనలం బాపి సాకుదెవరె యంబ విసుమించు పల్లాయనంబువారు. 36

తే. అని తెనుఁగునాఁటి జాహ్నవి యనఁగ నొప్పు గౌతమీరామణీయక ఘనతలెల్ల
నాత్మదలపోసి యుత్సాహ మతిశయింపఁ దన్మహాత్మ్యంబు విబుల స్తోత్రమెమ్మ్మనర్చు. 37

క. హరి చరణ మజుఁడు గడిగిన హరుఁడౌ దలఁదాల్చి తాపమార్చికొనిన పెన్
వరదవఁట, భక్తకామిత వరదవగుట కేమిలోటు వరఘని గంగా । 38

తే. శ్రీశు పదసరోజమ్మంటి చిఱుకు తేనె నీశు ప్కధు శిరోజములైన మెఱుపుతేంట్లు
తెచ్చి తెట్టెగా నిడికొనఁ బెరువరియయి కాఁచిపోసె భగీరథ ఘనతపోగ్ని. 39

తే రాకుమారియు మరి ముని రాట్కుమారి గాఁగ నవతరించుటలోనె కలదు వాసి
యనుచు భాగీరథిగ నొప్పు నమర నదియె గౌతమిగ జనించి ద్విజత్వ ఘనత గొనెనొ.

తే. లోక కల్యాణ కాంక్షవిలోలమైన యే మహాశక్తి కరఁగిన యెదవొ నీవు
మదిని బిడ్డలపై గల మమత చేఁప నరుగుదెంచువే జనని సత్యమువొ నీవు. 41

సీ. పొలుపారు సైకతమ్ముల పొత్తిలి రచించి సుందర దృశ్యము లందగించి
సహ్య పర్వతపంక్తి స్తనయుగ్మ మొనరించి చనుబాలు గాఁగ జీవనము బంచి
యెట్టి మాలిన్యమే సేవగింపు వడంచి మాతవై కడఁగి ప్రేమమ్ము బెంచి
యనఘులు వా వ్రజలని యభిమానించి హరుచకుఁ దలకెక్కువటు వచించి

తే. యడ్డమగు చెట్లు గుట్టల నాశ్రయించి హరిహరుల మందిరములకు శిరము వంచి
యాత్మజుల మీఁది యనురాగ మాలపించి మేలు యాచించెదో గౌతమీ వివంచి. 42

ఉ. కొమ్మ తమాలవిం గోమముఁ గూరిమి మీఱఁగ క్షీరపారవ
ర్షమ్ము లనేకముల్ గురిసి నత్కృపఁ జూపుట లాతఁ డొందు పా

యు న్మాధియుండి యజ్ఞుఁడు నిన్ను శరణ్యుఁ డశక్తుఁ డార్తుఁడై
యున్న యెడంద నేర్చుటయె యర్హత గాఁగల యట్టిఁ దౌదఁగా. 43

క. ఏ జీవుం డేనియుఁ దా నీ జీవనములను గ్రోలిక నిర్మలత నుదౌ
నే జీవనమైనను నది నీ జీవనగతులఁ గలియ నీవగు రీతిన్. 44

సీ. కలశపాథోరాశి క్రాఁగు పొంగున బ్రోసి యురికివచ్చిన పాల నురువు వేమొ
హర ఝుర్ఝరి కాలి విలయతాండవ కేళి వంతుబాడిన వీణె తంతి వేమొ
దురితాసురులఁ ద్రుంప శరపరంపర ముంచ నాట్యమాడెడి వీరనారి వేమొ
గాలితోఁ బందెమ్ము గట్టి మ్రోఁగ భృశమ్ము పగబట్టి చను త్రాఁచుపాము వేమొ

తే. కరఁగిపోసిన రజత పుంజమ్ము వేమొ యభ్రగతి వీడు విద్యుల్లతాంగి వేమొ
పవనహతిఁ దూలి పడుమల్లె పాగ వేమొ భూమిజన కల్పవల్లి ! గంగామతల్లి ! 45

తే. పతికిఁ బుట్టింట నున్నచోఁ బతి విరహము స్వామికుటి నున్నఁ బుట్టింటఁ జనెడి కాంక్ష
యమను నాపఁజొసినయట్లు లచటి కిచటి కేక రూపమ్ముతో నన్వయించి యుందొ. 46

సీ. ఉడ్డీయమాన కీర్త్యర్మి పంక్తుల తోడ వల చెమ్మ చెక్కుల నాడుచుండు
ధరలో వొంటొంటు నాఁకెడు మాఁకుల తోడఁ గోలాటమ్ము లాడుచుండు
నావర్తగతిలోని సూత్మ్ము దక్షిణా కృతులఁ గుమ్మరిసారె క్రీడ నుండు
పూరోపరి పటిము బుద్బుద శ్రేణితో వచ్చనగిల్లల నాడుచుండు

తే. తరుగిరుల దాఁగి, దాఁగురింతలను కోఁగి నాఁకలం గూడి గుజగుజ రేకులాడి
విరుల గుత్తుల వేణిలోఁ దురుముకొనుచు బాలకేళీవినోద సంపదల మనెదొ. 47

సీ. గగనంబులోని మేఘవ్రాత మీఁదాక నావల నీలోన నడువసాగు
పథమందు మెఱపొంద నక్షత్ర పంక్తులు మీనముల్ నీలోన మినుకులీను
మడుపీఠి పక్షులు ముల్ గడగడ మ్రుమంగ భేకలోకధ్వాన భేరి మ్రోఁగు
వినువీథిలో నింద్రధనువు బ్రకాశింప గైరికాదులు నీదు గతుల మెఱయు

తే. నంబరములోన శశిసూర్యు లందగింప విలస దబ్జముల్ నీలోన విరియుచుండు
స్వర్గమున్ హాసియించి విస్తరిలి నీవు పంగుపుణకుఁ బై వరుదెంచు గంగ నీవు. 48

సీ. వేదాళి కనుఱెప్ప వేయక కాపాడు మత్స్యావతార వంశదలు బొదల
నింద్రియమ్ముల నిగ్రహించు దివ్యామృతమ్మను భావ్యమను కూర్మతమవు దవర
నిమిష లంకిల ముష్టి వసుధగాఁ గోరపై వాదించు స్తబ్ధరోమాంగ మెసఁగఁ
బ్రహ్లాద వర్ధక వృత్తిక్రియా చరణల దరులందు నరుఁబోలు హరులు వాద

తే. వటువులన్ భార్గవ ద్విజవరులు వెల్గ రామదేవాలయాంచిత సీమనగుచు
విరత గోపాల సేవిత విలయవగుచు వర పురాణ భాగవత విస్ఫురణఁ గాంతు 49

ఉ. జీవన మాఱుతుండుటలు చిత్రగతి న్నిఁకయుం బవళ్ళు వి
ద్రావళతం జెలంగక పవిధావనముఁ బొనరించుచుండు జల్
పావనమైన యీ యమృత పానమొనర్చుచు నుంట లారయన్
నీ వొక దేవతాంశమని నిశ్చయమయ్యె నెడంద గౌతమీ! 50

చ. హరిపద కంజమంజుల నఖాగ్రిముఖమ్మునఁ బుట్టి పేర్మి శం
కరుని జటాకిరీట మణి కర్పురతుంజము పెట్టినట్టి శ్రీ
సురనది నీవు నిన్నమలఁ జూచినఁ దాఁకినఁ ద్రావినన్ వినన్
బరిపుర మానినన్ గరణ పంచకపాతక పంచకమ్ముఖున్. 51

ఉ. కొమ్మలు చామరమ్ము లిరుగోనల వీచుచుమండి పుష్పవ
ర్షమ్ములు గొట్ట, భూమి రుహసంతతు లిట్టటు నిల్చి యాతప
త్రమ్ములు బట్ట, రేఁబవలుఁ దార లుదారులు చంద్రసూర్యులున్
సొమ్ములు బెట్ట నంబరము సొంపుల చీరలు గట్ట రాణివై. 52

ఉ. నెమ్మది నేఁగుదెంచెదఁట నీదు పదమ్ముల పేతసమ్ము శీ
ర్షమ్మును వంచి పాహి యని రక్షణవేడ ద్విజాళి స్తోత్రపా
ఠమ్ములు బాడఁ బార్శ్వగతటమ్ము లనారత మామహల్య మా
ర్గమ్ముల జాడఁ జూపఁ ద్రిజగజ్జనముల్ గొనియాడ గౌతమీ! 53

ఉ. అక్షయరూపినంచు పఠమద్దు నగేంద్ర మదేభకుంభ హ
ర్యక్షమవై మహోన్నతుఁడ నేనని యద్దము నిల్చు వమ్మహా
వృక్షమూలం బెకల్చి పడవేయగఁ గూలకుజానుహూల దు
ష్పృక్షము వెందునట్టి యపిపత్రిమవై పయనింతు గౌతమీ! 54

చ. హరుఁడు తలం ధరించికొని పట్టి పవిత్రవు, దండకాటవిన్
ధరణిజనుఁగా రఘూద్వహావిఁ దానము లార్చిన పూతగాత్రి వీ
దరుల వసించు నా జనపదమ్ముల పుణ్యము లేమి పూచెనో
తరుగిరి మత్స్య కచ్ఛప పతత్రిగణమ్ము లివేమి నోఁచెనో. 55

చ. తమివును గాల్చి యస్థికలు తావక వారిని వైవ వాని యా
త్మము గొనిపోవు కాలుఁడును ద్వత్పవశక్తిని గాంచి మిత్తిగాం
గనె తలవన్ని విల్చెనని కంపము నొందుచు నీమె జోలికిన్
జనవలదంచు విష్ణుపద సన్నిధి వానిని డించి వేజముఁగా. 56

ఉ. ముందుగతిన్ గమంగొనక మోహితులై పెను కాలవాహినిన్
పంపురుచున్న యీ యనమ పక్రి పథాంతరవర్తులన్ వ్యథా

క్రిందఁ బహుం కల్మషంబు లందితయానవి గల్గు గంగనే
నందుచు లేమి నష్టి డందియుఁగా నవపంకల వేల నీ కిటుల్. 57

శా. తీరస్థ ద్రుమ కోటరాంతర పతత్త్రివ్రాతముల్ స్వాదు నీ
వారప్రాశనముఁగా గొనక్షి తుష ముప్వారిన్ విసర్జించి సం
పాదముల్ స్వార్థతాపముల్ భవదుర సాత్త్వికంబునఁగా బోసి ష
డ్వ్యాకర్షమ్ము భవ్యమందు గొని శ్రోత్రియమ్మందుటఁగా దెల్పెడిన్. 58

తే. పరుల పాపమ్ముల పాపి గల్గినంత వఱకె యాపల నొకటగు నటంచు
భేద బోధము మాయా నోదక మగు విమలాద్వైత తత్త్వమ్ము విర్వచింతొ. 59

ఉ. నీ విటపంబు సజ్జగతి నిల్చెడి జంతువు మేననేని నీ
శీతల వాతపోర హ్యతశీకర మొక్కడు సోకజాయి త
త్పాతకపాప దుష్కృతప పంక విముక్తి ఘటించు గొంపు!
జ్యోతి యొకింత వెల్గ భువిఁ జుట్టు తిమిస్రము బాపుకై వడిఁగా. 60

చ. అరయ మరింపటావ గుణాయిత మైపలంబు కర్మసం
పద ఏభమ్మనంతయుగ జన్మజరామయ మృత్యుసార సా
గరమయి దాఁట నీవి గతిఁ గాఁజియవెట్టెడి నీ శరమ్ము శ్రీ
శరనిధి నా ఏమాద్వహారి శాతశరమ్ము బింకఁ జేయవే! 61

మ. భవదీయాపల కూలమృత్తికను దీవ్యత్ఫాల భాగమ్మునఁగా
నవరింపఁగా దిలకాకృతిఁగా భృకుటిలో సాక్షాత్కృతిన్ జెందు మా
ధవుఁ గంటిన్ బుషలందు విప్రుఁ డవి మధ్యానమ్ముకో నొక్కమా
ఏవలోకింపఁ గఁజేయవే భువనమాన్యా! ధన్య గోదావరీ! 62

తే. అనుట నవి యట్లె యని పచ్చనాకు దీసి శిరమునం బూన్చికొని బాసజేసి చెప్పు
ననఁగ వనగొమ్మ తానొక్క దంబుధారఁ జేరి కవి కగపించె నవ్వేళ నచట. 63

ఉ. అంతటఁ బోతరాజ్మణియు నయ్యపరాగము సోము సోఁకు టొ
క్కింత యెఱింగి దిన్నెగసి యేఁగెడు గంగ మునింగి లేచి త
త్ప్రాంత మనోజ్ఞపై కత వితర్దిక నొక్కెడ ధ్యానమగ్ను సు
స్వాంతరతిఁగా సుఖాసన విభాపితుఁడై శివభక్తి యొప్పఁగన్. 64

మ. కనె నంతర్ముఖుఁడై యతం డపుడు వీఁకన్ భ్రూకుటిన్ దృష్టివ
ర్తనముల్ సంధిలఁజేసి యీశ్వరునిలో దర్శింతునం చయ్యెడన్
గనె లోవప్సిఁయింపి యద్భుతము రాగద్వేష రూపమ్ములో
యవి మిశ్రస్థితి నాట్యముల్ సలుపు శాముశ్రీల వర్ణాదులన్. 65

ఉ. చందురు మోమునన్ సుకవిచందురు ముఖాంబుజ సీమ నొక్కఁడే
చందమునన్ రజస్సు తమ సమ్మనలోహిత కృష్ణపక్షముల్
సందడి గాఁగ వేడబము సల్పె స్వరూపము లోపమంద హా
పొందు పొగల్ రగుల్కొని సముజ్జ్వల కీలల వాఁడుకై పడెన్. 66

ఉ. ఎన్నఁడు దర్శనమ్మిడ విదేమి పరీక్ష యటంచుఁ దాను హా
తన్న మహార్తి పూర్ణహృదయాబ్జము వెన్నవలెన్ ద్రవింప వా
గ్గన్నుల నశ్రులొల్కఁ బులకల్ జనియింపఁగ మేన భక్తిమై
మిన్నులు గాంచి కేల్మోగిచి మేకొన [illegible] విశ్వనమ్మునన్. 67

మ. ఎదలోనన్ గృపలేదొ నీకు నటుగా రే భక్తిహీనుండనో
చదలన్ లేవొ రవీందుకాంతు లవి గాంచన్ నేనె యంధుండనో
యిది నీ లోపమొ నాదు పాపమొకొ సర్వేశా! విచారింప నా
మదికిన్ దోఁచ దిఁకేమి సేయుదును సన్మార్గంబు జూపింపవే! 68

చ. విసుగు జనించె నీ జగతి వేషము చర్విత చర్వణమ్మునన్
మెసవుట నిద్రవోవుట భ్రమించి రమించుట లాచరించుచున్
పసరము భంగి నీ విషయ పంచకభోగమె సేవ్యమంచు మా
నిసి ననిపించుకొందు నవి నింద్యునివోలె నటించి యీశ్వరా! 69

ఉ. గాత్రము కాచపాత్ర త్రుటికాలము నమ్మ వశమ్ముగాదహో!
చిత్రముగున్ ధనాశ యన ఛిద్రఘటమ్మటు నిండ దెన్నఁడున్
పుత్ర కళత్రముల్ వసులఁ బోయెడి దారిఁ గొంతదూరమున్
మాత్రమె వెంట వచ్చి తమ మార్గమునన్ జను పాంథులో ప్రభూ! 70

శా. ఈ బండారముఁ జూచుకొంచు హృదయం బేమో యహంకారమున్
దాఁ బూనున్ గదె వీధి నాటకపు పాత్రల్ రాత్రమున్ మాత్రమే
నే బంటున్ మహి సార్వభౌముఁడను నేనే యంచు వర్తించి రే
పే బిచ్చమ్మని వచ్చుకైవడి నిన్నున్ విశ్వేశ్వరుం గాంచకన్. 71

మ. పరు నిందం బొనరించి సద్యశము సంపాదింప యత్నించితిన్
బరు మోసం బొనరించి ద్రవ్యమును సంపాదింపఁగాఁ జూచితిన్
బరు హింసం బొనరించి యాత్మసుఖ సంపాదార్థినైతిన్ పరా
త్పరు విశ్వాత్మకు విశ్వరూపు నిను సంభావింప జాలన్ విభో! 72

ఉ. సంతత జన్మ మృత్యుభవసాగర మీఁదఁగ మానవత్వమే
యింతగు పోతరాజ మన వీనుల విందుగ నిందుఁ గావి దు

ద్రాంత దురంత దుఃఖఫలదాయి విషద్రుమమయ్యె జీవన
మ్మంతయు ధారవోయు కృషి యంతకు నంతకు బాధలిచ్చుటన్. 73

చ. భవతరణార్థమై తగు నుపాయముఁ జూపమి నాకు వ్యర్థమా
నవతను ధారణమ్మను దినమ్మతి దుర్భరమయ్యెడిన్ తనూ
భవుఁడె యగాధకూప విని పాతదశన్ మొరపెట్ట తండ్రియై
యెవఁ డదిగాంచి జాలిమివహించు నహీశనివాస భాసురా! 74

సీ. పద్మాక్ష దర్శన భాగ్యహీనములైన కన్ను లంధపరాటకములు గావె
జగదీశ సత్కథాశ్రవణ దూరంబైన శ్రుతులు కోటర బిలాకృతులు గావె
యచ్యుత గుణకీర్తనామృతం బానని నాలుక ప్రేతాగ్ని కీలగాదె
వనమాలి నిర్మాల్యవరగంధ మెఱుఁగని నాస యుమ్మెత కనుపాసిగాదె

తే. విష్ణు పదపద్మ సేవనా విరహితమగు కరము ధరమొల్చు నుప్పలికరముగాదె
పరమపదనాథ విషయ సద్భక్తిలేని మేను బడిశంపు టెర మ్రింగు మీనుగాదె 75

వ. అని యిట్లీశ్వర సందర్శన కుతూహలాయత్త చిత్తుండయి యార్తింగొని యున్నతఱి. 76

తే. రాహుకబళిత సోమోపరాగ వేళ శుద్ధుఁడయ్యె కళానిధి బుద్ధుఁడయ్యె
గౌతమీ నిర్మలోదక స్నాతుఁడగుచు సౌరిది విబుధుడు నంబర శుచి నొనర్చె. 77

మ. భసితస్నిగ్ధ పవిత్రలాంఛనల సత్ఫాలుండు రుద్రాక్ష దా
మన మాలంకృతచారువక్షుఁడవి కంపత్ కించి దున్మీలితా
క్షిపమాలోకిత నాసికాగ్రుఁడు సముగ్రీవా శిరఃకాయుఁ డు
ల్లసితాత్ముండుఁ బ్రశాంతచిత్తుఁ డగుచున్ లక్షించుచున్నంతలో 78

చ. ఒడసె సుషుమ్న ద్వంద్వ పవనోర్మికలందు లయించె నెంతయున్
గదలిక లేనివారివలె గాలిఁ జలింపని దీపె యట్టుగా
న్మదతమ వీడు బుద్ధి గతిమత్సరుఁడై గ్రసియించు రాహువున్
వదలిన సోముభాతి నమనస్కతనంది వెలింగెఁ జేతమున్. 79

ఉ. కోటి రవి ప్రభావటలి ఘూర్ణిలి క్షీరరసాబ్ధి పొంగ వే
కోటి పటత్త టిచ్ఛటలు గూడి తరంగతతుల్ పెనంగ ము
క్కోటి సుధాంశు చంద్రికలు గూలి కరంగి మరుంగు లెత్తఁ ద
త్కూటములోఁ గనెన్ మకవి కోమల నీలనవాంబుజాకృతుల్. 80

ఉ. ఆదివి నీలవర్ణము వరాగ్రిముఖమ్ముల శ్వేతకాంతి పు
ష్పోదరపీమ పాంధ్యశశ రొప్ప మనోజ్ఞ త్రివర్ణమిశ్ర వ

మ్మోదకరాంబు జన్వితయము స్తనుమందెను భాను తేజి ని
మ్మేదిని విట్టి తమ్మిలమి చిఱుగేసం దని యాత్మ నెంచపోలా. 81

ఉ. కోకనదద్యుతుల్ కమల కోమల పాదతలమ్ములై మనోజ్ఞ
శ్రీకరపుండరీక సురుచిప్రకరమ్ము నఖామల ప్రభా
నీకము లయ్యె నీల నలినీదళముల్ పదయుగ్మమయ్యె ముఖా
దూఁకెడి పాండుపత్రి రుచిదోఁచెను హాటకచేల రూపమున్. 82

సీ. పద్మరాగప్రభలఁ బరిహసింపఁగఁ జొచ్చె రమణీయమౌక్తికరాజి యనఁగ
రమణీయమౌక్తిక సముదయంబును బెంచె హరి నీలమణి కళావరణ మనఁగ
హరి నీలమణి కాంతి నపహసింపఁగవచ్చె హాటకధామ పటుచ్ఛట యనఁగ
హాటకచ్ఛాయల నవహేళన మొనర్చె మరకత శోభావిసర మనంగ

తే. శ్రీనివాసాంఘ్రియుగ సరసీరుహాంతవిలస దంగుళీ నఖసీమ తళుకులీను
గాంచ నాంబరాంచలమంటు కరము మెఱయఁ బూర్వకాయంబు విస్మితపూర్వకముగ. 83

తే. దర్పణ మొనర్చి పోతన తల్లి యొడి విస్తృతమాని తెండప పయోధరము వెదకు
చంటి బిడ్డని భంగిలోఁ గంటఁ జూచి యూర్ధ్వకాయది దృక్షువై యున్నయంత. 84

ఉ. ఆకసమంటి కూలెను సుమాంజలి వర్షము దివ్యగంధముల్
బ్రోఁకెను సామగానములు బర్వెను సర్వమనోజ్ఞ సమైక్యమై
శ్రీకరమై జగత్త్రియ వశీకరమై భువనైక సేవ్యమ
ప్రాకృత దివ్యమంగళ మపావన విగ్రహ శోభలేర్పడెన్. 85

సీ. నీరదశ్రేణులు నీలాలకము లయ్యె నఖిల దిఙ్మండలం బాస్యమయ్యెఁ
జంద్ర సూర్యులు మహచ్చక్షు యుగ్మంబయ్యె నవనిఁ యుండు ఘ్రాణాకృతిని ధరించె
నభయ సంధ్యారాగ మోష్ఠద్వయం బయ్యెఁ బలుతారకలు దంతపంక్తులయ్యె
నద్రికూటంబు లాయతభుజాంతరమయ్యె శిఖరముల్ వరకరస్థితి వహించె

తే. సింగిణులు మణికంకణశ్రీఁ జెలంగెఁ జంచలలు మత్తరీయంపుటంచులయ్యె
నూర్మియుక్త రత్నాకరం బుదరమయ్యె విశ్వరూపంబు హరిగ సేవించె సుకవి. 86

సీ. హాటకమణి కల్పితాలేఖ్య విలసిత మకరతోరణ నవ సన్మంటపాంత
వరతారకాగణ స్ఫురదంబరాయిత మణిదీప వృక్ష సంపద్వితాన
యనుపమ శిల్ప శోభాకీర్ణ నవరత్నభాసుర స్వర్ణసింహాసనాంక
మణిమంజరీ లంబమానాంచలోద్దీప్త ధర్మదండసితాతపత్త్రయుక్త

తే. స్వర్ణకృతగోపురాఢ్య రాజితసుకుడ్య మరకత స్తంభకూట సన్మణి కవాట
విద్రుమ ద్వారగేహాళి విస్తృతహీర వివిధరత్న సోపానయౌ భవనసీమ. 87

సీ. ఉదయదర్కాబ్జ బింబోద్దీప్త శైలాగ్రమున మణిమకుట ప్రభాత్తశీర్షు
సల్లాపస్మిత పటీంపాదుశాశిక యనఁ జంత కోదండ రాజత్కరాబ్జుఁ
బద్ధజాంబూనద స్థగిత పీలమ్మన శ్రీమత్పిశంగ కౌశేయ కాయు
సౌదామినీయుత జలనీరద మన నవని జాసహిత వామాంకభాగు

తే. స్ఫురదుడింకీర పంక్తితోఁ ద్రుఁదుమాన భంగతరంగ వ్యమహార్ణవ భాగ మనఁగ
లలితమౌక్తికదామ విలాస లాస్య చిత్రితవకీయుతోదర సీమ రాము. 88

ఉ. కాంచి నమస్కరించి యిరు గన్నుల సుందుఁ బ్రమోదబాష్పముల్
నించి శరీరమెల్లెడ జనించిన పుల్కల పారవశ్యతన్
ముంచి ప్రమోదడోలికల మీఁద వసించి మహానురక్తి సే
వించెను రాలు శ్రీలయి జపించెడి సుందర పాదపద్మముల్. 89

వ. ఇట్లు సేవించి శ్రీ విభున కభిముఖుండై కవివరుం డమందానంద కందళిత హృదయార
విందుండై యిట్లని స్తుతింపం దొడంగె. 90

ఉ. కంటిని నీ పదద్వయినిఁ గంటిని నీ మహనీయమూర్తి ము
క్కంటికి వేయికంట్ల తెర గంటికి నాల్గు మొగాల మేటికిన్
గంటికిఁ గానరాని నినుఁ గంటి మదక్షుల నేనె నమ్మ లే
కుంటిని జన్మ ధన్య మనుచుంటి భవ మ్మడుగంటె నచ్యుతా! 91

తే రమలో భక్తవాత్సల్యంపు గనులో తెలియ శ్రుతులో ప్రణవరూపమ్ములో శ్రుతులో తెలియ
ముఖమె భవ బంధముక్తిసమ్ముఖమొ తెలియ పదములేయౌనో యిహపరపదము లగునో.

హ. ఓహో! ఎక్కడి దివ్యతేజమిది యోహో! యేమి సౌందర్యమో
హో హో! యెంతటి సౌకుమార్యమిది యోహో! యెట్టి లావణ్యమో
మాహాత్మ్య మదృష్టపూర్వ మనుపమానోక్తి న్నిరూపింపఁగా
సాహిత్యంబు గలాదె వాణికి వసంత శ్రీముఖ శ్రేణికిన్. 93

ఉ. ఎవ్వని దివ్యరూపనిధి నెవ్వని సన్మహిమార్ణవావధిన్
రవ్వయు నవ్వరించి ముఖనాదిత వేద మెఱుంగ లేదొ నే
నెవ్వఁడ నిర్వచింప నపియించి భువిన్ దివి నంటఁ బోవఁగా
నవ్వదె లోక మెంతయును నాదగు సాహసచర్యకున్ హరీ! 94

సీ. కలజీవనం బేఁగ వెలయ బాతెరి నీలమేఘంబు నీదగు మెయికి నీడె?
పక్షకాలమునఁ గళాక్షయమ్మును బొందు కుముద బాంధవుఁ డీ ముఖమున కెనయె?
రవి యస్తమింపఁగాఁ దవిలి విదళించెడు కమలంబు నీ కన్నుగవకు జోడె?
పామరు నోటిలోఁ బడ దోషదుష్టమౌ శ్రీకార రూపమే చెవికి సరియె?

తే. సరసమగుటనా నీ కంటి చలువఁగనుటా శ్రుతిఁ విసరించుటో నీదు చూపుగుణనొ
యంతొ యింతొ పోలికనొందు నక్షత్రఁగనె లేనిమెక నీదు వాని పోలికలేవ! 95

తే. చందనాగరు ఘనసార సౌరభాబ్ధి మందరాకృతి మధియించు మదిచుచు బలి
బృందజాత సుధాంబు ఫేనేందువులగు చామరాహతి రవికేసు చలన మెసఁగె. 96.

తే. సరస సౌందర్య మార్దవ సౌకుమార్య సంపదకు నీ పదమ్ముల సాటిరాక
నీ చరణ పీఠికల కుతి నీతలాన యడఁగి క్రిందయి యోటమి నమ్మతించె. 97

ఉ. అందమునందు నీకు సరి యందను కంతుజయంతు లాదిగా
నందఱు సుందరుల్ బళిరె! యందఱు నీ కొనగోటికేవి ముక్కా
విందును నీడుచూపు కమవింద నొనర్చితి విప్పినాళ్ళ కే
మందును దృష్టిదాకి నగమందెదవో యనిపింతు రాఘవా! 98

ఉ. నడఘవి కెంపు లీను చరణమ్ము, రమాపణి వాట్యరంగమౌ
వెడఁదయురమ్ము, జామవుల వ్రేలు కరమ్మును, జూపు దోఁపుఁ జే
సెడి నగుమోము, సత్కృపలు చేఁపెడి కన్దావ లంచి సంత మా
పెడి నవిపించు నీ యొదలి చెల్వము విల్వల శ్రీనగ మ్మగుణా. 99

సీ. నీ పేర్విన భవాబ్ధి నీళ్ళు మ్రింగునదేల జలధి బంధన ఘట్టముల వినిమెనొ
యింద్రియ దశకమ్ము నీవనఁ దలవంచు దశముఖ విధ్వంస దశ నెఱిఁగెనొ
నీ పదమ్ములఁ గాంచి నెఱి జాతి గుండెయున్ గరఁగు గౌతమసతి కథల వినెనొ
విన్గాంచి హృదయమ్ము నిశ్చలస్థితి నొందుఁ బవనాత్మజుఁడు కట్టుపడు టెఱిఁగెనొ

తే. పది యధర్మంపు తలలేని పాడినప్పి చనని ధర్మంపు టొక తలన్ సమయవె యని
యేత దవతారమును దాల్చి క్ష్మాతలమున నాటకం బాడి ధర్మమ్ము జాటినావె. 100

తే. అదిగొ! మా తల్లి సీత నీ యంకసీమఁ గదలి యొకినొప్పు మేరు నగమ్ము కవటి
మెఱయుచున్నది చిఱునవ్వు పిరులు గురియ పరియె వరలాపతికి విరునత జగముల 101

తే. జనకుఁడే యాదిజననికి జనకుఁడయ్యె ధాత్రియే లోకమాతకు ధాత్రియయ్యె
నాథుఁడే మానినికి జగన్నాథుఁ డయ్యె వట్టి మా యమ్మ సీతమ్మ యంఘ్రిఁ గంటి. 102

మ. క్షమకుఁ బుత్రికవౌట యో జనని! యచ్చంబా గుణంబే కరం
బమరెన్ నీకును ద్రోహికాక మల బ్రహ్మాస్త్ర ప్రయోగ వ్యథా
క్రిమితాంగుండయి కావుకావుమని యార్వంగ జూడలేనో కృపా!
క్షమియింపందగుఁ గావుమంచవెడి యీ కాకం బుఁటుం చాడవే! 103

సీ. రత్నాకరం బదే రత్నపుష్పవికాన కనకలతామాతికా గృహమ్ము
పద్మమే సతి పాదపద్మ లావణ్యమునకై సౌందర్య రసకళా మందిరంబు

మారకుమారుఁడే మారమణీమణి గర్భశుక్తిస్థ ముక్తాఫలంబు
హరి యురమ్మే చారు హరిణాక్షి యా రమాకాంతామతల్లి యేకాంతగృహము

తే. ఆ మహాలక్ష్మి జనకు భాగ్యమ్ము పండి ధరణి దాఁచిన లిబ్బియై దొరకెనంట
యా మహానిధిఁ దా జగత్స్వామి కొవఁగి వినుత వైకుంఠపదమును గొనియెనంట. 104

మ. ఘన రత్నాకరగర్భ గహ్వరతటిన్ గాలించి సంపాదనం
బొనరించెన్ హరిమే యమూల్యమణి సత్యోత్సాహమే పార నా
జనపీ రత్నమునే హరించె ఖలుఁ డాస్యంబుల్ పదిన్ దాల్చి వే
సవియో గుండియ వెన్ని గావలెనొ యూహన్ సేయఁ దున్మాదుఁడై. 105

క. మగవారినె వలపించెడి మగవాఁడగు రామచంద్రు మది దోఁచిన బల్
మగువ వఁట తల్లివగు ఏ సొగసెన్న వశంబె తమ్మిచూలికి నైనన్. 106

తే. నీదు ప్రక్క నుండి నెగడుచుండుటఁ గాదె యంబ! రాముఁ డెంతో యందగాఁడు
మెఱుఁగులీను జాతి హరినీలమణి మేనిఁ బసిఁడి మసలిగాదె పసఁ జెలంగు. 107

క. అని మతిసేసెడి కవి దరి మనుజుఁడు జనుదెంచి లోకమాన్య కవివరా!
విను శ్రీరామ నృపాలుఁడు గొనిరమ్మనె నంచు నతనిఁ గొనిచనె నచటన్. 108

ఉ. నవ్వులు నవ్వు ముద్దు వదనమ్మునఁ బువ్వుల రువ్వు భాషణల్
నివ్వటిలంగ సాదర మనీషను స్వాగత మిచ్చి మెచ్చుచున్
మవ్వపుఁ గేలుదోయి సుమనస్సమవాయము జల్లి చెంగటన్
రవ్వలపీఁటఁ జూపి యిటుఁలం దయచేయుఁడటంచుఁ బల్కుటన్. 109

క. ఆ కవి కెటు దోఁచక హరి యా కరణిన్ బల్కు నౌర! యిదియేమని యా
లోకించు జెప్పవేయక యా కోమల విగ్రహమ్ము నతి పరవశుఁడై. 110

ఉ. వేగమె లేచి శౌరి కవి వేదికఁ గూర్చొనఁజేసి చేతికిన్
బాగఫలాక్షతల్ గలుగు పృత్తడి పళ్లెర మిచ్చి యిట్లనున్
ధీ గరిమమ్ము మీఱఁ గడుఁ దివ్యని తెన్గులొనర్చి శ్రీమహా
భాగవతమ్మొసంగి కృతిభర్తను జేయుమి నన్ను సత్కవీ! 111

క. అనుటయు నతఁ డాశ్చర్యమ్మును గొని యిట్లనియె నీకుఁ బోలునె యిది యో
యనఘా! నిజమా లేకయె నను పరిహాసమ్మొనర్పవా యీ పలుకుల్. 112

ఉ. నా తరమౌనె 'యో యనిన వా' యనరాని నిమూఢ జన్మనో
పూతచరిత్ర! నిన్ గృతి విభూషితుఁ జేయుచు మెప్పు గాంచఁగా
వాతిని రాతిగా నటుల్ నొనర్చిన గౌతము బ్రహ్మతేజ మెం
తో తపియించి నీదు పదధూళికి నై నను సాటివచ్చునే! 113

శా. పేయాలున్ కవి పండితాగ్రణులు కృష్ణిన్ వెల్గఁగా నీ పదు
పార్శ్వయుండే త్వదమేయ భవ్య కరుణా పాంగైక పాత్రుండనా
నేయే జన్మ తపోవిశేష మొకటై యేరమ్ము దైవా హరీ!
నీ యాస్థాన కవీంద్రుసాటి కిటు పండెజా నా యదృష్టమ్మహో. 114

తే. దేవ! తావకాంఘ్రి యుగ పరిభావమునసె కవివరుండు నాఁటోక మహాకవివరుండు
గాఁడె యో సుధాంబుదమ! నీ కరుణవృష్టి కరయ విద్యోన్నత విభాస సరణి గలదె?

చ. పులగము మీఁది పప్పు ధన పూర్ణులపైనె మొగంబు మెప్పు లో
కులు బదు పేర్మి, సాగరునె కోరిగదే నదు లిల్లు వింపు పే
ర్జలముల మేఘము ల్గురియు సర్వసమానముగా నటండు నీ
నుల దరిఁ జేర్పవచ్చితె మనోహర వీల నవాంబదాకృతిన్. 116

ఉ. ఈఁదెను రాళ్ళు నీళ్ళ పయి నేలె పరిపంచము పాణి గావి నీ
పాదుక, గడ్డిపోఁచయును బ్రహ్మశరంబయి కాల్చె కాకమున్
మోదెను గోఁతిమూక పదముష్టి హతిన్ దితిజాళి నెల్లరన్
నీదు బలమ్ముఁ జూచికొని నే నటు లీ కృతి వ్రాయఁబూనటల్. 117

చ. అనుకొనలేదు నేను కలనైనను భాగవత ప్రబంధముఁ
దెనుఁగు నొనర్పనేర్తునని దేవ! యహేతుక జాయమాన పా
వన కరుణా కటాక్ష విభవమ్మదిజేయఁగ శక్తినీదహో!
యినకులభూషణా! కదల దీవు తలంపవిచోఁ దృణాగ్రముఁ. 118

క. అనిమెడి కవి భ్రూమధ్యమ్మున హరియుఁ దిరోహితమ్ము బొందెను నతఁడుఁ
దన సర్వస్వము గోల్పడు వణిజావి క్రియఁ గనులు దెఱచి వందురఁదొడఁగెఁ. 119

తే. అతుల కంఠావరోధ రోమాంచ బాష్పకలితుఁ డగుచును నార్తిమై, గలఁతవడుటఁ
గాంచి తిప్పనార్యుండు తత్కారణమ్ము నడిగె దివ్యదర్శన కథన్ నుడివె సుకవి. 120

క. చిత్రమగు నతవి కథనము తత్రత్యజనంబు విస్మితస్థితి వివి నీ
గాత్రి స్పర్శమ్మున నీ ధాత్రియు గౌతమి పవిత్రితన్ గాంచె ననెఁ. 121

క. సోదరు వాక్కులఁ దిప్పన మోదమ్మున వినుచు హృదయమున మహదాశీ
ర్వాదము నొనరిచి పొగడన్ బోఁదొడఁగిన నాల్క నాఁపి పుచ్చెఁ మెచ్చెఁ. 122

తే. కొఱకు లెడపి గబ్బిలములు గుడికిఁ జేరి స్వర్వహిష్కృతిఁ జెందు త్రిశంకు కరణిఁ
గలఁకులఁ వ్రేలియాడెను గెలఁకు లెల్లఁ దెలివిగొనెఁ బుల్గుబున్నిదరి మొలయఁ బల్కె.

వ. అంతఁ బోతనార్యుం డగ్రిజు చరణ సరసిజంబుల వ్రాలి యిట్లనఁ దొడఁగె 124

తే. "అహొర యాతాయాతమె కల్లయైన కలయె కరణ మెచట భాగవతానుకరణ మెచట
నెచటి వ్యాసనారాయణుం డెచటి నేను నాక మెచట సృగాల మాణవక మెచట ? 125

క. అచతుర్వదన బ్రహ్మయు నచతుర్భుజ విష్ణువ నిటలాంబక శంభుం
డు చతుర్వేదాచార్యుఁడు పరతురధిషణా విశేష శోభితుఁ డతఁడో. 126

చ. చదివినవాఁడఁగాను గురుసన్నిధి నెన్నఁడు నేను సాహితుల్
కుదురుగ నెప్డొ తీరికగఁ గూర్చొనినప్పుడు ప్రొద్దుబుచ్చఁగా
నెదొ యొక గ్రంథముల్ దెఱచి యిష్టమువచ్చినయట్టు లర్థముల్
గుదిరిచి నేను గూడ నిలఁ గొంతొక పండితరాజ నైతినే." 127

వ. అనుటయుఁ దిప్పనార్యుం డతని కిట్లనియె

తే. భానురాక మున్ దెలుపు తత్ప్రభలఁ గాంచి నమ్మనగు పద్మినికి వంచనమ్ము గలదె ?
స్వప్న మద్ది భావిఫలసూచకము గాదె ? యనఘ ! నీ భవిష్యత్తు ముదావహమ్ము. 129

తే. సాధకుని కిల సుఖదుఃఖచయము లరయ నెంతమాత్రము వడ్డుల విడఁగలేవు
పూని రత్నాకరంబును బొంది నదుల మిట్టపల్లమ్ము లద్దును బెట్టఁగలవె ?" 130

క. అని తిప్పనార్యుఁ డచ్చటి పనులన్ని ముగించి త్వరగఁ బయనంబై పో
తన గూడుకొంచు పల్లెస మవికిన్ జేరఁజన మార్గమధ్యము నందున్. 131

ఉ. ఏకశిలాపురిన్ విడిసె నీశ్వర పూజ నొనర్పఁ, బోతరా
జీ కథ నెల్ల నచ్చటి మహీసురపాళికిఁ బండితాళికిన్
బ్రాకటరీతి మోఁకరిలి భక్తి నివేదనముం బొనర్చె నే
నీ కృతి వ్రాయఁబూనుట యదెట్లుగ నంచు ననుజ్ఞ వేడుచున్. 132

ఉ. వారలు పోతనం గని యపార సమాదర భావ బంధుర
శ్రీ రహియింప నిట్లు పలికిరి "ధన్యులు నిన్ను గన్న నీ
వారలు నీవు నీ తెనుఁగు భాషయు దేశము మేము. బద్ధసం
సారుల నుద్ధరింప నిటు జన్మ ధరించితి వేమొ సత్కవీ ! 133

శా. ఆచంద్రార్కము నీదు పేరున సమస్తాంధ్ర ప్రజానీక స
న్నా ! చేమొత్తి నమస్కరించు నెపు డాంధ్రశ్రీ తలం దాల్చు నిన్
బ్రాచీనప్రజ కీ కృతిన్ గనుటకై ప్రాప్తమ్ము లేదయ్యె న
ర్వాచీనప్రజ నోఁచిపెట్టుకొనె నీ వాక్యామృతం బానఁగన్. 134

మ. జయ సంవత్సర చైత్ర శుద్ధ ప్రతిపత్సంప న్మహారాత్రంబునన్
నయ మొప్పన్ నవరాత్రికవ్రతము దీవ్యద్బ్రహ్మసత్రంబు న

ధ్యయన స్తోత్రము వ్యాస భాగవత ప్రస్తావంబు వొప్పారు న
వ్యయుఁడౌ శ్రీహరి కంకితమ్ముగఁగ కృత్యారంభమున్ జేయు టే." 135

వ. అనుచు వచింప నివ్విధి బుధజనానుగ్రహంబు వడసి యమ్మేరకున్ జనుదెంచి, భాగవత
రచనారంభ కుతూహలాయత్త చిత్తుండనయి యున్నఁ దద్వాత్సరంబున. 136

చ. అడవిని గండ్ల కద్దుకొనపై వను వేరుకు పీడు జిక్క దా
మముఁగులు నెండఁగాఁ జెఱువు మంగలమయ్యె. పొలాలు పీనుగాఁ
బడెఁ, బ్రజ వానకై మొగము వాచి కనుంగొనసాగె లోక మ
ట్టుడికినయట్టు లయ్యెఁ గొనయూపిరి నుండెను గొడ్డుగోవులున్. 137

ఉ. బొత్తుగ ధైర్యమే యుడిగిపోయెను రైతుకు, వంచినట్టి న
ద్మొత్తఁగ దీఱకుండు వతఁ డీఁగల దోమలఁ గొట్టుకొంచు నా
గిత్తల పైపు జూచుకొని ఖిన్నత నెన్నుదురంటి మేసి యా
పత్తును, గత్తివాటిడ కవంతయు మోమున నెత్రు లేదటన్. 138

ఉ. చండకరుండు నుద్ధృత విశాత విదాఘ సహస్రకోటి కో
దండ పటు ప్రతాపుఁడయి ధారుణి నెల్లెడ గప్పిపోఁచ లే
కుండఁగ మాడ్చె నెత్తిపయి గొట్టుటదీతియె కావి నోడలే
కుండిన గొడ్ల పొట్టపయిఁ గొట్టెనఁటన్న విదేటి భావ్యమో ? 139

తే. కఱదు హలము పొలమ్ము గోబలము కాపు లెవ్వను దున్నెదమని వాన కెదిరిచూచు
రాకట దైవబలమ్మె లేకున్న నరుఁడు గర్వకుం గొఱగాఁడు వింకమ్మె పాటు. 140

క. పడె కఱవు బిచ్చగాం డ్రెగఁబడిరా పశువులును మేఁతఁబడయక నెత్తుం
బడె లోకమంతఁ గఱకటపడెఁ బ్రజ కన్నీటివానఁ బడె నెల్లెడలన్. 141

సీ. కదుపుఁ జూపుచు గుండెఁ జెడబాదికొనుచన్న మవ్వయవ్వో యని యఱచుబొట్టె
తలకిందు వాఁకిటఁ దపమొనర్చుచు బికిరిమునకై యార్చు బైరాగివాఁడు
కడప దండమ్ముల విడుచు నాగవి లేపి గానదోలిక మాఁపు గాడిడీఁడు
పిల్లలకోడియు టిల్లిల్లా దిరిగి మర్కటము లాడించు సింగవి వసారి

తే. పొత్తిగుడ్డ మాడకు మానె బొట్టఁటంచుఁ బరిటిబిడ్డ నెత్తముగ వీఁపునకుఁ గట్టి
తలపయిం బుట్టతో గోవరింపు దిరుగు పచ్చికాలింత కొటవంటి బిచ్చగత్తె. 142

క. తేలిన యెముకల గూఁడుల వ్రేలంగఁ బేటికలు గ్రుచ్చి వెడలి క్షుధాగ్నిన్
గోలెకి యనుపుల నిట్టటు నాలోకించెదరు పీద లలవ్వల్లెలకై. 143

తే. మూఁకలై పొంచి దొంగిలు కాఁపుల ఫణు గుసుగుసుమంచును వాకెను కుర్కురములఁ
జేఁత బాఁతఁ గొట్టుచు లాగి చింపుకొనుచుఁ బొరిగఁ గలహింతు రింగిలి పుల్లెలకయి. 144

వ. అంత నొక దివసంబున బోతన నియతాత్ముఁడై ఋష్యశృంగుని సచ్చరిత్రంబు నర
స్తుతమ్మునఁ బురాణమై ఖరి మదువుటయు. 145

చ. పొలకరి వానకుం బొలము దున్నిరి కాఁపులు వింటిలోని గిం
జలు జని పంటిలోఁ బెరెను సన్నగ లేచెను చేమలంత వా
నలె కఱువయ్యె నా చెఱువునం గల నీరును బిక్కె నెత్తినో
జలు దెఱచెన్ బొలాల్ కృషికలోకపు కష్టఫలమ్ము దక్కమిన్. 146

ఆ. చెఱువులోన నున్న నేరెఁడు నీరు మా కనిన మాకఁటంచు దినము రేయి
జగడమాడుకొంచుఁ జాలివాలనియట్లు పొలము దడుపుకొనుమఁ బొక్కుచుండ్రు. 147

ఆ. తలఁ దలఁ బగుల జలము మా కీయకయున్నఁ జూతుమనుచు నొకరు బలుక
నేమి యూళయున్న చెల్లగాల్వదె నరి యను విరాళనూర్పు దనర నొకఁడు. 148

తే. కాఁపొకఁడు తాను నీంటికావి దరిసి పొలమునకు జలం బీయవె ? తెలిపె నీదు
బలము కరణమిచ్చినది రేపటికిఁ జూడు మీఁదు గతి యని మెలివెట్టు మీసకట్టు 149

వ. ఇట్లు దుకోదరపరాయత్తుండును, మధుపానమత్తుండును, వివేక విహీనుండును, నపగ
తాత్మాభిమానుండును నగు నక్కర్షకాపశదుండు, 150

తే. ఉన్న పుడిసెఁడు నీళ్ళు మీ యొక్క పొలము నెట్లు తడుపుకొందురా నేను నీ దినమ్ముఁ
జూచెదనుగాక యని యగ్గి నడుల దిరుగు చూపులన్ నీరటి మొగమ్ముఁ జూచిపోయె.

క. కోపోద్దీపిత మతియై కాఁపు పలుకు శ్రుతి విదారకములగు కటువా
గ్రూప శరమ్ములం నీరటి కాఁపా పోతనను నొంటి గని వినిపించెన్. 152

ఆ. "పోచిగాని యెగసిపోఁత యింతింతగా దెత్తిపోయవచ్చు నేతములను.
తప్పఁద్రాగి యేమొ తలతిక్కగాఁ గూసె వానిఁ బట్టఁ దాళ్ళు వసుధ లేవు. 153

క. ఏమగునో కరణము వని యీ మాపులఁ జూతుమనుచు నెగపిపడుచు న
ద్ధామత మీసము దువ్వెను స్వామీ ! వాఁడెంత నొక పసర మనవచ్చున్. 154

క. ఏమైనను గానీ మీ కీమాను పొలాల దరికి నేఁగవలదయా !
పామై కఱచును గట్టెయుఁ జీమయుఁ బులి యగును దాను చెడ్డదినాలన్." 155

వ. అని చెప్పఁగ విని పోతనార్యుండు మేరునగధైర్యుండు. సమయోచితచర్యుండును నగుచు
నగుచు నిట్లు వలికె. 156

క. "తత్త్వము తెలిఁగియు నిటు ధీరత్వము విడనాడవేల ? రాముఁడు గలుగన్
సత్త్వర మేఁగెదఁ దమన్ను సత్వమ్మున కన్న నధిక సత్వయుతంబే ?" 157

క. అన విని నీరటికాఁడును 'పను వెంచెద మీరు వెంట స్వామీ!' యన నీ
వనవసర మే నొకండనె నవియెదనని రాత్రి మరవిచందుర్కుఁడు వేగెన్. 158

సీ. కనుపాపలకు భ్రమల్ గలిగించి వలపించు వెనల మొగాలకు మసి నలంది
రంగురూపుల నంతరంగాల బంధించి వెలయు వస్తువుల నీడలను మలిపి
నానాత్వమును జూపి నవ్వించి యేడ్పించు ఘన జగచ్ఛశివుఁగా గప్పివైచి
యిహలోక ప్రకృతి విరహితత్వ మిడు మూర్ధ్వ తారకాలోకాల ధ్యాన మొంచి

తే. యెత్తు వంపుల భేదము నెఱుఁగనట్టి సర్వసముఁడును శబ్దసంచయము నెల్ల
గల్లయను మౌనిరాజు సంకల్ప వర్జితుఁడును శాంతికాముఁడు శాత్త్వికుఁడు తమస్సు.

ఆ. అవధి రహితమైన యాకాశలోకమ్ము నాక్రమించి మించి యలరె తమము
తమములోనఁ దోఁచు తత్త్వోపదేశమ్ము తనువుగొన్న యట్లు జనియె సుకవి. 160

తే. చెంపఁ గొట్టి దాఁగఁగవచ్చు చీఁకటి యది కారునలుపుల నీమ నా కటికరాత్రి
యలరె ఘనరూపమనిన వేమనట లింకఁ బొరిగ నేతఁత్రితారకలపైఁ బొరలు గర్విమ్మె. 161

క. చీఁకునఁ గల జీవమ్మటు మైకపు వలఁ జిక్కుపడిన మానవు పట్టుల్
వేఁకటి నొదిగిన శిశువటుఁ జీఁకటిలోఁ బడుమ నిదురఁజెందెను జగముల్. 162

ఆ. అలతమమ్ము భీకరాకారమును దాల్చె వనఁగ నొక్క దార్ఢ్యతమయుతుండు
లాఘవమ్ము మెఱయ లగుడ హస్తుండయి యరుగుచుండెఁ జెఱువు దరికిఁ ద్వరగ 163

చ. అరిగి తటాక ప్రాంతముల నవ్విదిశల్ గని యెందు మందుకుఁగా
నరుఁడనఁ గానరాఁడుగడె! నాదగు ధాటికి వెంతవానికిన్
జ్వర మరుదెంచు నీ చెఱువు జాడకు రాఁడిఁక నీరటీఁడు వా
నరి నుడులందు ముందు తన పాదము లుంచఁడు పోతరాజుమఁగా. 164

చ. అనుకొని పక్కకాలువల నవ్విటఁ దిన్నగ మూపి నీరముఁగా
దన వరిచేలకే మలుపఁ దత్పరివాహ పరాంతికమ్మునఁగా
జనిపెను మార్పికాయ స్వభుజాబలమై దుసిఁ బైకి లాగి నీ
గ్గామనెద గుల్ఫసీమ నెదొ కుట్టినయట్లయి భీతిజెందుటల్. 165

క. బక్కరయితు హృదిఁ దటకు తళుక్కను నాళాలతా విలోకద్యుతులై
యొక్కొకతఱి వినువీధిని ఛక్కుమనుచు మెఱపియాడు శంపాకాంతిగా. 166

ఉ. కాంచి స్పృశింపఁ బోవుటయుఁ గన్పవి నిల్చిన లేచి శీర్షమా
డించి ఫణమ్ము విప్పి తమ డీకొనవచ్చెడి నాగు గాంచి రో
మాంచ శరీరుఁడై మతాక మార్గముఁ గావక భీతిమాని ధై
ర్యాంచితవృత్తి వ్యాళకరజాంచిత వాలముఁ గేలఁ దాలిచెగా. 167

తే. ప్రళయకాల ప్రజ్వలితపావకంబు యగుచు విలయతాండవ కాళికా వేణి యగుచు
భయద దుష్టహస్తి సంచలదాత్మ మగుచు నాగు హాలాగ్ని కేలమై నాట్యమాడ. 168

చ. ఒడిసెల త్రాడువోలె వడి వ్యోమపథాంతము లీమలంగ గడుఁగా
పడిపడి త్రిప్పి త్రిప్పి తిమురల్లిక వ్రాలపట్టు పీడగాఁ
గెడ పెనువెల్లు నేల మెరిసెగా జితికెగా దల వ్రీక్కలాడు, నా
ఘడియనె మూర్ఛగా నురువుఁ గ్రక్కుచు నేలను గూలె నాతఁడున్. 169

వ. అంత నచ్చటికి వచ్చిన పోతన యాతని దురవస్థఁ గని మనమ్మున ఘనమ్మగు నక్కటిక
మ్మావిర్భవింప విద్వేషమ్ము మాని, యా ప్రాంతమ్మున నొక మూలిక నన్వేషణమ్మొనర్చి,
శీతలమ్మున సేవచే మ్మొనర్చి, నాసికాపుటమ్ములం దోపి, సంత సితసంగతుఁడగుచు,

ఉ. నిద్దురవన్న మానవుఁడు నిర్మలచిత్తము తోడ నవ్వుచున్
బ్రొద్దుట గన్నులం దెఱచి హాల్చెడునట్టుల లేచి యాతఁ డా
పద్దతి మాని, వ్రీడ తన పార్శ్వ్వగతుండగు మానవుఁగా శింగా
లద్దిన మూలికన్ గమల ముఖాగని వానికి మ్రొక్కి యిట్లనెన్. 171

క. "నా పాలిటి దేవుఁడ వీవా పావన చరిత! యిట్టి లొంటిగ నన్నున్
గాపాడ వచ్చినావు నీ పేరూరులను దెలియ నేర" నఁటన్నన్. 172

చ. "తదుపరి యూడు పేరుమ విధానముగా వివరింతుఁగాని నీ
యెడఁ గల బాధలేవా యొసయించక మున్నెముకాడఁ బోక నె
మ్మదిగ వచింపుమన్న! పెను మానిసిగా నను నెంచకన్న! నీ
వదమున మల్లు నాఁడు మునిసంటను లాగెద" నన్న నాతఁడున్. 173

ఉ. "తప్పకఁ జెప్పెదే విను మెదం గల బాధల. పీరు పీయకే
తిప్పలువెట్టు రైతుఁ బిజతీడుల బోలెను తాము నేరితోఁ
జెప్పకొనంగ నెవెన్ గడుపు చెక్కలుగున్ వరిచేలు గాంచ నే
తప్పును లేదు వాని గుడి తల్లికిఁ బట్టి బలిం బొనర్చినన్." 174

ఉ. కాఁపిటు లాడినంత నతి కష్టముతో నతఁ డిట్లనెన్ "మహా
పాపిమె పోతరా జతనిఁ బట్టి బలిం బొనరించినంత నీ
తాపముఁ గోపమెల్ల శమితం బగునే యటులైన హో యిదో
నీ పొలమెల్ల పీరిడితి నే విను కఁ బోతనఁ బట్టియిచ్చెదగా. 175

చ. ఇదో చురకత్తి నీ మెలను వభీష్టముఁ దీఱఁగ నివ్వు దాతవిగా
మెడ లఱుఁ దుర్నింపుమింక వివిపోవుమ తీరు" యటంచు శీర్షమం
దుఁ దవరు కంబళిన్ ముసుఁగుతోఁ దలపాగను లాగి కాపెమున్
విదిలిచి త్రొమ్మపాఁచి మును విల్చె నతండు మహా వ్రళాంతుఁడై. 176

క. విలపింపఁ గని రైతునకున్ దల దిరిగెను గాబు వడఁకెఁ "మంత్రీ ! మీరా
తెలియక నే నెంతటి పనిఁ దలపెట్టితిఁ గ్రూరుఁడన్ గృతఘ్నుండ నయయో ! 177

ఆ. ఇట్టి పాపి కింకఁ బుట్టఁగ కులలేవు పులి యఁటంచు గోవుఁ బలికినాను
బూనుకొంటి మీరు బానిసన్ మన్నింపుఁ డనుచు నక్రి యరల సంఘ్రి వ్రాలె. 178

క. కన్నీరు తోడ నభమున బన్నీరుల జల్లులట్లు పటపటమనుచున్
సన్నని చినుకులు గురియుట నన్నిటం మురిసెఁ బకవి యాకాలతికల్. 179

ఆ. నిఖిల భువన మోహినీకాంత విరహాగ్ని యట్టరాట్టు స్వాంతమంటు మెఱసె
జాలిగుండె మేఘ నరసవర్తనఁ గాంచి ఒరుపు పెద ద మెచ్చి శిరము లూఁపె. 180

తే. మొగిలు వగకాని వగల యేర్పుంను పైరిఁ జూపు మెఱుఁగుల ప్రేమనఁ జూచి భర్మపని
చల్లఁబడిపోయె గగన సుస్వాంత మపుడె శీతలానిల కరసమాశ్లేష మొసఁగె. 181

క. ఈ కవులఁ బొలఁగింపఁగ సాకేతపురీశు కృపను జడివాన బడెన్
కాకలుపేరెను చేలను భేకపునోజలను విజయభేరులు మ్రోఁగెన్. 182

తే. ప్రజల జీవన చింతాభరమ్ము తోడ భూమిఁ బట్టి కృశించెతి పొలములఁ గవి
ఘన వినిర్ముక్త బాష్ప గంగా ప్రవంతి నమృతభాండముల్ దివి నుండి యవనిఁ బొరిసె.

సీ. ఎవనికై పింగిణి నవరత్నఖచిత సుస్వాగత ద్వారమై చదలమెఱయు
నెవనికి దివి సాఁగు నేకాధిపత్యమ్ము సూర్యచంద్రులు తేటి చూడలేరు
ఎవ్వాని కలయిక నెలమి భూదేవికిఁ బులకలై సస్యంపు మొలక లెదుగు
నెండి పీర్ణీరని గుండె వ్రీయ్యఁ దటాక మెవఁ డప్పులిడ వింత నెగిపియాడు

తే. ధర కెవఁడు జీవనములన్ని ధారవోసి యంతరించునో సుకృతిగతాయు వడఁగ
నట్టి ఘనుఁడు ఘనాభ్యతో నలరఁ దెట్లు ? వానిపై నగ్రోటీతికన్ వైవ దెట్లు ? 184

ఆ. పోతనార్యుఁ గొట్టఁబూని వచ్చినయట్టి కాఁపు బండగుండె కరఁగి కరఁగి
వానజాలుతోడ వరిపంటలకు జంటయైన పోతిరాజు నాత్మ గలిసె. 185

చ. తెలతెలవాఱ వచ్చె వృషభీరుఁడు కొట్టము ముందు మందలోఁ
దొలిమెదమైన వత్సవయి దూఁకి తమిఁజా రమించి మించి బె
బ్బులి వలె ఱంకెవైచి మనుపుబ్బను గొమ్మునఁ జిమ్మె ధేనువుల్
బిలువఁగఁ జొచ్చె వత్సములఁ బ్రేమరవమ్ములు పాలు చేఁపురాన్. 186

తే. పూను నవకృతిఁ దలఁపక జ్ఞానియైన పోతరాజు కాఁపుగృహమ్ము పొంతి కేఁగి
యాలుపిల్లల కాశైతు నప్పగించి వేగుటయు నింటి కరిగి యిన్విధిఁ దలంచు. 187

తే. తలఁప దోషివి దండనసలుపు కంటె దోష మూలకారణమును దునుముటొప్పు
తెగులుఁ బోకార్చువాఁడు వెజ్జగుసునావి యడయఁ జెప్పలుగొంటునె చంప యముఁడుగాఁడె

తే. అగ్ని నగ్నితో నార్పఁగనగునె జగతిఁ బగను బగతోడఁ దీర్పఁగవశమె సామ
దాన భేద దండోపాయతతుల నెందు సామగతియె శాశ్వత శతృ జయము గూర్చు. 189

క. అపస్మృంతయి మనమున నోఁపికలేనట్టి యజ్ఞుఁ డొనరుచు బొసగున్
కోపించుచు విజ్ఞులు పను కీపింపఁగ నతని దరికిఁ బోయుదు రెందున్. 190

ఆ. బాల్యమందు తాను బహిరింద్రియమ్ములు దుర్బలత్వ దశను బొరలిపడును
పడిన సుతుని జాలిపడి లేవ జననియుత్రి తనను దాను దిట్టికొనుమఁ గూర్మి. 191

ఆ. యౌవనమున నెల్లె యంతరింద్రియములు సత్వహీనగతిని జాఱిపడిన
నా యువకుని గాంచి యఱగక విబుధుండు పౌరిగ జాలినంది బుద్ధిగఱపు 192

వ. అని తలంచె నంత నా వత్సరంబున, 193

తే. రైతు కృషి మెచ్చి కురిసె వర్షమ్ములైన గొబ్బపు తెగుళ్ళు తగిలి పోఁగొట్టెఁ బంటఁ
గఱవు రాక్షసి విహరించె మహిలఁ దాము నందులకె పరిమృత వృత్తి యటండ్రు కృషిని.

తే. ఎవఁడు వచ్చినన్ బోతన యింటి ముందు సంతోషమింతొ పెట్టకయే పొమ్మనెఱుఁగరు
దండు విటు మేప గరిసెలన్ ధాన్యమింక నడుగుదేలెనా బదుకుల కవధిలేదు. 195

క. ఏ పూటను పాపాబన రాపిడిగొని యతిథి శతము రాజిల నింటన్
చేపెటులన మాపెటులని కాఁపురమది రోజు కొక్క గండం బాయెన్. 196

క. ఉన్నది లేనిది స్పృహపెం డెన్నం దారయఁచె వార లెదురైనను బో
తన్న భుజింపక చనవల దున్నది మన గృహమఁటంచు నొగికొని వచ్చున్. 197

క. ఈ దశఁ గని తిప్పన సతి యాధృతి నేకాంతమరసి యనె పెనిమిటితో
మీదయ సంసారము నిఁక పీఁదుట ప్రాణమ్ము పైకి నేతెంచుఁ జుఁడీ! 198

క. తమ్ముఁడు నా ప్రాణము నే నమ్మితి వాఁడేమి చేసినను సరెయనుచున్
గిమ్మనకయున్న సన్యాసమ్ముం గొని జోలెఁ దాల్చి చనగతి యొదవున్. 199

క. నిప్పచ్చరమ్ము నోర్వక చెప్పితినముకొనకుఁ దిట్టి చిన్నవి తమ్ముల్
గొప్పఁగ వాకున్ గల రిలఁ గప్పెంతయొ కాదు నంతఁగనె దాఁపవలెన్. 200

క. తమ్మున్ మాలిన ధర్మం బున్నే యున్నంతలోన నొకరి కిడకు మిం
తన్నమను పాపులెవ్వరు తమ్మునం బోఁగల్గునంత కాటుక తగునే ? 201

క. ఊరంతకు వత్రము నెయి గాఱఁగఁ బెట్టవలెననినఁ గావలదా సం
సారముపైఁ బడివచ్చిన వేఱిం గాఁపురము పేయ వీరికిఁ దెలియున్. 202

క. ఆయన మీ యంతటివాఁడామె మరే మసఁగవచ్చు నెందులకే యిఁకఁ గా
మీ యంతటి మీ పంపుడు వేయేండ్లుఁ దప్పదెంచు వేర్పడుట లనన్. 203

క. పిల్లలు గలవాఁ డతఁడే యిల్లుం బట్టిండుకొనక యిటు చేసినచో
నెల్లిన్ మీగతి యేమగు మెల్లఁగ జాగ్రత్తపడుమి మేలిక మీఁదన్. 204

క. మీకు నొక రాజకీయా స్తోకోద్యోగ మ్మమరఁగ మగుఁ జూకదుఁడా
మీ కిలా నగరేశుం డేఁడిదిఁ గలుగింపెరుంగ నేఁగం డినదే ? 205

తే. ఇరువురము మన మమ్మాడ కేఁగునెడలఁ దమ్మునకు గృహశాసనము తలసయిఁ బడి
తెలిసివచ్చునే మొదుష్టన మెఱఁగవలెనొ యియిలు గాచి మందరనిలె యగు శ్రీమమ్మ.

వ. అని జానకినం బమ్మపడి యహాంకంగుల మడికెక్కెడు గతి విట్టు బదుకుటయు. 207

క. పదపడి యిటు వల్కెడి యమ్మదవతి మధుపంను వినుచు మందస్మితుఁడై
యెద నేమి లొనఁ గులాదక కదలని జలధియయి చిల్లఁగా నిటు బల్కెన్. 208

తే. "ఆత్మ నపచార మెఱుఁగడే నన్నదెప్పుడు కావమం చెమరాకఁడు కన్నవాడుకు
కన్న మిక్కిలి నను గాంచి గౌరవించు వేఱబడుమన నాకెట్లు నోరువచ్చు. 209

ఉ. తల్లిని దండ్రి నల్లె విజదార నయోధ్యను రాజభోగ్యమౌ
విల్లును వీడఁజేసి వని కీడిచి లక్ష్మణుఁ డిచ్చిపేయు నా
యుల్లము వద్ద నేర్పదు సహోదరబంధ మఁటన్న నెట్టిదో
పిల్లలయాటలే తెలియఁ బ్రేమసహోదర లోతుపాతులన్. 210

ఉ. జూదము నాడి రాజ్యమును సొత్తును భార్యను దమ్ములన్ వణో
న్మాదత నోడి యెంతో యవమానముఁ గూర్చిన నోర్చి పెంపుసాం
పేదియు ధర్మరాజ విజయేష్టికి రక్తపుధార వాహుతుల్
గాఁదగఁజేయు పాండవనికాయ మెఱుంగు సహోదరార్థముల్. 211

తే. రామలక్ష్మణులును బాండురాట్సుతులును సవతితల్లి పుత్రులెకదె జగతి నట్టి
వారి సౌభ్రాతృతయె యట్లు వరలుచుండ లలన ! యేకోదరుల వీడుటలెటో చెప్పుమ ! 212

తే. శుద్ధ మణిహార సూత్రిత సోదరతమ హేయగతిఁ ద్రెంచఁగల్గు కపాయి యెవఁడొ
కోఁతియగు వాలియో మరారాతియైన రావణుఁడో యంత కౌరవరాట్సుతుండో. 213

తే. ధరఁ గళత్రాది సకల బాంధవుల మఱలఁ బడయవచ్చు సోదరు నెట్లు బడయఁగలము
పెట్టుకోటల మణుల రాఁబట్టవచ్చుఁ బట్టు సౌందర్యమేఁగ రాఁబోదు తిరిగి. 214

ఉ. సీతను వంటి మా వదినె శ్రీరఘురాముని వేలు వీవు నో
భ్రాతృమతీ ! పరిమాపితలఁ బాసిన దుఃఖము నెల్ల నల్లనా

వేదము విస్మరించుచును జేసితిరించు వచింపఁ గూర్మిమై
నీ తెలుఁ గేను బల్కఁ నతఁడేమి దలంచునొ నీ వెఱుంగవే 215

చ. కొడుకులు విద్యలా మనల కూరిమి వారయు వారెవార లం
దరలెదు వారలేమి మన రమ్యలె పిల్చుపుఁ బ్రేమ నాతఁడే
కొడుకని పిమ్మ జెల్లెలిని కూఁతురుగాఁగఁ దలంప నింతకే
యిడుములు లేవుగాదె మనకేటికి వేఱుతలంపు మానినీ ! 216

ఉ. పుడమిని గన్నవారయిన బుద్ధివిహీనత నున్న నెంతయే
వెడ వడ తపింపఁగాదె పదులే ననుకూలత నున్న నింక నా
కొడుకులు నెత్తికెత్తునది కోర్కెత్త యదేమి ? వృధాతలంపు లె
ప్పుడు మన నోట నాల్కయయి పొల్చెడి పోతన పుత్త్రిఁ బోలఁడే ? 217

చ. కడచెను జాలకాల మెకఁ గల్గిన జీవిత మల్పమిప్పు వే
ర్పడి తలంతూఁగు భోగ్యములు భాగ్యము లెయ్యవి యెంతఁ గల్గినన్
గుడువఁగఁ గూడఁ గట్టుకొన గుడ్డయు దక్క మరేది ప్రాణి వెం
బడి గొనిపోవఁడీ పగటి భాగవతమ్ములు స్వప్నతుల్యముల్. 218

తే. కలిమిలో నీవి దాన మొకఁడు ఫలింపఁ దగినకాలాన నాఁటు విత్తనమువోలె
నవసరము లేనియెడ నిచ్చినట్టి యీవి యది యకాలపువర్షతుల్యమయి చనును. 219

తే. అతిథి సత్కారమది మా యన్వవాయమున ధరణిఁ బెట్టినది పేరు మొదటి నుండి
యట్టి యాచారమున వస్నెట్టు తమ్ముఁడౌర ! నా సొత్తు తానేమి యపహరించె ? 220

తే. నే నెఱుంగుదు మన యింట నిన్నమాపు చంటిపిల్లలు పస్తులు సలిపిరనుచు
నయిన నతిథి సంతృప్తికై నాచరించు నదునవాన మేకాదశిగా బరిగణించు. 221

క. ఏవిధినో కటువుకాలముఁ దా వెడలం ద్రోయు నింట తమ్ముఁడు, మనముగా
నీ వవినటు లీ దినముల జీవన మొర్గంటఁ గడవఁజేయుద మబలా ! 222

శా. ఇంటన్ లేదొక విత్త మేఁటిఁ కెటులం దేజాక్షి ! గౌరీకృపన్
గంటే గర్భగతార్భకున్ గుడువఁగాఁ గల్పించెఁ జన్పాల మే
ల్పంటన్ పండ్లు జనించనప్పు డిటు చన్పాల్పోవి రక్షించువా
రుంటల్ దంతము లిచ్చి యన్నమిడ లేకుంటెట్లు సంభావ్యమౌ ? 223

క. అనిపలికి తిప్పన దరి పోతన జని కించిద్వికార తత్పరమతియై
"యనఘా ! లేకటి యత్నమ్ముపకై మన పల్లెదరికిఁ బోవుదువె" యనఁగా. 224

క. "సోదర ! యీ దిన మేమిది యీ దైవ పరీక్ష పిల్ల లాఁకలి యనఁగన్
ఖేదము తలఁపుచువచ్చు విశేష"క్కవి కంట నీరు విడఁ బోతనయున్. 225

ఆ. తలను వ్రాసినట్టి యూర్పుపొలయుంచి కట్టని వెంట పీడుగ్రసిమ్మ గద్దదించు
"బోయినట్టు మనసు బదసోత్త్రము వెదకృగెల" వ యెండు నల్లుఁటికి పవిమె. 226

క. లోకములో విఖపేదలు నీ కష్టుల బాధపడుట వీక్షింపఁ టీ
కాకు పడి రేకు పోయుచుఁ బ్రాకినగతి పేదనమ్ము బడి కదు నగమన్. 227

తే. ఆకరాని దరిద్ర మేఘాబ్ధినముల గండిపడు పేదలకు దాలికట్ట లెన్నొ
మందుటాఁకలి డొక్కల మంటకొరిలఁ దిప్పుకొనలేక మసిమైన ధర్మ మెంతొ. 228

వ. అవి పరితాప మొందుచు పోతన దారిం జనుచు విచారభారావనతశిరస్కుండనై
యిట్లెంచఁ దొడఁగె 229

సీ. ఈ దూదిపింజల నేకి పోయునె వాని కనపడిగ్నముల్ పిలిపించు
విచట మసిమబి నెవఁ డొల్కెఁ డోనెనో బయమొందె నశ్రులకి వింపు
వీ జాజు పూఁతల నెవఁడల్కె గగనముకా దన మేనిరక్తాల ధారవోసి
యీ ధూమపుంజమ్ము లెగయ నాకసమందు దహియించు మావసేంధనము లేవొ

తే. యీ నిరాశా మహావృక్షమం దడంగి యెన్నిడో భగ్నజీవుల హృదయ వాంఛ
తములు కనులఁ గట్టుచు నాకసమునఁ దిరుగుఁ బ్రబ్బు బబ్బుని తీవలై పుబ్బులందు. 230

క. అవి యున్నగముచు పథమునఁ జనుచుండెను దీనజనుల ప్రాంతస్థిత వే
దనముల కేద్చుచుఁ దీప్పం దనచేతంగాని హరిని దలఁచుచు మొర్రిక్కన్. 231

వ. అంత నా వీధిలో 232

సీ. తెగమాసి పిట్టగూడగు తలంగల చింపి గొంగడిలో శవి గూరుమండఁ
బెరిగి పెన్మూపఁగాఁ బరఁగు మీసముల గడ్డముల నంటుకొని వంటకము మెఱయఁ
గడుపుమంటకుఁ ద్రావు గంజిచుక్కలు రాలి పొట్టపైఁ జారికల్ కట్టి మెఱయఁ
జీరపేల్పడి మాసి చిల్లులబడు గోఁచి వేనోళ్ళ దైన్యమున్ వికదపఱప

తే. వెంటఁ బడి పిల్లలుకా రాళ్ళ విసరుచుండఁ గొవరి మ్రొక్కుచు నెగఁబడు కుక్కదాటిఁ
దర్దఁ దప్పించుకొనుచు జేత నొక చిప్ప పేరికలు వ్రేల్మాలను వచ్చె భిక్షు వొకఁడు. 233

మ. తనపై కొర్వివ్వనె నూనెఁ జేసికొని యాత్మజ్యోతి రూపొంబిపో
కనిమిత్తార్థము నిల్వఁ త్వగ్గతకన కంఠాకమో యాఱఁగ
గట్టిన చేవన్ బలెమండి కల్మభృత నాకీమంథల మ్మెంచఁగ
వ్విన జీర్ణాంబర మంటఁ గట్టుకొనియే వేర్పిలాతు దారిద్ర్యముల్. 234

క. ఇంటింటి కరుగుచును "మీ బంటుకు బానిసను గింత బారెయ్యవ్వా।
కుంటోజ్జి పున్నెముంటది" యంటయు నే తల్లికిని దయలు రావయ్యెన్ 235

తే. అఱచి యఱచి నోరెండఁగ నుఱుకు పఱుగు పఱచు నూరెల్ల నొకచో పాటయ్యెనయయొ
పెట్టినను కాని పోదని గట్టి పట్టుబట్టి కూర్చొనె నొక కొట్టు పంచముందు. 236

క. ఉంకోవకా మఱియైనది యిలనాయుధ మొండుగలదె హీనధనత్వ ప్రళయము
బాపఁగ ఒక్కి లలనాంబోళత యనంగ రహియింపఁనెనెన్. 237

ఉ. కుక్కను బిల్చినా యనుచుఁ గోమటి యొక్కఁడు వచ్చి తాత సా
మ్మొక్కఁడ దాఁచఁబెట్టినది లేమొ పదేపది 'బుక్కెఁడేయి కా
ల్మొక్కెదఁ దవ్వ యుండు విజయంగొఁ బాఁతినయట్టిదింటి పో
మ్మొక్కఁడికే పటించు విగియించుకొనెకా దలుపుల్ ధపాలనన్. 238

ఉ. చిక్కు ఱిఖపతై యిటులు దిక్కుఁ దుమింటి నొకొక్క యింటి కిం
బొక్కఁడుఁ జెట్టరెందుకని యుంచెను దేవుఁడు చావు పెట్టిడం
డక్కఁట తమ్ములో యయిన యా విశలంగని చెప్పి గుర్తిడ్ల నీ
ద్దక్కు కొమన్ విరాళ కనుగోవలలో నిజ రాజ్యమేలఁగా. 239

ఉ. ఎవ్విధినోర్తు వాఁకలి దహించుకపోయెడి పొట్టప్రేవులో
యవ్వ ! రవంత బువ్వ విడుఁడమ్మ ! మహాసుకృతమ్ము గల్గు నా
నవ్వయు నమ్మ నీ దయిన నన్నము లేదను వారెయందఱున్
నవ్వఁ బొడంగె వస్త్రముల వందను వందిన చింపి బొంతలన్. 240

క. నేలఁ బరవైచి వ్రాలెన్ గోలుచు మీఁపునకు నంటుకొనిన కడుపుతోఁ,
గాలెడి యిల్లను గనవళమే లీలన్ గాలు కడుపు వీక్షింపనగున్. 241

తే. క్రయముఁ దొకఁ డింతలో వస్తు కాంక్షియగుచుఁ బిలిచె నా శెట్టి నతఁడల్లఁ దలుపుతెఱచె
కాంచె నప్పటికిని బిచ్చగాఁడు కొట్టుముందుఁ గూర్చొని కొసరి కేల్మోడ్చె నంత. 242

శా. మానంబేమియు లేక నీవు మఱలన్ మా యింటిముందున్ వచ్చి యా
స్థానంబున్ గలిపించుకొంటివటరా ! చండాలుఁడా ! చచ్చినన్
గానీ నీకొక విత్తుఁబెట్ట ననుచున్ గద్దించి క్రోధాత్ముఁడై
తానా వైశ్యుఁడు కాష్ఠమొంతు గొని మూర్ధంబంట రువ్వన్ వడిన్. 243

ఉ. హస్తము నెత్తి పోతకవి యా నమయమ్మున వద్దువద్దు నా
శస్తము గాదు నీ కనుచుఁ జప్పున వద్దము వచ్చెనంతలో
విస్తుల కోప వేగవశ విగ్రహితంబయి కఱ్ఱ పోతరా
జ్యాస్తము ధాఁకి గాయమున మానుషతం బొనరించె నంతలోన్. 244

ఉ. కొట్టిన 'శ్రీహరీ!' యనుచుఁ గొందొక నేప శిరమ్ము కేల్గవన్
గట్టిగ నొక్కిపట్టి వెతఁ గ్రిల్బడియున్ రుధిరమ్ము వెల్లువల్

గట్టెను గండ్ల దీటటుఱ గ్రమ్మెను పిమ్మట నెరి గాయమందో
దట్టుకొనంగలేక స్మృతి దప్పినదైనా. హరుషంగి మొదలైనా 245

తే. గాయ మదిగాద వైద్యుని క్రొమ్మద్ది నోట విప్పి తా నచ్చట జేసకొనినె
రక్తవాహినిగాము తదాశ్రితపాతి వక్రి పాన్మాక్ష దీవత్సి నక్తినమని. 246

ఉ. గాయము నుంచి నెత్తురొలుకగా దలకిల్లి నమాత్యు హాక్రైదన్.
నా యను దిక్కులేని కరుణస్థితి నొప్పి యచ్చా రోదనం
బాయెను బిచ్చగానిగతి, హా! కన జాలము వేరిమష్కృతిన్
ఛీయన ఖాను దస్తగిరి జేరెం గుర్రిదాయణ దాయదాస్యతై. 247

తే. దారి దడి గట్టినట్టి పాంథజన మతని ఛీ యనవివారె పాపమ్ముచేసి పడట
కవి ప్వ దుఃఖమ్ము మటచి భిక్షువును దరిసి కరుణ గాంచి జటీకృతకాయుసిగుడ 248

క. జొటజొట గారెడి క్రొన్నెత్తుట దడిసెడి మోము వలువ దుడుచుకొనుచు వ
చ్చుటం బసుపు నద్ది రుధిరోత్కటధారల నాపి భిక్షుతమవుని మురుచుకా. 249

తే. శ్రవణముల మూసి నాల్కపై జలమొకొక్క చుక్క దడిపి వక్షము గిఖచుండు నంత
దెలివిం బడి పోతన ముఖేందుం దేటిచూచి దుఃఖ జలధు లుప్పొంగ కన్నావల నతఁడు.250

మ. ఒరుకేలన్ మురుచంటి మొక్కి గురు భారోష్మయతోచ్ఛ్వాస బం
ధుర నాసాగ్ర విమోచదశ్రుకణ సందోహాంచితాస్యమ్ము నా
హరి వీవే యని పత్రపుష్ప ఫలతోయన్యాయ సంభావనా
గరిమన్ వ్రాల్చి కృతజ్ఞతన్ దెలుపు పెన్ గాద్గద్య వాగ్వైఖరిన్. 251

తే. "ధరణి నినువంటి దయగల దండ్రి పొక్కరిద్ద ఋండమి నీ లోకమెల్ల విల్చు
నీవు చేయఁగా బ్రదికితి నేఁడసెట్లొ యెంతమదుఁ దీర్తు నీ ఋణమేమ దండ్రి!" 252

ఆ వె. అనుచు లేవఁబోవ నాయాసపడఁజోకు భయము లే దొకింతఁ బండుకొనుము
తెలిపోయె గండ మేలాగొ హరి కృపనమ్ము బోతనార్యుఁ డాత్మనలరి. 253

ఉ. ఎంతవి తీర్తు నీ ఋణము నే ననుచుంటి విదేటిమాట మా
కింతకు నేఁడు నీ బ్రదుకు టియ్యదియే పదివేలఁటంచు న
త్యంత ముదశ్రుపూర్ణ నయనాబ్జ మరందఝరీ తరంగముల్
గంతు లిడగా గపోల తటిగాపిలఁ జోకవి పీఁపు దట్టుచుగా. 254

మ. పవనాజస్థితి వ్రాలి భూకణ పరిచ్ఛన్నాంగుఁడై యున్న మా
నవుపై హృత్కరుణాబ్ధిజాత నయానాంచచ్ఛుక్తి నిర్ముక్త బా
ష్పవిశానామల మౌక్తిక ప్రకరముగా వర్షించి యా భీద పా్రి
టిపెలం గట్టుటనో జరేభపతి వాఖిన్ పీఠి తావేగుటల్. 255

ఉ. అప్పుడు చెప్పఁజొచ్చె [illegible]
[illegible] పోతనార్యుతో
[illegible] "మీరు చెప్పిన [illegible] యీ
తిప్పర [illegible] నన్ దని పలికినాఁడవే. 256

తే. పుణ్యముల పంట"యని చేసి మన్న మదికి కొమరు బిడ్డ సుకవి కన్గొనుము భక్తి
భాగవతకృతిని పొందఁగా జనుఁగు నిదియె చేయుచుము నా కృతజ్ఞతా చిహ్న మనఁగ. 257

క. ఈ కడి యిచ్చుచుండ యిది నా కిఁగుపదె వచ్చుచుండ నడిమార్గమునన్,
వాకేల [illegible] దని పోతనార్యు కరమున నిడియెఁగా. 258

తే. ఇట్టి గంటమూటం చిత్రితెఱఁగుఁ దనుచు దానిగొని వానిగొని నిజధామ మేఁగె
నంత నా పొథ్వి వచ్చిన యాత్మనాథుఁ గాంచుచున్ విస్మయ విషాదకలిత యగుచు. 259

మ. "అయయో! శీర్షమునందు గాయ మది యేమీ యుత్తరీయం బన్య
జ్యమయ్యెపోయె నిదేమి ఘోరము జగన్మాన్యుండవౌ నిన్నయో
మయ చిత్తంబున నిట్లు నొంపఁగల దుర్మార్గుండెవం డట్టి దు
ర్నయమూఁగా రాముఁ డెదోచ్చె"నం చనలు భార్యం గాంచి తా నిట్లనున్. 260

చ. "వెతపడనేల బేల! పడి బిచ్చముకై యితఁ డొక్క యింటిమున్
నతుఁడయి నిల్వఁగా నిలయ నాయకుఁ డుద్వృత దండపాణియై
యతిశయ విత్తలోభమతి నాదల మోదగ దుష్టె నప్పుడే
వితవిఁ నద్దమే గ వది యీ విధి నా తలఁ జాఁతె నేమనఁగా. 261

చ. ఘనమగు నౌషధక్రియల గాయము మానును గొప్పనాక్క క్రి
యమఁ దమ హత్యజేసిన మహాత్ముఁడనం బడి యెన్ని జన్మలం
దమభవమున్ దొనర్పఁ జను నజ్ఞుఁడు వైశ్యుఁ డెఱుంగలేఁడు మేల్
ధనమదమత్తచిత్తుఁడయి తద్దురితంబుఁ గొలంగఁజేసిరా. 262

తే. పాపముల నుండి రక్షింపఁబడె నతండు పితతమ్మతిని జయించెఁ దా నిత."దఁటంచు
దన కళత్రమ్మునకుఁ జూపి దయలు బుట్టఁ గథన మొనరించు విభులా బికారి చరిత! 263

తే. "కన వశమ్ముగా దీతని గతిఁ దలంపఁ జెప్ప వశముగా దీతని స్థితిని గాంచ
నితని లక్ష్మమ్ము నిదువార లెవరు గలరు మానినీ! తా నితఁడు నొక్క మానవుండె. 264

ఆ. ఒలువ నారలేక పలుక పాత్రములేక పుత్రిపాన వడఁగి క్షోభఁజెందుఁ
బ్రీతితోడ నీ దరిద్రనారాయణు నమ్ము మొనఁగె తప్పఁ బున్నె మెదవ." 265

క. అని వా మానిని 'మానటీకని బిడ్డల గొఱకు దాఁటినట్టి పద్రిపాత
మ్మును గొటవన్నెద'నని లోఁజని తన ధర తావిఁ దోఁచి చనె తోఁటుబెట్. 266

క. 'చిఱుతలు దినిరటు నాకెవో పెనువారి కొకింత జేరి [illegible]నాఁ
గిరమంత వ్యర్థమయ్యెను గుబవున పాంతిపుప [illegible] కదె యని పగతున్. 267

సీ. కనులు పెద్దవిజేసి కడుపు చిన్నదిచేసి మనసు నెంతయు జంపుకొను మనుండి
యుప్పిడి చప్పిడి నున్నట్లు గుటుమడు నదియులే లిడియులే దనకయుండి
యుండి లేముల నొక యొకుపున సవరించి బొమ్మపై వెందు్రికఁ బోలె నుండి
తినకున్నఁ దిన్నయట్లు వటించి గృహమేఁగుదెంచువారిని సవరించి పిదప

తే. నున్నదా యింత పిల్లల కూర్చిపెట్టి పొక్క నంటఁగట్టుకొనుచు వక్కపక్క
గుడ్డిలోఁ బ్రాణములు బెట్టుకొనుచునైనఁ బాగచి మూసినట్టుల పైకి పొక్కదింత. 268

తే. జానవము లోపలికిఁ దాను వచ్చునపుడు కనుల మొగము విప్పారఁ దన్గాంచి యెంతొ
యానగొనియున్న భిక్షుకాస్యమును దరియు కాళ్ళ రిక్తహస్తమ్ములు గట్టివైచె. 269

క. అంతటఁ బోతన తా నీ యింతి వెడలి మరలిరా డిచేసి యుఁటంచుఁగా
మంతనమొనర్ప నా యమ చెంత కరిగి సకల మెఱిఁగి చింత మునింగెన్. 270

తే. అతిథిగణ మేఁగుదెంచ నేమందమన్న నాలుకఁగా మల్లి గుచ్చుచు మనన్ప జచ్చు
క్షితిని సంసారికిం గల చిక్కులెన్నొ నిజ మెఱింగెనవో దేవ ! పీవ యనుచు. 271

తే. యాచకాభీష్టపూర్తి ధనాలి సనియెఁ గాని వితరణాపేక్ష యెక్కరణిఁ బోవు
వాఁక పీ రింకె నిరత ప్రవాహసరణి గమనపథమది మార దొక్కరవయైన. 272

చ. కలిగిన లోభికన్న నొక గవ్వయులేని యుదారుఁ గొల్వ సత్
ఫల మొరవుఁగా గటు ప్రకృతిభాసు నపార దురాశ నద్రియా
ట్టిలకుని గొల్వఁ దాగ్రిగుటకుఁ దీక్షము బట్టదు వాహినీతల
మ్ములు గత జీవనమ్ములయి పొల్చిను నా చెలమున్ జలమ్మిడుఁగా. 273

చ. ఇది యటులుండఁ బోతనను హింసలఁబెట్టిన పెద్ది గుండెలో
నెదొ యొక విప్లవమ్ము దర పీగతి నెంచఁబొడంగెఁ బోతరా
జెదను మదీయ దుష్కృతికి నేమి ప్రతిక్రియ సేయఁబూనెనో
మొదలె పదాంబుజద్వయికి మ్రొక్కి క్షమింపుమఁటంచు వేడెదఁగా. 274

చ. అనుకొని తక్షణమ్మె హృదయమ్మున ధైర్యము చెప్పుకొంచు వే
జని మొగసాలలో నెదొ విచారత నొప్పెడి తిప్పనార్యు పా
ద నిహితశీర్షుడౌచుఁ గలతంబడి యేడ్చుచు "నాదు తప్పు నొ
ప్పిన విడుకొంచుఁ దమ్ముని యెడంద బ్రిసన్నమొనర్పవే ప్రభూ !" 275

వ. అని బహుభంగులఁ బ్రార్థించి. 276

ఉ. "మీరలె తిక్కపండితులె యిక పిచ్చియు మేలిగా వేయి చెప్పినన్
బాపెడు నేఁడు నాను గ్రహావాటపువర్తనలె వారిఁ గొల్చి నా
కాఁకలు పేద ద్రవ్యము ప్రయోజనమౌనరింతు సనాతనంబు చే
తూచిన బాలు మీరు సెపి కోరిన వద్ది యొసర్తు సువర్ణితా!" 277

క. అన విని చేతి వ్రాసిన పమించితవృత్తిని బిప్పరాజు నీ
మనమును గుర్తెఱింగితిఁ బ్రమాదవశం బిటులయ్యెనంచు లోఁ
జని యమజాన్ గమంగొని ప్రసన్నమతిన్ మదివచ్చ బల్కి యు
ల్లనఁ గొనివచ్చె. బమ్మె కవిరాజు పదమ్ముల వ్రాలి యిట్లనెన్. 278

ఉ. "అలుగకు మో ప్రభూ. కుమతినై యిటు ద్రోహమొనర్చినాఁడఁ గ
న్నులఁ గను గాంచ సిగ్గిలఁ దనున్ క్షమియింపవె. నిన్ను గొట్టి చే
తుల విడి కాలిపో నెడఁద భక్తువియల్ బడఁగోయుచుండె నా
యలుకల భారమోకు మిము హింసనొనర్చిన పాప మేఁగునే?" 279

చ. అవి వగపొందు చేరి మెడ వారసి పోతన పల్కె నిబ్బలో
భనికుఁడ: మాయలోఁ దవిలి తప్పులొనర్చెదు మీ సమస్త చే
తన హృదయాంతరాళ మణిదర్పణ పీఠిక రాముఁ డొక్కఁడే
కనఁబడు వేరి మానవుని గాయమొనర్చిన వాతఁ దోచునే ? 280

ఉ. అన విని భిక్షు పేఁ జనుమ నావని కింపుక దారి వింతనెన్
జనము దొలంగి యోరఁజనెఁ జయ్యన నే గె నతండు వారలన్
జవిని యొకింత పేపటికి జాడయె లేఁదని బైట వెల్లెదన్
గని తెలఁ గానరామిఁ దమకమ్ముగఁ జెల్పిరి పోతనార్యుకున్. 281

వ. అంత సర్వోత్తరాజా వత్కాంతాళ్ళన్య విషాదమగ్న మానసుండై. 282

తే. కుంటివాఁడు వేరెవ్వడు దంట లేరు వడికిరేంగ మెచ్చుటికని పడచిపోవు
బడియెనో మూర్ఛనొంది యెప్పుట్లఁయిన వనమునఁ గాగడాల్ గొని జాడవరయ ముఖులకు.

తే. ఆతనితో: దాటి జనము లూరెంత గూడ వడియ సైచి చూచియు నెటఁబడయ రతని
పోతన యొకండ పరిపరి కీతు ఱుక భావన మొనర్చి యారాటపడియె నిట్లు. 284

చ. చిటికమ పేయు మాత్రిమునఁ జీఁకటిలో నెటు మాయమౌను లే
చెటఁ బడిపోయెనో తనువు చేమగుఁ గైతవ భిక్షుకుండుగా
విటఁ జనుదెంచెనో బ్రతుకు కెక్కుడి పాటను నెవ్వరేని నా
కిటులిది చెప్పనైరను నికెయ్యది దిక్కను నేర్పుచున్ గనున్. 285

ఉ. పేరిక వ్రేలుమాఁపు, వృథిపిం ఛపి పూరని గ్రాలు నీవుపన్
జాలిని నొల్పుపున్ గటిక స్వాంతము నీరొనరించు మాపు, పై
దేలిన కల్యసంతతుల దిక్కుఁ జియుష్ణ కుచేల రూపు, నా
కేలున గంట ముంచి తిలకించిన శ్రీపుఁ గృపా ప్రసీపరిన్. 286

ఆ. తలఁచి తలఁచి యెపుడుఁ దలవంచి విలపించి కలువరించు వీడు కనుల నింపుఁ
బియవఁబంచి కృతిని వలచిన కథ నెంచు జలదరించి మేను పులకరించ. 287

ఉ. అమ్మఁ దెవండు గంటము సముజ్జ్వలముం బొనరించు నా కహో !
ధన్యము నాదు జీవితము తావక సేవన మి ల్లసన్య సా
మాన్యము కండ్ల నాదెకి యమానుష భిక్షక ! నీకుఁ గాప్కొపుం
గన్య నొసంగి పట్టమును గట్టెద శాశ్వత సాహితీ మహీ౯. 288

క. మును సార్వభౌమ రూపతఁ గవిపించితి ధ్యానమయ జగమ్మున నెయ వ
చ్చెను జిప్ప చేతి కిపుడో యనఘా. నీ లీల కీ యనంతాత్మక ఏకా. 289

చ. సకల జగత్కుటుంబమును సాఁకెడు తల్లి సమస్తకాంక్షలన్
సుకరముగా ఫలింప మముఁ జూచెడి పూచెడి కల్పవల్లి మా
వికముల పంట లీనెడి వివిక్మలహాస మధాతరంగ వా
టిక యగు పాలవెల్లి వికటించెనె నీకు రమామతల్లి తాన్. 290

ఉ. భార్గవియున్ వసుంధరయు భార్యలు, జాహ్నవి బిడ్డ, రాజ్యమో
స్వర్గము, దేవతల్ ప్రజలు, సత్యములో సుధ లాఁడుబిడ్డ మో
దుర్గ యదేమొ వామనత దోసిలి యొగ్గితి విద్దరారి కీ
దుర్గతి యేల నీ కృతి సుదుర్గ్రహమై కనుపించు నమ్మతా ! 291

చ. ప్రకట సువర్ణమాన రుచిభాస్వ దమూల్య దుకూలమేవి అం
దకిత మహామలీమస పటచ్చర సంహతు లేవి విశ్వవా
టక బహు వేషధారి పగుటన్ సమకాంక్ష ధరింతు వాడి గా
యకునకు నీకు నెయ్యెడ సమావసరమ్ము స్వరమ్ము లేమనున్. 292

తే. నీలిమబ్బుల తెరమాటు నెఱిగ దాఁగి కండ్ల మెఱసిపోయెడి తటిత్కాంతిమాల
పథముఁ జూపించుననుటకు బదులుగాఁగఁ జిమ్మచీఁకటులే కండ్లఁ గ్రమ్మఁజేయు. 293

వ. అనుచు వాదమ్ము లుడిగి తాదాత్మ్యముం జెందుటయు, 294

తే. తమ్ముదివ్వ వలెఁ దిప్పన తాను గూడ విస్మితుండయి జగమునె విస్మరించి
యల్లవల్లన స్మృతిఁగొవి యత్ర్పి లుపల భక్తిభావ బంధురగతి బలుకు నిటుల. 295

తే. "అతఁడు [illegible] హరి యేమొ హరు వొ వచ్చి కృతిలేఖనకు గంటమిచ్చె నిటుల
భాగవత లేఖనమున నుపక్రమింపవలయు నిఁక నాలసింపఁగా వల" దఁటంచు. 296

వ. పలికిన నగ్రోజున్ గనుచు భక్తియుతుండగు పోతరాజు ని
ర్మలమతి విట్లు పల్కె కృతి సంరచియింపఁగ నేమి గావలెన్
దెలియవిదేది మీకు. క్షితిదేవత లేక శిలాపురంబునన్
బలుకదె బ్రహ్మసత్రమికి భాగవతమ్ము రచింపుమంచునున్. 297

ఉ. క్షామగతిన్ రుజాభిహతి సస్యవినాశముగల్గ జెప్పుదే
రాముఁడు తాను సత్కృతిని వ్రాయఁగ గంటమొసంగు జెప్పుదే
భూమిసురల్ ముహూర్తమిడి పుస్తకమున్ రచియించు ముందు నీ
నేమము నాచరింపుమని నిర్వచనం బిదు జెప్పుదే కదే! 298

మ. అవిరామమ్ముగ సన్నసత్రములు యజ్ఞాంతమ్మునన్ దక్షిణల్
కవి సత్పండిత విప్రసంతతికి సత్కారమ్ము తోరమ్ముగా
నవరింపం దగు మార్గమెయ్యదియొ నా స్వాంతమ్మునన్ దోఁచదం
చు విచారింపఁగ బాలుఁడు కరముల్ జోడించి తా నిట్లనున్. 299

మ. "అనఘా! మీరలు చింత సేయవలదీ యాగంబు సర్వంబు నా
వనజాక్షుండు కృపాకటాక్షవిభవ వ్యాపార మేపారఁగా
నొనరించున్ బరిపూర్తి నాకు గురుతుల్యుల్ మీరు, నా మేను నా
ధనధాన్యం బఖిలమ్ము మీదు పదపద్మం బందు నర్పించితిన్." 300

వ. అన విని పోతనార్యుండు, 301

క. "పదపడి పశ్చాత్తాప మ్మెద నొదవఁ బవిత్రమయ్యె నీ యీ జన్మం
బిదియే చాలున్ రూకలు మొదలగునవి యేయు నీకుఁ బోలునె" యనఁగన్. 302

తే. ఈ ధనమ్ము మీ కెప్పుడు వనిష్టమనుచు నే నెఱుంగుదు స్వామి! మన్నింపవలయు
రామసేవన్ వ్యయింప సార్థకముఁ జెందునని యొసంగి కైకొన దత్తహరణ మేమొ!

ఉ. రావు శిరోమణీ! ప్రతిఫలమ్ము నొసంగఁ దలంతువేని దు
ర్భావత వీఁ డొనర్చు ఘనపాతకతూల నగాలి గాల నీ
సేవకునిన్ భవత్కృతి విశేషములన్ వినిపించి భారత
శ్రీవిభుఁడౌ పరీక్షితుని క్రైవడి నట్లు తరింపఁ జేయవే! 304

ఉ. ఇంతియె చాలు"నంచు రచియించెను మ్రొక్కులువెట్టి పెట్టి తా
నంతఁ గవీంద్రుని న్నాశ్యము మునుంబు వికీర్ణ మనస్సరోవరా
భ్యంతర నీమ సొంపెసఁగు స్వర్ణసరోరుహమై హసించ "నీ
స్వాంతము సంతసింపఁ గృతిసారము నే వినుపింతు నీ" కనెన్.

తే. కవి కళానిధి వాక్సుధల్ చెవులఁ గురిసి యంత సదసి జనాలి మోదార్ణవమ్ము
లవధిరహితమై పొంగె వైశ్య ప్రవరుఁడును 'నెంత ధనమేనిఁగాని నే నిత్తు' ననియె. 306

ఉ. సెట్టి యిటాడినంత నటఁ జేరినవారు మిథః ప్రసంగముల్
పెట్టిరి, ఇంట మూల్గి చమవిత్తము చెంగిలి చేతఁ గాకినిన్
గొట్టఁడు గాని దుర్వ్యయము కోట్లనఁ బెట్టు నదెంత వెంటఁ దాఁ
గట్టుకపోవునే? సుకృత గ్రంథములన్ రుచిఁబట్టె నేఁటికిన్. 307

తే. ఆ యుదంతము నింతకు నంతఁ జేసి చెప్పుకొను లోకులకు భక్తశేఖరుండు
పోతరాజన దేవునివోలె నుండు నఖిల ధనధాన్యవృష్టి పల్లనఁగఁ గురియు. 308

ఆశ్వాసాంతము

క. సారతర నిగమ వీధి విహారా! కైతవ హిరణ్య హరిణాసుర వి
ద్దారక సింహకిశోరా! శ్రీరమణీ చిత్తచోర! శ్రీరఘువీరా! 309

చ. భవభయహారకా! మధుర భావ భవాకృతికారకా? మనో
భవరిపుతారకా! నిగమపావన పాత వినష్ట పద్మసం
భవరిపుమారకా! విమత బౌద్ధవ పూర్వరధారకా! విప
న్నివహనివారకా! విరత నిర్మల ధర్మగుణ ప్రచారకా! 310

ప్రహరణకలిత

ఇనకుల విలసద్ధి మకరవదనా! వసవిధితనయా వరవనచరా!
దనుజతను విఘాత కనరకదనా! ఘనముని జన సంగత శత మదనా! 311

గద్యము

శ్రీమద్భరద్వాజగోత్ర పవిత్రాపస్తంబసూత్ర, ప్రథిత సూరిజనమిత్ర, బిక్కయ్యశాస్త్రిపుత్ర
వాగేశ్వరీ సమాసాదిత, వైదేహీవర నివేదిత సరసకవితావిలాస, సహజ
పాండిత్యభాస, వరకవి విధేయ, 'వరదార్య' నామధేయ ప్రణీతం
బైన పోతన చరిత్రమను మహాప్రబంధమ్మునందు
పంచమాశ్వాసము.

శ్రీ రస్తు.

శ్రీ వాగీశ్వర్యై నమః

రచనోపక్రమము - రామ పద్యపాద పూరణము

"నిమిత్తమాత్రం భవ సవ్యసాచి"

శ్రీరామా! పావన శబ
రీ రామార్పిత సుమ బదరీఫల కామా!
సూరినుత గుహ క్షాళిత
పావన పదసీమ! క్షీరసాగర ధామా! 1

తే. భాగవత కావ్య రచనా విభాసురమ్ము త్వత్పదాంకిత కవితా సుధాఝరిమ్ము
శుభకరమ్ము పోతనకవి సుచరితమ్ము వినవె శ్రీరామ! శ్రీకంఠ వినుత నామ! 2

సీ. నవరసంబులు జిల్కు నవ కావ్యము విధంబు నవ వత్సరాది తా నవతరించెఁ
పంచాంగములు తరు పంచాంగముల యట్లు జీర్ణపత్రముల వర్జించి యొప్పె
శుకపిక ద్విజము లోపిక శుకద్విజాలటుల్ తరుణ భాగవత గీతములు వాడెఁ
దోరణమ్ములు లేమితో రణమ్మున వల్లి పల్లవచ్ఛగ కాంతి పాదుకొల్పె

తే. యువత కుసుమాయుధుని వలం దవిలి యోడె వనిత సత్కృతికామినితో వసంతమాడెఁ
గవిత నూత్నాబ్దమునకు స్వాగతముఁ బాడె నాఁడె కవివాణి తెరవీడి నాట్యమాడె. 3

సీ. లక్ష వత్తులిడిన వృక్షదీధితుల హారతులిచ్చె కింశుక ప్రసవ వనిత
మధుపూర్ణ చషక సంపన్న షాష్ఠాబ్దియై తెమ్మగాంచెను ఆడ్మిపి లతాంగి

మంజుల ధ్వనిఁ జామరపుంజ పాటిమై విసరసాగె శిరీష కుసుమమోష
ధిషణ కేరెత్తి యుంచిర ! కాస్మృతకల స్వనమొప్పఁ బిల్చె రసాలబాల

తే. చేతయూప వన్యావహా లేమ పంక మధురఫల భోజనములిచ్చె మాధవునకుఁ
గొమ్మలెల్ల సింగారింపుమోవి రహించి ప్రియవసంతునిపైఁ బూలవృష్టిఁ గురిసె. 4

ఉ. మాధవుఁ డేగుదెంచెనని మాలతి మల్లికలెల్ల నవ్వుచుం
బీధిల సౌరభమ్ములకె పేఁపలు ముత్తెపుసేవ దోసిలిల్
మాటవుఁ గీతఁదే యమము మౌళివి జల్లె రసాలరాగ స
మ్మాధురులంజా సుమించి ఫలమార్గము వట్టె వసంతుఁ గూడుటల్. 5

చ. కిలకిల నవ్వి పూలు పరిఁకించె, శిరమ్ముల మూఁచె భూరుహ
మ్ములు, నళితీవటోలికల మోదతనూఁగె శకుంతజాతి, కో
కిలములు ప్వాగతాభ్యుదయ గీతము లాలపనం బొనర్చెఁ, దా
మలికల ఝాంకృతుల్ శ్రుతుల హార్దతఁ దంబుర మీటెఁ దోఁటలం. 6

సీ. అలివేణి మత్తకోకిలవాణి చూతపల్లవపాణి సకల ఋతువులరాణి
వల్లితనువిలాస ఫుల్లప్రభాభాస మల్లికాహాస చంపక సువాస
సమంచితనవయవస్థ నై గరిగ్య వికీర్ణ కుసుమాభరణపూర్ణ, వసనపర్ణ
దోలాయితసుగాత్రి పాలాశసుమవక్త్రి తరుణాబ్జనేత్రి సౌందర్యధాత్రి

తే. మంజు మంజరీ వక్షోజ మహితతేజ చారు సౌరభలిప్త రంభోరుదీప్త
సరస సుమనస్సమేత ప్రసన్నచేత భోగ్య ఋతుపతి వాసంతభూప యువతి. 7

ఉత్కళిక

విరహ తాపమ్ములో వేసి గ్రీష్మము లార్చె
మేఘ సందేశమ్ము మెఱయఁ గనులు జెమర్చె
శారద జ్యోత్స్నలోఁ జారుహాసము విచ్చె
హేమంతమున మెరె రోమాంచమున నొప్పె
శిశిరమ్ములోపఁ దన జీర్ణవస్త్రము లొల్చె
వల వసంతమున మాత్నాలంకృతులఁ దాల్చెఁ
గుసుమాకరుని గూడుకొనియాడె భూమహిళ
పతి హృద్వికారమలె ఋతుషట్కమయ్యె నిల. 8

తే. మారవయువ కృతాను కుశ్రిధాహతిని బొంది మరుఁ దనంగు డయ్యె వసంత మైత్రివలనఁ
ప్రభిత కేతకీ పుష్పకృపాణ భూణ శాతసూన శిలీముఖ సహితుఁడయ్యె. 9

ఉ. స్థాణు జటాచ్ఛటాటవి విశాలకళాయిత ఫుల్ల మల్లికా
బాణముల ప్పిగుచ్ఛి పగఁ బాసికొనెం గుసుమేషు వృద్ధతిం.

పాణిని మెట్టి ప్రాణవిభుల పట్టపుదేవిగ శరణమ్ము వేడఁగా
వేణువు లూఁదె దక్షిణపు పీఠజయాంకము లొమఁ గోకిలల్. 10

తే. పల్లవించు తరుల పొదఁ జల్లనగాను వికసిత ప్రసూన మధుపాళిగా జరియించి
మలయపవనుండు మాధవు మైత్రిఁ గూడి యరుగుదెంచె విశాల సంధ్యాకృతిఁ గొని. 11

వ. అంత నయ్యవసరంబున, 12

క. శ్రీరామాలయ మందుఁ బ్రారంభమ్మయ్యె భాగవత సప్తాహ
శ్రీరాజిత నవరాత్ర సమారాధిత బ్రహ్మసత్రి యజ్ఞోత్సవముల్. 13

క. శారదరాకా శశిఁ గన వారాన్నిధి ఉంటి నంటి వర్తించు క్రియన్
శ్రీరామచంద్రుఁ గనుగొన మారూరి జనమ్ముతోడ నుప్పొంగె సభల్. 14

ఉ. పండటు లొల్పి చేతనిడు భక్తిని గన్నులఁ గట్టి పట్టుచున్
బండిత పామరావళికి బాలక వృద్ధ జనాళికిన్ మదిన్
విందెడి యట్లు భాగవత నిర్వచన మ్మొనరించెఁ బోతనా
ద్యంత క్రియాతరంగ విహితోవర మయ్యె సభాంగణాబ్ధియున్. 15

సీ. ఆ వ్యాస భగవానుఁ డావేశమయ్యెఁ దా నితని పై నని వచియించు వారు,
వాణి యీ జిహ్వాగ్రవశవర్తినిగఁ దాండవించునో యని ప్రశంసించువారు.
అభినవశుకుఁ డీతఁ డన నెంతమాత్రము నటమి లేదని కొనియాడువారు
భాగవత పురాణ ప్రవచన మ్మనిన నీ యనవిఁ బోతన సొమ్మె యనెడివారు
తే. అల పరీక్షిత్తువోలె నేఁ డాత్మపల్లె భువిని దరియించె ననుచుఁ జెప్పుకొను వారు
నైరి యాహూతులై సభ నధివసించు పండిత ప్రకాండుల కవి ప్రముఖులెల్ల. 16

క. ఘన హరిగుణ కథనమ్ములు విన వీనుల విందొనర్చె విష్ణ్వర్చనముల్
కను పండువయ్యె సుఖ భోజనము హరి భజనము లచటి జనములఁ దనిపెన్. 17

ఆ. వె. విష్ణు కథలు చెవుల విమలమ్ముఁ గావింప విరత మన్నదాన వియతి గల్గి
భుక్తి ముక్తి నిచ్చు పుణ్యకార్యము లందుఁ బాలుగొననివాఁడు పతనమొందు 18

వ. అంత సుకవిశేఖరుం డగు పోతరాజు. 19

మ. ఇటు సప్తాహము పూర్తిగా నవటికై యేతెంచి యున్నట్టి యు
ద్భట దోషజ్ఞ కవీంద్రకోటి విలసత్పాదార విందమ్ములన్
నిటలం బంట నెఱంగి యుట్లనియె మన్నింపగా ఏలెన్ నీవి దొ
క్కటి విజ్ఞప్తిగ లాదు దాని నెటు లాజ్ఞాపింతురో పండితుల్. 20

మ. "మును నా ధ్యానమునన్ రఘూత్తముఁడు తమ్ముల్ గొల్వ పేరోలగ
మ్మున రత్నాంచిత సింహపీఠగతుఁడై భూపుత్రికా గూడి త

స్థిర భాగ్యం బిది నన్ను గాంచి సుకవీంద్రా। ప్రేమమై నీవు తె
ల్గని శ్రీ భాగవతమ్ము గూరిచి కృతిన్ గూర్పన్ వలెన్ నా కనెన్. 21

క. తక్కిన పురాణములు పేర్కొన్న కవివరులు తెన్గు లిలయించియు ము
న్నెక్కడు భాగవతార్థము నక్కాడింపరట దీని వదలిరొ నాకై. 22

క. నిక్కముగ నట్టి భాగ్యము నక్కైను నా కహహ। యెంత ధన్యుఁడ నిల నా
చెక్కడి మృత్యువు నను విడి యక్కైవల్యంబు నెచటి కరిగెడి నింకన్। 23

క. ఇది భగవదాజ్ఞ యేమున్నది నాశ్రమ మిందు మూఁగ నాల్కన వాణిన్
బొదలించి యంగుష్ఠ గిరి నదులన్ దాఁటించు ప్రభువు నాయెడఁ గలుగన్. 24

తే. కావునన్ బహుశీర్షాదర్శితు వగుచు భాగవత లేఖనమున కుపక్రమింప
వలయు ననఁగ సుప్రాంగి యప్పొజ్ఞతియు నార్య। 'నిర్విఘ్నమస్తుతే' యనుచుఁ జనిరి.

వ. అదనంతర మప్పోతరాజు, 26

ఆ. వె మహిత వేదశాస్త్ర మర్మము లెఱుఁగక భాగవతము నెట్లు బలుకువాఁడ
ననుచు దత్తగురుని యపరావతారమౌ స్వీయగురుని మదిని జింత సేసె. 27

క. తలఁచి చిదానం దాశ్రమ విలసద్గిరి గహ్వరముల వెలసి సమాధిన్
జెలఁగెడి గురువరుఁ గని స్తుతి సలిపె నిటుల్ భక్తిభావ సంయుతమతియై. 28

గురుస్తుతి

శ్లో. గురుర్బ్రహ్మా గురుర్విష్ణుః గురుర్ దేవో మహేశ్వరః
ఇత్యార్యోక్త్యై పరం బ్రహ్మ స్తుతిం కర్తుం సమారభే. 29

శ్లో హంసారూఢో వేదమూర్తిః మమః పద్మాసనే స్థితః
చతురాస్య స్త్వమే వార్య గురుర్ బ్రహ్మేతి విశ్రుయాత్. 30

శ్లో. శ్రుతిం స్మృతిం వ్యుత్పత్తిం బుద్ధిం కలా సాహిత్యమాననం
దర్శనం దర్శనం పాదం పదం దీవ్యదలం కృతిం
త్వదం కృతిం యథాయోగ్యం కృత్వా స్థిత్వా తవాననే
వాణీ శారదంబి నీ భూత్వా పీయూషం సం ప్రవర్షతి. 31

శ్లో. స్థిత్వా దయాబ్ధి నిలయే హత్వా నాస్తికసోమకం
నిగమానాం సముద్ధర్తాహీతి మీనోఽకితాం గతః 32

శ్లో. జరామరణ జిత్వ్యధారవ నమాశ్రి యో విబుధ జీవనావన చణో
తవాంఘ్రి సరసీరుహో వితిధియా విచార్య కమలేశ్వరః పదమభూత్. 33

శ్లో. సంసారాంబుధి మగ్నబద్ధ ప్రకృతే రుద్ధర్తు ముద్యన్మనః
ప్రస్థానత్రయ భాష్యబంధుర సుధాసింధ ద్విసింబి ప్రభం
మందస్మేరనవేందు సుందర చిదానందాననాబ్జం శివం
అజ్ఞానాంధతమిస్ర వారక వరాహశ్రీయుతం భ్రాజతే 34

శ్లో. ప్రహ్లాదరక్షణ పటుర్హిరణ్య దానవప్రభు పితృగురుః
దానవనాశన స్నృసింహ ఏవేతి కోవజానాతి. 35

శ్లో. అస్మి బ్రహ్మాహమితిప్రై త్రిపదా వరదే భవాన్
దేహాహంకార బలినం జిత్వా భవసి వామనః. 36

శ్లో. జన్మ ప్రాకరణహేతు త్వా ద్ధత్వా కర్మాక్షమాతరం
జ్ఞానరూప కుఠారేణ త్వమసిహ్యత్ర భార్గవః. 37

శ్లో. భవాబ్ధి బంధనం కృత్వా జిత్వేంద్రియ దశాననం
ఆత్మారామ స్త్వమేవాసి వైదేహీ ముక్తి కాంతయా. 38

శ్లో. సరస్యచోపదేష్టారం బ్రహ్మాన్ సత్యాభినాయకం
ధర్మపక్షే స్థితం దత్వా వందే కృష్ణ జగద్గురుం. 39

శ్లో. వశ్యల్లలాటం సర్వజ్ఞం మౌళిన్యస్త కళావిధిం
తారకస్యోపదేష్టారం కామ నాశంకరం భజే. 40

శ్లో. అహోమూర్తి త్రయాకార తవ పాదరజః కణం
పోతనార్యం భవచ్ఛిష్యం కృపయాలోకయ ప్రభో. 41

వ. అని నుతించు పోతనార్యు భక్తికి నానంద పరవశుడై. 42

శ్లో. శ్రీకర శ్రీధర స్సర్వమంగళావహ సద్గురుః
పోతనా యశ్రియం దద్యా త్సర్వమంగళ దో భవేత్. 43

క. అని యాశీర్వాదమ్మున్ బొనరిచి వాత్సల్యజలధి పొంగుచువాడున్
గనె సుకవి చంద్రునిం బోతనయున్ గురువరుని గాంచి తా నిటు నుతిపెన్. 44

ఆ. "తామొసంగు రామతారకనామ సంస్మరణ సేయ నొక్క తరుణమందు
స్వామి ! రామచంద్ర సందర్శనమ్ము లభించె దాశరథి వచించె నిట్లు. 45

తే. 'బాదరాయణి విరచిత భాగవతము నాంధ్రభాషాసుధా కృతి నమువదించి
కృతి నొసంగెదవేని స్వీకృతి నొసర్తు' నని వచించి యంతర్హితుండయ్యె స్వామి ! 46

తే. భాగవత రహస్య మెఱుంగ బ్రహ్మతరమె ? తెలిసి పలుకంగ నా మహాదేవు వశమె ?
హరిని విశ్వరూపి నెఱుంగ దబ్జభవుండు మోహినీ మాయలకె శూలి ముగ్ధుండయ్యె. 47

క. శ్రీ నెవఁడ సంరహస్యంబై నలువకుఁ దెలియరాని హరిజన్మ గుణా
ఖ్యానంబుఁ దెలుప తత్త్వజ్ఞానానుభవం బెఱుంగకమె గురువర్యా. 48

క. రక్షయగు మాయ వివరము ముల్లోకమ్ములకు నాదిమూలంబై ప్రో
ద్యల్లీల వెలుఁగు తత్త్వము నెల్లను దెలియంగ జ్ఞాన మెఱిఁగింపఁదగున్. 49

క. అంతట నుండియు నీశ్వరుఁ డంతటికిని నంటకుండునఁట స్వామీ! యీ
వింతెట్లు పొసఁగు"నన మునికాంతుం డా కవిని గూర్మిఁ గని యిటు వల్కెన్. 50

సీ. "అరిన మయి నిర్గుణాకారుఁడై పుట్టి భేదముల్ తానయి వెలయుచుండు
వాయు వట్టుల శుభశ్రీవర్తనుఁ డగుచు దుర్గంధ సుగంధ వికారి యగును
జలములపై వెట్టి చవిలేక యుండియు రుచులన్ని తానయి రూపుఁగాంచు
నడుమ క్లేటాప మందికుండఁగ నుండి యన్నిరూపములు తానయి వెలుంగు

తే. రూపులన్నిఁ దా నగుచు నే రూపులేక పేరులన్ని తా నగుచు నే పేరులేక
విశ్వమును దాను గాంచుచు విశ్వమునకుఁ గనఁబడనియట్టు లుండెడి ఘనుఁడతండు. 51

సీ. ఎవని ప్రేరణఁ గనుల్ భువనమున్ గనఁగల్గుఁ గనఁజాల డెవని నా కన్ను తాను
ఎవని సత్తువతోడ శ్రవణముల్ వినఁగల్గు వినఁజాల డెవని నా వీను తాను,
ఎవఁడు శక్తి నొసంగఁ బ్రసరించు నీ వాక్కు పలుకలే దెవని నా వాక్కు తాను,
ఎవని యాశ్రయముతో హృదయ మెప్డు తలంచుఁ దలఁపలే దెవని స్వాంతమ్ము తాను,

తే. అంతరింద్రియ బహిరింద్రియముల కెవ్వఁ డందకుండ లోవెలుపల నమరియుండు
నట్టి వేదాంతవేద్యు జ్ఞానైకసాధ్యు నాత్మ నీశ్వరుఁ డనుచు నీ వరయు మెపుడు. 52

ఉ. మృత్తియ తప్తలోహమును సూది మొదల్ గునపమ్ము రూపులన్
బొత్తుచు నామరూపచయ మూలకమౌచును వానిఁ గూడి కిం
చిత్తును దాను మారనటు చిత్తు పిపీలిక నుండి బ్రహ్మయౌ
మొత్తపు సృష్టి వృద్ధిలయ మూలకమై యవికారియై పమన్." 53

వ. అని నుడువు గురూపదేశ వాక్యంబులు వినుచుఁ బోతన సంశయబాధిత చేతస్కుండై
యిట్లనియె. 54

తే. "ఆత్మ సాపేక్షలేక దేహమ్మునకును బాధయే లేదు దేహ సంబంధమునను
యాత్మ సుఖదుఃఖ సంగతు లనుభవించు నేల? యానందరూపున కీ వెతలన. 55

క. పటుతర వహ్నిజ్వాలలఁ ద్రుటి వారెపిడి జలము లుష్ణతీవ్రతఁగను దా
నెటులవిన మధ్య వచ్చిన ఘట సంబంధమ్మె ముఖ్యకారణ మరయన్. 56

క. జలము స్వభావశక్త్య మగుఁ జల్లఁదనే మ్మతి కారణాంతర
మ్ములు మనలక్ష్మకోష్ణతను బొంది పరం పడి శీత రూపతన్

లసిం గొను నాత్మ తా నటుల నంత సుఖాప్తి మునిఁగి దేహమ్మం
గలిమి నలంత నొంది వగ జెందును దెల్పెద నిప్పుడాత్మకున్. 57

క. చంచల చిత్తుఁడు మత్తుఁడు పంచేంద్రియ విషయ లోల [illegible]
వంచిత కర్ముఁడు శ్రీహరిఁ గాంచ [illegible] యనికి కవివి [illegible] ముని పలుకన్. 58

క. "అలలం గలఁతపడెడి యా జలనిధి గన నగునె [illegible] చం
చల చిత్తమ్మున దేవునిఁ దలంచినదో [illegible] వాని [illegible]. 59

ఉ. ధర్మము దారి, దేహ మరదమ్ము వశేంద్రియములే [illegible],
కర్మద మోక్ష మాలయము, సారథి [illegible], యాత్మయే
కర్మగుఁడైన యాత్రికుఁడు. కామము [illegible] చేర్
దుర్మద దూషితంబు లయి దూఱ ప్రపంచము [illegible] వేళలో. 60

క. మానసరశ్మిని జేరిచి జ్ఞానేంద్రియ యుగ్యముల [illegible]
మానృతపథముల [illegible] తన [illegible] దలఁచిన [illegible]" 61

ఆ. అనుచుఁ దపసి తెల్ప నా కవి [illegible] "[illegible] శ్రేయ వెడఁగు మార్గమంత్రి
మాయ యెద్ది? గెలుచు మర్మమెద్ది? [illegible] దెల్పుఁ" డనిన యోగి పలికె నిట్టుల. 62

సీ. భానుతో నంటుచు పటలమ్ము లేర్పడి భాను బింబముఁ గప్పి ప్రబలుచుండు
జలముతో శైవాలజాలంబు లేర్పడి జలరూపమునె యదృశ్య మ్మొనర్చు
జ్వలనునితో భస్మసంహతి జనియించి జ్వలనాకృతినె కప్పి యలరుచుండు
బట్టు పురువునంతి ప్రభవించు గుబురాటి కీటక [illegible] మాడు [illegible]

తే. నాత్మతోఁ బుట్టి పెరుఁగు మాయావిభూతి యట్లె యాత్మరూపమును మాయఁ [illegible]
దాని హరియోగి వైరాగ్యదాతుఁ [illegible] రాజయోగి మైత్రిని బంధరహితుఁడగును. 63

ఆ. నాది యనెడి రూపనామాత్మకమ మాయఁ [illegible] జ్ఞాని బ్రహ్మ
నాది యనెడిది [illegible] ముక్తుండయి పూరుషోత్తముఁ డగుఁ [illegible]. 64

తే కాంచ జీవుఁ డీశ్వరుఁడను నాంతి [illegible] సుందర గుణమయ [illegible]
మాయకాంతిగా విరోధించు మందుదివ్వె [illegible] మాయ తా నంట [illegible]. 65

సీ. పరదుఃఖ దుఃఖిత్వ పద్ధతి వక్త్రమై పరమార్థకర్మనాఁ బరఁగుచుండు
భగవద్వియోగార్తి భరియింపరాని దీనాలాపమే భక్తి యన రహించు
సత్యశోధనలోని సర్వస్వరూపావాప్తి జ్ఞానరూపమ్ముగా నెసంగు
నిస్స్వార్థ వాంఛా విపిర్మల వృత్తమ్ము వైరాగ్య రూపాన వరలుచుండు

తే. మానవమ్మున విజ్ఞాన [illegible] శక్తిగుణగాన భక్తి [illegible]
గార్య కరణాన [illegible] యోగివరుఁడు. 66

సీ. వసుధ నిత్యానిత్యవస్తు వివేకమ్ము జ్ఞానయోగమ్మునఁ గలుగు ఫలము
ఇల నిహాముత్ర ఫలభోగ విరక్తి వైరాగ్య సాధనన్ వడయు ఫలము
శమ దమ సాధన షట్క సంపత్తియే కర్మయోగమ్మున గల్గు ఫలము
మోహ సంబంధ ముముక్షత్వ సంసిద్ధి భక్తియోగమ్మునఁ బరఁగు ఫలము

తే. జ్ఞాన భక్తి వైరాగ్య తత్త్వాను సేవ్య మానసానంద రసానుభూతి
విశ్వమున భాగవతమహా ప్రవృత్తి నెఱపి తను మదంమను శాశ్వత ధామ మొసఁగు. 67

ఆ. పరమ విరక్తి తత్త్వమార్గము లెన్నేని బ్రాహ్మికోటి గమ్యపథ మొకటియె
దిగినచోటి నుండి దిన్నగా వచ్చినమార్గ మెటిదైన చనిన మనికిఁ జేరు. 68

క. వేదమ్ములు వాక్యనిః వివాదమ్ములు, స్మృతి పురాణవాక్య వ్యాఖ్యా
నాది ప్రస్థానత్రయనాదము తత్త్వమునె వినబ్దగఁ జెప్పఁగా. 69

ఉ. నిర్మమ భూమిభంగ తన గాంచును మృద్ఘటపట్టు లెయ్యెడన్
నిర్మలమయ్యె జ్ఞానగతి, నిత్యమునన్ మననైకశీల స
ద్ధర్మము పేద శుద్ధిరహితస్థిత తామ్రక పాత్రమై చనన్
శర్మద భక్త్యుపాయమను స్వర్ణఘటమ్మె శరణ్య మెంచనన్. 70

క. కావున భక్తిప్రదమగు శ్రీ విష్ణ్వవతార రూపశీల విభవ సం
భావన మెసఁగన్ భాగవ తావిష్కరణమ్మొనర్పు మాంధ్రమున నందున్. 71

క. వారక శ్రీహరి కృప నెంచవేఱంగల దిట్టి కార్యనియతి"యన నను
ప్పారఁగ మ్మొనరిచి పోతన యూరున్ జేరంగ వరిగె నొకదినమందున్. 72

తే. అన్నకును మ్రొక్కి శుభసమయమ్ము నందు స్నాతుఁడై యాత్మగేహ విన్పీఠులైన
శ్రీరఘూద్వహాపిన్ పొంబళించిఁ జేరి నతులొనర్చి యోగాజినస్థితిఁ జెలంగి. 73

చ. కనులను మూసి కేల్మొగిచి కావ్య మవిఘ్న సమాప్తి నొందఁగా
మనమున రామతారక సుమంత్ర పరాయణుఁడౌచుఁ దాత్రిటిక
మ్మనఁ బొలి గంటమూమకొని మల్చె మహామతి "శ్రీగణాధిపా
యనమహా" యంచు దేవగణ హారవు మేరువుఁ బోలు వేలుపున్. 74

సీ. ప్రజ్ఞాన వర్ధనౌపనిషదామృత వారి ధరము యుష్మాక సుందర కచమ్ము,
అఖిల కళాప్రపూర్ణామల సాహితీ చంద్రబింబము నీ హసన్ముఖమ్ము,
పూతకర్మ జ్ఞానహేతు బోధక సచ్ఛ్రుతియె తావకీన శ్రుతిద్వయమ్ము,
నిత్య ధర్మవ్రత నియమ పరిచారక స్మృతి పంచయమె భవన్మతి పథమ్ము,

తే. ఐహికాముష్మిక ఫలప్రదాంగణమున పుత్ కృదుపమాద్యలంకారభూష లౌరఁ
బిత్త్వదర్శనశాస్త్ర నేత్రముల తోడఁ గృపఁగనవె పీఠి వాఙ్మయీ కృతివి వాణి! 75

ఉ. మానిత సత్కవిత్వ మృదు మాధురి రాశి బోసినామె, మా
గానకళా విలాస పరికల్పిత సుస్వరశోభి వాద్య, లే
ఖా నవవర్ణచిత్రిత వికాస వివేకసముల్ ప్రకీర్ణ సత్
పాణి పదానవాబ్జ రసభావ వినోదకృతుల్ సరస్వతీ!" 76

మ. అని వాగీశ్వరి సంస్తుతించి హృదయం బానంద పీయూష వా
హినిలో దేలమరాళ లీలలను దీక్షా వాక మోహార్తి ని
ర్గుణ తత్త్వాంచిత విశ్వనాటక కథా కల్యాణ నిర్వాణరూ
పుని స్తోత్రమ్ము నొనర్తుఁ గావ్యగతి నుద్బోధింప గావాశిలోకా. 77

సీ. ఎవఁడు శూన్యాంకమై మొదనుండి గాంచిన నాద్యంత మేర్పడ కలరుచుండు
నెవఁడు శూన్యాంకమై యీ విశ్వమంతటిఁ దన యావరణమంచె నావ గడ్గ
నెవఁడు శూన్యాంకమై యీ సమాంకమ్ముల దన నుండి పొంత మత్పత్తి చేయు
నెవఁడు శూన్యాంకమై యీ యంకెలన్నిటిఁ దనపైనఁ దాల్చి పెద్దగనొనర్చు

తే. నగుచు శూన్యాంక మెవ్వఁడే యంకెలన్ని వ్యయములైన నొక్కఁడే తాను వరలుచుండు
నా స్వరూప విరహితుని నఖిలరూపు పరమ పూజ్యు సమూర్త్యు సన్మయు నుతింతు. 78

తే. రూపులన్ని తానయి కనుపాపయట్లు నిజ సితాత్యంతసస్తకపీఠముగ
వల మహోదధి వలయితాజాండ మెల్లఁ బాలసము పేయు నా పరబ్రహ్మ నెంతు. 79

చ. నవగతి విశ్వకావ్య రచనా పరికల్పనమందు పద్మసం
భవ సతియౌ సరస్వతిగ భాసిలి లోకకుటుంబ రక్షణా
ర్ణవమున విష్ణుపత్నియయి రంజిలి భూతలయ క్రియార్భటిన్
శివసతియౌ భవానివి భజింతు. త్రిమూర్తుల కారికారిణిన్. 80

క. వ్యాసున్ మృగచర్మాసన భాసున్ విజపీలతమ విభాజదాము
ప్రాసున్ విగమత్రయీ విలాసున్ మదిఁ గొల్తుఁ గవి కలా విన్యాసున్. 81

క. సకలాగమ నిగమోపాసకునిఁ భాగవత ఫలరసగ్రా సద్గా
యకునిన్ శుకునిఁ వ్యాసాత్మకునిన్ నుతియింతు ఘోర భవతారకునిఁ. 82

క. అని యిష్టదేవతా ప్రార్థనముం బొనరించి కవి వితానమ్మున గూ
ర్చి నమస్కరింపఁగాఁ దన మనమున నిటు లెంచు విగత మత్సరమతినై. 83

సీ. నవకావ్యవాణీ ప్రియయభోగి వాల్మీకి మహిమాదికవి పితామహుఁడు గాఁడె
పంచమవేదమై వరఁగె వ్యాసుని కైత వరుఁడీతఁడవ వెట్లు నాల్కువచ్చుఁ
గాళిదాసుని పొత్తుగా నయ్యె నుపమ యా కవి కుపమాన మీఁగలఁడెవండు
భవభూతి సకల మీ కవిపేరనే వెగ్గ చీకైత కిటు మూల్య మిలనుగలదె

తే. రాజ మహామహేంద్రపురాధి భూపుఁడయిన నరస జయదేవ నంది మహాకవులను
దరస గీర్వాణ వాఙ్మయ ఖ్యాతులఁ బరఁగి కృతిసె గీర్వాణ కృతి వారికెందు కొదువ. 84

ఉ. వ్యాస వినిర్మితంబయిన భారత సంహిత నాంధ్రభాషలో
వ్రాసి జగమ్ము లెల్లను వెలాసన భాసిలినావు భారతీ
శాసక నన్నపార్య ! శివపావహియింతు త్వదంఘ్రినాకు నా
వ్యాసుని స్వాంత మర్మమగు పద్ధతిఁ జెప్పవయా దయామయా ! 85

చ. పలుకు లతాంగి మా తెలుఁగు పండిత మొగ్గతొడంగి వాదవా
దల తెగ వ్రాఁకి బాసల పటాపల యౌవల మేలబంలియై
విలిచెనఁటన్న నేఁటికిని నీయదె దీపము మాకు. మా కుల
మ్ముల కిలవేల్పు నీవె తొలిమ్రొక్కులు నీయవె నన్నయాగ్రణీ ! 86

చ. పిలిచినఁ బల్కు వాణి సుకవీ ! భవదీయ కృతాంధ్ర భారతా
మల నిలయాంగణాంచిత సుమప్రికరమ్ముల తేనెలూర నా
ప్రశయసముద్రి వీచికలపై నెమరీతల నీఁది యెమ్మెడన్
విలిచెడి కావ్యరాజమున నీయది తిక్కకవీంద్రరాణ్మణీ ! 87

ఉ. కలిగె నెవండు మా తెలుగు గడ్డన విశ్వకవీంద్రుఁ డన్న నిన్
దొలి వచియించి వేదాక మనుష్యువి జెప్పఁగ నొప్పుఁ గావ్య క
ర్తలకు మహత్తరాంధ్ర పశుధాన్తలి నన్నముఁ దెల్పిపోయినా
వలఘుమనీష ! మా కులము కంతకుఁ బెత్తల నీవె తిక్కనా ! 88

ఉ. వాగనుశాసనుండు బుధవంద్యుఁడు నన్నయ యాంధ్రభారతో
పాగత కావ్యసృష్టి చతురాననుఁ డయ్యెను దిక్కసూరియున్
బాగుగఁ బెంచి విష్ణువయి భాసిలెదాని ముగించుపట్ల నీ
వీగతి సత్ప్రబంధ పరమేశ్వర రూపుఁడవైతి వెఱ్ఱనా ! 89

ఉ. తల్లి యఁటంచుఁ దిక్కకవితాప్రవిది మ్రొగ్గెను దెస్సవంకకే
తొల్లిటి దేవభాషయిబడోఁవి తెనుంగున వింపె నన్నభ
ట్టల్లితి నీవు సంస్కృతము నచ్చ తెనుంగు సమాంశమెత్తి మేల్
మల్లెలు మొల్లలున్ బొదిగి మాలికఁ గూర్చెడి కైత నెఱ్ఱనా ! 90

మ. విమలంబైన భవత్కవిత్వరస వాక్పీయూష పేయ ప్రవా
హము లా మూఁడును జోడుగోడె లటు సౌహార్దమ్ముతో నొక్క ది
క్కు మహైక్యమ్ముయిపోవు భారత కథాశ్రేణీ త్రివేణీ సమా
గమతీర్థమ్మయి మాకు నిత్యము నమస్కార్యైక యోగ్యమ్ముగాన్. 91

చ. తెలుఁగు పఠించువాఁ డతఁడు దేశము దెప్పినను బుద్ధుఁడిత్యుడై
దలఁచుకొనంగవలెఁగా బ్రతిదిన మ్ముదయమ్మున లేచి గొప్పతే
పలు తమ భవ్యభారత ప్రబంధసుధారస మొంచ బుద్ధి హై
దులను జగిప్పి సత్కృతికయిల్ మెరపంద్ర కావ్యపయిలన్. 92

మ. ఇలపై మీనలె సాంధ్రభారతము పేదెబ్బారయఁగా శేముఁగా
దలఁపఁగా జీవితకాల మంతయుఁ బ్రియమ్మం బెంతొ కావించియుఁగా
దలక్రించుల్ దపముఁగా బొనప్ప నొక పద్యంబే వినుఁడ్ వ్రాసియుటల్
కలలో వార్త వృథాశ్రమ మ్ముటుఁ సంకల్పించు చెప్పారిరేఁకా. 93

తే. అల త్రిమూర్తు లేకమ్ముగా నవనియందు వ్యాసభగవాను నంతటివాఁడు బుట్టి
భారత మొనర్చెనదె తెన్గులో రచింప మూఁడు జన్మములెత్తె నా మునుపటి తపసి 94

తే. విరత మీకాలనిర్ఝరిణీ తరంగ గర్భముల జీర్ణమొందు లోకమ్ములెల్ల
పరత జగదతీతాకారాకృతిని వాల్చు కవివరుఁ డొకండె మొయిఁదగఁగలఁడు సవి. 95

మ. కవి గంటమ్మన నాకలోక పరిషద్గాంగేయ సౌధంపు శం
కువుఁ గంటమ్మనఁ బోలదే యతని సూక్తుల్ వెల్గు పత్త్రాళ
త్రవితానమ్ములు దేవపీఠమునుజేసెన్ స్వర్ణసోపానముల్
సవరించున్గదె యాతఁ డివ్వసుధపై సాధింపు స్వర్లోకముల్. 96

సీ. చనుబాల ధారయై మనుమాతృ నిర్మల ప్రేమలో సంజీవిఫాను మరని
రక్తోగ్రధారయై రగులు మోహాగ్రణి పాణిలో లయకాల పాళమరని
కన్నీటిధారయై కరఁగు దుఃఖార్తుని నెదఁదలో బడబాగ్ని పొదలనరవి
ప్రణయాంబుధారయై మనుకాంత క్రేగంట బ్రహ్మాండ వృక్షంపు పాదులరని

తే. సకల రసధారలుఁగా సన సహజ మధురసార కవితా విదగ్ధధారలోన
సంగమింపఁగా నమర నిర్ఝరిణివంటి ప్రతిభతోఁ గవి కావ్యకల్పకముఁ బెంచు. 97

చ. నవయువతీవిలోల నయనప్రపవస్మిత శోభఁగ్రోలి దుః
ఖవికలు బాష్పవార్ధి పరికల్పిత వీచులఁదేలి యా జీదా
ర్త వివశగర్భ గహ్వర విరూపతమమ్ములఁ దూలి యాదటఁగా
కవివరు ప్రాణవాయువులు గాన మొనర్చును గావ్యవేణువుఁగా. 98

మ. సుకవీంద్రామృత వాక్య వర్షసరసస్రోతస్విసుల్ కావ్య స
త్ప్రకుటీరాంచితపీమఁ దేమవిధ ఉత్తప్రాయ సామ్రాజ్య నా
యకవృత్తమ్ముల జీవము ల్మొలిచె వారావంద్ర తారాళ్ళమం
దకళంకోజ్వల కీర్తి చంద్రికల మధ్యన్ దివ్యులై వెల్గఁగన్. 99

తే. కవి కలామృతస్పర్శను గను చరితలు మృతిమొలేని శాశ్వత జీవయుతము లగును
కవికలామృత స్పర్శను గనని కథలు స్థితములయ్యును సంతతమృతము లగును. 100

ఉ. ఈ మహనీయకావ్య మును లిచ్చిన సత్కృతిజాత తత్సుధా
ధ్ధామల సాహితీ రస మహత్వభరమ్ము శిరమ్మువంప నే
నెపుడ లేనటంచు జతనై తిన నా దగు రిక్తహస్తముల్
తాము ప్రణామహృతను దమ్మును వీరి నటంచు నెంచెదన్. 101

శా. రామస్పష్టి మహాకవి ప్రవరులారా . మీదు క్రౌంచగబ్బముల్
నావర్ణించను దేహమస్థిర మిలా గర్భాన రత్నాల కిం
దేనాడున్ గలవున్నదే గుణికిందామేలా వమోలింగముల్
యీ నా కావ్యముఖమ్మునన్ వతులు మీకే వేళ గావించెదన్ 102

ఉ. యోగివరేణ్య శ్రీశుక ముఖోజ్ఝితమై విలసిల్లు శ్రీ మహా
భాగవతమ్ము వేదసురపాదప ముక్తఫలమ్ము సుమ్మహో !
భాగవతాగ్రగణ్యులను భావుకులౌ రసికావతంసులే
త్రాగుదురెందు దగ్గతసుధారసముల్ ఘని మోక్షకాములై . 103

సీ. భగవంతు నిత్యసంబంధమ్ము గలచోట ప్రకృతి సర్వస్వమ్ము భాగవతము,
ఆత్మ యీ సకల భూతాంతరారాముడై రమియించువాడౌట రాముడతడె
వరరాగలయగతిన్ స్వరవిభేద పథాల బలికెడి దీ విశ్వభాగవతమె
విశ్వభాగవతంపు పీఠతంత్రుల మీటి పలికించు నా రామభద్రుడెందు

ఆ. పతంజాకంబె యంచు నద్వైతగతి దాకి విడువు గనెద నింక వేదాంతమందు
గల దటంచు నన్యగాథల చల్లమ దెగని వలచి దగిలి పొగులనేల ? 104

ఉ. తా జగదాఖ్య భాగవత తత్త్వమెఱింగియు బల్కుటబ్రహ్మా
భాసితుడైన శూలిచెవి జానమగంధగు తమ్మి చూలికిన్
బ్రాజదు వేవి యేవిగవి పల్కగ నోడునా యా రహస్యమున్
నే జతగూర్చెదన్ వివిధ నిశ్చితముల్ వివి కన్న యంతలో. 105

క. అవి నిజకృతిపతి యగు నా యువకుల భూషణుని ప్రియహృదయమ్మున భా
వనచేయ మోహనాకృతిగొని మను బ్రత్యక్షమయ్యె గోపాలుడటన్. 106

ఉ. అంతనె వ్రాయు గంట మటులాపి తలంచిను పోతనార్యుడ క్కి
వింత యిదేమి నాదయిన వీక్షణపంక్తుల దాండవించు నే
డెంత వినోది గోకులవిహారి, రఘూత్తముడేడి ? యెంత నే
వింత మనం గనంబడదు విస్మయమౌ నిదియేమి చిత్రమో. 107

తే. అనుచుఁ గుందు సత్కృతి స్వప్నమందు నాకుఁ జూపినాఁ డనుచుండి తా నిటులను
వగవనేటికి శ్రీ భాగవతపుఁ గృతిని రేనెవిందు దానికి నొక్క విధముతెలుపు. 108

క. శ్రీరామాకృతి సీతాభామిని సొమ్మగుట విడ్డి భాగవతకృతిన్
మామక కృష్ణాకృతిఁ గాను సోమసిరి నీకిడెదంచు నుడ్యాత్రిప్పవలెన్. 109

మ. అని యా రామవిభుండు స్వప్నమునఁ దా నంతర్హితుండైన యం
తనె మేల్కాంచి హృదంతరాళమున మోదంబంది గంటమ్ము చే
లను గీలించి స్వకావ్య కన్యకకు ఠీవిన్ గోపరాజున్ గృతీ
శుని గావించి వచించెఁ బోతకవియున్ సొంపారు షష్ఠ్యంతముల్. 110

క. వినువాఁడ వేనినుటి నా యినకులవల్లభుని కృతిని నెలఁగెడి ప్రఖ్యా
దివి వంశ్యమ్మున సంబోధనమును గావించి కృతిపతిమ్ముగ విడుటన్ 111

సీ. జలద మృదంగార్భటుల కమ్రప్రాసమౌ నెమలిసామల వింత నృత్యమెత్తి
గళసీమ నవరత్నముల సరుల్ దిగవైచి కులుకు గువ్వల బింకములు గదించి
గాంగవీచీమాలికల నుయ్యాలల నాఁగు రాజహంసల విహారములఁ దోఁచి
మత్తేభ దోలాయమానయానములోవి టీకుటారుల రాచకీవి గెలిచి

తే. సురటిముత్యాల చెండ్ల మేల్బాగగు నగవు లోడికయి గట్టఁగా పథలొలుకు నెయ్యఁగుఁ
బలుకుఁ జెలివైన యాయువుపట్టులేని గోస్తనీపాకమున శైలి గుస్తరించె. 112

సీ. నింగి నక్షత్రాలు విలువెల్ల పీరయి కరఁగిపోయెదు మేలు కడుణ నెఱిఁగి
కదలి రౌద్రమున లోకము మ్రింగ నోర్వాఁపవమ్ము సముద్రేసల భీభత్సమెంచి
కనుమూఁతవడఁ దటిత్కరవాలములఁ ద్రిప్పి మింట గర్జిలు భీకమేఘ సరపి
యొద్దు భూసతితలన్ గట్టి నత్తలవైచి పొరలి పవ్వడి కంఠి నుటపులఁగవి

ఆ. యద్భిరాజు సంగమార్థియై యలచేతి సైగచేయ వరిశ్రికఖుల నలసు
చటు విటుఁ జనుచును సరుసెంచ సిగ్గులయుకుల బ్రణయభావసరణి నరసి. 113

క. శృంగారాదిక నవరస సంగతులన్ విశ్వగత రసస్ఫురిత కళా
భంగిమములం గ్రహించుచు సింగారించెన్ స్వకావ్య సీమంతవతిన్, 114

క. అతి సుప్రసిద్ధములు, వ్యాకృతి సమ్మతములును, జీవ కృత్స్నములు, సదౌ
చితి పథములు, శ్రుతి సుఖములు పెతకకము ఎచ్చినను వేల పదమ్ముల్. 115

శా. వాణీ దివ్యగళాభిశోభిత వట ద్వైదూర్యదామ ప్రభన్
వేణీ బద్ధశిరోజరాజిత చల స్నిగ్ధేంద్ర హారద్యుతిన్
శ్రోణీమండిత మేఖలామణి లసచ్ఛోభన్ సమాపాది వా
క్శ్రేణిన్ దీరిచి ముద్దు పద్యముల సంసేవించు కావ్యాంగనన్. 116

సీ. కోలాటముల నాడుకొనుచు రచ్చలయి తా నతని యంత్యప్రాస గతులలోన
పుష్పవృష్టులు గుప్పుదురు దేవతలు తా నతని సత్పద గుంభనావళుల
నేయువారాల సొమ్ములఁ దాల్చును వాణి యతని వ్యంగ్యాద్యలంకృతులలోన
నఘమర్షణ స్నానమాచరించును విష్ణుపతని భక్తి రసామృతాబ్ధిలోన

తే. నతని వేదాంత వీథులఁ దిరుగు ననుని దరిసి కనుఁగొను ముక్తి కాంతాలలామ
యతని భాగవతాలయ మ్మతిథి తతికి విష్ణు కీర్తనామృతముతో విందు నిడును. 117

ఉ. ఆరయఁ బెంచివారి పసి లద్దిన ముద్దు పదాల తేనియల్
గారు మనోజ్ఞభావములు గల్గిన పాకపు పాలమీఁగడల్
చేరలఁ బంచు భక్తి రససింధువు, పోతనకైత యన్ననో
దూరదె భారతీపిఁ జెవి మొగ్గఁ దప్పునె వాని తాతకేఁ 118

తే. ఒక్కనాఁ డేకతంబున నుండి భక్తిఁ బోతనార్యుఁడు భాగవతేతిహాస
మగు గజేంద్రమోక్షణ కథ ననువదింప నా గజేంద్రార్తి హరి విను టరయుచుండె. 119

మ. అల వైకుంఠపురమ్ములో నగరి నంబారంభమున్ జేసి యా
పల నానంతయుఁ బోతకవిస్ఫూర్తి యటు నా పద్యమ్ముఁ జాలించి యే
తెలవన్ శ్రీవిభుఁ డుండె నమ్మేరల నే కృత్యంబు గావించుచుం
డె లలిన్ జూడక చేయకే కరణి వ్రాయంగ వ్రాతు నంచెంచుచున్. 120

తే. గ్రంథలేఖన మంతటఁ గట్టిపెట్టి మదికి నెమ్మదియైనను మరల వ్రాతు
ననుచు చేకొన పుస్తకమందె యున్న పల్లియకుఁ బోయెఁ గొందర పనివిగూర్చి. 121

క. మల్లన నైషధకావ్యము పల్లింపుచుఁ బౌలములందు పరిమళ్ళకు నీ
రెల్లఁ దల పూర్చి తోరిదెస పల్లనఁ గనుచుండె విస్మయాపృతముఖుఁడై. 122

సీ. క్రతుధూమములఁ మాఁగి కడు నెఱపెక్కిన మేన నెలిబూదిపూఁతలు మెఱుగు నూప
గోష్పదపరిమితిన్ గొనుకొండు పిగముడి వికిపపి మెడలపై ద్రేలియాడ
వెతఁ బవిత్రమ్మున వెంకితీవిదు లక్ష్మి మెఱుఁగు జన్నిదముల వరుపలారయ
వస్త్రకచ్చమ్ముల పరిపేర్చి కట్టిన మడుఁగుదోవతి చెంగు కదలఁగుమ్మ

తే. కుశలు సమిధలు కట్టగాఁ గూర్చి కట్టి చంక నిఱికించి బ్రహ్మతేజంపుఁ గళలు
దాఁగక మొగమ్ముపై నట్టి తాండవింప దరియవచ్చెను భూసురవరుఁ డొకండు. 123

ఆ. వచ్చి తావమాడి ప్రాంగ్ణిక మదయింప నరయు భాస్కరునకు నర్ఘ్యమిడుచు
సంధ్యవార్చి వేదసంహిత చదువుచు వల్లవల్ల వచ్చి మల్లనఁ గని. 124

క. "బమ్మెర యిదియేనా? యిట నమ్మహనీయుండు పోతనామాత్యుఁడు క్షే
మమ్మే కద? యుత్తమ సదనమ్మున యా సుకృతి దర్శనమ్మగునె?" యనన్. 125

ఉ. "భూసురరాజ్యవర్య! నిగమప్రాంతవి · ఖ్యాతకవీ ! సమస్యలకా
జేసెద వేనవేలు తమ సేవన మబ్బుట సుప్రభాత మై
వాసరమే ప్రదేశము భవద్వద సంగతి కీర్తిరాజమై
భాసిలుఁ దావకాఖ్యఁ గొని పావనమై మను నెట్టి కర్తముల్." 126

చ. అనియెడి మల్లనార్యుని స్మితాంకుర సుందర చంద్రికామృతుల్
తన కరుణాపయోంబు నిధులన్ గిలిగింతలు పెట్ట భూసురుం
డనె నిటు "వత్స ! మేమగు మహాత్మ్యము పోతన నీవు నిట్టి పి
వినయ వివేక భాషణల విస్మయమందెడి నెంత మద్దిరా ! 127

క. విను రామశర్మ యందురు నను, నరసి యమోఘప్రపకము నా జన్ము గాన్పిన
మ్మనఘా ! నీ వాగ్వైఖరిఁ గనఁ బోతన కాత్మజుఁ గవుగా మది దోఁచున్." 128

క. అని విని మల్లన బాలుఁ గని మీ రెఱుఁగని దొకండు గలదే స్వామీ !
ఘనతర వేద సరస్వతి యను మాటలు సన్మతము పట లరిమెయి పొసఁగున్." 129

క. మల్లన ద్విజవరు నింటికి నల్లనఁ గొనిపోయి లోని కరిగి దిరాసన్
దల్లిని గని తద్విషయం బెల్లను వివరించె నెనక మెసఁగెను ప్రీతిన్. 130

క. అన్నాతి విప్రవరునకు మన్ననమై మ్రొక్కి పలికె "మహనీయా ! మా
పున్నెమ్ము కలన యుష్మత్పస్ఫూత పద మస్మదీయ సదనముఁ బడెన్. 131

ఆ. మీదు దర్శనమున మీఁదయ్యె మా జన్మ ధన్యజీవులము సూర్యదరిత .
యింట వారె యున్న నీరేక నెంతగా సంతసించువారొ ప్రాంతమందు. 132

ఉ. పత్రిక్కా పెలంగునట్టి యొక పల్లియ కేగిరి నేఁడె వారు మి
రిక్కడి కేగుదెంచుట లోకింతి యెఱింగిన జాల వైళమే
చొక్కపు భక్తిమై నవలఁ జొప్పడు కార్యము విస్మరించి తా
మొక్క క్షణమ్ములో వసచి యూరును జేరఁగవత్తు రింతకున్." 133

చ. అమటయు భూసురోత్తముఁ డహర్పతి తేజవిలాస భాసురా
ననమున స్మేర శారద వనాంబుజముల్ వికసింప నా సతిన్
గని యిటులాడె "నాతఁ యొక కార్యపరాయణ చింత నుంచి యా
పని యొనరింపకుండ నెటు వచ్చుటలౌను ? ఫలించుఁ దత్కృతుల్. 134

శా. చేతో మోదమెసంగు నీ వినయ పేశల్యంబు శీతామృత
స్రోతస్సుల్ ప్రవహించు సాదరవచ స్తోమంబులున్ గాంచ నా
పోతన్నన్ గని నట్టులై యెదఁ డయ్యాంగున్ సతీ ! యింక మీ
యాతిథ్యంబున నేమి లోపమగు గేహశ్రీని నీ వుండఁగన్. 135

తే. 'యాపదేత్, క్రోశమానోపి' పనిరి జనులు నేఁడె దేవతార్చనము మీ నిలయమందుఁ
జేసికొందు నా నివాసమ్మునఁ జేయఁబోము" ననుచు లాసొప్పు విప్రుల కనిచె నిల్లు. 136

తే. "వేగఁ బిల్లల కన్నాలు వెట్టి యిపుడె తాన మొనరించి మడుగు మడాల్తు తమను
దేవతార్చన యగునంత దిగుడు వంట" యనఁ "దొంగదేమియును లే"దనె ద్విజుండు.

ఉ. గిల్లినయంతఁ బాలుడియు గింజఁడె తిని మొక్కయెన్నులుణా
వెల్లఁడి నూఁగుఁబోని పుప్పొడిని పంపకి నోసపించెలున్
ముల్లెను విప్పుమన్ గనుల ముందర విప్పిన చిట్టిబొట్టి యా
పిల్లల కిచ్చి యిప్పుడను చేర్పుము వారిని నారవించుచున్. 138

చ. చెఱుపున రేగి స్నానమును జేసి పదంపడి సంధ్యవార్చి మం
దిరమును జేరి శ్రద్ధమెయి నేపము దప్పక వైశ్వదేవమున్
జరిపి కుశేంధనాది శుభ సాధన సంతతి గట్టిపెట్టి యా
శ్వర పర దేవతార్చనము భక్తియుకక్తి నొనర్ప నేగుటల్. 139

చ. కనఁబడెఁ దాళపత్రి పరి కల్పితకోశ మొకండు దేవతా
ర్చన కతఁ బ్రక్కఁ జెక్కఁబడు చక్కని గంటముతోడ దానిఁ గ
న్గొని 'యిది యే ప్రబంధ మొక కొంచెము దీనిని నేఁ బఠింపవ
చ్చునె?' యని విప్రవర్యుఁ గడఁ జొప్పడు మల్లనఁ గోర నాతఁడున్. 140

క. "అది యాంధ్ర భాగవతమో, సదయా! యద్దాని మాదు జనకులు బుధ స
న్నుత మొదవ రచనసేసెను సదమలమతిఁ గృతిని రామచంద్రున కిడియెన్. 141

ఉ. ఇంక పఠింపనేల యొకయించుక దేవర దృష్టియే పడన్
సంకుచఁ బోయి తీర్పమయి శంకలు వంకలు దీరి శారదా
జాంక వినిష్క్రమంచ ధవళాయిత పూర్ణకళా విలాస శో
భాంకితమౌచు కోమలహితాకృతి నీ కృతి తేజరిల్లదే!" 142

వ. అనుచు వచించి, 143

క. "ఇందుధర పూజనము సేయందగు ఘనసార కుంకుమార్ద్ర హరిద్రా
చందన కుసుమ దళాక్షత సందోహముఁ దెత్తు"ననుచుఁ జనె మల్లనయున్, 144

చ. చన గనె గ్రంథరాజమును జప్పున విప్పి పఠించి యేదో క
మ్మని వాకయింత వ్రాసి తొలిమాదిరి దానిని గట్టిపెట్టి పూ
జనము నొనర్చి తీర్థముఁ బ్రసాదము సాదరమొప్ప నింటిలో
జనమున కిచ్చి భోజనము సల్ప నుపస్థితుఁడైన యత్తఱిన్. 145

తే. "పొద్దువోయెను దమరికి పూట భోజనమున" కనుచు వచించె నన్నాతిమిన్న,
"యొటులు పిల్లలుగల యింట నింతకంటెఁ బొద్దుటన్ వంట యగు"నంచు భూసురుండు.

క. పిల్లలతో వేఁగించుచు పిల్లఁడు పనిజేసి పోసి యిడుచో పాకం
బెల్లను శడసున జేసితి తల్లీ! నీ మోస్కి యతులితంబన జెల్లున్. 147

చ. పదములవిత్తుఁ బంచిత పరీక్ష్య పదంబులఁ డమున కావ్యకో
విదుఁడు వికద్దవర్తనుఁడు విష్ణుపదాంబుజ సరోజమగ్న ష
ట్పద హృదయుండు దారుఁడును బండితకల్ప మహామహుండు నా
గఁ దెనుఁగు పోతరాజని కాంతగఁ బుట్టుక తెంక నోచితో. 148

చ. కడుపు ఫలించె, బమ్మెరఁ బొంతులఁడు జికెల్లను సరి నేతలోఁ
విడిచెఁదు పాద మొంట్లురికె బెట్టి గనోఁచితి వంతె దాల [illegible]
కస్నడు విధిపమ్ము గర్భిమును గోవిరిదిం బరగెత్తి పిల్లలకా
బిడియపు పేయరా [illegible] పిడ్డల రామ్ము విషమ్ము గాదొకో. 149

ఉ. గ్రాంతి [illegible] నా సహజ పొందితి సందిన రామభక్తితోఁ
బోతన [illegible] బోయిన పీవును పన్నిఖ్యాతిని
యాతని వెంట వచ్చితి ఐహో! యతిమిప్ తను యింటి వాఁకిలన్
జేయలు గప్పివారి సహపీఠములన్ గామఁ గల్పావ్యకములన్. 150

క. పాతక ఘనౌఘ [illegible] సంసారిఘోర జలధి గలిజన
వ్రాతోద్ధారక గురు గుణ పోతము నీవు మతిధి వితతి పూజన మందా. 151

ఉ. తా నుపవాస ముండియు క్షుధాపరితప్త కాతిథియమే
మానసఁ దిమ్ము పేక్షిర సమానుఁ దలంచని. నా శిఖాప్తులో
దానవకర్మ కానన వితానము దగ్ధము గాఁగ దేవసం
తానము హవ్యభాగ పరితర్పితమై కొనదే విరాళులన్. 152

క. మిన్నక యభ్యాగతు లెట మన్ననలం గొనుచుఁ దృప్తి మనలెద రంబా!
యన్నము బెట్టి తెపుడు కలవన్నదియే యుండపెట్టి యాలయమందికా. 153

తే. అతిథి మధుకర వితతియే హస్తకమల మంటి మాధుకరామృతం బానుమందుఁ
దత్కరాంబుజ మధుమయ ధామమందుఁ గమల విలయతా విజమందిరములఁ దీర్చు. 154

క. నీయట్టి గేస్తురాండ్రికుఁ గాయముగల ఫలిత మతిథిగణ పూజనమే
శ్రేయస్కర మిద్దియె నిశ్శ్రేయసకర మిదియె యేమి చెప్పుమఁ దల్లీ! 155

ఆ. నీదు చేతి వంట నిజముగా నమృతోపమానమగుచు నీదు మాన్యతవలె
మఱవరాని రుచిని మనిచె నమ్మ! "యని భోజనమ్మొనర్చె భూసురుండు. 156

వ. అంత నా పార్వతీలామందు, దిమ్మశేజోభాసమానుండగు నా భూసురున్ గని. 157

ఆ. "వారు నేఁటిరాత్రి వఱకుఁ దప్పక వత్తు రుండి దర్శనమ్ము నొసఁగుఁ"డనిన
"నటు వచింపఁబోకుమని ప్రియాజ్ఞాయత్తుఁ డైన విప్రుఁ గాంచి యతివ పల్కె. 158

ఉ. "ఇంట భవాదృశుల్ గురువు లెవ్విధి పాదము నుంత్రు పున్నెముల్
పంటలుపండె మా నుదుటి భాగ్యము నిండి వెలుంగుమండె మా
కంటికిఁ గాన వచ్చెడి జగత్పతి తేజులుగారె మీరు. మీ
వంటి మహాత్ములన్ గన భవమ్ములివమ్మటు లాఱిపోవాకో ! 159

ఉ. ఇంకొకపూటఁ దాము వసియించినమే "లని పల్కెనామె "యో
పంకజనేత్రి ! పోవలె నవశ్యముగా" ననె విప్రుఁ, డింతి యే
ణాంక మనోహరాస్యమపు డన్నయొ తండ్రియొ యేఁగుచున్నటుల్
సంకటమొందు గుండియకు సాక్ష్యమొసంగఁగఁ "బోయిరం" డనెన్. 160

ఉ. భూసురుఁ డేగ వేకువనె పోతన తా నిలుజేరి స్నానమున్
జేసె స్వదేవతార్చనముఁ జేయుటకై చన గ్రంథ మెవ్వరో
తీసిన యట్టులుండె నిది దీసిరె వారని కాంచఁ బూర్తిగా
వ్రాసి కనంబడెన్ దనదు భావనకందని పద్యపాదముల్. 161

క. మల్లనను బిలిచి "పద్యము నల్లిన వారెవరు పూర్తి యయ్యె నదెట్టుల్
తెల్లముసేయుమి"యన నతఁ డల్లన భూసురుని విషయ మఖిలముఁ దెల్పెన్. 162

క. తెలిపిన నానందాశ్రులు జలజల ప్రవహింప హర్షసంగత రోమాం
చల సత్తను సంగతి నిశ్చలవృత్తి న్నిలిచి మానసమునఁ దలంచెన్. 163

ఆ రామశర్మ యంట నామ, మూ వాసము ధరణిలో నయోధ్యపురవరమఁట
తానె యగుచు నిట్టు లానవాల్నుడివిన నింక నాదు మదికి శంకయేల ? 164

సీ. కానలో నలదిక్కు లేనట్టి పక్షికి దహనసంస్కార విధమ్ము నెఱపి
పాపభూత భయార్తి బండబాఱిన నాతి నాత్మీయ పదధూళి నలఁదిలేపి
కులముదక్కువ కూడుఁ గుడుచు పెట్లనకుండ రేఁగుబండ్లకె ముక్తి భోగమమ్మి
సాటి సామంతుఁడు మేటిచుట్టము కాని ముదిబోయతో నిజభుజము గల్పి

తే. పక్షిఋక్ష చకోరిడాది ప్రాణికోటి నరులు వానరులనక సోదరులవోలెఁ
గనెడి నీ ప్రేమమది క్రొత్తగాదు నాకు రాజితదయాసముద్ర ! శ్రీరామభద్ర ! 165

తే. భిన్నమగు వజ్రమున వజ్రి మన్నయటులు నీదు పదపద్మరజమున నాదు రజము
పాయు ననుటకు నా మునిపత్నిసాక్షి యనుచుఁ దత్పథగతధూళి నలఁదుఁదలను. 166

ఉ. ధన్యులు మత్సతీసుతులు తారకనాముని రాము నిట్లు సా
మాన్య నరాకృతిన్ గని యమర్త్యతనొందిరి మద్గృహమ్ము న

మ్మాన్యతఁగాంచె నా మహితుమంజు పదాంబురుహాల్పపాంసు సౌ
జన్యమునన్ మదుగ్రభవ సాగర శోషణముం బొనర్చుటన్. 167

మ. మును ధ్యానమ్మున క్షత్రియాకృతిని నా మున్ వైశ్యరూపమ్ము నా
వెనుకం శూద్ర దరిద్ర శూద్రవపువుం వీక్షింపఁగాఁజేసి నా
వనఘా! బ్రాహ్మణవేష మిత్తఱివి ప్రత్యక్షంబు గావింప నీ
తనువౌ నాలుగు వర్ణముల్ పురుషసూక్త ప్రక్రియన్ గాంచితిం. 168

మ. భవమున్ బాపఁగ నాది నీదు ముఖలావణ్యంబు సేవించి బా
హువులం బూజనొనర్ప హస్తముల కర్ఘ్యోదక్రియం సల్పి యూ
రువులన్ సన్మణి పీఠవాటికల నారోహింపఁగాఁజేసి పా
దవరాబ్జమ్ములఁ గూర్చి మ్రొక్కకయెటుల్ త్వత్పూజ పూర్ణమ్ముగున్. 169

మ. "అల వైకుంఠపురమ్ములో నగరిలో నామూల సౌధమ్ము దా
పల మందార వనాంతరామృతసరః ప్రాంతేందు కాంతో పలో
త్పల పర్యంకరమా వినోదియగు నాపన్న ప్రసన్నుండు వి
హ్వల నాగేంద్రము పాహి పాహి యనఁగుయ్యాలించి సంరంభియై." 170

మ. అను నా పద్య పదమ్ములన్ హరి పదాబ్జాభాసమున్ సల్పి గా
యనతం బాడుమఁ గండ్ల కద్దుకొని భక్త్యావేశసమ్మగ్న చే
తనుఁడై బాహ్యప్రపంచముం మఱచి సోత్కంఠరన్ ప్రవద్బాష్ప పూ
రనిపాతోష్ణ జలాభిషేకముల నారాధించువానిం దమిం. 171

క. అద్దిర శ్రీహరి విరచిత పద్దియమిది యనుచు దాళపత్రము గొనుచున్
ముద్దిడుకొను గనుదమ్ముల నద్దుకొనున్ మౌళిఁదాల్చు నలముకొను నెదం. 172

తే. సతత బాష్పావరుద్ధదర్శనము గదురఁ గనులు దుడుచుచుఁ జదువు నక్షరమొ పదమొ
తన్మయానందము గళమ్ముఁ దట్టిపట్టి బాష్పగద్గదస్వన మొప్పఁ బఠనముడుగు. 173

సీ. ఒగినక్షర మ్మొక్కటొకటె యీ రచనలో నక్షరాకృతి రహస్యమ్ముఁ దెల్పుఁ
బద మొక్కటొక్కటి పరికింప నియ్యది పరమపదావాన పథముఁ జూపు
నర్థమీకృతిఁ బరమార్థమ్ము బోధించు భావమెంచ మహానుభావత నిడు
రసము లీ కవిత నారసిచూడఁగా దయార్ద్రిత 'రసోవై స నారాయణ' యను

తే. పద్యమిది తాను బ్రహ్మసవద్యమైన నిత్య సత్య స్వరూపసాన్నిధ్య మిడును.
అర్తరక్షణ కీ ధ్వని యన్వయించు వాస్తవమ్మిద్ది హరి చేతి వ్రాఁతయగుట. 174

తే. రూఢి నిట్లు జ్ఞానానందరూపుఁడవయి భాగవత కృతికై కోరవలెనె నన్ను?
అంతలోనె నీ పెత్తనమ్మరుగఁ గలదె? నమిత ఫలకాంక్షలం దరూన్నతియడఁగునె? 175

తే. ఎంతవాఁడను నావకాహేతుక దయఁబడయకున్న నీ కృతివ్రాయ పాత్రుఁ డగునె
వాయుదేవతావ్యాజ కృపాప్రసరణ లేక యగ్నితానై వెల్గునే కరణిని? 176

ఆ. సుతుని యేడ్పు చెవిపిసోక సుత్తలమొంది గృహము బయటకుఱుకు గేస్తువోలెఁ
గలువ పాన్పుడిగ్గి కరివెంట కున్నట్లు వ్రాలిపడవె నీవు వనజనయన! 177

ఆ. ఇట్టి ఱఁకుచుంటి రేమయ్యెనని యడ్గు భార్య కెఱుకసెప్ప వ్యవధిలేక
బాహ్యజగతి మఱచి పడిపోయె విడిపోయె ననుచుఁ జనెడి కరుణ కవధిగలదె. 178

ఉ. పోతన యీ తెఱంగు తలపోయుచునుండెను లోకు లెల్లరీ
నూతన వార్త నాలసియమాన ముదంబుధి మున్గి విస్మయో
పేతమనస్కులై సుకవి వీరునిఁగాంచి నమస్కరించి "యో
పూత చరిత్ర! శ్రీశుకులు, బుట్టిరిగాదె భవత్స్వరూపతన్. 179

ఉ. తావక దర్శనమ్మొదవ ధన్యములయ్యెను మాదు జన్మముల్
శ్రీవిభుఁ డేగుదెంచి విరచించె భవత్కృత పద్యశేష మా
హా! వినవయ్యె నే కనఁగనయ్యెనె యీ కృతిమందు నెందు నా
పావన పద్యపాదముల భాగవతమ్మది వేదమై మనెన్. 180

ఉ. ఆ రమణీయ గేయరవ మావసరంబెటఁ గల్గె వ్రాయఁగా
వేరివి తీరులెయ్య విఘటిప్రముఖ ప్రతిభావిశేష వి
స్ఫారమనీషలౌ సుకవి చంద్రులకున్, ద్విజరూపమూని యా
శ్రీరమణీ విభుండు విరచించిన పద్య పదమ్మిదో యనన్. 181

ఉ. వారలనున్న చేరి యిటుపల్కెను "భాగవతాంతరస్థ గా
ధారచనా విశేషము శ్రితమ్మొనరింతును నీ కఁటంచు మున్
మీరు వచించరే సొబగుమీఱఁగ హర్యవతార సత్కథా
సారము లానతిచ్చి యఘసంహతులన్ దునుమాడరే సుధీ!" 182

వ. అనుటయు నప్పోతనార్యుండా దేహారిన్‌గని యిట్లనియె. 183

క. పవరపభరితమ్మగు మా ధవగుణ గానామృతమ్ము ధర నెల్లరకున్
భవరోగహరము చిత్తశ్రవణ సుఖాకరము శుభకరము సుందరమున్. 184

క. శక్తికి లొంగక శాస్త్రపు యుక్తికిని నతీతుఁడగుచు నుండు నృహరి తా
భక్తికి వశుఁడై శాశ్వత ముక్తిప్రదుఁడై వెలుంగు ముందుఁ జెలంగున్. 185

సీ. పెరయింతి దరినున్న బిడ్డ మాతను గాంచి కైసాచి యేడ్చెడి కాంక్ష భక్తి
పదసేవ యొనఁగి నా పతి దయన్నను జూచు నెపుడను విరహిణి యేడ్పు భక్తి
దారితప్పిన బాటసారి యూరున్ జేరఁ బడియెడి తహతహపాటు భక్తి
బంధితుం డల యాత్మబంధువున్ గని స్వీయ ముక్తికై యేడ్చు నాసక్తి భక్తి

ఆ. ముక్తికాంత భోగమునకు సర్వస్వము త్యాగమొసఁగు ప్రేమధనము భక్తి
శౌరి రూపశిల సమీరి సవిచ్ఛిన్న తైలధార వంటి తలఁపు భక్తి. 186

ఆ. అఖిల భుక్తములను హరియించు జఠరాగ్ని యటులు పుణ్య పాప హతినొనర్చి
యంబు భేదము దుపసద్బిఁ జేర్చెడి గంగ వడువు హరి సమైక్య మిడును భక్తి. 187

క. మేదిని సనాథ యగు సున్మాదలి నాడెదరు సురలు నాకస్థితులై
మోదింతురు పితరులు భక్త్యోదయమైనంత హరికి నుత్సవ మొనవుఁగా. 188

తే విత్తరూప విద్యాకుల భేదముడిగి ముక్తసంగులై చరియించు భక్తపరుల
నాశ్రయించెడివాఁడుకా కన్యుఁ డెవఁడు కలిని భవవార్ధి తరియింపఁగలఁడు తలఁప. 189

తే. కులము తరియించుఁ బూతయై యిల వెలుంగుఁ దీర్థములు సుతీర్థములయి తేజరిల్లు
శాస్త్రములును సచ్ఛాస్త్ర ప్రశస్తిగాంచు భక్తజనన సంస్పర్శన భాషణముల. 190

క. వాదమ్ము లుడిగి మూకాస్వాదన గతి హరిగుణానుభవ పీయూషో
న్మాదుండై యేకాంత వినోదత నగు నేడ్చు వాకొనుఁగా దనుదానే. 191

ఆ. ఔరసుఁడని విధికి నాహ్నాయి ధన మిచ్చె సతి యఁటంచు రమకు స్వాంత మొసఁగె
నై ననేమి భక్తుఁ దార్తుఁడై పిల్చిన వీరి విడిచిపుచ్చి వెడలివచ్చె 192

క. ఆ రథ వినిపించెద మీ రాకర్ణింపుఁడు గజేంద్రుఁడను భక్తునకుఁగా
శ్రీకర మోక్ష సుఖమ్మును నేకరణి నొసంగె మకరి నెటు చెగటార్చెఁగా. 193

వ. అని యిట్లు పోరినార్యుండు భాగవత కథాసారంబును తోరంబుగ వినిపించుచు, 194

శా. దారిద్ర్యంబులు వెంటనంటి తరుసఁగా దర్పోద్ధతిఁగా క్షామముల్
శ్రీరాజత్కృషి లబ్ధ సస్య ఫలరాశిన్ బొట్టబెట్టఁగా సదా
భారంబెల్లను జానకీరమణు శ్రీపాదమ్ములం బెట్టి సం
సారమ్మే దెటులైన భాగవత భాషాయోష నర్చించుచున్. 195

సీ. వ్యాసాశయములకు వ్యాఖ్యానమో యన రసవదర్థమ్ము లింపొసఁగ గూర్చు
బాదరాయణి సూత్రభాష్యమ్ములో యనఁ దత్త్వ రహస్యార్థ తతి వచించు
సాత్యవతేయు భాషాయోష భూషనాఁగా వరలి మూలమునకు వన్నెబెట్టుఁ
బారాశరి గ్రంథ సారసర్వస్వమో యన నిగమాంత బోధన మొనర్చు

తే. దలఁప ద్వైపాయన శుకావతారము లన భక్తిభావ రసావేశ పథములందు
మూలమును మించి వర్ణించి ముందు జనుచుఁ బోతనాంధ్రానువాదముల్ మోదమొసఁగు.

క. అనితర సాధ్య రసోన్మజ్జనమున మేన్మఱచి యితర జగతి మఱచుచున్
ఘన కావ్యానందముతో ననిమిష పురిఁ గావ్యధరిణి నమరుచుచుండుఁగా. 197

మ. కవిచం(ద్రుం డొకనాఁడు తాను దశమ స్కంధమ్మునన్ రుక్మిణీ
నవ లావణ్య వయోవిలాసముల విన్నాణంబుగా వర్ణనల్
చవు బాఠంబొనరింప బాల కమరెన్ సత్కేళి బంధమ్మటం
చు వచింపన్ సుకవీంద్రు బాల కమరెన్ జోద్యమ్ములై తోఁచఁగన్. 198

తే. బాల కమరె నఁటంచును బల్కె సుకవి బాల కమరె నిక్కమె యని బాధపడుచు
నతని సతి వచ్చె నేమయ్యెనని కవీంద్రుఁ డంతఁ దనయను జూపి యిట్లనియె నామె. 199

తే. ఆఁకటికినయి తినుట కేమైన నొసఁగుమనుచు మారాము నొనరించె నాత్మజాత
యేమియును లేదనఁ గనెద విష్టపడుచు దాని మఱపించుటకు నయి దలఁచి నేను. 200

తే. మీరు వాయనగారు రుక్మిణీ వివాహ కథను వినిపించుచుండిరి కాంత నీవు
దాని వినుము నీకును ముందుఁ దగినవరుఁడు దొరకి త్వరగం బరిణయమ్ము జరగునంటి.

వ. అనుటయు లజ్జావనత దరహసితవదన యగుచు మూఁపు నుండి మునుజాఱు పయ్యెంట
ముంగేలనంటి వెనుకకుఁ దిగిచి సవరించుకొని, 202

శా. అమ్మా : యన్ని యబద్ధముల్ పలుకుదీవా పెండ్లి నా పెండ్లిఁ దా
నెమ్మాటిక్కన్ బొసరించు దీని వినువారెవ్వార లేనేగతిన్
నమ్మంజాలమటంచుఁ బల్కెఁ దన వెన్కన్ గ్రాలు పెన్గుంపటిన్
నెమ్మేనన్ ధరియించు చీరచెఱఁ గగ్నిన్ గాలుచున్ గాలికిన్. 203

క. వెగులుకొనె మంటకొడిపైఁ దగిలిన నమ్మా యటంచుఁ దా నార్చెను నే
దిగులొంది కంటి, విలువున సెగసిన పెనుమంటఁదవిలి యేడ్చెడి తనయన్. 204

ఉ. కాంచినవెంటనే యువతికి కాలెడి వస్త్రము నేలదాచి ధై
ర్యాంచితవృత్తి మంటగమి నార్పితి నేర్పుగ నంతలోనె చే
లాంచలమెల్ల దగ్ధమయి యాత్మజకున్ మెయి బొబ్బలెక్కె నే
గాంచఁగలేక షౌదర్యమును గాయముపై వెనఁబూయ నెంచితిన్. 205

క. తేనెఁ గొనితేర నే గదిలోనికిఁ జనియుంటి నంతలో నాత్మజయున్
మైవొదవు మంటకోర్వక పాసీయాంబువుల దగ్ధపార్శ్వముఁ దడిపెన్. 206

తే. మాక్షికముఁ గొనివచ్చి యాత్మజ ముఖమ్ముఁ గాంచితిన్ మేనఁ జలువలు గ్రమ్మి దేహ
విస్మృతినిగొని పడియుండె వెజ్జు నొకనిఁ ద్వరగఁ బిలిపింపుఁడని యశ్రులురలఁ బల్కె.

తే. పతియువపుడె వైద్యులఁ బిల్వఁబంచెవారు క్రమత వివిధౌషధోపచారము లొనర్చి
వేఁడి జవియింపమిన్ గృషి విఫలమగుటఁ గాంచి పోనత నిట్టూర్పునించి రంత. 208

తే. అచట వర్తిళల్ పోనమ్మ లలముకొనియె మోములెల్ల విషాదాబ్ధి మునిఁగియుండెఁ
బ్రతిదినమున పేమొయమ పెమళయము హెచ్చెవెజ్జుగమి వాడి నరయుచు వెడలఁదొడఁగె.

ఉ. వారిటు లేఁగుటల్ దలఁచి వారిజనేత్రియు నన్ను బిడ్డకున్
దూర మొనర్తురే యనుచు దుఃఖము నాఁపుకొనంగలేక మై
తోరముగా వడంక వెతతో సుత మోమున మోముఁ జేర్చుచున్
బోరున నేడ్చె నన్విడిచిపోదువె నా చిటితల్లి యంచుఁ దాన్. 210

తే. పోతనార్యుఁడు సతినేడ్వఁ బోకు మనుచు బిట్టువారించి ధృతి చిక్కఁబట్టుకొనుచు
వగపకుము శౌరి మనకిట్టి వంతలిడునె వాని కల్యాణకథ లేను వ్రాయువేళ. 211

మ. నరుఁ డీ సంసరణాపదంబునిధి మున్కల్ వేయుచున్నప్పు డా
హరి స్మర్తవ్యుఁడటండ్రు ప్రాజ్ఞులిటు దుఃఖాంభోనిధిన్ మున్గి వం
దుర నాకేటికె వాని సచ్చరణ భక్తున్ వీతిహోత్రిజ్వలత్
కరముల్ తోఁకను దాఁక వా దొరయె నా కాపయ్యెనంచున్ మతిన్. 212

చ. కలఁతలుమాని సత్కవిశిఖామణి న్యస్తభరాత్ముఁడై సుని
శ్చలగతి రుక్మిణీరమణి చారుతరాకృతులన్ రచించుచో
నెలఁతకు జవ్వనమ్ము కడు నిండి వెలింగెనటంచుఁ బల్కెఁ, ద
త్కులసతి ప్రాణముల్ తనయకున్ గడు నిండి వెలింగెనం పొగిన్ 213

ఆ. కనులు విచ్చి బిడ్డ కాంచె వేఁడిన్ గూడెఁ దనువు నదిగొ యమ్మ యనుచుఁ బల్కె
నా తపమ్ము పండె నా భాగ్య మిటులుండె రెండవ జనువయ్యె గండమేఁగె. 214

ఆ. ఇట్లు మీదు కవిత రీ బిడ్డ సుఖదుఃఖ గతుల కన్వయించు కత మదేమి
యనెడి సతిని గాంచి యానందపరవశుఁడగుచు సుకవి యిట్టు లనఁదొడంగె. 215

క. హరి కల్యాణమె యివ్విధి నరుకల్యాణమ్మటంచు నమ్మించుటకై
హరి యిట్లొనరిచె నేలా! హరియే నరమానసాంతరాత్మ యగుటచే. 216

క. హరి కల్యాణము వినునెడ నరుకల్యాణమగు ననఁగ నా కూఁతురె తాఁ
బరమాదర్శమ్మని తన గరితను రుక్మిణి వివాహ కథ వినుమనియెన్. 217

వ. అన నవ్వనితయు కీరసందేశమను కథ యిదియే కదా యనుచు ఘనభక్తి వెలయ విన
నుత్సహింప, కవికుల తిలకుడు పోతన నుడువం దొడంగు. 218

ఆశ్వాసాంతము

క. అనుచిత కామ విదూరా! అనన్య సామాన్యబల మహాహవ శూరా!
ఘనతర నైగమసారా! మనోజ్ఞరూప జితమార! మహిత విచారా! 219

ఉ. శ్రీరమణీ మణిప్రణయ చిత్త సరోరుహభృంగ! మారవి
స్ఫార ధనుర్విముక్త శతపత్ర ప్రవర్షదపాంగ! భక్తికా

పాప విమగ్నచిత్త నిజభక్తవరేక్షణ చాతకోల్లస
ప్పీరద సుందరాంగ ! రమణీయ దయాబ్ధితరంగ ! రాఘవా !

మాలిని

శమిత విబుధ భారా ! సర్వ వేదార్థసారా !
సమిత కుమత వీరా ! ధర్మశాస్త్రావతారా !
త్రిగుణవి వివారా : భక్తమాయా విదూరా !
సుమనస సుకుమారా ! పోల్లె సద్వజ్రిసారా !

గద్యము

శ్రీమద్భారద్వాజగోత్ర పవిత్రాపస్తంబసూత్ర, ప్రథిత సూరిజనమిత్ర, బక్కయ్యశాస్త్రి వాగీశ్వరీ సమాపాదిత, వైదేహీవర నివేదిత సరసకవితావిలాస, సహజ పాండిత్యభాస, పరకవి విధేయ, 'వరదార్య నామధేయ ప్రణీతంబైన పోతన చరిత్రమను మహాప్రబంధమ్మునందు షష్ఠాశ్వాసము.

శ్రీ రస్తు.

శ్రీ వాగీశ్వర్యై నమః

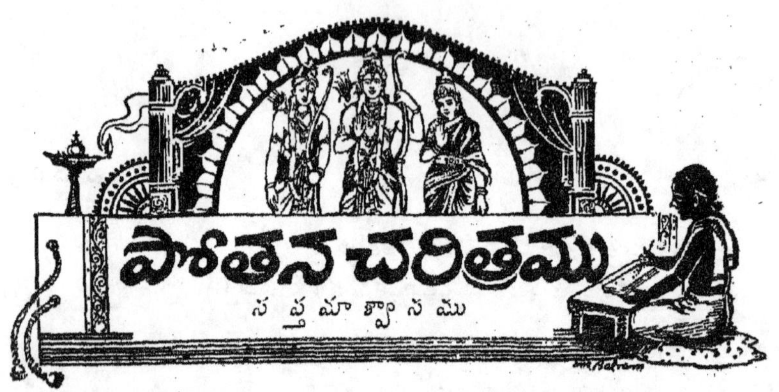

కృత్యపహరణము - వరాహకృత కృతి సంరక్షణము

“ నహి కల్యాణ కృత్కశ్చి ద్దుర్గతిం తాత గచ్ఛతి ”

శ్రీకర ! రిపు భీకర ! వర
సాకేతపురీశ ! లోక సంకట నాశా !
ప్రాకట వైభవ జిత సుర
లోకేశా ! వికచ కమలలోచన రామా ! 1

గీ. అపహృతాంధ్ర భాగవత కోశావనంబు శ్రీ వరాహావతార సంసేవనంబు
అఖిల సౌఖ్య సంతోష శుభావహంబు వినవె యీ కృతిఁ శ్రీరామ ! విమల ధామ ! 2

చ. ప్రకృతి లతాంగి మిత్రు నెడఁబాయుట కోర్వక మూర్ఛనొందె నా
తికనులఁ జీఁకటుల్వొడమెఁ దిన్నగ నా యమ సేవదేర్ప మం
చుకణము జల్లుచుఁ విసరఁజొచ్చెను శీతలమందమారుత
ప్రకరము నా యుషస్సతి ప్రభాత ఖగస్వనవీణ మీటుచుఁ. 3

ఉ. అక్కట ! యామినీ యవనికాంతరకైతవ నాటకస్థమౌ
టక్కరి స్వప్నలోకపు విడంబనలోఁ బడి దారితెన్నునుఁ
జిక్కక దేవురించు ఘన చేతనకోటిని బుంజురాయఁడున్
గొక్కరకో యటంచుఁ దొలికూఁతలఁ బిల్చె నిజాలయాశికిఁ. 4

తే. కమ్ర ప్రాగ్దిశావ్యాప్త రాగ స్రవంతి నర్కమిత్రు స్స్వాగతగీతి నాలపించి
విశ్వసాక్షి వేయి కన్నులు విప్పి కాంచెఁ జెల్లవోవ నిశీథినీవల్లభుండు. 5

క. చీఁకటి తెరలను జీల్చెడి బాకులగతి నరుగుదెంచు బాలార్కుని ది
గ్వ్యాకీర్ణ కిరణ సంతతి సోకుట ప్రకృతిహిమ బాష్పశోకము లుడిగెన్. 6

తే. కనులు మూసినఁ గారుచీఁకటులు మసల కానిపించెడి స్వప్నలోకానుభూతిఁ
గనులు తెఱచినఁ బ్రత్యూషకాంతి, దిశలఁ గ్రాలి మఱుఁగొనర్చెడి యింద్రజాలమయ్యె. 7

క. ఆనాఁటి యుదయమునఁ దన యాననము విషాదరేఖ నలమ వికలయౌ
శ్రీనాథు తనయ నారసి తా నిట్లనె లక్ష్మి స్నేహతత్పరమతియై 8

తే. నేఁడు నిదుర లేచుటతోడనే యదేమొ యెపుడు నవ్వులు నవ్వుచు నెనఁగునట్టి
సిరిగలుగు నీ మొగమ్మది చిన్నవోయి యున్నదేల తెల్పుమి నంతయొట్టె వదినె! 9

క. అనియెడి లక్ష్మిని మరదలిఁ గని శారద మాఱుపల్కకయె నిల్చి కనుం
గొనలంటి యశ్రుధారలు చినుకుం బూసలను గురియ క్షితి నిట్లనియెన్. 10

తే. మది వడంకెడి లక్ష్మి! యస్మజ్జనకులు తెవులుగొని గురువేదనన్ దవిలియుండి
యుమ్మలికనొంది నను జేరరమ్మటంచుఁ బిలిచినటులు నా కొక పీడకల బడియెను. 11

చ. అనుటయు సర్పమాంబ యిదియంతయు వారల వెన్కనుండి తా
విని తన తండ్రి గూర్చి దురపిల్లెడి శారద నూఱడింప ని
ట్లను విను నీ వదృష్టవతివై నను దల్లికి నోచుకొందు వెం
త నుడువుమమ్మ జావఁ బినతండ్రిగదే తన తండ్రి యన్నచోన్. 12

ఆ. తాము గనిన కలలు దబ్బఱ లనియెద రింతమాత్రమునకె యేడ్వనగునె
వట్టి బేలవనుచు వచ్చెడి కన్నీరు దుడిచి దరికిఁదీసి నుడువు నిటుల. 13

ఉ. ఇట్టులు వెంజిలింగొనుచు నేడువఁగూడునె పిచ్చితల్లి! నే
డెట్టులనేని నీ విషయ మేర్పడ నంతయుఁ జెప్పి మాప న
ప్పట్టుల కంపి, నీదు పితృపాదు ననామయ వార్తమానమున్
గట్టిగ నీవు కూర్మి వినఁగా నొనరింతు నొకింత సైచినన్. 14

చ. భయమిక నేలటంచుఁ దల పల్మరు దువ్వుచు గారవించుచున్
నయన ధృతాశ్రువుల్ చెఱఁగునన్ దగనద్ది శిరోజ సంతతిన్
గయిని నవర్చి దూరమునఁ గల్గిన వారిని గూర్చి యేడ్చు నీ
చెయిదము లెస్సగాదు విరచింపుము తండ్రికి జాబొకండనెన్ 15

ఉ. ఆడుకొనంగఁ బిల్కఁ దన యత్తను గాంచఁగ దుఃఖమెంతయున్
జేదుమరాఁగ, గండిపడెఁ జెక్కుల నశ్రుతటాక మంత శ

ద్పాదరబట్టె నెఱ్ఱవడి యొక్కెడ కన్నులువాచెఁ దల్లి ప్రా
పేదినవత్సయై పొగిలి యేడిచె శారద నీరదాభయై. 16

ఉ. ఆ పసిబిడ్డగోడు హృదయమ్మునఁ జేయిడి చల్లసేయఁగాఁ
ద్రోఁప వశమ్ముగాక యెది దోఁచఁగనీయని కత్తికోఁతతో
నోఁపఁగలేక వీడిచన నొక్క పదమ్మునురాక బాష్పముల్
జేఁపిన పాలయట్లురలి చెక్కుల మస్తితిదూఁక నిట్లనున్. 17

తే. జనకునకు నెందుఁ గొమరుపైఁ దనరు ప్రేమ యాడబిడ్డపై నుండుట లరిదిగాదె
తనయువీడిన మసలేని దశరథుండు దుహితనర్థింప రోమపాదున కిడండె ! 18

వ. యనుచు నుపలాలించి యచ్చోటు విడిచని, 19

క. అంతేవాసిపటలి కేకాంతమ్మునఁ గావ్యశిక్ష గఱపెడి కవిదా
పొంతజని యీ యుదంతము సంతయు నక్కటిక వొడమ నంగన నొడివెన్. 20

చ. నుడువుట లా కవీంద్రుఁడు తనూభవు మల్లన నల్లఁ బిల్చి య
య్యెడఁ జనఁబంచె. నద్దివిని యింగితమారసి చట్టుమూక బి
ట్టడఁకువ యుల్లసిల్ల నతులై మనవిం బొనరించిరే మున్
గొడుకులవోలెఁ గామె. చనఁగూడదె యయ్యెడకున్ గురూత్తమా ! 21

చ. అనుటయు సద్గురుండు మది నగ్గలమౌ వెనుగూర్మి, శిష్యులన్
గని యిటు వల్కెనేఁ బనుపఁగాఁ జనునాత్మజుకన్న నాదు నో
టనుటరు మున్నె ధీరయి ప్రయాణమొనర్తుమ మే మటంచు వా
కొని సుతుకన్న మిన్నలయి కూరిచినారలెదన్ ముదమ్ములన్. 22

ఆ. అనుటచాలు మీర లరిగిన యటులయ్యె జదువు వెనుకఁబడును జనుటకతన
మల్లనార్యుఁడేగి మఱల వైళమెవచ్చు నింతకొఱకు మీర లేగనేల ? 23

ఆ. అకట ! రాచకొండ యన నేమిదలఁచితి రిచట నచటఁ గలదె యెంతమాట
లేఁతకారుకూన లే తెన్ను పెనుపయనంపు టిడుమలను సహింపఁగలరు. 24

చ. గురువరుఁ డిమ్మెయిన్ బలుకఁగొంకున మిన్నకయుండి యెట్టులే
నరిగెదమంచు నీవె యనుమన్నను నీ వనుదాయటంచు నొ
క్కరి నొకరట్టె త్రోసికొనఁగాఁ దెగువం బొనరించి వారి ము
గ్గుర నిటువల్కె ముందు వడికొండిక నారయ తా రయమ్మునన్. 25

ఉ. ఇంకను గాదుకూడదన నేగుట గీగుట మాననే యిటుల్
పెంకితనమ్ము సేయ నొక పేరిమివచ్చునె మాకు వేడ్క నా
వెంకియకేగి చూతమనుటే యదిదప్పు మరేమిలేదు మే
మంకిలి సెప్పువారమె మహాశయ ! దేవర యాన కెన్నదున్. 26

సీ. సకల విద్యాలోల సర్వజ్ఞసింగమక్ష్మాపాల పాలిత స్వర్గసీమ,
సరసపండిత కవిజాల రాజపురాల సేవిత సుమనస్సరోవరమ్ము,
ఆంధ్రనైషధకర్త యఖిల కళాభర్త కవిసార్వభౌముఁడు గలుగు నెలవు
పోతరాజ కవీంద్ర పూతవాగ్వర్షిత భోగినీ విలసిత భోగభూమి

తే. సకల సుకలాకదంబ శ్రీశారదాంబ చారు మంజీర మంజుశింజాని నాద
ముఖరితాఖిల రోదసీ ముఖవికాసభాస రాచకొండను గాంచు నాసగలదు. 27

క. పని వినెద మనుపుఁడనఁ బోతన తన తనయులను బిట్టు దవ్వుల కనుపన్
మనమున మును వెనుకాడెడి జనకునివలె నెనరుగొనియెఁ జనిరం దనఁగన్. 28

క. అనుభవములేని బిడ్డలు పెనుపయన మ్మందు మిమ్ము పీడించెడి వా
ఘన సాధకబాధకములు 'వినుఁడీ' యని నుడువఁబోడఁగె విరిసెడి కూర్మిన్. 29

తే. ఎండ వడఁగలు రే లనకుండ సతము వెట్టిసాహసమున్ బూని వెడలవలవ
దావదలు చెప్పిరావు ముందరుగునెడల నెపుడు కన్గల్గి మెలఁకువ నేగవలయు. 30

సీ. కన రెండుదారులు కలిసియుండినచోట నెది మార్గమరసి ముందేగవలెను
నడినెత్తిపైఁ బొద్దుబడకముం దూరంటితిని యెండబుచ్చి మున్ జనవలయును
దారిలో నీళ్ళున్న స్థావరంబులఁగని యొక చెంబు నీర్వట్టి యుంచవలెను
పరిగ నింకను గన్మసకగాక మునుపల్లె తా వేగి కనుమల్పి పోవలయును

తే. అడవి వచ్చినయెడల ధైర్యమ్ము జెప్పుకొనుచుఁ బదిలమ్ముగాఁ గూడి చనవలయును
దారి ములుముట్రి జూచుచుఁ దరలవలెను ఒకరి నొక్కరు వీడి ముందుఱుకవలదు. 31

తే. పయన మవఁగనె యుబలాటపడుచునుండి రిల్లు వీడి యెఱుంగరు పిల్లతనము
లేమితెలియు నాఁకలికయి యింత సత్తుగుడుము నడుకులు నిడుదని పడఁతి పల్కె. 32

తే. పూని మఱునాఁడు చీఁకటితోనె వారి పయనమొనరించి తా నూరుబయట వఱకు
కలిసి చనుదెంచి యెడఁద నమ్మలిక గదురబేగి సుగమేగిరండిఁక నాఁగుదు ననె 33

తే. అని యిటులు వారలను సాగనంపి యచటఁ దవదు సస్యాళినారయఁ దా నరిగెను
సింగరాజును నారయ గంగనయును మల్లమున సంతసమ్ము పెల్లుబుకఁ జనిరి. 34

క. చనుమన్ ముచ్చట లచ్చటలను బెట్టుచు నడచినట్టులనె మానసమం
దునఁ దోఁచుటలేదని త్రోవన లరుగిరి ఝరులతరుల వర్ణింతురొగిన్ 35

సీ. గగనమంటప వాహక స్తంభగణ మనసూటి నభమ్మునే చూపు తరులు,
ఆకాశభవన మధ్యస్థకుడ్యములన నిలువెల్ల దృష్టుల నిల్పు గిరులు,
వల్మీకముల వీడివచ్చు సర్పములనఁ జయ్యనఁ బ్రవహించిసాఁగు ఝరులు,
అల తమోయువతీ రహస్యాలయములన బావురుమని కనఁబడు పొదరులు,

తే. మోహరము బన్నినిల్చు చమూతతులన నడుగు మునువేయనీని గుల్మాళివఱలు,
కొంచ సడిసవల్ చీఁకటుల్ గ్రమ్మఁజేయు భయద సౌందర్యవిపినమని పల్కె నొకఁడు.

సీ. చదలు నంటఁగ నిక్కు సాలాగ్రముల నెక్కి కూఁతలనిడెడి కపోతసమితి
తలక్రిందు మఱ్ఱియూడల డోలికల నూఁగి మొగి వల్లటీల్ వైచి యెగయు కపులు
చెదపుర్వులం బీల్వఁజేరి వల్మీకాళి గుటగుల గోరాడు నెలుఁగుబంట్లు
లలిపన్నె విసనకఱ్ఱల చెన్నుతళు కొత్తఁ షడ్జగాన మొనర్చు సర్పభుక్కు

తే. ఱివ్వుమని సుడిగాడ్పులు రేపు ధూళి నెంచుటాకులు గలగల నెగురనొకట,
తరుల కొనగొమ్మలందేనె పెరలు పేర్లు దర్శనీయమై వని భయదమను నొకఁడు 37

ఆ. ఇంతయేని కన్నుచెత్తిమాడఁగ నీని కిరణములకు మాటు కేలనొడ్డి
తల నొకింతయెత్తి తిలకించి మధ్యాహ్న భాను సింగరాజు తా నిటులను. 38

ఆ. రెండు జాములయ్యె మండుకపోయెడి నెండలింక నేగుచుండరాదు
నీడపట్టుజూచి నిలుచుటే మేలని పలుకు నాస్యఘర్మసలిల మూర్చి. 39

ఉ. చండకరుండు వహ్నికణజాలము దిక్కులఁ గ్రిక్కసాగ బ్ర
హ్మాండము తప్తభాండమయి యంటఁగరానటు గాల్చిగెడిఁగా సువ
ర్ణుండు నభఃప్రదేశమున నూల్కొని రెక్కలుసాచి నిశ్చలాం
గుండయి యాడెఁ బ్రాణితతి గుర్విమ్మరఁగన్ బయిలోడె నియ్యెడన్. 40

ఉ. తానల ప్రాగ్గిశారమణిఁ దగ్గతిఁ బశ్చిమ దిక్సతీమణిన్
బూనికఁగూడ రాగరసపూర్ణుఁ డనంబడు నంశుమాలి యీ
భానుఁడు మధ్యవర్తిగ నభమ్మునవాడె సహించువారె వా
రేను యథార్థవాదినన నెంతయు లోకవిరోధియౌ గదా। 41

శా. కాలాగ్ని ప్రతిభాసమాన జరరశ్మిపాల దుష్పాల నా
భీలక్షుద్ధి నిరంతరజ్వలిత హృద్వీధుల్ వెలార్చెన్ బ్రజా
జాల మ్మిట్లన నీ పలాశసుమనస్సంఘాత కేతుచ్ఛటా
జ్వాలా తోరణకారణమ్ము ఋతువై పవ్యమ్ము సాధించెడిన్ 42

సీ. బడినోళ్ళఁ దెఱచెడి వడదాఁక శోషిల్లి వృక్షశాఖల నహో। పక్షిచయము.
వగరుకొట్టెడి నూర్పులెగయఁ గన్నరమోడ్చి తరులఛాయల నోలి హరిణసమితి,
మోదానఁ బొరలెడి ముట్టెలపైఁ దేల్చి పల్వలంబుల మున్గి పందిగములు,
బీజముంచిన యంత లాజయైపడునట్లు క్రాగెడు నగ్నినాగ్రావ వితతి,

ఆ. ఎండమావులంటి యేగు శశమ్ముకాల్ నాకికొనుచుఁ బొదలదూఁకు నొకట
మడువు నడుగుజలములుడు కొటఫే కాలిదరుల బొఱియలరసి మఱుపునొచ్చు. 43

ఉ. తెల్లగఁ గానిపించెడినదే నది దోఁగి జలమ్ముద్రాగి యా
చల్లని వృక్షరాజముల ఛాయల కొంచెము విశ్రమించి ముక్త
మెల్లగ నేగవచ్చు తలమించిన ఎండ వశమ్ముగా దిఁకన్
భిల్లులు వేఁటమాని తమ పేఁటల బాటలబట్టి రల్లదో ! 44

ఆ. పైన గ్రీష్మహతికిఁ బగిలిపోవు శిరమ్ము క్షోణినంటి నంత చుఱ్ఱుమనుచు
నంటుకొనెడి పదములని శ్రీఘ్రగతి వార లేఱుదాపు మఱ్ఱిఁ జేరుకొనిరి. 45

వ. అంత నాబాలకవిత్రయంబునున్ గ్రీష్మార్కపటుప్రతాపజనితోష్మాయాసంబుల నాత్మీయ శీతలచ్ఛాయాసాహాయ్యంబున శాంతింపఁజేసి విశ్రాంతి నొసంగు క్షితిజరాజంబునకుఁ కృతజ్ఞత నివేదింపనోయన నొక్కొక్క రొక్క పద్యరత్నంబున నిక్కరణి నభివర్ణింపఁ దొడంగిరి. 46

ఉ. పచ్చల పర్వతమ్మొ ధరబట్టిన చల్లని యాతపత్రమో
వచ్చుచుఁబోవు పాంథులకె వారును గట్టని ధర్మసత్రమో
యెచ్చట దిక్కులేక చరియించెడి పక్షికి నిల్వనీడ నే
నిచ్చెడి భూ కటాక్షమొ రహించినదీ బహుపాదవృక్షమై 47

తే. వామనుఁడు త్రివిక్రముఁడయి వటలినాఁడొ ! యణువు బ్రహ్మాండరూపమై యడరెనేమొ !
యష్టదిశ లాక్రమించి మిన్నంది వేళ్ళదట్టి పాతాళ మీ మఱ్ఱిచెట్టు తాను. 48

సీ. నిశియుం బవళ్ళును నిజమాతృభూమిని గొల్చు దేశారాధకుని భుజములొ !
ఒరుగాల నిల్చి యుర్వరదాపముడుపఁగాఁ దపమొనర్చెడి జటాధారి జడలొ !
పెనఁగు ఝంఝూప్రభంజను గల్లముల చపేటరుచి జూపెడి జెట్టి కరతలములొ !
తిగ్మమరీచి ప్రదీప్తకాండోత్కరాహతిఁ గ్రాలు యోధుగాయముల గములొ !

తే. యనఁగ శాఖాశిఫాదశారుణఫలాళిఁ బరఁగి వర్ధమానస జీవపర్ణశాల
యైన వటభూరుహమ్మని యభిమతించి కనిరి ముందున్నయేటి నుత్కంఠ మీఱ. 49

సీ. నెఱియలఁగా దొంకలన్నెఱి విభిన్నాకృతి నిరువంక లంటుచు దరులెసంగ,
విమలతోయము లానవేరుల సారించి దరుల నందందు పాదపము లమర,
తనతోడి సికతాణుతతులల్ల నడుగంటి పొరలిరా నురవడి ఝరమువోవ,
నమలాంతరిక్ష పటాదర్శమై వారి శుద్ధాంతరాశముల్ జూడ నొప్ప,

తే. నచటచట సైకతంబుల నలరు తుంగమవ్వలన్ శైవలాదులు జుట్టియాడ
నుఱుకు భుజగంబు భంగి విద్యుల్లతాంగి పరువులిడు భాతిఁజను శ్వేతపటము రీతి. 50

క. తిరగు నడగఱుగు నదీతీరమ్మును జేరఁ జనిరి తీఱ నలసటల్
వారిని గని యా ఝరమును వారిని గొని తాపముల నివారించెఁ దమిఁగా. 51

క. ఆడిరి యినుమును గొని, నీరాడిరి చన్నీటఁ బొరలియాడిరి యేటన్,
 తోడిరి చలమల, నెటికొనియాడిరి జలములను, హూలనాడిరి యెండన్ 52

క. జాడించిరి మడిపంచెల, జోడించిరి కేల్భక్తిభావమున. కడుకులకున్
 దోడుంచి గుడము నీఁక నోరాడించిరి రుచికి, శిరములాడించి రాగిన్ 53

సీ. తరుతల గలిత పత్త్రి ఫలాదికము కేలఁ ద్రోసివే స్థలశుద్ధిజేసె నొకఁడు
 పరిసర భూములం బడియున్న తగుపాటి గుండ్రాళ్ళ నంతికన్ గూర్చె నొకఁడు
 కూలిన యెండు మ్రాఁకుల కొమల్ విఱుచుచుఁ జెచ్చెరఁ జిదుగుల దెచ్చె నొకఁడు
 లీలమై దావదగ్ధాలాతమును బేగికొనితెచ్చి చిచ్చురగుల్చె నొకఁడు

తే. పాక మొనరించి యిటు తామరాకుల నిడి కుడిచి భుక్తశ్రమమ్ముల నుడిపి మెల్ల
 దల్లఁబడుటయు వేతొకపల్లె చేరి యందు నిదురించి వఱువాత సరిగిరంత. 54

శా. చేరంబోయిరి రాచకొండఁ ద్రిదివశ్రీ మించు ప్రాకార దు
 ర్గా రామాంగణ భర్మ హర్మ్య ఘనరథ్యాగోపురాట్టాలక
 ద్వారోద్భాసిత తోరణ ధ్వజమహోద్దండన్ కళాకాంద ను
 గ్రారాత్యున్మథనప్రతాప విజితాజాండన్ బ్రచండన్ వడిన్. 55

చ. చని యట వెల్గుబాటలను జక్కని పేఁటలఁ బూవుఁదోఁటలన్
 గన మినుముట్టు కోటల సికన్ నటియించు కపోతియాటలన్
 గొనబగు తీయమావి నునుగున్నల కోకిలగుమ్మ పాటలన్
 గనులను నొప్పగించి తమిఁగాంచుచు నిట్లనుకొందు రొండొరుల్. 56

ఉ. చక్కనిచుక్క యీ నగర సౌధరమాంగన వక్షసీమ బ
 ల్మక్కువఁ దాల్చు నుల్లబము మాడ్కి నగళ్ళను జుట్టి యాడెడిన్
 పెక్కు రుచుల్ నవాంబరము పేర్మిమడిఁ గోమలి తాను వేనలిన్
 జెక్కిన కొప్పుబిళ్ళ యనఁ జెల్వమరున్ రవి గోపురోపరిన్. 57

సీ. ఐరావణము పెక్కు లాకారములు దాల్చి మందలై యిచటఁ బెంపొందెనేమొ ;
 రజతాచలమ్ము గహ్వర ముఖంబులఁ బూని పంక్తులై యీ సీమఁ బరఁగెనేమొ ;
 కామధేనువు పెక్కు నామరూపములూని తండలై యిచట కొల్వుండెనేమొ ;
 అజమరాళంబు బహ్వాకృతుల్ ధరియించి శ్రేణులై యీ వీటఁ జేరెనేమొ ;

తే. దివిని గాఁగ నీ భువిఁ దీర్చి దిద్దనెంచి భవన వనమయ్యెనో నందన వనవాటి
 దీని ముందు శూన్యమ్మెందు త్రిదివమనఁగ దివికి విచ్చేన లిదెనొ యీ భవనరాజి. 58

క. అనుచు నొకరినొక రద్దిర ; కనుమిది యన నదదొ దానిఁ గాంచుమటంచున్
 వెనుకెపుడు గనని యా పత్తనవుం జెల్వంబు నెంతొ తలఁచి మును జనన్. 59

ఉ. వారు నృసింహభూప సముపస్థితమై తనరారు రాట్సభా
ద్వారము దాఁటి వే నృపతి దర్శనముం బొనరింప లో జనం
గోరి పదమ్ము ముందిడిరి, కోపముతో నొక వృద్ధుఁ డచ్చటన్
వారల నడ్డగించి చనవల్దని యాఁపెను వేత్రహస్తుఁడై 60

చ. కవులము మేము క్ష్మాపతిని గన్గొన నేగుచునుంటిమన్న మే
మ వెఱుఁగ మిందు మీర లెవరైనను నేమి నృపాలు నాజ్ఞ నొం
ది వెడలు బొప్పులేనియెడ దేవుఁడు వచ్చినఁగాని లోజనం
గ వలనుగాదు మీ వలనఁ గల్గును మాకట సొడ్డు కంటిరే! 61

చ. అనవుడు వారు వానిఁ గని యా నృపు చెంతకు నీవ యేగి ద
ర్శనమునకై కవుల్ మువురు చాల తమింగొని వేచియుండిరం
చనుమని రిప్దు నే సరుగనంచు వచించె నతండు, వానినిం
గని కడు బుద్ధిమంతుఁడవు కావలి కావలె నీ వలెన్ భువిన్. 62

వ. అని పలికిరంత, 63

చ. కివిసి యతండు వారలను గ్రిందును మీఁదను జూచుచున్ బలే
మనుజులు లెండి! యం చుఱుము మాడ్కిని ఖంగున లేచె నాజిసే
యనొ యన మీర లెట్టి కవులైనను నేమగు నేమి చేతురో
కనియెదగాక! నన్ దెగడికై తలవల్లుఁడు లెందు నొండనెన్. 64

ఉ. కాంచి మొగమ్ము చించుకొని కంఠము నూసరవెల్లి యట్టు లు
బ్బించి నరాలు దేల బుసవెట్టుచుమై వడకాడ శక్తికిన్
మించిన కోపమూని యటు మించఁగనాడెను వారి నెట్టులే
న్గొంచపువాఁడు పెత్తనము గూడిన నాచఁడు కాచఁ డిందురినిన్. 65

ఉ. అంతట వానిఁ గాంచి యిటులాడిరి వారలు నద్దిరయ్య! నీ
కెంతటి కోపమున్నదిర యేమనఁజెల్లును, నాఁడు నాఁడు యో
చింతువొ ముందు ముందొగిని చిన్నతన మ్మరుదెంచునంచు బ
ల్వింతయె, యూరు దూర మటవీస్థలి దాపగు నిట్టివేళనున్. 66

చ. కురిసిన మేఘమై యరసికుం బలెఁ దెల్లమొగమ్ము వైచె మే
లుక్కురులవి, బోసినోటి గుహలోఁ బడి శాశ్వత మస్తమించె సుం
దర దరహాస చంద్రికలు, త్వగ్గతి జోలెలు వ్రేలియాడె, న
స్థిర నవయౌవనద్యుతి గతించెను మేన కళాయి పూఁతయై. 67

మ. ఎవరోయీ! చనుచుంటి వీ విచటినుం డేయూరి కీ త్రోవ నీ
జవసత్వార్థము లేరు దొంగిలిరి నీ చర్మంపు జోలెల్ పతం

బెవరికా బిచ్చమునెత్త నూఁగిపడు నీపీ రీతి భీతుండవై
యెవరికా జూచి వదంకుమంటి విటు నీవే దండధారుండవై. 68

ఆ. దండ మిడమి నొక పదమ్మేని ముంగల నడవనీయ దురక వడఁకఁజేయు
పండ్లు రాలిపడియు బలమూఱియు జరారి కఱకుమారియట్లు కొఱుకు నిన్ను. 69

చ. వయసొక కోడెత్రాఁచువలె వచ్చి యి టన్నెముపున్నె మెర్గన
ట్టి యదువ బాల్యముం గని వడిన్ మనుమీసలు దువ్వి త్రోసెగా
ని యబల తా నెదుర్కొనఁగనే వడి వంగి జయింపలే కిటుల్
వయిచెను డెల్లమోము ఘవి బాలవిభూలికి శ్రేయమబ్బునే. 70

తే. ప్రేతముఖమయ్యె నదుమున కూఁతగొనమిఁ గూర్పోనఁగలేవు తల ముగ్గుగుల్లయయ్యెఁ
గాళ్ళు మూఁడయ్యె నీ చేతికట్టెగూడి తప్పదిఁకఁ దలకిందైనఁ దాత పేరు. 71

సీ. కడు జీర్ణవస్త్రాల విడు సూడిదలుగాఁగ నరవంగి కృశియించినట్టి తనువు,
ఎఱుకజెప్పెడి నేఁడు దిరిగిన పంచాంగములఁగొని నీ వాక్కు బలము తొలఁగి,
విగతజీవనఘన విధివిధానము జాటువెల్లనౌ నీ తలవెండ్రుకలును,
అంధకారపురూపు సద్దమ్మలిడి చూపుఁ జూపుమాసిన కంటిపాపజంట,

తే. ఎవ్వరోయి నీ పయి బండలెత్తివంచి, తలకు సున్నమురుద్దిరి తాళ మిడిరి
వాక్కునకుఁ, గన్నులం దుమ్మువై చిరింక మనఁగలేవు తాతా! చాలదినము లిచట. 72

సీ వింజామరమ్ములు వీచుచున్నవి దరిసిన జరకు నీ నెఱియకురులు,
వెక్కిరించుచునుండె పెక్కురీతుల నీదు బొక్కినో రీ లోకమును గనుగొని,
అడవికే దారితీయఁగసాగె మునుముందు గమియించు నీ చేతికఱ్ఱ తాను,
ఊయలలం గట్టి యూఁపుచుండెను మృతిన్ బలహాతి నూఁగుచు వంగు వపువు,

తే. అప్పుడపు డీ ప్రపంచ వృక్షాంతికమున విసరు ఝంఝూనిలార్భటిం గసరుకాయ
లెన్నియో రాలిపడుచుండ నెంతవఱకు తొడిమ బిగిపీడు ఫలములు పడకయుండు. 73

ఆ. పండుటాకు తరువునుండి రాలెడివేళ నింగి నిటునటాడు భంగినెల్ల
కనులగట్టు మూటగట్టి ప్రయాణమై యరుగు నీకు నింటి నరసినపుడు. 74

సీ. పండ్లునూఱకు పరపజలపై ననియేమొ యొక పల్లులేకుండ నూడఁబెఱికె,
మలినబుద్ధిని మానవలెనంచు ముదిమి నీ తలపైని నీలిమఁ దఱలఁజేసె,
అరవంగు బాలేందునందు కల్మష మున్నవలదు గర్వంబని వంచెనడుము
దండపాణి భయముదప్ప శ్రీహరి ముందు దండాకృతింబడ దండ మొసగె

తే. ముదిమి యొనరించు నుపదేశమును జెవినిడి మానవా! నీదు దేహమ్ము మాఱఁగాని
మానవా మూర్ఖవర్తన మానసమున? వేలు కొనుమింక వేవేగ మేలు గనెదు. 75

వ. అనినంత నా ముదుకండు వారి కవిత్వోపదేశమ్ముల విని తన మదిమినెంచి యిట్లని
చింతింపం దొడంగె. 76

తే. నాదు స్వర్గసామ్రాజ్యమ్ము నాశపఱచి త్రోయుచుంటివి నారకాంధువునఁ బడఁగ,
వెనుకకిటు లొక్క యడుగును వేయ నీవు సఖపునర్దర్శనావకాశమ్ము లేదు 77

వ. అనుకొని వారిం గాంచి, 78

సీ. అతిబాల్యమున భూమి నడుగిడలేకుంటి వార్ధక్యమున నట్లె వఱలుచుంటి
పసితనమ్మున బోసిపాపనై పడియుంటి వృద్ధాప్యమున నట్లె వెలయుచుంటి
బాలుఁడనై యెండుఁబడక పీదకయుంటి ముదుసలినై పెజ్జ మూల్గుచుంటి
బుడతనై యాధారపడియుంటి నొరులపై ముదుకనై భూభారముగనె యుంటి

తే. మధ్యవచ్చిన యౌవన మహితసుఖము కాలపురుషుని గాలానఁ గ్రొలునట్టి
యెఱ యని యెఱింగితిని లేమినేల యిట్లు జీవనమునకు దూరునిజేయు నన్ను. 79

వ. కాన రెండవ బాల్యమగు నిమ్ముదిమిని వదరిన కాఖులఁ జిత్తమునకుఁ దేవలదార్యులని. 80

క. అనుటయు ముగురాతనిఁ గనుగొని నీ వార్థకము పైనఁ గూర్చితి మీకై
తను దనివి గల్గెనే నీ పనిన మనోవాంఛ పూర్తియయ్యెనె చెపుమా ! 81

క. దేవరపంతమె నెగ్గెను మా వచ్చిన బాటఁబట్టి మరలుదు మిఁక మీ
భూవరుని మీరె చూడుఁడు కావలసిన నేగి దేవుఁ గాంతుము గుడిలో. 82

ఉ. అంచలకే మముం బనుచు నార్యుఁడు బమ్మెరపోతరాజు తా
నింపయొనర్చు రాట్పళలు నీచములంచును మాటిమాటికి
క్లెందటి కాళ్ళొపట్టుకొని యేగ నృపుండిదు కల్మికన్న గో
విందు పదాబ్జసేవల లభించినలేమియె చాల మేలనఁజా. 83

తే. ఎట్టిటూ మిమ్ము బంపినదెవరు తాను బొమ్మెరజా వసియించెడి పోతరాజె ?
యనుచు ముదుకండు తన యల్క వెనుకఁబట్ట వారి నడుగుచు నదసద్విచారమతిని. 84

ఉ. నాయనలార ! మిమ్ము కవినాథుఁడు పోతన బంచినాఁడె తా
మీయది యాదిలోనె వచియింపకపోయితి రెంతమాట మి
మ్మీయెడ నాఁపువార లెవరేగుఁడు శీఘ్రమెలోని కిప్డు నా
పాప్రియముఁగూర్చి తెల్పిన సువాక్కుల జ్ఞానమువచ్చె ధన్యుఁడన్. 85

క. అని వారిపదము లంటుచు నను క్షమియించుండటంచు నగవొప్పఁగ వ
ల్దన నాదరించి లోనికిననిపెన్ స్వీయాపరాధ మాత్మఁ గలంపన్. 86

వ. అంత రాజ సభాంతరాళమున. 87

సీ. ధ్వనివృత్తిరసరీతి పాకశయ్యాలంక్రియాదీప్తి నుడువు మహాకవులును,
అస్తినాస్తి విచికిత్సావబోధక హేతువాదనారతులౌ విపశ్చితులును,
కురుళాంతరాలోల సరసిజదృక్కథ న్నిధువనశీల గాణిక్యపంక్తి
పాంచతాంత్రిక నయోపాయ చతుష్టయ చతురులౌ నాశ్రిత సచివవరులు
తే. చేరి స్తోత్రమ్మొనర్చు వందారు జనములోఁగి కనుసైగనాడు దాసీగణమ్ము
కొల్వఁగా హజారమ్మునఁ గొల్వుదీర్చి సింహపీఠికన్ దీపించు సింగనృపుని. 88

క. సవిధప్రదేశవిలసితు నవహితచిత్తుని బ్రణత జనార్తిహరుని పై
భవ సమవధీరితేంద్రుని నవలోకించిరి కవీంద్రు లాప్యాయముగన్. 89

క. నయపారదర్శినరు తోభయు విద్వజ్జనవిధేయుఁ బరికించి వటు
త్రయ మొక్కొక్క పద్యముతో 'జయీభవ!' యటంచు బిట్టు సన్నుతిసల్పెన్ 90

చ. అని వినుతింపఁజేఁడు దరహాస మనోజ్ఞనవేందు చంద్రికా?
ధునులు సదస్సమాగత సుదూరపథక్లమ పీడ్యమాన చే
తనవటు మానసోత్పల నితాంతవికాసకమై వెలంగ ని
ట్లనియె సుధానదాలఁ బరిహాస మొనర్చు విలాసభాషలన్ 91

ఉ. భారత సంహితన్ దెనుఁగుబాసల దిద్ది కవిత్రియ మ్మిలన్
దారవతార మెత్తరుగదా! యనిపించెడి నాంధ్రమాత మేల్
హీరములన్ గనెన్ మిము కవీంద్రకిశోరములార! యెట్టిపుం
భారతి మీ గురుండగు సుభాగ్యముకై భువినోఁచి పుట్టెనో! 92

తే. తలఁపమూవురు మూఁడు వేదములుగాఁగఁ జెడిన యే కార్యమది చక్కఁబడఁగ నుండ
నవతరించితిరో మీర లవని, మీదు ఘనయశస్సాంద్ర చంద్రికా కాంతులెవియొ! 93

చ. నిజవినివాస మెద్ది యవనీసుర పోతములార! తామిటుల్
విజయము సేయు కారణము వీనుల విందొనరింపరే యటం
చు, జనము సూచుచుండఁ గడుఁ జోద్యముగా నెదురేగి వారలన్
భుజములఁ గ్రుచ్చి పీఠములఁ బూనిచెఁ గా కవి కన్నులెజ్జగాన్. 94

వ. అంత వారు నప్పార్థివ పుంగవుం గనుంగొని, 95

సీ. వాల్మీకి యాది కావ్యపుఁ బుట్టతేనెలో మునిఁగితేలిన దొడ్డ తెనుఁగు తేఁటి
వ్యాసనిర్మిత భాగవత మహార్ణవముల నమృతీకరించు నాంధ్రింబుదమ్ము
కాళిదాసోక్తిశృంగార మానస సరోవరవిహార మొనర్చు పరమహంస
భాగవతరసాల ఫలభోగి శుకయోగి పలుకు లావర్తించు తెనుఁగు శుకము
తే. సహజపాండితీ ప్రతిభావిశాల యశుఁడు నిరత హరిభక్తిమగ్నవాణీ వివశుఁడు
బమ్మెరనివాసి జ్ఞానసంపద్విభాసి సత్యఘని పోతనార్యుఁ డస్మద్గురుండు. 96

ఉ. భక్తుఁడు రామనామ మధుపాననిమగ్న ప్రమత్తచిత్త సం
యుక్తుఁడు గోస్తనీరస సముద్గరణ ప్రతిభా వియజ్ఝరీ
సిక్త సుమోపమానసహజ సిద్ధవచోవిభవాప్త పాండితీ
శక్తుఁడు గర్హ్య లౌకికప్రసక్తి విరక్తుఁడు సంగముక్తుఁడున్. 97

మ. విగతాడంబరవేషి నాస్తిక కథావిద్వేషి స్వర్గాంగ తో
యగభీరస్మితభాషి మోక్షపథ తత్త్వాన్వేషి గోపాల బా
లగుణాకీర్ణరసప్రపూర్ణ మధురాలాపాతి సంతోషి స్వా
నుగతాశార్ణవశోషి భక్తపదరేణువ్రాత సద్భూషియున్. 98

మ. మహనీయుం డగు మామకీనగురురాణ్మౌనీంద్రుఁ డెందున్ ముదా
వహమౌ దేవరపాండితీ మహిమ విద్వత్పక్షపాతమ్ము మీ
తుహినాంశు ప్రతిమానసద్యశము మాతోఁ జెప్పియుప్పొంగ మే
ము హజారమ్మున నేలితన్ గనుట లెద్దోయంచు భావించుచున్. 99

సీ. సకల విద్యాలోల సర్వజ్ఞసింగమ క్ష్మాపాలపాలిత స్వర్గసీమ,
పరసపండిత కవిజాల రాజమరాళ సేవిత సుమనస్సరోవరమ్ము,
ఆంధ్రనైషధకర్త యఖిల కళాభర్త కవిసార్వభౌముఁడు గలుగునెలవు,
పోతరాజ కవీంద్రపూత వాగ్వర్ణిత భోగినీవిలసిత భోగభూమి

తే. సకల సుకళాకదంబ శ్రీ శారదాంబచారు మంజీర మంజుశింజానినాద
ముఖరితాఖిలరోదసీ ముఖవికాసభాస రాచకొండనుగాంచ నాసగలదు. 100

క. అని యడుగ మున్నవారాజ్ఞ నొసంగిరి మీ రచటికిఁ జనుఁడంచును నా
యనుమతి శ్రీవారివి దర్శనములు లభియించె జన్మసార్థక మనుటల్. 101

వ. అక్కవికుమారకుల కలభాషణంబులు పలుభూషణంబులవలెఁ జెవుల మివుల రుచి
గొల్ప నప్పార్థివుండు తాను. 102

చ. అకట ! మహానుభావులు మహాకవిచంద్రులు వారిపేరు నే
టికి నమృతాభమై చెవిబడెన్ హృదయమ్ము పవిత్రమయ్యె నేఁ
డొక సుదినంబనామయత నుందురె వారు కుటుంబయుక్త మా
సుకవిత యే కథావనికి సూక్తిసుధారసవృష్టియౌ ననన్. 103

క. కవులప్పలుకులు విని పార్థివుతో నిటులాడిరో క్షితివరా ! శ్రీ భా
గవతపురాణము తెన్గున భువి బొగడన్ రచనసేయ పొల్పేమనుటల్. 104

క. తాలోత్తుంగ తరంగ విఖేలన్నవరస సుధాప్రకీర్ణ సురధు నీ
దోలా లీలాలాలస బాలమరాళములు తెన్గు భాగవత కృతుల్. 105

క. పండిత పామర రంజక మండిత మృదు మధురపద సమాసోపేతా
ఖండ ప్రతిభాయుత రసభాండాగారమ్ము లాంధ్ర భాగవత కథల్. 106

క. నంద యశోదా నందన సుందర సురుచిర కథాభిశోభిత బ్రహ్మా
నంద క్షీరాంబుధి ఘన బంధుర పర్షమ్ము లాంధ్ర భాగవతోక్తుల్. 107

క. శ్రీరామచంద్ర పదయుగ సారస మకరంద బిందు సందోహాంభః
పూరా సర్గళపారావార విహారమ్ము లాంధ్ర భాగవతరతుల్ 108

క. కలిమలి నాఖిలదల దుజ్జ్వల భక్తి జ్ఞానపూర్ణ వైరాగ్య విని
శ్చల తత్త్వస్థల దిహపర ఫలరససారమ్ము లాంధ్ర భాగవత శ్రుతుల్ 109

క. అని యిట్లభివర్ణనము బొనరిచి పారిషదు లెల్ల బొమ్మలగుచుఁ గ
న్గానఁ బోతనార్యు శిష్యులు వినిచిరి మచ్చునకు దాన వెలయు కవితలఁగా. 110

వ ఒక్కనాఁడు పోతన రాహుగ్రస్తశోమోపరాగ సమయంబున నక్రభంక షోత్తుంగతరంగ యగు గంగన్ మునింగి సమీపస్థిత సైకతస్థలంబున బద్ధపద్మాసనస్థుండై యీషదున్మీలిత నయనయుగళుండునై యీశ్వర ధ్యానానుష్ఠాననిష్ఠాగరిష్ఠుండునై యుండుతఱి, ఇనకుల వంశ పయఃపారావార రాకాసుధాంశు సంకాశుండును, నిఖిల చరాచరభూతేశుండును, కౌసల్యాగర్భ శుక్తిముక్తాఫలప్రాయుండును, ఆషాఢ విపీలనీరదకాయుండును, ఆర్త సంరక్షణ శీలకరుణారసాలవాల విశాలరక్త నలినదళనేత్రుండును, సకల శుభలక్షణ సంశోభితమనోహరగాత్రుండును, కుండలమణి మయూఖ మండల మండనాయమాన ప్రఫుల్లగల్ల విరాజితుండును, హరవిరించి సురప్రముఖ నిఖిలలోక పూజితుండును, స్మేరకోరకితచారుముఖాంభోరుహ విభ్రాజితుండును, కనకమయచేలధరుండును, చండ కోదండశరుండును, అనల్పకల్పతరుశాఖాసన్నిభప్రోల్లసదాజానుబాహాయుగళుండును, విముక్తి నిజభక్తనిగళుండును, కటక కేయూరహారగ్రైవేయ సకలాంగసంశోభితమణి మయాభరణుండును, నిఖిలలోక శరణ్యప్రబుద్ధశారదారవిందచరణుండును, జనకజా వల్లభుండును, సనకాది మునిగణదుర్లభుండును దయాశరధియునగు దాశరథి సాక్షాత్కరించి, యాంధ్ర భాగవతకృతినిర్మాణమున కాజ్ఞాపించు తెఱంగెఱింగించి మరియు గజేంద్రమోక్షణ కథావిధానరచనావసరంబున శ్రీరాముఁడు పూరించిన "అలవైకుంఠ పురంబులో" యను ననవద్యహృద్యపద్యభాగంబును వినిచి తద్విశేషంబుల వివరించి, రుక్మిణీకల్యాణ నామకా సాధారణగాథాపూరణవేళావిశేషంబున "బాలకమరె" నను పద్యభాగంబును వ్రాయుతఱి పోతన కూఁతున కనుభూతమైన యగ్నిప్రమాదంబును వినఁజెప్పి, "నెలఁత యౌవనంబు నిండివెల్గె" నను పద్యలేఖనావసరంబునఁ దద్విప దుపశమనోదంతమ్ము నంతయు సంతసమ్ము పెల్లుబికి యోడిగిల నుడివి యచటి శ్రోతల శ్రుతిశుహరంబుల పీయూషంబుల వర్షించి ప్రజానీకమునంతటి భక్తి విస్మయ భావబంధురము గావించి, 111

సీ. ప్రహ్లాద చరితలోఁ బద్యాళి నొక కొన్ని గజరాజ మోక్షణ కథలఁ గొన్ని,
కమఠావతార సద్గాథామృత మొకింత మోహినీ విలసనమ్ముల నొకింత,
వామన సత్కథా వైభవమ్ము నొకింత ఆది వరాహ మాహాత్మ్య మింత,
శ్రీకృష్ణలీలా విశేషగాథ లొకింత రుక్మిణీకల్యాణ రూపమింత,
తే. పరవి శ్రీరామ చరితా ప్రసక్తి కొంత చతురసాత్రాజితీయుద్ధ సరణి కొంత,
అంబరీష సచ్చరితామృతం బొకింత పాడి వినిపించి రనుపమ ఫణితి మెఱయ 112

క. అవిరళగతి హరిగాథల శ్రవణానందముగ నింత చవిగొని ఛళిరే!
భువి నప్రతిమానమ్మౌ కవితామృతమనుచుఁ బొగడెఁ గవిలోకమ్మున్. 113

ఉ. ఇంపు కళాప్రసారమొ మహేంద్రపురీ సుర దీర్ఘికాస్రవ
న్నందన భావిహారమొ క్వణత్కలవేణు సుధాంబుపూరమో
చందన శీతవాతపరిచారమొ ఫుల్లసవారవింద ని
ష్యంది మరందబిందు రససారమొ పోతన కావ్యసారమో! 114

క. పోతన కవితల నమృతపుఁ బోఁతనవలె మెత్తియంపుఁ బోఁతన వలయుం
బోతనఁ బోల్ కవి భువిని నభూతో నభవిష్యతి యని పొగడు నృపతియున్. 115

శా. నానాసూనరసావిలాసరస విన్యాసమ్ములం బారు భూ
జాని ప్రాంతము మోదదోలికల నుత్సాహమ్ముతో నూఁపుటల్
శ్రీనాథుండు స్మితాననామలరుచిక్షీరార్ణవావాసియై
తానాకైతల నాలకించి యతిమోదస్వాంతుఁడై యిట్లనెం. 116

చ. చిలుకలతోడి స్నేహములు జేయుచుఁ గూసెడి కోకిలమ్మతోఁ
గలహము బెట్టికొంచు నవకంజదళాక్షుల కల్కి పల్కులం
వెలితవి జూపు చెల్వముల వేణు నినాదము లూఁది దిక్పుటల్
తలలొగి నూఁపు మేల్పదములన్ నడయాడఁగ నందె వైచెనో! 117

ఉ. అచ్చపు సంస్కృతాంధ్ర మహదబ్ధుల మందరముల్ మథించఁగా
వచ్చు సుధారసమ్ములకు వన్నెలు దిద్దెడి కావ్యధార క
మ్మచ్చున దీయు తీవియల మచ్చుల నిచ్చు మనోజ్ఞశైలి పూ
ల్విచ్చిన నందనోప వనవీథుల కాదను పద్య గద్యముల్. 118

క. బమ్మెర పోతన శిష్యులె కమ్మని మీకైత మోదకారిణి, యట మా
యమ్మాయి శారదయు కుశలమ్మే యన వారు బుద్ధిలాఘవ మొప్పన్. 119

క. కవి సార్వభౌములే తా మవిదితమతి నిందు మేము హనుమంతుని మున్
ప్లవగంపుఁ గుప్పిగంతులను విధంబున నేమియేమొ నుడివితి మార్యా! 120

క. క్షమియింపవలెను. నేటికిఁ దమ దర్శనమొదవె జన్మ ధన్యమ్మిఁక మా
దు మనోరథ మీడేరెను తమకొక లేఖ నిదె శారద యని యొసంగన్. 121

తే. మొదటఁ గవి లేఖఁ గొనిచూడ ముదము మెఱసె మధ్య గాంచిన కన్నీటిమబ్బు గ్రమ్మె
కొనవఱకు నశ్రువర్షమ్ము గ్రుమ్మరించెఁ దద్వ్యథావర్షమున ఱేఁడు తా మునింగె. 122

తే. కవివరా ! యంత క్షేమమ్మెగద ! యటంచు క్షితిపతి వచించె. నా కమ్మ చేతికిడెను
దాను శ్రీనాథుఁ. డది గొని మానసమున నిట్లు చదువఁదొడంగె క్షోణీంద్రమౌళి. 123

తే. "మామకీన పూజ్యపితా ! నమశ్శతములు భక్తి నిడి క్షేమచింతనపరత నుండి
ప్రియతనూజ శారద వ్రాయు మనవి చిత్తమునకుఁ దెత్తురటంచుఁ బ్రార్థన యొనర్తు. 124

తే వ్యాధిబాధితులగుచు నవ్యాజ కృపను నన్ను దరిదీసి మీరేడ్చుచున్న యటులు
స్వప్నమును గాంచు టాది నా స్వాంత మేమొ పలుతెఱంగుల భావించి పరితపించు. 125

తే. తల్లిలేని పిల్ల యటంచు దయదలఁపక నన్ను నీవిట్లు మఱతువం చెన్నఁడెంచ
నమ్మ చనినట్లు నేఁగూడ నరిగితినని యనుకొనెదొ జ్ఞాపకమ్మునకైన రానా. 126

తే. కడుపుప్రేమ మెవ్వరినేని గట్టివైచు నీ మనసు నేను జ్ఞప్తిరానిదిచె నెట్లు
కని కననివారలై తిరీ కాలమునకునైన మిము సాఁకు మగబిడ్డనగుదె నేను. 127

తే. జాబు గనినంతఁ దావకస్వాంతమందు దయదలఁచి వచ్చినన్ జూడఁదలఁచియుంటి
రాకయున్నచో రెక్కలురాని పిల్లపక్షివలె దిక్కులంగని పలవరింతు." 128

క అనియెడి యా శారదలేఖను గని నిలువెల్ల రాజుకరఁగెఁ గడుపునం
బెనవేసికొనెడి దుఃఖమ్మును నిముసమ్మాఁపి యూర్పుబుచ్చి యిటులనెన్. 129

తే. గాన మొనరించురాగ సంగతినిదప్పు గారడీనినె ఫణమార్చి కపరికొట్టు
కుపిత నాగసుందరి బుసల్గొట్టుచున్న రీతులఁగుగాని యివి జాబు వ్రాఁతలగునె ? 130

తే. త్రోవదప్పి కాఱడవిని దేవురించు తల్లికొఱకింట వత్సమ్ము తల్లడిలుచుఁ
బదిగఁ బలవించుచున్న యంభారవంపు మ్రోఁతలగుఁగాని యివి జాబు వ్రాఁతలగునె ?

క. అనవిని శ్రీనాథుఁడు నృపుఁగని యెద నుమ్మలికగదురఁగా గద్గద
స్వనమొప్ప బాష్పపూర్ణనయనములఁ 'జనఁదలఁతు నెల్లి'యనె నది వినుచున్. 132

తే. ఆర్య ! మీ రేగవలను గాదనుటకొఱకుఁ గనినవారికి నోరు రాఁగలదె యిపుడు
వేగినంతనె వేగ మీరేగ నగును బయనమునకయి నాయత్తపడుఁ డటంచు. 133

మ. ధరణీపాలుఁడు సంధ్యవేళ యగుటల్ దర్బారుసాలించి సా
దర మొప్పన్ గవి సార్వభౌముఁగొని యుద్యానోర్విఁ గ్రీడార్థమై

చరియింపన్ వడి లేచెఁదోడనె సదస్యశ్రేణితో నమ్రులై
వరసాహసంతులు మంత్రులున్ వొలఁగి త్రోవన్ జేసిరా విన్నతన్. 134

శా. ఆ రాజేంద్రుఁడు తత్కవీంద్రుఁగొని దివ్యత్పుష్ప సౌరభ్య వి
స్తారంబై మృదుశీతవాతకృత సత్కారంబునై హంసికా
వారాంచన్నవ సాంధ్యరాగవిలసద్వాఃపూర సిందూరకా
సారంబై రహిఁ బొప్పునా పవనసంచారంబు గావించుచోన్. 135

శా. నౌకారోహవిహారవృత్తి నలల న్నర్తించు పద్మాంగనా
నేకోత్సే కపిలాసహాస ముఖకాంతిన్ దారకాప్రోల్లస
న్నాదర్శ మనం జెలంగు సరసిన్ నానాగతుల్ జుట్టి య
స్తోకాసక్తి వసన్తమంటప శిలాసోపానముల్ డాయుచోన్. 136

వ. తనూజానురాగ వివశీకృత చేతస్కుండగు కవి సార్వభౌమునకు. 137

సీ. సలిసపర్ణాలోల జలబిందువులఁ గాంచఁ దనుజ లేఖాక్షరతతి స్మృతివడె,
వికసితవనరుహ ప్రకరమ్ముఁ గనఁగూఁతు నగవులు కనులలో నాట్యమాడె,
కలహంసకూజిత విలసనమ్ములఁ గాంచఁ దనయభాషణములు దలఁపువచ్చె,
కాసారమగ్నరాకా చంద్రబింబమ్ముఁగన బిడ్డ వదనమ్ము కనుల మెఱసె,
తే. అలలఁ జెలరేఁగు కొలని నీరరసినంతఁ గలఁతనిడు కూఁతు ప్రేమంపుఁ దలఁపులెగసె,
పెనఁగొనిన పద్మలతఁగాంచఁ దనయపైన నల్లుకొనియున్న మమతలు పెల్లుబికెను. 138

ఉ. పోతము డిగ్గి యభ్రగకపోతము భాతి సరోవరాంచిత
ప్రీతజలంబులం గల విచిత్రవిధూపలజాల నిర్మిత
శ్వేత మనోజ్ఞమంటప వివిక్తసుఖాసనసీమఁ బ్రేమమై
క్ష్మాతలనాథుఁ డా సుకవిసత్తముతోడ వసించి సాదృతిన్. 139

క. బమ్మెర కేగుదురార్యులు కమ్మని శ్రీ భాగవత సుకవితామృతముల్
సమ్మతిఁ ద్రావుచు నిక మును మమ్మే మఱచెదరటంచు మనవి యొనర్పన్. 140

శా. తావా సత్కవి తేనిఁ గాంచి యమితోత్సాహమ్ము దీపింపఁ బ్ర
స్థానోద్వేగవశాత్ముఁడై పలికెనో ధాత్రీశ్వరా ! యేలికన్
నే నెల్లేమఱువాఁడఁ గావ్యరసపానీయంబు సేవింప నెం
తేవిన్ దేవరలేవిదా కొఱఁత నన్వేధించు నశ్రాంతమున్. 141

చ. పరసు ఉదారచిత్తులును సత్యవచస్కులు సాహితీకళా
నిరతులురావు సింగధరణీపతు లాత్మఁ దలంపనేమి దు
ష్కరమిటగాదె భాగవత కావ్య కథాశ్రవణమ్మనంగ న
శ్వరగతి దానినే వినఁగ స్వాంతమునం దలపోతు సత్కవీ ! 142

శా. నాఁడా వ్యాసమునీంద్రుఁ డెన్నియొ పురాణంబుల్ తగన్ వ్రాసియున్
బాదండేసియుఁ దానవెందులకొ తృప్తస్వాంతుఁ డింతేనియున్
గాఁడయ్యెన్ దుద, భవ్యభాగవత సత్కావ్యామృతం బొక్కఁడే
యీడౌ నిన్నిటికంచు నుల్లమున నూహించెన్ రచించెన్ దమిన్. 143

ఉ. అన్నివిధాల మాతృకకు నన్నయొ తమ్ముఁడొ యన్నయట్లు పో
తన్న కృతాంధ్రభాగవత మందముచిందు నొకొక్కచోటఁ దా
మిన్నగనుండునా యన భ్రమింపఁగఁ జేయుచునుండె నోరు లే
కున్నది ప్రస్తుతింప నెవఁడుర్విని దత్కృతినాథుఁడొ నాకో ! 144

చ. సరసగుణాఢ్య సత్యరత సన్నుతశీల స్రగాద్యలం క్రియా
భరితసుశోభితార్థ యన పద్యమనోజ్ఞ పదధ్వని క్రమ
స్ఫురితవచోవిలాసిని విశుద్ధచరిత్ర సువర్ణగాత్ర యి
ద్దరఁ బితకన్ననుం బతిని దన్నునుగాదె సమస్తరీతులన్. 145

క. ఎయ్యదివినినఁ బరీక్షితుఁ డయ్యక్షర పదమునందె నఘరహితుండై
త్రయ్యంతసార మా కృతి వెయ్యేఱు భవమ్ములందు వినఁ జిక్కునొకో ! 146

చ. అనుటయు నింగితజ్ఞుఁడగు నట్టి మహాకవి సార్వభౌముఁ డా
మనుజపతిం గనుంగొనుచు మానసవీథుల సంతసమ్ము తా
నినుమడిగాఁగ నిద్ది తమ కీడగువాంఛ యవశ్యమేను బో
తన కిదితెల్పి తత్కృతి ముదంబెసఁగన్ గొనివత్తునియ్యెడన్. 147

సీ. ఈ పరిజాతతికెల్ల నెవ్వాని క్షత్రమ్ము ఛత్రమై శీతలచ్ఛాయ లొసఁగు,
ఈ తెలంగాణ మహీరాజ్ఞి నే పాణి ఫణియయి తలఁదాల్చి భద్రపఱచు,
ఈ యాశ్రితావళి కేదేని దానమ్ము ధనమయి దారిద్ర్య దైన్యమడఁచు,
ఈ ద్విజసంతతి కే భాగ్యఫాలమ్ము ఫలమయి వాంఛాన ఫలతనిచ్చు,

తే. లలిని శ్రీదేవి భూదేవివలచు నెవని వాణి రాణించు నే ముఖవనజమందు
సర్వమంగళాకృతికి నా స్థాన మెప్పుఁడతఁడు కృతిపతి యగుట భాగ్యాతిశయమె. 148

తే. మున్ను భోగిపీ దండకమును రచించి తమిని సర్వజ్ఞులకు నంకిత మ్మొసఁగఁడె
పోతరాజు తానయి నేఁడు భూధవుండు కృతిని యాచింపఁగా నిరాకృతి సలుపునె. 149

చ. అనవుడురాజు తాను గవినారసి యాదృతి నిట్లు పల్కెనో
యనఘచరిత్ర మీఁదు తనయామణి శారదఁ గావ్యశారదన్
దనః వెనువెంటఁ దీసికొని తత్కృతికర్త భవానపార్థ పో-
తన మనుపత్తనమ్మునకుఁ దా వరుదెంచుట మేలుగాదొకో ! 150

చ. అని పెదదండనాథుని మహాదర మొప్పఁగఁ బోతనార్యునిన్
గొని చనుదెంచ నతఁడు మనోహరచామరచిత్ర రాజలాం
ఛనములతోడఁ దూర్యగుణసంగత హాటకయాప్యయాన వా
హన ఘనవైభవ మ్మెసఁగ నమ్మహితాత్మునిఁ దెచ్చునియ్యెడన్. 151

ఉ. సంచితపుణ్యకర్ముఁడు విశాలమనస్కుఁడు వీతదైన్యుఁడున్
ప్రాంచదమోఘ భాగవతభవ్య మహాంధ్రపురాణ సృష్టికిన్
గాంచ నగర్వుఁడుఁ విగతకల్మషుఁడిద్ధ చరిత్రుఁ డాతనిఁ
గాంచి తెలుంగునాడు కడు గౌరవముంగొనె ధన్యంగనేఁ. 152

ఉ. వారి పదాబ్జధూళి భవవారిధి తారణ సేతు భూత మె
వ్వారి గృహమ్మునం దొకలవమ్మది సోకునొ తద్గృహస్థ దు
ర్వార విపద్దవానల విజృంభితకీలలు పూలమాలలై
తీఱును దాపమూఱుఁ దలదీర్చిన దుర్విధిమాఱు నెంతయున్. 153

క. అన విని శ్రీనాథుండును మనమునఁ బెను సంతసమ్ము మల్లడిగొన నో
జనపాలా ! మీ యభిమత మొనరించుట లెస్స మీకు నొదవు శుభమ్ముల్. 154

తే. అనుట మన్నియ శ్రీనాథు నభిమతమ్ము తెలిసియుపవనిఁ వెనవీడి తెల్లవాఱ
మ త్తరీతిఁ బోతనకవి యూరు జేరననిపెఁ బరివారమును మహాఘనతమీర. 155

వ. అంత నొక్కెడ స్వప్నగతుఁడై రవికులతిలకుండు పోతనతో నస్మదాలయమున
భవద్రచిత భాగవతంబు పొంతము వినిపింపవలయు విన నుత్కంఠ గలదనుటయు. 156

ఉ. బమ్మెరలోనఁ బోతనయుఁ బండితపామర భక్తలోకముఁ
రమ్మనిపిల్చి తాను దగవ్రాసిన మేల్మి కవిత్వసంపదల్
కమ్మని యాంధ్రభాగవత కావ్య కథామృతధార లొల్కఁ మే
ఘ మ్మనఁగా వచించునరి కన్నులఁగట్ట దశావతారముల్. 157

వ. అంత నొకనాఁడు పోతనార్యుండు భాగవతేతిహాసంబుల నుతువుచు ననంతకోటి భగవదవతారలీలలే భాగవతరూపమై యలరు నందును విశేష భగవద్విభూత్యంశ సంభూతములై యేకవింశత్యవతారంబులు గ్రాలు నందును ముఖ్యంబులై దశావతారంబులు వెలుఁగొందు నీ పదింటఁ బ్రధానములైన రామ కృష్ణ నరసింహావతారంబులు ప్రత్యక్ష లక్ష్మివిశిష్టంబు లగుటకతనఁ బూర్ణంబులయి రూపొందె నందు పరాత్పరుండు నిజరూపంబగు శ్రీమన్నారాయణాకృతిన్ గజేంద్రదుఃఖ విమోచనంబు గావించె. మీనావతారంబునఁ బ్రళయవార్ధిలో విహరించు పాఠీనంబు పోల్కి, చేతనుని సంసారాబ్ధిని సంతరింపఁజేయుటకు మదాజ్ఞాపితంబులగు శ్రుతిసంతతులే ప్రమాణంబులని, వేద

విరోధి మదనుశాసనావధి నుల్లంఘించినవాఁడు గావున క్షంతవ్యుండు గాఁడని సోమకరాక్షసాపశదనిబర్హణంబున బ్రబల తార్కాణమ్మొనరించి చూపె.

కూర్మావతారంబున నాపై భారముంచి నన్ను సేవించు విబుధులు గిరికరణి స్థిరంబగు తమ ధిషణావిశేషంబున వేదమహోదధి మథియించి తజ్జనితజ్ఞానకాండామృతంబు ద్రావి కూర్మంబు పగిది నింద్రియ సంయమనంబు గల్గి సంసారజలధి తరియించి యమరత్వమునొంది యస్మదనుగ్రహపాత్రులగుదురు స్వార్థపరులును విపరీతజ్ఞానసంపన్నులును నగు వామాచారపరాయణు లాసురీ ప్రకృతిబద్ధ బుద్ధులై యజహరాదులనైనఁ బరిభ్రమింపఁజేయు మాయామోహినీ పరవశులై విఫలమనోరథులై చనియెద రనియె

వరాహావతారంబున విశ్వనిర్మాతనై నిఖిల చరాచర పరిరక్షకుఁడనగు నేనె యివ్వసుంధరాధినాయకుఁడనని గుర్తెఱుంగక క్షోణీకోణశతాంశపాలకులగు నృపాధములు నల్పీభూతములగు తమ జయవిజయ విశేషంబుల నాధారమొనర్చుకొని భూమండలమును స్వీయానవధికాశామహార్ణవంబుల ముంచి పీడించుతఱి బంటుతనము కుంటువడఁజేయు పోత్రిదతనమ్మొప్పు క్రోడంబనై కోఱంజీరి తత్కళంకపంకిలయగు పుడమి నొడుపున నడుమునఞ మడఁగిచను నాగరకందంబు చందంబున సముద్ధరింతునని తెల్పె.

నారసింహావతారంబున నేనే శ్రియఃపతినై సర్వాంతర్యామినై యొప్పు సర్వేశ్వరుడనని యెఱుంగక హిరణ్యకశిపులైన ధనాశాపాశబద్ధుండై యా సురకృత్యంబుల ధర్మాచరణ పరాయణుల మనంబుల ఘనంబుగా నొంచి ప్రహ్లాద హాని గల్పించి లోకంబుల శోకాకులంబు గావించి మించు మదకరుల పొదింగొననెంచి హరిరూపు ధరించి దుష్టశిక్షణ శిష్టరక్షణ గావింతునని యెఱుంగఁ జెప్పె.

వామనావతారంబున నీ సకలచరాచరాత్మకంబగు విశ్వంబు మత్కృతంబు మదధీనంబు మామకీనంబని యెఱుంగక నిఖిలంబు నిజార్జితవిత్తంబె యని జ్ఞానరహితుండై కర్తృత్వబుద్ధియు ఫలసంగసక్తచిత్తంబును గల్గి దానం బొనర్చుచు సఖర్వగర్వంబునఁ బరంగి బలియైనవాని యహంకారంబును పాతాళం బంటం ద్రొక్కిపెట్టి నీ త్రిలోకదానంబేవి నస్మదీయ పదత్రయ పరిమితికిఁ జాలదని విక్రమించి చూపింపఁ ద్రివిక్రముఁడనైతినని తెలియఁ బల్కె

పరశురామావతారంబున నిజబాహుబల దర్పోద్ధతిఁ గోబ్రాహ్మణ శుభాభ్యుదయంబును బ్రజాకుశలంబు నేమఱచియున్న క్షత్రియకులాంతంబు గావించి బలాధిక్యంబున మెఱసితినని వచియించె.

రామావతారంబున లీలామానుష విగ్రహుండనై స్వధర్మ రక్షాదక్షుండనని పేరొందితిని. మహామహులకు యుద్ధముచేయ శక్యముగాని సంసారమను నయోధ్యను

దశేంద్రియ విశిష్టమగు ప్రకృతి యనఁబడు దశరథుఁడు సత్వరజస్తమోగుణంబులను కౌసల్యా కైకేయీ సుమిత్రలను భార్యలతోఁ గూడి యాసురీప్రకృతి నడంచు దైవీ ప్రకృతిని రక్షింపను, నమరపదవికి నర్హు నిగాఁజేయు. ధర్మార్థకామ మోక్షములను రామ లక్ష్మణ భరత శత్రుఘ్నులను సంతానము గాంచు సంసారి రాముఁడను ధర్మ స్వరూపము నారాధింపఁ దక్కిన పురుషార్థములు తమంతటాము వలచివచ్చునని చెప్పితిని.

కృష్ణావతారంబున మాయామానుష విగ్రహుండనై నరునకు విశ్వరూప సందర్శనం బొనర్చి గీతాజ్ఞాన ముపాస్యమని తెలిపి మాయారూపిణియగు ప్రకృతి మద్వశంబున నున్నదని బహుభంగుల నొప్పి యతిమానుషంబులగు చర్యల నిరూపిం చితినని పల్కె. రామావతారంబున ధర్మంబుదైవఁ గృష్ణావతారంబున మోక్షంబునగు నుత్కృష్టతం జాటి యర్థకామంబుల కన్న ధర్మమోక్ష పురుషార్థద్వయం బాత్యంతిక సుఖప్రదంబులని విశదం బొనర్చె. అందులకీ యవతార విశేషంబుల దివ్యదృష్టి నాలోకించి సమస్త కల్యాణగుణామృతోదధియగు శ్రీమన్నారాయణుని గీర్తింపఁజెల్లు.

బుద్ధావతారంబున జన్మమృత్యు జరావ్యాధిపీడితాత్ములకు నిశ్శ్రేయసమార్గంబు నుపదేశించి భూతదయాచరణప్రాముఖ్యంబు నుల్లేఖించును త్రికరణములగు కాయిక వాచిక మానసికంబులఁ జేయరాని యపచారంబుల నిరూపించె పరభూతంబుల హింసించుటయుఁ బరద్రవ్యస్తేయము నొఁర్చుటయుఁ బరకాంతలం గూడుటయు శారీరకదోషంబులనియు, అనృతప్రలాపంబు లాడుటయుఁ గొండెముల నుడువుటయు నశ్లీలవాక్యంబులఁ బ్రలాపించుటయు వృథాజల్పన మాచరించుటయుఁ బరనింద నొనర్చుటయు వాచికదోషంబులనియు, దురాశాపాశబద్ధుఁడగుటయు రాగద్వేష సంగతి నరిషడ్వర్గాధీనుఁడు నగుట నజ్ఞానజన్యములగు మానసికాపచారముల నాచ రించుట యగునవియు నీ త్రివిధాపచారముల నాచరించుట తగదనియు, జన్మజరా మృత్యువులును నిష్టానిష్ట వియోగప్రాప్తి కర్మఫలంబులును నలభ్యవస్త్వాశాదులు దుఃఖ ప్రాపకములనియు, తద్వినాశకారు లష్టాంగయోగములగు సమ్యక్‌దృష్టి సమ్యక్సంకల్ప నము సమ్యగ్వచనము సమ్యక్కర్మ సమ్యగ్జీవనము సమ్యగ్వీర్యము సమ్యక్‌స్మృతి సమ్యక్‌సమాధి యనునవి యనియుఁ దెలిపి, ఫలంబుల రుచి పలలంబున లేదనియుఁ బాల తేనియల యందలి రుచి కీలాలంబుల లేదనియు హింసాత్మకంబులైన యాహా రంబులు మృతంబులనియుఁ బువ్వు నొవ్వనట్లు పూఁదేనియలఁ గ్రోలు మధుకరంబు రీతి సురభిని పరిరక్షించి క్షీరంబులఁ బానమొనర్చు కీలారిభాతి యమృతాహారం బొనర్చుట లెస్సయనియు మృతాహారంబును భుజించువారు దానవులనియును నమృతా హారంబును నొనర్చువారు మానవాతీతులగు దేశతలనియు నట్టి యమరులు సర్వ సుఖాది నిర్వాణప్రాప్తులకు సమర్థులనియుఁ దథాగతావతారంబున నిరూపించెనని చెప్పుచు నొక్కొక యవతార కథావిశేషంబులెఁ దెలుపుచు నొక్కనాఁడు వరాహావ

తార గాథావిశేషంబుల వినిపించుతఱి నానందపరవశులై యఖిలమ్ము మఱచిన యచటి
ప్రజ లందఱుం దన్మయత నందుటయు. 158

చ. ఇరువదిమంది సైనికు లహీన బలాఢ్యులు ముందు వోవఁగా
నర పదిమంది యాశ్వికు లహర్పతితేజులు వారి వెన్కరా
నిరువు రమోఘులౌ రథికులేగఁగ మధ్యన దండనాథునిన్
బరిజనమంటి కొల్వ వడి బమ్మెరజేరిరి వార లయ్యెడన్. 159

శా. అశ్వస్యందనయాప్యయాన గజవిన్యాసంబుతో డంబుతో
శశ్వచ్ఛత్త్ర మనోజ్ఞచామరల సత్సామ్రాజ్య చిహ్నాళితో
విశ్వాశాభృతతూర్యరావములతో బీతేల యంచున్ బ్రజా
విశ్వాసంబులఁ దేల్చు సద్భటులతో విచ్చేయ నచ్చేరువన్. 160

మ. పరివారంబది వెంటనంట మగధుల్ బల్ రీతులన్ వీరతా
బిరుదంబుల్ పఠియించుచుండ ధరణీ వీరాతివీరుండు సం
గరసింహుం డలరావు సింగసుమతిక్ష్మాపాల దివ్యచ్ఛమూ
వరనాథుం డరుదెంచు నన్న నుడువుల్ వ్యాపింపఁగా నద్దెసల్. 161

మ, అరుదెంచెన్ సమధిష్ఠితోజ్జ్వల మనోజ్ఞాశ్వంబు నుచ్చైశ్శ్రవ
స్స్ఫురణమ్మున్ గలిగింప ఖడ్గ మురగస్ఫూర్తిన్ గటిన్ వ్రేల సం
గరకాయంచులు మించులై గగనభాగం బందు వాతాహతిన్
మెఱపుల్ జిమ్మఁగఁగాక పక్షనిలన స్మేఘాంతరాంతంబులన్. 162

ఉ. అక్కడి శ్రోత్రిత లొక్కమొగి నక్కఱ మందుచు నశ్వసైన్యపుం
దెక్కల చప్పుడెక్కడ నిటే వినవచ్చు నటంచుఁ గాంచ నా
ప్రక్కనె రాజపూరుషుఁడు బంగరుకాటి మెఱుంగు కొంగు వ
ల్దిక్కుల నాట్యమాడఁ జనుదెంచుచునుండె సభాభిముఖ్యుఁడై 163

తే. అంబరమునంటి మెఱయు శంపాకృతులన నచ్చటచట జరీయంచు లందగింప
వలయిత ఫణీంద్రసిత కళేబరము కరణి శీర్షసీమ నుష్ణీషంబు చెలువు గులుక. 164

ఉ. తీరగు రాజసమ్మునకు దిక్కగు మోము గభీరదృష్టి కో
పేరునగేరు నాసికకు రీవిగ నిట్టటు నీలకాంతులన్
జారులుదీరు తేఁటులన భాసిలు మీసలు దగ్రపౌరుషాం
కూరత వెల్గఁ జీర్ణగవు క్రొన్నెల వెన్నెలగాయ రీవిమై. 165

క. అరుదెంచి తేజిదిగి కవి చరణములకు నంజలించి సాధుమతా! మీ
వరదర్శనమ్మునన్ భవతరణి మ్మొనఁగూడె జన్మ ధన్యతఁగాంచెన్. 166

తే. అనుటయుం బోతనార్యుండు నా క్షణంబె తత్కథావిధానమ్ము నంతకె ముగించి
గ్రంథమును గట్టిపెట్టి యాగతుల స్థితుల సకలమెఱిఁగె నిట్లాపె నా సైన్యపతియు. 167

చ. కవికుల కల్పభూజ మతిగంధ గజాంచితసింహరాజ మా
ర్దవగుణశీలరూప ముని శాస్త్రకళా ప్రతిమానదీప మైం
దవకుల దుగ్ధవార్నిధి సుధారసహారి శరీరధారి మా
యవనిషఁ దార్య! తానవినయమ్ముగని నిమ్మనవిణ బొనర్చెడిన్. 168

చ. ఎవని సుధీప్రపంచమున నెంతయు భక్తిమహోదధుల్ మహో
త్సవగతి రామచంద్ర ముఖదర్శనముం గని నాట్యమాడునో
యెవని మనంబు వెన్నఁడన నిట్టె కరంగును వెన్నయౌచుఁ దా
నెవనిముఖాన వాణి మధియించును విష్ణుకథా సుధావిధుల్. 169

చ. ఎవఁడల వేదసారమన నెంతొ ప్రశస్తిని గన్నయట్టి భా
గవత సుధాబ్ధివంతటి నగస్త్యుఁడనం బుకిలించి మించెనో
యెవఁడల వ్యాసమౌనికృతి కెన్నిమొ వన్నెలు తీర్చిదిద్దె నా
కవితిలకుండు తద్రచితకావ్య మనామయతన్ జెలంగునే. 170

మ. తలక్రిందుల్ తపముం బొనర్చినను బోద్రిద్యద్వేదశాస్త్రంబులన్
. బలుమాఱుల్ పఠియించినన్ హరిహరబ్రహ్మాదులే పూరుషన్
గలనైనం గనలేరొ యా నృహరివీఁకణ వచ్చి పూరించెఁ దా
నిలనే సత్కవి పద్యశేషమతఁ డూహింపణ నరాకారుఁడే. 171

ఉ. రాజనబుద్ధి నజ్ఞులపరాధ మొనర్చిన జ్ఞానదృష్టి వి
భ్రాజితులౌ మహాత్ములది పాటియొనర్పరుగాదె స్వర్ణదీ
రాజిత నిర్మలాంబువుల రాశులు వైవఁగళంకపంక ని
స్తేజములై యెసంగునె విశిష్టచరిత్రులనన్ దయాంబుధుల్. 172

తే. మావలన నెట్టి దొసఁగులు మనలెనేని వాని క్షమియింపవలయు ననూనచిత్త!
ఘనము లట్టులే యెప్పుడున్ ఘనహృదయము వరదయావృష్టి గురియు నివ్వసుధసమత.

మ. క్షితి శ్రీ భాగవతాంధ్రభవ్య కవితా సీమంతినీ సద్గుణ
వ్రతతుల్, రమ్యకళావిలాస విలసద్భావోన్నతుల్ శారదా
కృతి మేల్వన్నెలుగూర్చె ముక్తి వనజాక్షిన్ జెంతకున్ దార్చె నే
కృతి యా సత్కృతినంది విష్ణుపద సత్క్రీడన్ వినోదించునో. 174

ఉ. శావకసత్ప్రబంధ కవితా నవలోక సుధారసాబ్ధి సం
సేవనభాగ్య మబ్బుటలు జేకురఁ బున్నెము లెన్ని పేయుటో

దేవర పాదపద్మవరతీర్థమరంద మిళిందరూప సం
భావితమౌ శిరోజములఁ బావనతంగను బెన్నఁడో కదే। 175

వ. అనుచు నమ్మన్నృపాలుఁడు భవద్రచితభాగవత శ్రవణ కౌతుకాయత్తచిత్తుండయి యుండె.

ఉ. కావున సాహితీత్రిదివ కల్పకరూపులు తాము, వాణికిన్
దావలమై సుకావ్యగుణదర్పణమై భవతప్తచేతనో
జ్జీవనమౌ త్వదీయ కృతిశేఖరముంగొని చాతకాంబుద
శ్రీ వెలయంగరావలయు సింగనృపాలుని రాజధానికిన్, 177

మ. తమకై వాకిట వేచియున్నవదె మా ధాత్రీశు పాల్యంకికల్
రమణీయాశ్వములున్ గజంబులు రధవ్రాతంబులున్ సత్కవీ।
సుమపట్టుల్ తలఁదాల్చి దేవరను మా క్షోణీశు సాన్నిధ్యమున్
శ్రమ కించిత్తును గల్గకుండఁ ద్రుటిలోనన్ జేర్పమే ధీమణీ। 178

తే. ఔర। మిముఁబోలు పుంభావభారతీ లలామ నిజయశోమౌక్తికదామ మగుట
నతిని దలఁదాల్చి యుచితసత్కృతి నొనర్ప రహిని గర్వించు మాదు సామ్రాజ్యలక్ష్మి. 179

వ. భవ్యగుణసనాథ యగు భవత్కావ్యశారదతోఁబాటు కవి సార్వభౌము ననుంగుపట్టి యగు శారదన్ వెనువెంట గొనిరమ్మని మనవిం బొనరించిరనుటయుఁ బోతన యాతని నాలోకించి స్మితపూర్వకభాషణం బొలయ, 180

చ. నరపతి యాంధ్రభాగవత నవ్యకథా శ్రవణాభిలాషియై
పలుకుట మామకీనఘన భాగ్యమటంచుఁ దలంతు నన్ను సా
దరగతిఁ బిల్వఁబంచుట లెదన్ ముదమంది కృతజ్ఞతా వచ
స్ఫురణ మెలర్పనుంటి దయజూపుటె చాలనుకొంటి నియ్యెడన్. 181

ఉ. నాదగు స్వప్నమందు రఘునాథుఁడు తా నరుదెంచి వాకొనెన్
వేదవిచార। తావకవినిర్మిత భాగవత ప్రబంధ మా
మోదము మీఱఁగాఁ బరనమున్ బొనరింపుము జన్మముక్తికిన్
మూదలయైచనన్ బ్రజవినన్ సకల మ్మకళంకమై భరిన్. 182

క. కావున సదయుతవిది మీ భూవిభునకుఁ దెల్పుఁడనఁ జమూపతియనె నే
నేవిధినైనన్ మిముగొనిపోవలదొ నృపాలునాజ్ఞ పూర్తియొనర్పన్ 183

తే. తమకుఁ దెలియనిదొకొ మాకు దాఁటరాని దధిపునాన యటంచు సువిదితచరిత।
కాన మాపయి నుంతయక్కటికమూని విజయమొనరింపఁదగు రాచవీటికెందు 184

క. అనుటయుఁ బోతన స్మేరాననమొప్పఁగ నచటి దండనాథునిగని యి
ట్లను మీ నరేంద్రుతోనే మనవి యొనర్చితినటంచు మాటాడుఁ డిటుల్. 185

క. శరణార్థి ననుచు రాక్షసవరుఁడగు రావణుఁడు తాన వచ్చిన నేనిన్
బరిరక్షించెదనను హరి చిరాయురారోగ్యభాగ్యఁ జేయుత ! నృపతిన్. 186

ఆ. అరుసుపనుపుదాఁట నలవియే మాకని తామె యిటులు పట్టుదలవహింప
రాము నానదాఁట నీ మహినెవఁడేని దెగువ సేయు ననుట నగవుగాదె ? 187

సీ. ఎవని మున్ జన నగమ్మెగు ప్రాణమ్ము లా బలియుని గుండెలో ములికియయ్యె,
దేవేరి యెదనేఁచు దేవేంద్రసుతునైన గతిలేని పక్షినిగా నొనర్చె,
పదితల లొకటియై పశువృత్తిఁ జనుదెంచ నొరుగోల యమువీటఁ దఱిమివైచె
ఖరవృత్తి దూషణాకరమైన శలభాళి బాణాగ్నికీలలఁ బడఁగఁ ద్రోచె

తే. వసుధ నేవేళ మల్లు లెవ్వానియానఁదల ధరింత్రు సుగ్రీవాజ్ఞ దాఁటరాని
దనుచు నట్టి సుగ్రీవుని నాజ్ఞవెట్టు రాజరాజాజ్ఞనేఁ ద్రోచి రాఁజనునొకో ! 188

వ అనుటయు నచ్చమూపతి పోతనం గని, 189

తే. నేను మీకు నుడుపుపాటి వానిఁగాను నృపుని యభ్యర్థనమ్ము మన్నించు టొప్పు
భూపతియును విష్ణ్వంశసంభూతుఁడగుట తమ రెఱుంగరె యనుటఁ బోతన యిటాడు.

సీ. ధరణితోఁబాటు నీ వరతారక లెవానికై నాడు వింతబొంగరము లగునొ
పవలురేల్ వెలుఁగీను రవిచంద్రు లెవ్వాని కరుణా కటాక్షవీక్షణము లగునొ
ప్రాణిసంతతి కెల్లఁ బ్రాణమై యొప్పారు వాయువెవ్వాని యుచ్ఛ్వాసగతియొ
విశ్వనాటకమెల్ల వీక్షింపఁగాఁ జేయఁగోరి యెవ్వఁడు సూత్రధారి యగునొ

తే. నిన్ను నన్ను మన్నియను నీ నిఖిల భూతకోటి నెపుడు రక్షించెడి కోటిసూర్య
వరకళా భాసమానుఁడై వఱలు నెవఁడొ వానిసాటియొ రాజులీ వసుధఁ గలరె ? 191

ఆ. శీతనగమురీతి సికతాణువును ఖ్యాతినశ్మరూపమైన యంత మాత్ర
సమతగనునె యట్లె క్ష్మాపతి విష్ణ్వంశనలరి నంత శ్రీనృహరికిఁ దులయె ? 192

క. అది విని యచటి జన మ్మతి ముదమందెను సుకవిఁ బొగడి మ్రొక్కులిడెను దా
నది విని సేనాపతి కెంపొందవఁ గనుల విట్టులను కవీంద్రుని మ్రోలన్. 193

ఉ. ఎవ్వని రాజ్యమం దటులె యెవ్వని పాలనమందు సత్కవుల్
నొవ్వక యింతలేక వర నూత్నకవిత్వ మహత్వ సంపదల్
నివ్వటిలంగ భుక్తియును నిస్తుల ముక్తియుఁ గూర్చుకొంటిరో
యవ్వసుధేశుఁడే పిలువనంపిన నిట్లు తిరస్కరింతురే ? 194

శా. దుర్వార ప్రతివాది వాదతిమిరాస్తోకౌఘ మార్తాండుఁడున్
గర్వోన్మత్త విపక్ష గంధగజ సంఘస్వప్న కంఠీరవుం

దుర్వీశాగ్రిణి యర్థికల్పకము కావ్యోద్యాన వాసంతమా
సర్వజ్ఞాంకితు నిట్లవజ్ఞ సలుపన్ సంభావ్యమే సత్కవీ! 195

వ. అది విని పోతన యతనిం గాంచి, 196

ఉ. నశ్వర రాజ్య సంపదల నశ్వర యౌవన జీవనమ్ములన్
నశ్వర భోగభాగ్యముల నమ్మిన మానవు నాశ్రయించుటన్
విశ్వవిధాత నచ్యుతుని విశ్వచరాచర భూతరక్షకున్
శాశ్వత సౌఖ్యదాతను విచారము దక్కి త్యజింప నొప్పునే? 197

చ. అన విని దండనాథుఁడు మహాకవి నారసి కోపతాపముల్
మనమున నంతకంతకును మల్లడిగొంచుఁ గలంప మ్రింగి యే
మనుటకు నోరురాక తన యాత్మ నదేమి దలంచెనో వెసన్
దన పరివారముం గనియెఁ దత్క్షణ మెల్లరు విప్పుకత్తులన్. 198

చ. మును గల గ్రంథరాజమును ముట్టిరి చుట్టుము దత్ప్రజావళిన్
జనుమని హెచ్చరించిరి లసత్ కృతిరత్నము నెత్తి నెత్తినన్
గొనిచన నేమి దోఁచకయు గోడవలెన్ నిలిచెన్ గవీంద్రుఁడున్
మన మెరియంగ నోట నొక మాటయు రాక యెదిర్పలేక తాన్. 199

క. అచ్చట నున్న ప్రజావళి యిచ్చెయిదముఁ గాంచి వ్రేలునిడి ముక్కుపయిన్
జిచ్చువడి కాంచుచును నిది యచ్చపు టన్యాయమనుచు నాడెన్ వెగువన్. 200

తే. రామ చైత్య ముఖద్వారసీమ జేర వారు గ్రంథమున్ గైకొనివచ్చిరంత
నూరుకూరున దడిగట్టియున్న యచటి ప్రజల కధినేతయన ముందు వచ్చె నొకఁడు,

సీ. భుజన సంస్తుత్య భూరి బలాఢ్యుండు నభినవ యువమారుతాత్మజుండు,
వర వృషోన్నత ఫాలవక్షో విరాజితుం డర్గళా సదృశ బాహాన్వితుండు,
దృఢసంధి బంధ సందీప్త వజ్రశరీరి మల్లకోటీర సీమావిహారి,
నవయౌవనోదితానర్ఘ తేజోరాశి పరిపూర్ణధైర్య సంపద్విభాసి,

తే. అనవరత సత్కథా శ్రవణాభిలాషి సత్య ధర్మ సంగత సాధుజన హితైషి,
అనృత విద్వేషి స్మితపూర్వకాభిభాషి స్వచ్ఛవర్తనుఁడౌ కృషీవలుఁ డతండు. 202

క. అతనిని సేనాపతి యతి కుతుకంబునఁ గాంచి యోరి! గొఱ్ఱె బలిసి ప
ర్వతముల డీకొనినటులో మతకరి! నీ వెదిరిబలము మతిగన వవినన్. 203

వ. అంత నా జగజెట్టి సేనాపతిన్ గని, 204

ఉ. పొత్తము నెత్తి నెత్తుకొని పోయెదవే తెరువాటుకాని య
ట్లుత్తమ వీరవంశమున నుద్భవమంది త్వదీయ పౌరుష

మ్మిత్తెఱఁ గాలఁబోలిన కవీంద్రుల యందొ, యదెంతొ కాంతు నా
కుత్తుక నుత్తరించి మఱి కొంచరుగం దగు గ్రంథమం చనెన్. 205

ఉ. అంతనె యాముటేవికల యొదల నాడెడి కోడెసింగమై
చెంతఁ జెలంగువాని కదఁ జేలగుదమ్మును దుస్సికొంచు వి
క్రాంతి వెలుంగ నెన్నడుము కాసె బిగించి కరాన మట్టినా
క్కంతగ రుద్దికొంచు మొగ మెబ్బనగా నతఁడేగి వేగతన్. 206

ఉ. పొంగెడు కండెముల్ కరుడు నొల్చెడి కండలు మేన వీరతా
గాంగజలాల మీలగుమ గండెసఁగన్ వదిఁ ద్రుళ్ళియాడఁ బూ
ర్ణాంగము నంటు వజ్రికవచాకృతిఁ బెట్టనికోటవోలెఁ గే
లం గల కోల రక్షనిడ లాయుచు మార్తురనొంప డాయుచున్. 207

ఉ. శూరత యొప్ప లాఘవము చొప్పద వేమరు సాముచేయుచున్
వారలఁ దాఁకి ముందడుగు వైవఁగవీ వటు లార్చిపేర్చె న
వ్వీర శిరోవతంసుఁ గవి విక్రముఁడౌ దళవాయి పోరె మేల్
పౌరుషమొప్ప నౌదలను భాసిలు కోశము వీడ కెందునున్. 208

ఉ. నాలుక గేరుచున్నదిదొ నా యసి కూసము వీడు సర్పపుం
బోలిక నిన్ను నంజుకొను బుద్ధిని నీ యొఱవీడి యింక నీ
వాలక ముందఁబోదు మది బాగుగ మున్వెనుకల్ దలంచి వే
మేలుకొనంగఁ జెల్లఁ జెయి మించినవెన్క సవర్ప వచ్చునే ? 209

వ. అనుటయు నమ్మొనకాని పలుకుల సరకుగొనక యా జగజెట్టి, 210

చ. కరమున వెల్గు దండమది కన్గవకున్ గనరాని యట్టులన్
బిరబిర ద్రిప్పుచున్ భటుల పీఁచ మడంచుచు నెందుఁ దానెయై
యుఱుముచు శత్రుశీర్షముల నుద్దవడిన్ జని ఫక్కుఫక్కునన్
దుఱుమొనరించఁ జిమ్మపడి తోడనె నెత్తురుటేర్లు వాఱఁగన్. 211

క. బెడిదపు టడిదము లగుదము విడివడి కడుఁ బోరుచుండ వెస లగుదము తా
నడిదపుఁ బిడికిటి ముడిపైఁ గదువడిఁ దాఁకుటయు నొచ్చి కత్తిని జార్చెన్. 212

క. వలకేలు కైదువున డా పలికేల్ దలవెల్గు భాగవత కోశముపైఁ
జెలఁగన్ వలకై పట్టా తొలఁగెన్ దిరిగికొన వలను దోఁపమిఁ గదఁకన్. 213

క. అటఁ గల శిల లేఱుచు నుద్భటగతి రువ్వినను నవియుఁ బటపటమని తా
మటు నిటుఁ దిర్రెప్పెడి కట్టకె పటుతరగతిఁ దాఁకి చనుమఁ బడ వతవి వయిన్. 214

ఉ. వేమరు నేకలవ్యుఁ దలపించును మించును వీఁడు నేర్పెఁ దా
నీ మహి నిట్టి నేర్పెచట నెవ్వఁడు వీనికి నొజ్జయంచునున్
బూమెలఁ బన్ని యగ్గలపుఁ జోకలఁ గొన్ని దలంచి పొంచుచున్
దామొకపై కృషీవలుని దాఁకిరి బాకులు దూసి యెల్లరున్. 215

వ అంద తొక్క మొగిన్ పొదివిన నవ్వీరులం దా హొంతకారి సాము సేయుచు. 216

సీ. ఒకమాఱు సరి నిల్చి యుద్రిక్తతం బోరు శత్రుల మణిబంధ సంధులెడల,
ఒకమాఱు సింగమ ట్లుప్పర మ్మెగయును బగతుల పుఱియలు పగులుచుండ,
ఒకమారు దేగయట్లొయ్యనేలకు వంగు గుల్ఫాస్థికలు చిట్లి కూలిపడఁగ,
ఒకమారు దుసికిల్లి యొనరునన్ వెలివచ్చు నరిమూఁక పసులటుల్ పరువునెత్త

తే. నిటు లతఁడు సేయు సాంపరాయికముఁ గాంచి గుండె లదరఁగ మా పాలి దండధరుఁడు
వీఁడటంచును బ్రత్యర్థి వీరభటులు తీండ్రిపగు వేండ్రి మెరియింపఁ దెరలుచుండ్రు. 217

క. అచ్చము భీముఁ డితని యనిఁ జొచ్చి బ్రతికివచ్చుటనిన సోద్దెమటంచున్
నొచ్చుచు మెచ్చుచుఁ బ్రతిభటు లచ్చేరువఁ బోవవెఱతు రంతటిలోనన్. 218

క. శుని తెఱఁగున సింగంబులు వెనుదిరుగుచుఁ దోఁకముడిచి వెడలఁగనగునే
ఘనుఁడగు క్షత్రియుఁ డెందును మును నిడుకొను యశముఁ బ్రాణముల బలి నిడియున్.

క. అనికిన్ దొరకొనవలె మీరని సేనాధిపుఁడు వల్క నవ్వీరులలో
ఘనుఁ డొకఁడు మందగతి వెనుమును దిరిగెడి యతని దండమును నిశితాశిన్ 220

తే. వైచుటయు నది ఛట్టని వ్రక్కలింపఁ బడియె గండ్రికల్ రెండుగాఁ బుడమి నంత
సృణి విహీనుఁడై యొప్పు మాస్టిని పైకిఁ దిరుగఁబడు మదేభములయ్యె నరిగణములు.

వ. అంత నా జగజెట్టి, 222

ఉ. వాతెఱ పంట నొక్కుచును వాలుటొమల్ ముడివెట్టుచున్ జ్వలత్
జ్యోతులభాతి నేత్రములు శోభిల ముక్కుపుటంబు లుబ్బగా
బ్రాఁతిగ శ్వాసయాఁద గనుఁబ్రామునెఱుల్ చెవినం దిముడ్చి తా
నాతఁడు రుద్రుఁడయ్యె, రిపు లందఱు పైఁబడి రొక్కపెట్టునన్. 223

క. తెగరేఁగి పగల నొండొరు బిగికౌఁగిటఁ బెనఁగు చొకట విరిసెడి ధూళిన్
పొగ నెగసెడి కీలల గతి నగపడి యగపడక యాజి నాదదొడఁగుటల్. 224

వ. అంత నొక్క యింతి వెనువెంటఁ జనుదేర, 225

సీ. పడియ నప్పుడె వీడి పదుపుతోడం గూడి పఱతెంచు నొక్క సూకరము కరము
గురు బలీవర్దముం బరిహసించెడునట్టి గొప్ప నెమ్మెయి చాల యొప్పు మిగుల,

క్రాలు చూపుల నగ్నిగోళమున్ సుడిజుట్టఁ గోఱల నెలవంక కొన లిగుర్ప.
వాలమ్ము వాలమ్మువలెఁ ద్రిప్పియాడుచు శ్రవముల ఱిక్కించి చవుకళించి

తే. దిక్కులన్ ఘుర్ఘుర ధ్వనుల్ పిక్కటిలఁగఁ బేరెములు వాఱుచును బ్రజల్ బీతుగొనఁగ
దారి కడ్డంబుగా నిట్టి పోరు జరుగు నచ్చటికి వచ్చి ముమజన నలవిగాక. 226

క. పెదరుచు నటునిటు గాంచును జెదరఁగఁ దన మందఁగొట్టఁ జేయెత్తు నరున్
బెదరించు ఘుర్ఘురధ్వని గొదగొద నిట్టట్టు తఱిమికొట్టున్ బిట్టున్. 227

చ. ముసముస మూర్కొనున్ బుదమిముట్టె నొగిన్ బిగఁబట్టుచున్ బ్రజన్
రుసరుసగాంచి పొంగుఁ దనురోమము లెయ్యెడఁ గొయ్యబాఱి ము
ల్కొనలయి నిల్వ మూఁపుపయిఁ గోలము వాలము నార్పుఁ గొందకున్
పొనఁగెనొ యింద్రియమ్ములన ఘూరిభయంకర విక్రమార్భటిన్. 228

క. అదిగని యొక కుర్కురపుం గొదమ పిడుగు పగిదినుఱిమి కోలాధిపు నా
యదనెంచి తఱిమెనదియుం గదనంబొనరించు మొన నొకనిఁగని తాఁకెన్. 229

ఉ. తాఁకినయంతలో నతఁడు ధారుణిఁగూలెను వాని నెత్తినన్
బ్రాకటరీతి నొప్పెనఁగు భాగవతమ్మది నేలవ్రాలె నా
మూఁకకు మూఁక ఘోణిశిరమున్ బరులన్ వడి మోదసాగె మే
ల్పాకుల నీటెఁలన్ సురియవంకిణులన్ జముదాడిపోటులన్. 230

వ అక్కిటియును, 231

చ. వెనుకకు నొక్కమాఱడుగు వేయుచుఁ బొంచును రూపు కుంచిత
మ్మును బొనరించి యొక్కపరి ముందరుదెంచును ఘుర్ఘురస్వన
మ్మొనరిచి మేనుబెంచి సటలుద్ధతి నిల్వ నశల్యపర్వత
మ్మన మొనదాఁకు తాఁకునకు నందఱుఁ జిందఱవందరై చనన్. 232

సీ. శశ్వదరాళ దంష్ట్రాకరాళాస్యంబు ప్రళయార్కబింబమై భయముగొల్ప,
ఉత్క్షిప్తనిజవాల విక్షేపగతిఁ గశాఘాతమై చత్రులన్ గలఁతవెట్ట;
క్షురసన్నిభ నిశాతఖురహతక్షోణి నరాతి కన్గవ ధూళిరవలునిండ,
అరిగజస్వాంత భీకర ఘుర్ఘురధ్వనుల్ క్ష్వేళావిరావ ప్రసిద్ధిగొల్ప,

ఆ. పాదయుగము మధ్యవడి తూఱుశరమనన్ దాఁకు నొకటఁబగఱ ధరణిఁగూల,
చీఱుగోర రక్తసిక్తాంగులై భటుల్ తాళవృక్షగతుల నేలఁగూల. 233

క. కందముఁ జెప్పినఁ గవియగుఁ బందిని హతమార్చు నతఁడె బంటనుచు జన
మ్మందురు దీనిని గూల్పమి నెందుకు బ్రిదుకనుచు రిపులునేగి రొకటియై. 234

చ. అసువులకుం దెగించి యొకమై కిటిఁ గుప్పరి యీఁటెపోటులన్
బసగల యంపకోలలను బాకుల మ్రాఁకులఁ బట్టిసమ్ములన్
ముసల కుఠారముద్గర సమూహములన్, వడిఁదాఁకి యవ్వియున్
గొసలకువంగి చీలి భువిఁగూలె నయస్సదృశాంగ సంగతిన్ 235

సీ. నగశృంగ నిర్గతాపగలట్లు భిన్నమూర్ధములఁ గీలాలంబు ధారలొల్క,
పుష్పితపాలాశ భూరుహప్రక్రియ క్షతరిపుకాయసంహతి చెలంగ,
వేలావినిర్భిన్న వికలితకల్లోల విసరమై యరిసేన వెన్కకరుగ,
హతిమూల పాదపప్రతతులై పరిపంథిని చయమ్ము లొకపెట్టు నేలవ్రాల.

తే. నిలిచి పైఁబడి ముంగాళ్ళనెత్తి చఱచు నేరుపునఁ గాళులం దూరి చీఱిపెట్టు,
ఉఱికిచూచును నొకపరి తఱిమికొట్టు పడిగఁ దాకుఁచు ధరణిపైఁ బడఁగనెట్టు. 236

క. దురమొనరిచెఁగిరి యరి యుక్కిరిబిక్కిరిగా నజీవగిరి వరమటు పో
కిరితనము వీడి రిపులక్కిరిఁగని మ్రొక్కిరి మురారికిటి రూపనుచున్. 237

ఉ. ఈ కరణిన్ విపక్షతతి నేపడఁగించి వరాహరాజ మ
స్తోకపరాక్రమం బడరఁజూచు నరిన్ దగనిల్చి సత్కృతిన్
దాఁకిన వాని గుండెల విదారణమున్ బొనరింతునో యనన్
జోకఁ జరుప్పదాంతర విశుద్ధపదమ్మునఁ గోళ మొప్పఁగన్. 238

క. అచ్చెరుపడి యచ్చటి ప్రజ లచ్చెరువకేగి స్వామి! యాది వరాహా!
మెచ్చెము దీర్పఁగఁ దా మిటువచ్చితిరే యనుచు శిరమువంచిరి భక్తిన్. 239

తే. అపుడు పడవాలు కుఱఁగలి కరుగుదెంచి మొక్కవోయెడు తఱిఁబంది యొక్కపెట్టు
పైఁబడంజనె మొనకాఁడు భయముజెంది వెనుక వెనుకకుఁజనె దండు విచ్చిపోయె. 240

క. క్రోడపు రూపముఁగని యా నీడకునుం భయముజెంది నిల్వఁగ లేమిన్
బోఁడిమి చెడి యోడితిమని యాడనిబాదెదరు దిక్కుకొకరై పగతుల్. 241

శా. స్వామీ! తా మిటు లాంధ్ర భాగవతరక్షన్ సేయఁగా వచ్చినా
రేమీ యజ్ఞవరాహరూపమున, నే నేమందు నా భాగ్యమున్
మీ మహాత్మ్యమెఱుంగ బ్రహ్మకుఁ దరమ్మేయంచుఁ దాఁ బోతరా
జామాత్యుండు నతి న్నుతించి ధృతి దాయంబోవ నక్కోలమున్. 242

చ. జలధి తరంగముల్ దొలఁగ శాంతగతిన్ విలసిల్లు చొప్పునన్
జలదము గర్జన మ్ముడిగి సౌమ్యగతిన్ నడయాడు చాడ్పునన్
వెలసెఁ బ్రసన్నదృష్టి, సుకవీంద్రునకున్ గృతి నొప్పగించి యా
వలఁ జనెనేదొ తా నటకువచ్చిన కర్జము పూర్తియైనటుల్. 243

తే. వెంటనంటి పర్వెత్తుచు వెడలనీవిఁ గంటికిం గానరాని వేగమున నుఱికి
యంతలోనె యదృశ్యమైనట్టి పోత్రినెంచి భక్తిమైఁ గేలు జోడించె సుకవి. 244

చ. అట గుమిగూడి నట్టి జనమంతయు వింతనుగొల్పు తత్కృతిఞ్
గిటి యసమానపౌరుష మొగిఞ్ సుకవీంద్రుని భక్తిభావముఞ్
బటుతరమల్ల తల్లజుని బాహుబలంబును వేయినోళ్ళఁ బ్రి
స్ఫుటగతి సన్నుతించుచును బోతన పాదములంటి మ్రొక్కుచున్. 245

చ. ధరణిని శ్రీ శుకాంశమిటు తా నవతారముఁ దాల్చె బద్ధులౌ
నరుల సముద్ధరింపఁ బ్రతినం దఁగబూని యటంచు నెంచె, న
ల్లరిగి శిరమ్మువంచి వినయమ్మొనరం బ్రణమిల్లె జెట్టి, సా
దరగతి వానిఁ గౌఁగిటనుదార్చి కవీంద్రుఁడు సాంద్రపుందమిఞ్. 246

చ. వపువున రోమహర్షమొదవం గనుగోవల సమ్మదాశ్రువుల్
కృపలనుజేఁపి మైత్రియను కేదరముఞ్ హరుముంజి మౌక్తిక
స్నపనవిధిం బొనర్పఁ గవి సత్తముఁడర్మిలి, జెట్టి! నీదు సా
యపు ఋణమీఁగు తెన్నుగన నన్న నితండిటులాడె భక్తిమై. 247

మ. వినవే వ్యాళకరాళదంశహతి నుద్విగ్నాంగుఁడై యుండఁగా
మును మా యయ్యకు మందొసంగి వడి పాముం జంపి రక్షించుటల్;
తను వింతింతలు కోసి యిచ్చినఁ గవీంద్రా! మీ ఋణం బీఁగఁజా
లనుపాయంబు గలాదె మీకు నొక మేలుం గూర్పఁగా నేర్తునే! 248

క. కిరి యసమానపరాక్రమ మరివర్గము నవలనెట్టి యక్కజ మొదవం
బరిరక్షించెను గృతినిది యొరులవశమె దానిరాక యొనగూడె నిటుల్. 249

తే. అంగవించి పిసాళియై వింగడముగఁ బోరె నరిగుండెలగల నవ్వారిగాఁగ
నిరులడంచు పెన్మినుకుల బరణివోలెఁ దటిమె రిపుగణమ్ములఁగిటి పరుషగరుల. 250

వ. అని పల్కుటయుఁ బోతన యచ్చెరువంగల సూకరంబుల మూఁక నుపలక్షించి నంత వాని చెంతనె వెలుంగు నొక యింతి కంతుచేనాడు పూబంతి యన వింత చెలువమ్ము లీను నెమ్మేను సంపెఁగల సొంపులను బంపక మొనర్ప, కరువలి చిఱుతగమి చెఱుప విరియు నెఱికురు లొక్కెడ నగవుల నొక్కులు దేలు చెక్కులవ్రాలి వ్రేల వానిలో నుండి చౌకళించు కర్ణవేష్టనంబుల కాంతులు తాపింఛ చ్ఛదగుచ్ఛంబులఁ సందుగొందుల నుండి స్వర్ణదీధితుల విరజిమ్మెడి యరుణోదయమ్ములం దలఁపింప, నాసికఞ్ నణిపిన ముక్కర నగవుచందురుని పరిధి యనఁ బరువమ్ములీన సదమలచ్ఛదనా చ్ఛాదిత కదళికా కాండయుగ్మమ్ము చెలువమ్ములీను జానుపర్యంత విలసితంబగు వలువ కాసియం గ్రాలెడి యూరుద్వయ కాంతులు చెన్నార, 251

క. చన్నుంగవ కంపింపఁగ నన్నుపకొ నల్లలాడ నావనమందున్
బిన్న నగవొప్ప నేనుఁగు గున్ననడన్ వచ్చెఁ బల్లెకోమలి యటకున్. 252

తే. వచ్చి కవివరుం గని తల వ్రాల్చి మ్రొక్కినాఁడు గ్రాసవాసోదైన్య పీడమడఁగి
వసట గొనియున్న నా కన్నవస్త్రములిడి మనిచినారు దానిని మీరు మఱచినారు. 253

మ. అవిధిన్ వెంబడవిత్తు పల్లెదొర నన్నానాఁడు తా నెంతయే
నవమానింపఁగఁబూన వాని కల విద్యాబుద్ధులం జెప్పి యా
తెవులుం బాపరె సామి ! తామనిన, నెంతే సంతసం బయ్యెఁ జా
లవి యెల్లం దెలిసెన్ వరాహతతి నీదౌ మందయౌ నేమనన్. 254

తే. ధనముఁ జూపించి నా శీలమును హరింప దొరకొనిన బల్పిసాశియౌ దొరను గొల్చు
టుడిగి పందిమూఁకను సాఁకుచుందు నవిన నడిగెఁ గవి పోటుపంది నీ దగునె యనుచు.

చ. అది విని యత్తలోదరి యిటాడెను సామి యిదెంత చోద్యమౌ
నది పెదయైన పందిగమి వారసి యెయ్యెడ నుండి వచ్చెనో
గొదకొని మందఁ జొచ్చె నెడఁగొట్టిన పోదొక పల్లె నుండి తా
నెదొ పదుపున్ దృణించి తెరు వించుకఁ దప్పి యిటేగుదెంచెనో ! 256

మ అని భావించుచుఁ గ్రోడ సంతతుల నిత్యావస్సమీ పావనీ
జనితానేక కుటన్నటాశనమువన్ సంతుష్టి గల్పింపఁగాఁ
గొనిపోవం జనుదెంతు నంతఁ దమ సత్కోశమ్ము నిద్దానవుల్
గొనిపోవం గమకించు దృశ్యమది నాకున్ గాననయ్యెన్ సుధీ ! 257

మ. కన నీ చర్యలు దుస్సహమ్ములని పత్రిక్కం గల్గు నా కుర్కుర
మ్మును నేనై యుసికొల్పితిం గవలు వర్పొత్తిరిన్ దగన్ జూపి యం
తనె తా నయ్యది హీరమ ట్లుఱిమి నూత్న క్రోడముఖన్ వెంటనం
టెను దా నక్కిటి తెన్నుగానక ఘటావీకమ్ముఁ దాఁకెన్ వడిన్. 258

తే స్తబ్ధరోమమ్ము తా నిట్లు తాఁకినంత విచ్చిపోయెను మొన, కృతి విడిచి యనుట,
దాని విని కవి యిదియెల్ల దైవనిర్ణయమ్మటంచును వచియించి యభినుతించె. 259

ఉ. మున్ను త్రయీవితానమును మూర్ఖుఁడు సోమకుఁ డెంతొ బూమియన్
బన్ని హరింపఁగా శకులిభావము నంది నిశాటుఁ గూల్చి వా
రాన్నిధి నున్న వేద విసరమ్మును గ్రమ్మఱ బమ్మకిత్తు వా
పన్న శరణ్య ! మత్కృతి శుభస్థితి నిచ్చితె సూకరాకృతిన్. 260

తే. చిన్నవాఁడను నే నెందు నిమ్న పీడనను స్తనంధయుఁ దక్కఁ దా జనని యెందుఁ
బెద్దవాఁడను నేను నీ యొద్ద నుండననెడి సుతుని భారమ్ము మోయం గలాదె ! 261

తే. ప్రబల నైచ్యాను సంధాన భావమూను స్వస్తభరుఁడె భవాంబుధి న్నిస్తరించు
మునుఁగు నజ్ఞుఁ డహంకార ఘన భరమున బెండ్లు దేలును వాహినిన్ గుండ్లు మునుఁగు.

ఉ. కావున నీ గుణానుభవ గానమొనర్చెడి వంశ మెంచలే
మీ విపదం బుధుల్ త్రిజగదీశ్వర ! యంచు వచించె సూరియున్
జావును దప్పి లొట్టవడెఁ జక్షువనంబడుచు న్వడంకుచున్
భూవిభుఁ డంపినట్టి బలముల్ మెలమెల్లనఁజేరె వీటికిన్. 263

ఉ. వీటికిఁ జేరి ఱేని గని వృత్తము తిన్నఁగ విన్నవించె న
ప్పోటు మగండు గండడఁగి పొక్కుచు గ్రుక్కుచు దిక్కుమోర న
చ్చోటి కవీశుభాషణల చొప్పును గయ్యపురీతి పోరు న
మ్మేటి వరాహ సాహసపు మేలిమి మేపడి యొప్ప నివ్విధిన్. 264

మ. 'అవనీపాలకుఁ డార్యభక్తిమెయి మిమ్మాహ్వానముం జేయ రా
జవరేణ్యోచిత లాంఛనాంచిత గజాశ్వస్యందనాందోళికా
ధవళ చ్ఛత్రసుకేతు చామరల సత్తూర్యత్రికానీకమై
భవ సంభావిత భర్మనిర్మిత మహాత్పాల్యంకికన్ బంపెఁ దాన్. 265

మ. కవిరాజా ! భవదీయ కావ్యము వినం గాంక్షించియున్నాఁడు భూ
ధవుఁ డత్యంతము మీరు దానిఁ గొని యేతద్యాప్యయానోపరిన్
భవదీయాంఘ్రులఁ బూన్చి పావనమొనర్పన్ వేడెదన్ మీరు వై
శ్రవణాఖండగు ఱేఁడు నేఁడె సలుపున్ స్వర్ణాభిషేకమ్ములన్. 266

క. అలఘుమతి సహజ పండిత లధిపతి సర్వజ్ఞుఁ డేమి యనవలె "మణినా
వలయం వలయేన మణి" యటులు శోభించెదరు నెప్పుడును దా ముభయుల్. 267

క. అమ్మహిపుఁడు పరుషాచరణమ్మున మిము నొంచ "బ్రాహ్మణస్య క్షణం కో
ప"మ్మని మీరలు దాని మనమ్మున నిడరంచు సుకవినాథ ! యెఱుఁగుదున్. 268

వ. అనుటయు నా కవివరుండు నన్నుం గాంచి, 269

చ. నరపతి పిల్వఁబంచుటలు నాకు ప్రమోదకరంబె వారికేఁ
బరమ కృతజ్ఞుఁడన్ నృహరి పాయక ఱేని కొసంగుఁ గావుతన్
సిరులును రాజ్యసంపదలు చేకుఱుఁగాక ! చిరాయు రున్నతుల్
మఱవను వారి మేలు నృపమౌళికి నా వినతుల్ వచింపుఁడీ ! 270

తే. స్వామి రాముఁడు నాదగు స్వప్నమందుఁ దాను సాక్షాత్కరించి పోతన కవీంద్ర !
మధుర వైఖరిన్ నీ కృతి మద్వసతిని సొంతము పఠింపు మేనును సంతసింతు 271

క. అవియెన్ గావున నేనెటు చనుదెంచఁగ వలనుపడును ? శౌరి యనుజ్ఞన్
వినిపింపుఁడు నరపాలునకని పల్కె నృపతియు విష్ణుపంటిని నేమన్. 272

ఉ. అంత నతండు పల్కెఁ దుహినాద్రిని బోలుచు వాలుకాణుపుఞ్జ
మంత శిలాకృతిన్ గలిగి శోభిల నందుఁ జరింతురే సురల్
వింతలు నీదు వాక్కులనె వీనులకున్ వెగటై కవీంద్రు వాక్
సంతతి విన్నయంత నెద కాఱియపెట్టెను దాల్మి దూలఁగన్. 273

ఉ. ఈ మహి నే మహామహితు నీద్యకరోరగమౌళి తా శిర
స్సీమ భరించు నప్పుడమిఁ జెన్నెసలారెడి వస్తువాహన
స్తోమము లమ్మహీధవుని సొమ్ములుగావె యటంచు నాదు హృ
ద్ధామమునం దలంచి కవితాసతి నాకర్పణమ్మొనర్చితిన్. 274

చ. అది గని మారుతాత్మజున కన్నయొ తమ్ముఁడొ మేటి సింగపుం
గొదమయొ నాఁగ పల్ల రణకోవిదుఁడై మను హొంతకాఁడు పు
మ్మెదిరిచి కట్టత్రిప్పుచును నెక్కటి కయ్యమొనర్చి పేర్చె నా
యెద పులకించు నాతని మహేశిత సంయుగ పాండితి స్మృతిన్. 275

వ. అంతలో నొక శ్వేతవరాహంబు. 276

ఉ ఆ మెసలారు వేలుపుల హత్తియొ దంష్ట్రిగ నొప్పు మిత్తియో
యేమనఁగా వలెన్ గృతిని నే నొక చేఁగొని వేఱకేల సం
గ్రహ మొనర్చుచుండఁ ద్వరగాఁ బరతెంచి పిఱుందఁ దాఁకె నే
భూమిని గూలనెత్తఁ గల పొత్తము వేఱొకచోట రాలఁగన్. 277

తే. జలధి నింకించు బాడబానల మనంగ నడవి నంటి దహించు దావాగ్ని యనఁగ
నలుగెలంకుల బలియురం గలఁతవెట్టి దాఁచె గ్రంథమున్ నాల్గు పాదాల నీడ 278

తే. మన వరూధినీ వేశంతమును గలంప గొదగొదన్వచ్చు సమదద్విరదము గాని
యదొక సామాన్య సూకరం బగునె స్వామి ! దానిపై నాఁగవెన్ని శస్త్రంబులేని 279

తే. నరవి నిజవాల విక్షేప జాతవాత ఘట సముద్ధూత మక్షికాపటలి యటులు
మన మొనం దోలె నక్కిటిం జెనకు నట్టి యక్కిరీటియు మైపయి నరుగఁగలఁడె 280

తే. ధరణినాథ ! దాని నొకింత దరిసినంతఁ బ్రళయకాలానలజ్వాల ప్రాకినట్లు
తాళఁజాలని గతి మేనఁ దాపమొలయు వెనుక నిట్టివి దురమందు గనమదెందు 281

శా. స్వామీ ! యజ్ఞవరాహమే యదియు మా జన్మంబు ధన్యంబుగా
మే మప్పోత్రిని గాంచఁ గల్గితిమి పేర్మిన్ జన్య ఖేలామిషన్
సామాన్యుండొకొ పోతరాజకవికిన్ స్వప్నాగతుండౌచు శ్రీ
రాముండున్ గృతి నాలకించుటకునై రంజిల్ల యాచింపఁడే. 282

ఉ. ఇంతటి రామభక్తుఁడు కవీంద్రుఁడు పోతన యంచు నెంచకే
నెంతయు స్వామిభక్తి వెలయించి కృతిన్ గొని రాఁదలంచుమ
న్నంతనె సూకరాకృతి నహర్పతితేజుఁడు శౌరి దాని క
త్యంతరముగ్ దొనర్చె హరునైన నదల్చెడి పెన్మగంటిమిన్. 283

తే. అనువులొడ్డి పోరాడుటకైన మేము సిద్ధులమె కాని యప్పటి స్థితిని గాంచ
భగవదపచారమే కాక భాగవత మహాపరాధమ్మగు నటంచు నాత్మ యాఁపె 284

క. దాని విని సింగభూపతి మానసమున నేమి దలఁచి మసలెనొ కానీ
తా నొకటి రెండు సనకయె శ్రీనాథుని గాంచె నేమి సేయుట లనఁగన్. 285

తే చూపు దీర్ఘవిచారణ స్ఫురణఁ దనర నధిప! నేనును నొక్కమా టకుఁ జనెద
నాజ్ఞయిండనె శ్రీనాథుఁ డతి గభీర వదన మొప్పఁగ నృపతియు వల్లె యనెను. 286

శా. ఆ రేయిం దగఁబుచ్చి సత్కవియు దానై నిద్ర పొద్దుండఁగా
నే రాజేంద్రుని యానతిన్ బయనమై నిర్ణీత యానాది సం
భారమ్ముల్ వెనువెంట రాఁ బరిజన వ్రాతమ్ము లేతెంచఁ బెం
దూరమ్మున్ బరతెంచె శిష్యజన సందోహమ్ము సేవింపఁగన్ 287

సీ. రవి యశశ్శ్రీ ధిక్కరణ సేయు నిజ యశఃప్రభలని పగటి దివ్వటులు వెల్గ,
భవదాంధ్ర సంస్కృత కవితకు పాటిలేదని చామరముఖమ్ము లభినయింప,
తా మష్టదిశలు నిన్దలధరించె నటంచు స్వర్ణపాల్యంకిక చాటుచుండ
కనకాభిషిక్త సత్కవి సార్వభౌమ దిగ్జయయాత్రలని తూర్యచయము మొరయ

తే. సకల సుకళాసనాథ ప్రశస్తగాథ విగతపరవాది బాధ వాగ్విశ్వనాథ
సాధు! శ్రీనాథ సుకవీంద్ర సార్వభౌమ బహుపరాకని మాగధుల్ బలసికొలువ 288

సీ. నవరసాలకు మెచ్చి నవరత్నఖచితమై మాంగుళీయకవార మలమ వ్రేళ్ళ,
శోభితల ఖ్యాతిఁ గళాశోభగూర్చెడి కైతలని రత్నకుండలా లొనరఁ జెవుల,
ముత్యాలఁ బోల్పదమ్ములఁ గూర్చు ఘనభావసారమంచెద ముత్తెసరులు మెఱయ,
ఈ కవిత్వపుశయ్య లెంతో మార్దవమంచు జలతారుపట్టుశయ్యలు రహింప,

తే. జగతి దిగ్దంతులనుచుఁ బ్రశస్తిగనిన నిఖిల కవిగురు బుధకళానిధుల యెదకు
నితని పేరు సింహస్వప్న మెపుడటంచు నలరు సింహాస్యవలయ ఘంటారవమ్ము. 289

క. పొగరొలయ మత్తుఁ గనులొప్పఁగ గద్దియ దిగని రాజ్యమై భవరమ యీ
మగరూపుఁగొనిన పలుకుల వగలాఁడిం గాంచి వలచివచ్చి పయిఁబడెన్. 290

క. శ్రీ యన వాణీ రూపము శ్రీ యన లక్ష్మికిని నాఖ్యచేకుఱు నుభయ
శ్రీయోగ మొనరఁ బూర్ణ శ్రీయుతుఁ డితఁడగుటఁ జెల్లె శ్రీనాథాఖ్యల్. 291

క. సంకోచపుష్ప మృగమదసాంకవ ఘనసారసూన సౌగంధ పయ
స్సంకలిత లలితమలయజ పంకవిలేపాంక పీతవసనము వెలయన్. 292

వ. పాల్యంకికన్ సుఖసుప్తి నొలయుమంద. 293

చ. పరపరిరంభణాప్తి నరవ్రాలునవోఢ నిరీక్షణాళి య
ట్లరవిరి మల్లెమొగ్గసరులా యుఖతంబతీ నాగు గున్నలై
పరమపదమ్ములోనఁ బెనుపాముపయిన్ బవళించునట్టి శ్రీ
వరుఁడితఁడే యనన్ సుకవి విశ్రుతనామము సార్థమొందఁగన్ 294

ఉ. తెమ్మయొకింత యాఅనటు తేపకు నీళులముంచి చల్లనౌ
తమ్మని వట్టివేర్విసనకఱ్ఱలఁ దాలిచి శిష్యబృందముల్
సమ్మతివీవఁ దత్పవనలాలిత డోలలఁ గూర్కు నేత్రిమో
యిమ్మహిముందు స్వప్నసుఖహీన దివమ్మనుగాంచ నే ననన్ 295

ఉ. శేముషి నబ్బురమ్మొదవు చెక్కడ మొప్పెడి స్వీయగౌర శో
భామల గుండెలన్ మెఱపియాడఁ గవీశ్వరు సింహకంకణాల్
సామజదంతపేటి వెలి స్వాస్యమువిప్పు విదెమ్ము సేతకై
మోములఁ గ్రిమ్మి దిక్తటులముంప సితాభ్ర సుగంధ సింధువుల్. 296

ఉ. చిత్తము చిత్తమాజ్ఞయని సింహసమానులు పండితాగ్రిణుల్
బిత్తిని గన్ను సన్నలను బర్విడుచుందను గొల్వ నల్వలో
క్కొత్తర వాగ్వధూటిని మహోన్నతపీఠికనుంచి దారుణిం
బెత్తనమీయ నీ సుకవిపేరిటఁ బుట్టెనొకో యనన్ జనున్. 297

చ. ఘనతరశాస్త్ర దర్శననికాయము స్వీయవినిర్మితాఢ్య కా
వ్యనికర మాంధ్రసంస్కృత మహత్తర శబ్దనిఘంటుకోటి పా
వనతమ వేదభాష్యసమవాయము బండ్లకు నించమించు నీ
తని తలలోన నిన్ని మనఁ దానొక పుష్పకమోయనన్ జనున్. 298

క. ఎదురెవరులేక తాననినదియే వరవేదవాక్యమై వఱల రసా
స్పదమైన కావ్యసరసిన్ మదగజ విహరణమొనర్చు మది ముదమొదవన్. 299

సీ. నవరత్నభూషణ నివహమ్ము లొకపెట్టె దీనారనిష్కసంతాన మొకట
సరిగంచు కాశ్మీరశాలువ లొకపేటి బహుళార్ఘ కౌశేయపటల మొకట
సురుచిరరజత వస్తువ్రాత మొకపేటి పరిమళ ద్రవ్యసంపదలు నొకట
పారాహుషారులౌ భటులతో నశ్వముల్ కదముద్రొక్కుచు నలుగడలు నడువ

తే. ఖాద్యపేయ పదార్థసంకలిత శకటవితతి సూదగణమ్ముతో వెంటనంట
రాజవిభవమ్ముతోఁ గవి రాజరాజు సమ్మతింబమ్మెరంగూర్చి చనఁడొడంగె. 300

తే. అందలము కొంతదవ్వేగి యచటనిల్పి ముందరిగినట్టి శిష్యసమూహ మెదురు
వచ్చి యేతత్తటాక పార్శ్వమున నెసఁగు వనముసం గూర్చితిమి సుఖవసతి ననిరి. 301

చ. అన విని మావితోఁపుదరి నందఱి కన్నిగతుల్ గుడారముల్
బొనరుప వానిలో విడిసిపొల్చెను దత్పరివార వారమె
ల్లను, గుమిగూడు నా కలకలమ్మునఁజెట్లఁ శకుంతజాతి భీ
తినెగసెఁ, బల్లెఁ బొందినగతిం గనిపించె వనోర్వినెల్లెడన్. 302

తే. పార్శ్వగత తటాకోదక భాగములను స్నాన సంధ్యాదికమ్ములన్ జపతపములఁ
దీర్చి కవిరాజు శిష్య సమర్చితుఁడయి స్వర్ణపీఠిక న్వెలెగెడి సమయమందు, 303

ఉ. అంగనయోర్తు మన్మథ సుమాస్త్రసమాన మనోజ్ఞభీత సా
రంగ విలోకనమ్ముల మరాళనిరాసకయాన వైఖరిన్
సంగడిఁ దీరు రత్నకళ దాడ్పున సుందరరూప రేఖలన్
బంగరుపళ్ళెమూని జయాభారతి హారతు లీయవచ్చెనాన్. 304

ఆ. అరుగుదెంచి యెలమి నా కళానిధిఁగాంచెఁ గామనాద్ధి విరియఁ గన్నుదోవలు
చంద్రదర్శనమున జలధిపొంగినరీతి సంతసమ్ముపొంగెఁ జానకపుడు. 305

క. కన్నులఁ జకచక మెఱయుచు మిన్నుల దిగివచ్చిపడిన మెఱుపుఁ దెలవయి
యున్నది యనఁ జెలువారెడి యన్నెలఁతన్ గని కవీంద్రుఁ డాత్మ నిటెంచున్. 306

ఆ. చెక్కిచేసినట్లు చెలువము దలఁపించుఁ బోఁతబోసినట్లు పొంకమమరుఁ
బటము వ్రాసినట్లు బరఁగు భామినిరూపుఁగాంచ మూఢుఁగూడఁ గవి నొనర్చు. 307

సీ. లలిఁ గల్వపూవురేకులకుఁ గాఱులువచ్చి పడఁతి కన్నులలోనఁ బర్వులెత్త,
నగవు చంద్రులరాలు సొగసు ముత్తెపుఁజాలు నాసామణిం బరిహాసమాడ,
భావజార్థమ్ములొ ప్రణయమూల్యమ్ములన్ బొమదోయి ముడివేసి పొందిసేయ,
గురుకుచోద్ధతి వయస్సరసిజ ముకుళాప్తిఁ బైఁటయాకుం ద్రోసి బయటఁబడఁగ

తే. ఘనజఘన మహోన్నతపీఠిక న్వసించి రమ్యయౌవనదివ్య సామ్రాజ్యలక్ష్మి
సమద గజయానములపయి స్వారిసేయ నతివకుతుకమ్ముతో నిట కరుగుదెంచు. 308

చ. అని యిటు లాత్మనెంచెడి మహాకవి సన్నిధికేగుదెంచి యా
వనిత సుధాస్మితేందువు తళ్ళిపాగుణగుంఫిత పీల సీరదాం
గణమున దాఁగియాడ మిముఁ గాంచఁగఁ గల్గిన జన్మ ధన్యమౌ
నని ఫలపుష్పవంతతుల నర్పణసేసి నమస్కరించుటల్, 309

చ. యువతి నమస్కరించుటయు నొప్పగు కీల్జడ యట్టిటున్ మనో
భవుఁడను గారడీఁడు లలిఁబాడెడి నాగసరంపు సొంపులన్

దవులుచు నాడుచున్న నలదా్రఁచన నొప్పెఁ, గపీంద్రఁ దల్లె నా
నవల మనోజ్ఞవేణి మదనప్రణయాగమ సూత్రభాష్యముల్. 310

సీ. ఘనవర్ణమునకుఁ జెందుమ ప్రేమపాశమ్ములని కేశపీలిమ లమ్పుగుర్తిద్దు,
కన రెండురూపులా వెనుక నొక్కటెయని పాపటముందయి పల్కుచుండు,
అనురాగవర్తన మకృత్రిమమ్మును సొంపెయని కురుల్ వంకలై తనరుచుండు,
విమలప్రణయ బంధవిశ్లేష మెపుడు దుస్సహమంచు నెఱికురుల్ జడలనల్లు,

తే. స్నేహవస్తువుల్ వీనికెచెందుఁ, బూలు పూజలనుజేయు, వీని నెప్పుడును నగ్ర
పీఠ మిట్టివారిని దలఁపెట్టిమోయుఁ, బ్రీతికరము వీని చిక్కులు బాపిదువ్వ. 311

క. అని వర్ణించుచుఁ బ్రణతింబొనరిచి లలిలేచినట్టి పొలఁతినిగని యో
వనితా! నీవు సమర్పించిన సుమఫలపత్రవితతి చెలువే మనుటల్. 312

సీ. పవనకుమార సంస్పర్శ మ్మదెట్టిదో యరనవ్వి మరియు వీ విరిపదంతి!
గీ. అనుట లామె కన్నుల సిగ్గు పెనఁగులాడె.
ఈ లేఁతవిదె మాకు లేయోష్ఠమిధునానురాగ సంగతివి జీర్ణశద గనునొ!
అనిన స్మితమొప్ప నామె యాననము వ్రాల్చె
చేమంతిపూబంతి చెల్వుఁ గుల్కునిది నారంగమో తరుకాంత రసహృదయమొ!
అనఁ దరుణి లజ్జ నవరించుకొనెఁ బయంట.
తుంబీఫలమ్మతోఁ దులదూఁగు నీ చూతఫలభార మేకొమ్మ పదమునదుము
అనఁ జెఱఁగుదిద్ది క్రీడఁ గూర్చొనెను వనిత. 313

వ. అంత నా యింతి కవినాథుం గాంచి. 314

తే. శైలి మల్లెపూదండల నేల్పఁ గావ్యరసము లంటిన గురియు నా రంగమందుఁ
గ్రాలెడి ప్రసాదగుణము రసాలమంచుఁ బల్కు నివియెల్లఁ గవిసార్వభౌమ! యనుట

క. కవయిత్రివిగాఁ దోఁచెడి భవదీయ విశుద్ధ సరసభాషలు విన నో
యువతీ! తావకవృత్తము సవిశదముగఁ దెల్పుమనుటఁ జాన యిటాడెన్. 316

సీ. మా తండ్రి జంగమ మరపతి యీ తోఁట కధిపతి మంత్రి మంత్రార్థవేది,
ఆ మహాభాగున కాత్మజాతను నేను సాహితీ సత్కళాసక్తమతిని,
పేరు కళావతి, నీరేజభవతుల్య! కవిలోక దర్శనాకాంక్ష మెందు.
పంచకావ్య కదంబ పరనం బొనర్చితి నాంధ్ర సంస్కృతభాషలందు మీదు

తే. కీర్తి వింటి దర్శింపఁగా నార్తి నుంటి మామకీన దైవబలమ్ము మంచిదగుటఁ
దామె విచ్చేసితిరటంచుఁ దాత నుడువఁ దమి నరుగుదెంచి సేవించి ధన్యనైతి. 317

ఉ. భేషని రాట్సభాస్థలులు వేలకు వేలొగిఁ గ్రుమ్మరించు న
ద్భూషణ హైమనిష్క జలపూరములం జలకమ్ములాడి ది

వ్యౌషధకల్పమై కవిజనావళి నోషలఁ గట్టివైచె మీ
నైషధ కావ్యవాణి నటనంబును గాంచు నుతింతు మీ మతిన్. 318

తే. రమ్య నవరస రత్నాకరములఁ దర్చివ్వి మహిని విలసిల్లు దేవర మహితవాణి
నొక్క రత్నాంగుళీయక ముంచ నెంచు నన్మదీయ మౌఢ్యమ్ము క్షమార్హమనుచు. 319

క. తన ముద్దుటుంగరమ్మును గొని యాతని కేల నుంపఁగోరెడి సుదతిం
గనుగొని శ్రీనాథుం డిటులను స్మితపూర్వాభిభాషణానన మొప్పన్. 320

క సుమతులు కుమతులనక యొకి భ్రమియింపంజేసి లోభపఱచు మనోజ్ఞ
ప్రమదాలాభంబు ధనాగమమును నిరసింపఁ గవులగుర్వని తరమే ? 321

ఆ పిచ్చి బట్టి హరుఁడు వెన్వెంటఁ బరుగెత్తె మోహినీ స్వరూపమును గనుగొని
సిరికి హరియె యురమె సింహాసనమొనర్చె నపుట లామె యిట్టులనె నతనికి. 322

ఉ నీతి విబాహ్యవర్తనల నిర్భర దైన్యగతిన్ లభించు నా
నాతియు రంభయైనను ధనప్రకరమ్ము కుబేర కోశమేన్
బాతక హేతువంచుఁ దృణవద్గణనన్ ద్యజియించి మించు శ్రీ
పోతనఁ బోలు సత్కవులు పుట్టరొకో యిన నాతఁ డిట్లనున్. 323

ఉ. ఓరకుఁ బెట్టు మప్పలకు లో పవనజాయతనేత్ర ! యిందు సం
సారములేని దెవ్వరికి ? ఛాందసులై లభియించినట్టి బం
గారముఁ బాఱవైచి మనగడ్డల నేఱికొనంగ వీరు దీ
క్షారతి ఋష్యశృంగులను గౌశికులన్ దలదన్ని పుట్టిరే ? 324

శా. వ్యాపారమ్మెదిలేని మానవుఁడు బ్రహ్మజ్ఞానియై త్యాగవి
ద్యాపారమ్మిటు వల్లెవేయు నటచేతన్ లక్ష్మి తా నాట్యమున్
జూపెన్ బోపెను ద్యాగవర్తనల నచ్చోఁ జారుకుం జెక్క తా
రేపీ పేళకుఁ బోతనార్యుఁడన వేతే కాఁడెటో చూచెదన్. 325

క. అన నా వనితయు నుంగరమును నాతని వ్రేల నుంచి మ్రొక్కుచుఁ దా ని
ట్లను నా పోతన నర్థము బొనరిచికొన మీరు నుడువఁబో రిటు లెప్పుడున్. 326

ఉ. మాఱునె పోతనార్యునద మాన్యవరా ! యిలఁ జంద్ర సూర్య సం
చారము మాఱదేల యుడు సంతతులుం గతిఁ దప్పవేల, బం
గారము, నిప్పులోన మనఁగా నరుణద్యుతి వెల్గి యగ్నికిన్
వేఱయిపోవ నల్లనయి ప్రీలెడి యాయసమై చెలంగునే ? 327

మ. మొగమోటంపుఁ బొగడ్తలన్నఁ గడు వైముఖ్యంబు సూచించుఁ దీ
వ్రగతిన్ దీకొను కష్టసంతతుల కావంతేనిఁ జింతింపఁ డా

ఖగరాడ్వాహనుఁ దక్క వేఱొకని మున్ గైసాఁచి యాచింపఁ డీ
జగతిన్ గల్గునె పోతరాట్కవిని బోల్జన్మంబు లెందున్ బుధా! 328

తే. తత విసర్గ మనోజ్ఞ రత్నప్రభయగు సహజ పాండిత్య సంఘాత సరస కవిత,
ఆత్మగౌరవకర సువృత్తాభిరతియుఁ బూర్వజన్మ సంచిత తపః పుణ్యఫలము 329

తే. అమిత బల ధన గర్వ నిరంకుశాధికార మదమత్త సామ్రాజ్యకమల ముందు
పలుకు వెలఁదికిఁ దలవంపు గలుగనీక సాఁకె నెవ్వండు పోతనస్వామి దక్క. 330

తే. బ్రహ్మదేవుఁడు వచ్చినన్ భక్తపోతనార్యు నెదఁ ద్రిప్పలేఁడు సూతాలొనర్చి,
యిట్టు లనుచుండె నీపెయం చెడఁద మీరు వేఱుగా నెంచవలవ దుదారచరిత! 331

ఉ. అక్కట! చిన్ననోట నిటు లాడితినే పెద పెద్దమాటలన్
నిక్కముగాఁగ వీని మది నిల్పకుఁ డార్యవతంస నేను మీ
కొక్కటి మీదు శారదయు నొక్కటియా క్షమియింపుఁడంచుఁ దా
పక్కమలాయతాక్షి కవి యాజ్ఞను గైకొని యేగె నయ్యెడన్. 332

ఆ. అది యాడి మాయమైనట్లు చనె నీమె చిటికలోన వనము చిన్నవోయె
ననుచుఁ గవియుఁ బయనమగుటకై దొరకొనఁ దోఁటస్వామి వచ్చి దోయిలించె. 333

వ. అంత నతనిఁ గాంచి శ్రీనాథుండును, 334

ఆ కట్టనట్టి యిల్లుఁ గనరాని గేస్తునై తావకీన హృదికి దర్పణమయి
చలువనీడ తోడ స్వాగతమ్మిడు మీదు వనికి మీకు ధన్యవాదము లివె. 335

క. తెలివి గలది నీ కూఁతురు ఫలపుష్పము లొసఁగి స్వీయప్రతిభా రూపా
దులు తేటపడఁగ మాతోఁ బలుకాడి క్షణమ్ము ముందె పయనించె ననన్. 336

ఆ. కవివరేణ్యుఁ గాంచి సవినయ వైఖరి నవనతాస్యుఁడగుచు నాతఁ డిట్లు
పలికె నిపు డిచటికిఁ బరతెంచు పొలఁతుక నాదు కూఁతురగుట సమ్మఁజాల. 337

ఆ. స్వాస్థ్యముడిగి యొడలు సరిలేమి నా కూఁతు రింటిలోన నుంచి యే నొకండ
వచ్చినాఁడ నిటకు వచ్చిన యా కన్య యెవరగుట తెఱుంగఁ గవివతంస! 338

క. అనుచున్ నరపతి శ్రీనాథునితో నన నెడఁద నెదియుఁ దోఁపక యతఁడున్
వెనుకయు ముందును నాలోచన మొనరిచి యాత్మ నిట్లు సంభావించెన్. 339

క. ఈనాఁటివఱకు నాకున్ దా నెదిరించి మాటలాడఁ దడఁబడు నెవఁడున్,
నే నొక్కటి మీ శారద తా నొక్కటియా యటంచుఁ దరుణి యిటాడెన్. 340

తే. పోతనార్యుని మెప్పించి భూధవునకుఁ గృతిగ నిప్పించెదను భాగవతము నంటిఁ
దవమొనర్చి బ్రహ్మయును బోతన యెడంద మార్చలేఁడని పల్కె నీ మగువ మిన్న. 341

క. కాదుగదా ! విధి శాసన లేదాపెయె తండ్రి యెఱుఁగలేనటు వచ్చెన్
బూఁదోఁట కనుప మనమున నేడేగ' తలఁపురాఁగ నేమేమొ యనున్. 342

ఉ అంతటిలోనె ఛాత్రనివహమ్ము మహాకవినాథుఁ గాంచి య
ఖ్యంతర మేమియున్ గలదె యార్య ! ప్రయాణమొనర్ప నల్లయే
తెంతురె, యాప్యయాన మది దేవర రాకకు వేచియుండె నా
నెంతయు సంతసమ్ము కడలెత్తఁగ నెక్కెఁ గవీంద్రుఁ డేగితాన్. 343

ఆశ్వాసాంతము

క. సనకసనందన మునిజన, వినుతా ! దశకంఠనాశ విదళనకరమా
ర్గణ విద్యాపారంగత !, ఘన గుణ మణికోశ ! కుంభకర్ణ వినాశా ! 344

చ. కలికలుషాబ్ధి పర్వత విఖండదుడ ప్రళయ ప్రభంజనా !
సలలిత రూపశీల గుణసంపద శేషజనానురంజనా !
యలఘు మమత్వమోహ మదిరాంధతమః ప్రవిభేదకాంజనా !
విలసిత జానకీ హృదయ విశ్వ వియత్తరుణార్క ! రాఘవా ! 345

మణిగణనికరము (వృత్తము)

సకల భువన నుత సరసిజ చరణా ! యకలుష ముని హృదయ గణ విహరణా !
చకిత విబుధజన చయ భయహరణా ! వికట దనుజకుట విటపవి దళనా ! 346

గద్యము

శ్రీమద్భరద్వాజగోత్ర పవిత్రాపస్తంబసూత్ర, ప్రథిత సూరిజనమిత్ర, బిక్కయ్యశాస్త్రిపుత్ర
వాగేశ్వరీ సమాసాదిత, వైదేహీవర నివేదిత సరసకవితావిలాస, సహజ
పాండిత్యభాస, వరకవి విధేయ, 'వరదార్య నామధేయ ప్రణీతం
బైన పోతన చరిత్రమను మహాప్రబంధమ్మునందు
సప్తమాశ్వాసము.

శ్రీ వాగీశ్వర్యై నమః

శ్రీనాథ కృత పరీక్ష - పోతన విజయము

“ నమే భర్తుః ప్రణిత్యా. ”

శ్రీరామా ! కల్యాణగుణా రామా !
సకల జన మనోభిప్రాయ !
ప్రేరిత రాజ్య విధాన
శ్రీరాజిత కరణ ! మణి విశిష్టాభరణా ! 1

గీ. ఆంధ్ర కవిసార్వభౌమ దివ్యాగమనము మహిత భాగవత కృతి విమర్శనంబు
సుకవి పోతన విజయ సంశోభితంబు శౌర్య విజితేంద్ర ! శ్రీరామచంద్ర ! వినవె. 2

ఉ. బమ్మెర గ్రామసీమఁ బొలపమ్ములరణ్య బరతెంచి కాంచె స
ద్ధమ్ములఁ బోల్తటాకముల దాపునఁ జూపుల దోఁపుజేయు క్షే
త్రమ్ముల శాలి సస్యహరితమ్ములఁ దెమ్మెర నూఁగు తాలవృ
క్షమ్ములు లేవనెత్తిన ధ్వజమ్ముల నెమ్మది నేగు వాఁగులన్. 3

సీ. తాళవృక్షమ్ములు తలలూఁపఁ జుక్కలనాడు గాత్రధ్వనిఁ బాడు గౌడు
చేలెల్ల నానందడోలల నూఁగ మంచియ నెక్కి పాడు కృషీవలుండు
కలరుతమ్ములను గోకిల లాలపింపఁగాఁ గొనరి పాడును బూరిగోయ తరుణి
మాత్రిఁగన్ను విడి మేఁత మఱచి గోవులు నిల్వఁ బిల్లఁగ్రోవిని నూఁదు గొల్లబొట్టె

తే. దిక్కులెల్లఁ బ్రసన్నదీప్తి వెలుఁగొంద మలయ పవనుండు చలువలు పులుముచుండ
నల దిగంతాల వ్రేలాడు నంబరమున నదిరిపంక్తులు నీలంపుటంచు లిడుచు 4

తే. గట్లచఱియల నలటు వృషముల కోమల కొసల కెగఁబ్రాఁకి యువణముల్ కొటికి తినఁగ
పచ్చికను బచ్చికను గాంచి మట్టిదిబ్బ యెద్దులకు నెక్కి మేయు నాఁబడ్డ లొకట. 5

ఉ. సన్మతి నేగియేగి కవిసత్తముఁ డొక్కెడ నాఁగి, దీప్త ఫా
లమ్మునఁ గ్రమ్మ చెమ్మట జలమ్ముల వ్రేలు మడంచి యూర్చి కే
ల్దమ్మి హలమ్ముఁ బూనిచి పొలమ్మును దున్నుచు నింక లేఁత ప్రా
యమ్మున నున్నయట్టి తన యల్లుని మల్లనఁ గాంచి పిల్చె మున్. 6

చ. పిలిచినతోనె మల్లనయు విస్మితుఁడై కని మాతులుండుగాఁ
దెలిసి హలమ్ము వీడి కడుఁ దీవ్రగతిన్ బరతెంచి క్లాంతిమైఁ
దొలఁగ హృదిన్ ముదంబుధులఁ దుంగతరంగము లంగవింప మ
న్నిలిచి శిరమ్ము వంచి పదనీరజముల్ స్పృశియించె సాదృతిన్. 7

మ. అనురాగ స్మృతివేలమై పెనఁగఁ దా నత్యంత సంతుష్టిమైఁ
గనియెన్ సత్కవి సార్వభౌముఁడును పీఁకిన్ భాగినేయున్ శిర
మ్మున హస్తమ్మిడి దీవన ల్పలికెఁ బెంపున్ సొంపు దీపింపఁగా
మనవారందఱు పిన్న పెద్దలును క్షేమమ్మే యటంచున్ దమిన్. 8

ఉ. మీ దయ వల్ల నెల్లరము మేమిట సేమము మీదు రాకకై
సోదరి నేను శారదయుఁ జూచుచునుంటిమి యుష్మతోడ. మీ
రీ దిన మేగుదెంతురని యేను వచించితి శౌరి సత్కృపన్
నాదగు వాదమే గెలిచె నాఁగలియాన యనం గవీంద్రుఁడున్. 9

ఉ. అక్కజమౌను నీ శ్రమము నారసినంత నిదేమి వింత తా
మక్కట ! బావగారిటుల హాలికులై రిది యెప్పు డింతకున్
జొక్కపు గంట మోసరిలి సుందరమౌ ములుకోల చేతికిన్
జిక్కెనె తక్కువేమి విలసిల్లెను హాలికవృత్తి విత్తమై. 10

తే. హాలికుండయి పశుపతి యగుట కతిన నేలికలకె మా భావుకుం దేలికయ్యె
భూమిపాలున కొదవు విభూతి గలుగ భూమపాలురఁ గొల్చునె పోతన యన. 11

ఉ. ధీనిధియైన మల్లనయు దీని విన్న హృది మండిపోవుచున్
మానిసిరూపుగొన్న యభిమానమొ ప్రాణము లూనివచ్చు స్వే
చ్ఛానయగాంగపూరమొ కశాహత సింహకిశోరమో యనన్
దా నిటులాడె మాతులుని దర్పమయోక్తుల నీసడించుచున్. 12

ఉ. బాలరసాలసాల నవపల్లవకోమల కావ్యకన్యకన్
గూళల కిచ్చి యప్పడుపుఁగూడు భుజించుటకంటె సత్కవుల్
హాలికులైన నేమి గహనాంతరసీమలఁ గందమూల కౌ
ద్దాలికులైన నేమి నిజదారసుతోదర పోషణార్థమై 13

ఉ. ఏలిక వెంటనంటి తమ రింద్రులుచంద్రు లటంచుఁ బొట్టకై
నాలుక పాడుచేసికొను నారకహేతువుకన్న సత్కవుల్
హాలికవృత్తిబూని వసుధాంగన నీ హఠశక్తిఁ గొల్చుటల్
పోలదె మామ! పాలడుల బోయిలకై బిరుదౌట గొప్పయే? 14

క అది విని శ్రీనాథుఁడు తన యెద గాలము గ్రుచ్చినట్టు లెంతయుఁ గష్ట
మ్మొదవఁగ పిల్లనఁ గని పదపడి యిట్లనియె ప్రేటువడు నాగంబై 15

తే పసులపై మన్కి యాధారపడుటకంటెఁ బాలకులపైన నాధారపడుట ఘనము,
భూపతిఁగొల్చి బలుపంతఁ బొందుకంటె భూధవు లొపంగు మిన్నసల్పొందుటొప్పు 16

మ అని శ్రీనాథుఁడు సర్మగర్భ పరిదీప్తాలాపముల్ వల్కుటల్
విని మేనల్లుఁడు పల్లనార్యుఁడను నో విద్యాధనా! హాలికుం
డన మీ కింతటి యెల్లిదంబగుట నాకాశ్చర్యమౌ విశ్వజీ
వనసంధాన సుధాంబుదమ్మతఁడసన్ భావంబునన్ దోఁచదో! 17

సీ. హాలికు నుదుటిపై నలరఁజెమ్మట జాలుపాలకు నుదుట ముత్యాలచాలు,
మడిదున్ను హాలికుమైఁ జిల్లఁ బంకంబు మన్నియమైవెల్గు మలయజంబు,
బడుగు హాలికుచేతి పశుపతిత్వసమృద్ధి భూపాలుచేతి ప్రభుత్వసిద్ధి,
అదరు క్షమమదంచు హాలికు హలవృత్తి క్ష్మాపతి రిపుఁగూల్చు ఖడ్గశక్తి,

తే. హాలికుఁ డొసర్చు భోజ్యపదార్థసృష్టి జనవిభుని రాజ్యధనకోశ కనకవృష్టి
నరపతికి రైతు కోటవునాదిగుండు, ఏలికలకును నేలిక హాలికుండు. 18

చ. మును జనకుండు హాలికతఁ బొందియె రామునకిచ్చె సీత నా
జనకుఁడె తిర్గి హాలికుని జన్మము నెత్తెనొ యేమొ లేమి మ
జ్జనకుని నాంధ్రభాగవత సత్కృతి కన్య నొసంగుమంచుఁ దా
నినకులశేఖరుండు వచియించి గ్రహించునె పండితాగ్రణీ! 10

చ. ఘనుఁ డితఁడంచు నెవ్వనినిగాంచి సరస్వతి కోరివచ్చి వ
ద్దనఁగఁ బదమ్ములంబడియె నద్దిర! యెవ్వని పద్యశేషముం
బనివడివచ్చి యచ్యుతుఁడె పాదము లొత్తెడఁ బూర్తిసేసె నా
ఘనతరహాలికుండె మన కన్నుల నిండకయుండెనే మనన్, 20

చ. అన విని సత్కవీంద్రుఁడును నల్లన నవ్వి యిటాడెనింక నా
వెనుకటి గాథల న్నెపరుపేయకు నాదు మహత్త్వసిద్ధి నీ
కనులకుఁ గానిపించునని కన్గవమూయుచు భారతీపతిన్
మనమున నెంచి కేల్మొగిచి మల్లన గన్గొనవెండి యిట్లనెన్. 21

తే. ముందుగల పల్లకీకొమ్ము మోయునట్టి బోయిలార ! మాటాడక భుజములిడక
తొలఁగిపొండు, వెన్కలవారు తొంటిరీతి నడుపుఁడనె నెల్ల రక్కజ పడుచుఁగాంచ. 22

వ. వా రట్లొనర్చినంత. 23

చ. వెనుకటివోలెనే శిబిక వేగముతో నడయాడ దానినిన్
గని పడి మల్లనార్యుఁడొక గంతిడి క్షేత్రనిపాతసీరముం
గొని యొక వాహమున్ విడిచి గుండియ నగ్గికమ్మెలర్ప ని
ట్లనియెను భక్తియుక్తి నెద నబ్బురమొంది జనమ్ము గన్గొనన్. 24

చ. విలసిత ధర్మవర్తనుఁడు విశ్రుత సత్యపథానుగామి ని
శ్చల హరి భక్తియుక్తుఁడగు సత్కవి వ్రాసిన పద్యశేషమున్
వలచి మురారి చేతఁగొని వ్రాయుట నిక్కమయేని నిప్పుడీ
హలము వృషమ్ములేక నడయాడుత నెప్పటి యట్టు లిద్ధరన్ ! 25

తే. అనుచు మల్లనార్యుండొక హలవృషమును విడువ సీరమెప్పటి యట్లు నడువఁదొడఁగె.
దాని నంతయుఁ గాంచి తత్రత్యజనము లచ్చెరువు నొందెఁ గవి కీర్ష్య రెచ్చిపోయె. 26

తే. వెనుకఁగల పల్లకీకొమ్ము విడువుఁడనుచుఁ బల్కె బోయిలం గవి సార్వభౌముఁడంత
విడిరి వాహకుల్ పల్లకి నడువఁదొడఁగె గనుల నమ్మలేకుండిరి కాంచువారు. 27

ఉ. వాయువె హంసనాఁ జెలఁగి వాహకుఁడై శిబికాభరమ్మిటుల్
మోయఁ దొడంగెనో ద్రుహిణమూర్తి యితండనికాక యున్నచో
వేయి కనుల్ మఱుంగయిన వేల్పుల రాజితఁడంచు మేఘముల్
పాయక తాల్చునో యనుచుఁ బ్రస్తుతి సల్పె జనమ్ము లత్తఱిన్. 28

ఉ. మాతులు నందు వెల్గు నతి మానుషశక్తిని గాంచి యల్లఁడున్
బోతలొనర్చి యింతటి యశోధనుఁ డిట్టి మహాత్ముఁ డైహిక
స్ఫీత ధనార్థ మర్త్యులకుఁ జేతిని జాఁచుటె యంచు నెంచుచున్
పైతృక నిస్తులోన్నత పరిభావము నాత్మఁ దలంచి యిట్లనెన్. 29

ఉ. అక్కమలా మనోహరుఁ డహర్పతితేజుఁడు రాఘవుండె తా
నిక్కముగాఁగ మజ్జనకువిం గని "పోతన సత్కవీంద్ర ! మీ
చక్కని కావ్యకన్యక నొసంగుఁ" డటంచు వచించెనేని నీ
యొక్క వృషమ్ములేక హల ముర్విని బార్వగతిన్ జరించుతన్ ! 30

చ. అనుఁచు జనమ్ములెల్ల విననాడుచు మల్లన యుల్లమందు శ్రీ
జనకసుతా మనోహరు మసారవినీలశరీరు నెంతయున్
మననమొనర్చి ధ్యానవినిమగ్న నిమీలితనేత్రుఁడౌట వే
జనఁ దొడఁగెన్ హలమ్మదె వృషమ్ములు లేక పొలమ్ము దున్నుచున్ 31

ఉ. చేఁగల శూలమెత్తి వృషశేఖరుతోఁ జను రుద్రరూపుఁ డో
నాఁగలి తోడ గెల్చు యమునాయకుఁడౌ బలభద్రరూపుఁడో
తా గెలిచెన్ మహత్వమున ధాతను బోల్ ప్రతిపక్షినంచు న
చ్చోఁ గల లోకులెల్లరును స్తోత్రమొనర్చిరి మల్లనార్యునిన్. 32

తే. అర్థకామార్థమై శారదాంబఁ గొల్చు శంసనీయమౌ కవినాథు శక్తినంత
ధర్మమోక్షార్థ మా చక్రధరుని గొల్చు భక్తభావ విభ్రాజిత శక్తి గెల్చె. 33

ఆ. అంధతమసమందు నగ్నికీలలు దీప్తిఁజెందినటులు సుకవి చిత్తసీమ
నోటువడుటవలన నుదయించు తామస వృత్తి యందు నీర్ష్య పెచ్చుపెరిగె, 34

తే. పరిపరి విధాల నిర్బంధపఱచియైనఁ బోతరాట్కవీంద్రుఁడు సింగభూధవునకు
భాగవత మంకిత మొసంగు పథకములను సిద్ధమొనరింతునని కవి చింత సేసె. 35

వ. అంత, 36

సీ. వరుణుండు చలిగాఁగ విరచించికొనినట్టి పందు నిప్పు కల కుంపటి యనంగ,
చీఁకటి ప్రళయమ్ము చేకూర్ప జృంభించు నపరాబ్ధిగత బాడబాగ్ని యనఁగ,
శాంతి విశ్వమును మ్రింగఁగ నోరు దెఱచిన కాలరాక్షసి వక్త్రగహ్వరమన,
వ్యోమాంబరీషాన నుడులాజలన్ వేఁపఁ బొరి రాఁజఁబెట్టిన పొయ్యి యనఁగ,

తే. రతి విరక్త కాషాయాంబరములఁ దాల్చి కళ లుడుగునట్టి మోమునన్ గాంతి దఱుఁగు
చూపులన్ చెట్లగుట్టల ప్రాపుగొనుచు వాఁడిదప్పిన ముదుకఁడై వంగెఁ బొద్దు. 37

చ. పిలిచెను గూళ్ళ పుల్గులను విశ్వము సాంధ్యకళారుణాబ్ధిలోఁ
గలిసెను లోకజీవనద కర్షకదేహనిదాఘ వృష్టియున్
వెలిసెను శ్రాంతినిం గనక వేసరు గోతతి పాద మొక్కెడన్
నిలిచె దినమ్ముపై నిశలు నిప్పులు గ్రక్కెను దారకాకృతిన్. 38

మ. పులకించెన్ దొవకన్ను లిందువు సరోముగ్ధాంగనా జీవన
మ్ములఁ జిత్రించెను రాగసంగతులు మబ్బుల్ మాటుగన్. గబ్బిల
మ్ములు దీక్షల్ త్యజియించె, ఘూకతతి విస్ఫూర్తిన్ నభోమండల
మ్ములపై రాజ్యములేలె సంతమసరాణ్ముఖ్యోత్పతద్దృష్టులై, 39

మ. అల శ్రీనాథకవీంద్రమౌళి నిజ శిష్యాయత్తుఁడై యూరి వె
ల్పల నొప్పారు తటాక నిర్మలజల ప్రాంతంబులన్ స్నానసం
ధ్యలు గావించి దరిం బురిం గనియె సోత్కంఠన్ సుఖాందోళికా
మల పర్యంకమృదూపధానవికసన్మస్తప్రశస్తాకృతిన్. 40

చ. తత ఘనతూర్య నిస్వన వితానములున్ బ్రవిదీప్త తారకా
యితకర దీపికా నిచయ హేతి విధానములుఁ ద్విజోక్తవి
శ్రుతనిగమక్రమోల్లసిత సుందరగానము లీడ్యగోళతాం
గతురగ యాప్యయానములు గ్రాలఁ గవీంద్రుఁడు జొచ్చె నప్పురిన్. 41

క. మెండగు నీ విభవముఁ గన దండిపలుకు పెండ్లియొ దొర దండెత్తుటొయై
యుండునని యూరికూర్మై నిండఁ గనులొనరిచికొని నెఱికాంతు రొగిన్. 42

ఉ. ఆ పయనమ్ము పోతన గృహాంగణసీమల నాఁగె వెంటనే
లోపలి నుండి లక్ష్మి యిలులోఁగలిమున్ బరతెంచి కాంచి లో
నాఁపఁగరాని మోదగతి నర్గి పితం గని పల్కె నయ్యా! నేఁ
జూపెద రమ్ము మామ నొక సొంపుల పల్లకిలోన నింటిముఁగన్. 43

క. అన నాశ్చర్యము సంభ్రమమును బెనఁగొనఁ బోతరాజు ముదితుండై వ
చ్చెనె మామ యనుచుఁ దానది వినుటయె తడ వింటి వెలికి వెడలెన్ వడిగన్. 44

క. చని కట్టెదుటనె పోతన జనపతి వైభవసనాథు సత్కావ్యకళా
ధననాథు న్నిగమాగమ ఘన విజ్ఞాన ప్రబోధుఁగనె శ్రీనాథున్. 45

క. పోతన నాతఁడు, నాతనిఁ బోతనయు మిథోనురాగపూర్ణకటాక్ష
కూతిన్ గాంచిరి కుశల ద్యోతక వాక్సుధలు స్మితవిధువులన్ దొరలన్. 46

క. శ్రీనాథుని కడఁ బోతన శ్రీనాథుని పజ్జ నొక కుచేలుని లీలన్
దా నగపడు హృదయముఁ గనఁ దానొగి శ్రీనాథుఁడగుఁ గుచేలుఁ దతఁ డగున్. 47

సీ. కాశ్మీరుశాలువ గడబిడం గని తాను సవ్వుమండఁగఁ జిన్గు నారపంచె.
పట్టుపుట్టమ్ముల పరువు మర్యాదలఁ జినబుచ్చ మోఁకాలి చెఱఁగుగుడ్డ
కర్ణకుండల రత్నకళల రంధ్రాన్వేషణము సేయ రిక్తకర్ణయుగళమ్ము
శ్రీనాథ మణిహార సింహాస్య వలయాలఁ దులదూఁగి మించఁగాఁ దులసిమాల

తే. దైవదత్త బలాఢ్యుఁడు తా నిలుచును బరులపై నానపడువాఁడు పడుననుచును
పంచలముపై బరుండు బావయ్య నపుడు క్రింద నిలిచిన తన రూపు క్రేణి సేయ. 48

తే. గాఢ గర్వాంధకార దృక్కార్ష్ణ్యమెల్ల శీత దరహాస చంద్రికం జెదరఁగొట్టి
యెదిరికొనితెచ్చె శ్రీనాథు నింటిలోకి భాగవతపాణితోఁ గాని పనియుఁ గలదె! 49

ఉ. పల్లకి దిగ్గి కాలు గడపన్ సరినుంచెనొ లేదొ యంతలో
సల్లలితాంగి శారదయు సంబర మంబరమంట వచ్చె. నా
తల్లి యటంచుఁ బల్కి స్వసుతం దరిదీసి శిరంబు మూర్కొనన్
వెల్లువగట్టె ప్రేమరసవృద్ధి సుతా పితృ బాష్పవృష్టిలో. 50

ఉ. అల్లన లోనికేగి సుత నంకమునన్ దగఁ జేర్చి కూరిమిన్
జెల్లెలిఁ గాంచి నీ యెడలు సేమమె. ముద్దులబిడ్డ లక్ష్మియున్
మల్లనయున్ సుఖంబె యన మానిని మ్రొక్కుచుఁ బల్కె నగ్రజా!
యెల్లరు లెస్స. నిన్గనమి నెంతయు బెక్కొనె శారదాంబయే. 51

చ అన విని యశ్రుపూర్ణ నయనాకుల దృష్టిఁ గవీంద్రుఁ డంక పీ
మనలరు శారదం గనుచు మక్కువ నక్కునఁ జేర్చి గద్గద
స్వనమున గారవించి నెఱి చక్క నొనర్చుచు మెల్ల గద్దవం
గొని మొగమెత్తి మూర్కొనుచుఁ గోమల గల్లయుగంబు దువ్వుచున్. 52

క. జనని జనినపుడె నీయూ జనపతి వశ చేతనుఁడగు జనకుఁడు జనె. నీ
జననియు జనకుం డత్తయె జననీ! నీ కుండిలేని జనకుఁ డితఁడనన్ 53

సీ. బాలా వినోద విఖేల నార్థంబయి తళుకుల నీను పుత్తళిక లివిగో!
సౌందర్య జనక పరిసాధనార్థంబయి మణిమయ స్వర్ణభూషణము లివిగో!
స్త్రీ తను శోభావిశేషవర్ధకములౌ వరమూల్య విలసితాంబరము లివిగో!
సరసజనామోద సంధాయకంబగు పరిమళద్రవ్య సంభార మివిగో!

తే. వివిధ ఖాద్య పదార్థ సంవిలసితములు బహుళ రుచికర ఫలపూర్ణ భాసురములు
రమ్య సౌరభాన్విత పుష్పరాజితములు చందనపు మందసములని నందన కిడె. 54

క. తన బిడ్డ వలెనె యా పోతన బిడ్డం గూడ దరికిఁ దార్చుచు లక్ష్మీ!
కొనుఁడీ ఫలాదు లివు వదినెయును దమిఁ గలిసి వీనిఁ దినుఁడీ! యనుచున్. 55

క. ఈ తెఱఁగున నొక్కించుక కూఁతునుగని ముదమునంది గురుధిషణుని నా
పోతన నరసి భాషాచాతురి బొలయంగ సుకవిచంద్రుఁడు పల్కెన్. 56

తే. పెండ్లి యీడేగుదెంచెను బిడ్డకనుచు లగ్న నిశ్చయమునకుఁ దలంపు గల్గి
సకల సన్నాహములతోడ సుకవివర్య! వచ్చినాఁడను వేఱ భావమ్ము వలదు. 57

క. రాజాస్థాన సుకవినై రాజిలుటన్ రాజ లాంఛనమ్ములతోడన్
రాఁజెల్లెన్ బోతన కవిరాజా! శ్రమ యొసఁగినాఁడ క్షమియింపఁదగున్. 58

సీ. పదులనుమించు విపశ్చిద్గణంబులు శతమునుమించు శిష్యపరిజంబు
గుల్మసంఖ్యాకమై కొల్చియుండెడి సేన పగటి దివ్వటులూను పరిజనంబు

స్తంబేరమాభ భాస్వద్ధురీణశతంబు సుష్ట్రిచతుష్టయం బొప్పమీఱు
స్వర్ణపాల్యంకికాసం వాహనగణమ్ము తూర్యవాదన కళాచార్యవరులు

తే. వందిమాగధ బృందంబు వైణికాది గాన విద్యావిశారదుల్ ఘనతఁగనిన
నర్తకీ జనంబులు, కవణములు కసవు పసుల కిడువారు పలువురు పాచకులును. 59

తే. వరుసనొక శతమ్మునుమించు పరిజనమ్ము కలరు మా వంతులాదిగాఁ గవివరేణ్య!
ఇందఱి భరించు శ్రమము మీ కిడుదునెట్లు భయపడకుఁడు మాశ్రమ మేమె పడెదమింక.

ఆ. భవ్యచరిత! నాదు పరివార మెచ్చోట నేది మెసవునదియె యేను దినుట
తగును మీరలన్యథా భావనమొనర్పవలదటన్న సుకవి పలుకు నిలులు. 61

శా. బావా! యిప్పుడు మీరు మా కెటులు సద్బాంధవ్యముం గూర్తురో
మీ వారెల్లరు గూర్తుర త్తెఱఁగునెమ్మిన్ వారలం వేఱుగా
భావింపందగు నొక్కొ! శూన్యపథిలో భాసించునెట్లిందు వా
తేవస్తారక లొప్పియుండవొకో పాటిందప్పి వర్తింతురే? 62

శా. ఆహారంబది యొక్కఁ డొక్కనికినై యర్పించుటల్ కల్ల లీ
దేహాలిం సచరాచరమ్ములుగ నే దివ్యుండు సృష్టించుమున్
గేహంబం దిడువాఁడొ వాఁడె యిడుర క్తిం భక్తి నట్లొప్పవే
నూహింపందగు విన్నదాత యని పాత్రోర్విం మహద్దర్వినిన్. 63

ఉ. కావున మద్గృహమ్మునను కాదనకన్ హరి యిచ్చు నంబలిం
దావుటలొప్పు ప్రాణము విధమ్మున మానముగూడ బీదలం
దావిడఁజాలకుండు నిదె తక్కిన యత్నమొనర్చువాఁడ మీ
దీవన లున్నఁజాల్ మఱొకతీరున భావనసేయఁ జెల్లునే! 64

చ. అనుచును లోనికేగి తనయాత్మనిటుల్ తలపోసె రాఘవా!
కనుగొన నింటిలోన నొక గవ్వయులేదిటు నిన్ను నమ్మి నా
మనమున నిర్భరుండనయి మాట యొసంగితిఁ దావకీన పా
వన పదభక్తులెయ్యెడ నభాగ్యులనం వినలేను నీ నడిం. 65

ఉ. మన్నియ నాశ్రయించు నొక మానవుఁ డింతటి శక్తియుక్తుఁడై
నిన్ను మనంబునందుఁ గడు నిశ్చలభక్తిని విశ్వసించునన్
బన్నము పాలుసేయు ననఁ బల్కవెలందికి నీకె యెంతయుం
జిన్నతనంబుగాదె జననీ! యిపుడేగతి రక్షసేతువో! 66

సీ. పదదర్శనమ్మిడఁ బదవాక్యదర్శన సందోహమనఁ గంఠమందె యాడు,
కన్నెత్తి చూతువేన్ జ్ఞానభానూదయ మ్మొనగూడు నూహాగగనపథాల,

హసియించుచో నవరసకళానిధు లుద్భవింతురానంద సింధ్వంతరముల,
కనికరమ్మునఁ బల్కఁ గావ్యకన్యాలంక్రియా రసధ్వని రసనాగ్రవర్తి

తే యగును, భారతి! నీ యక్షరాకృతులను నక్షరార్థప్రదుండగు హరికొసఁగితి
ధరణిపతులకై విడను ముక్తామణులను వెలఁగఁబోతురె కర్కంధుఫలములకని. 67

క. ధర్మార్థకామమోక్షము లర్మిలినిడు తల్లి వీవె యని వినియెద నీ
మర్మముదెల్పుము కవి దగు కర్మంబిదియేమి నృపునిగని కయిసాఁపన్. 68

సీ. తీవంచమోముల దిట్ట చేపట్టినజాణ వీ పీరాని చదువుగలదె!
కడుపు బంగారు టొక్కసముఁజేసిన మేటివనిత వీ విడలేని ధనముగలదె!
నిక్కపుజగపుమన్నివి పట్టపురాణి వరయ నీ విడలేని వరముగలదె!
కైటభదైత్యారిగా దిలికోడల వెదియొ నీ విడలేని పదవిగలదె!

తే. అంబ! త్వత్పదసేవనాలంబ దీప్త భక్తవర్యులు భువి నెందురిక్తులనెడి
యర్థరహిత జల్పనముల నాలకింపఁజాలఁ కావ్యకాసార మరాలబాల! 69

క. సత్యశివ సుందరాకృతి నిత్యముగా నా మొగాన నిల్తువుగదె యీ
భృత్యునితో నీ విప్పుడసత్యముఁ బలికింతువమ్మ చదువులరాణీ! 70

ఉ. ముందు సురాళికై యమృతమున్ దగ మోహిని బంచినట్లు మ
న్మందిరమందు భూమి సురమండలికిన్ మధురాన్నపానముల్
విందు నొసంగరాదె యరవింద దళాయతనేత్ర! శారదా
సుందరి! యంచు వేడనొక సుద్దియిటుల్ విననయ్యె వాకిటన్ 71

ఉ. పోతన సత్కవీంద్రులు పవిపూత చరిత్రులు మందిరమ్ములో
నీ తరుణమ్మునందు వసియింతురె. సత్కవిదర్శనార్థమై
పూత చరిత్ర శ్రీ భువనమోహిని జ్యోతిపురంపురాజ్ఞి వి
స్ఫీత యశస్కఁ బాల్కురికి వేలుపు నీశ్వరుఁ గాంచి వచ్చెడిన్. 72

చ అనుటయుఁ బోతనార్యుఁడు మహాద్భుతిడాసి మదీయభాగ్య మే
మనవలె మీదురాక యని యాడుచు యానమునల్ల లోనికిం
గొని చనుఁడంచు వాహకులకుం దగు మార్గముఁజూపి గోష్ఠమం
దున వృషపాళిఁ దోలుఁడని తోడుతవచ్చిన బండ్లతో వనెన్ 73

ఆ మేఘమందు మెఱయు మించు దీవియఁబోలి కాచపాత్రి దీపకళికవోలె
వెల్లమబ్బులందు వెలుఁగు సుధాంశువై యద్దముల సవారియందుఁ జెలఁగి. 74

తే, పూర్ణసౌందర్య జలనిధిఁ బుట్టి పెరుగు భార్గవి నెవారొ వలబన్ని పట్టిరనఁగ
వలిపమగు నుల్లబంబున వెలుఁగు లీను వెలఁది యాందోళికను వీడి వెలికివచ్చె. 75

చ. కవివరుఁ డేగుదెంచి తనకై సవరించిన మేల్పవంతిలో
నవసతినిం బొనర్చి వెలి వర్మలి పోతనఁ జేరఁ బిల్చి తా
నవిరళ భక్తియుక్తి నిటులాడెను సత్కవిచంద్ర ! నేను మీ
కవితల నాలకింమటకుగా నరుదెంచితిఁ గూర్మి పేర్మిమై. 76

చ. ప్రణత జనార్తిహారకునిఁ బాల్కురికేశుని సోమనాథునిన్
ఫణికృతభూషణాంచితుని భాగ్యవశమ్మునఁ గాంచి మ్రొక్కి ల
ర్పణముఁ బొనర్చ వ్యాసకృత భాగవతమ్మును భక్తిఁ బోతరా
ణ్మణి తెనుఁగుం బొనర్చెను వినం దగునంచు వచించిరయ్యెడన్, 77

చ, అది విని నేను బోతన మహాకవి దర్శన భాగ్యమై భవ
మ్మొదవునటంచు వచ్చితి నిటుల్లమునం గలదొక్క సంశయ
మ్మది తొలఁగింప వేడెద స్మరాంతకు నచ్యుతుఁ డెట్లు మోహినీ
మదవతి రూపమూని విజమాయ జితోస్మియనం బొనర్చెనా. 78

క. ఒక క్రేవ భావుకుండు మఱొకవైపున వీరి రాక యొనగూడెను దా
నొకటే సమయమ్మున నే నీక ముసుగల కర్జమేమొ యెఱుఁగ నటంచునా. 79

వ. పోతన తన యంతరంగమ్మునఁ జింతింప నమ్మదవతి యతనింగని, 80

తే. ఇంక నొక విన్నపముగల దీక్ష్య చరిత ! దానిఁ జిత్తగింపఁదగు విదానగతిని
నే సహస్ర భోజనమును నిర్వహింపఁ దలఁచితిని శివార్పణముగా దాని విచట. 81

అ. జరుపుఁడనుచు సకల సంభారము లొనర్పఁ బరిజనమ్ము బిల్చి పంపుసేయ
వల్లెయనుచు వారలెల్ల వస్తువులను గొనుచు బాననమున నునిచి చనిరి. 82

ఆ. సూదజనము లెంతొ మోదమ్ములోడుత భక్ష్యభోజ్య లేహ్యపాయసముల
సిద్ధపఱచి త్వరగ శ్రీనాథుఁ డాదిగా విప్రతతుల కిదిరి విందు లంత. 83

క. పోతన సాదరగతి నతిచేతో ముదమెనఁగ రాణిఁ జేరంజని య
న్నాతికి నాతిథ్యంబిడఁ బూతమతిన్ స్వీయపతిని బోరి నియమించెనా 84

ఉ. కూరుచు విందు లక్కజము గొల్పఁగ సత్కవిశేఖరుండు వి
స్తారముద మ్మెదం గదుర ఛాత్రియుతుండయి పోతనార్యుతోఁ
జేరి భుజించి తమ్ములము సేయుచు బాన్పున మేనువ్రాల్చి పెఌ
గూరిమి నాంధ్రభాగవత కోమల కావ్యకళా ప్రలుబ్ధుఁడై. 85

తే. ఘనుఁడు శ్రీనాథకవి శిష్యగణములెల్లఁ గొలువఁ బోతనకవిఁ బిల్చి పలికె నిట్లు
నీదు భాగవతాకాశ నిర్ఝరమునఁ దానమాడించి మత్స్వర్గధామ మిడవె. 86

చ. భవహరమై సమగ్రరసబంధురమై భగవద్గుణామృతా
సవఝురమై కళారమకు సాగరమై కవిలోక లోచనో
త్సవకరమై నిరర్గళ నిసర్గమనోహరమై తనర్చు భా
గవత కవిత్వమేను వినఁగా నిను గోరెడివాఁడ సత్కవీ! 87

క. అన విని పోతన స్మేరావన మొప్పఁగ బావఁగాంచి నా భాగ్యము మీ
రనుటయె చాల్పదివేలని వినయ సుధాస్రవదుదారవిధు వదనుండై. 88

క. అనఘా! మీ మును నేఁ గవినని చెప్పగ సిగ్గువడెదనై నను మీముబోల్
ఘనులకడఁ జదివినవె సంకునఁబోసిన తీర్థమగుచుఁ గొమరొందుఁ గృతుల్. 89

ఉ వీరి విలాసభాషణము వీనుల విందిడ నింగితజ్ఞుఁడౌ
నారయ లోనికేగి సుమనస్సమరందము నా ప్రబంధమున్
దోరపు భక్తిఁ దెచ్చి వినయుండయి పీఠికనుంచెఁ దా నమ
స్కార మొనర్చి పోతనయు సాదరబుద్ధిని విప్పెఁ దత్కృతిన్. 90

తే. అపరమోహినియై భోజనామృతమ్ము నిడిన రాణి వాంఛితముల నెలమిఁదీర్ప
మోహినీ సత్కథా సుధావాహినులగు ఘట్టములె గాన మొనరించెఁ గవివరుండు. 91

ఆ. అతని కావ్యగానమది జెవిం బడినంత నాగుపాము లీల మూఁగెఁ దలలు,
అతఁడు చదివి చదివి యాఁపె నా వెనుకయుఁ వదె ధ్వనించెఁ జెవులఁ గదలవెదలు. 92

శా. శ్రీనాథుం డల పోతరాజ కవితా శ్రీ మోహినింగాంచి బ్ర
హ్మానందాబుధి నోలలాడుచును దీవ్యన్నందనోద్యాన సం
తాన శ్రీహరి చందనోపగత శీతచ్ఛాయలందుః సుధా
పానోన్మత్తునిరీతి మైమఱచెఁ గావ్య స్వర్గసంవాసియై. 93

ఆ. జోలబాడు నంత బాలుండు నిశ్చల చిత్తుఁడగుచుఁ గూర్కుజెందు శక్తి
యచటి బుధులయెడఁద నావేశమై మేని చలనమడఁగె నోరు పలుకుటుడిగె. 94

క. శ్రీనాథసుకవియున్ జకితాననుఁడై యతనిఁగాంచి యను నిటు బావా!
యీ నా జన్మము ధన్యము తా నీ కవితామృతంబు ద్రావుట కతనన్. 95

తే. లలిత వాక్యరసాల పల్లవవితాన ఖాదనోన్మాదులై తాము గండుకోకి
లములు కలహించు ధారావిలాసఝురుల స్వేచ్ఛఁ గ్రీడించు రాయంచ చేడెపిండు. 96

తే. హరి జగన్మోహినిగఁ బృథ్వి నవతరించి యమృతమునుబంచె నాఁడు తా నమరతతికి
నీ కృతుల నేఁడునుః మోహినీలతాంగి మనుచు విబుధుల కమృతభోజన మొసంగి. 97

సీ. లలితపదమ్ములే లలితాపదమ్ములై ధారుణీజన శిరోధార్యతఁ గనె,
భావార్థములు రమ్యభావజార్థమ్ములై భువనైక మోహనస్ఫూర్తి గాంచె,

వృత్తమ్ములు మరాళవృత్త ఘూసమ్ములై సుకవరలోక సంస్తుతుల నందె,
సుమధురాలంకృతుల్ సుమనోమనోహరాకృతులై ప్రజా నమస్కృతులఁ గొనియె

తే. ధ్వనులు చతురాననోదిత ధ్వనులఁ బుట్టు కృతులెయ్యె పండితావళి కృతులఁ దన్ను
నీదు కృతి రసఖండమ్ము నిర్జరాళి కమృతభాండమ్ముగా వెలుఁగందె ననఘ ! 98

ఉ. ఎక్కడి పాండితీ ప్రతిభ లెక్కడికైత లదేమి ధార తా
నొక్క మహాసముద్ర మది యూహ యెటాడ దిఁకేమి జెప్ప దీ
విక్కరణిన్ రచింతువని యెంచను, నేసన నెంతఁ బృథ్విలో
దిక్కులు నాలకించు సురదీర్ఘికలన్ విలిఖించు నీ కృతుల్ 99

చ. నవరస సాగరాళికి ఘనమ్మగు కాల్వలు దోఁడి ముత్తెముల్
రవలు తెలుంగు బంగరు పొలమ్ముల నారిపి పెంప నివ్వి నీ
కవనపుఁబేర భాగవత కావ్యపుఁ గోండ్రిలఁ బండి సాహితీ
భవనము నింపె నాంధ్రరస వాఙ్మధువర్షక ! కావ్య కర్షకా ! 100

చ. రసమయభావ దివ్య మధురాజితమౌచు సువర్ణవర్ణప్రో
ల్లసితమునై పదాంబుజ దళస్థలి నర్థరమల్ వసింపఁ గా
వ్య సుమకుమారి ప్రాజ్ఞహృదయ భ్రమరావళిఁ దన్పి దేవతా
ప్రసవమనన్ సురల్ శిరముపై ధరియింప వెలుంగు భావుకా ! 101

ఉ మూలముడాఁగ నంతకును ముద్దగు నాకృతి దాల్చి స్కంధశా
ఖాళిని దేలి యెంతొ హృదయంగమ పుష్ప సమోక్త్యలం క్రియా
మాలికలల్లి పత్రపధి మంగళరేఖలు దిద్ది సత్ఫల
శ్రీలిడు వేదకల్పతరుసీమల నీయిల నాఁటె నీ కృతుల్. 102

క. శిల్పి కవి గాయకుఁడు నిజ కల్పిత సామ్రాజ్యసౌధ ఘన శిఖరాగ్రా
నల్ప హిరణ్మయ సుమమృదు తల్పముల శయింత్రు రససుధామధు రతులై. 103

క. సుంతయు నీ కృతి గన నజునంతటివాఁడైనఁ బదములంటి నమించుకా,
చింత యుదయించు నీ కళయంతయు శాణశిల క్రింది యందమ్మగుటల్. 104

సీ వెడల వింతియెకాని యడుగిడ్డ చోటెల్ల ముత్యాలపంటలు మూల్గవాక్కా !
దర్శింపనొల్లవు ధరణీపతులఁ గాని చవిన కన్నులఁ గప్పికొనరె నిన్ను !
మాట వెచ్చింపవు నోట నీ వనినంత సిరుల వర్షమ్ములు గురియకున్నె !
కోరవింతియె కాని కోరుచోఁ దీరైన దేవేంద్ర భోగాలఁ దేలవాక్కా !

తే. ఆత్మలో ధన ఘనతల నభిలషింప వింతెకాని నీలోనఁ దలంతువేని
కనకమయమ్ముగాఁడాకా నీదు మనికి యెల్ల విజయదుందుభుల్ దశదిశల్ వేగవాక్కా !

చ. పుడమిని చెక్కు చోటులకుఁ బోవనె పూజ్యుఁడగున్ విపశ్చితుం
డడుగని దమ్మయైన విడదండ్రుగదా ! గిరి గహ్వరమ్ములన్
బడుకొనియుండు సింహ ముఖపార్శ్వములన్ జనుదెంచి మమ్మిదో
కుడువుమటంచు నెందు మృగకోటులు చుల్కనజెంది పల్కనే ? 106

ఉ పీదగు విద్యకున్ మరియు నీ యసమాన కుశాగ్రబుద్ధికిన్
నీదు కవిత్వసిద్ధి కవనిన్ పసియించెడి యెవ్వఁడేని సం
పాదిత సంచితార్థముల బంగరుగోడలు బెట్టువాఁడు నా
కేదియు వద్దు వద్దనఁగ నీవె కనంబడుచుంటి భావుకా ! 107

తే. నావు దప్పోతరాజు శ్రీనాథుఁ గాంచి యిట్లు పల్కె బావా ! తిన నింత తిండి
కట్ట బట్ట జిక్కిన రాము కరుణ వలన నంతె చాలు ధనాశల కంతు గలదె ? 108

తే. విలువగల రత్నమును దానె వెదకికొంచు మానవుఁడె వచ్చు, రత్నమ్ము మనుజు కడకు
వెదకుమంబోవ దీ విశ్వవీధి నదియుఁ దా సువర్ణమైత్రినె శిరోధార్యమగును. 109

క. 'దేహి' యను చొక్కరికి నీ దేహికరముఁ జాఁచు కన్నఁ ద్రెళ్ళుట మేలో
వాహిను లల్పములయ్యును సాహసమతి నుదధి కొసఁగ సాగు జలాలన్. 110

తే. త్యాగమున నాత్మశక్తి వర్ధనము నందు స్వార్థమునకయి యాచింప సమయు నద్ది
యనుడు శ్రీనాథుఁ డంతఁ బోతనను గాంచి పల్కె నిట్లు లోకజ్ఞాన పటిమ మెఱయ. 111

తే. లక్ష్మి కోపింప విష్ణులీలా విలాస ఘన జగన్నాటకం బెల్లఁ గట్టువడును ,
అర్థమది చతుర్విధ పూరుషార్ధ వితతి నల ద్వితీయమై యద్వితీయతఁ జెలంగె 112

ఉ. అర్థములేని మాటవలె నర్థవిహీనుని జీవనం బిలన్
వ్యర్థముగా గలించుఁ దృణపద్గణనం బొనరించువాని య
భ్యర్థన లోకమెల్లఁ దుద భార్యయుఁ చెన్మిటియై యెదిర్చి వా
క్యార్థమొనర్చు మేఁక మెదనాడు స్తనప్మతఁ దన్న నింతకున్. 113

ఉ. వేగిన యంత పీ దినము వెళ్ళుట లెట్లని నెత్తిపట్లతో
నే గతియింమఁ బ్రొద్దు మతి నిర్ధనికొక్కెడ నిల్వ. దేరికేన్
లోఁగి చరింపఁగావలెను లోపల నెంతటి ప్రజ్ఞయుండియే
నూఁగదు వేగదాత్మ మెయినుండియె చంపు ననుక్షణమ్మునున్. 114

చ. కుడువఁగనైన నర్థితతి గోరినవేళలఁ జేతి నిండుగా
నిడుకొననైనఁ బృథ్వి సకలేప్సితముల్ నెఱవేర్ప శ్వాసముల్
విడువఁగఁ బిల్వనైన నిజవిత్తమె కారణమద్ది లేమి ముం
దడుగిడలేఁడు జీవుఁడరయన్ హరికైనను బెట్టుచుట్టమౌ. 115

క. పులి మేఁకయౌను ధనముం దిలకించిన యంతమాత్ర, నెఱి మేఁకయు బె
బ్బులియౌను ధనము పోఁడిం గలిగిన మాత్రాన వినుము జ్ఞాననిధానా ! 116

తే. కలిమి గలవాని శవమును బలుకరింత్రు వేఁడు నిర్ధనుఁ గన్నెత్తి చూడరెవరు
దరిద్రవంతుని వాక్కు వేదంపు ఋక్కు మిడుకు బీదపల్కులు చెవిఁబడు ములుకులు. 117

ఆ. ప్రతిభగల్గువాని పజ్జ విత్తమెయున్నఁ బ్రకటపఱచు దాని పదిగుణములు
సకలలోపములను సవరించి సరిదిద్ద ధనముకన్న మిన్న ధరణి సున్న. 118

మ. పరదారగ్రహణమ్ము పాపమనుచున్ భావింప చందమ్మునన్
బరవిత్తాహరణమ్ము దోషమనుటల్ భావ్యమ్ములౌ పాండితీ
స్ఫురణం దత్సముపార్జనమ్మునకునై పూనన్ వలెన్ దానితో
నొరులన్ దన్పుచుఁ దా భుజింపవలె వాఁడొక్కండె ధన్యుండిలన్ 119

శా. ఆలోచింపుము సద్గుణోత్తముల నార్యశ్రేష్ఠులన్ బంధు మి
త్రాళిన్ భృత్య కళత్ర పుత్రసముదాయంబున్ దయాస్నేహ భ
క్త్యాలోకాంచిత రాగరంజితులఁ జేయన్ బెట్టిపోయంగనున్
శ్రీలక్ష్మీ కరుణాకటాక్ష విభవశ్రీలే కదా మూలముల్ ! 120

శా. ఈ సేద్యమ్మున కేమి వచ్చినను మీకేమౌను మేల్పంటరాఁ
గానో పీనమొ కల్గ మీ వ్యయములన్ గంధాక్షతల్ గావు తా
నీ సంసారము సంద్లులేని పులి, సొత్తెంతేనియున్ దెచ్చినన్
బానంగమ్మునకైనఁ జాలదెపుడున్ భావింపుమో భావుకా ! 121

ఉ. దానమునందుఁ గర్ణుఁడను తావకకీర్త్యకళంక భాను శో
భానవరూపరేఖల నభమ్ము లిభమ్ముల నెక్కి చాటఁగన్
వేనకువేల విల్గడిగి పెట్టిన యప్పులఁ గోండ్రి దీర్చునే
యేనుఁగు లెక్కనైన ఋణమేకుల రాటముతోడఁ దీఱునే ? 122

క. అనుటయుఁ బోతన శ్రీనాథుని యుపదేశాశయమ్ము తుది మొదళులునున్
మనమున కెక్కఁగ నాతనిఁగని యిమ్మెయిఁ బల్కె నిర్వికారహృదయుఁడై. 123

ఆ. ఆర్య ! మీకుఁ జెప్పునంతటి వాఁడనుగాను గాని మనవి గల దొకండు
వినుఁడు దేవికతన మనమున నే నిప్పుడింత తృప్తిగాంచి యెసఁగువాఁడ. 124

ఉ. ఆఁకలి దప్పులున్ మరియు నాతపశీతవికార బాధలన్
సోఁకఁగనీని సౌఖ్యతతి క్షోణి నరావసరమ్ము లింద్రియా
నీకముఁ దప్పి దాన మదినించు సుభాశి మనోవినోదముల్
వీఁకమెయిన్ నరుండెపుడు వీని నిమిత్తమె ప్రాఁకులాడెడిన్. 125

సీ. అవసరమ్ములు నిందిృయ వినోదము లటంచు నరమనోభీష్టమ్ము లిరు తెఱఁగులు;
అవసర సేవన మ్మనువులమై నిల్పుఁదమి వినోదము లిందిృయములఁ దన్పు.
నొగివినోదమ్ము లాయువునెల్ల హరియించు నవసర సేవ జీవామృతమిడు,
ధాత్రి నిందిృయ వినోదములకుఁ దుదగాన మవసరసేవన కవధిగలదు.

ఆ. అవసరములు పూ_ర్తియగును న్యాయార్జనకా పేక్కఁ దీర్పదెంత వి_త్తమేని.
అవసరమున కన్ననధిక మార్జించుచు ధనముఁ గొనుట దొంగతనమటంౘ్రు. 126

తే. అధిక విషయసంసేవన మ్మగు వినోద మవసరాకృతింగొని వ్యసనాఖ్య నలరి
తనను సేవింపకున్న ఖేద మొనగూర్చు నతి వినోదసేవనము దుఃఖాకరమ్ము. 127

సీ. తన యక్కఱకు డబ్బుదాఁచు లోభమ్మొప్పు పరధనాహరణ లోభమ్ము తప్పు
నిజవస్తువులపయి నిల్పు మోహమ్మొప్పు అన్యవస్తుగత మోహమ్ము తప్పు
తనసతికా నియతిఁగూడిన కామగతి యొప్పు పరసతిన్‌గవయు కామరతి తప్పు
తన ప్రాణరక్షకై తగిన కోపమ్మొప్పు పరవినాశక కోపభరము తప్పు

తే. స్పర్ధ గల్గిన యట్టి మాత్సర్యమొప్పు పరునసూయగాఁజూచు మత్సరము తప్పు
నదభిమానపూర్వక పదచర్యయొప్పు దురభిమానదూషిత మదనిరతి తప్పు 128

వ. అని పెద్దల సుద్దులు మును వినుమందు మిందిృయవినోదము లేల? 129

సీ. జిహ్వకెంతయు రుచి చేకూర్చు మధురాన్న పానమ్ముల న్మేని బ్రిదుకుగలదె?
మెత్తగా నొరసెడి మేల్పట్టు పుట్టమ్మునను మానసంరక్షణము గలుగునె?
భవ్య సౌందర్య సంపదల దర్శింపమిఁ గన్నుల దృష్టి తా సన్నగిలునె?
పరిమళ మిశితార్ద్రి పవనముం దీల్వమిఁ బ్రాణమ్ములకు భంగపాటు గలదె?

తే. అవని నాత్మ స్తవమ్ముల నాలకింపకున్నచో విను శక్తి తాఁ జన్నె? బుధుఁడు
బ్రిదుకుకై వీని సేవింపవలయు మితిగఁ గావి యింద్రియ సేవకై కాదు బ్రిదుకు. 130

తే. ధనము వచ్చు కాలమున వ_ర్తనము మలినమగును జమవేళనే శుద్ధమగుఁ దలంప
నెదుగు వర్షర్తువందు వాహినుల నడలు మలినములగు గ్రీష్మమున నిర్మలములగును 131

ఆ. దాన భోగనాశ తతులందు మూఁడవ స్థలను బొందునట్టి ధనపుగతుల
దాన ము_త్తమమ్ము తా నది యేవేళ వెంట వచ్చు మిగత లింట నుండు. 132

తే. ధనము యౌవన మవని మద్యమ్మువోలె మత్తుగొల్పి వివేకమున్ మఱుఁగుపఱచు
శుద్ధ విషసేవ యారోగ్య సూచన యనఁ గిలిబిఁగి వాడుకొన నవి మేలుగూర్చు. 133

తే. వాయు కృష్ట కాదంబినీ వారమట్లు ఘన సముద్దీ_ప్త విద్యుత్ప్రకాండములగఁ
బద్మదళ గత తరళ శంబరము కరణి స్వప్న సమము జీవనము యౌవనము ధనము. 134

క. ధనమన లక్ష్మియె కదె! యా వనితను విశ్వస్వరూప వర్తియయిన వి
ష్ణుని సేవల నంపందగుఁ దన కని హరియించు నరుఁడు తగు శిక్ష గొనున్. 135

క. లీలఁ బ్రవహించి చన నదిఁ గ్రోలు మెరక పల్ల మెత్తుగడ్డయు మడుఁగౌఁ
గాలప్రవాహ సరణిఁ గుచేలుఁడును గుబేరుఁడగును శ్రీపతి యతియా. 136

సీ. ధర్మమ్ము తా నర్థధర్మమ్మునై కామధర్మమై మోక్షైక ధర్మమగును,
అర్థమ్ము తాను ధర్మార్థమై యుక్తకామార్థమై నిత్యమోక్షార్థమగును,
కామమ్ము తా నర్థకామమై సద్ధర్మ కామంబుగా న్మోక్షకామమగును,
మోక్షమార్థిక బంధమోక్షమై కామ విర్మోకమై సుఖదుఃఖ ముక్తినొసఁగు

ఆ. ధర్మమూలముపయిఁ దగ నర్థకామాది వృక్ష పత్ర పుష్ప వితతి దనరు
మోక్షఫలము నందు మూలమౌ ధర్మము జెడఁగనీకయున్నఁ బురమి నరుఁడు. 137

తే. అనిన శ్రీనాధుఁ డా పోతనార్యు పల్కు లన్నియును గూడ వేదవాక్యమ్ము లటులు
శ్రద్ధమై విని యెన్నెన్ని జన్మ లీవు ఋషివె. లేకున్న నిను వేద మెటులు వలచు, 138

క. నీవరె నిల్లెఁడు జనములు కేవల విజ్ఞానధనులె కిల్బిషరహితా!
భావింపఁ దలకు నొక రుచిగా వెలయఁ బ్రపంచమనినఁ గవి యిట్లనియెన్. 139

చ. సతికి సుతాళికిన్ మహిత సౌఖ్య సమున్నతి గూర్పనెంచి పె
న్మతకరియై నరుం డనుదినమ్ము ధనమ్ము గడించిపెట్టుఁ దా
నితరుల మోము మెప్పుకయి హీనకృతుల్ వొనరించి మించి దు
ర్గతులను ద్రెళ్ళి యాత్మ కపకారమొనర్చికొనంగఁ జెల్లునే? 140

తే. ప్రకృతి బంధుజన ప్రేమ పాపములకు దారిదీయక మానదు తద్విధమ్మె
యాత్మలెల్ల బంధువులని యరయు ప్రేమ నరుని యజ్ఞాన జలధికిఁ దరణి యగును 141

చ. తెలియని వేళ దోల నతిదీనత నగ్నశరీరధారినై
మెలఁగితి మానమేర్పఁడ నమేయ సుమవ్రిథలీను వల్వాలన్
వెలసితి నజ్ఞతా విరతి పీటఁడినై చెడినాఁడ. జ్ఞానమున్
దెలిసితి నిప్పుడల్లె చెడ దీపము గైకొని నూత దూఁకుటల్. 142

తే. నాదు జీవితమ్మిగతి నడువనిమ్ము ముందు నీ బిడ్డ సుఖపడి మురియునట్లు
నీదు జామాత కీ నీతి నేర్పుకొనుము మ్రాఁకు కన్న వంచినయట్లు మలఁగు మొలక. 143

ఉ. పోలిక మేనమామలను బోలఁగవచ్చును భాగినేయుఁడీ
మేలు వచింపు మాతఁ దెద మెచ్చునన్ గవిరాజరాజు తాఁ
బూలను గొట్టినన్ దిరిగి బుక్కనవేసినయట్టులౌర! మీ
బాలురు వారునున్ సహజపండితు లొద్దులు జెప్పనొప్పునే? 144

క. అదిగాక నీ సుతుఁ దతఁడు గదె! వి ల్విరిచి కటిడినఁ జెట్టొకటి మొల్చునెటుల్
మొదలే మొగురము లావనఁ దుద దూలమ్మగున నిజము దోఁచునె యనుచున్. 145

క పరిహాస భాస భాషణ మరంద రసవృష్టి బావమఱఁదు లిరువురున్
జిఱునగవు పూలగుత్తులఁ బరస్పరము జల్లుకొనుచుఁ బడుకొనిరి నిశిన్. 146

ఉ. వేకువయాటఁ బోతన కవీంద్రు విరుక్త గజేంద్ర మోక్షణ
ప్రాకట సూక్తులన్ నిదురబాసిన సత్కవి సార్వభౌముఁడున్
మేకొని కాల్యముల్ నెఱపి మేపడి సోదరరాగ వేగ శో
భా కమనీయకర్ణ సుఖభాషలఁ జెల్లెలిఁ గాంచి యిట్లనెన్. 147

తే. సోదరీ! శారదన్ నీదు సుతగ నెంచి సాఁకితివి నీ ఋణమ్మెఁగఁ జాలననుట
సేవ నా కోడలున కేను జేసికొంటి నేమి చోద్యమ్మటంచు నా లేమ పల్కె. 148

శా. ఆ పల్కుల్విని యాడెఁ జెల్లెలిక సత్యంబద్ది మీ బిడ్డయే
రేపై నన్ దమి మీ కరమ్ముల సమర్పింపన్ వలెన్ గాదె, వే
మీ పిల్లం బొనరించుకోవలయు సుమ్మీ! సోదరీ! యత్తటిన్
నాపై భారముదించి నట్లులగు నన్నన్ నాతి తా నిట్లనెన్. 149

క. ఇట్టుల కొమరుని గననెది పట్టించుకొనండు మీదు బావ, చిఱుతఁదో
చెట్టుపలె నెదిగెఁ బిడికెం డెట్టులబడు ననుచుఁ జింతయే లేదనుటల్. 150

తే కవి పలికె నిప్పుదేది తక్కువబడినను నవరిచెదఁ గాని పరిణయ సమయమందు
పలమొ తులమొ మీరలు పిల్లపై నిడికొనన నలువురం బ్రతిష్ఠయు భూషణమ్మ మీకె 151

తే కావునన్ నేఁడె కోకను గట్టఁబెట్టి విడెముబెట్ట మీ సొమ్మనఁబడును దుహిత
నాభరము వాయు, నాభరణమ్ము లిదుగో! పట్టుపుట్టము లివెయని భగినికిడెను. 152

ఆ. బ్రీత యిట్లుపల్క భామిని యానాఁడె పతి యనుజ్ఞవడసి బంధువులకు
బొట్టుపెట్టి మీరు భోజనమ్మనకు మా యింటికనుచుఁ జెప్పి యెలమివచ్చె. 153

క. పొంగుచు శారదకపు డభ్యంగన మొనరించెఁ గుడుపులయ్యెను గట్నా
లంగొని సింగారమ్మన నంగణమునఁ గూడెఁ బేరటాండ్రు నివహముల్. 154

చ. చిలుకల చాలు వ్రాలినటు చిత్రముగా సరివేల్రు మామిడా
కుల పలుతోరణమ్ములను గూడిన శీతలకాయమానసం
విలసితసీమఁ దూర్యములు వీనుల విందిడ మంత్రపాఠముల్
జెలఁగ నుపాయనమ్మొనఁగి చేలము గట్టఁగఁ జేసిరంతటన్. 155

మ. బలిమిన్ లక్ష్మియు నామె కళ్ళఁ బసుపుం బారాణియున్ దిద్ది న
వ్వులకై బుగ్గలకింత రాచి యిదొ వస్పుంగుంకుమన్ బెండ్లిదా

కళవచ్చెన్ వదినే! మొగమ్మున కనన్ గంజాక్షి వ్రాల్గన్నులం
దలుగుల్ వాఱు త్రపాతరంగిణుల నీదాఁడెన్ మిలన్మీనముల్. 156

క. మల్లన కెల్లరు మెచ్చఁగ పెల్లా పాగా నొసంగి శ్రీనాథుండున్
జెల్లెలి యుల్లమ్మలరఁగ నల్లుని జేసికొనె మేనయల్లుని గూర్మిన్ 157

ఉ. పుక్కవ ఫాలమందున సమర్చిన కుంకుమరాలి కొద్దిగా
ముక్కుపయింబడన్ జెదరి ముంగురు లా యపపాయమూరు లేఁ
జెక్కుల వ్రేల వ్రేళ్ళపయిఁ జెల్విడగోరఁట కెంపువన్నియల్,
మ్రొక్కెడెఁ బెద్దపెద్దలకు ముద్దియ గద్దియ డిగ్గి సిగ్గుమై. 158

క. ఇంచుక వ్రాల్మోమునఁ గొమ్మించనఁ జిఱునగవు మెఱయ పెయిచీర జరీ
యంచులు జీరాడఁగ రాయంచనడన్ లోని కరిగె నలశారదయున్. 159

తే. శారదయు మల్లనయుఁ బరస్పరము స్వీయరూప సంపదలన్ గ్రోల నా వదుగుర
నోపలేమిఁ గన్గొని రొరయొరకనులఁ బళ్యతో హరత్వమ్మటఁ బ్రకటపడఁగ. 160

క. రాశిగణకూట మైత్రి పరికాశింపన్ లగ్న పత్రికన్ వ్రాసి తమిన్
శ్రీ శుభమస్తని మల్లన కాశీర్వాదమ్ము సేసి రవనీ సురులున్. 161

ఆ. అగుట లగ్న నిశ్చయమ్మవచ్చిన పెద్ద లెచటివార లచటి కేగిరంతఁ
బట్టుపుట్టమూని ఖాసిల్లువదినెను గాంచి లక్ష్మి తండ్రికడకుఁ జేరి. 162

మ. ఒడిలోఁ గూర్చొని గడ్డువ న్నిమిరి ఊఁహూఁ నాయనా! యంచెదో
నుడువంబోయి నొకింతవిల్చి మొగమం దొక్కింత గారాబ మే
ర్పడ వీక్షించుట లేమి గావలయు నా బంగారు తల్లీ! యటం
చడుగన్ శారదకిడ్డ చీర కొనియీయన్ రాదె నా కొండనెన్. 163

క. అనుటయు శ్రీనాథుఁడు పోతన యొడి నున్నట్టి సుతను దాఁగొని లక్ష్మీ!
యని దలమువ్వుచు నేఁ దెత్తును నరపతి కరుణ మరొకతూరికి ననియెన్. 164

క. కలవారి సుఖముఁగని నీళుల మ్రింగుచునుందు రురక లోకమున దరి
ద్రుల బిడ్డలు విజవాంఛలు ఫలియింపని పూవులనుచు భావింపరెదన్. 165

ఉ. వెంటనె సత్కవీంద్రుఁగని వెల్వెలవోయెడి లక్ష్మిమోము గ
న్గొంటయుఁ గూఁతు కిట్లనియెఁ గోమలభావుఁడు పోతనార్యుఁడే
మంటివి, నీదు పెండ్లివఱకా నరిగంచుల పట్టుపుట్టమే
యింటికి రాదెటుల్ నడిచి, యీయఁడెటుల్ మన రాజరాజు తాన్ 166

శా. శ్రీనాథుండును బాలికం గనుచు లక్ష్మి! వారి బ్రశ్నింపు మీ
తానా రాజెటులీఁ గలాఁడొ యతఁడే సంస్థాన భూపాలుఁడో

యే నాపంబున నొప్పువాఁడో యనఁగా నీ చిత్రమౌ ప్రశ్నకున్
దానా పోతన కూఁతుకిట్లనె సమాధానమ్ము వెట్టం గవిన్. 167

శా. వాణీ శత్రిపురాంతక ప్రముఖ గీర్వాణాదు లెవ్వాని దృ
క్కోణానుగ్రహ నిగ్రహమ్ములకుఁ బొంగుం గ్రుంగులం గాంతు రీ
క్షోణీకోణ శతాంశపాలకులు రాజుల్ వానిలో నొక్క సూ
క్ష్మాణుస్థానముఁ బోలఁ జాలుదురె తా నారాజె మా రాజగున్. 168

సీ. పర్వతమ్ములు గాఁగ బడుగు బండల గుండ్లఁ బనివడి యెవఁడు కుప్పలుగఁబోసె,
నదులుగా నీ నీళ్ళ నానా ముఖమ్ముల వలయునం చెవఁడు కాల్వలను దీసె,
పఱచిన ట్లంతటఁ బచ్చిగడ్డినదెంతొ యక్కఱ యని చేల నల్కె నెవఁడు,
వివిధ గుల్మ లతాది వృక్షాల నడవుల నవసరమని తోఁట లెవఁడు వేసె,

తే. చీఁకటింటి కాఁపురము నేఁ జేయుటెట్టు లనుచు విధుభాను దీపమ్ము లభ్రసీమ
నవసరములందు ముట్టించి యార్పు నెవఁడొ యా జగత్కుటుంబియె మాకు రాజు తాను.

సీ. అవనీ మహారాజ్ఞి కవిసెనే మారాజు పచ్చిక మేల్వన్నె పట్టుచీర
గగనకాంత కెవండు కట్టఁబెట్టెను రేయి నీలిరంగుల జరీపూల చీర
దిక్పతి కేపేళ తెచ్చియిచ్చు నెవండు మంచువన్నెల సన్నమల్లుచీర
ఇరు సంజలం దెవ్వఁ డిచ్చుఁ బ్రాక్పశ్చిమాంగనలకు లేఁతచెంగావి చీర

తే. హరిణ శార్దూల శుక పిక హంసకేకి నికర తృణవృక్ష ఫలపుష్ప నివహములకుఁ
గల చరాచరాదుల కయి వెలియనట్టి చీర లెవఁడిచ్చు నా మహోదారుఁ బొసఁగు. 170

శా. ఈ గీతాగురు నన్న నన్యగతిఁ దామే యే జనుల్ చింతనా
భోగాయత్త విపత్త చిత్తులగుచుం బూజింతురో వారిదౌ
యోగక్షేమము నే వహింతునను ధీరోదారు గంభీరునిన్
శ్రీ గోపీజనచిత్తచోరుఁ గొలువం జేకూరవే కోరికల్. 171

శా. అల పాంచాలి మహా సభాంగణమునన్ హా కృష్ణ। హే ద్వారకా
నిలయా। యచ్యుత। నే ననాథనుజుమీ। నీ విట్లుపేక్షించినన్
దొలఁగు న్మానము రక్షసేయుమని చేతుల్ సాఁచి యాచింప వేల్
వలువల్ పంపిన చక్రి భక్తతతికిన్ వస్త్రమ్మొకం డీయఁడే? 172

శా. సిరికిం జెప్పఁడు శంఖ చక్రయుగమున్ జేదోయి సంధింపఁడే
పరివారంబును జీరఁ డభ్రగపతిన్ బన్నింపఁ డాకర్ణికాం
తర ధమ్మిల్లము చక్కనొత్తఁడు గజ ప్రాణావనోత్సాహియై
కరుణాసింధువు. భక్తకోటి మొఱ లాకర్ణించి రాఁ డెట్లనన్. 173

శా. బావా! యంచుఁ గవీంద్రుఁ డిట్టులనె నీ భావమ్మునం దన్యథా
భావింపం దగ దొక్క సంశయ మిటుల్ బాధించెడిన్ నన్ను. దా
నా వైకుంఠుఁడు శంఖ చక్రయుగళిన్ హస్తమ్ములం దాల్పకే
వేవేగన్ బఱతెంచెనేని చనెద వెల్వంగిన్ బొసంగున్ నుతుల్ 174

చ. మఱచితి మింటిలో నొకట మందుల సంచి నటంచు నాశ్వినుల్
త్వరగతి రిక్తహస్తములఁ దా మరుదెంచిరయేని వారలె
ట్లు రుజలఁ బాపువారొ యెదలోన విచారము సేయు మీవె శ్రీ
హరి కరి కేమిసేయుదు నటంచుఁ దలంచి యిటేగుదెంచె తాన్. 175

ఉ. అక్కట! దారి నేగెడి తృషార్తుఁడు కూపము దాయఁబోయినన్
బొక్కెన త్రాడు కేలఁగొని పోవలయుం గదె రిక్తహస్తుఁడై
చుక్కలు జూడ లాభపటఁ జొప్పడునే యని విస్మితాస్యుఁడై
ముక్కున వ్రేలు వైచుకొనఁ బోతన యాతని గాంచి యిట్లనున్. 176

క. తన బిడ్డ నూతఁ బడెనని వినినంతనె బావి దరికి వెస నుఱికి యుర
మ్మును బాదుకొనుచు నేడ్చెడి జననికిఁ ద్రాళ్ళు గొనిచను విచార మొలయునే? 177

క. తల గొట్టుకొనుచు సుతకై పిలపించెడి తల్లిఁ గాంచి వృధయం డితరుల్
తలపైఁ బడి వచ్చినచోఁ దెలియుం దమ కప్పుడు కడుపుతీపి యన నెదో. 178

ఉ. ఈగతి వార లిర్వురు సహేతుక వాద వినోద వైఖరిన్
ధీగరిమమ్ము మీఱ స్మితదీధితు లొప్పఁగ గోష్ఠపార్శ్వసీ
మాగత వేదికోల్లసిత మంజుకటస్థలి నుండ సన్నికృ
ష్టాగతుఁడైన దూత యొకఁ డంజలి సంఘటియించి యిట్లనెన్. 179

క. ఇదె కర్ణాటక భూపతి సదమలగతిఁ బోతనార్య సన్నిధి కనిపెన్
విదితగతి లేఖ నొకఁడన నది గొనెఁ బోతనయు నెంతొ యాప్యాయముగన్. 180

మ. అతఁ డా లేఖను స్మేరకోరకితాలోలాలోక నేత్రాభి శో
భితుఁడై కాంచి పఠించి శ్యాలకుని కర్పించెన్ హసించెన్, గరాం
చిత పత్రి మ్మఖిలమ్మునుం జదివి తా శ్రీనాథుఁడున్ హర్షసం
గత రోమాంచశరీరుఁడై స్వస్పృహితాకాంక్షన్ వచించెన్ దమిన్. 181

మ. ఇది కర్ణాటక సార్వభౌముని సుధా హృత్పద్మ కోశమ్ములో
నదులై ప్రేమ మరంద బిందువులు విన్నాణంబుగా నాట్యసం
పదలన్ జిల్కిన మ్రోఁత వ్రాఁతలగుచున్ బత్రాకృతిం దాల్చె నం
చెద భావింపుము నీ క్షణ మ్మచటి కీ వేగం దగున్ బావకా! 182

ఉ విక్కముగా నదృష్టమన నీ యదియే యని చెప్పవచ్చు నీ
వెక్కడఁ గోర నక్కడనె యెన్నియొ గ్రామము లగ్రహారముల్
జెక్కిన రాగిశాసనముజేసి యొసంగెదనంచు వ్రాసినాఁ
డక్కట ! లక్ష్మిరాఁ దడక నడ్డము బెట్టుకొనంగఁ జెల్లునే ? 183

ఉ. కోరకమున్నె నిన్ను సిరికూర్మి వరించినయంత సోదరా
కారత హాసచంద్రుఁడు మొగమ్మునఁ బుట్టెను మోదవార్ధి పొం
గారెను మిన్నుముట్టెను, రమాంగన సంగతి మోము దమ్మి వి
ప్పారెను సారసారెఁ గని యబ్జ మిటుల్ వికసించె నేమనన్. 184

సీ. ఈవు సంస్థాన కవీంద్రుండవై యుండఁ గాంచఁగా భాగ్యంబు గల్గుటెపుడొ !
ముంతపోఁతగ నీకు ముత్యాల రత్నాలఁ గనకాభిషేకముల్ గలుగుటెపుడొ !
నీ భాగవతకోశ నిర్గళాంగవను నేఁ గృతినంది యెపుడు ధన్యతను గనుటొ !
గండపెండెరము నీ కాల వెల్గఁగ భద్రగజముపై నూరేగఁ గాంచుటెపుడొ !

తే. అనుచు నువ్విళులూరు పేరాసతోఁడ వఱలుచున్నాఁడ నీ దయవచ్చు టెపుడొ !
పోతన కవీంద్ర ! కవి కులాంభోధి చంద్ర ! యనుచు లిఖియించె నింక నే మనఁగవలయు.

తే. పుడమితేఁ డిట్లు ప్రార్థేయపడుచు నీకు వ్రాసికొనినాఁడు చనుటలో దోసమేమి ?
యెద్దు నాఁగేలిఁ గైఁ బూని యెంతకాల మర్వి నొక హాలికుఁడవయి యుందువనిన. 186

ఉ. బాలరసాలసాల నవపల్లవకోమల కావ్యకన్యకన్
గూళల కిచ్చి యప్పడుపుఁగూడు భుజించుట కంటె సత్కవుల్
హాలికులైననేమి గహనాంతరసీమలఁ గందమూలకౌ
ద్దాలికులైననేమి నిజదార సుతోదర పోషణార్థమై. 187

క. అని యా పోతన రాట్పథలసు పను కవి కష్టసుఖములను వాకొను. ని
న్ననుకొనకు బావ ! నీ మాటన వే తెల్లరకు జరుగ దట్లనుచు నొగిన్, 188

ఉ. నిక్కముగా వచింతు నవనీపతి మన్ననమాట గాంచఁగా
నక్కఱ పూర్తియో వఱకె యావల వారిని మందలించినన్
జుక్కల నాడు కన్నులిటు జూడను జూడరు వారి మానన
మ్మొక్కటు లుండ దా మరుల నొద్దికఁ బామును ముద్దుగొన్నటుల్. 189

శా. నా కీర్తం డనుకూలుఁడంచు ఖలు వన్మానించు జేఁ డట్టివాఁ
డాకాలంబున నా ప్రదేశమున దీపార్చిః క్రియన్వెల్గునై
జాకీర్ణ ప్రతిభా విభాసితుఁడు తానై వెల్గు మార్తాండు న
క్లేకాలమ్మున కే ప్రదేశమున కెందీ విశ్వ విశ్వంభరన్. 190

క. ధన యౌవన ప్రభుతలు మద్య నిషేవణము లివి మూఁడు నైక్యముగా సే
వన మొనరుచు నృపునింకె మనవలెనో నీవ యెడద నరయుమి బావా! 191

క. ధనిమణియగు సజ్ఞానత దనరినఁ దా వెల్గు నొరులఁ దా వెల్గించున్
ధనిఫణి యగు నజ్ఞానతఁ దనరినఁ దా వెఱచు నొరులఁ దా వెఱపించున్. 192

సీ. కాళ్ళు లేక చరింపఁ గల్గువాఁడన నెప్డు డాందోళికాగామి యగుట నేగు,
ఘనతరా జీర్ణరోగగ్రస్తుఁ డగు వేళ గాలిమేపరితనమ్మోలి వఱలు,
వినతిపత్రము గాంచి వినతు లాలించుటఁ జఱిశ్రవత్వము సార్ధపడును,
విత్తార్జనమునకై వేలబద్ధములాడ రెండు నాలుకలఁ జరించఁగలుగు,
తే. ఉరక కనుబుసులాడు మహోగ్రవదన వైఖరుల వక్రితములౌ వర్తనముల
ఛత్రఫణదీప్త ధనిక రాజన్యఫణుల నీడ నుండ నెవ్వారికి కీడు దప్పు? 193

చ. మునుజన నన్ను మించి చను ముఖ్యుఁడవా యను, నొక్క యిద్దు వె
న్క విడిన నీవు వట్టి కొఱగాని జడుండవటంచుఁ దిట్టుఁ, బ్ర
క్క నడచినంత నా సమముగాఁ జననర్హుఁడవౌదు వేమనున్
గన నెటు వోయినన్ శ్రమయె క్ష్మాపుఁడు పల్లెరుగాయ చాడ్పునన్. 194

చ. స్తుతివి బొనర్పఁగా వితఁడు చూచుచునుండెను బొట్ట నింపఁగా
నతులిత భక్తి నంచుఁ బరిహాసమొనర్చును, మిన్నకున్న స
మ్మతిఁ బ్రకటింపఁ, డాశ్రితుఁడు క్ష్మాపతి సన్నిధిలోన నెప్పుడే
గతిఁ జనినన్ శ్రమంబె మఱిక త్తెర నందిడు పోకకైవడిన్. 195

ఉ. ఎన్నఁడు జచ్చినావనిన నేడు యుగమ్ముల క్రింద నన్నయ
ట్లున్నని కాని, వారి కడ నొక్కెడనుం దల యెత్తి కాంచఁగాఁ
గన్నులఁ దాండవించుచును గన్పడవే ప్రళయార్కబింబ మిం
కన్నము పిళ్ళ నద్దుటయె యాలును బిడ్డను గండ్లఁ జూచుటే. 196

ఉ. పెఱలకు నొంటి మన్నయినఁ బెట్టని వట్టి పిశాచిరాజులం
దఱిఁగని దానకర్ణ బలి దాతల పైఁడి మెఱుంగు రుద్ది నో
రఱుగ నుతించి భూపతి కృతాఘము మ్రింగుచుఁ బొట్ట నించుటే?
హరి హరి! వారి మోముగను నంతటి పాపమె లేదటంచనన్. 197

క. ఇది విని శ్రీనాథుఁడు తా నెద నేమనుకొనెనొ గాని యేమి యనక తా
వదలి చనె నా స్థలమ్మును బదపడి త్వరితగతి నేదొ పని యున్నట్టుల్. 198

క. ధీనిధి పోతన యయ్యెడఁ జేనుం జెల్కలను గాంచి శ్రీనాథునితో
వే నిలయము జనుదెంచన్ దా నా గృహిణియును బోతనకు భ్రాతకునున్. 199

క. పాదక్షాళనమున కుష్ణోదక మిడి ప్రేమదీపి తోత్సాహగతిన్
మోదమతి బానసమ్మున మోదక భక్ష్యోపహారముల నిడి కుడుపన్. 200

తే. అంత లక్ష్మి శారదఁ గని యనియె వదినె! నన్ను గూడి యాడక యెన్నినాళులయ్యె
నాడుదమె చెమ్మచెక్క నా నయ్యువిదయు బొత్తిగా సమ్మతింపకపోయె వ్రీడ. 201

క. నివ్వాళు లిడఁగ లజ్జకు నవ్వనిత విలోల మోహనాక్షులు, మేనన్
జవ్వనము నిండుకొన నెదఁ బువ్విల్తుని కేదో కొఱఁత పూర్ణంబయ్యెన్. 202

సీ. లోలదృక్కులకుఁ బారాలిడ్డ యొజ్జల నచ్చనగిల్లల నాడ వెఱచు
నడుమునఁ గ్రొమ్మించు నాట్యముల్ గఱపిన చెమచెక్కలాడఁగా సిగ్గుపడును,
అలరించి మొలకనవ్వుల నేర్పు గురుపీఠమగు బొమ్మపెండ్లి సేయంగనోడు,
అడుగుఁ దమ్ములకు రాయంచ నెన్నడ నేర్పు గుజగుజ రేకాడఁ గొంకుచుండు,

తే. చిన్నతనమల్ల జాఱుటన్ సిగ్గు మీఱెఁ బరికిణీ చీరగా మాఱి పయఁటఁ గోరె,
ఆడమగ భేద మేర్పడె నంతకంత కేమొ తెలిసినట్టులు భావ మేర్పడియెను. 203

క. విచ్చలవిడి పల్కదు పలు విచ్చి నగదు పూర్వమటులు వెలఁది మగని మేల్
ముచ్చట దీసినఁ గనులం దచ్చుపడన్ లజ్జ నిలువ దచ్చట క్షణమున్. 204

తే. పెండ్లిముచ్చట లత్యంత ప్రేమ తోడ వినును దన వంక నెవ్వరున్ గనకయున్న,
కనినఁ దన వైపు దానిని గప్పిపుచ్చ నన్యవిషయ సమ్మగ్నయైనటు నటించు. 205

చ. ఎడనెడ బంతిపూఁ బసిఁడి యూఁతల నీనెడి వంగతోఁటలో
మడవలు మార్చి నీరిడెడి మల్లన పల్లనఁ దొంటిరీతి వా
విడిచి తలెత్తి బావ! యని వేమరు బిల్వదు పూలఁగోరఁగా
బిడియపడున్ మగండనుచుఁ బేరిడినంత నదేమి చోద్యమో! 206

ఆ. పూలతోఁట కేగఁ బుట్టెఁడు ప్రేమమ్ము గలదు గాని చనదు పొలఁతి తాను.
లక్ష్మి నెట్లొ జేసి లాలించి మీ యన్న నడిగి పూలు దెమ్మటంచుఁ బనుచు. 207

ఆ. ఒంటి నేగి బావ కంటంబడిన నేమి యగునొ యనెడి సంశయమ్మొ లేక
యెవ్వరేనిఁ గనిన నేమనుకొందురో యనెడి భయమొ యామె నరుగనీదు. 208

తే. చివురు సౌరుల సొంపారు చింత నీడఁ గనకగిరికాంతు లెగఁజిమ్ము ఘాసరాశి.
వెండి బెత్తాలగమి నేలు నెండు చొప్పగడ్డి కెగఁబడి మేయు లేఁగలు జెలంగ. 209

తే. ఇంతు లిరువురు గూడి తా మెలమిఁ బెరటిబావి కడ నాటిపెట్టిన బంతిచెట్లఁ
బోఁకబంతుల రుద్రాక్షపూలచెట్ల రంగురంగుల ముద్దగోరంటచెట్ల. 210

తే. అలరి యలికిపూసిన చిన్ని తులసిగద్దె పందిరికిఁ జుట్టురా ముద్దబంతిపూల
దండ తోరణంగట్టి సుందరతఁ దనరఁ బసుపు కుంకుమలన్ రంగవల్లి దీర్చి. 211

వ. ఒండొరు లిట్లనుకొనిరి, 212

తే. పొట్ల కన్నె సమర్తాడెఁ గట్ల నవ్వెఁ బచ్చవందిటం బిచ్చుకల్ ముచ్చటాడెఁ
జెలువ మొలయ సీతాకోకచిలుక పిండు మనము లుప్పొంగఁ బేరంటమునకు వచ్చె 213

తే. పసిఁడిగిన్నెలఁ బారాణి పసుపుఁదెచ్చె రాచగుమ్మడి పూబాల, దవలజోతి
హారతు లొసంగెఁ గునుకు పూసారసాక్షి, కట్లపూలెమ కుంకుమబొట్లు దిద్దె. 214

తే. అలరు చిక్కుడుతీవ నీలాంబరాలఁ జుక్క ఉదయించెఁ జలిగాలి చక్కవీచెఁ
బందిళులు మేడపైఁ బూలపాన్పు వేసె నాచరించె గర్భాధాన మలికులపతి. 215

తే. వన్నెచీర బిడ్డలనెత్తి చన్ను గుడిపెఁ దమిని బయఁటాకు కొంగులో దాఁచుకొనుచు
గర్భభారాల సాంగసంగతులఁ దనరి నెలలు నిండిన గుమ్మడి నేలవ్రాలె. 216

ఉ. గుమ్మడి పూఁబదంతి పదతూర్మములం బసుపంటఁ గట్లపూఁ
గొమ్మలు పుప్పొడిన్ స్వగృహకుంజములన్ గనవచ్చువారి ఫా
లమ్ములఁ గుంకుమ మ్మిడఁగ లక్ష్మియు శారద పేరటాండ్ర వే
సమ్ములఁ బూలుగోసికొని సర్విరొగిన్ తులసమ్మపూజలన్. 217

క. పట్టుంగుచ్చులఁ గన్నులు గుట్టనెసఁగు సీతజడలఁగొని వదినె తలం
బెట్టెను లక్ష్మియు వదినే! కొట్టన్వచ్చు జడయనుచుఁ గొంచెము నగుచున్. 218

తే. పూలమొకలంగని యెంతొ జాలినొంది నీరు దోడెదన్ బాదుల నీవు దడుప
వా! యనుచు శారదయె తాను బావిలోనఁ జేఁదవైచె నుత్సాహము చెంగలింప. 219

ఉ. నీరునుజేఁది గోలెమును నింపఁదొడంగెను శారదాంబ బం
గారమువోలెఁ బెంచుకొనఁగావలెఁ జెట్ల నటంచు, లక్ష్మియున్
బేరును బేరునన్ వరుసబెట్టి జలమ్ములఁ బోయసాగె సిం
గారపుఁ గన్నులం దనను గన్గొను లేఁగకు మొల్లతీఁగకున్ 220

క. నోళుల విచ్చెడి పక్షులపోలిక నొక్కొక్క మొగ్గ పలువిప్పెను బూ
బాలల పరిశాంతగతులన్ లాలించుచు దోలనూఁపె లతికాంగనయున్ 221

సీ. కంకణ కింకిణీ క్వాణఝణం కృతుల్ గిరకగానములకు స్వరములల్ల
మంజుల మంజీర శింజానినాదముల్ జలఘటమ్ములఁ దాఁకి జగడమాడ,
కాంచీగుణాంచిత సంచలత్తను మధ్య మసియాడు చేఁద్రాడు ననుకరింప,
స్రింసదుత్తుంగకుచాం చోత్తరీయంబు ప్రివదంబు పాతచిత్రము రచింప,

తే. భ్రష్టఘర్మంబు మౌక్తికవృష్టి గురియఁ గ్రాలు బుసలమైఁదీవియ సోలియాడ
కరయుగము జంటనాగులై సరసమాడ జలముఁజేఁదె నుల్లాసాతిశయము మెఱయ. 222

వ. అంత లక్ష్మిశారదంగని. 223

క. నూఅంకెలెంచులోననె నీరును జేఁదవలె బిందె నింపనువలె నీ
నేరుపుఁ జూచెదననియెన్ శారద సరెయనుచు నూతఁజార్చెన్ జేఁదన్. 224

క. మదవతి నెమ్మెఁదీవియ సదమదమై సాఁగితూఁగ జలములఁ ద్రాడున్
వదలుట లాగుట బిందియ నుదకము వంచుటలు తెలియకుండఁగ జేఁదున్. 225

తే. వడివడిగఁ జేఁదు నాపెకేల్బలము నొకట తట్టుకొనలేక యా ప్రాఁతత్రాడు తెగెను
బొక్కెనయొ నూతఁబడె నపుడొక్కమాటె చప్పుడయ్యె గుభిల్లని జలములందు. 226

క. చేతఁగల బిందు బొక్కెన నూతం దెగిపడిన యంతనో వెన్కకె య
ట్లా తెలవపడియె. లక్ష్మియు భీతి వదినె మడిసెనంచు బిట్టుగ నార్చెన్. 227

క. ధ్వని యీ గతి చెవిఁబడుటయుఁ దినువారలు తినెడి యట్లదే పరువు వెలిన్
మును వెనుక లరయకుండన్ జనుదెంచిరి పోతనాది సకల జనమ్ముల్. 228

క. తొలుతన్ శ్రీనాథుఁడు విహ్వల చిత్తుండగుచు లక్ష్మి నడిగెను దర్లీ !
జలముల దిబ్బని శబ్దమ్మొలసెను శారదయె కూలెనొకొ నూతయనన్. 229

తే. అంత లక్ష్మి తా నార్తిమై నతనిఁగాంచి తత్తఱంబల్కెఁ జేఁద నూతఁబడి వదినె
బావివైపు మ్రొగ్గియు వెన్కఁబదము జాఱి మించిపడెను లేచినవేళ మంచిదనుచు 230

క. అన విని పోతనఁ గన్గొని యనె శ్రీనాథుండు నీవ యరయుము బావా !
వినఁగనె తినువాఁడను చేతిని గడుగుకొనకయె వచ్చితినిగాదె వెసన్. 231

వ. అని శారద నాగసి దరిదీసి వెఱచుకొనవుగదె యనుచు వీఁపు నిమిరి నా భాగ్యంబు
మంచిదయ్యె గండము గడచిపోయె నెందులకీ చందంబునఁ దొందరపడెద వాపదలు
చెప్పివచ్చునే కనుగలిగి మెలఁగవలెననఁ బోతనార్యుం డిట్లనియె 232

క. తన బిడ్డ నూతఁబడెనని వినుతోడనె బావిదరికి వెసనుఱికియు రా
మ్మను బాఁదుకొనుచు నేడ్చెడి జననికిఁ ద్రిక్కుగొని చను విచారమొలయునే ? 233

క. తలఁ గొట్టుకొనుచు సుతకై విలపించెడి తల్లిఁగాంచి వృథయంద్రి తరుల్
తలపైఁ బడి వచ్చినచోఁ దెలియున్ దమ కపుడు కడుపు తీపియననెడో. 234

క. అని పోతనమును దాసిరికిని జెప్పఁడు చక్రిమేనిఁగేలఁ గొనం దే
గెను భక్తుని మనువఁగ హరి యను పద్యముఁ జదివి నిజమె యనిపించెఁ గవిన్. 235

క. ఆ నాఁడట నిదురించి నిదానమ్ముగ వేగినంతఁ దాఁ బోతనతో
శ్రీనాథుండును దిప్పనఁ గానంగా నేగె నోరుగంటికిఁ బ్రేమన్. 236

ఆ. అరిగి నగరుగాంచి యందందు విఱిగిన శిల్పఖండములను జేరఁబోయి
కాకతీయ వంశ ఘనతఁ దలంచుచుఁ గంట నీరుపెట్టెఁ గవియుగళము. 237

తే. కూలిచను కోటతో గుండె కూలిపోవఁ జెదరు శిల్పముంగని ధృతి చెదరిపోవఁ
జూడలేమని కనుపాప లోడిపోయి తిరుగు కన్నీటిసుడుల రూపతిమునుంగ. 238

వ. అంత శ్రీనాధుండు పోతనంగని శిల్పసౌందర్యముం జూపుచు నిట్లనియె. 239

ఉ. నీలపురాలదంతములు నీడలు గన్పడపుల్చు శిల్పఖం
డాలఁ జలత్కలాధునుల నర్తిలు ప్రేక్షక నేత్రపద్మముల్
వాలెముగాంచియో వడియవైచిన తుమ్మెద వర్ణముల్ కళా
శాలల గట్టుకొన్నవిటు చైత్యవిరాజిత దేవమూర్తులై. 240

ఉ. క్రాఁగిన పాఁగగా నినుముగాదిది గట్టిగఁ గొట్టఁ జిట్లు పెన్
మూఁగ శిలల్ పరించెనిటు మోహనశిల్ప వినోదగీత మీ
తీఁగలు పూవు లాతఁడిటుఁ దీర్చెడిచో నివి మాటనేమొకో
మాఁగినకిట్టు కోఁతగను, మైనపుఁ బోఁతగ నీలిపూఁతగన్. 241

చ. కలకలలాడు లేనగు మొగమ్ముల జీవము లొల్క నృత్యముల్
సలిపెడి శిల్పకామినులు జాఱెడి చీరలఁ గోర్కెలూర న
వ్వులనగు చెంతకాల మిటు లుందురయారె ! యిదెంత వింతయే
చిలిపిగుణాల శిల్పితమిచే గిలిగింతలపెట్టె వీరలన్. 242

సీ. శిల్ప లోకాశ్రితుల్ జీవకళాస్ఫూర్తి సతతముండెద రిట మృతియె లేదొ !
లలితయోషావయోలావణ్య మించుక జాఱవో దిమ్మెడ జరయలేదొ !
గజసింహ సంహతుల్ గలిసియుండిన విందు జాతివైరమ్ముల జాడలేదొ !
తరులతా ప్రసవసంతతి నైగనిగ్యమ్ము తఱుఁగ దీ జగతిలోఁ గఱవె లేదొ !

తే. శిల్పి యులిదెబ్బతోడ శాసింపఁబడిన యీ మహీతల స్వర్గ మహీనకళల
జన్మ మృత్యుజరామయ క్షామములను బ్రహ్మ సృష్టిలోఁ గల్గు లోపములఁ దీర్చె 243

సీ. ఆంధ్రోన్నతి న్నిల్పుటద్దము లివి చూపుమోము గన్పడవెల్గు ముద్దుశిలలు,
దివిముట్టె నీ కాకతీయ సత్కీర్తినాఁ దనరు నింద్ర సభా ప్రతాండవములు,
తలఁదాల్పఁ దగిన దాఁధుర్యల శిల్పమనిరాల వలచి వచ్చిన పూలు దెలుపు నొకట,
కాకతిసామ్రాజ్య కాంత కొడ్డాణము గూర్చెడి నోర్గల్లు కోటగోడ

తే. రాలు స్త్రీలయి పూలయి రమ్య కావ్యరసము లొల్కించు మధురాక్షరాలు గాఁగ
హరిహరాదులు నిశ్చేష్టులగుచు శిల్పి శిల్పపు న్వలలోపలఁ జిక్కువడిరొ ! 244

క. అనుటయుఁ బోతన శ్రీనాధునితోనను బావ ! యల్లదో కనుగొను మీ
కునెదుట నీలాచల మన ననుపొంద శయించిమించు నందీశ్వరునిన్. 245

తే. కదలెడిని మూఁపురంబదో గంగడోలు వ్రేలు నటుదోఁచుఁ జెవులూఁగు విధమగపడు.
పంచ కరిగినఁ గొమ్ము నాడించదుగద ! ప్రాణమున్న యాఁబోతిది ప్రతిమగాదు. 246

ఉ. ఎందును గాంచనందె కనుసేమి చివాలున లేచిరాదుగా
యందెలు గజ్జియల్ గొలుసు లా మెడగంటలు మాఱుమ్రోఁగఁగా
నందముగాఁ బరుండి నెమరానుచు జీవము గ్రుక్కుచున్నదీ
నందిని గాంచి మర్లుగొని నాకెడిరా యెవరైన ధేనువుల్. 247

ఉ. పీఁకలు మేఁత ముట్టకయు నిద్దురవోకయు నేలఁబట్టె ని
ల్లేల తెనుంగునేల వృషభేశుఁడు, బాపురె! యాంధ్ర రాజ్యపుం
బాలన మస్తమించె నిఁకఁ బాలిడు నాలను జీల్చి మెక్కెడు
ష్కాలము దాపురించెనని స్వాత్మఁ దలంచుచు బండబాఱెనా? 248

ఉ. ఖండిత పాదపక్షముల, ఖండిత చంచుపుటాంగకాళి హం
సాండజముల్ దివమ్మెగసియాడవొ కాక స్వహంతృదౌష్ట్యముల్
పండిత శిల్పిమేల్ ప్రతిభఁ బంచఁగ నాఁగెనొ యాంధ్ర హంసముల్
బండలునై పయోజలవిభాగ మొనర్పఁగ నేర్చె నెద్దిరా! 249

తే. పొలపుఁగట్టె తా గొడ్డలి పొట్టఁజొచ్చి కులపుఁగట్టెల నన్నింటి గూల్చినట్లు
హైందవుండె తౌరుష్క్యనియంతఁజేరి జాతి విద్రోహచర్యలు సల్పెనిటులు. 250

తే. నాఁటి రామపాద రజఃకణంపు శక్తి దాఁగెనేమొ యీ శిల్పిహస్తాల, నిందు
బండలై బెండులుగ మల్చఁబడుచుపడుచు లచ్చరల మచ్చులగుచు నాట్యం బొనర్త్రి 251

తే. ధరణిపై మానవుఁడు జీవితంబునెల్లఁ బేరు బెద్దఱికమునకే ధారవోయు
సృష్టికిం బ్రతిసృష్టిని జేయు శిల్పి యూరుపేరు జెప్పుకొనంగ నోచులేమ. 252

వ. అనుచు శిల్పిని సంబోధించి. 253

ఉ. గండశిలల్ త్రిమూర్తులయి క్రాలఁగ శిల్ప వినోద వేదముల్
బండలఁ దొల్చి పారమిడు బ్రహ్మకు నీకు జగత్తులో గుడీ
గుండములేని దీనదశ గూరెనె? యూరును బేరు నానవాల్
రెండును జెక్కు నక్షరములే కఱవా బరువా? కళావిధీ! 254

తే. తావకీన నిర్మిత శిల్ప ధాత్రిలోన నల పిపీలిక మొదలు బ్రహ్మాదులకును
దావొసంగిన నీ యశస్తరుణి యందు నిల్చుటకె యొక్క చేరెఁడు నేల కఱవె? 255

ఉ. కొండలఁ ద్రవ్వుకొంచు నిను గోరుచువచ్చెనొ శిల్పకాంత తా
నిండిన పేర్మి నామెఁగన నీ విటు కొండలఁ ద్రవ్వివోతువో
రెండిటిలోని మర్మము నెఱింగిన దొడ్డ రహస్యవేత్త లీ
బండల గుండియల్ గరఁగు భాషణల న్నటియించు నీ యులుల్. 256

మ. తులువల్ కన్నుల నిప్పులద్దికొని తుత్తున్కల్ బడన్మొత్తినన్
దలలం గొట్టినఁ దోఁక లూడ్చినను నిద్ధాత్రిన్ దగన్ బూడ్చనే

నలిదెబ్బల్ దిని బిట్టుగట్టిపడి నీ యూహాప్రపంచమ్ము తా
నిలిచెన్ బో యెదురీఁది కాలజలధిన్ నిర్నిద్ర భద్రాకృతిన్ 257

తే. వెతకి చిరజీవియైన పర్వతవరునకుఁ దమిని రసగంగతోడి పాదాలు గడిగి
ధారవోసితి శిల్ప సుతామతల్లి నమరలోక మ్మిచట బొమ్మలగుమఁ గాంచ 258

తే. కాలగర్భమ్ము లోపలఁ గలిసి చనిన చరితములకు జీవముపోయు సత్కవియును
సాధుశిల్పియుఁ గాన నా సత్కృతులను తల ధరింతుర్ పూజింతురు ధరణి జనులు; 259

క. మనమున సంతోషాంబుధు లనుపమగతిఁ బొంగఁ బోతనార్యుఁ డిటాడన్
విని శ్రీనాథ సుకవి యాతనిఁ గని యిట్లనియెఁ జతురతర భాషణలన్. 260

మ. ఇల భూపాలురె కాదె సత్కళల నిక్షేపారఁ బోషింతు రం
దులకై వారిని సంస్తుతించుట లెటుల్ దోసంబు లౌనన్న వా
రల శైలస్థిరకీర్తికాయముల సంరంక్షింప మోదింప నీ
కళలే హేతువు లౌటఁగాదె యిటు రక్షంజేతు దుర్వీపతుల్. 261

చ వనతరు లట్లు సత్కళలు వర్ధిలఁగావలెఁగాని రాజపో
షణమును కృత్రిమాదృతికి సొంతము స్వేచ్ఛను విక్రయించి వా
రనునటులాడి యో పవని యందలి తొట్ల నెసంగు చెట్లనం
దనరి జలమ్ముపోయని దినాలఁ గృశించి నశింపఁ జెల్లనే ? 262

చ. కవికి మహీధవుండు ఘన కర్పురరాంకవ రత్నరాసులన్
మివుల నొసంగు రాజున కమేయ ధనావళి రత్నగర్భతా
నవిరత మిచ్చునట్టియెడ నవ్వసుధం దగఁగొల్చు టొప్పదే
స్తవగతి రాజులం గొలిచి దైన్యమహోదధి మ్రగ్గ నేటికిన్ ? 263

చ. స్వవశ సువృత్తి సేద్యమును సల్పుచు మేదిని గొల్చుటొప్పు భూ
ధవులను గొల్చుటెంతొ సుఖద మ్మయినన్ బరదాస్యబద్ధ పా
శవికని హీనవృత్తియగు స్వాతిశయమ్మును జంపు నద్ది స
త్కవులు నిరంకుశుల్ కళల దాస్య సుఖమ్ముల కమ్మఁజూతురే ? 264

తే. రాజు హృదయమ్మునం దనురాగ మెదుగఁ బెంపు సేయుఁ గోపించినఁ జంపివేయు
నివ్వసుంధర పెంచుట లెఱుఁగుఁగాని చంపు టెఱుఁగదు తను గొల్చు సాధుజనుల. 265

క. అని యిరువు రిటులు శిల్పమ్మును గని వినుతిం బొనర్చి మురిపెముతోఁ ది
ప్పన వసతికిఁ జని యతనిం గని జోతలొనర్చి కుశలగతు లారయుటల్. 266

క. ఆతఁడు వెస నెదురుగఁ జని చేతులు జోడించి యురముఁ జేర్చి మహా సం
ప్రీతిని శ్రీనాథుని గని చేతమ్మానందపూర్ణ సింధువు లీఁదన్. 267

క. ఎన్నాళుల కెన్నాళులకి న్నిలయపుఁ దో్రివ దొరకె నేమందును నా
పున్నెమ్ముల కలిమిని మిముఁ గన్నులఁ గాంచంగ నోచఁ గలిగితి ననుచున్. 268

క. లో నరిగి యర్ఘ్యపాద్యను పానీయోదకముఁ గొనుచుఁ బరతెంచె నాగిన్
శ్రీనాథుం డడిగని బావా ! నీ కీ శ్రమయె యనుచు భక్త్యనురక్తిన్. 269

ఆ. తిప్పనార్యుఁ డెలమిఁదెచ్చు నీటింగొని కాలు సేతు నొకటఁ గడిగికొనుచు
నాచమనమొనర్చి యరుఁగుపైఁ బఱచిన కొ్రిందివాసి లోనఁ గూరుచుండె. 270

క కలయక కలయక కలసిన కలయికతో నతి ప్రమోదకరహాసఝరిన్
గలహంసలు చెలరేఁగి సకలలోకము మఱచి తమిని గలహించె లలిన్. 271

తే. అచటినుండి పోతనలోని కరిగి యల్లతల్లివలెఁజూచు వదినెతోఁ దనయు లగ్న
విషయమెల్ల వాకొని దాన వివిధములగు మున్నుబఱతెంచు సిలుగుల ముచ్చటించె. 272

క. ఆ మాటలు నీ మాటలు మా మీ కుశలమ్ములాది మాటాడుచునుఁ
సామీప్యములోనే గల శ్రీమల్లన పెండ్లిగూర్చి చెప్పె సకలముఁ. 273

ఉ. ఆ యదనుం గనుంగొని మహాకవి తిప్పనతో నిటాడె మీ
రే యెఱిఁగింపుఁ డిప్పుడొనరించుట లేవియొ. పెండ్లి కార్యముఁ
జేయుటలెట్లొ, నా కిపుడు చేతను లేదొక గవ్వయంచు వా
పోయెను మీదు సోదరుఁడు పోలునె మేనరికమ్ము వీడుటల్. 274

తే. నీదువాంఛ యనుజునితో నెఱపఁజేతుననుచు మీరలు నేఁడు నా కభయమిడిన
నమృత మ స్తనియందు మీ యాలయమున నటులఁగామి నీరానక యరుగువాఁడ. 275

క. అని దగ్గుత్తిక గదురం గనులన్ నీర్నిండఁ బ్రణతిగావించుచు నా
యనుఁగుం బిడ్డకు నియ్యెడ జనకులు మీ రేను మనియుఁ జనియు నొకటియే. 276

వ. అనుటయు మీ యాజ్ఞ తలధరింతు నాజ్ఞయిండని తిప్పనవల్కఁ శ్రీనాథుడిట్లను,

గీ. సింగభూపాలుఁడే కృతినిం గొనంగఁదలఁచి నను బంపెనన వాని తలనుదన్ను
విజయనగరసామ్రాజ్య భూవిభుఁడుకాంక్ష నడిగె కృతి మన భాగ్య మేమనగలనిఁక. 277

మ. అల కర్ణాటక రాజశేఖరుడు తానై పంపె నీ బ్రాహ్మణుఁ
విలిఖించెన్ దగఁ బత్రికన్ గృతికినై వేడ్కోలు గావించె నం
దులకై నీ యనుజుండె యాయకొనఁడెంతో చెప్పితిన్ నేను ముం
గల యీ కార్యభరమ్ము మీదె యనుచుఁ గాఢమ్ముగా నమ్మితిన్. 278

చ. అతనికెకాదు నాకును మహాశయ ! మీరలె యన్నలంచు న
మ్మితి నెదలోన, నేఁబలుకు మెత్తనిమాటల గోటమీటె భూ
పతి వగు మన్ననల్ గలసివచ్చునె కోరినయంత, యుష్మదా
నతి శిరసావహించునని నమ్మి యిటుల్ గొనివచ్చితిన్ జుడీ ! 279

శా. శ్రీనాథుం డిటువల్కె భాషణములన్ స్వీయాంతరంగమ్మె సుం
తైనన్ నిల్వఁగ నోపమిన్ గరఁగి పీరై పోవఁ గన్ద్రోవలం
దానా తిప్పన తత్కవీంద్రుఁ గని ప్రోద్యద్భక్తి భావమ్మునన్
నే నీ కార్యము నెగ్గఁజేతు ననుజు న్నెద్పొంద విన్పించెదన్. 280

ఆ. నాదు మాటపైన నమ్మకం బెలయుచో ఖేదపడకుఁడంచు కేలుబట్టి
స్నానమునకు లేపి షడ్రసమృష్టాన్న కలితుఁజేసి సెజ్జ నొలయఁజేసె. 281

క. ప్రస్థానపు టలసట ననస్వస్థాత్ముం డగుచుఁ జారుశయ్యోపరి భూ
పాస్థానకవియు నిద్రావస్థంగనెఁ దిప్పన యిటువల్కె ననుజుతో. 282

ఉ. ఎన్న వయస్సులోన నొక యించుక చిన్నవెయయ్యు జ్ఞానమం
దన్నల కన్నపీవనుచు నాత్మ నెఱుంగుదు నొక్కనాఁడు నే
నన్నది కాదటంచు నెదురాడవు గీచిన గీటు దాఁటఁబో
వన్న ! సతంబు నాయెడల నట్టులె యుండువటంచు నెంచెదన్. 283.

చ. వరమతి ! నిన్నుగాంచి బుధవర్గము సన్నుతిసేయ నాత్మలో
మురియుదు మాదు వంగడము మొత్తము ధన్యతగాంచె నిన్నుబోల్
చిఱుతనుగాంచి పెంచి చిరజీవిగవెల్గి యశమ్ముఁగాంచు మే
కరణిని నాదుపల్కు వృథగాదని యెంచి వచింతునియ్యెడన్. 284

తే. ఒడలులే వేఱు మానసమ్మొకటె యనఁగ రామ సౌమిత్రు లెంతయుఁ బ్రేమమనిరి
రామ పదభక్తుఁ డెప్పు డగ్రజుని మాట దాఁటువాఁడుగాఁడనుట తథ్యమ్ముగాదె 285

ఉ. నీరము కొంచెమున్న ధరణింబురదం బొనరించి యంటగాఁ
జేరు విశుద్ధు మైలపడఁజేయును వెల్లువగా స్రవించు వాః
పూరములెల్ల మైలలను బోనడచున్ గన నల్ప విద్యతో
పూరుషుఁ డాశ్రితుంజెఱచుఁ బూర్ణకళానిధి మన్పు నెల్లరన్. 286

ఆ. శుద్ధబుద్ధి గల్గు సుమతి విజ్ఞానము లల్పమయ్యుఁ బ్రజకు హాని నిడవు
పూతసైకతములఁ బొల్పారు చెలమ నీరల్పమయ్యుఁ ద్రాగ ననువుపడును. 287

తే. పూర్ణవిద్వాంసుఁడవు శుద్ధబుద్ధి నొప్పు నింగితజ్ఞుఁడవగు నీకు నేను జెప్పఁ
దగిన దేమియులేదు విద్యానిధియయి పూజ్యుఁడగు భావుకుని వాంఛ పూర్తియగుత. 288

తే. రామున కొసంగు కృతిని భూరమణునకిడ సురల కిడనెంచు హావినెందు శునకమునకు
నొసఁగుట లటంచుఁ దెలియుదు వినపువేళ వచ్చిపడె నేమి చేయంగవలయు ననఘ ! 289

తే. బ్రహ్మ మా రాఘవుఁడు కవిబ్రహ్మ యితఁడౌ యెఱుఁగకయె మాటయిచ్చితి నితనికేను
నా యొసఁగుమాట పూర్తి నొనర్పువాఁడ వీవెయని నమ్మినాఁడ నీ యిష్టమింక. 290

తే. ఇదియె భగవదభీష్టమో యేమొ లేమినిట్టి క్లిష్టపరిస్థితు లేలవచ్చు
స్వప్రయత్నమ్ముల కతీతసమయమందు వాని యిచ్చయే యనుకొనవలెను గాదె. 291

ఆ. ఘనుల జీవనములు కష్టమయమ్మౌట వారి శీలములకు వన్నెయిడును
జాతి మణులకెల్ల సానల యొరపిడుల్ నృపుల శిరముకెక్క నెపముతోనె 292

తే. కావునన్ నీవు చింతింపఁగావలవదు మాన్యుఁడగు రాముఁడుండ సమర్థుఁ డతఁడు.
ఏది యెట్లుగావలయునో యెఱుఁగు భక్త రక్షకుఁ డనారతము సత్యపక్షపాతి. 293

చ. అనుటయు నన్నమాట కెదురాడఁగ నోడుచుఁ బోతరాజు తా
ననుపమభక్తి స్వీయరచితామల భాగవత ప్రబంధమున్
దన శిరమందుఁదాల్చె మును దారినిబట్టఁగ, ధాత్రి లెల్లరున్
ఘనతర దివ్యదీధితులఁ గ్రాలు కళానిధి నంటు తారలై. 294

క. వెనువెంట బయలుదేరన్ గనుగొనలన్ నీరు నిండఁ గరుణాసింధో!
యినకులతిలకా! యజ్ఞుఁడఁ గనుపాపన్ రెప్పవోలెఁ గావుమటన్నన్. 295

శా. శ్రీనాథుండును పోతనార్యు గనుచున్ స్మేరాననుండై కవీం
ద్రానీయాత్మజు పెండ్లి కార్యమది రెన్నాళ్లిం కశేషించె
కల్యాణానంతర మేగవచ్చునని, సాలంకార కన్యా ప్రదానా
నుష్ఠాన విధింబొనర్చె సుముహూర్తావాప్తి యేపారుటల్. 296

వ. అనంతరంబ. 297

శా. తానా పోతన సాగిపోవుటకు మున్ దాదాత్మ్యయోగస్థితిన్
ధ్యానించెన్ హరి నన్న పాదములచెంతన్ శీర్షమున్ వంచి మే
లౌ నీ యిష్టము పూర్తియౌనను దివ్యాశీస్సులం గాంచెఁ దా
శ్రీనాథుం డెదవొంగ నా జతనముల్ సిద్ధించెనంచున్ దమిన్. 298

వ. అంత శ్రీనాథుండు పోతనం గని, 299

క. నీ యనుమతి నృపుఁ డెఱిఁగినఁ బాయక వాహనములంపు బ్రాహ్మణు నట కి
ప్డేయనుపు మనియెఁ గవిరాజీ యధమున కెవియు నేల యేగుదు ననియెన్. 300

ఉ. నీటగు దర్శన మ్మొసఁగి నిర్మల భాగవతానువాదమున్
దేట తెనుంగు సేసి సుకృతీ! కృతి నాకు నొసంగుమన్న నీ
మాటనుదాఁటి నే నరకమార్గముఁ బట్టితి నిప్పుడెంతయున్
దాఁటఁగరాని దగ్రిజుఁడు తానిడు నానతియంచు రాఘవా! 301

ఆ నీకు కృతి నొసంగు నిస్తులభాగ్యమ్ము దురితమతికి నాకు దొరకునెట్లు?
అకుపసరు లాను నధమ కీటమునకు సుమమరందపాన సుఖ మొదవునె? 302

ఉ. ఏగుట కెంతమాత్ర మెద నిచ్చయె లేదదియేమొ పాదముల్
సాగుచునుండె వెన్కవరొ సత్వరమేగు మటంచు నెట్టుచున్
వేగిరపెట్టుచుండిరన, విచ్చని మొగ్గను దుంచి తేనియల్
త్రాగుటకే శిలీముఖము దర్ప మెలర్పఁగ సాహసించెడిన్. 303

చ. సుకవివతంస! యాంధ్రకృతి సుందరి నిమ్మనె రాముఁ డేసునున్
ద్రికరణశుద్ధిగా నొసఁగితిన్ హరి కీ కృతి నేలవచ్చె దా
నికిఁ బ్రతిబంధక మ్మిపుడ నే గురు సన్నిధియైన మెట్టు నా
మకకుధరమ్ముజేరి తగుమార్గము వేడెదనంచు నెంచుచున్. 304

తే. నిరత హరినామ చింతనాపరవశుఁడును న్యస్తభరుఁడగు పోతన నగరి వీడి
ఛాత్రులం గూడి యటకు యోజనములఁగల మెట్టు రామప్పవెలసిన గట్టు నరసి. 305

శా. వీఁకన్ డాసెఁ బతత్ ప్లవంగకరగుర్వీ కంపితక్ష్మారుహా
నీకాపాతిత పత్రపుష్ప ఫలదన్ నీలాంబర చ్ఛత్రదం
డా కారోత్కట తుంగ శృంగతట దీవ్యత్ క్షౌద్ర కోశస్రవ
న్నాకాస్తోక సుధాఝరిన్ శుభకరిన్ నారాయణాం చద్గిరిన్. 306

సీ. డోలల్లతాకుంజ తాలపత్రము లనారత చలత్కర్ణ శూర్పములు గాఁగ,
గండ శైలోత్పాత గళదంబుపాతముల్ గండజమద పూరగతుల నీన,
అభ్రంకష న్మంజులాద్రి శృంగా కృతులుత్క్షిప్తశుండాన మున్నతిగన,
హరిహర చైత్యగోపుర వరప్రాకార వితతి యంబారి యాకృతులఁబూన

తే నముచిసూదనుఁ డై రావణమ్ము నెక్కి జగడమొనరింప, శివునిఁ గేశవునిఁ గూడఁ
దనదు పృష్ఠమ్ముపైఁ దాల్చి దాడివెడలు మదగజంబనఁ దవరె నమ్మహితనగము. 307

క. అంతటఁ బోతన మణిగిరి ప్రాంతంగల మెట్టుకుధరమును గనుగొని స్వీ
యాంతేవాసి గణమ్మున కెంతయుఁ దన్మహిమలెల్ల నెఱిఁగించు నిటుల్. 308

ఆశ్వాసాంతము

క. శ్రీమహితరూపశీలా! కామిత ఫలదానలోల! కాంచనచేలా!
రామా! త్రిభువనపాలా! భూమితనూజానుకూల! పుణ్యవిశాలా! 309

ఉ. శ్రీరఘురామచంద్ర! సువి, శిష్టపరితాప జితామరేంద్ర! శృం
గార కళావిలాస బల కల్పితమారక మారకేంద్ర! వి
స్తారిత కీర్తిసాంద్ర! మదదర్పిత రాక్షసహస్తి మస్తకో
న్మూలక కేసరీంద్ర! గుణభూషణదీప్త నరేంద్ర చంద్రమా! 310

అష్టమాశ్వాసము

స్రగ్విణి

శేముషీవైభవ, శ్రీలసత్ప్రాభవా।
భూమిజానాయకా।, ముక్తి సంధాయకా।
కామితార్థప్రదా। కాండ విద్యాహ్రదా।
హ్రీ, మహీ, శ్రీయుతా। ఏకపత్నీవ్రతా.

గద్యము

శ్రీమద్భరద్వాజగోత్ర పవిత్రాపస్తంబసూత్ర, ప్రథిత సూరిజనమిత్ర, బక్కయ్యశా
వాగేశ్వరీ సమాసాదిత, వైదేహీవర నివేదిత సరసకవితావిలాస, సహజ
పాండిత్యభాస, వరకవి విధేయ, 'వరదార్య నామధేయ ప్రణీతం
బైన పోతన చరిత్రమను మహాప్రబంధమ్మునందు
అష్టమాశ్వాసము.

శ్రీ ర స్తు.

శ్రీ వాగీశ్వర్యై నమః

వాణీ ఖేదాపనోదము — కృతి శైథిల్యము

"కర్మణ్యే వాధికారస్తే మా ఫలేషు కదాచన"

శ్రీరఘుకుల నాథా! విబు,
ధారాధిత పాదపద్మ! యవ్యయ సద్మా!
ధీరోదాత్త మనీషా! సూరాన్వయ
భూష దివ్య సుందరవేషా! 1

గీ. అవనినాథ భాగవత కృత్యాక్రమణము ధన్య పోతన తీర్థయాత్రా గమనము
యుక్తరీతి శిథిలిత కావ్యోద్ధరణము ఆలకింపవె రామ! పూజ్యాత్మనామ! 2

తే. ఇది హిడింబాసుర క్షేత్రమిందు తొల్లి దనుజసుందరి తమి వాయుతనయుఁ గూడి
ధరణి "స్త్రీరాజసం వ కర్తవ్య" మనఁగఁ గ్రాలు గణకూట శాస్త్రమున్ గల్లజేసె. 3

తే. దనుజ కాంతాలలామ సౌందర్యగరిమ మానవాధిపు వలపించె మనుజశక్తి
సంపదనుగాంచి రక్కసి చకితయయ్యెఁ బ్రకృతిగతి తలక్రిందులై పరఁగె నిచట. 4

ఉ. అంబరచుంబి శైలశిఖరావళిఁ దొండము లెత్తి దిక్కరీం
ద్రంబులు మందగొన్నటులు ధాత్రిని వెల్గెడి నీ నగేంద్ర పృ
ష్ఠంబున మందిరద్వితయ సౌష్ఠవముల్ శివకేశవైకమ
త్యంబును మెట్టితీర్థ విజయంబునుఁజాటు ననారతంబునున్. 5

ఉ. బానలపైన బానలను బాగుగఁ బేర్చిన జంట దొంతులై
కానఁగనౌ మహాశిలలు గట్టిన యీ శిఖరాల రెంటఁ దా
నీ నగరాజు కేలుగవ నెత్తుచుఁ బాంధులఁ బిల్చి జానకీ
జానిని శూలపాణిని స్వచక్షువులం గని పోరె యిందనున్. 6

క. శివనారాయణ మంత్రోద్భవ మగు శ్రీరామనామ పదకమలయుగా
నవ మధురిమ వివరణమనఁ జివరలఁ బ్రేల్ తేనెపెరలు శిఖరద్వయిపై. 7

మ. తనకై యంబుధిఁగట్టి రావణ వధా ధ్యాయమ్ములో భక్తి మైఁ
దనువుల్ ప్రాణము లడ్డువెట్టి నిజబంధమ్మున్ విడంగొట్టు నీ
ఘన శాఖామృగ ఋక్ష పక్షితతి కైంకర్యమ్ము గావింప వ
చ్చిన సీతా కరుణాంతరంగము లదో సీతాఫలాల్ చెట్లపై. 8

తే. ప్రేమ తనువెల్లఁ గనులు గావించుకొనుచుఁగాంచు నవిగో · మందస్మితకాంతు లొల్కఁ
జల్ల శాఖాకరాలతో మెల్లమెల్ల వచ్చు నతిథుల కాహ్వాన మిచ్చునెపుడు. 9

సీ. రామకుండ మ్మిది రహిమీఱఁ గరవీర తరుసుమమ్ముల కీఁత గలుపు నెపుడు
జీడికుండమిది యసితవర్ణవాః పూర్ణశోభల నీలాల సొంపులీను
పాలకుండ మ్మిది బహునీరముల క్షీర మాధుర్య రుచిరసంపదలఁ బొదలు
గిన్నెకుండ మ్మిది చిన్నది లాంగలీ సుమధుర ఫలతీర్థ సుధల నొల్కు

తే. అల్లిపూచీటి మక్కల యొల్లెగట్టి నాఁచువల ముసుంగుల మోము దాచుకొనుచు
జలదకన్య లీ సరసుల స్వాంతమందు సంచరింత్రు జీవనము లర్పించియెపుడు. 10

తే. హరియె రాముఁడుగా నద్రి యవనిగాఁగ నబ్ధి సప్తకప్రాతినిధ్యమ్ము బూనె
సప్తకుండమ్ము లిందు మజ్జనమొనర్ప సప్త జన్మార్జితాఘముల్ సమయునెందు. 11

తే. ఇందు తృణకాష్ఠజలవృద్ధి కందమూల ఫలసమృద్ధి నీవరిధాన్యకుల వివృద్ధి
కందరాలయ సంసిద్ధిగల్గ కతన విరత మునియోగి గణతపోనిలయ మిద్ది. 12

క. ఒక్కటి రెండు దినమ్ములు నిక్కమ్మీ క్షేత్రమందు నివసించుట లీ
ముక్కంటిని శ్రీరామునిఁ జక్కఁగ సేవించి పిదపఁ జనఁదగు నార్యా! 13

క. మును మీ రేగుఁడు వెనుకం జనుదెంచెద నే నటంచు జనపతి తా నం
పిన బాడబు మునుబంచెను దన శిష్యగణమ్మునరసి తగ నిటులాడెన్. 14

క. కనుఁడదొ మన పెన్నిధిరాముని సన్నిధి దాపునంటి ముక్కంటియు నా
వనచరపతి దనరెన్ నతిఁ దనగతి దాశరధి యడుగుఁ దామరలనుచున్ 15

క. హనుమకు మును నభివాదన మొనరుపవలె ననుచు మ్రొక్కులొనరించి ప్రద
క్షిణగతి ముమ్మారులఁజని కనె వినకులమణిని చైత్యగర్భ గృహమునన్. 16

మ. కని సాష్టాంగ నమస్కృతుల్ మనసుతో గావించి సేవించి యా
ర్తిని హే దాశరథే! దయాజలనిధే! దీనుండహీనుండఁ బా
పిన నన్నెట్లు క్షమింతువో యనుచు స్తంభీభూతచైతన్య వ
ర్తనుఁడై లెంపలువైచుకొంచు నతుఁడై ప్రార్థించె నా మీఁదటన్. 17

క. హరు నద్రిజాతను మనోహరు నఘహరు మృత్యుహరు మహావిషహరునిన్
స్మరహరునిం బురహరుఁగని కరముల జోడించి భక్తిగాంచి యిటెంచున్. 18

సీ. అమృతంబు గరళంబు సమదృష్టిఁ గైకొంచుఁ దలయందు గళమందుఁ దాల్చినావు
నిప్పుల నప్పుల నొప్పిదమ్మగురీతి సెగకంట సిగయింటఁ జేర్చినావు
యోషలంబెను సర్పభూషలన్ వేషమందంగ సంగతినుంచి యలరినావు
భూతినిన్ రజతవిభూతి నొంటను వింటబొట్టుగాఁ బట్టుగాఁ బెట్టినావు

తే. పూలలో రాలలో నుండఁజాలినావు సురల నసురులఁ గరుణతోఁ జూచినావు
తాపసులవోలె నను బోలు పాపిజనులఁ బ్రోతువని వచ్చినాఁడ శంభో! శివ! భవ! 19

క. ముసుదాసుల యఘతతి విషమునువలె దిగమ్రింగి సుకృతపున్ లవమును గ్రొ
త్తనెలంబలె నౌదలనిడి తన కొమరుని లీల నేలుదైవము నెంతున్. 20

వ, అని తన శిష్యులం గాంచి, 21

క. హరుఁ డీతఁడు హరి యాతఁడు హరిహరులను నొకటిగాఁగ నతికికనన్ స
ద్గురువయ్యెను దిక్కన కవివరుఁ డద్వైతామృతమ్ము వసుధను బంచన్. 22

ఆ. కన మతములు పెక్కు గమ్యమింత కొకండె భాషలెన్నియైన భావమొకఁడె
పర్వతమున కేగు పథములు వేరేని నగ్రిమందుఁజేర్ప నన్ని యొకటె. 23

క. అవి యా నిశి యచ్చటనే కను మలిపెను వేగుటయును గాల్యక్రియలన్
బొనరుప స్నానార్థము వెలిజనుదెంచెను ఛాత్రనివహసంయుతుఁ డగుచున్. 24

ఆ. గుట్టపైనఁ గల్గు గుండు గుండునకెల్ల గంతులిడుచు శిష్యగణము వెడలె
క్షితిని బ్రహ్మచారి శతమర్కటములకు నముఁ డటన్నమాట సార్థపడఁగ. 25

సీ. సరి యొకే పత్రానసాపడ నగునవి పాలాశపర్ణ సంపదకు మురిసి
ఫలియించె నదె తరూపరియందు నూరించు శీతాఫలప్రాప్తి శిరము నూఁపి
కనవయ్యెఁ బొట్టికాకరకాయలని తెంచి శాకషడ్రుచులెంచి చంకగొట్టి
కర్డిలఁబోలు చక్కని పుల్లలని తుంచి దంతకాష్ఠావాప్తి గంతువేసి

తే. పుట్టతేనియంగని నాల్క లొట్టవేయ నమిలిపురిఁగాంచి కన్నులింతలుగ విప్ప
కలువపూల్గని సంతోష మొలికియాడ నుబ్బి చెలరేఁగి బాలకు లుత్సహింత్రు. 26

సీ. అదుగో! కోఁతులమూఁకలవె మట్టియూడలం దలకిందు వ్రేలుసం చలరు నొకఁడు
కడుపునం బసికందు కఱచియున్నం దూఁకుఁబడు సద్దిరాయని పల్కునొకఁడు
ఎక్కుశాఖనె పట్టి త్రొక్కి నాలుగు కాళ్ళ నూఁపుచున్నది యని చూపునొకఁడు
గుండుపై నెమ్మదిఁ గూర్చొని మైగోకికొని నోట నెదొ కొట్టుకొను నటంచు

ఆ రాత రువ్వి, చూడరా! గుఱ్ఱు గుఱ్ఱని బొమలు చెవులు నిక్కఁబొంగి వంగి
పైనదూఁకి వచ్చిపడినట్లు జడిపించుఁ గనులు పండ్లుతెఱచి కనుననొకఁడు. 27

ఆ. వస్త్రవితతి తెల్లవడునట్టు లుతుకుచుఁ జెట్టుకొమల కారఁగట్టిపచ్చి
కొమ్మనుండి నీటఁ గుప్పించి దూఁకుచుఁ గుండమదర నీఁత గొట్టుచుండ్రి. 28

క శక్తియు నుత్సాహము గురుభక్తియు స్వేచ్ఛావిలాస భంగిమ లెల్లన్
రక్తిని రూపొందిన యటు వ్యక్తంబగు నచటి డింభవర్గములోనన్. 29

ఉ. స్నానములాడి భక్తి మెయి సంధ్యలు వారిచి పత్రిపుష్పముల్
తేనియలూరు పండ్లు కొనితెచ్చిన కొందులసీవశష్కులుఙా
ధ్యాన నిమగ్నులై గుడిని దాశరథిన్ మనసారఁగాంచు నీ
జ్ఞానిధి పోతరాజగురు సన్నిధినుంచి వచించి రీ గతిన్ 30

క. ఫలపుష్పంబులు తులసీదళములు శ్రీ రాఘవార్పితముగాఁ గను నీ
కెలనంగల యర్చకు కరముల నిడఁగాపలెనె సుకవి భూషణ! యనుటల్. 31

ఆ. అర్చకుండె వెలికి సరుదెంచి యూరు పేరడసి పోతరాజు చరితమెల్ల
శిష్యగణము లెలమిఁ జెప్పుచుండన్ విని కరముమోడ్చి భక్తి గౌరవించి. 32

ఉ. మీరలు పోతనార్యులె యమేయగుణాఢ్య! రఘూత్తముండు దాఁ
గోరిన యంత భాగవతకోశము తెన్గు నొనర్చి సత్కృతిఙా
గూరిచినారలంచు గుణకోవిదు లెల్లరు నూరనూర నో
రూరఁగఁజెప్ప విందును మహోదయ! ధన్యము నాదు జన్మమున్. 33

ఉ. మా రఘురామదేవునకు మామలు శ్రీ జనకాంశతోడ నీ
ధారుణి జన్మమొందితిరి తా మిది యెంతయు నిక్కమెందు మీ
పేరును విందు ముందు కనువిందగు దర్శనమబ్బె నేఁడు బం
గారము మాకు మా యతిథిగా నిటఁ దాము వసింపఁగోరెదన్. 34

ఆ అనుచుఁ బ్రొద్దుగలుగ నర్చన మ్మొనరించి బహువిధాతిరుచ్య పక్వభోగ
ములను రాఘవునకు ముందు నివేదించి విందొనర్చె సుకవివిభున కెలమి. 35

తే. హరికి నంజలి ఘటియించి యర్చకుఁడిడు శ్రీకు తీర్థప్రసాదముల్ స్వీకరించి
భక్తి శిష్యగణమ్ములు బఱచినట్టి శయ్య మైవ్రాల్చి సుంత విశ్రాంతిగొనుచు. 36

చ. కలకల నవ్వుచున్నటులు కన్నులలోన దయారసాపగల్
జలజల జాఱుచున్నటులు చక్కని మోమొక మాటయంచెదో
పలుకఁగఁ బోవుచున్నటులు భక్తుల నొద్దకు సుప్రసన్నతన్
బిలుచుచు నున్నయట్టు లగుపించెడి శ్రీరఘుమూర్తిఁ గాంచుచున్ 37

శా. జీవ మ్మొల్కెడి తావకీనప్రతిమన్ సేవించి లోనించు నా
భావాక్షిద్వయి వేరెదిక్కు మరలింపం జాలరా యేలరా
దేవా! నా మొర లాలకించియును నిద్రింపం దలంపేలరా?
లేవా యీ శిలలోన నుండియును రాలేవా ప్రభావాన్వితా! 38

చ. పుడమి జనమ్ము కావ్యవధువున్ హరి కిచ్చె నితండటంచు నన్
నుడివెడివారి కీస్థితిని నోరిడి యేగతిఁ జెప్పువాఁడ నే
నుడివిన మాట దప్పిన జనుం డనిపించితి వీనినంచు నా
నడకను గూర్చి నీ విటులు నవ్వుచునున్నటు దోఁచు రాఘవా! 39

ఉ. నమ్మినవాని నిట్లు చెడనాడి మహా హసియించుచుంటి వీ
కొమ్మను గోరి చేసికొని కూళల పాలొనరించె నూరు పే
రమ్ముడువోయెనే యరరె! యాలిని నేలఁగఁజాలనట్టివాఁ
డిమ్మహి రాముఁడంచు విహిహీ' యని విన్గని నవ్వరే జనుల్. 40

క. ఆనాఁడు జానకీసతి దానవపతి బంధనమునఁ దగులుకొనె నయో!
యీనాఁడు భాగవతసతి మానవపతి చేతఁ జిక్కి మనలునొ యేమో! 41

క. విన్నుం గట్టుకొనిన యే పున్నెపు టిల్లాలు సుఖముపొందె రఘుపతిన్
గన్నెత్తి చూడ గుండియ లున్నవె యెవ్వనికినైన నో రఘువీరా! 42

తే. హృదయవాసన లీనుచు నెసఁగు మొగలిపూలకై జీవనము ధారవోయుచుంటి
కాని తోడ్తోడనే కంటకములఁ గూడఁ బెంచుచున్నాఁడననుచు భావింపనైతి. 43

తే. అనుచు శ్రీరాము నిటువలె నాత్మఁదలఁచి స్వీయమానసావేదన జెప్పికొనుచు
నుండఁ గనుల మీఁది కదేమొ యొకవిధమగు మత్తు జనుదెంచె హృదయార్తి మఱపుదట్టె,

ఆ. గాఢనిద్ర గాదు కాదు జాగ్రదవస్థ చెట్ల గాడ్పురొదలు చెవిఁబడెడిని
దనువు గల్గి లేని తన్మయావస్థతా నావరించె నేదొ యతని కపుడు. 45

ఆ. భాగవతము శీర్షభాగమం డిడి తాన యేగుచున్నయట్టు లెదకుఁ దోఁచె
గగన సాగరములు గర్జానినాదాల హుంకరించెఁ గవికి జంకొదవఁగ. 46

ఉ. అప్పుడె యాఁగిపోయెఁ బద మంబరసీమను గాంచు నంతలోఁ
దెప్పలుగాఁగ నబ్దములు దివ్యగతిన్ విహరించె వానిలోఁ

జిప్పిలుచుండెఁ బాదరససింధువు వెండి కరంగి పాఱె నాఁ
గుప్పలుగాఁగ నొక్కపరి కోటి వెలుంగులు జిమ్మెఁ జంచలల్. 47

ఉ. అట్టి వెలుంగు జాడ నొక హాటకరత్న విమానకాంతి గ
న్పట్టెను దాన వీణఁ గొని భామిని కోమల రూపరేఖలం
గట్టిన పట్టుపుట్ట మలకల్ మలకల్‌గొని గాలిఁ దేలుచున్
జుట్టిన మేఘపంక్తులకుఁ జుట్టరిక మ్మొనఁగూర్ప నేర్పుమై. 48

ఉ. ముట్టిన మాసిపోవు నవమోహనరూపముఁ గొంచుఁ గన్నులం
గట్టె విమానయాన మిటు కాంచుచునుండఁగఁ బ్రిక్క నొక్కచే
పెట్టున నేల వ్రాలె నది వీడి కఠోర కురార ధారలం
గొట్టిన కొమ్మవోలె సతి కూలిపడెన్ దన చెంత వంతమై 49

ఉ. పుట్టి మునింగిపోయినటు మోమునఁ గొంగిడి మేద్చెఁ గన్నులం
బెట్టిన కాటుకల్ చెదరి నిగ్గుబుగ్గల నీలికాలువల్
గట్టఁగఁ గన్ను లెఱ్ఱపడఁ గంపము నొందెడి గాత్రవల్లితో
'నిట్టి లలంపె లక్ష్మియును నేనును నొక్కటిగాదె నీ' కనెన్. 50

ఉ వెట్టికిఁ గాంచినావె నను వేనకువేల్ గొని కన్నకూఁతురున్
బొట్టకులేక యమ్మకొనఁబోలునె బాలికుఁడౌ నృపాధమున్
ముట్టనటంచువల్కె గుణముక్త సుమౌక్తికపాళిఁ బోలి చ
న్మిట్టల నశ్రువర్షములు నెట్టన జాఱఁగ గద్గదోక్తులన్. 51

వ. అనునంతం బెనువంతం బొగులుచున్న యవిదిత నిజవృత్తాంతయగు నన్నెలంత
నవలోకించి కవికుల తిలకుండు, 52

క. రతివో విశ్వకళా భారతివో శ్రీ సతివొ లేక రాజముఖీ ! పా
ర్వతివో నీకే నిడు నవమతి యేదొ యెఱుంగఁబల్కు మా దయ ననుటల్. 53

సీ. అరయఁగా నేను విద్యా స్వరూపిణిని బ్రోద్యద్బ్రహ్మవిద్య నా యాత్మ యెందు
విబుధ శిరోధార్య విజ్ఞానశాస్త్రముల్ జ్ఞానేంద్రియములయి క్రాలు నాకు
విశ్వ నిర్వాహక వృత్తివిద్యల వెల్లఁ గర్మేంద్రియములనంగాఁ బరంగు
కవిత గానము చిత్రకళ నాట్య లాస్యముల్ నాణ్యమౌ నా కరణత్రియములు

తే. సుకవి చతురాననములు మామక గృహములు నవరసాభోగరసికమానస సరసుల
నాడెదను మనీషా రాజహంసి నెక్కి కైత కెగ్గొనర్చుట లెదం గలఁచుటగును. 54

తే. నరపతుల పేరి రావణాసురల కీవు నన్ను తెగనమ్మఁజూచుట న్యాయమగునె ?
హరికిడందగు హవివి గుర్కురమున కిడఁదగునెయని తిరోహితయయ్యెఁ దరుణి యంత,

ఆ. తెలివివచ్చి దిశలు తిలకించి యేమియుఁ గానరామి బాష్పకలిత నేత్రిఁ
దగుచు నహహ! ధన్యమయ్యె నా పుట్టువు తావకీన మహిత దర్శనమున. 56

క. ఏణీ! సదృశాపాంగ శ్రేణీ! ముఖకమల సంపరీవృత మధులిడ్
వేణీ! వాణీ! వీణా పాణీ! 'తుభ్యన్నమోస్తు' పద్మజురాణీ! 57

చ. వలవల కంట నీర్వడిపి వందురుచున్న భవత్స్వరూపముం
దలఁచిన నాదు మానసము తల్లడిలుం క్షుధ కాలుబిడ్డలుం
మలమల మాడి చచ్చినను పంచిదె కాని భవత్పవిత్ర ని
స్తుల నిరవద్యరూపమును దుచ్ఛుల కమ్మను నమ్ము భారతీ! 58

ఉ. కాటుక కంటినీరు చనుగట్టుపయిం బడ నేల యేడ్చెదో
కైటభదైత్యమర్దనుని గాదిలికోడల! యో మదంబ! యో
హాటక గర్భురాణి! నిను నాఁకటికిం గొనిపోయి యల్ల క
ర్ణాట కిరాట కీచకుల కమ్మఁ ద్రిశుద్ధిగ నమ్ము భారతీ! 59

సీ. కాటుకం గడుగు నీ కన్నీటియురులు నా యజ్ఞాన మాలిన్య మపహరించె
పయ్యంట నింకు నీ బాష్పవీచికల నా యా శార్ణవం బెల్ల నాశమయ్యె
ఆర్ద్రమై కురియు నా యశ్రువర్షముల నా సంసార దావాగ్ని సమసిపోయె
తత బాష్పధారలోఁ దడిసిన చనుగట్టు మాతృ వాత్సల్యమ్ము మదిని నింపె
తే. తలపయిన్ నాదు భాగవతము నిడుకొని తప్పక ప్రమాణము నొనర్చి చెప్పుచుంటి
హరి హరులు వచ్చి చెప్పిన నంబ! యింక నిన్ను కర్ణాట కీచక నీచుల కిడ. 60

చ. సరియె హిరణ్యగర్భు దొరసానికి నీ కెవరేని భారతీ!
సిరికిని కైటభారియగు శ్రీహరికిన్ గరిమం స్నుషోరుసుం
దరివయి విశ్వకావ్యరచనాచణు సన్ముఖపద్మమందిరేం
దిరవగు నీదు మానసము నీచత నేఁచినవాఁడ మూఢుఁడన్. 61

ఉ. ఈ క్షణమందె నీకు కృతినీయనటంచును లేఖ కన్నడా
ధ్యక్షున కంచువాఁడ నిది యారసి నాకు నృపాలమౌళి యే
శిక్ష నొసంగినన్ సరియె శీర్షము వంచి సహించుకొందు నం
రక్షణ సేయ దిక్కు రఘురాముఁడు లేఁడెటో చూడ నెంచితిన్. 62

క. అని తన ఛాత్రున కొక లేఖను వ్రాసి యొసంగె నరిగి కర్ణాటపతిన్
గని యొసఁగుమంచు సింగన చనియెను నద్దానిఁ గొంచు సాదరబుద్ధిన్. 63

ఉ. అంత సమీపమందె కనవౌ మడికొండ వసించు మేటి ది
గ్దంతులు వేదశాస్త్ర పరతత్త్వ విదగ్రణులుం బురాణవే

దాంత విపశ్చితుల్ నిరుపమాంధ్ర మసంస్కృత కావ్యకర్తలన్
బంతులు దీఱ పోతకవి భాగవత శ్రవణార్థమై తమిన్ 64

ఉ వచ్చిన, వారిఁ గాంచి గురుభక్తిని వందన మాచరించెఁ దా
సచ్చరితుండు పోతనయు, సాదరబుద్ధిని వారు కౌతుకం
బచ్చుపడంగ మ్రొక్కులిడి యాకృతి భాగవతంబె ? జన్మకున్
వచ్చె శుకాంశ మాదృశుల బద్ధుల నుద్ధరణం బొనర్పఁగన్. 65

క. అనుచుం బూనరులను గళమున నునిచిరి నిగమ మంత్రపూతాక్షతలం
గొని యాశీర్వాదములం బొనరిచి ఘన పుష్పవృష్టి ముంచిరి సుకవిన్. 66

తే. సూత శుకులను గరఁగి యమ్మనను బోయు పోఁతనా వెలుంగొందె నీ పోతనకవి
భయద భవవార్ధితారణోపాయమైన పోతరూపమై పోతన పుట్టెననిరి. 67

ఆ. పేరు పేరు వరుసఁబెట్టి వారందఱ నర్చకుండు పరిచయం బొనర్చె
వారిఁ గాంచి సుకవివర్యుండు ధన్యోస్మి యనుచు మ్రొక్కులిడుచు నవియె నిట్లు 68

ఉ ఎక్కడ నున్న సద్గుణము లేనియు నౌదలఁ దాల్చుటందు వే
రొక్కరిఁ గాంచి ముందర 'నహో !' యని వెన్కల వెక్కిరింపకే
పక్కున భ్రాతృవత్సలత, మత్సరమున్ విడనాడియుంటలో
నిక్కపు బొజ్జబంతులయి నిల్చెద రీ తెలగాణ సత్కవుల్. 69

క. సరళ హృదయు లాత్మస్తుతి పరాఙ్ముఖులు గర్వరహిత ప్రతిభాఢ్యులు దం
భరహితు లీ తెలగాణన్ వెలయు కవుల్ తొనఁకనట్టి నిండు ఘటమ్ముల్ 70

తే. చదువుకొననట్టి నేనేడ సకల వేదశాస్త్ర సారార్థపూర్ణులీ చతురులేడ
విగత మత్సరధిషణులౌ విజ్ఞులెందు నరవపువు దాల్చు చంద్రశేఖరులు గారె 71

తే. మణిగిరియు మిమ్ముఁ బోల్ జాతిమణులఁ గాంచి యనవరతము సార్థకనామ యగునుగాత!
నిజముగా మీదు విజ్ఞాన నిష్ఠఁ గాంచ నిచటనేఁ బుట్టనైతినం చెదఁ దలంతు. 72

క ఇటులను పోతన నారసి యటఁ గల దోషజ్ఞులెంతొ యాశ్చర్యముతో
నెట నెట మీ యవతారము ఘటియించనో యదియె కాశికాక్షేత్రంబౌ. 73

సీ. తగనాంధ్ర రఘువు ప్రతాపరుద్రుఁ డొసంగు స్వర్ణవృష్టిం బాలు చదలువాఁక
ప్రథిత విద్యానాథ పండిత కవులను వెలయించు చదువుల వేల్పుగిడ్డి
తెనుఁగుగడ్డకు రత్నదీపమై వెలుఁగొందు పోతరాణ్మణి నిచ్చు పుడుకుమ్రాను
అఖిలాంధ్రరాష్ట్రమ్ము నవలీల నేలఁగా రాజధానిగ వెల్గు రచ్చపట్టు

తే. ఆదబదుచైన చారు శిల్పాంగనామతల్లికై వేయి స్తంభాల యిల్లు గట్టి
యరణమిచ్చిన దొడ్డ యిల్లాలు, మేలి పంటపొలము రత్నముల కోర్గంటి స్థలము 74

క. కళలకుఁ గేంద్రము సంపన్నిలయము ప్రథితాంధ్రలోక నిర్జరకృత భూ
తల నాకము దంతమ్ములు పురియున్ దెలగాణమనినఁ బొరి నమరులకున్. 75

తే. ఔర! తెలగాణ నడిగడ్డ యాంధ్ర రాజధాని నోరుగల్ సీమ నుద్భవము నొందు
తావకీన జన్మ మదెంతొ ధన్యమనినఁ బోతనయు వారిఁ గాంచి యీరీతి పల్కె. 76

తే. పోతరాజన నెంత యీ పుణ్యభూమి నడుగడుగున విద్యానాధులనిన పుట్లు
కో యనఁ బ్రతాపరుద్రులు కోటిమంది వర్తురిట జన్మగొనుట తపఃఫలమ్ము. 77

సీ. ఓరుగల్ కోటలో నొక గంట నిలిచిన నాంధ్రుల పౌరుషం బర్ధమగును
ఓరుగల్ సరసి నీ రొకనాఁడు ద్రావిన యబల రుద్రమదేవి యన నెఱుంగు
ఓరుగల్ శిల్పమ్ము నొకమారు గాంచినఁ దెలగం ప్రతిభలు తెలిసివచ్చు
ఓరుగల్ వాయువు లొకతేప పీల్చిన నాంధ్రు స్వేచ్ఛావాంఛ లవగతమగు

తే. ఓరుగల్ కోట పేరెద నొక్క తడవఁ దలఁపఁజాల్ తెల్గు చరితోన్నతుల నెఱుంగ,
ఓరుగల్ గడ్డ నున్నట్టి యొకొక శిలను బిలిచిన నొహో యనుమఁ బల్కుఁ దెలుఁగువెలుఁగు.

క. ఏకశిలా నగమటు ప్రత్యేక సమర్థుఁడన లోకువెఱుఁగఁడు ప్రతివాఁ
డేకశిలా నగరావని వీఁకఁ దెల్గు జిగిమెందు వీటఁ గోటన్. 79

వ. అని వినుతించుటయును, 80

క. అచ్చటి ప్రజ పోతనకవి ముచ్చట విని ముగ్ధులగుచు మురియుచు స్వామీ!
యిచ్చట మా కెల్లర కొక యిచ్చగలదు మీకు శ్రమము నిడవలె ననుచున్. 81

క. భాగవతవర్య! త్వత్కృత భాగవత సుధారసమ్ము పానమొనర్పన్
వేగిరపెట్టు మనమ్ములు స్వాగతము మీకు కావ్యశారదకునిదే. 82

క. అన విని పోతన స్మేరానన మొప్పఁగ వారిఁ గాంచి నా భాగ్యము మీ
రనుటయె చాల్ పదివేలని వినయ సుధాస్రవ దుదార విధులోచనుఁడై. 83

క. అనఘాత్ములు మీ మును గవినని చెప్పఁగ సిగ్గుగలుగు నైనను మిము బోల్
ఘనుల కడఁ జదివిననె సంకునఁ బోసినఁ దీర్థమగుమఁ గొపలొందు కృతుల్. 84

ఉ. వీరి విలాసభాషణలు వీనుల విందిడ సింగితజ్ఞుఁడౌ
నారయ ప్రక్క వెల్గు సుమనస్థ మరందము నా ప్రబంధమున్
దోరపు భక్తిఁ దెచ్చి వినతుండయి పీఠిక నుంచెఁదా నమ
స్కార మొనర్చి పోతనయు సాదరబుద్ధిఁ బఠించఁ బూనికన్. 85

తే. ఆది మదభీష్టదైవము నా రఘువరు పీలజీమూతగాత్రు విశాలనేత్రు
ధర్మమూర్తి నాచంద్రార్క ధన్యకీర్తిఁ బరమపూరుష మత్కృతి భర్తనెంతు. 86

ఆ. ఏచటి సూర్యవంశ మెచ్చటి నే నని ఘనుఁడు కాళిదాసె వెనుకవోవ
సూర్యవంశ సూర్యుస్తుతిచేయు గంటము సూర్యు దివిటీఁబట్టి చూపుటగును. 87

తే. ఘనుఁడు వాల్మీకిమౌని జగద్ధితమగు నతుల శతకోటివిస్తరమైన రామ
చరిత మిరువదినాల్గువేల్ సంగ్రహించెఁగరి జలధి మున్గెనన మశకమొకలెక్క. 88

మ. అనుచున్ రాఘవునెంచి శ్రోతల యభీష్టావాప్తి గావింప మో
హన వాగ్వైఖరియొప్ప భాగవత సప్తాహంబు గావించెఁ బో
తన సీతాపతి సన్నిధానమున శ్రోతల్ మంత్రముగ్ధాభులై
విన మా జన్మతరించెనం చన హరిన్ వీక్షించెఁదా భక్తిమై. 89

వ. అప్పోతన కావ్యరాజము న్వివి సంతసంబున నంతరంగంబు లుప్పొంగ శ్రోతలిట్లని
నుతించిరి. 90

చ. కలరవమొప్ప నొక్కపరి గాన మొనర్చినఁజాలుఁ గోకిలల్
వలచును హంసముల్ తలలువంచును దోలలఁదేలు చేతముల్
తల లవి నాగుఁబాముల విధమ్ముగ నూఁగును దేహ మున్నటుల్
తెలియదు బాగుబాగనక తీరది కెంతటివారి కేనియున్. 91

సీ. రసములు మధుసుధారసములఁ ద్రావించు నర్థసంపద వాంఛితార్థ మొసఁగు
ధ్వనివిపంచిక కల ధ్వనుల సొంపులు నింపుశయ్య కోమల సుమశయ్యఁదేల్చు
భావముల్ మహిత ప్రభావమగ్ను నొనర్చుఁ బదములు సాయుజ్యపదము నిడును
ఛందోవిధమ్ము స్వచ్ఛంద సౌఖ్యమునిచ్చుఁ గృతులు మనోహరాకృతులఁ జూపు

తే. నవరసమ్ములఁ జవులూరు నవ్యగతులఁ గమ్మ ద్రాక్షారసమ్ము పాకమ్మొనర్చి
విబుధసముదాయమున కెందు విందొనర్చు దొడ్డ దొరసాని యీ యమాత్యుని సువాణి 92

ఉ. పాయక సేయు తెల్గుల తపమ్ములపంట, మహాంధ్ర భారతీ
స్వీయపదోల్ల సద్వలయ సింహనదజ్జయఘంట, సాహితీ
ప్రేయసి కావ్యలక్ష్మి కను వేసిన చక్కనిదంట పోతరా
ణ్ణాయకుఁడంట యెల్ల కవినాథుల సత్కృతిఁగొంట చోద్యమే 93

వ. అని వినుతించు సమయంబున. 94

క. సాయుధరక్షకభట సముదాయ పరీవృతుఁడు భద్ర దంతావళ శో
భాయుత పృష్ఠారూఢుం డా యెడ కరుదెంచె నొక బలాధిపుఁ డతఁడున్. 95

తే. రాజలాంఛనాన్వితుఁడు పరాజితారి రాజదత్తార్థ్య బిరుద విరాజితుండు
బాహుబల విక్రమ క్రిమోద్భాసితుండు భీమకాయుండు సింహగభీరముఖుఁడు, 96

మ. పరివారంబులతోఁ జలద్భటులతో భద్రేభరాజంబుతోఁ
దురగానీకముతో దిశాముఖ రణత్తూర్య స్వరావర్త సుం
దర రాగాంచిత తాళమేళనముతో ధాత్రీసుర స్వస్తిమం
త్రిరమాగానముతో విపశ్చితులతోఁ దా నేగుదెంచెన్ రహిన్. 97

క. అంతట సింగన వారల చెంతం జని కాంచి యచటి సిబ్బందిని న
త్యంతాశ్చర్యచకిత హృదయాంతరుఁడై యడిగె నొకని నతఁ డిటు నుడువన్. 98

శా. వీరెవ్వారలు? కన్నడేశ్వర సభా విద్వాంసు, లవ్వారలో?
యా రాజేంద్రుని వాహినీపతులు, కార్యంబేమి విచ్చేయఁగా?
శ్రీరామాంఘ్రి సరోరుహార్చక మనీషిం బోతనార్యుం గనన్,
వారిచ్చోటఁ గలారటంచు నతఁ డాహ్వానించె నా యిర్వురన్. 99

క. వారలు పోతనఁ గని జోహారుల నర్పించి సరసనాసీనులునై
భూరమణు వినతి వినిచిరి సారమతికిఁ బోతరాజచంద్రున కిట్టుల్. 100

క. శుకుఁడో యీయన తాను జనకుఁడో యవతార మెత్తినాఁ డని ప్రజ మీ
యకళంక కీర్తిసామమునకు ఘన జట నల్లుచుండె నలుదెసలు భువిన్. 101

తే. కవికులాగ్రణీ! యిదె నమస్కారశతము లర్పణ మొనర్చి తమకు నే నంపు వినతి
కృతి సమర్పణోత్సవము లంచితగతులను సిద్ధపఱచి మీ రాక వీక్షించుచుంటి. 102

క. అంతనె పోతన కవివరు నంతేవాసిని నటంచు నవనిసురుఁడు నా
చెంత కొకఁ డేగుదెంచి ప్రశాంతగతిన్ నా కొసంగె జాబు నొకండున్. 103

చ. తమకము మీఱ జాబుగొని దానిని గాంచెడి నేను నాదు నే
త్రములనె నమ్మనైతి నిది తథ్యము మీదగు వ్రాలె యైనచో
శ్రమ యనకుండఁ దామె యొకసారి యిటన్ దయచేయ నొప్పు స
ర్వమును నెఱింగినట్టి కవిరాజుల కెక్కువ వ్రాయలేనిఁకన్. 104

ఆ. అనుచు జేనియాజ్ఞ వినిచె రాజాస్థానపండితుండు సుకవి వల్లభునకు
దంతి నధివసించి దయచేయవలెనని విన్నవించె సైన్యవిభుఁడు కవికి. 105

చ. అది విని తాను బోతన సమాదరదృష్టుల వారిఁ గాంచి నే
ర్పొదవఁగ నిట్లు పల్కె విబుధోత్తములార! తలంప నేటికిన్
విదితమొనర్చె మానవుఁడు వీథి నటించెడి కీలుబొమ్మ యం
చెదియొ యదృశ్యశక్తి యిటు లీతని పైఁ గల సూత్రధారుఁడై. 106

తే. కాంతిలేక వర్ణంబుండి కనఁబడనటు గాలిలేమి శబ్దము వినఁగలుగమి నటు
లవని దైవేచ్ఛలేమి మానవుని యత్నమింతయునుగూడ ఫలియింప దెయ్యెడలను. 107

క. దానము దాతృవశమ్మని మానసమున నెంచి కృతిని మహిపున కిడఁగాఁ
బూనితిఁ గృతికన్యక యది తానై వరియించె హరిని దాశరథివరున్ 108

ఉ. ఈ గతిఁ బల్కి పోతనకవీంద్రుని కా దళవాయి పల్కె శ్రీ
భాగవతమ్ముఁ గన్నడ నృపాలున కంకితమిత్తు నంటి రి
ట్లాగమసారవేత్తలు మహాకవులైన భవాదృశుల్ బుధుల్
త్యాగమొనర్చు వస్తువుఁ బదంపడి కైకొన చౌర్యమందురే. 109

వ. అనుటయుఁ బోతన కవీంద్రుండా దండనాథుఁ గని యిట్లు పల్కె. 110

తే. ఇత్తునను మను దాత వాక్కెడఁగవచ్చుఁ బ్రీతిగృహీత కైకొన నాసపడఁగవచ్చు
మనుజ సంకల్పములకు పైమనెడి శక్తి యిచ్చలేకున్నఁ గొనుటగా దిడుటగాదు. 111

తే. సూనహృదయమ్ము మధువు నిమ్పుటకె విప్పె నర్థియై మధుకరము పేరాస నరిగె
వాయువంతలో దాని నివ్వసుధరాల్చెఁ గుడుచు మధుకరప్రాప్తమె కుసుమగతియె 112

క. వరకవి పల్కులు విని యా ధరణీపు సేనాని యిటులు తా నుడివెఁ గవీ!
సిరికిని ధవకును వరుఁడగు నరపతి విష్ణ్వంశజుండనవన్ వినలేదే. 113

తే. బలి హరిశ్చంద్ర శిబిచక్రవర్తు లెందు సత్యమునకు సర్వస్వమొసంగి నార
లిత్తునని నల్వురన్ మాటనిచ్చి మనుజుఁడాడి తప్పిన ముఖము క్రిందగు నటంచు 114

తే. కుప్రీతి కఠోరవాగ్వ్యవహారగతిని దనరు దండనాథుని గాంచి పోతన యిటాడె
నావును గసాయి కిత్తువం చాడితప్పు ముఖము క్రిందైన మీఁదైన ముఖము ముఖమె 115

ఆ రాజె విష్ణువఁట ధరాదేవి శ్రీదేవి యతని భార్యలగుచు నలరుకతన
వేయి తలలపీడ విష్ణుత్వముంటలు తెలిసికొనమి గద్దె దిగుటలగును. 116

తే. ధరణిపతి ప్రజాకంటకత్వము వహింపఁ బురియె తలక్రిందులై రిపు పరణి వఱలు
నలఘు దోషాతిరేకమ్ము కలవ నెప్పు డంతరించును రాజత్వ మవనియందు 117

చ. అన విని దండనాథుఁడు క్రోధాగ్నిశిఖల్ గరళానగణ ద్రిలో
చనుఁడు హరించినట్లు లతిశాంతముగా దిగమ్రింగి నిప్పులై
గనుగవ కెంపురీనఁగ ముఖమ్మున నెత్తురు గ్రమ్మ నిట్లు మా
మనుజపతిణ గవీంద్రు లవమానము సేఁత సహింపరాదనెన్. 118

ఆ రాజులెందుఁ దాము రత్నహారులు నోట భాగవతము మాదు పాలిసొమ్ము
రాకుమారి నిడ నిరాకరించిన మించి రాశనమునఁ గొందురిరాజు లనియె 119

క అది వినిన పోతనార్యుని హృదయము భగ్గుమనిమండె నెంతయుఁ గ్రోధా
స్పదమైన వదనబింబ మ్ముదయత్ప్రళయార్కశోభ నొప్పవిటు లనెన్. 120

తే. కవికిఁ గావ్యమ్ముపై నధికారమేగె చెఱవ కిష్టవరుంగోరు స్వేచ్ఛలేదు
రెక్క కష్టమ్ముపైఁ బ్రజ హక్కునున్న రత్నహారులు తామెందు రాజులౌట. 121

తే చలన మెఱుఁగని యీ ప్రజాస్థానమందు దొరలు పైనుండి క్రిందికి దొరలుచుంద్రు
చుక్కలేవేళ క్షతిలేక చూచుచుండ శశికళాభంగ మొందుచుఁ జను సతమ్ము. 122

చ ఇగురుచవచ్చుఁ బాదపము లెప్పటియట్లె కుఠారధారలన్
దెగియుఁ దరుప్రకాండ మతి తీవ్రమహోగ్ర ప్రవాహవేగ ప
న్నగహతిచే సమూలపతమ్ముగనుఁ, నృపపీడనన్ బ్రజల్
వెగడుదురెట్లొ రాజెటులు నెగ్గుఁ బ్రజాశ్రు ప్రవాహధాటికిన్. 123

ఆ, తేనెటీఁగ లొనఁగు తేనెఁ గైకొని వాని జంప సాహసించు జడుఁడు తాను
పువ్వు నొవ్వకుండఁ బూఁదేనెఁ గ్రోలెడి తేఁటివర్తనమ్ము తెలియఁగలఁడె? 124

ఉ. చందనశాఖి గంధవహసంచలితమ్మయి శైత్యమిచ్చుఁ బెం
పొందెడి యగ్ని తత్పవనయోగమునన్ బరితాపపెట్టు నా
చందమునన్ బ్రభుత్వమొక సజ్జనుఁ గూడఁ బ్రజాహితుండు గా
నందము నొందు దుష్టుఁడు ప్రజాహితుఁడౌఁ బ్రభుతాభియుక్తుఁడై. 125

తే. రాజనని రాముఁడే రాజు, రాజ్యమనిన రామరాజ్యమె రాజ్యమ్ము భూమి ననుచు
సూర్యచంద్రులు పవలురేల్ చుట్టివచ్చి దివ్విటీ లిడి చూపరె దివిని భువిని. 126

తే. అల సహస్రశీర్షుఁడు సహస్రాక్షుఁడైన విశ్వరూపధారియె తాను విష్ణువంట
విష్ణు సత్కళాయుతుఁడె పృథ్వీపతియఁట రాముఁడేకాక ధరణి నా రాజెవండు 127

తే, అరయ రామచంద్రుఁడె సహస్రాక్షుఁ డగుట భూరిజనపీడక బలాసురారి యయ్యెఁ
బ్రజలె తా నను విశ్వరూపధరుఁ డగుటఁ జాకి వానిమాటకు నయి సతిని విడిచె. 128

ఆ. ఒక్కనోరు తినెడి యోగిరమ్మదియెల్ల నింద్రియాళిఁ బుష్టినిచ్చు నటులు
సకల ప్రజకు శీర్షసదృశుఁడౌ శ్రీరామ జయము మానవాభ్యుదయముగాదె. 129

ఆ. ఇంద్రియ ప్రతతుల నెయ్యది నొచ్చిననేని దాని బాధనూని యేడ్చు
మనమువోలె నతఁడు తన ప్రజల్ పొందెడి వెతలనెల్ల ననుభవించువాఁడు. 130

క. అనుచు నిటువల్కు పోతనఁ గనుగొని మానసమునందు కటకటఁ బడుచే
మనఁజాలమి ననకుండన్ మనఁజాలమి సైన్యపతి సుమతి కిటులాడెన్. 131

తే. అంగబల మర్థబలము విద్యాబలమ్ము గలిసి ప్రభుబల మ్మగుటలు తెలిసికొనిన
మీరలిటు మాటలాడెడివారుగారు భూపతికి మాటనిచ్చి తప్పుకొనఁదరమె. 132

క. ఏతఱి స్వపరబలములను భ్రాంతిన్ గుర్తించి నడచు ప్రాజ్ఞుఁడిటు వలెనా
జాతిని గ్రుద్ది కవీంద్రులు చేతిని నొప్పించుకొనుట క్షేమ ప్రదమే? 133

ఉ. అడ్డుగలాదె భూపతుల యాజ్ఞకు నియ్యది మంచి యిద్దియో
చెడ్డ యటంచు వాకొనక చేయవలెన్ దలవంచి యెంతయున్
గ్రుడ్డిగ, మాఱు పల్కనిటు గూడునె రాజహరమ్ము మాన్పుటల్
గొడ్డలి నానవేయుటలు గొంగడినిం గొని వెల్లజేయుటల్. 134

ఉ. కాలకరాళ సర్పముఖగహ్వర మందున వ్రేలి నుంపఁగాఁ
బోలునె మత్తతన్ నిదురవోయిన సింగము నూఁపి లేపఁగా
నేల నృపాలుతోడఁ బగ యెంతయుఁ గీ దనఁ బోతనార్యుఁడున్
వ్రీలు నవేంధనాహుతిని వెల్గు మఖాగ్ని శిఖాభుఁడై యనెన్. 135

తే. చాలు మీ భాషణము లోర్వఁజాల నింక భీతిలుట భీతిఁగొల్పుట పాతకములు,
అవి నిరంకుశుఁడగు కవి కంటలేవు. ఆతఁడన నక్షరముల మహీతలపతి. 136

చ. ధరణిఁ బ్రజానురంజకుఁడె తాను నృపుండు ప్రజారివృత్తిచేఁ
బొరల నృశబ్దము న్విడినఁ బుండటు లెంచఁబడున్ జమూరమా
వర ! వ్యజనాభిషేకపట బంధము లాదిగ లాంఛనమ్ము లా
నరపతికున్నయట్టులె వ్రణంబున కుండుటచే నదెట్లనన్ 137

సీ. ఈఁగ వ్రాలఁగనీక యెంతేని శ్రద్ధతో వాలవ్యజనపు సేవన మొనర్త్రు
గాయంపు మలినమ్ము కడిగివేయుటకునై యనుదిన మ్మభిషేకమును బొనర్త్రు
గాలి దాఁకిన నింకఁ గలఁకఁబాఱునటంచుఁ బట్ట బంధమున గుప్తం బొనర్త్రు
కరినానన మ్మిడ గడగండ్ల నిడునంచు దిండుగద్దియలఁ గూర్చుండఁబంత్రు

తే. శాంతినొందు దేవా ! మముఁ జంపఁబోకుమనుచు శైత్యోపచారాల ననుపఁజూతు
రంతకున్ బుద్ధిరాకున్న నాది మూలమంటఁ గోయింత్రు శస్త్రవైద్యమ్ముతోడ. 138

తే. కపటవర్తనాచణులగు నృపుల ముందు నభిమతాన్యాయమే న్యాయమై చెలంగుఁ
గుటిలతరకూట నీతిముకురము నందు నెడమ కుడియగున్ గుడియఁ దా నెడమ యగును.

తే ధర్మగుణ జపమ్మొనరింప ధరణిపాలు నాలుకయె యెఱగప్పిన గాలమెపుడు
మేదినిన్ రాజకీయమ్ము మేడిపండు ప్రభువులకు స్వార్థరుజ తలఁ బరఁగుమండు 140

సీ. దైవప్రదత్తమౌ ధారుణీ శకలమ్ము నాది నాదని గుండె బాదుకొనును
తా నంబుదము వోయు దానోదకముఁగొనఁ బన్నులిమ్మని వంచి బంగలెత్తు
కర్షకు చెమటోడ్చి గడియించు ధనమును దాతసొమ్మట్లు గోతముల నింపు
నిజరాజ్య రక్షకై నిరుపేద ప్రజసైన్యమని కత్తికోఁతల కప్పగించు,

తే అవనిఁ దత్కృతి విశ్చేష్టయగుచుఁ గాంచుఁ గాంచు వెలవెలబోయి మేఘమ్ము దివిని
గోతములు గాంచి నోర్మూసికొనఁ దొడంగె నొఱను జారెఁ గత్తి మోమెత్తి తిరుగలేక.

ఆ. ఒక్క ప్రభుత చాలు నున్మాదరోగంబు విత్తబలము కల్గ మత్తుతోడు,
అజ్ఞుఁడైన యువకు నలమిన నివి రెండు ప్రళయ తాండవమ్ము సలుపఁడేల? 142

సీ. ఇలఁ గుచేలుండు తా నలకుబేరుఁ డగు నే ప్రభుకటాక్షమునకుఁ బాత్రుఁడగుచు
అల్పతృణమ్ము బ్రహ్మాస్త్రమై యదరునే క్ష్మాపాలు మహదనుగ్రహము వడసి
మొఱకు బోయండేని వరకవీంద్రుండయి వెలుఁగునే దొరకంటి చలువ వలన
గతిలేని పక్షికిన్ గరతలామలకమ్ము ముక్తియే నృపుదయా మూలకముగ

తే. సత్యపాలన కెవఁడు రాజ్యమ్ము విడిచె ధర్మరక్షకెవ్వఁడు కళత్రమును వదలె
నిర్ధబల మంగబలము విద్యాబలమ్ము వానిపే వాఁడె జనమనోవసుధ నేలు 143

తే. సామమున లభించు జయమ్ము శాశ్వతమ్ము దానఁ బరిపంథి మనసుతో దాసుఁడగును
దండ దౌర్జన్య సముపార్జిత విజయమ్ము ఆదిమూల మంటని తరుచ్ఛేదనమ్ము 144

తే. తమకుఁ దామె యీ దౌర్జన్యవంతులెల్ల సాగినకొలంది మ్రోఁగియే సమయమిందొ
తెగును టుప్పని తంబురతీఁగలట్లు లనినఁ బడవాలు కినుక సైన్యమును గాంచె. 145

క. సన్న మొసర్చెను సేనకు మిన్నారయుత టిత్తులనఁగ మెఱసెను గత్తుల్
మిన్నకయుండెను బోతన కన్నులు మూఁతబడె వచటఁ గల జనులకుఁగా. 146

క. ముసరెను సైన్యము నాలుగు దెసలం బ్రజ గుండెలెల్ల దిగ్గు రనంగా
నసినాగంబుల కాంతులు కసుబుసులాడెఁగా హరించె గ్రంథం బతఁడుఁగా. 147

క. స్వామి సమక్షము నందే యేమీ యన్యాయమంచు నేడ్చె జనమ్ముల్
రాముఁడు శిలయై చూచెను భూమియు నాకసముఁ దెల్లవోయె నపుడటన్. 148

క. పొత్తము వోయినయంతనె చిత్తరువయ్యెను సదస్సు జీవముడిగె రే
కెత్తిన మౌనవ్రత ఘన భిత్తిక భంజించి సుకవి వెండి నిటాడెన్. 149

క. పలికినది భాగవత మిటు పలికించినవాఁడు రామభద్రుఁడు నేనుం
బలికితి భవభయహర మని యిల దానిం దుంప నుంప నీకుం దతఁడే. 150

వ. అని దయాసాంద్రుఁడగు రామచంద్రుని కభిముఖుండై. 151

ఉ. నాఁడు పరోక్షమం దసురనాథుఁడు జానకినిన్ హరించె నీ
నాఁడు భవత్సమక్షమున నా కృతికన్యను దస్కరించె నీ
ఱేఁ డనిలాత్మజుండు నిటు రెప్పను వేయక కాంచుచుండె ముం
దేలకొ నే నెఱుంగ నిఁక నెవ్వరు రక్షకులో రఘూద్వహా! 152

ఉ. నాఁడు వరాహరూపమున నా కృతి రక్షణసేసినాఁడ వీ
నాఁ డిటు లీ వుపేక్షఁ జరియింపఁగ హేతువదేమి స్వామి! నే

నాడిన మాటఁ దప్పి కృతి నన్య నరేంద్రున కీఁ దలంచుటల్
చూడ సహింపరానిదని శూర శిరోమణి ! యల్కఁబూనుటే ? 153

ఉ. కాని, యొకేని నాదు కృతికన్యక తాను హరి న్వరింతునన్
బూనికనుండె నాపె మొగముం గనియైనను స్వీకరింపవే
దానవవైరి ! నాఁడల విదర్భ తనూజను రుక్మిణీమణిన్
దానయి రుక్మి నొంచి యరదమ్మునఁ గైకొనిపోఁడె కృష్ణుడున్. 154

మ. అల కాకాసురు నొంచఁగాఁ దృణము బ్రహ్మాస్త్రమ్ము గావించు నీ
యలఘు ప్రజ్ఞల నేడ దాచితివి దృష్టాంబోధి నింకించి పెన్
జలధిం గట్టి సురారిఁ గొట్టి యవనీజాతాత్యయోపేత ని
స్తుల నిర్బంధ విముక్తిసేయుటను నెచ్చో నేగె సీతావరా ! 155

మ. అనుచుం బోతన యాతనంబడుచుఁ దా నర్కాన్వయాంబోధి సో
ముని శ్రీరాముని నార్తి మీఱఁ గనుచున్ మ్రొక్కుచుంబలెన్ నిల్వఁగా
జనముల్ సేనలుపోవు దారిఁ గనుచున్ సంతాపముం బొందుచోఁ
గననై రందు హయాధిరూఢులయి పీఁకన్ వచ్చు యోధాగ్రిణుల్ 156

వ. అందు వారి నందఱన్ ముందరిన్. 157

తే. మార్కొనఁగవచ్చు వర విక్రమార్కువోలె మారువేషాన నున్న కుమారువోలె
విజయలక్ష్మి వరించిన విజయువోలె వచ్చుచుండె వీరాగ్రణి వాజి నెక్కి. 158

ఉ. నాలుగుకాళ్ళ కందుక మనం బయిలేచి స్ఫురన్మరుత్తరం
గాలను నీఁదులాడు క్రియఁ గాయము చక్కనఁ జాఁచి జూలు నా
ట్యాల నొనర్పఁ గర్ణములఁ డప్పన వెన్కకు మోడ్చి చామర
శ్రీలను దేలు వాలము విచేష్టత నిల్వ సఫేన వక్త్రమై. 159

ఉ. గాలిని దేలు ధూళి నఱకాలికి నంటఁగనీక వాయువే
గాలను మించి కుక్ష్యధరకాయము భూస్థలి నంట సాగు పా
దాల చకాపకల్ వరుస తాళమువేయ జరీబుటాల ము
ఖ్మాలు కడానిజీని, నవకమ్ముల జుమ్మను సుస్వరాళికిన్. 160

ఉ. సూటిగ బాణమెట్లటులు చూచుచునుండఁగవచ్చె నశ్వ మ
చ్చోటికి దానిపై నలరు శూరుని వేక్రిల్ గిరజాలు బాగుగా
దీటిన కోరమీసములఁ దీవ్రితఁ దాడినొనర్ప గాలి బా
హాటముగాఁ జలించు జరియంచుల యంబరమీనెఁ జంచలల్. 161

మ. గుడవర్ణంబుల నూనె నిగ్గులవి యల్లుల్వాఱమై నిండ నా
ల్గడుగుల్ ఫాలము పాలమీఁగడల ఛాయల్ పుక్కిలింపన్ వడిన్

గడుఁ బొంకమ్మగు కందరమ్ములను జక్కం జెక్కఁ శిల్పమ్ములోఁ
బడెఁ బ్రాణమ్మన నొప్పు లక్షణ యుతాశ్వం బందు వచ్చెన్ వడిన్. 162

చ. మెఱికలవంటి సైనికు లమేయ బలాఢ్యులు సర్వ రంగనం
గరగతి ముక్కఁటీములయి కాకలుదీరిన కూదు లొక్కఁ మా
ర్గరు వెను జాగిలమ్ములగు నశ్వములం గటిబద్ధ ఖడ్గఖా
న్కఁడులయి సైన్యనాథు వెనుకం జనుదెంచి రటన్ హుటాహుటిన్. 163

తే. వారి వెన్కఁ లెఁ జీమలబారువోలె శస్త్రపాణులౌ యోధుల సముదయమ్ము.
పరువులిడు ఘోటకమ్ములపై వసించి యేగుదెంచె మహాంగ వాహిని యనంగ. 164

ఉ. అత్తఱిఁ గన్నుఁ జీల కెమరై యరుదెంచిన వీరుఁడున్ శివ
మ్మెత్తిన రుద్రరూపమన నెపు విలిర్పఁ బరాక్రమించి తా
నిత్తఱిఁగాడె దర్పిత మదేభనికాయ శిరోవినిర్దళ
చ్చిత్త మెలర్ప గర్జనము వేయు మృగేంద్ర విభీషణాకృతిన్. 165

ఉ. కన్నడులార! మీ రిటులు కావ్యవధూమణి నిట్ల హరింపఁగాఁ
జన్నె? మలీమ్లుచుల్ నెఱపు చైదము లియ్యవి చూవలోక మ
త్యోన్నతి కెగ్గొనర్చు కృతు లొప్పవె మెప్పగు రావుసింగభూ
భృన్నయపాలనమ్మెపుడు వీని సహింప దొకింత యేనియున్. 166

ఉ. భాగవతమ్ము సింగమ నృపాలక రాజ్యరమా కళాలయో
పాగత దివ్యదీపము. విపక్షపతంగవితాన మాపిష
శ్రీగఁ దలంచి పొంది ధృతిఁజేకొని పోవఁగదంగె మిత్తికిన్
స్వాగతమిద్దియంచుఁ దమ స్వాంతములం దలపోయ రింతకున్. 167

చ. ఎదు రెవ రుందురంచు నెద నెంచి మదించి యిటేగుదెంచి యి
మ్మొదవును బోలు సత్కవిని మోఱకువై బెదరించి సత్కృతిన్
ముదమునఁ గొంచు నేగెదవు ముం దడుగైనఁ గదల్పలేవు వి
న్నదుమఁగవచ్చు మామకఖరాసికి నుత్తర మీయకుండఁగన్. 168

సీ. వల్మీకనిర్యాత వర భుజంగార్భటిన్ గనుబుస్సు లాడెడి యసిని గనెదొ
జలధర నిర్ముక్త సౌదామినీ నాట్యగరిమ నాటాడెడి కత్తి నెంతొ
జలధి వినిర్గతోజ్జ్వల హాలాహలకృతఘోరమై యాడెడి హేతిఁ జూతొ
అపగత ధూమహోమాగ్ని హోత్రజ్వాల బోలిక వెగయు నివ్వాలుఁ దలఁతొ

తే. ఆజి నారవీడి వీరవిహార గతులఁ గట్టి పట్టి నిన్ ధరఁ గూల్చి కాల్చిపెట్టి
మధుసుధాభాండ సన్మణీ మౌక్తికముల వధువు గొనిచను శ్రీభాగవత సుకృతివి. 169

ఉ. బెట్టిదులైన కన్నడి గభీషణవైరుల శీర్షపంక్తులన్
గొట్టెద నారికేళ ఫలకోటిగ, గుండెలఁ జెండి పూలుగాఁ
బెట్టెదఁ బ్రేవులం బెటికి వీధులఁ దోరణపాళి వ్రేలఁగాఁ
గట్టెద నాంధ్రవీరరమకై రతనాల వివాళిఁ బట్టెదన్. 170

చ. పిడుగులు గూలినట్టు లరిభీకరుఁడై వడగల్లు రాలి న
ట్లడరి తెలుంగువీరుఁ డిటులాడెడి భీషణఘోషణమ్ములన్
గడగడలాడె నందుఁగల కన్నడ సైన్యము లాంధ్ర సద్భటుల్
విడివడి దీవి జుట్టుకొను విస్తృతవాహినులయ్యె నల్దెసల్. 171

క. దుమ్మెగయఁ బోరు లసువులు గ్రమ్మెడి పొగలోన రగులు కాష్ఠమ్ములుగాఁ
జెమ్మటలు తైలములుగాఁ జిమ్మెడికీలాల మగ్నిశిఖలై తేలన్. 172

వ. యుద్ధాగ్ని రగులుసంత నప్పట్ల. 173

చ. పొగరొలయంగ విల్లుడుకుఁ బోతుతనమ్మున నెంచి యెంచమిఁకన్
దెగ సుకరాయలన్ సఱకుదే యిటు మాటలకోట లేటికిన్
పగఁటిమి గల్గినన్ విలుకుమార్పు మెదిర్చిన వైరివీరు లం
దగ ననుచున్ దెలుంగులను దాఁకిరి కన్నడ వీరసైనికుల్. 174

ఉ. ఈ విధి సాంపరాయక విహింసకవృత్తిఁ జమూద్వయంబులో
జీవమువాసి శీర్షములు చిట్లి గళమ్ములు త్రెస్సి కుక్షిలోఁ
బ్రేవులు ప్రోవులై వెలికివ్రేలఁ గరమ్ములు వీఁగ రక్తవి,
స్రావమునం గళేబరము ల్మట్టిలివ్రాలఁ బరాక్రమించుచోన్. 175

సీ. సామొన్న నడిదముల్ శంపాలతలుగాఁగ నెగయు పరాగముల్ మొగిలుగాఁగ
వీరాట్టహాస విభీషణారావముల్ పర్జన్యగర్జాప్తిఁ బరిఢవిల్ల
వడిఁజిమ్ము నెత్తురుల్ వర్షధారలుగాఁగఁ గఱకుటమ్ములు వడగల్లుగాఁగ
వఱదలై వాహినుల్ పరువులెత్తుచునుండ మార్గుకులై శత్రులు మహివిఁగూల
తే. కనదిగులతోడఁ దలపడి తెనుఁగు వీరు లాహవము సేయుటం బ్రావృడాగమనపుఁ
దరుణమేపారె నరిగ్రీష్మతాప మెడలెఁ దెనుఁగు భువి భాగవతలక్ష్మి దీప్తినొందె. 176

మ. వరవీరార్కకరోగ్ర ఖడ్గకిరణ వ్రాతాహతారాత్యుడు
స్ఫురణం జొప్పడు సంగరాంగణ నభశ్శోభా ప్రభాతమ్ములో
నరసందోహ ముఖారవిందములు నానందాబ్ధి నోలాడుచున్
విరిసెన్ నూతన జీవనాన్వితములై వేమాఱు దర్శించుచున్. 177

క. వసుధ జయలక్ష్మి తెల్గుల వసమగుటయుఁ గనడ వీరవర్యు లసూయన్
బనమించు రంభఁ గలయఁగ నసిధారాపథము లంటి యరిగిరి దివికిన్. 178

క. వైరిగణమాజి నీ గతి నేరాళము సమయఁదమక మెసక మెనఁగమున్
దారుచుఁ జంచు చరణహతి వారల పొలసులను దినుచు వరలె ఖగమ్ముల్. 179

క. హతశేషులు తుక్షార ప్రతతింబడి చెట్టుకొకరు పరువెత్తిరహో
బ్రతికిన బలుసాకులు దిని క్షితి మనలఁగవచ్చు ననుచుఁ జింతిలి వంతఙ్. 180

క. శ్రమ యనక తెల్గు వీరులు భ్రమించు సరఘానముత్కరముఁదోలి కరం
డముఁ దెచ్చు కరణి వైరుల సమయింపఁగఁజేసి కృతిని సాధించివడిఙ్. 181

తే. విజయలక్ష్మి వరించిన వేడ్క సొబగు వికచముఖ పంకజమ్ములం బ్రకటపడఁగఁ
గత్తలాని కూటువలెక్కఁ, గవివరుండు బరఁగు భూధరమార్గమ్ము బట్టిరాఁగ. 182

ఉ. ఎవ్వరు వీరు క్రమ్మఱనిదేటి మహాప్రళయ మ్మటంచుఁ బె
న్నివ్వెఱపాటు గ్రిందుకొన నిల్చె జన, మ్మరుదెంచినట్టి యా
క్రొవ్విడి కాఁడునున్ సుకవి కుంజరు లీ నగమందు నుందురే
క్రొవ్విన వైరిఁగూల్చి కృతిఁగొం చరుదెంతుననెన్ జనుల్ వినన్. 183

ఉ సవ్వుమొగాల వారు "కవినాథుఁడు తాను వసించునిందె మా
నెవ్వగఁబాపి మాదు కృతినింగొని తెచ్చిన మీ ఋణమ్ము మే
మెవ్విధి పీఁగువారమొకొ యెంతొ కృతజ్ఞుల"మంచుఁ బల్కుటల్
మవ్వపు వారువమ్ము క్షణమాత్రము భూస్థలి నాఁగకుండుటల్. 184

ఉ. కళ్ళెములాగి యశ్వము నెకాయకినాఁపి చలించు రెండు నం
కోళ్లనుదన్ని లాఘవము నూల్కొని దిగ్గనడిగ్గి ప్రేమమై
వేళ్ళఁజెలంగు కళ్యమును వీఁపునవైచి స్పృశించి దువ్వచోఁ
గాళ్ళ వెలుంగు పావలొడికమ్ముగ సాహిణియూదెచ్చె నయ్యెడన్. 185

తే దళపతియువేగి కవినాథు దరికివచ్చి మ్రొక్కి ప్రక్కనాసీనుఁడై ముదము మీఱఁ
గనడిగుల గెల్చి కృతిని గైకొనిన వితమునంత వివరించి కవిఁగని యనియెనిట్లు. 186

చ పరిజిధి ముఖమ్మునందెలిసె భాగవతమ్మను మీరు కన్నదేం
దురినకుఁ గృతిఙ్ సమర్పణమునఙ్ సలుపం జనుచుంటిరంచు మా
మనుజపతిం గవీంద్రు లవమానముసేయుట పాడియౌనె త
ద్ధనకనకాది వస్తువులు తక్కువయుండునె మీకు మాకడన్. 187

ఉ. ఒప్పియు మీర లియ్యకొనకుండుట లిప్పుడ తెల్లమయ్యె నా
మెప్పె మిమున్ దృణీకరణముం బొనరించెను గ్రంథ చౌర్యమే
మెప్పగు కర్జమంచుఁ, దొలి మీరలె మా నరపాలు నానతిఙ్
దప్పక యుందు వచ్చునెడఁ దద్విధమేమని విన్నవించెదన్. 188

సీ. ఇంద్రగోపుర కాంతులీను రాంకవముల మసనైన హొంబట్టు మంజిడులను
బహుళార్థయుతములౌ బన్నసరమ్ముల నవరత్నఖచిత స్వర్ణవలయములఁ
దృణకాష్ఠ జలవృద్ధి నొనగూడు నగ్రహారాదులఁగల ధాత హర్మ్యములను
గడను ద్రొక్కెడి జాతికత్తలాణమ్ములఁ బగటి దివ్వటులొప్పు పల్లకీల
తే. విరియువాలవ్య జనపాళిఁ బరిజనముల ముమ్మరమ్ముగానిడి కవి ముఖ్యుఁజేసి
స్వర్ణపుష్పాలఁ బూజించి క్ష్మాధవుండు జాతిరత్నాలఁదుల రాఁచుఁ బ్రీతిఁజూచు. 189

చ. ఇపుడును మించిపోయిన దదేమియులేదు కవీంద్రచంద్ర! మీ
యపహృత కావ్యరాజము మహాదృతిఁ బ్రాణము లడ్డువెట్టి మా
నృపమణి గెల్చుకొంట లది నేరుగ వారికెఱెంగె దాని నో
విపులయశస్క! మీరు నృపు పీటికివచ్చి గ్రహింపఁగాఁదగున్. 190

చ. జనపతి యాజ్ఞలేక యిదఁజాలము తత్కృతి మేము మీకు సిం
గనృపతి సన్నిధానమునఁ గావ్యముగైకొను టొప్పు దానితో
ననుపమ గౌరవాదరము లంచిత సంపదలబ్బు మీకు నే
మనియెద రింగితజ్ఞులు మహాకవిశేఖరు లంచు వాకొనన్. 191

వ. అంత నప్పోతరా జాతనింగని యిట్లనియె. 192

సీ ఎవ్వాని హృదయాబ్జ మే ప్రొద్దు విహరించుకలుముల పడఁతి యేకాంతగృహము
ఎవ్వాని సన్నిధి నీ రత్నగర్భతా ఫణిశయ్యఁ దలదాఁచుకొనిన బిబ్బి
ఎవని నాభిపయోజ భవనమ్మునన్ వాణికుల ముద్ధరించెడి కోడలమ్మ
ఎవని సంసారాన శివ సర్వమంగళ యొడిఁజాపుకొను నాడపడుచు తాను
తే. మాయ యెవనిద్వారమ్ము మున్ పను యవనికగంగ యెవ్వానిదగు కాళ్ళఁగడుగుపడుఁగు
సురలు నే ప్రొద్దులెవని కింకరులు తాము తాదృశుండగు హరి వేడఁ దక్కవేమి? 193

తే. ఉపనదీనదసంగతి మాటజెలఁగు మహిత సంస్కారసంగతి మాట వెలుఁగుఁ
దెలిసినంతలో మీ రిట్లు పలుకుటొప్పు నాకుఁదెలిసిన విధమునే నడచుటొప్పు. 194

తే. మధుప మంబుజసంగతిన్ మధువిమత్త చిత్తమున నిజధామంపుఁ జింత మఱచి
రజనిగని ముకుళించు నీరజమునందు జిక్కువడియు వినిర్ముక్తి ఫక్కిఁగనక. 195

సీ. ఇల మృదంగమునకు నెడమయుఁ గుడియునౌ నిరుపక్కగతు లెప్పుడెఱుఁగు టొప్పు
బోనమ్ము నిచ్చలు భుజియించుఁ బలికింప ధనధన శబ్దాలఁ దనరి యెడమ
తఱుఁగని బోనమున్ దన పొట్టనిడుకొని ఓంకారటంకృతి నొప్పు కుడియొ
కుడిపైన ముక్కాలునడక శోభించును నెడమపై షావలా నడకతగును
తే. రాగపటగుప్త చర్మసూత్రము బిగించి శ్రుతిఁ జెడకయుంచి లయకాలగతిఁ జరించి
"తద్ధితరి"యంచు బ్రయోగింపఁదగ రుచించుఁగావి యెడమ మ్రోఁగుచున్నగతియె సున్న.

మ. తరణోపాయమటంచు భాగవత తత్త్వంబే నిటుల్ పాడితిన్
సరి తా నద్దిలభించె సార్థకము మజ్జన్మంబు నాపైన ని
ద్ధర నా భాగవతంబు వెల్గుత పరాస్తంబౌత నా కేమి । యే
కరణిం జూచిన సర్వరక్షకుఁడు సాక్షాద్రాముఁ డే నెవ్వఁడన్ ? 197

మ. ధరణిన్ దారసుతాలయార్థ ఘనతా ద్రవ్యమ్ములన్ నమ్మచున్
బరసౌఖ్యమ్ములె లేవటంచు మమతన్ బాధల్ వడున్ మూఢుఁ డె
క్కరణిన్ దాను స్తనంధయుండు జననీ స్తన్యమ్ములం గ్రోలు చా
బరి వేరొండుపయోధర మ్ములరుటల్ భావమ్మునం గాంచఁడో. 198

సీ. బహుదినసంగమ్ము బలిసిపోయిన పుత్రిగుటిచి యుమ్మలికమ్ము మఱువమెందు
పుట్టిన యంతనే గిట్టు విసుంగుకై వెతయంతగాఁ బీడ పెట్టదెందు
ఉండియుండి విజాప్తుఁ డొక్కసారియె హఠాన్మరణ మొందఁగఁ గుండు పెరుఁగు నందు
పలునాళు లా మయబాధితుండై బంధువరుగ నెంజిలి తీవ్రమగుచురాదు

తే. నాది నాదను భావమ్ము పాదుకొనిన కలన మమతానుబంధమ్ము కలఁతవెట్టు
కాదు కాదను భావమ్ము గలుపుమంట సతతవైరాగ్య సిద్ధిచే వెతలడంగు. 199

ఉ. అందులకేను నాకుఁ గృతియందు వివృద్ధినిజెందు సంగ బు
ద్ధిం దునుమాడ నాత్మఁగడుఁ దీవ్రకృషిన్ బొనరింతు మిమ్ము నే
మందు విరాగభావ మొక మందయి శాంతిని గూర్చుఁగాక నా
డెందము నందువే దెలుపుఁడీ నరపాలున కీ యుదంతమున్ 200

తే. విశ్వకల్యాణ విజ్ఞాన వృష్టికొలకుఁ గవులు సత్కావ్యలేఖన కృతు నొనర్త్రు
విఘ్న ఝంఝానిలమ్ములు వీవకుండ నెపుడు సర్వేశ్వరుఁ డనుగ్రహించుఁగాక ! 201

తే. విజ్ఞుఁడయ్యును మాత్సర్య వివశుఁడగుచుఁ జేయు దుష్టకార్యము లన్నఁ జిత్రమేమి ?
మేఘ సంఛన్నగాఢత మిస్రమందుఁ గన్నులుండియు నంధుఁడై క్రాలుఁగాదె ! 202

వ. అని మరియు మా రాముఁ డాజ్ఞనిడ నిటులెవత్తునని సేనాని నంపి శిష్య సందోహము
నారసి యిట్లనియె. 203

తే. మహిత వేదనాదోద్ధూయ మానలూన వృంత జలజమ్ము మామకస్వాంత మిపుడా
నేల వ్రాలెను, జీవన శ్రీలఁజిల్కు మలయపవనమ్ము దీని మేల్కొలుపలేదు. 204

తే. రోఁత జనియించె షట్పదగీతికలను బ్రొవ్వుడంబుద వృష్టిలోఁ బస నశించె
బాలభాస్కరకిరణ సంస్పర్శమింక నన్ను నవ్వింపఁగాఁజాల దెన్నటికిని. 205

తే. రాగరంజిత పారిజాత భోగములన నరుచిఁగొనె రామచంద్ర దివ్యాంఘ్రియుగళ
సన్నిధానంబె నా దగు పెన్నిధాన మితర విశ్వంబుతోఁ బనియేలనాకు ? 206

తే బ్రతికి నన్నాళ్ళు మాత్సర్యభావమూని చచ్చు వెనుక పాయసభక్ష్య శ్రాద్ధ మొసఁగి
తామె మెసవి లోలోఁ దృప్తిఁ దనరుచుండి మొసలి కన్నీరు విడుచు నీ మూర్ఖజగతి. 207

తే. స్వార్థయుత విశ్వమలిన సంస్పర్శములకు మన్మనోదర్పణము గ్రుడ్డిమనక గ్రమ్మి
ప్రభుని సారూప్య ప్రతిబింబ భాసితముగ నెసఁగదిట నుండినను దూరమేగనిందు. 208

తే. ఈ ప్రయాణము తుదలేని దిందు స్వపథ విలసితోపాంతకాసార జలధిమునిఁగి
నవ్య వస్త్రధారణము నొనర్చి పేర్మిఁ జెప్పుకొనినట్టి చద్దిని దిని చననగు 209

తే. ఈ యనంత నీలాకాశ తోయనిధుల యుభయ పక్షాలఁ దరియించి ప్రభు విభూతి
నలరు నుత్తుంగ ధర్మహర్మ్యాగ్ర శిఖరభాగముల వ్రాలి శాంతిగాఁ బ్రతుకనిందు. 210

తే. ఆ మహోన్నతస్థానమ్ము నధివసించి సూక్ష్మదృష్టితో నట నుండి చూచు నాకు
నద్రికూటంబె కలభ మట్లగపడునన మదగజంబొ పిపీలిక మాడ్కిఁ దోఁచు 211

చ అనుచు వచించి పోతనయు నద్దినమంద వసించి రేయి ని
ద్రను గను శిష్యసంతతిని దక్కుజనమ్ములఁ గాంచి విఘ్నముం
బొనరుపకుండ లేచి రఘుమూర్తికి వందన మాచరించి యో
యినకులవల్లభా! యనుచు నెంతయు నార్తివచించు నీ గతిన్. 212

ఉ శ్రీరఘురాణ్మణీ! భవదశేష కృపామహిమన్ మదీయ సం
సార ప్రబంధ గ్రంధి నొకసారి సడల్చి మమత్వ సత్వ వి
స్తార మడంచి జ్ఞానగురు చక్షువు నిచ్చి భవత్పదాబ్జశో
భారత భక్తిభావసుధ పానమొనర్పఁగ నీవె నిత్యమున్. 213

చ. అనుచు మహాకవీంద్రుఁ డపు డైహికభోగములెల్ల రోసి లోఁ
దనరు కళత్ర పుత్ర మమతల్ తగఁగోసి ప్రపంచమోహమున్
వెనుకకుఁ ద్రోసి రామపద నీరజముల్ నుతిజేసి భక్తిమై
ఘనతర తీర్థయాత్రలను గాంచఁగనై తలపోసి యిట్లనున్ 214

శా. స్వామీ! వేఱొక దిక్కు గాంచ నిఁక నా సర్వస్వమున్ నీవె నేఁ
గామాంధుండను గాన, నిన్ని దినముల్ కానంగలేనైతి నిన్
ధీమాంద్యంబున, జవ్వనంపు మదిరన్ దీపించు మైకమ్ముతా
నీమైఁ దోఁచు జరాభరార్తి నెటకో యేగున్ నన్నున్ వీడుచున్. 215

తే మానవీయ జీవన దినమార్గమధ్య గత తృతీయ యామమ! వార్ధకమ! తమిస్ర
మిశ్ర సంధ్యా ప్రదోషమా! మిత్రవైరి! స్వతను పూర్ణేందు కృష్ణపక్షమ! నమోస్తు! 216

చ. వనితల వ్రాలు చూపులకు వ్రాలుచుఁ గాళుల భ్రూవిలాస న
ర్తనలకు నాట్యమాడుచు స్మితస్ఫురదానన పద్మసద్మ బం

ధనమునఁ బ్రాణపంచక మదభ్రమరాళి బలిం బొనర్చు యౌ
వన మదిరాపరిమత్తతలు వ్యర్థగతిం దిగజారెనే తృటిన్. 217

ఉ. వేడుక వచ్చినాఁడఁ బృథివీతల యాత్రికుఁ గాంచుచుండఁగా
మూఁడవజాము మించెఁ దుదముట్టెను దెచ్చిన రొక్కమెల్ల నీ
నీడ యదేమొ కాని పుడమిం బొడువై నడయాడసాగెఁ దాఁ
గూడఁగఁ బోవునో తిమిరకూట నిగూఢ నిశీధ మాతృకన్. 218

చ. అరునము తోడ భార్య యని యాత్మజులంచును నెన్ని యెన్నియో
బరువుల మోసిమోసి కడు వంగెను గ్రుంగెను మూఁపులున్ జరా
శరధి తరంగ భీకరవిసారమనన్ ముడుతల్ వడెన్ గళే
బరమున మృత్యుభోగ్యమయి పండెనుబోఁ దలకాయ యెల్లెడన్. 219

క. బిగి వీడిన నరముల వల తెగిపోయిన పంజరానఁ దేలు శుకంబై
యెగసి చనె నందమనునది గగన చలచ్చంచలానుకారిణి యగుమన్. 220

క. కటికకాలుఁడు సంసార గహ్వరమున వచ్చిపడిన జీవులకు యౌవన వనస్థ
జీవన గ్రాసములను నిశ్చింత మేపి పెంచుటలు కోఁత కనుచు భావించ రయయొ। 221

క. అనుచున్ బోతన యాగతిఁ దన మతిఁ దలపోసి శిష్యతతి నంతయు న
త్యనుపమ వాత్సల్యంబునఁ గనుగొని దీవించి యేగఁగా దొరకొనుచున్. 222

క. సూర్యోదయ పర్యంత మవార్యగతి న్నడచె సుకవి పదిక్రోశము, లా
చార్యుం డేఁడని శిష్యులు పర్యటన మొనర్చి వెదకి పడయ రెచటనున్. 223

క. పోతన యాతన లనకయె చేతమ్మున హరిపదాబ్జ చింతనమెదుగన్
నూతన సత్వమ్మొప్పఁగఁ బ్రాఁతిన్ జనపదము లూళ్ళు బాటలు దాఁటున్. 224

సీ. శీతలచ్ఛాయా పరీతకాననరాజి గోవింద వాత్సల్యగుణము నరసి
మధురతోయాపూర మహిత నిర్ఝరపాళి శార్ఙ్గి సత్కరుణ రసము గ్రహించి
కందమూలఫలాది ఖాద్యవస్తూత్పత్తి హరి జగద్రక్షణ బిరుదు దలఁచి
వరణీయ మలయ పవన సుఖస్పర్శల విష్ణుకల్యాణ కృద్వృత్తి మెఱిఁగి

తే లలిత ఘుసార్ద్ర పులినశయ్యలఁ బరుండి బాలగోపాలు సుకుమార భావమెంచి
శకునశ్రుతి సుఖావహకలస్వనము వినుచు సామగానలోలుని గానసరణిఁ దెలిసి, 225

తే. మేఘరూపమ్ములన్ హరి మేను దలఁచి చంచలలకాంతులన్ శార్ఙ్గి చక్రిమరసి
గర్జలన్ శంఖ నిస్వానగతుల నెంచి చేతమున నిట్లు దలఁచు నప్పోతనకవి. 226

సీ. ఎవనికై సింగిణీ నవరత్నఖచిత సుప్రాగశద్వారమై చదల వెల్గ
ఎండి పేర్ పేరవి గుండె పక్షియ్యు తటాక మెవ దప్పులిడ నింత యెగసియాడు

ఎవనికి దివి సాగు నేకాధిపత్యమ్ము సూర్యచంద్రులు తేరి చూడలేరు
ఎవ్వాని కలయిక నెలమి భూదేవికిఁ బులకలై సస్యంపు మొలక లెదుగు

తే. ధర కెవఁడు జీవనములెల్ల ధారవోసి వర మొసఁగి తిరోహితుఁడగు హరి యనఁ జను
నట్టి ఘనుఁడు ఘనాఖ్యతో నలరఁదేల వానిపై నగ్రపీఠి కన్వైపదేల? 227

తే. పూలఁ గలసిన తేనెయైబోవు నద్రిరాలఁ గలసిన నశనియై రాలునేల
పుష్పగర్భానవమొ వజ్ర పుంఖితమ్మొ ఘనహృదయ మర్మమిది యనఁగల రెవరిల? 228

సీ. ఆకాశ వనధి నా యమృతాంబు ధరముల ప్రక్క నీ యశనిపాతమ్ము లేల
విశ్వసౌధమ్ములో వెలుఁగిను రవి ప్రక్క ఘోరమౌ నిబిడాంధకారమేల
జలధిగర్భమ్ములో విలువైన రతనాల సరస జలగ్రాహచయ మదేల
నలుదిశల్ వీచెడి మలయమారుతముతోఁ బ్రళయ ప్రభంజనపటలి యేల

తే. సురభిళ మరంద రసపూర్ణ సుమలతాళి ప్రక్క విసమొల్కు నలత్రాచుపాములేల
మధుర జీవన స్వర్గసంపదల తుదల విరత భీకర మరణంపు నిరయమేల, 229

తే గాలి యూయెలయగు తీవె కాఁపురమిడి పరిమళములీను మధురసపాన మొసఁగి
యాప్త మిత్రదర్శనగతి హర్షపఱచి పూలబాలను బదఁగూల్చనేల స్వామి! 230

తే పట్టి నంతయు జతగూర్చి మనసుఁ జేర్చి ప్రేమతో నిల్పుకొనిన యీ పిట్టగూండ్లఁ
బొందికగఁ గట్టికొనిన యీ బొమ్మరిండ్లఁ గాలఁదన్ని కూల్చెడి శిశులీల లేల? 231

సీ. పొలుపైన మువ్వన్నె పులికళాసమ్ములోఁ గ్రౌర్య సామ్రాజ్యంపుఁ గాఁపురంబె
ఆకలము గ్రసించు హరిణ తపస్వి యీ పులిమన్నియకుఁ గూర్మి భోజనంబె
అలరు దండను బోలె నలరు సర్పము నోటఁ గాలకూటవిషంపుఁ బాలనంబె
వలు వన్నియల నీను చెలువంపురాశి మయూరమ్మునకు సర్పపారణంబె

తే. ప్రకట సుఖదుఃఖమయతను బరఁగుచున్న ద్వంద్వవిధ సృష్టిరచన కాంతర్యమేమి
పాత్ర తెరనేటు తెరచాటు పాడి యాడు నాఁటి వెల్గుల చీఁకట్ల నాటకంబె. 232

వ. అనుచు నిజమనఃపద్మంబున రక్తనళినదళ విశాలనేత్రు నీలజీమూత మనోహరగాత్రు మణిముకురమంజుతరకపోలుఁ బ్రోద్యదర్ధేందు సుందరనిటాలు గురుతమో విదారక సురుచిరదరహాసుఁ ప్రణతార్తి హరశీలదయాదృగ్విలాసు దురితనిశాట మదగజ హర్యక్షు రమాకాంతా సమాక్రాంత పీన విశాలవక్షు మౌనిజన మనోహారు మణిమయాభరణ శరీరుఁ గనన్నిషంగు విజితానంగు వైభవవిజిత మహేంద్రు వైదేహీపతి శ్రీరామచంద్రుఁ దలంచుచు మార్గాయాసంబులకుఁ జలింపక యేళ్ళు దాఁటి యూళ్ళు గడచి పట్టణంబులఁ గాంచి పర్వతంబులఁ జరించి పుణ్యనదీ నదంబులం దోఁగి గణ్య క్షేత్రతలంబుల నాఁగి యోగిజనంబుల దర్శించి వారి వాగమృతపానంబులకు హర్షించి

దారిమధ్యం జిక్కు ఫలంబుల గుడుమను జలంబులం దాగ్రివుచు గష్టసుఖంబుల
గణింపక నష్టమోహాందై గాగ్రిమైకరాత్రింబుగా జని చని. 233

సీ. ఊర్ధ్వ విష్టప సప్తకోపరి జెల్వారు వైకుంఠభవన నివాసుఁడనఁగ
వరశేష ఫణితను వలయ సప్తకముపై వసియించు శ్రీశ్రీనివాసుఁ డనఁగ
సప్తజన్మార్జిత సత్పుణ్యధనరాశి వెలమాఁగు పరలోక ఫలమనంగ
తను సమంచిత సప్తధాత్వతీత నిజాంతరాత్మ శోభిఖ పరమాత్మయనఁగ

తే. ఏడుకొండలపై నిల్చి యెల్లజనుల కభయదానమ్మొసంగు శ్రీ హస్తముద్రిఁ
దాల్చి భక్తమనోభీష్టదాయియైన వడ్డికాసుల వేంకటరెడ్డిఁగాంచి. 234

వ. ఇట్లభివర్ణించం దొడంగె. 235

ఉ. పాదయుగంబు కల్పతరు పల్లవ పుష్పకృతంబు; స్వచ్ఛగం
గోదక సన్మరంద కృతయోగి జనేక్షణ భృంగసమ్మదో
త్పాదకరంబు, నిత్యనిజభక్త మహోగ్రభవాబ్ధి తారక
శ్రీ దవహిత్రయుగ్మ మనఁ జెల్వమరున్ ధర వేంకటేశ్వరా ! 236

మ. హరి నీలాభమృదూదరావని గభీరావర్త నాభి హ్రదాం
తర సంజాత మనోహరాబ్జ సుఖసద్మం బందు వాగ్భర్త బం
ధరమై వేదమరంద పానరతి సుష్మత్తుండునై సేయు సు
స్వర సామశ్రుతిఁ దృప్తిగాంతువె పరేశా ! వేంకటాద్రి ప్రభో ! 237

ఉ. కౌస్తుభరత్నచంద్రి సువికాసకమై సరసప్రపూర్ణమై
నిస్తులహీర మౌక్తిక వినిర్మిత నిర్మలహారపూరమై
శస్తనవాంబు దద్యుతివిసారి భవద్గురు వక్షపీఠిఁ దా
విస్తృతివెల్గ నద్ధియని పీడదు నిన్ రమ వేంకటేశ్వరా ! 238

చ. అతులిత రామణీయక మహార్ణవమందునఁ బుట్టి రత్నసం
తతులను జుట్టి లక్ష్మికయి దండల నందఁగనుండి వేద సం
గతిఁగొను నీ గళంబు వరకంబువుకే పతతంబు సద్గుణ
ప్రతతులఁ జెప్పుచున్ బ్రణవపారము నేర్పదె వేంకటేశ్వరా ! 239

ఉ. శ్రీప ! స్వభక్త షట్పద సుసేవ్య భవద్వదనారవింద సం
దీపిత మంజులాధరము నిస్తుల భోగరమానురాగ ని
క్షేపము దంతపంక్తులు విశిష్ట శుచిస్మితి కుందకుట్మలా
క్షేపకకాంతి నాశ్రితుల సిల్గుటిరుల్ దునుమున్ రమాధవా ! 240

ఉ. భాసుర భ్రూయుగమ్ము సుమబాణుని దివ్య శరాసనమ్ముగా
నాసికయుక్తా దరస్మితము నాట్యదపాంగము లయ్యనంగ బా

జాసన ముక్తచంపక సుహారకృతార్జున మల్లికాంబుజ
ప్రాసములై జగన్నయనపర్వములై మనె వేంకటేశ్వరా! 241

ఉ. నీటగు పద్మరాగ హరినీల హరిన్మణిహీ రతారసత్
కూట మహోజ్జ్వలార్క మణి గుంఫితమై పదియాఱు వన్నెమేల్
హాటక రత్నదీప్తిఁ దనరారు కిరీటము ప్రాఙ్నగాగ్రస
ద్వాటిఁ జనించు భాస్కరుని భాతి వెలుంగెడి వేంకటేశ్వరా! 242

తే. ధన్యమయ్యెను మజ్జన్మ తావకీన దర్శనమ్మున శేషకు ధరనివాస!
క్షితిని మత్కృత శ్రీ భాగవత పురాణమునకు ఫలము నీ దర్శనమ్మనుచు మ్రొక్కి. 243

చ. సురుచిర దృక్సరోజముల సూనశరుఙ్ బ్రసవించు మించు శ్రీ
హరి యగు శ్రీనివాసుఁ బ్రణయామృత పూర్ణమనస్సరోవర
స్ఫురిత తరంగడోలికల పొంపుగఁ దూఁగెడి రాజహంసి న
ద్దరి నలమేలుమంగ నొగి దర్శనముం బొనరించి యావటన్. 244

వ. కరిగిరి కరిగి వపాపరిమళోల్లాస వాసితాధరపల్లవుం డగు వరదరాజవల్లభుం గని, 245

ఉ. పాయని మాయవోలెఁ దన పట్టు సడల్చగనీక నక్రి మా
ప్యాయగతిన్ మదద్విరదపాద మభేద్యత సంగ్రహింప నీ
సాయముఁగోరి వేడ నది సత్వరముక్తి నొసంగితీవు నిన్
బాయఁగలేని భక్తిఁ దలపైనిడి హస్తినగేంద్ర మయ్యెఁగా. 246

ఉ. హస్తిగిరీంద్ర! నేను కరియట్టులె సంసృతి సాగరమ్మునన్
నిస్తుల మోహదాహమున నీచమమత్వ జలగ్రహగ్రస
న్మస్తకయుక్తి జ్ఞానలవమాత్ర విహీనుఁడనై చరింతునే
హస్త యుగమ్మునెత్తి బహుళార్తిని వేడుదు శ్రీ మనోహరా! 247

ఉ. సుందరరూప! నీదు పదశోభలఁ ద్రావెడి కంటిపాప లిం
కెందఱదేమి చెప్పినను నెందును గాంచవు తల్లి చన్నులన్
విందులుగోరు పాప లవి వీడుమటన్నను నేడ్వకుండఁగా
నుందురె? తావకాంఘ్రి విడనొప్పదు నా మనమెప్పుడుఙ్ హరీ! 248

చ ఉదరదయామృతోదధి మహోర్మికలై వళులొప్ప వానిపై
ముదముగఁ దారహారముల ముద్దగు సుద్యులు పర్వులెత్త పొం
పుదవరు సుళ్ళరూపమరు పొక్కిలితో నయనాబ్జ జీవన
ప్రదమయియుంట దాని నెదఁబాయవు దృక్కులు దేవరాడ్వరా! 249

శా. సౌందర్యార్ణవ దుగ్ధముఙ్ స్మరసుమాస్త్ర వ్రాతముల్ బిట్టునా
నందో బ్రహ్మయటన్న నాదమొలయన్ ద్రచ్చన్ భవద్రూప పా

జాసనముక్తచంపక సుహారకృతార్జున మల్లికాంబుజ
పాళిసములై జగన్నయనపర్వములై మనె వేంకటేశ్వరా! 241

ఉ. నీటగు పద్మరాగ హరినీల హిరణ్మణిహీరతారసత్
కూల మహోజ్జ్వలార్ఘ్య మణి గుంఫితమై పదియాఱు వన్నెమేల్
హాటక రత్నదీప్తిఁ దనరారు కిరీటము ప్రాఙ్నగాగ్రి స
ద్వాటిఁ జనించు భాస్కరుని భాతి వెలుంగెడి వేంకటేశ్వరా! 242

తే. ధన్యమయ్యెను మజ్జన్మ తావకీన దర్శనమ్మున శేషకుధరనివాస!
క్షితిని మత్కృత శ్రీ భాగవత పురాణమునకు ఫలము నీ దర్శనమ్మనుచు మ్రొక్కి. 243

చ. సురుచిర దృక్సరోజముల సూనశరుం బ్రసవించు మించు శ్రీ
హరి యగు శ్రీనివాసుఁ బ్రణయామృత పూర్ణమనస్సరోవర
స్ఫురిత తరంగడోలికల పొంపుగఁ దూఁగెడి రాజహంసి న
ద్దరి నలమేలుమంగ నొగి దర్శనముం బొనరించి యావటన్. 244

వ. కరిగిరి కరిగి వపాపరిమళోల్లాస వాసితాధరపల్లవుం డగు వరదరాజవల్లభుం గని, 245

ఉ. పాయని మాయవోలెఁ దన పట్టు సడల్చగనీక నక్రి మా
ప్యాయగతిన్ మదద్విరదపాద మభేద్యత సంగ్రహింప నీ
సాయముఁ గోరి వేడ నది సత్వరముక్తి నొసంగితీవు నిన్
బాయఁగలేని భక్తిఁ దలపై నిడి హస్తినగేంద్ర మయ్యెఁగా. 246

ఉ. హస్తిగిరీంద్ర! నేను కరియట్టులె సంసృతి సాగరమ్మునన్
నిస్తుల మోహదాహమున నీచమమత్వ జలగ్రహగ్రస
న్మస్తకయుక్తి జ్ఞానలవమాత్ర విహీనుఁడనై చరింతునే
హస్త యుగమ్మునెత్తి బహుళార్తిని వేడుదు శ్రీ మనోహరా! 247

ఉ. సుందరరూప! నీదు పదశోభలఁ ద్రావెడి కంటిపాప లిం
కెందఱదేమి చెప్పినను నెందును గాంచవు తల్లి చన్నులన్
విందులు గ్రోలు పాపలవి వీడుమటన్నను నేద్వకుండఁగా
నుందురె? తావకాంఘ్రి విడనొప్పదు నా మనమెప్పుడుం హరీ! 248

చ. ఉదరదయామృతోదధి మహోర్మికలై వఱలొప్ప వానిపై
ముదముగఁ దారహారముల ముద్దగు నుర్వులు పర్వులెత్త సొం
పుదవరు సుళ్ళరూపమరు పొక్కిలితో నయనాబ్జ జీవన
ప్రదమయియుంట దాని నెడఁబాయవు దృక్కులు దేవరాడ్వరా! 249

శా. సౌందర్యార్ణవ దుగ్ధముం స్మరసుమాస్త్ర వ్రాతముల్ బిట్టునా
నందో బ్రహ్మయటన్న నాదమొలయన్ ద్రిచ్చన్ భవద్రూప పా

శా. శ్రీరాజిల్లలసద్భుజాంతరతటిన్ జెల్వారు శ్రీ కౌస్తుభా
కారంబుల్ గనఁ బూర్వశైలతట సాక్షాదుద్భూత బాలార్క శో
భారక్తిఁ గలిగించు దాసనయనాబ్జ శ్రీ వికాస ప్రభా
పూరంబుల్ ప్రవహింప నాదు కయిమోడ్పుల్ రంగనాథ ప్రభో ! 258

తే. అద్ది శ్రీవత్సచిహ్నమో యాశ్రిత జనదోష భోగ్యతాచిహ్న విభూషణంబొ,
వైజయంతియో యది రమావారిజాక్షి సుందరాపాంగ కాంతియొ సూరివినుత ! 259

చ. తిలకమదమ్ము క్రొంజెమరు తేమ నొకించుకజాఱ దానితో
నలికమునందు ముంగురులు నట్టిటు దాఁగురుమూఁతలాడఁ గుం
డల మణికాంతిగండముల నాట్య మొనర్చుమ సుస్మితద్యుతిన్
వలపులఁగూడఁ గన్దొవ కృపారసవారిధి నీఁదులాడెడిన్. 260

తే. పైఁడికొండ కుర్మి ప్రసవించు హరినీలమణి యనంగ స్వర్ణమకుట మందు
సొగసు లీను నీదు సుందరవదనారవింద మెపుడు కనుల విందొనర్చు 261

ఉ. తావక దివ్యమంగళ సుధామయ విగ్రహ దర్శనమ్మునన్
బావనమయ్యె జన్మ భవబంధము లూడె మహౌఘవార్ధికిన్
నావ లభించె ఘోరమగు నారకబాధ నశించె ముక్తికిన్
ద్రోవ జనించె నిన్ను గనుదొన్నెల రెప్పలవిప్పి త్రావెదన్. 262

శా. చక్షుశ్శ్రోత్రవిభుండు తావకవపు స్సౌందర్య సారామృతం
బక్షీణంబగు కాంక్ష హెచ్చ ద్విసహస్రాక్షి ప్రభాలోకనన్
నిక్షేపంబటు గ్రోలి తృప్తిదనరన్ నేనంచు వే మోములన్
వీక్షింపన్ జనుదెంచు భక్తజనులన్ వే రీతు లూరించెడిన్. 263

తే. తమ్ముఁడై పుట్టి నీ సేవదప్పఁ డితని నన్నగాఁ జేసికొనిన నీ యండ విడఁదు
జన్మజన్మల నీ పరిచర్యసలిపి యతిపతిగ నీతఁ డిలఁ జాటు మతమె మతము. 264

వ. అని యచటు విడిచి రామానుజ జగద్గురు పీఠాసీనుండగు నుభయ వేదాంత విద్యా
నిధియుఁ బరమ ప్రసన్నుండును నగు నొక్క యతిపతి నాశ్రయించి తాపపుండ్ర
నామ మంత్రయాగాది పంచసంస్కారముల వడసి విశిష్టాద్వైతమతనిష్ఠాగరిష్ఠుండై
భగవద్రామానుజముని ప్రభావంబు నంతరంగంబునఁ జింత సేసి శ్రీరంగరాజ సన్ని
ధానంబు వీడి పెన్నిధానంబు బోల్కి భూతపురి వెలయు భాష్యకార దివ్యమంగళాకార
సందర్శనం బొనర్చి యాపాదాగ్రము సేవించి భావించి యత్యంత భక్తియుక్తుండై
యిట్లనియె. 265

సీ. కాంతిమతీ గర్భకమలజుం డగుటనో కాంతి మతిం గల్గి కడలవెల్గె
మూకముక్తి నొసంగు మనియొఁటఁ బ్రాణుల మూఁకల కెల్లను మోక్షమిడెను

భూతపురీశుఁడై పొల్చుటో నృపసుతా భూతమున్ విడిపించి పూతఁ జేసె
అల యనంతాంశమై యలరుటో హరిసేవ నలయ నంతటి శక్తి నలవఱిచెను

తే. ఉభయ జిహ్వల శేషుఁడై యుండుటేమొ యుభయ వేదాంతములను సముద్ధరించె,
తిరిగి రామానుజాయనా దరి కనుటలొ మహిని "రామానుజాయ నమః" యనఁబడె. 266

శా. ఆర్యా! మీరలు దోషభోగ్యులని నే నాలించితిం గాని మీ
భార్యం దప్పులు మూఁడు గాంచియె యెడంబాయంగ న్యాయంబె మీ
కార్యం బీ యిల సర్వభూతచయ మోక్షప్రాప్తియౌటల్ సతీ
చర్యల్ జన్మఫలప్రదంబు లగుటల్ శంకించి పొమ్మంటిరో! 267

ఉ. దేవర పాదసాక్షి యెటఁ జెల్పను మీరిడు మంత్రరత్న మా
ర్తావన' యంచు నిచ్చకములాడి గురుం డిడుపెన్ రహస్య మా
శ్రీవరు గోపురాగ్రమునఁ జేరి సితోపలపట్లు బంచ వే
బోవునె రెండు నాలుకల పూర్వపు పోకడలో యనంతుఁడా! 268

తే. హరియు ధరణియుఁ దమతమ బరువులన్నియును భరింప శేషుఁడ వీవె యని తల విడ
నిహ పరమ్ముల పేరట నెసఁగునట్టి ద్వయవిభూతుల మీ దొరతనము వెల్గె. 269

ఉ. జాయను వీడి శ్రీధరుని సన్నిధి నేమరకుండ దాస్యముం
జేయఁగ దీక్ష, వల్కల సుచేలము దాలిచి మౌనివృత్తినిం
బాయకయుండు లక్ష్మణుని పద్ధతి మీనడ సుంట మీరువా
రే, యని భూజను ల్పిలిచిరే మిము రామసహోదరాఖ్యచే. 270

సీ. బహుధాన్య ముఖచయ భంగమ్ము నొనరింప ముసలియై మనియెనే మునివరుండు
ప్రబల మాయావాది పరపీర శిరములు నాగేలి చేఁతల లాగె నెవఁడు
అల యాదవ ప్రకాశార్య శిష్యుండగు గోవిందు నన్నయు గురు వెవండు
దోష భోగ్యత్వ నిర్దుష్టతం దెల్ప దుర్యోధనాదుల పక్షమూనె నెవఁడు

తే. అట్టి యతిపతి బలరాము నపరరూప మనిన నిర్వివాదాంశమై యలర దెట్లు,
ఆరయఁగా జగద్గురువు రామానుజుండె హరి జగద్గురు వగుట రామానుజతనె. 271

తే. శేషరూపుఁడై దండమ్ము చేతఁ గొనఁడు రాజదండ మొకఁడు దాల్చె లక్ష్మణుఁడయి
హలమునఁ దండయుగమూనె బలుఁడగుచును బూనె దండత్రయమ్ము రామానుజుఁడయి,

తే. నాల్గు పాదాల ధర్మమ్ము నడచెఁ గృతయుగమునఁ, త్రేతాయుగమున నొకటియు ద్వాప
రమున రెండుఁ గలిఁ మూఁడు సమయుకతన దండములఁ బెంచె యతిరాజతత్త్వమూర్తి

ఉ. తావక భాష్య వాక్యయ సుధారసముల్ తలకెక్క వాణి నో
దేవరవారి శ్రీపదమె దిక్కన నాఁడె జనింపనై తి మీ

సేవ యొనర్ప భూతపురి సీమల, నేఁటికి నామరూపమౌ
దేవరవారి శ్రీపదమె దిక్కుసుమీ యతిరాజ దేశికా! 274

క. గురునకుఁ దిరుమంత్రిమ్మిడు వర శిష్యుం డనినఁ బుడమి వంచకుఁడగు బా
పురె! యాదవ ప్రకాశక గురునకుఁ దిరుమంత్ర మొసఁగి గురువనఁబడవే! 275

సీ. వృద్ధత్వమందిన వేదత్రయమునకు దండత్రయమ్ము నూఁతగ నిడియెను
మోహించివచ్చిన మోక్షైక లక్ష్మికిఁ గాషాయవస్త్రమ్ము కట్టఁబెట్టె
పదములం బడివచ్చు మదవతి వాణికి వేదాంతవిధులఁ ద్రవ్వి తలకెత్తె
హరిపదమ్ములు మేన స్థిరనివాస మొనర్ప సౌధోర్ధ్వపుండ్రముల్ జతపఱచెను

తే. హరియె గీత వచించె రామానుజుఁడయి యహియె భాష్యమ్మొనర్చె రామానుజుఁడయి
వేల తలలు దాలిచి వేనవేల నరుల కర్మభారమ్ము తన కంటఁ గట్టుకొనియె. 276

ఉ. రాక్షసరాజు లెల్లరును రక్తపిపాసువులై జనించి రీ
దక్షిణదేశమందె యని తత్పరతన్ యముఁడేలు నీ దిశన్
శిక్షకుఁ జేతి నిండ పని చిక్కనటంచును వాని గర్వమున్
దక్షత నార్ప నీ విటులు దక్షిణదేశమునం జనించితే. 277

చ. అని వినుతించి వైష్ణవమతాంచిత మంత్రరహస్య మర్మముల్
తన కెఱిఁగించు గ్రంథ సముదాయము నెల్లను నార్యసన్నిధిన్
విని మనన మ్మొనర్చి కనువిప్పు జనింపఁగ న్యస్తభారవ
ర్తనుఁడయి యేగి భక్తిమెయి రంగసతీమణి గోదఁ బాడుచున్. 278

సీ. వాణియే పూఁబోఁడి వశవర్తినిగమారి పదముల నమృతసంపదలఁ జిల్కె
శ్రీవామ యేలేమ శీలసంపద మెచ్చి సాపత్న్యసంగతి సమ్మతించె
శ్రీరంగనాథుఁడే సీమంతిని శిరోజ ముక్తదామములకు భక్తుఁడయ్యె
పార్వతి యే సతీవ్రతదీక్ష నెదమెచ్చి నిరతాక్షయ సువాసినీత్వమొసఁగె

తే. ఉర్వి వ్రజకాంత లే యింతి యొజ్జలైరి పూతబృందావన మెవర్తు పుట్టుచోటు
పితయగుచు విష్ణుచిత్తుఁడే పతివిబెంచె హరి వినోదనా శ్రీగోద నభీసుతింతు. 279

మ. హరి నారాయణుఁదప్ప వేరొకని నే నంటంగఁ బోనంచునో
సరసీజాయతనేత్ర! తావకశిరోజ స్నేహ సద్వాసనన్
విరిదండల్ మనువేణి వీడి హరికిన్ వే నోళులం జెప్పునో
సరసీజాక్షుఁడు వీనిఁగోరుట రహస్యంబింక నే ముందునో. 280

చ. జనని! భవన్ముఖాంబు రుహపద్మమునన్ హరిషట్పదాకృతిన్
గొని ప్రణయామృతాధరముఁ గ్రోలుచు 'నీ వెది కోరుదానవో

వనరుహనేత్రి ! తెల్పు'మని పల్కిన 'నీ ప్రియదాసులైన నా
తనయుల తప్పు పొట్టనిడి త్రాణమొనర్పు మటంచు వేడవో. 281

ఉ. గోద యటన్న గౌతమియె గోదవు నీవ సరోజనేత్రు శ్రీ
పాదము లంటివచ్చి హరిభక్తపరీవృత పాపతాపముల్
మోవతఁ బారఁద్రోలు రసపూర్ణ ప్రవాహము గోముఖాన ని
మ్మేదిని నొల్కవోయుటలు మేలొనగూర్చు సదం జరించుటల్. 282

ఉ. వేద నినాదసారముల వీనుల విందిడు తేనెతేటలో
శ్రీదయితా మనోహరుని చిత్తమెలర్చెడి పూలతోఁటలో
మోదతఁ జేతనోద్ధరణముం బొనరించెడి పైఁడికోటలో
గోద రచించినట్టి యదు గోపకుమారునిఁబాడు పాటలో. 283

సీ. భృంగసంగతి నెప్పుడెంగిలి బ్రతుకులై పొల్చుటనో మోము ముడుచుకొనును
పంకజాతములై కళంకితమ్ములగుట వనములఁగా మనలును వంచనమెయి
కామాగ్ని రగిలించు కందర్పశరమౌటొ అలిఁ గళానిధిఁ గాంచ లజ్జ నొందు
గతివిహీనములౌట గళదఘ్న జలముల నొరుగాలుపైఁ దప మ్మొనరఁజేయు
తే. ఆ సరోజముల్ భవదంఘ్రితో సమగతిదూఁగఁ గనువిప్పొనర్చు మిత్రుఁడు వెలుంగఁ
జెలఁగి శ్రీ లక్ష్మిపదముల చెలిమిచేసి కోటి జన్మలెత్తియు వాని పాటిగనవు. 284

సీ. నీ దరస్మితకాంతి నెఱిగ సోఁకినఁజాలు నజ్ఞానతమసమ్ము లంతరించు
నీ వాగమృతధార నిచ్చగ్రోలినఁజాలు సంసారమృగతృష్ణ సమసిపోవు
నీ పదాశ్రయణము నియతిఁ బొందినఁజాలు వైకుంఠ పదపీఠి వలచివచ్చు
నీ దయావీక్షణ నివహమ్ము సోఁకిన బద్ధజీవుఁడు విష్ణుభక్తుఁ డగును
తే. ధరణి విల్లిపుత్తూరెంత తపమొనర్చి నిన్నుగన నోచుకొనియెనో కన్నతల్లి
నీదు నామమ్ము స్వర్లబ్ధి నిఖిల వస్తువాహనసమృద్ధి వాక్సిద్ధి వడయఁజేయు. 285

మ. హరి బృందావనమందె చిక్కనని తానా బృందయుఁగా సర్వదా
వరదాంఘ్రిద్వయ పూజనాభిరతి శశ్వన్మోద సంరంభయై
ధరణిఁగా వెల్గ నటంచుఁ బుట్టితివె తద్ధామంబునన్ గోపికా
విరహప్రేమమె శ్రీ పరాత్పరపదాప్తిఁగా గూర్చునం చాడవే 286

వ. అని వినుతించి, 287

ఉ. అచ్చటినుండి పోతన మహాకవి దక్షిణ తీర్థయాత్రలఁగా
బొచ్చెములేని భక్తి నెదపొంగెడి యత్యనురక్తిఁగాంచి తా
వచ్చుచు నొంటి మిట్టఁగల వారిజమిత్రకులాబ్ధి సోమునిన్
సచ్చరితున్ రఘూద్వహునిఁ జనవులం దమితోఁ గాంచుచున్. 288

క. ఆ యహమచట వసించెను రేయిఁ జా స్వప్నమున నొక్క తేఁడగపడి యో
శ్రీయుత మీ కృతికిప్పు దపాయము చేకూరెఁ జెదలు భక్షించుఁదమిన్. 289

ఆ. అనఘ ! నీవు దీక్షఁదనరి యిచ్చోటనెయుండు మేము దాని నుద్ధరింపఁ
జనుచునుంటి నీదు మనమున ననుమాన మునుగుమింక శుభము లొదవునీకు. 290

తే. అనుచుఁ బల్కి యాతఁ డంతర్హితుండయ్యె నిదురవోవు సుకవి బెదరిలేచి
హరి గుణానుభవము నార్తిమై నొనరించి కాలకృత్యములను గ్రిమతఁ దీర్చి. 291

ఆ. రామ ! గ్రంథ మిట్లు నామరూపమ్ములు వదయకుండ భూమి నడఁగియుండ
నాదు జీవితకృషి నష్టమ్ము నొందింపభూరి కృతివిహారియఁ బరికొలుపుటొ. 292

ఆ. స్వామి ! నాదు గ్రంథసంక్షేమ మెఱుఁగమిఁ గుడువననుచు దీక్షఁగొనియె సుకవి
వచ్చుపోవు భక్తవరులు శ్రీ పోతన గాథతెలిసి యెదఁద బాధనొంద. 293

ఆ భాగవతమె యన్నపానంబు లిఁకనాకు తత్ప్రబంధపఠన తత్పరతను
వేళఁబుచ్చువాఁడ పెడఁగునై చెదనేలయనుచు వ్యాసకృతిని హర్షమొదవ. 294

ఆ చదువ, వేల జనము లది గాంచి వినుటకు రాఁదొడంగి రెంతొ రయము మీఱ
నార్తభక్తి సుకవి యాఖ్యాయికలఁ జెప్ప స్వకృత భాగవతము స్మరణ రాఁగ 295

వ అశ్రుపూర్ణనేత్రయుగళుండగుచుయుఁ బార్శ్వమునందె వసించు శోత్రిల నొక్కఁడగు
యోగిపుంగవుండు లేచి కవివర్యా ! యిట్లు విలపింపనేల• యేడు రాత్రులును భగవ
దవతార కథా విశేషంబుల నాళుగతిఁ గావ్యగాన మొనరింప నాలించి హరి ప్రసన్నుం
డగు. భవద్రచితమగు భాగవతంబన పాయత నున్న వార్త మీ చెవిం బడునని తెల్పి
చనియె అంత నతండు నత్యంత భక్తియుక్తుండై హరిగుణగానం బాళుగతి సప్త
రాత్రింబులు శ్రుతిపర్వంబుగా శ్రోతృజనాభులతాల విత్రింబుగా బాడుటయు తద్గా
మృతార్ణవమందు మునింగి చేతనాచేతనంబులు పునీతంబులయ్యె. 296

ఉ అంతట భూధవుం దొకఁ డహర్పతితేజుఁడు వీరమౌళి తాఁ
బంతముఁ బూని సింగమ నృపాలుని స్వప్నము నందు నొక్కనాఁ
డెంతయు శౌర్యదీప్తిని నహీన పరాక్రమ పౌరుషాప్తి న
త్యంతము క్రోధ మూర్ఛితజపారుణలోచనుఁడై మహోద్ధతిఁ జా 297

తే. నాదు కృతికాంత నీగతి నాశపఱచి యశము నేమి గడించెదో యధమ చరిత !
యనుచు గల్లోపరిచ పేటికను బటుగతిఁ గన్నుల స్ఫులింగములు రాలఁగాఁ జఱచెను 298

తే. అపుడు నృపమౌళి మదినెదో యదరిపాటు గదుర నిదుర మేల్కాని నలుగడలు గాంచి
యౌర ! యిది స్వప్నమని విభ్రాటద్దమందు దద్రుశోఘారుణ కపోలతలముఁ గాంచి. 299

క. ఇది స్వప్నమొ వాస్తవికమొ యెది తోఁచుట లేదటంచు నెద నాశ్చర్య
మ్మొదవఁగఁ గాల్యము లొనరిచి పదవడి యొడ్డోలగమునఁ బఱతెంచి వగన్. 300

తే. స్వప్నవృత్తాంతమును సభాసదుల కెల్ల నెఱుకపఱచి నా వలన ముందెట్టి దోసఁగు
పొసఁగె నింతటి శిక్ష నా కొసఁగి రెవరు స్వప్నగతవృత్త మేరీతి సత్యమయ్యె. 301

తే. రాయ లెవ్వ రాతని కృతిరమణి యెవతె ? రమణి కే నొనర్చిన యపరాధమేమి
స్వప్నగతి నిట్లు నను శిక్ష సలుపనేల స్వప్నశిక్ష ప్రత్యక్షానుభవ మిదెట్లు. 302

ఉ. ఏమియుఁ దోఁచ దీ విషయ మెల్లనయోమయమై తనర్చునే
ధీమహితుండు నాదు కల దీర్చి మనమ్ము గలంచు ప్రశ్నకున్
శేముషి యొప్ప నుత్తరము చెప్పునొ యాతఁడె మాన్యుఁ డెందు నే
నా మహనీయ విగ్రహున కంజలి సంఘటియింతు భక్తిమై. 303

వ. అనుటయు, 304

మ. అల శ్రీనాథుఁడు తేవి వాక్కు విని తా నత్యంత చింతాసమా
కుల చిత్తుండయి నిండుకొ ల్వమరు తత్క్షోణీశువిం గాంచి మీ
రలుకం జెందవటన్న నొక్క విషయం బాద్యంత సత్యంబు నేఁ
బలుకం బూనితి నన్న సింగనృపుఁ డప్ప్రాజ్ఞున్ విలోకించుచున్. 305

ఉ. సత్కవి సార్వభౌమ ! విల సద్గురు దివ్యమనీష ! మీర లీ
షత్కరుణం దలంచి కడు శ్రద్ధవహించి యిదేమి స్వప్నమో
మత్కృత దోషమేదొ యణుమాత్రము దాఁచక చెప్పనొప్పు మీ
హృత్కమలంబు నాదు కుశలేందిరసద్మ మటంచు నెంచెదన్. 306

చ. అని వచియింప సత్కవి ధరాధిపుతో నిటులాడె నేలికా !
మును గనదేశుసైనికులు పోతన భాగవతాపహర్తలై
చన మన సైన్యముల్ పఱచి సత్వరమే పరిపంథి సేనలన్
దునిమి జనమ్ము మెచ్చఁ గృతితోఁ జనుదెంచుచు రాచకొండకున్. 307

ఉ. పోతన సత్కవీంద్రుఁగని పోటుమగంటిమి దండనాథుఁ డీ
రీతిగఁ బల్కెనో కవివరేణ్య ! జయించిన కోశమిద్ది మా
క్ష్మాతలనాథుఁడే స్వయమొసంగును వీటికి నేగుదెంచ మీ
చేతికటంచు, నా సుకవిశేఖరుఁ డియ్యెడ రాఁ దలంపమిన్. 308

ఉ. రామున కంకితమ్మయి విరాజిలు తత్కృతిఁగొంచు సైన్య మీ
ధామము జేరవచ్చినది ధారుణినాథులు దాని నెయ్యడన్
ప్రేముడి నుంచినారలొ నివేదనముల్ గొని నిత్య ధూపదీ
పాఘల పూజలొంది తనరారెడి సత్కృతియద్ది యెందునన్. 309

ఉ. దేవరస్వప్నమం దరుగుదెంచి క్రుధారుణ లోచనద్వయిన్
దావకగల్లసీమ నతిదర్ప మెలర్పఁగఁ గొట్టినట్టి యా
భూవిభుఁడే రఘూద్వహుఁడు పొల్చెడి తత్కృతికన్య వానిదౌ
దేవి యవశ్యమిద్ది గుఱుతించి వచింతు హితాభిలాషమై 310

చ. సదమలశీల ! సాధుజన సత్కృతలీల ! దయాలవాల ! యీ
యుదయమె పోతనార్య రచితోత్కృతి భాగవత ప్రబంధమున్
బదిలముగాఁగ బమ్మెరకుఁ బంపుట కావ్యమటంచు నెంతు నే
నిది పరమేశ్వరేచ్ఛ యెదురీఁదఁగఁబోలునె యేటి కెందునున్. 311

తే. అనుచు నిటువల్కు కవినాథు నమృతవాణి నాలకించి జేఁడిదియె సత్యంబటంచు
సమ్మతించి సత్కవి నాదు స్వాంతమందు నెసఁగు విషయమ్మునే సెలవిచ్చెననుచు. 312

క. పదవాలు నరసి పొత్తము నెడ పేయక రాజసభకు నెటులున్నదో య
వ్వడువునఁ గొనిరావలె నీ యొడయుని యానతికి నన్య మొదవక యుండన్. 313

ఉ. పల్లకి యందు గ్రంథమిడి భాసుర వైభవలీల దివ్వటీ
లుల్లసిలంగఁ దూర్యరవ మొప్పఁగ భూవర లాంఛనాలు సం
ధిల్లఁగ సైన్యయుక్తముగ దీప సుధూప నివేదనార్చనన్
మెల్లనఁ గొంచుఁబోయి కృతి మేవడిఁ బోతన కిచ్చి రాఁదగున్. 314

క. అను నమ్మనుజాధిపుతోఁ గను లార్ద్రిముగాఁగ నుడుల గాద్గద్యమ్మున్
దనరఁగ శ్రీనాథుఁడు పోతన దేశము వీడి యెటకొ తాఁజనె ననియెన్. 315

వ. అనుటయు నాతఁడు, 316

ఉ. ఆతతరామ పాదవికచాబ్జ మరంద మిళిందరూప వి
ఖ్యాతుఁడు పోతనార్యుఁడొక కారణజన్ముఁడు పూజ్యుఁ డిట్టులే
నాతనికిం బొనర్చితి మహాపకృతిన్ గుమతిన్ గ్రుధారతిన్
జ్యోతివిగాంచి ప్రింగఁ జనుచో శలభమ్ము ఫలమ్ము నొందునే. 317

ఆ. నేను లేను హరియె నిఖిలకర్మములకుఁ గర్తయంచు నెంచు ఘనునిగలఁచ
దర్పణమ్ము ముందు తగనిల్పి తనుదాని వెక్కిరించుకొనెడి వెకలిగాఁడె. 318

ఉ. వేగ మొసంగఁగావలెఁ గవి పరికరమ్ములు వెంటనేగి శ్రీ
భాగవతమ్ము నప్పరమభాగవతోత్తము నింటి యందిఁకన్
జాగునొనర్పరాదనుచు క్ష్మాపతి యాగతి బల్క నుల్కి తా
నెగి చమూవిభుండు కృతి నేలిక సన్నిధి నుంచి యిట్లనెన్. 319

ఉ. ఈ కృతిపేటికన్ వెనుకనేఁ గొనివచ్చిన నాఁట నుండి యుం
దాఁకినవారె లేరు వసుధావర ! పెట్టియ మూతి విప్పినన్

బ్రాకటరీతిఁ గోశమునఁ బర్విన ధూళిని దుల్పి పంపుటల్
చేకురునంచుఁ బల్కి తన చేతనె మూఁతను విప్పె నాతఁడున్. 320

తే. మందసమ్మును దెఱచిన మాత్రినందు చెదలుపుట్టయై కోశమ్ము చెదరియుండెఁ
దన్మనో విదారకదృశ్య దర్శనమున గుండెలాఁగిన యటులయ్యెఁ గుతలపతికి. 321

తే. అయ్యయో ! కృతి చెదల పాలయ్యె నకట ! యెంతపనియయ్యె నీ విపు డేమిసేతు
ననెడి నృపుఁ గాంచి సేనాని హా ! యికెట్టులనుచు నోరును దెఱచెఁ బ్రజాళి యఱచె. 322

ఉ. కన్నుల నీరుఁగ్రమ్మెను జగమ్ములె మున్గినయట్టులయ్యెఁ దా
నున్నది లేనిదేమియును నొక్క రవంతయుఁ దోఁచదయ్యె మే
ల్మిన్నులు విర్గివచ్చి తల మీఁదనె కూలెను దుఃఖమేఘ మం
చున్న వికర్తనుం డగుచు క్ష్మాపతి యాత్మఁ దలంచె నీ గతిన్. 323

తే. ఆంధ్రదేశంపుఁ బూర్వ పుణ్యముల పంట యాంధ్రి హృదయ విజ్ఞానోదయార్క బింబ
మగు తెలుఁగు భాగవతముఁ గొం చరిగినాఁడ పేది యను జాతిఁ గన మొగమ్మేని నాకు.

ఉ. రక్తములోడ్చి చెమ్మటలు రాల్చి దరిద్రము నాశ్రయించి పేల్
మౌక్తికహార పంక్తులను మాటలుగా జతగూర్చి వానితో
భక్తి సుధారసాబ్ధులను బంచెడి భాగవతమ్ము వ్రాసి స
న్ముక్తికి దారిఁ జేయు రసమూర్తికి ద్రోహము నాచరించితిన్. 325

తే. బ్రతుకు లర్పించి వ్రాసిన కృతి వియోగ ఘోర చింతాభరమ్మది దారసుతులఁ
గడకు జన్మభూమిని గూడ విడువఁజేసెఁ బోతనా ! యెట్టి యాతనఁ బొందినావొ ! 326

తే. అనఘుఁ డప్పోతరాజు తా నంకితమ్ము సేయ నీ గ్రంథమునినంత రాయలౌర
బలిమిమై దాని గొని మట్టిపాలొనర్చె నను వపఖ్యాతి నా పేర నతికిపోయె. 327

సీ. పోతన కృతి విల్లు పాఁతిపెట్టె నితండు సాహిత్య విద్యా విశారదుండె
వరకవి హృత్ప్రద నెఱుఁగఁడయ్యె నితండు సర్వజ్ఞ బిరుద విస్తారయుఁడె
ఆంధ్రభాషాయోష నణఁగఁద్రొక్కె నితండు దోషజ్ఞ కవిలోక పోషకుండె
కవి నిరంకుశతయే కాపాడనోపఁ డీ రాజు భాస్వత్ప్రజారంజకుండె

తే. అనుచు నోటికి వచ్చినయటులు లోక మాడదొకా రోళ్ళ రోకండ్లఁ బాడదొక్క
కాలమెందు నీ యక్షరధూళి నాదు పైన బేర్వెట్టి తూర్పారఁబట్టిపోయు. 328

తే. చచ్చినను దప్పదింక నీ మచ్చ నాకుఁ బుడమి నిట్టి గ్రంథమ్మింక పుట్టఁబోదు,
ఈ యపఖ్యాతి కొఱకు నే నేడ్వఁగాని గ్రంథనాశమ్ము నా యెదన్ గాల్చిపెట్టు. 329

శా. అందాలన్ విరఁజిమ్ము సత్కృతి. సువర్ణామాన శోభాలస
న్మందార ప్రసవమ్ము నక్షరసుధా మాధుర్య సంధానవి

ష్యంది స్వాదు మరందగాంగపుని మత్ స్వాంతంబు తా నెంచె పీ
చందం బక్షరతల్ క్షరమ్మగుట లాశ్చర్యంబుగాఁ దోఁచెడిన్. 330

ఉ. ఇచ్చటి కేల తేబడియె నంతటి గ్రంథము నాతఁ డియ్యెడన్
వచ్చిన నెట్టులుండెడి దవార్య ముదమ్మున గౌరవించి నే
నిచ్చెడివాఁడఁ గాదె కృతి, నెందుల కియ్యెడ రాకపోయె నా
సచ్చరితుండు, నే నయిన సాదృతి నీ కృతిఁ బంపనైతిగా. 331

ఉ. తప్పు నొనర్చి యిట్టులు వృథా పరితాపముజెంది కుందుచో
నిప్పుడు లాభమేమి యపుడీగతి రాఘవుఁడైన స్వప్నమం
దిప్పగిదిం బొనర్చు మనఁదేటికి నింతకు నా చరిత్రలోఁ
దప్పక యిట్టి మచ్చయది దార్కొనసున్నది గాక వేఱొకో . 332

చ. అనుచు క్షితీంద్రుఁ డిప్పగిది నాత్మఁగలంగుట దండనాథుఁడున్
మును గల పెట్టెలోఁ గృతిని ముంచిన యచ్చెదమట్టి నల్ల నే
ర్పొనరఁగ రాల్చి పత్రముల నొక్కొకటిన్ విడఁదీసి చూచి వా
విని పుటసంఖ్యలం గ్రమత నిల్పి నృపాలుని గాంచి యిట్లనెన్. 333

చ. నరవర ! మీరు నెమ్మనమునన్ వగమానుఁడు గ్రంథరాజమున్
బురువు లొకింతె మేపె మన పూర్వపుఁ బున్నెము కల్మి దీనిలోఁ
బరక నశింపఁగా మిగులు భాగము రాముఁడు రక్షసేయఁడే
సరసులు సాహితీవిదులు స్వాముఖ సత్కృతి పూడ్చిపెట్టుచే. 334

ఆ. అనిన వారు నోరి నపవిత్ర మొనరించికొనుటె కాక ప్రభువు ఘనత చెడునె
ప్రభువు నాన నెంతొ భద్రమ్ముగా దీనిఁ బంపువాఁడ నేఁడె బమ్మరకును. 335

ఆ. బట్ట గాల్చి పైనఁ బారవేయు జగమ్ము గణన సేయరాదు జనపతులన,
చెట్టుగాలి లేని దెట్టు లూఁగునటంచు నమ్ము మనుజులందు రిమ్మహిననె. 336

క. అనుచున్ జనపతి సత్కృతి ఘనతర సన్మానపూర్వకముగా శ్రీనా
థుని వెంటనొసఁగి బమ్మర జనపదమున కనిపె వినయసంభ్రమమతియై. 337

తే. దాని నెంతొ వైభవమొప్ప మానసమున సంతసముపొంగ శ్రీనాథ సత్కవీంద్రుఁ
డెలమిఁగొనిపోవ సంక్రాంతి యేగుదెంచెనంత నంతట బంతి చేమంతిపూచె. 338

వ. సంక్రాంతి శోభలంగని శ్రీనాథుండు తాను, 339

తే. క్రాంతికారిణి మకరసంక్రాంతి లక్ష్మి తెలుఁగు వాకిళ్ళలోని కేతెంచుటఁగని
తఱిగె దినరాజు కళలు తా నుఱికి యుఱికి పయనమొనరించు జనహితపథము బరసి. 340

చ. గడగడలాడు విశ్వమనఁగా వడఁకందొడఁగెన్ జనమ్ము దాఁ
గడు వినయమ్ముతోఁ గరయుగమ్మును గట్టి కుళాయిబెట్టి ముళ్ళ
బడిపడి వంగిప్రాలి నిజభక్తిని జాటుచు నగ్నిదేవుఁడుం
బుడమిని రేబవల్ నిదురవోక శ్రమించె జనానుమోదియై. 341

సీ. కడపల చేరెలన్ గనకాంబరము గట్టెఁ బసపుకుంకుమల లేపనపు గొనబు
తలపైన ముత్యాలకలికి తురాయిడె గొబ్బెమ్మకొక పిండికూరకొమ్మ
నవధాన్యవిసరంబు నవరత్నములఁదాపె రంగవల్లి శిల్పరంగపీఠి
పన్మధుందు జయాక్షిప్తి మకరధ్వజంబెత్తెఁ జెఱకువిల్ విశ్రాంతి ధరణివ్రాలె

తే. గిముపిడి బదరీఫల కోమలాంగి తియ్యతియ్యని తలపులు తీవటారఁ
బఱచు ముగ్గు తివాచీలఁ బందుకొనుచుఁ బొరలియాడెను సంక్రాంతి పురుషుఁగూడి. 342

సీ. అనలాహుతిఁగ నిన్ను హతమార్చు నొక్కండు తరణి కరంబుల తరుమునొకఁడు
కంబళి సురులొడ్డి కట్టిపేయునొకండు కవచధారియయి నిగ్గవయునొకఁడు
చెలిసాయమున నిన్ను బిలుకుమార్చు నొకండు మైరేయరతిఁగెల్చు ధీరుదొకఁడు
తలుపులు బిగియించి వెలిద్రోయు నొక్కండు ముడిచిపండుకొని నిగ్గెడపు నొకఁడు

గీ. పరధనుస్సంక్రమణ హిమశరవివృష్టి దశదిశలముంచి వడకింతు ధరణి ననుచు
మిడిసిపడనేల నో చలీ! జడధిరాజ దత్తప్రాణుండవని విదితమనె విరహి. 343

తే. మకరసంక్రాంతి హేమంత మంజుగతులు అంగముల స్నేహసంగతి నలరఁజేసి
యధరముల గండ్లొనర్చెడి విధములరసి కాంతలంగాంత్రి పురుష లేకాంతవాంఛ. 344

తే. దంపతుల విడంగొట్టుటొ ధాత్రి జనములరక యెండగొట్టెనటంచు నుడుకుచుంద్రు
దంపతులఁ గూడఁబెట్టుటొ ధరణిప్రజలు నౌర! చలిపెట్టెనని వడఁకాడుచుంద్రు. 345

సీ. మెఱుఁగు వాకిళులను మేఘమండలముల ముగ్గు విద్యుల్లతల్ మురిసియాడ
పసపు కుంకుమముల పచ్చతోరణములఁ దనరు ద్వారముల సింగిణులు వ్రాల
చెలఁగు సీతాకోకచిలుకలొ పడుచుల నప్సరస్పంతతు లాటలాడ
పాలదంతము లొప్పు బాలహాసద్యుతిన్ దారకాచంద్రులు గేరుచుండ

తే. అలరు బొమ్మలదర్బారు లలసుధర్మ వైభవోల్లసత్ పత్రులను వ్రాయుచుండ
దివియు భువియు నేకమ్మగు తెలుఁగుఁదెల్పు తెలుఁగు సంక్రాంతి దీధితుల్ తేజరిల్లె. 346

సీ. రత్నకంబళము పఱరచినార లిచ్చోట సభదీర్చె నొక యాంధ్ర చక్రవర్తి
రథముల నేస్గుల వ్రాసినారిచ్చోట రహియించెనొక యాంధ్ర రాజధాని
శృంగార శిల్పాలు చెక్కినారిచ్చోట నలరారునొక జేని యంతిపురము
తీవలు పూవులు దీర్చినారిటనొప్పు నాంధ్ర సారస్వతోద్యానవనము

తే ఆంధ్ర సుందరు లీ నేల లలికి పూసిరంగవల్లికా చిత్రాలు వ్రాయునపుడు
కాంచిరో వీరమాతల కలలఁగాక మనన మొనరించిరొ యాంధ్రి మాన్యచరిత 347

తే. అనుచు భావించి హృదయ మాహ్లాదపడఁగ తాను తగు పరిజనముతోఁ దరలనెంచి
జలధివలెపొంగు సేనలో నలదుచున్న దళవరింగాంచి దరిఁబిల్చి పలికెనిట్లు. 348

తే. గ్రామజీవనమున కష్టు గలుగవలదు సైన్యమున్ గ్రామ బాహిరస్థలమునందె
విడిచియుండలె యెంతయొ విహితమెల్ల దండులిట మావితోఁపులో నుండవలయు. 349

క. అనుచున్ బమ్మెర వీధులఁ గనుచున్ మెలమెల్ల నేగి కవినాథుఁడు పో
తన వసతిమున్నరిగి యటఁగనె మొలలిడు పురిటి బిచ్చకి త్తైయ నొకతెన్. 350

క. కని కనికరిమ్మునఁ గరమ్మున నొక రూకనిడి హృదయమున నిటు లెంచెన్
వనజభవ కావ్య కల్పనమున దోషమొ గుణమొ దీనముఖరోదనముల్. 351

తే. మాడికుంబెట్టు చము రణుమాత్రలేక పొంతలో గింజుకొవి యేడ్చు పురిటికూన
నరయు నీ బీదయిల్లాలి యక్షులకును భోగిపండుగ విసమోడ్పు భోగిగాదె. 352

క, పండుగ యన ధనిభాగ్యము పండుఁగదా ! పంచభక్ష్య పరమాన్నాప్తిన్
బండుగ యనరిక్తుని పని పండుఁగదా నాఁడు పస్తుపండుట ననియెన్. 353

తే. ఊరుకూరు సంతోషాప్తి నున్నవారు కాని పోతనయింట నే కారణంబొ
పిల్లలాదిగ నుపవాసమెల్లవారు ప్రొయ్యిలోఁ బిల్లిలేవ దీ పొద్దువఱకు. 354

తే అలుకుఁబూఁత నొనర్చినా రందఱివలె ముగ్గులను పైచినారలు ముందువలెనె
ప్రజకుఁజూడఁ గన్పడుదు రెప్పటి మనుజులె యింటిలోపలి కష్టమ్ము లెవరికెఱుక. 355

తే. మానమేగు నటం చభిమానధనులు నగుమొగపుఁ దెరదాఁచిన వగపులెన్నొ
పండు నిప్పుకలటులు కుంపటి దహింపు కనఁబడదుగాని యంటినఁ గాల్పఁగలదు. 356

తే. దివ్యతూర్య నినాదాల దివ్వటీల భవ్యరాజలాంఛనములఁ బరిజనముల
వీఁకఁ జనుదెంచు శిబికావలోకనమునఁ దరలి చను పెండ్లివారని తలఁచెఁ బ్రజయు. 357

శా. శ్రీనాథుండును గ్రంథయుక్తుఁడయి విచ్చేసెన్ గృహప్రాంగణ
స్థానంబంటె మహోత్సుకుం డగుచు నా తల్లీ ! యటంచున్ సుతన్
దేనెల్ చిందెడి తీపి పల్కులయ నెంతేఁ బ్రీతితోఁ బిల్చుచున్
లోనేగెన్ గనె నాల్గుమూల లపుడెల్లో కానుపించెన్ స్థితుల్. 358

తే. శారదా ! యని పిలుచుచు లేరె యెదురనిన యంతనె శారద యరుగుదెంచెఁ
దిండివేళల నిట్లు నిద్రించి మీరు వాకబలి దీరినట్టు లున్నారెటులనె. 359

తే. అనుఁడు శారద తండ్రి వదనముఁ గాంచి నాయనా! యను మాత్రన నయనయుగళిఁ
దెగిన ముత్యాలసరములై తెఱపిలేక యశ్రువుల్ నిండి తొణికిసలాడిపడెను. 360

క. పుట్టెఁడు పండుగరోజున నట్టింటన్ నిల్చి రోదన మొనర్తురె నిన్
గొట్టిరె తిట్టిరె నీ మది గుట్టువిడిచి యేల చెప్పఁగూడదు తనయా! 361

క. బావయు నత్తయు లక్ష్మియు నే వారును లేరదేల యింట ననియెఁ దా
నా వెలఁది పొంగిచను దుఃఖావేశము నడఁచి యిట్టులనె జనకునితో. 362

ఉ. భాగవతమ్ముఁ గన్నడ నృపాలుఁడు దొంగిలికొంచుఁ బోవు వా
ర్తాగమ ముత్తమర్ణశ్రుతి కంటిన యంతనె కర్ణమంటు జో
జీఁగెలవోలె నప్పులిపు డీయమి నేగమటంచు నిల్చి రీ
మా గృహగేహళిన్ గటుకుమాటలు వల్కుచు నల్కతోడుతన్. 363

ఆ. వచ్చిపోవు నట్టివారిమున్ నోనాడి చవిన జోటికెల్లఁ జని నలువుర
నవ్వుబాటుగాఁగ నక్షత్రికులరీతి నిచ్చి కదలుమనిరి రెచ్చిపోయి. 364

ఉ. పాళ్ళకు దున్నువారికిని భాగమొసంగక బండగుండెలన్
గళ్ళములోని ధాన్యమును గళ్ళములోననె పెచ్చుతోడుతన్
ముల్లెలఁ గట్టి బండ్ల నిడి మోదత నిండ్లకుఁ జేర్చి రాగకే
పళ్ళెములోని భోజనముపైఁ బడి శ్వానము లిగ్గుకొన్నటుల్. 365

ఉ. మొత్తము ధాన్యముం గొనిరి ముంగలియేఁటి కృషిం బొనర్పఁగా
విత్తన మెట్లటంచు విలపించెను బావ, యదేమొ తిండికై
విత్తొకటైన లేదిఁక నివేశనముం దెటు కాఁపురమ్ములం
చత్తయుఁ గంట నీరు నిడి యాపురుషుం చపు దేడ్చె వంతమై. 366

తే. ఇన్ని దినముల నుండియు నింట నింటఁ బుట్లు బదులులతో నెట్లొ పూట లరిగెఁ
గాని యీ దినమ్మరుగుట కష్టమయ్యె నత్తయున్ లక్ష్మితోఁ బల్లె కరిగె నిపుడె. 367

క. అనుడుఁ గవిసార్వభౌముఁడు మనమునఁ దన యనుజ వర్తమానముఁ బ్రియనం
దన నెదురుకొను భవిష్యత్ ఘన నాటకవృత్తమెల్ల కనులం దాడెన్. 368

క. క్రుంగెను గూలెను వడఁకెను బెంగంగొని గుండె యదర బెగడొందెను గ
న్నుంగవ నశ్రు ప్రవాహము గంగలు యమునలయి యల లఁగన నిట్టూర్చెన్. 369

క. తన బాహ్యప్రాణం బగు తనయం గుండియల నద్ది తల మూర్కొనె నే
మనక పెను మ్రోడుగా నిల్చెను రోదసిమౌన మావులించెను గడలన్. 370

క. కనలేను నీ శ్రమమ్ముల ఘన మృష్టాన్నము నేయి గాఱఁగ నిడి సాఁ
కినవాఁడఁ గాదె నాతోఁ జనుదె మ్మత్తింటి సుఖము చాలయ్యె ననన్. 371

ఆ. ఈవు నన్ను గొంచునేగ నేమనుకొందువొ బావ, యత్త యనుచుఁ బలుకుచున్న
పడుచుపిల్ల హృదయ భావమ్ములను గన్నతండ్రి యేమి తెలియుఁ దల్లిగాక ! 372

క. శారదయును శ్రీనామం దీరీతి విచారత ప్తహృదయాన్వితులై
మారాడక నిలువ ముఖద్వారము కడ నరుడువచ్చు ధ్వని విననయ్యెన్. 373

తే. అంతలో సింగనృపతి కోశాధిపతియు వింతగతి నేగుదెంచి యచ్చెంతనున్న
సుకవి సార్వభౌముని గాంచి జోతములిడి నృపతి యాజ్ఞయం చిటులు విన్నపమొనర్చె.

తే. బాలభానుండు నన్నయభట్టు సుకవి యవనిఁ దిక్కన మధ్యందినార్యముండు
పోతరాజు రాకాశర చ్చీతకరుఁడు తక్కు నాంధ్రి సత్కవిపాళి తారకాళి. 375

సీ. ఆంధ్ర సాహిత్య నీలాకాశపథసీమఁ బార్వణశశి యాంధ్రిభాగవతము
ఉద్భాసదాంధ్రి కావ్యోద్యాన వనరాజి వరకల్పతరు వాంధ్రి భాగవతము
ప్రథితాంధ్రికవిదేవ మథిత భాషాంభోధిఁ బ్రభవించు సుధ యాంధ్రిభాగవతము
పోతరాజానీత పూతాంధ్ర భూతల స్వర్గంగ మహితాంధ్రి భాగవతము

తే. భక్తలోక చింతామణి ముక్తలేఖ సౌరభేయ భాగవత మస్మద్గృహమునఁ
జెదలు భక్షించి జీర్ణావశేషమయ్యె నష్టపరిహార మర్పింప నాతరంబె. 376

ఉ. ఐనను నేను భక్తి నొక హాటకనిష్క సహస్రముల్ సమ
ర్పణముఁ బొనర్తు నీ నృపుని ప్రార్థనముల్ విని వీని స్వీకృతిన్
బొనరిచి జీర్ణభాగమును బూర్తి నొనర్పఁగఁజేసి మన్మన
మ్మునఁ బరితృప్తిఁ గూర్చి యఘ ముక్తునిగాఁగ నొనర్ప వేడెదన్. 377

ఆ. అనుచు వేఁ డొసంగు నర్థమ్ము సకలమ్ము సుకవి సార్వభౌము నికటసీమ
నుంచి యెంచి హస్తయుగ్మమ్ము జోడించి యాజ్ఞయొసఁగుఁడనుచు నరిగెఁ బురికి. 378

ఆ. అంత మల్లనార్యుఁ దరుదెంచి నంతనె సకల విషయములను సుకవి కూర్మిఁ
దెలియఁజెప్పి కృతి చెదలు పట్టి చెడినట్టి వెలితి దీఁబఁ బూర్తినలుపు మనియె. 379

చ. అనుటయు మల్లనార్యుఁడు వ్యథాన్వితుఁడై కవినాథుఁ గాంచి మ
జ్జనకులులేని యీ వెలితి స్వాంతమునుం గలఁచు గ్రంథలే
ఖన మొనరింపనోప నిఁక గంగన సింగన నారయాళి వ
క్కణ లిఖియించి పంచి త్వరగాఁ బిలిపించెదనంచు వాకొనెన్. 380

ఉ. మల్లన ఖేదపూర్ణముఖమండలముల్ దిలకించి మాతులుం
డల్లన బుజ్జగించి హృదయమ్మున బెంగఁగొనంగఁ బోలునే
చెల్లెలు పొంగ జాడఁ గని చెప్పెరఁ దెచ్చెద బావ నింతకీ
పిల్లలు నీవు నింపుకయు భీతిలరాదని చెప్పి యేఁగెఁ దాన్. 381

తే. మల్లనయు ధైర్యవిలసిత మానసమున శిథిలితస్కంధ కృతి పూర్తిజేయు కొఱకు
ఘనుల సింగనాదులఁ గళాధనులఁ బ్రథిత కవులఁ బిలిపించి వ్రాయింపఁగాఁ దొడంగె.

తే. ఈశ్వరేచ్ఛ కెయ్యెడ నెదురీఁదలేక వారు పోతనార్యునికి జోహారొనర్చి
యిష్టదైవమ్ము దలఁచి విశిష్టఫణితి సరస గద్య పద్యముల రచన మొనర్త్రి. 383

ఆ శ్వా సాం త ము

క. భానుకుల రత్నదీపా ! జ్ఞానానందస్వరూప కౌశిఖమఖ సం
త్రాణ ! దళితోగ్రచాపా, దాన విజితదీన సూనృత విజిత భువనా ! 384

ఉ. పురుష మనోహరోల్లసద పూర్వకళామయ దివ్యరూప ! ని
ర్జర నరదైత్య సన్నుత విశాలయ శోన్విత సుప్రతాప శ్రీ
ధరణి సుతా మనోజ్ఞముఖ తామర సామర భానుదీప సుం
దర దరహాస భాస కరుణాహృత సన్ముని తాప ! శ్రీపతీ ! 385

ప్రియంవదా వృత్తము

సుకవి వర్ణిత విశుద్ధ వర్తనా !
వికట దైత్యగళ వృంత కర్తనా !
సకల దుష్ట మదశక్తి భంజనా !
ముకుర సన్నిభ కపోల రంజనా ! 386

గ ద్య ము

శ్రీమద్భరద్వాజగోత్ర పవిత్రాపస్తంబసూత్రి, ప్రథిత సూరిజనమిత్ర, బక్కయ్యశాస్త్రిపుత్ర
వాగేశ్వరీ సమాసాదిత, వైదేహీవర నివేదిత సరసకవితావిలాస, సహజ
పాండిత్యభాస, వరకవి విధేయ, 'వరదార్య నామధేయ ప్రణీతం
బైన పోతన చరిత్రమను మహాప్రబంధమ్మునందు,
నవమాశ్వాసము.

శ్రీ రస్తు.

శ్రీ వాగీశ్వర్యై నమః

కృతి ప్రాప్తి - ఫలశ్రుతి

"సర్వా ధర్మాన్ పరిత్యజ్య మా మేకం శరణం వ్రజ"

శ్రీ నాథ! వేద విదిత
జ్ఞానానంద ప్రబోధ గాన వినోదా!
బాణైక హత విరాధా!
మౌనీంద్ర ధ్యాన యోగ మానస సౌధా! 1

తే. ఉరుత రాంధ్రభాగవత సముద్ధరణము ఆంధ్ర సుకవి దీక్షా సమాప్త్యాచరణము
ఆంధ్ర వాగ్వధూటికి నమూల్యాభరణము వినవె దశరథపుత్ర! పోతన చరిత్ర. 2

వ. అంత శ్రీనాథుండు పోతన మహాకవి నన్వేషింపఁ బ్రౌఢ దేవరాయల యాస్థానంబున
కేఁగి యన్నరపతి సహాయంబుఁ గోరవెంచి యిందు కొలువుండు నన్నరనాథుఁ గాంచి
దీవించి యర్హాసనాసీనుండై యిట్లనియె. 3

సీ. మహి నెట్టి దేవరాణ్మణి రాజ్యపాలన మింద్రుని ప్రౌఢత్వ హీనుఁజేసె
ధరణి నే రాజన్య దండనాథుల శక్తి స్కందుఁ జిన్ని కుమారుగా నొనర్చె
భువి నే నృపాల సత్కవిపండితుల బుద్ధి గురు శుక్రులన్ మౌఢ్యచరులఁ జేసె
వసుధ నే నృపువీటి వారాంగనల ధాటి శమువిప్పు అప్సరోగణముల కయి

తే. ధాత్రి నే రాజు సుందరోద్యాన మరసి దేవ తరురాజి పంచత్వభావమందె
నే నగర మమరావతి కెదురుదిరిగి విజయపూర్వకాభిఖ్యతో వెలసె నుర్వి. 4

తే. ఎవని నవలక్షసైన్యాళి యేపుగాంచి దివి నవగ్రహ బలము విద్రింపదొ నిశి
నెవని గిరిసన్నిభములగు నిభము లరసి తెల్లవోయె నైరావణ దిగ్గజమ్ము. 5

సీ. ప్రాక్పశ్చిమాంభోధిఁ బర్వెత్తు తరఁగ లే రాజ్యలక్ష్మికిఁ జామరములు వీచు
వింధ్యాగ మే రాజ్య వీరమాత శిరాన ఛత్రమై శీతలచ్ఛాయఁ గూర్చు
సింహళం బే రాజ్య సీమంతినీపాద మణిపీఠమై చెంత మసలుచుండు
గంగమ్మ కృష్ణమ్మ తుంగమ్మ యే మాత పదము లర్చించి సంపదలఁ బొదుగు

తే. సరస కవిసార్వభౌముఁ డే స్థానమందు వినుత కనకాభిషేకమ్ము గొనియెఁ గూర్మి
నా మహారాజ్య వైభవ మభినుతింప నజు తరమె ప్రౌఢ దేవరాయావనీంద్ర! 6

ఉ. లోహములన్ సువర్ణమెటులో యటులే విలసిల్లుచుండు నీ
దేహములందు మానవత దీప్తివహించిన సందునున్ గణా
స్నేహమొనర్చు మానవుఁడు జీవకళాభృత రత్నప్రోల్లస
న్మోహన భూషగాఁగ జగముల్ తలఁదాల్ప వెలుంగు నెయ్యెడన్. 7

ఆ. రాజ పోషణమున రాణించు సత్కళ లద్దికాయమానలతగ వెల్గు
ప్రభుని పోషణమ్ము బడయని సత్కళల్ విధవ వయసువోలె వితగనేఁగు. 8

మ. కళలన్ బోషణమున్ బొనర్చు దొర వీఁకన్ శుక్లపక్షమ్మునన్
వెలుఁగుల్ జిమ్ము సుధాంశుబింబమనఁగా విప్పారి యొప్పారు, స
త్కళలన్ దోషణ సేయనట్టి ప్రభువీ ధాత్రిస్థలిన్ గృష్ణప
క్షలసత్ క్షీణశశాంకబింబమన నష్టం బందు వ్యక్తిత్వమున్. 9

క. కావునఁ బ్రభువులు కావ్యకళావన దీక్షను వహించి యతుల యశస్సం
సేవితులై తిరనఁగ మద్భావుకు కృతి నడుగుటలె నిదర్శన మధిపా! 10

ఉ. తా నొకటిన్ దలంచుకొన దైవము వేఱొకటిన్ దలంచిన
ట్లే నొకటిన్ బొనర్చుటకు నెంచఁగ నింకొకటయ్యెనన్న భూ
జాని కవీంద్రు నారసి హసన్ముఖుఁడై యిటులాడె సత్కవీ!
నేను గ్రహించినాఁడ మును నీవిట కంపిన జాబు మర్మముల్. 11

తే. కావ్యశారద శ్రీరాముఁ గని వరించె ననుచుఁ బోతన యెంతచెప్పినను వినక
నాదు సైనికుల్ పోరపడినారు కృతిని నపహరించి యథార్థము నరయకుండ 12

సీ కవి పోతనార్యుండు కావ్యశారదఁ గొని యరుదెంచ వాణిఁ బ్రత్యక్షమగుచు
రాముఁడు దక్క వేఱే మానవులు నన్ను నంకితమ్ముగొన నర్హులనుచుఁ

గాటుక కన్నీరు గండభాగమ్ములఁ బ్రవహింప నీగతిఁ బల్కెనట్టు
లా పల్కు లాలించి యాదృతిఁ బోతన తన భావమును మార్చుకొనిసయట్లు

తే. నాకు లేఖ నొక్కఁడు వ్రాసినారు మీర లదియుఁగాక పల్లకి నెక్కి యరుగు మీకు
బమ్మెరగ్రామ పరిసరప్రాంత మందు గలుగు సంఘటన యొకండు తెలిపినారు. 13

క. తలఁచికొనిన నద్దానిన్ బులకలు మేనఁ జనించుఁ బుణ్యచరిత్రా!
యిలలో మీ యవతారమ్ములు కారణగర్భితములు మునితుల్యమ్ముల్. 14

సీ. పాల్యంకి కోభయ పార్శ్వములం గల వాహకులఁ మీరు వదలి యేఁగుఁ
డనుచుఁ దద్యానమ్ము నాకాశ గతవి మానాకృతిం గొని చను టరసినంత
మార్గపార్శ్వమ్మున మడి దున్నుకొనుచున్న తావక జామాత తండ్రి నెంచి
రాముఁడుఁ శారదారమణి మజ్జనకుని భక్తికి వశులయి పరఁగుచెందు

తే. సత్యమేని యీ సీరము జంటయెద్దు లవసరములేక దున్నెడి ననుచు యుగ్య
యుగ్మమును వీడఁజేసె నా యుర్వి నప్పు డెద్దులే లేక నాఁగలి యిటటు దున్నె. 15

మ. అది నేనుఁ వినిసంత భారతికి మీ యందున్న వాత్సల్యసం
పద కంటెఁ ద్విగుణమ్ము పోతన పయిన్ భాసిల్లుటల్ సత్యపం
చెద భావించితి నింతెకా దతనిపై నేవేళ శ్రీరామచం
ద్రి దయాదృష్టియుఁ బూర్ణవృష్టి గురియున్ దానంచుఁ దెల్లంబగుఁ. 16

ఉ. కావునఁ బోతనార్యుపయిఁ గత్తిని గట్టుట లాత్మహత్యకుఁ
దావల మంచు సైన్యములె తప్పు నొనర్చినవంచు నెంచి నే
ర్పావహిలంగ శాంతగతి నచ్యుతు వేడుచునుంటిఁగాని నే
భూవిభుఁడైన సింగమయ పోరునకున్ దలవంచి కాదనన్. 17

చ. కవి నృపమౌళి యాదృతినిగాంచి ముదమ్మెదవించి పల్కె భూ
ధవ! భవదీయ చేష్టితము ధర్మవివేకయుతమ్ము దూరదృ
ష్టి విలసితమ్ముగాక నృపసింహముపై శరభాకృతిఁ వడిఁ
గవిసి దురంబొనర్చి జయగర్వమునన్ దులఁదూఁగకుందురే 18

తే. గజపతులె యపజితులైరి కఱకు తురకపాదుషాలె సలామిడి పదములంటి
కొలిచిరన సింగభూపతి బలమదెంత విక్రమించిన మిము మించు వీరుఁడున్నె. 19

తే. మీరు క్షమియించుటంజేసి మిగిలెనింక సింగభూపతి. యైనను శ్రీరఘుపతి
దా నతని క్షమియింపక తగిన బుద్ధికఱపిన విశేషవార్త మీ కెఱుకపఱతు. 20

సీ. అవధారు రాజేంద్ర! యవనిజావతి మహీపతి వేషమొలయ స్వప్నమున నేఁగి
వడి చెంపఁగొట్టి మద్వనితమ జెఱబెట్టి నశియింపఁజేయుట న్యాయ మొక్కొ!

ధర భక్త జనములఁ దరియింపఁజేయ సత్తరుణి నా కిడవేని ధరణినాథ!
సకలనాశమ్మును సమకూరఁజేతు నీ కని తిరోహితుఁడయి యరిగె నంత

తే నరపతియు మేలుకొని దర్పణమునఁ గాంచి దుఃశోకారుణ కపోలతలము వరసి
యచ్చెరువునొంది సభలోని యఖిల జనుల కెఱుకపఱచె స్వప్నఫలం బిదేమియనుచు, 21

ఉ. అప్పుడు తేనిగాంచి యిటులాడితి సింగమ మేదినీశ! మీ
రిప్పటికేని మేల్కొనుట లెంతయు నొప్పను బోతరాట్కృతిన్
మెప్పని తెచ్చి నిత్యమును మేవడిఁ బూజ లొనర్పకుండుటల్
తప్పని రామచంద్రుఁడె క్రుధన్ మిము నివ్విధి శిక్షజేసెనో 22

చ. అనుటయు జేఁడు తత్కృతిని నా క్షణమే కొనితెండటంచుఁ బం
చిన దళవాయి యేఁగి కృతిఁజేర్చిన మందస మందుఁదెచ్చి కాం
చినఁ జెదవట్టియుండి కృతి చేడ్పడుటల్ వగఁజెంది దాని న
ల్లన దులిపించి జీర్ణకృతులన్ సరిదిద్ది సముద్ధరింపఁగన్. 23

తే. నష్టపరిహారమునకయి నరపతియును స్వర్ణనిష్క సహస్రమున్ సాదరగతి
నొసఁగి పాల్యంకికన్ గోశముంచి భక్తి భక్తకవి కిచ్చిరమ్మని పంపెనన్ను. 24

ఉ ఆలయమందుఁ బోతన మహాకవి జాడనుగాన కేను మీ
పాలికి జాబువ్రాసి యిటు పంపితి దక్షిణ తీర్థయాత్రలన్
వాలెముగాఁగ దర్శన మొనర్చెదనంచు వచించె వెన్క భూ
పాలవరేణ్య! వేగరులఁ బంపి కవిన్ వెదకింపఁగోరెదన్. 25

తే. అనుచు లేఖలో వ్రాసితి నార్యచరిత! యెచట నున్నదియేమేని యెఱుకపడెనె
యనెడి శ్రీనాథ కవిఁగాంచి యవనిపతియు నొంటిమిట్టన్ గవివరేణ్యుఁడుంట తెలిసె. 26

చ. అనుచు వచించినంతనె మహాకవి మోద మెలర్పఁ బోతనన్
గనుగొన నేఁగె నెంతొ త్వరగాఁ బయనించుచు నొంటిమిట్ట రా
ముని వరమందిరాంగణము ముందొక పందిరి క్రింద నందఱన్
ఘనతరదీక్ష రామగుణగాన మొనర్చెడి పుణ్యరూపునిన్. 27

వ. ఇరువురు నాశ్చర్యచకితాననంబుల నప్రయత్నంబుగ దగ్గఱు పదంబుల నొకరినొకరు. 28

ఉ. కాంచిన యంత నొండొరులు కౌఁగిళులన్ బిగియించి మేన రో
మాంచము లుప్పతిల్లఁగను లశ్రు పరంపరఁ గుమ్మరింప మా
నాంచితులై వివర్ణవదనాక్షుల గద్గద నిస్స్వనమ్ములన్
మించిన ప్రేమ సేమమొక మీ కన మీ కని పల్కరించుచున్. 29

ఉ. ప్రేక్షక నేత్రపద్మములఁ బ్రేమది బాష్పమరంద మొల్కఁ హ
ర్యక్షయుగంబు లొక్కయెడ నందముగా జతగూడి యాడు వ
ల్లక్షులఁ దన్వెంచి రిటు లద్దరి! వీరలు వేదతార్క్య స
త్పక్ష సమాకృతిం గొనిన ధర్మపు మోక్షపు రూపులం బొగిన్. 30

మ. తమి శ్రీనాథుఁడు పోతనార్యుఁగని యేతద్రీతిభాషించె నేఁ
డమితానందము నొందె నాదు హృదయ మ్మార్యా! భవద్దర్శన
మ్మమరెన్ జన్మతరించె గెల్చితివి స న్మానాంతమున్ నీవు నీ
శ్రమలెల్లన్ ఫలియించె భాగవతమున్ జేఁ జిక్కె నింకేమనన్. 31

సీ. అవధరింపుము కవీశాగ్రణీ! హరి మహీపతి వేషమొలయి స్వప్నమున నేఁగి
వడి చెంపఁగొట్టి మద్వనితను జెఱపెట్టి నశియింపఁజేయుట న్యాయ మొకొ!
చెఱ వీడఁజేసి చెచ్చెరనాకు తత్కాంత నర్పింపవేని యో యపవిత్ర!
సకల నాశమ్మును సమకూరఁజేతు నీ కని తిరోహితుఁడయి యరిగెనంత

తే. నరపతియు మేలుకొని దర్పణమునఁ గాంచి దద్విశోభారుణ కపోలతలము నంపి
యచ్చెరువునొంది సభలోని యఖిల జనుల కెఱుకపఱచె స్వప్నఫలం బిదేయనుచు. 32

ఉ. అప్పుడు జేవిఁగాంచి యిటులాడితి సింగమ మేదినీశ! ఓ
రిప్పటికేని మేల్కొనుట యెంతయు నొప్పను పోతరాట్కృతిన్
మెప్పవి తెచ్చి నిత్యమును మేవడిఁ బూజ లొనర్పకుండుటల్
తప్పని రామచంద్రుఁడె క్రుధన్ మిము నివ్విధి శిక్షజేసెనో. 33

చ. అనుటయు వేఁడు తత్కృతుల నా క్షణమే కొనిరెండటంచుఁ బం
చిన దళవాయి యేఁగి కృతిఁజేర్చిన మందసమందుదెచ్చి కాం
చినఁ జెదపట్టియుండి కృతి చేర్పడుటల్ వగఁజెంది దాని న
ల్లన దులిపించి జీర్ణకృతులన్ సరిదిద్ది సముద్ధరింపఁగన్. 34

తే. నష్టపరిహారమునకయి నరపతియును స్వర్ణనిష్కసహస్రమున్ సాదరగతి 35
నొసఁగి పాల్యంకికన్ గోశముంచి భక్తి భక్తకవి కిచ్చిరమ్మని పంపెనన్న.

ఉ. ఆలయమందు భావుకమహాశయ! మీరలు లేమిఁజేసి భూ
పాలుఁడు పంపినట్టి కృతి భాగవతమ్మును మల్లనార్య చే
తులనిడి జీర్ణకావ్యపు కృతుల్ దగఁబూర్తి యొనర్పఁగోర మే
యలఘు వియోగభారమతి నాతఁడు నియ్యకొనందు దీనికిన్. 36

తే. శిష్యుఁడగు గంగనార్యుని సింగనార్యు వారయామలఁ బిలిపించి పయుమమీద 37
శిథిలిత గ్రంథమును బూర్తిజేయుమనియు వల్లెయని వ్రాయఁగడగిరి వారలపుడె.

తే. మీర లింటలేకుంట లీ తీరు జరిగెఁ బొత్తమునుగొని మీరలె పూర్తిజేయుఁ
దనిన సత్కవీ ! శ్రీరాము నాజ్ఞ లేమివ్రాయు మీ కృతులనిన నా వలనఁగాదు. 38

క. పలికెడిది భాగవతమఁట పలికించెడివాఁడు రామభద్రుండఁట నే
పలికిన భవహరమగునని తొలి వాక్రుచ్చితిని దానిఁ దొలఁగఁ దరంబే. 39

తే. భాగవతమును వ్రాసెడి భాగ్యమిటులు జిక్కెనని యొక్కతటి సంతసించు నన్ను
దరిసి శిష్యగణమ్ములో గురువరేణ్య ! యీ యదృష్టము మాబోంట్ల కబ్బునెయన. 40

ఉ దైవకృపా విశేషమునఁ దప్పక మీకును నట్టి భాగ్యమో
పావనచిత్తులార ! యొకపట్టునఁ గల్గఁగవచ్చునంటి ని
ష్ఠావిధి నీ సుభాగ్యమది యబ్బెను వారికి నేఁడు నాకునున్
భావమునందు సంతసము పర్వులువెట్టెడి నేమి చెప్పుదుఁగా. 41

ఉ. నాకును స్వప్నమందు రఘునాథుఁడు దర్శనమిచ్చి పోతనా !
నీ కృతికిన్ బ్రతిష్టత జనించెను మైళమమేఁగి తావకాం
ఘ్రీకృత భవ్య భాగవతవిస్తుల కావ్యరమావనమ్ము నే
వీఁకనొనర్తు వించె కవివీరులు దీక్ష వసింపఁగాఁదగున్. 42

చ. అనుచు నృపాకృతిన్ బయనమయ్యెను రాముఁడు సప్తరాత్రముల్
ఘనతరదీక్ష భాగవత గాన మొనర్చుచు వింటెయుంటి నే
ననఘ ! మవార్తవింటి భవదాగమనమ్మున. నార్తరక్షకుం
డనుపళక్తిశాలి కమలాక్షుఁడు నమ్మినవారి సొమ్మనన్. 43

శా. శ్రీనాథుండును బోతనార్యుఁగని ముద్దా సీతాంగనాశీల సం
త్రాణంబుగా బొనరించినట్లె కృతికాంత న్నేఁడు రక్షించె వి
జ్ఞానానందమయ స్వరూపపుగు నీ జన్మంబు ధన్యంబు బా
వా ! నా సోదరి విచ్చి కాల్గడుగు సద్భాగ్యాప్తి నే ధన్యుఁడన్. 44

ఉ. ఇమ్మహి మిమ్ముఁ బోల్సకవి యెందు లభించు నిదెల్ల మా యదృ
ష్టమ్మనఁజెల్లు మీరలిఁక సమ్మతి బమ్మెర కేఁగుదెంచుచో
నిమ్ముల బంధుమిత్ర జనులెల్లరు సంతసమంద నందఱన్
గ్రమ్మఱవారు మీరు తమకమ్మున భాగవతమ్ము గాంచనౌ 45

చ. అనుటయుఁ దాను బోతన మహాదృతి నిట్లను నొంటిమిట్టలో
ననె నసియింప నాజ్ఞవిడె నాకు రఘూత్తముఁడింక నేను సిం
గనృపతి సమ్ముఖమ్మునకుఁ గ్రమ్మఱ బమ్మెర కేగనొల్ల వా
రినె యిటు వచ్చునట్టు లొనరింపఁగదే సుకవీ ! మహామతీ ! 46

వ. అనుటయు. 47

తే. అంతలోనె భటుండొకఁ డరుగుదెంచి యుత్తరమ్ము చేతికొసంగి తత్తఱముగ
వెడలిపోయె శ్రీనాథ కవిప్రవరుఁడు లేఖ చదివి పోతన్నకీ లీల నుడివె. 48

తే. నేఁటికిని సరిగా నొక నెలదినములెయుండె శ్రీరామనవమీ మహోత్సవములు
నపుడె భాగవతమ్ము రామాంకితముగఁ గృతి సమర్పణసేయు టుచితములగును. 49

మ. అనుచున్ రాయలు భక్తి వందనశతం బర్పించి యీ రీతి లే
ఖను బంపించెను మీకు సమ్మతమొకో కవ్యగ్రణీ! యంచు వా
కొనె శ్రీనాథుఁడు పోతనార్యుఁడును నాకున్ సమ్మతంబంచుఁ దె
ల్పెను శ్రీనాథుఁడు తత్ప్రబంధమును దెప్పింతుకా సుధీ! యే ననెన్. 50

వ. అంతఁ బోతన ద్విజకుల జలధిసోముం డగు కవిసార్వభౌమున్ గని మహాకవీ! రాజు లహంభావపూర్ణ మత్తగజంబు లని స్వానుభవంబునఁ దెలియఁ గలిగితిని. రామాంకిత మహోత్సవంబు లేర్పఱచుటలో నింకేమేని రహస్య మిమిడియుండునో యని శంక గలిగెడినన శ్రీనాథుం డిట్లనియె. భావుకా! సకల రాజన్యలోకంబునకు నీ యకళంక చరిత్రంబు కనువిప్పు గల్గించెను. తప బలంబుకన్న దైవబలం బెక్కువ యని గ్రహింపఁగలిగిరి దైవభక్తుని దేవేంద్రుఁడేని నిర్జింపలేఁడను నిజము నెఱింగిరి. ఈ యంకితోత్సవము లేర్పఱచుటలోని యాంతర్య మనన్యసామాన్య ప్రతిభాపాండిత్య విభాసితంబును భవబంధ లతాలవిత్రంబును భక్తిభావ బంధురంబును నగు మీ కావ్యంబునందును బరమ భక్తాగ్రేసరులగు మీ యందును గల పూజ్య భావంబే తప్ప నన్యంబుగాదని యెఱుంగఁదగు. నే నింతకుమున్నె మీ చరిత్రం బాతని కాద్యంతం బెఱింగించితిని. నృపాలుఁ డింతకుముందొనర్చిన ప్రమాదకృత దోషంబునకుఁ బ్రాయశ్చిత్తంబుగా నే తత్కార్యం బవశ్యం బాచరణీయంబని, బమ్మెరకుఁ జని శ్రీనాథుం డతని కుటుంబమున కానందవార్త నెఱింగించి బంధు మిత్రాదులతోఁ బోతన పుత్ర కళత్రాది జనంబులతో శిష్యజనములచే జీర్ణోద్ధరణ మొనర్పఁబడిన భాగవత ప్రబంధ మతి భాసురగతిఁ గైకొనివచ్చినంత శ్రీరామోత్సవం బేతెంచె, కృత్యంకితోత్సవ సంభారంబు లేపారె. 51

క. కువలయపతి కిరువంకలఁ గవిపండితు లవల వందిగాయకబృందం
బవలఁ బ్రజ నడువ సీతాధవు లలి నెదిరికొనితెచ్చు తరుణమునందున్, 52

సీ. క్షేత్ర సర్వస్వమ్ము యాత్రిక సముదాయపూర్ణమై బహుజనాకీర్ణమయ్యె
నేత్రపర్వంబయి నిలయాంగణం బెల్ల మండపతోరణ మాన్యమయ్యె
శ్రోత్రపర్వంబయి శ్రుతిలయాన్విత తూర్యవాద్య మత్యంత మాస్వాద్యమయ్యె
వేత్ర హస్తమ్ముల వింజామరమ్ముల భక్తబృంద మ్మభివ్యక్తమయ్యె

తే. స్వస్తి మంత్రపాఠమ్ములఁ జదువ ద్విజులు అనిలసుత వాహనారూఢుఁడగుచు స్వామి
వెడలి కల్యాణమండప వేది జేరెఁ గలకలము మీఱె జనము గుంపులుగఁ జేరె. 53

సీ. పండిత కవిరాజమండలి యొకప్రక్క సామంత నృపవరస్తోమ మొకట
వేదశాస్త్రాగమ విద్వాంసు లొకవంకఁ బ్రఖ్యాత గాయకప్రతతి యొకట
సచివ సేనాపతి సముదయ మ్మొకక్రేవ వందిమాగధ జనబృందమొకట
నవరోధ కాంతాజనవితాన మొకదెస వేశ్యామనోహర దృశ్యమొకటఁ

తే. గలిగి కొలువుదీరినయట్లు గానఁబడెడి రాము సన్నిధిన్ దాసుఁడై రాయలుండ
విభున కిరుదెసల్ విద్యా వివేకములన వెలసి శ్రీనాథ పోతన లలరుచుండ. 54

ఉ. రాయలవారి భద్రగజరాజముపైఁ గృతిరత్న ముంచి యా
ప్యాయత సత్కవుల్ కుసుమవర్షములన్ గురిపింప భక్తిప
ర్యాయత నారయాదులును నట్టిటు కర్బుర చామరమ్ములన్
వేయుచునుండఁ దూర్యరవ విస్తృతియొప్ప వివాహ వేదికిన్. 55

ఉ. కైకొనివచ్చి భాగవత కావ్యరమన్ బ్రజలెల్ల భక్తిన
స్తోకగతిన్ బ్రసూనదళ శోభనవర్షము గుప్ప మాగధుల్
వీఁక నుతింప రాజ కవివీరులు స్వాగతమీయ నైదువుల్
జోక నివాళులెత్తఁ గృతి సుందరపీఠిక నుంచి రయ్యెడన్. 56

వ. అంత గురు విప్రజనానుజ్ఞాతుండయి రామపాద భృత్యుండగు సహజ పాండిత్యుండు. 57

తే. శోభలొక్కెడి ప్రతిసర సూత్రబద్ధ పూతపాణియై సంకల్ప పూర్వకముగ
రామ పదములు గడిగి తీర్థముల భక్తి శిరముపైఁ జల్లుకొనె హరే వరద : యనుచు. 58

తే. పోతనార్యుఁ డానందాశ్రుపూర మొలుక వరదు పాదసన్నిధి నుంచె భాగవతము,
రామగళసూనహార మా గ్రంథము పయి నూడిపడెఁ గృతికాంతఁ బెండ్లాడెననఁగ. 59

క. జనులెల్లరు నా దృశ్యము కనులం గని యద్భుతమ్ము కాకుత్స్థకులే
శుని మాహాత్మ్యమ్మని పోతన భక్త్యతిశయము వేవిధమ్ములఁ బొగడన్. 60

క. కరతాళధ్వానము లంబర మంటెను నగుమొగాలఁ బ్రజలెల్లరు శ్రీ
వరదుని తల నక్షతలం గురిసిరి మురిసిరి ప్రణతులఁ గొల్చిరి భక్తిన్. 61

క. పూమాలలతో మాలెలతో మాలలనాథవుండు తులఁదూఁగుచు శ్రీ
కామినితో సాటిగఁ గృతిభామిని జేపట్టి శోకవార్ధిని గట్టెన్. 62

క. అచ్చము పెండ్లికొడుకు కళ వచ్చెను రఘువరున కిట్టి వైభవములతో
నెచ్చట దృష్టి దగులునో వచ్చువిలాతునయ్య కనుచుఁ బ్రజ శంకించెన్. 63

తే. నీరజాక్షి నీ విరహాన నేలఁ బట్టెననుచు మోహనరాగమ్ము నాలపింప
ధీంతెననకిటతై" యంచు దేవదాసి లాస్యములకు మృదంగముల్ లయలు వైచె. 64

క. ఆయెడఁ గల కవులకు శ్రీరాయలు నూట పదియార్లు రాంకవము లిడెన్
శ్రీయుతుఁడౌ పోతనకు సమాయికతన్ దండ మిడి క్షమాపణ వేడెన్. 65

వ. అంతఁ బోతనార్యుండు భాగవత మోక్షప్రదత్వము నిరూపింప ఫలశ్రుతి వినిపించు
తలంపున మున్ను పరీక్షితుండు భాగవత శ్రవణమున ముక్తిగాంచిన తెఱం గిట్లభి
వర్ణింపఁ దొడంగె. 66

తే. హస్తినాపురమందుఁ బ్రశస్తికెక్కెఁ జంద్రవంశ విఖ్యాతుఁడౌ చక్రవర్తి
పుణ్యఖని సాత్త్వికుఁడు ధర్మపుత్త్రుఁ డనఁగు తమ్ములుఁగా నల్వు రభయప్రదాతచక్రి.

సీ. ధర్మమిట్టులు నున్నతస్థాన మందెనాఁగ సౌభాగ్యములు నిక్కి చదలు నంటు
భీమ ప్రతాపాగ్ని బిరుదులెత్తె ననంగ హేమధ్వజాళి మిన్నెక్కి యాడు
నర్జున కీర్తి కాంతాహాస పుష్పదామమనఁ జంద్రాశ్మ హర్మ్యతతి తనరు
నకులుండు హత దుర్జనకులుం డనుటఁ దెల్ప నరబెచ్చు పెణకని పుర కుశలము

తే. పౌర ! సహదేవమై యొప్పుననుటకేమొ గృహగృహమ్మున దేవమందిరము వఱలు
శ్రీమనోనాథు కరుణా విశిష్ట మరఁగ శ్రీయుతంబయి యలరు నే సీమఁ గవిన. 68

సీ. శమనుండు స్వసుత రాజ్యంబౌట కతననో యొకపాపి నే నట నుండనీఁడు
వాయువు నిజసూను వసుధయౌ కతననో నాతిశీతోష్ణయాన మ్మొనర్చు
నింద్రుండు నా కొడు కేలు రాజ్యంబని సస్యానుకూల వర్షములు గురియు
నశ్వినీదేవత లస్మదీయ సుపుత్త్రకుల సీమ యని రుజల్ గలుగనీరు

తే. ఈతిబాధా విరహితమై యిటుల వఱలు నఖిల దిగ్దేవతానీక హరిహరాబ్జ
జాత కరుణా కటాక్ష సమర్హమగుచు నా పురమన శక్రుఁడు హస్తినాపురమ్ము. 69

తే. అందుఁ బాండవ మధ్యముఁ డగుచుఁ దనరు నర్జునునకు సుభద్రయం దతులశౌర్య
బల పరాక్రమశాలియై ప్రభవమందె శూలికి నజేయుఁ డభిమన్యు బాలకుండు. 70

తే. అతని యాత్మజాతుఁడు పరీక్షితుఁడు తాను మాతృగర్భస్థితుం డయి మనేడి వేళ
మహి నపాండవమ్ముగఁజేయ మదిఁ దలంచి వానిఁ జంప శక్తిఁ బ్రయోగపఱచె ద్రౌణి.

క. గర్భస్థితుఁడై వెతపడు నర్భకుఁడును ద్రౌణి యంపు నద్భుతశక్తిన్
నిర్భీతి హరి దునుముటయు స్వర్భానుత్యక్తభాను సరణి వెలింగెన్. 72

వ. అంతఁ గొంతకాలంబునకు ధర్మజుండు పరీక్షితుని రాజ్యాభిషిక్తు నొనర్చి మహా
ప్రస్థానంబు సేయం జనుటయు నొకనాఁడు ధర్మదేవుండును భూమియు వృషభ గో
రూపంబులు దాల్చి భాషింపఁ బరీక్షితుం డది విన సమీపించెఁ దోద్తో గలిపురుషుండు

నృపాకారంబున నేయు గోవృషంబులఁ గాలం దన్నె నవియుఁ బంచితిలి భయ
విహ్వలభావంబు నొందుటయు దుష్ట నిగ్రహంబునకు శిష్టరక్షణంబునకు స్రష్టరాజుల
సృష్టించె నట్లు సేయనిరాజు రాజ్యభ్రష్టుం డగుననుచు, 73

ఆ. తపము శౌచ మటులె దయయు సత్యంబునున్ ధర్మగతి చతుష్పదంబు లవనిఁ
జనియె మూఁడు కాళ్ళు సత్యపాదమె దక్కె దాని నితఁడు దునుమఁబూనె నకట! 74

క. ఇతనిని నే దునుముదునని శిత కరవాలమున, మీరు చింతిలవలదం
చతి సాహసమున నురికిన క్షితిపతిఁ గని ప్రణతులిడి వచించె నతండున్. 75

క. జననాథా! నీ యానతి నొనరింతును నన్ను జంప నుడుగుమి యన నీ
ముని వసతులఁ బూజాస్థాన వనభూముల వీడి వెడలవలెనని నృపుఁడున్. 76

తే. అపుడు నృపుఁ గాంచి కలి యనె నవనినాథ!
దండధరుని పోలిక నన్ను ఖండనమ్ము
సేయ నరుదెంచు నిను గాంచఁ జెదరె నెదయు
నెందు నే నుండ దయఁ బూని యెఱుఁగఁజెపుమ! 77

వ. అనుటయు నరేంద్రుఁ డక్కలిని గాంచి, 78

చ. కలి భువి నుండఁగా సుకృతకార్యములన్ దలపోయఁజాలుఁ ద
త్ఫలము లభించు, దుష్కృతము తద్గతిఁగాక క్రియం బొనర్పనే
ఫలిత మొసంగు నాత్మలకుఁ బాయక శ్రీహరి నామకీర్తన
మ్మలె ముని దుర్లభంబయిన మోక్షగతిన్ సమకూర్చు నెయ్యెడన్. 79

ఉ. కావునఁ గీడులో నొకటఁ గల్గెడు మేలయి పొల్చు నీ భువిన్
నీవు వసించుటల్ వినుము నిర్భరహింసల, స్త్రీల లోపలన్,
ద్రావు సురాదిపానములఁ, దద్విధి ద్యూతమునాడు చోటులన్,
స్థావరమున్ బొనర్చుకొని క్ష్మాస్థలి నీవు వసింపఁగాఁ దగున్. 80

తే. స్వర్ణమూలంబులైన నసత్య, వైర, కామ, మద, చౌర్య, చర్యలు గ్రాలునట్టి
స్థలములందు భవన్నివాసంబు లెసఁగుఁ గాక యని కలిన్ నియమించి కరిపురిఁ జని. 81

క. సురవినుతుఁ డా పరీక్షి న్నరపతి మృగయా వినోద నవ్యోత్సాహ
స్ఫురదంతరంగుఁడై వని కరిగె నొకటఁ గ్రూరమృగ నిహననార్థంబై. 82

తే. ఉచ్చులన్ బన్ని వల లొడ్డి మచ్చువెట్టి జాగిలంబుల నుసికొల్పి డేగపౌఁజు
విడిచిపెట్టి యీఁటెలఁ బట్టి వింట నారి నెక్కువెట్టుచు మృగయులు పెక్కుగతుల. 83

క. తఱిమిరి మృగముల నృపుఁడున్ శరభ వ్యాళ కరి ఖడ్గ శార్దూల వృకో
త్కర హర్యక్ష గణంబులఁ బోరిఁబోరి వేఁటాడి యలసిపోయి పిపాసన్. 84

క. దరిఁ గల ఋష్యాశ్రమమున కరిగి శమీకుఁడు సమాధి నలరుచునుండన్
గుఱుతింపక నీరడుగుచుఁ బరిపరి విధములుగ నతనిఁ బ్రార్థించె నతిన్. 85

చ. అతఁడెది పల్కకుండుటకు నాత్మ నొకించుక యల్కఁ బూని యీ
గతి నతిథిన్ జలార్థి నొక కంటఁ గనుంగొన విద్ది న్యాయమే
క్షితి సురవర్య ! యంచు గతజీవ సరీసృప మొందు దెచ్చి యు
ద్ధతి ముని కంఠమందు విడె దాని శమీకసుతుండు కన్గొనెన్. 86

చ. కని నృపు డాసి, మజ్జనకు కంఠము నందు విషోరగమ్ము వి
ట్లునివితివార నీకు నిది యుక్తమె వారు తపస్సమాధిలో
మునిఁగిరటం చెఱుంగవొకొ మూర్ఖ నృపాధమ ! తక్షకోగ్రదం
శనమున నేడు నాళ్ళరుగఁ జత్తువుగాక యమోఘమౌ నుడిన్. 87

వ. అనుచు మునీంద్రుండు శపించినంత జనపతి బహువిధంబుల ఖేదించి కర్తవ్యం బెద్ది
యని మునిజనంబు నడుగు నంత భగవద్గుణానుభవంబు లాపన్నివారకంబు లని చెప్పి
యవధూత యగు శుకుం డొకం డీ భాగవతానుభూతిన్ బ్రసాదింప సమర్థుం డని
నుడువుటయు. 88

తే. ఐహిక సుఖాదికము రోసి యస్థిరమగు దేహమోహమ్ము వీడి సందేహముడిగి
గంగ నచ్యుత కరుడాతరంగ నార్తిఁ గాంచి ప్రాయోపవేశ దీక్షను వహించి. 89

క. హరిగుణ గానమొనర్చుచు నిరయ వినాశకుని శుకుని విక్లిప్తగతిన్
బరఁగెడి వ్యాసార్భకునిన్ హరిగుణ మోదకుని దర్శనార్థము వేడన్. 90

సీ. షోడశాబ్దప్రాయ శోభిత దేహుండు బ్రహ్మ విద్వర కళాభాసముఖుఁడు
సౌందర్య సందీప్త సకలాంగక యుతుండు ముక్తికాంతా మనోమోహనుండు
పరతత్త్వ చింతనాపరవశ చేతసుం డరిషట్కరహిత సదాచరణుఁడు
విష్కమమానస నిలయ సంచారుండు మాయావి నిర్లిప్త మానసుండు

తే. వర గురుండు ద్వంద్వాతీత వర్తనుండు వేదవేదాంత విజ్ఞాన విలసితుండు
భాగవతదీప్త హరికథా వ్యాసరతుఁడు శుకుఁడు ప్రత్యక్షమయ్యె నా క్షోణిపతికి. 91

క. అతఁడా శుకయోగిన్ గని యతిభక్తి నమస్కరించి యమలచరిత ! నా
వెత వినుమని స్వవిషయము విదితమొనరిచి నాకు మీరె దిక్కని వేడన్. 92

క. ముని యతనిన్ గని యిటులను జనపాలా ! తప్పుకొనఁగఁ జాలవి మృతికై
మనమునఁ జింతిలఁ జనునే జనన మరణ రహిత ముక్తిసాధన గలుగన్. 93

ఆ. జనన మరణ వృక్షసంప్రాప్తిఁ బొందించు విషయ సంగకర్మబీజ మొకటె
దాని జ్ఞానవహ్ని దగ్ధముగావించి బంధముక్తిఁ బరమపదవిఁ గనుము. 94

ఆ. దుష్టకర్మ నరకదుర్గతి నొందించుఁ బుణ్యకర్మ స్వర్గభూతి నొసఁగు
వాని రెంటివిడుము పంకమున్ జలమును నంటకుండ వెడలు నబ్జమటులు. 95

ఆ. సకల జగతివిడిచి చచ్చువారిని గాంచి చావు దప్పదనుచు క్షణమెతలఁచు
సంసృతిన్ మునింగి చావునేమఱు వ్యక్తి మదిరఁద్రావి నిజము మఱచినట్లు. 96

ఆ. నాల్గునాళులుండి నాశమౌ మేనికై సకల సుఖవసతులు సంతరించు
నద్దెకొంప నెంత దిద్దితీర్చిననేమి వెడలుమనిన దినము విడువవలెను. 97

ఆ. ఆత్మతరణమునకు నవయవమ్ము లొసంగ నవయవసుఖములకె యాత్మయనును
ప్రొద్దుగ్రుంక నెడ్ల పులుమేపుటందిఁకఁ దవదు మనికిఁ జేరుకొమట లెప్పుడు. 98

ఆ. మేనుగాంచి యిదియె నేను నే నని పల్కు మేని విచటవిడిచి నేను జనును
అది యెఱింగియుండి యాత్మ నేనని యెంచఁడిట్టి యజ్ఞవిషయమే మనఁదగు. 99

ఆ. ఆ మయములు జరయు నసమర్థశైశవ మ్మిహ సుఖానుభూతి కెపుడుతగవు
నాల్గునాళులందు నడుమంతరపుసిరి వయసుఁగాంచి మిడిసిపడుట తగునె. 100

ఆ. మాయవలలఁబన్ని మచ్చుగా విడెనందు స్వల్పవిషయ సౌఖ్యసంచయమ్ము
వాని మేయఁబోయి వలఁజిక్కు నీ ప్రాణి కాలుఁడనెడి వేఁటకాఁడు మురియ 101

ఆ. జన్మ రుచికరంబె చావుమాత్రమె నా కనిష్టమను జనమ్మదెంత వింత
పాము పగయుఁ దోఁక బంధువు నా కనువాఁడు జగతి వెఱ్ఱివాఁడుగాఁడె. 102

ఆ. తానె పోవుటెఱిఁగి దారపుత్ర వియోగమునకు నేడ్చుప్రాణి ముగ్ధుఁడగుచుఁ
దలయెపోవుననఁ జెవుల పోఁగులకు నేడ్చువాని నేమి యనఁగవలయుఁ బుడమి. 103

ఉ. మానవుఁ డీ ప్రపంచమను మంజుల నాటక రంగభూమిపైఁ
దానొక పాత్రధారియయి దారసుతుల్ సహపాత్రలై మనం
గా నటియించుచున్ నియతకాలిక కైతవ బంధసంగియై
మానఁగనౌనె నిత్య సుఖమంగళసంగము సూత్రధారితో. 104

చ. తనదగు మన్కిఁ దెల్పుటకుఁ దల్లి యెటోపిన నేని యింతకున్
గనులను విప్పలేని పసికందు వెఱుంగఁగఁజాలు నెట్టు లే
మనుటకు నోరులేని శిశువార్తవినాదముతోడ నేడ్చుచో
జననియు రక్షసేయుటకుఁ జప్పునఁ దా నరుదెంచకుండనే. 105

చ. సలలిత పుష్పకోశవిలసన్మకరందము తేఁటిపోలె నా
కుల పసరాను కీటకముగ్రోలఁగ నేర్పు వడెట్లు కూర్మి నా
యళి తనరూపుఁ జేసికొని యానఁగ నేర్పినఁగాక, యట్టులే
యలసుఁడు సద్గురూత్తముని యండ లభింపమి నీఱుఁగాంచునే. 106

ఆ. తనకుఁ దెలియనంత దైవంబె లేఁడని వచ్చినట్టు లెల్లవాగుచుండుఁ
బురుటిబిడ్డ యయ్యనెఱుఁగని మాత్రాన జనకు నునికియెంద సత్యమగునె ? 107

ఆ. చెంపఁగొట్ట ద్రావు శిశువట్టు లజ్ఞానియాపదలు ఘటింప హరిఁదలంచు
జననమరణ రోగవినివారణమునకై హరి గుణానుభవమె యౌషధంబు 108

సీ. మనసులోఁ జెడుబుద్ధి మాన్పెడి శక్తియు మమతలం దెగఁగోసి మనుచుశక్తి
తలలోన సద్బుద్ధిఁ గలిగించు శక్తియుఁ గలిగిన సద్బుద్ధి నిలుపుశక్తి
నిరతంబు హరిపదస్మరణ సేసెడిశక్తి హరిభక్తసంగంబు నెఱపుశక్తి
భక్తిపై నెప్పుడానక్తిఁ గొల్పెడిశక్తి త్యాగమ్ము గలిగించి తనుపుశక్తి

తే. ముక్తిసంధాయక మ్మగు మూలశక్తి ధరణి శ్రీ మహాభాగవత ప్రవచన
దివ్య హరిగుణామృతపాన దీప్తి నొదవుఁగానఁ జింతింపఁ బనిలేదు మానవేంద్ర ! 109

ఆ. దేహమున్నవఱకె దివ్య సౌఖ్యములుండు నవల నన్ని సున్నయనును బ్రాణి
వపువు నింద్రియముల వ్యాపారముడిగినఁ గలలఁ బ్రియ సురతసుఖము నెటొందు. 110

ఆ. ఇహ జగమ్ముదప్ప నే లోకములులేవు పరసుఖమ్ము వట్టి భ్రమయటన్న
స్వప్న జగతినుండి స్వప్నేతరజగమ్మె కల్లయనెడి పెకలిగాదె తలఁప. 111

సీ. ఎవ్వాని యానతి నేప్రొద్దు రవివిధుల్ సరివేళఁదప్పక సంచరింతు
రెవ్వాని యాజ్ఞతో నీ మహాతోయధుల్ వేలావధులు దాఁట వెఱచుచుండు
నెవని శాసనముల నీ ఋతుషట్కమ్ము మితిదాఁటి చనక సమ్మతిమెలంగు
నెవ్వాని కనుసన్న నీ పంచభూతముల్ తమతమ విధులు సక్రమతనెఱపు

తే. నెవని నుడి వేదవాక్యమై యెసఁగుచుండుఁ గదలదెవని యాజ్ఞయెలేక కడ్డిపుడక
యెవఁడు విశ్వమున్ శాసించు నిటులుతాను వాఁడెకద జగన్నాథుఁడై వఱలుతేఁడు. 112

తే. రాజచంద్ర ! బాహ్యాభ్యంతరముల వెలుఁగు చేతనాచేతనమ్ములై చెలఁగు నందె
జలధిగత తరంగమ్ములై సకల భూతసంచయము వానియందె భాసించునడఁగు. 113

ఆ. దేహ ముండువఱకె దేహ బంధువులెల్ల. వారెవారొ పిదప వీరెవారొ
నాల్గునాళ్ళకొఱకు నావారు పెరవారలనుచుఁ బాపవాపి మునుఁగనేల 114

సీ. నీలాబ్దములు కేశజాలమ్ములై యొప్ప సకల దిఙ్ముఖము లాస్యమ్ము లెసఁగ
సూర్యచంద్రులను జక్షుద్వయంబై వెల్గ రేబవళ్ళను కంటిరెప్ప లలర
నోష్ఠయుగ్మంబుగా మభయ సంధ్యలుగ్రాల వరతారకలు దంతపంక్తి గాఁగ
నదులెల్లమన్ రక్తనాళమ్ములై వెల్గ సంద్రమ్ము లుదరకోశములుగాఁగ

తే. నద్రి నివహమ్ము శల్యచయమ్ముగ వఱలఁ దరువరమ్ములు తనురుహస్ఫురణ మెఱయ
నఖిల విశ్వమ్ము నాత్మదేహముగఁ జెలఁగ వెలుఁగు నీ విశ్వరూపు సేవింపు మధిప ! 115

తే. నాస్తికత్వ మ్మమావాస్యనాఁటి రేయి ద్వైతగతి శశితారకోపేత నభము
నిర్మలాద్వైతభావమ్ము శర్మదమగు సవితఁగూడి ప్రకాశించు దివసముసుమ్ము. 116

వ. భాగవతాక్షర చతుష్టయంబున 'భా' యన భక్తితో, 'గ' యన జ్ఞానముతో, 'వ' యన
వైరాగ్యముతో, 'త' యన తత్త్వంబు నెఱింగి మానవుఁడు ముక్తుండగునని చెప్పె. 117

శా. భక్తిజ్ఞాన విరాగతత్త్వములు సౌభాగ్యమ్ము చేకూర్చి స
మ్ముక్తి ప్రాప్తినొసంగ భాగవతమై పొల్పొందె నిద్ధాత్రి నా
సక్తిఁ దానిఁబఠించినఁ వినిన నాసాంతంబు నిశ్శంక నా
వ్యక్తిఁ ముక్తివరించు శ్రీహరి గుణవ్యాసంగ సమ్మగ్నునిన్. 118

క. కావున సప్తాహమ్ములు సేవింపుము దాని ననుచు శ్రీ శుకుఁడుఁ ద
ద్భూవిభుని భాగవత కృతికోవిదు నొనరింప నతఁడుగొనె సమ్ముక్తిఁ. 119

తే. ఓర లటులె భాగవత మపార భక్తి విని తరించుటకై దానిఁ దెనుఁగుసేసి
హరికిఁ గృతినొసంగితి భవతరణమునకు ననుచుఁ దత్ఫల శ్రుతిని బోతన వినిచెను. 120

ఆ. ఏ నృపాలవర్యుఁ డెటు లేలినన్ గాని నాకుఁ గల్గినట్టి నష్టమెంత
మా నృపాలమౌళి మహి ధర్మపాలన న్యాయముం బొసఁగె నా కృతి నిడి. 121

వ. అన, 122

క జనముల మనములు సమ్మద వనధిన్ విహరించెఁ, గవి యవనిజాపతి సే
వన మొనరించుచుఁ దన జీవనమంతయు నచటఁ బుచ్చె వర మోదమునన్. 123

కావ్యోపసంహారము

క. అని యిటు లీ కథ సూతుఁడు వినిచియు శౌనకమునీంద్ర విబుధులఁ గవి యి
ట్లనె మున్నిందుఁ దొనర్చిన ఘనశపథము వీఁగె భక్తకవియే గెలిచెన్. 124

క. అది యెటులన భాగవతము సదమలగతి నెవ్వరేని సంస్కృతభాషన్
వదలి పరభాష వ్రాసిన ముదముగ నది చదువ భక్తి ముక్తిప్రదమై. 125

తే. తెలుఁగె నే నట్టి దానకు సేవజేతు మూఁడు జన్మలలోననె, మొదటిజన్మ
సింగభూపుఁడై పోతన శిథిల కృతుల నుద్ధరింపఁగఁజేసె, వేరొండు జన్మ. 126

ఉ. సంతసమొప్ప మెప్పయిన సత్తుళువాన్వయమందుఁ బుట్టి భూ
కాంతుఁడు కృష్ణరాయలనఁగాఁ జని యాంధ్రకృతుల్ రచించు ది
గ్దంతులఁ బెద్దనాది కవితల్లజులన్ దమి నాదరించి సు
స్వాంతముతోడఁ దెన్గు కృతి సంతతులం వెలయింపఁజేయు మున్. 127

తే. దేశభాషల యందునఁ దెన్గు లెస్స యనుచు నభిమానముం బూని యాంధ్రభాషఁ
బ్రౌఢ కావ్యముల్ విరచించి ప్రథితకీర్తినందు నా చంద్రతారార్క మవని యందు. 128

వ. మూఁడవ జన్మమందు, 129

క. బుధనుతుఁడై తంజాపురి కధిపుఁడు రఘునాథరాయ లనఁ జని పేర్మిన్
సుధ లొలుకు తెన్గు కబ్బపు నిధులన్ వెలయింపఁజేయు నిశిత ప్రజ్ఞన్. 130

వ. అని, 131

క. పోతనకవి చరితమ్మతి పూతము పురుషార్థ సౌఖ్య పుణ్యద మనుచున్
సూతుఁడు శౌనకమునులకుఁ జేతో మోదమున నిటు వచించెను గూర్మిన్. 132

వ. అంత శౌనకాది మునిగణంబు లా సూతుం గని మహాత్మా! యోగిపుంగవుని యాదే
శానుసారంబు పోతన యాకృగతి నవతార విశేషంబులనే గతికావ్య గానంబొనరించి
దాశరథి మెప్పు వడసి భాగవత కోశప్రాప్తిం గొనె నా గాథల వినఁగోరుదు మన
నతండు దివ్యజ్ఞానంబున వాని నెరింగి యిట్లభివర్ణింపం దొడంగె. 133

క. అనల పరీక్షాకృత శ్రీ జనక తనూజా సమేత! సాధువరీతా!
ఘన కోసల నగరాంచిత జనపద నగరాధినేత! సతత పునీతా! 134

శా. శ్రీలక్ష్మీ రుచిరాన నోత్పలశశీ! శ్రీవత్స చిహ్నాంకితా!
నీలాంభోధి మనోజ్ఞగాత్ర విలసన్నీరేజ పత్రేక్షణా!
బాలార్క ప్రతిభాసమాన వదనా ధ్వాంత నిర్వాపణా!
త్రైలోక్యా భయదాన భద్రకరముద్రా! రామచంద్ర ప్రభో! 135

మాలిని

సవితృకుల విభూషా! జానకీ స్వాంతతోషా!
నవ జలజదళాక్షా! నష్టదేవారిపక్షా!
భవ జలనిధిపోతా! భక్తమోక్షప్రదాతా!
భువన విజయకీర్తీ! భూరి సౌజన్యమూర్తీ! 136

గద్యము

శ్రీమద్భరద్వాజగోత్ర పవిత్రాపస్తంబసూత్ర, ప్రథిత సూరిజనమిత్ర, బక్కయ్యశాస్త్రిపుత్ర
వాగేశ్వరీ సమాసాదిత, వైదేహీవర నివేదిత సరసకవితావిలాస, సహజ
పాండిత్యభాస, వరకవి విధేయ, 'వరదార్య నామధేయ ప్రణీతం
బైన పోతన చరిత్రమను మహాప్రబంధమ్మునందు
దశమాశ్వాసము.

శ్రీ రస్తు

శ్రీ వాగీశ్వర్యై నమః

భక్తిగాథా నివేదనము - పూ

" పరిత్రాణాయ సాధూనాం వినాశాయ

శ్రీ దయితా హృద్ధామా ।
వాదా లితాత్మ తత్వ వైష్ణవనామా
వేద శిరస్సీమా । సుర
పాద నగుణధామ । భక్త పార్వణ

గీ భక్త కవివరా కుశ్రీ శ్రోత్ర సూక్తిలహరి రామ మోహ
చారుతర గుణానుభవ సుధారసరుచి వినవె జానకీవా

వ. అంత వొంటిమిట్ట సీతాపతి సన్నిధానంబున(బ
పోతనార్యుం డార్తిమెయి దాశరథిం గన స్వామీ ।
విడిపించితివి మత్కృతిసీతం గాపాడుటకు క
యందులకె మధుర సుధారస భరితమ్మగు నీ చరితమ
గాంచి భాగవత శ్రవణ కుతూహలాయత్తచిత్తులై (
వారుకథాలాపంబుల నాకుగతి(గావ్యగానం బొనరిం

సీ తలకిరిందు రామశబ్దము జపించుటనేమొ తలకిరిందు
పుట్టుమందుటో వేరెవ్వట్టు సుందం రిట్టి కవి నాగ(ర

శ్రీ ర స్తు.

శ్రీ వాగీశ్వర్యై నమః

భక్తిగాథా నివేదనము - పూర్వ భాగము

"పరిత్రాణాయ సాధూనాం వినాశాయ చ దుష్కృతాం"

శ్రీదయితా హృద్ధామా !
వాదా తీతాత్మ తత్వ వైష్ణవనామా !
వేద శిరస్సీమా ! సుర,
పాద పగుణధామ ! భక్త పార్వణ సోమా ! 1

గీ. భక్త కవివరా శుభ్రోక్త సూక్తిలహరి రామ, మోహినీ, శ్వేతవరాహ, నృహరి,
చారుతర గుణానుభవ సుధారసఝరి వినవె జానకీనాథ ! విశ్వనుతగాథ ! 2

వ. అంత నొంటిమిట్ట సీతాపతి సన్నిధానంబునఁ బ్రాయోపవేశముం బొనర్చుచున్న పోతనార్యుం డార్తిమెయి దాశరథిం గని స్వామీ ! జానకిని రావణుని చెఱ నుండి విడిపించితివి. మత్కృతిసీతం గాపాడుటకు కర్త వీవ కదా ! మరచితివేమొ యందులకె మధుర సుధారస భరితమ్మగు నీ చరితమ్ములు గానమ్మొనర్తునని శ్రోతలఁ గాంచి భాగవత శ్రవణ కుతూహలాయత్తచిత్తులై యుంట లెఱింగి శ్రీరామావతార చారుకథాలాపంబుల నాఱుగతిఁ గావ్యగానం బొనరింప నెంచి వాల్మీకిం దలంచి. 3

సీ. తలక్రిందు రామశబ్దము జపించుటనేమొ తలక్రిందుచేసె నితర కవులకు
పుట్టనుండుటొ వేరెపుట్ట నుండం డిట్టి కవి నాఁగ మ్రోఁగెను గంట మెందు

ఎఱుకొటనో నాకె యెఱుక యంతయునన సర్వజ్ఞ రాము హస్తగతుఁజేసె
ఏనాదిజాతులఁ దానొకం డగుటేమొ యేనాది కవినని యెఱుఁగఁజెప్పె

తే. అవని నవకావ్యమగుటనొ నవరసములు వలచి యేఱులై యా శ్లోక వార్ధిఁ గలిసె
రాము కథయౌటనో తక్కు రాజ కథలు రాము నీ సాటి యను భావరాజి వెలసె. 4

తే. పుట్టఁ బెరుఁగు శ్రీశేషుని యట్టి దిట్టయనఁ బరంగు వాల్మీకి వ్రాయంగవలయుఁ
గాని నే వ్రాయవనె నాదు కల మదేమొ కలమనుమఁ బల్కె హరిపాద కమలయుగళి 5

ఆ. అరయ రామనామ మమృత మెల్లరకును నింత తియ్యదన మదెట్లు గలిగె
సాక్ష్యమొసఁగుఁ బాయసాన్నమ్మె మత్కృత పిండనామ మిటులె యుండుననుచు. 6

ఆ. అవనిఁ గవులు స్త్రీని హరిమధ్యమా యన నెట్టి స్త్రీయుఁ జూలు పొట్టనింపి
కల్లసేయు దానిఁ గాని మా కౌసల్య యట్టిపేరు కెపుడు కొట్టుదేదు. 7

శా. బాలత్వమ్మున కుగ్గువోయ మొగమున్ బాల్గార్చుచుఁ గల్కి నే
త్రాలున్ వట్టి యమాయికత్వమున కద్దాల్ జూపఁగాఁ బాలదం
తాలుఁ బక్ష విధేదముఁ విడిచి నిద్దా వెన్నెలల్ గాయఁ బా
దాలున్ మానవ నాటకమ్మున కొకింతఁ దప్ప తాళాలిడుఁ. 8

ఉ. నేరుగ బాల్యమింక నతనిఁ విడనాడదు పాలబుగ్గ వొం
గారదు నూఁగు మీసముల కాకృతి యేర్పడ దీడువచ్చి విం
డారఁగ రెక్కయుఁ ముదురదప్పుడె రాజుకుఁ బ్రాణగండమై
చేరెను గౌశికుం డకట ! చిప్పుడికెన్ గనతల్లి ప్రేవులఁ. 9

సీ. పుట్టెడుఁ గౌసల్య పట్టియై హరి యనం బుట్టెఁడు ప్రేమమ్మ పుట్టెఁ బ్రజకు
నారి లాగెనొ లేదొ నారియొ రాక్షసిం దాటకం బట్టి వధమ్మొనర్చె
వడి సుబాహువులు చేవయును బాఱఁగలేదు వడి సుబాహువుగుండె వ్రక్కలించె
దేవశక్తులు పూర్ణదీప్తిఁజెందవు పూర్వ దేవశక్తుల నాజిఁద్రెళ్ళఁజేసె

తే. మీసములు వచ్చెనో లేదొ మీసము లిలనెవరు శూరులు లేరన భువిఁబరంగెఁ
దమ్ములమబోల్ కనుల్ మమ్మ తమ్ములటులగాంచు నవి ప్రేమఁబ్రజ తాను గాంచనలరె.

వ అంత గాధేయుండు స్వయంవరమునకుఁగొని చను దారిలో. 11

తే. సురపతి కర రజస్స్పర్శ సుదతినాఁడు జాతిగామారె నీ నాఁడు రామచంద్ర
నరపతి పద రజస్స్పర్శ నాతియయ్యె ధర నధర్మ ధర్మముల కంతరమదెంతొ. 12

వ. మిధిలాపురి కరిగినంత జన కాదేశంబున శతానందుం డిట్లనియె. 13

తే. ఎవ్వఁడా మహాదేవు విల్లెత్తఁగలఁడొ వాఁడె జనకజామాతయై వఱలఁగలఁడు.
ఎవఁడు తా నెక్కిడఁగలేడొ శివధనుస్సు 'జనకజా ! మాత ! యని యనఁజను నతండు.

ఆ. రామచంద్రవదన రామచంద్రు నెడంద మెచ్చు నామె సాటివచ్చు నతఁడె
యనుచు బాలచంద్రు నాకారమును నిజ తనువుగాఁ గఁజూపి ధనువు నుదువు. 15

వ. అంత, 16

సీ. విల్లెత్తె నా రఘువీరుఁడు కౌశికు తనువునఁ బుల్కలెత్తెన్ ముదముగ
భూపాల శిరములతోఁ బాటు ధనువును వంచెను జానకీ వల్లభుండు
జనకు సంశయముఁ దోడ్కొని నారి మునువెన్కలాడించెఁ బంక్తి రథాత్మజుండు
నారితోఁ బాటు శ్రీ నారీలలామయౌ వైదేహి మదిఁ దనవంక కీడ్చె

తే. అరయఁ బదునాల్గు భువనమ్ములందుఁ గూడ నెదురెవండింక నా కని యెగసియాడు
భార్గవుని దుర్మదమ్ముతోఁ బాటు ధనువు విఱిచివైచెను శ్రీరఘువీరుఁడపుడు. 17

క. చందురునిగూడు రోహిణి చందంబున సీత రామచంద్రుని గూడన్
గందొవలు విప్పె నెల్లెడ విందగు నగుమోములందు వెన్నెల విరిసెన్ 18

వ. అంత నొక్కనాఁడు ప్రజాగణంబు మనంబుల ఘనంబగు సంతస ముదయింప
నయోధ్యాధీశుం గని, 19

క. బుద్ధికి బృహస్పతివి పరిశుద్ధంబగు రాజనీతి శుక్రుఁడవై నన్
వృద్ధుఁడవు. రాపచంద్రు మహద్ధర్మ గుణాఢ్యుఁ గువలయానందకరున్. 20

ఉ. రాజు నొనర్పఁగాఁదగును రాజ్యధిర మిమ్మెఁకఁ బుత్రశీర్ష వి
భ్రాజితమై యెసంగునన బాగనుచున్ ధరణీవరుండు ఘో
రాజివరాజితారి నృపహాటక రత్నకిరీటదీప నీ
రాజిత పాదపంకజుని రాముని భానుకులాబ్ధి సోమునిన్. 21

క, కోసల దేశాధీశునిఁ జేసెదనని దశరథుండు జెప్పెను గైకే
యీసతి కిడు వరములు సింహాసనమున భరతుమంచి హరి వని కనిపెన్. 22

చ. ప్రసవపు మైత్రి వృంత మెడఁబాయఁగఁజాలని లీల లక్ష్మణుం
డెసఁగుచు రాము వెంట వనికేగెను సీతయుఁ బూయు పూవులోఁ
బొవఁగు పరీమళ మ్మటులుబోయెను రాఘవు వెంటనంటి యీ
కుసుమము భృంగసంగతిని గోరని చంపకమయ్యె నవ్వనిన్. 23

వ. సీతాదేవి వనగమన పరిశ్రమలఁ గనులారంగాంచు లక్ష్మణుం దవనింగాంచి, 24

ఉ. కోకనదమ్ముకంటె నతి కోమలచారు పదద్వయమ్ముతో
నీ కఠినంపు భూస్థలుల వేఁగుచు దొట్రిలుచుండెఁ బృథ్విరో!
నీకుఁ దనూజ యీమె పదవీరజ ముంచెడిచోట నైననున్
నీ కఠినత్వమున్ విడు వనిం జరియించెడి సీత తా నిటన్. 25

తే. గగనచరుల దృష్టికిని ముక్క గానరాని సీత సకల మానవుల దృష్టిగత యగుట.
చనదని విధాత దేహభాజనుల కనులఁ గట్టివైచె బాష్పోదక కలనవియతి. 26

క. తరుగిరులదాఁటి గంగాఝరిఁ జేరంజనెడి రాముఁజదల విమానో
త్కరగతి సురతతి కాంచుచుఁ బరమాద్భుతి హృదయమందు భావించు నిటుల్. 27

తే. ఎవ్వరా వృద్ధనావికుం డేటియొడ్డు నిలిచి రామచంద్రా! యని పిలుచు నుఱక
యతనితో రోదసియు గుహాకృతిని దాల్చి దశదిశా ముఖమ్ములఁ బ్రతిధ్వను లొనర్చు. 28

తే. కానఁబడెనొ సూర్యాన్వయకాంతి యొందు మురిసి విరిసిన దాబోయ ముఖకమలము
కనుల విష్ణుపాదాబ్జము దనరునేమొ గంగ మోదాశ్రుపూరమై పొంగి పొరలు. 29

తే. పులకలం బారవశ్యమ్ము మొలకలెత్తు గళరవమ్మున గాద్గద్య మలముకొనును
వ్యక్తిగా రూపుఁదాల్చిన భక్తియేమొ మూర్తిగా దర్శనమొసంగు నార్తియేమొ. 30

తే. మీలు గనరావు బుట్టలోఁ బూలెకాని వలలఁబూనఁడు పూలదండలనె కాని
గాలములులేవు పత్రిఫలాలె కాని అద్భుతము నిషాదుండు ప్రహ్లాదుఁడయ్యె. 31

వ. అనుచు నమరు లరయుచుండ, 32

తే. మెఱపుకరణి సౌమిత్రి ముందరుగుదేర లీల శంపాలతావృత నీలమేఘ
జాల మన శ్రీ లలామతో స్వామి రాముఁ డేఁగుదెంచె బోయని గృపావృష్టిముంచె. 33

ఉ. ఆచ్చపుభక్తి రాఘవు సుధామధురాకృతిఁ గన్నుదొన్నెలన్
గ్రుచ్చిలి త్రావి యీ శిలలముండ్లఁ జరించుట స్వామిపాదముల్
నొచ్చెనటంచుఁ గేలఁగొని నొక్కుచు మ్రొక్కుచుఁ గండ్లనద్ది గో
ర్వెచ్చని బాష్పవారిఁ దడిపెన్ జడతన్ బడిపోయె నంఘ్రులన్. 34

ఆ. చిన్నికొమరునెత్తు కన్నయ్యవలె స్వామి గుహునిలేపి యెదఁదఁగ్రుచ్చి మెచ్చి
వీఁపు నిమిరి బాష్పవృష్టితో వాత్సల్యసార మెంతొగురిసె మేరమీటి. 35

తే. హరినిసేవించి గుహుఁ డిట్టులనియె స్వామి! కనులు నినుగాంచెఁ గరములు కౌఁగిలించె
నెఱఁగేఁదల జన్మ ధన్యంబు హరవిరించి దుర్లభములగు పాదముల్ దొరకెనేఁడు. 36

శా. శీతాంశు ప్రతిమానసుందరదర స్మేరాననా సాదన
మ్మేతత్కాననసీమ వెన్నెలలఁ గాయించెన్ గృపాదృష్టి మ
చ్చేతోజాత తమోంధకార పటలచ్ఛేదమ్ము గావించె నో
సీతాకాంత! నమస్క్రియార్హ! నిను బంచెన్ గైక తా నివ్వనిన్. 37

శా. స్వామీ! తావకపాద నీరజ రజస్స్పర్శమ్మునన్ గ్రావముల్
రామాకారముఁ దాల్చునంచు వినినా రామాంఘ్రులం దేదియే

నీ మాహాత్మ్యమొ మాయయో యెదియొకో నీ యింద్రజాలమ్మొ యే
సామర్థ్యంబొ నిగూఢమై చెలఁగుటల్ సత్యమ్మనున్ లోకముల్. 38

ఉ. నాతి శపించి రాతిగ నొనర్చిన గౌతము బ్రహ్మతేజమెం
తో తపియించి నీదు పదధూళికినై నను పాటిరాదనన్
నా తరణిన్ ద్వితీయ చరణమ్ము స్పృశించిన మెత్తనైన యా
పోతము పూతమై యువతి పోఁడిమి వెంటఁ బడం బ్రమాదమౌ. 39

ఉ. కావునఁ దావకీన పదకంజపరాగము పోవునట్లు లీ
పావన గాంగతోయములఁ బల్మరు క్షాళనముం బొనర్చి నా
నావ స్పృశింపనిత్తు నన నవ్వె రఘూత్తముఁ డంత బోయ నే
ర్పావహిలంగఁ బాదజల మాదలఁ దాల్చుచుఁ బొంగె నింగికిన్. 40

శా. దారిన్ నీరముఁ గొంచుఁబోవు తరుణుల్ తత్పావనల్ గాంచి యె
వ్వా రీ పుణ్యులటంచు సీతఁ గని యో వామాక్షి ! యీ శ్యామలా
కారుం డేమగు నీ కనన్ గనులు వెక్కన్ సిగ్గుచేఁ జెక్కులన్
స్మేరాబ్జమ్ములు విచ్చఁ జెప్పకయె తాఁ జెప్పెన్ సతీజ్ఞాప్యమై. 41

తే. అపుడు గుహుఁడెంచె, విష్ణువు నాదిదేవుఁ బరమపురుషుని గొల్చి తత్పాదపద్మ
ములఁ గడిగి పాదతీర్థము తల ధరించు భాగ్యము విదేహుఁడును నేనె పడసితిమని. 42

ఆ. చరణమున భవాబ్ధిఁ దరియింపఁజేసెడి పరమపురుష నవలి దరికిఁ జేర్చె
నింగితజ్ఞుఁడైన యినకులుం డతనికిఁ గంఠహారమొండు కాన్క నొసఁగె. 43

తే. మొదటనె కటాక్షమాల నా యెదను గట్టెఁ గరకమలమాలఁ బిదప మేన్ గట్టెనై చెఁ
దగ నొసంగెడి మంచి ముత్యాలమాల లౌర ! పై పెచ్చుగాక యేమగునౌ తెలియ. 44

తే. వసుధ నదిని దాఁటించెడువాని నేను భవసముద్రము దాఁటించు ప్రభుఁడవీవు ;
ఏకజాతివారము మన మెవ్వఁడేని కులమువారి యొద్దన్ బ్రీతిఫలము గొనునె. 45

తే. జాలములఁ బన్ని విసరెడి గాలములకు యెఱను జూపి చేపల్ లాగు వసుఁడ నేను
జాలములఁ ద్రెంచి వదలించి గాలములను సకల భూతాళి రక్షించు స్వామి వీవు. 46

క. ప్రియతఁ బయోధి శయించుచుఁ బయోధి కల్లుండవగుచుఁ బాయసజన్మా
శ్రియుఁడ వగుచుఁ గౌసల్యా పయోధర క్షీర మానపడి వచ్చితివే. 47

సీ. ఆశావధుల నెందు నందఁజాలని యాత్ర గలిపించు పెనుకాల జలధిలోన
నెట నుండి వచ్చుటో యెచ్చటి కేఁగుటో మును వెన్క తీరముల్ గనఁగరావు
మ్రింగ నోర్చాఁచు తిమింగలమ్ములు మందె నానగొల్పెడి రత్నరాసులుండె
వాయుహతిన్ జలావర్తవంగతి నెట్టొ తలక్రిందులగు వాడు తరణి నరసి

తే. నీ వఘోగతిపాలు గాపీయకుండ దివ్య పాదాబ్జ పోతమ్ము దిక్కు జూపి
యవలియొడ్డుఁ జేర్పఁగనుంటి వపుడు కూలి యొసఁగుమనినచో నే నేమి యొసఁగువాఁడ.

వ. అనెడి గుహుని ప్రేమ నాలింగన మొనర్చి సెలవుగొని. 49

క. సాగుచు ఋష్యాశ్రమముల కేఁగుచు క్షేత్రాదికముల నీక్షించుచు నం
దాఁగుచుఁ బుణ్యనదంబులఁ దోఁగుచుఁగొనె మునిగణమ్ముతో నాశీస్సుల్. 50

సీ. తరులతాకూట సుందరజటాజూట శోభిత చిత్రకూట పర్వతము నెక్కి
అతిలోక లావణ్య పతగీమృగ శరణ్య దండకారణ్య భూఖండమరసి
పూత నిర్ఝరఝరీ పుణ్య సంపత్కరీ గోదావరీ గానబోధ మెఱిఁగి
గోదా మహానటీ గురు తరంగితతటీ స్ఫురిత పంచకవటీ శోభఁ గాంచి

తే. పర్ణకుటి విరచించి సంబరము మించి యందు నివసించి దానవి యంతరంగ
ధావ మెంచి ముక్కును ద్రెంచి పదియునాల్గువేల ఖరదూషణాదుల లీలఁ ద్రుంచి. 51

వ. వీరవిక్రముఁడై యుండ నాతి యగు చుప్పనాతి సీత యందచందంబుల నావేదనా
పూరితమగు డెందంబునఁ దెల్పుటయు దశాననుండు వెలియలి దశం గని కనికరించి
జానకిని హరింప మారీచుని బిలిపించి నియోగింప లేడి రూపుని యందుఁ జరించు
టయు జానకి కని రామచంద్రునితో నిట్లనియె. 52

ఉ. చక్కనిచుక్క జాతిదొరసామల వీఁపునఁ బూని యద్దహా
టక్కరి మబ్బుపిండుల హటాహటిఁ గొమ్ములఁ గ్రుమ్మిపెట్టుచుం
రిక్కలతేసి యిట్టి యవనిం బరతెంచె సుధారసమ్మెదో
యిక్కడ జుట్టుకొందుమనని యా మృగతృష్ణను గాంచి భ్రాంతియై. 53

క. ఎక్కడ నాఁగదు మిడుతటు లక్కనకమృగమ్ము నడుమ నాడెడి నోహో!
రెక్కలులేని పులుంగన నెక్కడనో భువి ఖురమ్ము లిటు మోపి చనున్. 54

క. దానిం గొని తెమ్మంచును జానకి రాఘవుని బనిచె స్వామి శరమ్ముం
బూనిచి కృతకమృగమ్మగు దానవు మారీచు నీచుఁ దగఁ బరిమార్చెన్. 55

ఆ. దొడ్డిదారి నుండి దొంగ కుర్కురమట్లు పర్ణశాలఁ జొచ్చి పంక్తికంఠుఁ
డందు నిందుఁ గాంచి యనుమాన మొలయక యుండునటుల మాయ నొందు దాల్చి. 56

ఉ. దానవుఁ డుగ్రమార్గణ విదారిత ఘోరశరీరుఁడై ప్రియా!
జానకి!, లక్ష్మణా! యనుజ! చచ్చితి నే నని రామవాక్య నా
దానుకృతిం బొనర్చి పృథులార్తిని గూలెను, సీత లక్ష్మణుం
దానయి పంపె రాఘవునిఁ దార్కొనె నేదొ విపత్తటంచునుం. 57

ఉ. మీసము గడ్డముం బెనిచి మిన్నగఁ దాల్చి కమండలమ్ముతో
మోసమొనర్చు కొంగజపముం దగఁజేయుచు సోఁకు దొంగ స
న్యాసపు వేసమూని మృదుహాసము మైదములోని కత్తియై
భాసిల భిక్షభిక్ష యన భామిని స్వామినిగాంచి భక్తిమై. 58

ఉ. స్వాదగు కందమూలఫలసంతతులన్ బికిరంపు పాత్రలో
మోదమెలర్పనుంచ యతి మోసపువేసము వీడి జానకిన్
మేదినితోఁ బెకల్చి తమిమీఱ విమానమునందుఁ జేర్చి వే
పోఁదొడఁగెన్ గపోతిఁగొనిపోయెడి శ్యేనవిధాన మేర్పడన్. 59

క. హా లక్ష్మణ ! హా రాఘవ ! బాలికఁ దసురుండు మీకుఁ బాపుచు నన్నా
ఖీలగతిఁగొనుచు నేఁగెడి స్త్రీలోలుఁడు వీనిఁ జంపు స్థిరమతిలేఁదే ! 60

తే. ఔర ! మిథిలాధినాథుని యాడపడుచు కోసల నృపాలమౌళికిఁ గోడలమ్మ
దాశరథియగు రాముని ధర్మపత్ని దిక్కుమాలినదై యేడ్చు దినమువచ్చె. 61

చ. అని మొఱపెట్టుటల్ విని జటాయువు సాయము సేయఁగోరి వే
చని కని రావణున్ విశితచంచుపుటోగ్ర నఖాగ్రఘాతలన్
దునుకలుగాఁగఁ జీరుచును దుక్కఁగునట్టులు గీఱుచుండె న
ద్దనుజుఁడు వేఁగలేక యసిధారలఁ జెక్కెను పక్షిరెక్కలన్. 62

ఉ. క్రూరుఁడు రావణుండు పులుఁగున్ భువిఁగూల్చి క్షణమ్ములోపలన్
జేరఁగఁబోయె లంక, నట శ్రీరఘువీరుఁడు పర్ణశాలలో
సారసనేత్రి నయ్యె వనిజాతను గానక జానకీ ! ప్రియా !
చేరఁగరావె ! యన్న వనసీమఁ బ్రతిధ్వను లీనె నల్గడల్. 63

ఉ. దారులఁబట్టి పర్విడును దారనుగాంచమి బెంగ హెచ్చుగాఁ
జేరుచుఁ బిచ్చివానివలెఁ జెట్టును జెట్టును గుట్ట గుట్టనున్
నూఱులతేపలన్ వెదకు నుగ్గగుగుండియ నేడ్చు నార్చు సం
చారుల బాటసారులను జాడలవేడు నిరాశఁగూడుచున్. 64

ఉ. రామున కాలిపైన ననురాగ మదెంతయొ చూడనెంచి యో
భామిని ! కాన దాఁగితివె ! వన్యమృగంబులె పొట్టఁబెట్టెనో
బూమెలఁబన్ని దానవులు పొంచి హరించిరొ గౌతమీనదిన్
దామరపూలఁగోయ జలధార నొకించుక కాలుజాఱెనో. 65

చ. తెలుపవె లక్ష్మణా ! యనుచు దిట్టుచు దిట్టుకొనున్ మహోదధిన్
గలిపెద లోకమంత యను గాంతను సీతను జూపకున్నచోఁ

ప్రళయమొనర్తు నేనను బాలిశులైన సురాసురాళినిన్
నలిపెద నీ త్రిలోకముల నా కెవరడ్డము చూతు నేఁ డనున్. 66

చ. జనకజ నన్నుగాంచి, 'మనుచుండిక చేసిన పుణ్యమేమొ యీ
శుని సగమైన నైక్యమయి చొప్పడునంచు వచించు నన్విడన్
క్షణమొక గండమై యుగము జాడ్పునఁదోఁచు' నటంచుఁబల్కె మా
నిని నను వీడి జీవముల నిల్పదు నిశ్చయమిద్ది లక్ష్మణా. 67

సీ. అనుచు సోదరువెంట నడవులన్ మడువులన్ జెట్టు గుట్టలఁబట్టి చింత నేఁగు
ఏఁగి యంజనిసూనుఁ దెలిఁగింప ననుకంపనద్రి సుగ్రీవున కభయమిడును
అభయమ్మొసఁగి వాలి నత్యంతబలశాలిఁ గాండమ్ముతోనె స్వర్గతునిజేయు
చేసి కిష్కింధాభిషిక్తునిగాఁగ సుగ్రీవు స్నేహాంచితభావు నిలుపు

తే. నిలిపి యచ్చోటనుండి నెచ్చెలి యనిపిన హనుమ యబ్ధినిదాఁటుట దనుజపురిని
గాల్చి వని సీతజాడను దెల్చితెచ్చు నలఘు చూడామణిని గేలనంది మురిసి. 68

క. వానరబలమును గొనిచని తా నంబుధిఁ జేరఁబోయి దాశరథి విన
మ్రాననుఁడై రత్నాకరు దానవపురిఁ జేరుకొనఁ బథమ్మిమ్మనియెన్. 69

సీ. నా యుప్పుదిని జీవనమునిల్పు లోకమ్ము విశ్వపాలకుఁడనై వెలయుదునని
నా యప్పలనుగొని నడయాడు ఘనవృత్తి ఘనులకున్ ఘనుఁడనై మనియెదనని
మా పుత్రికనొసంగ మహినేలు విష్ణుండు ఎందుఁబై చేయినై యెనఁగుదునని
అమృత భిక్షలనిచ్చి యలరింతు నమరాళి దేవతారాధ్య ప్రభావుఁడనని

తే. అంతుఁ దెలియఁగనీని యనంతుననుచు నెత్తినన్ నోరు విడికొని మొత్తుకొనుచు
మిన్నుముట్టు గర్వమ్మున మిడిసిపడుచు నెగసిపడు మహోదధిఁగాంచి యినకులపతి. 70

ఉ. ఆనన రాగరేఖఁ బ్రళయాగ్నిశిఖాకృతి మోసులెత్తఁగాఁ
బూనిచె మేల్శరమ్ము జలపూర్ణనవాంబుద సంగత ప్రభా
స్థాన తటిల్లతాభమయిసాగు ధనుర్గుణమందు లోకసం
తానము కంపమంద సురదైత్యవరుల్ బెగడొంద రాముఁడున్. 71

తే. ధనువుఁదాల్చుట జలనిధి తనువుఁదాల్చె గుణముగూర్చ నొకించుక గుణమువచ్చె
శరమునుంచుట నుదధిలో శరములింకె జడధి రత్నాకరుండేని జడధిగాఁడె. 72

వ. అంత నా రత్నాకరుండు రామచంద్రుం గాంచి శరణాగతుండయి, 73

ఉ. అర్యమదివ్యతేజ ! శరణాగతవత్సలతావిరాజ ! మీ
కార్య మవిఘ్నతన్ వఱలఁగాఁ దగినట్టుల గూర్చువాఁడ పో

కర్యము, విశ్వసృష్టిలయ కారణరూప ! శుభప్రతాప ! నా
చర్య క్షమింపఁగాదగును స్వామి విధేయుఁడ మీకు నెయ్యెడన్. 74

తే. తనయముక్తికై తండ్రి బంధము సహించెననఁగ వారిధిన్ సేతుబంధనమువఱలె
సేతుపథమున వానరసేనలెల్ల లంకఁజొచ్చె రావణు హృది శంక హెచ్చె. 75

ఉ. అంగదరాయబారి దనుజాధిపుఁగాంచి మదాంధ ! రావణా !
సంగరమందు మా జనకజాపతి గెల్తునటంచు నెంచుచో
ముంగల భూమిఁబూన్చు కపిముఖ్యుని యీ పదముం గదల్చు యో
ధుంగొని తెమ్ము సైన్యములతో ననికిం జనుదెమ్మటం చనెన్. 76

చ. అనవిని రావణుండు సభయందు వసించెడి దైత్యవీరులం
బనిచిన వార లంగదుని పాదము సూదిమొనంత యేనియున్
మొనసి కదల్ప లేకునికి మోమునరోసము మోసులెత్త నా
పనికయి తానె పూని కపిపాదముఁబట్టె, విభీషణుం డటన్. 77

శా. అన్నా ! రావణ ! నీ కిదేమిగతి నీవై సీతనర్పించి శ్రీ
మన్నారాయణుఁడైన రాఘవుని శుంభత్పాదరాజీవముల్
గొన్నన్ మేలగుఁగాదె యంచుఁ బలుకన్ క్రుద్ధాత్ముఁడై తమ్మునిన్
దన్నెన్ రాజ్యము వీడిపొమ్మనుచునుం దైత్యేశ్వరుం డంతటన్. 78

వ. దండతాడిత కాలభుజంగంబు భంగి రోషానలారుణనేత్రుండగు విభీషణుండు. 79

సీ. అన్యకాంతలమేని యంటనీయని కాంతిఁబులి కళాసపుఁజెల్వు దలఁపవలదె
పరభామినీ వేణి స్పర్శింపఁగారాని నల్లనాగమని యనంగవలదె
పరసతీ మృదు బాహుబంధ సౌఖ్యమభోగ్య విషఫణిద్వయిగ భావింపవలదె
అన్యాంగనా మందహాస సుందరకాంతిఁ గనరాని తటిదగ్ని యనఁగవలదె

తే. పరవనిత చూపులనుభవబాహ్యమైన మకరనికట సరోజయుగ్మమనవలదె
కుమతి ! కామాంధ ! పాపకూపమునబడుట కాంచలేవని యటనుండి కదలిచనియె.

ఉ. రావణుఁడెం దపావనుఁడు లంక కళంకయె రాజ్యవైభవం
బే విధిఁగాంచినన్ భవమె యీ ధన మింధన మగ్నికీల య
ప్పావనశీల సీత తలఁపన్ నగరంబు గరంబటంచునున్
బోవిదె లంక రాఘవుని పొంత నతిన్ శరణాగతిన్ గొనెన్. 81

ఉ. అంత రఘూత్తముండు శరణార్థి విభీషణు సత్యభాషణున్
జెంతకుఁదీపి లంక కభిషిక్తుని జేసెదనంచుఁ బల్కె ను
ప్వాంతముతో దశాస్యుఁడె వెనన్ శరణాగతుఁడైన విష్ణు నా
వంతుకువచ్చు కోసలముఁ బట్టముగట్టెద వానికేనవెన్. 82

వ. రావణుండు నిజాంతరంగంబున జానకీ విరహానలతప్తతనుండై చింతించందొడంగె నిట్లు,

సీ. ఆపన్నివారకుండని రాము స్మరియించు భయదదైత్యాంగనా క్రియల నరసి
తృణతుచ్ఛము లివి నాకని తిరస్కృతిచేయు నాత్మీయవైభవ మాసచూప
అన్యకాంతలు తల్లులను బుద్ధి వొడమును కైతవరాఘవాకార మూన
ధరణిజ యాసన్నమరణయై నటుదోఁచు హతరామ శీర్షదృశ్యమును జూప

తే. ఇంకనేరీతి నాతి నా వంక దిరుగు నాజి నొనరించి రాఘవు హతమొనర్చు
టొక్కటియెతక్క వేరొండు దిక్కుగలదె అనిససైన్యుఁడై దైతేయుఁ డనికిఁజనియె. 84

సీ. కొండలైన యధర్మకాండమ్ములిటు నేలఁ గూలుతుమన నద్రిరాల రువ్వి
వృక్షమ్ములై పెర్గు వృజినమ్ములిటు ప్రేళ్ళఁ బెకలింతు మనఁదరుల్ పెఱికివైచి
తలలెత్తు రాక్షస దౌర్జన్యమిటు గూల్చఁగలమన గోపురాగ్రముల ద్రుల్చి
కులధర్మగతి కడ్డుగోడ లీ గతిఁ గూల్తుమనఁగఁ బ్రాకారముల్ దునిమివైచి

తే. పొలసుదిండ్ల గోతులనిటి పూడ్తుమిట్టు లనఁగఁ బరిఖలంబూడ్చి యదరి తొదరి
దైత్యనాశ ముగ్రాకృతిఁ దాల్చెననఁగఁ బోరెఁ గపిసేన జయ రఘువీర ! యనుచు. 85

క. ఖండిత విద్విడ్బల దోర్దండుఁడు లక్ష్మణుఁడు ఘనుఁడు దర్పోద్ధతి ను
ద్దండత సమరాంగణమునఁ జెండెన్ ఖలచిత్తు నింద్రజిత్తున్ మత్తున్. 86

తే. పర్వతమ్ముల పక్షముల్ పవిముఖమునఁ జెక్కి క్షోణిఁగూల్చెడి సునాసీరుతీరు
కరపదమ్ముల మార్గణాగ్రములఁ దున్మి కుంభకర్ణుని మహిఁగూల్చెఁ గోసలపతి 87

ఉ. కాలభుజంగ దారుణ ముఖప్రవిదీప్త కరాళదంష్ట్రికా
జాలము నేలు రామకర సంగ్రథితోగ్ర ధనుర్విముంచ దా
ఖీలశిలీముఖమ్ము లతిభీకరలీల దశాస్య గుండియల్
చీలిచి ప్రాణవాయువు భుజించె భజించె నజాండభాండముల్. 88

క. విరిసోనలఁ గురిసిరి కిన్నర సురగరుడోరగులు ఘనమ్మగు మోద
స్ఫురణంబున మునిజనములు పరమానందమున గొప్ప పండుగ జరుపన్, 89

క. విశిఖహతి, జనకసుత దుర్దశవీడన్ మోదమువఁ ద్రిదశగణమాడన్
దశదిశలు శాంతిగూడన్ దశవదన వధం బొనర్చె దశరథసుతుఁడున్. 90

క. పరసతులఁ దరియఁజని యిక్కరణి స్వభార్యలకె దూరగతులై రనుచున్
శిరమురము బాదుకొనుచున్ గరమేడ్చిరి యార్చిరసురకామిను లంతన్. 91

క. రాముఁడు రాక్షసలోకవి రాముఁడు సద్గుణగణాభిరాముఁడు నతను
త్రాముఁడు భామినిఁగన వనధామంబున కరిగెఁ బ్రేమ దాల్కొనఁగడఁకన్. 92

ఉ. రక్కసి యాండ్రఁజిక్కి వెతరాలెడి యశ్రుల గ్రుడ్లఁ గ్రుక్కి దు
మ్మెక్కుట లొక్కటైన కురులిట్టటుఁ జెక్కి కృశించి వెల్లనౌ
చెక్కిలి చేతనొక్కి పలుచింతల వంతల స్రుక్కి ప్రాణముల్
జిక్కి కనుంగొనందనరె సీత కకుత్స్థకులేంద్రు ముంటగన్. 93

చ. అనుపమరూపశీల సుగుణాలయ నమ్మహిజాతసీత నా
యినకుల వల్లభుండరసి యీపు పవిత్రవె సర్వభూతముల్
గనుగొన నగ్నిఁజొచ్చి త్రిజగమ్ములు సీత వినీతపూత యం
చనఁ జనుదెమ్మటంచు సతి నగ్నిప్రవేశ మొనర్పఁజేయుటల్. 94

ఆ. చిచ్చుఁజొచ్చి సీత శీతాంగకమ్ముల బయటఁబడియె భూతచయము పొగడ
నగ్నినైన నివలనైనఁ జొక్కము పైఁడి యెట్టిమార్పులేక యెసఁగు ననఁగ. 95

శా. ప్రావృట్కాల పయోదవృష్టి మలినాంభఃపూర మేఁగెన్ దశ
గ్రీవుండై, శరదంబు పూరమయి యేఁగెన్ గుంభకర్ణుండు దు
ర్భావుండై దరిఁజేర నీనిగతి, శుభ్రస్వాంతవృత్తిన్ బ్రిజల్
సేవింపం దనరెన్ విభీషణుఁడు తాల్మిన్ గ్రీష్మస్రోత స్సనన్. 96

వ. అంత విభీషణుండు రాఘవుం గని, స్వామీ! నీ చర్య లగమ్యంబులు. 97

క. ఆఁడది పరపురుషునితోఁ గూడం జన నెందు ముక్కుకోఁతలఁ బడు న
ప్పోఁడిమి పురుషుఁడు పరసతిఁ గూడఁగఁ దలపోయ మడిసి కూలునటంచున్. 98

క. రక్కసి యగు శూర్పణఖను ముక్కలుఁడగు రావణుని యమోఘాస్త్రములన్
ముక్కడఁచియు నుక్కడఁచియుఁ జక్కని మార్గమున భువిని శాసించితివే. 99

క. శ్రీని విడి హరిని జేరిన దానవి యగు చుప్పనాతి దశ ఘటియలు శ్రీ
మానిని జేరి హరిన్ విడె దానవపతి యగు దశాస్యు దశ గనఁడె యనన్. 100

వ. కావున శ్రీమానినీ పురుషకారంబున శ్రియఃపతి నాశ్రయించి తరింపనగుగాదె యన. 101

ఉ. తా నినవంశమండనుఁడు దైత్య విభీషణు సత్యభాషణున్
మానిత సాధుపోషణు రమాపతితోషణు శీలభూషణున్
దానవరాజ్యపీఠికి పత మ్మభిషిక్తు నొనర్చి సీతతో
మాన విమానయానమున సొంపుగ నెక్కి యయోధ్యకుఁ జనన్. 102

చ. చనుట లయోధ్యకుం దిరిగ చయ్యనఁ బ్రాణము వచ్చినట్టులై
కనఁబడె, మాతృమూర్తులును గ్రమ్మఱఁ దాము ప్రసూతలైన య
ట్లనుకొని కౌఁగిలించిరి నిజాత్మజులన్, రఘురాము నాత్మకున్
జనకుఁడు లేఁడనే కొఱఁత సర్వము వెప్పటియట్ల తన్పడెన్. 103

తే. భరతుఁ డానందభరితుఁడై పాదయుగళి నక్షియుగ మద్ది యశ్రుతోయములఁ గడిగి
యడుగులందు సమ్మోళిగ లిడియె నంత ముని వశిష్ఠుండు జటివేష ముక్తుఁజేసె. 104

సీ. నక్షత్ర శోభలన్ నగుబాటు గావించు మహితాచ్ఛ మౌక్తిక మండపములు
కమనీయ మండప రమణీయ కాంతులఁ దులదూఁగు పచ్చలతోరణములు
పురుహూతచాపమ్ము విరసించు నవరత్నపూరిత స్వాగత ద్వారములును
శృంగాటక వితర్ది రంగారు జయకేతువుల వెల్గు నలువైన కలువడములు

తే. పార్శ్వ దీప్త రంభా స్తంభ భాసమాన మార్గ జలయంత్రసించిత మార్గతోయ
రాజితా గురుధూప సౌరభ్యపూర్ణ గగనదీప్త యయ్యె నయోధ్యనగరసీమ. 105

చ. నగరులు నేత్రపర్వముగ నాలుగు మూల లలంకరించి యెం
దగపడఁ దూర్యనిస్వనము లాకసమంటఁగ మంత్రిపారముల్
నెగడఁగ వామసీమ నవనీసుత పీఠి వెలుంగఁ బౌరులున్
నగవులఁ బూలు జిమ్మ రఘునాథుఁడు రాజ్య రమాభిషిక్తుఁడై. 106

వ. అలరు తఱి, 107

సీ. సౌమిత్రు లిరువురు చామరంబులు వీవ భరతుఁడు ఛత్రము బట్టి నిల్వ
మారుతి శ్రీపాద నీరజమ్ములు గొల్వ భల్లూకపతి బరాబరు లొనర్ప
అంగద సుగ్రీవు లవనిజాపతి వెంత వేత్రహస్తంబుల వెలయుచుండ
ముని వసిష్ఠుఁడు స్వస్తి పనన లాలాపించ దైత్యనాథుఁడు రవిధ్వజము బూన

తే. సురలు విరిసోన గురియ నప్సరసలాడ మింటఁ దుంబురు నారదుల్ జంటఁ బాడ
నజహరాదులు జూడఁ బృధ్విజనులెల్ల నొకట గుమిగూడ రాముఁ డయోధ్యఁ గొనియె

తే. రాముఁ డేకాదశ సహస్ర రమ్య వత్సరములు ధర్మఖడ్గముఁ బూని రాజ్యమేలఁ
గఱవు కఱువయ్యె లేమికిం గల్గె లేమి యాయురారోగ్యభాగ్యంబు లగ్గువయ్యె. 109

వ. అని యిట్లు శ్రీరాముని చరితంబు బాడి మఱునటి రాత్రి పోతనార్యుండు హరిం గనుం
గొని స్వామీ! మోహిన్యవతార విశేషంబున ననురుల బారి నుండి సుధను రక్షించిన
చందంబున మత్కృతిని రక్షింపవే యని తదవతారకథావిధానంబు నేతద్విధం బొలుగతిఁ
గావ్యగాన మొనర్పఁ దొడంగెను. 110

గీ. జగతి సుఖములు స్థూల సూక్ష్మమ్ములనుచు నిరుతెఱంగులు. స్థూలమ్ము క్షరము నెంతొ
సులభసాధ్యమ్ము, తద్గతి సూక్ష్మసుఖమొ యధికతర కష్టసాధ్యమ్ము నక్షరమ్ము. 111

క. బుద్ధిగ్రాహ్య మతీంద్రియ మిద్ది యనుచు సూక్ష్మసుఖము నెఱిఁగిరి పెద్దల్
బద్ధులు విషయ సుఖమ్ములె పెద్దవిగాఁ దలఁచి దాని బ్రేమింతు రొగిన్. 112

క. సురవంటిది యైహికసుఖ మరయన్ సుధవంటి దెందు నాముష్మిక సౌ
ఖ్యరమ యని కూర్మరూపత హరి తెల్పెను రెంటిలోని యంతర మెంతో. 113

తే. జ్ఞాన వైరాగ్యరాశిని నే నటంచు మారు బూదినొసర్చిన శూరుఁడ నని
మిత్తి గొంగనై విషమును మ్రింగుదునని గర్వమై మోహినిం గని కరఁగె హరుఁడు.

తే. సద్గురు సమాశ్రయణము సత్సంగగుణము శౌరి భక్తియు మాయా విమోచనకేమి
చక్రిధరుని నిర్హేతుక జాయమాన సత్కృపా కటాక్షమ్మున బడపడు వివి. 115

వ. ఒకమారు పార్వతీ సహితుండై పరమశివుండు హరిని దర్శించి. 116

చ. సురతతికిన్ సుధారసముఁ జొప్పడఁ బంచిన మోహినీ కళే
బర మొకమారు కన్బఱచి పావనుఁ జేయుమటంచు వేఁడఁగా
హరుఁ గని యట్టిరూప మెపుడైనను గాంచెదుగాక యంచు శ్రీ
హరి యరిగెన్, శివుండు దపమందు మునింగెను వంత నొక్కెడన్. 117

సీ. ప్రకృతికాంతా కృత బహుళవర్ణ సజీవ చిత్రమ్ములన వృక్షసీమలొప్ప
విశ్వయోషాగాన వివిధతాన స్వరకల్పన లన విహంగరుతి వఱలు
భువన మోహిని భావపూర్ణ ప్రణయ కావ్యబంధమ్ములన లతాపాళి యెందు
రసజగ ల్లలనా విలాస హాసానంద దీపమ్ములనఁ బూలరూప మెలయు

తే. క్ష్మాపతీమణి నిర్హేతుక ప్రభూత ఘన కటాక్షసారమ్మనఁ దనరు రుచులు
చంద్రి సూర్య సంశ్లేష సంజాతభూమి పులకితాంగమ్ములగు తృణజాతలిత పేరుల. 118

తే. తరుల మించిన మృదుల వల్లరి యనంగ వల్లికల మించు కోమల పల్లవమన
బల్లవాప్త మనోహర ప్రసవ మనఁగఁ బ్రసవ నిర్గత మకరంద బిందువనఁగ. 119

తే. కళలకుం బోవు సౌందర్యములకుఁ దావు యౌవన విలాసనిధి ప్రకాశింప నబల
రమణి యొక్కతె జగముల భ్రమలు గొల్పు స్వైరకోరకితాస్యమై చెలువు మీర. 120

వ. చేతనొక బంతింగొని. 121

సీ. ముఖ చంద్రమండలమునకు పీడేయని యలకలు పాలానఁ గలియఁబడఁగ
ఘనకుచద్వంద్వ చక్రి నమమ్మోయని గళాంచిత రత్నహారాళి చిక్కుపడఁగ
జఘనమండలమును పరిపోలనే యని కాంచీగుణమ్ములు కలహ మొనర
ఇంతిముందీ పూలబంతి యెంతని మీద మసపట్టుపట్టమ్ము పెనఁగులాడ

తే. ఆఁగకుండఁ జిక్కుల విట్టు లాడుచుండు వేలనె పడిపడుచు లేచి పొంగిపొంగుచు
లనుచు శిరమార్చికొట్టు పీ యతివ యనఁగఁ గందుక క్రీడనట్టియ గాంచి పసిపి 122

చ. వలపులు మోసులెత్తఁ జెలి వాల్గనులన్ హరుఁ జూచె నంతలో
మలయపు గాలివీచె వనమల్లికపూచె మగంధ మౌక్తికా

నిలువునఁదోఁచె నా మనివనిన్ బలువన్నెలఁదోఁచె శారిస్యమా
కలరుతులన్ శకుంతమృదుగాన వితానములూఁచె నుల్లమున్. 123

సీ. అందాల ఫాలమ్ము నలమి పైఁ బైఁ బడి ముద్దులు గొనవచ్చు ముంగురులును
కౌఁగిలింపఁగవచ్చు కనురెప్పలన్ లజ్జ పెనఁగులాడెడి సోగకనుల జంట
ఆస్యపరిమళ మ్మానగానాసమై మొనఁదేరు మునువచ్చు ముద్దు నాన
తేనియల్ జిల్కు వా తెరఁగూడి దాఁగురుమూఁతలాడెడి పలుమొగ్గవరుస

తే. అంకురితములౌ లజ్జాభయాళినోలిఁ బెనపఁగాఁ దలలెత్తెడి స్తనమిథునము.
అరుగు స్వేచ్ఛాపదమ్ముల నణఁచిపట్టి పొరిచి నెదుగుచువచ్చెడి శ్రోణియుగము 124

క. అలరెడి యలరుంబోఁడిని దిలకించి భవుండునాపె తీరగు సొరుల్
దలఁచుచు మదిలో నూరక తలనూఁచును దనదు జన్మ ధన్యమ్మనుచున్. 125

తే. కవి హరుఁడు పిచ్చియయ్యెను. గపులభవుఁడు టిచ్చవడి మచ్చెకంటి తా నెచ్చటిదనె.
వజ్రి యీయామె కాలికిఁ బోలవలయుననిన రంభలూర్వసులుం బుట్టిరావలెననె. 126

సీ. తనజాతి విస్వనమ్మనియెంచి కలకంఠి కిలకిల నవ్వఁ గోకిలలుగూయు
తన మూఁకపల్కనుకొని కల్కి వాక్సుధల్ జిలుక వన్నెల రామచిలుక పలుకు
తనగుంపు మధువానువని యెంచి పద్మాస్యయల కలంగని మూఁగు నలికులంబు
తనమంద చూచుననొక్కని చంద్రిముఖి బెక్కియాడుచూపుల డాయు నాడులేళ్ళు

తే. తనకులమ్మె చిపుర్చె మాధవరతినని కొమ్మమైగాంచి తలలూఁచె గొమ్మలెల్ల
అంత నా కాంతనారసి స్వాంతమందు నిట్లు తలపోయుచుండె మహేశ్వరుండు 127

సీ. శాంకరి నీయమ సరిపోల్తమనియన్న నెడమయెయగుఁగాని కుడియెటౌను
అమరవాహిని యీామె సమతయౌననఁ గాలిగోరునకుం దిగజాలిపోయె
వాణి యీ యమ సాటివచ్చునో యనుకొన మాటలెకాక యే పాటిపోత్తు
కలుముల చెలి యీామె తులతూఁగుననుకొన నగమునకైన సాటిగనునా

తే. మారుబూది యొనర్చినశూరవరుఁడ నారి నను గెల్వపనివచ్చె నా రతి యిటు
మూఁడు శక్తులమించిన మూలశక్తి యెవతెయగు దీని విసుమంత యెఱుఁగలేను 128

ఉ. నవ్వులమల్లికల్ విరియు నాతి రసేక్షణపంక్తు లెయ్యెడన్
మవ్వపుటబ్జముల్ గురియు మంజువిలాసయుతాస్యబింబ మీ
జవ్వనపు న్మహోదధిని చంద్రిముఁడై మెఱయున్ సుమాస్త్రిఁ డా
పువ్వు శరమ్ములెక్కునిడిఁ బూన్చిన నారియెకాక నారియే. 129

చ. విశి పొగయై దిశాతతుల నిండఁగఁ, దారలు విస్ఫులింగ రూ
పశతములై దివమ్మున విభాసిల, వాయువు లూఁదు గాడ్పులై

దిశలకుఁ బ్రాఁకఁ గ్రొన్నెలయు దీపశిఖాకృతి జ్వాలలెత్త సూ
నశరుఁడు పాంథ చిత్త సదనమ్ములఁ జల్లఁగఁ గాల్పఁ జొచ్చెడిన్. 130

చ. జలనిధి జన్మమొందుటయు శైత్యఘనోన్నతిఁ గూడియాడుటల్
చలువలు గుమ్మరించుటలు సాంద్ర సుధానిధు లొల్కఁ బోయుటల్
కళల విలాస మీసుటయుఁగాదె తలం ధరియింతు నిన్నిటుల్
జలధిజ బాడబాగ్నివని స్వాంతమునన్ దలఁపన్ నిశాచరా! 131

శా. సౌందర్యామృతసింధువున్ ద్రుహిణ శీర్షశ్రేణి మంథాన మా
కందంబై నవనీత ముప్పతిల వీఁకన్ దర్చెప్పఁగా నద్దిక
న్విందౌ నీ తరుణీలలామ మయి రాజించెన్ బళీ! దీనివా
కందమ్ముల్ రమణీయతా గగన రాకాచంద్ర బాలార్కులో. 132

సీ. మీనంబు పొలసుల మేన్వీడి స్నిగ్ధతం గాంచఁ దా నీలేమ కనులఁ బడియె
కమఠంబు మృదుతను గడియింపనెంచి యీ వనిత శ్రీపాదాలు వట్టుకొనియె
కిటి యీమె మైకాంతి ఘటియింప స్వర్ణ నిష్కవరాహగా మారుజన్మ మెత్తె
హరి సర్వభూత దయాఖ్యానమునకు నీ పడఁతి లోనికి వచ్చి వడుము గట్టె
తే. వామనుఁడు మెడం బడి ధనస్వామి యయ్యె రహిని రామత్రియమ్ము నీ రామ రూపు
బూని సుప్తపంచశరుఁ బ్రబుద్ధుఁజేసె ఘన జగన్మోహనాకృతిఁ గల్కి యిదన. 133

ఉ. నల్వ నసుం జయించుటకె నాతిని దాను సృజించె నిట్టులీ
చెల్వ యపూర్వసుందరి విచిత్ర విలాసిని లజ్జితాస్యయున్
బల్ వగలాఁడి క్రొవ్వయసు బంగరు రంగులు జిమ్ము జిగ్గు మే
ల్వల్వ మఱుంగు దాఁటి వెలివచ్చిపడన్ గవఁ జోద్యమయ్యెడిన్. 134

వ. అంత నా సమయంబునందు, 135

ఉ. ఇవ్వన లక్ష్మి నాఁ బరఁగి యేకతఁ గానల వేఁగుమన్న యా
జవ్వని తొట్రిలం బదము శల్యవిబాధితనంచు నార్తయై
పువ్వుల కుప్పవోలె వనభూమిని గూలెను రక్షసేయువా
రెవ్వరటంచు, నంత భవుఁ డేఁగి సుసత్వర మార్తరక్షియై. 136

చ. పరమశివుండు లోక పరిపాలనముం బొనరింపనెంచి తా
గరళమునేవి మ్రింగు వడి గాంగప్రవాహము మౌళిఁ దాల్చు నా
మరుని దహించుఁ గాలు దయమాలి త్రిశూలముతో వదల్చు నీ
కొఱకయి యేమి సేయఁ డితఁ డెంకఁగ నేలకు బేల! యావదన్. 137

తే. లోకకల్యాణ కాంక్షవిలోలబుద్ధి గరళభక్షణుఁడను శూలి గల్గ వికట
నార్తరక్షకు లెవ్వరీ యటవిలోన శల్యబాధిత నేనని జంకనేల? 138

చ. అని వనితా సమీపమున కయ్యహిభూషణుఁడేఁగ నాగులన్
గన భయమూను బొందు పదకంటకమున్ వదలించుకొందు నే
నని దవుదవ్వులం జనుచు నంగన భీతుకొనంగ వా నుడుల్
విని శశిమౌళి నవ్వి యలివేణి ! యివే మణిభూషలౌనిదో ! 139

తే. కను మనన్ బాఁపపేరులు కనకరత్న ఖచితనూపుర కంకణ కంఠహార
వితతియై కానఁబడె నాతి విస్మయపడ నంత ధూర్జటి యీరీతి నాత్మనెంచె. 140

చ. కనవలెనంచుఁ గోరు, సరిగాంచిన పోయెద వేల జేల ! ని
ల్వనుటకు బుద్ధివారు, నటు నాఁగిన హాసవిలాస భాషణ
మ్మొనరుప నాల్కయూరు, సరసోక్తులనాడిన నొద్ద జేరఁగా
మనసది మారు పాదరసమా యన నంచిత చంచలాకృతిన్. 141

తే భాషణమ్మొనరింప నా యోష నాఁపఁ జెలి వలమనట్లు జేయ నవ్వేలఁది డాయ
స్వీయవాంఛలఁ దెల్పఁ జేజేయి గల్పె నెడఁద మిషల నన్వేషించు నెపటి కపుసు. 142

చ. శ్రవములు పుచ్ఛముల్ పదిగ సంచరియింపఁగ రాగవేగ వై
భవ మదమత్తకాయములఁ బల్మరు డాయుచు మోరలెత్తి క
న్గవ యలమోద్చుచుం గళయుగమ్మొరయన్ మృగదంపతుల్ ప్రస
న్నవదన వీక్షణమ్మొలుక నర్మిలి నొందొరుఁ గాంచు నల్లదో ! 143

తే నీలకంఠరాజము ముక్కు నేలరాచి ఘనమసారస్థగిత మరకత సుపర్ణ
గుచ్ఛమయ పుచ్ఛమును విప్పి కోమలగతిఁ జేరి లాస్యమ్మొనర్చు మయూరి ముందు. 144

తే. ఘనత స్వర్ణదిం దలఁ దాల్పఁగలుగు నేను నకట ! ప్రణయాపగా వేగ మాఁపలేను
నగమగు సపర్ణ కెట్లు కన్నుగవ మూతు శిరము నెక్కిన గంగ కెక్కరణిఁ దాతు, 145

తే. స్మరుఁడు పగఁ దీర్చికొనఁ గాల్చ తిరిగి నన్ను బూదియైన నన్గాల్చు నింకేది యనుచు
నులక గాలినవడిఁ గాలఁ గలదదెట్టులనుచు మదనారి నమ్మదనారి గాంచి. 146

ఆ. ఎవతె వీవు సరసిజేక్షణ ! యీకాన నొంటిగాఁ జరించుచుంటివనియె.
తాపసుల కదేల తరుణులతోఁ బనియనుచు నవ్వి పల్కె నతివఁ గాంచి 147

సీ. కనురెప్ప వేయక నిను గాంచఁగా నిత్య సాలోక్య వరముక్తి సంభవించు
నీతో సమైక్యమై నివసించుచో సత్య సారూప్య కైవల్యసార మొదవు
మాన్య ! నీ సన్నిధిన్ మన జన్మరాహిత్య సామీప్య నిర్వాణ సౌఖ్యమబ్బు
నీతోడఁ గూడియుండినఁజాల సంస్తుత్య సాయుజ్య నిశ్శ్రేయసము లభించు

తే. అబల ! నీదు సౌందర్య రసానుభూతి యొదవినంత బ్రహ్మానంద మిదె యటంచు
పులకితమ్మగు బుద్ధియో నలిననేత్ర ! యందులకె మునిన్ నను గృప నరయుటొప్పు.148

ఉ. ఇవ్విధిఁ బల్కి సీతఁ దనుఁ బెన్వరినో నను గావనకా మనుకా
నవ్వులమాల బల్ విలసనమ్ములదోల యపాంగ దృష్టులం
బువ్వుల కోలలేయుఁ దలఁపుల్ వికసింప స్మరారి యిట్లుగా
నెవ్వఁ డెఱుంగు శ్రీ మనసిజేప్సితకావ్య యథార్థ తత్త్వముల్. 149

సీ. ఒకచోట నాడు మరొకచోటఁ బాడు వేరొకచోట నొయ్యారమొల్కఁబోవు
ఒక లతన్ దాఁగు వేరొక తీవ నూఁగుచుఁ జకితేక్షణమ్ముల నొకటఁ జూచు
ఒకటఁ బూలను గోయు నొకట మాలలఁ జేయుఁ గందుక క్రీడ నొక్కయెడ సల్పు
ఒకచో నెఱుల్ విప్పు నొకచోట జడఁ గూర్చు చెదరు ముంగురుల పైఁ జిమ్ము నొకట.
తే ఒక్కచో గాలి నెగయును దిక్కులుఱుకు జాఱు పయ్యెంట లజ్జమై సరదుకొనును
మరియొకట బోరగిలఁబండి శిరము నెత్తి నఖము పంటఁ గఱచికొంచు నగుచుఁ గాంచు.

తే. చూడనట్టులె చూచును మాటిమాట లాడనట్టులె యాడును నన్యవిషయ
మగ్నయైనట్లు నటియించి మగువ మిగుల శ్రద్ధతో భర్గుఁ జిలుఁ పకల మెఱుఁగు. 151

తే. అంత రజతాద్రినిలయుఁ డా కాంతఁ గాంచి మరుఁడు నను గెల్వ వీడగు శరణుమేమి
యుండు నా జగన్మోహినీ ! యోగశక్తి ! అఖిల భువనైకసుందరీ ! యమ్మరసృష్టి. 152

ఉ. మృత్యువుఁ గెల్చితిన్ వినము మిన్నంగితి దానవ మానవామరుల్
భృత్యులుగా వెలింగితిని వీరుని మారుని గంటి మంటలో
హత్య నొనర్చితిన్ భళిరె ! యక్కజమౌ నిను గెల్వఁజాల నా
దిత్యుని గెల్చు ఛాయవౌ లయమ్ముల నిల్చు ననాది మాయవౌ. 153

154

వ. అనుచు.

చ పరవశుఁడై హరుండు చెలిఁ బట్టుటకై పరువెత్తు, నంతలో
గరిత లతాళి దాఁగు, సరిగా గుఱుతించి శివుండు నేఁగుఁ, దా
నుఱుకఁగ పాగు భీత హరిణోపమయై, దరిఁజేర నాతఁడా
తరువుల చుట్టు చిక్కక ప్రదక్షిణముల్ బొనరించు నిట్టులన్. 155

సీ. ఒకసారి పొదఁ దట్టి యూడిన పయ్యెదన్ వెనుదిగ్గి కాంచి నవ్వొవరఁ గొనును
ఒకమారు మార్గమ్మునకు నడ్డు నిడుకేల క్రింది మందియె కేలెత్తింగి యూఁగు
ఒక తేపఁ గౌఁగింట నొదిగెనా చేఁజిక్కి మెలకువన్ దుసికిల్లి తొంగిచూచు
ఒకటఁ గేల్వట్టి నయ్యో ! నొచ్చెవిడుమను విడిచిన నవ్వుచు వెడలునవ్వ
తే. లలిని జేలాంచలం బంటి లాగునంత నత్తునేనె పయ్యెదకొన పడలు మెంటో
మంచివాఁడ పీ నయము నమ్మించి పొంచి కాంత విసువఁ బట్టెడి విఱుగ బడినవ్వు. 156

సీ. బోమెఱుఁగా నవ్వఁ బోయెడు గాదని శిరమూఁచి జెదరించు మరిగ వటువె
ఒకసారి రమ్మన నొకసారి రమ్మని ఖతిమాలి మొఱిక్కి నవ్వుగిలి మరిగ

ఒక ముద్దొసఁగుమన్న నొక ముద్దొనఁగుమంచుఁ దన కేలుఁగొని ముద్దుగొనునటువలె
వచ్చితిఁ జూడనవచ్చితిఁ జూడుమంచొక యద్గు ముందిడి యుద్యమింప

తే. వచ్చి నన్నేమి చేయుదువనుచు నిల్చు హరుఁదరుగ లేడిపిల్లనాఁ బరువులిడును
జలములందాసి తన నంటఁదరియవచ్చు, శర్వుముఖముపై నెగజల్లి చాననవ్వు. 157

మ. ఘనవక్షోజభరమ్ము గ్రిక్కదలరాకా చంద్రబింబాస్య మో
హిని సమ్మోహకరావలోకనలతో నీశాను కౌఁగింటఁ జి
క్కినయట్లే లలిఁజిక్కి తప్పుకొని వీక్షించుఁజా, మృడుండంటఁ జం
దనమౌ నంటమిఁగాల్చు వహ్నియగుఁ జిత్రంబిద్ది యేమౌననుఁజా. 158

శా. క్రీడాకందుక ముప్పరమ్మెగసిరాఁ గేలంగొనం బర్వఁ బత్
పీడా సంశిథిలీకృతం బగుచు నీవీ బంధమూడన్వియ
స్నీడాముక్త తటిద్విహంగమగుమన్ నిర్ముక్త చేలాకృతిన్
వ్రీడాకుంచిత మోహనాంగములఁ బృథ్విన్సత్వరాసీనయై. 159

క. కాంచెన్ సఖి మోహన దృష్ట్యంచలములఁ దృప్తకాముఁడైనటు లతఁడున్
ముంచచ్ఛుక్లుఁడగుట లది కాంచన రజతములుగా జగమ్మునఁ గ్రాలెఁజా. 160

ఆ నారిరూపువీడి నారాయణుఁడు వల్కు గిరిశ! నాదు మాయ నెఱఁగితివన
స్వస్వరూప మెఱిఁగి శర్వుండు తలవంచి విష్ణుమాయ నెంతొ వినుతిసల్పి. 161

తే. కాళ్ళవ్రాల నచ్చటఁగల గంగ తాను బకపకన్నవ్వె హరివెన్క భవుఁడు దాఁగె
నర్ధనారీశ్వరున కెందఱాండ్రటంచు హరికిఁ దోఁబుట్టువగు దుర్గ సరసమాగె. 162

వ. అంత హరి హరుం గనుంగొని, 163

తే. అతను వైరి! సురాసురు లమృతపాన కాంక్షఁదముఁ దాము గలహించు కాలమందు
రూఢి నీ జగన్మోహినీ రూపమొంది సుధనసురులనుండి గ్రహించి సురలకిడనె. 164

వ. అనునంత హరింగని పురహరుండు, 165

సీ బడిశామిషార్థమై యెడలేక యాసమై జలములనాడు మత్స్యంబు భాతి
జ్వాలాఫలాశ నాశాలోలుపత నెప్డు చదలునందాడెడి శలభ మట్లు
ఘన లసత్పదవీ పతనమొందఁగా మింట మిలమిల లాడెడి మెఱుపు కరణి
లక్ష్యసాధనకునై లఘుత నొందుచు నథఃపతనమ్ము నొందెడి బంతిరీతి

తే. ఐహికాస్థిర సుఖ లాలసాతురుండు ప్రబల మాయావశుండునై ప్రాణి యెందు
పవనహతిఁ జంచలతనాడు దివియవోలెఁ దెరలు భవదీయ పదభక్తి వఱలకున్న 166

వ. అని నుతియించెననుచు నలవాఁడు రాక్షసు లా సురీ ప్రకృతిబద్ధులై మాయాపరవశులై
మడిసిరి. దేవతలు దైవీ ప్రకృతి నాశ్రయించి భవదీయమాయ నెఱింగి భజించి

యమృతపానం బొనర్చి యమర్త్యులైరని విష్ణుదేవతలకు హరి పీయూష విభాగం
బొనర్చినవిధంబు పోతన నుడివె మరునాఁటిరాత్రి హరిం గనుగొని స్వామీ ! వరాహావ
తారంబున హిరణ్యాక్షుని నుండి ధరణిని బరిరక్షించిన కరణి మత్కృతిని రక్షింపవే
యని తదవతార గథావిధానంబు నీ రీతి నాళుగతిఁ గావ్యగాన మొనర్పఁ దొడంగెను. 167

క. మును శ్రీమద్వైకుంఠమ్మున నొకపరి రమనుగూడి పురుషోత్తముఁడ
త్యనురాగ పారవశ్యమ్మున మన, సనకాది దివ్యమును లతిభక్తిన్. 168

చ. చని సేవింపఁగనెంచి రార్ద్రజలదశ్యామున్ గృపాసోమునిన్
ఘనవైకుంఠ సుధామ భక్తజన మోక్షప్రాపకప్రోల్లస
ద్వినుతానేక పవిత్రనాముఁ జరణానిర్యాత గంగాపగా
వననిర్ధూత సమస్తభూతకృతపాపస్తోము నిష్కామునిన్ 169

సీ. రమణీయకాంచన రత్నకిరీటులు మణిమయకుండల మండితులును
కమనీయ వనమాలికాడోలికామోదరత విశాలోన్నతోరస్స్థలులును
అంగుళీయక కంకణాంగదసందీప్తి సుదృఢ చతుర్బాహు శోభితులును
కౌశేయ కటినటత్కాంచీ గుణాన్వితుల్ నూపురమంజీర దీపితులును

తే. ద్వాదశోర్ధ్వపుండ్రాంచితతనులు వేత్ర దండ శంఖ చక్ర గదాస్త్రధరులు వరులు
నాత్తరోషాన లారుణితాంబకులును శార్ఙ్గధరు ద్వారపాలకుల్ జయవిజయులు. 170

క. వారిజనాభుని యనుపమ కారుణ్యామృతము గ్రోలఁగాఁ జను మునులన్
వారింగని, చనవలదని వారించిరి జయవిజయుల వారితబలురై. 171

తే. మునులు ద్వారపాలురఁగని కినుకదనర మూఁడుపుట్టువుల్ కలివేల్పుతోడ మిగులఁ
బగలఁదగిలి శే ద్రిమ్మరులుగ జనించుఁడనుచు శపియించిరట సురల్ గనుచునుండ. 172

క. దితికశ్యపులకు వారలు సుతులుగ జన్మించి రివ మునూడునునెలయన్
జతకనులఁజేయు వేలుపు సతతమ్మొకకంట వారి చర్యలెఱుంగన్. 173

సీ. క్రోధరసమ్మెల్లఁ గూడుగట్టె ననంగ మొగము జేగురువన్నె నెగడుమంత
పారుష్యకార్యముల్ పదనుదీఱిన వనఁగోరలు పెలవుల మీఱి మెఱయ
క్రౌర్య దౌర్జన్యముల్ కరుడుగట్టిన వనఁ గండరాల్ బండమై నిండివెల్గ
కామాంధకార వృక్షమ్మొడ లొందెనాఁ బెరతలం బడి పల్లజడలు వ్రేల

తే. ఆశలాశావధులదాఁటె ననఁగ విపుల వివరయుతనాసికారంధ్ర విధము దనర
మొలిచెఁ గొమ్ములమహమ్మతల తలనన గల్లములఘోష లావర్తగతులఁ దిరుగ. 174

తే. భూమికిం భారమయి దేవపుంగవులకుఁ గంటిలోఁ గారమయి ధర్మకాండములకుఁ
బ్రక్కలో బల్లెమయి కులపర్వతములు ముక్కుమొగ పూనివచ్చెనా రక్కసులయి. 175

వ. వచ్చిరందు దనుజన్ముండగు హిరణ్యాక్షుండు, 176

మ. హరిపేరు న్వినినంతఁ దిట్టు వరశాస్త్రామ్నాయ సద్గ్రంథముల్
వరుసం జీలిచి కుప్పవెట్టు గురుదేవ బ్రాహ్మణప్రాజ్ఞ ని
ర్జరసంఘమ్ములఁ జావఁగొట్టు మునిభార్యా శీల విచ్ఛేద నా
చరణప్రక్రియ దీక్షవట్టుఁ బ్రజ హింసంబెట్టు నెప్పట్టులన్. 177

ఉ. అక్షయ శక్తిసంపదలు నాయువునున్ సమకూరఁగా సరో
జాక్షుని గెల్వఁగాఁ ద్రిభువనాళిని నాలివిబోలె నేల ఫా
లాక్షుని వశ్యుఁజేసి విధినారసి ఘోరతపమ్ము లా హిర
ణ్యాక్షుఁడొనర్చెఁ బొందెను వరాళి నరాళి తలంకఁ బెక్కులన్. 178

సీ. గుట్టలం బిడికిటం గొట్టి పిండియొనర్చు నుర్వి నిట్టట్టుల నూఁపివేయు
అర్కేందు బింబమ్ములాట బంతు లొనర్చు నూఁదివేయును మింట నుడుగణముల
తోయధిన్ గ్రోధాగ్నిఁ దుకతుక నుడికించుఁ గులగోత్రములఁ దన్ని కూలద్రోయు
గ్రహతారకావళిం గడగడ వడఁకించు దిక్పాలసమితిని ధిక్కరించు

తే. నీలగళ ఫాలనేత్రమో కాలయముని శూలగాత్రమో ప్రళయాబ్ధిఁ దేలియాడు
బెట్టిదపు సుడిగుండమో విన్నువిడుచు పిడుగుపిండమో యన భువి నడలుగొల్పు. 179

క. హరియఁట యసురాంతకుఁడఁట కరిరక్షకుఁడంట సర్వగతుఁడట సిరియున్
ధరణియు సతులఁట వానికి. ధరనే హరియింతు నతని దర్పమడంతున్. 180

వ. అంచు మహీమండలంబున్ రసాతలంబునన్ బడవేయఁద్రోయుచు, 181

చ. మగసిరి గల్గె నే నతఁడ మందత ముందుకురాఁడె నేఁ డిసీ
నగవు జనించు నే నతని నాతిని గోతినిఁ ద్రోయుచుంటిఁ దాఁ
దెగియెదనంచు బీతుగొని తేఁకువ మాలి మొగమ్ము దాఁచె నా
సొగసుకు నాల్గుచేతు లఁటె చూచుటకో యటుగాక పోరుకో. 182

క. స్వాయంభువమను వప్పు డహేయగతిఁ బ్రజాభివృద్ధి నెసఁగుట హరి నా
ప్యాయత యాచించెను గృపసేయవె నా ప్రజ వసింప క్షితితల మనుచున్. 183

తే. మనువు మనవిని విని కూర్మి వనజనాభుఁ డతని నాసావివరమంటి యంగుళప్ర
మాణ యజ్ఞవరాహమై మహి జనించి యంతలోనె దిగ్దంతి మాత్రాకృతిఁ గొనె. 184

తే. తొండమే లేని చిత్రవేదండ మిదియొ కరచరణయుతానంత నాగంబొ యిద్ది,
ఇద్ది శృంగవిహీన నందీశ్వరుండొ యని నుతింత్రు బ్రహ్మాదులీ యాకృతిఁ గని. 185

క. త్వక్కున నాజ్యాహుతులున్ స్రుక్కునఁ దుండంబు నాస స్రువ మక్షులలో
దిక్కుల నెగయ స్ఫులింగము లక్కజమగు నీదు రూప మరసితిమి హరీ! 187

క. వేదమ్ములు నాలుగునుం బాదమ్ములు గాఁగ నాభిపద్మము క్రమముం
బోఁదోలు వాల రూప వినోద వ్యజనాకృతిన్ మనోహరతఁ గనెన్. 188

ఉ. శ్రీరమణీమణీ సరసచిత్త సరోరుహమిత్ర! నేఁడు నీ
కారణ సూకరాకృతిని గంటి మపారతపఃఫలమ్మనన్
ధారుణి నుద్ధరింపఁగదె దైత్యకులాంతక! నీకివే నమ
స్కారములంచు శక్ర శివకంజభవాదులు సన్నుతించుటల్. 189

చ. సరగున నా వరాహము రసాతలముం దగఁ జొచ్చి దైత్యము
ష్కరుఁ గని కండ్ల నిప్పుకలు గ్రక్కుచు దేహము పొంగఁ బౌరుషాం
కురఖరకంటకత్వ మొనగూడ సటాచ్ఛటలన్ విదిల్చి యు
ర్వరమను ద్రవ్వి ఘుర్ఘురరవంబు దివంబు బగుల్పఁ బెల్చనన్. 190

చ. అసురనుదాఁశ వాఁడు పరిహాసపు నవ్వులఁ గ్రూరదృష్టులన్
విస మొలుకంగ మీసపురిఁ బేనుచు ధీరత శీర్షమూఁపుచున్
వసుధ సముద్ధరించుటకు వచ్చితె సూకర! దోర్యుగంపు నా
నస యణఁగారు నీ కపటనాటకపుం బనిదీరు నంచునన్. 191

ఉ. బాహువు లప్పళించి గద పై కెగ రువ్వుచుఁ బూవటుల్ గొనన్
సాహసమొప్ప నుగ్రగతి సాము దిప్పుచు ఘోరయుద్ధపుం
దాహము దీఱ నిష్ఠుర విధానము మీఱఁ గరోరరావ స
న్నాహము గూఱ మొత్తెఁ గిటినాథు మహోజ్జ్వల ఫాలభాగమున్. 192

మ. కులభూభృచ్ఛిఖరాగ్ర సన్నిభగదా ఘోరప్రహారాహతిన్
ప్రళయాదిత్య పటుప్రభావిభవ సంపన్మూర్తి తానై విశృం
ఖల లీలన్ ఖలదండతాడిత భుజంగప్రక్రియన్ రేఁగి ప్రో
జ్జ్వలవజ్రేయ ఖురాహతిన్ జెఱకు బూఁచన్ బోలెఁ ద్రుంచెన్ గదన్. 193

క. లేలిహ్యమానవహ్ని జ్వాలాయిత శూలమూని శక్రారి మహా
కాలాంతక సదృశాకృతిఁ గోలోదర పార్శ్వసీమ గుఱి నిడి యేయన్. 194

క. కాలానల కీలల నా భీలగతిన్ వచ్చు శూలవిధ మారసి హ
స్తాలంకృత చక్రమ్మున వ్యాళమ్మును దార్ఢ్యఁడేయు నటు హరి దునిమెన్. 195

తే. అంతఁ గ్రవ్యాదవిభుఁడు హతాశుఁడగుచు నోరు గఱచి పల్గొఱుకుచు నవని దన్ని
హీర నిష్ఠురముష్టి ప్రహారహతిని సమర హితకారి నసుర సంహారి నొంచె. 196

ఉ. అత్తఱిఁ దోతరించి తగ రదిస్రిని దీకొన డీలుపాటనం
బొత్తుగలేక నిశ్చలత బొల్చినటుల్ హరి దైత్యుఁడేయఁ గిం
చిత్తు చలింపకా దనుజ సింధుర బంధుర కర్ణమూలముం
దుత్తునియల్ బడన్ బ్రబల దుర్భర ముష్టిహతిన్ బగుల్చుటన్. 197

క. కొట్టుకొనఁ గాలుసేతులు నిట్టటుఁ బొరలుమను నెత్తురేర్లు సెలవులం
బట్టు స్రవింపఁగ నార్చుచు గుట్టవలెం గూలెఁ గఱచికొని కొననాల్కం. 198

ఉ. పర్వతశేఖరం బశనిపాత విఘాత విభిన్నశీర్షమై
యుర్వరఁ గూలు కైవడి మహోన్నతి నంబర చుంబిపోర్లిల్ల స
త్త్వవతంస ముజ్జ్వలిత దావశిఖాహతి వ్రాలినట్లు పెం
గర్వహతిన్ పిశాటుఁ డిల కాయము వీడె వరాహ దోర్హతిన్. 199

మ. సుఖవారాహ కళేబరాయిత మహామంత్రానల ప్రోజ్జ్వల
చ్ఛిఖలం జ్ఞానవిహీన దైత్యపశువిచ్ఛిన్నాంగముల్ బంధకృ
న్నిఖిలాత్మీయ కళత్ర పుత్రమ మతాస్నేహాజ్య ధారాహుతుల్
సుఖ దుఃఖప్రద కర్మకాష్ఠ సమిధస్తోమమ్ముతో భస్మమై. 200

క. చవియె నజహరులు నెవ్వని గనుగొన బహు జన్మతపముఁగాన్క నిడెద రా
వనజదళాక్షుని కరహతిఁ దను వీ గతిఁబాసె ననుచుఁ దను భువిఁబొగడం. 201

వ. అంత నక్కోలంబు, 202

సీ. దంష్ట్రాగ్రముల మహిం దవ్వును భూ కళత్రాధర దంతక్షతాదు లనఁగ
ముట్టెతో మునమున మూర్కొనుం బొరియల నానన పౌరభాఘ్రాణ మనఁగ
అబ్ధులన్నిటఁ బల్వలాకృతిన్ గలఁచును నవనితో సరిగంగలాడు ననఁగ
భూతల శీతల పులినాళి నొత్తిల్లు క్ష్మాకుచాలింగన సౌఖ్యమనఁగ

తే. నిశిత ఖురపుటపటలి, క్షోణి నటు దవ్వు క్షితి సతిం గిలిగింతలుజేయు ననఁగ
రాక్షసాపహృతంబగు రమణిని నిజవశ మొనర్చుచు సంతోషవనధిఁ దేల్చు. 203

సీ. హిమవంతుఁ డీ కిటి సమతగాంచఁగ లేక చలి చెమ్మటలు బుట్టి నిలిచిపోయె
ఐరావణమ్మీ మహాఘోణి సరిరాకవెల్లనై దంతముల్ వెడలబెట్టె
ఆదిశేషాహియు నా పోత్రితులగాక మట్టినంతయు నెత్తి గొట్టుకొనియె
నంది యీ కోలమునకు సాటిగనలేక కడుయాతనలుబడి గడ్డి గఱచె

తే. అందులకె తల్పగతిని గ్రిందయ్యె నొకఁడు నొక్కఁ డగ్రజుఁ దలఁదాల్చె నొక్కఁడతని
పాదతీర్థమ్ము తలఁదాల్చెఁబాద తీర్థధారి నొక్కండు మోయఁగభారపడియె. 204

వ. అనఁగ నప్పుంది తేఁ దొప్పియుండ, 205

క. అది గని విజయధ్వానము లొదవఁగ గంధర్వగాన మొప్పఁగ నమరుల్
ముదితాంతరంగులై యే కొదలేక ప్రసూనవృష్టి గురిసిరి వరుసన్ 206

క. అచ్చరలయాట మెఱపుల మచ్చుగఁ దూర్యస్వరాత్తమర్ధళ ముఱుమై
హెచ్చఁగ నానందాశ్రువు లచ్చపువృష్టిగను నమ్మదాంబుద మొలసెన్. 207

వ. అని యపోశ్వలనార్యుండు మఱునాఁటి నిశి రాముఁగని స్వామీ! ప్రహ్లాదబాధ లడఁచి
హిరణ్యకశిపు నంతమొందింప స్తంభోద్భవుఁడవై వెలసితి వీవెకాదె వేఁడును
మత్కృతి ప్రహ్లాదుం గాపాడుమని విశా ఖాదుదునని ప్రహ్లాదచరిత నా శుగతి వీ రీతి
వభివర్ణింపందొడంగె. 208

క. నారదుఁ డొక్కట శ్రీమన్నారాయణ పాదపద్మ నవమధుర లసత్
సారామృతరత్నాకర పారగుఁడై చేరె దనుజభవనము నంతన్. 209

క. వచ్చిన మునిఁగని దనుజుం డచ్చెరువడి మ్రొక్కి ఓగుల నాదరగతి నో
సచ్చరితా! మీరీయెడ వచ్చుట కెది హేతువనఁగ పరముని పలికెన్. 210

చ. దనుజవరేణ్య! మీ కులము ధన్యతఁగాంచెఁ ద్రిలోకవంద్యుఁడౌ
తనయుఁడుపుట్టు భాగవతదామ మహోజ్జ్వలరత్న మాతవిం
గని మహితానురాగమునఁ గాన్క లొసంగగ నాదు దీవెనల్
గొని చనుదెంతు నేఁ డనుచుఁ గూర్చొనె నారదమౌని పీఠికన్. 211

క. నేఁడే యా శుభసమయము బాడబులను సురల మునులఁ బ్రాణుల నెల్లన్
జూడంగవలయు దయతోఁ బీడం బెట్టెద విదేల పృథ్వీ జనములా. 212

క. అన దనుజుం డను నిట్టులు మునివర్యా! నే నొసంగు భూస్థలు లందుల
మనికి గల పీరు నాదగు పనువును మన్నించ రెంత బాధాకరమౌ. 213

క. అన విని ముని దనుజుని గని యను మనమునఁ గినుకగొని మహారాజా! నా
మనవిని వినుమన కెపుడు నవని నాదని జనజనని యెవని దొక్కనిదౌ. 214

ఆ. ఆకసమ్ముపైన నగ్నిహోత్రునిపైన వాయుదేవుపైన వారిపైన
నఖిల భూతకోటి యధికార మెట్లౌ భూమాతపైన స్వత్వమా తెలంగ? 215

క. కావున సూనృత భూతదయా వాత్సల్యాదిగుణము లాభరణములౌ
భూవిభున కనుట దైత్యుం డీగతి వచియించు మౌని హితముల వినుచున్. 216

ఉ. మారుత మొక్క యూఁపునకె మాయమొనర్చును దీపకాంతి నా
మారుత మగ్ని రేఁగి పెనుమంటఁగ నేర్పడ నిట్టు వ్యాప్తిఁ జే
కూరుచు నాప్తమిత్రుఁ డగు. శోణితలమ్ముర శక్తిహీను పే
రాజిచిపైతు రగ్లె బలి కర్పణ పేతురు భాగ్యభోగ్యముల్. 217

ఆ. ముండ్లకంచె నుంచి పండ్లచెట్లను రక్షసలుపు కరణి సకల సంపదలను
గాచుకొనఁగ బలము గావలె నది యభేద్యమగునటులు మాయఁ దార్పవలతు. 218

ఆ. తాను ముందు పిదపఁ దత్త్వమ్మనెడి సూక్తు లాత్మసౌఖ్యకరము లవని నెందు
శాంత సత్య శౌచ శమదమా చరణలు దుర్బలత్వమునకుఁ దోడు సఖులు. 219

ఆ. కార్యసాధనమున ఘన జయమ్మొనగూర్చు కల్లలేని సత్యకల్పము లవి
ఆత్మసౌఖ్యమునకు నమకూలపడునట్టి పూర్ణహింసయేని భూతదయయె. 220

ఆ. చచ్చు వెనుక స్వర్గసౌఖ్యమ్ము సమకూరుననుచు హితవులాడు నట్టి జనుఁడు
బుజ్జగించి మోసపుచ్చి విత్తముగొన భ్రమ జనింపఁజేయు పచ్చిదొంగ. 221

తే. హింస సర్వేశ్వరునకు నవిష్టమేని నాకు లలములు మేయుచు నలరు లేళ్ళఁ
బులికి నెంతేనిఁ బ్రేమంపు భుక్తి జేసి ఘనదయాళువు తా నెట్లు గాంచుచుండె. 222

తే. సృష్టిసేయు నీ మనుజుఁడె స్థితియొనర్చు నతఁడె లయమొనర్చును బ్రాణితతులనెల్లఁ
దనువుఁ దాల్చు పరబ్రహ్మమన వెలుంగు మనుజున కసాధ్యమిది యను మాటకల్ల. 223

ఆ. మీదు దేవరాజు వేదాంతశాస్త్రజ్ఞుఁడగుటో నాదు పత్ని నపహరించె
శచియు నాదు భార్య సవతియైన నెఱుంగు వజ్రహతిని దెగును వజ్రమనుచు. 224

క. రక్కసి పల్కులు విని నగి యిక్కరణివిబల్కె మౌని యెఱుఁగుదు నే నే
యక్కొమలి విడిపించితి నిక్కముగాఁ దప్పు గెల్వనేరదు తప్పున్. 225

ఆ. ముల్లు పెఱికివేయ ముల్లు కావలెనని యగ్నితోడ నగ్ని నార్పవశమె ?
ఒక్క సూత్రమెప్పు డుపయోగపడదెందు సాధనమ్ము గొందుఱి సమయమెఱిఁగి. 226

తే. నరు లెఱుగని రహస్యమెంతయు నిగూఢ విశ్వవిజ్ఞానకోశాన వెలయుచుండు,
ఉగ్గు నుప్పను భావాల నొవ్వుబిడ్డ కెఱుఁగరానట్టి కావ్యార్థమెల్ల కల్ల. 227

క. సదసద్వివేక ముడిగిన మద శార్దూలంబు హింసమసలె నటంచున్
వదలవె హింస ? త్తసంధయుఁడు దెసమొలన్ మెలఁగ మన మటుల్ మననగునే ? 228

క. ఇరువురు వీ రిటు లనుకొన నరుదెంచిన దాసి కొమరు నవతరణంబౌ
బెఱిఁగించె నసురవరుఁడున్ మురిపెమ్మునఁ జనియె దేవమునిఁ గూడి వెసన్. 229

ఉ. బాలుఁ గాంచి నారదుఁ డపారముదంబుధి నీఁదులాడె ము
త్యాల సరాల యూయెలలఁ దారిచి దాదియు జోలఁబాడె నం
దాల నెలన్ లిఖించు శిశు దర్శనదీప్తి మురారి మోమునన్
బాలసముద్రమం దలలభాతి వెలింగెను మందహాసముల్. 230

వ. అంతఁ గొంత కాలంబునకు, 231

క. హాటక పద్మాననమునఁ గోటివరాల్ గుప్పించు కొమరుని నగవుల్
మాటలు కని వినుచున్న నిశాటుంగని చెలుత డిట్టులను బుడినుడులన్. 232

తే 'అలిని నాలాయనుని పలుడని వతింతు, కొత్తుదును కామకోపాలగోవి దలచి'
అనిన నీ ముద్దుగీతి కర్ణామృతమని బాలు నెత్తి ముద్దాడి యిప్పగిదిఁ బల్కె. 233

తే హరిని నారాయణుని బరుఁడని వచించి కొట్టునఁట కామకోపాల ఘోణిఁదలఁచి
ఘోణి పినతండ్రినిం బలిగొనె నటంచుఁ దెలిపెనెవఁడు వీని కటంచుఁ బలికి మరియు.

తే. ఆటపాటలఁ జేసెది యాత్మజుఁగని యెత్తుకొని దానవేశ్వరుఁ డేదొ యొక్క
పాటబాడుమి యనిన నబ్బాలకుండులావె చీయలి యని పాడఁబోవునంత. 235

ఉ. నోరుసుమూసి చెక్కిళుల నొక్కుచు శ్రీహరి యందు నింక నీ
సారి వచింతువేని నిముసమ్మున నాలుక చీల్చివేతు నీ
పేరు నెవారు పారమునుబెట్టిరి నీకు నిజమ్ము బల్కునే
వారికి వారి వారికి సవారిని గూరుతు నారకార్థమై. 236

మ అని యుగ్రార్భటిఁ గాలమేఘుఁడయి బ్రహ్మాండంబు ఘూర్ణిల్ల గ
ర్జనొనర్పన్ సతి యడ్డువచ్చియనె, 'నా జంభారితో నాలమున్
బొనరింతున్ దగరావె ఛీ హరి' యనంబోలున్ భవత్సూనుఁ డా
టనిటుల్ వల్కుట సాజమెందుఁ బులిపొట్టన్ మేఁక జన్మించునే? 237

క. శ్రీకారము చీకాలము, టాకున్ తా, రాకులాలు, డాకున్ దావ
ర్జైహాదేశపు బాల! వ్యాకరణము మెచ్చుకొనని పండితుఁ డున్నే? 238

చ. అనవుఁడు దానవేశ్వరుఁ డహహ్హహ యంచు హసించి యిట్టు వ
ల్కెనె పువు బుట్టనే పరిమళించుఁగదే యని పొంగి బాలు న
క్కునఁ దగఁజేర్చి ముంగురుల గోళుల దువ్వుచుఁ జెక్కులద్ది ము
ద్దునిడి శిరంబు మూర్కొనుచు ధూర్జటి బోల్చుత! వీని నెందనున్. 239

తే. అప్పుడపుడు నారదుఁడు తా నరుగుదెంచి గాన మొనరించు హరికథల్ గాఢభక్తి
వినుచుఁ బరవశుఁడై నీరు కనులనించు నిట్లు ప్రహ్లాదుఁడయ్యె నైదేండ్లవాఁడు. 240

వ. అంత నొకరేయి హిరణ్యకశిపుని యెడఁ బ్రహ్లాదుండు నిదురించు తఱి. 241

మ. కలలో నేదియొ కాంచినట్లులికి చక్కన్ లేచు నేమయ్యెనాన్
హలినాలాయణుఁడేఁడి రమ్మనుచు మాయంబయ్యెనం చేడ్చె హా
తెలిసెన్ బాలకుఁగాంచి స్వప్నమున నెంతే భీతిలన్ జేయు నే
పిలిపింతున్ దగు మాంత్రికున్ గిటిని వే పీఁచమ్మడంతున్ దృటిన్. 242

వ. అని పల్కినంత, 243

ఉ. పంచశరద్వయస్కుఁడగు బాలుఁడు తండ్రియొడిన్ వసించి చే
లాంచల మంటి యాడుకొను చాస్యము రెప్పల నప్పళించి వీ
క్షించి స్మితావలోకములఁ జిందులు దొ్రొక్క నమాయికత్వ మి
ట్లించువహించె దానవకులాగ్రణితోడ సుధామయోక్తులన్. 244

ఉ. కన్నులుమూసి నే జననిగర్భములోన నగాధ నిద్రిలో
నున్న తఱిన్ స్వయత్నముల తూహలకందని సంకటస్థితిన్
గన్నుల రెప్పలట్టులఁ బిగఱ్ఱను రేల్ ననుద్రోచు చక్రి యా
పన్నజనావనుం డెపుడు పజ్జనెయుండ భయ మ్మదేటికిన్. 245

క. ఇట్టులను సుతుని గోపముపట్టంగా లేక బిట్టు పలుగొఱుకుచు నా
కెట్టెటులోఁ గసబడు నీ బొట్టెని స్థితియంచు రుద్రుఁబోలు మొగముతో. 246

ఉ. కర్ణములంటి పెండుము నెగాదిగ లాగుచు నీడ్చి రక్తపూ
ర్ణముగ్రిమ్మ లెంపలను వాయఁగఁగొట్టుచు వంశనాశకా.
వర్ణనసేతువే స్వకులవైరిని విన్ హతమార్చ నింక నే
నిర్ణయముం బొనర్తునన విల్వఁడటంచు నిటాడె భార్యయున్. 247

సీ. ఒక చెంపఁగొట్టఁ దాలొక చెంపనీరు నా ముకుపచ్ఛలాఱని ముద్దుబిడ్డ
విసమేని యమృతమం బొసఁగినఁ ద్రావఁగా వెఱవఁడు కీడుమేళ్ళరయలేఁడు
కొట్టినన్ పనలనె పట్టుకొం చేడ్చును ఎటకేఁగు వీని కింకెవరుదిక్కు
మనమునఁ బరులని మనవారలనియును నెఱుఁగఁ డజ్ఞాన మెంతైనఁగాని

తే. శత్రువన నెవ్వఁడో యింత మాత్రిమెఱుఁగఁ డెవరు చదువఁగా నీ పాటలెపుడు వినెనొ
పిల్లచేష్టలుగదె యదె వల్లెవేయు దానికేల పట్టింపన దైత్యవరుఁడు. 248

తే. పిల్లఁడే వీఁడు నా పాలిపిడుగటంచు నవనిఁబడఁద్రోసి కన్గవ నగ్నిరాలఁ
గాంచి యెవఁడేని చెప్పెనా కాక నీకె తోఁచెనా కులపాంసనా ! ఛూ ! యనుచును 249

తే. ఎవఁడురా హరి వాఁడు తా నెచటనుండు నేమి సేయురా ! యన బాలుఁ డిట్టులనియె
నతఁడు విశ్వస్వరూపి సర్వాంతరస్థుఁ డార్తజన రక్షకుండు దయామయుండు. 250

తే. అనుట విని శివమెత్తి నట్లసురవరుఁడు పిచ్చిరేఁగి నట్టులు నిప్పు వచ్చినటులు
బిట్టు తనచేతి కసిదీఱఁ గొట్టికొట్టి విసిఁగి వేసారె బాలుఁడు విస్మృతిగొన. 251

చ. పదపడి భార్గవుం బిలువఁబంచి కుమారకుఁ డెచ్చి యార్తిమైఁ
బదములపైచి స్వీయసుతభావనచేసి యొకేని వీని నో
సదమలచిత్త ! మా చదువు సంధ్యల నేర్పి ప్రబుద్ధుఁజేయవే
వదలిన వీఁడు చేతి కిఁకపచ్చుట దుర్లభమంచు నెంచెదన్. 252

తే. రాకుమారుఁ డేమి రా నున్నదోయని వెనుకముందుఁ జూచు పనియెలేదు,
అమితశిక్ష నొసఁగుఁడనఁ, దల్లి. పసిబిడ్డ కనుల నోట భీతిగఱపుఁ దనెను. 253

తే. శిష్యుఁ గనఁ బుత్రువలెఁ బ్రీతి సేయు గురువు గురునిఁ గన సర్పమటు భీతిగొనును చట్టు
నయభయమ్ములఁ గ్రమశిక్షణమ్ము నొసఁగి శిష్యుఁ దనయంతవానిని జేయునొజ్జ. 254

క. అని వానిఁ దారశాలకుఁ గొనిచని చెవి నిల్లుగట్టుకొని రాక్షస వి
ద్యనుజెప్పి రసురగురువులు తన దారియె తా నతండు తలఁపఁ డితరముల్. 255

క. కొంచెము కనుచాటై రాత్రించర గురువున్నఁ జాలెఁబిఁగిబడి నే పా
డించు హరిభజన, గురువది కాంచుచు నాపాదమస్తకము మండిపడన్. 256

ఆ. పాఠశాల వోయి భజనాలయమ్మాయె బాలురెల్ల రచట భక్తులయిరి
దైత్యవంశ గురుని తలమించె వ్యవహార మనుదినమ్ము గుండె యదలు హెచ్చె. 257

క. తిన్నెలపై మేల్ పొన్నల గున్నలపైఁ బచ్చిగడ్డి కుదుళుల నిసుకన్
వెన్నెల రాత్రుల నాడెడి చిన్ని కుమారకులఁ బిల్చుఁ జేసైగ నిటుల్. 258

ఉ. బాలకులార! యాటలును బాటలు చాలిఁక చాలు రండహో!
కాలనదీ ప్రవాహమున గంతులువెట్టు తరంగజాలమై
తేలెడి మీ శరీరములు తీరము ముట్టునొ మధ్య గిట్టునో
యేల యిటాలసింపఁ బరమేశు భజించి తరించుఁడీ వెసన్. 259

సీ. ఈ బొమ్మ రింటాడి యేఁగెడి మిము వోలె నీ యాత్మ మెయి వీడి యేఁగు నెపుడొ
దాఁగురింతల దృష్టిదాఁచు కన్గుడ్డ యట్టులు మాయ మీ జ్ఞానములు హరించు
కందుక మ్మెగిరింప నందక చనునట్లు చంచలమనము చేజాఱి యుఱుకు
ఆలుమగఁడు పుత్రుఁడని యాడు మీ పోల్కి తాత్కాలికమ్మె బాంధవ్యమెల్ల

తే. ఉరక గోలీల వెంట మీ రుఱుకునట్లు దేహి కర్మచే లోకాలఁ దిరిగివచ్చు
మన నిజమ్మగు తలిదండ్రి మఱచి రాత్రి యంతులేనట్టి యీ క్రీడ లెంతవఱకు. 260

క. బాల్యముననే జను స్సాఫల్యము సేయుఁడి మురారిఁ బాడి ముఖశశిన్
నైల్య మిదు మీసములు శ్రీలౌల్యకు పల్వలజపంక లాంఛన మగుచున్. 261

సీ. కాంత కిస్గిప, మాంసఖండార్థియై వచ్చు మత్స్య మీనరుఁడని మహికిఁ జూపు
పళియ నవ్వుల దివ్వె శలభమై వీడు మూకాహుతి యగునని యపహసించు
పొలఁతి వాతెరతమ్మి పూవాసన కితండు బందియై యుఱు మదభ్రమర మనును
పతి ప్రేమ వెదజల్లు సరసభాషలు వీని గానోపహత భుజంగమని చాటు

తే. యువతి చనుదోయి హారికిశోరోపవిష్ట నగతటాప్త వక్రక్రీడనాభరతుల
మరగు మదకరీంద్రంబయి మదియు నీతఁ డనుచుఁ దల తెత్తి శాసించు నన్నలార! 262

తే. కాకి బంగారమున పైఁడి కలిమి యెంతొ కుక్కగొడుగెండకై యనుకూలమెంతొ
నేతిబీరలో నుండెడి నేయి యెంతొ యరయ సంసారమున సారమంతె కలదు. 263

ఉ. నాదగు కోడిగూయని వినా తెలవాఱునెటంచు వీతమ
ర్యాద యొకర్తు గ్రుడ్డి ముసలవ్వ రవిం బెదరించినట్లు లీ
మేదిని నేనులేమి నిజమిత్ర కళత్ర సుపుత్రపౌత్ర భృ
త్యాదుల సాఁక దిక్కెవరయా యని యేడ్చును మానవుం డిలన్. 264

తే నేనె విడిచిన నీ గుడి నేలఁ గూలు నెట్టులను గబ్బిలము బండపట్టునట్లు
ధరణి భరమెల్ల నా పైన నొరగుననుచు భావనమొనర్చి యారాటపడు నరుండు. 265

తే తోఁచఁబడు దీపకళికామరీచిఁ గాంచి తాండవించెడి మిడుతలదండువోలె
నింద్రియగ్రామ ముపరమియించు రుచుల నాత్మ నిర్లిప్తగతి సాక్షియగుచుఁ గాంచు 266

క. కావున బాల్యమె మనకిల శ్రీవిష్ణుఁ గొల్వఁగా నుచిత సమయము మీ
రా వనజనయను నిఁక మీ భావంబునఁ దలఁపుఁడనుచుఁ బలుకు హరి నిటుల్. 267

సీ. వైకుంఠపురవాసు వరకోటి రవిభాసు జలధరదేహు నాజానుబాహుఁ
గౌస్తుభ గ్రైవేయ కంకణాంగద భూషు మత్స్య కూర్మ వరాహ మధుర వేషు
నుత సద్గుణ నికాయు ధృత పీతకౌశేయుఁ బ్రణతార్తిహరు ఖగపాలకచరు
శార్ఙ్గ శంఖరథాంగ సరసిజాంచితగాత్రు మహిత భూనీలా రమాకళత్రు
తే. శేష పర్యంకశయను రాజీవనయను గుందకుట్మలరదను బూర్ణేందు వదను
లలిత చంపకోన్నాసుఁ గుండల విభాసు స్మితవిలాసు భజింతుము శ్రీనివాసు. 268

మ. అని హస్తాంబుజముల్ మొగిడ్చి హృదయ మ్మానంద భాష్పాంబు వా
హినియై బిట్టు కరంగిపాఱ హరియం దేకీభవం బొంది య
ర్థనిమేల న్నయనాంబుజాతుఁడయి గాద్గద్యంబు దీపింప భ
క్తనిరూఢస్థితి బాహ్యమున్ మఱచి పుల్కల్దేరఁ దా నిట్లనుఁ. 269

క. బాలురము భక్తి దెలియము గోలల మేర్పఱచలేము కుడి యెడమల మా
పాలిచ్చు తల్లివలె మమ్మేలందగు నీవయై పరేశ! మురారీ! 270

ఆ మాత శిశువు నగ్నివాతనున్ నూతనున్ బడఁగనీక ప్రోచు భారమూను.
తనయ జబ్బునొందఁ దల్లితానై మందు దినుచుఁ బథ్యగతుల మనుచుఁగాదె. 271

ఆ. తల్లి చంక నున్న తనయుని బరకాంత బలిమిఁగొనిన నచట నిలువఁదేడ్చు
దివిని నిన్ను బాపి భువి మాయ గొను పాప కేడ్పు దప్ప నింక నెచటి శాంతి. 272

క. పాలిచ్చు తల్లి వీవే పాలించెడి తండ్రి వాత్మబంధుఁడ వీవే
నీళుల ముంచెదొ లేదా పాలనె ముంచెదొ త్వదీయ భారము శార్ఙ్గీ. 273

క. అని వేడుచుఁ బ్రహ్లాదుఁడు తను జుట్టిన బాలురెల్లఁ దన్మయతగొనఁగా.
ఘన హరి భజనానందమ్మున నగుకొను నాడుపాడు మ్రొక్కుఁగఁ దొక్కన్. 274

సీ. ఒకట జీవేశ్వర యుగళమున్ హరి వేడుఁ గరతాళభజన నైక్యమ్మొనర్చు
శ్రీపతిం బాడుచుఁ జిందులిడుచు నాత్మ దుష్టభావనములఁ ద్రొక్కిపెట్టు
ఒకచోటఁ బూర్వజన్మ కృతాఘముల నెల్ల విష్ణుదర్శన బాష్పవితతి గడుగు
చక్రి నొక్కెడఁ గాంచి చక్షుయుగ్మము మూసి వెలికి మాయందోలి తలుపులిడును
తే. అవని నారాయణుని వినా యన్యుఁడెవఁడు లేఁడనినయట్లు లోకఁడె మాటాడుకొనును
తాను దనలోనె లేనట్లు మేన వ్రాలు దోమలను నీఁగలనునైనఁ దోలుకొనఁడు. 275

ఆ. బాలుఁ దొడలు మఱచి భక్తినాడెడి యాట నెలుఁగునెత్తి హరిని బిలుచు పాట
నసుర గురుఁడు తన్మయతఁ గాంచి యాలించి కొమరు దరిసి యిట్టులు మది నెంచు. 276

చ. పరనతులం గనుంగొనిన భావమునం దన తల్లులంచు నె
వ్వరయు నసత్యభాషణలు పల్కఁడు స్వప్నమునందు నెందు వి
ద్ధరణి సమస్తభూతముల ధర్మగతిన్ దనయట్ల కాంచు ని
ప్పరమ తపోధనుం డెపుడు పాడును వేడును గూడు నీశ్వరున్. 277

ఉ. చిన్నదె కాని యీ డితని చేష్టలు గాంచిన బ్రహ్మవేత్తలన్
మిన్నయితోఁచు మధ్య మిడిమేలపు తేఁదెటు దాపురించె నా
కన్నిటఁ జిక్కి వచ్చిపడె నర్భకు నేమన నోరు రాదు నా
పున్నెము పండి శిష్యునిగఁ బొందితి నీతని నేఁ దరించఁగన్. 278

ఆ. పుట్టి నేర్చుకొనెనొ పుట్టక నేర్చెనో యిట్టి బ్రహ్మవిద్య నీతఁడౌర '
యెన్ని యేండ్లు వచ్చి యేమి లాభము నాకు వీని కాలిధూళి కేనిఁ బోల. 279

ఆ. అనుచు దైత్యగురుఁడు తన శిష్యు కడఁ జేరి మనమునందు భక్తి మగ్నుఁడయ్యె
గురువు శిష్యుఁడయ్యె, గురువయ్యె శిష్యుఁడు గురువరునకుఁ బరముఁ గూర్చి తెలుప. 280

వ. అంత నద్దైత్యుండు, 281

మ. చదు వెచ్చోటికి వచ్చెనో సుతుని నొజ్జల్ బందటుల్ తొల్పుచున్
మది కెక్కించిన శాస్త్రపారముల నెమ్మోడ్కిన్ వివక్షించుఁ జూ
చెదనంచున్ బిలిపించె, బాలుఁ గొనివచ్చెన్ భార్గవుం డంతటన్
ముద మొప్పారఁగ దైత్యుఁ డాత్మజుని దాపుం జేర్చి తా నిట్లనెన్ 282

మ. దుడుకుం జేష్టల మానుకొమ్మనుచు నెంతో చెప్ప నాలింపమిన్
గొడుకా ! నన్ విసిగించువాఁడ వగుటల్ కోపించితిన్ గార్శ్యమున్
బడసెన్ దేహము జెంగగొంటివొకొ నా బంగారుకొండా యటం
చొడిలోఁ జేరిచి చెక్కులన్ నిమిరి బిట్టోదార్చి ముద్దాడుచున్. 283

మ. ఇదొ యాచార్యులు చెప్పినట్టి నుడులం దేదేని నొక్కండు నె
మ్మది నీ ముద్దగు నోటితోఁ జదువు మీ మామయ్యనా నాతఁడే
పదముల్ బాడునొయంచు దైత్యగురుఁ డబ్బాలున్ నిరీక్షింపవోఁ
జెదరెన్ దృష్టులు గుండియల్ దడ జనించెన్ మై జ్వరం బేర్పడెన్. 284

ఉ. అంత సురారి రాజసుతుఁ డాదరమొప్పఁగ దండ్రి తోడ స్వో
దంత విశేష మిట్లు విశదమ్మొనరింపఁదొడంగెనయ్య ! నా
కెంతయుఁ బ్రేమతోఁ జదువులెల్లఁ బఠింపఁగఁజేసి రార్యులే
వింతకు ముఖ్య మీ చదువు లిన్నిటి సారము గుర్తెఱింగితిన్. 285

ఆ. కోటిచదువు లొక్క మాటలోఁ జెప్పెదఁ బరుల పీడనమ్ము పాతకమ్ము
నల పరోపకార మత్యంత పుణ్యమ్ము స్వాత్మతారకమ్ము శక్రవైరి. 286

ఉ అంతటిలోనె దైత్యగురుఁ డడ్డమువచ్చి వచించె నిద్ది చా
లింతటితో మదీయవదనేరిత దానవరాట్ప్రశస్తి ది
గ్దంతిశిరో వినిర్దళనదక్షకఠోర కుఠారతుల్య దే
వాంతకదోఃప్రసార సువిహార మొకించుక చాటు పుత్రికా ! 287

క. అనఁ బ్రహ్లాదుండది విని తన గురువున కెఱఁగి వినయతత్పరమతియై
సనకాదికముని ఘోషకు మనమున ధ్యానించి గానమాధురిఁ జదివెన్. 288

సీ. చెండాడెదను నేను శ్రీనాథు శిరమూని హరి కిశోరము భాతి ననవరతము
పగలొనర్చెదఁ దమోభావమ్మునం జక్రధారివర్తనలు స్వాంతమునఁ దలఁచి
తిరిగి జన్మింపని తెఱఁగు శ్రీహరిఁబట్టి రూపుమాపెదఁ గులోద్దీపనముగ
ఇవి యబద్ధములంచు నెపుడుదూఱెద విష్ణు వైకుంఠనగర దివ్యస్థలాల
తే. విష్ణు వెచ్చట లేఁడిల వెదకిచూడఁ దా నసురనాయకుఁడె జగత్త్రయవిభుండు
మజ్జనకు సంస్తవము వినా మానవులకు హరిభజన మేల యని బోధపరతు నవని 289

వ. అని చదువుటయు, 290

చ అది విని దైత్యభర్త హృదయమ్మున నెంతయుఁ బొంగిపోయె స
మ్మదమృత మల్లుబాఱ గురుమూర్తి ముఖాబ్జము విప్పె నంతఁ దా
నదనరు భావమేమి యనె నందనునారసి దేవవైరి, యా
పదములలోనె విష్ణువిభవ ధ్వనితార్థముఁ జూపె బాలుఁడున్. 291

తే. అసురవరుఁడు బాలుని వికల్పార్థము విని కోపమంతయు బిగబట్టుకొనుచునుండ
గురువు విధిలేక తలఁ గొట్టుకొనుచునుండె క్షితిపుఁడసిదూసె నొజ్జకు చెమటపోసె. 292

చ. చిఱుతని గాంచినన్ సరిగ జేనెఁడు జిట్టెఁడు లేఁడుగాని యీ
కరణిని నర్థముల్ పెడగఁ గల్పనముం బొనరించి చెప్పె మా

శిరములు నేలకుం బడఁగఁజేసె నిదేమన నేమి చెప్పుమన్
గురునకుఁ బంగనామములఁ గూర్చెతి శిష్యుఁడు వో బలే బలే! 293

ఆ. అనుచు వగచుగురుని యాపాదమస్తక మరసి కనుల నగ్ని గురియఁగాంచి
మొక్కపెట్టు దైత్యుఁ డులిమెను బిందంబు లూడిపడఁగ విప్రుఁ డులికిపడఁగ. 294

చ. పటుతర నీతిశాస్త్రచయ పారగుఁజేసెద వీని నంచు ఛి
కుటిలత నిచ్చకాల్ బలికి గుర్వభిధేయము బూని మామ సొ
మ్మిటువలె నెంతొ తుర్రింగఁదిను చింటికి ముప్పగుదంచు నెంచ ని
న్నిటి కనుకూల శత్రుఁడవు నీవు పవిత్రుఁడవెట్లు దావఁడా! 295

క. తిని చెడనాడిన బ్రాహ్మణుఁ డవిసన్ దలక్రింది నాగపుద్దిర! స్వప్న
మ్మున నమ్మరాదతండనఁ దన వాకిలిఁ జేరనీయఁ దగదేవేళన్ 296

తే. ప్రభువు నిష్ఠురోక్తులు విని భార్గవునకుఁ దలయొ నేలకుఁబడెను జిత్తమ్ముజెడెను
వెలవెలంబోయి మోముపైఁ గళలు దిగెను గూఁత వెడలకుండఁగ నోరు మూతఁబడెను.

చ. గడగడలాడఁ గాళ్ళు నిరుగన్నుల నశ్రువు లొల్కఁ బ్రాణముల్
పిడికిటఁబెట్టి భీతిగొని పెప్పెపె మెమ్మెమె యంచు వాక్యముల్
తడఁబడఁగా నొకట్లెటులొ ధైర్యమొనర్చి యిటుల్ వచించె నా
యొడయుని పజ్జనొజ్జ కరయుగ్మము నల్పుచు జాలి గొల్పుచున్. 298

ఉ. ఏమని చెప్పువాఁడ దనుజేశ్వర! నీదు కుమారుతోడ నే
భూమిని లేని కష్టములు బొందితి నీ పెడత్రోవ మాన్పఁగాఁ
బ్రేమ వచించితిన్ భయముఁబెట్టితిఁ గొట్టితి వానిఁ బార్వతీ
స్వామి యెఱుంగు నేఁ బడినపాటులు భస్మహుతమ్ము లిమ్మెయిన్. 299

క. వెనుకను ముందును నరయక నను ననుమానించి తూలనాడితి వయయో!
మునుముందు నీకె తెలియును దనయుని లక్షణములెల్ల దనుజవరేణ్యా! 300

క. చెప్పుచుఁ జెప్పుచు నా తల నొప్పింగొనె నిట్టు లెన్ని నుడివినను నతం
డెప్పటి మార్గమెకాని యొకప్పుడు మనమాట తప్పియైన వినఁడుగా. 301

చ. ఇది విని దైత్యుఁడిట్టులను నిట్లొకొ దీనికి మందు నేనె పె
ట్టెదనిఁక మీర లాగుఁడు శరించు వ్రణార్థము శస్త్రవైద్యమే
మొదటిది, ఇంటి దీపమని ముద్దిడ మీసలుఁగాలు మంచిగాఁ
దుదకొకసారి చెప్పెదను ద్రోవకు వచ్చునొ లేక చచ్చునో. 302

క. కానిమ్ము చూతునని తన సూనుం గట్టెదుట నిల్పిచూడుమని యసిం
బూని ఝుళిపించి యీ షుడి మానెదవాలేద యొక్కమాటం జెపుమా! 303

ఉ. మానెదో లేదో యన్న ననుమానముతో నను జూతువేలరా
మీనము మేషమంచు నిటు మిన్గని యెంచిన నే సహింప. మున్
దా నొక బంటుసంది యవతారము దాలిచి త్వత్పితృవ్యు ని
ర్వాణ మొనర్చు దానవవిపక్షు భజించుచు నన్గలంచెదే ? 304

మ. వధియించెఁ బినతండ్రి నల్లె నను జంపం జూచునో యంచు నా
విధవంగూర్చి తలంకుచుంటివఁటె యప్పే యెంత యజ్ఞాన మే
నుధరం గల్గ భయమ్ము లెక్కడివి నన్నుం గెల్వలేఁ డింద్రుఁడే
నధికారిం భువి నేనె యీ సకల బ్రహ్మాండమ్ములం డింభకా ! 305

చ. అనవుడు రాకుమారుఁ డమరాంతకునిం గని వల్కెఁ దండ్రి ! యే
యనఘు జ్వలత్క్రుధానల మహోత్కటధాటికి విష్టపత్రయ
మ్మను గనురెప్పపాటున సమూలము బూడిదయౌనో నీవు నే
నన నిఁక యెంత, యెచ్చట మురాంతకుఁడీ వెచటన్ నృపాగ్రణీ ! 306

క. అధికార మజహరులకే యధికుం డిటు నతఁడె త్రిజగదధికారి, యిటే
నధికారి ననుకొనినయెడ నధికారివి నీకు నీవి యగుదువు జనకా ! 307

సీ. పుట్టక ముంగల పూర్వధామం బేదొ యెట నుండి యిటు వచ్చె నెఱుఁగలేఁడు
గిట్టినపిదప నీ గేహమ్ము విడి తాను జేరు దేశమ్మెదో చెప్పలేఁడు
మృతుఁడైన బాంధవుఁ బ్రదికించుకొనలేఁడు చావు దప్పుకొనంగఁజాల డెపుడు
కంటితో వినలేఁడు కర్ణానఁ గనలేఁడు, ఎడమను గుడిపేసి నడపలేఁడు

తే. ముందువైపు మోఁకాలి కీల్ ముడువలేఁడు వెనుకవైపు మోఁచేతి కీల్గొనఁగలేఁడు
పరిమితాధికారము గల పురుగు నరుఁడు పరమపురుషుఁడ నేనంచుఁ బల్కనగునె ? 308

సీ. అవని యుక్తాయుక్త మరయఁగానీయక పరఁగు కామము కన్నఁ బగతుఁ డెవఁడు
స్వపరనాశ వివక్ష నలుపఁగానీయక చంపు క్రోధము కన్న శత్రువెవఁడు
మానావమానాల మంటఁ గల్పఁగఁజూచు నంధమోహము కన్న నరి యెవండు
చిన్నపెద్దల గుర్తుజేయఁగా నీయని స్వమదోద్ధతిని మించు వైరి యెవఁడు

ఆ. ఇహపరమ్ములకు నహీన కీర్తికి నగ్గిపెట్టు నమృతరూప విషములైన
వైరిషట్కమునకు వశమైన నీ గుండె పారతంత్ర్యమేల బాపలేవు. 309

ఆ. ఎదురెవండు నాకు నీ విశ్వమంతయు గెలిచికొంటిననుచుఁ బలికి తనదు
గుండెకాయ గెల్చుకొనలేని శూరుండు విశ్వవిజయి ననుట వెఱ్ఱిగాదె ? 310

ఆ. నీవు వేరె మరియు నే వేరె యను వేరుదనమె వైరవృక్షమునకు వేరు
స్వపర భేదవృత్తి జనియింపఁ దను దానె వైరియగుచు ముందు వచ్చి నిలుచు. 311

ఆ. పరుఁడు వీఁడటంచుఁ బైఁబడి యొరు ధన ప్రాణ మానములను బాపు నరుఁడు
విశ్వమయత వెల్గు విష్ణు వొక్కఁడెయంచుఁ దెలిసికొనని వట్టి దేబెగాడె! 312

సీ. అనవధికాశాదవానలోద్ధతి నార్ప వనధిజానాధు సేవనమె ఘనము
చంచల హృదయ ప్రశాంతి సాధింపఁగా నచలాంగనా మనోహరుఁడె గురుఁడు
అజ్ఞాన తిమిర సంహతి నివారింపఁగా నర్కేందునేత్రు విఖ్యాతిజ్యోతి
అస్థిరదేహ జన్మాద్యాపదలు బాప వైకుంఠవాసు ప్రాపణమె పణము
తే సకల బాహ్యాంతరింద్రియచయ కృతాఘపంక ముడుగఁగా శ్రీవిష్ణుపదమె నదము
ఘోర సంసార భయదకూపార మీఁద సతము క్షీరాబ్ధిశాయి సంస్మరణ తరణి 313

క. పరుల మనమ్ముల నొంపక పరుల ధనము కాసపడుచు బ్రదుకక యెపుడా
పరమపదనాధుఁడగు శ్రీహరి వేఁడుమటన్న దనుజుఁ డలుకన్ బలుకున్. 314

క. కొడుకని దయఁగొనజాలఁ విడిచిన బొంగరమువోలె విహరింతువు నేఁ
గడు తాల్మిఁగొంటి చాలెక్కుడు బలుకకు నోరు మూసికొనుము మదాంధా! 315

మ. అడియాసల్ వల దేరి నొంపవలదం చా ధర్మపన్నంబులఁ
నుడువంగా వల దీవు నాకు నివి యెన్నో వచ్చుఁ బోరాడఁగా
నడుముల్ లేవమిఁ జేతఁగాని పలుకుల్ నానావిధాలౌర! యీ
పొడి వేదాంతము లేడ నేర్చితివి పోపో వంశనాశంకరా! 316

క. అన దనుజు వాదనకుఁ బుష్టి నొసంగఁగ దైత్యగురుఁడు డింభకుఁ గని యి
ట్లను "పితృ దేవోభవ" యన వినవె జనకు మించు దొడ్డవేలుపు గలఁడే? 317

ఆ. ఈవు తండ్రివోలె నింద్రుపై దండెత్తిచనుటో ధనము కొల్లగొనుటో వారి
స్త్రీలఁ జెఱనుగొనుటో, యీలీల హరిగిరి యనఁ బ్రపంచజేత వగుదో యనిన. 318

క. ఆ గురువున కను డింభకుఁ డాగమశాస్త్రాదివేత్తలగు పెద్దలు మీ
రీగతిఁ బల్కుట వైద్యుఁడు రోగి కపథ్యంపుగూడు రుచియని యిడుటల్. 319

క. కాంతా కాంచనములు గన నెంతటివానికిని వెఱ్ఱి యెత్తించును ద
ద్భ్రాంతిని విడువఁ బ్రపంచ మ్మంతటివిన్ గెల్చు యోధుఁడగుఁ గద స్వామీ! 320

క వెత లొనగూరిచెడి యశాశ్వతపుత్ర కళత్రవిత్త వసుధాలయ సం
గత కృతక సుఖముల ప్రాకృత దివ్యానంద పదవి కెనయగునె సుధీ! 321

వ. తండ్రీ! దేహం బస్థిరంబగు గేహంబు వంటిది. బాల్యంబు కేళీలౌల్యంబున నశించు. వయస్సు పయస్సువలెఁ బొంగి కుంగు. వార్ధకంబునైన పార్థకం బొనర్చుకొనెద మనుకొన సంసార బంధంబు సుదృఢమ్మై విస్తృతిం బొంది వందొనంగకుండు. ఆయువు శతవత్సరంబులుంట లే యదృష్టవంతునకో. ఐన పం దర్ధంబు విద్రాగతి

వ్యర్థంబై చను శేషార్థంబు ననర్థంబులగు బాల్యకైశోరంబు లజ్ఞానభావబంధురంబులై
కర్తవ్యవిమూఢంబులై కడచును. తక్కంగల పంచవింశతి వత్సరంబు లరిషడ్వర్గ
పరవశుండై సురాపానంబువంటి దేహాభిమానంబు వదలక నిరంతర వ్యామోహకర
కార్యలగు భార్యలన్ మమతాబంధ వివర్ధక చరిత్రులగు పుత్రులన్ ప్రేమపాశ బంధన
మొనగూర్చు బంధువులను ననుకూల శత్రువులనఁదగు మిత్రులం దవిలి యిహమ్మె
శాశ్వతమని పరంబు మఱచి భగవద్‌జ్ఞాన తిరోధానకారిణియగు మాయ ప్రయోగించు
మోహపాశంబుల బద్ధుడై నిజకాయ వినిర్గత తంతుకూటంబులం జిక్కు కీటంబు పగిది
విముక్తిమార్గంబున్ గనక మ్రగ్గు నందులకె భవబంధలతాలవిత్రంబగు శ్రీహరి రూప
గుణ చరిత్రంబు గానం బొనర్చి తరింప నొప్పు, 322

తే. విశ్వకల్యాణకరుని భావించు మనము నిత్య సత్యస్వరూపు వర్ణించు వాక్కు
దీనజనపాలు పూజించు దివ్యకర్మ లేమి భూభార మతని కళేబరమ్ము. 323

సీ. వైకుంఠుఁ బొగడని వక్త్రమ్ము ఢక్కనా నది దేవళమ్ములో నదమొనర్చు
హరి పూజనములేని హస్తంబు దర్వినా నది యన్నపూర్ణ హస్తాయుధమ్ము
విష్ణుభక్తియె లేని విబుధుండు పశువన్న నది మహాదేవు వాహనము సతము
కంజాక్షునకుఁ గాని కాయంబు భస్త్రినా నది రాగిఁ గరఁగి దేవాకృతి నిడు

ఆ. చక్రి చింతలేని జన్మ బుద్బుదమన విష్ణు పాదవారి వెలయు నదియు
శ్రీపుఁ గనని కనులు శిఖిపింఛనేత్రమ్ము లనిన దేవసన్నిధి నవి యలరు. 324

ఉ. కాక పికస్వనాంతరము గావలెనే బధిరాగ్రగణ్యు, క
స్తోకమణి ప్రకాశమున క్షుల్లకకాచములోన భేదముల్
చీకునకేల, ఘోరభవసింధు ముఖాంతరవర్తి కెయ్యడన్
లౌకికపారమార్థిక విలక్షణలక్ష్యము లేల దేశికా! 325

క. అని గురున కెదురు మంత్రమ్మును జెప్పెడి తనయుఁగాంచి ముడివడఁగ బొమల్
కను లెఱ్ఱజేసి వడి దంతనిపీడన మదరబెడిసి దనుజుం డనియెన్. 326

క. మొనమొన్న నీవు చక్కఁగఁ గను దెఱచితొ లేదొ బుద్ధి గఱపెదు మాకే
ఘనముగఁ ద్వదుపన్యాసమ్మును గన ఋతిమించి రాగమునఁబడు నౌరా! 327

ఉ. వేసటఁబొక యొజ్జ యను భీతి యొకించుకలేక చాలఁగాఁ
గూసెద విచ్చవచ్చినటు కూఁతలు దుర్మద! నోరు నింకనున్
మూసెదొ లేదొ చెప్పుమిదె మూఁడిన దాయువు, నీకు నాకున్-
బాసె ఋణానుబంధ మిల బాలిశ! వాలిఁక నీ ప్రబోధముల్. 328

చ. చెడుగఁడ పుట్టినాఁడ వెద జీల్చ వ్రణమ్మటు నాకు నింతకున్
గడుపని యేడ్చుచుంటి నొక కంట నదేమియొ వద్దువద్దనన్

దడమయివచ్చు నా వెతవృథా పరిదేవన మేమి లాభ మీ
కడుపున కోఁత కోర్చెదనుగాని సహింపను నీ ప్రలాపముల్. 329

తే. దనుజ హరుభక్తి నీ కెట దాపురించెఁగవిన చేతుల నిను జంపుకొనఁగవలసె
ననుచు నసినెత్తి చంపఁజేయాడ కుష్కి వడఁకి ధరఁ గూలెనదియు బాష్పములతోడ 330

క కవి ప్రహ్లాదుఁడు పితతో నను నా యెడ నీకుఁ గల్గినట్టి దయ పహీ
జనహత్య నేలరాదా యనఘుల తలిదండ్రు లిట్లె యడలరె తంద్రీ ! 331

తే. వ్యష్టికై పాటుపడ బిందువారి యగును నే సమష్టినంచు శ్రమింప నీరధియగు
నరయ స్వార్థమ్మునకును బరార్థమునకు నబ్ధికిని బిందువునకున్న యంతరమ్ము. 332

క, మును సతిని వజ్రి గొనిపుచ్చినఁగని పై నిప్పుకలను చెరిగితి వయయో !
ముని పత్నుల చెరగొన నా యనఘుల యెదరేఁగు ప్రళయమగుపడ దెట్టుల్. 333

క. విను మొరులఁ బ్రేమఁజూచినఁ దను దా ప్రేమించుకొనుటె తా నొరుద్వేషిం
చిన ద్వేషి తనకుఁ దానే తన మోమునఁజూపు విశ్వదర్పణ మెంచున్. 334

తే. పుత్రవాక్కు లాలించి యవ్వాలసుదిండి యచ్చెరువు నొంది కోపము రెచ్చిపోవ
విడు టబద్ధము హరి మతి వీఁడటంచు విసము నిప్పించి చంపహృద్వీధి నెంచి. 335

క. తెప్పించి విసముగిన్నియ విప్పగిది వచించెఁజూడు మిది విషము తినం
జప్పునఁ బ్రాణము వోఁగల దిప్పటికిన్ హరిని విడుతొ యిల విడుతొయనన్. 336

ఉ. దానవరాణ్మణీ ! నను హతమ్మొనరించెడి వస్తు వీ భువిన్
గాని మరెందు నే నొకటి గల్గ దెవారును జంపలేరునన్
నే నవినాశినెం, దిపుడు నీవు విసమ్మిడ నీయకున్ననున్
దా నయి మేనువీడు టిది తథ్య మిలంగల ప్రాణికెయ్యెడన్. 337

తే. మధ్యవచ్చిన ప్రకృతి సంబంధమునకు శాశ్వతపుఁ జుట్టరిక మేను జంపుకొనను,
కర్మవశమున నీ బందెఁ గట్టుబడితిఁ గడప విసమిచ్చు నీ వుపకారి వరయ. 338

తే. కాని తుదకొక్కనిముసమ్ము గడువునిమ్ము తనువు పరవశమంద సార్థకముజెంద
నాదు తమిదీఱ భజియింతు నళిననేత్రు మరణశిక్షితు కడకోర్కి మాన్యమెందు. 339

క. అనుచున్ మిను గనుచున్ గనుగొన నానందాశ్రువృష్టి గురియఁ గరయుగ
మ్మునుమోడ్చి జడీ భూతసుతనుఁడై తాదాత్మ్యమొంది ధ్యానించు నిటుల్. 340

క. గరుడుఁడు విష్వక్సేనుఁడు కరయుగ్మము మోడ్చి యుభయకక్ష్యల నిలువన్
వరసూరి గణము కన్నుల కఱవఱ సేవింప నీలకాయముతోడన్. 341

క. శ్రీమద్వైకుంఠమ్మునఁ జామపయిం బవ్వళించి పదకమలములన్
శ్రీమహిళ యొత్త నిత్యులు చామరములు వీవ వెలుఁగు చక్రిన్ దలఁతున్. 342

సీ. చిఱు చెమ్మటలతేమ శ్రీఖండ తిలకమ్ము కమ్మ కస్తురిఁగూడి కరఁగిజాఱ
విటలాంగణమ్మునఁ గుటిలాలకమ్ములు అటిటు గాలికి నాట్యమాడుచుండ
మకరకుండల దివ్యమణి మయూఖమ్ములు గండభాగముల నీరెండగాయ
నిర్మలాకర్ణాంత నేత్ర పద్మమ్ములు మహనీయ సత్కృపామధువు గురియ

తే. సదమలాంబుద గంభీరవదనసీమ మందహాస విద్యుల్లతన్ మఱగి వెలుఁగ
ఇందిరాసుందరిని భ్రమియింపఁజేయు సుందర ముఖారవిందు ముకుందుఁ గొల్తు. 343

శా. మాయాసూను కళత్రపుత్ర సుఖ సంపన్మందిరారామముల్
కాయాఖ్యాయిక పంజరాంగణ విహంగంబైన యీ హంస ము
శ్శోయంచున్ దివి లేచిపోవుటకే చూపట్టు స్వప్నాలు, నన్
బాయంజాలవు నీవు దేవ! నిరతాపద్బాంధవా! మాధవా! 344

క అని వేడుచు విసముంగొని తన వదనమునందు నగవు దనర గరుడవా
హను భక్తుల విసమదియే మొనరుచునని త్రావెఁ దండ్రి యొదలు వడంకన్. 345

తే. త్రావి మాధవ శ్రీపద ధ్యానమగ్నమానసుండయి మనియెడి సూనుఁగాంచి
విస మమృతమయ్యె నిదియేమి వీని కనుచుఁ గినిసి సుతుఁ జెవింబట్టి వాకిటనులాగి. 346

క. మురహరరూప వినోదున్ బరిహృత సంసారఖేదు భక్త్యున్మాదున్
గరగత నరహరిపాదున్ హరిభజనానందమోదు నా ప్రహ్లాదున్. 347

చ. కసిగొని చంపనెంచి యిరుగన్నుల నగ్నికణాలు రాలఁ బెన్
బుసగొను కాలసర్పమును బోని కరాళకరాగ్రిమందు నా
యసకృత భీకరోరుగద నాత్మజుఁ డారయఁ బల్కె మింటిలో
వినరెద దీని క్రింద తలవెట్టి తలంపుమికన్ జనార్దనున్. 348

ఆ. రక్షసేయ శౌరి రానేల వైకుంఠమునకు నేన నిన్ను బనుచువాఁడ
నెవ్వఁ డడ్డపడునొ యేను జూచెదఁగాక యనిన దనుజసూనుఁ డనియెనిట్లు. 349

వ. "వాసుదేవ స్సర్వమితి" యని తెలిసియు నస్మాదృశబద్ధ జీవులిట్లు భవన్నివాస మొక వైకుంఠమే యనిన నచటికి రా నరయవలెనె "అంతర్బహిశ్చతత్సర్వం" అని యెఱింగినఁ బ్రతి గృహద్వారము వైకుంఠద్వారముగాదె. ఇటనుండి యనాథవత్సలా! యని పిల్వఁ బరువిడిరావె. కాలకృత దేశకృత రూపకృత పరిచ్ఛేదరహితుండవగు సర్వాంతర్యామివని తెలిసియు నా నుండి వేఱుగానున్నట్లు దూరస్థుండవైన గతిఁ బిలువవలెనే? తలంపులఁగల యలంతి విషయములనైన గుర్తెఱుంగుచు సర్వకాల సర్వావస్థలయందు భ్రుకుటింగల త్రికుటిస్థానమున వెలుఁగొందుచు నందులకు నందరానివాఁడవై సహస్రారకమలమున విమలగతినున్న నిన్ను ఘూకం బస్తోక ప్రకాశభాస్వరుండగు భాస్కరుం గనలేని చందంబున మాయాబద్ధ బుద్ధులగు మాదృశులు

కన(గలరే యన వినుచు దనుజవర్యుండు లీలం గేలంగద్రేల నాలమందలి శూలి యపరావతార మన దిర్దిరం దిరిప్పుచు(దద్ధ్వానంబున ఘనభోంతరములు ఘూర్ణిల్ల భూమండలం బల్లాడ దిక్కులు పిక్కటిల్ల(దోయధులు కలంగ రవిశశిద్యుతులు తొలంగ హాహాకారములు చెలంగ రెక్కల నెగసిపోవు దిక్కరీంద్రము భాతి హిమవన్నగంబు రీతి రువ్విన జవసత్త్వంబుల రివ్వుమని పువ్వుగతి దవ్వుల నున్న ధ్రువమండలంబు జేరం జనుటయు, 350

ఉ. దానికిఁ గ్రిందఁ శీర్షమును దద్దయు వంచి హరిం దలంచి తా
మానుగఁ బాణియుగ్మమును మస్తకమం దిడి మ్రొక్కుచున్ హరే
దీనజనావనా । యనుచు దీప్పడి బాష్పనిరుద్ధ గద్గద
స్వానగళంబునన్ నిలిచె సత్యత దైత్యకులార్భకుం డటన్. 351

క. ఒక్కట మరలెనుగద తా నక్కజపడ రక్కసుండు, హర్షింపఁ బ్రిజల్
పక్కివలె పచ్చి దానిని ముక్కున గీలించికొనుమఁ బోయె నెదొ యటన్. 352

తే. దారుణామోఘ ముద్గర తాడనముల మదగజవ్యూహ పాద సమ్మర్దనముల
భీకరవ్యాళ దంష్ట్రిని పీడనములఁ జావ డిదియేమి మాయయొ యీ వటుండు 353

వ. అని దనుజపతి మనంబున ఘనంబగు చింత స్వంతనొంద బాలకుండు హరిం దలంచి.

సీ ఎవని సౌందర్యంపు నవరత్నఖనిలోన మన్మథుండన నొక్క మచ్చుపిసరు
ఎవని పావిత్ర్య మహిత సుధార్ణవములో జాహ్నవి యన నొక్క జలకణంబు
ఎవని లోకద్వితయ విభూతి విభవమ్మునందు భార్గవి వక్షహారరత్న
మెవనిదా సౌకుమార్య విశేషమున నోడి పాఁపఱేఁడును గ్రిందుపడి యడంగె

తే. అతని సౌందర్య సౌకుమార్య ప్రపంచ పూత సౌశీల్య వాల్లభ్య పూర్ణమహిమఁ
బొగడ విధి శివ సనక సూరిగణ నిగమ జాలమే చాలదన నజ్ఞ బాలు(డెంత ? 355

క. అని వేడు కొడుకుఁ గని తా నను నిట్టు లొహో కుమార ! హరి యెచ్చట నె
ట్లని వేడఁ గానఁబడునో కనువిప్పి వచింపుమన్నఁ గని యతఁ డనియెన్. 356

క. 'ఇందుఁ గలఁ డందు లేఁడని సందేహము వలదు చక్రి సర్వోపగతుం
డెందెందు వెదకిచూచిన నందందే కలఁడు దానవాగ్రణి ! వింటే.' 357

క, అనవుడు దనుజుం డిట్లనె కనుపోటుల నెల్లఁ జక్రి గలఁడే యైనన్
దినుచోట నుమియుచోటనె యున నగి ప్రహ్లాదుఁ డిట్టులనె జనకువితోన్. 358

క. మాతృమూర్తి సొబగుపై మాతృత్రితతి తోఁడ దడిపినావు కాలఁ దన్నినావు,
అట్టి జనని నీకె యారాధ్య దేవతగాఁ దలంచి మ్రొక్కఁ గడఁగవేల ? 359

వ. అనునంత నద్దానవుండు తనయునిం గని యే యుపాయంబుల నీవు చావకుండుటకు
హేతువెద్దియన నబ్బాలుండు, 360

తే. తులము శిలనైన ముంచెడి జలము లెందు మొద్దు మ్రాఁకుల బరువుల ముంచఁగలవె
జీవనమ్మిడి తానె రక్షించునట్టి వానిఁ దేల్చక ముంచెడివారు గలరె. 361

క. అన విని దనుజుఁడు స్తంభమ్మున గలఁడే హరి యటంచు ముఖ మెఱ్ఱవడన్
గనుగ్రుడ్ల నిప్పు లురలఁగఁ దనయుని గని యడుగుటయు నతఁడు గలఁడనియెన్. 362

చ. కలఁడని చెప్పినంత వడిఁ గంబము నుద్ధతిఁ దన్నె దైత్యుఁ డా
యలఘుతర ప్రహారహతి నట్టిటు లూఁగెను సౌధరాజముల్
గలగలమంచు ద్వారముల ఘంటికలెల్లను మ్రోఁగె స్తంభముల్
ఫెళఫెళ గూలెఁ బర్విదిరి భీతిలి యంతిపురంపుఁ గాంతలున్. 363

మ. పదనిర్ఘాత సమప్రహారహతిచే బ్రహ్మాండభాండమ్ము బి
ట్టదరన్ స్తంభము చెక్కలయ్యె లయ రుద్రాకారముం బూని తా
నుదయించెన్ మహితాకృతిన్ నృహరి దైత్యోన్మత్త శుండాలదు
ర్మద మస్తిష్క విదారణోద్ధతిని శుంఠత్క్రోధ సంరంభియై. 364

సీ. గర్వ నిర్భేదక గర్జారవమ్ముల శ్రుతిపుట పటలము క్షోభజెంద
హృదయవిదారకోన్మద తీక్ష్ణదృష్టుల మహిఁ బ్రాణితతియెల్ల మాడిపోవ
ప్రళయకారక సింహభయదాకృతుల తోడ దానవలోకమ్ము దద్దరిల్ల
కాలాహి దంష్ట్రాభకరపద నఖచేష్ట దైత్యేశు ప్రాణముల్ తల్లడిల్ల

తే. శూల నిభదంష్ట్రికల మధ్యవ్రేలు జిహ్వ ప్రళయకాలానలజ్వాల పగిదిఁ గ్రాల
డింభకుని బ్రోవ దైత్యదిక్కుంభి నణఁచ జృంభగతి స్తంభమున జనించెను నరహరి.365

చ. హరిఁగని దానవాధిపుఁ డహంకృతి యొప్పఁగ హుంకరించుచున్
గరగత ఖడ్గధార కెరగా నొనరింతును విన్నటంచు భీ
కర పృథులాట్టహాసమున భీషణరోష కషాయితాక్షులం
జురచుర గాంచి పైకుఱికె శూరశిరోమణి నే నటంచునున్. 366

ఉ. వచ్చెడు దైత్యు నెత్తి హరి వారక యూరువులందుఁ జేర్చుచున్
హెచ్చెడి క్రోధవహ్ని గళ మించుక త్రుంచి మహోదరమ్మునున్
వ్రచ్చి మహోగ్రుఁడై కని యవార్యగతిం బరతెంచు రక్తముల్
జెచ్చెర శీర్షసీమ నభిషేక మొనర్పఁగ దర్ప మేర్పడన్. 367

ఉ. ప్రేవుల ప్రోవులం బెరికి భీకరలీలల వాని నన్నిటిన్
దావడముల్ ఘొనర్చి యఖుతన్ వడిఁ జేర్చి యసృగ్వసంతవ

ర్జానిల రుద్రమూర్తియయి యాసురశీర్షము ద్రెంచివైచె నే
ర్పావహిలంగ దేవగణ మాకస మంటుచుఁ బొంగ నుద్ధతిన్. 368

ఉత్కళిక

అక్షియుగమ్మున నగ్నిగోళముల్
వీక్షణమ్ములను విలయ తాళముల్
భీషణ గర్జలఁ బిండములు చెదరె
ఘోషల విని దిక్కుంజరము లదరె
రక్తచందనపు రంగుల కాలిక
ప్రళయతాండవము సలిపెడి నాలిక
దొరలెను శిరములఁ బొరలెను మొండెము
ధరణిఁ గూలె రక్తపు పృద్భాండము
జ్వాలలఁ గనుగొని కలభపుదండు
ఫూలు ఫలాలని పొరపడుచుండు
ఆశానిలముల నతిగా వెలిఁగెడి
ద్వేషానలమునఁ ద్రెళ్ళు నరుఁడు చెడి
అంతరిక్షమును నంటగ నెగయుచు
గంతులువైచెడి గాలి పుల్లెలో
నావ విధమ్మున నదితో నొరయుచు
పోవుచునుండెడి పూరిపుల్లలో
శ్రమ యెవ్వరిదో శక్తి యెవరిదో
గమనము సాగెడి కాలమదెంతో
అధికారము లఁట యాయువు లంట
అభిమానాగ్నుల కాహుతు లంట. 369

వ. అట్లాగ్రహోదగ్రుండై యలరు హరిం గని యమరగణము. 370

క. పగ నొక్కఁడు మితిమీఱినఁ బగ నొక్కఁడు పోరఁ జేర వాంఛించిరి యీ
దుగ కార్యము లోకతతి సేయఁగనెంచి నృసింహరూప మందితి శార్ఙ్గీ! 371

మ. కదనార్థమ్ము కరమ్ము నెత్తికొని చక్కన్ వచ్చు విధ్వంసకృ
న్మద మాతంగ బలాన్వితుం డొకఁడు యుష్మత్పాద పంకేరుహా
భ్యుదిత స్వాదు మరంద మంజురస పీయూషమ్ములం గ్రోలు ష
ట్పద మొక్కండని చంపఁ బెంప నిటు స్తంభమ్మందు జన్మించితే. 372

చ. గురుతతికిన్ బరాత్పరునకున్ దలవంచి నమస్కరించుచో
సరియగు దారి గానఁబడు శౌరి పదమ్ములు జిక్కనెందు నీ

నరున కటంచునున్ దనుజనందను వృత్తముచాటు నేత్రముల్
శిరమున కెక్కినంబడి నశించు ననుజ్ఞ ఖలదైత్యవృత్తముల్. 373

క. నరునకు నరరూపమ్ము నసురపశువున కెందు నే నసుర పశురూప
మ్మిరవుగఁ గనఁబడినట్టి ముకురరూపమ్మయ్యె నీదు గురురూపమ్ముల్. 374

వ. అనుటయు భార్గవి నరహరి యుగ్రరూపము నుపశమింపఁజేయ నిట్లని స్తుతించె, 375

తే. ఊర్ధ్వకాయమ్ము హరి రూపమొందియుండఁదగ నధఃకాయమది నరత్వమువహించె
నాఖ్యయం దీక్రమమ్ము నృహరియటంచు నేల తలక్రిందులయ్యె శ్రీలోల! చెపుమ 376

తే. రక్షణమొనర్చు పేరుపై రాజిలుఁగదె శిక్షణమొనర్చు పేర్ క్రిందుఁ జెలఁగుగాదె
యనుచు నరసింహ నామమ్ము లన్వయపడ నలరినాఁడ వీ పేర రమాధినాథ! 377

వ. కావున రక్షణము గొప్పదగునను నంతఁ బ్రహ్లాదు దయంగాంచి రక్కసు నుక్కడ
గించి నృహరి యుగ్రరూపము విడిచి యంతర్ధానమ్ము నొందెను. 378

ఆశ్వాసాంతము

క. శ్రీరమణీ వదనాంబుజ, చారుతరాపాంగహాస సౌందర్య మధు
స్వారస్యపాన మద విస్ఫారితసారంగ! భూమిజాతానంగా! 379

ఉ. సుందరమూర్తి! లోకనుత సూనృత ధర్మపథానువర్తి! మ
ధ్యందిన భాస్కరోజ్వల మహద్యుతి సన్నిభసుప్రతాప శ
త్రుందమ దివ్యకీర్తి! జనతోషకపాలన సత్క్రియా జగ
ద్వందిత చక్రవర్తి! రిపువర్గ మనస్సమవర్తి! రాఘవా! 380

అలసగతి వృత్తము

మదగజసమాన సుకుమార పదయానా!
మదన శరవీక్షణ రమా ప్రణయపానా!
వదన జితదర్పక సువర్ణ పరిధానా!
తదన తలభీమ! ఘన కల్పతరుదానా! 381

గద్యము

శ్రీమద్భరద్వాజగోత్ర పవిత్రాపస్తంబసూత్ర, ప్రథిత సూరిజనమిత్ర, బక్కయ్యశాస్త్రిపుత్ర
వాగేశ్వరీ సమాసాదిత, వైదేహీవర నివేదిత సరసకవితావిలాస, సహజ
పాండిత్యభాస, వరకవి విధేయ, 'వరదార్య నామధేయ ప్రణీతం
బైన పోతన చరిత్రమను మహాప్రబంధమ్మునందు
ఏకాదశాశ్వాసము.

శ్రీ రస్తు.

శ్రీ వాగీశ్వర్యై నమః

భక్తిగాథా నివేదనము - ఉత్తర భాగము

“ధర్మ సంస్థాపనార్థాయ సంభవామి యుగే యుగే”

శ్రీ రామ దేవ ! సురముని
నీరాజిత పూత పాద నీరజ సేవా !
ఘోరాజి విజితరాక్షస
వీర దశగ్రీవ ! సతత వితరణభావా ! 1

గీ. వర గజేంద్ర మోక్షణ కృష్ణచరితములివి యొంటిమిట్ట రామున కోరుగంటి సుకవి
విమలమతి నాళుగతి జెప్పె వీనివిఁ జవిగొనవె శ్రీరామ ! విధి శివ వినుతనామ ! 2

వ. అంత పోతనార్యుండు మరుసటి దినంబున నినకులమణిం గని ప్రభూ ! మకరి నోటం
జొరి మరణవేదనము నొందు మదేభపు టార్తధ్వని విని యాదుకొని రక్షించినతెఱంగు
నస్మత్కృతిని కృపామతిని రక్షింపవే దయాసముద్రా ! రామభద్రా ! యని తత్కథా
విధానం బాళుగతి నిట్లభివర్ణింపం దొడంగె. 3

క. జనవినుత ! సుధారాశిఁ మనియెఁ ద్రికూటాఖ్య నొందు మహీధరమందుఁ
దనరు మహారణ్యంబులు ఘన హరి కరి ఖడ్గగవయ ఖగమృగ వితతుల్. 4

ఆ. గండశైలములకుఁ గాళ్ళు వచ్చినవనఁ దనువుఁగొనిన యంధతమసములన
మత్త వారణంపు మొత్తమ్ము లోకపొద్దు మురిపె మొలయు వనులఁ దిరుగుచుండె. 5

మ. కరి సంఘంబులు బృంహితధ్వను లెసంగన్ రాకడల్ గాంచుచోఁ
దరువల్లీగణముల్ వడంకె వదరెన్ ధాత్రీసతిన్ గుండియల్
హరిదాన్యంబులు బొబ్బరిల్లె నలనల్లాడెన్ సరస్సీమ లీ
వరుసన్ దాము జడంబులే బెగడ నేపాటొందెనో చేతనల్. 6

మ. మదమాతంగ మొకండు కోటి కరిణీ మధ్యంగతుండై తమిన్
వెదయైయున్న కరేణు సంతతుల పెన్వేంటన్ దగుల్కొంచు న
న్మద వృత్తిన్ రమియించి నైజమహి భృన్మార్గమ్ముఁ దప్పెన్ బిపా
స దపింపన్ వదనమ్ము దూరగత కాసారంబు జేరం జనెన్. 7

ఉ. శీతల వాతపోతములు చిందులు ద్రొక్కు పథమ్ములన్ సితా
బ్జాత నవోత్పల ప్రసవ సౌరభముల్ విహరించు బాట భూ
జాత ఘనాత పత్రముల ఛాయలకే వెరపొంది గ్రీష్మతీ
వ్రాతపముల్ తొలంగి చను నధ్వములన్ బయనింప నొక్కెడన్. 8

క. చారుధవ శేందు కాంతశిలా రచిత వితర్దికా విలాస స్థలిలో
నీరజ సుమదళ శయ్యాగారమొ యనఁ దనరు నొక్క కాసారంబున్. 9

సీ. మత్స్య కర్కాటక మకర సమూహముల్ జలమాను మేష వృషహరి వితతి,
యంబు కుంభముల నొప్పారు కన్యారాశి దరుల క్రీడించు కిన్నర మిథునము
ఖల నిషాదగణంబు జల విహంగముల వేటాడు నధిజ్య శరాసనములు
నికటస్థ భూరుహ నివహ శాఖాముక్త ఫలతతిన్ దూఁచెడి యలలతులలు
తే. పద్మినీకాంత లేయాకు పరిటమాటు కుసుమకుచమధు స్తన్యమ్ము గ్రోలి వ్రాలు
నళులు వెలయ పుల్లాంభోరుహ ప్రతతులఁ దారకిత నభస్స్థలియె కాసారమనఁగ. 10

వ. తత్సవిధ ప్రదేశంబులఁ గల సర్వంసహా కష్ట సహనశీలతకు నుపాయంబులన్ గట్టం బెట్టు పసరికపట్టుకోకలై యెల్లెడల నల్లుకొని యార్ద్రింబులున్ మార్దవంబులన్ నేత్ర పర్వంబులు నగు పచ్చపచ్చని పచ్చికబయళుల యందమ్ములును,

తమ్ముల విభవమ్ములకు జీవనమ్మని ధారవోయు నిష్కల్మషాంతరంగమ్మునం గల సత్సహోదరత్వమును నికటస్థతరు నివహమ్ములకును సుపరిస్థిత రవి శశి నయనమ్ములకును దర్పణ మ్మిడినట్లు దర్శితమ్మొనరించి నెమ్మదిపడి కడుపునిండినగతి నుండి మండుటెండల ధాకలకు వెండిరేకుల తళతళలీనుచు సాంధ్యరాగంబుల తామ్రపర్ణంబుల దంబు మీఱి చీఁకటిన్ బఱచిన వెలినీలి కోకలై కలవారి యింటిగతిఁ గళగళలాడుచు జలసమృద్ధిన్ దులదూఁగు కెలఁకులం గల కొలఁకులును,

కులసతులం బలెఁ గొలని నెలంతల గిలిగింతపెట్టి సలిలావగాహ మొనర్చి చలువలై మెలమెల్ల వచ్చు శాంతానిలవర్తనంబులకు బలే! యని తలలూఁపి ఫల పుష్పంబుల జలజల రాల్చి విలువసేయు ఫలభూజంబులును,

జంబూ తరువారంబుల ఫలభారంబుల నిండు చూలాండ్రగు కొమ్మల వలె నున్న కొమ్మల నుండి తోయంబులం బడు ఫలనిపాతనిస్వనంబులు పాదపస్థిత శకుంత సంతాన గానతానమ్ములకుఁ దాళమ్ములు వేయ,

అమ్మలనేయు చందమ్మున జలాంతరాళమ్ముల నుండి మిలమిలలాడుచు నరుదెంచి యా ఫలంబుల నాస్వాదింప గుంపుగొను సౌదామినుల చందంబునఁ బాతర లాడు సంభశ్చర డింభకంబుల యీఁతలును.

ఈఁతల వెలుంగు నీఁతచెట్లు శీతలహ్రదంబులోనికిఁ గోఁతకొదవండ్రవలె మ్రొగ్గుట నిగ్గగు చువ్వల కుచ్చెల యంచుల బాఁకులంబోని వాని శాఖల జోలెలవోలె వ్రేలు గిజిగాండ్ర గూండ్ల ప్రతిబింబమ్ముల చెలువంబులును.

చెలువుని యెడంద నిశ్చలంబైన నవిశ్వాసంబున నడుగడుగునకు ననుమాన పడుచు నరగడియయు విడువలేని యాత్మపత్ని విధంబున జోడుగల క్రొమ్మావి కోడెకాండ్ర నాత్మీయారుణతరుణ బాహువల్లీ బంధమ్ముల బంధించి విడువని మల్లికాది వల్లికామతల్లికలును.

తల్లిగల నెలవు తెఱుంగక కులాయమ్ముల నుండి వెలిం బరతెంచి యెఱుంగొని యేప్రక్క నుండి యరుదెంచునో యని తలవెత్తి నలుదెసలు నిక్కినిక్కి కాంచుచు నీఁకలురాని ఱెక్కల నెగురవైచుచు లోవెలికి నడయాడుచు వెక్కివెక్కి యేడ్చు పసిబిడ్డల చందమ్మున గుండె వగిలి యుఱుక నఱచు ముక్కుపచ్చలాఱని పిట్టపిల్లలును.

పిల్లలను ఱొమ్మునకు బిగియఁగట్టుకొని యిల్లిల్లు దిరిగి జోలె నింపుకొను కిరాతాంగనల తెఱంగునఁ జిట్టికూనలు పట్టువిడిపోనీక గట్టిగా నలముకొని పొట్టపై నతికికొనఁ జెట్టుకొమ్మలపై నిట్టట్టు గంతు లిడి కాయకసరుల తిండిన్ బుక్కిళులు నిండఁగా దీరస్థిత భూరుహంబులపై విచ్చలవిడి విహరించు శాఖామృగ సంచయంబులును గల్గి వింత సంతసములఁ గొల్పు ననల్పమై వెలుంగు నా సరోవరంబున, 11

క. మదగజములు సలిలమ్ముల ముద మారఁగ గ్రావి గండములఁ జల్లుకొనున్
జదలునఁ జిమ్మను భూవారిదములు ప్రతివృష్టి దివిఁ గురియునేమొ యనన్. 12

క. తిరుగాడు నగమొ నాగమొ, దరిణికి దిగివచ్చువారిదమొ వారణమో,
కరమో మృదువై వంగు శిఖరమో, గండజమదంబొ ఘన నీరంబో. 13

వ. అన నమ్మదగజేంద్రంబు గాటంపుఁ దమకంబున నన్నీటన్ దోఁగియాడఁ జని కని. 14

క. పిలుచున్ దన ప్రియకాంతల నిలుచున్ నీ రడుగుముట్టి నెఱి మంథనమై
కలఁచుఁగా బురదగ నీటిఁ జెకలుచున్ బిసకాండములను గడు మోదమునఁగా. 15

ఆ. కరి కరేణుగణము లిరులట్లు తమ జుట్టఁ గేలినల్పె నా విశాలసరసి
జలములందుఁ దేలి జగవాగ్విరుద్ధతఁ బర్వతమ్ము లీఁదు పగిదిఁ దోఁచె. 16

ఆ. కొండచిలువఁబోలు గొప్ప తొండమ్ముతోఁ గుండవోఁత నభము గురియునట్లు
చెవులు కంకణములఁ జేటలం జెరుగఁగన్ నీరువీల్చి నభము నిండఁజిమ్మె. 17

ఉ. స్థాణుజటావిముక్త యగు జాహ్నవి నా నిభతుండ నీరముల్
బాణములై నభ మ్మెగసెఁబాఱెడి పక్షులు నేలఁగూలె ని
ద్రాణములైన జంతు విసరమ్ములు చిందరవందరై వెసన్
శ్రేణులు గట్టిపాఱె మొఱసెన్ జడివానలు రుద్రవీణలై. 18

క. వినఁబడె ఘీంకృతి గర్జగపనియెన్ వారిదము భంగి మాతంగము, దా
నిని బిరువిడు చంచలలై కనఁబడెఁ గరికలభదంత కాంతిచ్ఛటలున్. 19

ఉ. మందర భూధరమ్ము దధి మర్దనమున్ బొనరించుపట్ల ము
న్మందు విసమ్ము బుట్టినటు మోహవశుం డిభరాజు ని
స్తులానంద సముద్ర సన్నిభమనందగు నా సరసిన్ జరింపఁగా 20
నం దుదయించె ఘోరభయదాకృతి నక్రము భీలవక్రమై

ఆ. దాని దాని దా నిదానమ్ముగాఁ గాంచి మ్రానొ మీనొకాని మేనిఁదేల్చు
మకరమంచు నెంచక కరమ్ముసారించె నోరు దెఱచి నీటఁదూఱె నదియు. 21

క. చురకత్తులఁబోల్ దంష్ట్రలు వరక్రకచముఁ గేరు పల్లువరుసల మధ్యన్
గఱ కాకుఱాయియైన మకరి నాలుక నారకపు ముఖద్వారమనన్. 22

ఆ. ఆస్య వివరమందు నగ్గికుంపటిలోని మంటలట్లు మెఱయు మకరి నాల్క
దారు సన్నిభంబు దంతావళపదంబు నంటుకొనియె మేన మంటలెక్క. 23

క. గిరిగిరి డీకొనినటు జలధరమున్ జలధరము గర్జఁ దలపడినట్టుల్
కరికిన్ మఱియు మకరికి నొకరితో నొక్కరికిఁ బోరు ఘటియించె నిటుల్. 24

సీ. నక్రమ్ము వక్రమై నైజ వాలాగ్రమ్ము నెత్తి చుట్టలుజుట్టి నిలిచి పోరు
రుషము తా నొకమాఱు విషవహ్నికీలయై చరచర పాఱాడి సాము సేయు
మకరమ్ము కుండలమహితాకృతిని దాల్చి కాలిని గఱచి యుగ్రముగ వ్రేలుఁ
గుంభీర మొకసారి కుంభీనసాకృతిన్ గాళ్ళ బంధమువైచి కట్టివైచు

తే. మొసలి ముసల సన్నిభవాలమునఁ గవీంద్రు గండ తుండమ్ములన్ మోదుచుండు నుఱక
కంటక మ్మెన్ను కాలిలోఁ గంటకమయి సైఁచఁగారాని బాధల నేఁచసాగు. 25

సీ. నాగమ్ము నగమయి నైజపాదాహతిన్ మకరికాయం బెక్కు మడియఁద్రొక్కు
ద్విరదమ్ము తా నజగరముఁ బోల్తొండమ్మునం జుట్టి మొసలిని నలిపిపెట్టు
వారణ మ్మొకతేప మారణాస్త్రంబులౌ కోరల నక్రమున్ జీరివైచు

తే. సామజకరమ్ము కాలపాశమ్ము కరణి మొసలి నురివైచి కుత్తుక పిసికిపెట్టు
నిభము బ్రహ్మాండభాండ సన్నిభతనదరి కుమ్మ గ్రాహమ్ముమై చిప్పకుదురు వెడల. 26

క. చెరలాడు త్రాఁచు లటులుఙ్ గరికరము మకరియురమ్ము కలియంబడుచుఙ్
బురిపేనిన యట్టులు సంగర మొనరిచె వరుణపాశ కల్పాకృతులఙ్ 27

ఆ. కాలమేఘనిభుఁడు గజరాజు గర్జించి పాదఘట్టనముల వసుధ యదురివ
వడిగఁ దొండమెత్తి వనరాజి నుద్ధతి దెబ్బజఱచు దిశలు బొబ్బరిల్ల. 28

క. వడులై సుడులై తడలై గొడుగులగతిఁ బడగలెగయఁ గొలని జలాలన్
గుడగుడ బుడబుడ మను సడి బుడగలెగయుచుండె దొడ్డ భూకంపమనన్. 29

క. తరగల యొరపిడి నురువులు పరువులిడఁగ రుధిరమిళిత పాథోరాశిఙ్
వరదలు బురద లగుచు నా సరసియెడఁద సొంతమెంతొ సంక్షోభించెఙ్. 30

క. అటు దిప్పుచు నిటు దిప్పుచుఁ బటుతర నిజ శక్తియుక్తిఁ బౌరుషతతి ను
ద్భటభంగిఁ బదములాగును గటగటపడు తనదు బలము గవ్వకు గామిన్. 31

క. అలసట నొలయక నిద్దురఁ దెలియక రాత్రింబవళ్ళుఁ దీవ్రి కుర్రిధలఙ్
స్థలచర జలచరములు వడిసలిపెఙ్ సమరము సహస్రి సంవత్సరముల్. 32

ఆ. బట్ట బిండినట్లు బలమెల్ల నశియించి పీనుఁ గట్టులయ్యె నేనుఁ గపుడు
రక్తమెల్లఁ దారివి రంజిల్లు మకరమ్ము నేకుఁబోయి మదపుటేనుఁగయ్యె. 33

ఆ. రాహుమొగముఁ జొచ్చు రాజట్లు గజరాజు మకరి నోటఁజిక్కి మసలవలసె
సమయబలము ముందు స్వబలమెంతయుఁ గల్గి యణఁగవలసివచ్చు నజునికై. 34

ఆ. ఘోరవారిచరము కోరాడి పోరాడి హస్తినిటు జితోస్మియనఁగఁ జేసి
కొఱుకరాని కొయ్య కరిపదంబగుటచే నమలుటుడిగి యొక్క నిముసమాఁగె 35

ఆ. అజ్ఞతాంధకార మాకారముకు దాల్చు కరణి కరి విభుండు గ్రాలుచుండ
మమత సమతగాంచు మకరితో నొప్పారి భవ సముద్రమటులు బరగె గొలను 36

ఆ. ఇంత వఱకు విభుని సంతసమ్మునఁ బాలుగొను కరేణుగణము కొంత సేపు
బాధ నభినయించి పయనించెఁ గరి గుండెపగుల నేడ్వజూచి బాధపడుచు 37

తే. ఈ రథ ప్రయాణమ్మున విరుగు పొరుగు తరులతాదు లాప్తులగతిఁ దనదు వెంట
వచ్చునటు దోఁచుఁగాని యెవ్వరును రారు రథిని వెన్నంటియుండు సారథియొకండె 38

ఉ. అక్కరిమై బలమ్ముఁ జలమంతయు నంతమునొందెఁ బ్రాణముల్
జిక్కెను గాయమెత్తువడెఁ జేవ నశించెను ధైర్యమేగె నల్

దిక్కులు గాంచె 'రక్షకులు లేరిల నా'కని యెంచె 'నింక నా
దిక్కొక దేవుఁడే' యనుచు దివ్యమతిన్ దలపోసె నివ్విధిన్. 39

ఆ. "కనులుదెఱచి యిట్లు గాంచెడి స్వప్నమ్ము కనులుమూయ ముగియు గడియలోన
దొల్లియుంటి నెచల నెల్లిపోదు నెటకు గలను గాంచువేళఁ దెలియనగునె? 40

శా. మూలం బెవ్వఁడు విశ్వభూతగణమున్ బుట్టింపఁ బోషింపఁ ను
న్మూలింపన్ సకలాంతరాత్ముఁడయి యే ముఖ్యుఁడు మిన్నట్లు ది
క్కాలాబాధితుఁడై వెలుంగు భువనాకారైక వృక్షాకృతిన్
మూలంబై కనరా డెవండు శరణంబున్ వేఁడుఁ దా యీశ్వరున్. 41

సీ. వాడిపోయిన సస్యవనరుహ సంతతిన్ గాంచి పయోదమై కరఁగు నెవఁడు,
ఘణశాణములఁ దటిత్కరవాలముల నూరి దుర్భిక్షతామారి దునుము నెవఁడు,
వినువీధిలో నింద్రధనువునెక్కిడి క్షుధాద్యసుర సంహతిని వేఁటాడు నెవఁడు,
అర్కేందు నయన దివ్యాలోకనచ్ఛవిన్ ఘనత మోయవనికన్ గాల్చు నెవఁడు

తే. సాంధ్యరాగమ్ము నెఱపి యీ సకల భూతపుంజమున్ నెమ్మదిగ నిద్రబుచ్చు నెవఁడు
మలయపవన శీతల హస్తముల స్పృశించి ప్రాణికోటిని మేల్కొల్పు ప్రభు వెవండు. 42

క. ఈ రేడు జగములన్ గల సారంబై, శ్రుతు లెఱుంగఁజాలని మహిమా
పారంబై, పూసలలో దారంబయి యాత్మలంటి పొల్చెడి దేవా! 43

చ. నిశలఁ బవళ్ళు సంసరణ నీరధిలోన షడూర్మిమాలికా
వశత నడంగి రాగరస వారి జెలంగెడి దారపుత్ర న
క్రశత మహోగళగ్రసిత రమ్య వివేకులరైన మాదృశుల్
పశువులు నీదు దర్శన సుభాగ్యము నొందఁగ నర్హులే ప్రభూ! 44

మ. అఘ మూలంబయి కర్మకాండమయి కామాకారశాఖా శిఫా
లఘు రూపంబయి భ్రాంతి పర్ణసుమనోలంకారమై వైషయీ
నిఘ సాద్యల్పఫలాఢ్యమౌ భవమహానీపాగ్రి మందుండి దే
వ! ఘనాపజ్జలధిన్ మునింగితిఁ గృపా పారీణ! రక్షింపవే. 45

చ. నిరుపమ నిర్వికార ధరణీ గురుభారనివార యోగి హృ
త్సరసిజ మిత్ర! భక్త భవసంగత బంధలతాలవిత్ర! మే
శరణ మిహాన్యథా నహిసుసత్వర మేహిపరేశ పాహి సం
హర మకరాకృతిం త్రిభువనాలయ! పాలయ మాం జగత్పతే! 46

ఉ. త్రాణ నశించె నా వశముదప్పెను దేహము, తావుదప్పె నా
ప్రాణము, లాత్మధైర్య మెడఁబాసెను, గన్నుల మూర్ఛగ్రమ్మె నీ

ప్రాణికి నీ వినా మరి యుపాయము సాయములేదు రావె గీ
ర్వాణపతీ! క్షమించినను రక్షణ సేయఁగదే కృపామతీ! 47

చ. పరమ కృపాధనా! ప్రణత భక్త జనావన! నీవు దక్క యే
శరణములేదు నా" కనుచు సామజమార్తిని దొండమెత్తి యం
బరమునుగాంచి దీనగతి మార్గముగానక "రావె యీశ్వరా!
వరద!" యటంచు నేడ్చెనట వర్తిలు కొండలగుండె నీరుగాన్. 48

ఆ. ఆర్చి యార్చి యార్చి యటుగాంచు నిటుగాంచు నాశలో నిరాశ నభినయించుఁ
గొండగుహలు వనులు కోనలా నిర్మదగతికి నేడ్చు నుఱక ప్రతిరవముల. 49

వ. అంత సామజం బాత్మలో హరి రాకను సందేహించుచు నిట్లు దలంపన్ దొడంగె. 50

క. "హరి రాక కల్ల, యిఁక యీ కరి జీవిత మిల్ల, యీ మకరి యాఁకటికై
యెర యనిన కొల్ల, ధర నెవ్వరికిన్ గావలె ననాద బాధ లవెల్లన్. 51

క. పిలిచినఁ బలుకరు, కాంచన్ వలనుపడదు, చనఁగరాదు వద్దకు లక్ష్మీ
లలనాధీశు లభాగ్యులఁ దిలకించెదరొక్కొ! వారి తీరది వేఱే. 52

క. కలఁడఁట చరాచరంబులఁ గలఁడఁట దశదిశల భక్త కల్పద్రుమమై
కలఁడు కలఁడనెడు మాటలు కలలో లేకున్న విలువగలవో తెలియన్. 53

ఆ. నిశియుఁ బవలు తోడునీడవై నీవు నా దండ నుంట లచ్యుతా! యెఱుంగ
జ్ఞానభాను ముఖము గనరాని యజ్ఞాన నిశి వసించి యెట్లు నీడ గనుదు. 54

ఆ. కనుల మూసి స్వప్నమును గాంచు బాలుండు మాత తనదు పక్క నునుటఁ గనఁడు,
కలవరించి భీతిఁ దెలివొంద నోదార్చు తల్లి యునికి యపుడు తెల్లమగును. 55

క. కలవు కల నీవు జగమను కలలో నున్నంత సేపు కనఁబడవేమో!
కలఁ గనఁబడు జనకుని వలెఁ గలయఁగ రమ్మనుచు మిన్ను గని యిటు లెంచున్. 56

తే. అంబరపుఁ దెర మఱుఁగున నలరునట్టి సూత్రధారివై లోనుండి జూతుమమ్ము!
ఇవల నటియించు పాత్రల కీవు మాకు నెపుడు గనరావు జగముల నేలు ఱేఁడ! 57

తే. నీవు గలవని వాయువుల్ నిఖిల దిశల గుసగుసలు వెట్టుచున్నట్లు గోచరించుఁ
దరువులెల్లను నిజమంచుఁ దలల నూఁపువిధము దోఁచుచునుండెనో విశ్వవిభుఁడ! 58

తే. అఖిల భూత జీవనదాతవైన యట్టి ఘనుఁడ నీ వనియో త్రిజగన్నివాస!
అంబుచయములు స్వీయ శుద్ధాంతరంగ దర్పణమ్మిడి చూపువిధమ్ము దోఁచు." 59

వ. అనుచుఁ దలంచి తత్సరోవర విరాజితంబై, 60

క. మలయజ పవన సుఖస్పర్శల నుయ్యెల లూఁగి మిత్రు చక్కిలిగింతన్
గిలకిల నగి యలికులపతిఁ గలసి రత మొనర్చు తరుణ కమలము నొందున్. 61

క. కని హస్తాగ్రమ్మునఁ బూవును గొని పైకెత్తి యేడ్చె నుద్వాంతము జీ
వనగతిఁ బాసిన సుమమన్నున వ్యసనశ్చిత్రపటముఁ జూపి యిటాడున్. 62

ఉ. "తమ్మి జలాల నుండ నమృతమ్మని కమ్మని తేనె సోన భృం
గమ్ములు ద్రావి యేగెఁ దమకమ్మున గంధవహుండు తావి మొ
త్తమ్మును దొంగిలించె స్వపదచ్యుతిగాంచిన వెన్క నేఁటి నే
స్తమ్ములు తొంగిచూడ వొకసారియు స్వార్థపర ప్రపంచతల్. 63

క. ఆపదఁ గడవఁగ నీ విరి నీ పదపూజల నొనర్ప నిలిచిన దిఁక నీ
వీ పూపు తావి సని రుచి లోపింపక మున్నె రమ్ము లోకాధారా! 64

ఉ. ఎచ్చటి నుంటివో సరసిజేక్షణ! నిన్నిటు పిల్చి పిల్చి నేఁ
జచ్చితి నోటిముత్తెములు జాఱునొ పల్కినఁ గొంప గాలుచోఁ
జిచ్చు నడంపఁ గూపమును జేద్పడి త్రవ్వుట నిన్ను బిల్వ"నం
చచ్చపు టార్తితో నుఱక యంబరమం బరికించు నాపమై. 65

ఆ. "నీవ రాకయున్న నిఖిల జగమ్ము లీశ్వరుఁడె లేఁడఁటంచుఁ బరిహసించు
నట్టి దుష్టవాక్కు లాలించుటకు మున్నె యరుగుదెమ్ము భక్తవరద!" యనుచు. 66

క. "వచ్చినఁ బ్రాణము దక్కును జచ్చినమైఁ జిక్కు తడవుసల్పిన నిఁక నీ
యిచ్చ" యని వ్రాల దివి వినవచ్చెన్ గరి మొరలు సురలు పదటున బెదరం. 67

క. శివుఁ డాలకించె సరసిజభవుఁడుం విని విశ్వమయతఁ బరఁగమి తా మిం
దెవ రాముకొనకయుండిరి భువనమయుండైన విష్ణువును విని నంతన్. 68

మ. "అల వైకుంఠపురంబులో నగరిలో నా మూల సౌధంబు దా
పల మందార వనాంత రామృతసరః ప్రాంతేందు కాంతోపలో
త్పల పర్యంక రమావినోదియగు నాపన్న ప్రసన్నుండు వి
హ్వల నాగేంద్రము పాహి ! పాహి ! యనఁగు య్యాలించి సంరంభియై." 69

మ. "సిరికిన్ జెప్పఁడు శంఖ చక్రయుగముం జేదోయి సంధింపఁడే
పరివారంబును జీరఁ డభ్రగపతిం బన్నింపఁ డా కర్ణికాం
తర ధమ్మిల్లము చక్కనొత్తఁడు వివాదప్రోత్థిత శ్రీకుచో
పరిచేలాంచలమైన వీడఁడు గజ ప్రాణావనోత్సాహియై." 70

క. పోదు రెట కమచుఁ బల్కెడి శ్రీదయితను బరిజనమును సేనన్ గీనన్
వాదమును వినోదమ్మను బోఁదోలి తటాన లేచిపోవఁ దొడంగన్. 71

చ. హరి వెనువెంట భార్గవి రమాంగన వెంబడి రాణివాస మా
పరిజనమంటి తార్క్ష్యుడు సుపర్ణుని వెంబడి శంఖ చక్రముల్

పఱసగ దండనాథుఁడును వారును వీరన నేల నింతకా
పరమపదంబె తాఁ గదలివచ్చెను జెచ్చెర నంతకంతయున్. 72

వ. అంత రమాదేవి శ్రీహరి త్వరిత గతి నరసి యంతరంగంబున నిట్లని చింతించు. 73

సీ. ప్రల్లదు లెవరేని జాసవాల్ నెలఁతలన్ బీడించి సిలుగుల బెట్టిరేమొ
మునిమ్రుచ్చు లెవరేని పెనుమిన్కు మొత్తమ్ము గ్రుచ్చిలి మున్నీట మొత్తిరేమొ
యెఱచి దిండ్లెవరేని తెఱగంటిరాచవీ దొత్తుకొనంగ దండెత్తిరేమొ
బెట్టిదు లెవరేని చుట్టుకైదువు జోదు గలఁడేఁడ యని భక్తుఁ గలఁచిరేమొ

తే. యేమి మూఁడె నెవ్వరికి విట్లైచటి వఱకు నెందుకొఱకుఁ దా వేంచేయు నెఱుఁగలేను
నే నఁటంచును సిరిదొరసాని తాను నుఱుకు హరి వెంట మొగిలంటు మెఱపు కరణి. 74

వ. అంత నత్యంత దూరస్థంబై యుంట నస్పష్ట దృష్టంబగు హర్యాగమన దృశ్యంబుఁగా
నాకలోకవాసులగు సురగరుడ కిన్నరకింపురుషాదిగణంబు లతి కుతూహలమనస్కులై
యవలోకించి పరిపరివిధంబుల నిట్లు భావింపం దొడంగెను. 75

సీ. అది వారిదం బొకో హరిశరీరం బొకో యనుచు నభస్సీమ నరయువారు,
అర్కబింబమ్మొకో యది రథాంగమ్మొకో యని యంతరిక్షమ్ము గనెడివారు,
అమలేందుదీపమో యది శంఖరూపమో యనుచు రోదసిని గన్గొనెడివారు,
తారకాకాంతియో తా వైజయంతియో తోఁచదఁటంచు మిన్ జూచువారు

తే. సూర్యచంద్రుల నొకమాఱు చూడఁగలమె ? మేఘ తారక లొకమాఱు మెఱయఁగలవె ?
కాదు సాయుధమాధవాగమన మిదియొ యనుచు సురలోకమెల్ల వాకొనెడివారు. 76

ఉ. నిక్కముగా నతండు మన నీరజనాభుఁడె కాంచనయ్యె నీ
ప్రక్క రమాలలామ యటుప్రక్క సుదర్శన మల్లదో దిశల్
పిక్కటిలంగ బొబ్బరిలు భీషణ శంఖమదో ఖగేశుఁడే
దిక్కున కేగునో యితఁడు, దీనగతిన్ మొఱపెట్టి రెవ్వరో ! 77

క. అనుచుఁ దమిన్ గనుచును నెమ్మనముల భక్త్యతిశయమ్ము మల్లడి గొనఁగా
దనుజారి సంతతులు తద్వినతాత్మజ తురగు నెఱిఁగి వినుతించి రిటుల్. 78

ఉత్కళిక

ఆహా ! యహో ! యహో ! యద్భుతము దృశ్యమ్ము
లూహల కతీతమను నుర్విగత జనమ్ము
నభము పగిలినదేమొ ప్రభలు గ్రిక్కి రహించె
నిభదంత కాంతియుర లేకమై ప్రవహించె
ఛక్కుమని మెఱసె నలుదిక్కుల మొగమ్ములన్.

ఒక్కటై కరఁగెనో యుడు సమూహమ్ములన్
కోటిసూర్యులు నొక్కచోటనే పొడిచిరో
నీటగు తటిల్లతలు నృత్యముల నడచెనో
హరి నీలమణిహార నిరుపమ మరీచులో
యరునీలకంధి నట దుత్తుంగ వీచులో
హాటక విమానముల నమర సంతతులు తిగ
కోటి యొకచోట గుమిగూడికొని యాడె వగ
నరసాప్సరసలు మైమఱచి నాట్యమ్మాడఁ
టొరి పయ్యెదలు జాఱఁ బూలసిగ ముడివీడ
సురనరోరగ యక్ష వరకింపురుషదైత్య
గరుడ గంధర్వ తుంబురు నారదాదిత్య
వరులు విద్యాధరులు విరివానఁ గురిపించఁ
బరిమళ మిళిత శీతపవనములు సనుదెంచ
నతులగుచు 'నో న్నమో నారాయణాయ' యని
స్తుతులొనర్చుచు మ్రొక్కు సురలఁ గన్గొనఁడు విని
ఘన మనోవేగ కృత గమనమునఁ బయనించి
కనులందుఁ బ్రాణముల్ గల కరటిఁ దిలకించి 79

చ. పరమ దయాళువై మకరిఁ బట్టి వధింపఁగ బంపె వేగ శ్రీ
హరి కర భీషణోరగ ఫణాగ్రమణి ప్రభలీను చక్రమున్
వర సురవైరినాశ పరిపాలిత శక్రమునైక కోటి భా
స్కర కిరణచ్ఛటాచ్ఛవి ధగద్ధగితాంబర చుంబి వక్రమున్. 80

మ. జలజాప్తం దరుదెంచునేమొ సుమనస్సంరక్షణార్థ మ్మనఁ
బ్రళయోగ్రానల భీకరాకృతుల చక్రస్వామి మిన్ వీడి త
త్థల కుంభీర కఠోర శీర్షమును వే ఖండించె నిండించె ది
గ్వలయాంతంబులఁ బాంచజన్య పృథుశంఖధ్వానముల్ శార్ఙ్గియున్. 81

మ. కర విభ్రాజిత పాంచజన్య ఘన శంఖస్వాన గర్జాకృతిన్
వర శోభావిల సత్సుదర్శన తటి ద్వారా ప్తి నక్షీణ స
త్కరుణా మేఘక ళేబరుండగుచు నక్రధ్వంసియై చక్రి ప
త్వర మార్చెన్ బద బాధనొంద. కరి హృత్తాపానల జ్వాలలన్. 82

ఆ. కరిని హరియె కరుణఁ గాపాడుటల్ గని కరులు హరులఁ గాంచి వెఱపుమానె।
చక్రి మొకట మకరి సంహరించుటఁ గాంచి చక్రపదములంటె నక్రరాశి. 83

క. నిడు కేలఁ బదము బుడుకుచు మడువు వెలిం జేర్చె శౌరి మాతంగవిభున్
గడుభక్తి వెలయఁ గరి హరి యడుగుం దామరల నొక్క యరవింద మిడెన్. 84

వ. తొల్లి దేవతల శాపవశంబున మకర రూపంబుగొన్న హూహూనామ గంధర్వుఁడు తన మొదటి రూపంబు బ్రాపింప హరిని స్తుతించుచుండ, నగస్త్య శాపవశంబునఁ గరియోనిం బుట్టిన యింద్రద్యుమ్న మహారాజగు నా ద్విరదంబు నజహరామరులకు నలభ్యంబగు హరిస్వరూపంబున్ దిలకించి పులకించి యిట్లని యభినుతింపం దొడంగె. 85

కళిక

వేదము తెలుఁగవదే సారంబున్ వేధ యెఱుంగం డేసారంబున్
ఘటఘటమున నిటు నటియించెడి పటు నటనసూత్రధరు నవపీతాంబరు
త్రిభువన సుందరు వనమాలాధరు సభయప్రదకరు నఘసముదయహరు
జలదదేహు నాజాను చతుష్కరు లలితాలకు సురలోచనతస్కరు
శంఖచక్ర ఘన శార్ఙ్గగదాధరుఁ గంకణ వలయాంగద వర నూపురు
హాటక రత్నకిరీట మకుటమణి కూట ఘటిత రవికోటి లసితఘృణిఁ
గటక రత్నరుచి పటల కనత్కరుఁ గటిసూత్ర శ్రీకలిత కళేబరుఁ
జందన చర్చిత జలజయుతోదరు సుందర విద్రుమశోభి సుమాధరు
నిందువదను సితకుందరదను కృత మందహసను మృదుమధుర వచనుసిత
నలిన నయను వర నాగశయను శ్రీచల దపాంగవశ సంవీక్షణు శ్రీ
ఖండ తిలక సంకలితఫాలు శ్రుతికుండల మండిత గురుకపోలు నతి
ధీరోదారు గభీరు మహాబల సారాకారు విశాలోరస్స్థల
పారి ప్లవదప్రతి కౌస్తుభమణీ హారపూర మోహనగణు ధరణీ
శ్రీరాజిత సుశ్రీవత్సాంక మనోరంజకు సుమనోవినుతాగము
సారమార్గ సంచారునిన్ నిరాకారు విశ్వసాకారునిన్ బురా
కృతపుణ్య వశోన్నతి దర్శించితి గతి నీవే యని కరము నుతించితి
సతతము నిను నా మతిని దలంచితిఁ బ్రతికితి నుదు భవభయముఁ దరించితి
కరి వరదా యను బిరుద మొసఁగి నిను సురసంఘంబులు స్తుతుల నొనర్చును
పరమపురుష యన హరి మరుగొందెను కరి కరేణు సంఘమ్ముల తెందెను. 86

క. గంధర్వుఁ డరిగెఁ దా నమృతాంధస్సీమలకుఁ ద్రిదశు లాశ్చర్యమహా
సింధువుల మున్గ సురపుష్పంధయ వేణులు నివాళిఁ బట్టి నుతింపన్. 87

క. నరుఁ డీ కథఁ జదివిన విన వరదుఁడు వానిం జలాల వారాహుండై
ధర వామనుఁడై యటవిన్ నరహరియై రక్ష సేయు నరక హరుండై." 88

క. అని వినఁజెప్పుచుఁ గవి గూ "యనఘా ! యిది యార్తభక్తి యాత్మార్పణమున్
బొనరించు గోపికావర వనితాజన భక్తిమౌని వంద్య" మ్మనియెన్. 89

ఆ. సుకవిఁగాంచి "దాని నొక యింత వినిపింపుఁ" డనుచు "స్వామి ! కొందఱజ్ఞ జనులు
చక్రిగాథ లరసి జారుండు చోరుండఁ టండ్రువారి కేమి యనుట"లనెడి. 90

ఆ వారిఁగాంచి సుకవిశౌరి నదవతార కావ్యకథలు భక్తసేవ్య సుధలు
వినుఁ డటంచుఁ గుతుకమునఁ గృష్ణగుణగాన మహిమయెల్లఁ దెలుపు మధురఫణితి. 91

క. "మధుకైటభారి సుమహిత మధురాకృతిఁ దాల్చి కంసు వధియించుటకై
మధురాపురి నుదయించెను మధుమాస విలాసమత్త మధుపము భంగిన్. 92

క. బండె జనువొందె దేవకి ! యందానక దుందుభికి రహస్యముగా శ్రీ
బృందావనిఁ గొనిపోఁబడి నంద యశోదలకుఁ గూర్మినందనుఁ డయ్యెన్. 93

సీ మాపె వెన్నునిగని మహిరాక్షసుల పేరుమాపెను దేవకీమాత తాను;
పుట్టి యమున దాఁటఁబోవు చక్రికి నదిపుట్టి లేకయె త్రోవఁ బుట్టనిచ్చె;
పాపయై మందకుఁ బయనించు శార్ఙ్గికిఁ బాఁపఱేఁడొక యాతపత్రమయ్యె;
ఆ నంద గృహమున హరి సేరినంతనె యానంద జలనిధు లవనిఁబొరలె।
తే. కొపరు ప్రాయంపు నెలఁతల కోర్కులూరఁ గొమరుఁబెనుకూర్మి నొడిఁజేర్చుకొనె యశోద
ఆలమందల రిపువర్గ మదలిపోవ నాలమందల నుత్సాహ మతిశయించె. 94

క. నందనుని గాంచి బ్రహ్మానందాంబుధి పొంగిపొరల నందుఁ డవశుఁడై
మందఁగల లేఁగటావుల వందలు వేల్ దానమొసఁగె వరవిప్రులకున్. 95

క. ఎన్నాళ్ళటి సుకృతమొ మా కన్నులుగల ఫలము వీనిఁ గాంచుటె యని వ్రే
యన్నుల మిన్నలు వెన్నునిఁ జెన్నుంగందొవలఁ బూజ సేసిరి భక్తిన్. 96

తే పల్లె జనమెల్ల నందుని యిల్లునిండెఁ బురుడునన్ జాతకర్మయు జరిగెనంత
బారసాల నొనర్చి కుమారునకును నామకరణమ్ము సేయు సన్నాహ మొదవె. 97

సీ. రాకిడి పింపిడీ రావి రేకయుఁగుప్పె కోరకొప్పుల తలం దారలీన
సరిగ పట్టెడగుండ్లసరము పూసలపేర్లు పాలిండ్లఁ దూఁగుటుయ్యేల లూఁగ
బిగువు నొడ్డాణముల్ బిళ్ళల మొలనూళ్ళు జవ్వాడు నడుముతో సరసమాడ
మట్టెలు పిల్లాండ్లు మరి వీర మద్దియల్ లావణ్యగతులకు లయలువేయ
తే. బిలుఁగు టద్దాల కుట్టుపోఁతలు వెలుంగు పూలయంచుల కుట్టంపు చోలములును
నీలి నింబోళి కెంపువన్నియల నలరు సరిగపట్టుంచు కోకల నవదరించి. 98

క. చిలుకలో వలపుల మొలకలో యలుకన్ వలరాయఁడేసి హరు నొంచిన పూ
ములుకులో స్వర్లోకామృత గుళికలో యన గోపికలును గోపాలునకున్. 99

క. తలయంటి నలుఁగుదీయుచు జలకమ్మాడించి తుడిచి శౌరికి రక్షా
తిలక మ్మిడి పొగవేసియుఁ బులిగోరిడి పురిటికూసమును దొడ్డి రాఁగన్. 100

తే. పసిఁడి పట్టుపుట్టము గొల్ల పైటవేసికట్టి యేడువారాల నగల్ ధరించి
పచ్చిబాలింత నందుని పట్టమహిషి బావిలోఁ జేఁదవేయఁగా బయలుదేఱె. 101

సీ. పసుపు నలుంగుతోఁ బసగుల్కు నగుమోము బంగారు దివ్వె వెలుంగఁజేయఁ
గాటుక ల్దిద్దిన కలికి వాల్గన్నులు స్మరశిలీముఖపాళి సానఁబట్ట
సిందూరతిలక లాంఛిత మనోహరఫాల మరుణోదయ ప్రభల్ గురియుచుండ
మేలిమునుంగుతో మేలమాడెడి ముంగురులు నంబరస్థాబ్దముల రచింపఁ

తే. బాలచేఁపుల దపిసెడి పైఁటకొంగు వలుఁద నడికట్టు నిడి చేఁదపైచి నూత
సున్నపుంబూఁత శోభిలుచున్న కలశమందు నీరూనివచ్చు నా నందసతిని. 102

ఆ. అరసి వదినె వరుస యగువారు ముందేగి దడిని గట్టినటులు దారినిల్చి
చేరనీము మగని పేరుజెప్పని వినాలోని కనిరి నగుచుఁ జానతోడ. 103

చ. తలుపుదరిం బ్రసూతజని దారినివేడెను వారు నవ్వి "లో
పలి కరుదెంచనీయఁగ నెవారి కుటుంబము మీర"లన్న న
వ్వ్వాలయ విడెంపు కెంపులు మరొక్కెడ దాల్చిని నీలిసొంపులుం
గళకళలాడు దంతసితకాంతులతోఁ బెనఁగన్ వశాస్యయై. 104

క. అన్నుంగని చెవిప్రత్తుల విన్నావో లేదొ మఱల విను వదినే : మా
యన్నయ్య పేరు జెప్పుమి విన్నెగఁగనీయ మనుచు నెలఁతలు పలుకన్. 105

తే. అవనత సిరాన సిగ్గుతో నఖిముఖముగఁ జూడనోడి భ్రమించు వాల్చూపుతోడ
మూసి నగు పిన్ననవ్వులో మూఁగతనము వదలి పెదవిఁ గదల్చి తా నెదియొపలికె. 106

క. "సరె ! సరె !" యని రీవలిస్త్రీల్ "మఱల మఱువు"మనిరి యవలి మానిను లిస్త్రీ
యిరుతెగలు వాదులాడుట నరిగెను బాలెంతలోని కరె యదననుచుం. 107

ఉ. దాలకుఁగాంచి నందుఁడు నపారముదంబుధి నోలలాడె ము
త్యాల సరాల తొట్టియలఁ దార్చి యశోదయు జోలఁబాడెఁ ద
త్ఫాలమునన్ మషీతిలక భాసురమై నెలమామ యందచం
దాలను లెక్కఁగూడె లలి స్తన్యని మజ్జనమాడె చెక్కిళుల్. 108

సీ. కలువ నీలపు వన్నెకలుముల జవరాలి వలపించు నీలి వెన్నెలలకొంత,
మహితేంద్రనీల సన్మణి మరీచీ సుధాబ్ధిని మధింప జనించు వెన్నముద్ద,
నెమిలి కన్నుల నీలినిగ్గులు వడెపైచికట్టు మేఘపువన్నె పట్టుకుచ్చు,
ఉదనిధి నీలిరం గుదికించి యంబరమ్మద్దగా మెఱయు నీలాంబుదమ్ము

తే. నిరతిశయ రూపలావణ్యనిధి సమస్త తత్వ కల్యాణగుణ మహోదధి యఁటంచు
జలదవృతభాను సమభావ్య సులభసేవ్యుఁ గొడుకుఁగని కృష్ణుఁడనుచుఁ బేరిడె యశోద. 109

సీ. లీలా విభూతి యీ భూలోక మంచిత డోలాయితమ్మయి తేలియాడ
నాశా చతుష్టయాకాశ స్వరూపమ్ము పాశాకృతులఁ గట్టువడుచు వ్రేల
శేషుండు ధిషణా విశేషుండు సుకుమారవేషుండు పాన్పుగా వెలుగుచుండ
వేదముల్ ప్రజ్ఞావినోదముల్ పరతత్త్వవాదముల్ తగు జోలపాటగాఁగఁ
తే. బవలు రవి నిశల్ శశివేడ్కఁ బైన వ్రేలఁగట్టు బంగారురంగారు పిట్ట లగుచుఁ
గాలు కేల్దాకి యటునిటుఁ గదలి యాడనాడు వటపత్రపుట శాయియైన బాలు. 110

క. దర్శించి హరి యని పదస్పర్శమ్ము నొనర్చి భక్తిభావ మెదఁ బరా
మర్శ మ్మొనరిచి బాహ్య స్పర్శమ్మునుమఱచి వందు పత్ని యిఁటెంచున్. 111

క. "తన కాలి బొటనవ్రేలుఁగొని కేల ముఖానఁ జొనిపికొని నమలుఁ ద
జ్జనితాంఘ్రి తీర్థముల మదర నివాసత్సకల భూతరాజి తరింపన్. 112

శా. గోరీ లాటలనాడు నీ శిశువు భూగోళాది లోకాలతో
బాలోద్యత్కర సాలభంజికలగున్ బ్రహ్మేంద్ర రుద్రామరుల్
కాలున్నోట నిడంగ లాల యులుఁగై గంగాంబువుల్ బాఱు గో
పాలుం డెక్కడి బాలుఁ డీతఁ డఖిల బ్రహ్మాండ పాలుం" డనుఁ 113

ఆ అనెడి యా యశోద నచటి వ్రేకాంతలు గాంచి నగుచు నిటువచించి "రెట్లు
కదల మెదలలేని కనలేని వినలేని పలుకలేని పాప బ్రహ్మమగును ?" 114
వ. అనిన నయ్యశోద వారి నారసి యీ రీతిఁ బలుకం దొడంగె. 115
మ. "ధర సర్వత్ర వెలుంగు తేజ మెచటన్ దా నేగు వాచామగో
చరుఁ దద్వైతుఁడె వారిఁగాంచి పలుకుఁ సర్వేంద్రియాతీతమై
గుఱుతింపం బడరాని తత్త్వమెవరిఁ గుర్తించు, లేదేని శ్రీ
వరుడౌ బాలకుఁడేమి చూడనడువఁ భాషింపనుఁ జాలఁడే ?" 116

క, ఇటు భక్తిఁ నుతియించెడి కుటిలాలక యెడఁద మాయగుప్పి హరియు నె
ప్పటి శిశురూపముఁ దాల్చెఁ గపటనాటక సూత్రధారి, పడతియు మమతన్. 117

క. తొట్టియ నిండాడెడి తన పట్టిన్ గొనియెత్తె యడ్డపావగ నిడి లోఁ
బట్టంగరాని సంతసముట్టిపడన్ జెక్కుఁ జెక్కు నొరయుచుఁ గూర్మిఁ. 118

క. తిన రా దొల్లననుచు విడువను రా దీ తియ్యమావి పండ్లెట్లని యా
తినరాని పండులోపల మను తీపిని గుర్తెఱింగె మానిని పేర్మిఁ. 119

సీ. ఈ చిన్నినోటిలో నే తల్లి పరమాన్నముల నింపెనో యని ముద్దుగొనును,
ఈ ముద్దు ముచ్చట నే కవీంద్రుఁడౌ దివ్య కవితామృతము చిల్కఁగాయని విను,
ఈ నవ్వుకడలి యే యిందుబాలుని ప్రసవించునో యనుచు నవ్వించి మురియు,
ఈ కల్కిచూపుల నే కల్వ దాఁగురింతల నాడునో యని తవిలికాంచు

తే. గిలిగిలింతల నవ్వించి గిల్లి బొజ్జ బుఱ్ఱుమన నూఁది ముద్దుల బుగ్గలద్ది
తలను వక్షము నలమి కౌఁగిలిని జేర్చి మూర్కొనుచుఁ బరవశతఁ గన్మూయునొకట. 120

క. పెరుఁగుట విఱుఁగుట నెఱుఁగని గురు గోత్రాభుండు వేణుగోపాలుఁడు ద
వ్వరహించు దృష్టి నసదై దరియుకొలఁది వృద్ధియగు విధమ్ముగఁ బెరుఁగన్. 121

శా. చేరం బిల్చను జందమామఁ గలువల్ చిత్రించుఁ గెంగేల మే
ల్తారంగంబులఁ ద్రిప్పి యెల్లరి యెడందల్ ద్రిప్పు నా వైపు నో
రూరన్ జప్పటలోనె యప్పములు సేయున్ డోలయై యూఁగు న
య్యారే బుద్ధుల గంగిరెద్దనుచు నయ్యబ్జాక్షి ముద్దాడుచున్. 122

చ. ముడిచిన వేణిలోని సుమముల్ మన సీయఁ జౌకష్టుఁ డెల్లఁగా
మదుపులనుండ నీఁడు వదనోల్లసితమ్మగుఁ గుంకుమమ్మను
నుద్దువని వేళ లేదనుచు తొందరజెందెడి తల్లి బిడ్డఁడే
పడెననఁ దాను దిట్టుకొని బాలుని లేపు నదెట్టి ప్రేమమో. 123

వ. అంత నొక్కనాఁడు, 124

క. "పిన్నీ! మన శ్రీకృష్ణుం డన్నము దినునట్టు లెంతొ యాప్యాయముగా
మన్ను దిను" ననుచు వెన్నుని యన్న వచించిన యశోద యాత్మజుఁ గనుచున్. 125

ఆ. "నేల నేల దినెదు? నే లేనివేళ గోపాల! పాలు పెరుఁగు గ్రోల" వనియె,
"నేల్నేల దినుదు నాలుకన్ గను"మని చిన్నినోరు దెఱచె వెన్నుఁడంత. 126

ఉ. భూమియు నాకస మ్మఖిల భూతచయ మ్ముదధుల్ తరుల్ గిరుల్
సోముఁ డహస్కరుం డజుఁడు చుక్కలు దిక్కులు దిక్కరీంద్రముల్
గ్రామములున్ ఘనాటవులు కాంతుఁడు తాను గో గణమ్ములున్
భూమిని బాలునోటఁ గని బాపురె! యంచుఁ దలంచె నీ గతిన్. 127

ఉ. ఎక్కడనుంటి నా కనుల నేమి కనుంగొనుచుంటి బాలకుం
డెక్కడ విశ్వభూవలయ మీ వదనమ్మున లోష్ఠతుల్యమౌ
యెక్కడ నిక్కమో కలయొ యేను యశోదనుగానొ చెప్పలే
నక్కట! విష్ణుమాయయొ ముఖాబ్దమునన్ భువనంపు ఛాయయో! 128

మ. తరమే కన్గొన విశ్వమందిర ముఖద్వారమ్ము నే తన్ముఖాం
బురుహమ్మున్ భువనైక గర్భగృహమై పొల్పారు గర్భమ్మునన్
జిఱుతం డీతఁడె మామకాత్మజుఁడె నే నే వీని గర్భమ్ములోఁ
గర మొప్పారుదు విశ్వభూతతతికిన్ గన్నయ్య కన్నయ్యయే. 129

ఆ. ఈ యనంత గగన మెవ్వాని వక్త్రంబు మహియె వాని నోటి మట్టిపెల్ల
యతనిఁ దనయుఁడంచు నపచారపడు నందసతికి ముందు నెట్టి గతులుగలవొ. 130

ఉ. కొట్టితిఁ దిట్టితిన్ దనుజకున్ గను భీతిలెనంచు వీఁపునన్
దట్టుచు ఫాలభాగమున నా పద ధూళిని రక్షబొట్టుగాఁ
పెట్టితి నోట నెంగిలిని బెట్టితి నెన్ని యఁటంచుఁ జెప్ప ని
ప్పట్టుల నే నొనర్చు ఘన పాతకరాశికి నంతముండునే. 131

క. నిరవద్య ! నిత్య వైభవ ! నిరవధికానేకరూపనిలయ ! సమస్తే !
హరి విశ్వరూప ! యన నాగరిత యెదఁగ మాయబెరసెఁ గని సుతుఁ దనఁగన్. 132

వ. అంత బృందావనంబున గోపాలబాలకులం గూడి క్రీడావినోదంబులు సల్పుచు బల
రామకృష్ణులు. 133

సీ. తెలిదమ్మి మఱియు నిందీవర మ్మొకచోటఁ బలువిచ్చి నవ్విన పగిది మెఱసి.
యాతపదీప్తియుఁగ శీతలచ్ఛాయయు వెనువెంట నుఱుకాడు విధమదోఁచి
హీరము సారముల్ చారుకోటీరానఁ బొదిగించియుంచిన పోల్కి దెల్పి.
యరుణోదయప్రభ లసిత పర్వతపంక్తి నలమికొన్నట్టులు దలఁపఁజేసి

తే. మురిసి యీఁదాడు సమయానఁ బరువులెత్తు వేళలన్ వృషసీమల వెలయు తఱిని
నదరి మల్లయుద్ధక్రీడ లాడునప్పు డెందు రామకృష్ణులు కనువిందొనర్త్రు. 134

మ. తదవుం గానల నద్రిసానువులఁ గేదారమ్ములన్ బీడులఁగ
గడుపుల్బన్ బులుమేపి గోగణములన్ గాళిందికిఁగ జేర్చి నీ
రిడి మై నెల్లెడ మైలవోఁ గడిగి బిట్టీఁతఁగ బదంద్రోలి వెం
బడి వాలాంచల మంటి యీఁతవడు గోపాలుండు కీలారియై. 135

మ. సరి దూర్మిప్రకరాహతిఁగ వికలితోత్సాహమ్ములన్ ధేనువుల్
శిర మాడించి శ్రుతుల్ విదిల్చి పొరి నక్షిద్వంద్వముల్ మూయుచున్
బరు వొప్పన్ బునదీయమన్ మొగములన్ బైకెత్తుచుఁగ బోయి య
ద్దరిఁ జేరం జని యెండఁ గ్రిఁగుఁ బులినస్థానమ్ములన్ నిల్చుచుఁగ. 136

శా. బాలవ్రాతముఁ గూడి చల్దిదిని గోపాలుండు మధ్యం దినా
భీలోష్మాతపతప్త గో నివహముఁగ బేర్పేరునం బిల్చి త
త్కాళిందీతట భూరిభూమిరుహ శీతచ్ఛాయలఁగ మందగాఁ
దోలన్ మోరల నెత్తివచ్చు పసి నెందుఁగ గంగడో ల్దువ్వుచుఁగ. 137

తే. క్ష్మారుహచ్ఛాయలందు దోమంధవృత్తిఁ గన్నులరమోడ్చి పడుకొను కదుపు లరసి
వటమహీరుహశాఖాధి వానియగుచు నంద తనయుండు వేణుగానమ్మొనర్చె. 138

క. మందానిలముల నాడెడి నందాత్మజు వేణుగాన నాదశ్రుతికిన్
బృందావని తల యూఁపెన్ నందులు నెమరాఁపె యమున నాట్యము చూపెఁగ. 139

తే. ఊలఁ గరఁగించు మురళీ స్వరంపు సొంపు గాన మాలింపఁజాలు వ్రేకాంతలెల్ల
నుదధి సంగమ్ము నెదఁగోరు నదులఁ బోలి పరువిడుదురే నిరోధమ్ము సరకుగొనక 140

శా. శ్రీ గోవింద పదారవింద యుగళీ సేవామృతా స్వాదనా
భోగాయత్త విమత్త చిత్తలయి తాముౘ్ గోపికా రూపముల్
నా గేహమ్మిది నా సుతుండితఁడు నా నాథుండు నా బాంధవుల్
నా గోవ్రాతము నా శరీరమను నానాత్వమ్మునే యేమఱెన్. 141

తే. దివ్యసుందర యమునానదీతటమ్ము తరుణవల్లవీ ప్రణయ నందనవనమ్ము
వల్లవీ వల్లికా ప్త యౌవనసుమమ్ము వలచి వలపించు చిలిపి గోపాలు సొమ్ము. 142

తే. ఆప్తగోపాల వదనబింబాధరమ్ము యఖిల గోపికా విరహజ్వ రౌషధమ్ము
గోపికానాథ గాథోప గూహనమ్ము క్షితిని రాధికాజన్మ వచ్చినఫలమ్ము 143

సీ. గోలీల నాడును గో లీలఁ గూడును సౌలభ్య వాల్లభ్య సరణి మెఱయఁ
జెండాడు గోపులౘ్ జెండాడు పాపులన్ గైశోర వీరసంగతి దనర్ప
బొమ్మరమ్మును ద్రిప్పు బొమ్మర ముడి విప్పు సజ్ఞతా విజ్ఞత లవని వెల్గ
నెలఁతల న్వలపించు నెలతలం గల చెంచు మనుచు కామత్వ రామత్వ మెసగ
తే. నౌర ! యణురూపమైన బ్రహ్మాండమనఁగ బీజమై కానఁబడు వృక్షరాజమనఁగఁ
గార్య కారణరూపుఁడౌ ఘనుఁ డనంగ బాలగోపాలుఁడే జగత్పాలుఁడయ్యె. 144

వ అంత నిది గని ఘోష యందలి జరఠవల్లవీజనమ్ములు నవయువతులగు నందవ్రజ సుందరీ సందోహమ్మును గన్నుల వత్తులిడుకొని కాంచుచుఁ గృష్ణసందర్శన కుతూహలాయత్తములగు వారి చిత్తముల నిరోధింప నిరంతర గృహకార్య సమ్మగ్నమానసలుగా నియమింప నెంచుచుండిరి. 145

సీ. ఏలు గొల్చుమన గోపాలు గొల్చెదనని పరవశయగు గోపతరుణి యొకతె,
వెన్న నమ్ముమన నే వెన్ను నమ్ముదునని యొడలెఱుంగని గొల్లపడుచొకర్తు,
గోవిందు రాకుండ నావంకఁ గనుమన గోవిందుఁ గనెనను గోపి యొకతె,
దధిఁ జిల్కుమన నం దుదధిశాయి దర్శించి ప్రేమఁ జిల్కెనె యను లేమ యొకతె,
తే. బాన నిండి స్రవించినన్ భామ యొకతె పాలు పిదుకుచునే భూమి పాలొనర్చు
వెన్న పడినను ద్రచ్చుచు వెలఁది యొకతె కాఁచుటేమఱి హరి రాక కాచుచుండు. 146

తే. క్రొత్త మీ చర్యలని మగల్ కోఁతపెట్ట నత్తలును సుక్కుపాదాల నణఁచిపెట్టఁ
జేడియల చిత్తములు హరిౘ్ జిక్కువడెను బంధుతతి శౌరిఁ గననీని బంధమిడెను. 147

వ. వృద్ధగోపీజనంబులు తమ తరుణ గోపికా సమూహంబును హరి దరిం జేరనీక నిరోధించు ప్రయత్నంబులు విఫలంబులగుటఁ గుపితాంతరంగమ్ముల నందపత్నియగు యశోదాదేవి సన్నిధిం జని విన్నపంబు లొనర్పం దొడంగిరి, 148

క. "కన నున్న దింతెకాని యతనికిన్ దెలియనిదిలేదు ధర నొక విషయ"
మ్మని గోపికలు యశోదకు వినోదగతిఁ గృష్ణుచర్య వివరింతు రిటుల్. 149

క. "ఓ తల్లీ! మీ కృష్ణుని చేఁతలతో వశముగాదు చేడెలు పాలన్
న్నేతులు గొని చన నొక భాగోతము! నీ తోడఁ జెప్పుకొన సిగ్గగునే. 150

ఆ. తరుణి యొకతె వెన్న పెరుఁగు లమ్ముచునుండ బంతి దాఁచితనుచుఁ బైఁట విప్పెఁ
జిన్నవాఁడె కొడుకు చిత్రింగుఁ డింక నింకెన్నియనుచుఁ జెప్ప మిట్టి పనుల. 151

ఆ. పడుచుదాని దాఁకి యొడికొంగుఁ దడవఁగా దగునె యన్న దొంగతనము పుంచి
దగునె యంచుఁ గొమ్మ నదా! కోఁతి యని చూపి వెన్న దొంగిలించి వెడలిపోయె. 152

క. కమ్మ మడచి పాపని మా యమ్మాయి పయంటఁ దెలియనట్లె విసరె నో
యమ్మో! యన నది పామో! యమ్మో! యని కౌఁగిలించి యధరమ్మానెన్. 153

ఆ. మొన్న బావి వద్ద నున్న మా దానిమ్మచెట్టు నెక్కి కూసెఁ జిలుకవోలెఁ
దానమాడుచున్న తరుణి పైఁ గనినంత మానమేగు కనకు మగువ యనియె. 154

ఉ. కోఁతి విధానఁ జెట్టు కొనగొమ్మల నెక్కుచుఁ బండ్లు కాయలన్
గోఁత యొనర్చి బొట్టెకిడెఁ గోడలు గర్భిణియంచు నుంచ మీ
వాతను గొట్టుకొంటిరన వానికిఁ జూలనె నెట్టులన్న నా
నాతి కదెట్టు లౌననియె నవ్వుదునా మఱి యేడ్తునా యిఁకన్ 155

ఉ. ముందున కేగఁ గ్రుమ్మ వెనుబోయిన ఫెక్కునఁ దన్ను నౌర! మా
మందను దొరయావు పెను మానిసినే దరిఁజేరనీదు నీ
నందను సాహసమ్ము గనినన్ మది ఝల్లను దాని కాళ్ళకున్
బందము వైచి పాల్ పితికి బానను నేనని త్రావె నవ్వుచున్. 156

క. కలవారి కొమరుఁ డైనన్ గలమాన్నము గుడిపి యెంతొ గారాబముగాఁ
దలిదండ్రి నేతి లోపలి మొలకగ సాఁకవలె దుడుకుపోఁడిమి ముద్దే? 157

ఉ. మెండగు ధూర్తచేష్టలకు మెత్తని బుగ్గల నొత్తవేడుకొఁ
బండువు సేయు రూపున కపార కృపామతి యుప్పతిల్లు మీ
రెండవ పుత్రి సాటి యిఁక రెండవవాఁడు ప్రపంచమం దెవం
డుండఁ"డనన్ యశోద క్రుధయొప్పఁ గుమారుని బిల్చి యిట్లనున్. 158

వ. అంత నయ్యశోద వారి వాక్కుల విని యత్యంత మమాయికునివలె వర్తించు నంద
నందను మందలింపఁ దలంచి కుపితాంతరంగయై స్వపుత్రకుం గని, 159

క. పలుకవు గోపాలా! యెందుల కను, బెత్తపులతాంగితో నీ పెండ్లిన్
సలిపెదనను, నాయనతోఁ దెలిపెదనను గనుల నీరు దిరుగ సుతునకున్. 160

సీ. గోపాల ! యీ బేల కొంగు లాగితె యన నా బంతి నట దాఁచినది యనియెను
శ్రీకృష్ణ ! యీమె నాశ్లేషించితే యనఁ బాముపామన భయంపడితి ననియె
మురళీధరా ! దీని ముద్దుగొంటివె యన ముద్దున కొక వెన్నముద్దను ననె
గోవింద ! యీ లేమ నీవి విప్పితె యన ముడిదాఁచె నెదొ యని విడిచితిననె.

ఆ కొట్టఁ జేయిరాక కోలఁ బాఱఁగవైచి కనులు దుడిచి తనయుఁ గౌఁగలించి
చిట్టితండ్రిపైన నెట్టి నిందలు మోపినారలని యశోద యూటడించె. 161

ఉ. "వ్రేలెఁడు లేఁడు వీనిపయి వేల యబద్ధములాడనౌనె యీ
బాలున కిన్ని నేర్పినది భామలు మీరె" యఁటన్న ముక్కుపై
వ్రేలును గిర్చి గోపికలు విస్మయమందిరి కుంది రిందులోఁ
గీలు నెఱింగి వృద్ధలును కిమ్మనకుండిరి మండి రాత్మలన్. 162

ఉ. ఒక్కఁడు మొల్కయన్న నితఁ డూరెడు నోళులఁ జెల్లవాఱు నా
చక్కని తండ్రి వీనిఁగని జారుఁడు చోరుఁడు కృష్ణుఁ డంచునుఁ
ముక్కలు మూతులుఁ బొడిచి మోదమునంచు నీ వ్రజాంగనల్
దిక్కులు వమ్ముచుండు రిఁక దిక్కెవ రేరికిఁ జెప్పగావలెన్. 163

ఉ. ఎక్కడలేని నింద వడనేల జనించితి నా కఁటంచునున్
జెక్కటఁ జేయినూవి తను చేష్టలుమాని విచారదృష్టిలోఁ
జిక్కి యశోద నిశ్వసనశీల విచిత్ర సుచిత్ర మట్టు లా
పక్కనెయున్న కృష్ణుపయిఁ బల్మఱు నశ్రులఁ గ్రుమ్మరించుచోఁ. 164

ఉ గోపిక లెల్లరున్ నయనగోచరులైన మునీంద్రులై రి యా
రోపితవల్లవీ సురతరూపము జీవసమాధి సౌఖ్య సం
దీపకమయ్యెఁ జీర విడఁదీయుట లాత్మల జన్మముక్తికిన్
బ్రాపకమై కనంబడియె భాముని నొందిన దివ్యదృష్టిచేన్. 165

సీ. కొంగులాఁగిన నవ్వ గొల్లకన్నె యురాన మాయావరణమేగు మనసుఁగనియె
పా మన వెఱచి శ్రీపతిపయిఁ బడు గోపి నభభీతి హరిఁజేరు నాత్మఁగనియె
వెన్నని ముద్దాడు వెలఁదిలో భక్త్యుత బ్రహ్మానుభవ సుఖప్రాప్తిఁ గనియె
నీవి విప్పసుఖించు నెలఁతలో స్వమమతా గ్రంధిఁబాసిన ముక్తి ఘనతఁ గనియె

తే. రాగమద పీశలఁ బరీరంభణములఁ జుంబనమ్ముల గోపికాసురత నిరతిఁ
బ్రహ్మసాలోక్య సామీప్యపదవిఁ గాంచె విష్ణుసాయుజ్య సారూప్య విభవమరసె. 166

సీ. సురభి సంతానమ్ము శ్రుత్యంత విభ్రాజ దుపనిషద్రూపమ్ము లొంది యుండె
దోహనక్రియనల్ప దోగ్ధ గోపాలుండు జగదేక పద్గురుఁ డగుచుఁ దనరె

సకళంకదుగ్ధమ్ము లతుల గీతాజ్ఞాన పీయూషధారలై పితుకఁబడియె
నవ ఘటమ్ముల మంజునవనీత గోళముల్ వరభక్తహృదయ విస్ఫురణఁగాంచె

తే. దధియె నిశ్చల ధ్యానంబు నిధిగమనియె తక్రి మదియె వైరాగ్య హృత్తత్త్వమయ్యె
ఘటసమూహమ్ము బ్రహ్మణ్య ఘటములయ్యె నఖిల ఫలభోక్తయై కృష్ణుఁ డారగించె. 167

ఆ. కనకవసన మంతఁ గాషాయమైతోఁచె వేణు వేకదండ విధి నెసంగెఁ
బ్రణవ మంత్రమయ్యె వంశీనినాదమ్ము కామి త్యాగదీక్ష స్వామి యయ్యె 168

ఆ. సకల ధర్మములను సంత్యాగ మొనరించి యఖిల హృదయవాసినైన నన్ను
శరణ మొందుఁడేను సకలాఘములఁబాపి వరమొసంగువాఁడ వెఱవకుఁడనె. 169

వ. అంత యశోదదేవికి గోపికా వస్త్రాపహరణవృత్తమ్ము కన్నులం గట్టుమండ, 170

సీ. శ్రీహరి పురుషుండు స్త్రీప్రాయ మితరమ్ములను శ్రుతిన్ మునులు వ్రేవనితలైరి
పాపమాలిన్యంబు బాపు విజ్ఞానైకపనము కాళింది నీరమ్ములయ్యె
మేను వేఁ గానను జ్ఞానసమ్మగ్నత విగతవస్త్రస్నాన విధిఁ దనర్చె
జ్ఞానము విడిచినఁ గల్గు దేహభ్రాంతి తిరిగి వస్త్రమ్ము లర్థించుటయ్యె

తే. సంగరక్షకాహం మమతాభిమానములవి మానరక్షక హస్తములుగఁ జెలఁగె
నిరు కరములెత్తి యాచింపనిడు వలువలు జన్మ ముక్తిద దీక్ష వసనములయ్యె. 171

వ. అంత నొక్క దివసంబున, 172

చ. దధి మధియించి నందసతి తా నవనీతముఁ దీయకే పయో
దధివలెఁ బొంగు దుగ్ధఘట దర్పము నార్పఁగ లోనికేఁగి వే
సుధలను దింపివచ్చి యటుచూచి ధృతిన్ దలయూఁపె నెంతయున్
వ్యథితమనస్కయై కనియె బాలుని యా నవనీత చౌర్యమున్. 173

క. ఏమీ మన శ్రీకృష్ణస్వాములె? మేల్మేలు వెన్న చౌర్యమ్మనఁగా
నేమో తెలియని చక్కని ధీమంతు లఁటన్నఁ దల్లి తెన్నారయుచున్. 174

క. ఉఱకగసాగెను వ్రేతల నిఱికిన వెన్నలను దినుచు నిటునటు గనుచున్
వెఱచిన మృగశాబక మనఁ జిఱుతఁడు వెన్నడల నుడులఁ జిడిముడి గదురన్. 175

సీ. ఫాలమ్ముపై మూఁగు నీలాలకలదాఁగు నాలోలభీత నేత్రాంచలములు
కుటిలాలకా మేఘపటలమ్ముపైఁ దేలి నటనమ్ముగావించు నమలియాఁక
చవిజూచు నవనీత సంజాతలాలాంబు సముపేతమై ముద్దొసంగు బొజ్జ
ధూళిసర్వంతిలోఁ దేలాడు సుశ్రోణికడఁజాఱు బంగారు గజ్జెపేరు

తే. నెఱపు వ్యత్యస్తపాదాబ్జ నృత్యములకుఁ దప్పతాళాలు నూపురధ్వని జెలంగ
బాలకృష్ణుండు వెన్నమ గేలఁబూని నీలమేఘమ్మువలె నేగె బాలుఁగాంచి. 176

చ. సిగముడి వీడ నెన్నుదురు చెమ్మటలన్ జతగూడ ముంగురుల్
మొగమున నాట్యమాడ వలమూఁపునఁ బయ్యెద యూడ హారముల్
జగడములాడ నెన్నడుము చన్గవకున్ వడఁకాడఁ బూన్కిన
మ్మగువ తనూజుతోడ నతి మంజుగతిన్ బరువెత్తె నాతఁడున్. 177

చ తలుపులమాటు దాఁగుఁ దన తల్లి కనుంగొనలేక ముందువోన్
గిలకిల నవ్వసాగు. వడి కేరును నూయెలబల్ల కిట్టటున్
మలఁగుచు నేఁగు స్తంభములమాటున దాఁగుచు వీఁగు నెత్తువం
పులఁబడి లేవఁబోయి వెనుమోమును ద్రిప్పుచుఁగాంచు నంతలోన్ 178

చ. "నిలునిలు ! కృష్ణ ! చిక్కితివి నీ వెటకేగెద" వన్న మాతృ వా
క్కుల విని కన్నుల న్నలుముకొంచును గజ్జలభాష్ప వారితో
మలినములైన చెక్కుల క్షమాపరి చిహ్నితధూళి నందముల్
గొలిపెడు బోజ్జతో "జనని ! కొట్టకె దొంగిల వెన్న నే" ననున్. 179

క. కొట్టకముందే యిటు దయబుట్టంగా నేడ్చు చిన్ని పుత్త్రుంగని నేఁ
గట్టెదను వీని నని యప్పట్టుల నునుపట్టుత్రాళ్ళ బంధితుఁజేయన్. 180

తే. కట్టఁజూచిన కొలఁదియుఁ బొట్ట పెరుఁగుఁ గట్టినం బొట్టసన్నమై కట్టు జాఱుఁ
గాల తతిఁ గట్టుబడని గోపాలబాలు బోలఁ గట్టెను భక్తిపాశాల జనని. 181

సీ. పాలతోఁబాటు పాపాల నాహరియించి పూతన యాత్మను బూతపఱచి
బండితోఁ గలుషముల్ బండి నేలంగూలఁ బదహతిన్ శకటున్ స్వపదముఁ జేర్చి
గాలితోఁబాటు నఘాలినిన్ దునుమాడి ఖలుతృణావర్తున కలుషుఁజేసి
యమళార్జునముల సంయమిదత్త శాపమున్, వేపంట బోలుతో వేఱుపఱచె

తే. హరి కరస్పర్శ. సుకృతి పాపాత్ముఁడనక ముక్తి నొసరింపఁగల మహాశక్తిగలది
దర్భలంగోయు చురికయుఁ దలలఁగోయు నసియుఁ బరుసవేది స్పర్శఁ బసిఁడిగావె ? 182

తే భక్తి నిజమాతృ హస్తాల బంధితుఁడయి భక్తభవపాశ బంధ నిర్ముక్తిసేసె
సాలభంజిక యన లీల బోలు నీడ్చి సాలభంజకుఁడయ్యె గోపాలుఁడంత. 183

సీ. గిరి వజ్రిమునమొత్త గిరి గోటిపై నెత్తి హరి గెల్చినట్టి శ్రీహరి యితండు
గోవత్స తతిదాఁచ గోవత్స తతిఁజేసి బ్రహ్మ గెల్చిన పరబ్రహ్మ మితఁడు
వనిఁ గాల్చివేయ నా వనికి జీవనమీయఁ గృష్ణవర్త్మను మ్రింగు కృష్ణుఁడితఁడు
విషధరుకాళీయు విషహరం బొనరించి తలదన్నియాడు పెత్తల యితండు

తే. ఇంద్ర చతురాస్య పావకాహీంద్రులేని వాసుదేవ కటాక్ష దీప ప్రకాశ
పథములన్ నటించెడి శలభతతియంచు దేవతలకుఁ దెల్పిన దేవదేవుఁడితఁడె. 184

క. ఘోరాసురులను హరి సంహార మ్మొనరింపఁ బంపి హతయత్నుండై
క్రూరుఁడు కంసుఁడు కడకక్రూరుని బంపించెఁ గృష్ణుఁ గొని తెచ్చుటకై. 185

ఉ. సుందర వర్ణపర్ణ ఫలసూన వితాన నిషేవ్యమాణ గో
విందను సంప్రఫుల్ల దరవింద మరంద ఝరీ తరంగ ని
ష్యందను గుంజపుంజ సుమసంగత సుత్తమిళింద గోకులా
నందను బృందఁ గాంచె యదునాధ పవిత్ర పదాంకబృందనున్ 186

మ. అరవింద ధ్వజ శంక చక్ర కులిశాద్యాకార రేఖాల స
త్సరసీజాక్ష పదాంక మగ్న మధురస్వాంతుండు సద్భక్త భా
స్కరుఁ డక్రూరుఁడు దుష్టదూరుఁడు జను స్సంహారుఁ డుత్సాహియై
యరదమ్మెక్కి వనమ్ము చక్కి ముదమొప్పారఁగ బ్రియాణింపఁగన్. 187

క. నందాత్మజ మందారము సుందరపద సుమపరాగ శోభితమై గో
బృందావన మొనరించుట బృందావనమయ్యె నిద్ది పృధ్వి నఁటంచున్. 188

క. హరి భక్తి పారవశ్య స్ఫురణన్నేత్రముల నశ్రుపూరము లూఱన్
గరణంబు మొద్దువారన్ గరముల ప్రగ్గములు జార గ్రామముఁ జేరన్. 189

సీ. అచటి తల్లులు పిల్ల లాఁకలి యనఁ గృష్ణకథ లల్లు పలుకులఁ గడుపు నింతు
రచటి స్త్రీల్ గళమందు హరికృష్ణ గోవింద యనుపేరు మణులపేరవి ధరింతు
రచటి వృద్ధులు దారి నరుదెంచువేళఁ గృష్ణున కిడు దండమూఁతను బొనర్తు
రచటి తండ్రులు తనూజాళికి శ్రీకృష్ణపద సన్నిధి నొసంగి ముదము నింతు

తే. రుఱక వేయననేల యప్పురిని భూమి నరుగు చీమలున్ గృష్ణ చిత్తరువు దీయుఁ
బదిగ నాకాశమునఁ బాఱు పక్షులేని గతులఁ గృష్ణనామాక్షరతతినె వ్రాయు. 190

వ. అని యచటి చరాచరంబులు హరిభక్తి భాసురంబులగుట లచ్చెరువుం గొని కనుచుఁ
జనుచుండ, 191

ఆ. స్యందనమ్ము నెక్కి చనుదెంచు నక్రూరు నరసి మురిసి వల్లవాంగనలును
బరమభక్తుఁడైన ప్రహ్లాదుఁ డీరూపు దాల్చి వచ్చెననుచుఁ దలఁచి రెదఁద. 192

క. అనుకొనుచు నరదమునకున్ వెనువెంటనె చనుచు వీరు విచ్చేయుటకే
ఘనహేతువు గల్గెనొ కనుగొననెంచిరి గోపికలును గుతుకము మీఱన్. 193

క. తా నక్రూరుఁడు కృష్ణ ధ్యానామృతపానమత్త తన్మయ సౌఖ్య
శ్రీనంది నందు నింటన్ శ్రీనాథుని రౌహిణేయు సేవించెఁ దమిన్. 194

ఉ. శ్రీపతి దేవదేవు సరసీరుహలోచను నీలవర్ణు న
ష్టాపదచేలు వేణుగుణ సంగత గానవిలోలు సంచల

ద్గోపద ధూళి ధూసరితకుంతలు బర్హకృతావతంసు శ్రీ
గోపవధూ మనోహరుని గొల్చి భవమ్ముల దుల్చి యిట్లనెన్. 195

క. "మధురిపుఁ దోడ్కొనిరమ్మని మధురాపతి యరదమంపె మాధవ !'' యనుచున్
మధురగతి వినతి సల్పెన్ బుధ హృదయమ్ములకు నచ్చ మురహరి మెచ్చన్. 196

శా. గోపీమానస మండలప్రతతి నక్రూరుండు పెల్లుప్పెనల్
రేఁపన్ నిశ్వసనాళి నశ్రుకణవారిన్ నిర్భరాక్రందనా
లాపశ్రేణిని వేపథు స్ఫుటతటి ల్లావణ్య గాత్రాలి సం
ప్రాపించెన్ బెనుగాలివాన వ్రజరామా తీవ్ర దుఃఖాకృతిన్. 197

క. ఈ పురుషం డక్రూరుఁడె గోపకులకుఁ బాపి హరిని గొనిచను ననుచున్
దీపికలు లేని నిశలై గోపిక లోపికలు మాని కుంది రెడందన్. 198

క. హరి సేవయె జీవన మా హరి విరహమె మరణమనెడి యబలల నిటు శ్రీ
హరికి నెడఁబాపి బ్రదుకల హరియింపుట లుచితమగునె యక్రూరునకున్. 199

క. శ్రీపతిని గాంచ నది యే పాపము పత్మమ్ము లద్దుపడు నెపుడనుమన్
దాపపడు వ్రజ విలాసిను లేపగిదిన్ హరిని విడిచి యెసఁగుదు రనుచున్. 200

శా. ఔరా ! విశ్వమహీరుహ ప్రథిత మూలాధారమున్ మౌని హృ
త్సారాసార విచారమున్ నిగమ సంతానోల్ల సత్సారమున్
చారుత్వామృతపూరమున్ బగలె మా సంసారమున్ దోఁచి చె
ల్వారన్ దేరును నింపికొంటి హరి దివ్యాకార మందారమున్. 201

ఉ. శ్రీధర ! నిన్ను కౌఁగిలిని జేర్పమి నీ సుమధూల జ్వాలయై
వేధయొనర్చు నీ మధుర వీక్షణ మానని చూపుతూపుగా
బాధను గూర్చు నిన్విడువఁ బ్రాణము శాతకృపాణమై చనున్
మాధవ ! నీవు లేని భవనమ్ము వనమ్ముగఁ దోఁచు నేఁచునున్. 202

వ. ఇట్లరుగుచున్న హరింగని వ్రజవనితలు దుర్భర విరహానల దందహ్యమానమానసలై
మూర్ఛంగొనిరి. అచటి పశుపక్ష్యాదులును, 203

సీ. జంతు సంతాన సుస్వాంతమునకు నోడి పదధూళి తలఁదాల్చి పసుల గొల్చు
ఖగపింఛ పట చిత్రకళల కబ్బురమంది తలఁదాల్చుకొనె శిఖావలపు టీక
తృణనాళ విలసిత గుణములం గొనియాడి ముద్దాడు నేనాడు మురళిపాట
కీట సూత్ర సువర్ణకూటమ్ము నెద మెచ్చి కనకాంబరములోలె కట్టువడెను.

తే. అనుచు నీలిమబ్బులఁ గృష్ణుఁడని తలంచి చెలఁగి వృషభముల్ తలఁగుప్రిమ్మి చిమ్మదుమ్ము
నెమిలి తలద్రిప్పి పురివిప్పి నృత్యమాడు వెదురు తలమెత్తి మొలకెత్తు వినురవళికి: 204

క. అనుటయు "హరి మధురాపురి జనె నేగతి? నచట నేమి జరిగె?" నఁటంచుఁగా
విన నువ్విళు లూరెడి జనమును గని కవి పల్కెఁ మధురమోహన సూక్తిగా. 205

సీ. శీర్షావతంసిత శిఖిపింఛ దీప్తులగా హరి శరాసన శోభదరుల విరియ
శిష్టరక్షణ చణ స్మేరాననోదార దృష్టులు సత్కృపావృష్టి గురియ
మధ్యం దినోద్దండ మార్తాండ సమచక్రి కాంతిచ్ఛటగా దటిద్గణము మెఱయ
హిమశైల పాషాణ హృద్విదారక శంఖ నిస్స్వాన ముఖములై నింగి మొరయఁ

ఆ. గదనరంగమందుఁ గంసాఖ్య దావాగ్ని నవరు పొగల మంట లార్ప నెంచి
నీల నీరదమ్ము నీరజాక్షాకృతిఁ దాల్చి పోవుననఁగఁ దరలె హరియు. 206

క. హరి తేరు నగరవీథుల నరుగన్ సౌధాగ్రసీమ నలరు మృగాక్షుల్
చిఱునగవు కాంతులగా శ్రీధరునకు హారతు లొసంగి దర్శించి తమిన్. 207

క. కలికి చూపులఁ గలువపూవులను జల్లి చిలిపినవ్వుల మేల్ముత్తెములను రువ్వి
రాగవశ చేతనముల శ్రీరాగ మధరఁ బవములం బాడి రువిద లిప్పగిది భక్తి. 208

సీ. కల్పాది సుమనస్సు కన్నీటి మున్నీటఁ బారీనమై పుట్టి బాధ లుడిపెఁ
మానిత విబుధ విజ్ఞానాబ్ధి మథనానఁ గమఠమై యమృతపానము నొసంగె
నసుర గుర్వాశా మహాంబోధి నడుగంటు నుర్వరన్ గోత్రమై యుద్ధరించె
రక్షోధిప ప్రజా ప్రహ్లాద హింసల నారసి నృహరియై హతమొనర్చె

తే. నబలులన్ బలి పైచేయి యగుచు నడఁప నడుగువడుగయి తలఁదన్ని యడుగు ద్రొక్కె
నృపతులెల్లరు మత్తులై కుపథగాములైన భార్గవరాముఁడై హతమొనర్చె. 209

క. అసమాస్త్రత రాఘవుఁడై యసమాస్త్రవినష్టశీలు నసుర నృపాలున్
వసుధాసుత దుష్కాలున్ వసులోలు దశాస్య జాలు వధము నొనర్చెన్. 210

క. హింసాచారరిరంసు నృశంసుగా మాయా ప్రయోగ చతురకళా వి
ద్వాంసుగా హర్యగ్రజ విధ్వంసు హరి జిఘాంసుఁ గంసుఁ బరిమార్చుటకై. 211

క. వచ్చెను శ్రీపతి దర్శనమిచ్చెను జన్మము తరించె నిపుడని మఱునాఁ
డెచ్చిన ముదమునఁ గంసుఁడు చచ్చెను జచ్చెనసు పదముఁ జదివిరి జనముల్. 212

తే. కువల యాపీడగజమును గూల్చి పోరఁ గ్రూర చాణూర ముష్టిక వీరవరుల
మత్త మత్కుణమ్ములవోలె మహిని నల్చెఁ గుంభియుగళిని హరి యట్లు గూల్చె నాజి

వ. అని యిట్లు పోతనార్యుండు భాగవత కథా సుధాసారంబు తోరంబుగా నికి శ్రోతృజన
శ్రవణ పర్వం బొనర్చుచుండ, రుక్మిణిని శిశుపాలాదుల నుండి రక్షించిన తెరంగు
నాదగు భాగవతసతిని రక్షింపమని రుక్మిణీ కల్యాణ కథ నిట్లు వచించె. 214

చ. వినుఁడు విదర్భదేశమున వీరుఁడు భీష్మకుఁ డేలు వానికిన్
దనయులు బుట్టిరైదుగురు తజ్జనపాలు గృహాంగణమ్ము తా
నినదిశఁ దోఁచునట్టి తరుణేందు కళా కలికా విలాసయై
మన జననమ్ము నొందెను రమామణి రుక్మిణి చిట్టిపట్టియై 215

క. ఎత్తున కెత్తుగఁ బూవుల పొత్తిళులం దిడుచుఁ గూర్మి పోషించిరి యా
ముత్తెపు మొలకను బాలిక నత్తఱిఁ దలిదండ్రు లెంతొ యాప్యాయముగన్. 216

క. బాలిక సొగసుల కెల్లను నేలికయై తరుణ సరసహృదయమ్ములకున్
డోలికయై వలపుల పూమాలికయై యెదిగె నుడు రమణు పోలికయై. 217

తే. పావడను బైకి నెగఁద్రోఁచి పాదయుగళి బొమ్మ నుంచి బోర్కాడించి బొట్టుదిద్ది
అమ్మ ! యేడ్వకె 'హాఁహాఁకా హాయి' యంచుఁ దాది పాలిచ్చి పాపను బండఁబెట్టు. 218

సీ. చిట్టికి జ్వర మేమి సేతు దుర్విధి యని హస్తాగ్రమున ఫాలమంటి వగమఁ
జేయి దాటిడి సఖి చెవిలోన గోప్యమ్ము చెప్పు సమర్తాడె చిన్నదనుచు
నీడువచ్చిన పిల్ల నింట నెన్నాళ్ళుంతునని చెక్కిటన్ జేయి నునిచి గొణగు.
నింత నల్లనిబొట్టెఁ డిస్సియవ్వ ! బిడ్డ నిడనని ముక్కుపై నిడును వ్రేలు.

తే. అతిగ సంసార మొనరిచి యారితేఱెఁ బెద్దమానిసి యన బొమ్మ పెండ్లి సేయుఁ
జిత్రగతుల గుజ్జెనగూళ్ళు చిట్లుబెట్టి వండి వడ్డించు వియ్యాలవారిఁ బిలిచి. 219

ఆ. ముద్దుబొమ్మరిండ్లు ముంగల సంసారములకు మేల్మి పఠకముల రచింప
నన్నబొమ్మరిల్లు సంసార మీఁదుసు బొమ్మ యిల్లు దీర్పు పొలఁతియయ్యె. 220

చ. అటు నిటు సాము సేయుఁ గుసుమాస్త్రుని చేతి కటారియై రహిన్
నటనమొనర్పఁ గీల్జడ వినోదమొనర్పఁగ నూపురాళి, ది
క్తటములఁ బర్వునెత్తుచును దాఁగురుమూఁతలఁ జెమ్మచెక్కలన్
బటుగతినాడు నెందు జతపాలల మాలలఁ బూలగుత్తియై 221

చ. పరికిణి క్రిందు జాఱుతఱిఁ బైకెగలాగుచు మేని కూనముల్
బొరిఁబొరిఁ బైకిఁ బోవుతఱి బొట్టనవ్రేలునఁ గ్రిందు లాగి ముం
గురులను గోట మీటి పరుగుల్గొని యాటల మీరు గెల్వరై
తిరనుచు నవ్వు నాడి చని తేలెడి నూతనదంత కాంతుల్. 222

క. చిలుకల గిలిగింతల నిడుఁ బలుకుల రాయంచపిండు పదపదమునకున్
వలచెడి లలితపు గతుల్ విలయం బెల్లెడల బాల నిధియై యాడున్. 223

సీ. కృష్ణుపై నోలి వర్ధిష్ణువౌ మోహాంధకార పాశాకృతిఁ గచము పెరిఁగె.
మురళీధరుని పైనఁ బెరిగెడి యనురాగగతిఁ గపోలముల రాగరుచి హెచ్చె.

చక్రిపై నెరమరుల్ సరిక్రొత్తలవునన నూత్న వక్షోజకాంతులు వెలింగె,
ఫణికాయిపై నున్న వలపుతీవలు ప్రాక నూఁగారు నల్లనై సాగిపోయె,

ఆ. హరిని గనని జీవితాశలు సన్నంబులయ్యె ననుచు మధ్య మల్పమయ్యె
ఇభవరదుని వీడ నితర వస్త్వభిలాష మందమనగ నడలు మందమయ్యె. 224

ఉ. ఓమనగుంట లాడుకొను నొక్కట నచ్చనగిల్లలాడు నా
కోమలి పూర్వమట్టు లుఱుకుల్ పరువుల్ గల యాటలాడఁగా
నేమియొ సిగ్గుజెందు ధరియించిన పయ్యెద చాటులో నెదో
యామని దెచ్చె నామె నవయౌవనముల్ నృపమందిర స్థలిన్. 225

క. రూపం బిరులోకంబుల దీపింపఁగజేయు రత్నదీపంబగు శ్రీ
గోపాలుని గుణవృత్తము పాపంబులు పాఱఁద్రోలుఁ బద సంస్పర్శన్. 226

క. భూపాలుని సన్నిధికే బావం దరుదెంచెనేని బాలికఁ గని యా
గోపాలున కీ పడఁతికిఁ గాఁపుర మొనఁగూడ బాగుగా నుండుననున్. 227

క. హరిణాక్షి చిత్తమును శ్రీహరి రూపగుణాదు లెందు హరియించుట నా
హరు పత్ని వేడికొను మురహరుని మనోహరుని జేయుమనుచున్ వినతిన్. 228

క. శశిముఖిని రుక్మిణీమణిఁ బశుపాలున కిడఁగఁ దండ్రి భావించె విరం
కుశుఁడైన రుక్మి చెలియలి శిశుపాలున కీయఁదలఁచెఁ జిత్తములోనన్ 229

ఆ. అతసి పల్కె వేదమనవలె నెల్లరు నెదురులేదు వాని కెందునేని;
అయ్యయైన జంకు సతనికి మాఱాడ వెయ్యిమాటలేల విభుఁ డతండె. 230

ఉ. వారిజనేత్రి కత్తఱి నుపాయము దోఁచెను బెంచికొన్న యా
కీరముఁ జేరఁదీసి తనుగేలను బక్షములంటి దువ్వుచున్
ద్వారక కేగి నా హృదయదర్పణమై చరియించి నా మనో
భారముఁ దీర్చి రమ్మనుచుఁ బంచెను బుల్గను రాయబారిగన్. 231

ఆ. అదియు నేగి యామె హృదయేశ్వరుని సౌధసీమఁజేరి ముద్దుజిలుకు పలుకు
లాలపించి కృష్ణు నంసభాగ మెక్కి చెలియరూపశీలముల వచించె. 232

శా. రాజీవాక్ష! ప్రియంబు సెప్పెదను నా రాకేందు బింబాననన్
నేఁ జిల్కన్ నుతియింపఁజాలను భవానీ సాక్షి సాక్షాద్రమాం
భోజాతాక్షి త్రివిష్టపమ్ము విడి యీ భూలోకమున్ జేరె న
వ్యాజప్రేమను విష్ణువిగ్రహుని విన్ బాయంగలే కున్కితన్. 233

చ. గొనబగు బాల్యసంపదలఁ గ్రొమ్మెఱుఁగారెడి చాన మేనిలోఁ
గనక లతావితాన నవకమ్మెగఁ బ్రాఁకుచుఁ బల్లవించఁగన్

వనిత శరీరమున్ వలచివచ్చిన చిక్కని జవ్వనమ్ములో
మనసిజ నందనోపవన మాధవతటి కుసుమించి మించెడిన్. 234

ఉ. మల్లియ మొగ్గలం టొదిగి మాలికలల్లు శుచిస్మితమ్ములన్
వెల్లని కల్వపూవు లరవిచ్చు సరాగ దృగంచలమ్ములన్
బల్లవకోమల ప్రభలు పర్విడు మోమునఁ గొల్లగొట్టుచున్
ముల్లెలుగట్టె నత్తరుణి మోహనకాంత వసంతశోభలన్. 235

ఉ. మారుత సంహతిన్ గురులుమారు శిరానఁ దురాయిపెట్టు శృం
గార రసద్యుతుల్ కరుడుగట్టిన మేలివయస్సు వక్షమున్
ధీరతఁ జూపఁగా రతి పతిప్రణయాపర రాజ్య చక్రిమున్
జారు విలోలలోచన ఝషధ్వజ సంగతి నేలు లీలమై. 236

సీ. అలివర్గ మా లేమ యలకల కెనరామినగు పూలగర్భమ్మునఁ దలఁదూర్చు.
చంద్రుఁ డా చెలి మోముచందమ్ము సరిరాక కార్శ్యాన లోలోనఁ గందిపోవు.
తమ్మి లా పడఁతి కందమ్ములుగా నెంచి శపనతోఁ జన్నీటఁ దప మొనర్చు.
బంతు లా యింతి చన్ బంతుల తులరాక పదకరాహతి నధఃపతన మొందు.

తే మించు లా నవ్వుకాంతుల మించనెంచి వచ్చి దిక్కు౦ గొక్కుతె యయి పాటిపోవు.
రంభ యా కాంత యూరు విస్రంభములకు వెలితిఁగొని వట్టి భ్రమనయి నిలిచిపోవు 237

క. చెలి పలుకులు రససుధలన్ జిలుకును శ్రోత్రములు. మరుని చిలుకయుఁ దన త
ప్పుల నొప్పుకొనుచుఁ గలికిన్ దిలకించి భయాన ముక్కు నేలనురాచున్. 238

క. ఆ కలములు దిని కోకిలమూక తపమొనర్చి కానమునఁ జెలిసాటిన్
గాకయె నల్ల మొగమ్మయి దాఁకొనె. వీణియల కెంతొ తలవంపయ్యెన్. 239

క. పురుషోత్తమ ! నిన్నే సఖి వరియించినదింక నొక్క వరుఁడన పైశ్వా
నరున కిడఁదగిన హవి కుర్కురమున కిడుటని వచింపుఁగుందు నెడందన్. 240

క, ఈ రీతి చిలుకపలుకులు నోరూరఁగ విని రమామనోహరుఁ డెలమిన్
గీరముఁగని యిట్టనె బంగారము నీ రాక మాకు కల్యాణకరీ ! 241

క. చిలుకా ! నీ పలుకులు సుధఁ జిలుకఁ జెలికి నా విదర్భచేరెద వివె పూ
విలుకాని ములుకులై నను గలఁపఁదెలిసె మరుని తేజగతులివె యనుచున్. 242

ఆ. మేఘ మణులలోన మెఱపు సూత్రముభంగి గుండెలోన దూసికొని చరింతు
వెపుడు పెండ్లి యనుచు నెదిరిచూతు నఁటంచుఁ జెప్పవమ్మ ! మీదు చెలికి ననుట. 243

క. హరి చందనతరు సుందరకరశాఖను వీడి యెగసి గగనపథాలన్
మరకతమాణిక్య ప్రభఁ గురియుచు శుక మరిగె త్వరగఁ గుండినపురికిన్. 244

క. అన్నాతియుఁ గీరమునకుఁ దెన్ను లెదిరిమాడఁ గనులఁ దెలవాతె శుకం
బన్నెలఁత కేల వ్రాలుట మిన్నంటెను సంబరమ్ము మేరువు దొరకెన్. 245

క. "కాయా పండా చెలి' యే మాయెను నీ చనిన కార్య"మన విని హరి య
ప్యాయత నిటువల్కెను నేఁ బోయిన పని పండుగాక పోవునె చెలియా! 246

వ. అని హరి స్వరూపం బిట్లని యభివర్ణింపం దొడంగె, 247

క దూపున మన్మథుఁడే యన నా పురుషోత్తముఁడు వాని యయ్య పవిత్ర
ప్రాపక మందాకిని యన గోపాలుని యెడమకాలి గోటికి సరియె. 248

ఆ. మేఘమణులలోని మెఱుపుసూత్రము భంగి గుండెలోన దూసికొని చరింతు
వెపుడు పెండ్లియనుచు నెదిరిచూతు నఁటంచుఁ జెప్పుమనియెఁ జక్రి చెలియ! నీకు. 249

చ. అన విని నింగివొంగి నగియాడుచుఁ జిల్కను ముద్దుగొంచు ని
ట్లనియెనె మాధవుండు నిటులాడెనె నిక్కవమా యఁటంచు బ
ల్గనుఱక గ్రుచ్చి గ్రుచి యడుగున్ దనివింగొని పారవశ్యతన్
గనులనుమూసి ధన్యతను గాంచితినంచుఁ దలంచు నెమ్మదిన్. 250

చ. ఇటువలెఁ గొన్ని మానతతులేగ సమాకృతులౌచుఁ గన్యకున్
బటుగతి ముందు దోసికొనివచ్చె వివాహముహూర్త మద్ది రే
పటికొక వారమున్నదన బ్రాహ్మణు నంచిత సత్యసంధు సం
కట సమయాప్తబంధు నుపకారగుణామృత సింధు నొక్కనిన్. 251

ఉ. చేరఁగఁ బిల్చి యాతని కశేషసమాదర బుద్ధిమై నమ
స్కారమొనర్చి పజ్జనక కల్పులు దాఁపక మేల చిత్తజా
కారుని ద్వారకాఁతిని గాంచి పరిస్థితిఁ దెల్పి పెండ్లి సం
భారముతోడ రమ్మనుచుఁ బల్కరె మీ కృపనింతఁ జిల్కరే! 252

ఆ. అనిన విప్రుఁ డామె కథయమ్మునిడి నీవు చింత సేయ కనుచుఁ జెప్పి తాను
ద్వారకను గుఱించితరలె నా దివసమె తరుణి కోర్కెనిండఁ దపముపండ. 253

వ. చని దవ్వులనుండి ధగద్ధగిత మను నా నగరి సొగసుంగని పొగడె నిట్లు, 254

సీ. పాలుగార్చుచునుండెఁ బ్రాకారకుడ్యముల్ క్షీరాబ్ధిశాయి యాస్తికతఁ దెల్ప,
మణితోరణలు నీలిపుల నీనుచుండెను నేఁ గృష్ణుతో నున్న నెలవు వనఁగ,
వెండి బంగరు గ్రక్కుచుండె సౌధచయమ్ము శ్రీనాధునునికి యూ సీమ యనఁగ,
వడి గోపురాలఁ దిర్గెడి గాలి చక్రమ్ములిది చక్రపాణి యాస్పదమనంగ,

తే. కామధేనువు లగుచు గోగణములలరు నిదియె గోపాల భూపాల నదనమనఁగ
భూతలస్వర్గ మనిపించు పురవిభూతి కాఁపురము హరి కిది ద్వారకాపురమన. 255

క. నిలయాంత స్స్వితలలనాకల వీణాక్వణిత మధురగాన వికాసన్
జలదంబర చుంబి మహోజ్జ్వల హైమధ్వజవిలాస సౌధోద్భాసన్. 256

క. ద్వారవతిన్ జేరంజని ద్వారముకడ నిలిచి కొలుచు దౌవారికులన్
జీరి తన యాగమనము నుదారుండగు హరికి దెల్పఁదగ నర్థించెన్. 257

వ. అంత సన్నిద్యోతనుఁడు హరి సెలవుగొని యచటి యింతులను వింతలను గొంతవడిఁ గాంచుచును గంతు జనకుని శుద్ధాంతమ్మునకుఁ జనుమంద రణవిజిత నృప మకుట మణిగణ విరచితానేక తోరణమ్ములు సెలంగఁ దనూకృతారి శిరోవేష్ట చీనాంబర కృతకేతనంబులు వెలుంగ నిహతశత్రు మద దంతావళ దంతావలి వినిర్మిత శుద్ధాంతాల యాంతర్భాగమ్మున శరచ్చంద్రుని బురుణించు దరహసిత సుందరవదనారవిందము పండు వెన్నెలలుగాయ, ననవరతము భక్తకోటిపైఁ బఱపు నాకర్ణాంత కరుణాకటాక్ష వీక్షణమ్ములు సేందిందిరంబులగు చెందొవలుబూయ, నేలాలవంగ ఘన సారక్రిముకాన్విత ఫణిలతాదళవీటికాయుత వక్త్రాంతస్థితములౌ మొల్లమొగ్గలనేలు పల్లవరుచ తెల్లెడల నెత్తావిగల యట్టడువులరాయ, నీలిమన్ సజల జలదంబులపై దాడిసేయు శిరీషసుమసుకుమారశరీర మిందీవర సుందరీ సందోహదృష్టి దోషార్హముగాకుండ నందమగు చందన చర్చల సందుగొందుల దాఁగియాడ, తప్తకార్తస్వర మరీచీ ప్రవాహమును నొప్పు కనకాంబర మరుణ చరణాబ్జమ్ముల దరిసేయలేక ముత్తెంపు గుత్తులఁ జిత్తుపఱచు నఖతారకాగ్రమ్ములఁ బొరింబొరి వ్రాలి బ్రతిమాలుగతి వేఁడిల, హరియై నరత్వమునొందు పరత్వమున కచ్చెరువడి ముచ్చిచ్చేసిన బొమ్మలో యన నిల్చి హరియుగ్మమ్మె తలదల్చి స్వర్ణపీఠి నిడెనో యన నంచితకాంచన సింహాసనమ్ము నధివసించి మేరుశిఖరింగోరాదు కోడె మేఘమన నొప్పుచు వస్త్రమ్ముల చిత్తమ్ముల ముత్తములకన్న మెత్తనౌ నత్తనువల్లి కొత్తుకొనిపోదుమని భీతిగొని వెనుక వెనుకకుఁ జనుగతి నారగినంతనె బిరుసై కుప్పింగుచుఁ గ్రొత్త జిల్లేడుప్రత్తి దూర్పఁబడి పుత్తడి జల్తారు చిత్తరువు గూర్పఁబడి గుత్తులై పొదుగఁబడు నా రుద్రపురువులకుఁ బొత్తానఁ గూర్చు నుత్తమజాతిమఖుషలు మెఱ్ఱాలలోఁ దేలియాడు భక్తహృత్తాపహారకున కిరు వంకలఁ జామరయుగ్మము పరులవలనఁ బరిశ్రమఁ బొరయనీకుండఁ గరముల నిరోధించునట్టు లిటునటు నూఁగ, నా సైగలఁ ద్రోసిపుచ్చరేక యనిలంబును బ్రశాంత గతినె సేవింప దద్వ్యాతాయనమ్ముల కనులు తలకెక్కినవారిని బరిహసించుగతి కేకి పింఛాక్షులు తలనెక్కి యెగసియాడ రోచిష్ణుండౌ కృష్ణు నా పాదాగ్రము తిలకించి పులకించి దరిసి మైమఱచి గద్దియడిగ్గి కరములుమోడ్చి నమస్కరించి మనను హరించు హరిని సేవించి మొగముపైఁ బెండ్లికల లగుపడెడినంచు దీవించి యర్ఘ్యాసనంబుంచ నర్ఘాన నాసీనుండై యలరు తఱిననియె హరి. 258

ఉ. "పావనమయ్యె గేహము శుభప్రదమౌ భవదీయ పాదరా
జీవ రజఃకణాంక సువిశిష్టితమౌటఁ గృతార్థుఁడన్ భవ

త్సేవన భాగ్యమబ్బె"నని శ్రీహరి దాడబు నర్మరీతి సం
భావనసేసి భక్తిమెయి పాద సమర్చ నొనర్చి యిట్లనున్. 259

ఉ. "ఏవర వస్తులబ్ధిని విహీన వినశ్వర భాగ్యభోగ్యముల్
భావమునన్ గణింప రల బ్రహ్మవి దగ్రిణు లాత్మతృప్తులై
యా విధి మీ ముఖాంబురుహమందు నవాప్త సమస్త కామస
శ్రీ వికసించు లోకశుభ సిద్ధియెకాదె ద్విజేప్సితంబనన్. 260

క. ఓ శంభుతేజ ! నీదు మహాశాంతత నిత్య తృప్తి కాదర్శమ్మై
యా శాంతరాశముల యటు లాశాపాశముల కెందు నవధులు గలవే ? 261

తే భూసురాగ్రణీ ! మీదు నివాస మహిమ వ్యాధి దుర్భిక్ష తస్కర బాధలుడిగి
నెగడు నేనాడు ? దాని మన్నిఁ దెవండు ? యానతిత్తురె మీ వచ్చినట్టి పనియు. 262

వ. అని యిట్లు హరి యనినంత సతత వేదవిద్యాభ్యాసుండును, బ్రహ్మకళాపూరిత ముఖ
వికాసుండును, మృదుమందహాసుండును, బ్రహ్మన్వవాయపయఃపారావారరాకాశశాంక
పదవీభాసురుం డగు నా భూమరుం డింతకుమున్న రాచిలుక రసమ్ముచిలుక మంజుల
కలస్వనమ్ముల బలికిన పలుకులు తలఁపునకుఁ దెచ్చి వైదర్భీ సందేశము వైదర్భీ
రీతుల విన్నవించె నిట్లు, 263

సీ. నీ యనంగాకృతినిన్ గానమిన్ గనుల్ వలవల కన్నీరు వడపుచుండె
నీ సుధాధరమాన నేరక యోష్ఠమ్ము లూర్పులఁ దుకతుక నుడుకుచుండె
నీ సమాశ్లేష సన్నిధి లభింపక యెద ఘనతర విరహాగ్నిఁ గ్రాఁగుచుండె
నీ కల్కి పల్కు తేనియలఁ గ్రోలమి శ్రవః పుటములు దాహార్తిఁ బొక్కుచుండె
తే నాదు యౌవన వనజగన్నాధుఁ డరయ హరి యగునుగాని గోమాయు వగునదెట్లు
నాదు సౌందర్య సామ్రాజ్యనాకమునకుఁ బతియె గోపాలుఁ డగుగాని పతిత నరుఁడె. 264

ఉ. పీరుఁడనంచుఁ జేది పృధివీపతి నన్గొననెంచు మన్మన
స్సారస సంగత ప్రణయసార మరంద మిళిందరూపుఁ డో
శ్రీరమణుండు, చారుతులసీవన మీ నవయౌవనమ్ము నో
రూరు బలాయశేఖరున కోపునె గోపకుమారు దండనన్. 265

చ. ఎవని పదాబ్జ తోయముల నీశ్వరుభంగి మునుంగుచున్ ఘనుల్
భవభయపంకముక్తిఁ గొని భాసిలువారలొ వారి యట్లు మా
ధవ ! భవదంఘ్రివారిరుహ దాస్య ముపాస్యమటంచు నెంచు నన్
సవిధము జేర్పవేని వెయి జన్మల నీ పదచింతఁ గ్రుంకెదన్. 266

ఆ. అంతిపురములోన నలరు నన్ గొనిపోవు తరుణమొందు నడ్డుదవులువారిఁ
జంపవలయునంచు సంశయమొదవ మపాయ మొండు గలదు తోయజాక్ష ! 267

తే. పెండ్లియగుటకు ముందు మా పెద్ద లెందు పురము వెలినున్న నగజాత పూజసేయఁ
బంపువార లప్పట్ల నో పద్మనాభ! నియతిఁ గొనిపొమ్ము రుక్మిణి నీదె సొమ్ము. 268

వ. అనుచు నా సందేశమ్ము వినిపించి పరిణయ ముహూర్తంబు నెఱిఁగించి పదంపడి
యమ్ముదిత లావణ్యం బిట్లని వర్ణించె, 269

శా. బంగారమ్మున రంగులద్దు మెయి నా పల్గట్టు ముత్యాల చే
ర్లం గన్మెచ్చు మెఱుంగుపెట్టు సుధలొల్కన్ మోవి తాఁ గెంపు నో
శ్శం గూడన్ రుచు లూరఁజేయ నయనోల్లాసంబు మేల్జాతి ర
వ్వం గవ్విం దిదు వంకదిద్దునెఱి చెల్వం బింద్రనీలాలకున్. 270

తే పద్మరాగాళిఁ దలఁదన్ను పదతలములు రౌప్యకాంతుల నెగఁజిమ్ము రమణి నఖము
లౌర! నవరత్న భూషల కాభరణము లిదెడి లక్ష్మినిఁ దలఁపించు నింతి రూపు. 271

ఆ. వాసుదేవ! నీవు ప్రత్యక్ష వైకుంఠవాసుఁడవె కదయ్య వాస్తవముగ
నీకుఁ గన్యకామణికి రుక్మిణికి నీడుజోడుఁ గలిపె గురువుతోడు సుమ్ము! 272

క. కుండినపురి విచ్చేయుము ఖండనమునఁ జేది ధరణి పాద్యసురతతిన్
దండించి రుక్మి గర్వము ఖండించి విదర్భ సుతను గైకొనుము హరీ! 273

ఉ. ఆ సుదతీలలామ భవదాశయముల్ విన్నఁగోరు నన్న, నో
భూసురవర్య! మీ వచనముల్ చలఁదాల్చెద నడ్డవచ్చు క్రూ
రాసురశక్తులన్ నుఱిమియాడెదఁ జేడియఁ దెచ్చెదన్ మదో
ద్భాసిత హస్తిమస్తకము వ్రచ్చి ఘణుల్ గొను మేల్ హరిక్రియన్. 274

క. అనుచున్ భూసురునకు హరి ఘనతర భూషాంబరాదికము లిడి మీద
ర్యనభాగ్య మ్మెమ్మనగూడుట లనఘా! కల్యాణకరములని వినుతించెన్. 275

క. సుతునకు భయపడికుండిన పతియుం దన సుతను జేది పాలున కొసఁగన్
మతి నెంచి పరిణయాలంకృతి నతి రమ్యత నొనర్పఁ గృతులను బంచెన్. 276

ఉ. విచ్చిన పూలతోఁటలయి వింతగతిన్ ధ్వజతోరణావళిన్
రచ్చలు రాజమార్గములు రాజిలె భూషల సంబరంబులన్
ముచ్చటగా నలంకరణముం గొను స్త్రీలయి సౌధరాజముల్
పచ్చలఁ గెంపులన్ రవల బంగరు రంగుల వెల్గె నల్గడల్. 277

ఉ. అంధతమిస్ర పుట్టు భయదాటవులన్ జతఁగూడు భాద్రుపన్
సింధువు ఘోర నక్రతిమిశృంగి తిమింగిలసంగియై నటుల్
బంధుజనాప్తమిత్ర పరివారగణమ్ములు వెంటరా జరా
సంధక దంతవక్త్ర నిజసైన్యయుతుండయి వచ్చెఁ జైద్యుఁడున్. 278

క. వచ్చెను చైద్యుఁడు స్వాగతమిచ్చె మహీపాలుఁ డుచితహితసత్కారం
బిచ్చెనడ, రుక్మిణికి మది హెచ్చెను హరి రానిచింత లెదిగెను వంతల్. 279

చ. అరిగెనొ లేదొ భూమిసురుఁ డచ్యుతుఁ డొల్లమి తెల్లమయ్యెనో
పరుఁడగు రుక్మి దీని విని బాడబునిన్ జెఱఁబెట్టెనో రమా
వరదుఁడు రాఁ డదేటికి, వివాహము రే పెటుఁ జేసెనోపు నె
వ్వరి ననవేమి నా నుదుటి భాగ్యము చక్కఁగలేమి వింతకున్. 280

వ. అని పరితపించు రుక్మిణికి రుక్మి యాజ్ఞానుసారంబుగా శిశుపాలుని యాగమనం బెఱింగించి, యభ్యంగనమ్మొనర్చికొని యఖిలాభరణభూషితవై చేతో మోదంబునన్ నూతనవధూ స్వరూపంబున నలరవలయునని యభ్యర్థించిన నప్పువ్వుఁబోఁడి గోపాల విరహతాపానల వివశయగుచు సఖీజనంబులం గని. 281

సీ. శ్రీగంగ జనకుని స్నేహార్ద్ర లేవిమై నభ్యంగనమ్మేల యని తపించు
పతలార్థము లొసంగు శౌరిఁ జేపట్టని మణిభూషలేలని మదిఁ గలంగు
జలదవర్ణుని గాంచ జాలని కండ్లఁ గజ్జల మేల యనుచు నశ్రులను విడుచు
సుమన స్సేవ్యు పాదముల వంగని తలన్ విరులేల యని జడం దుఱుముకొనదు

తే. అక్షయాప్నస్వరూపుని యధర మానవట్టి నోట నన్నం బేలయనుచుఁ దినదు
వేడ్క మురళీధరుని పాట వినని శ్రుతుల గానమేల యనుచు వీణఁ గాన దెపుడు. 282

వ. అంత రుక్మిణిం గని చెలులు, 283

తే. తెలుపఁగొనక మేఘంబులు గురియుచుండ విడక ఎడగాడ్పు లెప్పుడు విసరుచుండు
నకట ! తలక్రింపలయ్యె నీ ప్రకృతి యందుఁ బాష్పతతుల నిట్టూర్చెడి పడఁతిఁ గాంచి.

సీ. కొమ్మపైఁ గోయిలకూఁతలె వినరావు పరువంపుటామని మురిపె మేల
ముద్దైన తామరల్ ముకుళించఁబోవెందు కాంతనిశీథినీ సమయమేల
అమలశరజ్జ్యోత్స్న హసియించదేవేళ వరపూర్ణ చంద్రవైభవ మదేల
ప్రసవమంజరి సహవసతియే వలదను గాలిమేవరి యందమేల యనుచు

తే. అఖిలమున్ రోసి ప్రియ విరహార్తిఁగుందు కన్యకామణి రుక్మిణిఁగాంచి చెలులు
సరసవాక్కుల శీతోపచర్యసేతు రామె నా చర్యలే యివి యనుచు గొణఁగ. 285

తే. ఇంతలో విప్రుఁ డరుదెంచె నింతికపుడె నగము ప్రాణమువచ్చెనో సాధ్వి ! కృష్ణుఁ
డరుగుదెంచుచున్నాఁడని నంతలోనె యట్టె యెగిరిగంతిడె నుబ్బు నాఁపలేక. 286

క. వచ్చెను గృష్ణుఁడు వినుఁ గదు మెచ్చెను భూషాంబరములు మిక్కుటముగ నా
కిచ్చెనన మీ ఋణమ్మేమిచ్చినఁ దీరదని మ్రొక్కులిడె రుక్మిణియున్. 287

వ. అంత మరునాఁ డుదయమ్మున, 288

ఉ. వచ్చె రమావిభుండుఁ గడువైభవ మొప్పఁగ రౌహిణేయుఁడున్
జెచ్చెరఁ దోడునీడయయి చెంతఁ జెలంగ భటవ్రజంబులన్
హెచ్చిన విక్రమోద్ధతి నుపేంద్రుని గొల్చెడి నిర్జరాళియై
మచ్చిక వెంటనంట రథమత్తగజాశ్వ చమూసమేతుఁడై 289

ఉ. నీలనభమ్ము జీల్చుకొని నృత్య మొనర్చెడి ప్రావృడబ్ద శం
పాలతికాంగ నా కృతుల బాల యలంకృత చేల త్యక్తరా
జాలయవేల దీప్త సకలాభరణ ద్యుతిజాల తాను దు
ర్గాలయ గర్భశాలకు మహావిభవమ్ములు గ్రాల వేఁగుచోన్. 290

సీ. రహిమీఱ భేరీమురజ శంఖమర్దలతూర్యనిస్వాన సందోహమదర
నిరతవృద్ధసువాసినీ దత్తమంగళ నీరాజన ప్రభానివహమెసఁగఁ
గనకాభరణ దీప్త కన్యాంగనాధృత పూర్ణకుంభద్యుతిపూర మొల్క
భువనమోహన కళాపూర్ణ రంభాబింబ దేవదాసీ నాట్య సేవలలర

తే. వేడ్క సౌధాగ్రములు పుష్పవృష్టి గురియ ఛత్ర చామరరాజలాంఛనము లొప్ప
రథ గజాశ్వ పదాతివర్గములు నడువ నాలయముఁజేరె రాజమరాలబాల. 291

వ. చేరంజని యా కాత్యాయనిం గని. 292

క. అమ్మా! నిను నెదవమ్మతి సమ్మాధవుఁ బతిని సేయుమమ్మా! నిన్నున్
నమ్మి చెడినట్టివారలు నమ్మక యిల బాగుపడిన నరులుం గలరే. 293

క. మారుని బ్రదికించితివి కుమారునివలెఁ జూచి, నీ కుమారుఁడు తానున్
నూరిండ్ల మొదలుగావుత! మారమణియు మారమణిని మఱువం గలదే. 294

క, అనుచుం దుర్గాసతి పూజనమును నత్యంత భక్తిసలిపి తిరిగి తాఁ
జనుదెంచి వీధి నెల్లెడఁ గనుగొని శ్రీకృష్ణుఁ గూర్మి కడలు కొనంగన్. 295

క. చూచెను జూపుల వలపులు బూచెను దరహాసరుచులఁ బూ సౌరభముల్
వీచెను విద్యుద్వల్లులు దోఁచెను యువ హృదయములను దోచెను బేర్మిన్. 296

తే. బాల పెదవిఁ గదల్పఁ బల్వరుసతీరు లందముల మూటవిప్ప ముత్యాలపేరు
నాతి క్రీఁగంటఁగను వీక్షణములచాలు దివ్యసౌందర్య సరసిలోఁ దేలు మీలు. 297

అ. జలదమందుఁ జిక్కు సౌదామినీ లత కరణిఁ దరుణి మెఱసె హరి యెడందఁ
బసిఁడిలోనఁ గట్టువడిన నీలము భాతిఁ జెలువ యెదఁద శౌరి చిక్కువడెను. 298

ఆ. జనములోనఁ జొచ్చి శత్రుసైన్యము వ్రచ్చి వనితఁ గొనెడి దనుజవైరి తాను
జలధిఁ గలఁతవెట్టి యిల నుద్ధరించెడి ఘన వరాహరూపి యన వెలింగె. 399

ఆ. రథము పందరముగ రాజన్య జలనిధి మథనపఱచి జయము మధుర సుధగ
సైన్యమునకుఁ బంచి, సరసిజాలయ గాఁగ హరి విదర్భతనయ నపహరించె. 300

వ. అట్టి హరిం గాంచి రుక్మి. 301

ఆ. దొంగతనము నీకు తోఁబుట్టు వెఱుఁగుదున్ వెన్నతోడ నేర్చుకొన్న విద్య
వెన్నముద్దగాదు వెలఁది యియ్యది యింక నరిగె దెచటికనుచు నుఱికె పైకి. 302

ఆ. ఉఱికివచ్చు రుక్మి నొడిచి తేరునఁ గట్టి సతి మొగమ్ముఁ జూచి శౌరి తాను
శిరము దఱుగు టుడిగి శిఖఁ దఱిగి యొకింత విడివిపెట్టి తనదు వీడుఁ జేరె. 303

సీ. అడుగులం బారాణి యలముకొన్నట్టులు పసుపు కుంకుమ కడపల వెలింగె
తనువున మధుపర్కమును ధరించినయట్లు భవనముల్ వర్ణలేపములఁ దనరె
ఉరమునఁ బూసరుల్ మెఱయుచున్నట్టులు రమ్యతోరణముల రచ్చలలరె
మోముపైఁ బెండిలిబొట్టు పెట్టినయట్లు గోపుర కలశముల్ కొమరు మిగిలె

తే. ధ్వజము లమరె బాసికములు దాల్చినట్లు పురవరమ్మొక పెండ్లికూఁతురుగ నలరె
నపుడు గోధూళికాలగ్న మగుటఁ దెల్పఁ దారకలు ముత్తియపు టక్షతలుగ వెలసె. 304

తే. విజయలక్ష్మిని లక్ష్మిని వెంటఁ గొనుచువచ్చె హరి యని పౌర సువాసినులును
హారతుల నిచ్చి తూర్యవాద్యములు మ్రోఁగ స్వాగత మొసంగి రెంతొ వైభవము మీఱ.

చ. వనితను శౌరి రాక్షస వివాహమునన్ గొనితెచ్చె కూలియున్
వనజభవుం డమర్త్యులును వాసవముఖ్యులు యాదవాదులున్
మునిజనముల్ త్రిలోకములు మోదమునన్ సుమవృష్టిఁ గప్పుచున్
వినుతినొనర్ప సంతతము విశ్వహితం బొనగూడ వేడుకన్. 306

తే. కాంత రుక్మిణీకల్యాణ గాథఁ జదువ నుర్విజన సంతతికి శుభాభ్యుదయ మొదవుఁ
గన్యకలు నాపద తొలంగి మాన్యుఁడైన వరునిఁ గూడి సుఖింతు రవార్యగతులు. 307

వ అని పోతనార్యుం డాశుగతి హరి యవతారగాథా విశేషంబుల యోగివర్యుం డాదేశించిన ప్రకారము సప్తరాత్రిపర్యంతము పూర్తియొనర్చె నంత జనంబులు ఘనంబుగ సంతోషవార్ధిఁ దోఁగాడి కవివర్యుని ప్రతిభావిశేషంబులం గొనియాడి తద్రచిత భాగవతకోశంబు భద్రగతిఁ బ్రాప్తింపఁ గాత యని దాశరథిని బ్రార్థించి నిజగృహంబులకుం జనిరి. 308

ఆశ్వాసాంతము

క. రామా ! రఘుకుల జలనిధి సోమా ! సోమక మురారి సూదన భీమా !
భీమాగ్రజాభినుతపద తామరస ! రసస్వరూప ! దశరథనామా ! 309

ద్వాదశాశ్వాసము

చ. నరసిజనేత్ర! సత్యగుణసారచరిత్ర! రమాకళత్ర! సుం
దరసుకుమార మార నిభదర్శితగాత్ర! మహాపవిత్ర! దు
ద్దురిత లతాలవిత్ర! భవదుస్తర దుఃఖ తమః ప్రసుప్తహృ
త్సరసిజమిత్ర! వార్ధి ఘనదర్ప విశోషకపత్ర! రాఘవా!

మాలిని

ఫణిరచిత శయానా! వైనతేయైకయానా!
యినశశి కృతనేత్రా! హృద్యనీలాబ్దగాత్రా!
కనదఘహర గంగా! కామపురాప్తసంగా!
వినుత సగుణసారా! వీక్ష్య నైర్గుణ్యపూరా!

గద్యము

శ్రీమద్భరద్వాజగోత్ర పవిత్రాపస్తంబసూత్ర, పరిచిత సూరిజనమిత్ర, [illegible]ప్రయ్యాశాస్త్రిపు
వాగేశ్వరీ సమాసాదిత, వైదేహీపర నివేదిత సరసకవితావిలాస, సహజ
పాండిత్యభాస, పరకవి విధేయ, 'వరదార్య' నామధేయ ప్రణీతం
బైన పోతన చరిత్రమను మహాప్రబంధమ్మునందు
ద్వాదశాశ్వాసము.

సంపూర్ణము.

ప్రమాదముల పట్టిక

పు.	పీఠిక ప.	పా.	దోషము	పరిష్కృతము
7	44	1	సాంధ్రిఛందోనంతు	నార్యఛందోన తు
11	11	5	కోలచలమల్లినాథ సద్గురువరేణ్య	మహితగురునికోలాచలమల్లినాథు
12	81	2	బుధులు పామరులనక	బుధులఁ బామరులనొగి
ప్రథమ ఆశ్వా.				
8	67	3	కావ్యసంతతుల సంలిఖియించుగాన	నవ్యదివ్యకృతి సంతతులల్లి ఖంచు
22	193	3	యేరినడుంగుట	యెవ్వరివేడుట
22	193	4	తామవిదెల్యనేర్చువే	యయ్యవితామెఱుంగువే
33	149	1	సంతపియింప	సారెఁ దపింప
50	20	2	సత్తపనిర్వహాణబుద్ధి	సత్తపమునుమనుచుబుద్ధి
51	281	5	ప్రియునితనుమనోవాక్యత్రికరణ	వరునితనుమనోవాక్యత్రికరణ
59	68	1	(వచనము విస్మృతమైనది)	వ॥ మరియు
59	69	4	డిప్పగిదియేగెనుకొన్నిదినమ్ము	డిర్వురికినేఁగెను గొన్నిదినమ్ము
			లిర్వురక	లిగతిఁ
63	105	34	గూడిపాడుయ్యెల	(బాడుమేలుయ్యెల
72	187	3	స్వంతపుటింటి బంటుతమినంగ	సొంతపుటింటి బంటుతమిశోభి
76	233	2	యడుగుననడు	జరుగదడుగు
79	263	2	నాపాప్రిణి	నాయెద
83	305	1	గొనివచ్చిచెల్లె	గొనిచెల్లెలమ్మ
84	318	1-2	వశముగాకనుదల	వివశచేతనఁ దల
88	11	1	మైగలయామలకల్ యొయారముల్	మైమలకల్ మనసానొయారముల్
90	23	1	బూలఁబండ్లనాకుల మ్మా	బూవులాకులమ్ముకొనెడి యా
92	46	3	నివ్వటిలానవేమ	నివ్వటిలున్ స్వవేమ
94	64	1	రూపుగొన్నరటంచు	రూపుఁ గాంచిరటంచు
97	84	3	దరముగాదికఁ జాఁలననాల్కరాదు	దరముగాదికఁ జాలుననంగనాల్క-
			తానినుఁడు	రాదినుఁడు
99	106	1	అనుకొనితిగాని	అనుచుభావింతువది
99	107		(వచనము-విస్మృతమైనది)	వ॥ అయినను తెనుపయనంపుటిడుమల సుడివడియున్న మిమ్ముశ్రమపెట్టజాల వెల్లి యుల్లమురంజిల్లజేయుమొల్లంపు కవితల వివవలతుననియనిపిమరునాడా సమయంబునకెయదేవ్రదేశమున కవి పుంగవుల నవలోకించి మిపుల గౌర వంబున.

పు.	ప.	పా.	దోషము	పరిష్కృతము
105	159	4	యచ్చెరుగొంటినొక్కటఁ	విస్మితబుద్ధినుంటినేఁ
109	195	4	స్మతిమాటు పల్కకఁ	స్వైరమాట లేటికిఁ
110	203	2-3	దానటువలెన్దేహమ్మెయ్యెమారకఁ లోహంబందున	నావిటుఁడు, దా దేహంబుగామారదే లోహంబందొవి
115	245	1	చేయిమెదలుపఁజాలేమొ	చేయిమెదలుపఁ గానేమొ
115	248	2	అమరియుండొక	అననొవ్వునొక
115	149	2	పరిటయంచును పంటగలచి	చెరఁగంచుముని పంటగలచి
119	261	10	చెదురు నలకములు	చెదురు భ్రమరములు
122	289	8	కొండగమిపై దండువెడలిన	ధరగిరులపై దాడివెడలిన
124	11	15	మంజుకుంజము	వననికుంజము
124	11	72	అనుకొంటినివ్యయుని	అనుకొనినే నవ్వయుని
129	327	2	ముదితత్రపాప్రణయహతుల	ముదితప్రణయత్రపాహతుల
130	339	4	విం,దంచుఁ శిరాలూపఁగఁ	వా, రాలించి యూఁకొట్టఁగఁ
130	343	1	యిప్పు డమరుడై తినేనెన్ని	య్యైతినమరుఁడను నేఁడిదెన్ని
132	361	1	ప్రభువుసన్నిధులు సేవకునకగుసు	ప్రభుసన్నిధులుభృత్యువశముగావు
132	361	2	ఫలములమరు	ఫలమమరదు
133	361	3	యగును	కాదు
133	361	4	శ్రీహరికారుణ్యసిద్ధికిక్క	శార్ఙ్గికారుణ్యాప్తిసాధ్యపడదు
135	387	1	తోవెంచెడినెవని బ్రదుకు తుది దినములదానే	ప్రోవెంచెడినెవని బ్రదుకు ముగియు దినములిట్లే
136	393	4	బంగరుమంగళహారతిత్తునే	బంగరుహారతిబట్టి కొల్తునే
141	21	2	ొకధరధ్వాజమునుమీదికుండిత్రిప్పి	ఁగాఢరధ్వాజమునుమీదుగాను ద్రిప్పి
153	123	2	మొలయ	దీప్తి
170	297	4	సంలిఖయించఁగ	చైత్యా వినిర్మితికేమి
174	5	1	మాలతిమల్లికలెల్లనవ్వుచుఁ	మాలతిమల్లెయువల్లనవ్వుచుఁ
174	7	4	డోలాయితసుగాత్రి పాలాశసుమ వక్త్రితరుణాబ్జనేత్రిసౌందర్యధాత్రి	వంకజాయతనేత్రపాలాశసుమవక్త్రి లావణ్యధాత్రి డోలత్సుగాత్రి
175	20	4	గలాదుదానినెటులా	యిదాలకించియెటులా
176	26	1	కవివరులు దెగ్గ తెలయించియు	కవులాంధ్రిమందు నెలయించియు
180	74	4	యనమహా,,యంచు	యనమ,,యఁటంచు
186	120	4	వ్రాతు	గూర్తు
187	120		ఈపద్యముపిదప నీప్రక్కవచన ముండవలయుసు	వ॥ అనిపల్కి
187	134	1	తేజవిలాస	కాంతివిలాస
187	134	2	స్మేరశారదనవాంబుజముల్వికసింప	స్మేరకోరకితనవ్యసుమమ్ములువిప్ప
191	172	1	శ్రీహరివిరచిత	శ్రీహరివ్రాసిన
192	182	1	వారంసుప్న బేరి	వారలలోసబేరి

పు.	ప.	పా.	దోషము	పరిష్కృతము
201	39	1	మండుకపోయెడి	మండిపడుచునుండెఁ
204	68	1	వీవిచటినుండే యూరికిఁ త్రోవ	వీవెచటికి యిచ్చిడయిా త్రోవ
222	209	4	వెన్నసవర్పవచ్చునే	చోసవరింపవచ్చునే
226	248	4	బుగ్గలాదె	బసునొక్కొ
227	254	34	ఁజాలవియెల్లఁ	నయ్యువియెల్లం
227	254	34	మందయానేమనఁ	మందయాయేమనఁ
231	296	2	భామలగుండెలఁ	భామలహృత్పులఁ
233	316	2	సవిశదముగ	సవిస్తరముగ
236	342	1	లేదాపెయెతండ్రికెఱుకలేనటు వచ్చెఁ	కారుపితయెఱుంగనట్లుగా సుతవచ్చెఁ
238	5	2	కొకులకెగఁబ్రాకిమేలాకులకు దినుచు	ఒద్దులకునెక్కియాబద్దలొకటమేయు
242	47	2	తానొగిశ్రీనాథుఁడగుఁగుచేలుఁ తఁడగుఁ	శ్రీనాథుఁడుదానగున కుచేలుఁడ తఁడగుఁ
243	58	1	రాజాస్థానసుకవిసైరాజిలుటఁ	రాజాస్థానసుకవిగ్రాజిలుటఁ
244	64	1	కాదనకఁ హరియిచ్చు	కంజదళాతుడొసంగు
247	91	2	చెకవివరుండు	చికవియనిచెను
254	166	2	సంస్థానభూపాలుఁడో	రాత్రీసతీనాథుఁడో
256	174	2	భృంగిన్నొసంగిచుడుల్	ప్లైనీమడుల్ వోలునే
258	193	3	అన్నమునీళ్లనడ్గుటయెయాలును బిడ్డనుకండ్లజూతుమే	అన్నమునీళ్లకున్మరియునాలుకుబిడ్డకు వోచుకొందుమే
260	216	1	దమినిఁబయఁటాకుకొంగులో	దమినిఁబయఁటాకుచాలునం
260	221	1	పోలికనొక్కొక్క మొగ్గపలు విప్పెను పూ	పోలికఁబలువిప్పెనొకొకమొగ్గయపుడె పూ
264	262		వ॥ అంత పోతనార్యుండతనింగాంచి యిట్లనియె	
266	284	3	చిరుతనిగాంచిపెంచి	చిరుతలనింకగాంచి
268	306	1	ప్లవంగకరగుర్వికఁపిత	ప్లవంగప్లవగీవిస్ఫారిత
274	27	2	కనుసనొకఁడు	గుండుపై గూర్చుండిగోకుకొనుచునోటవెదొ కొట్టుకొనుచని రెగురు నొకడు
280	88	2	మశకమొకటెక్కె	చీమగతియదెంత
284	134	1	అడ్డుగలాదె	అడ్డెదియుండు
285	143	2	మహదనుగ్రహము	గుర్వనుగ్రహము
293	218	3	నీడయదేమొకాని పుడమిఁ	నీడయదేమొకాని దరణిఁ
297	256	3	శ్రీభూమినతులువశీకృతలగు	ఊతియుమాసతివశీకృతలగుదురు
317	31	4	జేఁజిక్కెనింకేమనఁ	స్వాధీనమయ్యెన్దమిఁ
319	51	12	బాచరణీయంబని బమ్మెరకు	నుడివెననిచెప్పిశ్రీనాథుండు, బమ్మెరకు
28	86	3	మొండుదెచ్చి	ముష్గ్రహించి

పు.	ప	పా.	దోషము	పరిష్కృతము
331	17	2	భూపాలశిరములతోఁబాటు	తోడిఱేండ్లశిరాలతోఁబాటు
332	28	1	యొడ్డు	ప్రక్క
333	48	1	గలిపించుపెనుకాలజలధిలోన	కల్పించుఘనకాలకంధిలోన
337	75	1	అంగదరాయబారిదనుజాధిపుఁ గాంచి మదాంధ	అంగదుఁడంత దౌత్యకరణార్థము వేఁజని దైత్యుఁగాంచి
337	80	2	స్పర్శించగారాని	స్పర్శచేయగరాని
344	143	1	సంచరియింపగరాగవేగ	సంచలనస్థితిఁగూడరాగ
345	153	4	లయమ్ములనిల్పుననాది మాయవో!	దృతిఁబ్రయళయమ్ములనిల్పుమాయవో
351	211	4	కూర్చునె నారదమౌని	కూర్చొనియెన్ సురమౌని
357	278	1-2	బ్రహ్మవేత్తలన్మిన్నయితోఁచు	భక్తకోటిలోమిన్నగఁదోఁచు
360	305	2	విధవంగూర్చివడంకుచుంటి వటెయబ్బే	యధముంగూర్చివడంకుచుంటివటెయయ్యో
370	6	2	ధాత్రీసతీగుండియల్	ధాత్రీసతిప్రాణముల్
370	6	2	రాకడల్ గాంచుచో	వచ్చుధాకన్ గనన్
374	41	4	వేడుదాయీశ్వరున్	వేడుదున్ దత్ప్రభున్
396	250	3-4	పారవశ్యతంగనులనుమూసి	పారవశ్యముంగనికనుమోడ్చి
396	255	4	వడిగోపురాలదిర్గెడిగాలి చక్రముల్	తిరిగెడిగోపురోపరిగాలిచక్రముల్

తప్పొప్పుల పట్టిక

పీఠిక

తప్పు	ఒప్పు	పు.	ప.	పా.
పద్మా	పద్మ	1	6	2
మేఘ	మేఘు	4	19	1
వుత్పత్తి	వ్యుత్పత్తి	3	13	1
డుగచు	డగుచు	7	45	2
కొంచి	కొంచె	8	49	1
నత్కళా	సత్కళా	8	51	3
నిజయ	విజయ	9	56	5
కొట్టి	కొట్ట	10	64	3
కోకిలా	కోకల	11	69	4
నాయకా	నాయికా	11	71	1
నున్న	సున్న	11	73	3
లక్షి	లక్ష్మ	12	77	1
జెప్పె	జెప్పె	12	79	4
తత్కువ	తక్కువ	12	85	6
సమ్మోన	సమ్మోహన	14	106	1
నిద్రబోవు	నిద్రపోవు	14	125	5
సాథు	సాక్షా	15	116	1
నస్మద్ర్య	నస్మద్ర్వ	15	116	2
డిలవేల్పు	డిలువేల్పు	15	117	2
దినగఐదు	దినంగనైదు	16	125	5
నిశ్చత	నిశ్చిత	17	126	4

కావ్యకథాభాగము — ప్రథమాశ్వాసము

తప్పు	ఒప్పు	పు.	ప.	పా.
థ్రిష్థో	థ్రిష్టో	2		..
రమ్మ	రమ్మ	2	2	3
నంతను	నంతయు	2	3	2
గొంకక	కొంకక	4	35	1
ధరిత్రినందు	ధరిత్రియందు	6	47	1
నఖల	యఖల	6	49	1
జ్ఞానభక్తి	జ్ఞానపూర్ణ	6	50	1
శానాథుడన్	గానాథుడన్	10	88	4
లలిత	లలితా	10	69	1
మనుష్జనమ్ము	మనుష్జనమ్ము	10	90	4
జాపుడున్	జాపుడన్	12	106	4

తప్పు	ఒప్పు	పు.	ప.	పా.
యామె	నామె	13	110	2
ప్రేవలి	వేవలి	16	141	1
వలయుమ్ము	వలయమ్ము	18	156	2
ఫుల్లి	ఫుల్లి	23	204	3
ధరువి	ధరుని	26	15	1
లపని	లవని	26	23	2
యొద్దయని	యొద్దనని	32	88	2
లొనగి	లొసగి	37	142	2
నయష్టప	నయజ్జప	37	142	4
యిలవేల్పు	యిలువేల్పు	37	143	1
ఆనుచున్	అనుచున్	37	143	1
సంతపయింప,	సారెందపింప	38	149	1
యోడి	యొడిని	38	152	1
పరిట	పయంట	38	152	1
ఐద్యము	పద్యము	39	161	2
కాగ	గాక	41	175	1
పొట్టిన	పొట్టన	48	252	2
పరబృతములు	పరభృతములు	50	266	2
దుర్ధాంత	దుర్దాంత	52	284	1
కాతిక	గౌతుక	55	17	1
మేలులుబాలి	మేలులువాలి	55	17	1
ఏలినని	ఏలయని	55	18	4
నాదరింప	యాదరింప	55	25	1
ఆసజావని	ఆపచావని	56	29	4
చవుకులలో	చవికెలలో	56	34	1
జుట్టులం	జుట్టలం	60	83	3
జాలిలన్	జాలెడిన్	62	94	4
తఫస్వి	తపస్వి	63	109	4
నంధిత	నంధిత	64	114	3
కార్పికాళి	కార్మికాళి	64	117	3
యరుగు	నరుగు	70	168	1
చాలుచాలనన్	చాలునాకనన్	71	181	4
స్వప్రభువుల	స్వప్రభువుల	76	239	1
సయ్యెద	పయ్యెద	77	243	3
నాప్రాణి	నాయెద	79	262	2

తప్పు	ఒప్పు	పు.	ప.	పా.
ముత్త్రైర	ముత్త్రైడు			
యామె	వామె	79	264	2
నంత	నత్త	79	268	2
కొప్పడి	ఒప్పడిన	83	310	2
యుక్తముల	యుద్దముల	84	323	2
ఖోతిక	ఖాతిక	85	331	1
మంటచున్	మంటుచున్	58	14	1
బెలుచున్	కెలుచన్	89	14	2
ఫాదము	పాదము	92	15	2
నక్త్రలం	వక్త్రలం	92	49	3
నడుగంవ	నడుగంద			
కుందెన్ని	పదిరెన్ని	93	65	4
నిలిచ	నిలిచి	97	85	2
సుదా	సుధా	93	96	3
అలఘూర్మి	అలసూర్మి			
స్పైన	స్పైన	101	125	1
పూజ్త్రత	పూజ్యత	102	128	4
ఒలిని	ఒలిని	102	132	5
రాజిం	రాజిన్	103	142	2
కావున	కావున	105	158	1
వార్ధిశరణి	వారివార్ధిరణి	105	161	2
శ్రీపిష్టు	శ్రీవిష్ణు	108	175	2
వేయదే	వేయదె	107	175	4
నభయ	నభయ	109	197	4
ప్రవాసస్య	ప్రవాసహ్యా	109	200	1
వినంబు	వినంబు	109	200	4
దొడ్డి	దొడ్డ	110	208	1
నాసరస	దాసరస	111	210	2
యచిన	యశిన	112	226	2
జ్జలు	గజ్జెలు	112	293	1
జీవముబదె	జీవము వడె	118	256	2
గ్రోళ్ల	గోళ్ల	119	260	14
గలుప	గలువ	119	262	2
విషాదా	విషజ్ఞా	120	267	1
నగును	నగును	121	281	6
శిఖ	శిఖ	126	303	3
వాలిక	చాలును			
యెక్కువ	మిక్కిలి	126	321	2

తప్పు	ఒప్పు	పు.	ప.	పా.
అళికా	అళికిన్			
శిరోజముల్	శిరోజముల్	129	320	4
నీకుని	వీకుని	132	353	1
కటికాచిన	కంటికాచిన	132	353	4
గానం	గానం			
బోయెను	బోయెను	134	378	4
వ్రాలు	వ్రాలు			
దెక్కరణిని	ఒక్కరణిని	136	389	5
స్మనమ్మునకు	న్మనమ్మునకు	136	393	2 3
కేసన	కేసన	137	402	2
చాతురి	చాతురి			
యొప్పారు	నొప్పారు	139	4	2
రూవటి	రూపటి	140	8	4
దివిన్	దినిని	142	24	2
విచ్ఛేద	విచ్ఛేద	142	32	2 3
ముంవ	ముంప	144	45	3
సభమందు	సభమందు	144	48	2
గాంచకన్	గాంచమిన్	147	71	4
తటిచ్చటలు	తటిచ్ఛటలు	148	80	2
గాసాహి	గన్సాహి			
త్యంబు	త్యంబు	150	93	3,4
కేమందును	కీమందుని	151	98	3 4
యెవరలా	యెవరుని	151	101	2
నిమూఢ	విమూఢ	152	113	1
కవిందుకైనాట	కవింద్రుడాట	153	114	4
చుహాకవి	మహాకవి	153	115	1
రాజుకైతి	రాజకైతి	154	127	4
ఘడియెనె	గడియనె	158	169	4
కనులమున్	కనలసున్	158	171	4
చోయిదో	చోనిదో	158	175	3
గొమ్మనం	గొమ్మనం	159	186	3
రాజాసి	రాజుసి	160	194	2
నిల్లును	యిల్లున	161	210	2
అదులకె	అదుకె	161	210	2
కైనాచరించు	కైయాచరించు	162	221	2
బబ్బు	బబ్బు	163	230	2
యాజంగ	యాజం			
గ్రట్టి	గట్టి	163	234	2,3

తప్పు	ఒప్పు	పు	ప.	పా.
తులడోదన్	తులతోదన్	164	237	1
గాసిలబోకని	గాసిలరాదని	165	254	4
వొట్టన	పొట్టన	167	275	3
కల్ఫ	కల్ప	169	290	2
బోర్థ	బౌద్ధ	170	310	3
వయ్యెద	పయ్యెద	174	4	3
వశెన్నీని	పశెన్పీని	175	20	3
కరితునగుచు	కలితుడనయి	176	25	1
యత్రప్పాజ్ఞ	యాత్రాపాజ్ఞ	176	25	2
మొత్తపు	మొత్తము	178	53	4
ముఖ్మ	ముఖ్య	178	56	2
యనమ	యనము			
హాయంచు	యటంచు	180	74	4
దుపమాద్మ	దుపమాద్య	180	75	1
కిలపేల్పు	కిలుపెల్పు	182	86	34
నరుదెంచ	నరుదేర	185	113	2
వద్గముల	పద్యముల	185	116	4
పర్ఘ్యమిడు	నర్ఘ్యమిడు	186	124	1
యాసుకృతి	నాసుకృతి	186	125	2
సేసెను	సేసిరి	188	141	2
యతివ	యతివ	190	158	2
మనస్కురై	మనస్కులై	192	179	3
యుగుచు	యగుచు	194	202	1
ఏముణ	ఏమునణ	199	21	3
టసుటకు	టనవర	199	22	3
కులుని పుదని	కులిశెదనని	200	32	2
శ్రీఘ్రి	శీఘ్రి	202	45	2
గోఫురా	గోపురా	203	55	2
అర్థగించి	అర్దగించి	204	60	4
సొండనెన్	పొండనెన్	204	64	4
నదన్సమా	నదస్సమా	207	81	2
విశాంత	నిశాంత	207	81	3
ప్రతఖా	ప్రతిఖా	209	97	2
నానాసూన	నానానూవ	210	116	1
బయన	బయన			
ముకనయి	మునకయి	211	133	2
ధన్యంగనెన్	ధన్యతంగనెన్	214	152	4
బద్ధుండై	బద్ధులై	215	158	18,

తప్పు	ఒప్పు	పు.	పు	పా
శత్ప్రమ్నుల	శత్రుమ్నుల	216	158	4
నొఁర్చుటయు	నొనర్చుటయు	216	158	17
దేతత	దేవత	216	159	31
నినిమ్మనవి	నిమ్మనవి	218	168	4
కెన్నిమొ	కెన్నియొ	218	170	3
వసుద	వసుర	218	173	2
వానిగాను	జ్ఞానిగాను	220	190	1
గతివియొ	గతియొ	220	191	3
కెంపొదవఁ	కెంపెదుగఁ	220	193	2
గూర్చు	గూర్చు			
కొఁటిరో	కొండరో	220	194	3
కొంచరుగం	కొంచుఁజనం	222	205	4
నొల్పెడి	వొల్పెడి	222	207	4
నీయొరపిడి	నాయొరపీ	222	209	2
సొంపా	సొంప			
రాయిక	రాయిక	223	217	5
నిశితాశిన్	నిశితాసిన్	223	220	2
చాలయొప్ప	చాలనొప్ప	223	226	2
చత్రులన్	శత్రులన్	.224	233	2
నజీవ	సజీవ	225	237	1
బొనరింతునొ	బొనరించనొ	225	238	3
మహాత్మత్ర	మాహాత్మ్య	225	242	3
మందయా	మందయా			
నేమనన్	యేమనన్	227	254	4
రాజేంచ్రుని	రాజేంద్రుని	230	287	2
జయాశారతి	జయభారతి	232	304	2
మరియు	మురియు	233	313	1
శద	దశ	233	313	1
ఁగవియఁ	ఁగవియుఁ	235	333	2
భూమపాలు	భూమిపాలు	238	11	2
కనకప్పృష్టి	కనకవృష్టి	239	18	1
నల్ఫ	సల్ప	240	28	4
శాంతివిశ్వము	కాంతివిశ్వము	241	37	3
ఖాప్పు	ఖాప్పు	243	50	4
కవిసై	కవిగ			
రాజిలు	నాల్గిజలు	243	56	1
యొసంగతి	యొసంగిత	244	65	3
తనకై	తనకై	246	76	1

తప్పు	ఒప్పు	పు.	ప.	పా.
యుక్తి	యుక్తి	246	76	3
పాల్కురి	పాల్కురి			
కేపుని	కేశుని	246	77	1
ఛతురాన	చతురాన			
నోదిత	నోదిత	248	98	3
విత్తకటి	విత్రోకటి	153	145	1
బోయె	బోయి			
నొకింత	యొకింత	254	163	2
భాపమ్ము	భావమ్ము	256	174	1
తీపి	తీపి	256	178	2
కోరకితా	కోరకిత	256	191	1
అడ్డముపెట్టు	అడ్డముపెట్టు	257	183	4
కన్పడవే	కన్పడదే	258	196	3
మార్చి	మార్చి	259	206	2
స్పగృహా	స్వగృహా	260	217	2
సల్పిరాగిన్	సల్పిరాగన్	260	217	4
నూతయసన్	నూతినసన్	261	229	2
దంతపులు	దంతముల	262	240	1
నాకెడిరా	నాకెడివా			
యెదయైన	యెదయైన	263	247	4
సేతునొకట	సేతులోట	265	270	1
శయ్యోపరి	శయ్యోపరి	266	282	1
అల్పవిద్యతో	అల్పవిద్యతోఁ			
పూరుషుడు	బూరుషుఁడు	266	286	3 4
పూర్తి	పూర్తి			
నొనర్చి	యొనర్చి	266	290	2
యెఃపిడల్	యొరపిడుల్	267	292	2
రాతాసం	రాక్షసం	271	3	2
మిద్దె	మిద్ది	272	12	2
బాపిన	బాపిని	273	17	3
కరముల	కరములు	273	18	2
శీతాఫల	సీతాఫల	273	26	2
దర్పస	దర్పన	274	34	3
కురియునా	కురుయునీ	277	60	3
తెలగల	తెలుఁగుల	279	78	3
జాబు	జాబు			
వాకండున్	నొకటినిన్	281	103	1

తప్పు	ఒప్పు	పు.	స.	పా.
పర్తలెండు	వర్తులెంకు	282	114	1
ముఖమె	ముఖము	282	115	2
పతమ్ము	పతనమ్ము	283	123	3
రాజనని	రాజనిన	283	126	1
గుడియఁదా	గుడియుఁదా	284	139	2
సరేంద్రున	నరేంద్రున	286	153	1
సేయుటను	సేయుటలు	286	155	4
సీతారావరా!	సీతావరా!	286	155	4
మథేభ	మదేభ	287	165	3
చైదము	చెయ్దము	287	166	2
సురకాయ	సొరకాయ	288	174	2
వడకల్లు	వడగండ్లు	288	176	3
స్వర్ణవలయ	వర్ణవలయ	290	169	2
క్రతునొసర్తు	క్రతువొసర్తు	291	201	1
నిధులయుభయ	నిధులసుభయ	291	210	1
నిశ్చంత	నిశ్చింత	293	221	2
మ్మొనృగ	మ్మొప్పఁగ	293	224	2
యుగ్నమనఁ	యుగ్మమనఁ	295	236	4
పొవుగ	సొంపుగ	296	244	3
దెప్పినను	చెప్పినను	296	248	2
గందోయన్	గందోయిన్	297	257	4
భానించి	భావించి	298	265	6
విలాకించు	విలోకించు	303	305	4
సుంచ్నారలో	సుంచినారలో	303	309	3
తోత్కృతి	తోత్తమ	304	311	2
నీనిపుడేమి	నేనిపుడేమి	305	322	1
దరిద్రము	దరిద్రత	305	325	1
అపనిత్ర	అపవిత్ర	306	335	1
విచ్చకత్తెయ	విచ్చుకత్తియ	308	350	2
సార్వ	సార్వ			
భోముఁడు	భాముడు	309	358	1
సొరపెయ	సారభేయి	310	376	1
సత్కశ	సత్కశ	314	8	1
వివేక	వివేక	315	18	2
సేమమొక	సేమమొకొ	316	29	4
ఇటులద్దిర	ఇటులారయ	317	30	3
నొవఁగి	నొసఁగి	317	35	2

www.ingramcontent.com/pod-product-compliance
Lightning Source LLC
LaVergne TN
LVHW022353220825

819400LV00033B/787

* 9 7 8 1 0 2 1 4 4 0 4 4 0 *